தமிழகச் சமுதாயப் பண்பாட்டுக் கலை வரலாறு

முனைவர் கு. சேதுராமன்

நியூ செஞ்சுரி புக் ஹவுஸ் (பி) லிட்.,
41-பி, சிட்கோ இண்டஸ்டிரியல் எஸ்டேட்,
அம்பத்தூர், சென்னை- 600 050.
☎ : 044 - 26251968, 26258410

Language: Tamil
**Thamizhaga Samudhaya
Panpaattu Kalai varalaaru**
Author: **Dr. G. Sethuraman**
First Edition: July, 2017
Third Edition: August, 2022
Fourth Edition: January, 2025
Copyright: Author
No. of Pages: vi + 582 = 588
Publisher:
New Century Book House Pvt. Ltd.,
41-B, SIDCO Industrial Estate,
Ambattur, Chennai - 600 050.
Tamilnadu State, India.
email: info@ncbh.in
Online: www.ncbhpublisher.in

ISBN: 978 - 81 - 2343 - 367 - 7
Code No. A 3668
₹ **350/-**

Branches
Ambattur 044 - 26359906 **Spenzer Plaza (Chennai)** 044-28490027
Trichy 0431-2700885 **Pudukkottai** 04322- 227773 **Thanjavur** 04362-231371
Tirunelveli 0462-4210990, 2323990 **Madurai** 0452 2344106, 4374106
Dindigul 0451-2432172 **Coimbatore** 0422-2380554 **Erode** 0424-2256667
Salem 0427-2450817 **Hosur** 04344-245726 **Krishnagiri** 04343-234387
Ooty 0423 2441743 **Vellore** 0416-2234495 **Villupuram** 04146-227800
Pondicherry 0413-2280101 **Nagercoil** 04652-234990

தமிழகச் சமுதாயப் பண்பாட்டுக் கலை வரலாறு
ஆசிரியர்: முனைவர் கு. சேதுராமன்
முதல் பதிப்பு: ஜூலை, 2017
மூன்றாம் பதிப்பு: ஆகஸ்ட், 2022
நான்காம் பதிப்பு: ஜனவரி, 2025

அச்சிட்டோர்: **பாவை பிரிண்டர்ஸ் (பி) லிட்.,**
16 (142), ஜானி ஜான் கான் சாலை, இராயப்பேட்டை, சென்னை - 14
☎: 044-28482441

All rights reserved. No part of this book may be reprinted or reproduced or utilised in any form or by any electronic, mechanical, or other means, now known or hereafter invented, including photocopying and recording, or in any information storage or retrieval system, without permission in writing from the publishers.

நூன்முகம்

தமிழ்நாட்டின் அரசியல், சமுதாயப் பண்பாடு பற்றிய வரலாற்று நூல்கள் பல வெளிவந்துள்ளன. இருப்பினும், அவற்றில் எல்லாம் அரசியல் வரலாற்றிற்கு அதிக முக்கியத்துவம் கொடுக்கப்பட்டிருப்பதைக் காணலாம். முழுக்க முழுக்க மக்களின் சமுதாய வாழ்வியலைப் பற்றிய மிகச் சில நூல்களே வெளிவந்துள்ளன. சமுதாயம், பண்பாடு மற்றும் கலை வரலாற்றைப் பற்றிய செய்திகளைத் தொகுத்து ஆய்வு அடிப்படையில் வரையப்பட்டதே தமிழகச் சமுதாயப் பண்பாட்டுக் கலை வரலாறு என்னும் இந்நூலாகும். இது மொத்தம் பன்னிரண்டு இயல்களாகப் பிரிக்கப்பட்டு மேலும் அப்பிரிவுகள் தனித்தனிக் கூறுகளாகவும் பகுக்கப்பட்டுள்ளன. ஒவ்வொரு கூறிலும், முடிந்தவரை, ஆழ்ந்த ஆய்வின் கருத்துக்கள் விளக்கப்பட்டுள்ளன. புதிதாகக் கண்டுபிடிக்கப்பட்ட தொல்லியல் தரவுகளும் சேர்க்கப்பட்டுள்ளன. இந்நூல் ஒரு விளக்கவியல் நூலாக இல்லாமல் பகுத்தாயத் தூண்டும் ஆய்வு நூலாக அமைந்துள்ளது. தொல் பழங்காலம் முதல் இன்று வரையான தரவுகளைத் தொகுத்துள்ளதால் சில குறைபாடுகளும் இருக்கக் கூடும். கலைவரலாறு பற்றிய செய்திகளில் பெரும்பான்மையானவை ஆசிரியரின் கள ஆய்வின் வெளிப்பாடுகள் ஆகும். இந்நூல் கலை வரலாற்றுத் துறையிலும் தமிழகச் சமுதாயப் பண்பாட்டுத் துறையிலும், ஆய்வு செய்யும் ஆர்வலர்களுக்கும், பல்கலைக் கழக மாணவர்களுக்கும், மத்திய மாநில அரசுகளின் தேர்வாணையத் தேர்வு எழுதும் மாணவர்களுக்கும்

பெரிதும் பயனளிக்கக் கூடிய வகையில் வரையப்பட்டுள்ளது. இந்நூலினை அறிஞர் உலகமும், மாணவர் உலகமும் பெரிதும் விரும்பி வரவேற்கும் என நம்புகின்றேன்.

இந்நூலினை எழுதுங்கால் எனக்குப் பெரிதும் உதவிய என் இனிய நண்பர் முனைவர் வெ.வேதாச்சலம் (தமிழ்நாடு அரசு, தொல்லியல் துறை, மதுரை) அவர்களுக்கு எனது அன்பார்ந்த நன்றியினை உரித்தாக்குகின்றேன். நான் துவளும் போதெல்லாம் என்னுள் மறைந்துள்ள ஆய்வுத் திறனை நினைவூட்டிக் கொண்டிருக்கும் என் ஆய்வு மாணவச் செல்வங்கள், அருள்தந்தை முனைவர் எப். ஆரோக்கியசாமி, முனைவர் லோ. மணிவண்ணன், முனைவர் சு.கண்ணன் ஆகியோருக்கும் எனது உளமார்ந்த நன்றியைத் தெரிவித்துக் கொள்கிறேன். இந்நூலை எழுதும்படி என்னைத் தூண்டிய தமிழ்நாடு தொழில் நுட்பக் கல்லூரி கணிதவியல் பேராசிரியர் முனைவர் சுப. ஜானகிராமன் அவர்களுக்கும் நான் மிகவும் கடமைப் பட்டுள்ளேன். இந்நூலினைச் சிறப்பான முறையில் வெளியிட்டுள்ள **நியூ செஞ்சுரி புக் ஹவுஸ்** நிறுவனத் தாருக்கும் மிக்க நன்றி.

கு. சேதுராமன்

பொருளடக்கம்

வரலாற்று முன்னுரை 1
1. வரலாற்றுக்கு முற்பட்ட தமிழகம் 13
2. சங்க காலம் 19
   2.1. ஆட்சி முறை 19
   2.2. நீதி விசாரணையும் தண்டனையும் 29
   2.3. போர் முறை 33
   2.4. வாணிபம் 40
   2.5. சமயநிலை 52
   2.6. பொருளாதார நிலை 60
   2.7. சமுதாய வாழ்க்கை 66
   2.8. பண்பாடு 77
   2.9. மகளிர் நிலை 81
   2.10. இலக்கியங்கள் 87
   2.11. கலை 95
3. களப்பிரர்கள் கால நிலை 101
4. பல்லவர் காலம் 109
   4.1. ஆட்சி முறை 109
   4.2. சமுதாய வாழ்க்கை 116
   4.3. சமயமும் பக்தி இயக்கமும் 123
   4.4. பொருளாதார நிலை 133
   4.5. இலக்கியமும், கல்வியும் 140
   4.6. கட்டடக்கலை 147
   4.7. சிற்பக்கலை 170
   4.8. ஓவியக்கலை 181
5. சோழர் காலம் 185
   5.1. ஆட்சி முறை 185
   5.2. தல ஆட்சி முறை 193
   5.3. சமுதாய வாழ்க்கை 198
   5.4. பொருளாதார நிலை 207
   5.5. இலக்கியமும் கல்வியும் 212
   5.6. சமய வாழ்க்கை 218
   5.7. கட்டடக்கலை 225
   5.8. சிற்பக்கலை 250

- 5.9. தென்னிந்திய செப்புத் திருமேனிகள் 260
- 5.10. ஓவியக்கலை 267
6. பாண்டியர் காலம் 272
    - 6.1. ஆட்சி முறை 272
    - 6.2. சமுதாய வாழ்க்கை 280
    - 6.3. பொருளாதார நிலை 289
    - 6.4. சமய வாழ்வு 294
    - 6.5. கல்வியும் இலக்கியமும் 302
    - 6.6. கட்டடக்கலை 304
    - 6.7. சிற்பக்கலை 322
    - 6.8. ஓவியக்கலை 332
7. அதியமான்கள், முத்தரையர்கள் மற்றும் இருக்குவேளிர்களின் கலைப்பணி 336
8. விஜயநகர - நாயக்கர் காலம் 350
    - 8.1. ஆட்சி முறை 350
    - 8.2. சமுதாய வாழ்க்கை 362
    - 8.3. பொருளாதார நிலை 371
    - 8.4. சமய வாழ்வு 380
    - 8.5. இலக்கிய வளர்ச்சி 388
    - 8.6. கட்டடக்கலை 398
    - 8.7. சிற்பக்கலை 420
    - 8.8. ஓவியக்கலை 430
9. தமிழகத்தில் பௌத்தமும் பௌத்தப் படிமங்களும் 439
10. தமிழ்நாட்டில் சமண சமய வரலாறும் கலையும் 460
11. மராத்தியர் காலம் 477
    - 11.1. சமுதாய வாழ்க்கை 477
    - 11.2. சமய வாழ்க்கை 481
    - 11.3. பொருளாதார நிலை 484
    - 11.4. இலக்கிய வளர்ச்சி 487
    - 11.5. மராத்தியர் கலை 491
12. தற்காலத் தமிழகம் 494
    - 12.1. சமுதாய அமைப்பும், சீர்திருத்தமும் 494
    - 12.2. சமய நிலை 500
    - 12.3. தமிழ் இலக்கிய வளர்ச்சி 503
    - 12.4. திரைப்படக் கலை 510
    - 12.5. நாட்டுப்புறக் கலைகள் 519

வரலாற்று முன்னுரை

வரலாற்றுக் காலத்திற்கு முன்பே, பல்லாயிரம் ஆண்டுகள் பழைமை பெற்ற வரலாற்றுக்கு இருப்பிடமாய்த் திகழ்ந்தது தமிழகம். இந்தியாவின் பல பகுதிகளில் ஆதிமனிதன் வாழ்ந்த தடயங்கள் கிடைத்திருப்பது போன்று தமிழகத்திலும் ஏராளமான கல் ஆயுதங்களும் இன்னபிற பொருட்களும் கிடைத்துள்ளன. இக்காலத்தைக் 'கற்காலம்' என்று அறிஞர்கள் அழைக்கின்றனர். இக்கற்காலத்தைப் பழைய கற்காலம், புதிய கற்காலம், உலோக காலம் என மூன்று பிரிவாகப் பகுக்கலாம். இக்காலச் சின்னங்கள் தமிழகத்தில் பல்லாவரம், அத்திரம்பாக்கம், குண்டாற்றுக் கரைப்பகுதிகள், ஆதிச்சநல்லூர், சாயர்புரம் போன்ற இடங்களில் கண்டுபிடிக்கப்பட்டுள்ளன. இக்காலத்தில் தமிழகத்தில் வாழ்ந்த மக்கள் மத்திய தரைக்கடல், மத்திய கிழக்காசியா போன்ற பகுதிகளிலிருந்து வந்தவர்கள் என்று ஒரு சாராரும், இதனை மறுத்து அவர்கள் தமிழரே என்று நாட்டுப்பற்று கொண்ட மற்றொரு சாராரும் கருதுகின்றனர். ஆனால், இது முடிந்தபாடாகத் தெரியவில்லை.

சங்க காலம்

தமிழகத்தில் வரலாற்றுக் காலம் என்பது சங்க காலத்திலிருந்து தான் தோன்றுகின்றது. இக்காலத்திலிருந்துதான் நமது வரலாற்றை அறிய நமக்குச் சரியான சான்றுகள் கிடைக்கின்றன. சங்ககாலம் கி.மு. 3-ஆம் நூற்றாண்டுக்கும் கி.பி. 3-ஆம் நூற்றாண்டுக்கும் இடைப்பட்ட காலம் என்பது பொதுவான கருத்தாகும். இக்காலத்தில் வடக்கே திருவேங்கட மலையிலிருந்து தெற்கே கன்னியாகுமரி வரை பரந்து கிடந்த தமிழகத்தை முடியுடை வேந்தர்கள் எனப்படும் சேர, சோழ, பாண்டிய அரச வம்சங்கள் ஆட்சி செய்தன. சேரர்கள் வஞ்சி மாநகரத்தையும்[1] சோழர்கள் உறையூரையும்[2] பாண்டியர்கள் மதுரையையும் தலைநகராகக் கொண்டு அரசோச்சினர். இக்காலச் சேரநாடு, கொங்கணக் கடற்கரைக்குத் தெற்கே உள்ள மேற்குக் கடற்கரைப் பகுதியும் கொங்கு நாடும் இணைந்த பகுதியாகும். சோழநாடு, காவேரியின் படுகைப் பகுதியான திருச்சி, தஞ்சை, புதுக்கோட்டை, தென்னாற்காடு மாவட்டப் பகுதிகள் அடங்கியனவாகும். பாண்டியநாடு, மதுரை, திருநெல்வேலி, இராமநாதபுரம், கன்னியாகுமரி மாவட்டங்கள் அடங்கியதாகும். இம்மூவேந்தர்களுக்குக் கீழ்ப்படிந்து

பல குறுநில மன்னர்கள் இருந்தனர். அவர்கள் பாரி, ஓரி, அதியமான்[3], ஆய், குமணன் போன்றவர்கள் ஆவர்.

களப்பிரர் காலம்

சங்ககால மன்னர்கள் கி.பி. 3-ஆம் நூற்றாண்டின் பிற்பகுதியில் செல்வாக்கிழந்ததாகத் தெரிகின்றது. இக்காலத்திற்றான் களப்பிரர் என்ற இனத்தவர் தமிழகத்தில் ஊடுருவி, மூவேந்தரை வென்று ஆதிக்கம் செலுத்தினர். இவர்கள் கி.பி. 6-ஆம் நூற்றாண்டின் பிற்பகுதிவரை ஆட்சி செய்ததாகத் தெரிகின்றது. ஆனால் இவர் தம் காலத்தில் தமிழகத்தில் எவ்வாறு ஆட்சி இருந்தது என்பதைத் தெளிவாக அறிய, சரியான சான்றுகள் கிடைக்கவில்லை. கிடைத்திருக்கின்ற சான்றுகளை வைத்து ஒரு சில செய்திகளை அறியலாம்.

பல்லவர் காலம்

கி.பி. 6-ஆம் நூற்றாண்டின் இறுதிக் கட்டத்தில் களப்பிரர் ஆதிக்கம் அகன்றது. பெரும் பேரரசுகள் சில உதயமாயின. அவற்றுள் தொண்டை மண்டலத்தை ஆட்சி செய்த பல்லவப் பேரரசு குறிப்பிடத்தக்க ஒன்றாகும். களப்பிரர் காலத்திலேயே பல்லவர்கள் ஒரு சிறு பகுதியை அரசோச்சி வந்தபோதும், களப்பிரர் வீழ்ச்சிக்குப் பின்னரே அவர்தம் செல்வாக்கு பெருகியது. இப்பல்லவ மன்னர்கள் சிம்மவிஷ்ணு முதல் அபராஜிதன் வரையிலானவர் ஆவர். இவர்களில் சிறப்பாகக் கருதப்படுபவர்கள் முதலாம் மகேந்திரவர்மனும் அவனது மகன் முதலாம் நரசிம்மவர்மனும் ஆவர். இவர்கள் காலத்தில் தான் தென்னிந்தியக் கோயில் கலை புதிய உருவம் பெற்றுச் செழித்து வளர்ந்தது. தமது சமகாலச் சாளுக்கிய மன்னரை வெற்றி கண்டவர்கள் இவர்கள். இவர்களைத் தொடர்ந்து பல்லவ சாளுக்கியப் போர் இரண்டாம் நந்திவர்மன் காலம் வரை நடந்தது. இரண்டாம் நந்திவர்மன் காலத்திலிருந்து அபராஜிதன் காலம்வரை பல்லவர்க்கும், தெற்கே ஆண்ட பாண்டியர்களுக்கும் இடையே இருந்து வந்த பகைமை பெருகி வளர்ந்தது. இதே காலத்தில் பல்லவர்களும் இராட்டிர கூடருக்குமிடையே பகைமை பெருகியது. இவ்வாறு சுமார் 300 ஆண்டுகால பல்லவப் பேரரசின் ஆட்சியில் பெரும்பகுதி போரில் முடிந்தது. இருப்பினும், இவர்கள் காலத்தில் ஏற்பட்ட போர்களால் பண்பாட்டு விரிவாக்கம் ஏற்பட்டதை மறுக்க முடியாது. இதனால் பல்லவர், சாளுக்கியர், இராட்டிரகூடர் மற்றும் பாண்டியர் கலைகள் வளர்ந்தன.

முதற் பாண்டியர் காலம்

பல்லவர்களின் சமகாலத்தில் மதுரையை ஆண்டவர்களே முதலாவது பாண்டியர்கள் என அழைக்கப்படுகின்றனர். முதலாவது பாண்டியர், பல்லவர், சாளுக்கியர் என்னும் முப்பேரரசுகள், சமகாலத்தில் தென்னிந்தியாவின் பகுதிகளை ஆண்டனர். அவர்களுக்குள் பகைமை மூண்டிருந்தது என்பதனை பேராசிரியர் கே.ஏ. நீலகண்ட சாஸ்திரியார் தமது 'A History of South India' என்ற நூலில் "மூன்று பேரரசுகளின் மோதல்" என்ற பொருத்தமான தலைப்பில் வர்ணிக்கின்றார். கடுங்கோன் முதல் இரண்டாம் வரகுணன் வரையான பாண்டியர்கள் தொடர்ந்து பல்லவருடன் பகைமை கொண்டிருந்தனர். இந்த ஆதிக்கப்பகை இரண்டாம் வரகுணன் காலத்தில் உச்ச நிலை அடைந்தது. கி.பி. 880 - ஆம் ஆண்டு பல்லவ மன்னன் அபராஜிதனிடம் திருப்புறம்பியப் போரில் வரகுணன் தோல்வி அடைந்தான். அத்தோடு பல்லவரும், பாண்டியரும் செல்வாக்கு இழந்து அழிந்தனர். இவர்களின் அழிவிலிருந்து விஜயாலயச் சோழப் பேரரசு எழுச்சி பெறத் தொடங்கியது. இப்பேரரசின் மூன்றாவது மன்னனான முதலாம் பராந்தக சோழன் பாண்டிய நாட்டின் மீது படையெடுத்து அவனது சமகால இரண்டாம் இராஜசிம்மனை வென்றான்.

சோழர் காலம்

சோழப் பேரரசினைத் தோற்றுவித்தவன் விஜயாலயச் சோழன் ஆவான். கி.பி. 880-இல் அவன் இறந்ததும் அவனுக்கு உறுதுணையாயிருந்து வந்த அவனது மகன் முதலாம் ஆதித்திய சோழன் திருப்புறம்பியப் போரில் அபராஜித பல்லவனுக்கு ஆதரவாக ஈடுபட்டான். வெற்றி கிட்டியதும் அபராஜிதனையே வென்று தொண்டை மண்டலத்தைத் தன் ஆட்சியின் கீழ்க்கொணர முடிவு செய்தான். போரில் அபராஜிதனை, அவன் யானை மீது அமர்ந்திருந்த போது, அம்பெய்தி ஆதித்தன் கொன்றான். இதன் பின் தொண்டை மண்டலமும், சோழ மண்டலமும் சோழப் பேரரசின் பகுதிகளாயின. ஆதித்திய சோழனின் மகன் முதலாம் பராந்தக சோழரின் காலத்தில் சோழருக்கும் இராட்டிரகூடருக்கும் போர் ஏற்பட்டது. பாண்டியரும் இலங்கையின் உதவியோடு புரட்சி செய்தனர். பாண்டியரையும் இலங்கையினரையும் வென்ற பராந்தக சோழன், ராட்டிரகூட மூன்றாம் கிருஷ்ணரிடம் தோற்றான். இதனால் சோழப் பேரரசு நலிவுற்றது. கி.பி. 949 - இல் தக்கோலப் போரில் இப்பேரரசு இழந்த செல்வாக்கை மீண்டும் கி.பி. 985-இல் முதலாம் இராஜராஜன் ஆட்சிக்கு வந்தபின்பே பெற்றது. முதலாம் பராந்தக சோழரின் ஆட்சிக் காலத்தில்தான் சோழர்களின் தல ஆட்சிமுறை சிறப்பிடத்தை எட்டியது. இவனது பேரன் உத்தமசோழன் வெள்ளி நாணயம் வெளியிட்டான்.

பராந்தக சோழருக்குப்பின் சோழப் பேரரசு உன்னத நிலையை அடைந்தது முதலாம் இராஜராஜன் காலத்திலும் அவன் மகன் முதலாம் இராஜேந்திரன் காலத்திலும் ஆகும். பல போர்களில் வெற்றி வாகை சூடிய அவர்கள் நிர்வாகத் துறையிலும் சிறந்து விளங்கினர். இவர்கள் காலத்தில் சோழருக்கும், கீழைச் சாளுக்கியர் (வேங்கி)களுக்குமிடையே உறவு வலுப்பெற்று, திருமணத் தொடர்பும் ஏற்பட்டது. மேலைச் சாளுக்கியர்கள் (கல்யாணபுரம்) சோழருக்கும், கீழைச் சாளுக்கியருக்கும் பகைவர்களாகவே இருந்தனர். பாண்டியர் தொடர்ந்து கீழ்ப்படிந்து வந்தனர். முதலாம் இராஜேந்திரனின் வாரிசுகள் தொடர்ந்து மேலைச் சாளுக்கியருடன் போரிட்டு வந்தனர். இவ்வாரிசுகளில் இறுதியாக வந்த அதிராஜேந்திரன் வாழ்நாள் முழுவதும் நோய்வாய்ப்பட்டு ஓர் ஆண்டு ஆட்சிக்குள் கி.பி. 1070-இல் இறந்துவிட்டான்.

அவனுக்குப் பின் வாரிசு இல்லாமல் போனதால் சோழப் பேரரசை ஆட்சி செய்யும் பொறுப்பு கீழைச் சாளுக்கிய இளவரசன் இரண்டாம் இராஜேந்திரனிடம் விழுந்தது. இவனே முதலாம் குலோத்துங்க சோழனாவான். இவனது வம்சம் சோழ நாட்டில் சாளுக்கிய சோழ வம்சம் எனப்பட்டது. இவன் தம் தாய்வழியில் முதலாம் இராஜராஜனின் கொள்ளுப் பேரனும், முதலாம் இராஜேந்திரனின் பேரனும் ஆவான். இவனது வம்சம் கி.பி.1257 வரை சோழப் பேரரசை ஆண்டது. முதலாம் குலோத்துங்கன் சுங்கவரி வசூலை நீக்கி 'சுங்கம் தவிர்த்த சோழன்' என்று பெயர் பெற்றான். புகழ்பெற்ற கலிங்கவெற்றி இவனது வீரத்திற்கு ஓர் எடுத்துக்காட்டாகும். இவனது காலந்தொட்டே பாண்டியர்கள் தனித்து இயங்க முயன்றனர். ஆனால் மூன்றாம் குலோத்துங்க சோழரின் ஆட்சிக்குப் பின்பே பாண்டியர் முழுச் சுதந்திரமாக இயங்க முடிந்தது. 1257-இல் மூன்றாம் இராஜேந்திர சோழன், பாண்டியன் முதலாம் சடையவர்மன் சுந்தர பாண்டியனிடம் தோற்றதும் சோழப் பேரரசு அழிவுற்றது.

பிற்காலப் பாண்டியர் காலம்

சோழப் பேரரசின் வீழ்ச்சிக் காலம் பிற்காலப் பாண்டியரின் வளர்ச்சிக் காலம் ஆகும். 1218-ஆம் ஆண்டு மூன்றாம் குலோத்துங்கன் இறந்து விட்டான். அதே ஆண்டுதான் விக்கிரம பாண்டியனின் மகனும், முதலாம் மாறவர்மன் குலசேகரரின் தம்பியுமான முதலாம் மாறவர்மன் சுந்தரபாண்டியன் ஆட்சியில் ஒரு மாபெரும் திருப்புமுனை ஏற்பட்டது. இவ்வாண்டுக்குப் பின்பே பாண்டிய அரசு இரண்டாவது பாண்டியப் பேரரசு என அழைக்கப்படலாயிற்று என்று கூடக் கூறலாம். முதலாம் மாறவர்மன் சுந்தரபாண்டியன் சோழ ஏகாதிபத்தியத்திற்கு அடிபணிந்திருந்த பாண்டிய அரசை சுதந்திர

அரசாக்கியதோடு மட்டுமன்றி, சோழப் பேரரசைத் தனக்குத் திரை செலுத்தும் சிற்றரசாக்கினான். அவனுக்குப்பின் வந்த இரண்டாம் மாறவர்மன் சுந்தரபாண்டியன் (1239-51) காலத்தில் மீண்டும் சோழர் தலைதூக்க முற்பட்டனர். எனினும் 1251-இல் ஆட்சிக்கு வந்த எம்மண்டலமும் கொண்டருளிய முதலாம் சடையவர்மன் சுந்தர பாண்டியன் சோழப் பேரரசை அழித்தான். அது மட்டுமன்றி தென்னகம் முழுவதையும் தன் கொடைக் கீழ்க் கொண்டு வந்தான். இவனே பிற்காலப் பாண்டியரில் தலை சிறந்தவன். இவனது மகன்களில் ஒருவரான மாறவர்மன் குலசேகரன் (1268-1311) ஆட்சிக்குப் பின் பாண்டியர் செல்வாக்கிழந்தனர். அதற்குக் காரணம் மாறவர்மன் குலசேகரனின் இருமகன்களான சுந்தர பாண்டியர், வீரபாண்டியர் ஆகியோரிடையே நடைபெற்ற வாரிசுரிமைப் போரும், 1311-ஆம் ஆண்டு நடைபெற்ற முஸ்லீம் படையெடுப்பும் அதனைத் தொடர்ந்த சிக்கல்களுமாகும் என்பர் சில வரலாற்றாளர். எனினும் பாண்டியர்கள் தொடர்ந்து திருநெல்வேலியிலும், தென்காசியிலும் 17-ஆம் நூற்றாண்டு வரை ஓரிரு பகுதிகளைக் கொண்டு ஆண்டனர்.

முஸ்லீம்களும் மதுரை சுல்தானியமும்

மாறவர்மன் குலசேகரனின் புதல்வர்களான சுந்தர பாண்டியனுக்கும் வீரபாண்டியனுக்குமிடையே வாரிசுச் சிக்கல் ஏற்பட்டபோது சுந்தர பாண்டியன் டெல்லி சுல்தானின் படைத் தளபதியான மாலிக்காபூரின் உதவியை நாடியதாக இஸ்லாமிய வரலாற்றாளர்கள் கூறுகின்றனர். ஆனால், தென்னிந்திய வரலாற்றாளர்கள் இதை சர்ச்சைக்குரிய விசயம் என்று கருதினர். அண்மையில் என். சேதுராமன் அவர்கள் முஸ்லீம் வரலாற்றாளர்கள் கருத்து தவறு என்றும், இப்பாண்டிய சகோதரர்கள் மாலிக்காபூரை எதிர்த்தனர் என்றும் கண்டார். மாலிக்காபூர் மதுரை அரசைக் கொள்ளையடித்துச் சென்றான். 1314-இல் சுல்தான் அலாவுதீன் கில்ஜியின் மகன் முபாரக்ஷா மீண்டும் கொள்ளையடித்தான். 1325-இல் முகம்மது பின் துக்ளக் பாண்டியரை வென்று தன் ஆட்சியை ஏற்படுத்தி ஜலாலுதீன் என்பவனை ஆளுநராக நியமித்தான். 1335-இல் ஜலாலுதீன் தன்னை சுதந்திர அரசன் எனப் பிரகடனப்படுத்திய பின் மதுரை சுல்தான்கள் சுமார் 40 ஆண்டுகள் ஆட்சி செய்தனர். இந்துக்கள் துன்புறுத்தப்பட்டனர். கோயில்களில் பூசைகள் நிறுத்தப்பட்டு அடைக்கப்பட்டன. இதனால் இந்து சமுதாயத்தைக் காக்க 1371-இல் குமார கம்பணர் தலைமையில் விஜயநகரப்படை மதுரை சுல்தானிய ஆட்சிக்கு முடிவு கட்டியது.

விஜயநகர ஆட்சிக் காலம்

விஜயநகரப் பேரரசர் புக்கரின் மகன் குமார கம்பணன் தமிழகத்தில் 1371-இல் விஜயநகரப் பேரரசின் மேலாதிக்கத்தை நிலை நாட்டினான். அவனுக்குப் பின் மதுரையில் விஜயநகர அரசப் பிரதிநிதிகள் நியமிக்கப்பட்டார்கள். கிருஷ்ணதேவராயர் காலத்தில் தமிழகத்தின் எஞ்சிய பகுதிகளும் விஜயநகரப் பேரரசின் கீழ் வந்தன. பேரரசு, மதுரை, செஞ்சி, தஞ்சைப் பகுதிகளில் அரசப் பிரதிநிதிகளை நியமித்தது. இவர்கள் நாயக்கர்கள் எனப்பட்டனர். விஜயநகரப் பேரரசின் ஆட்சிக் காலத்தில் இந்து சமய மறுமலர்ச்சி ஏற்பட்டது. கோவில்களில் வழிபாட்டு முறைகள் புதுப்பிக்கப்பட்டன.

நாயக்கர் காலம்

மதுரையில் நாயக்க மரபைத் தோற்றுவித்தவன் விசுவநாத நாயக்கர் (1529), செஞ்சியில் வையப்ப நாயக்கர் (1526), தஞ்சையில் செவப்ப நாயக்கர் ஆவர். விஜயநகரப் பேரரசு 1565-இல் தலைக்கோட்டைப் போரில் தோல்வியுற்ற பின் இந்நாயக்க மன்னர்கள் சுய ஆட்சி பெற்றவர்களாகச் செயல்படத் தொடங்கினர். ஆனால், தஞ்சை நாயக்கர்கள் மட்டும் விஜயநகரப் பேரரசிற்கு அடங்கியே இருந்தனர். அதற்குக் காரணம் அவர்கள் பேரரசுடன் திருமண உறவு கொண்டதே யாகும். மதுரையில் திருமலை நாயக்கர் காலத்திலும், செஞ்சியில் இரண்டாம் கிருஷ்ணப்பர் காலத்திலும், தஞ்சையில் இரகுநாத நாயக்கர் காலத்திலும் உன்னதமான நிலை இருந்தது. நிர்வாகத் துறையில் இந்நாயக்க மன்னர்கள் விஜயநகரப் பேரரசினையே பின்பற்றினர். இவர்கள் காலத்தில் முதன் முதலில் ஐரோப்பிய வணிகர் தமிழகம் வந்தனர். அவர்களைத் தொடர்ந்து கிறித்துவ சமயப் பரப்பாளர்கள் வந்து சமயத்தைப் பரப்பத் தொடங்கினர்.

இராமேஸ்வரம் செல்லும் பயணிகளுக்குப் பாதுகாப்பும், வசதியும் செய்யும் பொருட்டு, மதுரை நாயக்கர்கள், அப்பகுதியிலுள்ள கள்ளர் தலைவரை இராமநாதபுரத்தின் தலைவராக நியமித்தனர். அவர்களே சேதுபதிகள் எனப்பட்டனர். நாளடைவில் அவர்கள் சுய ஆதிக்கம் பெற்றனர். இதேபோல் பெருகிவரும் மதுரை நாயக்கப் பேரரசினை நிர்வகிக்க 72 பாளையக்காரர்களை நியமித்தனர். இராணிமங்கம்மாள் ஆட்சிக்குப்பின் மதுரை நாயக்கர் அரசு வலுவிழந்து போகவே பாளையக்காரர்கள் சுயாட்சி பெற்றனர். இச்சமயத்தில் முகலாயர்கள் தெற்கு நோக்கிப் படையெடுத்து வந்து ஆற்காட்டில் ஒரு படைத்தளபதியை நியமித்தனர். இக்கால கட்டத்தில் தஞ்சையில் மராத்தியர்கள் சில காலம் ஆதிக்கம் செலுத்தினர்.

நவாபுகள் காலம்

முகலாயர்களால் நியமிக்கப்பட்ட படைத்தளபதி ஆற்காடு நவாபு என அழைக்கப்பட்டார். 1736 - இல் ஆற்காடு நவாபுகள் மதுரை நாயக்கர் அரசைக் கைப்பற்றினர். அதன்பின் தமிழகம் நவாபுகளின் ஆட்சியின் கீழ் வந்தது. இச்சமயம் வாணிபத்திற்காக வந்த ஐரோப்பியர் களான ஆங்கிலேயர்களும், பிரெஞ்சுக்காரர்களும் தமிழக அரசியலில் ஆதாயம் தேடமுற்பட்டனர். அதற்கேற்றாற்போல ஆற்காடு அரசுரிமையில் வாலாஜா - நவயத் என்ற இரு குடும்பத்தாருக்கும் இடையே போட்டி ஏற்பட்டது. அதில் ஆங்கிலேயரும் பிரெஞ்சுக்காரரும் எதிர் எதிர் அணியிலிருந்து போராடினர். இதுவே வரலாற்றில் கர்னாடகப் போர்கள் எனச் சிறப்பிக்கப்படுகின்றது. இப்போர்களின் பயனாக வாலாஜாக்களின் ஆதிக்கம் உறுதிப்பட்டது. அவர்களுக்கு உதவிய ஆங்கிலேயரின் மேலாதிக்கமும் உறுதிப்பட்டது. இதே காலத்தில் 1799-1801 ஆண்டுகளில் பாளையக்காரர்கள் ஆங்கில ஏகாதி பத்தியத்தை எதிர்த்துப் புரட்சி செய்தனர். இப்புரட்சிகள் ஆங்கிலேயரின் அடக்கு முறையால் ஒடுக்கப்பட்டன. இக்காலத்திலேயே மைசூரில் ஹைதர் அலியும் அவர் மகன் திப்புசுல்தானும், ஆங்கிலேயரை எதிர்த்துப் போரிட்டுத் தோல்வியடைந்தனர்.

ஆங்கில ஆட்சிக் காலம்

1639 - 41 இல் சென்னையை தாமரி வெங்கடப்ப நாயக்கரிடமிருந்து விலைக்கு வாங்கி அதில் ஆங்கிலேயர் தம் வாணிகக் கழகத்தை ஏற்படுத் தினர். அங்கு புனிதஜார்ஜ் கோட்டையைக் கட்டினர். பின் 18-ஆம் நூற்றாண்டின் இறுதிக்குள் தமிழகமெங்கும் தம் மேலாதிக்கத்தை நிலைநாட்டினர். ஆங்கில ஆளுநர்கள் பலர் நிர்வாகச் சீர்திருத்தம் ஏற்படுத்தினர். அவற்றுள் சர் தாமஸ் மன்றோவின் ரயத்வாரி நிலவருவாய்த் திட்டம் குறிப்பிடத்தக்கதாகும். மேல் நாட்டுக் கல்விமுறை புகுத்தப்பட்டது. மேனாட்டுப் பண்பாட்டுக் கூறுகள் பரவத்தொடங்கின. கிறித்தவ சமயம் ஆங்கில ஆட்சிக் காலத்தில் பரவத் தொடங்கியது. சமயப் பரப்பாளர்கள் தமிழ் மொழிவளர்ச்சிக்கும் வித்திட்டனர். கல்விக் கூடங்களும் அச்சுக் கூடங்களும் நிறுவினர். ஆங்கில ஆட்சியில் நீதித்துறை, தல ஆட்சி, ஆலைத் தொழில்கள் வளர்ச்சியடைந்தன.

விடுதலைப் போராட்ட காலம்

ஆங்கில ஆட்சிக் காலத்தில் 19-ஆம் நூற்றாண்டின் இறுதிக் கட்டத்தில் இந்திய விடுதலைப் போராட்டம் முழு மூச்சுடன் தொடங்கியது. 1885 - இல் இந்தியத் தேசிய காங்கிரஸ் ஏற்பட்டது.

அதன் பல மாநாடுகள் சென்னையில் நடைபெற்றன. தமிழகத்தில் பாரதியார், வ.உ.சிதம்பரனார், ஜி.சுப்பிரமணிய ஐயர், வ.வே.சு. ஐயர் போன்றோரின் பெரும் முயற்சியால் தேசிய இயக்கமும், உணர்வும் பரவியது. காந்தியடிகள் நடத்திய, ஒத்துழையாமை இயக்கம், சட்ட மறுப்பு இயக்கம், வெள்ளையனே வெளியேறு இயக்கம் ஆகியவற்றில் தமிழர் உற்சாகமாகப் பங்கேற்றனர். அவர்களில் குறிப்பிடத்தக்கவர்கள் இராஜாஜி, சத்தியமூர்த்தி, காமராஜர் போன்றோராவர். பிராமணர் அல்லாதவர் நலனைக் காக்கத் தமிழகத்தில் நீதிக்கட்சி துவக்கப் பட்டது. இக்கட்சி 1920 முதல் 1937 வரை ஆட்சிப் பீடத்தில் இருந்தது. இவ்வாட்சிக்காலத்தில் ஏ. சுப்பராயலு ரெட்டியார், பனகல் அரசர், ஏ. சுப்பராயன், முனுசாமி நாயுடு, பொப்பிலி அரசர், சர்.பி.டி. இராசன் ஆகியோர் பிரதம அமைச்சர்களாயிருந்தனர். பின்பு பிராமணரல்லாதார் இயக்கத்தைத் தந்தை பெரியார் ஈ.வெ.இராமசாமி அவர்கள் திராவிட இயக்கமாக மாற்றினார். 1947-இல் இந்தியா சுதந்திரம் பெற்றது. நாடு விடுதலை பெற்றதும், தமிழகம் சுதந்திர இந்தியாவின் மாநிலமாகியது.

தமிழ்நாட்டு அரச வம்சங்களின் பட்டியல்கள்

1. சங்ககாலச் சேர மன்னர்கள்

உதியன் சேரல் (கி.பி. 27 வரை)

↓

இமயவரம்பன் நெடுஞ்சேரலாதன் (கி.பி. 27-85) | பல்யானைசெல்கெழு குட்டுவன் (கி.பி. 85-11)

↓

களங்காய்க்கண்ணி நார் முடிச்சேரல் (கி.பி. 110-135) | செங்குட்டுவன் (கி.பி. 138-190) | ஆடுகோட்பாட்டுச் சேரலாதன் (கி.பி. 190-228)

↓

செல்வக்கடுங்கோ வாழியாதன்

↓

பெருஞ்சேரல் இரும்பொறை

↓

இளஞ்சேரல் இரும்பொறை

↓

யானைக்கண்சேய் மாந்தரஞ்சேரல் இரும்பொறை

↓

மாரிவெண்கோ

↓

சேரமான் கணைக்காலிரும் பொறை

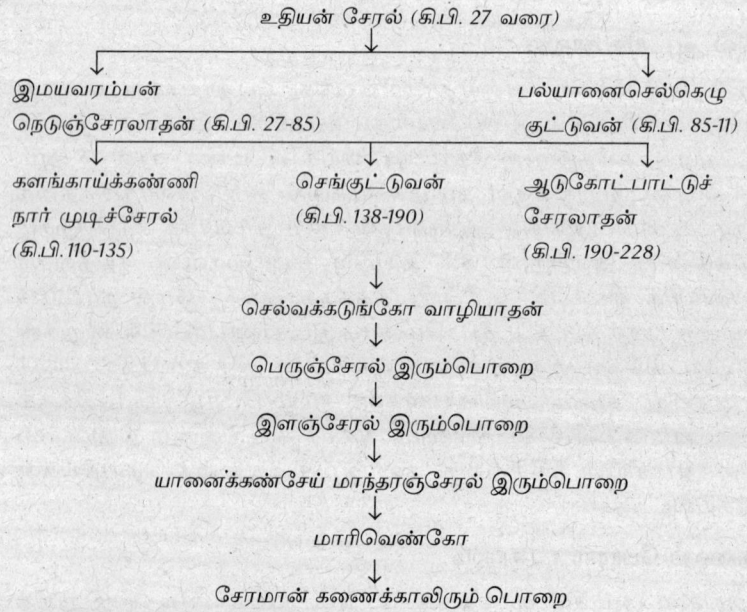

2. சங்ககாலச் சோழ மன்னர்கள்

இளஞ்சேட் சென்னி
↓
கரிகாலன்
↓
குளமுற்றத்துத்துஞ்சிய கிள்ளிவளவன்
↓ (நலங்கிள்ளி, நெடுங்கிள்ளி)

நலங்கிள்ளி
↓
பெருநற்கிள்ளி
↓
பெருந்திருமாவளவன்
↓
கோப்பெருஞ்சோழன்
↓
கோச்செங்கணான்

நெடுங்கிள்ளி

3. முக்கியமான சங்ககாலப் பாண்டிய மன்னர்கள்

நிலந்தரு திருவின் நெடியோன்
↓
பல்யாக சாலை முதுகுடுமிப்பெருவழுதி
↓
அறிவுடை நம்பி
↓
ஒல்லையூர் தந்த பூதப்பாண்டியன்
↓
ஆரியப்படை கடந்த நெடுஞ்செழியன்
↓
வெற்றிவேற் செழியன்
↓
தலையாலங்கானத்துச் செருவென்ற பாண்டியன்
↓
கானப்பேரெயில் கடந்த உக்கிரப்பெருவழுதி

4. பல்லவ மன்னர்கள்

1. சிம்மவர்மன்
↓ (2.சிம்மவிஷ்ணு, பீமவர்மன்)

2.சிம்மவிஷ்ணு (557-590)
↓
3. மகேந்திரவர்மன் i (590-630)
↓
4. நரசிம்மவர்மன் i (630-668)
↓
5. மகேந்திரவர்மன் ii (668-670)
↓
6. பரமேஸ்வரவர்மன் i (670-690)
↓
7. ராஜசிம்மன் (690- 730)
↓
8. பரமேஸ்வரவர்மன் ii (730-731)

பீமவர்மன்
↓
புத்தவர்மன்
↓
ஆதித்தியவர்மன்
↓
கோவிந்தவர்மன்
↓
ஹிரண்யவர்மன்
↓
9. நந்திவர்மன் ii (731-796)
↓
10. நந்திவர்மன் (796-846)
↓
11. நந்திவர்மன் iii (846 - 869)
↓ (12. நிருபதுங்கவர்மன், 13. அபராஜிதன், கம்பவர்மன்)

12. நிருபதுங்கவர்மன் (865-890)

13. அபராஜிதன் (870-890)

கம்பவர்மன்

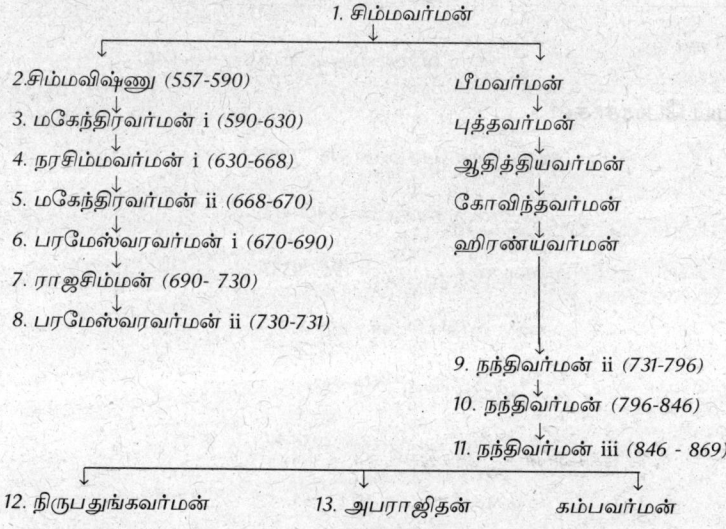

5. முதலாவது பாண்டியப் பேரரசர்கள்

கடுங்கோன் *(கி.பி. 575-600)*

↓

மாறவர்மன் அவனிசூளாமணி *(கி.பி. 600-620)*

↓

சடையவர்மன் செழியன் சேந்தன் *(கி.பி.620-642)*

↓

மாறவர்மன் அரிகேசரி *(கி.பி. 640- 642 - 700)*

↓

கோச்சடையன் இரணதீரன் *(கி.பி. 700-730)*

↓

முதலாம் மாறவர்மன் இராஜசிம்மன் *(கி.பி. 730-765)*

↓

பராந்தக நெடுஞ்சடையன் *(கி.பி. 765- 815)*

↓

ஸ்ரீமாற ஸ்ரீவல்லபன் *(கி.பி. 815-862)*

↓

இரண்டாம் வரகுணன் *(கி.பி. 862 - 885)*

பராந்தகப் பாண்டியன் *(கி.பி. 850-907)*

↓

இரண்டாம் இராஜசிம்மன் *(கி.பி. 907-931)*

↓

வீரபாண்டியன் *(கி.பி. 946-966)*

6. சோழப் பேரரசர்கள்

விஜயாலய சோழன் *(846 - 881)*

↓

முதலாம் ஆதித்தியன் *(880 907)*

↓

முதலாம் பராந்தகன் *(907-955)*

↓

கண்டராதித்தியன் *(950-957)*

↓

அரிஞ்சயன் *(956-957)*

↓

சுந்தர சோழ பராந்தகன் *(956-973)*

↓

உத்தம சோழன் *(973- 985)*

சாளுக்கிய சோழர் தோற்றம்

முதலாம் இராஜராஜன் (மகள்)
(985-1012)
↓
முதலாம் ராஜேந்திரன் - (மகள்)
(1012- 1044)
↓
முதலாம் இராஜாதிராஜன் (1018-1054)
↓
இரண்டாம் ராஜேந்திரன்
(1052- 1064)(மகள்)
↓
வீரராஜேந்திரன் (1063-1069)
↓
அதிராஜேந்திரன் (1070)

குந்தவை - விமலாதித்தியன்
(கீழைச் சாளுக்கியர்)
↓
அம்மங்கைதேவி-
இராஜராஜேந்திரன்
↓
ராஜேந்திரன் மதுராந்தகி -
குலோத்துங்கன்

சாளுக்கிய சோழர்கள்

குலோத்துங்கன் *(1070 - 1120)*
↓
விக்கிரமசோழன் *(1120-1133)*
↓
குலோத்துங்கன் ii *(1133-1150)*
↓
இராஜராஜன் ii *(1150 - 1173)*
↓
இராஜாதிராஜன் ii *(1173-1178)*
↓
குலோத்துங்கன் iii *(1178-1218)*
↓
இராஜராஜன் iii *(1218-1246)*
↓
இராஜேந்திரன் iii *(1246- 1257)*

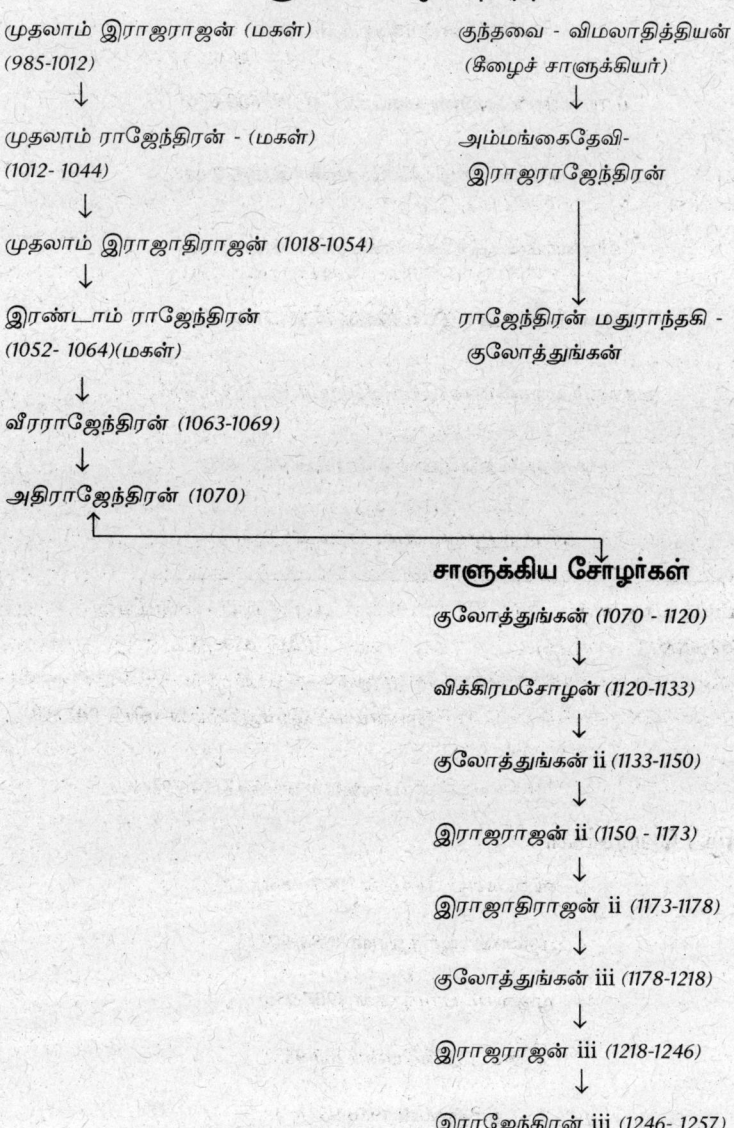

7. பிற்காலப் பாண்டியர்கள்

விக்கிரம பாண்டியன் (- 1179)
↓
சடையவர்மன் குலசேகரன் (1190-1216)
↓
மாறவர்மன் சுந்தரபாண்டியன் i (1216 - 1238)
↓
மாறவர்மன் சுந்தரபாண்டியன் ii (1259-1255)
↓
சடையவர்மன் சுந்தரபாண்டியன் i (1251- 1284)
↓
மாறவர்மன் குலசேகரபாண்டியன் (1268- 1311)
↓
வீரபாண்டியன் - சுந்தரபாண்டியன்

அடிக்குறிப்புகள்

1. இவ்வஞ்சிமாநகர் திருச்சி மாவட்டத்திலுள்ள கரூர்தான் என்றும், இல்லை கேரளாவில் உள்ள திருவாஞ்சைக்களம் தான் என்றும் இரு கருத்துக்கள் நிலவுகின்றன.
2. உறையூர் இன்று திருச்சியின் ஒரு பகுதியாக உள்ளது.
3. வட ஆற்காடு மாவட்டம் ஜம்பையில் அண்மையில் கிடைத்த கல்வெட்டு அதியமான்களை சத்தியபுத்திரர் என்று கூறுகிறது. இது அசோகரின் கல்வெட்டுச் செய்தியோடு ஒத்துவருவது முக்கிய வரலாற்றுச் செய்தியாகும்.

1. வரலாற்றுக்கு முற்பட்ட தமிழகம்

முன்னுரையில் குறிப்பிட்டுள்ளது போல் வரலாற்றுக்கு முந்திய காலம் 'கற்காலம்' என அழைக்கப்படுகின்றது. இக்காலம் வரலாற்றாளர்களால் பழைய கற்காலம், புதிய கற்காலம், பெருங்கற்காலம் என மூன்றாகப் பகுக்கப்படுகின்றது. இவ்வியலில் கற்காலத்தில் தமிழக மக்களின் வாழ்வு முறைகளைப் பற்றிக் காணலாம்.

பழைய கற்காலம்

பழைய கற்காலம் மிகத் தொன்மையானதாகும். இதனை மூன்றாகப் பிரிக்கலாம். இது சுமார் இரண்டு இலட்சம் ஆண்டுகளுக்கு முற்பட்டதெனத் தெரிகின்றது[1]. இக்கால மக்கள் தமிழகத்தின் வடபகுதியில் அதிகமான அளவில் வாழ்ந்ததற்கான சான்றுகள் உள்ளன. செங்கற்பட்டு, தென்னாற்காடு, வடஆற்காடு ஆகிய மாவட்டங்களில் கற்கருவிகள் மிகுதியாகக் கிடைத்துள்ளன. தென்னிந்தியாவில் இக்கால மனிதர் பயன்படுத்திய கற்கருவிகள், முதன் முதலில் சென்னைக்கருகே பல்லாவரம் என்ற இடத்தில், ஆங்கில நிலநூல் வல்லுநர் ராபர்ட் புரூஸ்பூட் என்பவரால், கி.பி. 1863-இல் அகழ்வாய்வு மூலம் கண்டெடுக்கப்பட்டன. செங்கற்பட்டுக்கருகே திருவள்ளூரிலும் இவர் இக்காலத்தடயங்களைக் கண்டறிந்துள்ளார். இங்குள்ள கொல்லையாற்றுப் படுகைத் தளங்கள் தொன்மையானவை எனவும், இவற்றில் பழைய கற்கால மக்கள் பயன்படுத்திய கல்லாலான ஆயுதங்கள் பொதிந்துள்ளன என்பதும் அண்மையில் கண்டுபிடிக்கப் பட்டுள்ளன[2]. இப்பகுதியில், அத்திரம்பாக்கம், நம்பாக்கம், குடியம், வடமதுரை, எருமை வெட்டிப் பாளையம், மஞ்சனகரணை போன்ற ஊர்களில் உலகப் புகழ்வாய்ந்த கற்கருவிகள் கிடைத்துள்ளன[3]. அத்திரம்பாக்கம் கற்கால மக்களின் "கருவி உற்பத்திக் கூடமாக" விளங்கியிருக்க வேண்டும்[4]. ஏனெனில் அங்குமட்டும் ஆயிரத்திற்கும் மேற்பட்ட கற்கருவிகள் கிடைத்துள்ளன. கொங்கு நாட்டில் ரோம் நாணயங்கள் அதிக அளவில் கிடைப்பது போன்று இங்குக் கற்கருவிகள் நிலப்பரப்பின் மேல் சிதறிக்கிடப்பது கண்ணுக்கினிய காட்சியாகும். கற்கால மனிதன் இயற்கையான குகைகளை வாழிடமாகக் கொண்டிருந்திருக்கின்றான். அவன் அக்குகைகளில் பல வண்ண ஓவியங்களைக் கூடத் தீட்டியிருக்கின்றான். உதாரணமாக ஸ்பெயினில் அல்டமிரா என்ற இடத்திலும், பிரான்ஸில் லஸ்காஸ் என்ற

இடத்திலும் கண்டுபிடிக்கப்பட்ட தொன்மையான உலகப் புகழ்பெற்ற குகைப் பாறை ஓவியங்களைக் கூறலாம். இந்தியாவில் பிரசித்திபெற்ற பிம்பேத்கா ஓவியங்கள் இவ்வகையைச் சேர்ந்தவையாகும். தமிழகத் திலும் பழைய கற்கால மனிதனின் இயற்கை மலைக்குகைகள் பல கண்டுபிடிக்கப்பட்டுள்ளன. அத்திரம்பாக்கம், குடியம் பகுதிகளில் கற்கால மனிதன் பயன்படுத்திய சுமார் பதினாறு குகைகள் கண்டுபிடிக்கப்பட்டுள்ளன[5]. இங்கு, தரைப்பகுதியில் நடைபெற்ற அகழ்வாய்வில் ஏராளமான கருவிகள் கண்டுபிடிக்கப்பட்ட போதும், குகைகளில் ஓவியம் எதுவும் காணக்கிடைக்கவில்லை. ஆனால் வேறு சில இடங்களில் குகை ஓவியங்கள் கிடைத்துள்ளன.

இப்பகுதிகளில் வட்டவடிவ, சதுரவடிவ, நீளமான, செவ்வகம் மற்றும் கோழிமுட்டை வடிவக் கருவிகள் ஏராளமாகக் கிடைத் துள்ளன. இவற்றில் ஒருவகைக்கு “ரோஸ்ட்ரோ காரினேட்” (Rostro - Carinate) என்று பெயர். இது சுமார் பதினாறு சென்டி மீட்டர் நீளமிருக்கும். இதன் மேற்பக்கம் ஆமை உருவத்தை ஒத்திருக்கும். இக்கால மனிதன் பெரும்பாலும், சொரசொரப்பான, கரடு முரடான பெரிய கற்கருவிகளையே செய்தான். உருண்டையான ஆற்றுக் கூழாங்கற்களை இருபுறமும் சீவி கூரான முனையை உண்டாக்கினான். இருபுறமும் வேலைப்பாடு அமைந்த கருவிகள் என இவை வகைப் படுத்தப்பட்டுள்ளன. இக்கருவிகள் பெரும்பாலும் குவார்ட்சைட் என்னும் திண்மையான கல்லில் செதுக்கப்பட்டவையாகும்[6]. அவர்களது கருவிகளில் பெரும்பான்மையானவை கைக்கோடரிகளாகும். இவை கூர்மையின்றி, முனை உடைந்து, மழுங்கிக் காணப்படுகின்றன. கூந்தாலிக்கத்தி, (ovates) மற்றும் கீறும் கருவிகளும் (cleavers) பயன் படுத்தப்பட்டுள்ளன. வேறுசில கருவிகளும் கிடைத்துள்ளன. அதாவது ஒரு கல்லிலிருந்து (core) செதில்கள் (flakes) பிளக்கப்பட்டுப் பின் அவை வேலைப்பாடு கொண்ட கருவிகளாக மாற்றப்பட்டுள்ளன. இந்தச் செதில் கருவிகளிலும் பலவகை உள்ளன. அவற்றுள் துளையிடும் கருவி, தோல், இலை, தழை போன்றவற்றைப் பதனிடும் கருவி, வட்டவடிவமான சில்லுகள் போன்றவை குறிப்பிடத்தக்கனவாம்.[7] தம் பணிகளை செவ்வனே செய்ய இவை மனிதற்கு உதவின. இவை காண்போரின் கண்ணையும், கருத்தையும் கவரும் வண்ணம் அமைந்துள்ளமையைக் காணலாம். இக்காலக் கருவிகள் எதுவும் பாண்டிய நாட்டில் கிடைக்கப் பெறவில்லை. இதற்குக் காரணம் குவார்ட்சைட் வகைகள் இப்பகுதியில் கிடைக்கப் பெறாமையே எனப் பேராசிரியர் கே.வி. இராமன் கருதுகின்றார்.

இடைக்கற்காலம்

பழைய கற்காலத்தில் இரண்டாவது பிரிவான இடைக் கற்காலக் கருவிகள் ஐரோப்பியக் கண்டத்தின் பழங்கற்கால உட்பிரிவுகளில் ஒன்றாகப் பிரசித்தி பெற்றுள்ளன. இந்தியக்கற்கால வரலாற்றில் இதன் இன்றியமையாமை இன்னும் உணரப்படவில்லை. இக்கருவிகள் அத்திரம்பாக்கத்தில் குறைந்த எண்ணிக்கையிலேயே கண்டுபிடிக்கப் பட்டுள்ளன. இவற்றைச் செதில் கருவிகள் என அழைக்கலாம். இக்கருவிகள் முந்தையகால கருவிகள் போன்று பெரியனவாக உள்ளன. இவற்றின் முனைப்பக்கங்களில் வேப்பிலை போன்ற அமைப்புடைய கூரான கத்திகள் பளபளப்பாகச் செதுக்கப்பட்டுள்ளன. இக்கால மனிதர்கள் குவார்ட்சைட்டை மட்டும் பயன்படுத்தாது பலவண்ண மணிக்கற்களைப் பயன்படுத்தியுள்ளனர். இக்காலக் கருவிகளில் பெரும்பாலானவை கத்தியலகுகளும் (blades), துருவியலகுகளும் (scrapers) ஆகும். இவ்வகைக் கருவிகள் தென்னிந்தியாவிலும், தக்காணத்திலும், நர்மதை, கிருஷ்ணா, கோதாவரி ஆற்றங்கரைகளிலும் பரவலாகக் கண்டுபிடிக்கப்பட்டுள்ளன. பாண்டிய நாட்டில் குண்டாறு என்னும் காட்டாற்றின் கரைகளிலும், புதுப்பட்டி, சிவரக்கோட்டை போன்ற இடங்களிலும் இக்காலமக்களின் வாழிடத்தடங்கள் கிடைத்துள்ளன[8]. இக்கால மக்கள் ஆற்றங்கரைகளிலும், குகைகளிலும் வாழ்ந்ததோடு, நாடோடிகளாகவும் திரிந்ததால் இவர்களது கல் ஆயுதங்கள் வேட்டையாடவும், மீன்பிடிக்கவும், விலங்குகளின் தோல், இலை போன்றவற்றைப் பதனிடுவதற்கும் பயன்படுத்தப்பட்டிருக்கலா மெனத் தெரிகின்றது.

கடைக்கற்காலம்

பழைய கற்காலத்தின் இறுதிக்காலம் கடைக்கற்காலமாகும். இக்காலக் கருவிகள் சிறியனதாகவும், பளபளப்பானதாயும் இருப்பதால் சிறுகருவிகள் (microliths) என அழைக்கப்படுகின்றன. இக்கருவிகள் செய்யப் பயன்படுத்தப்பட்ட உயர்தர, வண்ணக் கற்களில் குறிப்பிடத் தக்கவை குவார்ட்ஸ், அகேட், சாஸ்பர், கார்னீலியன், கார்னெட், சோப்புக்கல் போன்றவையாகும். நீண்ட கத்திகள், பிறைச் சந்திரவடிவ அலகுகள், ஒருமுனை, இருமுனைச் செதில்கள், செவ்வகச் செதில்கள், அம்புகள், கொக்கிகள் போன்ற கருவிகள் திருநெல்வேலி மாவட்டம் சாயர்புரத்திலும், கன்னியாகுமரி மாவட்டத்தில் கரையோரப் பகுதிகளிலும் கிடைத்துள்ளன. இவை சிவந்த மேடுகளில் (teris) மிகுதியாகக் கண்டெடுக்கப்பட்டுள்ளன. இவற்றை முதன் முதலில் கண்டவர் புரூஸ்பூட் ஆவார். இதன் காலமதிப்பீடு முற்றுப் பெறாத நிலையில் ஏறத்தாழ கி.மு. 4000 ஆண்டுகளுக்கு முந்தியது எனத்

தொல்லியலார் ஜீனர் மற்றும் அல்ச்சின் கருதுகின்றனர். இவ்வகைச் சிறு கற்கருவிகள் மதுரை மாவட்டத்தில் திருமங்கலம் பகுதியில் திடியன், டி.கல்லுப்பட்டி போன்ற இடங்களில் காணப்படுகின்றன[9]. இடைக்கற்கால மக்களைப் போன்றே இக்கால மக்களும் ஆற்றுச் சமவெளிகளிலும் குகைகளிலும் வாழ்ந்ததோடு ஒரு பகுதியினர் கடலோரங்களிலும் வசித்ததாக அறியமுடிகின்றது.

புதிய கற்காலம்

புதிய கற்காலத்தைப் புதுமை புகுந்த காலம் என்பது மிகையாகாது. மனிதப் பண்பாட்டின் தொடக்கம் இதுதான். ஆங்காங்கு அலைந்து திரிந்தவன் நிலையாக ஓரிடத்தில் குடியேறத்துவங்கினான். இயற்கை யில் கிடைத்த உணவை உண்டு வந்த அவன் தன் தேவைகளைத் தானே உற்பத்தி செய்துகொள்ள ஆரம்பித்த காலமிது. தனது உற்பத்திப் பொருட்களைப் பாதுகாக்க மட்பாண்டங்களைச் செய்தான். தனது வேளாண்மைக்கு உதவ விலங்குகளை வளர்த்தான். தன் இருப்பிடத் திற்குக் களிமண் சுவர்களை எழுப்பினான். வேளாண்மைத் தொழிலுக்குத் தேவையான கருவிகளை உருவாக்கினான். பழைய கருவிகள் பயனற்றதாயின. இக்காலக் கருவிகள் நீண்ட முக்கோண வடிவில் செய்யப்பட்டன. கருவிகளை கல்லில் உரசினால் வழுவழுப்பும், பளபளப்பும் பெருகும் என்பதை உணரத் தலைப்பட்டனர். எனவே தான் இக்காலக் கருவிகளைப் பளபளப்பாக்கப்பட்ட கைக் கோடரிகள் என அழைக்கலாயினர். இக்கற்கருவிகளுக்கும், பிற்காலத்தில் செய்யப் பட்ட உலோகக் கருவிகளுக்கும் இடையே வேலைப்பாட்டிலோ அல்லது வடிவத்திலோ அதிக வித்தியாசம் காணமுடியவில்லை. இதைச் செய்வதற்கு 'டெக்கான் டிராப்' என்னும் ஒருவகைக்கல் பயன்படுத்தப் பட்டது. இக்கல் அதிகமாகக் கிடைக்கும் இடங்களான தக்காணப் பகுதியில் பெல்லாரி, ராய்ச்சூர், ஆந்திராவின் சில பகுதிகள் ஆகிய வற்றில்தான் இக்கற்காலக் கருவிகளைக் காணமுடிகின்றது. மைசூர் மாநிலத்தில் பிரம்மகிரியில் தான் முதன் முதலில் அகழ்வாய்வு நடத்தப்பட்டது. இதன்படி தென்னிந்தியாவில் உலோக காலத்திற்குச் சிறிது முந்தியே இக்கற்கால மக்கள் வாழ்ந்திருக்கக் கூடும் எனத் தெரிகின்றது. தமிழ் நாட்டில், வடஆற்காடு, சேலம், சேர்வராயன் மலைத்தொடர்களிலும், போடிநாயக்கனூர், தேனி போன்ற பகுதிகளிலும் இக்கற்கால மக்கள் வாழ்ந்தமை தெரியவந்துள்ளது. தென்னிந்திய புதிய கற்காலம் செம்பு கலந்த புதிய கற்காலம் என அழைக்கப்படுகின்றது. இதற்குக் காரணம் பிரம்மகிரியில் புதிய கற்காலம் மற்றும் உலோக காலத்தைச் சேர்ந்த பொருட்கள் ஒன்றாகக் கலந்து கிடைத்தமையேயாகும். அண்மையில் பையம்பள்ளியில்

நடைபெற்ற அகழ்வாய்வின் மூலம் செப்புக் கலப்படமில்லாத புதிய கற்காலப் பண்பாடு இருந்திருக்க வேண்டுமென்பது உறுதி செய்யப் பட்டுள்ளது[10]. இங்குக் கண்டுபிடிக்கப்பட்ட வீடுகள் களிமண் சுவர்களுடன், இலை தழை, கோரை போன்றவற்றால் வேய்ந்த கூரைவீடு களாகும். மட்பாண்டங்களும், அணிகலன்களும், கலைச்சின்னங்களும் கூட கண்டறியப்பட்டுள்ளன. பையம் பள்ளியில் உலோகக் கலப்பிட மல்லாத புதிய கற்காலப் பண்பாட்டுச் சின்னங்களோடு, சங்க காலத்திற்குரிய பெருங்கற்காலச் சின்னங்களும் கிடைத்துள்ளன.

பெருங்கற்காலம்

பெருங்கற்காலமே உலோக காலம் எனவும் அழைக்கப்படுகின்றது. உலோகங்கள் முதன் முதலில் பயன்படுத்தப்பட்டிருந்ததே இதற்குக் காரணம். இதன் துவக்க காலத்தில் செம்பு பயன்பாட்டில் இருந்திருக்கின்றது. அத்தோடு கற்கருவிகள் உபயோகப்படுத்தப் பட்டன. சில நூற்றாண்டுகளுக்குப் பின் அதாவது ஏறத்தாழ கி.மு. 800 முதல் கி.மு. 500 வரை, இந்தியாவில் முதன் முதலில் இரும்பு பழக்கத்திற்கு வந்தது என அறிஞர்கள் கருதுகின்றனர். இக்காலத்தில் தென்னகத்திலும் இரும்பு பயன்படுத்தப்பட்டது. இதனையே பிரம்மகிரி அகழ்வாய்வு உறுதி செய்தது. இரும்புக் காலம் சங்ககாலம் வரை தொடர்ந்தது. இதற்கான இலக்கியச் சான்றுகளும் உள்ளன. இக்காலத்தில் ஒரு பொருளை ஓரிடத்திலிருந்து எடுத்துச் சென்று வேறோரிடத்தில் நினைவுச் சின்னங்கள் எழுப்புவது எளிதாயிற்று. மக்கள் வாழ்க்கைத் தரம் உயர்ந்தது. பாசன வசதிகள் பெருகின. நீர்த்தேக்கங்கள் கட்டப்பட்டன. சமுதாயக் கலப்பு ஏற்பட்டது. இறந்தவர்களுக்குப் புதைகுழி அமைத்து அதன் மேல் கற்களை வட்டமாக அடுக்கினர். அவர்களுக்குப் பெருங்கற் சின்னங்கள் அமைத்தனர். இம்முறை எங்கிருந்து? எப்போது? தென்னகம் வந்தது என்பது இன்றும் புதிராகவே உள்ளது. இக்காலச் சின்னங்கள் பாண்டிய நாட்டில் உத்தமபாளையம், பாப்ப நாயக்கன்பட்டி, திருமங்கலம், உசிலம்பட்டி, மதுரை, மேலூர், புதுக்கோட்டை, ஆதிச்சநல்லூர் ஆகிய இடங்களில் கணிசமாகக் கிடைத்துள்ளன. பாண்டிய நாட்டில் மண் தாழிகளில் இறந்தவரைப் புதைக்கும் பழக்கம் இருந்து வந்துள்ளது. இம்முறை, மதுரை அருகே கோவலன் பொட்டல், அனுப்பானடி, பரவை, விளாங்குடி, கீழக்குயில்குடி போன்ற இடங்களில் கண்டுபிடிக்கப்பட்டுள்ளன[11]. இக்காலத்தில் மக்கட் தொகை பெருகியது. மக்கள் கூட்டங்கள் உருவாயின, கிராமங்கள் தோன்றின, வேளாண்மை பெருகியது, ஆடை அணிகலன்கள் பெருகின, மட்பாண்டத் தொழில் வளர்ந்தது. கறுப்பு - சிவப்பு வகை

(Black and Red ware) மட்பாண்டங்கள் பெருகின. செங்கை மாவட்டத்தில் சானூர், குன்றத்தூர், அமிர்தமங்கலம் ஆகிய பகுதிகளில் நடைபெற்ற அகழ்வாய்வு மூலம் பல்வகை சவக்குழிகள் அமைக்கப்பட்டிருந்தமை அறிய முடிகின்றது. அவையாவன: கல்வட்டம், கல்லறை, குடைக்கல், தொப்பிக்கல், குடைவரைக் குகை, குத்துக்கல், நடுகல், ஈமத்தாழி போன்றவையாகும். இச்சவக்குழிகளில் மண்டை ஓடுகளும், இறந்தவர் உபயோகித்த இரும்புக் கருவிகள், மட்பாண்டங்கள், அவர்கள் அணிந்த அணிகலன்கள் போன்றவை கிடைத்துள்ளன.

மேலே கூறப்பட்டதிலிருந்து தமிழகத்தில் வரலாற்றிற்கு முற்பட்ட காலங்களான பழைய கற்காலம், புதிய கற்காலம், பெருங்கற்காலம் அல்லது உலோக காலம் போன்ற கால கட்டங்களில் மனித வாழ்வு எவ்வாறு படிப்படியாக வளர்ச்சியடைந்துள்ளது என்பதனை நம்மால் அறியமுடிகிறது. இதனைத் தொடர்ந்து, அசோகரது கல்வெட்டுக்களில் குறிக்கப்பட்டதும், கிரேக்க ரோமானிய அறிஞர்களால் புகழப்பட்டதும், இலக்கியங்களில் விளக்கப்பட்டதுமான சங்ககாலம் வருகின்றது.

அடிக்குறிப்புகள்

1. கே.வி. இராமன், *பாண்டியர் வரலாறு*, 1977, ப. 19.
2. V.D. Krishnaswami, Progress in Pre- History in *"Ancient India"* No. 9.
3. V.D. Krishnaswami, Pre - historic Man around Madras, *Indian Academy of Sciences*, Madras, 1938, PP. 32-35.
4. அ. குருமூர்த்தி, *தொல்பொருள் ஆய்வும் தமிழர் பண்பாடும்*, 1974, ப. 16.
5. *Indian Archaeology*, 1962-63, A Review, P-12.
6. கே.வி. இராமன், முன்னது. ப. 20.
7. அ. குருமூர்த்தி, முன்னது. ப-17.
8. கே.வி. இராமன், முன்னது. ப. 21.
9. மேலது, ப. 23.
10. குருமூர்த்தி, முன்னது. ப. 20.
11. கே.வி.இராமன். முன்னது. ப. 26.

2. சங்க காலம்

2.1 ஆட்சி முறை

அரசு என்னும் மாளிகை அழகுடனும் அசையா உறுதியுடனும் அதற்கேற்ப ஆழமாயும் உறுதியாயும் திட்டப்படியும் அமைந்திருக்க வேண்டும். சங்க காலத் தமிழக அரசு சிறப்புற இயங்கியதென்றால் அதற்கு முக்கிய காரணம் அதன் ஆட்சி முறை அக்கால இயல்பிற்கேற்ப பல சிறப்பம்சங்களைக் கொண்டிருந்தது தான். பண்டைத் தமிழகம் முடியுடை வேந்தர் மூவரால் ஆளப்பட்டு வந்தது என்பது அனைவராலும் ஏற்றுக் கொள்ளப்பட்ட உண்மை. அந்த முடியாட்சி, மக்களின் மனம் பொருந்திய இயல்பான ஆதரவு, பற்றுறுதி என்ற அடிப்படையில் கட்டப்பட்டிருந்ததால் செல்வாக்குடன் செழித்தோங்கியது.

முடியாட்சி அமைப்பு

பண்டைத் தமிழகம் சேர, சோழ, பாண்டிய[1] மரபைச் சேர்ந்த மூன்று முடியுடைய மன்னர்களால் ஆளப்பட்டு வந்தது. இவர்கள் மூவரும் தங்கள் தங்கள் ஆட்சிப் பகுதியில் முழு இறைமை வாய்ந்த மன்னர்களாக ஆட்சி புரிந்தனர். யாரும் யாருக்கும் உட்பட்டவர்கள் அல்லர்; போரின் மூலம் ஒன்றையொன்று முயன்றாலும் ஒவ்வொன்றும் தனித்தனி அரசாகவே இயங்கி வந்தன.

வடமொழி இராமாயணம், மகாபாரதம், அர்த்தசாஸ்திரம், அசோகரின் கல்வெட்டுக்கள், மெகஸ்தனிஸ் குறிப்புக்கள் ஆகிய வரலாற்று மூலச்சான்றுகளிலே சேர, சோழ, பாண்டிய நாடுகள் பற்றிய குறிப்புக்கள் இருப்பதால் இவ்வரசுகள் வரலாற்றுக் காலந்தொட்டே இயங்கிவந்திருக்க வேண்டும். இவர்கள் கட்டுப்பாட்டில் பல சிற்றரசர்கள் ஆண்டனர். அவர்கள் சிறு பகுதிகளை ஆண்டதால் குறுநில மன்னர் என அழைக்கப்படலாயினர்[2].

அரச பதவியின் தோற்றம்

அரச பதவி காட்டைச் சார்ந்த முல்லை நிலத்தில் இருந்தே தோன்றியதாக பி.டி. சீனிவாச அய்யங்கார் குறிப்பிடுகிறார். தமிழ் மொழியில் அரசன் "கோன்" எனப்படுகிறான். "கோன்" என்ற சொல்

இடையனின் "கோல்" என்பதிலிருந்து தோன்றியது. இடையனின் பணிக்கும் அரசனின் பணிக்குமிடையே ஒத்த உறவு உள்ளதால் இடையர்களின் முல்லை நிலத்திலிருந்தே தோன்றியிருக்க வேண்டும் என்பது ஓரளவிற்குப் பொருத்தமாயுள்ளது. எனினும் அரசபதவி எல்லா இடங்களிலும் ஒரே மாதிரியான அடிப்படையில் தோன்றி யிருக்க முடியாது. ஒவ்வோர் இடத்திலும் ஒவ்வோரு சூழ்நிலையில் தோன்றியிருக்கக்கூடும் என்றும் சுட்டிக் காட்டப்படுகிறது.

சேரர், சோழர், பாண்டியர் என்ற மூவேந்தருள்ளும் சேரரே முதலில் கூறப்பட்டிருப்பதால் அவரே மூத்த குடியினர் என்று சொல்லிவிட இயலவில்லை. எனினும் பாண்டியர் என்னும் பெயர் பண்டையர் அல்லது தொன்மை என்பதிலிருந்து வந்துள்ளதால் அதுவே மூத்தகுடியெனக் கொள்ள ஓரளவு இடமிருக்கின்றது. இதற்கு ஆதரவாகச் சோழ மன்னர் ஒருவர் பாண்டியரின் தொன்மை பற்றிப் பாடியுள்ளதைக் கலித்தொகை கவிதையாக எடுத்துரைக்கின்றது[3].

சேரர்கள், வானவர், வில்லவர், குட்டுவர், பொறையன் என்ற சிறப்புப் பெயர்களாலும் சோழர்கள், சென்னி, செம்பியன் வளவன், கிள்ளி என்ற பெயர்களாலும் பாண்டியர்கள், மீனவர், பஞ்சவர், செழியர், மாறன், வழுதி என்ற மரப்பெயர்களாலும் குறிப்பிடப் பட்டனர்.

மரபுவழி அரசு முறை

சங்ககாலத் தமிழகத்தில் தந்தைக்குப்பின் மூத்த மகன் அரசுரிமை எய்துதல் என்ற மரபுவழி அரசே நிலை பெற்றிருந்தது. எனவே மூத்தமகனுக்கு இளமையிலேயே ஆட்சித் துறையில் போதிய பயிற்சியளிக்கப்பட்டது. அந்த இளவரசர்கள் இளஞ்செழியர், இளஞ்சேரல், இளங்கோ, இளம் பொறை எனப்பட்டனர். மூத்தவன் இருக்க இளையவன் அரியணை ஏறுதல் முறையன்று என்றே எண்ணினர். எனவே தான் அண்ணன் குமணன் இருக்க தம்பி இளங்குமணன் ஆட்சியைக் கைப்பற்றியதை முறையற்ற செயல் என்றே புலவர்கள் கண்டித்தனர். இக்காலத்தில் போர் மூலம் நாட்டைக் கைப்பற்றுதல் வீரமெனக் கருதப்பட்டதால் தந்தையைக் கவிழ்த்துவிட்டு ஆட்சியைக் கைப்பற்றிய தனயர்களும் இருந்தனர். கோப்பெருஞ் சோழனுக்கு எதிராக அவனது புதல்வர்கள் ஆண்டனர். இரு சகோதரர்கள் ஒருவரோடு ஒருவர் போரிட்டு, நாட்டைப் பிரித்து அரசோச்சிய நிலையும் இருந்திருக்கின்றது. ஒன்றுவிட்ட சகோதரர் களான நலங்கிள்ளியும், நெடுங்கிள்ளியும் ஒருவரோடு ஒருவர் போரிட்டுக் கொண்டு நாட்டைப் பிரித்து ஆண்டனர். ஒரு தந்தைக்குப்

பல மைந்தர்கள் இருந்தபோது அவர்களுக்குள் சச்சரவின்றிச் செயல்பட தந்தையே தம் மக்களுக்கு நாட்டைக் கூறுபோட்டு ஒதுக்கி விட்ட கதையை அறியலாம். உதாரணமாக சேரன் இமயவரம்பன் நெடுஞ்சேரலாதனின் மைந்தர்கள் மூவரும் முடிசூட்டி ஆண்டனர். பாண்டிய நாட்டிலும் இத்தகைய ஒற்றுமை இருந்தது. சோழநாட்டில் கரிகாற்சோழன் தனக்கு முறைப்படி சேர வேண்டிய அரியணையைப் பெற்றான் எனப் பட்டினப்பாலை கூறுகின்றது[4]. சில வேளைகளில் தந்தையும் மகனும் இணைந்து இணையாட்சியாளர்களாக ஆட்சி புரிந்தனர் என்றும் தெரிய வருகின்றது. இவ்வாரிசுரிமை தந்தை வழி சார்ந்தே வந்துள்ளது. பெண்கள் அரசுரிமை பெற்றதாகத் தெரிய வில்லை. மெகஸ்தனிஸ், ஹெராக்லிஸின் மகள் பண்டைய இந்தியாவின் தென் கோடியை ஆட்சிபுரிந்ததாகக் கூறுவது[5] ஏற்புடைத்ததாயில்லை. அரசு கட்டிலில் ஏறுவதற்கு வயது வரம்பு குறிப்பிடப்படவில்லை. தேவையான போது இளம் வயதிலேயே அரியணை ஏறியோர் பட்டியலில் கரிகாற்சோழன், தலையாலங்கானத்துச் செருவென்ற பாண்டிய நெடுஞ்செழியன், அதியமான் நெடுமான் அஞ்சி ஆகியோர் அடங்குவர்.

முடிசூட்டு விழா

அரசன் பதவி ஏற்கும் வைபவம் முடிசூட்டு விழாவாகக் கொண்டாடப்பட்டது. அரச குடும்பத்து முதியவர்களோ மற்றும் ஆலோசகர்களோ முடிசூட்டியிருக்கலாம் எனக் கருதப்படுகிறது. இதனை "அரியணை ஏறுதல்" எனவும் "முடிகவித்தல்" எனவும் கூறுவர். மன்னன் முடிசூடிய ஆண்டிலிருந்து தான் ஆட்சிக்காலம் கணக்கிடப்பட்டது. முடிசூட்டு விழா நாளும் ஆண்டுதோறும் "மண்ணுமங்கலமாக"க் கொண்டாடப்பட்டது. பொதுவில் பாரம் பரியமாக அணியப்படும் மணி முடியும் மற்றும் மாலைகள் போன்றவைகளும் அந்நாளில் சூடப்படும். சில காரணங்களால் முறையான முடியும் மாலையும் கிடைக்காத காரணத்தால் சேர மன்னன் ஒருவன் முடிசூட்டு விழாவில் நாரினால் ஆன முடியையும் கறுப்பு மணிகளாலான மாலையையும் அணிந்ததாகத் தெரிகிறது. அதனால் அவன் களங்காய்க் கண்ணி நார்முடிச் சேரல் என அழைக்கப் பட்டான்[6]. முடிசூட்டு விழா போன்றே அரசரின் பிறந்தநாள் விழா "பெருமங்கலம்" என்று கொண்டாடப்பட்டது.

அரசவை

அரசனுக்கு அறிவுரை கூறிச் சிறந்த முறையில் ஆட்சி நடத்த உதவும் மன்றம் அரச அவையாகும். இது அவையம், ஒலக்கம், இருக்கை எனப்பட்டது. அவையத்தின் எண்வகைச் சிறப்புக்கள் தொல்

காப்பியத்தில் குறிப்பிடப்பட்டுள்ளன. அவை, 1. நற்குடிப்பிறப்பு 2. நற்கல்வி 3. நல்லொழுக்கம் 4. வாய்மை, 5. தூய்மை 6. நடுநிலைமை 7. அழுக்காறாமை 8. சுயஅவாவின்மை ஆகியவைகளாகும்.

அமைச்சர்கள்

தங்களுக்கு ஆலோசனை கூற சங்ககால மன்னர்கள் அமைச்சர்களை நியமித்திருந்தனர். அவர்கள் எப்போதும் அருகிலிருந்ததால் "உழை இருந்தார்" எனப்படுகின்றனர். கடியலூர் உருத்திரங்கண்ணனார் அவர்களைச் "சுற்றம்" என்று கூறுகின்றனர். "கருவியும் காலமும், செய்கையும், செய்யும் அருவினையோடு வன்கண், குடிகாத்தல், கற்றறிதல், ஆள்வினை ஆகிய பண்புகளே அமைச்சரின் மாண்புகள்" என வள்ளுவர் கூறுகின்றார். மேலும் ஓர் அமைச்சருக்குச் சொல்வன்மை, வினைத்தூய்மை, வினைத்திட்பம், வினைசெயல்வகை, மன்னரைச் சார்ந்தொழுகல், தூதுசெல்லும் திறம், அவையறிதல், குறிப்பறிதல், அவை அஞ்சாமை ஆகிய பண்பு நலன்களும் இருக்க வேண்டுமென அவர் கூறுகின்றார். துரோகமிழைக்கும் அமைச்சர்கள் ஏழு கோடிப் பகைவர்களைவிடக் கொடியவர்கள் எனவும் அவர் கூறுகின்றார். பெருஞ்சேரல் இரும்பொறைக்கு அரிசில் கிழாரும், இளஞ்சேரர் இரும்பொறைக்கு மையூர் கிழாரும் விளங்கியதைப் பதிற்றுப்பத்து கூறுகின்றது[7].

தூதர்கள்

சங்க கால அரசர்கள் தூதர்களைக் கொண்டிருந்தனர். ஓர் அரசனின் பிரதிநிதியாக மற்றவர்கள் அவையில் செயல்பட்டவர்களே தூதர்கள் ஆவர். உயிர்க்கிறுதி பயப்பினும் அஞ்சாது அரசனுக்கு உறுதிபயக்கும் தூதர்கள், இயற்கை அறிவு, விரும்பத்தக்க தோற்றம், ஆராய்ச்சியுடைய கல்வி ஆகிய மூன்று இயல்புகளைக் கொண்டிருந்தனர். அக்காலத்தில் இருவகைத் தூதர்கள் இருந்ததாகப் பரிமேலழகர் கூறுகின்றார். முதல் வகையினர் அமைச்சர் அந்தஸ்துப் பெற்றிருந்தனர். பிறநாட்டு அரசவையில் தம் நாட்டு நலன்களைப் பாதுகாப்பதற்கென நியமிக்கப்பட்டவர்கள். இரண்டாவது வகையினர், ஒரு குறிப்பிட்ட பணிக்கெனச் சிறப்பாக அனுப்பப்படுவார்கள். இந்த வகையில் புலவர்கள் கூட தூதர்களாக அனுப்பப் பெற்றுள்ளனர். அதியமான் நெடுமானஞ்சியின் சார்பில் ஔவையார் தொண்டைமானிடம் தூதுசென்று[8] போரைத் தவிர்த்த ராஜதந்திர சாதனையும், கோவூர் கிழாரும் பொதுநலன் கருதி நெடுங்கிள்ளியிடம் தூது சென்றதும் குறிப்பிடத்தக்கவை. அந்தணன் ஒருவன் படைத் துணையோடு தூதோலை எடுத்துச் சென்ற செய்தி அகநானூற்றில் குறிப்பிடப் பட்டுள்ளது.[8அ]

ஒற்றர்கள்

சங்ககால அரசுப் பணியில் அமர்ந்திருந்த முக்கிய பணியாளர்களுள் ஒற்றர்கள் குறிப்பிடத்தக்கவர்களாவர். "எல்லாரிடத்திலும் நிகழ்கின்றவை எல்லாவற்றையும் எல்லாக் காலத்திலும் ஒற்றர்களைக் கொண்டு அறிதல் அரசர்க்குரிய தொழில்" என வள்ளுவர் கூறுகின்றார். இரகசியச் செய்திகளைக் கேட்டறியும் திறனும் அறிந்த செய்திகளை ஐயத்திற்கிடமின்றி கூறும் துணிச்சலும் ஒற்றர்கள் கொண்டிருந்தனர். ஒற்றர்க்கு வெளிப்படையாக எவ்வெகுமதியும் அளித்தலாகாது என திருக்குறள் (590) கூறுகின்றது.

அரசனது பணிகள்

சங்ககால மன்னர்கள் தம் மக்களை நன்னடத்தையுடையவர்களாகச் செய்யும் கடமை இயற்றியிருந்தனர். சங்ககால அரசன் இறைவன் எனக் கருதப்பட்டதால் மக்களைக் காத்து முறையாக நீதி வழங்கும் பொறுப்பினை உடையவனாயிருந்தான். மற்றும் "இயற்றலும் ஈட்டலும், காத்தலும், காத்து வகுத்தலும்" ஆகிய பணிகளையும் திறம்பட ஆற்றினான். குடிதழீஇக்கோலோச்சி குற்றங்கடிதலும், கொலையில் கொடியோரை ஒறுத்தலும் அரசன் தொழில்களாகக் கருதப்பட்டன. சங்ககால அரசன் சட்டக் கொடையாளராக அல்ல, "சட்டக் காப்பாளராக"வே கருதப்பட்டான். சட்டங்களை உருவாக்குவது அரசன் பணியன்று; தொன்றுதொட்டு நாட்டில் நிலவிவந்த அறப்பண்புகளே சட்டப் பாரம்பரியங்களாக ஏற்றுக்கொள்ளப்பட்டிருந்தன. அளவில்லா அதிகாரங்களையுடைய மன்னன் இந்த அறப்பண்பாடுகளுக்குக் கட்டுப்பட்டிருந்தான். அவற்றை மீறினால் அவன் கொடுங்கோலன் ஆகின்றான். நாட்டில் நடைபெறும் அனைத்து நிகழ்ச்சிகளுக்கும் அவனே பொறுப்பேற்க வேண்டியவனாகின்றான்.

தம் மனைவி, பிள்ளைகளின் கண்ணீரினும் மக்களின் கண்ணீரைப் பெரிதெனக் காண்பது மன்னனின் கடமையாயிருந்தது. நடுநிலை தவறாமையும், பணிந்தோரை மன்னித்தலும் அவன் பண்புகளாகக் கருதப்பட்டன. தனது தவறுகளைச் சுட்டிக் காட்டும்போது திருத்திக் கொள்ளும் நற்பண்பு வேண்டும்[8ஆ]. குளம்தொட்டு வளம்பெருக்குவதும் காட்டை அழித்து நாடாக்குவதும் அரசனின் கடமையாயிருந்தது.

கொடை மாட்சி மன்னனின் சிறந்த பண்பாகக் கருதப்பட்டது. கற்றறிந்தோர்க்கும் புலவர்க்கும் பாணர்களுக்கும் வாரி வழங்கியதற்கு ஏராளமான இலக்கியச் சான்றுகள் உள.

வேள்விகளியற்றுவதும் மன்னனின் மற்றொரு முக்கிய பணியாகச் சுட்டிக்காட்டப்படுகிறது. இராஜசூயயாகம் வேட்ட பெருநற்கிள்ளி,

பல்யாகசாலை முதுகுடுமிப்பெருவழுதி, கரிகாலன், பல்யானை செல்கெழுகுட்டுவன் ஆகியோர் வேள்விகள் இயற்றியதாக இலக்கியங்கள் கூறுகின்றன.

அரசுச் சின்னங்கள்

கொடி, குடை, முரசு, குதிரை, யானை, தேர், மாலை, முடி முதலியன அரசருக்குரிய இன்றியமையாச் சின்னங்களாக தொல்காப்பியர் குறிப்பிடுகின்றார். இவை தவிர படை, செங்கோல், அரியணை, காவல்மரம் ஆகியவைகளும் அரசருக்குரிய பதவிச் சின்னங்களாகக் கருதப்பட்டன.

1. கொடி

சங்ககால மன்னர்கள் தனித்தனிக் கொடிகளைக் கொண்டிருந்தனர். சேர மன்னர்கள் தம் கொடியில் வில்லினையும், சோழர் புலியினையும், பாண்டியர் மீனையும் சின்னமாகக் கொண்டிருந்தனர். இக்கொடிகளின் வண்ணங்கள், அளவுகள் எதுவும் தெரியவில்லை. போரில் வெற்றி பெற்றபோது வெள்ளை நிறக்கொடி பிடிக்கப்பட்டது மட்டும் தெரிகின்றது. கொடிகளைக் கோயில்கள், பாசறைகள், அரண்மனைகள், யானைகள், தேர்கள் ஆகியவற்றின் மீது பறக்கச் செய்தனர். கொடியைப் பறித்தல் அல்லது அழித்தல் என்பது அக்கொடியினைப் பற்றியிருந்தவருக்கு அவமானத்தையும் அழித்தவருக்கு வெற்றியையும் தருவதாகக் கருதப்பட்டது. அரசனுக்குரிய கொடிபோல் வணிகர்களுக்கென அடையாளக் கொடிகளும், திருவிழாக்காலக் கொடிகளும், சொற்போர் செய்வோர்க்கான அடையாளக் கொடிகளும் அவ்வப்போது பறக்கவிடப்பட்டன.

2. குடை

சங்ககால மன்னர்கள் வெண்ணிறத்தில் வட்ட வடிவமான பெரிதான குடைகளைக் கொண்டிருந்தனர். இது "வெண் கொற்றக் குடை" என்று அழைக்கப்படலாயிற்று. இக்குடை நூல்களைக் கொண்டு சிறப்பாக அலங்கரிக்கப்பட்டதெனத் தெரிகின்றது[9]. இது அரசச்சின்னமாகும். அது ஆற்றல், வெற்றி, வெல்ல முடியாத தன்மை ஆகியவற்றையும், குடிமக்களுக்கு இடையூறுகளிலிருந்து பாதுகாப்பையும் அளிக்கவல்லது என்பதை எடுத்துக்காட்டியது. மக்களைக் காக்கும் குடையே வெண்குடை[10]. அரசன் செல்லுமிடமெல்லாம் போர்க்களத்திற்குக்கூட குடை எடுத்துச் செல்லப்பட்டது. போர்க்களத்தில் பகை வேந்தர்களின் குடையைக் கைப்பற்றுதல் பெரும் வெற்றிச் செயலாகக் கருதப்பட்டது.

3. முரசு

சங்ககால மன்னர்கள் முரசைப் புனிதமாகக் கருதினர். அதனைப் புனித நீராட்டி மாலையிட்டு அதற்கென அமைக்கப்பட்ட முரசு கட்டிலில் வைத்தனர். விழாக்கள் போன்றவற்றை அறிவிக்கவும், பொழுதின் விடிவை அறிவிக்கவும், போர் தொடங்கியதை அறிவிக்கவும் முரசுகள் முழங்கின. இம்மன்னர்கள் வீரமுரசு, நியாய முரசு, தியாக முரசு ஆகிய மூவகை முரசுகளைப் பெற்றிருந்தனர்.

4. குதிரை

அரசர் அமர்ந்து செல்லும் குதிரை அரசரின் பெயரால் அழைக்கப்பட்டது. காரி, ஓரி ஆகியோரின் குதிரைகள் முறையே அவர்தம் பெயரிலேயே அழைக்கப்பட்டன.

5. தேர்

இருசக்கரங்கள் கொண்டு குதிரைகள் பூட்டப்பட்ட தேரை சங்ககால மன்னர்கள் பயன்படுத்தினர். மன்னவர் மட்டுமன்றி திருவிழாக்காண்போரும், நீராடுவோரும், பெண்டிரும் தேர்களில் சென்றுள்ளனர்.

6. மாலை

சேர, சோழ, பாண்டிய மன்னர்கள் தங்களுக்கென முறையே பனம்பூ, அத்தி, வேம்பு ஆகியவற்றால் ஆன மாலைகளைச் சூடினர். போர்க்காலங்களில் போர்த்தொழிலைக் குறிக்கும் வெட்சி, கரந்தை, வஞ்சி, காஞ்சி, நொச்சி, உழிஞை, தும்பை, வாகை போன்ற மாலைகள் சூடப்பட்டன. இம்மாலைகள் "தார்" எனவும் அழைக்கப்பட்டன[11]. இவ்வணிகள் அரசர்க்கு மட்டுமன்றி வணிகர்க்கும் மன்னரால் சிறப்பிக்கப்பட்ட பிறர்க்கும் இருந்திருக்கின்றன.

7. முடி

முடி மன்னருக்குரிய சிறப்பணி. ஒவ்வொரு மரபினரும் மரபு வழிவந்த முடியையே சூடினர். தோற்ற மன்னரின் அணிமுடியிலிருந்து தங்கத்தை எடுத்துக் காலில் அணிந்து கொண்டனர்.

8. படை

இங்குப் படையெனப்பட்டது வாள் ஆகும். மக்களின் பகைவர் களை அழிக்கும் வீரத்தின் சின்னமாக வாள் கருதப்பட்டது. இதுவன்றி நாட்டு நலன்காக்கும் வீரர்களைக் கொண்ட அரசப்படையும் படையெனப்பட்டது.

9. செங்கோல்

கோல் என்பது அரசனது ஆளும் அதிகாரத்தைக் குறிக்கும் சின்னமாகும். ஆட்சியானது அறநெறி வழுவாது முறை கோடாது இருந்தால் செங்கோல் எனப்பட்டது.

10. அரியணை

அரசர்களின் இருக்கை சிங்கங்களால் தாங்கப்பட்டிருப்பவை போன்று அமைக்கப்பட்டதால் அவை அரியணை எனப்பட்டன. சிம்மாசனம் என்றும் அழைக்கப்பட்டது. அரச அவையில் அது நீதியின் இருப்பிடமாகக் கருதப்பட்டது.

11. காவல் மரம்

சங்ககால மன்னர்கள் தம் மரபிற்கும் அரசிற்கும் உரியதாய்க் கொண்டிருந்த மரம் ஒன்றினைக் கடிமரம் அல்லது காவல் மரம் என அழைத்தனர். இம்மரம் தெய்வீகத் தன்மையுடையதாகக் கருதப்பட்டது. பகைவரால் வெட்டப்பட்டால் அரசே வீழ்ந்துபட்டதற்குச் சமமாகும். தன் யானையினைப் பகையரசன் காவல் மரத்தில் கட்டிவிட்டால் அது வெற்றியைக் குறிக்கும் செயலாகும்.

வருவாய் வரிக் கொள்கை

அரசனது வருவாய் உறுபொருள், உல்கு பொருள், ஒன்னார்த்தெறு பொருள் ஆகியவை வாயிலாகக் கிட்டியது என அறிகிறோம். இதில் உறுபொருள் என்பது நிலவரி எனப்படுகிறது. இது விளைச்சலில் ஆறில் ஒரு பகுதியாக வசூலிக்கப்பட்டது. உல்கு பொருள் என்பது ஏற்றுமதி இறக்குமதிப் பொருட்கள் மீது விதிக்கப்பட்ட வரியும் சுங்கமும் ஆகும். ஒன்றார்த்தெறுபொருள் என்பது போரில் பெற்ற கொள்ளைப் பொருளும், தோற்ற அரசர்களால் செலுத்தப்படும் திறையும் ஆகும்.

நீதி

நீதி வழங்கல் மன்னனது தலையாய பணியாகக் கருதப்பட்டது. அவனது செங்கோல் நீதியின் சின்னமாக விளங்கியது. மனுநீதி சோழன் கதை அதனை விளக்குகிறது. பொதுவாக் நீதி வழங்குதல் கிராம அவைகளின் பணியாகக் கருதப்பட்டது. கரிகாற்சோழன் தானே முதியவர் போல் வேடம் பூண்டு வழக்குத் தொடுத்தவர்களை விசாரித்து நீதி வழங்கினான் என்று ஒரு கதை கூறப்படுகின்றது. கோவலனை முறைதவறிக் கொன்ற குற்றத்திற்காகத் தன்னையே மாய்த்துக் கொண்ட பாண்டியன் நெடுஞ்செழியனின் கதை அக்காலத்தில் நீதிமுறைக்கு மன்னர் கொடுத்து வந்த மதிப்பினை விளக்குகின்றது. தன் மீது

தஞ்சமென விழுந்துபட்ட புறாவுக்காகத் தன் தசையை அறுத்துக் கொடுத்த சிபிச்சக்கரவர்த்தி கதையும்[12] சொல்லப்பட்டுள்ளது. ஆனால் இக்கதையனைத்தும் உண்மையானவையா எனத் தெரியவில்லை. அரசன் வழிதவறும்போது கண்ணீர் வடித்துக் காட்டித்திருத்தும் பாவைச் சிலை ஒன்று புகார் நகரத்துப் பாவை மன்றத்தில் இருந்ததாகக் கூறப்படுகின்றது[13].

ஊராட்சி முறை

சங்ககாலத்தில் முடியரசு தலையாய ஆட்சி செய்து வந்ததெனக் கண்டோம். அவர்களுக்கு அடங்கியும், சுதந்திரமாகவும் ஆங்காங்கே குறுநில மன்னர்கள் ஆண்டனர். கிராமங்களில் அரசு அலுவலரும் மக்களால் தேர்ந்தெடுக்கப்பட்டோரும் ஆட்சியில் பங்கேற்ற செய்தி சங்க இலக்கியங்களில் கூறப்பட்டுள்ளன. மக்களால் தேர்ந்தெடுக்கப் பட்டவர்கள் கிராமங்களிலும், நகரங்களிலும் நடத்திய நிர்வாக முறையே "ஊராட்சி" முறை எனக் கூறப்படுகின்றது. இங்குப் பலவகை அவைகள் செயல்பட்டன. மக்கள் கூடிய அவை "அவைக்களம்" என்றும், நல்லோர் கூடிய அவை "நல்லவை" என்றும் சொல்லப்பட்டு வந்தது. மதுரை நகரில் மக்களவை செயல்பட்டதாக மதுரைக் காஞ்சி கூறுகின்றது[14]. கள்ளூரில் அவை ஒன்று இருந்த செய்தி அகநானூற்றில் உள்ளது[15]. ஊரை நிர்வகிக்கும் பணி அவர்களிடம் விடப்பட்டிருந்தது. அவர்கள் ஊர் ஏரியைக்காத்து, மக்களுக்குப் பாசன வசதி செய்தனர். குடும்பத்தில் ஏற்படும் சச்சரவுகளைத் தீர்க்கவும் செய்தனர். தன்னை விட்டு விட்டு மற்றொருத்தியுடன் வாழ்ந்த தன் கணவனை அவை முன் இழுத்து வர முயன்ற பெண்பற்றிப் பரிபாடல் கூறுகின்றது. இவ்வூரவைகள் தங்கள் தலைவரைத் தாங்களே தேர்ந்தெடுத்துக் கொண்டனர். இத்தலைவர் கிழார் எனப்பட்டார். இவரைத் தேர்ந்தெடுத்த முறை தெரியவில்லை.

"மக்களின் அன்றாட வாழ்வில் எந்த அரசு அதிகத் தலையீடு செய்யாதிருக்கின்றதோ அதுவே நல்லரசு" என்ற தத்துவப்படி பார்த்தால் பண்டைய தமிழக அரசு முறை உண்மையில் போற்றத் தக்கதாகவே இருந்தது. அரசுப் பணியானது அறங்காவல் பணி என்றே கருதப்பட்டது. செங்கோன்மை சீரான ஆட்சிக்கு வழி வகுத்தது. மக்களும் மன்னனை இறைவன் என்றே கருதினர். இறைவனது காத்தல் தொழிலைக் குறைவறச் செய்த சங்க மன்னர்கள் ஆட்சி நிறைகள் பல கொண்டது என்பதில் ஐயமில்லை.

அடிக்குறிப்புகள்

1. நாட்டின் பெரும்பகுதி கடற்கரையாக விளங்கியதால் (சேர்ப்பு) இது சேரநாடு எனப்பட்டது. சோற்றுவளம் மிகுதியாக இருந்ததால் சோழநாடு எனவும், பண்டையர் என்ற சொல்லிலிருந்து பாண்டியர் எனவும் வழங்கியது. (தமிழ் நாட்டு வரலாறு, சங்ககாலம் அரசியல், 1983, பக். 528-29.)
2. மதுரைக்காஞ்சி, பாடல் 776.
3. கலித்தொகை. 104, 1-4.
4. பட்டினப்பாலை, 227.
5. K.A. Nilakanta Sastri, *Foreign Notices of South India*, 1972, P. 41.
6. பதிற்றுப்பத்து, 38. 4.
7. பதிற்றுப்பத்து, பதி. 8 & 9.
8. புறநானூறு, 95.
8அ. அகநானூறு, 337-7-8.
8ஆ. இப்பண்பு இல்லாதவரைப்பற்றித் திருக்குறள் "இடிப்பாரை இல்லாத ஏமரா மன்னன், கெடுப்பார் இலானும் கெடும்" என்று கூறுகின்றது.
9. நெடுநல்வாடை, 184.
10. புறநானூறு, 229:19.
11. குறுந்தொகை, 393:6.
12. இக்கதை புத்த ஜாதகக் கதைகளில் ஒன்றான சிபிஜாதகத்தில் உள்ளது. இதன்படி புத்தரே புறாவைக் காத்துள்ளார். இதன் ஓவியம் அஜந்தா குகைகளில் அழகுற அமைந்துள்ளது.
13. தமிழ்நாட்டு வரலாறு, சங்ககாலம், அரசியல், ப. 584.
14. மதுரைக்காஞ்சி, 161. 404.
15. அகநானூறு, 256.

2.2 நீதி விசாரணையும் தண்டனையும்

நீதிபற்றிச் சென்ற இயலில் சுருக்கமாகக் கூறப்பட்டிருக்கின்றது எனினும் இங்கு விரிவாக ஆராய்வது அவசியமாகின்றது.

நீதி வழங்குதல் என்பது அரசனின் முக்கியமான பொறுப்புக்களில் ஒன்று. விசாரணை நடத்திக் குற்றவாளி எனக் கண்டால் தண்டனை வழங்குவது, இல்லையென்றால் விடுவிப்பது நீதி முறைமையாகும். இந்நீதி முறைமைகளை நேர்மை வழுவாது மன்னன் கடைப்பிடிக்க வேண்டும் என்பதைப் பண்டைய நீதி இலக்கியங்கள் வலியுறுத்து கின்றன. திருக்குறள் இதனைச் செங்கோன்மை என்று கூறுகின்றது. "யாரிடத்திலும் குற்றம் இன்னதென்று ஆராய்ந்து கண்ணோட்டம் செய்யாமல் நடுவு நிலை பொருந்தி செய்யத்தக்கதை ஆராய்ந்து செய்வதே நீதி முறையாகும்" என விளக்குகின்றது. அந்நீதி முறைதான் அந்தணர் போற்றும் மறை நூலுக்கும் அறத்திற்கும் அடிப்படையாய் நிற்பது ஆகும். பருவ மழையினையும் நிறைந்த விளைவினையும் குறையாதளிப்பது ஆகும்.

பண்டைய நீதி முறைமை பற்றிச் சில அடிப்படை உண்மைகள்

1. எழுதப்பட்ட சட்டத் தொகுப்புகள் எதுவும் கிடையாது. நாட்டில் பாரம்பரியமாகப் போற்றப்படும் அறநெறிகளே சட்டங்களாகக் கருதப்பட்டன.

2. அரசனே நாட்டின் தலைமை நீதிபதி ஆவான். அரசனது ஆணைகள் சட்டம் ஒழுங்கு விதிகளாகக் கருதப்பட்டன. அதை மீறுபவன் தண்டனைக்குரியவன் ஆவான். மன்னன் குடிமக்களின் காவல னாகவும் செயல்பட்டான். அரசன் நீதிமுறையில் தவறும் பொழுது சான்றோரும் தெய்வமும் அவனுக்கு அறிவுறுத்தி நெறி புகட்டிய செய்திகள் உள்ளன.

3. அரசால் நியமிக்கப்படும் நீதிபதிகளைக் கொண்ட முறையான நீதி மன்றங்கள் கிடையாது. கிராமப் பஞ்சாயத்து சபைகளே உள்ளூர் நீதிமன்றங்களாகச் செயல்பட்டன. நீதிவழங்குதல் பெரும்பாலும் உள்ளாட்சி நிறுவனங்களைச் சார்ந்ததாகத் தான் கருதப்பட்டது.

4. நீதி வழங்குதலில் குற்றவாளியைத் தண்டிப்பது என்ற நியதியே கடைப்பிடிக்கப்பட்டது. குற்றவாளிகளைச் சீர்திருத்தி நல்வழிக்குக்

கொண்டு வருதல் என்பது அக்காலத்தில் நடைமுறையில் இல்லை. கொடியவர்களைக் கொலைத் தண்டனை அளித்து ஒறுத்தல், பயிரைக் காப்பாற்றுதற்கு களையைக் களைவதற்கு நிகரான செயலாகும் என வள்ளுவர் கூறுவது அக்கருத்தினையே வலியுறுத்துகின்றது. இது சுமேரியர்களின் ஹாமுராபி சட்டத் தொகுப்பிற்கு ஏற்பானது ஆகும். புறநானூற்றுப் பாடல் ஒன்று கொடியவர்கள் தண்டிக்கப்பட வேண்டும் என்று கூறுகின்றது[1].

மன்னர் செங்கோன்மை

சங்ககால மன்னர்கள் செங்கோன்மை தவறாது நீதி வழங்கினர் என்பதற்கு இரு (கற்பனை) நிகழ்ச்சிகள் சான்றுகளாகச் சுட்டிக் காட்டப்படுகின்றன.

1. பொற்கைப் பாண்டியன்

தவறுதலாக இரவு வேளையில் அந்தணர் இல்லங்களின் கதவுகளைத் தட்டித் தொல்லையுளித்ததாகக் கருதப்பட்ட பாண்டிய மன்னன் தனக்குத்தானே தண்டனை விதித்துக் கொண்டது.

2. மனுநீதி சோழன்

ஒரு கன்றுக்குட்டியின் மீது தேரை ஓட்டித் தன் மகன் கொன்று விட்டான் என்பதை உணர்ந்த சோழ மன்னன் தன் மகன் மீது தானே தேரை ஓட்டிச் சென்று கொன்றது.

மன்னர் கொடுங்கோன்மை

ஆராயாது நீதி வழங்குதலும், முறையற்ற தண்டனை வழங்குதலும் கொடுங்கோன்மை எனக் கூறப்படுகிறது. இதற்கும் சங்க கால நிகழ்ச்சிகள் சான்றாகச் சுட்டிக் காட்டப்படுகின்றன. அவற்றில் ஒன்று,

நன்னன்

நன்னனுக்குரிய மரம் ஒன்றின் மாங்கனி கீழேவிழுந்து ஆற்றில் மிதந்து வந்தபோது அரண்மனைத் தோட்டத்தில் வீணான அதனை எடுத்துத் தின்ற பெண் ஒருத்திக்கு நன்னன் என்ற குறுநில மன்னன் மரணதண்டனை விதித்தான். அப்பெண்ணின் பெற்றோர் தண்டனை யாக 81 யானைகளையும், பெண்ணின் எடைக்கு நிகரான தங்கச் சிலையையும் அளிப்பதாகக் கூறியும் அப்பெண்ணைக் கொலை செய்வித்தான். பிற்காலப் புலவர்கள் நன்னனைப் பெண் கொலையாளி என்றே அழைத்தனர். இதனை

"மண்ணிய சென்ற ஒள்நுதல் அரிவை
புனல்தரு பசுங்காய் தின்றதன் தப்பற்கு

ஒன்பதிற்று ஒன்பது களிற்றொடு அவள்நிறை
பொன் செய்பாவை கொடுப்பவும் கொள்ளான்
பெண் கொலை புரிந்த நன்னன் போல"² - உணர்த்துகின்றது.

நீதி வழங்குவோரின் வயதும் அனுபவமும்

சங்ககாலத்தில் வயது, அனுபவம் ஆகியவை நீதி வழங்கிட இன்றியமையாத தகுதிகளாகக் கருதப்பட்டன. கரிகாலன் இள வயதிலேயே அரியணை ஏறியதால் மக்கள் உரை முடிவு காணும் அனுபவமற்றவன் என எண்ணி அவனிடம் வழக்கினைக் கொண்டு செல்லத் தயங்கினர். வழிவழியாக வந்த அரச மரபினன் ஆதலால் கரிகாலனிடம் நீதி வழங்கும் பண்பு இயல்பிலேயே குடிகொண் டிருந்தது. எனினும் வழக்கினைக் கொண்டு வந்தவர்களுக்குத் தன் மீது நம்பிக்கை வரும்பொருட்டு உள்ளே சென்று முதியவர்போல வேட மணிந்து வழக்கை விசாரித்துத் தீர்ப்பளித்தான். இந்நிகழ்ச்சியிலிருந்து அரசன் தானே வழக்குகளை விசாரித்தான் என்பது தெளிவாகிறது.

சில குற்றங்களும் தண்டனைகளும்

1. பொய்யானவற்றைக் கூறுவது பாவம். பொய்ச்சாட்சி சொல்வது அதைவிடப் பெரும்பாவம் என்று கருதப்பட்டது. எனவே பொய்ச்சாட்சி சொன்னவர்களின் நாக்கு துண்டிக்கப்பட்டது.

2. பிறன்மனை நயத்தல் கடுங்குற்றமாகக் கருதப்பட்டது. அவ்வாறு விரும்பியவனது கால் துண்டிக்கப்பட்டது.

3. தன்னைக் காதலித்தவன் திருமணத்திற்குமுன்னர் நட்பு பூண்டு பின்னர் மனைவியாக ஏற்றுக் கொள்ளவில்லையென ஒரு பெண் கள்ளூர் என்ற ஊரின் முன் வந்து கூறினாள். அவையினர் அவளது கூற்று உண்மையானது எனக் கண்டறிந்து, குற்றவாளியை மூன்று கவர்முட்கள் உடைய கிளையில் கட்டி வைத்துச் சுண்ணாம்பு நீரைத் தலையில் கொட்டினர்³.

4. அயல்நாட்டு ஒற்றர்கள் வேவு பார்க்க வந்தால் அவர்களுக்கு மரண தண்டனையளிக்கப்பட்டது. இளந்தத்தனார் என்ற புலவரைச் சோழன் நெடுங்கிள்ளி, ஒற்றன் எனத் தவறாகக் கருதிப் புலவரின் தலையைத் துண்டிக்க முயன்றபோது கோவூர்கிழார் என்ற புலவர் தலையிட்டு அவரைக் காப்பாற்றினார்.

5. அரச துரோகத்திற்கும் மரண தண்டனையே வழங்கப்பட்டது. யானையின் காலால் மிதிபட்டு சாகடிக்கப்படும் தண்டனையும் வழங்கப்பட்டது. கிள்ளிவளவன், தன் பகைவன் மலையமான் மக்கள் இருவரை யானையின் காலால் கொல்லக் கட்டளையிட்ட போது புலவர் கோவூர்கிழார் தலையிட்டுக் காப்பாற்றினார்.

6. நிலவருவாய் அல்லது வரிகள் செலுத்தாமை குற்றமாகக் கருதப்பட்டு அதற்குரிய வகையில் தண்டனை வழங்கப்பட்டது.

7. சிலவகையான குற்றங்களுக்குக் கப்பலில் துடுப்பு வலிக்கும்படி அனுப்பப்படும் தண்டனைகள் வழங்கப்பட்டன. கொற்கையில் உள்ள மீன் தொழில்துறையில் பணிபுரியக் கட்டாயப்படுத்தப் பட்டதாகச் "செங்கடற்செலவு" நூலாசிரியர் கூறியுள்ளார்.

8. பயிர் நன்றாக வளர்ந்திருந்த வயல் ஒன்றில் பசு ஒன்று நுழைந்து நாசப்படுத்திவிட்டது என்று கருதி அப்பசுவினை மேய்த்தவனின் கண் தோண்டியெடுக்கப்பட்டது[4]. குற்றவாளிகளைச் சிறைச் சாலைக்கனுப்பும் வழக்கம் சங்க காலத்திலிருந்தது. சேரன் கணைக்காலிரும் பொறை, சோழன் செங்கணானால் தோற்கடிக்கப் பட்டு குடவாயிற் கோட்டத்தில் சிறை வைக்கப்பட்டான். சங்கிலிகளால் பிணைக்கப்பட்டு இழிவுபடுத்தப்பட்டான்.

சங்ககால நீதி விசாரணை முறை குற்றவாளிகளை ஒறுத்தல் என்ற முறையிலே அமைந்திருந்தது. அவர்களைத் திருத்த முயலவில்லை. அரசர்கள் நீதியின் ஊற்றாயிருந்தார்கள். கொடுங்கோன்மை பூண்ட பாண்டியன் நெடுஞ்செழியன் தன்னுயிர் கொடுத்து செங்கோன்மையை நிலைநாட்ட வேண்டியிருந்தது. மனச்சான்றின் அடிப்படையில் தீர்ப்புக்களை வழங்கிய மன்னர்கள் தாம் தவறு செய்தபோது தமக்குத்தாமே தண்டனையளித்துக் கொள்ளத் தயங்கவில்லை. எழுதப்பட்ட சட்டங்களைவிட எழுதா அறநெறிகள் அதிக வன்மை வாய்ந்தவை என்பதைச் சங்ககால நீதி விசாரணை முறை நமக்கு எடுத்துக்காட்டியுள்ளது. எனினும் தலையைத் துண்டித்தல், உடலுறுப்புக் குறைத்தல், கொடுமைப்படுத்தல் போன்ற முறையற்ற தண்டனைகள் விதிக்கப்பட்டன. பகுத்தறிவில்லாத சோதனை விசாரணை முறைகளும் இருந்தன. இவ்விரு குறைபாடுகளையும் நீக்கிவிட்டுப் பார்த்தால் சங்ககால நீதித்துறை சமுதாய நீதியின் அடிப்படையில் இயங்கியது எனத் துணிந்து கூறலாம்.

அடிக்குறிப்புகள்

1. புறநானூறு. 299.
2. குறுந்தொகை. 292.
3. அகநானூறு. 256.
4. அகநானூறு, 262: 5.

2.3. போர் முறை

சங்க காலத் தமிழகத்தில் போர்கள் மிக அடிக்கடி நிகழ்ந்ததாக இலக்கியங்கள் கூறுகின்றன. குறிப்பாக, புறப்பொருள் சார்ந்த இலக்கியங்கள் போர்கள் பற்றிய விவரங்களைத் தருகின்றன. பண்டைத் தமிழர்கள் போருக்கம் கொண்டு வீரப்போர் புரிதலில் அதிக ஆர்வம் காட்டினர். வீரத்தின் பயனான புகழினை அவர்கள் தங்கள் வாழ்க்கை இலட்சியமாகக் கொண்டிருந்தனர்.

பல்வேறு காரணங்களால் பண்டைத் தமிழ் மன்னர்கள் இடைவிடாது போர்புரிந்தனர். பரஸ்பரம், போட்டி, பொறாமை, பகைமை, ஆதிக்க விரிவாக்கம், பிரதேச ஆக்கிரமிப்பு, வெற்றிப்புகழ் எய்தல் ஆகியவைகளே போருக்கான அடிப்படைக் காரணங்களாக இருந்தன. போரினால் பெற்ற வெற்றிகளைத் தங்கள் பெயருடன் இணைத்துப் பெருமைப்பட்டுக் கொண்டனர். (உ.ம்) தலையாலங் கானத்துச் செருவென்ற பாண்டியன், கானப்பேரெயில் கடந்த உக்கிரப் பெருவழுதி, இமய வரம்பன் நெடுஞ்சேரலாதன், கடல் பிறக்கோட்டிய செங்குட்டுவன்.

போர்க்கள விதிகள்

சங்க காலத் தமிழர்கள் போர் நடவடிக்கைகளின் போது சில ஒழுங்கு முறைகளைக் கொண்டிருந்தனர். புறமுதுகிட்டு ஓடும் எதிரியையும் மற்றும் ஆடை கழன்ற நிலையில் நின்றோரையும், மேய்ச்சல் நிலத்தில் வீழ்ந்தோரையும், நீரில் பாய்ந்தோரையும், படைக்கலமின்றி நிர்க்கதியாய் நின்றோரையும் தாக்குதல் கூடாது என்ற பொது விதியை வகுத்துக் கொண்டனர். போரின்போது பசுக்கள் கொல்லப்படக் கூடாது என்பதற்காகப் போர் தொடங்குவதற்கு முன்பே பசுக்களைக் கவர்ந்து வந்துவிடல் வேண்டும். மற்றும் மகளிர், அந்தணர், மகப்பேறு பெறாதோர் தாக்கப்படக் கூடாது எனவும் விதிக்கப்பட்டிருந்தது. ஆநிரை கவர்தல் மட்டும் இரவில் நடைபெறும். இதர போர் நடவடிக்கைகள் பகலில்தான் நடைபெற வேண்டும்.

படைப் பிரிவுகள்

அரசனுக்குக் கட்டாயமாக இருக்க வேண்டிய அங்கங்கள் ஆறினுள் முதலாவது கூறப்பட்டது படையாகும். (மற்றவை 'குடிமை, கூழ்', அமைச்சு, நட்பு, அரண் ஆகியவையாகும்) எனவே தமிழக மன்னர்கள் அனைவரும் படை வைத்திருந்தனர். யானை, குதிரை, தேர்,

காலாட்படை என்ற பாரம்பரிய மரபுப்படியான படைகளையும் கப்பற்படைகளையும் பண்டைத் தமிழ் மன்னர்கள் வைத்திருந்தனர்.

1. யானைப்படை மிக இன்றியமையாப் படைப் பிரிவாகக் கருதப்பட்டது; அரசனும் முதன்மையான படைத்தலைவர்களும் யானை மீது சென்றனர். அது போர் புரியும் யந்திரமாக, நகரும் கோட்டையாக, ஊர்தியாகப் பயன்பட்டது. எண்பேராயத்தின் உறுப்பினர்களுள் ஒருவரான 'யானை வீரர்' தலைமையில் யானைப்படை இயங்கியது. யானைகளுக்கு மதுவூட்டி வெளி யேற்றிப் போர்க்களத்திற்கு அழைத்துச் சென்றனர். வலிமை மிக்க கோட்டை வாயில்களைத் தாக்கி உடைப்பதற்கு யானைகளைப் பயன்படுத்தினர்.

2. குதிரைப்படை விரைந்து தாக்குவதற்குரியதாயிருந்ததால் போர்க் களத்தில் அப்படை பெரிதும் பயன்பட்டது. எண்பேராயத்தின் உறுப்பினர்களில் ஒருவரான "இவுளி மறவர்" தலைமையில் குதிரைப்படை இயங்கியது. போருக்கான குதிரைகள் வெளிநாடு களிலிருந்து இறக்குமதியாயின. பாண்டிய மன்னர் 4000 குதிரை வீரர்களை வைத்திருந்ததாக மெகஸ்தனிஸ் கூறியுள்ளார்.

3. தேர்ப்படையொன்றினையும் பண்டைய தமிழ் மன்னர்கள் தயாராக வைத்திருந்தனர். உருவப்பஃறேர் இளஞ்சேட் சென்னி என்ற சோழன் பல அழகிய பெரிய தேர்களையுடையவனாயிருந்த தால் அப்பெயர் பெற்றான். அக்காலத்தில் தேர் செய்யும் தச்சர்கள் மன்னர்களால் சிறப்பாகப் பணியிலமர்த்தப்பட்டிருந்தனர். பொதுவில் இரண்டு குதிரைகளால் இழுக்கப்படும் தேர்களே போரில் பயன்படுத்தப்பட்டாலும் நான்கு குதிரைகளால் இழுக்கப்படும் தேர்களுமிருந்தன.

4. காலாட்படையில் மறவர், எயினர், வேடர், மழவர், மள்ளர், பரதவர், மலையர், ஒளியர், கோசர் போன்ற போரூக்கம் கொண்ட இனத்தவர் சேர்ந்தனர். யவனர்களும் படை வீரர்களாகப் பணியாற்றினர். இவருள் மழவர்கள் அடிக்கின்ற கோலுக்கு அஞ்சாது மேலும் மேலும் சீறிவரும் அரவம்போல் அஞ்சா நெஞ்சம் கொண்டவர்கள் என இலக்கியங்கள் சிறப்பித்துள்ளன. முன்னணிப் படைப் பிரிவு "தூசி" எனவும் "தார்" எனவும் பின்னால் அணிவகுத்து வந்த பாதுகாவற்படை 'கூழை' எனவும் அழைக்கப்பட்டன.

கப்பற்படை

பண்டைத் தமிழ் மன்னர்கள் கப்பற்படையொன்றும் வைத்திருந்தனர். கடல் வழி வாணிபத்திற்குப் பாதுகாப்பளிக்கவும், கடல்

கொள்ளைக்காரர்களை அழிக்கவும் அப்படை கட்டாயமாகத் தேவைப்பட்டது. கரிகாலன் இலங்கை மீது படையெடுத்து ஆயிரக் கணக்கானோரைக் கைதிகளாகப் பிடித்து வந்தான் என்றால் அது கப்பற்படை வலிமையினால் தானாகும். கடலரண் அமைத்து கடற்கொள்ளையில் ஈடுபட்ட கடம்பர்களை ஒழித்து "கடற்பிறக் கோட்டிய" என்ற சிறப்புப்பட்டம் பெற்ற செங்குட்டுவனும் கப்பற்படையொன்றை வைத்திருந்தான்.

படைக்கலங்கள்

வேல், வாள், வில், அம்பு, கோல் ஆகியவை சங்க காலப் படைக்கலங்களாகும். வேலும் வாளும் எஃகினால் செய்யப்பட்டதால் எஃகம் எனப்பட்டது. "இனப்போர் மறவருக்கு வேல் வடித்துத் தருதற்கென" கொல்லர்கள் பலர் இருந்தனர். வாள் தகுந்த உறைகளில் இடப்பட்டிருந்தது. மன்னனின் வாள் நுண்ணிய அழகிய வேலைப் பாடுகளையும் விலையுயர்ந்த கற்களையுமுடையதாயிருந்தது. "வரை யாது வழங்கக்கூடிய கொற்கலம்" எனப் பொருள்படும் அம்பறாத் தூணியில் அம்புகள் வைக்கப்பட்டிருந்தன. கொல்லி மலைத் தலைவனான 'ஓரி' வில் எய்வதில் வல்லவனாதலால் வல்வில் ஓரி எனப்பட்டான். வேல் வீசுவதில் வல்லவனானதால் பெருவிறற் கிள்ளி என்ற சோழ மன்னன் வேற்பஃறடக்கை என்ற சிறப்புப் பெயரினைப் பெற்றான். மற்றும் சுற்றி எறியவல்ல கனமான திகிரிப்படை அல்லது சக்கரப்படை, கவண் ஆகிய படைக்கலங்களும் பயன்படுத்தப்பட்டன.

மேலே கூறப்பட்ட தாக்குதல் தொடுக்கவல்ல கருவிகளைச் சமாளிக்க தோலினாலும் இரும்பினாலும் செய்யப்பட்ட தற்காப்புக் கருவிகள் பயன்படுத்தப்பட்டன. அவற்றுள் கையில் வைத்துக் கொள்ளும் கேடயமும் உடலில் போர்த்திக் கொள்ளும் கவசமும் குறிப்பிடத்தக்கவை.

போரின் தொடக்கம்

அரசன் போர் நடவடிக்கைகளை மேற்கொள்ளத் தீர்மானித்த வுடன் படைக்கான போர் வீரர்களைத் திரட்டி வருமாறு தூதுவர்களை அனுப்பி வைத்தான். மறவர், எயினர், மழவர் போன்ற போரூக்கம் மிகுந்த இனத்தவர்கள் படையில் சேர்ந்தனர். படை புறப்படுவதற்கு முன் நன்னிமித்தங்கள், நல்ல நேரங்கள் பார்க்கப்பட்டன. படை புறப்படுவதற்கு முன்னர் நன்னாளில் வாளினைப் புனித நீராட்டி குடை, முரசு ஆகியவற்றுடன் அணிவகுப்பு ஊர்வலத்தினை நடத்தினர். இந்நாளினை 'நாட்கோள்' என அழைத்தனர். போருக்குப் புறப்படும்

மன்னர்களும் வீரர்களும் வஞ்சினம் கூறினர். அதாவது போர்க்களத்தில் ஒரு குறிப்பிட்ட சாதனை புரிவேன் அல்லது வீழ்வேன் என்று சூளுரை செய்தனர். மன்னர்கள் தங்கள் மரபிற்குரிய மாலைகளைச் சூடிக் கொண்டனர். மன்னனின் வெண்கொற்றக் குடையும், அரசுச் சின்னத்தைத் தாங்கிய கொடியும், முரசும் கொண்டு செல்லப்பட்டன. கொற்றவை போன்ற போர்க் கடவுளர்களின் அருள் வேண்டப் பட்டது. முரசுகள் இடிபோன்ற முழக்கத்தை உண்டுபண்ணின.

போரின் ஐந்து நிலைகள்

தொல்காப்பியர் போரில் ஐந்து நிலைகள் இருந்ததாகக் கூறுகிறார். அந்த ஐந்து நிலைகளை உணர்த்தும் ஐந்து வகைப் பூக்களை - வெட்சி, வஞ்சி, உழிஞை, தும்பை, வாகை - அணிந்து சென்றனர்.

1. வெட்சி

ஆநிரை கவர்தலே போரின் தொடக்கமாய் அமைந்தது. போரில் பசுக்கள் சேதப்படுத்தப்படக்கூடாது என்ற அக்கறை காரணமாக அவை முன்கூட்டியே அகற்றப்பட்டு விட வேண்டும் என்றே ஆநிரை கவர்தல் முதலில் நிகழ்கிறது. ஆநிரை கவர்வோர் வெட்சிப்பூ அணிந்து கொள்வர். அவர்களும் நற்குறி கண்டே தம் பணியினைத் தொடங்கினர். இச்சமயத்தில் வீரர்கள் ஆரவாரத்துடன் சென்று ஊரில் நல்ல குறிச்சொல் கேட்கின்றதா என்று பார்ப்பர். பின் உளவு பார்ப்பர், ஊரில் உள்ள சிலரைக் கொன்று அச்சுறுத்துவர். ஆநிரைகளைக் கவர்தலைத் தடுப்போருடன் போர் தொடுப்பர். வெற்றியேற்படின் தம்மூர் கொண்டு சென்று ஆநிரைகளைப் பகிர்ந்து கொள்வர். பின் வெற்றி தெய்வமான கொற்றவையை வணங்கி உண்டு களிப்புறுவர்.

2. வஞ்சி

பகைவர் நாட்டைக் கவர விரும்பும் மன்னன் வஞ்சிப்பூ அணிந்து செல்வான். ஆக்கிரமிப்பினின்று தன்னைத் தற்காத்துக் கொள்ளப் போர் புரியும் மன்னனும் வஞ்சிப்பூ சூடிக் கொள்வான். போர்தொடுத்து பகைவர் நாடு எரிக்கப்படும். தமக்கு அடங்கி திரை செலுத்தாத பகுதி மீது மீண்டும் தாக்குதல் நடத்தப்படும். இப்போரில் உதவியவன் “மாராயன்” என்ற பட்டம் பெற்றான். போர்க்காலத்தில் சோற்று உருண்டைகளும் வழங்கப்பட்டன.

3. உழிஞை

கோட்டைப் போரிலீடுபடுவோர் உழிஞைப் பூச்சூடிக் கொள்வர். முற்றுகையும் முற்றுகையை முறியடிக்கும் போர் நடிவடிக்கைகளும் உழிஞை எனப்படும். போர் தொடுப்போர் தம் வாளையும்

குடைகளையும் வெளிக்கொணர்ந்து பகைவரின் கோட்டைக்குள் ஏணி சாத்தி ஏறும் போது போர் தொடங்கிவிடும். இதில் கோட்டைக்குள் இருப்போர் வெற்றியடைதலும், அல்லது தாக்கச் சென்றோர் வெற்றியடைதலும் உண்டு. தாக்கச் சென்றோர் வெற்றி பெற்றால் அதனடையாளமாக மண்ணு மங்கலம் செய்வர்.

4. தும்பை

கோட்டைக்கப்பால் வலிமையை நிலை நாட்ட வெட்ட வெளியில் நின்று போர் புரிந்தவர் தும்பைப் பூவைச் சூடிக்கொண்டனர். இப்போரில் காலாட்படை, யானைப்படை, குதிரைப்படை ஆகியன ஈடுபட்டன.

5. வாகை

போரில் வெற்றிபெற்றோர் வாகைப் பூவைச் சூடிக்கொண்டனர். இதில் யானை மீதிருந்த வேந்தனைக் கொன்ற பகைநாட்டு வேந்தன் தன் வாள் வீரர் சூழ ஆரவாரம் செய்வான். இது “வாள் அமலை” எனப்பட்டது.

பாசறை[1]

போர்க்களத்தில் போர் நடைபெறாத சமயம் போர் வீரர்களும் மன்னனும் தங்கியிருக்கும் இடம் பாசறை அல்லது பாடிவீடு எனப்பட்டது. பாசறையில் தங்கியிருக்கும் மன்னனுக்குப் பணிபுரிய பல பெண்கள் இருந்தனர். சட்டை அணிந்த யவனர்கள் மெய்க்காவலர் களாகப் பணியாற்றினர். நேரத்தை அறிவிக்கும் நாழிகைக்கணக்கர் இருந்தனர். அரசனது காவலர்கள் மதுவைச் சுவைத்தனர். காயம்பட்ட வீரர்களைக் கண்டு அரசன் ஆறுதல் கூறினான். அரசன் அவ்வாறு ஆறுதல் கூறும்போது படையில் தலைமைப் பொறுப்பிலிருக்கும் வீரன் ஒருவன் புண்பட்டோரைக் காட்டி விளக்கம் தருவான்.

கோட்டை

தலைநகர்களைச் சுற்றி கோட்டை கட்டிப் பாதுகாப்பது அக்கால வழக்கம். கோட்டைச் சுவர்கள் உயரமாக இருந்தன. அவை செங்கற் களால் கட்டப்பட்டு செம்மண் சாந்து கொண்டு பூசப்பட்டன. கோட்டையைச் சுற்றி ஆழமான அகழிகள் அமைக்கப்பட்டிருந்தன. கோட்டை முற்றுகைப்போர் அக்காலப் போர் முறையில், ஒன்று. கோட்டைக்குள் இருப்போருக்கு எவ்வித உணவுப் பொருட்களும் போகாதவாறு செய்து அவர்களைப் பட்டினி போட்டுப் பணியவைக்க முயற்சிப்பர். நெடுங்கிள்ளி ஆவூர்க் கோட்டையினுள்ளிருந்தபோது நலங்கிள்ளி அந்நோக்கத்துடன் அக்கோட்டையை முற்றுகையிட்டது

குறிப்பிடத்தக்கது. பாரியின் பறம்பு மலையை மூவேந்தர்களும் முற்றுகையிட்டபோது அவ்வாறு பட்டினி போட்டு பணிய வைக்க இயலவில்லை. அங்கு மலைநெல்லும் கிழங்கும் இயல்பாகவே கிடைத்ததால் அவர்கள் பணியவில்லை. பின் வஞ்சகத்தால் தான் பாரியைக் கொன்றனர்.

சில போர்ப்பண்புகள்

முதலாவதாக, நாட்டிற்காகப் போரிட்டு உயிர் துறப்பது உயரிய பண்பு எனக் கருதப்பட்டது. இருதினங்களுக்கு முன் தன் தந்தையைப் பறிகொடுத்து, முந்திய தினத்தில் கணவனைப் பறிகொடுத்த ஒரு பெண் இன்று போர்ப்பறை கேட்டதும் தன் ஒரே மகனைப் போருக்கு அனுப்பி வைத்த வீரப்பெண்ணின் துணிச்சல் போற்றப்பட்டது.

இரண்டாவதாக, போரில் முதுகில் காயம் பட்டால் அது இழுக்கு எனக் கருதப்பட்டது. பெருஞ்சேரலாதன் என்ற சேர மன்னன் சோழன் கரிகாலனிடம் போரிட்ட சமயம் புறப்புண் ஏற்பட்டபோது நாணி வடக்கிருந்து உயிர்விட்டான். "போரில் முதுகில் காயம்பட்டிருந்தால் என் மகனுக்குப் பாலூட்டிய மார்பினை அறுத்தெறிவேன்" என்று சூளுரைத்த மறப்பெண், தன் மகன் மார்பில் காயப்பட்டு மாண்டு கிடத்தலைக் கண்டு அவனைப் பெற்ற நாளில் உற்ற மகிழ்ச்சியை விடப் பேருவகை கொண்டாளாம். போரில் இறந்து பட்ட வீரர்களின் பெயரால் அவர்தம் உறவினர்க்கு ஊர்கள் பரிசளிக்கப்பட்டன.[1அ].

மூன்றாவதாக, போரில் இறந்துபட்ட வீரனுக்கு நடுகல் நடப்பட்டது. அக்கல்லில் அவ்வீரனைப் பற்றிய குறிப்புக்கள் பொறிக்கப்பட்டன.

நான்காவதாக, போரில் பட்ட காயங்களை விழுப்புண்கள் எனப்போற்றுவது அன்றைய படை மரபு. போரில் காயமுற்றோரைப் பேண மனைகள் அமைக்கப்பட்டன. இதற்கு அடையாளமாக அங்கு வேப்பந்தழை செருகப்பட்டிருந்தது. அவர்களுக்கு மருந்தளிக்கப் பட்டதோடு, மனச்சோர்வு நீங்க இசை இசைக்கப்பட்டது. இறுதியாக பகையரசர்களின் அரசுச் சின்னங்களான முரசு, குடைகளைக் கவர்தல், காவல் மரத்தை வெட்டி வீழ்த்தல் போன்றவைகள் வீரச் செயல்களாகக் கருதப்பட்டன. நெடுஞ்சேரலாதன் கடம்பர்களின் காவல் மரத்தை வெட்டி வீழ்த்திய வீரச்செயல் குறிப்பிடத்தக்கது.

படைவீரர் ஊதியம்

சங்ககால மன்னர்கள் பெரிய அளவில் நிலைப்படைகள் வைத்துக் கொள்ளவில்லை யாதலால் போர் வீரர்கட்கு முறையான ஊதியம் எதுவும் வழங்கவில்லை. போர் தொடங்குவதற்கு முன் அரசன்

படைவீரர்கட்கு வெகுமதிகள் அளித்தபோது சிறப்பான விருந்தொன்றும் அளித்தான். மன்னனே அவர்களுக்குப் போர்ப் பூவைச் சூட்டினான்[2]. போர் தொடக்கத்தின் போது கவர்ந்து வரப்பட்ட கால்நடைகள் இறுதியில் வீரர்களுக்குப் பகிர்ந்தளிக்கப்பட்டன. பகைப்புலத்தில் கொள்ளையடிக்கப்பட்ட செல்வத்திலும் பங்களிக்கப்பட்டது. வெற்றி பெற்ற படை வீரருக்கு எப்போதும் ஒளிமங்கிடாத பொன் மலர்கள் வழங்கப்பட்டன. இறையிலி நிலங்களும் வழங்கப்பட்டன. போரில் இறந்துபட்ட வீரர்களின் பெயரால் அவர்தம் உறவினர்க்கு ஊர்கள் பரிசளிக்கப்பட்டன[3].

போரில் தோற்றவர்க்கு அளிக்கும் தண்டனை

போரில் தோற்ற பகைவர்களின் வீரர்களைக் கைப்பற்றி வருவது வழக்கம். இவர்கள் தனியாக அடைக்கப்பட்டதால் "கொண்டி மன்னர்" என அழைக்கப்பட்டனர்[4]. போரில் தோல்வியுற்ற மன்னரும் சிறையிலடைக்கப்பட்டனர்[5]. இம்மன்னர்கள் இழிவுபடுத்தப்பட்டனர். இமயவரம்பன் நெடுஞ்சேரலாதன் தோற்றுப் போன யவன வீரர்களைப் பின்கட்டாகக் கட்டித் தலையில் நெய் ஊற்றி அழைத்து வந்தான்[6]. முந்திய இயலில் கண்டது போல், குளமுற்றத்துத் துஞ்சிய கிள்ளி வளவன் தன்னிடம் தோற்று இறந்து போன காரியின் பிள்ளைகளைக் கொல்ல முயன்றான். தோற்ற நாட்டில் வென்ற மன்னன் ஏர் பூட்டி உழுது வெற்றியைப் பறை சாற்றினான். இதன் மூலம் அந்நாட்டை இழிவுபடுத்தினான். தோற்றவர் வென்ற மன்னனின் காலில் தம் முடிபட வீழ்ந்து வணங்க வேண்டியிருந்தது. இவ்வாறு போர்த் தண்டனைகள் கடுமையாக இருந்தமை தெரிகின்றன.

அடிக்குறிப்புகள்

1. இச்சொல் சங்ககாலத்தில் கதிர்களைக் கூம்பு வடிவில் குவித்து அவற்றைப் பாதுகாக்க தட்டைகளை வேயும் குத்தரி என்பதனைக் குறிக்கப் பயன்பட்ட ஒன்றாகும். (நற்றிணை, 125).

1அ. புறநானூறு, 278.

2. புறநானூறு, 291.

3. புறநானூறு, 287.

4. இன்றும் சில கிராமங்களில் பயிர்களை மேய்ந்த ஆடுமாடுகளைக் கைப்பற்றி அடைக்கும் இடம் "கொண்டி" என அழைக்கப்படுகின்றது.

5. சோழன் செங்கணான் கணைக்கால் இரும்பொறையையும் பாண்டியன் நெடுஞ்செழியன் மாந்தரஞ்சேரல் இரும்பொறையையும் சிறையில் அடைத்ததைக் கூறலாம்.

6. பதிற்றுப்பத்து, 2.

2.4 வாணிபம்

சங்ககாலத் தமிழகம் பொருளியல் வளர்ச்சி பெற்றுச் செல்வச் சிறப்புடன் விளங்கியதென்றால் அதற்கு அக்காலத்தில் விறு விறுப்புடன் நடைபெற்ற உள்நாட்டு, வெளிநாட்டு வாணிபம் ஒரு முக்கிய காரணமாகும். வாழ்க்கைக்குத் தேவையான அனைத்துப் பொருட்களையும் ஓரிடத்திலே உற்பத்தி செய்து விட முடியாது. அதுபோல் மக்களும் தங்கள் தேவைகள் அனைத்தையும் தாங்களே படைத்திட இயலாது. சிலர் சில பொருட்களைத் தான் மிகுதியாக உற்பத்தி செய்ய முடியும்: பலர் இன்றியமையாப் பொருட்களுக்குக் கூட பிறர் கைகளையே எதிர்பார்த்து நிற்க வேண்டியதிருக்கிறது. மிகுதியைக் கொடுத்துத் தேவையானவற்றைப் பெறுதல் என்பது பண்டைய சமூக வாழ்வின் தவிர்க்க இயலா ஒரு பொருளியல் நடவடிக்கையாகும். அந்நடவடிக்கையிலிருந்துதான் விற்றல் - வாங்கல் என்ற வழக்கம் உருவானது. இதுவே வாணிபமாக வளர்ச்சியுற்றது.

உழவினால் விளைவிக்கப்படும் பொருட்களையும் கைத்தொழிலாற் செய்யப்படும் உற்பத்திப் பொருட்களையும், உள்நாட்டில் பகிர்ந் தளிக்கவும், உள்நாட்டு அரிய பொருட்களை வெளிநாட்டிலும், வெளிநாட்டு இன்றியமையாப் பொருட்களை உள்நாட்டிலும் விநியோகிக்கவும், பெரும் பொருளீட்டிச் செல்வத்தைப் பெருக்கவும் வாணிபம் இன்றியமையாப் பொருளியல் சாதனமாயிற்று. இது ஒரு நாட்டின் பொருளாதார நிலையைக் கணக்கிடும் ஓர் அளவு கோலாகும்.

உள்நாட்டு வாணிபம்

சங்ககால உள்நாட்டு வாணிபத்தில் இருவகையான அங்காடிகள் இருந்தன. அவை 1. நாளங்காடி 2. அல்லங்காடி ஆகும். நாளங்காடி என்பது பகல் நேரத்தில் இருந்த அங்காடியாகும். அல்லங்காடி என்பது இரவு நேர விற்பனைக் கூடமாகும். இந்த விற்பனைக்கூடங்கள் பெரும்பாலும், புகார், மதுரை போன்ற நகரங்களில் இருந்ததாகத் தெரிகின்றது. மதுரையில் அங்காடிகளில் வியாபாரம் நடந்த விதத்தையும், அங்குக் கூடியிருந்த மக்களது கூட்டத்தையும் பற்றி மதுரைக் காஞ்சி சிறப்பாகக் கூறுகின்றது. வணிகர்கள் எங்கு வியாபாரம் செய்யச் சென்றாலும் கூட்டம் கூட்டமாகச் சென்றனர். இதற்குக் காரணம்

பெரும் சாலைகளில் திருடர் பயம் அதிகமாக இருந்தது. இதனால் வணிகர்கள் “வணிகச் சாத்து” என்ற குழுக்களை ஏற்படுத்திக் கொண்டனர். வாணிபத்தில் நாணயம், நேர்மை காட்டப்பட்டது. நாணயமான வணிகம் இருந்ததால் பொருளீட்டுதலும் சிறப்பாக இருந்தது.

பண்டமாற்று

ஒரு பொருளைக் கொடுத்து அதற்கு ஈடாக இன்னொரு பொருளை வாங்குவதே பண்டமாற்று முறையாகும். சங்க காலத்தில் வாங்கல் விற்றல் பெரும்பாலும் பண்டமாற்று முறையிலேயே நடைபெற்றது. யார் யார் என்னென்ன பொருட்களை எவ்வாறு பண்டமாற்று செய்தனர் என்பதைச் சங்க இலக்கியங்கள் எடுத்துக்காட்டியுள்ளன. கிராமங்களுக்குள் நடந்து வந்த பண்டமாற்று வாணிபம் ஊர்களைத் தன்னிறைவு பெற்றவையாக வைத்திருந்தது.

உணவுப்பொருளான நெல் நல்லதொரு பண்டமாற்றுப் பொருளாகப் பயன்பட்டது. இடையன் பாலைக் கொடுத்து அதற்கு ஈடாகத் தானியத்தை மாற்றிக் கொண்டான். வேடன் தான் வேட்டையாடிக் கொண்டு வந்த மானிறைச்சியை உழவனிடத்தில் கொடுத்து அதற்கு ஈடாக நெல்லை மாற்றிக் கொண்டான். உப்பு வணிகர்களும் நெல்லைப் பெற்று உப்பைக் கொடுத்தனர். உப்பு வணிகர் உமணர் எனப்பட்டனர். உமணர் ஊர் ஊராகத் திரிந்து வாணிபம் செய்தனர். பிற நாட்டில் விளைந்த உப்பையும் வாங்கி வாணிபம் நடத்தினர்[1]. மருத நிலத்திலிருந்து கிராமங்களுக்குள் வந்த வேட்டுவர்கள் மான் கறியைக் கொடுத்து வெண்ணெய் பெற்றுச் சென்றனர்[2]. ஆய்மகள், தயிருக்கு மாற்றாக நெல் பெற்றாள். பரதவ மகளிர் மீனுக்கு ஈடாக நெல்லையும், பயிற்றையும் பெற்றனர்[3]. அது போல் பூவிற்ற பெண்களும் பூவை நெல்லுக்குப் பண்டமாற்று செய்தனர்[4].

கள் உண்ணும் பொருட்டு மக்கள் தங்கள் மிகுதிப் பொருட்களை மதுபானக் கடையில் கொட்டினர். வேடர் தேனையும், கிழங்கையும் கொண்டு வந்து மதுபானக் கடைகளில் மாற்றி அதற்கு மாறாக வறுத்த மீன் இறைச்சியையும் மதுவையும் வாங்கி உண்டனர். மீனவர்கள் முத்துச் சிப்பிகளையும், எயினர் யானைத் தந்தங்களையும் கொடுத்து கள் உண்டனர்.

இவ்வாறு சாதாரண மக்கள் தங்கள் குலத் தொழில் மூலம் கிடைத்த உபரிப் பொருட்களைக் கொடுத்துத் தாங்கள் விரும்பிய பொருட்களைப் பெற்றனர்.

காசு (நாணயம்)

சிறிய அளவில் இவ்வாறு பண்டமாற்று முறையில் வாணிபம் நடைபெற்றபோது பெரிய அளவிலான வாணிபம் காசுகள் மூலமே நடைபெற்றது. பெரிய பட்டினங்களிலும், நகரங்களிலும் காசு கொடுத்துப் பொருளை வாங்கும் வழக்கமிருந்தது. அங்குச் செம்பு , வெள்ளி, பொன் நாணயங்கள் புழக்கத்திலிருந்தன. அக்காசுகள் நெல்லிக்காயின் வடிவம்போல உருண்டு சிறிது தட்டையாக இருந்தன[5]. இவைகளன்றி கடல் கடந்த கப்பல் வாணிபத்தின் மூலமாக ரோமானிய (யவன) நாணயங்களும் தமிழ் நாட்டில் புழக்கத்திலிருந்தன. இக்காசுகள் மதுரை, தஞ்சை, கோவை, சென்னை, தென்னாற்காடு மாவட்டங்களில் அதிகம் கிடைத்துள்ளன. இக்காசுகள் கி.மு. முதல் நூற்றாண்டில் ரோமாபுரியை ஆண்ட அகஸ்டஸ் காலம் தொடங்கி டைபீரியஸ், க்ளாடியஸ், மார்க்ஸ், அரிலஸ், ப்யாடோஷியஸ் டொமிட்டன், டியோடிஸியஸ், டியோக்ளாடியஸ் ஆகியோர் காலத்துக் காசுகளாகும். இவை கி.மு. முதல் நூற்றாண்டிலிருந்து கி.பி. 4 - ஆம் நூற்றாண்டு வரை வெளியிடப்பட்டவையாகும்[6]. அண்மையில் இராமநாதபுரம் மாவட்டம் அழகன்குளத்தில், தமிழகத் தொல்பொருள் ஆய்வுத்துறையால் நடத்தப்பட்ட ஆய்வில் இதுவரை மூன்று ரோமானியக் காசுகள் கண்டுபிடிக்கப்பட்டுள்ளன. இவற்றில் ஒன்று வாலன்டியன் காலத்தையும் மற்றொன்று டியோடிஷியஸ் காலத்தையும், மூன்றாவது ஆர்க்கேடியஸ் காலத்தையும் சேர்ந்தவையாம். இவற்றின் காலம் கி.பி. 4-ஆம் நூற்றாண்டாகக் கருதப்படுகின்றது[7]. திருக்கோவிலூருக்கு அருகே கிடைத்த புதையலில் நிரோச்சர் (கி.பி. 54-68), ஹாரியன்ஸி (கி.பி.117-128), ஆஸ்போஸியஸ் (கி.பி. 138-161) ஆகிய மன்னர் தம் காலத் தங்கக் காசுகள் கிடைத்துள்ளன[8]. கோவை மாவட்டம் திருப்பூரில் ரிபப்ளிகன் காலத்திய (கி.மு. 2-1 நூற்றாண்டுகள்) நாணயம் கண்டுபிடிக்கப்பட்டுள்ளது. 1992-இல் கி.மு. 69-ஆம் ஆண்டைச் சேர்ந்த ரோம வெள்ளி நாணயம் கண்டுபிடிக்கப்பட்டது. கரூருக்கு அருகே கிரேக்க, பொனிஷிய, செலூசிட் நாட்டு நாணயங்கள் கிடைத்துள்ளன[9]. இவற்றையெல்லாம் வைத்து, டாலமி, பெரிப்லூஸ் போன்றோரின் கருத்துக்களோடு ஒப்பிட்டு நோக்கின் அக்காலத்தில் நடைபெற்ற நம்நாட்டின் வெளிநாட்டு வாணிபச் சிறப்பைக் காணலாம்.

பண்டக சாலையும், கலங்கரை விளக்கமும்

சங்ககாலத் துறைமுகங்களில் பண்டகசாலைகளும் கலங்கரை விளக்கங்களும் இருந்தனவாகச் செய்திகள் கூறுகின்றன[10]. கடலோரங்களில் வெளிநாட்டிலிருந்து வந்த பொருட்களை உள்நாட்டுக்கு எடுத்துச் செல்லவும், உள்நாட்டுப் பொருட்களைக் கப்பலில் ஏற்றவும், பொருட்கள் குவித்து வைக்கப்பட்ட இடம் பண்டக சாலையாகக்

கருதப்பட்டது. முசிறி துறைமுகத்தில் கேரளத்தில் விளைந்த மிளகு குவித்து வைக்கப்பட்ட செய்தி தெரிய வருகின்றது. பேரியாற்றைக் கடந்து பொன்னோடு வந்த யவனரின் கலங்கள் மிளகை ஏற்றிக் கொண்டு திரும்பினவாம்[11]. எகிப்திலிருந்து இறக்குமதியான பொருட்கள் காவிரிப்பூம்பட்டினத்தில் குவிக்கப்பட்டன. இரவில் கலங்கள் திசை மாறிச் செல்லாமல் நெறிப்படுத்த அக்காலத்தில் கலங்கரை விளக்கங்கள் அமைக்கப்பட்டிருந்தன[12].

போக்குவரத்துச் சாதனங்கள்

வாணிபப் பொருட்களை ஓரிடத்திலிருந்து மற்றோர் இடத்திற்குக் கொண்டு செல்ல பல மிருகங்களைப் பயன்படுத்தினர். அவை,

1. அத்திரி எனப்பட்ட கோவேறு கழுதை.

2. குதிரை: இது பெரும்பாலும் அயல்நாடுகளிலிருந்து இறக்குமதி யாகிப் போர்க்களங்களிலே பயன்படுத்தப்பட்டது. சிறு பகுதியே வண்டியிழுக்கப் பயன்படுத்தப்பட்டது.

3. மாடும், மாட்டு வண்டியும்: வாணிபப் பண்டங்களைப் பெரும் பாலும் வண்டிகளில் ஏற்றிக்கொண்டு கூட்டம் கூட்டமாகச் சென்றனர்.

4. கழுதை: பாறைகளும் குன்றுகளுமாயுள்ள பகுதிகளுக்குச் சரக்குகள் கொண்டு செல்லப் பயன்படுத்தப்பட்டன. பலாப்பழ மளவாகச் சிறுசிறு பொதிகளாகக் கட்டப்பட்ட மிளகு மூட்டைகளைக் கழுதைகளின் மேல் ஏற்றிச் சென்றதாகப் பெரும்பாணாற்றுப்படை கூறுகின்றது.

வணிகச் சாத்து

வணிகர் பலர் ஒன்றாகச் சேர்ந்து பொருட்களை வண்டியில் ஏற்றிக் கொண்டு போயினர். இவ்வணிகர் கூட்டத்திற்கு வணிகச் சாத்து என்று பெயர். வாணிபப் பயணத்தைத் தொடங்குவதற்கு முன் அவர்கள் நாள் நிமித்தம் பார்த்து நல்லவேளையில் புறப்பட்டனர். காட்டுவழிகளில் வழிப்பறிக் கொள்ளைக்காரர் பற்றிய பயமிருந்ததால், தங்களுக்குத் துணையாக வில்வீரர்களையும் உடனழைத்துச் சென்றனர். இவ் வணிகச் சாத்துக்களின் தலைவன் "மாசாத்துவான்" எனப்பட்டான். கோவலனுடைய தந்தை காவிரிப்பூம்பட்டினத்தில் உள்ள மாசாத்துவர் களில் ஒருவன் என்பது ஈண்டு குறிப்பிடத்தக்கது.

கடல் வாணிபம்

நாவாயில் (கப்பலில்) வாணிகம் செய்தவர்கள் நாலிகர் எனப்பட்டனர். பெருமளவில் கடல் வாணிபம் செய்தவர்கள்

மாறாலிகர் எனப்பட்டனர். இதுவே மருவி "மாறாலிகள்" என வழங்கியது. கண்ணகி, காவிரிப்பூம்பட்டினத்து மாறாலிகள் ஒருவன் மகள் என்பது குறிப்பிடத்தக்கது. சிறுபடகுகளில் ஆறுகளிலும், கரையோரங்களிலும் சரக்குகளை ஏற்றிச் சென்றனர். பாய்மரக் கப்பல் களில் சரக்குகளை ஏற்றி மேற்கில் இத்தாலி, கிரேக்க நாடுகளுடனும், கிழக்கில் சாவகநாடு, பர்மா வரையிலும் வாணிபம் செய்தனர். கடலில் பாதுகாப்புடன் பயணம் செய்ய மணிமேகலா தெய்வத்தை வழி பட்டனர். கிழக்குக் கடற்கரையில் உள்ள துறைமுகப்பட்டினங்களில் கரையோர வாணிபம் நடைபெற்றது. கொற்கை, தொண்டி, பூம்புகார், சோபட்டினம் முதலான தமிழ்நாட்டுத் துறைமுகங்களிலிருந்து கரையோரமாக நாவாய்களைச் செலுத்தி நெல்லூர், கலிங்கப்பட்டினம், தாம்ரலிப்தி முதலான பட்டினங்களுக்குச் சென்றனர். கங்கையின் முகத்துவாரம் வழியாகப் பாடலிபுத்திரம், காசிவரை சென்றனர். இதே போல் இலங்கைக்கரைக்கும் சென்றனர். கடல் வாணிபத்திற்கும் கடற்கொள்ளையர்களால் இடையூறு ஏற்பட்டது. அவர்கள் கடற் குறும்பர் எனப்பட்டனர்.

எட்டிப்பட்டம்

வாணிபத்தில் பெருமளவு ஈடுபட்டுப் பெருஞ்செல்வத்தை ஈட்டிய மாசாத்துவர்களுக்கும் மாநாய்கர்களுக்கும் மன்னர்கள் எட்டிப் பட்டமும் எட்டிப் பூவும் அளித்துச் சிறப்புச் செய்தார்கள். எட்டிப்பூ என்பது பொன்னால் செய்யப்பட்ட தங்கப்பதக்கம் போன்ற அணி. காவிரிப்பூம்பட்டினத்தில் இருந்த சாயலன் என்னும் வாணிகன் இவ்வாறு எட்டிப்பட்டம் பெற்றிருந்தததாகத் தெரிகின்றது. மற்றும் தருமதத்தன் என்னும் வாணிகன் மதுரை சென்று பெரும் பொருளீட்டிய போது மன்னன் பாண்டியன் அவனுக்கு எட்டிப்பட்டமும், பூவும் அளித்துச் சிறப்புச் செய்தான். நாளடைவில் வாணிபத்தில் ஈடுபடுவோர் தங்களை எட்டி எனச் சிறப்பித்துக் கொண்டனர். இச்சொல்லே "செட்டி" என்று மருவியிருக்கலாம் எனக் கருதப்படுகிறது.

சுங்க வரி

வாணிபத்திற்கு இவ்வாறு ஊக்கமளித்த அரசு சுங்கவரி விதித்து அதிலிருந்து வருவாயும் பெற முயன்றது. வணிகச் சாத்தர் செல்லும் வழிகளில் சுங்கச்சாவடிகள் இருந்ததென்றும், அங்கு வில்வீரர்கள் காவல் இருந்தனர் என்றும் பெரும்பாணாற்றுப்படை கூறியுள்ளது. காவிரிப் பூம்பட்டினத்தில் வரி செலுத்திய தற்கறிகுறியாக சரக்குகள் மீது புலி முத்திரை பொறிக்கப்பட்டிருந்ததாகப் பட்டினப்பாலை கூறுகிறது.

அயல்நாட்டு வாணிபம்

சங்க காலத்தில் தமிழர் தரை வழியாகவும் பாரத நாடு முழுவதும் சென்று வாணிபம் செய்தார்கள். உஜ்ஜெய்னி, கலிங்கப்பட்டினம்,

அமராவதி, பாடலிபுத்திரம், காசி முதலான வட இந்திய நகரங்களுக்கு வணிகர் சென்றனர். அதுபோல் கடல் கடந்த நாடுகளாகிய பர்மா, கடாரம், சாவகம், இலங்கை (அநுராதபுரம்) ஆகிய நாடுகளுக்கும் சென்று வாணிபம் செய்தனர்.

தமிழக வணிகர் அயல் நாடுகளுக்குச் சென்று வாணிபம் செய்தது போலவே அயல்நாட்டு வணிகரும் தமிழகத்திற்கு வந்து வாணிபம் செய்தனர். தமிழகத்தின் முக்கிய துறைமுகமான காவிரிப்பூம் பட்டினத்தில் வெளிநாடுகளிலிருந்து வந்த கப்பல் வணிகர் வெவ்வேறு மொழிகள் பேசினர் என்று சங்கம் மருவியகால நூலான சிலப்பதிகாரம் கூறுகிறது.

கிறிஸ்து பிறப்பிற்கு முன்னரே மிகப்பழங்காலத்திலேயே தமிழர்கள் மெசபடோமியா, மத்தியதரைக்கடல் நாடுகளுடன் வர்த்தகத்தில் ஈடுபட்டிருக்க வேண்டுமெனத் தெரிகிறது. அதனை நிரூபிப்பதற்கு ஒன்றிரண்டு வரலாற்று உண்மைகள் சான்றுகளாகச் சுட்டிக் காட்டப்படுகின்றன.

சுமேரியாவில் உள்ள "ஊர்" என்ற இடத்தில் அகழ்வாராய்ச்சி செய்தபோது அங்குள்ள சூரியக் கடவுள் ஆலயத்தில் தேக்கு மர உத்திரங்கள் இருந்ததாகக் கண்டுபிடித்துள்ளனர். இத்தேக்குமரம் தமிழகத்தின் மேற்குக் கரையிலிருந்துதான் சென்றிருக்க வேண்டும் எனக் கருதப்படுகிறது. ஒரு சில தமிழ்ச்சொற்கள் அப்பகுதி மக்கள் பேசிய மொழிகளில் வழங்கப்படுகின்றன. மென் துணியைக் குறிக்கும் "துகில்" என்ற தமிழ்ச் சொல் ஹுப்ரு மொழியில் "துகி" எனப்படுகிறது. அரிசி என்பது கிரேக்க மொழியில் "ஒரிஸ்" எனப்படுகிறது. மயில் தோகை "தோக்" எனப்படுகிறது.

அரபு வணிகர்

அரேபியர் இஸ்லாம் சமயத்தைத் தழுவுமுன்பே தமிழகத்துடன் வர்த்தகத் தொடர்பு கொண்டிருந்தனர். மேற்குக் கரையிலுள்ள துறைமுகமான முசிறிக்கு வந்தனர். அங்கு அவர்கள் தங்கிய இடம் "பந்தர்" எனப்பட்டது. பந்தர் என்றால் அரபு மொழியில் கடைவீதி என்று பொருள். அவர்கள் முத்து, மூங்கில், மிளகு ஆகியவற்றை இங்கிருந்து வாங்கிச் சென்று செங்கடல் துறைமுகங்களில் கொண்டுபோய் விற்றார்கள்.

யவன வணிகர்

இந்தியாவிற்கு வந்து வாணிபம் புரிந்த கிரேக்கரும், ரோமானியரும் யவனர் எனப்பட்டனர். கி.மு. முதலாம் நூற்றாண்டில் ரோமானியர் மத்திய தரைக்கடலில் உள்ள முக்கிய துறைமுகப்பட்டினமான

அலெக்சாண்டிரியாவைக் கைப்பற்றிக் கொண்டபின் கீழை நாட்டு வர்த்தகம் அவர்கள் கையில் விழுந்தது. அதன்பின் தமிழகத்துடன் யவனர்கள் விறுவிறுப்பான வாணிபம் செய்யத் தொடங்கினர். அதற்கான சான்றுகள்:

1. பிளினி, டாலமி, செங்கடற்செலவு என்ற நூலின் ஆசிரியர் ஆகியோர் தங்கள் நூற்களில் கிரேக்க ரோமானியர்கள் தமிழகத்திற்கு எவ்வாறு வந்து எந்தெந்தத் துறைமுகங்களில் எவ்வாறு தங்கி என்னென்ன பொருள்களை வாங்கிச் சென்றனர் என்பதை விவரித்துள்ளனர்.
2. ஸ்ட்ராபோ என்ற கிரேக்க வரலாற்றாசிரியர் பாண்டிய மன்னன் ஒருவன் ரோமானியப் பேரரசர் அகஸ்டஸ் பேரவைக்குத் தூது ஒன்று அனுப்பியதாகக் குறிப்பிட்டுள்ளார்.
3. தமிழகத்தில் பல்வேறு இடங்களில் கண்டுபிடிக்கப்பட்டுள்ள ரோமானிய நாணயங்கள், பார்க்க இவ்வியலின் நாணயப் பகுதி தமிழகத்தின் வெளிநாட்டு வாணிபத்திற்குச் சான்று பகர்கின்றன.
4. புதுச்சேரிக்குத் தெற்கேயுள்ள அரிக்காமேடு என்ற இடத்தில் செய்யப்பட்டுள்ள அகழ்வாராய்ச்சி மூலம் அங்கு ரோமானியப் பண்டகசாலை, தொழிற்சாலை இருந்ததாகத் தெரியவந்துள்ளது. யவனர் மதுச்சாடிகள் பல அகழ்ந்தெடுக்கப்பட்டுள்ளன.
5. யவன வீரர்கள் பலர் பாண்டிய மன்னரின் மெய்க்காவலராகப் பணியாற்றினர் எனச் சங்கஇலக்கியம், கூறுகின்றது.
6. கிரேக்க மதுவகைகள், விநோதமான வடிவங்களையுடைய கலங்கள், விளக்குகள் பற்றிய குறிப்புகள் தமிழ் இலக்கியங்களில் காணப்படுகின்றன. (உ.ம்)

"யவனர், நன்கலம் தந்த தண் கமழ் தேறல்"[13]
"யவனர் இயற்றிய வினைமாண் பாவை"[14]

யவன வணிக மார்க்கங்கள்

அலெக்சாண்டிரியா துறைமுகத்தைக் கைப்பற்றிய ரோமானியர் படிப்படியாகச் செங்கடல் துறைமுகப்பட்டினங்களிலும் தங்கள் ஆதிக்கத்தை நிலைநாட்டினர். செங்கடலிலிருந்து பாரசீக வளைகுடாப் பகுதிக்கு வந்தனர். அங்கிருந்து நேரடியாக நடுக்கடல் வழியாகத் தமிழக மேற்குக் கடற்கரைத் துறைமுகங்களுக்கு வரவில்லை. எனவே கரையோரமாகவே பயணம் செய்து சிந்து, கட்சு, குஜராத் நாடுகளின் துறைமுகங்கள் வழியாக சேர நாட்டில் உள்ள முசிறிப்பட்டினத்திற்கும்

வந்தார்கள். பின் குமரி முனையைச் சுற்றிக் கொண்டு கிழக்குக்கரைத் துறைமுகங்களுக்கு வந்தனர். இக்கடற்பயணம் நீண்டகாலம் பிடித்தது.

கி.பி. முதல் நூற்றாண்டில் ஹிப்பாலஸ் என்னும் கிரேக்க மாலுமி பருவக்காற்றுகளின் உதவியால் அரபிக்கடலின் ஊடே பயணம் செய்து முசிறித் துறைமுகத்தை அடையும் வழியைக் கண்டுபிடித்தார். அதன் காரணமாகப் பருவக்காற்றுகளுக்கே ஹிப்பாலஸ் என்ற பெயர் சூட்டப்பட்டது. அது முதல் யவனக் கப்பல்கள் விரைவாகவும் அதிகமாகவும் சேரநாட்டு முசிறித் துறைமுகத்திற்கு வந்தன. தமிழகத்தின் உற்பத்திப் பொருட்களை வாங்க தங்கள் நாட்டுப் பொற்காசுகளைக் கொண்டுவந்து கொட்டினர்.[15] எந்த அளவிற்குப் பொற்காசுகளைக் கொண்டு வந்து கொட்டினர் என்றால் ரோமானியப் பேரரசில் இனித் தங்கமே இல்லாமல் போய்விடும் என ஒரு பேரவை (செனட்) உறுப்பினர் எச்சரிக்க நேரிட்டது.

வர்த்தகப் பொருட்கள்

யவனக்கப்பல்கள் பவழம், கண்ணாடி, செம்பு, தகரம், ஈயம் முதலான பொருட்களைக் கொண்டுவந்து இறக்குமதி செய்தன. குதிரையும், இறக்குமதி செய்யப்பட்டதாகத் தெரிகிறது. அவர்கள் ஏற்றுமதி செய்த முக்கிய பொருள் மிளகுதான். யவனர்கள் அதனை மிகவும் விரும்பி ஆவலோடு வாங்கியதால் அது "யவனப் பிரியா" எனப்பட்டது. அதற்கு அடுத்தபடியாக அயல்நாட்டு வணிகரை அதிகமாகக் கவர்ந்திழுத்த பொருள் முத்து ஆகும். பருத்தியாடையும் மிகுதியாக ஏற்றுமதி செய்யப்பட்டது. விலை மதிப்பற்ற கற்களுள் ஒன்றான நீலக்கல்லையும் யவனவணிகர்கள் வாங்கிக் கொண்டு சென்றனர்.

சாவகத் தீவுடன் வாணிபம்

அரபிக்கடலுக்கு அப்பால் அமைந்துள்ள மேற்கு நாடுகளுடன் வாணிகம் செய்தது போலக் கிழக்கில் வங்காள விரிகுடாவிற்கு அப்பால் உள்ள நாட்டுடனும் பண்டையத் தமிழர் வர்த்தகம் செய்துள்ளனர். மணிமேகலை இச்சாவகத்தீவுத் தொடர்பை விவரிக்கின்றது. கி.பி.இரண்டாம் நூற்றாண்டில் சாவகத்தீவை அரசாண்ட புண்ணியராசன் என்னும் மன்னன் சோணாட்டை ஆட்சிபுரிந்த நெடுமுடிக்கிள்ளியிடம் தூது அனுப்பினான். இத்தூது வாணிபத் தொடர்பான தூதராக இருக்கக்கூடும் எனக் கருதப்படுகிறது. அங்கிருந்து இலவங்கம், சாதிக்காய், குங்குமப்பூ, கற்பூர வகைகள், உயர்ந்தசாதி சந்தனக் கட்டைகள் ஏற்றுமதியாயின. அக்காலத்தில் இந்தியாவிற்கும் சீனாவிற்கும் நேரடி வர்த்தகத் தொடர்பு ஏற்படவில்லை. இருநாட்டு

வர்த்தகப் பொருட்களும் சாவகத்தில்தான் பரிமாற்றம் செய்து கொள்ளப்பட்டன.

முக்கிய துறைமுகப்பட்டினங்கள்

கடல் வழி வாணிபத்தின் இறக்குமதி ஏற்றுமதிச் சந்தைகளாகத் துறைமுகங்கள் விளங்கின. யவன நிலவியல் வல்லுநர்களான "பிளைனி", "டாலமி", "செங்கடற் செலவு" ஆசிரியர் ஆகியோர் அந்தத் துறைமுகங்கள் பற்றிய விவரங்களைத் தந்துள்ளனர். அத்துறைமுகங்களில் கலங்கரை விளக்கங்கள் இருந்தன. இறக்குமதி ஏற்றுமதிப் பொருட்களுக்குச் சுங்கம் வாங்கப்பட்டது.

கிழக்குக் கரைத் துறைமுகங்கள்

1. எயிற்பட்டினம்

இது சங்ககாலத்தில் தொண்டை நாட்டின் முக்கிய துறைமுகப் பட்டினமாயிருந்தது. இது சோபட்டினம் என்றும் வழங்கப்பட்டது. "செங்கடற்செலவு" ஆசிரியர் இதனைச் சோபட்மா என்று கூறுகிறார். இங்கு அகிற்கட்டைகளும் சந்தனக் கட்டைகளும் இறக்குமதியாயின; காவிரித் துறையில் அகில் வந்து குவிந்து கிடந்த செய்தியை இலக்கியங்களில் காணலாம்.[16]

2. அரிக்காமேடு

புதுச்சேரிக்கு அருகே அமைந்துள்ள இத்துறைமுகத்தை யவனர்கள் போதபுகே என்று கூறினர். இங்கு அகழ்வாராய்வு செய்ததன் விளைவாக யவனர் பண்டகசாலை இருந்திருக்க வேண்டுமெனத் தெரிகிறது.

3. காவிரிப்பூம்பட்டினம்

காவிரியானது கடலில் சங்கமமாகுமிடத்தில் அமைந்துள்ள இத்துறைமுகம் புகார் எனவும் வழங்கப்பட்டது. இது மருவூர்ப்பாக்கம், பட்டினப்பாக்கம் என இருபிரிவாகப் பிரிக்கப்பட்டிருந்தது. இரண்டிற்கும் இடையில் நாளங்காடி என்னும் தோட்டமிருந்தது. காவிரி ஆற்றின் முகத்துவாரம் ஆழமாகவும், அகலமாகவும் பல கப்பல்கள் தங்குவதற்கு ஏற்றதாகவும் இருந்தது. வாணிபக் கப்பல்கள் பாய்களைச் சுருட்டாமல் நேரே சுற்றி வந்து புகுந்து துறைமுகத்தை அடைந்தன. இத்துறைமுகத்தில் குதிரைகள், மிளகு, வடமலைபிறந்த மணியும் பொன்னும், குடமலைப் பிறந்த ஆரமும், அகிலும் தென்கடல் முத்தும், குணகடல் துகிரும் (பவளம்), கங்கை வாரியும், காவிரிப் பயனும், ஈழத்து உணவும், காழகத்து (பர்மா) ஆக்கமும் எனப்

பட்டினப்பாலை கூறுகின்றது[17]. இங்கு அண்மையில் ஆழ்கடல் ஆய்வு செய்யப்பட்டுள்ளது. பல புதிய செய்திகள் வெளிவந்துள்ளன. சங்ககாலச் செங்கல்கட்டடம் ஒன்று கண்டுபிடிக்கப்பட்டுள்ளது. ஆழ்கடல் அகழாய்வு மூலம் மூழ்கிய கப்பல் ஒன்றும் பொதிந்துள்ள கட்டடங்களும் கண்டுபிடிக்கப்பட்டுள்ளன. இவ்விடத்திற்கருகே பல்லவனீச் சுரத்தில் புத்த விகாரம் ஒன்றும் கண்டுபிடிக்கப்பட்டுள்ளது.

4. தொண்டி

பாண்டிய நாட்டுக் கடற்கரையில் அமைந்த இத்துறைமுகத்திற்கு கீழை நாடுகளிலிருந்து கொண்டல் காற்றின் உதவியால் கப்பல்கள் வந்து அகிற்கட்டை, சந்தனக்கட்டை, பட்டுத்துணி, சாதிக்காய், இலவங்கம், குங்குமப்பூ, கற்பூரம் போன்ற பொருட்களை இறக்குமதி செய்ததாக இலக்கியங்கள் கூறுகின்றன[18].

5. மருங்கூர்ப் பட்டினம்

தாலமி என்னும் கிரேக்க புவியியல் வல்லுநர் இதனை சாலூர் எனக் குறிப்பிட்டுள்ளார். மதுரைக் காஞ்சி (75-88) இத்துறைமுகம் பற்றிக் கூறுகிறது. முத்துக்களும், சங்கு வளையல்களும், நவதானியங் களும், கருவாடுகளும் ஏற்றுமதியாயின. குதிரை இறக்குமதியாயிற்று என்று அந்நூல் கூறுகின்றது. இது பாண்டிய நாட்டுப் பகுதியைச் சேர்ந்த துறைமுகமாகும். இத்துறைமுகத்திற்கு அருகில்தான் அண்மையில் தமிழ்நாடு தொல்பொருள் ஆய்வுத்துறை, அழகன்குளம் என்ற இடத்தில் ஆய்வுசெய்து வந்தது. இங்கு இலக்கியச் செய்திகளை மெய்ப்பிக்கும் வகையில் ரோமானியக் காசுகளும், மதுக் குடுவைகளும் கண்டெடுக்கப்பட்டுள்ளன. சிறிய உலோக எடைக்கல் ஒன்று கண்டுபிடிக்கப்பட்டுள்ளது. உயர்வகைக் கல் மணிகளும், சங்கு, வளைதுண்டுகளும் காணப்படுகின்றன.

6. கொற்கை

“செங்கடற் செலவு” ஆசிரியரால் கொற்கை கொல்கிஸ் எனப் பட்டது[19]. இது தாமிரபரணி ஆற்றின் முகத்துவாரத்தில் அமைந் துள்ளது. இங்கு முத்தும், சங்கும் ஏற்றுமதியாயின. இதற்கு வடக்கில் ஒரு வளைகுடாப் பகுதியை ஒட்டியிருந்த “ஆற்காடு” என்று அழைக்கப்பட்ட உள்நாட்டுப் பகுதிக்குக் கடற்கரையிலிருந்து முத்துக்கள் கொண்டு வரப்பட்டதாகவும், இப்பகுதியிலிருந்து “அர்கரிடிக்” என்ற மஸ்லின் துணி ஏற்றுமதி செய்யப்பட்டதாகவும் தெரிகின்றது[20].

மேற்குக் கரைத் துறைமுகங்கள்

1. மங்களூர்

துளுநாட்டில் நேத்திராவதி ஆறு கடலில் கலக்கும் இடத்தில் இத்துறைமுகம் அமைந்துள்ளது. சங்க காலத்தில் துளுநாடு நன்னன் என்ற தமிழ் மன்னன் ஆதிக்கத்தின் கீழிருந்தது. இத்துறைமுகத்தைப் பற்றிக் குறிப்பிட்ட டாலமி அதனருகில் கடற் கொள்ளைக்காரர்கள் தொல்லையிருந்ததாகக் கூறியுள்ளார். இக்கொள்ளையர்களை இமயவரம்பன் நெடுஞ்சேரலாதன் ஒடுக்கினான்.

2. நறவு

துளுநாட்டில் மங்களூருக்குத் தெற்கே அமைந்துள்ள மற்றுமொரு துறைமுகம் நறவு ஆகும்.

3. தொண்டி

சேரநாட்டின் வடக்குக்கரையில் அமைந்துள்ள இத்துறைமுகம் பற்றி ஐங்குறுநூறு என்னும் சங்க நூல் கூறுகிறது. டாலமி இதனைத் "திண்டிஸ்" எனக் குறிப்பிட்டுள்ளார்.

4. முசிறி

மேற்குக் கடற்கரையின் மிக முக்கிய துறைமுகப்பட்டினம் முசிறியாகும். இது பேரியாற்றின் முகத்துவாரத்தில் அமைந்துள்ளது. யவனக் கப்பல்கள் பவழம், கண்ணாடி, செம்பு, தகரம், ஈயம் முதலான பொருட்களைக் கொண்டுவந்து மிளகினை ஏற்றிக்கொண்டு போயின. முசிறித்துறைமுகம் ஆழமில்லாமலிருந்தபடியால் யவனரின் பெரிய கப்பல்கள் கரைக்கு வரமுடியாமல் தூரத்திலேயே நின்றன. சிறு தோணியில் மிளகு மூட்டைகளைக் கொண்டு போய் யவனக் கப்பல்களில் ஏற்றினர். இத்துறைமுகத்தில் நடைபெற்ற புதிய செய்திகள் அண்மைக்கால ஆய்வுகளின் மூலம் வெளிப்பட்டுள்ளன. அண்மையில் வியன்னா அருங்காட்சியகத்தில் கி.பி.இரண்டாம் நூற்றாண்டைச் சேர்ந்த பேபிரஸ்தாளில் எழுதப்பட்ட அரிய கையெழுத்துச் சுவடி கண்டுபிடிக்கப்பட்டுள்ளது. இது முசிறி வணிகர் ஒருவருக்கும், எகிப்தில் நைல் நதிக்கரையில் உள்ள அலெக்ஸாண்டிரியாவின் வணிகர் ஒருவருக்குமிடையே கிரேக்க மொழியில் எழுதப்பட்ட ஓர் ஒப்பந்த மாகும். இதன் பின்பக்கத்தில் முசிறியிலிருந்து ஏற்றுமதி செய்யப்பட்ட பொருட்களின் பட்டியலைத் தருகின்றது. இப்பொருட்கள் எவ்வாறு கப்பல் மூலமும், ஒட்டகத்தின் மூலமும் பாலைவனத்தைக் கடந்தும், பின் மரக்கலங்களின் மூலம் அலெக்ஸாண்டிரியாவை அடைந்த செய்தியும் கூறப்பட்டுள்ளன.[21]

சங்ககாலத் தமிழகப் பொருளாதார வளர்ச்சியில் வாணிபம் முக்கிய பங்கு வகிக்கின்றது. துறைமுகப் பட்டினங்களும் கலங்கரை விளக்கங்களும் அமைத்துதவிய அரசு, அதற்கு ஈடாக சுங்கவரிகளைப் பெற்றது. இவ்வரியொன்றினைத் தவிர வேறு சுரண்டல்களையோ இடையூறுகளையோ அரசு செய்யவில்லை என்பது குறிப்பிடத்தக்கது. உள்நாட்டு வர்த்தகம் பெரும்பாலும் பண்டமாற்று முறையிலேயே நடைபெற்றபோது, அயல்நாட்டு வர்த்தகம் நாணய மாற்று முறையில் நடைபெற்றது. ரோமானியப் பேரரசின் கருவூலம் காலியாகும் அளவிற்குத் தங்க நாணயங்கள் தமிழ் நாட்டில் செலாவணியாயின. உள்நாட்டில் வெல்லம், கள், துணி, உப்பு போன்றவை முக்கிய வர்த்தகப் பொருள்களாக வாங்கப்பட்டன. வாணிபத் தொடர்பு மட்டுமன்றிப் பண்பாட்டுத் தொடர்பும் வெளிநாட்டவருடன் இருந்ததற்கான ஆதாரங்கள் அண்மைக்கால ஆய்வுகள் மூலம் தெரியவருகின்றன.

அடிக்குறிப்புகள்

1. நற்றிணை, 138, 189.
2. புறநானூறு, 33.
3. ஐங்குறுநூறு, 47-48.
4. நற்றிணை, 97.
5. சங்ககால நாணயங்கள் பற்றிய பிற செய்திகளைப் பொருளாதாரநிலை இயலில் காண்க.
6. நடன காசிநாதன், *தமிழர் காசு இயல்*, ப. 23.
7. மேலது, ப.23.
8. மேலது.
9. மேலது, ப.2.
10. பட்டினப்பாலை. 137-141.
11. அகநானூறு, 149.
12. பெரும்பாணாற்றுப்படை, 349.
13. புறநானூறு, 56,18.
14. நெடுநல்வாடை 100.
15. கி.மு. 2 - ஆம் நூற்றாண்டுக்கும் - கி.பி. 2 - ஆம் நூற்றாண்டுக்கும் இடைப்பட்ட ரோமானியக் காசுகள் சேர நாட்டில் கோட்டயம், கும்பளம், இய்யல், (தொண்டிக்கும் முசிறிக்கும் இடையில் உள்ளது) ஆகிய இடங்களில் கண்டெடுக்கப்பட்டுள்ளன).
16. பொருநராற்றுப்படை, 238.
17. பட்டினப்பாலை, 185- 193.
18. அகநானூறு, 10.
19. தமிழ்நாட்டு வரலாறு (சங்ககாலம் வாழ்வியல்), 1983. ப. 167.
20. மேலது, மதுரைக்காஞ்சியில் (135-138) "சூல்முற்றி ஒளிமுதிர்ந்த சீரிய முத்தினை உடைய கொற்கை" என்று அழைக்கப்படுகிறது.
21. கா. இராஜன், முசிறித் துறைமுகம் சில புதிய செய்திகள் "ஆவணம்" இதழ் 4, 1994. ப.107.

2.5 சமயநிலை

சங்ககாலம் தொட்டு இன்று வரை சமயக் கொள்கையில் அதிக வேறுபாடுகளைக் காணுதல் அரிதேயாகும். தமிழர்க்கு மட்டுமல்லாது இந்தியர் அனைவருக்கும் சமயம் ஒன்றே எல்லாவற்றிற்கும் அடிப்படையாக அமைந்திருந்தது. மற்ற நாடுகளைப் போன்றல்லாது தத்துவக் கருத்துக்களும், இலக்கியங்களும், கலையும், கட்டடக்கலையும் சமயத்தை மையமாகக் கொண்டே வரையப்பட்டன என்பது கண்கூடு. சமயம் சமுதாயத்தின் முக்கிய அங்கமாக இருந்தது. பொது வாழ்க்கையும் சமயக் கருத்துக்களுக்கு உட்பட்டே இருந்தன.

சங்ககாலத் தமிழ் மக்கள் இறையன்பு கொண்டிருந்தனர். ஆனால், சமயம் ஆதிக்கம் செலுத்தாத சமுதாயத்தைத் தாங்களே உருவாக்கிக் கொண்டனர் எனலாம். இம்மை, மறுமை நலன்களுக்கும் வீடு பேறு இன்பத்திற்கும் இறைவனது அருளும் ஆசியும் இன்றியமையாதது என்ற கோட்பாட்டினைப் பற்றித் தமிழக அரசர்கள், தமக்கும் தம் மக்கட்கும் நலம் வருவித்தற் பொருட்டுத் தமக்கிசைந்த ஒரு சமயத்தைக் கடைப்பிடித்து இறைவனை வழிபட்டு வரலாயினர். ஆனால் அவர்களிடையே சமய வெறி கிடையாது. மாறாக சமயப் பொறை இருந்து வந்தது. அமைதியான வாழ்க்கை நடத்திய சங்ககாலத் தமிழர் தம் சமய வாழ்வுக்கும், சமயப்பூசல்களும் பௌத்த சமணச் சமயங்களின் இன்னல்களும், அவை ஒடுக்கப்பட்டதாகக் கூறலும், பின் சைவ வைணவச் சச்சரவுகளும் நிறைந்திருந்த பிற்காலச் சமுதாயத்தினரின் சமய வாழ்வுக்கும், அடிப்படை வேறுபாடுகள் இருந்தன என்பதில் கருத்து வேற்றுமைகள் இருக்க முடியாது.

பல்லவர்க்கு முற்பட்ட சங்ககாலத் தமிழகத்தில் சைவம், வைணவம், பௌத்தம், சமணம் என்ற சமயங்கள் செல்வாக்குப் பெற்றிருந்தன. இருப்பினும் பிற்காலத்தைப் போல் இச்சமயங்களிடையே பூசல்கள் நிரம்பியிருக்கவில்லை. இங்கு ஒவ்வொரு சமயமும் எவ்வாறு நிலைபெற்றிருந்தது என்று காணுதல் அவசியமாகும்.

சைவ சமயம்

தமிழர்தம் சமய வாழ்வினைக் குறிக்கும் முதல் தமிழ்நூல் தொல்காப்பியமே எனலாம். சமய வாழ்வில் சங்ககால மக்களிடையே ஒரே மாதிரியான தெய்வவணக்கம் இருந்ததாகத் தொல்காப்பியத்தில் செய்தி இல்லை. ஐவகை நிலங்களிலும் வெவ்வேறு கடவுளரே வணங்கப்பட்டனர் எனத் தெரிகிறது.

"மாயோன் மேய காடுறை உலகமும்
சேயோன் மேய மைவரை உலகமும்
வேந்தன் மேய தீம்புனல் உலகமும்
வருணன் மேய பெருமணல் உலகமும்"

என்ற தொல்காப்பியச் செய்யுளால் முல்லை நிலத்தில் திருமாலும், குறிஞ்சியில் முருகனும், மருத நிலத்தில் இந்திரனும், நெய்தல் நிலத்தில் வருணனும் கடவுள்களாக வணங்கப்பட்டனர் எனத் தெரிகின்றது. பாலை நிலத்தில் வெற்றித் தெய்வமான கொற்றவை வணங்கப்பட்டதாக இலக்கியங்கள் மூலம் தெரிய வருகின்றது. இக்கொற்றவையே துர்க்கை எனவும் கருதப்படுகின்றது.

சிவன்

தொல்காப்பியர் காலத்தில் கோயில்கள், இறையுருவங்கள் இருந்தன என்றும், பூசைகள் நடைபெற்றதென்பதும் இளம்பூரணரின் உரை மூலம் தெரிய வருகின்றது. ஆனால் தொல்காப்பியத்தில் சிவபெருமான் பற்றிய வெளிப்படையான குறிப்புக்கள் இல்லை. அதே போன்று "சிவன்" என்னும் பெயர் எட்டுத்தொகை, பத்துப்பாட்டு நூல்களிலும் காணக்கிடைக்கவில்லை. ஆனால், சிவபெருமானின் மற்ற இயல்புகளைக் குறிக்கும் பெயர்கள் ஏராளமாக உள்ளன. சங்க நூல்கள் சிவபெருமானைக் குறிக்கும்போது "மூன்று கண்களை உடையவன்" என்கின்றன[1]. ஆலமர் செல்வன் (தட்சிணாமூர்த்தி)[2] ஆல்கெழு கடவுள்[3], நீள்நிமிர் சடைமுதுமுதல்வன்[4], நீலமேனி வாலிழைபாகத்து ஒருவனாக[5], முப்புரங்களை எரித்த முதல்வோனாக[6], இன்னும் பலவாறாக அவர் போற்றப்படுகின்றார். இவ்வாறு தொகை நூல்களில் சிவன் என்று குறிப்பிடப்படவில்லை எனினும் அவரது மற்ற பெயர்கள் காணக் கிடைக்கின்றன.

மதுரைக்காஞ்சியில், தெய்வங்களின் வரிசையில் சிவபெருமானுக்கே முதலிடம் கொடுக்கப்பட்டுள்ளது என ம.இராசமாணிக்கம் கூறுகின்றார். "மழுவாள் நெடியோன் தலைவனாக"[7] என்று தொடங்கும் மதுரைக்காஞ்சி செய்யுள் மூலம் சிவபெருமானின் சிறப்பு விளங்குகின்றது. சேரன் செங்குட்டுவன் சிவனது அருளால் தோன்றியவன். அவன் சைவன். சிவபூஜை செய்தவன் எனச் சிலப்பதிகாரத்தால் அறியலாம். ஆயினும் இந்நூல்களிலும் "சிவன்" என்ற சொல் பின்னால் ஏற்பட்டிருக்கலாம். சிந்துவெளி நாகரீகத்தின் மூலம் சங்ககாலத்திற்கு முன்பே சிவ வழிபாடு இருந்திருக்க வேண்டும் எனத் தெரிகிறது. ஆனால், எப்போது லிங்கவழிபாடு தோன்றியது என்பதற்குச் சரியான வரலாறு இல்லை. ஆரியர் ருத்ரனை வழிபட்டனர். திராவிடரோ மேலே சொன்ன பல பெயர்களில்

ஓரிறைவனை வணங்கினர். இவ்விரு பண்பாட்டுப் பிரிவுகளும் இணைந்த போது சிவன் தோன்றிவிட்டான்.

முருகன்

திருமுருகாற்றுப்படை, பட்டினப்பாலை, பரிபாடல், கலித்தொகை ஆகிய நூல்கள் முருக வழிபாட்டின் சிறப்பினை விளக்குகின்றன. கலித்தொகையில் முருகன் சிவபெருமானின் மகன் என்று குறிப்பிடப்பட்டுள்ளது. கார்த்திகைப் பெண்கள் அறுவருக்கும் பிறந்தவன் முருகன் எனப் பரிபாடல் கூறுகின்றது[8]. பரிபாடலில் முருகனது கோயில் திருப்பரங்குன்றத்தில் இருந்ததாகவும், அங்குச் சிறந்த வழிபாட்டு விழாக்கள் நடந்ததாகவும் குறிப்புக்கள் உள்ளன. திருமுருகாற்றுப்படையில் திருப்பரங்குன்றம், திருச்செந்தூர், பழனி, திருவேரகம் (சுவாமி மலை), பழமுதிர்ச்சோலை, திருத்தணி போன்ற ஆறு இடங்களில் முருகன் கோயில்கள் சிறப்புற்றிருந்ததாகக் காணமுடிகின்றது. சங்ககாலத்தில் முருகன் மற்ற தெய்வங்களை விட உயர்ந்த நிலையில் வைக்கப்பட்டமை தெரிகின்றது. சிலப்பதிகாரத்தில் இருபத்து நான்காவது காதையில் முருக வழிபாடு பற்றிய செய்திகள் உள்ளன. எனினும் சிலப்பதிகாரம் சங்கம் மருவிய காலத்தில் தோன்றியதாகும்.

கொற்றவை

கொற்றவை வணக்கம் பற்றிச் சிலப்பதிகாரம் விரிவாகக் குறிப்பிடுகின்றது. கொற்றவைத் தெய்வம் எனத் தொல்காப்பியம் கூறுகின்றது. வேடர்கள் இக்கடவுளை வணங்கினர் என்கின்றது சங்கம் மருவிய நூலான சிலம்பு. முதலில் பாலைநிலக் கடவுளாக இருந்த கொற்றவை வணக்கம் பின்னாளில் நகரங்களிலும் வழிபடப்பட்டது எனத் தெரிகின்றது. மதுரையில் கொற்றவைக் கோயில் இருந்ததாக சிலப்பதிகாரம் கூறுகின்றது. பிரிந்த தலைவனும், தலைவியும் ஒன்று கூடும் போது மீண்டும் பிரியாதிருக்க கொற்றவையின் வரம் வேண்டுதல் வழக்கமாயிருந்தது. இக்கொற்றவை வழிபாடே பின்னாளில் சக்தி வழிபாடாக மாறி, சைவக் கடவுளாக்கப்பட்டது என மா. இராச மாணிக்கம் கருதுவது பொருத்தமாகவே உள்ளது. தாய்த் தெய்வ வழிபாடு உலகினர் அனைவரும் முதன் முதலில் ஏற்றுக் கொண்ட ஒன்றாகும். திராவிட மக்கள் ஏற்றிருந்த முதல் தாய்த் தெய்வ வழிபாடு கொற்றவை வழிபாடாகும். இத்தெய்வத்தை "கானமர் செல்வி"[9], "பாய்கலைப்பாவை"[10] போன்ற பெயர்களாலும் அழைத்தனர். இத்தாய்த் தெய்வம் வெற்றியின் நம்பிக்கைச் சின்னமாகவும், இனப் பெருக்கத்திற்கும், செல்வச் செழிப்பிற்கும் மூல முதற் கடவுளாகவும் அக்காலத் தமிழர்களால் நம்பப்பட்டது.

வைணவ சமயம்

மாயோன் (திருமால்), பலராமன் ஆகிய வைணவக் கடவுளர்க்குக் காவிரிப்பூம்பட்டினம் போன்ற நகரங்களில் கோயில்கள் இருந்தன என்பதாகக் கூறப்படுகின்றது. மாயோனை வெற்றிக்கு இலக்கண மாகவும், பலராமனை வலிமைக்கு இலக்கணமாகவும், நக்கீரர் குறித்துள்ளார். கண்ணன், இராமன் பற்றிய செய்திகள் அகநானூற்றில் உள்ளன. பரிபாடல் கண்ணன், பலராமன் ஆகியோர் உருவச்சிலைகள் அழகர் கோவிலில் வழிபடப்பட்டன எனக் கூறுகின்றது.

"செரு மிகு திகிரிச் செல்வ வெல்போர்
எரி நகை இடையிடு புழைத்த நறுந்தார்ப்
புரிமலர்த் துழா அய் மேவல் மார்பினோய்
அன்னையென நினைஇ நின்னடி தொழுதனம்" **(13. 58-61)**

என்ற நல்லெழுநியாரின் பரிபாடல் செய்யுளிலிருந்து திருமால் வணக்கம் சிறப்புப் பெற்றிருந்தது என்பதனை அறிய முடிகின்றது. திருவேங்கடம், திருவரங்கம், அழகர்மலை என்பன சிறந்த வைணவத் தலங்களாகக் குறிக்கப்பட்டுள்ளன. சங்கத்துக்குச் சற்றுப் பிந்திய சிலப்பதிகாரத்தில் திருமாலின் திரு அவதாரங்கள் குறிக்கப்பட்டுள்ளன. "கரியவனைக் காணாதகண் என்ன கண்ணே?" என்று கண்ணன் என்ற கரியநிறக் கிருஷ்ணனின் வழிபாட்டின் செல்வாக்கைச் சிலம்பு சுட்டுகின்றது[11].

சைவ, வைணப் பிரிவினை இருந்ததா?

சங்க காலத்தில் வைணவ, சைவ மதங்கள் பரவியிருந்தாலும் அம்மதங்களுக்கிடையே கசப்பு உணர்வு கிடையாது. பகைமை இல்லை எனலாம். பாண்டியன் நன்மாறனை, திருமால், பலராமன், சிவன், முருகன் என்ற தெய்வங்களுடன் நக்கீரர் ஒப்பிடுகின்றார். சினத்தில் சிவனுக்கும், வலிமையில் பலராமனுக்கும், பகைவரை ஒழிப்பதில் திருமாலுக்கும், நினைத்ததை முடிப்பதில் முருகனுக்கும் நன்மாறன் ஒப்பிடப் பட்டுள்ளான். திருமாலைப் பாடிய கடுவன் இள எயினனார் என்ற புலவரே முருகனையும் வாழ்த்தியுள்ளார். பரிபாடலில் வைணவப் பெயர்களைக் கொண்ட புலவர் இருவர் முருகப் பெருமானைப் பாடியுள்ளனர். அகநானூறு, புறநானூறு, ஐங்குறுநூறு ஆகியவற்றில் பாரதம் பாடிய பெருந்தேவனார் என்ற புலவர் சிவனைப் பாடியுள்ளார். அதே புலவர் குறுந்தொகையில் முருகனையும், நற்றிணையில் திருமாலையும் பாடியுள்ளார். சேரன் செங்குட்டுவன் வட நாட்டுக்குச் செல்வதற்குமுன் சிவனையும், திரும்பிவந்து திருமாலையும் வணங்கினான் என்று சிலப்பதிகாரம் கூறுகின்றது. இவற்றை எல்லாம்

ஆராயின் சங்ககாலத்தில் சைவ, வைணவம் என்று பிரிக்கப்படவில்லை என்பது தெளிவாகத் தெரிகின்றது. பொதுவாகவே இக்கடவுளரை வணங்கினர். இச்சங்ககால மக்கள் அறத்தின் வழியே இறையன்பு கொண்டு வாழ்ந்தனர். பொன்னும், பொருளும் பெறுவதற்கல்ல[12]. பிற்காலத்தில் களப்பிரர், ஊடுருவலினால் தமிழகத்தில் வைதீக சமயம் இன்னலுக்கு உட்பட்டது. பல்லவர் காலத்தில் வைதீக சமயம் புத்த சமண சமயங்களை ஒழிக்கப் பாடுபட்டது. அச்சமயங்கள் ஒடுக்கப் பட்ட பின் வைதீக சமயமும் சைவம், வைணவம் எனப் பிரிக்கப்பட்டது என்பதே சரியாகும்.

சமணமும் பௌத்தமும்

சந்திரகுப்தன் காலத்தில் சமணம் தென்னாடு வந்தது என மா. இராசமாணிக்கம் கருதுகின்றார். சமண சமயத்தின் ஒரு பிரிவான திகம்பர சமணமே தமிழகத்தில் பரவியிருந்தது என்று கூறப்படுகின்றது. சமண சமயத்தைத் தழுவிய பலர் சங்க காலப்புலவர் வரிசையில் இடம்பெற்றுள்ளனர் என்பது கண்கூடு. மதுரை, காஞ்சி, வஞ்சிமாநகர், காவிரிப்பூம்பட்டினம் போன்ற நகரங்களில் சமணர் பள்ளிகள் இருந்தன என மதுரைக் காஞ்சியில் கூறப்பட்டுள்ளது. சமணத்துறவியர் பெரும்பாலும் மலைக்குகைகளிலும், சமணப்பள்ளிகளிலும் வாழ்ந்தனர். ஈ, எறும்புக்கும்கூடத் தீங்கு செய்யலாகாது என்பது அவர்களது கொள்கையாகும். இச்சமணத் துறவிகள் பெரும் கல்விமான்களாக இருந்தனர். பெண் துறவிகளும் இருந்திருக்கின்றனர்.

சமணர் வருவதற்கு முன்பே பௌத்த சமயம் தமிழகத்தில் பரவியிருந்தது என்பர் ஒரு சாரார். மதுரை, காஞ்சி போன்ற முக்கிய நகரங்களில் பௌத்தவிகாரங்கள் இருந்தன. காஞ்சியில் சோழ நாட்டுப் பிரதிநிதியால் புத்தர் கோயில் ஒன்று கட்டப்பட்டதாகத் தெரிகின்றது. தொல்லியல் ஆய்விலும் காவிரிப்பூம்பட்டினத்தில் பல பௌத்த சின்னங்களும் தடயங்களும் கண்டுபிடிக்கப்பட்டுள்ளன. பௌத்தமத வளர்ச்சிக்குத் தடையில்லாமல் அரசு ஆதரவு இருந்தது. ஆனால், சமண சமயத்திற்கு அவ்வாறான ஆதரவு கிடைக்கவில்லை என்று ஒரு சாரார் கருதுகின்றனர். பௌத்த சமயத்தவரும் சமண சமயத்தவரும் தமிழ் இலக்கிய வளர்ச்சிக்கு உதவியிருக்கின்றனர் என்பதற்கு ஏராளமான சான்றுகள் உள்ளன.

இந்த சமண, பௌத்த சமயங்கள் மீது சங்ககாலத்தில் பொதுவாக வெறுப்பு ஏற்பட்டிருந்ததாகத் தெரியவில்லை. இச்சமயங்களும் அமைதியாகவே செயல்பட்டன. இருப்பினும் ஆவூர் மூலங்கிழார், கௌணியன் விண்ணந்தாயன் போன்ற சிலருக்காவது இப்புறச் சமயங்கள் மீது வெறுப்பு இருந்தது என மா. இராசமாணிக்கம்

கூறுகின்றார். இச்சமயங்கள் பற்றிய விரிவான செய்திகள் இயல் ஒன்பது மற்றும் பத்தில் கொடுக்கப்பட்டுள்ளன.

மற்ற தெய்வ வழிபாடு

மேற்கூறிய தெய்வவழிபாடு தவிர சங்ககாலத் தமிழகத்தில் சிறு தெய்வங்களும், கிராம தெய்வங்களும் வணங்கப்பட்டனர். காமன் என்னும் கடவுள் வணங்கப்பட்டதாகவும், அவரது வாகனம் கிளி எனவும் இலக்கியங்கள் மூலம் தெரியவருகின்றது. சூரியன், சந்திரன், மழை, கடல், ஆறு, மரங்கள் போன்ற இயற்கைத் தெய்வங்களையும், பாம்பு போன்ற உயிரினங்களையும் வணங்கியதாகவும் தெரிகின்றது.

பாண்டியரின் மீன் சின்னமும், சோழரின் புலிச்சின்னமும், சேரரின் சிங்கச்சின்னமும் அக்காலத்தே மக்களால் வழிபடப்பட்டன என அறிஞர் கருதுகின்றனர். மரத்தடியில் உறைந்திருக்கும் தெய்வங்களை வணங்குவதில் மக்கள் அதிக ஆர்வம் பெற்றிருந்தனர். மரங்களே தெய்வீக மையங்களாகவும் இருந்திருக்கின்றன. குறிப்பிட்ட மரம் குறிப்பிட்ட கடவுளுக்கு உரியது எனக் கருதப்பட்டது. உதாரணமாக கடம்புமரம் முருகனுக்கு உரியது எனவும், சுயம்புமரம் திருமாலுக்கு உரியது எனவும், கொன்றை மரம் சிவபெருமானுக்கு உரியதெனவும் நம்பப்பட்டது. அம்பலம் அல்லது பொதியில் என்ற இடம் சமய முக்கியத்துவம் வாய்ந்த இடமாகவும், வழிபாட்டு இடமாகவும் நம்பப்பட்டு வந்தது.

சங்கத் தமிழ் மக்களிடையே முன்னோரை வணங்கும் முறையும், இறந்தோரை வணங்குதலும் இருந்தது. இவ்விரண்டுக்கும் அதிக வேற்றுமை இல்லை. பிறப்பை விட இறப்புக்கே அவர்களிடையே அதிக முக்கியத்துவம் இருந்தது. மறு அவதாரம் அல்லது மறு பிறப்பு மீது அதிக நம்பிக்கை கொண்டிருந்தனர். பிறப்புக்கு முன் என்ன நடந்தது என்பதைப் பற்றி அறிவதைவிட இறப்புக்குப்பின் நடப்பதைப் பற்றியே சிந்தித்தனர். தலைவனை வணங்கும் முறை இருந்தது. இறந்தோரின் நினைவால் வீரக்கல் நடப்பட்டு வணங்கப்பட்டது. உடன்கட்டை ஏறுதல் வணக்கத்திற்குரிய ஒன்றாகக் கருதப்பட்டது. பத்தினிக்கடவுளை வணங்கும் முறை இருந்தது.

கல்வியும் காதலும் போரும் முதலான தொழிற்குரிய தொழில் தெய்வமும், காப்பு மட்டும் அளிப்பதாகக் கருதப்படும் காப்புத் தெய்வமும், சூரமகளும் பூதமும்[13] முதலிய பேய்த் தெய்வங்களும் சங்ககாலத் தமிழ் மக்களால் வணங்கப்பட்டு வந்த பிற சிறு தெய்வங்களாகும்.

மேலும் சங்ககாலத்தின் இறுதியில், கற்பகக் கோயில், வெள்ளை யானைக்கோயில், பலதேவர்கோயில், கதிரவன் கோயில், கயிலைக் கோயில், முருகன் கோயில், வச்சிரப்படைக் கோயில், சாத்தன்கோயில், அருகன் கோயில், நிலாக் கோயில், சிவன் கோயில், திருமால் கோயில் முதலியன புகாரில் இருந்ததாகத் தெரிகின்றது.

சமய விழாக்கள்

விழாக்கள் மக்கள் மனமகிழ்வதற்காகவும், ஒருவரை ஒருவர் நலம் விசாரிக்கவும் உருவாக்கப்பட்டவையாகும். மலர்கள் தூவி, உணவு வகைகள் படைக்கப்பட்டு, ஆடல் பாடல்களுடன் கடவுள் வழிபாடு நடைபெற்றது என்பதை இலக்கியங்கள் வாயிலாக அறிய முடிகின்றது. கார்த்திகை மாதத்தில் திருக்கார்த்திகை அன்று தெருக்களில் விளக்கு வைத்து மாலைகளைப் போட்டு மக்கள் விழாக் கொண்டாடினர் என அகநானூறு[14] குறிப்பிடுகின்றது. இன்று இவ்விழா முருகப் பெருமானுக்கு உரியதாக உள்ளது. மார்கழி மாதத்தில் திரு ஆதிரை விழா நடத்தப் பட்டதாகப் பரிபாடல் கூறுகின்றது. இவ்விழா சிவபெருமானுக்கு உகந்ததாகும்.

தைவிழா என்ற ஒன்றும் நடைபெற்றது[15]. இது தை நீராடல் எனப்பட்டது. இவ்விழாக் காலத்தில் ஒவ்வொருவரும் தம் இஷ்ட தெய்வங்களை வணங்குவர் என்பது நற்றிணையிலும் கலித்தொகை யிலும் சொல்லப்பட்டுள்ளது. இதுவே பிற்கால மார்கழி நோன்பு என்னும் விழா என ஆகியது என்று ராகவஐயங்கார் தமது ஆராய்ச்சித் தொகுதியில் குறிப்பிட்டுள்ளார். திருமுருகாற்றுப்படையில் முருகவிழா என்னும் பெருவிழா கொண்டாடப்பட்டதாகச் சொல்லப்பட்டுள்ளது.

இந்திரவிழா ஆரியர்க்குச் சொந்தமானது எனவும், அகத்தியரின் விருப்பப்படியே தமிழகத்தில் கொண்டாடப்பட்டது எனவும் அறிஞர் கூறுகின்றனர்.

இவை தவிர எல்லாக் கோயில்களிலும் பூசைகள் நடைபெற்றன. ஆடல்பாடல்கள் நடைபெற்றன. மதுரையிலும் விழாக்கள் நடை பெற்றன. தெய்வங்களின் உருவங்களும், அத்தெய்வங்களுக்குரிய விழாக்களில் ஊர்வலமாக எடுத்துச் செல்லப்பட்டன எனத் தெரிகின்றது.

தங்களது சமய நம்பிக்கையை வெளிப்படுத்தும் வகையில் சங்ககால மக்கள் திருநீறு அணிந்திருந்தனர். திருமாலின் சங்கு, சக்கரம், கதை, வாள், வில் என்னும் வடிவங்களில் அணிகலன்கள் அணிவதிலும், சிவபெருமானின் மழு, வாள், எருது இவற்றைப் போல அணிகலன் களை அணிவதிலும் ஆர்வமாயிருந்தனர். சிவன், திருமாலின்

பெயர்களைத் தங்களது பெயர்களாகச் சூட்டிக் கொள்வதில் மக்கள் மகிழ்ந்திருந்தனர். சிவபெருமானின் கூத்துக்களை ஆடிக்காட்டி மகிழ்ந்தனர். கோயில்களில் வலம் வந்து பிரார்த்தனைகள் செய்தனர்.

இதுவரை கண்ட கருத்துகளிலிருந்து சங்ககாலம் ஓர் அமைதியான சமய வாழ்க்கையைக் கொண்டிருந்தது எனத் தெரிகின்றது. பிற்காலச் சமயப்பூசல் நிரம்பிய வாழ்க்கை முறையிலிருந்து வேறுபட்ட ஒன்றாக, சமயப்பூசல் அல்லது சச்சரவு இல்லாத, வைதீக சமயத்திற்குள்ளேயே பிரிவினையில்லாத நற்சமய வாழ்க்கை வாழ்ந்த காலமே சங்ககாலம் எனக் கூறினால் அது மிகையாகாது.

அடிக்குறிப்புகள்

1. புறநானூறு, 6 மற்றும் அகநானூறு, 181.
2. சிறுபாணாற்றுப்படை, 97.
3. புறநானூறு, 198.
4. புறநானூறு, 166.
5. ஐங்குறுநூறு, கடவுள் வாழ்த்து.
6. புறநானூறு, 55.
7. மதுரைக்காஞ்சி, 455.
8. பரிபாடல், 8. ஆனால் இப்பாடல் பின்னாளில் சேர்க்கப்பட்டதெனச் சில அறிஞர்கள் கருதுகின்றனர்.
9. பதிற்றுப்பத்து, 3, 70,90.
10. குறுந்தொகை, 218.
11. சிலப்பதிகாரம். 17. 36.
12. இதனைப் பரிபாடல் 5 "யாஅம் இரப்பவை பொருளும் பொன்னும் போகமும் அல்ல! நின்பால் அருளும், அன்பும் அறனும் மூன்றும்!" என்கின்றது.
13. இன்றும் பூதம் வணங்கப்படும் முறை இருந்து வருகின்றது. கொற்கைக் கருகில் பிரசித்தி பெற்ற பூத வழிபாடு நடைபெறுகின்றது. இக்கடவுள் நீதி காப்பவர் என நம்புகின்றனர். இதற்கு "ஹைகோர்ட் மகாராஜா" (உயர்நீதிமன்ற நீதிபதி) என்றும் உள்ளூர் மக்கள் பெயர் வைத்துள்ளனர்.
14. அகநானூறு, 141.
15. ஐங்குறுநூறு, 84.

2.6 பொருளாதார நிலை

அன்று தொட்டு இன்று வரை பொருளாதார ஏற்றத்தாழ்வுகள் தவிர்க்க முடியாததாக உள்ளன. பண்டைத் தமிழகத்தில் செல்வம் படைத்தோர்க்கு அரசவை மரியாதை கிடைத்தது. வாணிபத்தில் ஈடுபடுவோரும், இராணுவத்தில் ஈடுபடுவோரும் செல்வந்தராயிருந்தனர். பிராமணரும், ஞானிகளும், புலவரும் எளிமையான வாழ்க்கை வாழ்ந்தனர். பண்டைய தமிழ் மக்களின் பொருளாதார வாழ்வு வேளாண்மையையும், வாணிபத்தையும் அடிப்படையாகக் கொண்டே அமைந்திருந்தது. அதிலும் வேளாண்மைக்கே முக்கியத்துவம் கொடுக்கப்பட்டது. ஏனைய அனைத்துப் பொருளாதார நிலைகளும் வேளாண்மையையும் வாணிபத்தையும் சுற்றியே அமைந்திருந்தன. கைத் தொழில் பெருகியது. பண்டமாற்று முறை இருந்தது. நாணயங்கள் வெளியிடப்பட்டன. அரசுக்கு வரி வசூல் மூலம் ஏராளமான பணம் கிடைத்தது. மொத்தத்தில் சங்க கால மக்களின் வாழ்க்கை தன்னிறைவு பெற்றதாகவே இருந்தது.

வேளாண்மை

அன்றாட வாழ்க்கையின் உணவுத் தேவைக்கான பயிர்களை விளைவிக்கும் உழவர்களே மன்னுயிர்த்தேருக்கு அச்சாணியாகவும், மன்பதை மரத்திற்கு ஆணிவேராகவும் செயல்பட்டனர். “உழுவார் உலகத்தார்க்காணி” என வள்ளுவப் பெருந்தகையார் எடுத்தியம்பியுள்ளார். “சுழன்றும் ஏர்ப்பின்னது உலகம்” என்னும் தொடர் சங்ககாலச் சமுதாயம் வேளாண்மையையே மையமாகக் கொண்டிருந்தது என்பதனை நினைவூட்டுகின்றது. வெள்ளைக்குடி நாகனார் என்பார் “பெருபடை தரூஉங் கொற்றமும், உழுபடை ஊன்று சால் மருங்கின் ஈன்றதன் பயனே” என்பதில் போர்க்களத்தைவிட உழுத சால்களே விளைச்சலுக்கு ஏற்ற இடம் என்கின்றார்[1]. காளையும், எருமையும் உழவுக்குப் பயன்படுத்தப்பட்டன. ஏழை எளியவர்க்கு ஈகை செய்வோரும் விருந்தினரை உபசரிப்போரும் வேளாண் குடும்பத்தினரேயாவர்.

வேளாண் மக்கள், அந்தணரையும், அரசரையும், வணிகரையும் தாங்கிச் சிறந்த இல்லறம் நடத்தினர். பதினெண் குடிகள் என்று சொல்லப்படும் வண்ணான், மருத்துவன், செம்மான், குயவன், கொத்தன், கொல்லன், கன்னான், தட்டான், தச்சன், கற்றச்சன், செக்கான், கைக்கோளன், பூக்காரன், கிணைப் பறையன், பாணன், கூத்தன்,

வள்ளுவன், மயிர்வினைஞன் போன்றோர் உழவர்க்கு உறுதுணையா யிருந்து தொழில் செய்து அவர்களிடம் கூலி பெற்றனர்.

"உழுதுண்டு வாழ்வாரே வாழ்வார் மற்றெல்லாந்
தொழுதுண்டு பின்செல் பவர்"

என்ற வள்ளுவரின் வாக்கிலிருந்து வேளாண் மக்களே சமுதாயத்தின் தலைமைக் குடிமக்களாக இருந்திருக்க வேண்டும் எனத் தெரிகின்றது.

காவிரி, வைகை, தென்பெண்ணை, பாலாறு, தாமிரபரணி ஆகிய ஆறுகள் நீர்ப்பாசனத்திற்கு வசதியாயிருந்து வேளாண்மை மக்களுக்கு உதவின. இலங்கையை வென்ற கரிகால் வளவன் அங்கிருந்து சிறைப்பிடித்து வந்த வீரர்களை வைத்துக் காவிரியில் அணைகட்டி நீர்ப்பாசன வசதி செய்வித்தான். கரிகாலன் குளந்தொட்டு வளம் பெருக்கியதைப் பட்டினப்பாலை கூறுகின்றது[2]. மூவேந்தரும் தத்தம் நாட்டில் ஏரி குளங்களை வெட்டினர். நிலங்களில் விளைச்சல் சரியில்லையெனில் அரசர்கள் வரிநீக்கம் செய்தனர். வெளிநாடு களிலிருந்து கரும்பு போன்ற பொருட்கள், கொண்டு வரப்பட்டு தமிழகத்தில் விளைவிக்கப்பட்டதாக ஐங்குறுநூறு குறிப்பிடுகின்றது[3]. வேளாண்மையினர் மழைத் தெய்வமான இந்திரனையே அதிகம் வணங்கினர். குறிஞ்சி நிலங்களில் தினை முதலிய தானியங்கள் விதைக்கப்பட்டன[4]. கோடையில் பருத்தி பயிரிடப்பட்டது[5]. குறிஞ்சி, முல்லை நிலங்களில் எள், தினை, அவரை, வரகு, ஐவகை வெண்ணெல், தோரை, இஞ்சி, கரும்பு, வாழை போன்றவை விளைவிக்கப்பட்டன[6]. உணவுப் பொருள் உற்பத்தி பெருகியது.

இவ்வாறு உணவுப் பெருக்கத்தை ஏற்படுத்திய உழவர் பெருமக்கள் போர்க்காலத்தில் போர்ப்பணியும் புரிந்தனர் என்பதாகக் கீழ்க்காணும் தொல்காப்பிய அடிகள் குறிப்பிடுகின்றன.

"வேந்துவிடு தொழிலின் படையுங் கண்ணியும்
வாய்ந்தனர் என்ப அவர்பெறும் பொருளே"

என்பதாகும். அரசர்க்கு உழவரால் கிடைக்கும் வரிப்பொருள் தான் அதிகமாக இருந்தது.

மற்ற தொழில்கள்

நெசவுத்தொழில் மிக முக்கியமானதாக இருந்தது. கிராமங்களில் வேளாண்மைக்கு இத்தொழில் உதவியாக இருந்தது. உறையூரிலும், மதுரையிலும் பருத்தி நெசவு சிறப்பாக இருந்தது. நெசவுத் தொழிலாளருடன் வெளிநாட்டவர் ஒத்துழைத்து ஏராளமான துணிகள் உற்பத்தி செய்யப்பட்டன என இலக்கியங்கள் கூறுகின்றன.

பட்டுப் போன்ற மிக மெல்லிய துணிகள் உற்பத்தி செய்யப்பட்டதாகத் தெரிகின்றது. பருத்தி, பட்டு, முடி ஆகிய பொருட்களைப் பயன்படுத்தித் துணிகள் நெய்யப்பட்டன[7].

பாண்டிய நாட்டின் பகுதியான மன்னார்குடாவிலும், கொற்கையிலும் மற்ற முக்கிய துறைமுகங்களிலும் முத்துக் குளித்தல் தொழில் நடை பெற்றது. இத்தொழிலின் வளர்ச்சியால் ரோமானியப் பொன்னும், பொருளும் பாண்டியர்தம் கருவூலத்தை நிரப்பின. இதனால் செலவிடப்பட்ட பொருளுக்காக ரோமானிய ஆட்சிமன்றம் வருத்தமடைந்தது.

சங்ககாலத் தமிழகத்தில் வெளிநாட்டுக் கைத்தொழில் வல்லுநர்களும் பொருட்களைச் செய்வதில் ஈடுபட்டனர். மகத நாட்டின் கைத்தொழில் வல்லுநரும், மராத்திய நாட்டுக் கம்மாளரும், அவந்தி நாட்டின் கொல்லரும், யவன நாட்டுத் தச்சரும் இருந்ததாகச் சொல்லப்படுகிறது.

தேக்கு, சந்தனம், யானைத் தந்தம், அகில் இவற்றின் மூலம் ஏராளமான அழகுப் பொருட்களைச் செய்யும் தொழில் சேர நாட்டில் பெருகியிருந்தது. கப்பல் கட்டுதல், மரக்கலம் கட்டுதல் போன்றவை புகழ்மிக்க தொழில்களாயிருந்தன. பொற்கொல்லர் தொழில், கம்மியர் தொழில், தோல் பதனிடுதல், தேன் எடுத்தல், மீன்பிடித்தல், உப்பு எடுத்தல், இரும்பு, செம்பு, வெண்கலத்தினாலான பொருள்களைச் செய்தல், கட்டடவேலை செய்தல் போன்றவை இக்காலத்து மற்ற முக்கிய குடிசைத் தொழில்கள் ஆகும்.

குயவர் மட்கலம் செய்து கொடுத்தனர். இவர்கள் "கலம் செய்கோ", "வேட்கோ" என்ற பெயர்களால் அழைக்கப்பட்டனர். வீட்டுக்கு உபயோகப்படும் பாத்திரங்களோடு இறந்தோரைப் புதைக்கும் தாழிகளும் செய்தனர். வேளாண்மையோடு தொடர்புடைய கால்நடை வளர்ப்பு முக்கியமான தொழிலாகும். இத்தொழிலை முல்லை நிலத்து ஆயர்கள் முதன்மைத் தொழிலாகக் கொண்டிருந்தனர். இதனை அவர்கள் பெருஞ் செல்வமாகக் கருதினர். அக்காலத்தில் ஆட்டுப் பாலை மோராக்கி ஆயர் பெண்கள் விற்ற செய்தியும் பெறப்படுகின்றது[8].

அரச வருவாய்

நாட்டை நன்றாக ஆள்வதற்கும், மக்களுக்கு நன்மைகள் பல செய்வதற்கும், அரசனுக்குத் தேவையாயிருந்தது பணம் தான். இப்பொருள் பல வரிகள் மூலமும், அயல்நாட்டு வணிகரிடமிருந்து பெற்ற சுங்கவரிகள் மூலமும் கிடைத்தது. இயற்கைச் செல்வத்தின் மூலமும் பொருள் கிடைத்தது. பாண்டிய மன்னனுக்கு யானையும் முத்தும் இயற்கைச் செல்வங்களாயிருந்தன. சேர மன்னர்க்கு யானையும் பொன்னும், மணியும் இயற்கைச் செல்வங்களாகும். சோழ மன்னர்க்குப்

பொன்னும் வயிரமும் இயற்கைச் செல்வங்களாயமைந்திருந்தன. கொங்குநாட்டில் பொன்னும் மணியும் பெருகியிருந்ததாகப் புறநானூறு கூறுகின்றது. நன்கொடை பெறுவதன் மூலமும் அரசர்க்கு வருவாய் கிடைத்தது. சேரன் செங்குட்டுவனுக்கும், சோழன் கரிகாலனுக்கும் நன்கொடைகள் கிடைத்ததாக இலக்கியங்கள் கூறுகின்றன.

வசூலிக்கப்பட்ட வரிகள்

சங்ககாலத்தில் வசூலிக்கப்பட்ட வரிகளில் நிலவரியே முக்கியமானதாகவும், அரசுக்கு இலாபகரமானதாகவும் இருந்தது. இந்நிலவரி அரசிறை என வழங்கப்பட்டது. வரிவசூலுக்கு வசதியாக நிலங்கள், விளைநிலங்கள் எனவும், விளையா நிலங்கள் எனவும் பிரிக்கப் பட்டிருந்தன. விளையா நிலங்கள் என்பன தரிசு நிலங்களும் கிராமப் பொது நிலங்களுமாகும். நிலவரி வாரம் எனவும், தீர்வை எனவும் வசூலிக்கப்பட்டது. நிலம் அளக்கப்பட்டு விளைச்சல் கணக்கிடப் படுவது வாரம் எனப்பட்டது. இவ்வாரம் என்னும் வரியானது விளைச்சலில் ஆறில் ஒரு பங்காகும். அளக்கப்படாத நிலங்களிலிருந்து வசூல் செய்யும் வரி நிலத்தீர்வை எனப்பட்டது. விளைச்சல் காலத்தில் வரி செலுத்தாதவரின் நிலம் அபகரிக்கப்பட்டது. பஞ்சகாலத்திலும், வரிப்பளுவைத் தாங்காது குடிமக்கள் வருந்தும் காலத்திலும் வரி குறைக்கப்பட்டது.

நிலவரி தவிர ஏராளமான தொழில் வரிகள் வசூலிக்கப்பட்டன. ஊர் அவையினராலோ அல்லது கிராமத் தலைவனாலோ வசூலிக்கப் பட்ட வரி ஊரிடுவரிப்பாடு எனப்பட்டது. நீர்வரி வசூலிக்கப்பட்டது. ஏரி, குளங்களிலிருந்து நீர்பாய்ச்சினால் நிலை நீர்ப்பாட்டம் என்றும் ஆற்றுப் பாசனத்துக்கு ஒழுகு நீர்ப்பாட்டம் என்றும் வரி வசூல் செய்யப்பட்டது. உள்நாட்டில் இடம் விட்டு இடம் செல்லுகின்ற வாணிபப் பொருட்களின் மீது போக்குவரத்துவரி வசூலிக்கப்பட்டது. முத்துக் குளித்தலுக்கு வரி வசூலிக்கப்பட்டது. ஆள்வரி, விலங்குவரி, மணவரி, பொருள்வரி, தண்டவரி போன்றவரிகளும் வசூலிக்கப்பட்டதாகத் தெரிகின்றது. வருவாய் விவகாரங்களை கவனிக்க வருவாய்த் துறை ஒன்று இருந்தது.

அளவைகள்

மா, வேலி போன்ற நில அளவை முறைகளும், நாழி, செரு, கலம் போன்ற முகத்தலளவைகளும் துலாம், கழஞ்சு போன்ற நிறுத்தலளவை களும் இருந்தன. மா என்பது ஒரு வேலி நிலத்தைக் குறிக்கும். செய் என்று சொல்லப்படும் நில அளவையும் சங்ககாலத்தில் இருந்தது. நாழி என்பது மரக்காலில் எட்டில் ஒரு பகுதி (1/8) அளவைக் குறிப்பதாகும். பன்னிரண்டு மரக்கால் சேர்ந்தது ஒரு கலம் எனக் கருதப்பட்டது. சில

இடங்களில் $2^1/_2$ வீசை என்பது ஒரு துலாம் எனவும், வேறு சில இடங்களில் 5 வீசை அளவுடையது ஒரு துலாம் எனவும் ஏற்றுக் கொள்ளப்பட்டிருந்தது.

நாணயங்கள்

சங்ககாலத்தில் மூவேந்தர்களும் தங்களது முத்திரையிட்ட நாணயங்களையே வெளியிட்டனர். அவை சேரன் காசு, சோழன் காசு, பாண்டியன் காசு என வழங்கப்பட்டதாக அறிஞர் பகர்வர். முன்பு கண்டுபிடித்த இந்த நாணயங்களில் அரச முத்திரை தவிர வேறு வேலைப்பாடுகள் எதுவும் இருந்ததாகத் தெரியவில்லை. பொதுவாக இந்த நாணயங்கள் பதினான்கு குன்றிமணி எடையுள்ளதென்று சொல்லப்படுகின்றது. ஆனால், மூவேந்தர்களும் வெளியிட்ட நாணயங்கள் ஒன்றுக்கொன்று அளவில் சிறிது வேறுபட்டிருந்தன என்று தெரிகின்றது. சங்ககால மன்னர்களால் வெளியிடப்பட்ட நாணயங்கள் பெரும்பாலும் பொன் நாணயங்களே ஆகும். சங்க காலத்தில் பொன் ஏராளமாக விளைந்திருந்தது. சங்ககால மக்களும் நாகரீகமடைந்திருந்தனர். எனவே அவர்கள் பொன்னையே நாணயம் செய்யப் பயன்படுத்தினர் எனக் கூறப்படுகின்றது[9].

இந்த நாணயங்கள் தற்காலத்தைப் போன்று அழகான வடிவம் பெற்றிருக்கவில்லை. சிறியதும், பெரியதுமான கட்டிகள் போன்றே அவை இருந்தன. நாணயங்கள் செய்கின்ற இடம் அஃகசாலை[10] எனவும் நாணயம் செய்வித்த தட்டர்கள் அஃகசாலையார் எனவும் வழங்கப் பட்டனர். இந்நாணயங்கள் அரசாங்கத்தால் வெளியிடப்பட்டதா இல்லையா என்பதைக் கண்டறிய வன்னகார் என்ற அதிகாரி நியமிக்கப்பட்டிருந்தார்.

தற்போது நாணயங்கள் பற்றிய ஆய்வு பெருகி முன்னேற்றம் கண்டுள்ளது பெருமைக்குரியதாகும். அண்மையில் சங்ககாலப் பாண்டிய மன்னர்கள் வெளியிட்ட பெருவழுதி என்று பொறித்துள்ள காசுகள், கொள்ளிப் பொறை மாக்கோதை, குட்டுவன் கோதை என்று பொறித்துள்ள சேர மன்னர்கள் காசுகள் ஆகியன கிடைத்துள்ளன. பெருவழுதியின் காசுகளில் அவனது தலையுருவமும், மறுபக்கத்தில் ஒரு தொட்டியும், அத்தொட்டியில் கடல் ஆமைகளும் இருக்கின்றன. இவை கிரேக்க நாணயங்களைப் பார்த்து செய்யப்பட்டவை என இரா. கிருஷ்ணமூர்த்தி கூறுகின்றார்[11]. இப்பெருவழுதி காசுகளும், மாக்கோதை மற்றும் குட்டுவன் கோதை காசுகளும் கி.மு. இரண்டு அல்லது முதலாம் நூற்றாண்டைச் சேர்ந்ததாக இருக்கலாம் என நடன காசிநாதன் கருதுகின்றார்[12]. சங்ககாலத்தில் மலையமான்கள் ஆண்ட திருக்கோவிலூர்ப் பகுதியில் பெண்ணையாற்றங் கரையில் பல செப்புக் காசுகள் கண்டெடுக்கப்பட்டுள்ளன. இவைகளில் சில சதுர

வடிவமானவையாகும். இவற்றின் ஒரு பக்கத்தில் குதிரையும், மறுபக்கம் ஆற்றில் மீன் நீந்துவது போன்றும் பொறிக்கப்பட்டுள்ளன[13]. இராமநாதபுரம் மாவட்டம் அழகன்குளத்தில் தமிழகத் தொல்பொருள் ஆய்வுத்துறை நடத்தியவரும் அகழ்வாய்வில் சங்ககாலச் செப்புக் காசுகள் இரண்டு கிடைத்துள்ளன. இவற்றில் ஒரு காசில் ஒரு பக்கம் யானையும், எட்டு மங்கலச் சின்னங்களும், பின் பக்கம் மீன் உருவமும் பொறிக்கப்பட்டுள்ளன. மற்றொரு சிறிய காசில் ஒரு பக்கம் காளையும், மற்றொரு பக்கம் மீனும் உள்ளன.[14] காவிரிப்பூம்பட்டினத்திலும் சங்ககாலக் காசு கிடைத்துள்ளதென கே.வி. இராமன் கூறுகின்றார். காவிரிப்பூம்பட்டினத்தில் கிடைத்துள்ள சதுர, வட்டக்காசுகளில் முன்புறம் வாலைத் தூக்கி நிற்கும் புலியும், அதன் மேல் சூரியன் உருவமும் காணப்படுகின்றன. இவை கரிகாற்சோழனின் காலத்தவையாக இருக்கலாம்[15]. இவ்விதமான காசுகளின் புழக்கம் பொருளாதாரச் சிறப்பை எடுத்தியம்புகின்றது. அண்மையில் பாண்டியரின் காசு ஒன்று அழக்குடி ஆறுமுக சீத்தாராமன் என்னும் தனிப்பட்ட ஆய்வாளரால் கண்டுபிடிக்கப்பட்டுள்ளது[16]. இதில் ஒரு புறம் யானையும் மங்கலச் சின்னங்களும் காட்டப்பட்டுள்ளன. மறுபுறம் மரம் ஒன்றும் காணப்படுகின்றது. இது முத்திரையிடப்பட்ட நாணயங்களின் அடிப்படையில் அமைந்துள்ளது.

அடிக்குறிப்புகள்

1. புறநானூறு, 35.
2. பட்டினப்பாலை, 284.
3. ஐங்குறுநூறு, 47.
4. புறநானூறு, 168.
5. புறநானூறு, 393.
6. மலைபடுகடாம், 105-144.
7. பொருநராற்றுப்படை, 154-155.
8. பெரும்பாணாற்றுப்படை, 155-160.
9. குறுந்தொகை, 67.
10. இன்றும் திருநெல்வேலிக்கு அருகிலுள்ள சங்ககாலத்தில் புகழ் வாய்ந்த துறைமுகமான கொற்கையின் ஒருபகுதி அஃகசாலை என்றே அழைக்கப்படுகின்றது.
11. நடன காசிநாதன், *தமிழர் காசு இயல்*, 1995, ப. 18.
12. மேலது, ப. 19.
13. மேலது, ப. 20.
14. மதுரை மாவட்டத் தொல்லியல் கருத்தரங்கு (19,20,-9-1992), ப. 72.
15. இரா. நாகசாமி, *பூம்புகார்*, 1973, ப.16.
16. தினமணி நாளிதழ், 1997, மே.25.

2.7 சமுதாய வாழ்க்கை

சங்ககால மக்களின் சமுதாய வாழ்வைப் படம் பிடித்துக் காட்டும் கண்ணாடி சங்க இலக்கியங்களே ஆகும். தமிழ் இலக்கிய வரலாற்றில் சங்க காலம் என்பது ஓர் இலக்கியப் புகழ்பெற்ற காலமே ஆகும். சங்க இலக்கியங்கள் சமயச் சார்பற்ற, பொதுவான, சமுதாய நடவடிக்கை களைப் பற்றியே விளக்குகின்றன. சங்ககாலச் சமுதாயம் என்பது தன்னிறைவு பெற்ற நல்ல சமுதாயமாக இருந்தது. அதே நேரத்தில் சமுதாய ஏற்றத்தாழ்வுகளும் பெருகியிருந்தன. துவக்க காலத்தில் இச்சமுதாயம் பழங்குடியினர் சமுதாயமாகவே இருந்தது. சில பழங் குடியினர் மலைப்பிரதேசங்களிலும், தென்னிந்திய எல்லைப் பகுதிகளிலும் வசித்து வந்தனர். அவர்களில், நீலகிரிப் பகுதியில் வாழ்ந்த தோடர்கள், சங்க இலக்கியங்களில் இடம்பெற்றிருக்கின்ற நாகர்கள் போன்றோர் குறிப்பிடத்தக்கவராவர். இலங்கைக் காடுகளில் வேட்டை யாடி வந்த வேடர் என்ற இனத்தவர்கள் தமிழகத்திலும் இருந்தனர். இவர்களில் தோடர்களே முந்தியவர் எனக் கூறப்படுகின்றது.

ஐவகை நிலப்பிரிவினை

இப்பண்டைய தமிழ் மக்கள் தங்களது இருப்பிடத்தாலும் சமூகச் சூழலாலும் தாங்கள் வாழ்ந்த பகுதிகளை வேறுபட்ட நிலப்பிரிவு களாகப் பிரித்துக் கொண்டனர். அம்மக்கள் தாம் வாழும் நிலத்தின் இயல்புக்கு ஏற்றவாறு தம் வாழ்க்கை முறையும் பண்பாடும் அமையும் என்ற கோட்பாட்டினைக் கொண்டவராக இருந்தனர். எனவே குறிஞ்சி, முல்லை, மருதம், நெய்தல் என நான்காக நிலம் பிரிக்கப்பட்டது. இதனால் தான் உலகமே நானிலம் என்ற பெயரால் அழைக்கப்பட்டது என்பர் அறிஞர். மலையும் மலை சார்ந்த நிலமும் குறிஞ்சி என்று அழைக்கப்பட்டது. இந்நிலத்தில் குறவர், குறத்தி, கானவர், பொருப்பன், வெற்பன், கொடிச்சி போன்றவர் வாழ்ந்தனர். இவர்கள் முருகனைத் தெய்வமாக வணங்கி வந்தனர். அவர்களின் உணவுப் பொருட்கள் தினை, மூங்கிலரிசி, கிழங்கு வகைகள், தேன் முதலியனவாகும். மலையை அடுத்து காடும் காடுசார்ந்த இடமும் முல்லை எனப்பட்டது. இந்நில மக்கள் ஆயர், இடையர் என்போராவர். இவர்கள் திருமாலைத் தெய்வமாக வணங்கி வந்தனர். இவர்களது உணவு, வரகு, சாமை, முதிரை முதலியனவாகும். வயலும் வயல் சார்ந்த இடமும் மருத நிலம் எனப்பட்டது. இங்கே வாழ்ந்த மக்கள் உழவர், கடையர் எனப்பட்டனர். இவர்கள் இந்திரனை வணங்கினர். இவர்தம் உணவு அரிசி, பால்,

வெண்ணெய் முதலியனவாகும். கடலும் கடல் சார்ந்த இடமும் நெய்தல் நிலம் எனப்பட்டது. அங்கு வாழ்ந்தவர் பரதவர், நுளைஞர் எனப்பட்டனர். இவர்கள் வருணனை வழிபட்டனர். இவர்தம் முக்கிய உணவு மீன் ஆகும். இந்த நான்கு நிலங்கள் போக, குறிஞ்சியும் முல்லையும் முறைமையில் திரிந்த நிலம் பாலை எனப்பட்டது. இது வனமும் வனம் சார்ந்த இடமுமாகும். இந்நிலத்தில் வாழ்ந்த மக்கள் எயினர், மறவர் எனப்பட்டனர். இவர்கள் கொற்றவையைத் தெய்வமாக வணங்கினர். இவர்தம் உணவு வழிப்பறியில் கவர்ந்த பொருட்களாகும்.

"பிறப்பொக்கும் எல்லா வுயிர்க்கும் சிறப்பொவ்வா
செய்தொழில் வேற்றுமை யான்"

- என்ற வள்ளுவரின் வாய் மொழியை நோக்குங்கால் இம்மக்களிடையே தொழில் அடிப்படையில்தான் பிரிவினை இருந்திருக்கலாம் எனவும் தெரிகின்றது. இவர்களுக்குள் திருமணக் கலப்போ அல்லது உணவுக் கலப்போ தடைசெய்யப் பட்டதாகக் தெரியவில்லை.

தமிழர்களின் இப்பிரிவினையைப் பற்றிக் கூறும்போது "வேறெந்தப் பண்பும் உட்புக முடியாது சமுதாய நடிவடிக்கைகளின் வாழ்வுநெறி என்று இதனைக் கூறாவிடினும், புலவர்கள் ஒவ்வொரு நிலப் பிரிவினையைப் பற்றிப் பாடுவதற்காகவே அமைக்கப்பட்ட பின்னணி" என கே. ஏ. நீலகண்ட சாஸ்திரியார் குறிக்கின்றார். இதன்படி திணை மறுத்து சங்ககாலச் சமுதாயம் சாதி, இனம், நிறம் இவற்றின் அடிப்படையில் அமைந்திருக்கவில்லை என்று கூறுவாறும் உளர்.

சாதி முறை

பண்டைத் தமிழகத்தில் சாதிப்பாகுபாடு என்பது சர்ச்சைக்குரிய ஒன்றாகவே உள்ளது. இனம் அல்லது சாதி அடிப்படையில் சமுதாயம் பிரிக்கப்படுவது இந்தியாவில் ஆச்சரியப்படத்தக்கதல்ல. ஆனால், வட இந்தியப்பகுதியில் இருந்தது போல் தமிழகத்தில் சாதிமுறை வளர்ச்சியடையவில்லை. தமிழர்கள் தங்களுக்கு என்று தனிப்பட்ட முன்னேற்றமான நாகரீகத்தை வளர்த்திருந்தனர். இது வடஇந்தியரின் நாகரீகத்திலிருந்து முற்றிலும் வேறுபட்டிருந்தது என வி.ஏ. ஸ்மித் குறிப்பிடுகின்றார். ஆரியர்கள் தமிழகத்திற்கு வந்து தங்களது சாதி முறையைப் புகுத்த முயன்று தோற்றனர் என்று சொல்லப்படுகின்றது. ஆரியர்களால் சொல்லப்பட்ட பிராமணர், சத்திரியர், வைசியர், சூத்திரர் என்னும் நான்கு சாதி முறை சங்ககாலத் தமிழகத்தில் இருக்கவில்லை என வி.கனகசபை குறிப்பிடுகின்றார். தமிழ் இலக்கியங் களில் புனித நூலினை அணிந்த (பூணூல்) சத்திரியர், வைசியர் பற்றி எச்செய்தியும் இல்லை என அவர் கூறுகின்றனர்.

சங்ககாலத்தில் பழமையான குடிகள் எனக் குறவர்[1], வேட்டுவர் குடி[2], கானவர் குடி[3], உழவர்குடி[4], பரதவர்குடி[5], எயினர்குடி[6], மறவர்குடி[7] போன்றவை சொல்லப்பட்டன.

மாங்குடிக்கிழார் என்பார் "துடியன், பாணன் பறையன், கடம்பன்" என்று இந்நான்கு அல்லது குடியும் இல்லை"[8] என்கின்றார். ஆனால், இது பழங்குடியினரைக் குறிக்குமேயன்றி வேறில்லை என அறிஞர் கருதுகின்றனர். கீழ்க்காணும் பகுதியில் மற்ற பிரிவினர் பற்றிக் காணலாம்.

பிராமணர்

தொல்காப்பியம், பரதவர், முல்லர், இடையர், மறவர், குறவர் என்ற ஐந்து இன மக்கள் குறிப்பிட்ட இடங்களில் வசித்தனர் எனக் கூறுகின்றது. தமிழகத்தின் சாதி முறையில் பிராமணர், வன்னியர், உழவர் என்போர் இருந்தனர் எனவும் சொல்லப்படுகின்றது. இதில் பிராமணர் என்ற இனமும், பிராமணர் அல்லாதார் என்ற இனமுமே இருந்ததாகவும் கருதப்படுகின்றது. பிராமணர்கள் சமுதாயத்தில் முதல் தரமானவராகக் கருதப்பட்டனர். அவர்கள் மறைமுகமாக நாட்டு நிர்வாகத்தை நடத்தினர். பிராமணர்கள் பரத்தையர் கூட்டத்திலும் கலந்திருந்தனர் என விகனகசபை குறிப்பிடுகின்றார். பிராமணர்களைப் பற்றி எட்டுத்தொகை, பத்துப்பாட்டு, பதினெண் கீழ்க்கணக்கு நூல்களில் ஏராளமான செய்திகள் உள்ளன. இவர்கள் தமிழ்ச்சமுதாய வளர்ச்சிக்குப் பாடுபட்டனர் என்றும் கூறப்படுகின்றது.

உழவர்

பிராமணர் தவிர்த்த தூயதமிழ்ச் சமுதாயத்தின் முதல்தர இனம் 'அறிவர்' (Arivar) இனம் என வி. கனகசபை குறிக்கின்றார். அறிவர் என்போர் ஞானிகள் ஆவர். இவர்கள் முற்காலம், நிகழ்காலம், வருங்காலம் என்ற முக்காலமும் உணர்ந்தவராவர். இவர்கள் நடனமாதர்களையும், பரத்தையரையும் ஒதுக்கிவிட்டதாக வி.கனகசபை குறிப்பிடுகின்றார்.

ஞானிகளுக்கு அடுத்து சமுதாயத்தில் அதிக செல்வாக்குப் பெற்றவர் உழவர் பெருமக்களேயாவர். அறிவர் என்போர் ஞானிகளாக இருந்த காரணத்தால், தமிழ் மண்ணில் வாழ்ந்த சாதாரண மனிதர் களிடையே உயர் குடியினர் என்போர் உழவர் பெருமக்களேயாவர். இதனையே வள்ளுவரும், "உழுவார் உலகத்தார்க்காணி" எனவும் "உழுதுண்டு வாழ்வாரே வாழ்வர் மற்றெல்லாம் தொழுதுண்டு பின் செல்பவர்" என்றும் குறிப்பிடுகின்றார். இவர்களே நாட்டின் நிலப் பிரபுக்களாகவும் இருந்தனர். இவர்கள் தம்மை வேளாளர் எனவும்

காராளர் எனவும் அழைத்துக்கொண்டனர். இந்த வேளாளர் (வேளாண்மை செய்வோர்) மேல்குடி உழவர் எனவும், கீழ்குடி உழவர் எனவும் இருவகையாக இருந்தனர் என நச்சினார்க்கினியர் கூறுகின்றார். அஃதாவது செல்வம் படைத்தவர், எளியவர் என்பதேயாகும். முன்னவர் நிலம் படைத்தவராகவும், கீழ்க்குடி உழவர் அந்நிலங்களில் பணிபுரிவோராகவுமிருந்தனர். மேல்குடி உழவர் அல்லது வேளாளர் அரச குடும்பத்தில் திருமண உறவு கொண்டனர் என்றும், அவர்களில் சிலர் சிற்றரசர்களாகவுமிருந்தனர் என்றும் கூறப்படுகின்றது. கீழ்க்குடி உழவர்கள் கடைநிலையினராகவும், அவர்தம் குடும்பப் பெண்கள் "கடைசியர்" எனவும் அழைக்கப்பட்டனர். வேளாளர்கள் கிழார் என்ற சொல்லையும் தம்பெயருக்குப் பின் சேர்த்துக் கொண்டனர். உதாரணமாக கோவூர்கிழார், காரிகிழார் என்பனவாகும்.

வணிகரும் மற்றோரும்

வணிகர் இனம் இருந்ததாகவும் அவர்கள் வைசியர் என அழைக்கப் பட்டதாகவும் தொல்காப்பியம் கூறுகின்றது. திருவள்ளுவரும் அவர்களைப் பற்றி உயர்வாகக் கூறுகின்றார். அரசன் நீதி வழுவாதிருப்பது போன்று வணிகர்களும் நேர்மையுடன் இருந்ததாகச் சொல்லப் படுகின்றது. புகார் நகரத்தில் ஏராளமான வணிகர்கள் குடியிருந்தனர் எனச் சிலப்பதிகாரம் செப்புகின்றது. மற்ற இனத்தவரில் இராணுவத்தில் ஈடுபடுவோர் முக்கியமாகக் கருதப்பட்டனர். இவர்களால் பொருளாதார ரீதியில் நன்மையிருந்ததாகத் தெரியவில்லை, ஆனால் உழவருக்கு அடுத்த நிலையிலிருந்தவர்கள் ஆயரும், வேட்டுவரும் ஆவர் என வி. கனகசபை குறிப்பிடுகின்றார். இவர்களுக்கு அடுத்து பொற்கொல்லர், கொல்லர், தச்சர், மண்பானை செய்வோர் இருந்தனர். அதன் பின்னே இராணுவ வகுப்பினர் இருந்தனர் என்பது வி.கனகசபையின் கருத்தாகும். சமுதாயத்தில் கடைநிலையில், இருந்தவர் வலையர், புலையர் என்போராவர். வலையர் என்போர் மீனவராவர், இவர்கள் கடற்கரையோரங்களில் வசித்து வந்தனர். புலையர் என்போர் தூய்மையற்றோராயிருந்தனர். இவர்கள் பெரும்பாலும் ஊருக்கு வெளியில் இடுகாட்டில் வாழ்ந்தனர். உயர் மக்கள் தெருக்களில் நடந்து வரும் போது இப்புலையர் அவர்களுக்குக் கைகூப்பி வழிவிடுவர் என வி.கனகசபை குறிப்பிடுகின்றார். வேடர் என்போர் வேட்டையாடு வோராவர். இவர்கள் அரசர்கள் வேட்டைக்குச் செல்லும்போது உதவியாக உடன் சென்றனர்.

அடுத்து உமணர் என்பார் உப்பு தயாரித்துவிற்கும் தொழிலில் ஈடுபட்டனர். உப்பு தயாரிப்பதில் அரசு கட்டுப்பாடு இருந்ததாகத் தெரியவில்லை. கிராமத் தொழிலின் அச்சாணி கொல்லரேயாவர். இவர்கள் இராணுவத்திற்குப் பயன்படும் ஆயுதங்களையும், உழவர்க்கு உதவும் பொருட்களையும் செய்தனர்.

பொற்கொல்லர்

பொற்கொல்லர் பொன் ஆபரணங்களைச் செய்தனர். மதுரையில் அரசாங்கப் பொற்கொல்லர் தமக்கு ஏராளமான உதவியாளர்களைப் பெற்றிருந்தார் எனச் சொல்லப்படுகின்றது. அரசு பொற்கொல்லரே மதுரையில் கோவலனின் கொலைக்குக் காரணமானவன் எனச் சிலப்பதிகாரம் செப்புகின்றது. இதனால் அரசுக்கு ஏற்பட்ட இழிபெயரை நீக்க வேண்டி வெற்றிவேல் செழியன் என்னும் மன்னன் ஆயிரக்கணக்கான பொற்கொல்லர்களைக் கொன்றதாகச் சொல்லப் படுகின்றது. ஆனால் இவர் தம் பொன் ஆபரணங்கள் வெளிநாடுகளிலும் செல்வாக்குப் பெற்றதாயிருந்தன.

நெசவாளர்

உழவர்க்கு அடுத்த செல்வாக்கு நெசவாளருக்கு இருந்ததாகச் சொல்லப்படுகின்றது. இவர்களால் உற்பத்தி செய்யப்பட்ட துணிகள் வெளிநாட்டிலும் சிறப்புடனிருந்தது. பருத்தி, பட்டு நெசவு தமிழர்களிடையே வழக்கத்திலிருந்தது. மதுரை, உறையூர், புகார் போன்ற இடங்கள் நெசவுத் தொழிலுக்குக் குறிப்பிடத் தக்கவையா யிருந்தன. சங்க காலத் தையல்காரர்களுக்கு துன்னகாரர் என்று பெயரிருந்தது.

தச்சர்கள்

தச்சர்கள் வீடுகட்டுவதற்கான பொருட்களையும் மற்ற மரச் சாமான்களையும் செய்தனர். இவர்களுக்கு கிரேக்க ரோம நாடுகளிலிருந்து வந்த தச்சர்கள் உதவியாயிருந்தனர். இவர்கள் கப்பல் கட்டுவோருக்கு உதவி செய்தனர். வாகனங்கள், கட்டில்கள், கதவுகள், ரதங்கள், படகுகள் செய்தனர்.

இதர சாதியினர்

காலணி செய்வோர் கீழ்த்தரமாக மதிக்கப்பட்டனர். அவர்கள் தோல் சின்னங்களையும், முத்திரைகளையும் செய்தனர். இடையர்களும், பசுமாடு மேய்ப்போரும் பெரும்பான்மையினராயிருந்தனர். இவர்கள் பால், தயிர், வெண்ணெய், மோர் ஆகியவற்றை மற்ற இனத்தவருக்கு விற்றனர். இவர்களில் செல்வந்தராயிருந்தவர்கள் அரண்மனைக்குப் பால், தயிர், வெண்ணெய், விநியோகம் செய்தனர். இச்சாதியினர் தவிர பாணர், கூத்தர், விறலியர் இருந்தனர்.

அடிமையும், தீண்டாமையும்

ரோம கிரேக்க நாடுகளில் இருந்தது போன்ற அடிமைமுறை சங்கத் தமிழகத்தில் இருந்ததாகச் செய்திகள் கிடைக்கவில்லை.

அடிமைமுறை தமிழக மக்களுக்கு அறியாத ஒன்றாயிருந்தது. தங்களுக்கெனத் தனிப்பெரும் நாகரீகத்தினைத் தமிழ் மக்கள் கொண்டிருந்தனர் என்பதற்கு இதுவே சான்று என வி.கனகசபை குறிப்பிடுகின்றார். ஆனால், சிலப்பதிகாரத்தில் உரிமைச் சுற்றம் என்று கூறப்பட்டுள்ளது. இதற்கு அடிமைகளின் கூட்டம் என்று பொருள் படுத்தப்படுகின்றது. இவ்வடிமைகள் அடிமைகளாக நடத்தப்படாது பணியாட்களாக நடத்தப்பட்டனர் எனவும் எந்த இனத்தவரும் தீண்டத்தகாதவர்களாகக் கருதப்படவில்லை. ஒவ்வோர் இனமும் தமிழ்ச் சமுதாயத்தில் விலக்க முடியாத ஒருறுப்பாகவே இருந்தது. தீண்டாமை நிலவி வந்தது என்று கூறுதல் ஏற்றுக்கொள்ளத் தக்கதல்ல.

நகர வாழ்வு

சங்ககாலத் தமிழகத்தின் சிறப்புமிக்க நகர வாழ்க்கை பற்றி மதுரைக் காஞ்சியும், சிலப்பதிகாரமும் தெளிவாக எடுத்துக் கூறுகின்றன. வஞ்சி, மதுரை, உறையூர், காவிரிப்பூம்பட்டினம், வேலூர், தகடூர் பரம்பு, ஒல்லையூர் போன்றவை முக்கிய நகரங்களாயிருந்தன. இந்நகரங்கள் மதில் முதலிய அரண்களுடன் விளங்கின. அகழிகள் வெட்டப்பட்டிருந்தன. அரசரின் அரண்மனை நடுநாயகமாய் விளங்கியது. மாடமாளிகைகள் இருந்தன. அகன்ற தெருக்களும், தானியக் களஞ்சியங்களுமிருந்தன. ஆங்காங்கே கோவில்கள், குளங்கள், பொதுமன்றங்கள் அமைக்கப்பட்டிருந்தன. புகார் நகரம் இரு பிரிவாக இருந்தது. அவை அரச வீதிகள், தேரோடும் சாலைகள், அங்காடிகள், வணிகர், உழவர், மருத்துவர், சோதிடர் போன்றோர் வாழும் பட்டினப்பாக்கமும், மாளிகைகள், பண்டகசாலைகள், யவனர் குடியிருப்புக்களைக் கொண்ட மருவூர்ப்பாக்கமுமாகும்.

மதுரையின் நகரமைப்பு தாமரை மலரை ஒத்திருந்தது. தாமரை இதழ்களின் அடுக்குபோல மதுரை நகர் வீதிகள் இருந்தன. தாமரையின் நடுவிலுள்ள பொகுட்டினைப் போலப் பாண்டியனது அரண்மனை நகரின் மையத்தில் அமைந்திருந்தது எனப் பரிபாடல் கூறுகின்றது. அக்காலத்துக் கட்டடங்கள், தானியக்களஞ்சியங்கள் பற்றிய தொல்பொருள் ஆய்வுச் சான்றுகளைக் கீழ்க்காவிரிப்படுகை அகழ்வாய்வுகள் தெரிவிக்கின்றன.

திருமண முறை

சங்ககாலத் தமிழ் மக்களின் திருமணமுறை இயற்கையோடு இயைந்ததாகவும் எளிமையானதாகவும் இருந்தது. அம்மக்கள் தங்களது திருமணத்திற்கு ரோகிணியை சிறந்த நாளாகக் கொண்டிருந்தனர். கணிதநூல் முறைப்படி சந்திரனும் ரோகிணியும்

கூடும் நாளில் திருமணம் செய்வது நலம் எனக் கருதினர். அக்காலத் திருமண வைபவங்கள் எட்டு வகைப்படும் எனத் தொல்காப்பியம் கூறுகின்றது[9]. இவற்றில் மூன்று முக்கியமானவையாகும். 1. களவு முறை. இஃது காதல் திருமண முறையாகும். தலைவனும் தலைவியும் ஒருவரை ஒருவர் நேசித்து தாங்களே திருமணம் செய்துகொள்வது களவு எனப்பட்டது. 2. களவின் வழி வந்த கற்பு வாழ்வு ஆகும். அஃதாவது காதல் கொண்டு ஒழுகியவர்கள், பின்னர் பலர் அறிய திருமணம் செய்து கொள்வதாகும். 3. களவின் வழிவராத கற்பு நிலையாகும். களவு ஒழுக்கம் இன்றிப் பெற்றோரும், உற்றாரும் ஒன்றாக இயைந்து திருமணம் நடத்தப்படும் இல்லற வாழ்க்கையாகும். இது ஏற்பாட்டுத் திருமணம் என்றும் அழைக்கப்பட்டது. இம்முறை உயர்நிலையில் வாழ்ந்தோருக்கும், கீழ்நிலையிலிருந்தோருக்கும் பொதுவானதாகும்.[10]

காதல் திருமணம் ஏராளமாக நடைபெற்றதாகச் சொல்லப் படுகின்றது. தலைவி ஒருத்தி தான் விரும்பிய தலைவனைக் கணவனாகப் பெறுவதற்காகத் தம் குலக்கடவுளை வணங்கினாள் என ஐங்குறுநூறு கூறுகின்றது. சங்ககால மக்களின் திருமண நிகழ்ச்சிகள் காலைப் பொழுதில் நடைபெற்றன எனத் தெரிகின்றது. இக்காலத் திருமணம் புரோகிதர் இன்றி, மரத்தூண்களுக்கு நடுவே பரப்பப்பட்ட மணற்பரப்பில் நடைபெற்றது என்று அகநானூறு (86) குறிப்பிடுகிறது. திருமண விழாவின் போது ஏராளமாக பணம் செலவு செய்யப்பட்டது. சிறந்த உணவு படைக்கப்பட்டது.

உடன்கட்டை ஏறுதலும் நோன்பும்

1. பண்டைத் தமிழ்ப் பெண்கள் தமது கணவன் இறப்பதற்கு முன்பே இறப்பதையே பெரும் சிறப்பாகக் கருதினர். தான் உயிரோடு இருக்கும்போதே கணவன் இறந்துவிட்டால் ஏராளமான இன்னல்களை அனுபவிக்க வேண்டியதாக இருந்தது. இதனால் தன் கணவன் இறந்ததும் அவனது சிதையிலேயே விழுந்து தாமும் உயிர்விட்டனர். பூதப் பாண்டியனின் மனைவி தனக்குத் தீயிட்டுக் கொண்டாள். இதனைத் தடுத்த சான்றோர்களைக் கடிந்து கொண்டாள் என இலக்கியங்கள் கூறுகின்றன.

2. ஆனால், எல்லாப் பெண்களுமே தமது கணவன் இறந்ததும் தாமும் உடன்கட்டை ஏறிவிடவில்லை. அதற்கு மாறாக கைம்மை நோன்பும், இருந்தனர். இவ்விதமான வாழ்க்கை ஒரு துறவியின் வாழ்க்கையை ஒத்ததாகும். தலையை மொட்டை அடித்துக் கொண்டு, பழைய சோற்றை உண்டு, துறவி போன்று வீட்டுக்குள்ளே வாழ்க்கையை நடத்துவதே இந்நோன்பு வாழ்க்கையாகும். இதனைப் பல பெண் மக்கள் விரும்பாது, உடன்கட்டை

ஏறுதலையே அதிகம் விரும்பினர் என்பதற்காக பழைய சோற்றை உண்டு கைம்மை நோன்பு நோற்கும் பெண்களில் நானும் ஒருத்தி ஆகமாட்டேன் என பூதப்பாண்டியனின் மனைவி கூறுவதே சான்றாகும். சங்ககாலத்தில் மறுமணம் செய்துகொள்ளும் வழக்கம் கிடையாது.

உணவு

ஒரு தொழிலும் இல்லாது பிறரிடம் கையேந்திப் பிச்சை எடுத்து உண்ணுதலைச் சங்ககால மக்கள் பெரிதும் வெறுத்தனர். பசியே மக்களின் ஒழுக்கத்தைக் கெடுக்கும் என எண்ணினர், பசியும், பிணியும், பகையும் அன்பிற்கு மாறானவை என்பதனை

"பசியும் பிணியும் பகையும் நீங்கி
வசியும் வளனும் சிறக்க"

என்று திருவள்ளுவர் எடுத்துக் கூறுகின்றார். பசியோடு வரும் வறியவர்க்கு ஈவது தமிழ் மக்கட்கு மகிழ்ச்சியாக இருந்தது என்பதனை "ஈதல் இசைபட வாழ்தல்" என்று வள்ளுவர் இயம்புகின்றார்.

மக்களின் அன்றாட உணவு அரிசியும் மாமிசமும் ஆகும். பால், வெண்ணெய், தயிர், மோர், காய்கறிகள், மாம்பழம் போன்றவை மற்ற முக்கிய உணவு வகைகளாக இருந்தன. பிராமணர் தவிர்த்த மற்ற எல்லா இனத்தவரும் மாமிசம் உண்டதாகச் சொல்லப்படுகின்றது. ஆனால் பிராமணரும் மாமிசம் உண்டனர் என்பதற்குப் புறநானூறு சான்று பகர்கின்றது (புறம் 113). வெள்ளாடு, செம்மறியாடு, மான், முயல், மீன், நண்டு, ஈயல், காட்டுக்கோழி, காடை, உடும்பு ஆகியவற்றின் இறைச்சி உண்ணப்பட்டது என கே.கே.பிள்ளை குறிக்கின்றார். உணவு உட்கொள்ளும்போது தமிழர் தரையில் அமர்ந்து உண்பர். பெரும்பாலும் வாழை இலையில் உணவு பரிமாறப்பட்டது. பௌத்த சமயத்தவரும், சமணரும் மாமிசம் உட்கொள்வதைத் தவிர்த்தனர். வெற்றிலை, பாக்கு உபயோகப்படுத்தப்பட்டது.

கள்ளுண்ணும் பழக்கம் சங்கத் தமிழகத்தில் பரவலாகக் காணப்பட்டது. மன்னர், புலவர், பாணர், கூத்தர், விறலியர், பொருநர் அனைவரும் மதுவுண்டு மகிழ்ந்தனர். தமது விருந்தினர் மத்தியில் மதுவுண்டு களிப்பதை மன்னர்கள் பெருமையாகக் கருதினர். யவனர்களிடமிருந்து மதுவகைகளை வாங்கிக் கண்ணாடிக் குப்பிகளில் வைத்து அடைத்து மணலில் புதைத்து ஊற வைப்பர் எனப் புறநானூறு கூறுகின்றது. சங்க காலத்தின் இறுதியில் தமிழ் மக்களிடையே குடிப்பழக்கம் அளவுக்கு மீறிக் காணப்பட்டது என கே.கே. பிள்ளை எடுத்துரைக்கின்றார். சங்ககால அரசர்கள் நல்ல மதுவகைகளை

விருந்தினர்க்குக் கொடுத்து, தாம் சாதாரண மதுவை உண்ணும் பழக்கத்தைக் கொண்டிருந்தனர்.

உடையும் ஆபரணங்களும்

1. சங்ககால மக்களின் உடை அவரவர் வாழ்கின்ற பகுதிக்கு ஏற்றபடி வேறுபட்டிருந்தது. அக்காலத்தில் முப்பத்தாறு வகையான ஆடைகள் வழக்கிலிருந்ததாக சிலப்பதிகாரம் செப்புகின்றது. ஆடைகள் மிக நுண்ணிய நூல்களினால் நெய்யப்பட்டன. துணிகளில் பூ வேலைகள் செய்வதும், நறுமணம் ஊட்டுவதும் பழக்கமாக இருந்தது. சங்ககால ஆடவரும் மகளிரும் பயன் படுத்திய ஆடைகள், உடை, கலிங்கம், பட்டகம் என வகைப் படுத்தப்பட்டன.

2. உயர்குடியில் பிறந்த ஆடவர் இடையில் ஒரு வேட்டியும் மேலாடையும் அணிந்திருந்தனர் எனப் புறநானூறு கூறுகின்றது. சிலர் சட்டையணிவதும் உண்டு. அரசரும் அவரது பணியாளரும் அணிந்த சட்டை குஞ்சுகம் எனப்பட்டது. சிலர் இடுப்பில் மட்டும் ஆடையணிந்திருந்தனர். ஆண்கள் தங்களது தலைமுடியைக் குறைப்பதில்லை. தலைமுடியைக் கொண்டையாக அமைத்துக் கொண்டனர். வணிகர்கள் காலணிகளை அணிந்திருந்தனர்.

3. பெண்கள் இடையில் புடவை அணிந்திருந்தனர். அவர்கள் தம் மார்பகத்தை ஆடையால் மறைப்பதில்லை. மார்பகங்களின் மேல் அழகிய மலர்களையும் வண்ணக் கொடிகளையும் தீட்டி அழகுபடுத்தினர். நாடோடிகளான பாணரின் மனைவியர் ஆடையற்றவர்களாகவே வருணிக்கப்படுகின்றனர். பாடினிகள் தம் உடம்பின் பெரும்பகுதியை வெளியில் காட்டிக் கொண்டனர் என கே.கே.பிள்ளை கூறுகின்றார்.

4. கால்விரல் மோதிரம், பரியகம், நூபுரம், அரியகம், பாடகம், சதங்கை, குறங்குசெறி, முத்துவடம், முத்துமேகலை, மாணிக்கமும் முத்தும் சேர்ந்த தோள்வளையங்கள், செம்பொன் வளை, நவமணிவளை, சூடகம், சங்குவளை, பவழவளை, மாணிக்க மோதிரம் ஆகிய அணிகலன்கள் அணிந்ததாக சிலப்பதிகாரத்தில் கூறப்பட்டுள்ளது. இவை தவிர கழுத்தில் வீரச்சங்கிலியும் மணிமாலையும், வயிரத்தாலான காதணியும், வலம்புரிச் சங்கும், இடையில் பட்டிகையும் அணிந்திருந்தனர் என கே.கே.பிள்ளை கூறுகின்றார்.

5. குழந்தைகளுக்கு நெற்றியில் சுட்டியும், பிறையும், பொன் சங்கிலியும் பூட்டுவது வழக்கமாயிருந்தது. குழந்தைகளின்

விரல்களில் இலச்சினை பொறித்த மோதிரங்கள் அணிவிக்கப் பட்டன. சதங்கைகள் அணிவிக்கப்பட்டன.

6. ஆண்கள், மதாணி, முத்துமாலை, வெள்ளிக் கம்பியில் கோர்த்த பொற்றாமரை மலர்கள், கைவளைகள் போன்ற அணிகலன்களை அணிந்தனர்.

7. பெண்கள் ஒப்பனை செய்து கொள்வதில் ஆர்வம் காட்டினர். கண்ணுக்கு மைதீட்டிக் கொண்டனர். ஆண்களும் பெண்களும் பூ சூட்டிக் கொண்டனர். தலையில் முக்காடிட்டுக் கொள்வதும் வழக்கமாயிருந்தது. பண்டைத் தமிழ்ப்பெண்கள் தம் கூந்தலுக்குக் களிமண் தேய்த்துக் குளிக்கின்ற பழக்கம் இருந்து வந்தது எனக் குறுந்தொகை கூறுகின்றது.

பொழுது போக்கு

முல்லைநில மக்களிடையே காளை மாட்டுச் சண்டை என்பது வழக்கத்திலிருந்தது. கிராமங்களில் சேவல் சண்டையும், ஆடுகளின் மோதலும் கண்டுகளிப்பனவாயிருந்தன. பெண்கள் விளையாட்டுக் களில் கலந்து கொண்டனர். குழந்தைகளும் தங்களுக்குப் பிடித்தமான விளையாட்டுக்களில் ஈடுபட்டனர். கனவு காணுவதில் தமிழர்களுக்கு நம்பிக்கை இருந்தது.

சங்ககாலத் தமிழ் மக்கள் அன்பு, அறம், கற்பு, விருந்தோம்பல், சான்றாண்மை ஆகிய தனிச் சிறப்புக்களைப் பெற்றிருந்தனர். சாதிப்பிரிவினை இருந்தபோதும் சாதி வேற்றுமை காட்டப்படாத, தீண்டாமையில்லாத ஒரு மனிதநேயமாக சங்ககாலச் சமுதாயம் இருந்தது. "யாதும் ஊரே யாவரும் கேளிர்" என்ற கோட்பாடு மக்கள் மனதில் வேரூன்றியிருந்தது. அவர்களது பரந்த நோக்கும், எல்லோரும் நல்வாழ்வு பெற வேண்டும் என்ற நல்லெண்ணமும் பின்னால் வந்த எச்சமுதாய அமைப்பிற்கும் பொருந்தாத அளவில் இருந்தது. சங்க காலத் தமிழகம் சமய வேற்றுமையில்லாத சமயக் காழ்ப்புணர்ச்சியற்ற, சிறந்த அமைதியான ஆட்சியைக் கொண்டிருந்தது. இவ்வமைதிச் சூழ்நிலை பின்னாளில் வேறெந்த சமுதாய அமைப்பிலும் காணுதல் அரியதாகும்.

அடிக்குறிப்புகள்

1. அகநானூறு, 13.
2. நற்றிணை, 189.
3. நற்றிணை, 68.

4. அகநானூறு, 30.
5. அகநானூறு, 10.
6. அகநானூறு, 79.
7. அகநானூறு, 35.
8. புறநானூறு, 335.
9. இவற்றில் முதல் நான்கு பெருந்திணையோடும், அடுத்த மூன்று கைக்கிளையோடும், கந்தர்வ முறை தனியானதாகவும் சேர்க்கப் பட்டுள்ளது. இவர் ராட்சசமுறை (கட்டாயப்படுத்திப் பெண்ணைக் கவரல்) தவறு என்கின்றார். (தொல்காப்பியம், சூத், 104-105).
10. தொல்காப்பியம் சூத், 141-142.

2.8 பண்பாடு

சங்ககாலத் தமிழ்ச் சமுதாயம் உயரிய பண்பாட்டினைக் கொண்டிலங்கியது. நடையுடை, பழக்க வழக்கம், வாழ்க்கை முறை, நாகரீகம், நோக்கம், எண்ணம் ஆகிய அனைத்தும் உயரிய குறிக்கோள் களைக் கொண்டிருந்தது. சமூக பண்பாடு மிகுந்ததாயுமிருந்தது. பிற சமுதாயப் பண்பாடுகளைவிட குறிப்பிட்டுக் கூறக் கூடிய அளவிற்கு மேம்பாடுற்றிருந்தது. அதன் காரணமாக சமுதாய வாழ்வில் மகிழ்ச்சி விஞ்சியிருந்தது. தரமும் உயர்ந்திருந்தது. உயரிய பண்பாடு என்று கூறுவதற்குகந்த சிறப்புக்களைக் கொண்டிருந்தது.

இயற்கையோடியைந்த வாழ்வு

சங்ககால மக்கள் தங்கள் குடிபுகுந்த இடங்களின் இயற்கை அமைப்பிற்கேற்ப தங்கள் வாழ்க்கைகளை அமைத்துக் கொண்டனர். அதாவது புவியியலும், தட்பவெப்ப நிலையும் என்னென்ன வாய்ப்புக்களை அளித்தனவோ அவை அத்தனையையும் பரிபூரண மாகப் பயன்படுத்திக் கொண்டனர். தொழும் தெய்வங்களையும், தொழில் முறைமைகளையும், கலையுணர்வுகளையும் கூட நிலவியல்பு களுக்கேற்ப அமைத்துக் கொண்டனர்.

காதலை இலட்சியமாகக் கொண்ட அகவாழ்க்கை

வாழ்க்கையை அகவாழ்க்கை, புறவாழ்க்கை என இருபெரும் பிரிவுகளாகப் பிரித்திருந்தனர். இதில் அகவாழ்க்கை எனப்படுவது குடும்ப வாழ்க்கையாகும். தலைவனும் தலைவியும் சந்தித்துக் காதல் புரிந்து கடிமணம் செய்து கொண்டனர். காதல் வாழ்வு சிறப்பாகக் கொள்ளப்பட்டது. இதில் மூன்றாமவர் தலையீட்டிற்கு இடமில்லை. ஒத்த மனமும் வயதும் கொண்ட இரு பாலர்கள் தலைவனும் தலைவியுமாக இணைவதே காதலாகக் கருதப்பட்டது. வேறுபாடு குறுக்கிடவில்லை. சடங்கு சம்பிரதாயத் தொல்லைகள் இல்லை. இரு உள்ளங்கள் இணைந்த வாழ்வாகவே இருந்தது. இருவரும் கொள்ளும் காதலின்பத்திற்கு எந்தவிதக் கட்டுப்பாடுமிருந்ததாகவும் தெரியவில்லை.

புகழினைக் குறிக்கோளாகக் கொண்ட புறவாழ்க்கை

புறவாழ்க்கையில் பழந்தமிழர் இலட்சியமாகக் கொண்டது புகழ் ஆகும். இப்புகழ் வீரத்தினாலும் கொடையினாலுமே பெறப்படக் கூடியது எனக் கருதினர். வீரத்தைச் சுட்டிக்காட்டும் நிகழ்ச்சிகளும்

கொடைவளத்தைக் கூறும் சம்பவங்களும் புறப்பொருள் பாடல்களில் ஏராளமாகக் காணக்கிடைக்கின்றன.

சமயச்சார்பற்ற அரசும் சமுதாயமும்

சங்ககாலத் தமிழர் சமய வழிபாடுகளைத் தனிநபர் விருப்பத்திற்கே விட்டுவிட்டனர். அதில் அரசுத்தலையீடு இல்லை. குறிப்பிட்ட ஒரு சமயத்தைப் பரப்பும் நோக்குடன் எந்த அரசும் இயங்கவில்லை. சமயத்திணிப்பு கடுகளவும் இல்லை. புத்த சமயத்தைச் சார்ந்த புலவர்களும் சமண சமய அறிஞர்களும், இந்து சமய ஞானிகளும் ஒன்றாகக் கலந்து வாழ்ந்த விந்தையைக் காண்கிறோம். சமயம் காரணமாக யாரும் கண்டிக்கப்படவோ பாரபட்சம் காட்டப்படவோ இல்லை.

கல்விச் செல்வம் போற்றப்படுதல்

கல்வி கேள்வி பெறுதல் மக்களின் கட்டாயக் கடமையா யிருந்தது. கல்வி கேள்விகளில் சிறந்தோர் உயர்ந்தோராகப் போற்றப்பட்டனர்.

வேற்றுமை தெரிந்த நாற்பாலுள்ளும்
கீழ்ப்பால் ஒருவன் கற்பின்
மேற்பால் ஒருவனும் அவன்கட் படுமே.

என்ற பாண்டிய மன்னனின் கருத்துரைக்கேற்ப கல்வி அறிவுதான் உயர்ந்தவன், தாழ்ந்தவன் என்பதை நிர்ணயிக்கும் அளவு கோலாக இருந்தது.

கற்கே நன்றே கற்கே நன்றே
பிச்சை புகினும் கற்கே நன்றே

எனக் கற்றலின் அவசியத்தை அறிந்திருந்தனர்.

புலவர்களுக்குப் பெருமதிப்பு

நுண்மாண் மிகு புலவர்களுக்கு மதிப்பளிப்பதில் வேறு எந்த பண்டைய சமுதாயத்தையும் விட தமிழர் சமூகம் முன்னணியில் நின்றது. முடியுடை மூவேந்தரும் குறுநில மன்னர்களும் செல்வந்தர் களும் புலவர்களுக்குப் போட்டி போட்டுக் கொண்டு சிறப்புச் செய்தனர். புலவர்களால் பாடப்படும் பேற்றினைப் பெறத் தவங்கிடந்தனர். புனிதமான முரசுகட்டிலில் தூங்கிய மோசிகீரனாருக்கு வெண்சாமரம் வீசிப் பணிபுரிந்தான் ஒரு மன்னன். ஒருவரையொருவர் கண்டு பழகாமலே உள்ளத்தால் ஒன்றுபட்ட நட்பிற்கிலக்கணமாய் நின்றான் மற்றொரு மன்னன். கூழுக்கும் பொன்னுக்கும் கவிபாடும் கூலிக்கவிஞர்களாக இராமல் தவறு கண்ட இடத்துத் தட்டிக்கேட்கும்

தைரியமிகு ஞானிகளாகவும் இருந்தனர். வேம்பும் கடுகும் போன்ற வெய்ய சொற்களினால் செவியறிவுறூஉத் துறையில் அறிவு கொளுத்தும் பாடல்களைப் பாடினர். ஒரே மரபினைச் சேர்ந்த நலங்கிள்ளியும் நெடுங்கிள்ளியும் பொறாது நின்றபோது கோவூர்கிழார் இது முறையா என வினாவெழுப்பினார். எதிரியுடன் போரிடப் பயந்து கோட்டைக்குள் பதுங்கிக் கிடந்த நெடுங்கிள்ளியின் கோழைத் தனத்தை எள்ளி நகையாடினார். புலவர் ஒருவரை ஒற்றர் என்று தண்டிக்க முயன்றதைத் தடுத்தார். பகை மன்னனின் பச்சிளம் பாலர்களை யானையின் காலின் கீழ்ப் போட்டுக் கொல்ல நினைத்த கொடுமையைத் தவிர்த்தார். ஒரு பெண்பாற் புலவர் இரு அரசர் களிடையே (அதியமான் - தொண்டைமான்) நிகழவிருந்த போரைத் தவிர்க்க அரசியல் தூது சென்றார். அண்ணன் குமணனின் தலையைக் கொண்டுவர எண்ணிய தம்பி அமணனின் அரக்க மனதை இளகச் செய்தார் மற்றொரு புலவர் பெருஞ்சித்திரனார். தனது புரவலன் பாரி போரில் வீழ்ந்துபட்டபின் அவனது இருமக்களையும் காப்பாற்றும் பெரும் பொறுப்பினை ஏற்றார் கபிலர். அறம், பொருள், இன்பம் ஆகியவற்றில் உயர்ந்த கருத்துக்களை அள்ளி வழங்கினார் வள்ளுவர்.

அன்றைய உலக சமுதாயங்களுள் பல சமயத் தலைவர்களின் செல்வாக்கில் சிக்கியிருந்த போது, தமிழக சமுதாயம் அறிவாற்றல் மிகு புலவர்கள் செல்வாக்கில் தழைத்தோங்கியது.

ஈகைப்பண்பு

“செல்வத்துப் பயனே ஈதல்” என நக்கீரர் கூறியதற்கேற்ப செல்வந்தர்கள் ஈகைப்பண்பு மிக்கவர்களாயிருந்தனர். வள்ளல்கள் எனச் சிறப்பிக்கும் அளவிற்கு ஈகைக் குணம் மிகுந்த குறுநில மன்னர்கள் எழுவர் இருந்தனர். ஆற்றுப்படை நூற்கள் இரவலர்களைப் புரவலர்களுக்கு வழிப்படுத்தின. சிறுகுடி என்ற ஊருக்குத் தலைவனான பண்ணன் என்பான் “பசிப்பிணி மருத்துவன்” என்றழைக்கப்படும் அளவிற்கு இரவலருக்குச் சோறளித்தான். ஈகையும், மறுமைப் பயன் நாடுவதை நோக்கமாகக் கொள்ளாமல் பெறுவோர் பயன் ஒன்றே குறிக்கோளாயிருந்தது.

அருங்கலை வளர்ச்சி

அறிவுவளமும், கொடை வளமும் மிகுந்த தமிழர் சமுதாயத்தில் கலை வளமும் தழைத்தோங்கியிருந்தது. இசைகேட்பதில் திறமை பெற்றிருந்ததோடு இசைக்கருவி இசைப்பதிலும் திறமை பெற்றிருந்தனர். தோற்கருவி, துளைக்கருவி, நரம்புக்கருவி, கஞ்சக் கருவி ஆகிய நால்வகைக் கருவிகளையும் பயன்படுத்தினர். ஐவகை நிலத்தில் வாழ்ந்தவர்களும் தத்தமக்குரிய பண், யாழ், பறை முதலியவற்றில்

பயிற்சி பெற்றிருந்தனர். பண்களைக் காலையில் பாட வேண்டியவர்கள், மாலையில் பாட வேண்டியவர்கள் எனத் துல்லியமாக வரையறுத் திருந்தனர்.

இசைக்கலையுடன் நெருங்கிய தொடர்புடைய கூத்துக் கலையிலும் சங்ககால மக்கள் சிறந்து விளங்கினர். வள்ளிக் கூத்து, குரவைக் கூத்து, துணங்கைக் கூத்து போன்ற கூத்துக்களை ரசித்தனர். நற்றிணை, மதுரைக்காஞ்சி, பொருநராற்றுப்படை, பெரும்பாணாற்றுப்படை முதலிய நூற்கள் இக்கூத்துக்களைப் பற்றிய விவரங்களைத் தருகின்றன.

பாணர், விறலியர் என்ற கலைஞர்கள் ஊர்தோறும், செல்வந்தர் இல்லந்தோறும் சென்று இசைக்கலை, கூத்துக்கலை போன்றவற்றின் சுவைகளை ஊட்டினர்.

தனி மனிதப் பண்புகள்

மான உணர்வும், நன்றியுணர்வும் தமிழர் போற்றிய தலைசிறந்த மனிதப் பண்புகளாகும். அத்துடன் விருந்தோம்பும் பண்பும் சிறந்த வழக்கமாகப் போற்றப்பட்டு வந்தது. கள்ளுண்டு களித்திருத்தல் அக்கால வழக்கங்களுள் ஒன்று. நாட்டுக்கெனப் போர் செய்து "நடுகல்லாக நிற்பது" பெருமைக்குரிய பண்பு என்று எண்ணினர்.

பண்பு நலன்கள்

பண்டைத் தமிழர் எத்தகைய பண்பாடு உடையவர்கள் என்பதைக் கடலுள் மாய்ந்த இளம் பெருவழுதி என்ற பாண்டிய மன்னன் எடுத்துக்கூறியுள்ளது ஈண்டு குறிப்பிடத்தகுந்தது. தமிழர் தம் பண்பாட்டு நலனை மதிப்பிட அது ஒன்றே போதும்.

"... இந்திரர்க்குரிய அமிழ்தம் கிடைத்தாலும் சுயநலம் கருதி அதனைத் தாமே உண்ணார். புகழ் வருகின்றது எனின் தம் உயிரையும் கொடுப்பர். பழிவரும் எனின் உலகமே பரிசாகக் கிடைப்பதானாலும் அதனைப் பெற்றுக் கொள்ளமாட்டார்கள். பிறர் அஞ்சும் தீயனவற்றைத் தாமும் கண்டு அஞ்சுவர். தளர்ச்சியின்றிச் செயலாற்றும் தன்மையுடையவர். தனக்கென வாழாது பிறர்க்கெனவே வாழும் தகைமையுடையவர். இத்தகைய பெருமக்கள் வாழ்வதினால் தான் உலகம் நிலை பெற்றுள்ளது."

2.9 மகளிர் நிலை

சங்ககாலத்தில் மட்டுமல்லாது இன்றுவரையும் பெண்கள் சமுதாயத்தில் மதிக்கப்பட்டுப் போற்றப்படுகின்றனர். பண்டைத் தமிழ்ப் பெண்களின் வாழ்க்கை முறையானது இன்றைய நிலையிலிருந்து பல வழிகளில் வேறுபட்டிருந்தது. பெண்கள், கற்பு நெறி கொண்டவர்களாக, வீரம் மிக்கவராக, விருந்தோம்பும் பண்புடையவராக, கல்விகேள்விகளில் சிறந்தவர்களாக விளங்கினர் என்றால் அது மிகையன்று. "அறிவும் அருமையும் பெண்பாலான" என்னும் தொல்காப்பியச் சொல்லுக்கு இலக்கணமாகவே சங்ககாலப் பெண்மக்கள் விளங்கினர்.

கற்பு

சங்ககாலப் பெண்களின் பண்பு அச்சம், மடம், நாணம், பயிர்ப்பு ஆகும் என இறையனார் அகப்பொருள் குறிப்பிடுகின்றது. இப்பெண்கள் நாணத்தைத் தம் உயிரினும் மேலாகக் கருதினர். அதனினும் மேலாகத் தம் கற்பைக்காத்தனர். கற்புடைய மகளிரைச் சமுதாயம் போற்றியது. உரைசால் பத்தினியை உயர்ந்தோர் ஏத்தினர். கற்பு தெய்வத்தன்மை வாய்ந்ததெனக் கருதப்பட்டது (புறநானூறு. 122). கற்பிற் சிறந்தோரை "கற்புக்கரசியர்" என்று போற்றினர்.

பெற்ற தாய், தந்தையர், கணவர் மற்றும் சான்றோர் கற்றுக்கொடுத்த நன்னெறியில் பிறழாமல் வாழ்தலே கற்பு எனப்பட்டது. இக்கற்பு நெறியின் போது தலைவியும் தலைவனும் ஒருவருக்கொருவர் போர் நிமித்தமாயும், மற்ற காரணங்களாலும் பிரிந்து வாடுவதும் உண்டு. இவ்வாறு பிரிந்து செல்லுங்கால் தனது தலைவன் திரும்பிவரும் வரை தலைவியானவள் பூச்சூடமாட்டாள், அலங்காரம் செய்யமாட்டாள் எனச் சிலப்பதிகாரம் செப்புகிறது. கோவலனும் கண்ணகியும் பிரிந்திருந்தபோது, கண்ணகி, தன்கால்களில் சிலம்பு அணியவில்லை, கண்களில் மை தீட்டவில்லை, நெற்றியில் பொட்டிடவில்லை, கூந்தலில் நெய்தடவவில்லை, முகத்தில் முறுவல் இல்லை என்றெல்லாம் கண்ணகியின் கற்பு நெறி எடுத்துக் கூறப்படுகிறது.

சங்ககால மகளிரின் கற்புநெறி மூன்று வகையாகப் பிரிக்கப்பட்டுள்ளது. அவை முதற்கற்பு, இடைக்கற்பு, கடைக்கற்பு என்பனவாகும். தனது கணவன் இறந்ததும் அதைக் கண்டு வருந்தி உடனே தன்னுயிரை மாய்த்துக் கொள்ளும் மனைவி முதற்கற்பினள் ஆவாள்.

தனது கணவன் இறந்த பின் அவனது உடல் தகனத்தின் போது தானும் தீயில் விழுந்து தன் உயிரைமாய்த்துக் கொள்பவள் இடைக்கற்பினள் ஆவாள். பாண்டியன் நெடுஞ்செழியன் அரியணையிலமர்ந்து கொண்டே இறந்த போது அதனால் அதிர்ச்சியுற்ற தானும் இறந்த கோப்பெருந்தேவி முதற்கற்புக்கு இலக்கணமாகச் சொல்லப்படு கின்றாள். தன் கணவனின் உடல் தகனத்தின் போது தானும் தீயில் விழப்போகும் போது தன்னைத் தடுத்த சான்றோரைக் கடிந்து பேசி பின் தீயில் விழுந்த பூதப்பாண்டியனின் மனைவி இடைக்கற்பிற்கு இலக்கணமாவாள். கடைக்கற்பு என்பது தனது கணவன் இறந்துவிட்ட பின்பு, நோன்பிருந்து, அலங்காரம் இல்லாது, தலையை மொட்டை யடித்து, துறவி வாழ்க்கை வாழ்தலாகும். எனவே சங்ககாலத்தில் பெண்கள் மறுமணம் செய்து கொள்ள அனுமதிக்கப்படவில்லை.

கல்வி நிலை

சங்ககாலப் பெண்கள் இல்லறத்தில் நல்லவராயிருந்ததோடன்றிக் கல்வி கேள்விகளில் சிறந்தவராயிருந்தனர். புலவர்களாகவும், துறவிகளாகவும் பெண்கள் பலர் வாழ்ந்திருக்கின்றனர். ஔவையார், காக்கைப்பாடினியார், நச்செள்ளையார், நாகையார், நன்முல்லையார், நப்பசலையார், முடத்தாமக் கண்ணியார், வெள்ளிவீதியார், பொன் முடியார் போன்றவர்கள் பெண்பாற்புலவர்கள் ஆவர். இவர்களில் சிறப்பு மிக்கவர்கள் ஔவையார், முடத்தாமக்கண்ணியார், காக்கைப் பாடினியார் போன்றவராவர். இவர்கள் அறம் பற்றியும், போர்பற்றியும், இலக்கணம் பற்றியும் தமது கவிதைகளில் எடுத்தியம்பியுள்ளனர்.

வீரம்

சங்ககாலப் பெண்கள் வீரம் மிக்கவராயுமிருந்திருக்கின்றனர். போரில் ஈடுபடும் வீரர்களின் குடும்பத்துப் பெண்மணிகள் மூதின் மகளிர் என அழைக்கப்பட்டனர். இவர்கள் தங்களது பிள்ளைகளையும், கணவரையும் மற்றும் உறவினரையும் போரில் ஈடுபடும்படி தூண்டினர். ஆனால், இப்பெண்கள் போரில் ஈடுபட்டதாகச் செய்திகள் இல்லை. சங்ககாலத் தாய்மார்கள்... தங்களது பிள்ளைகளோ அல்லது கணவரோ போரில் சென்று புறமுதுகிட்டு ஓடினாலோ, புறப்புண் பெற்றாலோ அதனை அவர்கள் விரும்புவதில்லை. போர் முனையில் எவர் வந்தாலும் புறங்கொடுக்காத் தோள் வலிமையினைப் பெற்றிருந்த தன்மகன் முதுகிலே புறப்புண் பெற்றுவிட்டான் என்பதனை அறிந்த அவன் தாய், “அவன் முதுகிலே புண்பட்டிருந்தால் அவனுக்குப் பாலூட்டிய என் மார்பகத்தை அறுத்தெறிவேன்” என்று கூறி உண்மைநிலை அறியப் போர்க்களம் புகுந்தாள். ஆனால் அவ்வீரத்தாய் அங்குத் தன் மகன் விழுப்புண் பட்டு இரத்தம் சிந்திக் கொண்டிருப் பதைக் கண்டு பெருமகிழ்வு கொண்டாள் என ஒக்கூர் மாசாத்தியார்

என்னும் புலவர் புறநானூற்றுப் பாடல் ஒன்றில் விரித்துரைக்கின்றார். எனவே தமிழகத்தின் தாய்மார்களின் வீரம் வியக்க வேண்டியுள்ள நிலையிலிருந்துள்ளது.

உடற் கூறு

சங்ககாலப் பெண்களின் உடற்கூறு ஏழு பருவங்களைக் கொண்டிருந்தது. அவையாவன, பேதை, பெதும்பை, மங்கை, மடந்தை, அரிவை, தெரிவை, பேரிளம்பெண் என்பனவாகும். பேதை என்பது ஐந்து வயதுக்குக் கீழ்ப்பட்ட பெண்குழந்தைகளைக் குறிப்பதாகும். பெதும்பை என்பது ஐந்து வயது முதல் பத்து வயது வரையான பெண்பிள்ளைகளைக் குறிப்பதாகும். மங்கை என்பது பதினைந்து வயது வரையான பெண்களைக் குறிப்பதாகும். மடந்தை என்பது பதினாறுவயது முதல் இருபத்தி ஐந்து வயது வரையான இளம்பெண்களைக் குறிப்பதாகும். அரிவை என்பது இருபத்தி ஐந்து முதல் நாற்பத்தி ஐந்து வயது வரையுள்ள பெண்களாவர். தெரிவை என்போர் நாற்பத்து ஐந்து வயது முதல் அறுபது வயது வரையானோர் ஆவர். பேரிளம் பெண் என்பது அறுபது வயது நிரம்பியோரையும், அதற்கு மேற்பட்ட வயதினரையும் குறிப்பதாகும்.

இல்வாழ்க்கை

இரு உள்ளங்கள் ஒருமைப்படுதற்குக் காரணமாய் அமைவது அன்பே ஆகும். ஒருவன் ஒருத்திபால் அவர்களை ஒருமையுறப் பிணிப்பதற்குத் தோன்றும் அன்பே காதல் எனப் பெயர் பெறும். காதலால் ஒன்றுபட்ட இருவர் அறநெறியில் தம் வாழ்வை நடத்திச் செல்வதே இல்வாழ்க்கையாகும். இதனை

"அன்பும் அறனும் உடைத்தாயின் இல்வாழ்க்கை
பண்பும் பயனும் அது"

என்று வள்ளுவர் விளக்குகின்றார்.

இல்லற வாழ்க்கை இனிதே நடைபெற ஆண், பெண் இரு பாலருக்கும் பத்துப் பண்புகள் ஒத்திருக்க வேண்டும் எனத் தொல்காப்பியம் கூறுகின்றது.

"பிறப்பே குடிமை ஆண்மை ஆண்டொடு
உருவு நிறுத்த காமவாயில்
நிறையே அருளே உணர்வொடு
முறையுறக் கிளந்த ஒப்பினது வகையே"

என்ற தொல்காப்பிய வரிகள் அப்பத்துப் பண்புகள் எவை என்பதனை விளக்குகின்றன.

திருமணத்தின் போது காலையில் மணப்பெண் குடத்தினை ஏந்தி நிற்பாள். அதுசமயம் நன்மகனைப் பெற்ற நான்கு பெண்கள் மணமகளை வாழ்த்துவர் என்று சொல்லப்படுகின்றது. மணவிழாவின் போது மணமக்களுக்கு மங்கல நாண் கட்டப்பட்டதாகச் செய்திகள் இல்லை. சங்ககாலப் பெண்ணின் இல்வாழ்வுச் சிறப்பினை, "மனைத்தக்க மாண்புடையள்" என்றும் "வாழ்க்கைத் துணை" என்றும் வள்ளுவப் பெருந்தகையார் அழைக்கின்றார்.

இல்லற வாழ்க்கையின் சிறப்பு அம்சமாவது நன்மக்கட்பேறு ஆகும். குழந்தையைப் பெறுவது தம் கடமை என்றும், அக்குழந்தையைச் சான்றோனாக்கும் பொறுப்பு தந்தையைச் சார்ந்தது எனவும் பெண்கள் கருதினர். பெண்கள் பூப்புற்றிருக்கும் நாட்களில் வீட்டுப்பண்டங்களைத் தொடாமல் ஒதுங்கியே இருப்பார்கள் எனத் தெரிகின்றது. இம்மகளிர் "கலந்தொடா மகளிர்" என அழைக்கப் பட்டனர்.

விருந்தோம்பல்

தமிழ் மக்கள், அதிலும் குறிப்பாகத் தமிழ்ப்பெண்கள் விருந்தோம் பலைத் தம் வாழ்வின் மகிழ்வாய்க் கருதி வந்தனர். அன்று தொட்டு இன்று வரை தமிழர்தம் விருந்தோம்பலில் சோம்பல் இருந்ததாகத் தெரியவில்லை. அமிழ்தமே ஆனாலும், விருந்தினரை வெளியே நிறுத்திவிட்டுத் தாம்மட்டும் உண்ணும் பழக்கத்தைத் தமிழ்மக்கள் கொண்டதில்லை. இதனையே வள்ளுவரும்,

> **"விருந்து புறத்ததாத் தானுண்டல் சாவா**
> **மருந்தெனினும் வேண்டற்பாற் றன்று"**

என எடுத்துரைக்கின்றார். இதனையே புறநானூறும்

> **"இந்திரர் அமிழ்தம் இயைவ தாயினும்**
> **இனிதெனத் தமியர் உண்டலும் இலரே"**

எனக் கூறுகின்றது. தலைவனுக்கும் தலைவிக்கும் குடும்பத்தில் ஊடல் இருந்த நேரத்திலும் விருந்தினர் வந்துவிட்டால் ஊடலை மறந்து விருந்தினரைச் சங்ககாலப் பெண்கள் மனமார உபசரித்தனர். அறவோர்க்கு அளித்தல், அந்தணரை உபசரித்தல், துறவோர்க் கெதிர்தல், தொல்லோர் சிறப்பின் விருந்தெதிர்கோடல் போன்றவை அக்கால மகளிரின் பண்பாகும்.

அரசியல் வாழ்வு

சங்ககாலப் பெண்கள் வீரம் மிக்கவர்களாக மட்டுமின்றி அரசு தூதுவர்களாகவும் இருந்தனர். உதாரணமாக ஔவையார்

அதியமானுக்காகத் தொண்டைமானிடம் தூது சென்றார். அதியமானுடன் தொண்டைமான் போர்தொடுக்காது சமாதானமாக இருக்க வேண்டும் என அவர் விரும்பினார். ஆனால், தொண்டைமானோ தனது படைக்கருவிகள் தயார் நிலையில் வைக்கப் பட்டிருந்ததை ஔவைக்குக் காட்டினான். ஔவையாரோ தொண்டைமானை இடித்துரைத்து, 'உனது படைக்கருவிகளோ பார்வைக்காக வைக்கப்பட்டிருக்கின்றன. ஆனால், அதியமானின் படைக்கருவிகளோ கொல்லன் பட்டறையில் பழுது பார்க்கப்படுகின்றன. அவனோடு போரிட்டால் நீ தோல்வியடைவது உறுதி' என்றார். இது சங்ககால மகளிர் அரசியலிலும் ஈடுபட்டனர் என்பதனை எடுத்துக்காட்டு கின்றது.

ஆடை அணிகலன்கள்

பண்டைய தமிழகத்தில் 36 வகையான ஆடைகள் இருந்ததாக அடியார்க்கு நல்லார் கூறுகின்றார். பெண்கள் இடையில் புடவை அணிந்திருந்தனர். இப்புடவைகள் பூவேலைப்பாடுடையனவாகவும் இருந்தன. பட்டுப் போன்ற மென்மையான புடவைகள் அணியப் பட்டன. சங்ககாலப் பெண்கள் தம் மார்பகத்தை ஆடையால் மறைக்கவில்லை. சந்தனத்தால் வண்ணம் தீட்டியும், மலர்களை அணிந்துமே மார்பை மறைத்திருந்தனர், விறலியர் அதிகமான ஆடைகளை அணியாதிருந்தனர் என்றும் சொல்லப்படுகின்றது. இப்பெண்கள் இடையில் மேகலையணிந்திருந்தனர். பூப்போட்ட வெண்ணிறப் புடவைகளை அணிவதில் பெண்கள் ஆர்வம் கொண்டிருந்தனர் எனப் பரிபாடல் கூறுகின்றது.

முத்து, பவழம், பொன், வெள்ளி, சங்கு, மாணிக்கமும், மணியும் ஆகியவற்றிலான அணிகலன்களை அணிந்திருந்தனர். கால்விரலில் மோதிரம், பரியகம், அரியகம், பாடகம், சகந்தை, காதணி, தோள் வளையங்கள், முத்துமேகலை போன்ற அணிகலன்களைத் தவிர, கழுத்துச் சங்கிலி, வலம்புரிச்சங்கு, பூ வேலைப்பாடு மிகுந்த கை வளையல்கள் ஆகியவற்றையும் அணிந்திருந்தனர். சிகை அலங்காரம் செய்து கொள்வதிலும் சங்ககாலப் பெண்கள் ஆர்வம் காட்டினர். ஒப்பனைக்கலை வளர்ச்சியடைந்திருந்தது. கூந்தலைக் கொண்டை யாகச் செய்வது வழக்கமாயிருந்தது. மலர்களைச் சூட்டிக் கொண்டனர். கண்ணுக்கு மைதீட்டி, வாசனைத் திரவியங்களை அணிந்தனர்.

விளையாட்டு

சங்ககாலப் பெண்கள் மணற்பாவை வனைந்து விளையாடு வார்கள் என கே.கே.பிள்ளை கூறுகின்றார். தண்ணீரில் குதித்து

நீராடுவது அவர்களுக்குப் பிடித்தமான விளையாட்டாக இருந்தது. பந்து விளையாட்டு அவர்களுக்குத் தெரிந்திருந்தது. பந்துகளை வைத்து அம்மானையாடுவது வழக்கம். ஊஞ்சலாடும் விருப்பம் கொண்டிருந்தனர். பெண்களோடு சேர்ந்து சிறுமியரும் பாட்டுப் பாடிக்கொண்டே விளையாட்டுக்களில் ஈடுபட்டனர்.

விலை மகளிர்

கற்பைப் பேணி வளர்த்த சங்ககாலப் பெண் மக்களில் விலை மகளிர் என்போரும் இருந்தனர். இவ்விலை மகளிரின் வாழ்வு பொய்மையும், போலித்தனமும் நிரம்பியதாயிருந்தது என்று கருதப் படுகின்றது. இவர் தம் வாழ்க்கை பற்றி மதுரைக் காஞ்சி, பட்டினப்பாலை, நெடுநல்வாடை ஆகிய நூல்கள் எடுத்துரைக்கின்றன.

இவ்விலை மகளிர் காதற்கிழத்தியர், சேரிப்பரத்தையர் என இரு வகையாக இருந்தனர். இவர்கள் வாழ்வதற்கென்று தனித்தெருக்கள் அமைந்திருந்தன. பரத்தைத் தொழில் எனினும் தான் விரும்பிய ஒருவனுடன் மட்டுமே இறுதிவரை தொடர்பு கொண்டு வாழ்ந்தவர் காதற்கிழத்தியர் எனவும், மற்ற விலைமகளிர் சேரிப்பரத்தையர் எனவும் அழைக்கப்பட்டனர். ஆனால் வள்ளுவரோ பரத்தையரை அச்சொல் கொண்டு அழைக்காது "பொருட் பெண்டிர்" என்கின்றார். இப்பரத்தையர் ஆடவரிடமிருந்து ஏராளமான பொன்னையும், பொருளையும் பறித்தனர். ஆடை, ஆபரணங்களாலும், வாசனைத் திரவியங்களாலும் தம்மை அலங்காரப்படுத்திக் கொண்டு ஆண்களை மயக்கி அவர்தம் செல்வத்தைப் பறித்தனர்.

இப்பரத்தையர்களுடன் தொடர்புகொள்ளும் ஆண்களை அவர் தம் மனைவியர் கடிந்து கொள்வதில்லை. ஆனால் வருந்திவாடும் நிலை இருந்தது. அரசர்களும் பரத்தையர்களுடன் தொடர்பு கொண்டிருந்தனர். விலை மகளிர் தொழிலோ அல்லது அவருடன் தொடர்பு கொண்ட ஆண்களோ இழிவாகக் கருதப்படவில்லை எனச் சொல்லப்படுகின்றது. ஆனால் வள்ளுவர், "பெண்டிர் பொய்ம்மை மயக்கம் இருட்டறையில் ஏதில் பிணந்தழீ இயற்று" என்று கூறுவதிலிருந்து, விலைமாதருடன் தொடர்பு கொள்வது பிணத்தைத் தழுவும் இழி நிலையாகக் கருதப்பட்டது என்பது ஈண்டு நோக்கத்தக்கதாகும்.

இதுகாறும் கண்டவற்றிலிருந்து சங்ககால மகளிர் மாண்புடைய, கற்புடைய, காதல் வாழ்விலும், இல்லறத்திலும் நல்லறம் பொருந்திய செம்மையான வாழ்வு வாழ்ந்தனர் என்று தெரிகின்றது. கல்வியில் சிறந்தவராகவும், அரசியல் ஈடுபாடு கொண்டவராகவும் மகளிர் வாழ்ந்து காட்டியுள்ளனர். விருந்தோம்பல் அவரது சிறப்புமிக்க இயல்பாக இருந்தது.

2.10 இலக்கியங்கள்

சங்க இலக்கியங்கள் என்று சொல்லப்படும் எட்டுத்தொகை, பத்துப்பாட்டு, பதினெண் கீழ்க்கணக்கு ஆகியவற்றைத் தொகுத்தவர் உ.வே.சாமிநாதய்யர் ஆவார். இவ்விலக்கியங்கள் யாவும் சங்க காலத்தைச் சார்ந்தவை என்று சொல்ல முடியாது. ஒரே மாதிரியான செய்யுள் அமைப்புக்களைக் கொண்ட வேறு இலக்கியங்களையும் சங்க நூல்களுடன் சேர்க்கப்பட்டுள்ளதைக் காணலாம். உதாரணமாக, திருமுருகாற்றுப்படை சங்ககாலத்திற்குப் பிந்தியதே. ஆனால், சங்ககாலத்தில் நிலவி வந்த ஆற்றுப்படுத்தும் ஆற்றுப்படை இலக்கியங்களோடு இது ஒத்திருந்த காரணத்தால் சங்க இலக்கியத்தொகுதிகளில் சேர்க்கப்பட்டது. இது போன்று இன்னும் பல இவ்வகையைச் சேர்ந்தவையாகும். பதினெண் கீழ்க்கணக்கு நூல்கள் பலவும் பிற்காலத்தைச் சேர்ந்தவை என்று அண்மைக்கால ஆய்வுகள் வெளிப்படுத்துகின்றன. இத்தொகுதிகளில் சேராத சங்க நூல் தொல்காப்பியம் ஆகும். இந்நூல்கள் அனைத்தும் அக்கால அரசியல், சமுதாயம் மற்றும் பண்பாட்டுச் செய்திகளை எடுத்துக்கூறுகின்றன. சங்க காலத்து வரலாற்றை அறியப் பயன்படும் மூல நூல்கள் இவைதாம்.

தொல்காப்பியம்

தமிழர் நாகரீகத்தின் நுழைவாயிலாய்த் திகழும் தொல்காப்பியம் இலக்கண நூலேயாகும். எனினும் இதன் பொருளதிகாரத்தில் அக்கால மக்களின் வாழ்க்கை நெறியினைத் தெளிவாகக் காணமுடிகிறது. இந்நூல் சங்க நூல்களுக்குக் காலத்தால் முந்தியது ஆகும். 'ச' என்ற எழுத்தோ அல்லது அதன் மெய்வடிவமான 'ச்' என்ற எழுத்தோ அ,ஐ, ஔ என்ற உயிரெழுத்துக்களுடன் சேர்ந்து 'ச'சை, சௌ, மொழிக்கு முதலில் வராது எனத் தொல்காப்பியம் கூறுகிறது. இதன்படி 'சங்கம்' என்ற சொல்லே தமிழ்ச்சொல் ஆக முடியாது. இருப்பினும் தொல்காப்பியரின் விதிக்கு மாறாக 'சடை', 'சமம்' போன்ற சொற்களை புறநானூற்றில் காணலாம். இதுபோன்றே 'ஞ' என்ற எழுத்து மொழிக்கு முதலில் வராது என்பார் தொல்காப்பியர். ஆனால் ஞமன், ஞமலி என்ற சொற்கள் புறநானூற்றில் இடம்பெற்றுள்ளன. "கள்" என்னும் பன்மை விகுதி அஃறிணையில் வரும் என்று தொல்காப்பியம் கூறுகிறது. ஆனால் அதற்கு மாறாக கலித்தொகையில் ஐவர்கள் என "கள்" விகுதி உயர்திணையில் வந்திருக்கிறது. இவற்றையெல்லாம் நோக்குங்கால். (i) தொல்காப்பியம் சங்க

இலக்கியங்களுக்கு முந்தியது. ஆனால் அதனில் கூறப்பட்டுள்ள விதிகள் அக்காலத்திலேயே மறுக்கப்பட்டு வழக்கொழிந்து போயிருக்க லாம் என்றும் (ii) தொல்காப்பியர் சங்க இலக்கியங்களைப் படித்துப் பின் தனது இலக்கணத்தை யாத்திருக்கலாம், என்றும் தெரிகின்றது.

இத்தொல்காப்பியத்தின் மூலமாக, அக்காலத்திலேயே பிள்ளைத் தமிழ் நூல்கள், ஆற்றுப்படை நூல்கள், உலா நூல்கள், மடல் நூல்கள் போன்ற வகைப்படுத்தப்பட்ட இலக்கியங்கள் இருந்திருக்கும் எனத் தெளியலாம்.

எட்டுத் தொகை நூல்கள்

இத்தொகை நூல்களாவன நற்றிணை, குறுந்தொகை, ஐங்குறு நூறு, பதிற்றுப்பத்து, பரிபாடல், கலித்தொகை, அகநானூறு, புறநானூறு என்பனவாம். இவை தரும் சான்றுகளை ஒவ்வொன்றாகக் காணலாம்.

(i) நற்றிணை

இஃது 400 வெண்பாக்களைக் கொண்டுள்ளது. இதனைத் தொகுத்தவர் யார் எனத் தெரியவில்லை. இதில் பாண்டிய மன்னர்களின் பாடல்களும் இடம்பெற்றுள்ளன. அரசர் தம் கடமை பற்றியும், சோழர்களின் நீதிவழுவா நிர்வாகத்தையும் பற்றி நற்றிணை குறிப்பிடு கின்றது. ஐந்திணைகளைப் பற்றிய செய்திகளை இதில் காணலாம். குறிஞ்சி, நெய்தல் நிலங்களில் காவல் முறை பற்றிய செய்திகள் சொல்லப்பட்டுள்ளன.

ஆயர் தொழில் பற்றியும், பரதவர் தொழில் பற்றியும் நற்றிணை விளக்குகிறது. இதன் மூலம் பரதவரின் வீடுகள் பனை ஓலைகளினாலும் இலைகளாலும் வேயப்பட்டிருக்கும் என அறிய முடிகின்றது பரதவரும், உப்பு வணிகரும் முறையே மீனையும் உப்பையும் விற்று கள்ளையும், நெல்லையும் பெற்றனர். சங்க காலத்தில் புழக்கத்திலிருந்த பல்வகை ஆடைகளைப் பற்றி செய்திகள் உள்ளன. தவிர, தொண்டி கொற்கை, கூடல், வெண்ணி போன்ற வரலாற்றுச் சிறப்புமிக்க ஊர்களின் பெயர்கள் குறிப்பிடப்பட்டுள்ளன.

தமிழர் தம் விருந்து உபசரணை, கலை, இசை ஆர்வம், மகளிர் நிலை போன்ற செய்திகளும் இதன் மூலம் தெரியலாம். ஆர்க்காடு இருப்பையூர் போன்ற ஊர்களின் பெயர்களைக் காணலாம். வல்வில் ஓரி என்ற சிற்றரசனுக்கும் மலையமான் திருமுடிக்காரி என்ற சிற்றரசனுக்கும் நடந்த போர் பற்றியும், வல்வில் ஓரி போரில் கொல்லப்பட்டது பற்றிய செய்திகளும் இந்நூலில் காணப்படுகின்றன

வெளிநாட்டு வாணிகப் பொருட்கள் மரக்கலங்களிலிருந்து இறக்குமதி செய்யப்பட்டதாக இந்நூல் குறிப்பிடுகிறது.

(ii) குறுந்தொகை

குறுந்தொகை 402 பாடல்களைக் கொண்டது. பெரும்பாலும் அகத்துறை பற்றிய பாடல்களே இதில் உள்ளன. இதனைத் தொகுக்க உதவிய அரசன் பூரிக்கோ என்பவனாவான். ஆனால் இதனைத் தொகுத்த புலவர் பெயர் தெரியவில்லை. இது சுமார் 200க்கும் மேற்பட்ட புலவர்களால் இயற்றப்பட்ட பாக்களின் தொகுப்பே ஆகும். குறிஞ்சி, முல்லை, மருதம், நெய்தல், பாலை நிலங்கள் பற்றிய செய்திகள் இதில் காணக்கிடக்கின்றன. குறிஞ்சி நிலத்தவர் வாழ்வு முறை பற்றி ஏராளமான செய்திகளைக் காணமுடிகிறது. தவிர இந்நூலில் நன்னன், எழினி, பாரி, ஓரி, மலையமான், ஆய், அஞ்சி போன்ற சிற்றரசுகள் பற்றிய செய்திகளைக் காணலாம். கோசர், தொண்டையர், கொங்கர் முதலியோர் வரலாறும் காணமுடிகிறது. பொன்வளம் மிகுந்த பாடலிபுத்திர நகர் பற்றிய செய்தி (குறுந்தொகைப் பாடல் 34) இந்நூலில் காணக்கிடைப்பது மிகச் சிறப்பே ஆகும்.

சமுதாய வரலாற்றைப் பொருத்தஅளவு இந்நூல், மக்கள் நல்வினை தீவினை பற்றி அறிந்திருந்தனர்; சொர்க்கம், நரகம் பற்றித் தெரிந்திருந்தனர்; முரசு, பறை பற்றிய அறிவு பெற்றிருந்தனர் எனச் சொல்கின்றது. மக்களது பழக்க வழக்கங்கள் பற்றி எடுத்துச் சொல் கின்றது.

(iii) ஐங்குறுநூறு

இந்தத் தொகைநூல் ஐவகை நிலங்கள் பற்றிய ஐந்நூறு பாடல் களைக் கொண்டது. இதில் மருதத்திற்கு முதலிடம் கொடுக்கப் பட்டுள்ளது. இதில் அமைந்துள்ள பாடல்களைத் தொகுத்தவர் கூடலூர்க்கிழார். இந்நூலில் சேர, சோழ, பாண்டிய வேந்தர்களைப் பற்றிய செய்திகள் காணக்கிடைக்கின்றன. சங்ககால மக்களின் பழக்க வழக்கங்கள் சிலவற்றை இந்நூலில் காணலாம். திருமணத்திற்காகவும், மழை வேண்டியும் கடவுளை வழிபட்டனர். ஒருவன் தனது மகனுக்குத் தனது தந்தையின் பெயரை இடும்பழக்கம் இருந்தது. போரில் இறப்போரின் நினைவாக வீரக்கல் நடும் வழக்கம் இருந்தது. பெண்களிடம் தைநீராடும் வழக்கம் வேரூன்றியிருந்தது. காஞ்சி, சங்குவளையல், சிலம்பு, மேகலை போன்ற ஏராளமான அணிகலன் களை அணியும் வழக்கமும் இருந்து வந்தது என்பன போன்ற செய்திகள் கிடைக்கின்றன.

(iv) பதிற்றுப்பத்து

பத்து சேர மன்னர்களைப் பற்றிப் பாடப்பட்ட 100 பாடல்களைக் கொண்ட நூலே பதிற்றுப்பத்து. இதனைப் பத்து அறிஞர்கள் பாடியுள்ளனர். இதில் ஒவ்வொரு பத்துப் பாடல்களும் முறையே ஒரு சேரமன்னனைப் பற்றிய வரலாற்றைக் கூறுகின்றன. பதிற்றுப்பத்து மட்டுமே சேரர் வரலாற்றை வரிசைக்கிரமமாக எடுத்தியம்புகின்றது. இதில் முதல் பத்தும், கடைசிப் பத்தும் காணக் கிடைக்கவில்லை. ஒவ்வொரு பத்தின் இறுதியும் பதிகம் போன்றது. இதனைப் பாடிய புலவர் பெயரும் அதில் காணலாம். சேர மன்னரைத் தவிர்த்து வேறு எவரையும் பற்றி இந்நூல் குறிப்பிடவில்லை. சேர நாட்டு மக்கள் குற்றமில்லா அறிவுடையோர், அன்பு நெறியினர், பிறர் பொருட்களுக்கு ஆசைப்படாதோர் என்று இந்நூல் குறிப்பிடுகிறது.

(v) பரிபாடல்

இந்தப் பரிபாடலில் எல்லாப் பாக்களும் கிடைத்தில. திருமால், முருகன், கொற்றவை, மதுரை பற்றிய பாக்களை இது கொண்டிருந்தது. இந்நூலைத் தொகுத்தவரும் தொகுப்பித்தவரும் யார் எனத் தெரியவில்லை.

(vi) கலித்தொகை

கலித்தொகையைப் பாடியவர் ஐவர் என அறிஞர் கருதுவர். ஆனால் பேராசிரியர் வையாபுரிப் பிள்ளை கலித்தொகை நல்லந்துவனார் என்ற ஒரே புலவராலேயே பாடப்பட்டது என்பர். இராமாயணம், பாரதம் போன்ற புராணச் செய்திகள் இந்நூலில் அதிகமாக இடம்பெற்றுள்ளன. முருகன், திருமால், கண்ணன், பலராமன் போன்ற தெய்வங்கள் பற்றிய செய்திகளையும் முருகக் கடவுளின் இருப்பிடங்களான, திருச்செந்தூர், திருப்பரங்குன்றம் ஆகியவை பற்றியும் இந்நூலில் செய்திகள் காணலாம். இக்கலித் தொகையில் பாண்டிய நாட்டின் சிறப்பையும், பாண்டிய மன்னர் புகழையும், அவர்கள் வளர்த்த தமிழ் பற்றியும் அதிகம் காணலாம்.

(vii) அகநானூறு

அகநானூற்றைத் தொகுப்பித்த மன்னர் உக்கிரப் பெருவழுதியாவார். இதனைத் தொகுத்தவர் மதுரை உப்பூரிகுடிக்கிழான் மகன் உருத்திரசன்மன் ஆவார். இந்நூல் நெடுந்தொகை என்ற பெயரிலும் அழைக்கப்படுகிறது. தொண்டி, தனுஷ்கோடி, கொற்கை, செல்லூர், ஊணூர், கழுமலம், புறந்தை, சாயக்கானம், குடவாயில் போன்ற ஊர்களைப் பற்றிய செய்திகளை இதில் காணலாம். பிறநாடுகளி லிருந்து சோழர்க்குக் கிடைத்த திறைப்பொருள்கள் குடந்தையில் பாதுகாக்கப் பட்டதாக இந்நூல் குறிப்பிடுகின்றது. நந்தர்கள் பற்றியும்,

அவர்தம் தலைநகரமான பாடலிபுத்திரம் பற்றியும் செய்திகளை அகநானூற்றில் காணலாம். குடவோலை முறையில் தேர்தல் நடத்தப் பட்டன என்ற செய்தியும், கார்த்திகை விழா பற்றிய செய்தியும் இதில் சொல்லப்பட்டுள்ளது. பொதுவில் மக்களின் அகவாழ்வு, அதாவது காதல் வாழ்வு பற்றிய செய்திகளைக் கூறுகின்றது.

(viii) புறநானூறு

சங்ககால மூவேந்தர் தம் அரசியல் வரலாற்றினைத் தெரிந்து கொள்ளப் பெரிதும் பயன்படும் நூல் இதுவாகும். புறநானூற்றின் காலத்தைப் பற்றிப் பல்வேறு கருத்துக்கள் உள்ளன. புறநானூற்றில் அடங்கியுள்ள பாடல்களின் காலம் கி.மு. 1000 முதல் கி.பி. 300 வரை இருக்கலாம் என சி.இ. இராமச்சந்திரன் கருதுகின்றார். இதனைப் பாடியவர்கள் 156 புலவர்கள் ஆவர். சேரர், பாண்டியர், சோழர் தம் அறப்போர் முறை, கொடை, வேளிர்களின் வீரமும் கொடையும் போன்றவை பற்றிய செய்திகளைப் புறநானூறு விளக்குகிறது.

பத்துப்பாட்டு நூல்கள்

முதன் முதலில் கி.பி.14 - ஆம் நூற்றாண்டில் நன்னூல் உரையாசிரியர் மயிலை நாதர் "பத்துப்பாட்டு" என்று எடுத்துரைக்கின்றார். எனவே இவர்தம் காலத்திற்குப் பின்பே "பத்துப்பாட்டு" என்று பெயர் வழங்கப்பட்டிருக்க வேண்டும். இப்பத்துப்பாட்டினைத் தொகுப்பித் தோர், தொகுத்தோர் யார் எனத் தெரியவில்லை.

(i) திருமுருகாற்றுப்படை

இந்நூல் முருகக்கடவுளின் ஆறுபடை வீடுகளைப் புகழும் நூலாகும். இது ஆறு பகுதிகளைக் கொண்டது. முதற்பகுதியில் முருகக் கடவுளின் திருவுருவச் சிறப்பு, மதுரை, திருப்பரங்குன்றம் ஆகியவற்றின் வளம் பற்றிச் சொல்லப்பட்டுள்ளது. இரண்டாவது பகுதியில் முருகன் வழங்கும் அருள் பற்றியும் திருச்சீரலைவாய்த் தலம் பற்றியும் காணலாம். மூன்றாவது பகுதியில் திருமால் பற்றிய செய்திகள் கூறப்பட்டுள்ளன. நான்காவது பகுதியில் அந்தணர் இயல்பு பற்றியும், ஐந்தாவது பகுதியில் முருகனை வணங்கும் மகளிர் இயல்பு பற்றியும். ஆறாவது பகுதியில் பழமுதிர்ச்சோலை பற்றியும் செய்திகள் காணக்கிடைக்கின்றன.

(ii) பொருநராற்றுப்படை

இந்நூல் சோழ மாமன்னர் கரிகாற்சோழனின் கொடைத் திறனையும் அவனது வெற்றிகளையும் எடுத்தியம்புகிறது.

(iii) **சிறுபாணாற்றுப்படை**

ஓய்மா நாட்டு நல்லியக்கோடனின் கொடைத்திறன் இதில் சொல்லப்பட்டுள்ளது. கரிகாலனும், சேரன் செங்குட்டுவனும், பாண்டியன் நெடுஞ்செழியனும் இறந்த பின்பு தமிழகம் நிலை குலைந்த செய்தியையும் இந்நூலில் காணலாம்.

(iv) **பெரும்பாணாற்றுப்படை**

இந்நூல் தொண்டை மண்டலத்தை ஆட்சி செய்த இளந்திரையன் வரலாற்றை எடுத்தியம்புகிறது. மாமல்லபுரத்தின் சிறப்பும் இதில் காணப்படுகிறது.

(v) **முல்லைப்பாட்டு**

முல்லைநிலை ஒழுக்கத்தை அடிப்படையாகக் கொண்டதால் இந்நூல் முல்லைப்பாட்டு எனப்பட்டது. இல்லறம் நடத்தும் தலைவன், தலைவியின் பிரிவாற்றா நிலை பற்றி இந்நூல் குறிப்பிடுகிறது. யவனர், மிலேச்சர் ஆகியோருடன் சங்ககாலத் தமிழகத்திற்குத் தொடர்பு இருந்தது என்பதை இந்நூல் எடுத்தியம்புகின்றது.

(vi) **மதுரைக்காஞ்சி**

இதன் ஆசிரியர் மாங்குடி மருதனார் ஆவார். இந்நூலில் தலையாலங்கானத்துச் செருவென்ற பாண்டியன் நெடுஞ்செழியனின் வெற்றிச் சிறப்புக்களும், மதுரையின் வளமும் கூறப்பட்டுள்ளன. பாண்டிய மன்னனின் கொடைத்திறனும் இதில் விவரிக்கப்பட்டுள்ளது. அந்திவிழா, திருவோணநாள் விழா, திருப்பரங்குன்றவிழா போன்றவையும் சொல்லப்பட்டுள்ளன.

(vii) **நெடுநல்வாடை**

போரில் ஈடுபட்டுக் கொண்டிருக்கும் பாண்டியன் நெடுஞ் செழியன் விரைவில் வெற்றியோடு திரும்புவான் என அரசிற்கு உரைப்பதாக இப்பாடல் அமைந்துள்ளது. மகளிர் மாலைக் காலத்தைக் கொண்டாடுதல், பூவின் மலர்ச்சியை வைத்து பொழுதை அறிதல் போன்ற செய்திகளும் இதில் காணலாம். இதன் ஆசிரியர் நக்கீரர் ஆவார்.

(viii) **குறிஞ்சிப்பாட்டு**

இதனைப்பாடியவர் கபிலராவார். இதனைப் பெருங்குறிஞ்சி என்று நச்சினார்க்கினியர் அழைக்கின்றார். குறிஞ்சி நில ஒழுக்கத்தையும், தமிழ்மக்களின் காதல் வாழ்வையும் இந்நூல் எடுத்துக் கூறுகிறது.

(ix) பட்டினப்பாலை

இது 301 அடிகளையுடையது. கரிகாற் சோழனைப் பற்றி கடியலூர் உருத்திரங்கண்ணனார் பாடியதாக இது அமைந்துள்ளது. சோழ நாட்டின் சிறப்பு காவிரிப்பூம்பட்டினத்தின் வளம், கரிகாலனின் வெற்றிகள் போன்றவை இதில் கூறப்பட்டுள்ளன. துர்க்கா கோவில் பற்றியும், பரதவர் பொழுதுபோக்கும், கடல் வாணிகம் பற்றியும், சுங்கவரி பற்றியும் செய்திகள் இதில் காணப்படுகின்றன.

(x) மலைபடுகடாம்

இந்நூல் கூத்தராற்றுப்படை என்ற மற்றொரு பெயராலும் அழைக்கப்படுகின்றது. வேளிர் மன்னன் நன்னன் சேய் நன்னன் பற்றிய சிறப்புக்களையும், அவனது நாட்டுச் சிறப்பையும், கொடைத் திறனையும் இந்நூல் கூறுகிறது. இசையின் முக்கிய அம்சங்களையும் இதில் காணலாம்.

பதினெண் கீழ்க்கணக்கு நூல்கள்

நாலடியார், நான்மணிக்கடிகை, இனியவை நாற்பது, இன்னா நாற்பது, களவழி நாற்பது, கார் நாற்பது, ஐந்திணை ஐம்பது, ஐந்திணை எழுபது, திணைமொழி ஐம்பது, திணை மாலை நூற்றைம்பது, திருக்குறள், திரிகடுகம், ஆசாரக்கோவை, பழமொழி, சிறுபஞ்ச மூலம், முதுமொழிக் காஞ்சி, ஏலாதி, கைந்நிலை ஆகியவை பதினெண் கீழ்க்கணக்கு நூல்களாகும்.

இப்பதினெண் கீழ்க்கணக்கு நூல்கள் ஏனைய இரு தொகை நூல்களைக் காட்டிலும் வேறுபட்டவை. எட்டுத் தொகையும், பத்துப்பாட்டும் இயற்கையோடு கூடிய அகவாழ்வையும், புறவாழ்வையும் எடுத்துக் கூறுகின்றன. ஆனால், பதினெண் கீழ்க்கணக்கு நூல்களோ நீதி நெறி முறைகளைச் சொல்கின்றன. இதற்குக் காரணம் அயலார் ஆட்சியில் தமிழகம் சீர்குலைந்ததே என அறிஞர் கருதுவர். களப்பிரர் போன்றோர் ஊடுருவியதால் இந்நீதி நூல்கள் தோன்றவேண்டிய நிலை ஏற்பட்டது. இந்நூல்களில் சிறந்தவையான நாலடியாரும் திருக்குறளும் அறம், பொருள், இன்பம் என்னும் பண்பினைக் கொண்டுள்ளன.

சங்கம் மருவிய கால இலக்கியங்கள்
சிலப்பதிகாரம்

ஐம்பெருங்காப்பியங்களில் முதன்மையானதான சிலப்பதிகாரம் இளங்கோவடிகளால் எழுதப்பட்டதாகும். தொடக்க காலத்தில் சங்ககாலத்தினைச் சேர்ந்ததெனக் கருதப்பட்ட இந்நூல் அண்மைக் காலத்தில் சங்கம் மருவிய காலத்தினை, அதாவது கி.பி. ஆறாம்

நூற்றாண்டினைச் சேர்ந்ததென பலராலும் ஏற்றுக் கொள்ளப் பட்டுள்ளது. இதில் அக்கால பெருவழிகள் பற்றியும், சமுதாய வாழ்க்கை முறை பற்றியும் ஏராளமான செய்திகள் உள்ளன. சமணசமயம் சார்ந்த இந்நூலில் வைணவக் கோயில்கள் பற்றியும், பிறவழிபாடுகள் பற்றியும் செய்திகள் நிறைந்துள்ளன.

மணிமேகலை

சிலப்பதிகாரத்தைத் தொடர்ந்து சீத்தலைச்சாத்தனாரால் எழுதப்பட்ட மணிமேகலை ஒரு பௌத்த காப்பியமாகும். இதிலும் அக்கால சமுதாய வாழ்க்கை முறைகள் விளக்கப்பட்டுள்ளன.

2.11 கலை

சங்ககாலத்தில் நிலவிவந்த கலைப் பொக்கிசங்கள், கட்டடக் கலைச் சின்னங்கள் ஆகிய எதுவும் நமக்குக் கிடைத்தில. ஆயினும் அவை பழக்கத்திலிருந்தமைக்கான இலக்கியச் செய்திகள் உள்ளன. கட்டடக்கலைச் சொற்களான கோட்டம், நகரம், மன்றம், கோயில், போன்ற சொற்கள் சங்க இலக்கியங்களிலும், சங்கம் மருவிய கால இலக்கியங்களிலும் காணக்கிடைக்கின்றன. இது போன்றே இசைக் கலையும், நடனக் கலையும்கூட இலக்கியத்தில் சொல்லப்பட்டுள்ளன. இக்காலக்கலை அழிந்துபட்டமைக்கு சமுதாயக் காரணங்களும் இருந்திருக்கலாம். பொதுவாக அவை அழிந்துபடக்கூடிய பொருட் களால் ஆக்கப்பட்டதும் ஒரு காரணமாகக் கொள்ளலாம்.

கட்டடக்கலை

சங்ககாலக் கட்டடக்கலைமுறையை, கோயில், அரண்மனை, பிற கட்டிடங்கள் என்று பிரித்துக் கூறலாம். சங்ககாலத்தில் ஆண்ட சோழமன்னர்களில் இறுதியாக வந்த சோழன் செங்கணான் என்பான் சுமார் எழுபத்திஎட்டு மாடக்கோயில்களைக் காவிரியின் கரையில் எடுப்பித்தான் எனச் சொல்லப்படுகின்றது. ஆனால் அவற்றில் ஒன்று கூட இன்று இல்லை. இது மிகைப்படுத்தப்பட்ட ஒரு செய்தியா யிருப்பினும் ஒரு சில கோயில்களையாவது அம்மன்னன் கட்டி யிருக்கக்கூடும்[1]. ஏனெனில் சங்ககாலத்தில் கோயில்கள் மரத்தாலும் செங்கல்லாலும் கட்டப்பட்டிருக்கின்றன. அவற்றின் மீது சுண்ணம் பூசப்பட்டது. அவை செப்பனிடப்படாத சூழ்நிலையில் சிதைந்து போயிருக்க வேண்டும். அக்காலச் செங்கற்கோயிலொன்று அழிந்து போனது பற்றிய செய்தியை சங்க இலக்கியப் பாடலே படம் பிடித்துக் காட்டுவதைக் காணலாம்.

"இட்டிகை நெடுஞ்சுவர் விட்டம் வீழ்ந்தென
மணிப்புறாத் துறந்த மரஞ்சோர் மாடத்து
எழுதணி கடவுள் போகலிற் புல்லென்று
ஒழுகுபலி மறந்த மெழுகாப் புன்றிணை"[2]

என்கின்றது செய்யுள்.

அக்காலத்தில் சிவபிரானுக்கும், திருமாலுக்கும், முருகக் கடவுளுக்கும், கொற்றவைக்கும் கோயில்கள் அமைக்கப்பட்டன.

அவை சுடுமண் கொண்டு அமைக்கப்பட்டிருந்த நிலையை, "சுடுமண் ஓங்கிய நெடுநிலைக் கோட்டம்"[3] என்னும் இலக்கிய வரியால் அறியலாம்.

இறைவன் உறைந்த இடமும் மன்னர் வாழ்ந்த இடங்களும் கோயில் என்றே அழைக்கப்பட்டன. நெடுநல்வாடைப் பாடலொன்று அரண் அமைந்த கட்டடத்தைப் பற்றிக் கூறும்போது,

"வென்றெழு கொடியொடு வேழம் சென்றுபுகக்
குன்று குயின்றன்ன ஓங்குநிலை வாயில்" என்கின்றது.

கட்டடம் கட்டுவதற்கு அக்காலத்தில் அறிஞர் பெருமக்களைக் கொண்டு நாள் குறிக்கப்பட்ட செய்தியையும், தெய்வங்கள் திசைவாரியாக அமைக்கப்பட்டதையும்,

"இருகோற் குறிநிலை வழுக்காது குடக்கேர்
பொருதிறஞ் சாரா வரை நாளமயத்து
நூலறிபுலவர் நுண்ணிதிற் கயிறிட்டுத்
தேஎங் கொண்டு தெய்வ நோக்கிப்
பெரும் பெயர் மன்னர்க் கொப்ப மனைவகுத்து"

என்கின்றது மற்றோர் நெடுநல்வாடைப் பாடல்.

சங்கம் மருவிய காலத்தைச் சேர்ந்த சிலப்பதிகாரம் காவிரிப் பூம்பட்டினத்தில் இருந்த பல்வேறு கோயில்கள் பற்றியும், அரண்மனைகள், மண்டபங்கள், சாளரங்கள் பற்றியும் குறிப்பிடுவதைக் காணலாம். இதே காலத்தைச் சேர்ந்த மணிமேகலை காவிரிப் பூம்பட்டினத்தில் வெளிநாட்டார் பலரின் துணையோடு கட்டப் பட்டிருந்த பொன் மண்டபம் ஒன்றைக் குறிப்பிடுகின்றது. இம்மண்டபத்தூண்களும், அரண்மனைத் தூண்களும் திரட்சியாகவும் பளபளப்பாகவுமிருந்தமையும் கூறப்பட்டுள்ளது. நகரங்களைச் சுற்றிலும் கோட்டை மதிற்சுவர்கள் கட்டப்பட்டு, அகழிகளும் வெட்டப்பட்டிருந்தன. மதுரை போன்ற பெரிய நகரங்களில் மாட மாளிகைகள், கூட கோபுரங்களும் உயர்ந்தோங்கியிருந்தன. மதுரை நகர் ஒரு தாமரையைப் போன்றும், அதன் தெருக்கள் தாமரை இதழ்போன்றும் அமைந்திருந்ததெனப் பரிபாடல் குறிப்பிடுகின்றது[4].

சிற்பக்கலை

சங்ககாலத்தில் சிற்பக்கலையும் வளர்ந்திருக்க வேண்டும். அரண்மனை வாயில்களின் கதவுகளில் கொற்றவையின் உருவம் பொறிக்கப்பட்டிருந்ததாகத் தெரிகின்றது[5]. காவிரிப்பூம்பட்டினத்தி லிருந்த வாயிற்கதவுகளில் புலியின் உருவம் பொறிக்கப்பட்டிருந்ததாம்[6].

வீரச்செயல் புரிந்து மடிந்த ஒருவனுக்கு அவனது உற்றார், உறவினர், அரசர் போன்றோரால் நினைவுத்தூண் அல்லது வீரக்கல் அல்லது நடுகல் அமைப்பது வழக்கமாயிருந்ததாகத் தொல்காப்பியம் கூறுகின்றது. அதற்காகக் கல் கொணர்ந்து நீரிலிட்டுத் தூய்மையாக்கி அவனது உருவமும் பெயரும். வீரச்செயலும் பொறிக்கப்பட்டதாகத் தெரிகின்றது[7]. இறந்துபட்ட அரசனுக்கும் நடுகல் எடுப்பது வழக்கமாயிருந் திருக்கின்றது[8]. கணவனை இழந்து பரிதவித்து மதுரையை எரித்த பத்தினி தெய்வம் கண்ணகிக்கு சேரன் செங்குட்டுவன் கோயில் எழுப்பினான் என்றும் சொல்லப்படுவதைக் காணலாம். இது அக்காலத்தில் உடன்கட்டையேறிய பெண்டிர்க்கு அமைக்கப்பட்ட "மாசதிக்கல்" லுக்கு ஒப்பான ஒன்றாகும். சிற்பங்களும். பாவைகளும் கல், மண், மரம் ஆகியவற்றால் செய்யப்பட்டதாகத் தெரிகின்றது. இந்த நடுகற்கள் அமைக்கப்பட்ட முறையே பிற்காலத்தில் பள்ளிப்படைக் கோயில்கள் (இறந்தோரின், குறிப்பாக இறந்த அரசரின், சமாதி மீது கோயில் எழுப்புதல்) வளர்ச்சி பெறுவதற்கு அடிப்படையாயிருந் திருக்க வேண்டும்[9]. மண்ணால் சிற்பம் செய்தவர்களைச் சங்க காலத்துக்குச் சற்றுப் பிந்திய நூலான மணிமேகலை மண்ணீட்டாளர் என்கின்றது[10]. பரிபாடல் போன்ற இலக்கியங்கள் மரப்பதுமைகள் பற்றிக் கூறுகின்றன. இம்மரச் சிற்பங்கள் காலப் போக்கில் அழிந்துபட்டிருக்க வேண்டும். அகழ்வாய்வுகளில் அகக்காலச் சுடுமண் ஓடுகளும், சிற்பங்களும், கொற்கை, அரிக்கமேடு, உறையூர் போன்ற இடங்களிலிருந்து கண்டெடுக்கப்பட்டுள்ளன. இன்னும் தமிழகத்தின் கிராமங்களில் சுதையுருவங்கள் செய்து வழிபடப்படும் நிகழ்ச்சியைக் காண்கின்றோம். இது சங்ககால மரபின் தொடர்ச்சியேயாகும்.

இங்கு ஒரு கேள்வி நம்முன் தோன்றுகின்றது. சங்ககால மக்கள் கிரேக்க ரோமானியர்களுடன் தொடர்பு கொண்டிருந்தனர். அவர்களோடு நடத்திய வாணிபம் செழிப்புற்றிருந்தது. பல பண்பாட்டுக் கலப்புக்கள் ஏற்பட்டிருந்திருக்கின்றன. இதே காலகட்டத்தில் தான் வடக்கே மௌரியரும், சுங்கரும், குஷானரும் வெளிநாட்டினருடன் வாணிபமும், பண்பாட்டுத் தொடர்பும் கொண்டிருந்தனர். அதனால் கட்டடக் கலையும், சிற்பக்கலையும் அளவிடற்கரிய மாற்றமும் முன்னேற்றமும் கண்டன. முதன் முதலாகக் கற்கள் பயன்படுத்தப்பட்டன. ஆனால் தமிழகத்தில் மட்டும் ஏன் அம்மாற்றம் ஏற்படவில்லை? ஒருவேளை அம்மாற்றம் இங்கும் ஏற்பட்டும் பின் அழிந்து விட்டதா? அப்படியெனில் அழிவதற்கான காரணம் தான் என்ன? போன்ற வினாக்களுக்கு விடை காணமுடியாது தவித்துக் கொண்டிருக்கின்றோம். அதற்கான காரணம் போதிய சான்றுகள் கிடைக்கப் பெறாமையே என்று கூறப்படுகின்றது.

இவ்வினாக்களுக்கு விடைகாண இத்துறையில் மேலும் ஆழ்ந்த ஆய்வு செய்யப்பட வேண்டியுள்ளது.

ஓவியக்கலை

சிற்பக்கலையிலும், கட்டடக்கலையிலும் முந்தியது ஓவியக் கலை. பண்டைய மனிதன் தன் எண்ணத்தின் பிரதிபலிப்பாகப் பாறைகளில் ஓவியங்களைத் தீட்டினான். அதன்பின் மட்பாண்டங்களிலும், கல்லறைச் சுவர்களிலும் ஓவியத்தை வடித்தான். சங்க இலக்கியங்கள் அக்காலத்து ஓவியங்களைப் பற்றித் தெளிவாகக் கூறுகின்றன. சங்ககால அரண்மனைகளில் ஓவியக் கூடங்கள் இருந்திருக்கின்றன என்பதனை "சித்திர மாடத்துத் துஞ்சிய நன்மாறன்" (பாண்டிய மன்னன் நன்மாறன் என்பான் தனது ஓவியக் கூடத்தில் இறந்து பட்டிருந்தான்) என்ற வரியிலிருந்து உணரலாம். பாண்டியரது சித்திரமாடத்தில் சித்திரம் தீட்டப்பட்ட சுவர், செப்புத் தகடு போல் பளபளப்பாகக் காட்சியளித்ததென்றும், அக்கூடம் மிகவும் குளிர்மையாக இருந்ததென்றும் மாங்குடி மருதன் என்னும் புலவர் பாடுகின்றார்[11]. அக்காலத்தில் திருப்பரங்குன்றத்து முருகன் கோயிலில் பக்தர்களின் கண்களுக்கு விருந்தாக ஓவியம் தீட்டப்பட்டிருந்ததாம். இதில் இந்திரன் அகலிகையைப் பெண்டாடியது வரையப் பட்டிருந்ததாம்[12]. ஆனால் இலக்கியங்களில் சொல்லப்பட்ட அந்த முருகன் கோயில் இன்றில்லை. இன்றிருப்பது கி.பி. 8-ஆம் நூற்றாண்டில் எடுக்கப்பட்ட குடைவரை கோயிலேயாகும். கோயிற் சுவர்களில் தீட்டப்பட்டிருந்த ஓவியங்களில் சாலைகளில் செல்லும் தேர்கள் தூசியினைப் பூசிவிட்டதாகப் பட்டினப்பாலை கூறுகின்றது[13]. புனையா ஓவியம், அதாவது வரிவடிவ ஓவியம் வரையப்பட்டதனை நெடுநல்வாடை குறிப்பிடுகின்றது[14]. ஓவியக் கலைஞர்கள் "கண்ணுள் வினைஞர்" என அழைக்கப்பட்டனர்[15].

இசையும் நாட்டியமும்

மனிதன் தான் பேசுவதற்கும், எழுதுவதற்கும் முற்பட்ட காலத்தில் எழுப்பிய ஒலியும், சைகையுமே இசைக்கும், நாட்டியத்துக்கும் முன்னோடிகளாம். சங்ககாலத்து இலக்கியங்களில் இசைக்கருவிகள் பற்றியும், இசைக்கலை பெற்ற சிறப்பினையும், நாட்டியத்தின் நல்லியல்புகள் பற்றியும் அறியமுடிகின்றது. குழலும் யாழும் அக்காலத்து முக்கிய இசைக்கருவிகள் என்பதனை

> **"குழலினிது யாழினிது என்ப தம்மக்கள்**
> **மழலைச்சொல் கேளா தவர்"**

- என்ற திருக்குறள் மூலமே அறியலாம்.

ஆநிரை மேய்க்கச் சென்ற ஆயர்குடி மக்கள் காட்டில் வண்டுகளால் இயல்பாகத் துளைக்கப்பட்ட கழைகளின் வழி எழும் ஒலியைக் கேட்டு இன்புற்று கழைத்துண்டுகளைச் செதுக்கியெடுத்துக் குழல் தயாரித்தனர்[16]. இக்குழலே பின்னாளில் வளர்ச்சி பெற்ற நிலையையடைந்ததைக் காணலாம். பெரும்பாணாற்றுப்படையில் யாழ் பற்றிய செய்தி வருகின்றது[17]. வரிவண்டுகளின் இசையில் மயங்கி பூங்கொத்துக்கள் மலர்ந்தன எனக் குறுந்தொகையும், குறமகள் ஒருத்தியின் பாட்டிசையில் மயங்கிய வேழம் தான் உட்கொண்டிருந்த தினைக்கதிரினைக் கீழே விட்டுவிட்டுத் துயில் கொண்டு விட்டதென அகநானூறும் கூறுகின்றன[18]. பாணர், பொருநர், வயிரியர், கோடியர், விறலியர், கூத்தர் எனப்பல்வகை இசைக்கலைஞர்கள் அக்காலத்தில் இருந்தனரெனத் தெரிகின்றது. குழலும், யாழும் தவிர பேரிகை, படகம், உடுக்கை, மத்தளம், திமிலி, குடமுழா, முழவு, முரசு, பறை, துடி போன்ற பல இசைக்கருவிகள் அக்காலத்தில் இருந்ததெனக் கூறப்படுகின்றது.

நடனமும் கூத்தும் ஒன்றென அக்காலத்தில் நிலவி வந்ததாகத் தெரிகின்றது. விழாக்காலங்களில் மகளிரின் ஆட்டங்களைப் பற்றிக் குறுந்தொகையும் மதுரைக்காஞ்சியும் குறிப்பிடுகின்றன. இவ்வகை ஆட்டம் குரவைக்கூத்து எனப்படுகின்றது. ஆடுகின்ற இடத்திற்கு ஏற்றாற்போல் பல்வகைக் கூத்துக்கள் இருந்தனவெனத் தெரிகின்றது. உதாரணமாக முருக வழிபாட்டின்போது ஆடல்பாடல் கொண்டு இளம் பெண்டிர் ஆடும் கூத்தினை[19] வெறியாட்டுக்கூத்து என்கின்றனர். தமது பகைவர்கள் பகை கெட்டோட வீரர்கள் ஆடிய ஆட்டம் துணங்கைக் கூத்து[20] எனப்பட்டது. முல்லைநில மக்கள் திருமாலைப் புகழ்ந்து ஆடிய கூத்து "ஆய்ச்சியர் குரவை" என்று அழைக்கப்பட்டது.

மேற்கூறப்பட்டவை தவிர நாடகக் கலையும் வளர்ந்திருந் தமையைத் தொல்காப்பியத்தின் மூலம் அறிய முடிகின்றது.

இவ்வாறு சங்ககாலத்தில் கட்டடக்கலை, சிற்பக்கலை, ஓவியக்கலை, இசைக்கலை, நாட்டியம், நாடகம் ஆகியவை சிறந்த வகையில் வளர்ந்திருந்தமையைக் காணலாம்.

அடிக்குறிப்புகள்

1. இதனை, திருநாவுக்கரசர் பெருமானின் "பெருக்காறு சடைக்கணிந்த பெருமான் சேரும், பெருங் கோயில் எழுபதினோடெட்டும்" என்ற வரிகள் மூலமும், திருமங்கை ஆழ்வாரின் "இருக்கிலிங்கு திருமொழிவாய் எண்டோளீசற்கு எழில் மாடம் எழுவது செய்துலக மாண்ட திருக்குலத்து வளச் சோழன்" என்பதிலிருந்தும் அறியலாம்.
2. அகநானூறு, 167.

3. பெரும்பாணாற்றுப்படை, 405.
4. பரிபாடல், 7: 1-4.
5. மதுரைக்காஞ்சி, 350-355.
6. பட்டினப்பாலை, 40.
7. தொல்காப்பியம், பொருளதிகாரம், 63.
8. புறநானூறு, 221.
9. தமிழ்நாட்டு வரலாறு - சங்ககாலம், வாழ்வியல், (தமிழ்நாடு வரலாற்றுக் குழு), 1983, ப. 369.
10. மணிமேகலை, 28: 37.
11. மதுரைக்காஞ்சி, 480-485.
12. பரிபாடல், 19, 45-55.
13. பட்டினப்பாலை, 45-50.
14. நெடுநல்வாடை, 147.
15. மதுரைக்காஞ்சி, 518.
16. அகநானூறு, 82: 1-2.
17. பெரும்பாணாற்றுப்படை, 175-185.
18. குறுந்தொகை, 260, அகநானூறு, 102.
19. பட்டினப்பாலை, 150-160.
20. பதிற்றுப்பத்து, 77.

3. களப்பிரர்கள் கால நிலை

சங்ககால இறுதியில் தமிழகத்தைக் கைப்பற்றியவர்கள் களப்பிரர்கள் எனக் கண்டறியப்பட்டுள்ளனர். அவர்கள் சுமார் மூன்று நூற்றாண்டு காலம் தமிழகத்தில் (கி.பி. 3 - ஆம் நூற்றாண்டு முதல் கி.பி. 6 - ஆம் நூற்றாண்டு வரை) ஆட்சி செய்திருப்பதாகத் தெரிய வந்துள்ளது. ஆயினும் அவர்கள் தொடர்ந்து கி.பி. 12 - ஆம் நூற்றாண்டு வரையிலும் ஓரிரு இடங்களில் வாழ்ந்திருந்தமையை அறிய முடிகின்றது. அவர்கள் துவக்கத்தில் மூன்று பிரிவினராகத் தமிழகத்தில் புகுந்திருக்க வேண்டும். ஒரு பகுதியினர் காஞ்சியிலும், மற்றொரு பிரிவினர் சோழ நாட்டில் காவேரிப்பட்டினத்திலும், மூன்றாவது பெரும் பகுதியினர் மதுரையிலும் தங்களது தலைமை யிடத்தைப் பெற்றிருந்திருக்கின்றனர். இவர்கள் இந்து சமயத்தினர் (அதாவது வைதீக சமயத்தினர்) அல்ல. பௌத்த, சமண சமயத்தவ ராகவே இருந்திருக்கக்கூடும். ஏனெனில் அவர்கள் தங்கியிருந்த முக்கிய பகுதிகளில் பௌத்த, சமண சமயப்பண்பாட்டுத் தடயங்கள் காணக் கிடைக்கின்றன. இக்களப்பிரர்கள் வைதீக சமயத்தவரின் பண்பாடு களுக்கும், சமய வழிபாடுகளுக்கும் இன்னல் விளைவித்தனர் என்ற கருத்து பரவலாக நிலவி வருகின்றது. ஆனால் சரியான ஆதாரங்கள் கிடைக்கப்பெறாமையால், இவ்வாறு கருதுவது தவறு எனவும் சிலர் கருதுகின்றனர்[1]. மு. அருணாச்சலம் என்பார், மதுரையில் களப்பிரர் ஆட்சியில் சைவசமயம் ஒடுக்கப்பட்டது என்கின்றார்[2]. இது போன்ற வேறு பல செய்திகளும் அவர்கள் காலத்திய வாழ்க்கை முறைகளைப் பற்றிச் சொல்லப்பட்டுள்ளன. ஆனால், அவற்றில் பெரும்பான்மை யானவை ஊகத்தின் அடிப்படையிலேயே வந்தவையாகும். இந்த ஊகங்களுக்கான காரணம் அக்காலத்தைப் பற்றிய வரலாற்றுச் செய்திகள் கிடைக்கப்படாமையேயாகும். களப்பிரரின் முன்பு ஆண்ட சங்ககால மன்னர் பற்றிய செய்திகள் கிடைத்துள்ளன. அவர்கள் காலத்துக்குப் பிந்திய வரலாற்றுச் செய்திகள் கிடைத்துள்ளன. ஆனால் இந்த மூன்று நூற்றாண்டுகள் பற்றிய செய்திகள் மட்டும் ஏன் இருட்டடிப்பு செய்யப்பட்டிருக்கின்றன? என்ற வினாவுக்கு விடை காணாமல் தவிக்க வேண்டியுள்ளது. அவைகள் ஏன் பின் வந்த அரசபரம்பரையினரால் அழிக்கப் பட்டிருக்கக் கூடாது? என்ற வினாவும் எழுகின்றது.

மூன்று நூற்றாண்டுகாலம் ஆண்டும் எந்த எச்சத்தையும் விட்டுச் செல்லாமல் போனதாகக் கருதப்படும் இக்களப்பிரர் யார்? எங்கிருந்து

வந்தார்கள்? அவர்தம் ஆட்சிக் காலத்தில் என்னதான் நடந்திருக்கும்? என்னும் வினாக்கள் இன்னும் விடையளிக்கப்படாமலேயே இருந்து வருகின்றன. இதற்கான முயற்சிகளும் தொடர்ந்து நடைபெற்று வருகின்றன.

இவர்களைப் பற்றி அறிய நமக்குக்கிடைக்கும் சான்றுகளாவன, மத்திய காலத்தைச் சேர்ந்த தமிழ் நாவலர் சரிதை, யாப்பருங்கலம், பெரியபுராணம், வேள்விக்குடிச் செப்பேடுகள், கசக்குடிபட்டயங்கள், கொத்தமங்கலம், கொற்றங்குடி, கூரம் மற்றும் தளவாய்புரம் செப்பேடுகள், நேரூர்பட்டயம். ஹரிஹரர் பட்டயம், திருப்புகலூர் மற்றும் வைகுந்தப் பெருமாள் கோயில் கல்வெட்டுக்கள், செந்தலைத் தூண் கல்வெட்டு, பட்டத்தாள் மங்கலச் செப்பேடு போன்றவையாகும். ஆனால் இவற்றில் கிடைக்கின்ற செய்திகள் மிகக்குறைவானவையும், பெயர்களை மட்டுமே தருவனவாயும் ஊகத்திற்கு வழிவகுப்பனவாயுமே உள்ளன.

இலக்கிய வழிச் செய்திகள்

தமிழ் நாவலர் சரிதை என்னும் நூல் களப்பிரமன்னன் சேர, சோழ, பாண்டியர் என்னும் மூவேந்தரைத் தன் பிடியில் வைத்திருந்தான் என்று கூறுகின்றது.[3] யாப்பருங்கல விருத்தியுரையில் சேர, சோழ பாண்டிய அரசர்கள் களப்பிரரால் சிறைப்படுத்தப்பட்டபோது களப்பிரரைச் சிறப்பித்துப் பாடிய வெண்பாக்கள் காணப்படுகின்றன[4]. இதில் வரும் மன்னர் பெயர் அச்சுதன் அல்லது அச்சுதக் களப்பாளன் என்றும் அவன் நந்திமலையிலிருந்து கொண்டு ஆண்டான் என்றும் சொல்லப் படுகின்றது. யாப்பருங்கல விருத்தியுரையில் காணப்படும் வேறுசில வெண்பாக்கள் களப்பிர அரசனின் ஆட்சி ஓங்க வேண்டும் என்று விஷ்ணுவையும் அருகப் பெருமானையும் (மகாவீரர்) வேண்டிப்பாடப் பட்டன என்று கருதப்படுகின்றது. இதில் ஒரு பாடல் அச்சுத மன்னனைக் காத்தருள வேண்டுமெனத் திருமாலை வேண்டுவதாக அமைந்துள்ளது. மற்றுமொரு பாடல் அச்சுதர் கோனின் ஆற்றல், வீரம், கொற்றம் ஆகியவற்றைப் புகழ்கின்றது[5]. இவன் அந்தண அறிஞர்களை ஆதரித்ததாகத் தெரிகின்றது. ஆனால் மேற்கூறப்பட்ட இந்நூல்கள் பிந்திய காலத்தவையேயாகும். கி.பி. 12-ஆம் நூற்றாண்டைச் சேர்ந்த சேக்கிழார் தன் பெரியபுராணத்தில் கூற்றுவநாயனார் என்னும் களப்பிரமன்னன் ஒரு சிவபக்தன் எனக் கூறுகின்றார். இவன் "களந்தைக் கோன்" என அழைக்கப்படுவதிலிருந்து களந்தை[6] என்ற பகுதியை ஆண்டான் என்று சொல்லப்படுகின்றது. கல்லாடம் என்னும் பிந்திய நூல் ஒன்று மூர்த்திநாயனார் என்பவர் மதுரையில் ஆண்டு வந்தார் என்று சொல்கின்றது. கர்னாடக அரசன் ஒருவன் மதுரையை ஆண்டான். அவனது ஆட்சியில் மூர்த்தி நாயனார் பூசைக்குரிய

பொருட்களைப் பெறமுடியாமல் துன்புற்றார். அம்மன்னன் இறந்தபின் இவருக்கிருந்த இன்னல்கள் நீங்கின. இவரே அரசராக யானையால் தேர்ந்தெடுக்கப்பட்டார். இவர் வைதீக சமய எதிர்ப்பாளர்களை ஒடுக்கி சைவத்தை நிலை நாட்டினார் என்றும் இந்நூல் சொல்கின்றது[7]. கி.பி. ஐந்தாம் நூற்றாண்டின் பின்பகுதியில் உறையூரில் வாழ்ந்தவரும் புத்த கோசரின் சமகாலத்தவருமான புத்ததத்தா என்பவர் பாலி மொழியில் வல்லுநர். அவர் பல பௌத்த நூல்களை எழுதியுள்ளார். அவர் தம் சமகாலத்தில் ஆண்ட அச்சுதவிக்ரந்தன் என்னும் மன்னன் காலத்தில் சோழ நாட்டில் பௌத்த மடாலயங்கள் செல்வாக்கும் ஆதரவும் பெற்றுத் திகழ்ந்தன என்கின்றார்[8]. இம்மன்னன் மதுரையில் ஆண்டான் என ஒரு சாரார் கருதுகின்றனர்.[9] இவ்விலக்கியச் செய்திகள் அனைத்திலும் பொதுவாக களப்பாளன், அச்சுதன் போன்ற பெயர்கள் வருகின்றன. இந்தப் பெயர் ஒற்றுமை காரணமாக இவர்கள் அனைவரும் களப்பிர மன்னர்கள் தான் என்று அறிஞர் பலர் கருதுகின்றனர். சங்கம் மருவிய காலத்தைச் சேர்ந்த கலித்தொகை[10] மதுரையைக் கைப்பற்றி ஆண்ட களப்பிரர் சமணர் என்கின்றது[11].

கல்வெட்டுச் செய்திகள்

கல்வெட்டுச் செய்திகளில் குறிப்பிடத்தக்க ஒன்று வேள்விக்குடி செப்பேடு ஆகும். இது களப்பிரரைத் தான் வென்றதாகச் சொல்லும் முதலாம் பாண்டியப் பேரரசில் உதித்த மன்னன் பராந்தக நெடுஞ்சடையனால் கொடுக்கப்பட்ட சாசனமாகும்.[12] இதன்படி சங்ககால மன்னர்களில் ஒருவரான பல்யாகசாலை முதுகுடுமிப் பெருவழுதி என்பார் வேள்விக்குடி என்னும் கிராமத்தை வேதிய குடும்பத்தைச் சேர்ந்த நற்கொற்றன் என்னும் கொற்கைக்கிழானுக்கு தானமாக வழங்கினான். களப்பிரர் ஆட்சிக்கு வந்தபோது அவ்வூர் இறையிலி நிலமாகயிருந்ததை மாற்றி வரி செலுத்தும் பகுதியாக்கினர். இதனால் நலிவுற்ற அக்குடும்பத்தின் வாரிசாரில் ஒருவரான நற்சிங்கன் என்பார், (கி.பி. 6-ஆம் நூற்றாண்டில்) களப்பிரரை வென்று மீண்டும் ஆட்சிக்கு வந்த பாண்டியன் கடுங்கோனிடம் முறையிட்டார். இதனையறிந்த பாண்டியன் மீண்டும் அவ்வூரை அக்குடும்பத்தார்க்கே கொடுத்தார் என்பதை வேள்விக்குடிச் செப்பேடு,

> **“விற்கைத் தடக்கை விறல் வேந்தன்**
> **கொற்கை கிழான் காமக்காணி நற்சிங்கற்குத்**
> **தேரோடும் கடல் தானையான்**
> **நீரோடு அட்டிக் கொடுத்தான்”**

என்று கூறுகின்றது.

வேள்விக்குடிச் செப்பேடு களப்பிரரை அதிராசரை அகலநீக்கிய கலியரசன் என்கின்றது. இந்தக் கலி என்பது ஓர் அரச குலத்தின் பெயர் என கிருஷ்ணசாஸ்திரியும், கலியுகத்தைக் குறிப்பதாக ஹீல்ட்ஸீம் கருதுகின்றனர். இதே ஆறாம் நூற்றாண்டிலும் அதன் பின்னரும் களப்பிரரை வென்றதாகத் தென்னிந்திய அரசர்கள் பலரும் தங்களது பட்டயங்கள், கல்வெட்டுக்களில் கூறி உள்ளனர். பல்லவ மன்னன் சிம்மவிஷ்ணு களப்பிரரை வென்றதாக கசக்குடி பட்டயங்கள் கூறுகின்றன.[13] முதலாம் நரசிம்மவர்ம (கி.பி. 7 - ஆம் நூற்றாண்டு) பல்லவன் அவர்களை வென்றதாகக் கூரம் செப்பேடுகள் மூலம் தெரியவருகின்றது[14]. இதில் இம்மன்னன் சோழ, கேரள, களப்பிர, பாண்டிய மன்னர்களைப் பலமுறை வென்றதாகச் சொல்லப் பட்டுள்ளது. கி.பி. எட்டாம் நூற்றாண்டில் ஆண்ட இரண்டாம் நந்திவர்ம பல்லவ மன்னன் களப்பிரரை வென்ற செய்தியை அவரது பட்டத்தாள் மங்கலச் செப்பேடு கூறுகின்றது. அவரது வாயிற்புறத்தில் வல்லபர், களப்பிரர், கேரளர், பாண்டியர், சோழர், துளுவர், கொங்கனர் போன்றோர் அவரைச் சேவிக்கும் தருணத்தை எதிர் பார்த்துக் காத்திருந்ததாக இப்பட்டயம் கூறுகின்றது[15]. பல்லவரின் இறுதிக் காலத்தில் (9- ஆம் நூற்றாண்டு) அபராஜித பல்லவன் களப்பிரரை அடக்கியது பற்றி வேலாஞ்சேரி செப்பேடுகள் கூறுகின்றன. தமிழகத்துக்கு வடக்கே ஆண்ட சாளுக்கிய மன்னர்கள் பலரும் களப்பிரரை வென்றதாகக் கூறுகின்றனர். சாளுக்கிய வினயாதித்தியன் (கி.பி.681-96) களப்பிரரை வென்றதாக அவரது ஹரிஹரர் பட்டயம் கூறுகின்றது. இரண்டாம் விக்கிரமாதித்தனின் (734 - 45) நேரூர் பட்டயமும் இரண்டாம் கீர்த்திவர்மனின் (744-53) வக்கலேரி பட்டயமும், அவர்கள் களப்பி ரை வென்றதாகவும், கொப்பரம் பட்டயம் கலிகுல அரசரை இரண்டாம் புலிகேசி (611-42) வென்றார் என்றும் கூறுகின்றன[16]. அண்மையில் பூலாங்குறிச்சி என்ற இடத்தில் கிடைத்த கல்வெட்டு கி.பி. 4-5 ஆம் நூற்றாண்டைச் சேர்ந்ததாகும்[17]. இதில் அக்கால அரசியல் மற்றும் மக்கள் வாழ்வியல் பற்றிய செய்திகள் உள்ளன. இதில் இரு மன்னர்களின் பெயர்கள் உள்ளன. அவையாவன: சேந்தன், சேந்தன் கூற்றன் என்பனவாகும். இதில் உள்ள கூற்றன் என்ற பெயருக்கும் கூற்றுவநாயனாருக்கும் தொடர்பு உண்டா? அப்படி யிருப்பின் சேந்தனும், சேந்தன் கூற்றனும் களப்பிர மன்னராயிருப்பரோ? என்ற வலுவான ஐயம் தோன்றுவதாக நடன காசிநாதன் கருதுகின்றார். சேந்தன் என்ற பெயர் பாண்டிய மன்னரும் வைத்திருக்கின்றனர். உதாரணமாக சேந்தன் செழியன் (கி.பி. 625-640) என்பவரைக் கூறலாம். இருப்பினும் இது மேலும் ஆய்வுக்குரியதாகும்.

மேற்கூறப்பட்ட இலக்கியம் மற்றும் கல்வெட்டுச் சான்று களின்படி களப்பிரர் என்னும் பரம்பரையினர் தமிழகத்தில் குறைந்தது

இரண்டு நூற்றாண்டுகளாயினும், பெரும் பகுதியினை ஆண்ட மன்னர்களாவர் என்பது தெளிவாகின்றது. அதன்பின்பும் அவர்கள் தொடர்ந்து ஓரிரு இடங்களில் இருந்திருப்பார்களா? என்ற ஐயம் எழுவதற்கு கி.பி. 9 - ஆம் நூற்றாண்டு வரை பல மன்னர்கள் தாம் களப்பிரரை வென்றதாகக் கூறுவது ஒரு காரணமாக அமைகின்றது. தமது களப்பிரர் என்னும் நூலில் அவர்கள் 12 - ஆம் நூற்றாண்டுவரை சோழ நாட்டில் இருந்திருக்கின்றனர் என நடன காசிநாதன் கருதுகின்றார். சோழநாட்டில் களப்பாள இனமக்கள் அதிகமாக வாழ்ந்துள்ளனர். இங்கு ஏ. கிருஷ்ணசாமி அவர்கள் களப்பிரரையும், களப்பாளரையும் ஒன்று சேர்த்துக் குழப்பக்கூடாது என்று சொல்லியிருப்பதை நினைவு படுத்த வேண்டும். சொல்லில் வரும் ஒற்றுமைகளை மட்டும் வைத்து ஓரினத்தை மற்றோர் இனத்தோடு இணைத்து விடக்கூடாது. இது போன்றதே செந்தலைத் தூண் கல்வெட்டில் வரும் கள்வர் கள்வன் என்பவனைக் களப்பிரன் என்பதுமாகும். அதேபோன்று பல்லவ வம்சத்தில் சிம்மவிஷ்ணுவுக்குப் பின் வந்தவர்களும், சாளுக்கிய மன்னர்கள் வினயாதித்தியனும் மற்றோரும் களப்பிரரையும் மற்றும் பலரையும் வென்றதாக உரிமை கொண்டாடுவது ஐயத்திற்குரிய ஒன்றாக உள்ளது. ஏனெனில், இராட்டிரகூடர்[18] ஹொய்சளர்[19] போன்றோர் பாண்டியரை வென்று இராமேஸ்வரம் வரை சென்று வெற்றித்தூண் நாட்டியதாக உரிமை கொண்டாடுவதும், மாலிக்காபூர் அங்கு மசூதி கட்டினார் என்று கூறுவதும் தங்கள் வெற்றியின் பரப்பை விரிவுபடுத்துவதாகவோ அல்லது மிகைப்படுத்துவதாகவோ உள்ளது. எனவே பலரையும் வென்றோம், களப்பிரரையும் வென்றோம் என்று கூறுவது ஒருவேளை மிகைப்படுத்தியிருக்கலாமோ என்று ஐயம் எழுகின்றது. ஆனால் இது முடிந்த முடிவு அல்ல. மேலும் தீர ஆய்வு செய்து பார்க்க வேண்டும்.

களப்பிரர் யார்? எவர்?

இந்த சர்ச்சைக்குரிய களப்பிரர்கள் யார்? எங்கிருந்து வந்தார்கள்? என்பதும் சர்ச்சையாகவே உள்ளது. வைகுந்தப் பெருமாள் கோயில் கல்வெட்டு ஒன்றின் அடிப்படையில் அவர்கள் முத்தரையர்கள் தான் என டி.ஏ. கோபிநாதராவ் அவர்கள் கூறுகின்றார்கள். அதில் வரும் பெரும்பிடுகு முத்தரையன் II என்ற சுவரன் மாறன் தன்னைக் கள்வர் கள்வன் என்று சொல்லுவதை வைத்து இக்கருத்து கூறப்பட்டுள்ளது. என். சுப்பிரமணியன் அவர்கள் கள்வன் என்பது சமஸ்கிருதத்தில் களப்பிரனாகின்றது என்று சொல்கின்றார்கள். மு. இராகவையங்கார் அவர்களும், மா. இராசமாணிக்கனார் அவர்களும், களப்பிரரை வெள்ளாளக் களப்பாளர், களப்பாளர் என்று உறுதிப்படுத்து கின்றனர். ஏ.கிருஷ்ணசாமி மற்றும் டி.வி. சதாசிவ பண்டாரத்தார் ஆகியோர் இதனை மறுக்கின்றனர். மயிலைசீனி வேங்கடசாமியும்

எம்.எஸ். கோவிந்தசாமியும் அவர்கள் முத்தரையரின் ஒரு பிரிவினர் என்கின்றனர். கே.ஆர். வெங்கட ராமஐயரும், டி.வி. சதாசிவ பண்டாரத்தாரும் கர்னாடகத்திலிருந்து இவர்கள் வந்திருக்க வேண்டும் எனக் கருதுகின்றனர். இக்கருத்தையே கே.வி. இராமன் அவர்கள் தமது பாண்டியர் வரலாறு என்னும் நூலில் கூறுகின்றார். இக்கருத்தே ஏற்புடைத்தது எனப் பலரும் கருதுகின்றனர். இலக்கியங்களில் கூட அவர்கள் கருநாடகர் என்று வருவதைக் காணலாம். பெரிய புராணம் "கானக்கடி சூழ் வடுகக் கருநாடர் கோவன்... பொழில்சூழ் மதுராபுரி காவல் கொண்டான்" என்று உரைக்கின்றது. வேள்விக்குடி செப்பேட்டில் "மதுரகருநாடகன்" என்று வருகின்றது. கருநாடகத்தில் பேலூர் பகுதியில் களப்பிரர் இனம் இருந்த செய்திகள் கல்வெட்டுக் களில் வருகின்றன[20]. கல்லாடம் என்ற நூலில் "மதுரை வவ்விய கருநாடர் வேந்தன்" என்று வருகின்றது. எனவே களப்பிரர் தமிழர் அல்லர். கருநாடகத்திலிருந்து வந்தவர்களே என்பதற்கு ஏதுவான சான்றுகள் பல உள்ளன. தமிழகத்தின் வடக்கே சிரவணபெல் கோலாவிலிருந்து அவர்கள் வந்திருக்கக் கூடும். இவர்கள் தமிழகத்தில் நிலவியிருந்த அரசியல் சூழலைப் பயன்படுத்திக் கொண்டு இங்கு புகுந்ததாகத் தெரிகின்றது[21].

அவர்தம் ஆட்சியின் விளைவுகள்

களப்பிரர் ஆட்சியில் என்ன நடந்தது? அவர்கள் பௌத்தரா? சமணரா? போன்ற கேள்விகள் இன்னும் தீர்க்கப்படாதவையாக உள்ளன. கல்லாடம் என்னும் நூல், "மதுரை வவ்விய கருநாடர் வேந்தன் அருகர் சார்ந்து நின்று அரன்பணி அடைப்ப" என்று சொல்வதி லிருந்து அவர்கள் சமணர்கள் என்று அறிஞர் பலர் கருதுகின்றனர். ஆனால் இதை வைத்து சமண சமயம் இவர்களோடுதான் தமிழகத்துக்கு வந்தது என்று ஒரு கருத்தை நிலை நாட்ட வேண்டியதில்லை. களப்பிரருக்கு முன்பே சங்ககாலத்திலேயே சமணரும், பௌத்தரும் தமிழகம் புகுந்துள்ளனர் என்பதனை ஐராவதம் மகாதேவன் அவர்களின் பிராமிகல்வெட்டு ஆய்வுமூலம் தெளிவாகத் தெரிகின்றது. இவர்கள் சமணராயும், பௌத்தராயும் இருந்திருக்கின்றனர் என்பதில் ஐயம் இல்லை. ஆனால் இவர்கள் வைதீகர் அல்லர். இவர்கள் வைதீகரை ஒழித்து, அவர்தம் வழிபாட்டிடங்களை அழித்து, அவர்களுக்குப் பல இன்னல்கள் தந்துள்ளனர் என்னும் கருத்து அறிஞர் பெருமக்களிடையே பரவலாகக் காணப்படுவது வருத்தத்துக்குரிய தாகும். இதற்குக் காரணம், சங்ககாலம் சமயப்பூசலற்றதாக இருந்ததும், களப்பிரருக்குப் பிந்திய காலம் சமயப் பூசலும், சமயப் பரப்புதலும் நிறைந்த காலமாக இருந்ததும் ஆகும். இதற்கிடைப்பட்ட களப்பிரர் ஆட்சியில் ஒடுக்கப்பட்ட காரணத்தினாலேயே சைவக்குரவரும்,

வைணவ ஆழ்வார்களும் பின்னாளில் தத்தம் சமயக்கருத்துக்களைப் பரப்பப் பாடுபட்டனர் என்பதைக் கருத்தில் கொண்டே களப்பிரர் வைதீக சமயத்தவரை ஒடுக்கினர் என்று கருதுகின்றனர். இதை ஆதரிக்கவோ, முற்றிலும் மறுக்கவோ சரியான ஆதாரங்கள் இல்லை. ஆனால் களப்பிரர் என அறிஞர் பலரால் அடையாளம் காட்டப் பட்டவர்கள், சைவ நாயன்மாராயும் சைவத்திற்கு ஆதரவு அளித்தவராயும் இருந்திருப்பது நமக்குத் தெரிய வருகின்றது.

இக்களப்பிரர் காலத்தில் பாணர் என்னும் நாடோடிப் பாடகரும், நடன வல்லுநரும் ஒடுக்கப்பட்டனர் என மு.அருணாச்சலம் கூறுகின்றார்[22]. இவர்கள் பாண்டிய நாட்டில் அதிகம் துன்புற்றனர் எனக் கருதப்படுகின்றது. அவர்தம் காலத்து மக்கள் வாழ்வு குழப்பமும், துன்பமும் நிறைந்திருந்தது என்றும் நம்பப்படுகின்றது[23]. ஆனால் இவர்கள் நீர்ப்பாசனக் குளங்கள் வெட்டி அவற்றைப் பாதுகாத்தனர் என்றும், மழைநீரைத் தேக்க மண்சுவர் எழுப்பப்பட்ட கிடங்குகள் உண்டாகின என்றும் கருதப்படுகின்றது.[24] இவர்தம் காலத்தில் இலக்கிய வளர்ச்சி ஏற்பட்டதை எவரும் மறுக்க முடியாது. இவர்களது காலத்தையே சங்கம் மருவியகாலம் என்கிறோம். திருக்குறள் (5 - ஆம் நூற்றாண்டு), இனியவை நாற்பது, திணைமாலை நூற்றைம்பது, கார் நாற்பது, கைந்நிலை, சிறுபஞ்சமூலம், முதுமொழிக்காஞ்சி, கலித்தொகை, (4-5 ஆம் நூற்றாண்டு), சிலப்பதிகாரம் (5-6 ஆம் நூற்றாண்டுகள்), மணிமேகலை (5-6 ஆம் நூற்றாண்டுகள்) போன்றவை சங்கம் மருவிய காலத்தைச் சார்ந்ததென தேவகுஞ்சரி (Madurai Through the Ages, PP. 77-86) கூறுகின்றார். தமிழ்க் காப்பியங்களான வளையாபதி, குண்டலகேசி, நீலகேசி போன்றவையும் இக்காலத்தில் தோன்றியவையே. கலித்தொகையும், பரிபாடலும், திருக்குறளும் இக்காலத்தைச் சேர்ந்தவை என்பதில் கருத்து வேறுபாடு உண்டு. இருப்பினும் சங்கம் மருவிய களப்பிரர் காலத்தில் மிகச்சிறப்பு வாய்ந்த இலக்கியங்களான சிலப்பதிகாரமும், மணிமேகலையும் தோன்றியுள்ளன. ஐம்பெரும் காப்பியங்களும் தோன்றியுள்ளன. இவ்விலக்கியங்களின் காலத்தில் கருத்துவேறுபாடு வருவதற்கு இவற்றில் களப்பிரர் பற்றிய செய்திகள் ஏதும் இன்மையேயாகும். இக்கால இலக்கியங்கள் பல சமண, பௌத்தரால் எழுதப்பட்டவையே. கி.பி. 5 - ஆம் நூற்றாண்டில் ஆண்ட அச்சுத விக்கிரந்தன் பௌத்த நூல்கள் எழுத ஆதரவு நல்கியிருக்கின்றான். காவிரிப்பூம்பட்டினத்தில் பௌத்தமதம் பெற்றிருந்த செல்வாக்கை மணிமேகலை எடுத்துரைக்கின்றது.

இதுகாறும் கண்ட களப்பிரர் வரலாற்றுச் செய்திகளின் படி அவர்கள் கர்நாடக தேசத்திலிருந்து தமிழகம் வந்து காஞ்சி, காவேரிப்பட்டணம், மதுரைப் பகுதிகளில் வேரூன்றி, சேர, சோழ,

பாண்டியரை வென்று சிலகாலம் தமிழ்நாட்டில் அரசோச்சினர். பின் பல்லவ பாண்டியரால் ஒடுக்கப்பட்டனர். இவர்கள் சமணராயும், பௌத்தராயும் இருந்தனர். இவர்கள் வைதீக சமயத்தவரை ஒடுக்கினர் என்பது சர்ச்சைக்குரியதாக உள்ளது. இவர்கள் காலம் இலக்கிய வளர்ச்சிக்காலம் என்பதிலும் ஐயமில்லை என்று பல கருத்துக்கள் வெளிவருகின்றன.

அடிக்குறிப்புகள்

1. S.D. Kulkarni ed., *Bhisma's Study of Indian History and Culture,* vol. V., 1995, PP. 101-105.
2. M.Arunachalam, *The Kalabhras in the Pandya country and their Impact on the life and letters there,* 1979, P.94.
3. D. Devakunjari, *Madurai Through the Ages,* 1979, P.73.
4. கே.வி. இராமன், *பாண்டியர் வரலாறு*, 1977, ப. 59.
5. நடன காசிநாதன், *களப்பிரர்*, 1981 பக். 9-10.
6. களந்தை எங்குள்ளது என்பது பற்றி மாறுபட்ட கருத்துக்கள் உள்ளன. சோழநாடு எனச் சிலரும், பாண்டிய நாடு எனச் சிலரும், தொண்டை நாடு எனச் சிலரும் கூறுகின்றனர்.
7. கல்லாடம், 57.
8. வினையவினீச்சயம், பாடல்கள் 3168-3179. இதில் இம்மன்னன் சோழ நாட்டில் காவேரிப் பட்டினத்தைத் தலைநகராகக் கொண்டு ஆண்டான் என்று கூறப்பட்டுள்ளது.
9. S.D. Kulkarni, vol.V., 1995, P. 312.
10. D.Devakunjari இதனை கி.பி. 4-5 நூற்றாண்டு என்கின்றார். முன்னது. ப. 77.
11. கலித்தொகை, பாடல் 57, வரிகள் 12-14.
12. Epigraphica Indica, vol. XVII, No.16.
13. SII, *(South Indian Inscriptions)* vol,II, P.356.
14. SII, vol. I, P.144.
15. R. Nagasamy, ed., *South Indian Studies*, II, 1979, P. 181.
16. D. Devakunjari, *op. cit.* P.75.
17. இக்கல்வெட்டினை இராமநாதபுரம் மாவட்டம் பூலாங்குறிச்சியில், தமிழ்நாடு அரசு தொல்பொருள் ஆய்வுத்துறையின் அலுவலர்களில் ஒருவரான டி. துளசிராமன் கண்டுபிடித்துள்ளார்.
18. Epigraphica Indica, vol. II.P.126.
19. Epigraphica Carnatica, vol. III. P.100.
20. Mysore Archaeological Report, 1936, சூடி. 16 (நடன காசிநாதன் அவர்களின் "களப்பிரர்"நூல் பக்கம் 6 - இல் குறிப்பிடப்பட்டுள்ளது.
21. S.D. Kulkarni, ed. vol. V, 1995, P. 104.
22. M. Arunachalam, *op, cit.,* PP. 84-91.
23. S.D. Kulkarni ed. vol. ,V. 1995, P. 312.
24. மேலது. ப. 101.

4. பல்லவர் காலம்

4.1 ஆட்சி முறை

பல்லவர்களின் ஆட்சிக்காலம் தமிழக வரலாற்றில் ஒரு பொற்காலமாயிருந்தது. சங்ககாலத்தில் இருந்த சிறப்பான ஆட்சிமுறை மாறி களப்பிரர் காலத்தில் தமிழகம் சீர்கெட்டுப் போயிருந்தது என்கின்றனர். அதனாற்றான் பல்லவர்கள் சிறந்த புதிய ஒரு நல்லாட்சியை உருவாக்கி, பின்வந்த சோழ, பாண்டியர்களுக்கு ஆட்சித்துறையில் முன்னோடிகளாய்த் திகழ்ந்தனர். பல்லவர்களின் பேரரசு வடக்கே கிருஷ்ணா நதி தீரத்திலிருந்து தெற்கே காவிரி வரை பரந்திருந்தது. அவர்தம் ஆட்சி முறையின் சிறப்புக்களை இலக்கியங் களும், கல்வெட்டுக்களும் விளக்குகின்றன.

அரசரும் அவர்தம் பணியும்

பல்லவர்கள் காலத்தில் மன்னர்கள் மக்களால் பெரிதும் போற்றப் பட்டனர். மன்னர்கள் மத்திய கால ஐரோப்பிய மன்னர்களைப் போன்று தெய்வீக அரசுரிமைக் கொள்கை என்ற ஒரு முறையைக் கடைப்பிடிக்கவில்லை. எனினும் மக்கள், மன்னர்களைக் குட்டி தெய்வங்களாகவே மதித்தனர். அதனால் தான், மன்னரை "இறை" எனவும் "கோன்" எனவும் அக்காலத்தில் அழைத்தனர். இதற்கு ஆதாரமாக அமைவது தொண்டையர் கோன், காடவர் கோன் என்னும் பல்லவ மன்னர்களின் பெயர்கள் ஆகும். பல்லவ மன்னர்கள் நாட்டின் எல்லா வகை தர்மத்தையும் காக்கும் காவலராயிருந்தனர். மக்களைக் காப்பது அவர்களது பெரும் கடமையாயிருந்தது.

பஞ்சகாலத்தில் மக்களைக் காப்பது, மக்களுக்குச் சரியான நீதி வழங்குவது, அநாதைகளைக்காப்பது, போர்க்காலங்களில் நாட்டைக் காப்பது போன்றவை மன்னரின் முக்கிய கடமைகளா யிருந்தன. பல்லவ மன்னர்கள் தங்கத்தாலான மகுடத்தை அணிந்தனர். அடிக்கடி மக்களைக் காணுவதில் ஆர்வம் கொண்டனர். குதிரை மீதோ அல்லது யானை மீதோ பவனி வந்தனர். அவர்களது பொதுவான சின்னம் காளை மாட்டுச் சின்னமாக இருந்தது. இது அவர்களின் சமயச் சின்னமாகவும், அமைதி சூழ்ந்த கடமையின் சின்னமாகவும் இருந்தது. இதுவே வாகாடகர்களின் சின்னமாகும்[1]. பல்லவர்களின் முத்திரைகளில்

காளை வலது பக்கம் பார்த்து இருக்கும். அதன் இருபக்கங்களிலும் உயரமான விளக்குகள் வைக்கப்பட்டிருக்கும். இவ்விளக்குகள் ஒளியையும் உண்மையையும் வெளிப்படுத்துவன வாகும்[2].

பல்லவருள் தந்தைக்குப்பின் மூத்தமகன் ஆட்சிக்கு வருவது ஒரு முக்கிய பண்பாடாக அமைந்தது. சில நேரங்களில் மன்னர் இறந்தபின் அவரது மகனுக்கு முன்னால் மன்னரின் சகோதரர் ஆட்சியில் அமர்ந்திருந்த செய்தியும் கிடைத்துள்ளது. உதாரணமாக சிம்ம விஷ்ணுவுக்கும் அவர் மகன், மகேந்திரவர்மனுக்குமிடையே சிம்ம விஷ்ணுவின் சகோதரர் பீமவர்மன் ஆட்சியிலிருந்ததாகத் தெரிகின்றது. மன்னரின் மகன் தகுதியற்று இருந்தபோது அமைச்சர்களே மன்னரின் தாயத்தார்களின் வாரிசுகளை மன்னராக நியமிக்கும்பண்பு இருந்தது. இரண்டாம் பரமேஸ்வரவர்மனின் மகன் சித்திரமாயன் ஆட்சிப்பீடம் அமர தகுதியற்றவன் என்று கருதிய அமைச்சர்களான மூலப்பிர கிருதியும், தரணி கண்ட போசரும் பல்லவரின் மற்றொரு பிரிவினரின் வாரிசான பல்லவமல்லனை (நந்திவர்மன் II) அரியணையில் ஏற்றினர்[3]. இது அக்கால மக்களின் பொறுப்புணர்ச்சியைக் காட்டுகின்றது.

பல்லவரிடையே வாரிசுப் பிரச்சினையும் இருந்தது. மூன்றாம் நந்திவர்மனின் மக்களான நிருபதுங்கனும் அபராஜிதனும் போட்டி போட்டுக் கொண்டனர். இதனால் ஏற்பட்ட திருப்புறம்பியப் போரின் முடிவில் விஜயாலயச் சோழப் பேரரசு தழைத்தோங்கத் துவங்கியது.

பல்லவ மன்னர்களுக்கு உதவியாக அமைச்சர்கள், தானைத் தலைவர்கள் உள்பட கருமத் தலைவர் (அந்தரங்கச் செயலர்) போன்றவர்களும் மற்றும் அதிகாரிகளும் இருந்தனர். அமைச்சர்கள் மந்திரி என்றும் அமத்தியர் என்றும் அழைக்கப்பட்டனர். சிவஸ் கந்தவர்மனின் ஹரஹடகல்லி கல்வெட்டு பல்வகை அதிகாரிகளைப் பற்றிக் குறிப்பிடுகின்றது.

புரோகிதர் அரசரின் ஆன்மீக ஆலோசகராயிருந்தார். ரகசியதி கர்த்தா என்பவர் குழு உறுப்பினராயும், அரச ஓலை வரைபவராயு மிருந்தார். வாயில் கேழ்ப்பார் செயலராயிருந்தார். அமத்தியர் என்பார் ஒரு குழுவின் உறுப்பினராவார். அவர் அரசரின் ஆளுகையின் முன் நகரங்கள், கிராமங்கள், முனிவர் வாழிடங்கள், காடுகள் ஆகியவை பற்றிய விவரங்களைக் கண்டு அரசரிடம் முறையிடுபவர். மந்திரி என்பார் ஊழல், இராணுவம், நல்ல நிகழ்ச்சிகள், தீயவை பற்றி முடிவு செய்து மன்னருக்கு அறிவிப்பார். மந்திரி போர்களில் அரசருக்கு ஆலோசனை கூறுபவராகவுமிருந்தார். பல்லவர் காலத்தில் தலைமைச் செயலகம் போன்ற அமைப்பு இருந்ததாகத் தெரிகின்றது. ஆனால்,

நாட்டின் எல்லாவிதமான அரசியல் முடிவுகளையும் மன்னரே எடுத்தார். அமைச்சர்கள் அதிகாரிகள் ஆகியோரின் ஆலோசனைகளை நடைமுறைப்படுத்துவது மன்னரின் விருப்பத்தினைப் பொருத்தே அமைந்திருந்தது. தற்காலத்தைப் போன்ற கூட்டு நிர்வாகப் பொறுப்புமுறை அக்காலத்தில் இருந்திருக்கவில்லை.

மேற்கூறிய அதிகாரிகள் தவிர்த்து, அரண்மனை அலுவலர்கள் சிலர் இருந்தனர். அவர்கள், பொற்கொல்லர், பட்டய எழுத்தர், புலவர் ஆகியோராவர். பொற்கொல்லர்கள் அரண்மனைக்கு வேண்டிய ஆபரணங்களைச் செய்தனர். அரசருக்கும், அரசிக்கும் ஆபரணம் செய்யும் பொற்கொல்லர்கள் தங்கள் பெயருடன் ‘பெருந்தட்டான்’ என்ற விருதுப்பெயரையும் சேர்த்துக் கொண்டனர். பட்டய எழுத்தாளருடைய பணி பரம்பரை பரம்பரையாக வந்ததாகும். அரசரின் மெய்ப்புகழைப் பாடிய புலவர்கள் ‘காரணிகர்கள்’ எனப்பட்டனர்.

மாநில ஆட்சிமுறை

பல்லவர்களின் பேரரசு பரந்திருந்த காரணத்தினால் அது பல பிரிவுகளாகப் பிரிக்கப்பட்டிருந்தது. நாடு பல இராஷ்டிரம் அல்லது மண்டலங்களாகப் பிரிக்கப்பட்டிருந்தது. இந்த இராஷ்டிரங்கள், கோட்டம் அல்லது வளநாடு, நாடு, ஊர் எனப் பிரிக்கப்பட்டன. தொண்டைமண்டலம் 24 கோட்டங்களாகப் பிரிக்கப்பட்டிருந்தது என மா. இராஜமாணிக்கம் குறிப்பிடுகின்றார். தே.வே. மகாலிங்கம், வி.கனகசபை போன்ற அறிஞர்கள் 27 கோட்டங்கள் இருந்தன என்கின்றனர். அவை, இக்காட்டுக் கோட்டம், செங்காட்டுக் கோட்டம், எயிர்கோட்டம், புழல்கோட்டம், மணவிற்கோட்டம், தாமல் கோட்டம், பையூர்க்கோட்டம், களத்தூர்க் கோட்டம், செம்பூர்க் கோட்டம், வெண்குன்றக் கோட்டம், பல்குன்றக்கோட்டம், ஊற்றுக் காட்டுக் கோட்டம், கலியூர்க் கோட்டம், புலியூர்க் கோட்டம், படுவூர்க் கோட்டம், குன்ற வர்த்தனக் கோட்டம், ஆமூர்க் கோட்டம், செங்குன்றக்கோட்டம், வேங்கடக் கோட்டம், திருக்கடிகைக் கோட்டம், ஈடூர்க்கோட்டம், பல்வாத்திரிக் கோட்டம், மேலூர்க் கோட்டம், வீராவதாரக் கோட்டம், திருக்காட்டுக் கோட்டம், புத்தனூர்க் கோட்டம், கடமூர்க் கோட்டம் ஆகியவையாகும்.

அரசகுமாரன் என்பார் மாநிலப்பிரிவின் ஆட்சியாளராயிருந்தார். சேனாதிபதி படைத்தலைவர் ஆவார். ராஸ்டிரிகர் என்பவர் மாநில சிவில் ஆளுநராவார். சுங்க அதிகாரி மாதவிகள் எனப்பட்டார். கோவல்லவன் என்பவர் கால்நடைப்பராமரிப்பு அதிகாரியாவார். குதிரைப் பாதுகாப்பு அதிகாரி வல்லவன் எனப்பட்டார். தேசாதிகாரி

என்பார் தேசம் என்ற நாட்டுப் பிரிவின் தலைவராவார். பதமனுசர் என்பவர் தூதுவராவார். சம்ச்சராந்தகர் ஒற்றராவார். ஆனால் இந்த நிர்வாக முறையானது பல்லவர்களின் வடமாநில நிர்வாக அமைப்பு களாகும். இதைப் பல்லவர்களின் தென்நிர்வாகப் பகுதிகளில் காண இயலவில்லை என சி.மீனாட்சி கூறுகின்றார்[4].

தல ஆட்சி முறை

சோழர்கள் ஆட்சிக்கு வந்தபோது தல ஆட்சி மன்றங்கள் உச்சநிலையில் இருந்தன. இவை பிற்காலப் பல்லவராட்சியில் தோன்றியிருக்க வேண்டும்[5]. இத்தல ஆட்சி மன்றங்கள் பல்லவர் காலத்தில் தோன்றிப் பாண்டியரின் கீழ் வளர்ந்து சோழர்களின் கீழ் சிறப்பிடத்தைப் பெற்றுத் திகழ்ந்தது. இவை சபா, ஊர், நாடு என்ற பெயர்களால் பல்வேறு இடங்களில் பல்வேறு விதமாக அழைக்கப் பட்டன. தல ஆட்சி மன்றங்களின் மக்கள் பிரதிநிதிகள் மகாசபையர் என அழைக்கப்பட்டனர். இம்மாதிரி மன்றங்கள் பல்லவர் காலத்தில் 20 இருந்ததாகத் தெரிகின்றது. ஊர் என்பது நாட்டைவிடச் சிறியது. இது பல பிரிவுகளைக் கொண்டது. ஒவ்வொரு பிரிவும் ஒரு வாரியம் எனப்பட்டது. ஏரிவாரியப் பெருமக்கள், தோட்ட வாரியப் பெருமக்கள் எனப்பல வகுப்புப்பெருமக்களைக் கொண்ட முழுமை யான தொரு அவையே ஊரவை எனப்பட்டது. இவ்வவையின் தலைவர் ஆளுங்கணத்தார் எனப்பட்டார். இதன் உறுப்பினர்கள் பெருமக்கள் ஆவர். கோவில் சம்பந்தமான நிர்வாகங்களைக் கவனிப்போர் அமிர்தகணத்தார் எனப்பட்டனர். பொதுவாக ஊரவையினர், கோயில்பணி, உழவு, அறங்கூறல் முதலிய பணிகளைச் செய்தனர்.

நாடு என்பது சிற்றூர்களை விடப் பெரியதும் கோட்டங் களைவிட சிறியதுமாகும். இதன் உறுப்பினர்கள் நாட்டார்கள், ஊரார், ஆழ்வார் ஆவார். இவர்கள் அப்பகுதியின் சான்றோர்களாவர். ஊர் நிர்வாகத்தின் எல்லாவித மேலாண்மை அதிகாரங்களையும் இவர்கள் பெற்றிருந்தனர். காசக்குடி பட்டயங்களின்படி ஓர் அரசு ஆணை நாட்டாருக்கு அனுப்பப்பட்டது. இவ்வாணை ஒரு பிரம்மதேய கிராமத்தை ஒரு பிராமணருக்கு அளித்தல் பற்றியிருந்தது. தல ஆட்சி அமைப்பின் தூண்களான ஊரவர், நாட்டார், ஆள்வார் போன்றோர் எல்லாவகை நிர்வாகப் பணிகளையும் திறம்பட நடத்தி வந்தனர். இரண்டாம் நந்திவர்மனின் பட்டயங்களும் செப்பேடுகளும் சில வேலி நிலங்களைத் தானம் கொடுப்பது பற்றிய செய்திகளை நாட்டாருக்குத் தெரிவிப்பது பற்றிக் கூறுகின்றன[6].

சிற்றூர்கள் என்பது தல ஆட்சிப்பிரிவின் இறுதி அங்கமாகும். இச்சிற்றூர்கள் பிரம்மதேயச் சிற்றூர்கள், தேவதானச் சிற்றூர்கள் என

அழைக்கப்பட்டன. பிரம்மதேயச் சிற்றூர்கள் பிராமணர்களுக்குத் தானமாகக் கொடுக்கப்பட்டவையாகும். தேவதானச் சிற்றூர்கள் என்பவை கோயில்களுக்குக் கொடுக்கப்பட்டவையாகும். இச்சிற்றூர்களில் கிடைக்கும் வருவாய் முழுவதும் கோயில் பணிகளுக்கே செலவிடப்பட்டன. இது போன்றே சமணப் பள்ளிக்கு விடப்பட்ட நிலதானம் பள்ளிச்சந்தம் எனப்பட்டது. சிற்றூர்களில் உள்ள ஏரிகள் அடிக்கடி பழுது பார்க்கப்பட்டன. இந்தப் பழுதுபார்க்கும் செலவுக்காகச் சில நிலங்கள் ஒதுக்கப்பட்டன. இவை ஏரிப்பட்டி எனப்பட்டன. இதன் மேற்பார்வையாளர்கள் “ஏரிவாரியப் பெருமக்கள்” எனப் பட்டனர்.

வாரியம் என்பது வாரம் என்னும் சொல்லிலிருந்து வந்தது. வாரம் என்றால் பங்கு. இன்றும் நிலத்தை வாரத்திற்கு விட்டுள்ளதாகக் கூறப்படுவதை நமது கிராமங்களில் காணலாம். வாரியம் என்பது இந்தப் பங்குதாரர்களின் குழு ஆகும். இக்குழு, கிராமச் சபையின் பலபணிகளைச் செய்து வந்தது. நீர்ப்பாசன வசதியின் பொறுப்பிலிருந்த குழு ஏரிவாரியம் எனவும் தோட்டங்களுக்குப் பொறுப்பாளராயிருந்தவர்கள் தோட்ட வாரியம் எனவும் அழைக்கப்பட்டனர். பல்லவர் காலத்தில் வாரியம் பற்றிய முதல் செய்தி தண்டிவர்மனின் கல்வெட்டொன்றில் வருகின்றது[7].

படையமைப்பு

பல்லவர்கள், மற்ற துறைகளைப் போன்றே, படைத் துறையிலும் சிறந்து விளங்கினர். இவர்தம் காலத்தில் நான்கு வகைப் படைப் பிரிவுகள் - யானைப்படை, குதிரைப்படை, காலாட்படை, தேர்ப்படை -இருந்தன. இவர்களது யானைப்படை மிகச் சிறப்பு வாய்ந்ததெனத் தெரியவருகின்றது. பல்லவ - சாளுக்கியப் போரில் பல்லவர்களின் வெற்றி அவர்தம் படைச்சிறப்பினை விளக்குவதாக அமைந்துள்ளது. முதலாம் நரசிம்மவர்மன் அரேபியரையும் திபெத்தியரையும் விரட்டுவதற்குத் தனது யானைப் படையைப் பயன்படுத்தினார்[8]. வைகுந்தப் பெருமாள் கோயில் சிற்பங்களின் மூலம் பல்லவர்கள் பயன்படுத்திய ஆயுதங்கள் பற்றி அறிய முடிகின்றது. அக்காலத்தில் பயன்படுத்தப்பட்ட ஆயுதங்களாவன, கத்தி, கேடயம், வில், அஸப, தான்டம், வேல், ஈட்டி போன்றவையாகும்[9]. இவற்றில் சில ஆயுதங்கள் பல்லவர்களது சிற்பங்கள் பலவற்றிலும் காணக்கிடைக்கின்றன. இவர்களது படைத்தளபதி சேனாபதி என்ற துவக்கப்பெயருடன் அழைக்கப் பட்டான். உதாரணமாக சேனாபதி விஷ்ணுவர்மன் என்பவனின் பெயர் பல்லவரின் உருவப்பள்ளி செப்பேட்டில் குறிப்பிடப்பட்டுள்ளது. முதலாம் நரசிம்மவர்மனின் வாதாபிப் படையெடுப்பின்போது

பரஞ்சோதி என்பார் படைத்தலைவராயிருந்ததாகப் பெரியபுராணம் கூறுகின்றது.

இவர்களது காலத்தில் சிறந்ததோர் கடற்படை இருந்ததெனத் தெரிகின்றது. இவர்கள் கப்பல் கட்டும் துறையிலும் தேர்ந்திருக் கின்றனர். முதலாம் நரசிம்மவர்மன் தனது நண்பன் மானவர்மனுக்காக இலங்கை மீது படை நடத்தி வெற்றி கண்டான்[10]. கடற்படை உதவியால் இராஜசிம்மன் இலட்சத் தீவை வென்றான்.[11] பாண்டிய மன்னன் ஸ்ரீமாற ஸ்ரீவல்லபன் பல்லவ நிருபதுங்கனின் கடற்படை உதவியோடு இலங்கையை வென்றான்[12]. பல்லவர்காலத்தில் சீனருடனும், இந்தோசீனா, சயாம் போன்ற பகுதிகளுடனும் அவர்கள் தொடர்பு கொண்டிருந்தனரெனத் தெரிகின்றது. இவையெல்லாம் பல்லவரின் படைவலிமையையும், கடற்படைத் திறனையும், கடல் கடந்த நாடுகளுடன் கொண்டிருந்த தொடர்பையும் விளக்குகின்றன.

நீதிமுறை

பல்லவர் காலத்தில் நகரங்களில் அறங்கூறும் அவைகள் இருந்தன. அவை, "அதிகரணங்கள்" என்று பெயர் பெற்றிருந்தன. இதன் தலைவர் "அதிகரணிகர்" மற்றும் "அதிகரணபோசகர்" எனப்பட்டனர். அவர்கள் அமர்ந்து நீதி செலுத்துமிடம் அதிகரண மண்டபம் எனப்பட்டது. பஞ்சதந்திரக் கதைகளில் இந்நீதிபதிகள் தர்மாதிகாரிகள் எனப்படு கின்றனர். சிறிய ஊர்களில் இருந்த நீதிச்சபை "கரணம்" எனப்பட்டது. இதன் தலைவர் அதிகாரி அல்லது கரணத்தான் எனப்பட்டார். பல்லவர் கால நீதிமன்றங்கள் வழக்குகளை மூன்று ஆதாரங்களைக் கொண்டு விசாரித்தன. அவை 1. ஆட்சி. 2. ஆவணம், 3. அயலார் காட்சி ஆகும். ஆட்சி என்பது பரம்பரையாகக் கையாண்டுவரும் ஒழுக்கமாகும். ஆவணம் என்பது எழுத்துப்பூர்வமான சான்றாகும். அயலார்காட்சி என்பது சாட்சி கூறுவது ஆகும். இருப்பினும் நீதித்துறையில் ஊழல் நடந்தது என்பதனை மகேந்திரவர்மனின் மத்தவிலாசம் கூறுகின்றது.

இந்நீதிமன்றங்களுக்குத் தலைமையானதாக இருந்தது பொது மன்றம் அல்லது தருமாசனம் என்பதாகும். இது அரசரது நேரடிக் கண்காணிப்பில் இருந்தது. இது குற்றவியல் தவிர்த்த மற்ற வழக்குகளை விசாரித்தது எனவும் சி.மீனாட்சி குறிப்பிடுகின்றார்[13]. இங்கு தண்டனை வழங்கும் முறையும் இருந்துள்ளது. இது 'கரண தண்டம்' 'அதிகரண தண்டம்' என்று அழைக்கப்படுகின்றது. ' அதிகரண தண்டம் என்பது மாவட்ட அல்லது தலைமை நீதிமன்றத்தால் தவறு செய்தவர் மீது விதிக்கும் அபராதம்' ஆகும். 'தம்மாசனம்' என்னும் மற்றோர் நீதிச்சபை இருந்தது. இது அரசரின் நீதிமன்றமாயிருந்திருக்கும்.

இவற்றிற்கெல்லாம் மேலாக மன்னனே நாட்டின் தலைமையான நீதிபதியாகச் செயல்பட்டார்.

அடிக்குறிப்புகள்

1. C.Minakshi, *Administration and Social Life under the Pallavas*, 1977, P.54.
2. மேலது.
3. SII, IV. No. 135.
4. C. Minakshi, *op, cit.* P.141.
5. S. Krishnasamy Aiyangar, *Evolution of Hindu Administrative Institutions in South India*, PP. 129-30.
6. Ep. Ind. XVIII, P.119.
7. ARE (Annual Report on Indian Epigraphy), 74 of 1898.
8. K.A. Nilakanta Sastri, *Foreign Notices of South India*, P. 116.
9. C. Minakshi. op cit., P.93.
10. SII II, P. 149.
11. எபிகிராபிஹா இண்டிகாவில் குறிப்பிடப்பட்டுள்ள இச்செய்திக்கு மாற்றுக் கருத்துக்கள் உள்ளன.
12. Epigraphica Indica, XVIII, P.13.
13. C.Minakshi, *op. cit.* P.70.

4.2 சமுதாய வாழ்க்கை

சாதிப்பிரிவுகள்

சங்ககாலச் சமுதாயம் சமயக்காழ்ப்பு அற்ற, சாதிப்பாகுபாடுகள் இல்லாத, போர் தர்மம் காத்த, அமைதியான, சமுதாயமாக இயங்கிவந்தது. அவரவர் தத்தம் பணியில் அயராது ஈடுபட்டிருந்தனர். ஆனால் பல்லவர்காலமோ சாதிப் பாகுபாடுகள் நிறைந்த, அமைதி குறைந்த காலமாகவும், பக்தி இயக்கமும் சமயப் பிரிவினைகளும் தோன்றிய காலமாகவும் இருந்தது. சாதிப்பிரிவினைகள் மன்னர் களாலேயே தீவிரமாக ஆதரிக்கப்பட்டன. இம்மன்னர்கள் வைதீக சாத்திரங்களில் அதிக நம்பிக்கை கொண்டிருந்தனர். வர்ணாசிரம முறையினை ஏற்றனர். முதலாம் பரமேஸ்வரவர்மனின் கூரம் செப்பேடுகள் இரண்டாம் மகேந்திரவர்மன் வர்ணாசிரம தர்மத்தைக் கடைப்பிடித்தான் என்கின்றது[1].

பண்டைக்காலத்தில் இந்தியா முழுமையும் பிராமணர், சத்திரியர், வைசியர், சூத்திரர் என நான்காகப் பிரிக்கப்பட்டிருந்தது. இதற்குப் பல்லவர் நாடு விதிவிலக்கல்ல. ஆனால் இங்கு இம்முறையானது சில மாற்றங்களுடன் செயல்பட்டது. அவ்வகையில், பல்லவர்காலச் சமுதாயமும், நான்கு பிரிவுகளாகப் பிரிந்திருந்தது. அவையாவன பிராமணர், சத்திரியர், வைசியர், சூத்திரர் ஆகும். பிராமணர்களைப் பற்றியும், சத்திரியர் பற்றியும் ஏராளமான கல்வெட்டுச் சான்றுகள் செய்திகளைத் தருகின்றன.

பிராமணர்

இவர்கள் சமுதாயத்தில் மிகக்குறைந்த எண்ணிக்கையுடைய வராயிருந்தனர். இருப்பினும் சமுதாயத்தின் முதலிடத்தினை பிராமணர் பெற்றிருந்தனர். அவர்கள் சாத்திரவல்லுநராயும், கற்றறிந்த வகுப்பின ராயுமிருந்தனர். அரசர்களால் மதிக்கப்பட்டும் பாதுகாக்கப்பட்டும் வந்தனர். பூமியின் தேவர்களாக அவர்கள் மதிக்கப்பட்டனர். இரண்டாம் நந்திவர்மன் காலத்தில் ஜேஸ்டபாத சோமயாஜி என்னும் ஏகதீர மங்கலத்தைச் சேர்ந்த பிராமணர் குடும்பம் அல்லது குழுவினர் கற்றறிந்தவர் எனக் கசக்குடி செப்பேடுகள் கூறுகின்றன. கற்றறிந்த வரும், புனிதத்தன்மை வாய்ந்தவருமான பிராமணக் குழுவினர் பப்பபட்டாரகர் மற்றும் நல்கூர் நற்பார்ப்பார் என அழைக்கப் பட்டதோடு, பல்லவ மன்னர்களின் மதிப்புக்கும் பராமரிப்புக்கும் உரியவர்களாயிருந்தனர். இவர்கள் பிரம்மதேய நிலங்களையும்

பெற்றனர். பிராமணர்களில் சிலர் அக்னிஸ் தோமா, அஸ்வமேத, வாஜபேய யாகங்களைச் செய்வதற்கு நியமிக்கப்பட்டனர். ஹிரண்ய கர்ப்ப, துலாபார, கோசஹஸ்ர விழாக்களும் நடைபெற்றன. பல்லவர் கால பிராமணர் பல்வேறு கோத்திரங்களைச் சேர்ந்தவராவர்[2]. பிராமணர்கள் அரசு அதிகாரிகளாகவும் நியமிக்கப்பட்டனர். அவர்கள் அரசரைத் தேர்ந்தெடுக்கும் பணியில் முக்கிய பங்கு கொண்டிருந்தனர் என்பதனைக் காஞ்சி வைகுந்தப் பெருமாள் கோயில் கல்வெட்டு ஒன்று எடுத்துக் கூறுகின்றது.

பிராமணர்கள் கோவில்களில் வேதங்கள் சொல்வதற்காகவும் நியமிக்கப்பட்டார்கள். பல்லவர் காலத்தில் பிராமணர்களின் திருமணமுறை சிறப்பாகக் கூறப்படுகின்றது. மணமகனின் தந்தையார் தான் மணமகளின் தந்தையாரிடம் வந்து பெண் கேட்கும் பழக்கம் இருந்தது. திருமண ஓலைகள் உறவினர்களுக்கு அனுப்பப்பட்டன. குறிப்பிட்ட நாளில் வேதங்கள் ஓத, இசை முழங்க , யாகங்கள் செய்து மங்கள நாண் பூட்டப்பட்டது. இக்கால பிராமணர்கள் ஒன்றுக்கும் மேற்பட்ட மனைவியரைப் பெற்றிருந்தனர். பிராமணப் பெண்கள் சத்திரியர், வைசியர், சூத்திரர்களையும் மணந்தனர் என சி.மீனாட்சி குறிப்பிடுகின்றார். இப்படிப்பட்ட திருமணத்தில் தோன்றிய குழந்தை களை சமுதாயம் ஏற்றுக்கொண்டது என அவர் கூறுகின்றார்[3]. இம்மாதிரி திருமண முறை பிரதிலோமா மற்றும் அனுலோமா என்று அழைக்கப்படுகின்றது. கோயில் திருப்பணிகளைச் செய்கின்ற ஸ்தபதிகள் இக்கலப்பினத்தைச் சேர்ந்தவர்களாகக் கருதப்படுகின்றனர். பிராமணர்கள் அமைச்சர்களாயும், திருமந்திர ஓலை நாயகராகவும், கிராமக் கணக்கர்களாகவும், கிராம சபை கரணத்தாராகவும், வாரிய உறுப்பினராகவும் இருந்துள்ளனர்.

சத்திரியா்

சத்திரியர் என்போர் பொதுவாக அரச குலத்தைச் சேர்ந்தவராவர். பல்லவ மன்னர்கள் சமுதாயத்தின் முக்கிய அங்கமாயிருந்தனர். ராஜரிஷிகளுக்குரிய இயல்புகளும், தெய்வ நம்பிக்கையும் கொண்டவர் களாக இருந்தனர். பல்லவ மன்னர்களில் சிலர் சைவ நாயன்மார் களாகவும் இருந்தனர். தர்மமகாராஜாக்கள் என்று பெயர் கொண்ட அவர்கள் தர்மத்தினை நிலைநாட்டும் பொறுப்பினைப் பெற்றிருந்தனர். இவர்களில் பலர் கற்றறிந்த மேதைகளாயிருந்தனர். இவர்கள் காடுகளை அழித்துப் பயிர் நிலங்களாக ஆக்குவதற்குப் பெரிதும் பாடுபட்டனர். இதற்காக அவர்கள் காடுவெட்டிகள் என்றும் அழைக்கப்பட்டனர். பல்லவ மன்னர்கள் அக்னிஸ்தோமா, அஸ்வமேதா, வாஜபேயா போன்ற யாகங்களைச் செய்தனர் என முன்னமே கண்டோம்.

பல்லவ அரசியார்களும் தானம் வழங்குவதிலும், கோயில்களுக்கு மானியம் வழங்குவதிலும், பூஜைகள் நடத்துவதிலும் அதிக ஆர்வம்

கொண்டிருந்தனர். ராஜசிம்ம பல்லவனின் மனைவியான ரங்கபாதகை சிறந்த நடனமாதுவாகவும் இருந்தார். கலையார்வம் மிக்கவராயு மிருந்தார். கைலாசநாதர் ஆலயத்தின் உட்கோயில்களை இவ்வரசியே கட்டியதாகக் கூறப்படுகின்றது. நிருபதுங்கவர்மனின் மனைவி வீரமகாதேவியார் ஹிரண்யகர்ப்ப, துலாபார விழாக்களைத் திருக்கோடிக்காவல் என்ற இடத்தில் நடத்தி, 50 கழஞ்சு பொன்னை அவ்வூர்க் கோயிலுக்கு அளித்ததாகச் சொல்லப்படுகின்றது[4]. தெள்ளாறெறிந்த மூன்றாம் நந்திவர்ம பல்லவனின் மனைவி சங்கா என்பார் கலை வல்லுநராயிருந்துள்ளார். மாமல்லபுரத்தில் உள்ள அரச, அரசியர் சிற்பங்கள் அவர்கள் பொதுப்பணியில் காட்டிய ஆர்வத்தைக் காட்டுவனவாகவுள்ளன.

வணிகர்கள்

பல்லவர்காலத்தில் வணிகர்களின் வழிவந்தோரே மணி கிராமத்தார் ஞானதேசிகன் ஐந்நூற்றுவர் என்பவர்களாவர். பல்லவர் காலத்தில் இந்தோசீனா, இந்தோனேசியா, இலங்கை, பாரசீக வளைகுடா போன்ற நாடுகளுடன் வாணிகத் தொடர்பு இருந்து வந்தது. வணிகர்கள் சுதந்திரமாக இயங்கினர். இவ்வாணிகக் குழுக்கள் பற்றியும், சூத்திரர் பற்றியும் அதிகமான செய்திகள் கிடைக்கவில்லை. இருப்பினும் வாணிகத்தின் விளைவால் வெளிநாட்டுத் தொடர்பும் பௌத்த மற்றும் இந்து அறிஞர்கள் இந்தோசீனா, மலேசியா போன்ற நாடுகளுக்குச் செல்லவும் முடிந்தது.

பிற இனத்தவர்கள்

கலைவல்லுநர்கள், தச்சு, ஆபரணங்கள் செய்தல், இரும்புப் பொருட்கள் செய்தல், எண்ணெய் தயாரித்தல் போன்ற தொழில் களைச் செய்தனர். ஆடு மாடுகள் வளர்த்தல், மட்பாண்டம் செய்தல் போன்ற தொழில்களில் பலர் ஈடுபட்டிருந்தனர். மேற்கூறிய இனப்பிரிவுகள் தவிர ஆதிசைவர்கள், வேளாளர்கள், துணிதுவைப் போர், வேடர்கள், ஆடுமாடுகள் மேய்ப்போர், மாமாத்திரர்கள், பரதவர், பறையர், பாணர்கள், ஈழவர்கள், சாலியர்கள் போன்றோரும் பல்லவர்காலச் சமுதாய அமைப்பில் இடம் பெற்றிருந்தனர். சமுதாயத்தின் அடித்தளத்தில் இருந்தோர் புலையர், சண்டாளர்கள் என்போராவர். இவர்கள் பசுக்களின் மாமிசத்தை உண்டதாகத் தெரிகின்றது. சமயத்துறையில் ஈடுபட்ட நாயன்மார்களிலும், ஆழ்வார்களிலும் பலவித சாதியினர் இருந்ததாகத் தெரிகின்றது. திருப்பாணாழ்வாரும், நாயன்மார்களில் நந்தனாரும் கோயில்களில் நுழைய அனுமதிக்கப்படவில்லை என்பதிலிருந்து சாதி முறை இறையன்பர்களால் கூட மாற்றப்படாமலிருந்ததனை விளக்குகின்றது.

வேளாண்மையில் ஈடுபட்டவர்கள் வேளாளர்கள் ஆவர். இவர்கள் நிலச் சொந்தக்காரர்களாயிருந்தனர். நிலமற்ற பணியாட்கள் இவர்களுக்குத் தொண்டு புரிந்தனர். புலையர், பறையர், குக்கர் போன்றோர் காடுகளிலும், கழனிகளிலும் குடிசைகள் போட்டு வாழ்ந்தனர். ஈழவர் என்ற இனத்தவர்கள் பிராமணர் வாழும் அக்ரகாரங்களில் தென்னை, பனை மரங்களில் ஏறுவதற்கு அனுமதிக்கப்படவில்லை. மற்ற இடங்களில் அனுமதிக்கப்பட்டனர். மது அருந்துவது எல்லா இனத்தவரிடையேயும் பொதுவான வழக்கமாயிருந்தது. நாட்டின் பெரும்பான்மையான வருவாய்கள், சாராயம் இவற்றின் மூலம் கிடைத்த வரியாகும். இது "சாற்றுவரி" எனப்பட்டது.

பெண்கள் நிலை

பல்லவர் காலத்தில் பெண்கள் சிறப்பிடம் பெற்றிருந்தனர். அவர்கள் சமயத்துறையில் அதிக ஈடுபாடு கொண்டிருந்தனர். அரசியார்களைப் போன்றே சாதாரண குடும்பப் பெண்களும் கோயிற்பணிகளில் ஈடுபட்டு வந்தனர். பெண்களுக்குச் சொத்துரிமை அக்காலத்தில் இருந்து வந்தது. இப்பெண்கள் தங்களால் கட்டப்பட்ட கோயில்களுக்குக் கொடைகள் வழங்கினர். பல்லவர் கல்வெட்டு பிராமணப் பெண் ஒருத்தியால் கைலேஸ்வரத்தில் கணபதி படாரர் என்பவருக்குக் கோயிலும் எழுப்பி, சிலை வைத்து 40 காடி நெல்லும், விளக்கும் கொடுத்தமையைக் கூறுகின்றது[5]. அரசர்கள் ஒன்றுக்கும் மேற்பட்ட பெண்களைத் திருமணம் செய்தனர் என்பதை வராஹ மண்டபத்தில் உள்ள சிம்மவிஷ்ணு அவரது இருமனைவியர், மகேந்திரவர்மன் அவரது இருமனைவியர் ஆகியோர் உருவங்களை வைத்துத் தெரிய வருகின்றது. பிராமணரும் செல்வந்தரும் பலதார மணத்தைக் கொண்டிருந்தனர். ஆனால், ஏழைகள் ஒரு பெண்ணையே மணந்திருந்தனர். பெண்கள் நெசவு, நூல் நூற்றல், பூ விற்றல், பால்விற்றல் போன்ற பணிகளில் அதிகமாக ஈடுபட்டனர். வீட்டு வேலைகளைச் செம்மையாகக் கவனித்தனர். உடன்கட்டை ஏறுதல் பற்றிப் பல்லவ கல்வெட்டுக்கள் எதுவும் குறிப்பிடவில்லை. எனினும் அம்முறை ஒரு சிலரால் கடைப்பிடிக்கப்பட்டு வந்தது.

பல பெண்கள் கோயில்களில் நடனமாதர்களாகப் பணிபுரிந்தனர் எனத் தெரிகின்றது. முக்தேசுவரர் கோயில் கல்வெட்டு ஒன்று இந்நடனப் பெண்கள், கூத்திகள், அடிகள் மார், மாணிக்கத்தார், கணிகையர் என்று அழைக்கப்பட்டதாகக் கூறுகின்றது. சிவன் கோயிலில் நடனமாடியவர்கள் ருத்ரகணிகையர் எனப்பட்டனர். இவர்கள் தேவதாசிகளாக இருக்கலாம் என்று அறிய முடிகின்றது.

சமுதாயப் பழக்க வழக்கங்கள்

உணவு

உணவுப் பழக்கவழக்கங்களில் அரிசி முதலிடம் பெற்றிருந்ததாகக் கல்வெட்டுக்களின் மூலம் அறியமுடிகின்றது. பலவித நெற்பயிர்கள் பயிரிடப்பட்டன. வைணவ ஆழ்வார்களின் பாடல்கள் மூலம் அரிசி, நெய், பால் போன்றவை முக்கிய உணவாக இருந்ததாகத் தெரிய வருகின்றது. அப்பம், இனிப்பு கலந்த பால், பருப்பு, போன்றவைகளும் உணவில் சேர்க்கப்பட்டன. அரிசி உணவில் சர்க்கரை, நெய் சேர்த்து உண்டதாகவும் தெரிகின்றது. இவ்வகை உணவு கோயில்களில் பழக்கத்திலிருந்ததைப் பெரியாழ்வார் பாடல்கள் மூலம் அறியலாம். அக்கார அடிசில் என்னும் சர்க்கரைப் பொங்கல் கடவுளுக்குப் படைக்கப்பட்டது[6]. வெற்றிலை போடும் பழக்கம் இருந்தது. அவல் அமுதும், தயிர்ச் சோறும் கல்வெட்டுக்களில் குறிப்பிடப் பட்டுள்ளன. இறைச்சி சில இனத்தவர்களால் மட்டுமே உண்ணப்பட்டது.

அணிகலன்கள்

காறை என்ற கழுத்து அணிகலனும், கடிப்பு, செவிப்புத் தோடு, குண்டலம், மகரகுழை போன்ற காது அணிகளும், பாதகம், சிலம்பு போன்றவையும் அணியப்பட்டன. குழந்தைகள் அணிவதற்குக் கிண்கிணி, அரைத்தொடர், ஐம்படை, பட்டம், கங்கணம், கட்டி, மோதிரம் ஆகியவை பழக்கத்தில் இருந்துவந்தன. மாமல்லபுரம், காஞ்சிபுரம் ஆகிய நகரங்களில் உள்ள கோயில் சிற்பங்கள் மூலமாக அணிகலன்களுக்குப் பல்லவர் காலத்தில் அதிக முக்கியத்துவம் கொடுக்கப்படவில்லை எனத் தெரிகின்றது.

மகரகுண்டலங்களும் (இடது காதில் அணியும் மீன் அல்லது திமிங்கிலம் அமைப்புடைய காதணி), பத்ரகுண்டலங்களும் (வலது காதில் அணியும் வட்ட வடிவ அணி) அணியப் பட்டன. காதில் ஓலை அணிவதும் வழக்கத்திலிருந்தது. பல்லவர் கால துவார பாலகரின் காதணிகள் அவர்களின் தோள் வரை நீண்டிருக்கும். இது பின்னாளில் குறைக்கப்பட்ட தெனினும், இதன் சிறுவடிவ அமைப்பே இன்னும் பல கிராமங்களில் வயதான மூதாட்டியர் காதைத் தொங்கவிட்டு அதில் தண்டட்டி அணியும் முறைக்கு முன்னோடியாக இருந்திருக்க வேண்டும். கைகளில் அணியும் பட்டையணி பாகுவளையம் எனப்பட்டது. முன் கைகளின் இறுதியில், அதாவது மணிக்கட்டில் வளையம் அணிதல் ஆண்களுக்கும் பெண்களுக்கும் பழக்கமாயிருந்தது. பெண்கள் வளையல்கள் அணிந்திருந்தனர். ஆண்களும் வளையல்கள் அணிந்திருப்பதை மாமல்லபுரத்துச் சிற்பங்களில் பார்க்க முடிகின்றது. கழுத்தில் வீரச்சங்கிலி அணியும் மரபு இருந்தது என்பதனை காஞ்சி கைலாசநாதர் கோயிலில் கிடைக்கும் சோமஸ்கந்தர் ஓவியத்தில் குழந்தை கந்தன் அணிந்திருக்கும் வீரச்சங்கிலியிலிருந்து ஊகிக்கலாம்.

உடை

பல்லவர் காலத்தில் பொதுவாக நீண்ட அங்கியான வேட்டி அணியப்பட்டது. கழனிகளில் பணிபுரியும் வேலையாட்கள் மிகச்சிறிய ஆடையான கோவண ஆடையை அணிந்திருந்தனர். செல்வந்தரும், அரசகுடும்பத்தாரும் இடையில் உத்தரீயம் எனப்படும் ஆடையை அணிந்தனர். இவ்வாடையை ஆதிவராஹர் கோயிலில் உள்ள மகேந்திரவர்மனின் சிற்பத்தில் காணலாம். இக்காலத்தில் கோயில் செல்லும் பக்தர்கள் வேட்டிக்கு மேல் துண்டுகட்டுவது போல உத்தரீயத்திலேயே சிறிது குஞ்சம் போல் தொங்கவிட்டுக் கட்டப் பட்டது. ஆண்கள் அணியும் ஆடைகள் அவரவர் தகுதிக்கு ஏற்றாற் போல் அமைந்திருந்தது. சிற்றாடை, மேலாடை போன்றவை வழக்கத்தில் இருந்ததாகச் சைவ வைணவப்பாடல்கள் கூறுகின்றன. கலிங்கம், பட்டு, பீதாம்பரம் போன்றவை செல்வந்தர்களால் உடுத்தப்பட்டன. சமயத்துறவிகளும், சந்நியாசிகளும், மஞ்சள் உடை உடுத்தினர். அவை, துவைத்த ஆடை, துவர் ஆடை, செங்கல் பொதிக்கூரை என்ற பெயர்களால் அழைக்கப்பட்டன. படைவீரர்கள் தங்களுக்கென தைக்கப்பட்ட உடையை அணிந்தனர்.

பெண்கள் தங்களது மார்பகங்களைத் துணிகளால் மூடவில்லை என்பதை மாமல்லபுரம் சிற்பங்கள் மூலமாக அறியமுடிகிறது. இடையில் சிற்றாடை மட்டுமே அணிந்தனர். இக்கால எட்டு மீட்டர், ஐந்தரை மீட்டர் புடவைகளைப் பல்லவர் காலப் பெண்கள் அணிந்ததாகத் தெரியவில்லை.

பழக்கவழக்கங்கள்

பல்லவர் காலத்தில் இறந்தவர்களுக்கு நினைவுச் சின்னம் வைக்கப்பட்டது. வீரர்கள் இறந்தால் அவர்கள் நினைவாக வீரக்கல் நாட்டப்படும் வழக்கம் இருந்து வந்தது. இது நடுகல் எனப்பட்டது[7]. கோயில்களில் நினைவுச் சின்னமாக சிற்பம் அமைப்பதும் ரதங்கள் அமைப்பதும் பழக்கமாக இருந்தது. மகாபலிபுரத்தில் இருக்கும் ஆதிவராஹர் குகைக்கோயிலில் சிம்மவிஷ்ணு அவரது மனைவியர்கள், முதலாம் மகேந்திரவர்மன் அவரது மனைவியர்கள் ஆகியோரின் சிற்பங்கள் காணப்படுகின்றன. இறந்தவர்களின் சமாதி மீது கோயில் எழுப்பும் வழக்கம் இருந்துவந்தது. கம்பவர்மனின் எட்டாம் ஆண்டுக் ஓர் கல்வெட்டு ஒன்று ராஜாதித்தியன் என்ற ஓர் அதிகாரி தனது தந்தையாரான பிரிதிவிகக்ராயர் என்பவரின் சமாதி மீது கோயில் எழுப்பினான் என்று கூறுகின்றது. இது பள்ளிப்படைக் கோயில் எனப்படுகின்றது.

கிராமப்புறங்களில் எருமைகளை அதிகாலை காடுகளில் புல்மேய்க்க அழைத்துச் சென்று, பின்வந்த பின்பு பால்பீய்ச்சும்

வழக்கம் இருந்து வந்தது என நாலாயிரதிவ்யப் பிரபந்தத்தின் மூலம் அறியலாம். இது சிறு வீடு மேய்தல் என அழைக்கப்பட்டது. பல்லவர் காலத்தில் கிராமப்புறங்களில் அதிகாலையில் கோயில் மணி அடிப்பது வழக்கமாயிருந்தது. இது, விடிந்துவிட்டது என மக்களுக்குத் தெரியப்படுத்துவதற்கும், கோயில் பூசைகள் துவங்கப்படுகின்றன என்று அறிவிப்பதற்கும் ஆகும். இளம் பெண்கள் கிளிகளை வளர்ப்பதில் ஆர்வம் கொண்டிருந்தனர். இந்தக் கிளிகள் கடவுளின் பெயரை உச்சரிக்கும் பழக்கத்தை வைத்திருந்தனர். குழந்தைகளை அதிகாலையில் குளிப்பாட்டி, செந்தூரம்பூசி, நெற்றியில் திருநாமம் இடும் பழக்கம் இருந்தது. காலணிகள், குடைகள் ஆகியவை உபயோகத்திலிருந்தன. இளம் ஆண்கள் தங்களது வலது காதில் பூ வைத்துக் கொண்டனர். இப்பூ தோன்றிப் பூ என அழைக்கப்பட்டது.

பாவை நோன்பு இருக்கும் பழக்கம் பெண்களிடையே இருந்தது. மார்கழி நீராடல் என்னும் நோன்பு பெரிதும் போற்றப்பட்டது. இந்நோன்புக் காலத்தில் இளம் பெண்கள் நெய், பால் ஆகியவற்றை உணவில் சேர்த்துக் கொள்ளவில்லை என ஆண்டாள் திருப்பாவைப் பாடல்கள் குறிப்பிடுகின்றன. சிகை அலங்காரம், செய்து கொள்ளா திருந்தனர். தை மாதத்தில் மன்மதனை வணங்கும் முறை கடைப் பிடிக்கப்பட்டு வந்தது. அது போழ்து தெருக்கள் அலங்காரம் செய்யப்பட்டன. வீடுகள் வண்ணம் தீட்டப்பட்டன. கரும்பு, நெல், வைக்கோல் போன்றவை வைத்து பூசை செய்யப்பட்டன. இவ்வாறான பழக்கவழக்கங்களைப் பல்லவர்கால மக்கள் பெற்றிருந்தனர். மடலூர்தல் என்னும் ஆண்களுக்கேயுரிய வழக்கம் ஒன்றும் இருந்து வந்துள்ளது. இது, காதலில் தோல்வியுற்ற அல்லது மறுக்கப்பட்ட ஆண்மகன் பனைக் குருத்தில் குதிரை செய்து அதில் அமர்ந்து தன் வருத்தத்தைத் தெரிவித்துத் தன் காதலியிடம் அன்பு பெறுதலாகும்.

அடிக்குறிப்புகள்

1. C.Minakshi, op. cit., P.176.
2. மேலது, ப. 177. சங்ககாலத்தில் கூட தமிழகத்தில் காஸ்யப ஆத்ரோம வாதுல, கௌண்டிய கொசிக் கோத்திர மக்கள் வாழ்ந்துள்ளனர்.
3. மேலது, ப. 180.
4. ARE 38 of 1930 - 31.
5. ARE 258 of 1912.
6. ARE 21 of 1922.
7. பல்லவர்களின் துவக்ககாலத்திலேயே நடுகல் அமைக்கும் முறை இருந்து வந்துள்ளது என்பதனை அண்மைக்கால ஆய்வுகள் காட்டியுள்ளன. சிம்மவிஷ்ணுவின் காலத்தைச் சேர்ந்த வட்டெழுத்துக் கல்வெட்டுக்களைக் கொண்ட நடுகற்கள் வடஆற்காடு மாவட்டம் செங்கம் என்ற இடத்தில் கண்டுபிடிக்கப்பட்டுள்ளன.

4.3 சமயமும் பக்தி இயக்கமும்

மக்கள் சமய நம்பிக்கைகளும் வழிபாடுகளும்

மக்களின் சமய வாழ்வில் கோயில்கள் பெரும் பங்குகொண்டன. குறிப்பாக வாழ்வின் இயல்புகளையே கோயில்களில் சிற்பங்களாகவும், ஓவியங்களாகவும் வடித்தனர். மக்கள் மத்தியில் சைவமதமும், வைணவமும் தழைத்தோங்கத் துவங்கின. பௌத்தமும் சமணமும் மறையத் தொடங்கின. கி.பி. 642-இல் காஞ்சிக்கு வந்த யுவான்-சுவாங் சைவ, வைணவ சமயங்கள் பற்றிப் பேசவில்லை. ஆனால் திகம்பர சமணசமயத்தவர் வளர்ந்தனரென்றும், பௌத்தம் அவர்கள் நிமித்தம் அழிவுறுகின்றதென்றும் கூறுகின்றார்[1]. இத்தருணம் தான் சைவமும், வைணவமும், சக்திவழிபாடும் முன்னேற்றம் கண்டுகொண்டிருந்த காலம். இச்சமயம் பல்லவர்களின் சமகால விஷ்ணு குந்தின் மற்றும் வாகாடக மன்னர்கள், சிவனை பைரவர் வடிவிலும், சக்தியை துர்க்கையாகவும் வழிபட்டனர். பல்லவர்களது பகுதியிலும் இவ்வழிபாடு இருந்து வந்தது. இவ்வழிபாட்டுமுறை பல்லவர்களுக்கு முந்தியே இருந்திருக்க வேண்டுமென்பதைச் சிலப்பதிகாரம், மணிமேகலை போன்றவை மூலம் அறியலாம். ஆனால், பல்லவப் பேரரசர்கள் இவ்வழிபாட்டு முறையினைப் பெரிதும் ஆதரித்ததாகச் செய்திகள் இல்லை.

பல்லவப் பேரரசில் சைவர்களின் பிரிவுகளான காபாலிகர்களும்[2], காளாமுகர்களும், பாசுபதர்களும் பெருகினர். இவர்கள் அதிகமாக வாழ்ந்த இடங்கள் காஞ்சிபுரம், மைலாப்பூர், திருவொற்றியூர்[3], கொடும்பாளூர் மற்றும் தஞ்சை, திருச்சி பகுதிகளாகும். இது போன்றே சக்தி வழிபாடும் இக்காலத்தில் பரவியது. அரசர்கள் மத்தியில் இல்லாவிடினும் மக்கள் மத்தியில் பைரவர் வழிபாடு சிறப்புப் பெற்றது. இதற்கான கதை ஒன்றும் சொல்லப்படுகின்றது. சிறுத்தொண்டர் என்னும் சைவ நாயனார் ஒருவர் சிவபெருமானை வீட்டுக்கு அழைத்ததாகவும், மகனைக் கொன்று கறி சமைத்துப் போட்டதாகவும் சொல்லப்படுகின்றது. பின் அக்குழந்தை உயிர் பெற்றதாகவும் நம்பப்பட்டது. சைவ வழிபாட்டில் நடைபெற்றதாகச் சொல்லப்படும் இறைவனின் லீலைகளில் இதுவும் ஒன்றாகும்.

துர்க்கை வழிபாடும் நவகண்டமும்

துர்க்கை வழிபாடு அக்காலத்தில் சிறப்புற்றிருந்தது என்பதற்கு ஏராளமான சிற்பங்கள் ஆதாரமாக உள்ளன. இதுமட்டுமன்றி துர்க்கைக்குத் தனது தலையை வெட்டிப்படைத்த செய்தியும் சிற்பங்களில் உள்ளன. தனது உடலின் ஒன்பது பாகங்களில் ஒன்றான தலையை வெட்டிப் படைப்பது என்பது ஒரு வீரன் செய்யும் செயலாகும். அவ்வீரன் வரும் போரில் தனது அரசனுக்கு வெற்றி கிடைக்குமேயானால் தனது தலையை வெட்டி இறைவிக்குச் சமர்ப்பிப்பதாக உறுதியெடுத்துக் கொள்வான். வெற்றிகிடைத்ததும் தனது உறுதிமொழியை நிறைவேற்றுவான். இம்மாதிரி செய்யும் வீரனின் குடும்பத்துக்கு நிலதானம் வழங்கப்படும். இது பொட்டிப் பட்டம் எனப்படுகின்றது. இதனைத் தெரிவிக்கும் சிற்பங்கள் மாமல்ல புரத்தில் உள்ளன. திரௌபதி ரதத்தில் பத்மபீடத்தில் நின்றுள்ள துர்க்கையின் பாதத்தின் கீழ் ஒரு மனிதன் தன் தலையைக் கத்தியால் வெட்டுவது போன்று அமைக்கப்பட்டுள்ளதைக் காணலாம். வராஹ மண்டபத்தில் இதே போன்ற சிற்பத் தொகுதி உள்ளது. கம்பவர்மனின் 20- ஆம் ஆட்சியாண்டைச் சேர்ந்த சிற்பம் ஒன்று நெல்லூர் மாவட்டத்தில் மல்லம் என்ற இடத்தில் உள்ளது[4]. நவகண்டம் அர்ப்பணிக்கும் சிற்பத் தொகுதிகள் முற்காலச் சோழர், பாண்டியர் கோயில்களிலும் காணக்கிடைக்கின்றன.

நவகண்டம் தவிர்த்து, மனிதப் பலி கொடுக்கும் முறையும், பல்லவர் காலத்தில் இருந்து வந்தது. முன்னது தனது தலையை வெட்டிச் சமர்ப்பிப்பதாகும். பின்னது வேறொரு மனிதனைப் பலியாக்குவதாகும். வராஹர் கோயிலில் எட்டுக் கைகளையுடைய கோபாக்னியுடன் காட்சி தரும் துர்க்கையம்மனுக்கு முன் இரு மனிதர்கள் குனிந்திருப்பதும், ஒருவன் ஒரு கையில் ஒரு கிண்ணமும், மற்றொரு கையால் தேவியை வணங்கியும் உள்ளான். அவனது தோளில் கோடரி ஒன்று உள்ளது. இவனது அடுத்த செயல் காண்பிக்கப்படாமல் யூகத்திற்கு விடப்பட்டுள்ளது. இது மனிதப்பலி எனக் கருதப் படுகின்றது. சிறுத்தொண்டர் புராணக் கதையும் இதனோடு தொடர்புடையதேயாகும்.

சப்தமாதர், ஜேஷ்டா வழிபாடு

சப்தமாதர்களின்[5] வழிபாடு பல்லவர் காலத் துவக்கத்தில் இருந்ததற்கான சரியான ஆதாரங்கள் கிடைக்கவில்லை. ஆனால் எட்டாம் நூற்றாண்டின் துவக்கத்தில் கட்டப்பட்ட காஞ்சி கைலாசநாதர் கோயிலில் அவர்தம் உருவச் சிலைகள் காணக்கிடைக்கின்றன. அவை தண்டிவர்மன் காலத்தில் (C. 796-846 A.D.) சிறப்புப் பெற்றன.

சப்தமாதர்களுக்கெனத் தனிக் கோயில் ஒன்றை திருச்சி மாவட்டம் ஆலம்பாக்கத்தில் கட்டியுள்ளார். பல்லவ அபராஜிதன் (கி.பி. 900) காலத்தில் கட்டப்பட்ட திருத்தணி வீரட்டனேசுவரர் கோயிலிலும் சப்தமாதர் சிலைகள் உள்ளன. இங்குதான் முதன்முதலில் இம்மாதர்களோடு கணேசர் உருவமும் வைக்கப்பட்டுள்ளது. இவ்வழிபாடு பிற்காலத்தில் கட்டாயமாக்கப்பட்டதுபோல் உள்ளது. சைவக் கோயில்களில் அஷ்டபரிவார தேவதைகளில் ஒன்றாக அமைந்தது. சப்தமாதர்களின் சமகாலத்திலேயே ஜேஷ்டா வழிபாடும் இருந்து வந்துள்ளது. துவக்க காலப் பல்லவர் குடைவரைகளில் ஜேஷ்டா உருவமைதி இல்லை. ஆனால் கி.பி. 730 - இல் கட்டப்பட்ட காஞ்சி கைலாசநாதர் ஆலயத்தில் இவ்வுருவமைதி காணக்கிடைக்கின்றது. இதனைப் பின் வந்த பல்லவ கோயில்களிலும், சோழர் கோயில்களிலும், பாண்டியர் கோயில்களிலும் காணலாம். திருப்பரங்குன்றத்துப் பாண்டியர் குடைவரையின் கல்வெட்டொன்று கி.பி.773-இல் துர்க்கைக்கும், ஜேஷ்டாவுக்கும் கோயில் எழுப்பிய செய்தியைக் கூறுகின்றது. கி.பி.9 - ஆம் நூற்றாண்டைச் சேர்ந்த தெள்ளாறெறிந்த மூன்றாம் நந்திவர்மனின் புகழ்பாடும் நந்திக்கலம்பகத்தில்[6] ஜேஷ்டா ஸ்ரீலட்சுமியின் மூத்த சகோதரி என்றும், வறுமையையும், துன்பத்தையும் கொடுப்பவள் என்றும் சொல்லப்பட்டுள்ளது. தொண்டரடிப் பொடியாழ்வாரும் இத்தேவியைக் கீழாகக் கூறுகின்றார். எனவே பல கோயில்களில் இத்தேவியின் சிலைகள் தவறான எண்ணத்தின் அடிப்படையில் அகற்றப்பட்டன. திருப்பரங்குன்றத்தில் இத்தேவியின் சன்னிதி மூடப்பட்டுவிட்டது. இத்தேவியின் உருவமைதியை நோக்குங்கால் இவள் குழந்தைச் செல்வத்யையும், பிற செல்வத்தையும் கொடுப்பவளேயாவாள்.

பக்தி மார்க்கம்

மக்களது சமய வாழ்வானது உள்ளூரிலிருந்த கோயிலைச் சுற்றியே இருந்தது. இக்கோயில்களை அரசரும், அரச குடும்ப உறுப்பினரும் ஆதரித்தது பற்றிய கல்வெட்டுச் செய்திகள் கிடைத்துள்ளன. கி.பி.ஆறாம் நூற்றாண்டுக்கும் ஒன்பதாம் நூற்றாண்டுக்கும் இடைப்பட்ட காலத்தில் சமயப்புத்துணர்ச்சி தோன்றியது. இறைவனைப் பற்றிய புதிய கருத்துக்களும் அவனை அடையப் புதிய எளிய மார்க்கங்களும் தோன்றின. இதனால் வைதீக சமயம் மறுமலர்ச்சியடைந்தது. அம்மதத்தின் இருபெரும் பிரிவுகளான சைவமும், வைணவமும், சக்தி வழிபாடும் தழைத்தோங்கத் தொடங்கின. சிவன், விஷ்ணு, என்னும் கடவுளர் மீது பக்தி வெள்ளம் பெருக்கெடுத் தோடியது. சக்தி வழிபாடும் சிறப்புற்றிருந்தது என்பதனை துர்க்கைக்குப்

பல்லவர் கோயில்களில் கொடுக்கப்பட்டுள்ள முக்கியத்துவத்திலிருந்து காணமுடிகின்றது. இச்சமய மற்றும் பக்தி வழிபாடுகள் பக்திமார்க்கம் அல்லது இயக்கம் எனப்பட்டது.

பக்தி மார்க்கம் தோன்றக் காரணமாயிருந்த சூழல்கள்

சங்ககால மறைவிற்குப்பின் தமிழகத்தில் களப்பிரர் ஆட்சி நிறுவப்பட்ட காலத்தில் சமண, பௌத்த சமயங்கள் பரவி வளர்ச்சியுற்றன. இச்சமயங்கள் அறநெறிகளை எடுத்துக்கூறின. கள்ளுண்ணாமை, புலால் உண்ணாமை, சிற்றின்பங்களை வெறுத்தல், உடல் நோவுகளைப் பொறுத்தல் போன்ற நல்லொழுக்க நெறிகளைக் கடைப்பிடிக்குமாறு வலியுறுத்தின. இவ்வுலக வாழ்வை வெறுத்து ஒதுக்கி மறு உலக வாழ்வில் நாட்டங் கொள்ளத் தூண்டியது. இவற்றை எடுத்துக்கூறும் இலக்கியங்கள் பல, தமிழில் தோன்றின. பதினெண் கீழ்க்கணக்கு நூற்களும், ஐம்பெருங்காப்பியங்களும் இவற்றையே வலியுறுத்தின. ஆரியர்களின் செல்வாக்கால் மாறுதலடைந்த சங்ககாலத் தமிழர் சமயக் கொள்கைகள், வேள்வி களியற்றல் ஆகிய சடங்குகள் பின்னுக்குத் தள்ளப்பட்டன. மணிமேகலையில் கூறப் பட்டுள்ளது போன்று காஞ்சியில் வேத, சைவ, வைணவ, அஜீவிக, சமண, சாங்கிய, வைசேக, லோகாயதத் தத்துவங்கள் நிலவி வந்தன[7].

கி.பி. ஏழாம் நூற்றாண்டின் தொடக்கத்தில் தமிழக அரசியலில் மாறுதல்கள் தோன்றின. வடக்கே பல்லவர்களும், தெற்கே பாண்டியர் களும் தலை தூக்கி களப்பிரர்கள் ஆதிக்கத்தை ஒழித்தனர். புதிதாக எழுந்த அரசியல் ஆதிக்கங்களே புதிய சமூக சமய விளைவுகளுக்குக் காரணமாயின. புதிய அரச மரபினர் காலத்தில் புதிய சமயக்கோட் பாடுகள் எழுந்தன. அவ்வரச மரபில் இரு மன்னர்கள் குறிப்பிடத் தக்கவர்கள். ஒருவர் பல்லவ மன்னர் மற்றவர் பாண்டியர் ஆவார்கள்.

i) மகேந்திரவர்மன் (615 - 630)

பல்லவ மரபில் புதிய சகாப்தத்தைத் தொடங்கி வைத்த இம்மன்னன் சமயத்துறையிலும் புதிய மாற்றத்தைத் தொடங்கி வைத்தான். முதலில் சமண சமயத்தவராக இருந்த இம்மன்னன், சைவப் பெரியார் அப்பரடிகள் முயற்சி காரணமாகச் சைவனாக மாறினான். "மன்னன் எவ்வழி, குடிகள் அவ்வழி" என்ற நிலை இருந்த அக்காலத்தில் மன்னனைப் பின்பற்றி மக்கள் சைவ சமயத்தைப் பின்பற்றத் தொடங்கினர். சைவ சமயத்தை ஏற்றுக் கொண்ட மகேந்திரவர்மன் மற்றவர்களை வெறுத்தாரில்லை. வைணவரையும் ஆதரித்தான், மகேந்திரவாடியில் விஷ்ணுவுக்கும் கோயில் எழுப்பியுள்ளான்.

ii) மாறவர்மன் அரிகேசரி (642 - 700)

பாண்டிய மரபில் தோன்றிய இம்மன்னனும் முதலில் சமணனாக இருந்து பின்னர் சம்பந்தர் என்ற சைவப் பெரியார் முயற்சி காரணமாகச் சைவனாக மாறினான் என்றும் வரலாறு கூறுகின்றது. இவனே கூன் பாண்டியன் என்றும், நெடுமாறன் என்றும் சிறப்பிக்கப் படுகிறான். கூன் பாண்டியனின் சமயமாற்றம் தென்பாண்டி நாட்டில் சைவ சமய மறுமலர்ச்சியைத் தோற்றுவிக்கிறது.

இதே போல் இக்காலத்தில் வைணவ சமயமும் தீவிரமாகப் பரவியது. சங்ககாலத்தில் மாயோன், திருமால் வழிபாடுகள் ஆரியர் களின் செல்வாக்குக் காரணமாக விஷ்ணு வழிபாடாக உருமாறியது. இச்சமயத்தையும் சில மன்னர்கள் தீவிரமாக ஆதரித்தனர். சான்றாக,

i. பல்லவ மன்னன் இரண்டாம் நந்திவர்மன்

ii. பாண்டியன் பராந்தக நெடுஞ்சடையன் ஆகியோர் வைணவ சமயத்தை ஆதரித்தனர். இரண்டாம் இராஜசிம்மன் காலத்தில் வைணவத்திற்கு இருந்து வந்த ஆதரவை சமண, பௌத்தர்களை ஒழித்துக்கட்டுவதற்கு ஏற்பட்ட ஒன்றென்று கூறிவிட முடியாது. இருப்பினும் இம்மதங்களைப் பற்றிய தவறான கருத்துக்களைத் தொண்டரடிப் பொடியாழ்வார், திருமழிசை ஆழ்வார், திருமங்கை ஆழ்வார் போன்றோர் பரப்பினர்[8].

சைவ சமயாச்சாரியார்கள்

சைவ சமயம் இடைக்காலத்தில் தமிழகத்தில் வளர்ச்சியுற்றதற்கு முக்கிய காரணம் சைவ சமயப் பெரியார்கள் மற்றும் நாயன்மார்கள் பலர் தோன்றி நாடெங்கும் சுற்றுப் பயணம் செய்து திருத்தளங்களைத் தரிசித்து, பக்திப் பாடல்கள் பாடி, சில பல அற்புதங்களைப் புரிந்தது தான். இவர்களில் சுதந்திரமாகவும் தனியாகவும் விளங்கியவர்கள், காரைக்காலம்மையார், நந்தனார், (ஆதனூர்) சிறுத்தொண்டர், கண்ணப்பர் போன்றோராவர். அவர்களுள் முக்கியமானோர்,

i. **திருவாமூர் வெள்ளாளர் குடும்பத்தைச் சேர்ந்த திருநாவுக்கரசர் (அப்பர்)**

தொடக்கத்தில் சமணராக இருந்த அப்பர் கடலூரில் சமண பிக்குவாயிருந்தார். தர்மசேனர் என்னும் பெயர் கொண்டிருந்தார். தம் தமக்கையின் சிவவழிபாட்டின் காரணமாக அவர் சூலைநோயினால் அவதியுற்றார். அப்போது தமக்கையார் திலகவதி என்பவர் சிவபிரானை வேண்டி அவரைக் குணப்படுத்தினார். அதன் காரணமாக அவர் சைவமானார் எனக் கூறப்படுகிறது. திருவக்கையில் ஞானமும்

பெற்றார். இவரது சமயமாற்றம் பற்றிக் கேள்வியுற்ற பல்லவன் மகேந்திரன் சினம் கொண்டு அவரை சித்திரவதை செய்தான் என்றும், எனினும் அவர் உறுதியுடன் இறைவனருளால் அதனை வென்றார் என்றும், அது கண்ட மன்னனும் மனம் மாறிச் சைவமானான் என்றும் கதை கூறப்படுகின்றது.

இந்நிகழ்ச்சி சைவ சமய மறுமலர்ச்சிக்குப் பெரிதும் உறுதுணை யாயிருந்தது.

மேலே கூறப்பட்ட கதையில் எவ்வளவு உண்மையுள்ளதோ தெரியவில்லை. ஆனால் மகேந்திரவர்மனின் திருச்சி கல்வெட்டு அவர் மதம் மாறியதைக் கூறுகிறது.

ii. திருஞான சம்பந்தர்

இவர் இளமையிலேயே ஞானப்பால் உண்டு அருளொளி பெற்றார். இவரது முயற்சி காரணமாகப் பாண்டிய மன்னன் அரிகேசரி மாறவர்மன் (கூன்பாண்டியன்) சைவனாக மாறினான். அதற்காக அவர் சமணர்களை மந்திரவாதம், அனல்வாதம், புனல்வாதம் ஆகியவற்றில் வென்று சைவ சமய மேன்மையை நிலைநாட்டினார் எனக் கூறப்படுகிறது. திருத்தலங்களைத் தரிசித்து, இவர் பாடிய பாடல்கள் தேவாரத்தில் தொகுக்கப்பட்டுள்ளன.

iii. சுந்தரமூர்த்தி

திருமணம் செய்யப்புகுந்த இந்த ஆதிசைவரைச் சிவபெருமான் தடுத்தாட் கொண்டார் எனக் கூறப்படுகிறது. இறைவனைத் தமது இணையற்ற நண்பனாகக் கருதி வாழ்ந்தார் என்றும் கூறப்படுகிறது. சேரமான் பெருமானின் நட்பினைப் பெற்று அவரது துணையுடன் அறப்பணிகளைச் செய்து முடித்த பிறகு அவருடன் கைலாய மலைக்குச் சென்று கடவுட் காட்சி காணும் பேறு பெற்றார். தேவாரத்தில் நூறு பாடல்கள் இவர் பாடியதாகும். இவர் கைலாயம் பயணிக்கும் காட்சி கி.பி.10 - ஆம் நூற்றாண்டில் தஞ்சைப் பெரிய கோயிலில் ஓவியமாகத் தீட்டப்பட்டுள்ளது.

iv. மாணிக்கவாசகர்

இவரது காலம் பற்றி வரலாற்றாசிரியர்களிடையே கடுமையான கருத்து வேறுபாடு இருப்பினும் பொதுவாக கி.பி. ஒன்பதாம் நூற்றாண்டைச் சேர்ந்தவர் என்பதே ஏற்றுக் கொள்ளப்படுகிறது. பாண்டியன் வரகுணனின் அமைச்சராக இருந்து பக்திப்பணி புரிந்தார். இவர் பாடிய திருவாசகம் உள்ளத்தைப் பக்திமயமாக உருக்கும் தன்மை வாய்ந்தது.

பக்திமார்க்க காலத்தில் சைவ சமயத் திருத்தொண்டர் மொத்தம் 63 பேர் வாழ்ந்ததாகக் கூறப்படுகின்றது. இவர்களுள் அரசன் முதல் ஆண்டி வரை அந்தணர் முதல் ஆதிதிராவிடர் வரை அனைத்துச் சமூகப் பிரிவினரும் உண்டு. இந்தச் சிவனடியார்களின் வாழ்க்கை பக்திமார்க்கத்தின் உள்ளுணர்வைப் பிரதிபலிப்பதாக உள்ளது.

வைணவ மார்க்கம்

பக்திமார்க்கத்தின் இரண்டாவது கிளை வைணவமாகும். சைவ அடியார்களைப் போல் வைணவ அடியார்கள் பன்னிருவர் தோன்றி பக்தி ஒழுக்கத்தை வளர்த்தனர். அவர்கள் ஆழ்வார்கள் எனப்பட்டனர்.

அவர்கள், பொய்கை ஆழ்வார், பூதத்தாழ்வார், பேயாழ்வார், திருமழிசையாழ்வார், தொண்டரடிப் பொடியாழ்வார், நம்மாழ்வார், பெரியாழ்வார், ஆண்டாள், குலசேகர ஆழ்வார், திருப்பாணாழ்வார், திருமங்கையாழ்வார், மதுரகவியாழ்வார் ஆகியோராவர்.

பொய்கையாழ்வாரும், பூதத்தாழ்வாரும், பேயாழ்வாரும் முறையே காஞ்சி, மாமல்லபுரம், மைலாப்பூரிலும் பிறந்தவர்களாவர். அவர்களே ஆழ்வார்களில் முந்தியவர்கள் எனக் கருதப்படுகின்றது. கி.பி. 6 - ஆம் நூற்றாண்டின் துவக்கத்தில் வாழ்ந்த அவர்களது பாடல்களில் பக்திரசம் கொட்டியது. ஆனால் சமயக் காழ்ப்புணர்வு கிடையாது. எளிமை, தெளிந்த நீரோடை போன்ற கருத்துக்கள் ஆகியவற்றிற்கு இலக்கணமாயிருந்தன.

செங்கற்பட்டு மாவட்டத்தில் பிறந்த திருமழிசையாழ்வார் முதலாம் மகேந்திரவர்மனின் சமகாலத்தவராவார். இவர் பிறக்கும் போது உருவமேயில்லாத ஒரு சதைப் பிண்டமாக இருந்ததாகவும், இவரது பெற்றோர்கள் இவரைத் தவிர்த்து விட்டதாகவும், பின் சூத்திரர் ஒருவரால் வளர்க்கப்பட்டதாகவும் கூறப்படுகின்றது. வைணவத்தில் நுழையும் முன் இவர் சமணம், பௌத்தம், சைவம் ஆகியவற்றைப் பின்பற்றியதாகத் தெரிகின்றது. முந்தைய ஆழ்வார்களின் பாடல்களி லிருந்து பெரிதும் வேறுபட்டது இவர்தம் பாடல்கள் ஆகும்.

முக்கியமான ஆழ்வார்களில் ஒருவரான திருமங்கையாழ்வார் தஞ்சைக்கருகே ஆலிநாடு என்ற பகுதியின் ஆட்சியாளராவார். இவர் வழிப்பறி செய்து திருமணத்திற்காகப் பணம் சேர்த்தார் என்று கருதப்படுகின்றது. இவர் நாகப்பட்டினம் பௌத்த விகாரத்தில் ஒரு தங்க புத்தர் சிலையைத் திருடி ஸ்ரீரங்கம் கோயில் திருப்பணிச் செலவுக்குக் கொடுத்தார் என்ற ஒரு கதை உள்ளது. ஆனால், இக்கதை எத்தகைய உண்மையுடையது எனத் தெரியவில்லை. திருஞான சம்பந்தரை இவர் சந்தித்ததாக ஒரு கதை உள்ளது. இவரது பாடல்களில் சமணமும், பௌத்தமும் தாக்கப்பட்டன.

திருமங்கை ஆழ்வாருக்குப் பின் 9 - ஆம் நூற்றாண்டின் துவக்கத்தில் ஸ்ரீவில்லிபுத்தூர் பிராமண குடும்பத்தைச் சேர்ந்த பெரியாழ்வார் தோன்றினார். இவர் காலத்தில் பாண்டியன் ஸ்ரீமாற ஸ்ரீவல்லபனின் அவைக்களத்தில் சமயக் கருத்துப் போட்டி ஏற்பட்டது. அதில் கலந்து கொண்ட பெரியாழ்வார், வெற்றிவாகை சூடினார். அவரது வளர்ப்பு மகள் ஆண்டாள் அல்லது கோதை என்னும் சூடிக் கொடுத்தநங்கை மகாவிஷ்ணுவுடன் திருமணம் செய்து கொண்டதாகக் கனவு கண்டு இறையுடன் இணைந்தார். இதே காலத்தைச் சேர்ந்த திருப்பாணாழ்வார், தம் கீழ்க்குடிப் பிறப்பினால், திருவரங்கத் திருக்கோயிலில் நுழைய அனுமதி மறுக்கப்பட்டார். தஞ்சைப் பிராமணரான தொண்டரடிப் பொடியாழ்வார் சமணரையும் பௌத்தரையும் தாக்கிப் பாடல்களை இயற்றினார். கேரளத்தரசர் குலசேகராழ்வார் சிதம்பரம், திருவாலி ஆகிய கோயில்களில் விஷ்ணுவைப் பாடினார். நம்மாழ்வாரும், அவரது சீடர் மதுரகவியாழ் வாரும் சிறந்த பாசுரங்களையியற்றி இறைத் தொண்டாற்றினார்.

இவ்வாழ்வார்கள் ஒவ்வொரு திருப்பதியும் சென்று பாடி மகிழ்ந்த பாசுரங்கள் நாலாயிர திவ்வியப் பிரபந்தம் என்று பிற்காலத்தில் தொகுக்கப்பட்டன.

பக்தி மார்க்கத்தின் முக்கிய தன்மை

இறைவனையடைய இறைவன்பால் பக்தி கொள்ளுதலே சிறந்த வழியாகும். வேள்விகள், சடங்குகள் இயற்றுவதைவிட பக்தி கொள்ளுதலே சாலச் சிறந்தது. இறைவன் சித்தத்திற்கு அமைந்து நடப்பது நன்று. இறைவன் இரக்கம் பொருந்தியவன் அருள் வடிவானவன். அன்பு மயமானவன், பக்தி கொள்ளும் அடியார்களைச் சோதனைக்குள்ளாக்கினாலும் இறுதியில் அன்புடன் ஆட்கொள்வான்.

பக்தி மார்க்கம் பரவக் காரணங்கள்

முதலில் பக்தி மார்க்க அடியார்கள் பலர் தங்கள் வாழ்க்கையை இறைவனுக்கென அர்ப்பணித்தனர். அதனால் இடையூறுகளை வென்றனர். இறைவனருளால் புதுமைகள் நிகழ்த்தினர். அவர்கள் வாழ்க்கையே சிறந்த போதனையாக அமைந்தது.

இரண்டாவதாக, அவர்கள் நாடெங்கும் சுற்றுப்பயணம் செய்தனர். திருத்தலங்களைச் சந்தித்தனர். அங்குத் தேனினுமினிய தீந்தமிழ்ப் பாடல்களைப் பாடினர். தமிழின் இனிமையையும் பாக்களின் இசையையும் கொண்டு மக்கள் இதயத்தைத் தொட்டனர். தூண்டினர்.

மூன்றாவதாக அக்கால மன்னர்கள் சமயப் பணியில் ஆர்வம் காட்டினர். கோவில் கட்டுவதை முக்கிய பணியாகக் கொண்டனர்.

பல்லவன் ராஜசிம்மன் கட்டிய கைலாசநாதர் கோயிலும் இரண்டாம் நந்திவர்மன் கட்டிய வைகுண்டப் பெருமாள் கோயிலும் அவற்றுள் குறிப்பிடத்தக்கவை. அக்கோயில்களில் வழிபாடுகள் நடப்பதற்குத் தாராளமாக மானியங்கள் வழங்கினர். அந்தணர்களை நியமித்து அவர்களுக்குச் சதுர்வேதி மங்கலங்கள் கொடுத்தனர். இறுதியாக பக்திமார்க்கத்து அடியார்கள் தங்கள் எதிர்சமயவாதிகளை தர்க்க நியாயத்தால் வென்றனர். சமயச் சொற்போர்கள் நாடெங்கும் நிகழ்ந்தன. அனல் வாதம், புனல் வாதம், மந்திர வாதம் போன்ற கடுமையான போட்டிகள் நிகழ்த்தப்பட்டன. இவற்றில் அடியார்கள் பலர் சமண பௌத்த சமய ஞானிகளை வென்றதாகக் கூறப்படுகிறது.

தத்துவங்களின் தோற்றம்

இப்பக்தி இயக்கமானது சைவ சமயக் கோட்பாடுகளில் புதிய தத்துவ சிந்தனைகளைத் தோற்றுவித்தது.

சங்கராச்சாரியார்

வடகேரளத்தில் உள்ள காலடியில் கி.பி. 788 - இல் நம்பூதிரி பிராமண குலத்தில் பிறந்த இவர் தம் இளமையிலேயே தந்தையை இழந்து துறவு வாழ்வை மேற்கொண்டார். கௌட பாதரின் சீடரான கோவிந்தயோகியை தன் குருவாகக் கொண்டார். மிகக்குறைந்த காலமே வாழ்ந்த அவர் இந்தியா முழுவதும் சுற்றித் தன் அத்வைதச் சித்தாந்தங்களைப் பரப்பினார். தன்னோடு வாதிட்ட அனைவரையும் வென்றார். உபநிடதம், பகவத்கீதை, பிரம்ம சூத்திரங்கள் முதலியவற்றிற்கு விளக்கவுரைகள் எழுதியுள்ளார். இறைவன் எங்கும் நிறைந்திருக்கும் உயிர்ப்பொருள் (பரமாத்மா) என்றும், தனிமனித உயிர் அம்முதற் பொருளில் இரண்டறக் கலந்துவிடும் என்பதும் இந்நிலையடைய அறியாமை அகன்றொழிய வேண்டுமென்பதும் அவரது சித்தாந்தமாகும். அதனைப் பரப்ப நாட்டில் முக்கிய இடங்களில் மடங்களை நிறுவினார். அவைகளில் குறிப்பிடத்தக்கவை, சிருங்கேரி, துவாரகை, பத்ரிநாத், பூரி., காஞ்சி ஆகியவையாகும். இம்மடங்களை அவர் பௌத்த மடங்களின் அடிப்படையில் அமைத்தார். மாயை (illusion) பற்றிய இவரது கருத்து மகாயான பௌத்தத்திலிருந்து பெறப்பட்டதாகும். இவரது சமகாலத்துத் தத்துவ ஞானி குமரிலர் தம் எழுத்துக்களில் பௌத்தர்களைக் கடுமையாகச் சாடினார். இவர் மீமாம்சக் கொள்கைகளான சடங்குமுறைகளைப் பின்பற்றினார்.

பக்தி மார்க்கத்தின் விளைவாக மக்கள் வாழ்க்கையோடு சமய நெறிகள் இரண்டறக் கலந்துவிட்டன. வாழ்வின் நோக்கமே

இறைவனையடைதல் என்ற ஆன்மீக இலட்சியமாயிற்று. அதன் காரணமாக மக்கள் வாழ்க்கை மட்டுமன்றி, அரசு நடவடிக்கைகளும் சமயச் சார்புடையவைகளாயின. இறைவனின் உறைவிடமான ஆலயம் சமுதாய மன்றமாக மலர்ந்தது. எல்லாவற்றிற்கும் மேலாக சமண, பௌத்த சமயங்கள் மறையத் துவங்கின. சில சமய ஆர்வங் கொண்ட அரசர்கள் புறச் சமயத்தவர்களைப் பொறையின்றி நடத்தினர். எனினும் பெரும்பான்மையான மன்னர்கள் அனைத்து மதத்தினரையும் அரவணைத்தே சென்றனர்.

அடிக்குறிப்புகள்

1. K.A.N. Sastri, A *History of South India*, 1971, P.427.
2. யுவான் சுவாங் கருத்துப்படி காபாலிகர்கள் பாறைகளின் பொந்துகளில் அதாவது இயற்கைக் குகைகளில் வாழ்ந்தனர். (C.Minakshi, *op. cit.*, P.216.
3. திருவொற்றியூர் கோயிலில், பாசுபத வழிபாட்டினைத் துவக்கிவைத்த வகுலீசரின் உருவச் சிலை வைத்து வழிபடப் படுவதைக் காணலாம்.
4. SII XII, No.106.
5. பிரம்மி, மாகேஸ்வரி, கௌமாரி, வைஷ்ணவி, வாராஹி, இந்திராணி, சாமுண்டா (அ) நாரசிம்ஹி.
6. Nandikkalambaham, verse 112.
7. K.A.N. Sastri, *A History of South India*, 1971, P. 423.
8. சைவ, பௌத்த, சமண சமயங்களின் புனித நூல்கள் தவறானவை என்று திருமங்கை ஆழ்வார் பாடினார். ("வெள்ளியார்...... பிண்டியார்...... என்று இவர் ஓதும் கள்ளநூல்").

4.4 பொருளாதார நிலை

பல்லவர் காலத்தில் பொருளாதாரம் மிகச் சிறப்பான முன்னேற்றங்களைப் பெற்றிருந்தது. நிலங்கள் பலவகையாகப் பிரிக்கப்பட்டிருந்தன. வருவாய் வரி முறைகள் சாதவாகனரின் முறைகளை ஒத்திருந்தன. பலவகை அளவை முறைகளும் இருந்து வந்தன. பல்லவ மன்னர்கள் பெரும்பான்மையான வருவாயைக் கட்டடக் கலை வளர்ச்சிக்கும், நீர்ப்பாசன வளர்ச்சிக்கும் பயன்படுத்தினர். பல்லவர்களின் பொருளாதார வாழ்வைப் பற்றிப் பல்லங்கோயில், கூரம், கசக்குடி, தொண்டன் தோட்டம் போன்ற இடங்களில் கிடைத்த செப்பேடுகள் தெரிவிக்கின்றன.

நிலப்பிரிவுகள்

பல்லவர்காலத்துக் கிராமங்களில் வீடுகளும் அவற்றைச் சுற்றித் தோட்டங்களும் அமைந்திருந்ததாகத் தெரிகின்றது. இவை தவிர, ஏரிகள், தரிசு நிலங்கள், சிறு காடுகள், கோயில், கோயில் நிலங்கள், கடைத் தெருக்கள், சுடுகாடு போன்றவை அமைந்திருந்தன. கிராமங்களில் குடிநீர்க்கிணறுகளும் இருந்தன. கிராமங்களில் நிலங்கள் பல பிரிவுகளைக் கொண்டிருந்தன. பிராமணர்கள் பலருக்கு அளிக்கப்பட்ட தான நிலங்கள் பிரம்மதேயங்கள் எனப்பட்டன. ஒரு குறிப்பிட்ட பிராமணனுக்கு மட்டும் தானமாக்கப்பட்ட நிலங்கள் ஏகபோக பிரமதேயம் எனப்பட்டது. கோயில்களுக்குத் தானமாகக் கொடுக்கப்பட்ட சிற்றூர்கள் தேவதானச் சிற்றூர்கள் எனவும், நிலங்கள் தேவதான நிலங்கள் எனவும் வழங்கப்பட்டன.

இவற்றைப் போன்றே சமணப்பள்ளிகளுக்கு என விடப்பட்ட நிலங்கள் பள்ளிச்சந்தம் எனப்பட்டன. சிற்றூர்களில் ஏரிகளை அடிக்கடி பழுதுபார்க்க வேண்டிய செலவுக்காக விடப்பட்ட நிலங்கள் ஏரிப்பட்டி எனப்பட்டன. இந்நிலங்கள் ஊர்ச்சபையோரின் பொறுப்பில் விடப்பட்டன. இதனை மேற்பார்வை இட்டோர் ஏரிவாரியப்பெருமக்கள் எனப்பட்டனர். அரசருக்கு உரிய வரியினைச் செலுத்துவதற்காக விடப்பட்ட நிலங்கள் அடை நிலம் என்ற பெயரால் அழைக்கப்பட்டன. மிராசுதாரர்களின் நிலங்களில் பெரும் பகுதி பயல் நிலம் எனப்பட்டன. இந்தப் பயல் நிலத்தின் மொத்த வருவாயில் பாதியே நில உடைமையாகும். எஞ்சிய பாதியைப் பயிரிட்டோரும் பெற்றனர். தேவதான நிலங்களும், பள்ளிச்சந்த நிலங்களும் வரியற்றவையாயிருந்தன.

நில அளவைகள்

பல்லவர் காலத்தில் நிலங்கள் சிறப்பாக அளவை செய்யப் பட்டன. எந்தெந்த நிலங்கள் வரிவிலக்கு அளிக்கப்பட்டவை; எவை, எவை, வரிவசூல் செய்யப்பட்டவை என்பது தெளிவாக அறியப்பட்டது. நில அளவை, வரி அளவை ஆகியவற்றின் கணக்குகள் சிற்றூர் பேரூர் அரசியல் அலுவலர்களின் பொறுப்பில் விடப்பட்டிருந்தன. ஒரு குறிப்பிட்ட நிலத்தை அளந்ததும் கள்ளியும் (முள்), கல்லும் நட்டு அதன் எல்லையைக் குறிப்பது பல்லவர்கால வழக்கமாயிருந்தது. அந்நிலத்தின் நான்கு திசைகளிலும் இருந்த பகுதிகளும் குறிப்பிடப் பட்டன. இந்நில அளவை முறைகள் பற்றிய செய்திகளை உருவப்பள்ளி செப்பேட்டின் மூலம் நன்கு அறிய முடிகின்றது. ஆடுமாடுகளின் மேய்ச்சலிலிருந்து தவிர்ப்பதற்கு நிலங்களுக்கு வேலி போடப்பட்டன. நிலங்கள் விற்கப்பட்ட போதும், மாற்றிக்கொள்ளப் பட்ட போதும் அதிகாரிகளுக்கு இச்செய்திகள் தெரியப்படுத்தப் பட்டன. நில அளவைகளில் கலப்பை, நிவர்த்தனம், பட்டிகா, பாடகம் என்ற முறைகள் இருந்தன. இங்கு கலப்பை என்பது ஒரு மனிதன் கொடுக்கப்பட்ட குறிப்பிட்ட நேரத்திற்குள் ஒரு கலப்பையையும் இரண்டு காளைகளையும் வைத்து உழக்கூடிய நிலத்தின் அளவாகும். நிவர்த்தனம் என்பது 25 கோல் அல்லது 100 அல்லது 125 கஜம் என்று தமிழ் அகராதியில் குறிப்பிடப்பட்டிருப்பினும் பல்லவர் செப்பேடுகள் எதுவும் ஒரு நிவர்த்தனத்தின் அளவு எவ்வளவு என்று கூறவில்லை. ஒரு பட்டிகம் அல்லது பாடகம் என்பது 240 குழி நிலமாகும். ஒரு குழி நிலம் என்பது 144 சதுர அடி, மதல் 576 சதுர அடியாகும்.

வருவாயும் வரியும்

நாட்டின் வருவாயில் பெரும்பங்கு நிலவரியாக இருந்தது. நிலவரி தவிர்த்த ஏராளமான வரிகளும், தோற்றுப்போன மன்னரிடமிருந்து கிடைக்கும் ஏராளமான திறைப்பொருளும் முக்கிய வருவாயாக இருந்தன. நிலங்களில் தென்னை, பனை மரங்களில் இருந்து கள் இறக்கப்பட்டது. இந்த மரங்களைப் பயிர்செய்தோர் ஒரு குறிப்பிட்ட அளவு வரியை அரசுக்குச் செலுத்தினர். மரம் வெட்டப்பட்டால் அதில் அடிப்பகுதி அரசுக்குச் சொந்தமாக்கப்பட்டது. பனம்பாகு செய்வோர் வரி செலுத்தினர். கள் இறக்குவோரிடமிருந்து இளம்புட்சி[1]. எனப்பட்ட வரி வசூலிக்கப்பட்டது. கல்லால மரங்களைப் பயிர் செய்ய அரசாங்கத்திடம் உரிமை பெற வேண்டும். அதற்காகச் செலுத்தப்படும் கட்டணம் கல்லால காணம் எனப்பட்டது.

செங்கொடி என்ற மருந்துச்செடியைப் பயிரிட்டவர்களிடமிருந்து செங்கொடிக்காணம் என்ற வரி வசூலிக்கப்பட்டது. கரிசலாங்கண்ணி

என்ற செடியைப் பயிரிட்டோர் கண்ணிட்டுக்காணம் என்ற வரியைச் செலுத்தினர். நீலோற்பலம் என்ற குவளைச் செடிகளைப் பயிரிட்டோர் குவளைக்காணம் என்ற வரியைச் செலுத்தினர். குயவரிடமிருந்து வசூலிக்கப்பட்ட வரி குசக்காணம் எனப்பட்டது. செய்திப் போக்கு வரத்து வரி திருமுகக்காணம் எனப்பட்டது. இடையர்களிடமிருந்து இடைப்பூச்சி[2] என்ற வரி வசூலிக்கப்பட்டது. தங்க நகை செய்வோரிட மிருந்து தட்டுக்காயம்[3] என்ற வரியும், கொல்லர்களிடமிருந்து கத்திக்காணம் என்ற வரியும், திருமணம் செய்வோரிடமிருந்து கல்லாணக்காணம்[4] என்ற வரியும் வசூலிக்கப்பட்டன.

எண்ணெய்ச் செக்கு வைத்திருப்போர் செக்கு என்ற வரியையும், துணிதுவைப்போர் பாறைக்காணம் என்ற வரியையும் செலுத்தினர். படகு ஓட்டுவோர் பட்டினக்காணம் என்ற வரியையும், நூல் நூற்போர் படாம்கலி என்ற வரியையும், தரகர்கள் தரகு என்ற வரியையும், கூட்டாரம் வாழ்வோர் புத்தகவிலை என்ற வரியையும், நெய்விற்போர் நெய்விலை என்ற வரியையும், பறையடிப்போர் நெடும்பறை என்ற வரியையும், தறிக்கூறை என்ற வரியை நெசவாளர்களும், பிராமணர்கள் பிரம்மநரசக் காணம் என்ற வரியையும் செலுத்தி வந்தனர். இவ்வாறு இன்னும் பலவகை வரிகள் வசூல் செய்யப்பட்டன.

கருவூலம்

பல்லவர் செய்த கலைவேலைப்பாடுகளையும், அவர்களது போர்களையும் நாம் எண்ணிப் பார்க்கும்போது பல்லவர்களின் செல்வம் சிறப்புற்று இருந்தது எனவும், தங்களுக்கு ஒரு பெரும் கருவூலத்தை வைத்திருந்தனர் எனவும் அறியமுடிகின்றது. பல்லவர்களது கருவூலம் கோசா அத்யக்சா என்று அழைக்கப்பட்டது. இதனை ஒன்றுக்கும் மேற்பட்ட அதிகாரிகள் பாதுகாத்தனர். குமாரன் என்பான் இதன் தலைமை அதிகாரியாக இருந்தான் என்பதனை தண்டன் தோட்டத்து பட்டயம் ஒன்று தெரிவிக்கின்றது. அவன் நேர்மையானவன், பேராசை அல்லாதவன், சமயக் கல்வி பெற்றவன், நடுநிலையோடு செயல்படுபவன், ஒழுக்கசீலன் என்றெல்லாம் அச்செய்தி கூறுகின்றது. இவனுக்கு உதவியாக மாணிக்கப்பண்டாரம் என்போரும் இருந்தனர். கருவூலத்திலிருந்து அரசாங்க செலவுக்குப் பணம் பெறுபவர்கள் கொடுக்கப்பிள்ளை என்ற அலுவலர்களாவார்.

நீர்ப்பாசன முறை

பல்லவர்கள் நிலங்களுக்கு நீர்ப்பாசன வசதி செய்து வந்தனர் என்பதற்குப் பல்வேறு ஆதாரங்கள் உள்ளன. அவர்கள் நிலங்களைப் பண்படுத்தியதால் “காடுவெட்டிகள்” என்று அழைக்கப்பட்டனர்.

அவர்கள் காலத்து ஏரிகள் தடாகங்கள் என்ற பெயரால் அழைக்கப் பட்டன. இத்தடாகங்களைத் தொண்டை மண்டலத்தின் பல்வேறு இடங்களில் பல்லவர்கள் உருவாக்கினர். அரசர்கள், முக்கிய தலைவர்கள் மற்றும் முக்கிய நிகழ்ச்சிகள் ஆகியவை நினைவாகத் தடாகங்களுக்குப் பெயர்கள் வைக்கப்பட்டிருந்தன. அவை, வைரமேய தடாகம், திரளய தடாகம், மகேந்திர தடாகம், இராஜதடாகம், சித்திரமேக தடாகம், பரமேசுவரதடாகம், கனகவல்லித்தடாகம் போன்றவையாகும். தவிர ஏரிகள் என்ற பெயரிலும் பல இருந்தன. அவை, வாலிஏரி, மாரிப்பிடு ஏரி, வெள்ளேரி, தும்பான் ஏரி, காவேரிப்பாக்கம் ஏரி, மருதாடு ஏரி போன்றவையாகும். பல்லவர்காலத்தில் பெருங் கிணறுகளும் இருந்தன. இவை வயல்களுக்குப் பெரிதும் உதவியாயிருந்தன. தடாகங்களும் ஏரிகளும், ஆற்றுநீரையும் மழை நீரையும் தேக்கி வைத்திருந்து கால்வாய்கள் மூலம் வயல்களுக்கு நீரைக் கொடுத்தன.

பாலாறு, காவிரி முதலிய ஆறுகள் பெரும்பாலும் வற்றாது இருந்தன. இவற்றிலிருந்து நீரைக் கொண்டுசெல்லப் பல கால்வாய்கள் வெட்டப்பட்டன. அவை ஆற்றுக்கால், நாட்டுக் கால் என்ற பெயர்களைக் கொண்டிருந்தன. இவற்றிலிருந்து பிரிந்த கிளைக்கால் வாய்கள் பல இருந்தன. அவை, குரங்குகால், கிளைக்கால், ஓடை போன்ற பெயர்களுடன் விளங்கின.

மேற்கூறிய நீர்ப்பாசன வசதி தவிர மழையற்ற காலங்களில் ஆறுகளில் நீர் இல்லாத போது ஊற்றுக்கால்கள் எடுத்து நீர் பாய்ச்சும் முறையும் அக்காலத்தில் இருந்தது. ஏற்றம் மூலமாகவும் வயல்களுக்கு நீரைப்பாய்ச்சினர். மதகுகள் பல கட்டப்பட்டன. மதகிலிருந்து சென்ற வாய்க்கால்கள், கூற்றன்வாய், வாய்த்தலை, தலைவாய், முகவாய் என்று அழைக்கப்பட்டன.

மேற்கூறப்பட்ட தடாகம், ஏரி, கிணறு, வாய்க்கால், மதகு ஆகியவற்றை மேற்பார்வையிட்டு வேண்டிய திருத்தங்களையும் வாரியப்பெருமக்கள் என்போர் செய்து வந்தனர். நீர்ப்பாசன வசதிக்காக ஊர் வருமானத்தில் ஒரு பகுதி செலவிடப்பட்டது. இதற்காக, தனிப்பட்டோரும் தங்கள் நிலங்களைத் தானமாகக் கொடுத்தனர். தேவையான போது அரசாங்கம் பொருளுதவி செய்தது. இவ்வாறு பல்வகைகளிலும் நீர்ப்பாசன வசதிகளைச் செய்து பல்லவமன்னர்கள் விளைச்சலைப் பெருக்கி நாட்டில் செல்வத்தைப் பெருக்கினர்.

பஞ்சங்கள்

இவ்வாறு விளைச்சல்கள் பெருக்கப்பட்ட போதும் நாட்டில் பஞ்சங்களும் தாண்டவமாடின என்பதனை நாம் மறுக்கமுடியாது.

முதலாம் நரசிம்மவர்மனின் காலத்து இறுதியிலும், முதலாம் பரமேஸ்வரவர்மன், இராஜசிம்மன் ஆகியோர் காலங்களின் பிற்காலத்திலும் வறுமை பெருகியிருந்தது. பெரியபுராணத்தில் இச்செய்தி குறிப்பிடப்பட்டுள்ளது. திருவீழிமிழலை என்ற இடத்தில் சைவ சமய நாயன்மார்கள் வறுமையால் வாடினர் என்றும், அவர்கள் சிவபெருமானை வணங்கி, வேண்டிக் காசு பெற்று உணவு உண்டனர் எனச் சேக்கிழார் குறிப்பிடுகின்றார். இராஜசிம்மன் காலத்து அவைப் புலவர் தண்டி "சோழ, பாண்டிய நாடுகள் பகைவன் கொடுமையால் வெந்துயிர் உற்றன. மங்கையர் சீரழிக்கப்பட்டனர். வேள்விகள் குன்றின. களஞ்சியங்கள் காலியாயின. பலர் வீடுகளில் இருந்து விரட்டப்பட்டனர். வேள்விச் சாலைகள் அழிக்கப்பட்டன. செல்வந்தர் கொல்லப்பட்டனர். சாலைகள் பழுதுபட்டுக்கிடந்தன. பல்லவ நாட்டில் தண்டியின் உற்றார் உறவினர் மாண்டொழிந்தனர். தண்டி உணவின்றி நாடு முழுவதும் சுற்றி அலைந்தார். பல்லவப் பேரரசு தத்தளித்தது. காஞ்சி நகரம் கைவிடப்பட்டது. அவைப் புலவரும் கற்றாரும் நாடு முழுவதும் அலைந்து திரிந்தனர்" என்று குறிப்பிட்டுள்ளார். மூன்றாம் நந்திவர்மன் காலத்தில் பஞ்சம் அதிகம் பெருகிவந்ததாகவும் தெரிகிறது. இந்தப் பஞ்சத்திற்கெல்லாம் காரணம் இடைவிடாத போர்கள் தான் என்று சொல்லுவது மிகையானதன்று.

இவ்வாறு பல்லவர் காலத்தில் பஞ்சங்கள் பெருகியபோதும் பஞ்சநிவாரணப் பணிகள் தீவிரமாக நடைபெற்றன என்பதில் ஐயமில்லை. போர்க்காலம் முடிந்த தருணங்களில் பல்லவ மன்னர்கள் பஞ்சவார வாரியங்கள் உண்டாக்கி மக்களைத் துன்பத்திலிருந்து காக்கப் பெரிதும் பாடுபட்டனர். பயிர் அறுவடைக் காலங்களில் ஒவ்வோர் ஊரிலும் பஞ்சகாலத்தில் பயன்படுத்துவதற்கு என்று குறிப்பிட்ட அளவு நெல்லும், மற்ற தானியங்களும் ஒதுக்கி வைக்கப்பட்டன. இந்த நெல் பஞ்சவாரம் எனப்பட்டது.

நாணயங்கள்

பல்லவர்காலத்தில் ஏராளமான நாணயங்கள் வெளியிடப் பட்டன. இந்நாணயங்கள் செம்பு, வெள்ளி, தங்கம் ஆகிய உலோகங் களால் செய்யப்பட்டன. அவர்களது நாணயங்களில் நந்தியின் உருவம் பொறிக்கப்பட்டது. நந்தியின் உருவம் அவர்களது சின்னமாகும். பாய்மரக் கப்பல் கடல்வாணிகத்தின் சிறப்பினைக் குறிப்பதாக அமைந்திருந்தது. நாணயங்களில் சிலவற்றில் விளக்கு, சக்கரம், சங்கு, குடை, கோயில், வில், மீன் போன்ற சின்னங்களும் பொறிக்கப்பட்டன. சிங்கம், குதிரை ஆகியவற்றின் உருவங்களும் பொறிக்கப்பட்டன. சில நாணயங்களில் பல்லவர்களின் சிறப்புப் பெயர்களான சித்ரக்காரப் புலி,

ஸ்ரீபரன், ஸ்ரீநிதி போன்றவை பொறிக்கப்பட்டுள்ளன. தங்க நாணயங்களில் பல முதலாம் மகேந்திரவர்மன் காலத்தில் வெளியிடப் பட்டவை என சி.மீனாட்சி கருதுகின்றார். இவர் கால நாணயங்கள் பழங்காசு, காசு, துளைப்பொன், கறைகொள் காசு, கழஞ்சுக்காசு போன்ற பெயர்களில் விளங்கின.

அண்மைக்கால ஆய்வுகள் சில பல்லவர் காசுகளை வெளிக் கொணர்ந்துள்ளன. முதலாம் மகேந்திரவர்மனின் வெள்ளி நாணயம் கண்டுபிடிக்கப்பட்டுள்ளது. இதன் முன்பக்கத்தில் பல்லவரின் சின்னமான காளையும், மறுபுறம் சக்கரம் ஒன்றும் உள்ளது[5]. சக்கரம் பல்லவரின் நேர்மையான நிர்வாகத்தைக் குறிப்பதாகக் கொள்ளலாம். இந்நாணயத்தில் உள்ள கிரந்த எழுத்துக்கள் அம்மன்னனைச் சிற்றின்ப ஆசை இல்லாதவன் என்று கூறுவதாகவுள்ளது[6]. கரூரில் இராஜசிம்மனின் இரண்டு வெள்ளி நாணயங்கள் கிடைத்துள்ளன. ஒரு காசில் காளைக்கு மேல் ஸ்ரீதர என்று எழுதப்பட்டுள்ளது. பின்பக்கத்தில் இரு மீன்கள் பொறிக்கப்பட்டுள்ளன[7]. ஒருவேளை இது பாண்டியர்களுடன் நட்புறவு கொண்டதை உணர்த்துவதாக இருக்குமோ? திருவையாற்றில் நந்திவர்மன் கால வெள்ளி நாணயம் கிடைத்துள்ளது. நாணயத்தின் முன்பக்கத்தில் காளை உள்ளது. அதற்குமேல் கிரந்தத்தில் தந்தி என்றுள்ளது. காஞ்சிபுரத்தில் மகேந்திரவர்மன் கால நாணயங்களோடு மனித உருவம் (மார்பளவு) பொறித்த நாணயமும் கிடைத்துள்ளது. ஆனால் இது யாருடைய காலத்தது என்று சரியாகத் தெரியவில்லை. திருக்கோவிலூரில் கிடைத்துள்ள வெள்ளி நாணயம் ஒன்றில் முன் பகுதியில் காளை, ஸ்ரீவத்சம், சங்கு, பொறிக்கப்பட்டுள்ளது. பின் பக்கத்தில் தாமரையின் நடுவில் ஒரு கொடி உள்ளது[8]. ஒரு வேளை இது தாமரையா? அல்லது கடல் வாணிகத்தினைக் குறிக்கும் கலமா? என்று சந்தேகிக்க வேண்டியுள்ளது.

அளவை முறைகள்

பல்லவர்கால நில அளவைகள் தவிர்த்து மேலும் பல அளவை முறைகள் இருந்தன. நாலு சாண்கோல், பன்னிரு சாண்கோல், பதினாறு சாண்கோல் முதலிய நீட்டல் அளவைகள் இருந்தன. கருநாழி, நால்வா நாழி, மாநாய நாழி, பிழையா நாழி, நராய நாழி முதலிய நாழிவகைகள் இருந்தன. உறி என்பது ஒரு வகை முகத்தல் அளவையாகும். எண்ணெய், நெய், பால் முதலியன அளப்பதற்குப் பிடி என்ற அளவை முறை இருந்தது. மரக்கால், பதக்கு, குறுணி, காடி, கலம் போன்ற முகத்தலளவைகளும் இருந்தன. கழஞ்சு, மஞ்சாடி போன்ற நிறுத்தல் அளவைகள் பல்லவர் காலத்தில் இருந்தன. கழஞ்சு என்பது அரசாங்க அளவையாகும். கழஞ்சில் பன்னிரண்டில் ஒரு பகுதி

மஞ்சாடி எனப்படுவதாகும். பல்லவர் கால எடைக்கல் ஒன்று திருக்கோவிலூரில் கிடைத்துள்ளது. வெண்கலத்தாலான இதில் ஸ்ரீ.ப.க. மற்றும் ஐந்து புள்ளிகள் உள்ளன. இவ்வெடைக்கல்லும் பொன்னை நிறுக்கும் அளவையாக இருக்கலாம்[9].

வாணிபம்

பல்லவர்கள் வாணிபத்திலும் சிறப்பாகக் கவனம் செலுத்தினர். தென் கிழக்கு நாடுகளுடனும் சீனாவுடனும் வாணிபத் தொடர்பு கொண்டிருந்தனர். கோயில்களைச் சுற்றி ஏராளமான கடைகள் அமைக்கப்பட்டிருந்தன என சுந்தரமூர்த்தி நாயனார் குறிப்பிடு கின்றார். வெளிநாட்டு வாணிபத்தில் மாமல்லபுரம், நாகப்பட்டினம் போன்றவை முக்கிய துறைமுகங்களாயிருந்தன. சீனாவிடமிருந்து மரிக்கொழுந்து இறக்குமதி செய்யப்பட்டது. இவ்வாறு ஏராளமாக ஏற்றுமதி, இறக்குமதி செய்யப்பட்டு வாணிபம் சிறப்படைந்தது.

மேற்கண்ட பல்வேறு கட்டடங்கள் பல்லவர்களின் பொருளாதார வாழ்க்கை முறையினை நமக்குத் தெளிவாக விளக்குகின்றன.

அடிக்குறிப்புகள்

1. SII XVII, 127 (இது இளங்காடி வரி, இளம்புஞ்சை எனவும் கொள்ளலாம்).
2. இது சோழர் காலத்து “இடைப்பாட்டம்” என்பதோடும், “இடைவரி” என்பதோடும் பிற்காலக் கல்வெட்டுக்களில் வரும் “இடையர்வரி” என்பதோடும் ஒத்துள்ளது.
3. இது சோழர் கல்வெட்டுக்களில் உள்ள “தட்டார்பாட்டத்” திற்குச் சமமானதாகும்.
4. தண்டன் தோட்டம் செப்பேடுகளில் கண்ணாலக்காணம் என அழைக்கப்படுகின்றது.
5. ஏ.சுப்பராயலு, பதி. ஆவணம், 1995. ப. 51.
6. மேலது.
7. மேலது, ப. 52.
8. மேலது, ப. 53.
9. மேலது, ப. 54.

4.5 இலக்கியமும், கல்வியும்

சங்க காலம், தமிழ் இலக்கிய வளர்ச்சியின் துவக்ககாலமாயிருந்தது. சோழர் காலம், இலக்கியச் சிறப்புமிக்க காலமாகும். இருப்பினும் அக்கால இலக்கியம் சமஸ்கிருதம் கலந்த இலக்கியமாக இருந்தது. சங்ககாலத்தைப் போன்று தூய்மையான தமிழ் இலக்கியமாக அமைந்திருக்கவில்லை. அதற்குக் காரணம் இவ்விரு காலத்திற்கும் இடைப்பட்ட பல்லவர்கள் வடமொழியாகிய சமஸ்கிருதத்திற்குக் கொடுத்த செல்வாக்கேயாகும். அவர்கள் சாதவாகனரின் கீழ்ப்பணி புரிந்த போது பிராகிருத, சமஸ்கிருத மொழிகளைப் போற்றினர். அவர்களது துவக்ககாலக் கல்வெட்டுக்களும் பட்டயங்களும் பிராகிருத, சமஸ்கிருத மொழிகளிலேயே இருந்தன. பல்லவர்கள், காஞ்சியில் ஒரு சமஸ்கிருதக் கல்லூரி வைத்து நடத்தினர். அங்கு மயூரசன்மன் என்ற கடம்ப நாட்டு மன்னன் நான்கு வேதங்களைக் கற்க இக்கல்லூரிக்கு வந்தான் என்று அவனது கல்வெட்டுக்கள் கூறுகின்றன. இவ்வாறு பல்லவர்கள் வடமொழிக்கு அதிக முக்கியத்துவம் கொடுத்துத் தமிழில் கலப்பு மொழி தோன்ற அடிப்படையிட்டனர்.

வடமொழி நூல்கள்

சிம்மவிஷ்ணுவின் காலத்திலிருந்து இராஜசிம்மன் காலம்வரை சமஸ்கிருத மொழியின் பொற்காலமாகும். பாரவியன் கிரதார் ஜூனியம் சமஸ்கிருத நூல்களில் குறிப்பிடத்தக்கதாகும். இதில் 13 பகுதிகளில் அர்ச்சுனனின் தவம் பற்றிக் குறிப்பிடப்பட்டுள்ளது[1]. முதலாம் மகேந்திரவர்மனின் மத்தவிலாசப் பிரகசனம் அவர் காலத்திய சமயத் துறவிகளைப் பற்றியும், அவரது தந்தையான சிம்ம விஷ்ணுவைப் பற்றியும் ஏராளமான செய்திகளைத் தருகின்றது. கபாலிகர்கள், புத்த சமயத்தவர்கள், பாசுபதர்கள் ஆகிய சமயத்தவர்களின் மதுப்பழக்க வழக்கங்களையும் அவர்களின் நடத்தைகளையும் மத்தவிலாசம் கூறுகின்றது.

பாகவதஜீகம் என்பது மற்றொரு சமஸ்கிருத நூலாகும். இதன் ஆசிரியர் யார் எனத் தெரியவில்லை. ஒருவேளை போதயானா என்பவர் இதன் ஆசிரியராக இருக்கலாம் என்று உரையாசிரியர்கள் கருதுகின்றனர். இதனைப் பற்றி மகேந்திரவர்மனின் மாமண்டூர் கல்வெட்டு கூறுவதால் இதன் ஆசிரியர் முதலாம் மகேந்திரவர்மனே என்று கூறுவாரும் உளர்.

இது ஒரு துறவி எவ்வாறு ஒரு நடனமாதின் உடலில் சேருகிறார் என்பது பற்றி நகைச்சுவை ததும்பிய ஒரு நாடகமாகும்.

மேற்கூறிய சமஸ்கிருத நாடகங்கள் தவிர முதலாம் மகேந்திர வர்மன் காலத்தில் அவராலேயே ஏராளமான நாடகங்கள் எழுதப் பட்டன எனவும், அவை அழிந்து போய்விட்டன என்றும் சி. மீனாட்சி கருதுகின்றார்.

பாரவி என்ற புலவரின் கொள்ளுப்பேரனான தண்டின் என்பார் இராஜசிம்மபல்லவன் காலப் புலவர்களில் குறிப்பிடத்தக்கவராவார். அவரது படைப்புக்களில் குறிப்பிடத்தக்கவை தசகுமாரசரிதம். அவந்திசுந்தரி கதாச்சாரம் ஆகியவையாகும். அவந்தி சுந்தரிகதாச்சாரம் சிம்மவிஷ்ணுவின் சிறப்புமிக்க காலத்தைப் பற்றி விளக்கமாகக் கூறுகின்றது. தண்டின் தனது நூலான காவியதர்சாவில் ராஜவர்மன் என்ற மன்னனைப் பற்றிக் கூறுகின்றார். இம்மன்னன் இராஜசிம்ம பல்லவனாக இருக்கலாம் என்று கருதப்படுகின்றது. தண்டின் இராஜசிம்மனின் ஆசிரியர் என்றும் கருத்து நிலவுகின்றது.

சுவப்னவாசவதத்தா போன்ற நூல்களும் மத்தவிலாசப் பிரகசனத்தைப் போன்ற நாடக நூல்கள் என அறிஞர்கள் கருதுகின்றனர். லோகவிபாகம் என்பதும் பல்லவர்கால சமஸ்கிருத இலக்கியங்களில் ஒன்றாகும். மேலே கூறியவற்றால் பல்லவப் பேரரசர்கள் வடமொழி யாகிய சமஸ்கிருதத்திற்கு முக்கியத்துவம் கொடுத்திருந்தனர் என்பது தெரிய வருகின்றது.

தமிழ் இலக்கியங்கள்

பல்லவப் பேரரசர்கள் வடமொழியைப் போற்றினார்கள் என்பது உண்மை எனினும் அவர்கள் தமிழ்மொழியை முழுவதும் நிராகரித்து விட்டார்கள் என்று சொல்லிவிட முடியாது. அவர் தம் கல்வெட்டுக்கள், பட்டயங்கள் ஆகியவற்றில் பெரும் பகுதி தமிழிலேயே வரையப் பட்டவையாயுள்ளன. பல்லவர் காலத் தமிழ் இலக்கிய வளர்ச்சியை இங்குக் காண்பது மிக அவசியமாகும்.

ஞானவுலா

பாண்டிய மன்னன் ஸ்ரீமாற ஸ்ரீவல்லபனின் சமகாலத்தவரான சேரமான் பெருமாள் நாயனார் என்பாரின் படைப்பே ஞானவுலா ஆகும். இந்நூல், "சிவன் அரியாகிக் காப்பான், அயனாய்ப் படைப்பான், அரனாய் அழிப்பான்" என்று சிவபெருமானின் பெருமையைக் கூறுகின்றது. பல்லவர்களின் இசைக்கருவிகளான தாளம், தகுணிதம், தத்தளம், தண்ணுமை, சல்லரி, சங்கடம், சலஞ்சலம், கல்லலகு,

கல்லவடம், மத்தளம், மொந்தை, படகம், பேரி கொக்கரை, குழல், குடமுழவம் மத்தளம் போன்றவற்றின் பெயர்கள் இதில் காணப் படுகின்றன.

பொன் வண்ணத்து அந்தாதி

இந்நூலும் சேரமான் பெருமாள் நாயனாரின் படைப்பே என்று கருதப்படுகிறது. இதில் நூறு கவிதைகள் உள்ளன. இது சிவபெருமானின் சிறப்புக்களைக் கூறும் நூலாகும். இதில் வரும் கவிதைகளின் தொடக்கமும் முடிவும் பொன் வண்ணம் என்ற வாக்கியத்தைப் பெற்றுள்ளன.

மும்மணிக் கோவை

சேரமான் பெருமாள் நாயனாரால் பாடப்பட்டதென நம்பப்படும் இந்நூல் முப்பது கவிதைகளை உடையது. இது திருவாரூர் சிவபெருமான் முன் வைத்துப் பாடப்பட்டதாகும். இது சிராமலை, திருக்கடவூர், திருவாரூர் ஆகிய மூன்று சிவத்தலங்களைப் பற்றியதாகையால் மும்மணிக்கோவை எனப்பட்டது.

பெருங்கதை

பெருங்கதை கங்கநாட்டு மன்னனான கொங்குவேளிர் என்பவனின் படைப்பாகும். இக்காவியம் கொங்குவேளிர் மாக்கதை எனவும் அறியப்படுகின்றது. இது பெண் மக்களின் பெருமையை விளக்கும் ஆறு காண்டங்களையுடைய நூலாகும். இதில் நுண்கலைகள் பற்றிய செய்திகள் ஏராளமாக உள்ளன.

முத்தொள்ளாயிரம்

முத்தொள்ளாயிரத்தின் ஆசிரியர் யார்? எவர்? என்பது புதிராக உள்ளது. இது முப்பெரும் வேந்தர்களைப் பற்றிய நூலாகும். இதில், நாட்டின் அமைப்பு, சிறப்பு, படைவீரர்களின் திறம், படையின் சிறப்பு அம்சம் ஆகியவை பற்றிய செய்திகளைக் காணலாம்.

சூளாமணி

இந்நூல் சமண சமயத்தைச் சேர்ந்த தோலா மொழித் தேவர் என்பவரால் சேந்தன் என்ற மன்னனின் முன்னிலையில் இயற்றப் பட்டதாகும். இந்நூல் பன்னிரண்டு காண்டங்களையுடையது. திவ்ட்டன் என்னும் இராஜகுமாரனைப் பற்றிய கதை இதில் கூறப்பட்டுள்ளது.

பாரத வெண்பா

பாரத வெண்பா பெருந்தேவனார் என்ற தமிழ்ப்புலவரால் எழுதப்பட்டதாகும். இவர் மூன்றாம் நந்திவர்மனின் அவையில் பணி புரிந்தார். இவர் வைணவ சமயத்தைச் சேர்ந்தவராவார். இது நந்திவர்மனின் சமயப்பொறையைத் தெளிவாகக் கூறுகின்றது. ஏனெனில் நந்திவர்மன் சைவநாயன்மார்களில் ஒருவராகக் கருதப்படுகின்றார். பாரத வெண்பா, வெண்பா, விருத்தம் அகவல் என்ற மூவகைப் பாக்களால் ஆனது ஆகும். பெருந்தேவனார் குறிப்பிடுவது நகைப்புக்கு இடமாகவே உள்ளது. கடல் வாணிகச் சிறப்பும் இந்நூலில் காட்டப் பட்டுள்ளது. இந்நூல், திருவேங்கடம், திருமாலிருஞ்சோலை, திருவரங்கம், திருஅத்தியூர் போன்ற வைணவத்தலங்களைப் பற்றிக் குறிப்பிடுகின்றது. இந்நூலில் ஆசிரியர் நந்திவர்மன் தெள்ளாற்றில் பாண்டியரை வென்றான் என்ற குறிப்பையும் அவனை யாரும் எதிர்க்க முடியாது என்றும் கூறுகின்றார். இதனை,

> "தேர்வேந்தர் வானேறத் தெள்ளாற்றில் வென்றானோடு
> யார் வேந்தர் ஏற்பார் எதிர்"

என்ற வரிகள் மூலம் அறியலாம்.

நந்திக்கலம்பகம்

நந்திக்கலம்பகம், மூன்றாம் நந்திவர்மனைப் பற்றிய வரலாற்று நூலாகும். இந்நூல் அழிந்திருக்குமேயானால் இம்மன்னனின் வடக்குப் படையெடுப்பு பற்றிய செய்திகள் அறியப்படாமலே போயிருக்கும். இந்நூல், இவன் அவனி நாராயணன் என்று பெயர் கொண்டிருந்தான் என்பதை தெளிவாக்குகின்றது. இதனை வைத்து இந்தோசீனாவில் சயாமில் கிடைத்த கல்வெட்டு இவனுடையதே என்று அறிய முடிகின்றது. இந்நூல் பல்லவர் கால யாப்பிலக்கண வளர்ச்சியை அறிய உதவுகின்றது. ஆனால், இதன் ஆசிரியர் யார் என்பது தெரியவில்லை.

சைவ, வைணவ இலக்கியங்கள்

இக்காலச் சைவ இலக்கியங்களில் குறிப்பிடத்தக்கவை அப்பர், சம்பந்தர், சுந்தரமூர்த்தி நாயனார் ஆகியோரின் தேவாரப் பாடல்களும், மாணிக்கவாசகரின் திருவாசகமும் ஆகும் என்று கருதப்படுகின்றது. ஆனால், மாணிக்கவாசகப் பெருமானின் காலம் இன்னதென்று சரியாகத் தெரியாததால் அவர்தம் திருவாசகம் பல்லவர் காலத்ததே என்று கூறுவது பொருத்தமற்றதாகவே உள்ளது. இருப்பினும் பொதுவாக அவர் பல்லவர் காலத்தவர் எனக் கூறப்படுகின்றது.

தேவாரம் திருமுறைகள்

முதல் மூன்று திருமுறைகள் சம்பந்தர் பாடிய தேவாரப் பாடல்கள் ஆகும். நான்கு, ஐந்து, ஆறாம் திருமுறைகள் அப்பரின் பாடல்களாகும். ஏழாம் திருமுறை சுந்தரரின் பாடல்களாகும். சம்பந்தரின் பாடல்கள் மொத்தம் 16,000 ஆகும். அப்பர் பெருமான் 49,000 பாடல்கள் பாடியுள்ளார். ஆனால் இதில் 3,110 பாடல்களே தற்போது கிடைத்துள்ளன. மாணிக்கவாசகரின் திருவாசகமும் திருக்கோவை யாரும் எட்டாம் திருமுறை எனப்படுகிறது. திருமாளிகைத்தேவர் முதலிய நாயன்மார்கள் பாடிய பாடல்கள் ஒன்பதாம் திருமுறை எனப்படுகிறது. திருமூலநாயனாரின் திருமந்திரம் பத்தாம் திருமுறையாகவும், காரைக்கால் அம்மையாரும் பிறரும் பாடியது பதினோராம் திருமுறையாகவும் சேக்கிழாரின் பெரியபுராணம் பன்னிரண்டாம் திருமுறையாகவும் கணக்கிடப்படுகின்றது.

நாலாயிர திவ்யப்பிரபந்தம் சுமார் நாலாயிரம் பாடல்களைக் கொண்டது. பன்னிரண்டு ஆழ்வார்களில் திருமங்கை யாழ்வாரும், தொண்டரடிப் பொடியாழ்வாரும் இரண்டாம் நந்திவர்மன் காலத்தவராவர். பொய்கை, பூதம், பேயாழ்வார்கள், சிம்மவிஷ்ணு வழிப் பல்லவர்களுக்கு முந்தியவர்கள். திருமழிசை ஆழ்வார் முதலாம் மகேந்திரவர்மன் காலத்தவர். ஏனையோர் 8-9 நூற்றாண்டுகளைச் சேர்ந்தவர்கள் என முன்பே கண்டோம். இந்நூல் சமஸ்கிருதம் கலந்த மணிப்பிரவாள நடையை உடையதாகும்.

இலக்கண நூல்கள்

இலக்கியத்தைப் போன்றே இலக்கணத் துறையிலும் பல்லவர்கள் சிறப்புப் பெற்றிருந்தனர். சங்கயாப்பு, பாட்டியல் நூல், மாபுராணம் போன்ற யாப்பு இலக்கண நூல்கள் பல்லவர் காலத்தைச் சேர்ந்தவையாகும்.

மேற்கூறிய இலக்கிய இலக்கணங்கள் தவிர்த்து புராண சாசனம், வாசுதேவனார்சிந்தம், அணியியல், அரசசந்தம், காலகேசி ஆசிரியமுறி, தேசிகமாலை, தும்பிப்பாட்டு, பொய்கையர் நூல், பாவைப்பாட்டு, மணியாரம், மந்திர நூல், வளையாபதி போன்றவையும் பல்லவர் காலத்து நூல்களேயாகும்.

கல்வி

கல்வித்துறையில் பல்லவர் காலம் மேலோங்கியிருந்தது. காஞ்சியில் கி.பி. நான்காம் நூற்றாண்டில் வடமொழிக் கல்லூரி செயல்பட்டது என்பது ஒன்றே இதற்குச் சரியான சான்றாகும். கடம்ப

அரசரான மயூரசன்மன் கடிகை என்று சொல்லப்பட்ட இக்கல்லூரியில் சென்று படித்தான் எனக் கல்வெட்டுக்கள் செய்திகளைத் தருகின்றன. இக்கல்லூரியில் வேதங்கள் கற்பிக்கப்பட்டன. நூற்றுக்கணக்கானோர் இங்குப் பயின்றனர். இக்கல்லூரி பல்லவ மன்னர்களின் நேரடிப் பாதுகாப்பில் இருந்தது. மயூரசன்மன் அங்குக் கலகத்தை உண்டாக்கிய தால் பல்லவ மன்னனால் விரட்டியடிக்கப்பட்டான் என்ற செய்தி இதற்குச் சான்றாக அமைகின்றது.

இக்கல்லூரியில் பலவிதமாக கலைகள்பற்றி விவாதம் நடத்தப் பட்டது. சமண சமய ஆசிரியர்களான சமந்தபத்திரர், பூச்யபாதர் ஆகியோரும், புலவர் பெருமக்கள் பலரும் இங்கு வந்தனர் என்பது குறிப்பிடத்தக்கதாகும். இக்கல்லூரியில் பணிபுரிந்த தர்மபாலர் என்பார் நாலந்தா பல்கலைக்கழகத்தில் பேராசிரியராக நியமிக்கப் பட்டார். இதனாலும், திருநாவுக்கரசர் "கல்வியிற் கரையிலாத காஞ்சி மாநகர்" என்று குறிப்பிட்டுள்ளதாலும் காஞ்சியின் கல்விச் சிறப்பு நன்கு விளங்குகின்றது.

இரண்டாம் நந்திவர்மன் காலத்தில் சோழசிங்கபுரம் என்ற இடத்தில் மலை மீது ஒரு கல்விக் கூடம் அமைந்திருந்ததாகத் தெரிகின்றது. இங்கு வைணவக் கல்வி கற்பிக்கப்பட்டிருக்கலாம் என மா. இராஜமாணிக்கம் கருதுகின்றார்.

பாண்டிச்சேரிக்கும் திருப்பாதிரிப்புலியூருக்கும் இடையில் பாகூர் என்ற இடத்தில் ஒரு கல்லூரி இருந்தது. இதுவும் வடமொழிக் கல்லூரியாகும். இங்குப் பதினான்கு கலைகளும், பதினெட்டு வகை வித்தைகளும் கற்பிக்கப்பட்டன. இக்கல்லூரிக்கு மார்த்தாண்டன் என்ற அதிகாரி ஒருவன் மூன்று கிராமங்களை மானியமாக வழங்கியதாகத் தெரிகின்றது. அவையாவன, சேட்டுப்பாக்கம், விளாங்காட்டங் கடுவனூர், இறைபுனைச் சேரி ஆகியவையாகும். இவ்வூர்கள் தற்போது எங்குள்ளன என்பது அறியமுடியாததாக உள்ளது.

அக்கிரஹாரங்களில் கல்வி

அக்கிரஹாரங்களில் வேதங்கள் கற்ற பிராமணர் குடியிருந்தனர். அவர்களுக்கு மன்னர்கள் இறையிலியாக நிலங்களைக் கொடுத்தனர். இவர்கள் பலவகைக் கலைகளில் வல்லவராயிருந்தனர். நாடிவரும் மாணவர்களுக்குக் கல்வி கற்பித்தனர், செல்வந்தரும் மன்னரும் இம்மாணவர்கள் தங்குவதற்கு இருப்பிட வசதி செய்து தந்தனர். இந்தக் கல்வி பயிற்றலால் வரும் வருமானத்தை வேதம் அறிந்த பிராமணரே நிர்வகித்தனர். இதனை வைத்துக் கல்விக்குத் தேவையான வசதிகளையும், மக்களின் பொதுத் தேவைகளையும் பூர்த்தி செய்தனர்.

கோயில்களிலும் மடங்களிலும் கல்வி

பல்லவர் காலத்தில் கோயில்களும் மடங்களும் கல்விக் கூடங் களாய்ச் செயல்பட்டன. உதாரணமாக, கைலாசநாதர் ஆலயத்தில் சிற்பம், ஓவியம், இசை, நடனம், நாடகம் மற்றும் சமயக் கல்வி ஆகியவை புகற்றப்பட்டன என கல்வெட்டுக்கள் மூலம் அறிகின்றோம். மகாபாரதம், இராமாயணம் போன்ற நூல்களை வாசித்து, விளக்கம் கொடுத்து மக்களின் பண்பாட்டினை வளர்ப்பதற்குக் கோயில்கள் மையங்களாயிருந்தன.

மடங்கள் கற்றறிந்த பலர் தங்கும் இடங்களாய் இருந்தன. இவர்கள் வீணாக நேரத்தைப் போக்காமல் மாணவர்களுக்கு கல்வி கற்பித்து வந்தனர். இதனால் மடங்களும் பல்லவர் காலத்தில் கல்விக்கூடங்களாயிருந்தன என அறியமுடிகின்றது.

இது தவிர தமிழ்ப்பள்ளிகள் பல்லவர் காலத்தில் இருந்தன என்று கல்வெட்டு, பட்டயச் சான்றுகள் கூறாமல் இருந்த போதும் தமிழ்ப் பள்ளிகள் இருந்திருக்க முடியாது என்று சொல்லிவிட முடியாது. ஏனெனில் அவர்களது கல்வெட்டுக்களும், பட்டயங்களும் பெரும்பகுதி தமிழிலேயே எழுதப்பட்டன என்பது அதற்குச் சான்றாக அமைகின்றது.

இவ்வாறு பல்லவர்களது காலம் இலக்கியத்திலும் கல்வியிலும் சிறந்து விளங்கியது.

அடிக்குறிப்புகள்

1. இந்நூலின் மூலக்கருத்தே மகாபலிபுரத்தில் ஒரு பாறையின் பரப்பு முழுவதும் அமைந்துள்ள அர்ச்சுனதபசு என்னும் கிரதார் ஜுனிய சிற்பத்தொகுதியாகும்.

4. 6 கட்டடக்கலை

நாகரீகத்தின் சிறப்பு அம்சங்களில் ஒன்று கட்டடக்கலையே ஆகும். ஒரு மனித இனத்தின் பண்பாட்டினை அவ்வினத்தின் கலையமைப்பினைக் கொண்டே கணக்கிடலாம். கட்டடக்கலைச் சின்னங்களே மனித இனத்தின் பல்வேறு கால வளர்ச்சியினை எடுத்துக்காட்டுகின்றன. வரலாற்றைப் படைப்பதற்கும் கலையும் பண்பாடும் பெரிதும் உதவுகின்றன. கலையழகை வைத்தே பண்பாட்டின் சிறப்பினைக் காணலாம். கிரேக்கர்களும், ரோமர்களும் தங்கள் கட்டடக்கலையைப் பெரிதும் போற்றினர். அது போன்றே தமிழகத்தில் பல்லவப் பேரரசர்கள் கலையை வளர்த்தனர். இந்தியக் கலையானது பெரும்பாலும் அந்தந்தப் பகுதிகளின் சமுதாயப் பண்பாட்டின் அடிப்படையில் அமைக்கப்பட்டுள்ளதைக் காணலாம். பொதுவாக, தென்னிந்தியக் கட்டடக்கலை, வடக்கிந்தியக் கட்டடக் கலையிலும் வேறுபட்டே இருக்கின்றது. தென்னிந்தியக் கோயிற் கலையின் பெரும் சிறப்பு யாதெனின் அவற்றின் பிரமாண்டமான அமைப்பும், உயர்ந்த கோபுரங்களும் அழகுற அமைக்கப்பட்ட சிற்பங்களும், தூண்களும், தூய்மையுமே ஆகும். இன்றைய சிறப்பு மிக்கக் கோயில் கட்டட அமைப்புக்கள் திடீரென்று வந்தவை அல்ல. அவை சுமார் 1500 ஆண்டு காலம் சிறிது சிறிதாக முன்னேறி வந்துள்ளன. இன்று உச்சநிலை அடைந்துள்ளன. இதன் வளர்ச்சிக்கு முதன் முதலில் வித்திட்டவர்கள் பௌத்தர்களேயாவர். மௌரியப் பேரரசரும், அன்றைய இந்தியாவின் பெரும் பகுதிக்குப் பேரரசராயிருந்த வருமான அசோகர் பௌத்தக் கலையைத் துவக்கி வளர்த்தார். முதன் முதலில் அஜீவகர்களுக்காக அவரும் அவரது பேரன் தசரதரும் கி.மு. 3 - ஆம் நூற்றாண்டில் குகைக்கோயில்களை வெட்டினர். கி.பி. 4 - ஆம் நூற்றாண்டு வாக்கில் குப்தப் பேரரசர்கள் காலத்தில் இந்துக் கோயிற்கலை துவக்கப்பட்டது. அம்மன்னர்களைப் பின்பற்றிப் பலரும் இந்துக் கோயிற்கலை, மற்றும் கட்டடக்கலையை வளர்த்தனர். தமிழகத்தில் அப்பணியைத் தொடங்கியவர்கள் தொண்டை மண்டலத்தை ஆண்ட பல்லவப் பேரரசர்களே ஆவர் என்பதில் சிறிதும் சந்தேகம் இல்லை.

பல்லவர்கள் பின்பற்றிய கட்டடக்கலை நுணுக்கங்கள் வேறு யாரிடமிருந்தாவது கற்றுக்கொள்ளப்பட்டதா? அல்லது தமிழகத்தில் தொன்று தொட்டு இருந்து வந்த முறையா? என்பதில் சர்ச்சை உள்ளது.

பல்லவர்களின் துவக்ககாலக் கோயில்கள் குடைவரைக் கோயில்களே. அவை பௌத்தக் கலையின் தாக்கமாகவேயிருந்திருக்க வேண்டும். ஏனெனில் தமிழகத்தில் பெருங்கற்காலப் புதைகுழிகள் மீதே கற்கள் வைக்கப்பட்டன. எனவே கற்களைக் கொண்டு கோயில்கள் எழுப்ப அக்காலத்தில் எவரும் முன்வரவில்லை. உதாரணமாக சங்க காலத்தில் தமிழகத்திற்கு வடக்கே கற்கள் கோயில் மற்றும் ஸ்தூபங்கள் கட்டப் பயன்படுத்தப்பட்ட போதும் தமிழகத்தில் அவை பயன்படுத்தப்பட்டதாகத் தெரியவில்லை. மேலும் அதே காலத்தில் தமிழகத்தில் சமணர்கள் கற்களைக் குடைந்து அமைத்து அல்லது இயற்கைக் குகைகளில் வாழ்ந்தமையையும் அறிய முடிகின்றது. துவக்கத்தில் சமணனாயிருந்த முதலாம் மகேந்திரவர்மன் இதையறியா திருக்க வாய்ப்பில்லை. இவர் காலத்தில் வாதாபியைத் தலைநகராகக் கொண்ட சாளுக்கியர்கள் பல்லவர்களுடன் தொடர்ந்து போரிட்டு வந்தனர். இவ்விரு அரசபரம்பரையினரும் தத்தம் பகுதிகளில் கலைகளை வளர்த்தனர். இவர்தம் கலையம்சங்களிலும் சிறிது ஒற்றுமையும் இருந்திருக்கின்றது. தமிழகத்தில் சைவ நாயன்மார்களும், வைணவ ஆழ்வார்களும் தங்கள் சமயக்கருத்துக்களுக்குக் கலை வடிவில் உயிரூட்டப் பல்லவ மன்னர்களைத் தூண்டியிருக்கலாம். அதன் விளைவே கி.பி. 600 - 900, கோயில்களின் வளர்ச்சிக் காலம் என்று கூறலாம். பல்லவர்கள் காலம் தான் கோயில் வளர்ச்சிக்கு வித்திட்ட காலம் என்றால் அதற்கு முன்பு கோயில்கள் இல்லையா? என்று கேட்கக்கூடும். கோயில்கள் அதற்கு முன்பு இருந்தன என்பதற்கு நமது இலக்கியங்களில் ஏராளமான சான்றுகள் இருக்கின்றன. ஆனால் அவையெல்லாம் அழிந்து போகக்கூடிய பொருட்களைக் கொண்டு கட்டப்பட்டதால் அழிந்து போயின என்று இந்நூலில் சங்ககாலக் கலை பற்றிய பகுதியில் விளக்கப்பட்டுள்ளது.

பல்லவ மாமன்னன் முதலாம் மகேந்திரவர்மன் அழிந்து படாத பொருட்களைக் கொண்டு கோயில்கள் அமைக்க வேண்டும் எனத் திட்டமிட்டார். அவர் சிந்தனையில் உதித்தது தான் தமிழகக் குடைவரைக் கோயில்கள். அதனால் தான் அவர் "விசித்திர சித்தன்" என்று தன்னை அழைத்துக் கொண்டார். அவரைத் தொடர்ந்து அவன் மகன் மாமல்லன் முதலாம் நரசிம்மவர்மன் ஒற்றைக்கல் ரதங்களை அமைத்தார். அதன் அடுத்தகட்டமாக பரமேஸ்வரனும், இராஜசிம்மனும், இரண்டாம் நந்திவர்மனும், கட்டடக் கோயில்களை அமைத்தனர். இவ்வளர்ச்சியைப் பின்பற்றியே சோழரும், பாண்டியரும், விஜயநகரப் பேரரசர்களும், நாயக்க மன்னரும் மேலும் மேலும் கட்டடக்கலையில் புதிய யுத்திகளைக் கையாண்டு இன்றைய உயர்நிலைக்குக் கொணர்ந் தனர். எனவே, இன்றைக்குத் தமிழகத்தில் வளர்ந்திருக்கின்ற

கோயிற்கலை மற்றும் கட்டடக் கலைக்கு அடித்தளமிட்டவர்கள் பல்லவர்களேயாவர். இதைப் போன்றே தக்காணத்தில் கலை வளர்ச்சிக்கு வித்திட்டவர்கள் முற்காலச் சாளுக்கியராவர். அவர்களைப் பின்பற்றியோர் இராட்டிரகூடர், தெலுங்கு சோழர், பிற்காலச் சாளுக்கியர், காகாத்தியர், ஹொய்சளர் போன்றோராவர்.

பல்லவர்களின் கட்டடக்கலைப் பாணியை மூன்று விதமாகப் பிரிக்கலாம். அவையாவன: முதலாம் மகேந்திரவர்மனின் குடைவரைக் கோயில்கள், முதலாம் நரசிம்மனின் ஒற்றைக்கல் ரதங்கள், பரமேஸ்வரவர்மன், இராஜசிம்மன், இரண்டாம் நந்திவர்மன் ஆகியோரின் கட்டுமானக் கோயில்கள் ஆகும். பல்லவர்கள் தங்களுடைய கலையையும், கோயில்களையும், தமிழகத்தில் பல இடங்களில் தெற்கே திருச்சி வரையும் விரிவுபடுத்தியிருந்தனர். இருப்பினும் அவர்களது கலைப்பண்புகளை ஒட்டுமொத்தமாகக் காணக்கூடிய இடங்கள் இரண்டே ஆகும். அவையே காஞ்சியும் மாமல்லபுரமுமாகும். அவர் தம் கலையழகின் சிறப்பினை அவர்களது அனைத்துப் படைப்புக்களிலும் காணமுடிகின்றது.

குடைவரைக் கோயில்கள்

தென்னிந்திய அல்லது தமிழகக் கட்டடக் கலை வளர்ச்சியில் முதலாம் மகேந்திரவர்மனின் சாதனை வெறும் குடைவரைக் கோயில்களை அமைத்தது மட்டுமன்று. அக்குடைவரைகளை மிகக்கடுமையான கருங்கற்பாறைகளைக் குடைந்தமைத்தும், அவரது காலக் கலைஞர்கள் மிகக்குறுகிய காலத்தில் கடுமையான பாறைகளிலும் தம் கலையின் மேன்மையைக் கண்டதுமாகும். இவரது சமகாலச் சாளுக்கியரும், அதற்கு முந்தைய அரச பரம்பரையினரும் மென்மையான பாறைகளையே குடைந்து கோயில் எழுப்பினர். அதனால், அவர்தம் குடைவரைகளில் மகேந்திரவர்மனின் குடைவரைகளைவிட அதிகமானதும் அழகானதுமான புடைப்புச் சிற்பங்களைச் செதுக்க முடிந்த தெனினும் கட்டடக் கலையில் அவரை விஞ்சிவிடமுடியவில்லை. இவ்வகையில் மகேந்திரவர்மன் அசோகரோடும், அவரது பேரன் தசரதனோடும் ஒப்பிடக் கூடிய தகுதியைப் பெற்றுள்ளார்[1]. ஏனெனில் அவர்கள் தான் இந்தியாவிலேயே முதன்முதலில் குடைவரையை உருவாக்கியது மட்டுமல்லாது கடுமையான பாறையைக் குடைந்த பெருமையையும் பெறுகின்றனர். (அவர்களது குகைக்கோயில்கள் பராபர் மற்றும் நாகார்ஜூன குன்றுகளில் உள்ளன). பல்லவர்களின் முப்பத்தி நான்கு குடைவரைக் கோயில்களில் சுமார் பன்னிரண்டு முதலாம் மகேந்திரவர்மனைச் சேர்ந்தவையாகும். இவர்களது குகைக்

கோயில்களில் பெரும்பான்மையானவற்றில் கல்வெட்டுச் சான்றுகளே யுள்ளன. எனவே அவற்றின் காலத்தைக் கணக்கிடுவது எளிதாகி யுள்ளது. கல்வெட்டுக்கள் இல்லாத குகைகளை மற்ற குகைகளோடு ஒப்பிட்டுப்பார்த்துக் காலக் கணக்கீடு செய்யலாம். அவ்வகையில், இதுவரை கண்டுள்ள பல்லவ குடைவரைக் கோயில்களின் பெரும்பகுதி முதலாம் மகேந்திரவர்மனுடையதும், அவரது மகன் முதலாம் நரசிம்ம வர்மனுடையதுமாகும் என அறிஞர்கள் கண்டுள்ளனர். இன்னும் சில குடைவரைகள் முதலாம் பரமேஸ்வரவர்மன் மற்றும் இவரது மகன் இராஜசிம்மனால் அமைக்கப்பட்டவையாம்[2]. இவற்றை "எளிமை யானவை" மற்றும் "விரிவுபடுத்தப்பட்டவை" என இருவகையாகப் பிரிக்கலாம்[3]. மகேந்திரவர்மனுடைய குகைக் கோயில்கள், கடுமையான பாறைகளில் குடைந்தெடுக்கப்பட்டவையாதலின் மிக எளிமை யானவையாகக் கருதப்படுகின்றன. அவரது கோயில்கள் மண்டப அமைப்புடையவை. கல்வெட்டுக்களிலும் அவை மண்டபங்கள் என்றே அழைக்கப்படுவதைக் காணலாம். இவை தூண்களைக் கொண்ட ஒரு மண்டபத்தையும், மண்டபத்தின் பிரதான முகப்பு அமைந்துள்ள திசையைப் பொறுத்து மண்டபத்தின் பின் சுவர் அல்லது பக்கச்சுவரில் வெட்டப்பட்ட ஒன்று அல்லது ஒன்றுக்கும் மேற்பட்ட கருவறைகளையும் கொண்டிருக்கும். இவ்வகையில், தெற்கு அல்லது வடக்கு நோக்கி அமைந்துள்ள மண்டபங்களின் பக்கச் சுவரில் கிழக்கு அல்லது மேற்கு நோக்கியிருக்கும்படி கருவறையோ அல்லது கருவறைகளோ குடைந்து அமைக்கப்பட்டிருக்கும். கிழக்கு அல்லது மேற்கு நோக்கியிருக்கும் மண்டபங்களின் பின்புறச் சுவரில் கருவறைகள் வெட்டப்பட்டிருக்கும். எல்லாக் குடைவரைகளையும் போன்றே இவையும், கட்டுமானக் கோயில்களின் உட்புறச் சிறப்புக்களை வெளிப்படுத்தும் முன்மாதிரியாகவே அமைக்கப்பட்டுள்ளன[4].

மகேந்திரவர்மனின் எளிமையான குகைக்கோயில்களில் ஒன்பது, அவரது தலைநகரைச் சுற்றியும், ஒன்றே ஒன்று சோழ நாட்டிலும், மற்ற முற்றுப் பெறா இரண்டு[5] ஆற்காடு மாவட்டங்களிலும் உள்ளன. 1. மண்டகப்பட்டில் மும்மூர்த்திகளுக்கும் அமைக்கப்பட்ட இலக்கிய தனம், 2. பஞ்சபாண்டவர் கோயில் எனப்படும் பல்லாவரம், 3. மாமண்டூரில் சிவபெருமானுக்காகக் குடையப்பட்ட ருத்ரவாலீஸ் வரம், 4. குரங்கணில் முட்டத்தில் உள்ள கல் மண்டபம், 5. வல்லத்தில் சிவபெருமானுக்காகக் குடைந்தெடுக்கப்பட்ட வசந்தேஸ்வரம், 6. மாமண்டூரில் உள்ள விஷ்ணுகுடைவரை, 7. மகேந்திரவாடியில் விஷ்ணுவிற்காக அமைக்கப்பட்ட விஷ்ணு கிரகம், 8. சீயமங்கலத்தில் உள்ள அவனிபாஜன பல்லவேஸ்வரகிருஹம் 9. தாளவனூரில் உள்ள சத்ருமல்லேஸ்வர குகைக்கோயில் ஆகியவை தொண்டை மண்டலத்தில் பல்லவ தலைநகரான காஞ்சியையும், அவர்களது துறைமுகமான

மாமல்லபுரத்தையும் சுற்றி அமைந்துள்ளவையாகும். இவையனைத்தும் குன்றின் அடிவாரத்திலேயே குடைந்தெடுக்கப்பட்டவையாகும். ஆனால், மகேந்திரவர்மனது திருச்சி குடைவரைக் கோயில் மலையின் மேற்பகுதியில் வெட்டப்பட்டதாகும். மகேந்திரவர்மன் தன் தந்தையிடமிருந்து பெற்ற பல்லவப் பேரரசின் எல்லையே திருச்சியாகும். அதனை நினைவு கூறும் பொருட்டு அங்கும் ஒரு குகைக் கோயிலை வெட்டினார் போலும். மேற்கூறப்பட்ட கோயில்கள் அனைத்துமே மகேந்திரவர்மனின் சிறப்புப் பெயர் ஏதேனும் ஒன்றினையோ அல்லது பல பெயர்களையோ கொண்ட கல்வெட்டுக்களுடன் அமைந்துள்ளன. உதாரணமாக, தொண்டைமண்டலத்திற்கு, வெகு தொலைவில் அமைந்துள்ள திருச்சி மேற்குடைவரைக் கோயில் லலிதாங்குர பல்லவேஸ்வர கிருஹம் என்று அழைக்கப்படுவதோடு அம்மன்னன் சமண சமயத்திலிருந்து சைவ சமயத்துக்கு மாறிய செய்தியையும் தாங்கியுள்ளது.

இக்குகைக் கோயில்களில் உள்ள தூண்கள் தடித்த, குட்டையான அமைப்புடையவை. இவற்றின் உச்சியில் கனமான வளைந்த போதிகைகள் அமைக்கப்பட்டிருக்கின்றன. இப்போதிகைகளின் வெளித் தோற்றம் கடலலைபோல் அமைக்கப்பட்டிருக்கின்றன. இவை தரங்க போதிகை என அழைக்கப்படுகின்றன. போதிகைக்குக் கீழுள்ள தூண்பகுதி மூன்று பிரிவாகப் பிரிக்கப்பட்டுள்ளது. அடிப்பகுதியும், மேற்பகுதியும், சதுரமாயும், நடுப்பகுதி எண்பட்டை வடிவமாயும் இருக்கின்றது. சதுரப் பகுதியில் தாமரை பதக்கங்கள் (Lotus Medallions) அமைக்கப்பட்டுள்ளன. சில கோயில்களில் வெவ்வேறு சிறுசிறு உருவங்களும் பொறிக்கப்பட்டிருக்கும். ஆனால் திருச்சியில் மட்டும் சுருள் வடிவ (Scroll Designs) அலங்காரம் காண முடிகின்றது. இவை பொதுவாக கருவறையின் முன்னுள்ள நீள்சதுர மண்டபத்தின் முகப்பில் நான்கு, ஆறு, எட்டு என்ற எண்ணிக்கையில் நிறுத்தப் பட்டிருக்கின்றன. இவற்றில் இருபக்க சுவர் ஓரங்களில் இருப்பவை அரைத்தூண்கள் (Pilasters) என்று அழைக்கப்படுகின்றன. அதாவது இவற்றின் பாதிப்பகுதி சுவரில் சேர்ந்திருக்கும். ஒவ்வொரு தூணுக்கும் இடையே சமமான இடைவெளி விடப்பட்டுள்ளது. உதாரணமாக நான்கு தூண்கள் உள்ள மண்டபம் எனில் இரு சுவர்களுடன் ஒட்டிய இரண்டு அரைத்தூண்களும், நடுவில் இரண்டு தூண்களும் சம அளவில் இருக்கின்றன. முக மண்டபம், அர்த்தமண்டபம் ஆகிய இரண்டு மண்டபங்கள் கொண்ட குடைவரைகளில் முகப்பில் ஒருவரிசைத்தூணும், இருமண்டபங்களும் பிரிகின்ற இடத்தில் மற்றொரு வரிசைத்தூணும் அமையும். தூண்கள் முகப்பில் மட்டும் அமைக்கப்பட்டுள்ள குடைவரைகள் இம்மண்டபங்களைப் பிரிக்க

வேண்டிய அர்த்த மண்டபத்தின் தரையின் உயரத்தையோ அல்லது கூரையின் உயரத்தையோ கூட்டி வைப்பது மரபாக உள்ளது. நடுவில் தூண்களின் வரிசையைக் கொண்டு மண்டபங்கள் பிரிக்கப் பட்டுள்ளதை மண்டகப்பட்டு, பல்லாவரம், மாமண்டூரில் உள்ள ருத்ரவாலீஸ்வரம், குரங்கணில்முட்டம், மகேந்திரவாடி, சீயமங்கலம், விளப்பாக்கம், அரகண்ட நல்லூர்[6] ஆகிய இடங்களில் காணலாம். இக்கோயில்கள் அனைத்திலும் ஒன்று அல்லதுஅதற்கு மேற்பட்ட கருவறைகள் குடைவரையின் பின்புறச் சுவரில் குடைந்தெடுக்கப் பட்டிருப்பதைக் காணலாம். திருச்சி லலிதாங்குர பல்லவேஸ்வர கிருஹத்தில் பக்கவாட்டுச் சுவரில் கருவறை குடையப்பட்டுள்ளது. ஆறு தூண்கள் மண்டபத்தை இரண்டாகப் பிரிக்கின்றன. இத்தூண்கள் பின்சுவருக்கு மிக அருகாமையில் உள்ளன. இத்தூண்களுக்கிடையே மிகக்குறைந்த இடைவெளிகளேயுள்ளன. இவை பல்லவபாணி அல்ல; அருகில் உள்ள பாண்டியர்களின் கோயில்களில் இம்மாதிரி உள்ளது[7]. முற்றுப் பெறாத அரகண்டநல்லூர் கோயிலில் எட்டுத்தூண்கள் இம்மண்டபங்களைப் பிரிப்பதைக் காணலாம்.

மேற்கூறப்பட்ட குடைவரைகளில் குரங்கணில்முட்டம், மாமண்டூர் சிவன்குகை (ருத்ரவாலீஸ்வரம்), வல்லம், மாமண்டூர் விஸ்ணு குகை, மகேந்திரவாடி ஆகிய கோயில்களின் முகப்பும் கருவறையும் கிழக்கு நோக்கியுள்ளன. மண்டகப்பட்டு, சீயமங்கலம், விளப்பாக்கம் ஆகியவற்றின் கருவறைகள் கிழக்கு நோக்கியுள்ளன. பல்லாவரத்தில் மட்டும் மண்டபத்தின் முகப்பும், கருவறைகளும் தெற்கு நோக்கியுள்ளன. திருச்சிராப்பள்ளியில் உள்ள லலிதாங்குர பல்லவேஸ்வரத்தில் மண்டபம் தெற்குப் பார்த்தும், கருவறை கிழக்குப் பக்கவாட்டுச் சுவரில் மேற்குப் பார்த்தும் உள்ளது. தாளவனூர் சத்ருமல்லன் குகையில் மண்டபம் தெற்குப் பார்த்தும், அதன் மேற்குப் பக்கவாட்டுச் சுவரில் கிழக்கு நோக்கிய கருவறையும் அமைந்திருப்பதைக் காணலாம். இக்கோயில்களுக்குள் செல்வதற்குக் குகையின் முன்னே படிக்கட்டுகள் வெட்டப்பட்டிருப்பதைக் காணலாம். படிக்கற்களுக்கு உள்ளேதான் கோயில் குடையப்பட்டுள்ளது. இவற்றின் முகப்பின் மேல்பாகத்தில் கபோதப்பிதுக்கம் அமைக்கப்படவில்லை. ஆனால் கபோதத்தின் துவக்க நிலையைக் காட்டும் வகையில் நீர்வடிவதற்கான கண்புருவம் போன்ற பள்ளமான கோடுகள் (Brow line) செதுக்கப்பட்டுள்ளன. தாளவனூரில் மட்டும் கபோதம் வெட்டப்பட்டு கூடு அலங்கார அமைப்பு வைக்கப்பட்டிருப்பதைக் காணலாம். பல்லாவரத் திலும், தாளவனூரிலும் கபோதத்திற்குமேல் உள்ள கூரைத்தளப் பகுதியில் மடிப்புக்கள் இருப்பதைக் காணலாம். தாளவனூரின் முக்கிய சிறப்பானது மண்டபமுகப்பில் மத்தியில் உள்ள இரண்டு

தூண்களுக்குமிடையில் உள்ள மகரதோரண வளைவாகும். இரு ஓரங்களிலும் உள்ள மகரங்களின் வாயிலிருந்து வரும் மாலைகளையும் வளைவுகளையும் கொண்டதும், அழகாக விரிவுபடுத்தப்பட்டு அமைக்கப்பட்டதுமான தோரண அமைப்பே முற்காலச் சோழர் கோயில்களின் தேவ கோஷ்டங்களின் உச்சியில் அமைக்கப்பட்ட தோரணமாக அமைந்துள்ளதைக் காணலாம்[8]. தாளவனூர் கபோதத்தில் மண்வெட்டி அமைப்புடைய உச்சிபாகத்தைக் கொண்ட கூடுகள் ஐந்து உள்ளன. அவற்றில் ஒவ்வொன்றிலும் ஒரு கந்தர்வரின் உருவம் பொறிக்கப்பட்டுள்ளது. கந்தர்வர்களது காதுகளில் உள்ள மகர குண்டலங்கள் பெரிதாக நன்கு பரந்துகிடக்கின்றன. இவை தென்னிந்தியக் கூடுகளின் பகுதிகள் அல்ல என்று ஹால் குறிப்பிடுகின்றார்[9].

மகேந்திரவர்மனின் குடைவரைக் கோயில்கள் அனைத்தும் தரை மட்டத்திற்குச் சற்று உயரமான இடத்திலேயே அமைக்கப்பட்டுள்ளன. இவற்றின் அதிகப்படியான அகலம் 35 அடிதானிருக்கும். குடை வரையின் இருமருங்கிலும் சுவரில் துவார பாலகர்கள் (வாயிற்காப் போர்) உருவங்கள் புடைப்புச் சிற்பங்களாகச் செதுக்கப்பட்டிருக்கும். இந்த துவார பாலகர்களில் ஒருவரது தலையில் கொம்பு இருக்கின்றது. இது ஒருவேளை நந்தியாக இருக்கலாம் என்று அறிஞர் கருது கின்றனர்[10]. ஆனால் தலையில் கொம்புடன் கூடிய துவாரபாலகர்களை அமைப்பது பல்லவர்க்கு மட்டுமுரியதல்ல. இவை இவர்தம் சமகால சாளுக்கியர், மற்றும் விஜயவாடா பைரவகொண்டா குடைவரைகளிலும், பாண்டியர் குடைவரைகளிலும் கிடைக்கின்றன[11]. பாண்டியர் குடைவரைகளில் குன்றக்குடியில் இதனைக் காணலாம். இது அஸ்த்ர (ஆயுத) தேவர்களின் உருவமாக இருக்கலாம். குகைக் கருவறையில் இறையுருவமோ அல்லது உருவமைதியோ, மரத்தாலோ அல்லது உலோகத்தாலோ செய்துவைப்பதற்கான பள்ளம்மட்டும் கருவறையின் நடுவில் வைக்கப்பட்டிருந்தது. இறையுருவமோ அல்லது சிவலிங்கமோ வைக்கப்பெறாத காரணத்தால் பிரநாளம் (இறையுருவை நீராட்டும் போது நீர் வெளியேறும் வழி) வைப்பது தேவையற்றதாயிருந்திருக்க வேண்டும். மகேந்திரவர்மனின் குடைவரைகளில் திருச்சி லலிதாங்குர பல்லவ கிருஹத்தில் உள்ள கங்காதரர் சிற்பத்தொகுதியும், சீயமங்கலத்தில் தூண்களில் காணப்படும் சிறுசிறு சிற்பங்களும் விதிவிலக்கானவையாகும். திருச்சியில் உள்ள கங்காதரர் சிற்பத் தொகுதியில் சிவபெருமானை இரு மன்னர்கள் வணங்குவது போல் அமைக்கப்பட்டுள்ளது. இது யாருடைய சிற்பங்கள் என்று தெரியவில்லை. இவை மகேந்திரவர்மன் அவரது தந்தை சிம்மவிஷ்ணு ஆகியோராயிருக்கலாம். வல்லத்தில் உள்ள கணபதி சிற்பம்

பின்னாளில் அமைக்கப்பட்டதேயாகும். இது போன்றே சீயமங்களத்துத் தூணில் உள்ள நடராஜர் சிற்பம் பத்தாம் நூற்றாண்டினது என டக்லஸ்பாரட்டும், ஒன்பதாம் நூற்றாண்டென ஜே.சி. ஹாலும் கருதுகின்றனர்[12].

மகேந்திரவர்மனுக்குப் பின் வந்தோர் அவரது குடைவரைக் கோயில் மரபைப் பின்பற்றினர். அவர்களால் வெட்டப்பட்ட கோயில்கள் சில முந்திய பாணியில் அமைக்கப்பட்டன. ஆனால் பெரும்பான்மையானவை மாற்றியமைக்கப்பட்டன. அதாவது எளிமை யான குடை வரை முறையானது இப்போது விரிவுபடுத்தப்பட்ட ஒன்றாகியது. இவைகளில் பெரும்பான்மையானவை. மகாபலி புரத்திலேயே உள்ளன. இவ்விரிவுபடுத்தப்பட்ட மாமல்லன் குடைவரைகள் பெரும்பாலும் தூண்களின் கபோத அமைப்பு தவிர மற்றவற்றில் பெரும் மாறுதல்களைக் கொண்டன. அவை நன்கு வளர்ந்த அதிட்டானத்தையும் (அடித்தளம், plinth) கூரையையும் அதன் வேலைப் பாடுகளையும் (prastara) கொண்டுள்ளன. இங்குள்ள தூண்கள் மெலிதாகவும், உயரமாகவும் இருக்கும். தூண்களின் அடிப்பகுதி கால்களை மடக்கி உட்கார்ந்திருக்கும் சிம்மத்தைக் கொண்டும், மேற்பகுதி மாலஸ்தானம், பத்ம பந்தம், கலசம், தாடி, குடம், பத்மம், பலகை போன்ற பாகங்களைக் கொண்டும் அமைக்கப்பட்டன. சில கோயில் தூண்களில் பலகை இல்லை. சிலவற்றில் கலசம் இல்லை. இவையே பிற்காலக் கட்டுமானக் கோயில் தூண்களின் முக்கியப் பாகங்களாயின. ஆனால் உட்கார்ந்திருக்கும் சிம்மம் பயன்படுத்தப்பட வில்லை. வராஹ மண்டபத்தில் தூணின் உச்சியில் உள்ள பலகையானது அதற்கடியிலிருக்கும் பத்மத்தை மறைப்பது போல் அமைந்திருக்கும் பாங்கு முற்காலச் சோழர் கலைப் பாணியை ஒத்துள்ளது.[13] பிரஸ்தரப் பகுதியில் கபோதமும், அதில் கூடுகளும் அமைக்கப்பட்டன. அதற்கு மேல் ஹாரம் எனப்படும் சிறுகோயில் அமைப்புக்கள் சேர்க்கப்பட்டன. இக்குடைவரைகளின் உட்பகுதியில் அதாவது மண்டபத்தின் சுவர்களில் மிகப்பெரும் அழகுவாய்ந்த சிற்பத்தொகுதிகள் புடைப்புச் சிற்பங்களாகச் செதுக்கப்பட்டன். இச்சிற்பத் தொகுதிகள் இந்து சமயப் புராணக் கதைகளைப் பிரதிபலிக்கின்றன. உதாரணமாக மகிசாசூரமர்த்தினி குடைவரையின் முன் மண்டபத்தின் இருபக்கச் சுவர்களிலும், ஒன்றில் அனந்தசாயி விஷ்ணுவின் புடைப்புச் சிற்பமும், மற்றொன்றில் மகிசமர்த்தினி மகிசனைவதம் செய்யும் சிற்பத்தொகுதியும் அமைக்கப் பட்டுள்ளதைக் காணலாம். கோவர்த்தன கிரி மண்டபத்தில் பின் சுவர் முழுவதும் கோவர்த்தன கிருஷ்ணனின் சிற்பத் தொகுதி இயற்கையாக அமைக்கப்பட்டுள்ளது. ஆதிவராஹர் குடைவரையில்

நரசிம்மவர்மனும் அவரது இரு அரசியர்களும் சிற்பங்களில் தீட்டப்பட்டிருப்பதைக் காணலாம். இங்குள்ள சில குடைவரைகளில் மண்டபங்கள் அமைக்கப்படவில்லை. உதாரணமாக திரிமூர்த்திக் குகையில் மண்டபம் இல்லை. கருவறைகள் வெளியே தெரியும் படியுள்ளன. இதே போன்றே கீழ்மவிலங்கை குடைவரைக் கோயிலிலும் கருவறைக்கு முன்பு மண்டபம் அமைக்கப்படவில்லை. இம்மாதிரி கோயில்கள் பாண்டியர், முத்தரையர் பகுதிகளில் காண்பது எளிது. உதாரணமாக வரிச்சியூர் குகைக் கோயிலைச் சொல்லலாம். மகிசாசூரமர்த்தினி மண்டபத்தில் மூன்று கருவறைகள் வெட்டப்பட்டு மத்திய கருவறைக்கு முன்பாக இரு தூண்களையுடைய முன் மண்டபம் அமைக்கப்பட்டுள்ளது. இராமானுஜ மண்டபம் மூன்று கருவறைகளைக் கொண்டுள்ளது. கோனேரி மண்டபம் ஒரே வரிசையில் ஐந்து கருவறைகளைக் கொண்டுள்ளது. மகேந்திரவர்மனுக்குப் பின் வெட்டப்பட்ட குடைவரைக் கோயில்களிலும், லிங்கம் கல்லிலேயே வெட்டப்படவில்லை. ஆனால் அவர்தம் சமகாலப் பாண்டியர், முத்தரையர் குடைவரைகளில் அவை கல்லிலேயே புடைப்புச் சிற்பமாக அமைந்திருப்பதையும் முன்மண்டபத்தில் நந்தியும் வெட்டப் பட்டிருப்பதையும் காணலாம்[14].

ஒற்றைக்கல் இரதங்கள்

மாமல்லன் என்னும் முதலாம் நரசிம்மவர்மனின் மிகப்பெரும் சாதனை மாமல்லபுரத்தில் ஒற்றைக் கல்லிலேயே செதுக்கப்பட்ட இரதங்கள் அல்லது விமானங்களாகும். தனது தந்தையின் குடைவரைக் கோயில் அமைப்பினைத் தொடர்ந்தும், அவற்றில் முன்னேற்றமான சில மாற்றங்களும் செய்து புகழ்பெற்ற இம்மன்னனின் புகழை மாமல்ல புரத்தில் உள்ள சுமார் அரைமைல் நீளமும், கால்மைல் அகலமும், சுமார் நூறடி உயரமும் கொண்ட கருங்கல் பாறை, இன்றும் பாடிக் கொண்டேயிருக்கின்றது. இங்கு இம்மன்னனால் அமைக்கப்பட்ட கற்கோயில்களான மகிசாசூரமர்த்தினி மண்டபம், திரிமூர்த்தி மண்டபம், கோவர்த்தன குகை போன்றவை மிக அழகுற அமைக்கப்பட்டுள்ளன என்பது அறிஞர் பலராலும் ஏற்றுக்கொள்ளப்பட்ட ஒன்றாகும். ஆனால் இவற்றையெல்லாம் அழகிலும் கலைத்திறனிலும், கட்டடக் கலைச் சிறப்பிலும் விஞ்சியவை இம்மன்னனின் படைப்புக்களான ஒற்றைக்கல் இரதங்களேயாகும். இவை எண்ணிக்கையில் எட்டு இருப்பதைக் காணலாம். பிற்காலத்தில் ஒரே இடத்தில் இருக்கும் ஐந்து இரதங்கள் மொத்தமாக பஞ்சபாண்டவ இரதங்கள் என அழைக்கப் படலாயின. பொதுவாக தமிழ்நாட்டு மக்களிடையே ஒரு மரபு பின்பற்றப்பட்டு வந்துள்ளது இங்கு நோக்கத்தக்கதாகும். எங்கேனும்

மலைகளில் சமணப்படுக்கைகள் இருப்பின் அவற்றைப் பாண்டவர் படுக்கை என்று மக்கள் நம்பிவருவதுண்டு[15]. குகைக் கோயில்களிலும் ஐந்து கருவறைகள் இருந்தால் அவை பாண்டவர்குகை என அழைக்கப்பட்டு வருவதைக் காணலாம். இதற்கு முக்கிய உதாரணமாக, பல்லாவரத்தில் உள்ள மகேந்திரவர்மனது குடைவரைக் கோயிலைக் கூறலாம். இவ்வகையிலேயே மாமல்லபுரத்தில் தென்கோடியில் ஒரே இடத்தில் செதுக்கப்பட்டுள்ள இரதங்கள் பாண்டவ இரதங்கள் என்று அழைக்கப்படலாயின. அவையாவன: திரௌபதிரதம், அர்ச்சுனரதம், பீமரதம், தர்மராஜரதம், நகுலசகாதேவரதம் ஆகியவையாகும். இவை ஒவ்வொன்றும் சுமார் 40 அடிநீளமும், 35 அடி அகலமும் கொண்டவை. இவை ஒவ்வொன்றும் அமைப்பில் வேறுபட்டவையாகவும் உள்ளன. சுருங்கச் சொன்னால் இவற்றில் உள்ள அனைத்துக் கட்டடக் கூறுகளும் இணைந்தது தான் பிற்காலக் கட்டுமானக் கோயில்களின் வளர்ச்சியடைந்த நிலையாகும். இக்கல் ரதங்களைக் கட்டடக் கலை அமைப்புக்கள் என்பதைவிட கட்டடவகைச் சிற்பங்கள் என்று அழைக்கப்படுவதே பொருத்தமாகும்[16]. இவை கட்டடங்களைப் போன்ற சிற்ப அமைப்புக்களேயாகும்.

இக்கல் ரதங்கள் விமானத்தின் அடிப்பகுதி முதல் உச்சி வரை முழுமையான புறத் தோற்றத்தையும், முன்புறத்தில் அர்த்த மண்டபமும் கொண்ட முழுமையான கோயில் அமைப்பும் கொண்டதோடு, குடைவரைக் கோயில்களைப் போன்ற உட்புறக் கூறுகளையும் பெற்றிருப்பதைக் காணலாம். இவை அடித்தளத்திலிருந்து துவங்கிக்கட்டப்படும் கட்டுமானக் கோயில்கள் போலன்றி விமானத்தின் உச்சியிலிருந்து துவங்கி அடித்தளம் வரை வெட்டப்பட்டவையாகும்[17]. மாமல்லனுக்குப் பிறகு இருதலைமுறைகள் வரை ஏறக்குறைய கி.பி. 700 வரை இப்பணி தொடர்ந்துள்ளது. அக்கால கட்டத்தில், கருவறை பிரதான கடவுளின் புடைப்புச்சிற்பம் திரௌபதிரதத்திலும், தர்மராஜ ரதத்தின் மேல் தளத்திலும் செதுக்கப்பட்டுள்ளதைக் காணலாம்[18]. துவக்க காலத்தில் கருவறைக் கடவுளின் உருவம் வண்ணம் தீட்டிய சுதை வடிவமாகவே வைக்கப்பட்டிருந்தது. இந்த இரதங்களின் வெளிச் சுவர்கள் அனைத்திலும் மிக நேர்த்தியாகச் செதுக்கப்பட்ட சிற்பத் தொகுதிகளைக் காணலாம். பல்லவர்களின் கல்ரதங்கள் அமைக்கும் பரிசோதனையானது கி.பி. 10 - ஆம் நூற்றாண்டுவரை இந்தியாவின் பல பகுதிகளில் அரசாண்ட மன்னர்களாலும் பின்பற்றப் பட்டது. இதற்கு உதாரணமாக இராட்டிரகூடர்களால் எல்லோரா (ஏ. கி.பி. 765) வில் அமைக்கப்பட்ட கைலாசநாதர் ஆலயத்தையும், பாண்டியரது கழுகுமலைக் (ஏ.கி.பி. 800) கோயிலையும் எடுத்துக் கூறலாம்.

இக்கல்ரதங்கள் அனைத்தும் மரத்தாலான தேர் அல்லது இரதங்களைப் படியெடுத்தது போன்று அமைக்கப்பட்டுள்ளன. காலத்தால் முற்பட்ட இவை தென்னிந்தியக் கோயில் கட்டடக் கலை ஆய்விற்கு ஒரு தொடக்கமாகவும் முன்னோடியாகவுமாகின்றன. மகாபலிபுரத்தில் உள்ள பாண்டவரதங்கள் எனப்படும் ஐந்தில் நான்கு இரதங்கள், திரௌபதி, அர்ச்சுன, பீம, தர்மராஜரதங்கள், வடக்கு தெற்காக ஒரே ஒரு நீண்ட பாறையில் மூன்று பகுதிகளாகப் பகுக்கப்பட்டு வெட்டப்பட்டுள்ளன. திரௌபதி ரதமும், அர்ச்சுன ரதமும் ஒரே உபபீடத்தின் மேல் அமைக்கப்பட்டுள்ளன. மற்ற யிரண்டும் தனித்தனி உப பீடம் அல்லது அடித்தளத்தின் மேல் அமைந்துள்ளன. திரௌபதி ரதம் தவிர ஏனையவை திராவிடக் கட்டடக்கலையின் அனைத்து அம்சங்களையும் கொண்டதாக உள்ளன.

இங்குள்ள இரதங்களில் சிறியதான திரௌபதி ரதம் துர்க்கைக்கு அர்ப்பணிக்கப்பட்டதாகும். இதற்கு முன்புறத்தில் ஒரு சிங்கத்தின் உருவமும், அதற்கடுத்து ஒரு யானையின் உருவமும், அடுத்தடுத்து சிறு பாறைகளில் வெட்டப்பட்டுள்ளதைக் காணலாம். கூரை அல்லது குடிசையின் அமைப்பைக் கொண்ட திரௌபதி ரதத்தில் அதிட்டானம், பிட்டி (சுவர்), கூரை ஆகிய பகுதிகள் உள்ளன. அதற்கு மேலுள்ள ஸ்தூபம் அல்லது கலசம் கீழே விழுந்திருக்கவோ அல்லது அப்புறப்படுத்தியிருக்கவோ கூடும். ஏனெனில் கல்லாலான ஸ்தூபி ஒன்று இதற்கருகாமையில் கிடக்கின்றதனைக் காண முடிகின்றது. இதன் முன் சுவருக்குள்ளேயே வெட்டப்பட்ட கோஷ்டங்களுக்குள் துவார பாலகிகளின் சிற்பங்கள் செதுக்கப்பட்டுள்ளன. மற்ற பக்கங்களில் உள்ள தேவகோஷ்ட அமைப்புக்களிலும் சிற்பங்கள் உள்ளன. இங்குச் சுவர்ப்பகுதிக்கு மேலும், கூரைக்குக் கீழும் பிரஸ்தரமும், கிரீவமும் (கழுத்துப் பகுதி) இடம் பெறவில்லை என கே.ஆர்.சீனிவாசன் குறிப்பிட்டிருப்பது[19] சாலப் பொருத்தமானதாகும். இது நாகர (சதுரம்) அமைப்புக் கோயிலாகும். ஏனெனில் அவை இருப்பதற்கான வெளித்தோற்றம் எதுவும் தென்படவில்லை. அவை உள்ளுக்குள் இருப்பதாகக் கற்பனை செய்வது சரியாகத் தெரியவில்லை. இதில் சிகரத்தின் பக்கங்களில் வைக்கப் பெறும் நாசிகளும் இல்லை. இதன் பின் சுவரில் புடைப்புச் சிற்பமாக வைக்கப்பட்டுள்ள துர்க்கை மற்றும் அவரது பணியாட்களின் உருவமைதிகளும் இந்த இரதம் அமைக்கப்பட்ட சில ஆண்டுகளுக்குப் பிந்தியே செதுக்கப்பட்டிருக்க வேண்டும். இச்சிற்பத் தொகுதியில் ஒரு மனிதன் தனது தலையை வெட்டி அம்மனுக்கு சமர்ப்பிக்க முயலும் நவகண்டம் படைக்கும் முறை ஏழாம் நூற்றாண்டிலேயே இருந்தமையை உணர்த்துகின்றது.

இதில் உள்ள தேவ கோஷ்டங்களில் துர்க்கையின் உருவங்களே உள்ளன. சரியாக முறைப்படுத்தப்படாமல் இருந்த தேவகோட்ட இறையுருவ அமைப்புக்கள் பிற்காலத்தில், அதாவது முற்காலச் சோழர்களது கோயில்களில் தான் முறைப்படுத்தப்பட்டுள்ளன. அர்த்தமண்டபமோ அல்லது முன்மண்டபமோ இல்லாத திரௌபதி ரதத்தை இம்மாதிரி மண்டபம் இல்லாது அமைக்கப்பட்டிருக்கும் பாண்டியர்களது வரிச்சியூர் குகையோடு இவ்வகையில் ஒப்பிடலாம். திரௌபதி ரதத்தைப் போன்றே நாகர அமைப்புடைய ஆனால் இருதளங்களையும் எட்டு வர்க்கங்களையும் கொண்ட மற்றொரு இரதம் மாமல்லபுரத்து வளையான் குட்டை இரதமாகும். முற்றுப் பெறாத வளையாங்குட்டை ரதம் அர்த்தமண்டபத்தையும், சிகரத்தின் நான்கு பக்கங்களிலும் நாசிகளையும், பிரஸ்தரப் பகுதியில் கூடுகளையும் கொண்டுள்ளதைக் காணலாம்.

திரௌபதி ரதத்திற்கு அடுத்துள்ள அர்ச்சுன ரதம் இரண்டு தளங்களைக் கொண்டதாகும். இவ்விரு தளங்களும் சதுர வடிவானவை. ஆனால் இதன் சிகரம், ஆறுபட்டை (Hexagonal)[20] வடிவமான திராவிட அமைப்பினைக் கொண்டவை. இருதளங்களுமே நான்கு மூலைகளிலும் கர்ணக்கூடுகள் என்னும் சிறு வடிவக் கோயில்களைக் கொண்டுள்ளன. இதன் அதிட்டானத்திற்கு (தளம், basement) மேலுள்ள சுவர்ப்பகுதி ஒவ்வொன்றும் ஐந்தைந்து பிரிவுகளாகப் பிரிக்கப்பட்டு அவை ஒவ்வொன்றிலும் அழகான சிற்பங்கள் செதுக்கப்பட்டுள்ளன. இந்த அர்ச்சுன ரதம் ஒரு சிறு முகமண்டபத்தையும் கொண்டுள்ளது. ஆனால் இம்மண்டபச் சுவர்களில் சிற்பங்கள் இல்லை. முகமண்டபத்தின் மேலும் மேல் தளத்தின் ஹாரப் பகுதிகள் உள்ளன. இதன் ஆதிதளம் அல்லது முதல்தளத்தின் மேலுள்ள கபோதத்திலும் மேல் தளத்தின் மீதுள்ள கபோதத்திலும் ஒவ்வொன்றிலும் ஆறு கூடுகள் வீதம், பக்கத்திற்கு பன்னிரண்டு கூடுகள் என்ற முறையில் அமைந்துள்ளன. இக்கூடுகளில் மார்புவரையான மனித உருவங்களைக் காணலாம். இவை தவிர கர்ணக் கூடுகளிலும், சாலைகளிலும் கூடுகள் அமைந்துள்ளன. கபோதமும், கர்ணக்கூடும், சாலையின் ஓரப்பகுதிகளும் கருக்கு வேலைப்பாடுகளைக் கொண்டுள்ளன. மிகவும் பண்பட்ட கட்டடக்கலை நுணுக்கமுடைய பிற்காலக் கோயில்கள், இதனது விரிவுபடுத்தப் பட்ட அமைப்புக்களேயாகும். மேற்குப் பக்கம் (வாயில் உள்ளது) தவிர்த்த மற்றப் பக்கங்களில் மேல் தளத்தின் சாலைப் பகுதிகளிலும் சிற்பங்களிருப்பதைக் காணலாம்.

அர்ச்சுன ரதம் எந்தக் கடவுளுக்கு அர்ப்பணிக்கப்பட்ட கோயில் என்பது இதுகாறும் சரியாகக் கண்டுபிடிக்கப்பட வில்லை. ஏனெனில் இதன் கருவறையுள் எந்த இறையுருவும் இல்லை. இங்கு வெளிச்

சுவர்களில் உள்ள சிற்பங்களை வைத்தே இக்கோயில் யாருக்கு அர்ப்பணிக்கப்பட்டிருக்கும் என்னும் யூகமான கருத்துக்கள் நிலவி வருகின்றன. இதன் தெற்குப் பக்கச் சுவரில் நடுமாடக்குழியில் நான்கு கரங்களுடன் சிவபெருமான் தனது வாகனமான நந்திமீது சாய்ந்து கொண்டு ரிஷபாந்திகராக உள்ளார். அவரின் இருபக்கங்களிலும் ஆண் பெண் பக்தர்கள் நின்றுள்ளனர். அவர்கள் மிதுனச் சிற்பங்களாகவோ அல்லது பல்லவப் பேரரச தம்பதியினராகவோயிருக்கலாம். அவர்களுக்கு அடுத்த இரு பக்கத்திலும், இரண்டு வெளிமாடக் குழிகளிலும் தனி மனிதச் சிற்பங்கள் உள்ளன. வடக்குச் சுவரின் மத்திய மாடக்குழியில் நான்கு கரங்களையுடைய கருடாந்திக விஷ்ணு உள்ளார். இவருக்கு இருபுறமும் தெற்குச் சுவரில் உள்ளது போன்ற மிதுனச் சிற்பங்களும் தனிமனிதச் சிற்பங்களும் உள்ளன. ஆனால் ஒரு மாடக் குழியில் உள்ள சிற்பங்கள் முடிவு பெறாதவையாயுள்ளன. கிழக்குப் பக்கச்சுவரின் நடுமாடக் குழியில் இளமையான, இருகரங்களையுடைய இறையுருவம் யானை மீதமர்ந்துள்ள காட்சி காணப்படுகின்றது. அவரது (இருபக்கத்தில்) வலது பக்கத்தில் இரு பெண்களின் உருவங்களும், இடது பக்கத்தில் தாடியுடைய ஒரு முதியவரும் அவருக்கருகில் ஒரு சிறுபையனும் உள்ளனர். இரு மூலைகளில் உள்ள மாடக் குழிகளிலும் மற்ற பக்கங்களில் உள்ளது போல் தனி மனித உருவங்கள் காணப்படுகின்றன. இந்தக் கிழக்குச் சுவரில் உள்ள இறையுருவத்தை வைத்துத்தான் அறிஞர்கள் இக்கோயில் யாருக்காக வெட்டப்பட்டது என்று கருத்துத் தெரிவித்துள்ளனர். இதுகாறும் கிழக்குப் பக்கத்தில் உள்ள இறையுரு இந்திரனுடையது, சுப்பிரமணியருடையது என்று கருத்து நிலவி வந்தது. எல். ஹண்டிங்டன் இதனை சாஸ்தாவின் உருவமாயிருக்கலாம் என நிலை நாட்டியுள்ளார்[21]. இக்கருத்து பொருத்தமுடையதாகவுமுள்ளது. ஏனெனில் பல்லவர் காலத்திலேயே ஹரிஹரர் சிற்பம் (தர்மராஜரதத்தில் உள்ளது) வந்துவிட்டது. அர்ச்சுன ரதத்தில் சிவனும், திருமாலும் முறையே தெற்கு, வடக்குச் சுவர்களில் உள்ளனர். எனவே அவர்களோடு தொடர்புடைய சாஸ்தா கிழக்குச் சுவரில் இருக்க வாய்ப்புள்ளது. இவ்வகையில் இக்கோயில் சாஸ்தாவுக்கு அர்ப்பணிக்கப்பட்டிருக்கக் கூடும். இதே போன்று சதுர அடித்தளத்தையும், இருதள விமானத்தையும், திராவிட சிகர அமைப்பையும் கொண்டதுதான் பிடாரி ரதமாகும். வடக்குப் பிடாரிரதத்தின் சுவர்களில் சிற்பங்கள் இல்லை. இது கிழக்கு நோக்கி யுள்ளது. இதற்கடுத்துள்ள பீம ரதம் சால விமான அமைப்புடைய தாகும். விஷ்ணுவின் சயன கோலத்திற்காக அர்ப்பணிக்கப்பட்டிருக்கக் கூடும் என்று நம்பப்பட்டுக் கொண்டிருக்கும் இந்த ரதத்திலும் உள்ளே எந்த இறையுருவமும் இல்லை. கணேசரதமும் சால விமான

அமைப்பையுடையது ஆகும். பீம, கணேச இரதங்களின் அடித்தளம் நீள் சதுர வடிவமுடையதாகும். பீமரதத் தூண்களும் சதுரத் தூண்களும் அடிப்பாகத்தில் யாளி அமைப்பைக் கொண்டுள்ளன. இதன் முன் மண்டபத்தின் மேல் தளத்தில் அர்ச்சுனரதத்தில் உள்ளது போல் காணக்கூடும், சாலையும் உள்ளன. இவ்விமானத்தின் கிரீவமும் நீள் சதுரமாக உள்ளது. இதன் கபோதத்தில் எட்டுக் கூடுகளும் சால சிகரத்தில் பக்கத்திற்கு ஐந்து நாசிகளும் உள்ளன. இதன் நாசிகள் சிற்ப நூல்களில் விளக்கப்படுகின்ற பல்வேறு வகைகளை எடுத்துக் காட்டுவதாக அமைந்துள்ளன[22]. பீமரதத்தைப் போன்ற கணேசரதம் இருதளங்களைக் கொண்டுள்ளது. இதன் முகப்பில் முன் மண்டபமும் உள்ளது. இதில் உள்ள கலசங்கள் பின்னால் செய்து வைக்கப்படாமல் அதே பாறையிலேயே இரதத்தோடேயே செதுக்கப்பட்டவையா யுள்ளன. இதிலும் துவார பாலகர் தவிர்த்து, கருவறையில் எச்சிற்பமும் செதுக்கப்படவில்லை.

அர்ச்சுன ரதத்திற்கு அடுத்தாற்போல் உள்ள தர்மராஜ ரதம் மாமல்லபுரத்து இரதங்களிலேயே பெரியதாகும். இது மூன்று தளங்களையுடையது. தளங்கள் சதுரமாயும் கிரீவமும் சிகரமும் எண்பட்டையுடைய திராவிட அமைப்பினதாகும். இந்த ரதவிமானத் தின் ஆதிதளம் அல்லது கீழ்த்தளம் முற்றுப் பெறாதிருப்பினும், கருவறை இறையுருபற்றிய எந்த முதன்மைச் செய்தியும் இல்லாத போதும் இது சிவபிரானின் ஏதாவதோர் உருவமைதிக்கு அர்ப்பணிக்க வேண்டியே அமைக்கப்பட்டிருக்க வேண்டும் என்று கருதப்படு கின்றது[23]. இதன் கீழ்த்தளச் சுவர்களிலும் மேல்தளங்களிலும் உள்ள புடைப்புச் சிற்பங்கள் பல்லவ இறையுருவமைதிகளின் அருங்காட்சி யகம் போல் அமைந்துள்ளது. கீழ்த்தளச்சுவர்களில் சிவபெருமானின் சிற்பங்கள் மூன்றும், ஹரிஹரர், பிரம்மா, சுப்ரமணியர் முதலாம் நரசிம்மவர்மன்[24], அர்த்தநாரீஸ்வரர் ஆகிய சிற்பங்கள் உள்ளன. நடுத்தளத்தில் கங்காதரர், கருடாந்திக விஷ்ணு, நடேசர், ரிஷபாந்தி தகமூர்த்தி, வீணாதர தட்சிணாமூர்த்தியும், மேற்கே கங்காள மூர்த்தியும், தெற்கே நர்த்தன தட்சிணாமூர்த்தியும் காளிய நர்த்தன கிருஷ்ணரும் உள்ளனர். இதன் மேல்தளத்தில் உள்ள சோமாஸ்கந்தர் சிற்பத் தொகுதி முதலாம் பரமேஸ்வரவர்மன் காலத்தில் செதுக்கப்பட்டதெனத் தெரிகின்றது. இதன் கீழ்த்தளத்திலுள்ள சில கனமான அளவுள்ள சிற்பங்களும் முதலாம் பரமேஸ்வரவர்மன் காலத்தினதே என்ற கருத்தும் நிலவிவருகின்றது[25].

மற்ற இரதங்களில் உள்ள மேல்தளங்கள் செயற்பாட்டு அடிப்படையில் அமையாதபோது தர்மராஜ ரத மேல்தளங்கள் செயற்பாட்டு (Functional) அடிப்படையில் அமைந்துள்ளது. கீழ்த்தளம்

நான்கு மூலைகளில் திண்டுகளைக் கொண்டும் நான்கு திசைகளிலும் நுழைவாயிலைக் கொண்டுமுள்ளது. ஒவ்வொன்றும் இரு சிம்மபாதத் தூண்களையும், பொருத்தக் கூடிய அரைத் தூண்களையும் கொண்டு முடிவு பெறாத திருச்சுற்றினையும் கொண்டுள்ளது. மேற்குப் பகுதியில் ஒரு சிறு முகமண்டபம் அமைந்துள்ளது. இதன் பிரஸ்தரத்தில் ஹாரமும், கர்ண சாலைகளும், மத்தியில் சாலையும் இரு பஞ்சரங்களும் அமைக்கப்பட்டுள்ளன. முதன்முதலில் பஞ்சரம் இங்கு தான் புகுத்தப்பட்டுள்ளதைக் காணலாம். இந்தக் கோயிலில் ஒரு உபபீடத்தின் மேல் பிரதான கோயில் அமைக்கப்படுவதற்கான முயற்சி எடுக்கப்பட்டுள்ளது. ஆனால் இது முற்றிலும் செதுக்கப்படவில்லை. இதன் அதிட்டானம் (கபோதபந்த அதிட்டானம்) பொதுவான கூறுகளைக் கொண்டுள்ளது. ரதத்தின் இரண்டாம் தளம் (நடுத்தளம்) சிறு கிருஹபிண்டி அமைப்பினைக் கொண்டுள்ளது[26]. சிகரத்தின் பக்கங்களில் நாசிகளும், ஒவ்வொரு தளத்தின் கபோதத்திலும் கீழிருந்து ஒவ்வொரு பக்கத்திலும் பத்து, எட்டு, ஆறு என்ற வகையில் கூடுகளும் சிறப்பாக அமைக்கப்பட்டுள்ளன.

பாண்டவ ரதங்களில் மற்ற நான்கும் ஒரே வரிசையில் மேற்கு நோக்கியிருக்கும் போது நகுல சகாதேவ ரதம் மட்டும் சற்றுத் தள்ளி தெற்கு நோக்கி அமைந்துள்ளது. இது அர்ச்சுன ரதத்திற்குச் சற்றுத் தெற்கே அமைந்துள்ளது. இது கஜபிரிஷ்ட விமான அமைப்பினைக் (யானையின் பின்புறத்தினை ஒத்த அமைப்பு) கொண்ட தூங்கானை மாடமாகும். பௌத்த சைத்தியங்கள் இம்மாதிரியே அமைக்கப்பட்டன. இதன் கருவறையின் உட்புறம் நீள் சதுரமாக உள்ளது. இங்கு எந்த சிற்பமுமோ, கல்வெட்டோ காணக்கிடைக்கவில்லை. இது எந்தக் கடவுளுக்காக அர்ப்பணிக்கப்பட்டது என்று சரியாகத் தெரியவில்லை. இதனருகே தனியொரு கல்லில் செதுக்கப் பட்டிருக்கும் யானையை வைத்து இது இந்திரனுக்கு அர்ப்பணிக்கப்பட்டிருக்கலாம் என ஜெ.சி. ஹால்[27] கூறுகின்றார். ஆனால் இந்த யானை அர்ச்சுன ரதத்தினையும், இதனருகே உள்ள சிம்மம் திரௌபதி ரதத்தையும் சார்ந்ததென சூசன் எல்.ஹண்டிங்கன் கூறுகின்றார்[28]. இந்த ரதத்தில் ஒரு முகமண்டபம் உள்ளது. இம்மண்டபத்தில் பிரஸ்தரத்தின் மீது ஹாரம், கர்ணக்கூடு, பஞ்சரம் ஆகியவற்றைக் கொண்டுள்ளது.

கணேச ரதத்தின் மீது அமைக்கப்பட்டுள்ள கலசங்கள் பின்னாலய கோபுர அமைப்புகளுக்கு முன்னோடியாயிருந்தன. வலயாங்குட்டை ரதத்தின் தேவ கோஷ்டத்தின் மேல் மகர தோரணம் அமைந்துள்ளதைக் காணலாம்.

கட்டுமானக் கோயில்கள்

கடற்கரைக் கோயில்

பல்லவர் கட்டடக்கலையின் வளர்ச்சியில் மூன்றாவது கட்டம் இராஜசிம்மனின் காலத்தில் துவங்கியது. இது கட்டுமானக் கோயில் களின் காலமாகும். எட்டாம் நூற்றாண்டில் இம்மன்னனால் கட்டப்பட்ட கட்டுமானக் கோயில்களில் குறிப்பிடத்தக்கவை மாமல்லபுரத்துக் கடற்கரைக் கோயிலும் பகைவனும் கண்டு அதிசயித்துச் சென்றதாகக் கருதப்படும் புகழ்பெற்ற காஞ்சி கைலாசநாதர் கோயிலுமாகும். மாமல்லபுரத்துக் கடற்கரைக் கோயில் கற்பலகைகளை ஒன்றன் மீது ஒன்று வைத்துக் கட்டியது போல் தோற்றமளிப்பதைக் காணலாம். இக்கோயில் மூன்று தனிக் கோயில்களின் தொகுப்பாகும். அவையாவன க்ஷத்திரிய சிம்ம பல்லவேஸ்வரம் (கடலை நோக்கி அமைந்துள்ளது.), இராஜசிம்ம பல்லவேஸ்வரம் (எதிர்ப்புறம் பார்த்து, மேற்கு நோக்கி உள்ளது) மற்றும் இவை இரண்டிற்குமிடையில் உள்ள நரபதி சிம்ம பல்லவ விஷ்ணு கிருஹம் ஆகியவையாகும். இவற்றில் நடுவில் உள்ள மண்டப அமைப்பிலான விஷ்ணுகோயில் தவிர மற்றயிரண்டும் விமான மேற்பகுதிகளைக் கொண்டுள்ளன. கடலை நோக்கியுள்ள கோயில் விமானம் உயரமானது. மேற்கு நோக்கியுள்ள கோயில் விமானம் குட்டையானது. முந்தியதின் கருவறையின் பின் சுவரில் சோமாஸ்கந்தர் புடைப்புச் சிற்பம் உள்ளதோடு, கருவறையின் நடுவில் சிவலிங்கமும்[29] உள்ளது. பிந்தியதின் கருவறைப் பின்சுவரில் சோமாஸ்கந்தரின் புடைப்புச் சிற்பம் உள்ளது.

க்ஷத்திரிய சிம்ம பல்லவேஸ்வரத்தின் விமானத்தின் தளம் சதுரமாயும், கிரீவமும் சிகரமும் எண்பட்டை வடிவமாயும் அமைந்துள்ளது. இது நான்கு தள விமானமாகும். இரண்டாவது, மூன்றாவது தளங்கள், ஒவ்வொன்றிலும், கர்ணக்கூடு, சாலை ஆகியவற்றைக் கொண்ட ஹார அமைப்பு உள்ளது. நான்காவது தளத்தில் நான்கு பூதங்கள் கால்களை மடக்கி அமர்ந்து கொண்டு சங்கு ஊதிக் கொண்டிருக்கின்றன. கீழ்த்தளத்தின் மேல் மூலைகளில் நான்கு சிம்மங்கள் அமர்ந்துள்ளன. கருவறைக்கும் சற்றுக் குறைவான உயரத்தில் சுற்றுப்பிரகாரம் ஒன்றும் அமைந்துள்ளது. மேற்கு நோக்கியுள்ள கோயில் விமானத் தளமும் சதுரமானதும், அதன் கிரீவமும் சிகரமும் எண்பட்டை அமைப்புடையனவாகும்[30]. இக்கடற்கரைக் கோயில் தூண்களிலும், அரைத் தூண்களிலும் அடிப்பக்கத்தில் இராஜசிம்மன் காலத்துக் கட்டடக்கலையின் முக்கிய கூறுகளில் ஒன்றான பாயும் சிங்கம் உள்ளதைக் காணலாம். விஷ்ணுவின்

மண்டபக் கோயிலில் அவர் சயன கோலத்தில் உள்ளார். இக்கடற்கரைக் கோயிலுக்கு அருகிலேயே அண்மையில் புதிய கோயில் ஒன்று தோண்டி எடுக்கப்பட்டு வருகின்றது. இதுவும் இராஜசிம்மன் காலத்ததேயாகும். அண்மையில் மாமல்லபுரம் சாளுவங்குப் பத்தி சங்ககாலத்தினைச் சேர்ந்த செங்கல்லால் கட்டப்பட்ட முருகன் கோயில் ஒன்று கண்டுபிடிக்கப்பட்டுள்ளது. இது போன்றவை இன்னும் வெளிக்கொணரப்படலாம். மாமல்லபுரத்தில் வராஹ மண்டபக் குன்றின் மேல் அழகிய சிற்பங்களைக் கொண்டமைந்துள்ள ஒலக்கண்ணேஸ்வரர் கோயிலும் இராஜசிம்மனின் படைப்பேயாகும். இவ்வூருக்குச் சற்றுத் தொலைவில் கடலோரமாக உள்ள முகுந்த நாயனார் கோயிலும் இவரால் கட்டப்பட்டதேயாகும்.

பனமலைக் கோயில்

விழுப்புரத்திற்கருகில் உள்ள பனமலை என்ற இடத்தில் இராஜசிம்மனால் கட்டப்பட்ட சிவன் கோயில் உள்ளது. தாலகிரீஸ்வரர் எனப்படும் இக்கோயில் சிவப்புக் கருங்கல்லால் ஆனதாகும். இதே கல்லாலானது தான் மாமல்லபுரத்து முகுந்தநயினார் கோயிலுமாகும். பனமலைக் கோயில் சமச்சதுர அமைப்புடைய மூன்றுதள விமானக் கோயிலாகும். கிழக்கு நோக்கியுள்ள இக்கோயிலின் தெற்கிலும் வடக்கிலும் முறையே தெற்கும் வடக்கும் நோக்கியுள்ள இரு சிறிய சன்னதிகள் இணைக்கப்பட்டுள்ளன. இவை இருதள அமைப்புடன் சால சிகரங்களைக் கொண்டுள்ளன. பிரதான தாலகிரீஸ்வரர் கோயில் விமானம் பத்ரசால அமைப்புடையதாகும். இதன் மூலைகளில் கர்ணக்கூடுகள் இருக்கின்றன. கர்ணக்கூடுகளுக்கும் பத்ரசாலைகளுக்குமிடையில் பஞ்சரங்கள் அமைக்கப்பட்டு பிரஸ்தரத்தின் மீது ஹாரம் அமைந்துள்ளது. முதலிரு தளங்களிலும் இம்முறை பின்பற்றப்பட்டுள்ளது. ஆனால் மூன்றாவது தளம் (மேல்தளம்) திருத்தியமைக்கப்பட்டுள்ள செங்கற்கட்டடமாக உள்ளது. கருவறையின் பின் சுவரில் சோமாஸ்கந்தர் புடைப்புச் சிற்பம் உள்ளது. கருவறையுள் சிவலிங்கமும், கடற்கரைக் கிழக்குக் கோயிலில் உள்ளது போல் அமைக்கப்பட்டுள்ளது. அர்த்த மண்டபத்தில் விஷ்ணுவும், பிரம்மாவும் உள்ளனர். இதற்கடுத்து துவாரபாலகர் சிற்பங்கள் தவிர வேறெந்த சிற்பமும் இல்லை. கடினப் பாறையே சிற்பங்கள் இல்லாமைக்குக் காரணமென கே.ஆர். சீனிவாசன் கூறுகின்றார்[31]. இதன் பாதபந்த அதிட்டானத்தில் கலபாதச் சிற்பங்கள் (கண்டச் சிற்பங்கள்) உள்ளன. இச்சிற்ப அமைப்புகள் சாளுக்கியர் பகுதியில் தொடங்கியிருப்பினும், தமிழகத்தில் முதன்முதலில் இங்கு துவங்கி முற்காலச் சோழர் கோயில்களில் பிரசித்தி பெற்றவையாக ஆகியுள்ளன.

கைலாசநாதர் கோயில் - காஞ்சி

பல்லவர் தம் கட்டுமானக் கோயில்களில் பிரதானமானதும், பெரியதும் புகழ்பெற்றதுமான காஞ்சி கைலாசநாதர் கோயில் முழுவதும் மணற்கல்லால் (Sand Stone) கட்டப்பட்டதாகும். இராஜசிம்மேஸ்வரம் என்றும் அழைக்கப்படும் இக்கோயிலின் பெரும்பகுதி இராஜசிம்மனால் கட்டப்பட்டிருப்பினும் இதன் வளர்ச்சி அவரது மகன் மூன்றாம் மகேந்திரவர்மனாலும் தொடரப்பட்டது. கிழக்கு நோக்கி அமைக்கப்பட்டுள்ள கைலாசநாதர் விமானம் அன்றைய சூழலில் சுமார் 60 அடி உயரம் கொண்ட பெரிய விமானமாகும். நான்கு தளங்களைக் கொண்ட இவ்விமானத்தின் தளம் சதுரமாகவும் கிரீவமும், சிகரமும் எண்பட்டைகளாகவுமுள்ளன. இதன் கீழ்த்தளத்தின் சுவர்களில் ஏழு சிறு சன்னதிகள் அமைந்துள்ளன. அவைகளில் மூலைகளில் அமைந்துள்ளவை சதுரமாயும் மூன்று திசைகளில் அமைந்துள்ளவை நீள் சதுர அமைப்பிலும் உள்ளன. ஒவ்வொன்றிலும் இறையுருவங்கள் அமைக்கப்பட்டுள்ளன. கருவறைக்கு முன்னால் நீள்சதுர அர்த்தமண்டபம் ஒன்றுள்ளது. இராஜசிம்மனின் கல்வெட்டைக் கொண்டுள்ள இவ்விமானத்தின் முன் மண்டபத்தூணில் சாளுக்கிய இரண்டாம் விக்கிரமாதித்தனின் கன்னடக் கல்வெட்டும் உள்ளது. சாந்தார வகைக் கோயிலான இதில் திருச்சுற்று வசதியும் உள்ளது. இதன் பாத பந்த அதிட்டான ஜகதிப் பகுதியில் கலபாதப் பிரிவுகள் நீள்சதுர வடிவில் சிற்பங்களுடன் அமைந்துள்ளன. இதன் கண்டப் பகுதியிலும் கலபாதப் பிரிவுகளும், அவற்றில் சிற்பங்களும் அமைந்திருப்பதைக் காணலாம். இவற்றில் கணபதியின் சிற்பமும் உள்ளது.

இவ்விமானத்தின் இரண்டாவது தளத்தில் மூலைகளில் கர்ணக்கூடுகளும் இவற்றிற்கிடையில் சாலைகளும் பஞ்சரங்களும் கொண்டு ஹாரம் அமைந்துள்ளது. இதில், முதன்முறையாக கூடு, பஞ்சரம், சாலை, பஞ்சரம், சாலை, பஞ்சரம், கூடு என்று பிரிக்கப்பட்டுள்ள கட்டடக்கலை முறையைக் காணலாம். மூன்றாவது தளம் சாதாரணமாக கர்ணக்கூடு மற்றும் பத்ரசாலைகளைக் கொண்ட ஹார அமைப்பாக உள்ளது. நான்காவது தளத்தில் நான்கு மூலைகளிலும் ரிஷபங்கள் உள்ளன. இங்கு முதன் முறையாக கிரீவத்தில் உள்ள கோஷ்டங்களில் கிழக்கே சிவனும், தெற்கே தட்சிணாமூர்த்தியும், மேற்கே விஷ்ணுவும், வடக்கே பிரம்மாவும் வைக்கப்பட்டுள்ளனர். இவ்வமைப்புக்களே பிற்காலக் கோயில்களில் ஒருசில மாற்றங்களுடன் ஏற்கப்பட்டவையாயுள்ளன[32]. இக்கோயிலின் கருவறையில் இராஜசிம்மனுக்கே பெரிதும் உரிய சோமாஸ்கந்தர்

புடைப்புச் சிற்பமும், சிவலிங்கமும் உள்ளன. கோயிலின் முகமண்டபத்திற்கு முன்னால் நீண்ட இருதள சாலவிமானம் ஒன்று உள்ளது. இது மூன்றாம் மகேந்திரவர்மனின் நினைவாக மகேந்திரவர்மேஸ்வரம் என்று அழைக்கப்படுகின்றது. இது அர்த்த மண்டபத்தையும் கொண்டுள்ளது. கைலாசநாதர் கோயிலின் முகப்பில் உள்ளதால் இவ்விமானம் தூரத்திலிருந்து பார்ப்பவர்க்கு ஒரு கோபுர நுழைவாயில் போன்று தோன்றுகின்றது. இதற்கு முன்னால் பிரதான நுழைவாயிலில் சிறிய இருதள கோபுரமே உள்ளது. இதன் அதிட்டானம் கருங்கல்லாலானது. இக்கோயிலின் மொத்தப் பகுதியையும் சுற்றிப் பிரகாரச் சுவர் உள்ளது. இப்பிரகாரச் சுவரின் உட்பக்கத்தில் சிறுசிறு கோயில்கள் அனைத்துப் பக்கங்களிலும் சேர்த்து ஐம்பத்தி எட்டு உள்ளன. அனைத்திலும் வெவ்வேறு இறையுருவங்கள் அமைந்துள்ளன. சில சிற்பங்களில் வண்ணம் பூசப்பட்டிருப்பதைக் காணலாம். கோபுர நுழைவாயிலுக்கு அருகாமையிலும் சில சிறு கோயில்கள் அமைந்துள்ளதைக் காணலாம்.

காஞ்சியிலுள்ள இரவாதனேஸ்வரர் கோயில் இராஜசிம்மனின் இறுதிக் காலத்திலோ அல்லது அதற்குச் சற்றுப் பிந்தியோ கட்டப்பட்டிருக்க வேண்டும். இதன் பல கூறுகள் இராஜசிம்ம பாணியை நினைவூட்டுகின்றன. ஆனால் சில சற்றுப் பிற்காலக் கூறுகளாயுள்ளன. இக்கோயிலின் அர்த்த மண்டபத்தின் தெற்கே கணபதியும், வடக்கே துர்க்கையும் உள்ளனர். இது முற்காலச் சோழர் கோயில்களிலும், அதன் பின்னரும், பின்பற்றப்பட்டிருப்பதைக் காணலாம். இதன் கிரீவ கோஷ்டத தேவதைகள் கைலாசநாதர் கோயில் போன்றே உள்ளன. கருவறையிலும் இறையுருவமும் லிங்கமும் முந்தைய கோயில் போன்றதே. காஞ்சியிலுள்ள இரவாதனேஸ்வரர் கோயில் மேற்கு நோக்கிய, இருதள, மணற் கல்லாலான கோயிலாகும். இதன் கிரீவம் பட்டக (prismatic) வடிவினதாயும், சிகரம் எண்பட்டை வடிவினதாயும் உள்ளன. இக்கோயில் ஓர் உபபீடத்தின் மீது அமைந்துள்ளது. இங்குள்ள சிற்பங்களின் அடிப்படையில் இக்கோயிலை இராஜசிம்மன் காலத்தது என்று கொள்ளலாம். இங்குள்ள மற்றொரு கோயில் ஐராவதேஸ்வரர் கோயிலாகும். இதில் தற்போது மேல்தளம் இல்லை. இக்கோயிலும் பெரும் பகுதி மணற்கல்லாலானதாகும். இதன் அர்த்த மண்டபத்தின் தெற்குப்பகுதியில் கணபதிக்குப் பதிலாக சிவபெருமானின் உருவம் உள்ளது. வடக்குப் பகுதியில் துர்க்கை இருப்பதைக் காணலாம்.

வைகுந்தப் பெருமாள் கோயில்

நந்திவர்ம பல்லவ மல்லன் என்று புகழ்பெற்ற இரண்டாம் நந்திவர்மனின் காலத்தின் மிகப்பெரும் படைப்பு காஞ்சியிலுள்ள பரமேஸ்வர விஷ்ணுக்ருஹம் என்னும் வைகுந்தப் பெருமாள் கோயிலாகும். மேற்கு நோக்கியுள்ள இக்கோயிலின் முன் சதுரமான, ஆனால் பிரதான கோயிலைவிடச் சிறிதான, முக மண்டபம் ஒன்றும் உள்ளது. இக்கோயிலின் அதிட்டானத்தில் மிகப் பெரிய முப்பட்டைக் குமுதம் இருப்பதைக் காணலாம். இக்கோயிலைச் சுற்றித் திருச்சுற்று மாளிகை உள்ளது. அதன் வெளிப்புறம் பிரகாரச்சுவரும் உள்ளது. ஆக கருவறையைச் சுற்றி மொத்தம் மூன்று சுவர்கள் உள்ளன. இக்கோயிலே தமிழகத்தில் முதன்முதலில் அமைக்கப்பட்ட அஷ்டாங்க வகைக் கோயிலாகும்[33]. இக்கோயிலின் அதிட்டானத்தின் சில பகுதிகள் தவிர ஏனையவை மணற்கற்களால் கட்டப்பட்டவையாகும். உள்சுற்றுச் சுவரில் அனைத்துப் பக்கங்களிலும் புடைப்புச் சிற்பங்கள் காணப் படுகின்றன. அவற்றில் வண்ணம் பூசப்பட்டுள்ளது. கல்வெட்டுக்கள் பொறிக்கப்பட்டுள்ளன. இச்சிற்பங்கள் பல்லவரின் வரலாற்றை விளக்குவனவாக அமைந்துள்ளன. இதன் அஷ்டாங்க விமானத்தின் கருவறைகளின் கீழிருந்து மேலாக முறையே விஷ்ணுவின் நின்ற, அமர்ந்த, கிடந்த நிலை உருவமைதிகள் வைக்கப்பட்டுள்ளன. ஒன்றிலிருந்து மற்றொன்றுக்குப் போவதற்குப் படிக்கட்டுகள் அமைக்கப் பட்டுள்ளன. ஒவ்வொரு கருவறையும் தனித்தனியே முன் மண்டபத்தைக் கொண்டுள்ளன. கீழ்த்தளம் மூன்று திருச்சுற்றுக்களையும், இரண்டாவது தளம் இருதிருச்சுற்றுக்களையும், மூன்றாவது தளம் ஒரு திருச்சுற்றையும் இவற்றிற்கு மேலுள்ள தளம் செயல்பாடு இன்றி மூடிய தளமாகவும் கொண்டிருப்பதைக் காணலாம்.

இவை தவிர காஞ்சியிலுள்ள மற்ற பல்லவர் கோயில்களாவன முக்தேஸ்வரர், மாதங்கேஸ்வரர், வாலீஸ்வரர், திரிபுராந்தகேஸ்வரர் ஆகியனவாகும். மற்ற பல்லவர் கோயில்களாவன கைலாசநாதர் கோயில் திருப்பத்தூர், வீரட்டனேஸ்வரர் கோயில் திருத்தணி, சுந்தரவரதப் பெருமாள் கோயில் உத்தரமேரூர் போன்றவையாகும்.

இவ்வாறு பல்லவர்கள் படிப்படியாகக் குடைவரைக்கோயில் களையும் ஒற்றைக்கல் இரதங்களையும், கட்டுமானக் கோயில்களையும் எடுப்பித்துத் தென்னிந்தியக் கட்டடக் கலையின் துவக்கத்திற்கும் வளர்ச்சிக்கும் வித்திட்டனர். இவர்களது குகைக் கோயில்களின் துவக்ககாலம் எளிமையாக அமைக்கப்பட்டது. இதன் இரண்டாவது கட்டமாக மாமல்லபுரத்துக் குடைவரைக் கோயில்களின் சுவர்களில் சிற்பத் தொகுதிகள் இடம்பெற்றன. இருப்பினும், குடைவரைக்

கருவறைகளில் எவ்விதச் சிற்பங்களும் இடம்பெறவில்லை. துவக்க காலக் குடைவரைகளின் தூண்கள் எளிமையானவை. பின்பு அமைக்கப்பட்ட தூண்களின் அடித்தளத்தில் அமர்ந்திருக்கும் பாணி யிலான சிம்மங்கள் வைக்கப்பட்டதோடு தூண்கள் மெலிதானவையாக இருந்தன. ஒற்றைக்கல் இரதங்களில் கட்டடக்கலையின் பெரும் பான்மையான கூறுகளும் முதலாம் நரசிம்மவர்மனால் புகுத்தப்பட்டன. அவற்றின் சில கருவறைகளில் உள்ள புடைப்புச் சிற்பங்கள் முதலாம் பரமேஸ்வரவர்மனாலோ அல்லது இராஜசிம்மனாலோ அமைக்கப் பட்டவையாக இருக்கலாம்.

பல்லவர்களது கட்டுமானக் கோயில்களிலும் படிப்படியான வளர்ச்சியினைக் காண முடிகின்றது. அவற்றின் பெரும்பான்மைக் கோயில்களில் சோமாஸ்கந்தரின் புடைப்புச் சிற்பமும், சிவலிங்கமும் காணப்படுகின்றன. கடற்கரைக் கோயிலில் தனித்தனிக் கருவறைகளில் இருந்த சோமாஸ்கந்தரும், சிவலிங்கமும் அதன் பின்பு வந்த கோயில்களில் ஒரே கருவறைக்குள் வந்துள்ளனர். கருவறைச் சுவர் கோஷ்டங்களில் சிற்பங்கள் அமைக்கப்பட்டிருப்பினும் அவை என்னென்ன திசையில் யார் யாரது உருவம் வைக்கப்பட வேண்டும் என்பது ஒழுங்குபடுத்தப்படவில்லை. ஆனால் கிரீவ கோஷ்டத்தில் யார்? யார்? எந்தெந்தத் திசைகளில் வைக்கப்படவேண்டும் என்பது முறைப்படுத்தப் பட்டுவிட்டதைக் காஞ்சி கைலாசநாதர் கோயிலிலேயே காணலாம். கலபாத சிற்பங்கள் அமைக்கும் முறையும் இங்குப் பின்பற்றப்பட்டுள்ளது. காஞ்சியில் உள்ள இரவாதனேஸ்வரர் கோயிலில் அர்த்தமண்டபத்தின் சுவரில் தெற்கே கணபதியும், வடக்கே துர்க்கையும் வைக்கப்படும் முறையும் புகுத்தப்பட்டுவிட்டது. கஜபிருஷ்ட கட்டுமானக் கோயில்களுக்கு எடுத்துக்காட்டாக திருக்கழுக்குன்றம் பக்தவத்சலர் கோயிலும், திருத்தணி வீரட்டனேஸ்வரர் கோயிலும் விளங்குகின்றன. பின்னதில் இறைவனை நீராட்டுவதால் வெளியேறும் நீர் செல்வதற்கான பிரநாளம் முதன்முதலில் அமைக்கப் பட்டுள்ளது. இராஜசிம்மனது கோயில் தூண்களிலும், அறைத் தூண்களிலும் அடிப்பகுதியில் (ஓமம்) பாயும் நிலையிலுள்ள சிம்மங்கள் வைக்கப்பட்டுள்ளன. மொத்தத்தில் பல்லவர்களது கோயில்களில் பின்னாளய கோயில் கட்டடக்கலை வளர்ச்சியின் பெரும்பான்மையான கூறுகளுக்கும் முன் மாதிரிகள் இருப்பதைக் காணலாம்.

அடிக்குறிப்புகள்

1. K.R. Srinivasan, "The Pallava Architecture of South India" in *Ancient India,* No, 14, P.17.

2. பிந்திய இருவர் காலத்திலும் வெட்டப்பட்ட குடைவரைகள், 1. தர்மராஜ மண்டபம் அல்லது அத்யாந்தகாமன் குடைவரைக் கோயில், மாமல்லபுரம் (முதலாம் பரமேஸ்வரவர்மன்) 2. அதிரணச்சண்ட மண்டபம், சலுவங்குப்பம் (இராஜசிம்மன்), அதிரணச் சண்ட மண்டபத்தின் பின் சுவரில் சோமாஸ்கந்தர் உருவம் புடைப்புச் சிற்பமாக அமைக்கப்பட்டுள்ளது. ஓவியம் அல்லது சுதை உருவத்திற்குப் பதிலாக பின்சுவரில் புடைப்புச் சிற்பம் அதிலும் சோமாஸ்கந்தர் சிற்பம் அமைக்கும்பணி முதலாம் பரமேஸ்வரன் காலத்திலேயே துவங்கிவிட்டது. சலுவங்குப்பம் யாழி மண்டபம் இராஜசிம்மன் காலத்ததேயாகும்.

3. J.C. Harle, *Art and Architecture of the Indian Subcontinent*, 1990, P. 272.

4. K.R. Srinivasan, *Temples of South India*, Rep, 1991, P.37.

5. மகேந்திரவர்மன் காலத்தனவென்று கருதப்படுகின்ற முற்றுப்பெறாத இரு குடைவரைகள் வடஆற்காட்டில் விளப்பாக்கம் கோயிலும், தென்னாற்காட்டில் அரகண்ட நல்லூர் கோயிலும் ஆகும்.

6. மண்டகப்பட்டில் இரண்டு கருவறைப்பிரிவுகளும், பல்லாவரத்தில் ஐந்து கருவறைப் பிரிவுகளும் (எனவே இது பஞ்சபாண்டவர் குகை என அழைக்கப்படுகின்றது), விளப்பாக்கத்தில் ஏழு கருவறைப் பிரிவுகளும் உள்ளன. இப்பிரிவுகள் மண்டபத்தில் உள்ள தூண்களின் அடிப்படையில் பிரிக்கப்படுகின்றன. சுவரில் இம்மாதிரி பிரிக்கப் பட்டுள்ள கருவறைப் பிரிவுகளில்தான் பாண்டியர் காலக் குடைவரைகளில் தெய்வங்களின் உருவமைதிகளை வைத்து பஞ்சாயதனம் (ஐந்து கடவுள் வழிபாடு), சண்மதம் (ஆறு கடவுள் வழிபாடு) என்னும் வழிபாட்டு முறைகளைத் தமிழகத்தில் நிலைநாட்டினர்.

7. K.R. Srinivasan, *op. cit.*, in *Ancient India*, No 14, P.120.

8. J.C. Harle, *op. cit.*, P.272.

9. மேலது, ப. 276.

10. ஆர். வெட்கட்ராமன், *இந்தியக் கோயில் கட்டடக்கலை வரலாறு*, 1983, ப. 39.

11. K.R. Srinivasan, in *Ancient India*, No.14, P. 121.

12. J.C. Harle, *op. cit.*, P.517, FN.9.

13. மேலது, ப. 276.

14. திருநெல்வேலி மாவட்டம் திருமலைபுரத்தில் உள்ள பாண்டியர் குடைவரையின் முன்மண்டபத்தில் நந்தி செதுக்கப்பட்டுள்ளது.

15. மதுரையைச் சுற்றியுள்ள சமணக் குகைகளில் உள்ள கல்லில் வெட்டப்பட்டுள்ள படுக்கைகளைப் பாண்டவர் படுக்கைகள் என அவ்வப் பகுதியில் வாழும் மக்கள் இன்றும், கூறி வருகின்றனர். பாண்டவ சகோதரர்கள் பதினான்கு ஆண்டுகள் காடுகளில் திரிந்தபோது இங்கெல்லாம் வந்ததாக நம்பிக் கொண்டிருக்கின்றனர்.

16. K.R. Srinivasan, *Temples of South India*, P.83.

17. இங்கு உச்சியிலிருந்து குறிப்பிடும் போது உச்சியில் உள்ள கலசப் பகுதியே நினைவுக்கு வரும். எப்போதும் கோயில் கட்டி முடிந்தபின்பு குடமுழுக்கு நடைபெறும் போது தான் கலசம் வைக்கப்பெறும். இது போன்றே இந்த ரதங்களிலும் கலசம் என்பதை விட்டுவிட்டு அதற்கடுத்தாற்போல் உள்ள சிகரப்பகுதியிலிருந்து தான் வெட்டப்படும் இறுதியில் கலசம் தனியொரு கல்லில் வெட்டி சிகரத்தின் மேல் சொருகப்பெறும்.

18. இவை இரண்டாம் மகேந்திரவர்மன் (668-72) முதலாம் பரமேஸ்வர வர்மன் (672-700) காலத்திலும் அமைக்கப்பட்ட புடைப்புச் சிற்பங்களாகும். K.R. Srinivasan, in *Ancient India*, No. 14, P. 128.

19. K.R. Srinivasan, *Temples of South India*, P. 99.
20. Susan L.Huntington, "Iconographic Reflections on the Arjuna Ratha" in *Kaladarsana*, 1961, P.60.
21. மேலது, பக். 60-64.
22. K.R.Srinivasan, *Temples of South India*, P. 102.
23. Susan, L. Huntington, *op.cit.*, P.59.
24. முதலாம் நரசிம்மவர்ம பல்லவனின் சிற்பத்திற்கு மேல் "ஸ்ரீ மேல" "திரைலோக்ய வர்த்தன விதி" என்று அவரது விருதுகள் பல்லவ கிரந்தத்தில் பொறிக்கப்பட்டுள்ளன.
25. Basil Gray, ed. *The Arts of India, 1981*, P.65.
26. கிருஹபிண்டி என்பது கருவறைச் சுவரின் அமைப்பைப் போன்றே மேல்தளம் அமைவதைக் குறிப்பதாகும்.
27. J.C. Harle, *op. cit.*, P. 281.
28. Susan L. Huntington, *op. cit.*, P. 59.
29. இச்சிவலிங்கம் 16 பக்கங்களைக் கொண்டதும், நன்கு வழுவழுப்பாக்கப்பட்டதும் ஆகும்.
30. மூன்று தளங்களையுடைய இவ்விமானத்தின் மேல் தளத்தில் ஹாரம் இல்லை. அதற்குப் பதிலாக பூத கணங்கள் உள்ளன.
31. K.R. Srinivasan, in *Ancient India*, No. 14, P.137.
32. பிற்காலக் கோயில்களில், கிழக்குப் பக்கம் உள்ள கிரீவ கோஷ்டத்தில் சிவனுக்குப் பதிலாக, இந்திரன் அல்லது சுப்ரமணியரை வைக்கும் பழக்கமும் இருந்துள்ளது. சோழர், பாண்டியர் கோயில்களில் இதனைக் காணலாம்.
33. தென்னிந்தியக் கோயில்களின் பொதுவான ஆறு அங்கங்களுடன் (அதிட்டானம், பிட்டி, பிரஸ்தரம் கிரீவம், சிகரம், கலசம்) மேலும் இரண்டு கருவறைகளைக் கீழ்த்தளத்திற்கும் கிரீவத்துக்கும் இடையில் சேர்ப்பது அஷ்டாங்க விமானம் எனப்படுகின்றது. இது விஷ்ணுவின் நின்ற, அமர்ந்த, கிடந்த கோல உருவமைதிகளை வைப்பதற்கு அமைக்கப்படுவதாகும். இது போன்றவை தமிழகத்தில் மொத்தம் ஆறு உள்ளன.

4.7 சிற்பக்கலை

பல்லவப் பேரரசர்கள் கட்டடக்கலையில் காட்டிய ஆர்வத்தில் சிறிதும் குறைந்ததல்ல அவர்தம் சிற்பக்கலை. அவர்களது குகைக் கோயில்களில் அதிக சிற்பங்கள் இல்லாமைக்குச் சில காரணங்கள் உள்ளன. இந்தியாவில், மௌரியர் காலத்திற்கு முன்பும், பின்பும் கற்கள் இறந்தோரின் சடங்குகளோடு தொடர்புபடுத்தப்பட்டிருந்தன. கிரேக்க, ரோமானியர்கள் தொடர்பால் மௌரிய மன்னர் அசோகர் கற்களைப் பயன்படுத்திக் கலைச் சின்னங்களை உண்டாக்கத் தொடங்கினார். அவரைத் தொடர்ந்து பல அரச பரம்பரையினரும் கற்களைக் கோயில் எழுப்பவும், சிற்பங்கள் செதுக்கவும் பயன்படுத்தத் தொடங்கினர். ஆனால் தமிழகத்தில் சங்க காலத்திலும் அதற்குச் சற்று பிந்தியும் வாழ்ந்த பெருங்கற்கால மக்கள் கற்களை இறந்தோரின் புதை குழிகளைச் சுற்றி வட்டமாக வைத்திருந்தனர். எனவேதான் பின்னாளில் கல்லிலே கலை வண்ணம் கண்ட முதலாம் மகேந்திரவர்மன் குடைவரையை எடுப்பித்தாரேயன்றி இறையுருவை அக்கல்லில் வடிக்கவில்லை. ஆனால் அவர் மகன் முதலாம் நரசிம்மவர்மன் காலத்தில் இந்நிலை சற்றுமாறிக் குடைவரைச் சுவர்களில் புடைப்புச் சிற்பங்களை உருவாக்கினார். ஆனால் அவரும் கருவறையில் கற்சிலை வடிக்கவில்லை. அவருக்குப்பின் வந்த முதலாம் பரமேஸ்வரவர்மன் மற்றும் இராஜசிம்மன் ஆகியோர் காலத்தில் தான் கருவறைக்குள் சிற்பமும் வந்தது, மற்ற சுவர்ப்பகுதிகளிலும் சிற்பங்கள் பெருகின. இன்னும் சொல்லப்போனால் பல்லவரின் குடைவரைகளும் ஒற்றைக்கல் ரதங்களுமே கட்டடக்கலைச் சின்னங்கள் என்று மட்டும் சொல்லப்படக்கூடியவை அல்ல. அவை உண்மையில் கட்டடக் கலைச் சிற்பங்களே (architectural Sculptures)யாகும். பல்லவர் சிற்பங்களைக் கால அடிப்படையில் பார்ப்பதைவிட அவற்றின் கலைச்சிறப்பு அடிப்படையில் பார்ப்பது முறையானதாகும்.

பல்லவர் சிற்பங்களின் பொதுவான கூறுகள்

பல்லவர் சிற்பங்கள் மெலிந்த, நீண்ட உடலமைப்பையும், பரந்தமார்பையும், ஒடுக்கமான இடையையும், கொண்டவை. இச்சிற்பங்களின் மகுடங்கள் கூம்புவடிவமாகவும் நீண்டும் இருக்கும். யக்னோபவிதம் எனப்படும் பூணூல் வலதுகையின் மேல் செல்வதாக அமைந்திருக்கும். இச்சிற்பங்களில் அணிகலன்கள் மிகக் குறைவு. அதற்குக் காரணம் கடினமான பாறையேயாகும். மகுடங்கள், மற்றும்

தலையலங்காரங்கள் ஆபரண அலங்காரமின்றி எளிமையாய் அமைக்கப்பட்டன. உருவங்கள் மென்மையானதாக அமைக்கப்பட்டன. பெண்கள் சிறுபிராயத்தினராகவே அமைக்கப்பட்டனர். அவர்தம் மார்பகம் சிறிதாகவும், இடைபருத்துக் காணப்படாமலும், அவர்களது இடுப்பு அல்லது அடிவயிற்றுப்பகுதி, முன்பக்கம் சற்றுப்பருத்தும் காணப்படும்[1]. சிற்பங்களின் பார்வைகளில் கருணைரசம் சொட்டும். இவை அமராவதி சிற்பங்களில் உள்ளது போல் இருப்பினும், அமராவதி சிற்பங்களைக் காட்டிலும் முறைப்படுத்தப்பட்டனவாகும்[2]. பல்லவர் சிற்பங்களில் இயற்கையான எளிமை யிருப்பதைக் காணலாம். அவர்களது ஆடை இடுப்பின் இருமருங்கிலும் பரந்து விரிந்து காணப்படும். சிற்பங்களில் உள்ள காதணிகள், குறிப்பாக குண்டலங்கள் தடித்தவையாகவும், கேயூரங்கள் வேலைப் பாடற்றவையாகவும் இருக்கும்[3]. பொதுவாகப் பிற்காலத்துப் பெண் சிற்பங்களிலும், இறைவியர் சிற்பங்களிலும், அவர்களின் சிறப்பிடத்தைப் பொறுத்து மார்புக் கச்சை அமைக்கப்பட்டிருக்கும். மற்றவற்றில் மார்புக்கச்சை இருக்காது. உதாரணமாக விஷ்ணுவின் இரு தேவியருள் ஸ்ரீதேவிக்கு மார்புக் கச்சை அமைக்கப்படும். ஆனால் பூதேவிக்கு கச்சை அணிவிக்கப்படமாட்டாது. இது அவர்களை வேறுபடுத்திக் காட்டவும் ஸ்ரீதேவியை உயர்வாகக் காட்டவும் அமைக்கப் படுவதெனக் கொள்ளலாம். ஆனால், பல்லவர் சிற்பங்களில் குறிப்பிட்டுச் சொல்லக் கூடிய மிகச் சிலவற்றில் மட்டுமே மார்புக்கச்சை இருப்பதைக் காணலாம்.[4] இறைவியர்களாகவோ அல்லது சாதாரணப் பெண்டிராகவோ இருப்பினும், பல்லவர்காலச் சிற்பங்களில் பெண்கள் தங்களுக்கு அருகில் நிற்கும் ஆண்களது தோள்மீது சாய்ந்தும், பணிவாகவும் உள்ளது போல் அமைக்கப்பட்டிருப்பதை உணரலாம்.

இவர்களது காலத்தின் துவக்கத்தில் துவாரபாலகர்களுக்கு இரு கைகள் மட்டுமே உண்டு. ஆடு மேய்க்கும் இடையன் ஆட்டு மந்தையில் ஆடுகளைக் காக்கக் கண்ணுங்கருத்துமாய் தன்கையிலிருக்கும் கம்பின் மீது சற்று சாய்ந்து கொண்டிருப்பதுபோல் இத்துவாரபாலகர் அமைக்கப்பட்டனர். ஆனால் பல்லவரின் பிற்காலத்திலேயே நான்கு கைகளையுடைய துவாரபாலகர்கள் இடம் பெறலாயினர். இவற்றில் சிலர் கொம்புகளுடனும், வேறுசிலர் சங்கு, சக்கரத்துடனும் அமைக்கப்பட்டனர். ஒரு வேளை இவர்கள் சிவபெருமானின் திரிசூலத்தையும், விஷ்ணுவின் சங்கு, சக்கரங் களையும் கொண்ட ஆயுதபுருஷர்களாகவுமிருக்க வாய்ப்புள்ளது. தொடர்ந்து வந்த காலங்களில் துவாரபாலகரின் மேற்கையில் கோயிலின் உள்ளிருக்கும் இறைவனின் ஆயுதங்களையே வைத்து சிற்பம் அமைக்கும் பழக்கம் இருந்துவந்துள்ளது.

பல்லவர்களது சிற்பங்களில் எண்ணிக்கையில் அதிகமானது புடைப்புச்சிற்பங்களாகும். தனிச்சிற்பங்கள் மிகக் குறைவுதான். அவர்களது கட்டுமானக் கோயில்களில் சோமாஸ்கந்தர் புடைப்புச் சிற்பமும், பதினாறு பட்டைகளையுடைய, நன்கு மெருகூட்டப்பட்ட, சிவலிங்கமும் அமைவது ஒரு பொதுவான கூறாயினும், இதனை முதன்முதலில் கருங்கல்லில் வடித்தவர் முதலாம் பரமேஸ்வரவர் மனாவார். ஆனால் இது பிரசித்தி பெற்றது பல்லவன் இராஜசிம்ம மன்னன் காலத்திலேயே ஆகும். பல்லவர்களின் சிற்பங்களில் உயிரோட்டத்தைக் காணலாம்; இயக்கநிலையைக் காணலாம். முதன்முதலில் தமிழகத்தில் அரசர், அரசியரின் முழு உருவச்சிற்பங்கள் செதுக்கப்பட்டதும் இவர்கள் காலத்தில்தான். இது ஒருவேளை சாளுக்கியர் கலையின் தாக்கமாயிருக்கலாம். ஏனெனில் இவர்களுக்குச் சற்று முந்திய சாளுக்கிய மன்னன் மங்களேசன் தனது மூத்த சகோதரன் கீர்த்திவர்மனின் புகழை வாதாபியின் ஓவியங்களில் தீட்டினான். அதன் தாக்கமே நரசிம்மவர்மன் காலத்துச் சிற்பங்களில் ஏற்பட்டிருக்கக் கூடும்.

மாமல்லபுரத்துச் சிற்பங்கள்

மாமல்லபுரம், பல்லவர்களின் அருங்காட்சியகம் என்பது மறுக்க முடியாத உண்மையாகும். மாமல்லபுரத்துக் கலைச் செல்வங்கள் மாமல்லனான நரசிம்மவர்மன் மற்றும் இரண்டாம் நரசிம்மவர்மன் என்னும் இராஜசிம்மன் ஆகியோரின் புகழ்பாடுகின்றன. மாமல்லபுரத்துச் சிற்பங்களில் அழகுமிக்கதும், அற்புதமானதும் திறந்த வெளிப் பாறையில் அமைக்கப்பட்டதுமான அர்ச்சுனதபசு என்னும் கிரதார்ஜூனியம் அல்லது பாகீரதர் தபசு என்னும் மிகப்பெரும் சிற்பத் தொகுதியாகும். இந்தியாவிலேயே இம்மாதிரியான பெரிய திறந்த வெளிப்பாறைச் சிற்பம் இது ஒன்றேயாகும். சிற்பத் தொகுதி இருபெரிய கற்பாறைகளில் செதுக்கப்பட்டதாகும்[5]. இவ்விரு பாறைகளையும் இணைப்பது ஒரு குறுகிய பிளவாகும். இப்பிளவுதான் இங்குள்ள சிற்பத்தொகுதி முழுமைக்கும் நடுவில் அமைந்துள்ளதும், முக்கிய மானதுமாகும். ஏனெனில் இருபக்கங்களிலுமுள்ள சிற்பங்கள் அனைத்துமே இப்பகுதியை நோக்கியேயுள்ளன. இன்னும் சொல்லப் போனால் இந்தப் பிளவு அல்லது பள்ளம் தான் இச்சிற்பத் தொகுதிக்கு இருபொருள் தருவதாக உள்ளது. இதில் இறங்கிவரும் நாக கன்னிகை உருவங்கள் இப்பள்ளத்தில் கங்கை இறங்கிவருவதற்கான குறியீடு (Symbols) கள் என்று சொல்லலாம். எனவே தான் இச்சிற்பத்தொகுதியை பாகீரதர் தவம் என்கின்றனர். இப்பிளவுக்குப் பக்கத்தில், அதன் வலதுபக்கத்தில் ஒருவர்தன் ஒருகாலில் நின்றுகொண்டு மற்றொரு

காலை மடக்கி, இருகைகளை மேலே தூக்கியவாறு தவமிருக்கின்றார். அவர் தவத்தின் ஆழத்தை அவரது நீண்ட தாடியே காட்டிக் கொண்டிருப்பதைக் காணலாம். அவருக்கு வலதுபக்கம் சிவபெருமான் ஆயுதம் (திரிசூலம்)தாங்கியுள்ளார். அர்ச்சுனனுக்குக் கொடுக்கப்படக் கூடிய பாசுபதாஸ்த்ரம் தாங்கியுள்ளார் என்பது சரியெனில் இது அர்ச்சுனன்தபசு. தவம் செய்து கொண்டிருப்பவரின் இடது பக்கத்தில் பிளவில், கங்கை இறங்கி வருகின்றதெனில் அது பாகீரதர் தவம். ஆனால் இங்கு இரண்டுமே பிணைந்திருக்கின்ற காரணத்தால் இங்கு இரு பொருளும் ஒன்றிலேயே காட்டப்பட்டிருப்பதைக் காணலாம்[6]. இங்குப் பொதுவாக கிரதார்ஜூனிய சிற்பங்களில் காட்டப்படும் பன்றியின் உருவம் காட்டப்படாததால் அர்ச்சுனதபசு அல்ல என்று அறிஞர் வாதிடுவர். ஆனால் இதைக் கலைஞன் மறை பொருளாகக் காட்டியிருக்கலாம்[7].

இங்கு இந்த சிற்பத்தொகுதியில் இரு தவச்சிறப்புக்களும் காட்டப்பட்டதோடு மூவுலகும் காட்டப்பட்டிருப்பதையும் உணர முடிகின்றது. சிவபெருமானும் தேவர்களும் இருக்கின்ற மேல்பகுதி இமயமலையாக இருக்கலாம் என்று சொல்லப்படுகின்றது[8]. ஆனால் இதில் சூரியனும், சந்திரனும் இடம் பெற்றிருப்பதால் இதை விண்ணுலகென்றே சொல்லலாம். பொதுவாக விண்ணுலகைக் காட்ட கந்தர்வர்கள் பறக்கும் பாணியைக் கலைகளில் காட்டுவது வழக்கம். இதற்கடுத்தாற் போல் மண்ணுலகு காட்டப்பட்டுள்ளது என்பதனை மிக அழகான சிறு திராவிட விமானக்கோயில் ஒன்று இருப்பதும் (இக்கோயில் விஷ்ணுவுக்கு அர்ப்பணிக்கப்பட்டுள்ளதை அதனுள் உள்ள விஷ்ணு உருவச்சிற்பத்திலிருந்து காணலாம்.) அதனருகே ஒருவர் தவம் இருப்பதும், அதற்கடுத்து ஆசிரமம் இருப்பதும், ஆங்காங்கே முனிவர்கள் காணப்படுவதும், பிளவு அல்லது பள்ளத்தில் ஓடிவரும் ஆற்றி (கங்கை)லிருந்து சிலர் நீர் எடுப்பது போன்றிருப்பதும் இயற்கையான காடுகளில் யானைகளும், அதன் குட்டிகளும், ஆற்றோரத்தில் காட்டப்பட்டிருப் பதும் உணர்த்துகின்றன. இப்பகுதியில் இயற்கையான வாழ்க்கைச் சூழலைக்காட்ட மான், பூனை போன்றவையும் காட்டப்பட்டுள்ளன. இருப்பினும் இவற்றைக் காட்டியதில் ஏதேனும் தத்துவம் பொதிந்துள்ளதா என்பது விரிவான ஆய்வுக்குரியதாகும். அதற்கும் கீழே பள்ளமாக எந்தவிதச் சிற்பமும் இன்றி விடப்பட்டுள்ள பகுதி நீர்ப்பகுதியாக, அதாவது பாதாள உலகமாகக் கற்பனை செய்யப்பட்டிருக்க வாய்ப்புள்ளதைக் காணலாம்.

மாமல்லபுரத்தின் அடுத்த முக்கிய சிற்பங்களை மகிசாசூர மர்த்தினி மண்டபத்தில் காணலாம். இங்குள்ள மூன்று கருவறைகளில்

நடுவில் உள்ளதில் மட்டும் சோமாஸ்கந்தர் புடைப்புச் சிற்பமாக உள்ளார். ஆனால் இப்புடைப்புச் சிற்பம் இம்மண்டபத்தின் காலத்திற்குச் சற்றுப் பிந்தியதேயாகும். இருப்பினும் கருவறைப் பின்சுவர் முழுவதும் பறந்து மிக அழகாக அமைக்கப்பட்டிருப்பது போற்றத்தக்கதாகும். இம்மண்டபத்தின் சிறப்பே அதன் முன்மண்டபச் சுவர்களில் அமைக்கப்பட்டுள்ள சிற்பங்களேயாகும். இங்குள்ள இரண்டு முக்கிய சிற்பத்தொகுதிகள் எதிரெதிர் சுவர்களில் அமைந்துள்ளன. நுழைவாயிலிலிருந்து செல்லும் போது வலதுபுறம் உள்ள சுவரில் பல்லவர்கால அனைத்தையும் ஒன்று திரட்டுவது போல் செதுக்கப்பட்டுள்ள உலகப் புகழ்பெற்ற மகிசாசூரமர்த்தினி கதை சிற்பமாக்கப்பட்டுள்ளதைக் காணலாம். எதிர்ச்சுவரில் மகாவிஷ்ணுவின் சயனகோலம் உள்ளது. இங்கு அன்னை தன் சிம்மவாகனத்தில் அமர்ந்துகொண்டு மகிசன் மீது அம்பெய்வதைக் காணும்போது இங்கே கல் பேசுகிறதோ அல்லது இயங்குகின்றதோ என்று காண்போர் வியக்கும் வண்ணம் இயற்கையாக நிகழ்கலை போல் தோன்றும் மனித உடலும் எருமைத்தலையும், கையில் தண்டமும் கொண்ட மகிசன் அன்னையின் ஆவேசத்தைக் கண்டு பயந்து ஓடுவது போல் காட்டப்பட்டிருப்பது அற்புதமாம். நாடகச்சாலை போன்று சில அசுரவீரர்கள் கவிழ்வதும், அன்னையின் பரிவாரங்களும் எதிரிகளை விரட்டுவதும், அன்னையின் வீரச்செயலால் எதிரியின் ஆட்கள் கீழே விழுவதும் ஒரு நாடகத்தின் பல கட்டங்கள் போன்று தோன்றுகின்றன. இங்குச் சிற்பத்தின் இயக்கநிலை தெளிவாக உள்ளது. இதற்கு இணையானவை இல்லை எனினும் இதற்கு அடுத்தபடியானவை என்ற வகையில் எல்லோராவில் உள்ள மகிசாசூரமர்த்தினி சிற்பமும், முதற்பராந்தக சோழன் காலத்தில் கட்டப்பட்ட புள்ளமங்கை பிரம்மபுரீஸ்வரர் கோயில் கண்டச் (கலபாதம்) சிற்பங்களில் உள்ள மகிசாசூரமர்த்தினி சிற்பங்களும் இங்கு உதாரணத்திற்கு எடுத்துக் கொள்ளத் தகுதியுடையனவாகும். இதற்கு எதிர்ச்சுவரில் இயங்கு நிலைக்கு மாறான சயனநிலையில் மகாவிஷ்ணு காட்டப்பட்டுள்ளார். உண்மையில் அவர் இயக்கமற்றநிலையில் சயனித்துள்ளார் என்று சொல்வதற்கில்லை. ஏனெனில் மகாவிஷ்ணு தனது சயனத்தின் போதுதானே உற்பத்தி (creation)யும் செய்கின்றார். எனவே அவர் மோன அல்லது யோக நித்திரையிலிருந்துகொண்டு இயங்குகின்றார் என்றே சொல்லலாம். இச்சிற்பத் தொகுதியில் மது, கைடபரும், மார்க்கண்டேயரும், இலக்குமியும் இருப்பதைக் காணலாம். இச்சயனத் திருக்கோலம் அழகில் குப்தர் காலத்து தியோகார் கட்டுமானக் கோயிலில் உள்ள அனந்தசாயியினை ஒத்துள்ளதைக் காணலாம்[9].

மகாபலிபுரத்து கிரதார்ஜுனிய சிற்பத்தொகுதிக்கு அருகில் உள்ள கோவர்த்தன கிரி மண்டபம் மிக அழகான சிற்பத் தொகுதியைக்

கொண்டுள்ளது. கிருஷ்ணர் தன் ஒரு விரலில் கோவர்த்தன மலையைத் தூக்குவதும், ஆடு மாடுகள் மற்றும் கோகுலத்து மக்கள் அதனடியில் அடைக்கலம் புகுந்திருப்பதும் காட்டப்பட்டுள்ளது. இவற்றிற் கெல்லாம் மேலான சிறப்பு யாதெனில் இங்குள்ள அனைத்துச் சிற்பங்களும் இயங்கிக் கொண்டிருப்பதுதான். இங்கே தன் கன்றினை நாவால் தடவி தன் அன்பைத் தெரிவிக்கின்றது பசு. ஒருவன் பசுவின் காம்புகளிலிருந்து பால் கறக்கின்றான். கன்றொன்று துள்ளி விளையாடுகின்றது. ஒரு பெண் தயிர்ஏந்திச் செல்கின்றார். இருவர் மதுவினை அருந்தி ஆடிநிற்கின்றனர். சிலர் தம் தோள்களில் கோடரி ஏந்தித் தம் பணி செய்யச் செல்கின்றனர். சிலர் பாயைச் சுருட்டித் தலையில் ஏந்திச் செல்கின்றனர். இதுபோன்று இன்னும் பல காட்சிகளும் இங்குக் காட்டப்பட்டுள்ளன. இவையனைத்தும் ஒரு கிராமத்தின் பல்வேறு இடங்களிலே இயல்பாக நடந்து கொண்டிருக்கும் நிகழ்ச்சிகளைப் படம் பிடித்து வைத்தது போல் உள்ளன.

இங்குள்ள ஆதிவராஹர் குகைக்கோயிலில் இரு இறைவியரின் சிற்பங்கள் உள்ளன. அவற்றில் ஒன்று கஜலட்சுமியின் உருவம். மற்றொன்று துர்க்கையின் உருவம். இவை தவிர வேறு சிலைகளும் காணக்கிடைக்கின்றன. இங்குள்ள கஜலட்சுமி தாமரை மலர்மீது அமர்ந்துள்ளார். அவர்தம் இருகரங்களும் தாமரை மலர்களைத் தாங்கியுள்ளன. இருபக்கங்களிலும் இரு யானைகள் அவரைப் புனித தீர்த்தத்தால் அர்ச்சிக்கின்றன. இதற்கு இருபுறமும் பணிப்பெண்கள் விசிறி ஏந்தி நிற்கின்றனர். இப்பணிப் பெண்களின் சிகையலங்காரம் அன்றைய கலைஞனின் ரசனையைக் காட்டுகின்றது. துர்க்கை எருமைத் தலைமீது நின்றிருக்கின்றார். அவரது வாகனம் அருகில் நிற்க, அடியவர் மலர்தூவி வணங்குகின்றனர். காவலர் இருவர் ஆயுதம் தாங்கியுள்ளனர். இவ்விரு சிற்ப அமைப்புக்களும் படைப்பாளிகளின் திறனைப் படம்பிடித்துக் காட்டுகின்றன.

வராஹமண்டபத்தில், உலகளந்த நெடியோனான திரிவிக்ரமரும், துர்க்கையும், அவரின் கருணைக் கடாட்சத்திற்கு நன்றி செலுத்தும் நவகண்டம் செய்யும் காட்சியும் அழகிற் சிறந்த தாய் தாமரையில் வீற்றிருக்கும் திருமகளாம் ஸ்ரீதேவியும், இவற்றிற்கெல்லாம் மேலாக, பூமகளைக் கரத்திலே தாங்கியும், முகத்தோடு முகம் நெருங்கியும் அமைக்கப்பட்ட வராஹரின்[10] உருவமும் மிகச்சிறப்பாகச் செதுக்கப் பட்டுள்ளன.

ஒற்றைக்கல் இரதங்களில் உள்ள சிற்பங்கள் மிக அழகானவை யாகும். அவை பற்றிக் கட்டடக்கலை இயலிலும் சொல்லப்பட்டுள்ளது. இங்குள்ள திரௌபதி ரதத்தில் கருவறைப்பின் சுவரில் துர்க்கையும்

பணிப்பெண்டிரும், நவகண்டம் அர்ப்பணிக்கும் சிற்பமும் மிக நேர்த்தியாக அமைந்துள்ளதைக் காணலாம். இக்கோயிலின் மூன்று சுவர்களின் கோஷ்டங்களிலும் துர்க்கையின் உருவங்களேயுள்ளன. இவையனைத்தும் இந்த இரதத்தின் காலத்திற்குச் சற்றுப் பிந்தியே அமைக்கப்பட்டிருக்க வேண்டும் என அறிஞர் கருதுகின்றனர். அர்ச்சுன ரதத்தில் சுவர்களில் மொத்தம் பதினைந்து சிற்பங்கள் அமைக்கப்பட்டுள்ளன. இதன் ஒவ்வொருபக்கச் சுவரின் நடுப்பகுதியில் இறையுருவும், மற்றவற்றில் அரச அரசியரின் உருவங்களும் உள்ளன. ஒருபக்கம் சிவபெருமானும், பிறிதொரு பக்கம் விஷ்ணுவும், மற்றொரு பக்கத்தில் யானை மீதமர்ந்த இறையுருவமும் உள்ளன. இதனை இந்திரன் என்பாரும், முருகன் என்பாரும், சாஸ்தா என்பாரும் உளர்[11]. மிகப்பெரிய தர்மராஜ ரதத்தில் ஒவ்வொரு தளத்திலும் ஏராளமான இறையுருவங்கள் செதுக்கப்பட்டுள்ளன. இந்துக்கடவுளரின் சிற்பவமைதிகளைப் (iconography) பற்றிய ஒரு நல்ல அருங்காட்சி யகமென தர்மராஜரதத்தைச் சொல்லலாம். இங்கே இருபதுக்கும் மேற்பட்ட சிவபெருமானின் சாந்தம், கோபம், அனுக்கிரஹம், சம்ஹாரம் ஆகிய இயல்புகளை விளக்கும் உருவமைதிகள் உள்ளன. சிற்பவமைதிகளைப் பற்றிப் படிக்கும் மாணவரும், ஆய்வாளரும் தர்மராஜரதத்தினை அலசி ஆராய்தல் சாலச்சிறந்ததாகும். இங்குதான் தமிழகத்தில் முதன் முதலில் தெற்குப் பக்கத்தில் தட்சிணாமூர்த்தி (தென்திசைக்கடவுள்) உருவமைதியினை வைக்கும் மரபு தோன்றியுள்ளது.

காஞ்சிச் சிற்பங்கள்

பல்லவர்களின் சிற்பக்கலை தோன்றியது (துவாரபாலகர் தவிர்த்த மற்ற சிற்பங்கள்) முதலாம் நரசிம்மவர்மன் காலத்தில் எனில், அக்கலை முழுவளர்ச்சியடைந்தது இராஜசிம்மன் காலத்தில் தான் என்பது மறுக்கமுடியாத உண்மையாகும். மாமல்லபுரத்து திரௌபதி ரதத்தில் துர்க்கையின் சிற்பமும், தர்மராஜரதத்து சோமாஸ்கந்தரும் ஏனைய குடைவரைகளில் உள்ள சோமாஸ்கந்தரும், முதலாம் பரமேஸ்வரவர்மன் காலத்திலோ அல்லது இராஜசிம்மன் காலத்திலோ அமைக்கப் பட்டிருக்க வேண்டும். இராஜசிம்மனின் கடற்கரைக் கோயிலிலும், காஞ்சி கைலாசநாதர் கோயிலிலும், காஞ்சியிலும், பனமலையிலும் உள்ள பிறகோயில்களிலும் கருவறையில் சோமாஸ்கந்தர் புடைப்புச் சிற்பமும், பதினாறு பட்டைகொண்ட (தாராலிங்கம்) சிவலிங்கங்களும் அமைக்கப்படுவதற்குக் காரணமாயிருந்தவர் இராஜசிம்மனேயாவார். சோமாஸ்கந்த சிற்பத்தொகுதி ஒரு நல்ல குடும்பத்தின் இயல்பினைக் காட்டும் ஒரு முக்கியமான குறியீடாகும். இதில் தந்தை, அன்னை, தனயன் என்ற மூவரும் சேர்ந்த ஒரு குடும்பத்தையும், அவர்களது

பின்னால் விஷ்ணு, பிரம்மா போன்றவர்கள் நின்றிருப்பது குடும்பத்தில் தொடர்புடைய (உறவினர் போன்று) மற்றவர்களையும் சேர்த்துப் புகைப்படம் எடுத்திருப்பது போன்ற காட்சியினை விளக்குவதாயுள்ளது. இத்தகைய கருத்தினை பல்லவர் விரும்பியும், போற்றியும் வந்துள்ளனர். மாமல்லையில் உள்ள அரச, அரசியரின் புடைப்புச் சிற்பங்களில் தந்தையும் அவரது அரசியரும் அமர்ந்திருக்கும்போது தனயனும் அவரது அரசியரும் நின்றிருக்கக் காணலாம். குடும்பப்பாசம் அவர்களை ஆட்கொண்டுவிட்ட ஒரு கருத்தாக இருந்திருக்க வேண்டும் என்று கருத வாய்ப்பிருக்கின்ற அதே நேரத்தில், பல்லவ மன்னர் சிவனையும் பார்வதியையும் தம் பெற்றோரெனக் கருதியும் தன்னையே அக்குழந்தை (சிற்பத்தில் கந்தன்) என உருவகப்படுத்தியும் இம்மாதிரி சிற்பங்களை வடித்திருக்கலாம் எனவும் எண்ணத் தோன்றுகின்றது. இது ஒரு சமுதாய நோக்குடையதாகும்.

காஞ்சி கைலாசநாதர் ஆலயம், தர்மராஜ ரதம் போன்றே ஏன்? அதற்கு ஒருபடி மேலாகவே சிற்பக்கலைக்கூடம் என்று சொல்லு மளவுக்கு அதிகமான சிற்பங்களைக் கொண்டிருப்பதைக் காணலாம். முன்னமே குறிப்பிட்டுள்ளது போல் இக்கோயிலின் கருவறையில் சோமாஸ்கந்தரும் லிங்கமும் உள்ளதைக் காணலாம். இதன் கருவறைச் சுவரினை ஒட்டி திருச்சுற்று அமைந்துள்ளது. திருச்சுற்றின் பகுதியில் உள்ள ஏழு சிறு கோயில்களில் சிவதாண்டவமும், சோமாஸ்கந்தர், பிச்சாடண மூர்த்தி, கங்காதரர், திரிபுராந்தகர் முதலிய சிற்பங்களைக் காணலாம். கருவறையின் புறச்சுவர்களில் சிவபெருமானின் பல்வேறு செயல்களைக் குறிக்கும் வெவ்வேறு சிற்பங்களும், கலைமகள்[12], திருமகள், சிம்மவாஹினி ஆகிய சிற்பங்களும் அமைக்கப்பட்டுள்ளன. இக்கோயிலின் வெளித்திருச்சுற்றில் உள்ள ஐம்பத்தி எட்டு சிறு கோயில்களிலும் சிவபெருமானின் பல்வேறு வகைச் சிற்பங்களையும் காணலாம். கைலாசநாதர் கோயிலுக்கு முன்பு வெளித் திருச்சுற்றுக்குள் உள்ளடங்கியுள்ள மூன்றாம் மகேந்திரவர்மனின் கோயிலில் முதன் முறையாக கணபதி, துவாதச ஆதித்தியர் (12 பேர்)கள் ஏகாதச (11 பேர்) ருத்திரர்கள் ஆகியோரின் சிற்பங்கள் இடம் பெறுவதைக் காணலாம். இரவாதனேசுவரர் கோயிலில் மண்டபத்தின் உட்சுவரில் இராவணனுக் கிரஹமூர்த்தி சிற்பம் முதன் முறையாக இடம்பெறுகின்றது.

காஞ்சியில், இரண்டாம் நந்திவர்மன் காலத்தில் கட்டப்பட்ட வைகுண்டப்பெருமாள் கோயிலின் மூன்று கருவறைகளிலும் கீழிருந்து மேலாக மகா விஷ்ணுவின் நின்ற, அமர்ந்த, கிடந்த கோலங்கள் இடம்பெற்றிருப்பதைக் காணலாம். இதன் தளங்களின் வெளிச்சுவர் களில் விஷ்ணுவின் அவதாரச் சிற்பங்கள் காணப்படுகின்றன. வைணவ

சிற்பவமைதிகளின் கலைக்கூடமோ இது? என்று எண்ணத் தோன்று கின்றது. இக்கோயிலின் திருச்சுற்றுச் சுவரின் உட்புறத்தில் உள்ள சிற்பங்கள் பல்லவர் வரலாற்றை விளக்கும் நாடகத்தின் அடுத்தடுத்த கட்டத்தைச் சேர்ந்தவை போன்று அமைந்துள்ளன.

திருச்சி கங்காதரர்

பல்லவர் சிற்பங்களின் மற்றுமோர் மைல்கல் அவர்களின் ஆட்சி எல்லையின் தென் கோடியில் அமைக்கப்பட்ட திருச்சி குடைவரைக் கோயிலில் அமைந்துள்ள கங்காதரர் சிற்பமாகும். அங்குள்ள கல்வெட்டுக்களின்படி இதனை அமைத்தவர் முதலாம் மகேந்திர வர்மனே என்று தெளிவாகத் தெரிகின்றது. அவர் காலத்தில் அமைக்கப்பட்ட முதல் சிற்பத் தொகுதி இதுவேயாகும். ஒரு காலை பூதகணத்தின் தலையில் வைத்துக்கொண்டு கம்பீரமாக நிற்கும் கங்காதரர், சீறும் பாம்பைத் தன் வலது கரத்தில் பிடித்துக் கொண்டும், ஓடிவரும் கங்கையைத் தனது ஒற்றைச் சடையால் தாங்கிக் கொண்டும் உள்ளார். அவரது ஆபரணங்களில் கைகளில் உள்ள உத்தரீயம் பேரழகினதாக உள்ளது. அவருக்குமேலே விண்ணுலகக் கந்தர்வர்கள் பறக்கின்றனர். கீழே முனிவர்கள் ஆச்சரியத்தால் அசந்து போய் நிலை தடுமாறி நிற்கின்றனர். இருமன்னர்கள் மண்டியிட்டுத் தலை வணங்குகின்றனர். இவர்கள் கோயிலை வெட்டுவித்த முதலாம் மகேந்திரனும், அவரது தந்தை சிம்மவிஷ்ணுவுமாகவும் இருக்கலாம். இங்கே சிவபிரான் கங்காதரராயும், விஷபாகரணராயும் இருப்பதைக் காணலாம். மாமல்லை கிரதார்ஜுனிய சிற்பத்தொகுதி போன்று இங்கேயும் இரு கதைகளை ஒரு சிற்பத்தொகுதியில் மறைபொருளாகச் செதுக்கியிருக்கலாம். இங்கே சிவபிரான் இரண்டு திரவங்களைப் (fluid) பெறுகின்றார். இரண்டுமே தம்மை நாடி வந்தவர்களைக் காக்கவே யாகும். ஒன்று மண்ணுலகிற்கு வாழ்வு தரவேண்டிக் கங்கையைத் தாங்குகின்றார். மற்றொன்று விண்ணுலகத் தேவர்களைக் காக்கும் பொருட்டு ஹால ஹால விஷத்தைத் தானே பெற்று அருந்துகின்றார்[13]. இரண்டையும் இங்கே ஒருங்கே காட்டியிருக்கும் கலைஞனின் சிறப்புத்தான் மேலோங்கியிருக்கின்றது. இச்சிற்பத்தொகுதியில் மற்றுமோர் சிறப்பும் உள்ளது. விண்ணுலகின் புனித ஆறாம் கங்கையினைத் தலையில் தாங்கி மண்ணுலகை உய்விக்க உதவிய சிவன்போல் பல்லவ மன்னர் மண்ணுலகின் புனித ஆறாம் காவிரிவரை வெற்றி கொண்டு தம்மக்களைச் செழிப்படையச் செய்தமைக்காக அதாவது அதன் நினைவாக இங்கு இக்குறிப்பிட்ட சிற்பத் தொகுதியை அமைத்திருப்பாரோ என்று எண்ணத் தோன்றுகின்றது.

இவ்வாறு பல்லவப் பேரரசர்களின் சிற்பங்கள் மகேந்திரவர்மன் காலத்து இருகரம் கொண்ட துவாரபாலகர் உருவிலிருந்து தொடங்கி

சிறிது, சிறிதாகப் புதிய இறையுருவமைதிகள் புகுத்தப்பட்டு முதலாம் நரசிம்மவர்மன் காலத்தில் வளர்ச்சி பெற்று இராஜசிம்மன் காலத்தில் உச்சிநிலையடைந்தன. அதன் பின்பு வந்த மன்னர்கள் காலத்தில் இவற்றில் சில கடைப்பிடிக்கப்பட்டனவேயன்றிப் புதிய யுத்திகள் ஏதும் புகுத்தப்படவில்லை. மகேந்திரவர்மனின் திருச்சி குடைவரையில் தூண்களில் தாமரைப் பதக்கங்களோடு பல பறவை, மிருக உருவங்களும் பொறிக்கப்பட்டது போன்று சீயமங்கலத்தில் உள்ள குடைவரைத் தூண்களில் நடேசரும், உமையுடன் கூடிய சிவனும் காட்டப்பட்டுள்ளமை காணலாம். சிவனையும் விஷ்ணுவையும் இணைத்து, குப்தர்களைப் போல் தர்மராஜரதத்தில் ஹரிஹரர் உருவமைதியைக்காட்டிய பல்லவர்கள் கடற்கரைக் கோயிலிலும் கருவறைகளிலும் சோமாஸ்கந்தர் சிற்பத் தொகுதிகளில் சிவனும், பார்வதியும் லலிதாசனத்தில் அமர்ந்திருக்க, பார்வதியின் மடியில் கந்தன் அமர்ந்திருக்க அவர்களின் பின்னால் பிரம்மாவும், விஷ்ணுவும் நின்றிருப்பதாகக் காட்டப்படுவது சமயக் காழ்ப்புணர்ச்சியைக் காட்டுவதோடு சைவம் ஓங்கியிருந்ததெனும் நிலையையும் உணர்த்து கின்றது. காஞ்சி கைலாசநாதர் கோயிலில் தென் புறத்தில் உள்ள லிங்கோத்பவர் சிற்பமும் இதையே காட்டு கின்றது. வெளித்திருச்சுற்றில் உள்ள ஐம்பத்தி எட்டு சிறு கோயில்களிலும் அறுதிப் பெரும்பான்மை யாகச் சிவமூர்த்தங்களே உள்ளன. இருப்பினும், மொத்தத்தில் யாருடைய சிற்பவமைதி அமைக்கப்பட்டிருப்பினும் அவை அனைத்துமே, துவக்க காலம் முதல் இராஜசிம்மன் காலம் வரை அழகும், அற்புதமுமாகவே அமைக்கப்பட்டுள்ளன என்பதில் ஐயம் சிறிதுமில்லை. அது மட்டுமன்று, அடுத்தடுத்த காலத்தில், காலத்திற்குக் காலம் இடைவெளி மிகச் சிறிதெனினும், தெளிந்த நீரோடை போன்ற அமைதியான ஆனால் ஆழமான சிற்பக்கலை வளர்ச்சியினைக் கொண்டிருந்த பல்லவர்காலம் நம்முன்னே திரைப்படம் போல் தோன்றுகின்றது. மாமல்லபுரம் சிற்பங்களைக் கொண்ட ஓர் அருங்காட்சியகம் எனில், அதில் ஒரு முக்கிய கூடம் தர்மராஜ ரதமாகும். இதே போல் காஞ்சிகைலசநாதர் கோயில் மற்றுமோர், மிகப்பெரிய அருங்காட்சியகமாகத் திகழ்கின்றது.

அடிக்குறிப்புகள்

1. J.C.Harle, *op. cit.*, P.278, Fig. 215.
2. Edith Tomory, *A History of Fine Arts in India and the West*, 1989, P.217.
3. ஏ.ஏகாம்பரநாதன், *தமிழகச் சிற்ப ஓவியக் கலைகள்*, 1984, ப. 27.
4. உதாரணமாக, துர்க்கைக்கும் அத்தேவியின் பணிப்பெண்டிருக்கும். கிரதார்ஜுனிய சிற்பத்தொகுதியில் நாககன்னிகளின் சிற்பங்களிலும் மார்புக்கச்சை அணிவிக்கப் பட்டிருப்பதைக் காணலாம்.

5. J.C. Harle, *op. cit.*, P.281.
6. G.Sethuraman, *Facets of Indian Art and Culture*, 1995, PP. 38-39.
7. உதாரணமாகப் பின்னாளில், சோழர்காலத்தில், ரிஷபாந்திக மூர்த்தியின் செப்புத் திருமேனியில் சிவபெருமான் ரிஷபத்தின் மீது சாய்ந்துள்ளது போல் காட்டப்படுகின்றார். ஆனால் அங்கே ரிஷபம் காட்டப்படவில்லை. எனவே மறை பொருளாக உள்ளது.
8. J.C. Harle, *op.cit.*, P.282.
9. இங்கு இயங்குகின்ற போர் நிகழ்ச்சியும் அதற்கெதிரே யோக நித்திரையில் காட்டப் பட்டிருக்கும் சயனமூர்த்தியும் போன்று, பாண்டியர் குடைவரைக் கோயில்களில் ஒன்றான செவல்பட்டியில் கருவறையில் சிவலிங்கம் ஸ்திரத்தன்மை (Static) யிலும் அதன் நேர் எதிரில் சிவபெருமானின் இயங்கும் நாட்டியமும் காட்டப்பட்டிருப்பதைக் காணலாம்.
10. வராஹர் மற்றும் திரிவிக்ரமர் ஆகியோர் துவக்ககால அரசபரம்பரையினரான குப்தர்கள், சாளுக்கியர்கள், பல்லவர், பாண்டியர், அதியமான் ஆகியோருக்கு மிகவும் விருப்பமான மூலக்கதைகளாகும். ஏனெனில் அவை பேரரசர்களை வெற்றி கொள்ளும் சக்கரவர்த்தி என்ற இந்தக் கோட்பாட்டின் அடிப்படையானவையாகும். சைவ சமயத்தைப் போற்றிய சோழப்பேரரசர்கள் இதே கருத்தினை வலியுறுத்தும் திரிபுராந்தக மூர்த்திக் கதையைப் போற்றலாயினர்.
11. பார்க்க கட்டடக்கலை. ப. 191 அடிக்குறிப்பு. 21.
12. பல்லவர் சிற்பங்களில் கலைமகளுக்கும் இடங்கொடுத்த முதல் கோயில் இதுவே எனலாம்.
13. G. Sethuraman, *op. cit.*, P.38.

4.8 ஓவியக்கலை

சங்ககாலத் தமிழகத்தில் ஓவியக்கலை ஓங்கி வளர்ந்திருந்தது. அதன் பின் அது திடீரென மறைந்து போனது போல் ஒரு பிரமை ஏற்பட்டது. இச்சிறு இடைவெளிக்குப்பின் இக்கலையைப் பல்லவப் பேரரசர்கள் புத்துயிர் பெறச் செய்தனர். கி.பி. ஏழாம் நூற்றாண்டின் துவக்கத்தில் ஆட்சிக்கு வந்த முதலாம் மகேந்திரவர்ம பல்லவன் கலையார்வம்மிக்கவராயிருந்தார். குறிப்பாக ஓவியம் என்னும் சித்திரக்கலையில் இவர் தேர்ந்த தெளிவான ஆற்றல் பெற்றிருந்தார் என்பதை உணர்த்தும் முகத்தான் இவரது திருச்சிராப்பள்ளி மேற்குகைக் கோயில், பல்லாவரம் குகைக்கோயில் ஆகியவற்றில் உள்ள கல்வெட்டுக்கள் இவரைச் 'சித்திரகாரப் புலி' எனப் பாராட்டுகின்றன, 'தட்சிண சித்திரம்' என்னும் ஓவிய நூலுக்கு இவ்வரசனே உரை எழுதியதாக மாமண்டூர் குகைக் கோயில் கல்வெட்டுக்கள் தெரிவிக்கின்றன[1]. ஆனால் இவரது காலத்து ஓவியங்கள் எதுவும் நமக்குக் கிடைக்கவில்லை. இருப்பினும் மாமண்டூர் குகைக் கோயிலில் ஆங்காங்கே காணப்படுகின்ற வண்ணங்கள் அவரது காலத்தில் நிச்சயமாக ஓவியம் சிறப்புற்றிருக்க வேண்டுமென்பதை நமக்கு உணர்த்துகின்றன.

கைலாசநாதர் ஆலயம்

இவரது காலத்திற்குப்பின் ஓவியம் வளர்ந்திருந்ததை மறுக்க முடியாததாயினும் அதன் சுவடுகள் சிறிது காலம் தாழ்த்தியே, அதாவது இராஜசிம்மன் என்னும் இரண்டாம் நரசிம்மன் காலத்திலேயே நமக்குக் கிடைக்கின்றன (கி.பி. 691-728). இவரது கலைப் படைப்புக்களுக்கு உறுதுணையாயிருந்தவர் இவரது துணைவியாரும், கலையார்வம் மிக்கிருந்தவருமான அரசி இரங்கபாதகையாவார்[2].இம்மன்னன் காலத்து ஓவியங்களை காஞ்சி கைலாசநாதர் ஆலயத்திலும், பனமலை தாலகிரீஸ்வரர் ஆலயத்திலும் காணலாம். இவற்றை முதன் முதலில் கண்டறிந்தவர் ஜோவோ துப்ரயில் என்னும் பிரெஞ்சு அறிஞராவார். கைலாசநாதர் ஓவியங்களில் பலவும் இந்தியத் தொல்பொருள் ஆய்வுத் துறையினராலும் வெளிக்கொணரப்பட்டுள்ளன. இவ்வோவியங்களில் பலவும் ஒன்றனுக்கு மேல் ஒன்றாகப் பிற்காலத்தில் வரையப்பட்ட ஓவியங்களையும் கொண்டுள்ளன. அறிவியல் முறைப்படி அவை நீக்கப்பட்டு பழைமையான இராஜசிம்மன் கால ஓவியங்கள் கண்டறியப் பட்டுள்ளன. இத்தொன்மையான ஓவியத்திற்கு மேல் முதலாம்

குலோத்துங்கன் காலத்திலும் (1070) விஜயநகர ஆட்சிக் காலத்திலும் (குறிப்பாக குமாரகம்பணர் காலத்திலும்) ஓவியங்கள் தீட்டப்பட்டிருக் கலாம்.³ இருப்பினும் இராஜசிம்மன் கால ஓவியங்கள் ஒப்பற்றவையும், காண்போரைக் களிப்புறச் செய்வனவுமாகும்.

இங்குக் கிடைத்திருக்கின்ற ஓவியங்களில் குறிப்பிடத்தக்கது சோமாஸ்கந்தர் மூர்த்தியினுடையது ஆகும்.⁴ இங்குச் சிவபெருமானும், பார்வதி தேவியும் வீற்றிருக்க அவர்களுக்கு நடுவில் கந்தன் சிறு குழந்தையாக வீரமாலை அணிந்து அமர்ந்திருப்பதை அகமகிழக் காணலாம். சிவபெருமானின் காலடியில் ஒரு பூதகணமும் பார்வதிக்கு அருகே ஒருபக்கத்தில் ஓர் அழகான பணிப்பெண்ணின் உருவமும் தெரிகின்றது.⁵ இங்கு அழிந்தது போக எஞ்சியிருக்கின்ற உருவத்தில் கோடுகள் மிகச்சிலவே இருப்பினும் அவை இவ்வுருவ அமைதி என்ன என்பதைக் காணப் பெரிதும் உதவுகின்றன. சிவபிரானின் உருவத்தில் பெரும்பகுதி அழிந்து விட்டது. அவரது கரங்களில் இரண்டு மட்டுமே தெரிகின்றன. அவரது கைகளில் உள்ள வளையம் போன்ற ஆபரணங்கள் தெரிகின்றன. இவற்றில் கேயூரமும், உதரபந்தமும் அழகாக அமைக்கப்பட்டுள்ளன. அவரது மார்பகத்தின் ஒருபகுதியும் முப்புரிநூலும் காணக்கிடைக்கின்றன. இடது காலைமடித்தும், வலதுகாலைத் தொங்கவிட்டும் அமர்ந்திருக்கின்ற அவரது ஆடை மடிப்பும் அதற்குக் கீழ் பூதகணத்தின் தோள்வரையான பகுதியும் காணலாம். பூதகணம் தனது தலையைத் தூக்கி லகுவாகப் புன்முறுவல் பூப்பது அழகாக உள்ளது. தேவியின் ஆபரணங்களும், ஆடையும் வட்டவடிவக் கோடுகள் கொண்ட அலங்காரத்தையும் காணலாம். அவ்வாடையின் ஒரு பகுதி நளினமாகத் தொங்கிக் கொண்டிருப்பது நேர்த்தியாக அமைந்துள்ளது. இவ்விருவருக்கும் இடையில் அமர்ந்துள்ள கந்தன் தலையில் சிறுகிரீடமும், அவரது ஒரு பக்கக் கண்ணும் தெளிவாகத் தெரிகின்றன. அவர்தம் இரு கரங்களையும் தூக்கிக் கொண்டிருக்கும் பாங்கில் குழந்தை என்பதை இயற்கையாகக் காட்டியுள்ளமை தெரிகின்றது. அவரது கால்முட்டிவரை ஆடையிருந் திருக்க வேண்டும் என்பதைக் கோடுகள் மூலம் காணலாம். இவ்வம்மையின் இடதுகால் கீழே தொங்கவிட்டும், வலது கால் ஆசனத்தில் மடித்து வைக்கப்பட்டும் உள்ளது. அவரது முகம் அழிந்தநிலையிலிருந்த போதும் உடலமைப்பினைக் கொண்டு அம்முகம் எவ்வளவு அழகுற அமைக்கப்பட்டிருக்கக் கூடும் என்பதை உணர முடிகின்றது. அவரது ஒரு கரம் குழந்தை கந்தன் மேல் தட்டிக் கொடுப்பது போல் அமைந்துள்ளது. மற்றொரு கரம் ஆசனத்தில் வைக்கப்பட்டுள்ளது. இவருக்கு அருகிலுள்ள பணிப்பெண்ணும் சிவபிரானுக்கு அருகிலுள்ள பணியாளும் அழகாக அமைக்கப்

பட்டுள்ளனர். இவ்வோவியத்தையும், இக்கோயிலில் அழிந்து போய்விட்ட பல ஓவியத் தொகுதிகளையும் பார்க்கும்போது அஜந்தா ஓவியங்கள் நினைவுக்கு வருகின்றன. இங்குள்ள ஓவியங்கள் அஜந்தா குகை ஓவியங்களைவிட எவ்வகையிலும் குறைவானவையல்ல என்கின்றார் ஆர்.நாகசாமி[6]. இது உண்மையேயாயினும் இவ்வோவியங்கள் அஜந்தா ஓவியங்களைவிட சற்றுக் காலத்தால் பிற்பட்டனவாகும்.

பனமலை

அதே இராஜசிம்மனால் கட்டப்பட்ட பனமலை தாலகிரீஸ்வரர் கோயிலில் அழிந்தது போக ஒரே ஓர் ஓவியம் எஞ்சியிருக்கக் காணலாம். இவ்வோவியத்திற்குப் பக்கச் சுவரில் சிவபிரானின் நடனக்காட்சி அழிந்துபோன நிலையில் உள்ளது. இது எண்ணிக்கையில் ஒன்று தானெனினும் இச்சுவர்ச்சித்திரத்தின் அழகு அளவிடற்கரியதாம், இங்குள்ள பார்வதியின் ஓவியம் காஞ்சி கைலாசநாதர் கோயிலில் உள்ள சிற்பங்களை ஒத்திருப்பதைக் காணலாம். இங்குள்ள பார்வதிதேவியின் அழகான வண்ண உருவமும், அவரது மகுடம், அவர்தலைக்குமேல் ஒரு குடையும் அமைந்துள்ள பாங்கு பௌத்தர்கலைச் செல்வங்களுடன் ஒப்பிடத்தக்கதாகும். இவர் தம் இடக்காலை மடக்கி சுவரில் வைத்துக் கொண்டும், வலக்காலைத் தரையில் ஊன்றியும் நிற்கின்றார்[7]. அவரது கண்கள் பாதி மூடியும், பாதி திறந்தும் உள்ளதனை நோக்கும் போது அன்னை யோக நிலையில் இருப்பது போன்ற காட்சி தெரிகின்றது. அவரது கழுத்தணிகள், குறிப்பாக மணிமாலை அக்கால நிலையை உணர்த்துகின்றன. அவரது ஆடையில் உள்ள பூவேலைப் பாடுகளும், ஓரக்கட்டங்களும் காண்போரைக் கவர்கின்றன. இங்கு முகம் இளமஞ்சள் வண்ணத்திலும், உடல் இளஞ்சிவப்பு நிறத்திலும், சிவப்பும் மஞ்சளும் கலந்த ஆடையும், நீல வண்ணத்தில் குடையும், மணி மகுடத்தின் ஓரங்கள் கருப்பு வண்ணத்திலும் காட்டப்பட்டுள்ளன. தொய்வின்றியும் மென்மையாகவுமுள்ள கோடுகளும் வண்ணங்களும் இவ்வம்மையின் உருவத்திற்கு மெருகூட்டுகின்றன. அன்னையின் வட்டவடிவத் தோள்களும், கன்னங்களும், தாடையும், கற்பனைக் கெட்டா அற்புத அழகையும், இயற்கை வனப்பையும் வெளிப்படுத்து கின்றன. அவருக்கு மேல் உள்ள குடை பிரபஞ்சத்தின் வளைவினையும், கருணை மிகு இத்தேவியின் உயர்நிலையையும் எடுத்தியம்புகின்றது.

காஞ்சி கைலாசநாதர் ஆலயத்திலும், பனமலை தாலகிரீஸ்வரர் ஆலயத்திலும் உள்ள ஓவியங்கள் இராஜசிம்மன் காலத்துச் சிற்பங் களையே படம் பிடித்து வைத்தவை போன்றே உள்ளன, கலைஞனின் இப்படைப்புத்திறன் வியக்கத்தக்கதேயாகும். பொதுவாகச் சொன்னால், கட்டடக்கலைவளர்ச்சியிலும், சிற்பக்கலை வளர்ச்சியிலும் அளவற்ற

சாதனைகள் புரிந்த பல்லவ மன்னர்கள் ஓவியக்கலை வளர்ச்சிக்கு அவ்வளவு சிறப்பிடம் கொடுக்கவில்லையென்றே தோன்றுகின்றது. இருப்பினும் அவர்தம் காலத்தில் தீட்டப்பட்ட ஓவியங்களில், அழிந்தவை போக எஞ்சியிருப்பவை அவர் கால ஓவியத்திறனை பறை சாற்றுகின்றன.

அடிக்குறிப்புகள்

1. இரா. நாகசாமி மா. சந்திரமூர்த்தி, *தமிழகக் கோயிற்கலைகள்*, 1976. ப. 103.
2. C.Sivaramamurti, *Indian Painting*, 1976, P. 51.
3. இரா. நாகசாமி. *ஓவியப்பாவை*, 1979, ப.81.
4. கைலாசநாதர் ஆலயத்தின் திருச்சுற்றின் உட்புறத்தில் சிறுசிறு ஆலயங்கள் அமைக்கப்பட்டு அவற்றில் சிற்பங்களும், அதன் மீது ஓவியங்களும் தீட்டப்பட்டுள்ளன. இந்த சோமாஸ்கந்தர் ஓவியம் 41-ஆவது சிற்றாலயத்தில் அமைந்திருப்பதைக் காணலாம்.
5. சோமாஸ்கந்தர் உருவ அமைதியானது பல்லவ சிற்பங்களில் பிரசித்தி பெற்றவையாகும். மகாபலிபுரத்திலும் மற்ற இடங்களிலும் கோயில் கருவறைச் சுவரில் புடைப்புச்சிற்பமாக அமைக்கப்பட்டிருக்கும். ஆனால் ஓவியத்தில் கிடைத்திருக்கும் உதாரணம் கைலாசநாதர் கோயில் ஓவியம் ஒன்றேயாகும்.
6. ஓவியப்பாவை, ப. 81.
7. இது போன்று ஒரு காலை மடக்கிச் சுவரில் சாய்ந்து நிற்கும் வழக்கம் இன்றளவும் சாதாரணமாக சமுதாயத்தில் நிலவி வருவதைக் காணலாம்.

5. சோழர் காலம்

5.1 ஆட்சி முறை

சோழப் பேரரசின் தன்மை பற்றி அறிஞர்களிடையே பல்வேறு கருத்துக்கள் நிலவி வருகின்றன. கே.ஏ. நீலகண்டசாஸ்திரியார் தமது மிகப் பெரும்படைப்பான சோழர்கள் பற்றிய நூலில் அதிகார மனைத்தும் ஓரிடத்தில் குவிக்கப்பட்டிருந்த “பைஷாண்டைன்” பேரரசு போன்றதோர் அமைப்பெனச் சோழ அரசமைப்பைப் பற்றி விளக்கு கின்றார்[1]. ஆனால் பர்ட்டன் ஸ்டெயின் என்பார் சோழ அரசு ஒரு கூறாக்க நிலையரசு (Segmentary State) என்கின்றார்[2]. அவரது கருத்துப்படி, சோழர் காலத் தென்னிந்திய சமூகம் சடங்கு நிலையிலேயே (Ritual Sovereighty) அரசு என்ற உருவைப் பெற்றது என்பதாகும். இதன்படி, சோழநாடு, நாடு என்று அழைக்கப்பட்ட பல தனித்தனி இனமரபுக் கூறுகளாக விளங்கின, அவை தனித்தனியே அதிகாரங்களைப் பெற்று அரசின் அதிகார எல்லைக்குள் வரவில்லை. இருப்பினும் அவை பல அதிகாரங்களையும் பெற்ற ஒரு கூறிடம் சடங்காச் சார அடிப்படையில் மட்டுமே அடங்கியிருந்தன. இவ்வகையில் சோழ மத்திய அரசு என்பது கோபுரத்தின் சிகரம் போன்றிருந்தது என்று கருத இடமளிக்கின்றது. ஆனால் ஸ்டெயினின் இக்கருத்தினை ஊக உணர்வின் வெளிப்பாடு என்று நொபுரு கராஷிமா கூறுகின்றார்[3]. துவக்க காலத்தில் சோழ அரசு ஒரு சிறிய அரசாக இருந்து கொண்டு கட்டுப்படுத்தப்பட்ட சில பகுதிகளில் இறைமையைச் செலுத்தியது என்றும், அப்போது திறைப்பணம் பெறுவதற்காகப் பல பகுதிகளுடன் போர் நடத்தியது எனவும், உள்ளூர் அவைகளும், குழுக்களும் அவர்களது மரபு வழி அதிகாரங்களை அரசின் தலையீடின்றி அனுபவித்தன எனவும், கி.பி. 10-ஆம் நூற்றாண்டில் முதலாம் இராஜராஜன் ஆட்சி தொடங்கியதும் அரசு அதிகாரங்கள் அரசரிடம் குவிக்கப்பட்ட தென்றும், இந்நிலை பதினொன்றாம் நூற்றாண்டு வரை நீடித்தது. ஆனால் பன்னிரண்டு, பதின்மூன்றாம் நூற்றாண்டுகளில் ஏற்பட்ட சமுதாயப் பொருளாதார மாற்றங்களால் அதிகாரக் குவிப்புநிலை மாறி அதிகாரப்பரவல் (decentralisation) ஏற்பட்டது என்றும் விளக்கமாக எ. சுப்பராயலு எடுத்துரைக்கின்றார்[4]. ஓர் அரசு கீழ்நிலையிலிருந்து மேல் நிலைக்குச் செல்வதும்

மேல்நிலையிலிருந்து கீழ்நிலைக்கு இறங்குவதும் அவ்வப்போது நிகழும் சமுதாயப் பொருளாதார மாற்றங்களை அடிப்படையாகக் கொண்ட தாகும்.

அரசர்

சோழ அரசின் ஆணிவேர் அல்லது முதுகெலும்பு மன்னரேயாவார். சோழர் கல்வெட்டுக்களைக் கவனமாக ஆய்வு செய்தால் மன்னரின் தகுதியானது ஒரு சாதாரண தலைவரிலிருந்து பெரும் பேரரசர் என்று உயர்ந்த நிலையையும், பல பட்டங்களைச் சூட்டிக் கொண்டதையும் காணலாம்[5]. துவக்கத்தில் அரசராக இருந்த சோழமன்னர்கள் காலம் செல்லச் செல்ல "அரசர்க்கு அரசர்" என்று பெயரினைப் பெற்றனர். அருண்மொழிவர்மன் முதலாம் இராஜராஜ சோழன் என்ற பெயரினைப் பெற்றிருப்பதிலிருந்து இது தெரிய வருகின்றது. பின் இவர்கள் தங்களுக்கிருந்த "பெருமான்" என்ற சிறப்புப் பெயரிலிருந்து சிறிது மாறி "உடையார்" என்று சூட்டிக் கொண்டனர்[6]. இது அரசன் சிறிது சிறிதாகத் தன்னை இறைவனுக்கு நிகராகக் கொண்டிருப்பதை உணர்த்துகின்றது. மன்னரை தெய்வத்திற்குச் சமமாக்கும் வழக்கம் மிகத் தொன்மையானதாகும். திருவள்ளுவரும் "முறை செய்து காப்பாற்றும் மன்னவன் மக்கட்கு இறையென்று வைக்கப்படும்" என்று உரைக்கின்றார்[7]. சோழர்காலத் துவக்கத்தில் வாழ்ந்த நம்மாழ்வார் "திருவுடை மன்னரைக் காணில் திருமாலைக் கண்டேன்" என்று கூறுகின்றார்[8]. சோழர்காலத்தைச் சேர்ந்த சீவகசிந்தாமணி, "அருளுமேல் அரசர்க்குமன் காயுமேல் வெகுளச்சுட்டிடும் வேந்தனும் மாதெய்வம்" என்றுரைக்கின்றது[9]. இவையனைத்தும் அரசரைத் தெய்வத்திற்கு நிகராக்கும் பணியினைக் கூறுகின்றன. இதற்கும் மேலாகத் தெய்வமாக ஆக்கப்பட்டது கி.பி. 11 - ஆம் நூற்றாண்டிலாகும். முதலாம் குலோத்துங்கன் *(1070-1120)* காலத்தில் மன்னன் தன் கல்வெட்டில் திரிபுவனச் சக்கரவர்த்தி என்று தன்னை அழைத்துக் கொண்டான்[10]. மூவுலகிற்கும் அவனே நாயகன் என்றாகின்றது. இதனை இந்தியப் புராணக் கதைகளுடன் ஒப்பிடலாம். இருப்பினும் இது புராணக் கதைகளிலிருந்து சிறிது வேறுபடுகின்றது. புராணங்களில் அசுர அரசர்களில் சிலர் மூவுலகிற்கும் தங்களை அரசர் என்று உரிமை பாராட்டியதோடு தெய்வங்களையும், தேவர்களையும் கொடுமைக் குள்ளாக்கினர். ஆனால் சோழமன்னர்களோ தங்களைத் திரிபுவனச் சக்கரவர்த்திகள் என்று உரிமை பாராட்டினாலும் இறைவனுக்குக் கட்டுப்பட்டும், தொண்டாற்றியும், கோயில்கள் எழுப்பியும் வாழ்ந்தனர். தங்களது பெயர்களைத் தாங்கள் கட்டிய கோயில்களின் பிரதான தெய்வத்துக்(மூலவர்)கும் சூட்டினர். இக்காலத்தில்

அரசோச்சிய பாண்டிய மன்னர்களும் தங்களைத் திரிபுவனச் சக்கரவர்த்திகள் என அழைத்துக் கொண்டனர் என்பதும் இங்குக் குறிப்பிடத்தக்கதாகும்.

சோழ அரசர்கள் தங்களது முடிசூட்டு விழாவை பிராமணீயச் சடங்குகளின் அடிப்படையிலேயே நடத்தினர். இவ்வபிஷேகத்தை நடத்திய பிராமணர்களுக்கு நிலங்கள் தானமாக வழங்கப்பட்டன[11]. இவ்விழா அரசுவிழாக்களில் மிகப்பெரிய ஒன்றாகக் கருதப்பட்டது. அரசரது விருதுப் பெயர்கள் முடிசூட்டு விழாவில் பிராமணர்களால் சூட்டப்படுவனவாகும். அரச வாரிசுரிமை மூத்தமகனுக்கே என்ற ஒரு மரபு இருந்தது. ஆனால் வாரிசுச் சிக்கலும் இருந்தது. உதாரணமாக கி.பி. 1070 - இல் சோழநாட்டில் வாரிசில்லாமல்போன போது கீழைச்சாளுக்கிய மரபில் தோன்றியவரும், முதலாம் இராஜராஜனின் மகள் வழி கொள்ளுப்பேரனுமான முதலாம் குலோத்துங்கன் பதவிக்கு வரவேண்டியிருந்தது. இதேபோல் இரண்டாம் இராஜராஜன் காலத்தில் அவரது பிள்ளைகள் குழந்தைகளாயிருந்ததால் வாரிசுச் சிக்கல் ஏற்பட்டு பின் அவரது உறவினரான எதிரிலிப் பெருமாள் சிலநாள் ஆட்சி செய்தார். முதலாம் இராஜராஜன் காலத்திலும் விட்டுக் கொடுக்கும் மனப்பாங்கு இருந்தது. தனது தாத்தாக்களில் ஒருவரான கண்டராதித்தியன் மகன் உத்தம சோழரைத் தனக்கு முன் ஆட்சி செய்ய அனுமதித்தது இங்கு நோக்கத்தக்கதாகும். சோழ அரசர்கள் பலதார மணக்கொள்கையைப் பின்பற்றினர்[12]. அரசர்க்கு உதவியாக சிற்றரசர்கள் இருந்தனர். அவர்களில் குறிப்பிடத்தக்கவர்கள் பழுவூரின் பழுவேட்டரையர், கொடும்பாளூரைத் தலைநகராகக் கொண்ட இருக்குவேளிர்கள், மழநாட்டு மழவர்கள், மிலாடு எனப்படும் மலையமான்கள், பங்களநாட்டுக் கங்கர்கள் போன்றோராவர். பல சிற்றரசர்கள் பின்னாளில் சோழ அரசின் அதிகாரிகளானார்கள். சிற்றரசர்களில் பலர் தங்களைப் பல முந்தைய அரச பரம்பரையினரின் வழிவந்தோராகக் கருதினர். சோழ அதிகாரிகளான சிற்றரசர்களில் குறிப்பிடத்தக்கவர்கள் முத்தரையர், சேரிராயர், சம்வரையர், முன்னயரையர், வாணாதிராயர், காலிங்கராயர் போன்ற பலராவர்.

அரசனுக்கு ஆலோசனை கூற அமைச்சர்கள் பலர் இருந்தனர். ஆனால் அமைச்சர் குழு முறை (cabinet system) இல்லை. "சௌஜுகுவா" என்ற சீன ஆசிரியன் ஒருவன் கி.பி. பதின்மூன்றாம் நூற்றாண்டின் தொடக்கத்தில் எழுதியுள்ள நூலில் சோழமன்னன் தன் அவைக் களத்தில் நான்கு அமைச்சர்களோடு வீற்றிருந்ததைத் தான் நேரில் பார்த்ததாகக் குறித்துள்ளான்[13].

அச்சீன எழுத்தாளரின் கருத்துப்படி சோழமன்னன் மிக எளிமையாக இருந்தான். தனக்குப் பணியாளாக மூவாயிரம்

நடனமாதரை வைத்திருந்தான் என்ற செய்தியும் தெரியவருகின்றது. மன்னன் துலாபாரம், ஹிரண்ய கர்ப்பம் போன்ற விழாக்களையும், சடங்குகளையும் நடத்தினாலும், இராஜராஜன் காலத்தில் மட்டுமே அஸ்வமேதயாகம் என்னும் சிறப்பு மிக்க வேள்வி செய்ததற்கான சான்று உள்ளது.

இராஜ குரு

சோழமன்னர்கள் சைவசமயத்தை நாட்டின் பொதுச்சமயம் அல்லது அரசின் சமயம் என்றும் வெளிப்படையாக அறிவிக்கவில்லை எனினும், அவர்கள் அனைவரும் சைவசமயத்தையே பின்பற்றி வந்தனர். இந்து சமயத்தில் எந்த ஒரு காரியமும் குருவின் ஆசியோடு தொடங்குவது என்ற மரபு இன்று, நேற்று தொடங்கியதல்ல. இது பலநூறு ஆண்டு களுக்கு முந்தியது. எனவே சோழமன்னர் இதற்கு விதிவிலக்கல்லர். அரசர்கள் பரம்பரையடிப்படையில் வந்தது போல், இராஜகுருக்களும் மரபுவழி வாரிசாக வந்தனர். முதலாம் இராஜராஜன் மற்றும் அவரது மைந்தர் முதலாம் இராஜேந்திரன் காலத்தில் குருக்களின் பெயர்கள் "ஈசான சிவன்", "சர்வசிவன்" என்று இருந்துள்ளது[14]. முதலாம் இராஜாதிராஜன் கல்வெட்டொன்று, இராஜகுரு, மன்னரின் ஆன்மீக ஆசிரியராவார் என்று கூறுகின்றது[15]. முதலாம் குலோத்துங்கனின் கல்வெட்டொன்று பிரம்மதேயங்கள் வழங்கும் போது இராஜகுருவின் ஆலோசனையை மன்னர் பின்பற்றினர் என்று கூறுகின்றது[16]. திருக்கோயில் நிர்வாகத்திலும், போர்க்காலங்களிலும் குருவின் ஆலோசனை பெறப்பட்டது. பொதுவாக மன்னர் எச்செயலைச் செய்வதற்கு முன்னும் இராஜகுருவின் ஆலோசனைகளைக் கேட்பது மரபாயிருந்தது. இது குருகுல முறையில் மன்னர்க்கும், மற்றவர்க்கும் இருந்த ஈடுபாட்டையும், நம்பிக்கையையும் காட்டுகின்றது.

எசாலம் என்ற ஊரில் முதலாம் இராஜேந்திரனின் குரு, சிவன் கோவில் ஒன்றை எடுப்பித்துள்ளார். அதற்காக முதலாம் இராஜேந்திரன் நிலக்கொடையளித்து செப்பேடு வழங்கியுள்ளார். இச்செப்பேடு அண்மையில் இக்கோயில் திருப்பணி நடைபெற்றபோது கண்டு பிடிக்கப்பட்டது[17]. இத்துடன் சர்வசிவனின் செப்புத்திருமேனி ஒன்றும் இக்கோயிலில் கண்டுபிடிக்கப்பட்டது[18].

அரசு அலுவலர்

"உடன் கூட்டம்" எனப்படும் அலுவலர் குழுமூலம் அரசன் நாட்டின் நிர்வாகத்தை நடத்தி வந்தார். இவர்களே அவ்வப்போது மன்னருக்கு நிர்வாகத்தில் ஏற்படும் சிக்கல்களைத் தீர்க்க ஆலோசனை கூறுபவராவர். அரசன் வாய்மொழியாகப் பிறப்பிக்கும் ஆணைகளைப்

பதிவு செய்ய "திருமந்திர ஓலை" என்ற அலுவலரும் அவற்றை மேலும் சரிபார்த்து நகல் எடுக்க "திருமந்திர ஓலை நாயகம்" என்ற அலுவலரும் இருந்தனர்[19]. அவ்வாணைகளை உரிய இடங்களுக்கு அனுப்ப "விடையில் அதிகாரி"களும் இருந்தனர். "நாடு காவல்" அதிகாரி என்போன் களவு, கலகம் நிகழாமல் காத்து தற்கால மாவட்டக் காவல் துறை கண்காணிப்பாளருக்குரிய பணிகளைப் புரிந்து வந்தார்.

இவர்களைத் தவிர நிலவரி வருவாய்களைக் கண்காணிக்க "புரவுவரித் திணைக்களத்தார்" என்போர் இருந்தனர். தற்கால வருவாய்க் கழகம் செய்யும் அலுவல்களைச் செய்து வந்தனர். அவர்களுள் புரவுவழி திணைக்கள நாயகம், புரவுவரித் திணைக் களத்துக் கண்காணி, வரிப்புத்தகம், வரிப்புத்தக நாயகம், வரிப்புத்தகக் கணக்கு, வரியிலீடு, முகவெட்டி, கீழ்முகவெட்டி பட்டோலை ஆகியோர் குறிப்பிடத்தகுந்தோர். அரசு உயர் அலுவலர் "பெருந்தனம்" என்றும் கீழ்மட்ட அலுவலர், "சிறுந்தனம்" என்றும் அழைக்கப் பட்டனர். அரசு அலுவலர்கட்கு மாதச் சம்பளம் என்பது கிடையாது. தத்தம் தகுதிகளுக்கேற்ப அரசனிடமிருந்து நிலம் பெற்று அதன் வருவாய்களை அனுபவித்து வந்தனர். சோழர் காலத்துக் கல்வெட்டுக் களில் காணப்படும் "கருமிகள்" என்ற பெயர் பொதுவாக அரசவை அலுவலர்களைக் குறிப்பதாகும்.

ஆட்சிப்பிரிவுகள்

மண்டலம்

சோழப் பேரரசு மண்டலம் எனப்பட்ட பெரு நிலங்களாகப் பிரிக்கப்பட்டிருந்தன. (உ.ம்.) ஜெயங்கொண்ட சோழமண்டலம், மும்முடிச் சோழமண்டலம், இராஜராஜமண்டலம். இவை இளவரசர்கள் அல்லது அரசப்பிரதிநிதிகளால் ஆளப்பட்டன. இராஜராஜன் காலத்தில் சோழநாடு ஒன்பது மண்டலங்களாகப் பிரிக்கப்பட்டிருந்தது.

வளநாடுகள்

இவை மண்டலங்களின் உட்பிரிவுகள் - உதாரணமாக சோழ மண்டலம் ஒன்பது வளநாடுகளாகப் பிரிக்கப்பட்டிருந்தது. அண்மையில் கரிகாலச் சோழ வளநாடு என்ற ஒன்றும் புதிதாகக் கண்டுபிடிக்கப் பட்டுள்ளது.[20]

நாடுகள்

சோழமண்டலமும் அதற்குக் கட்டுப்பட்டிருந்த பிற மண்ட லங்களும் நூற்றுக்கும் மேற்பட்ட சிறு நாடுகளாகப் பிரிந்தன. இவை

நாடு, கூற்றம், முட்டம், குளக்கீழ், ஆற்றுப்போக்கு, கண்டம், இருக்கை என்று பல்வேறு பெயர்களில் அழைக்கப்பட்டன. இச்சிறு நாடுகள் வேளாண் சமூகத்தின் கூட்டமைப்பாக விளங்கின என எ. சுப்பராயலு கருதுகின்றார்[21]. இதனை அடிப்படையாக வைத்துச் சோழர் காலத்தில் வேளாண் சமூகத்தின் செல்வாக்கு பற்றி பர்ட்டன் ஸ்டெயின் விரிவாக எழுதியுள்ளார்[22]. "நாடு" வகை உறுப்பினர்கள் 11 - ஆம் நூற்றாண்டின் பிற்பகுதியிலும் 12 - ஆம் நூற்றாண்டிலும் பிரபலமடைந்திருந்தனர். அவர்கள் பெரிய நாட்டார் சித்திரமேலி பெரிய நாட்டார் என அழைக்கப்பட்டனர்[23]. இந்த அமைப்பின் நில உடைமையாளர்கள் அவர்கள் சார்ந்துள்ள நாடுகளின் அடிப்படையில் இனங்காணப் பட்டனர்.

வருவாய்

நிலவரியே முக்கிய அரசு வருவாய். நிலங்கள் அளக்கப்பட்டு தரம் பிரிக்கப்பட்டு வரி விதிக்கப்பட்டன. இராஜராஜசோழன், முதலாம் குலோத்துங்க சோழன் ஆகியோர் காலத்தில் பெருமளவில் நிலங்கள் அளக்கப்பட்டு வரையறை செய்யப்பட்டன. விளைச்சலில் இடத்திற்கும், சூழலுக்கும் ஏற்ப குறிப்பிட்ட விகிதத்தில் நிர்ணயிக்கப்பட்டது. நிலவரி கிராம சபைகளால் வசூலிக்கப்பட்டது. சுங்கவரி, தொழில்வரி, சுரங்கம், உப்புவரி, காடு வருவாய் போன்றவை பிற வருவாய்ச் சாதனங்கள். நிலவரி வசூல் செய்யும் அதிகாரிகளைப் பற்றி ஏற்கெனவே கூறப்பட்டுள்ளது. சோழ மன்னர்கள் பலர் தொல்லை தரும் சுங்கவரிகளை நீக்கி வர்த்தக வளர்ச்சிக்கு உதவியிருக்கின்றார்கள். முதலாம் குலோத்துங்க சோழன் சுங்கம் தவிர்த்த சோழன் எனப் புகழப்படுவது குறிப்பிடத்தக்கது.

படை

சோழ மன்னர்கள் ஓர் பெரிய நிலைப்படையை வைத்திருந்தனர். அதனுள் குஞ்சரமல்லர் (யானைப்படை), குதிரைச் சேவகர், தரைப்படை வீரர் ஆகியோர் அடங்குவர், இவையனைத்தும் "கைக்கோளப் பெரும்படை" என அழைக்கப்படுகிறது. இவை வலங்கை, இடங்கை எனப்பிரிக்கப்பட்டிருந்தது. துவக்கத்தில் கைக்கோளர் படை பிரபலமாயிருந்தது. பிற்காலத்தில் அது செல்வாக்கிழந்து சாதாரணமானது. கைக்கோளர்ப் பிரிவு ஒவ்வொன்றும் ஓர் அரசின் பெயரில் தேர்ந்தெடுக்கப்பட்டவராயிருந்தனர். உதாரணமாக ஒரு பிரிவினர் "பராந்தக தெரிந்த கைக்கோளர்" என்று அழைக்கப் பட்டனர். சோழர்காலத்தில் படையிலிருந்த அவர்கள் சோழருக்குப் பின்பு நெசவாளர்களாக மாறியதாகத் தெரிகின்றது[24]. பரிவாரம் அல்லது பரிவாரத்தார் என்ற பிரிவினரும் இருந்தனர். கர்நாடகத்தி லிருந்தும், கேரளத்திலிருந்தும்கூட இராணுவப் பிரிவினர்

சேர்க்கப்பட்டனர். அவர்கள் கர்னாடக - கருத்தலை மற்றும் மலையான் ஒற்றைச் சேவகர் என்று அழைக்கப்பட்டனர்[25]. திரு மெய்க்காப்பாளர் என்போர் அரசனது மெய்க்காவலர். உயிர் கொடுத்துக் காப்போம் இன்றேல் உயிர் விடுப்போம் என்று உறுதிமொழி எடுத்த வேளைக்காரப் படையினரும் அரசருக்குப் பாதுகாப்பளித்தனர். இவர்கள் முதலாம் இராஜராஜன் காலத்திலிருந்து பிற்காலச் சோழர் காலம் வரை அமர்த்தப்பட்டிருந்தனர். படைத் தலைவர்கள் "மாதண்ட நாயகர்" என அழைக்கப்பட்டனர். படைகள் "கடகம்" அல்லது "படை வீடு" என்ற இடத்தில் நிறுத்தி வைக்கப் பட்டிருந்தன. படைகளுக்கென்று அரேபியாவிலிருந்து உயர்ந்த ரகக் குதிரைகள் இறக்குமதி செய்யப்பட்டன. சோழர்கள் சிறந்த கடற்படை யொன்றையும் வைத்துப் பேணினர். அக்கடற்படை வங்கக்கடலை "சோழர் ஏரியாக" மாற்றியது.

நீதி

நீதி நிர்வாகத்தை ஸ்தல ஸ்தாபனங்களே கவனித்துக் கொண்டன. "நியாயத்தார்" எனப்பட்ட குழுவினர் நீதி விசாரணைகளை நடத்தினர். எழுதப்பட்ட சட்டங்கள் கிடையாது. மன்னர் சட்டத்தை உருவாக்குபவர் அல்லர். சமய தர்மமே சட்டப் பாரம்பரியமாகப் பயன்பட்டது. சோழர் கால நீதி விசாரணை முறையைச் சோழ அமைச்சராகப் பணியாற்றிய சேக்கிழார் தமது பெரிய புராணத்தில் தடுத்தாட் கொண்ட புராணப் பகுதியில் சிவபெருமானுக்கும் சுந்தரமூர்த்தி நாயனாருக்கும் நடந்த விசாரணையில் நன்கு விளக்கியுள்ளார். இதன்படி நீதி விரைவாகவும் நடுநிலைமையாகவும் வழங்கப்பட்டதென அறியமுடிகின்றது. பொதுவாக, நீதி முறையில் கடுமை குறைந்திருந்தது. எனினும் பெருங்குற்றம் செய்தவர் மரணதண்டனை பெற்றனர். பல குற்றங்களுக்கு அபராதமாக அரசாங்கத்திற்கு அல்லது கோயிலுக்கு தண்டப்பணம் கட்ட வேண்டுமெனக் கட்டாயமிருந்தது. ஓர் அரசு அலுவலரைக் கொன்ற குற்றத்திற்கு அருகிலுள்ள கோயில் ஒன்றின் திருவிளக்கு நெய்யிற்காக 96 ஆடுகளை அபராதமாகக் கொடுக்குமாறு குற்றவாளிக்கு இரண்டாம் இராஜேந்திர சோழர் ஆணையிட்டார்.

அடிக்குறிப்புகள்

1. K.A. Nilakanta Sastri, *The Cholas*, P. 447.
2. Burton Stein, *The Peasant, State and Society in Medieval South India*, 1980, P. 256.
3. நொபுரு கராஷிமா, வரலாற்றுப் போக்கில் தென்னகச் சமூகம் (சோழர்காலம்), 1995, ப. 10.

4. Y. Subbarayalu, The Chola State, in *Studies in History*, vol. IV, No. 2, 1982, P. 304.
5. மேலது. ப. 267.
6. மேலது, ப. 286.
7. திருக்குறள், 388.
8. திருவாய்மொழி, 348.
9. சீவகசிந்தாமணி, நாமகளிலம்பகம், பாடல், 247.
10. Y. Subbarayalu. *op cit*., P. 268.
11. SII IV. 537.
12. முதலாம் ஆதித்தியன் ஏழுமனைவியரையும், முதலாம் பராந்தகன் எட்டுமனைவியரையும், உத்தமசோழன் பன்னிரண்டு மனைவி யரையும், முதலாம் இராஜராஜன் ஒன்பது மனைவியரையும் பெற்றிருந்தனர். (Y.Subbarayalu, *op. cit*., P. 268).
13. K.A.N. Sastri, *The Cholas*., 1984, P.450.
14. இப்பெயர்கள் சோழநாட்டுச் சைவத்தில் வடநாட்டுத் தாக்கத்தினைக் காட்டுவதாக கே.ஏ.என். சாஸ்திரி கூறுகின்றார்.
15. ARE 413 of 1902.
16. MER (Madras Epigraphical Report) 1917, PP. 42-45.
17. De. I Ecele Frencase Di. *Extreme Orient Tome*. IXXVI, Paris, 1987.
18. கல்வெட்டு காலாண்டு இதழ், இதழ். எண் 48, (1996 அக்) தமிழ்நாடு அரசு தொல்லியல் துறை, சென்னை ப. 36.
19. இவர்கள் அரசரின் நம்பிக்கைக்கு உகந்த அலுவலராவர் (கே.கே. பிள்ளை, *தென்இந்திய வரலாறு* I. ப. 155.)
20. தகவல், திரு. தியாகராஜன், வரலாற்றுத்துறைப் பேராசிரியர், அரசு கலைக்கல்லூரி, அரியலூர்.
21. Y.Subbarayalu, *Political Geography of the Chola Country*, Madras, 1973.
22. B. Stein,. *Peasant State and Society in medieval South India*, Oxford Uni. press 1994.
23. Y. Subbarayalu, *Cola State*, P.277.
24. மேலது, ப. 285.
25. மேலது.

5.2 தல ஆட்சி முறை

சோழர்கால தல ஆட்சி மிகச்சிறப்பாக நடைபெற்றது என்பதில் ஐயமில்லை. இதன் துவக்கம் முதலாம் பராந்தகனின் ஆட்சிக் காலத்தில் ஏற்பட்டது. இதற்கு முன்பும் பல்லவர், பாண்டியர் ஆட்சிக்காலத்தில் இம்முறை இருந்து வந்தது. பராந்தகன் அதற்கு ஊக்கமும் ஆக்கமும் அளித்து சிறப்புச் செய்தார். அவரது உத்திரமேரூர்க் கல்வெட்டுக்கள் தல ஆட்சி முறையின் சிறப்புக்களை எடுத்துக் கூறுகின்றன. பிற்காலச் சோழர் காலத்தில் அமைதியும், மக்களிடையே நல்லுணர்வும் இருந்ததெனில் அதற்கு மூலகாரணம் சோழரின் தல ஆட்சியின் சிறப்பேயாகும். அதன் அலுவலர்களும் தியாக உணர்வோடும் கடமையுடனும் செயல்பட்டனர். மக்களும் அவர்களை நம்பி அவர்கள் செய்யும் முடிவுகளை ஏற்றுக்கொண்டனர். இந்தத் தல ஆட்சி முறையானது ஊக்கமாய் நடைபெற்றது பிராமணர்கள் வாழ்ந்த கிராமங்களில் தான் என கே.கே. பிள்ளை கூறுகின்றார்.

சோழர்காலத்தில் நாடு ஒன்பது மண்டலங்களாகப் பிரிக்கப் பட்டிருந்தது. இவை அரசர்குல இளவல்களிடம் ஒப்படைக்கப் பட்டன. ஒவ்வொரு மண்டலமும் பல வளநாடுகளாகப் பிரிக்கப் பட்டிருந்தன. இப்பிரிவினை முதலாம் இராஜராஜன் காலத்திற்கு முந்தி இருக்கவில்லை. இவர் காலத்தில் ஒன்பது மண்டலங்களில் ஒன்றான சோழமண்டலம் மட்டும் ஒன்பது வளநாடுகளாகப் பிரிக்கப் பட்டிருந்தன. அவையாவன: 1. இராஜேந்திரசிங்கன் 2. இராஜாதிராயன் 3. கேரளாந்தகன் 4. பாண்டியகுலசனி 5. நித்தவினோதன் 6. உய்யக் கொண்டான் 7. சத்திரியசிகாமணி 8. அருள்மொழித்தேவர் 9. இராஜராஜன் என்ற இராஜராஜனின் பெயர்களால் அழைக்கப் பட்டிருந்தன. முதலாம் குலோத்துங்கனும் விக்ரம சோழனும் தங்கள் பெயர்களில் புதிய வளநாடுகள் ஏற்படுத்தினர். ஒரு வளநாடு என்பது இரு ஆறுகளுக்கு இடைப்பட்ட ஒரு பகுதியாக இருந்தது. உதாரணமாக அரிசில் ஆற்றுக்கும் காவிரிக்கும் இடைப்பட்ட பகுதி உய்யக் கொண்டான் வளநாடு எனப்பட்டது.

இந்த வளநாடுகள் மேலும் நாடுகள் அல்லது கோட்டங்கள் என்று பிரிக்கப்பட்டன. உதாரணமாக, தொண்டை மண்டலத்தில் சுமார் 24 கோட்டங்கள் இருந்தன.

ஊர்கள் பல்வேறு சமூகத்தைச் சார்ந்த நில உடைமையாளர்களால் நிர்வகிக்கப்பட்டு வந்தன. இவை ஊர், பிரம்மதேயம், நகரம்,

படைப்பற்று என்று அழைக்கப்பட்டன. ஊர் என்பது வேளாண் சமூக மக்கள் நிறைந்த இடமாகும். இதன் நிதியும் நிர்வாகமும் வேளாண் சமூக நில உடைமையாளரிடமிருந்தது. இதனை நிர்வகித்துவந்த ஊரவையினர், ஊரார் என அழைக்கப்பட்டனர். பிரம்மதேயம் என்பது பிராமண சமூகம் நிறைந்த குடியிருப்பாகும். இதன் நிதி மற்றும் நிர்வாகமும், சபையார் என்றழைக்கப்பட்ட அந்தண நில உடைமையாளர்களால் நிர்வகிக்கப்பட்டது. நகரம் என்பது வணிக சமூகத்தினர் வாழ்ந்த குடியிருப்பாகும். இதன் நிதியும், நிர்வாகமும் நகரம் எனப்பட்ட வணிகர் நில உடைமையாளர்கள் அடங்கிய அவையால் நிர்வகிக்கப்பட்டிருந்தது. படைப்பற்று என்பது படை வீரர்கள் வாழ்ந்த குடியிருப்பாகும்.

சோழர் காலத்தில் இருந்த அனைத்து வகை ஊர்களிலும் பிரம்மதேயத்தைத் தவிர பிற நிர்வாகம் பற்றிய அதிகமான செய்திகள் கிடைக்கவில்லை.

தேர்தல் முறைகள்

உத்தரமேரூர் பிரமதேயத்தில் கி.பி. 919, 921 தேதியிட்ட இரு கல்வெட்டுக்கள் காணக்கிடைக்கின்றன. அவை உத்தரமேரூர் சபையில் எடுக்கப்பட்ட தீர்மானங்களைப் பற்றி விளக்குகின்றன. இதன்படி மகாசபைக்குத் தேர்தல் எவ்வாறு நடைபெறுகின்றது என்பதனை நாம் அறிய முடிகின்றது. இது முப்பது குடும்புகளாகவும், சேரிகளாகவும் பிரிக்கப்பட்டிருந்தது. ஒவ்வொரு குடும்பிலிருந்தும் ஒவ்வொரு உறுப்பினர் தேர்ந்தெடுக்கப் பட்டனர். ஊரின் அமைப்புக்கு ஏற்ப குடும்புகளின் எண்ணிக்கை கூடவும், குறையவும் இருந்தன. உதாரணமாக, தஞ்சை மாவட்டத்தில் உள்ள செந்தலை கிராமம் ஐம்பது குடும்புகளாகப் பிரிக்கப்பட்டிருந்தது. பொதுவாக ஒவ்வோர் கிராமத்திலும் உள்ள சபைகளில் ஐந்து வாரியங்கள் இருந்தன. ஒவ்வொரு வாரியமும் ஆறு உறுப்பினர்களைக் கொண்டிருந்தது. அவையாவன: சம்வத்சரவாரியம், தோட்டவாரியம், ஏரிவாரியம், பொன்வாரியம், பஞ்சவரவாரியம் என்பனவாகும். இது தவிர கழனிவாரியம், கணக்குவாரியம், கலிங்கு வாரியம், தடிவழி வாரியம் போன்றவையும் இருந்ததாகத் தெரிகின்றது. குடும்புகளின் எண்ணிக்கை கூடியும் குறைந்தும் இருப்பது போன்றே வாரியங்களின் எண்ணிக்கையும் சபையின் அமைப்புகளைப் பொருத்து அமைந்திருந்தது.

சபையின் உறுப்பினர்கள் குடவோலை முறையால் தேர்ந் தெடுக்கப்பட்டனர். அதாவது தேர்தலுக்குப் போட்டியிடும் ஒவ்வொரு வரது பெயரையும் தனித்தனி ஓலைத்துண்டுகளில் எழுதி அந்தக் குடும்பு பெயர் எழுதிய ஓலையை மேல் வைத்துக் கட்டாகக் கட்டி ஒரு

குடத்திலிடுவர். இவ்வாறு ஒவ்வொரு பிரிவுக்கும் செய்யப்பட்டு குடத்திலிடப்படும். பின்னர் குறிப்பிட்ட தேர்தல் நாளில் எல்லோரும் கூடுவர். ஒரு பெரியவர் குடத்தை வைத்துக்கொண்டு நடுவில் நிற்பார். விவரம் அறியாச் சிறுவனை அழைத்து ஒரு ஓலைக்கட்டை எடுக்கச் சொல்லி அடுத்த குடத்திலிட்டுக் குலுக்குவர். பின் அதிலிருந்து ஓர் ஓலையை எடுக்கச் செய்வர். இவ்வாறு எல்லாப் பிரிவுக்கும் தேர்ந்தெடுப்பர்.

தகுதிகள்

1. தேர்தலில் நிற்பவர் கால்வேலி நிலமாவது சொந்த உடைமையாக வைத்திருக்க வேண்டும்.
2. சொந்த நிலத்தில் சொந்த வீடு கட்டி வசிப்பவராயிருக்க வேண்டும்.
3. 35 வயதிற்கு மேற்பட்டவராகவும் 70 வயதுக்குக் குறைந்தவராகவும் இருக்க வேண்டும்.
4. வேதங்களிலும் புராணங்களிலும் கற்றுத் தேர்ந்தவராக இருக்க வேண்டும்.
5. நல்வழியில் பொருளீட்டி அறநெறி பிறழாத வாழ்க்கை உடையவராக இருக்க வேண்டும்.
6. ஒருமுறை உறுப்பினராய் இருந்தோர் அடுத்து ஐந்தாண்டுகளுக்குப் பின்பே உறுப்பினராகத் தகுதியுடையவராகிறார். அவரது புதல்வர்கள் நான்காம் ஆண்டுக்குப் பின்பும் சகோதரர்கள் மூன்றாம் ஆண்டுக்குப் பின்னும் தேர்ந்தெடுக்கப்படலாம்.

கீழ்க்கண்டவர்கள் தேர்ந்தெடுக்கப்படத் தகுதியற்றவராக இருந்தனர்.

1. மேற்கூறிய தகுதிகள் பெற்றிருப்பினும் அவர்கள் முன்பு உறுப்பினராய் இருந்தபோது கணக்குகள் சரியாகக் காட்டாதிருந்தாலும் தங்களது உறவினர்களது கணக்குகளைக் காட்டாதிருந்தாலும் தேர்தலில் நிற்கத் தகுதியற்றவராக்கப் பட்டார்.
2. தேர்தலில் நிற்க விருப்பமுடையவரோ அல்லது அவரது உறவினர்களோ ஐந்து வகையான குற்றங்களைச் செய்திருந்தால் அவர்களும் தகுதியற்றவராகின்றனர்.
3. மாற்றாரின் சொத்துக்களை அபகரித்தோரும், கீழ்த்தரத் தவருடன் சேர்ந்தோரும் தகுதியற்றவராகின்றனர்.
4. ஒதுக்கப்பட்ட உணவு வகைகளை உண்டோர்களும் ஆவர்.

பணிகள்

தேர்ந்தெடுக்கப்பட்ட முப்பது உறுப்பினர்களுள் பன்னிருவர் சம்வத்சரவாரியராகத் தேர்ந்தெடுக்கப்படுவர். இவர்கள் கல்வியறிவிலும் வயதிலும் முதிர்ந்தவர்களாகவும் முன்னரே ஏரிவாரியம், தோட்ட வாரியம் ஆகியவற்றின் உறுப்பினராயிருந்து அனுபவம் பெற்றவராயும் இருத்தல் வேண்டும். எஞ்சிய பன்னிருவர் தோட்டவாரியராகவும் ஏனைய ஆறு பேர்கள் ஏரிவாரியராகவும் அமர்த்தப்பட்டனர் என உத்தரமேரூர் கல்வெட்டு கூறுகின்றது. முன்னர் தேர்ந்தெடுத்த பாணியிலேயே குடவோலை மூலம் மேலும் 12 பேர் தேர்ந்தெடுக்கப் பட்டனர். இவர்களில் ஆறு பேர் பஞ்சவாரியராகவும் மற்றவர் பொன் வாரியராகவும் ஆக்கப்பட்டனர். இவர்கள் ஓராண்டு காலத்திற்கு ஊதியம் பெறாமல் பணி புரிந்தனர். யாரேனும் குற்றம் செய்தால் அவர் விலக்கப்பட்டு அதற்கு மாறாக வேறொருவர் குடவோலை மூலம் தேர்ந்தெடுக்கப்பட்டனர்.

இவ்வாறு தேர்ந்தெடுக்கப்பட்டவர்கள் பணிகளைச் செய்வதற்கு ஆங்காங்கே ஊரம்பலங்கள் வைத்திருந்தனர். சில ஊர்களில் கோயில் மண்டபங்களும் மன்றங்களும் சபை நடவடிக்கையிடங்களாயிருந்தன என்று தெரிகின்றது. இச்சபை பகல் அல்லது இரவு நேரங்களில் அவர்களுடைய வசதிக்கேற்ப கூடியதாகத் தெரிகின்றது. இந்தச் சபையின் பெருமக்கள் கொண்டு வந்த திட்டங்களைச் செயல்படுத்த மத்தியஸ்தன், கரணத்தான், பாடிகாப்பான், தண்டல், அடிக்கீழ் நிற்பான் போன்றோர் இருந்தனர்.

சபாவிநியோகம் எனவும் ஊரிடுவழிபாடு எனவும் வசூலிக்கப் பட்ட வரிப்பணமே சபையாரின் செலவுக்குப் பயன்படுத்தப்பட்டது. நிலவரி முழுவதும் வாரியத்தின் மூலமாகவே செலுத்தப்பட்டது. நில்வரி செலுத்தப்படாத நிலங்களைச் சபையார் விற்று உரிய வரியை அரசுக்குச் செலுத்தி வந்தனர். சபாவிநியோகத்தைத் தனியே வசூலித்து ஊர்க்கணக்கனுக்கு எழுத்து மூலமாக உத்தரவு அனுப்பிச் செலவு செய்யவேண்டியிருந்தது. ஒரு காரியத்திற்கு 2000 காசுகளுக்கு மேல் செலவு செய்வதாய் இருந்தால் சபையின் முன் அனுமதி பெற வேண்டும். அதிகமாக வரிவசூல் செய்தாலும் அதிக செலவு செய்தாலும் தண்டிக்கப்பட்டனர். கிராம சபைகள் அறச்சாலைகளை ஏற்று நடத்தின. அவை சரிவரச் செயல்படுகின்றனவா எனக் கண்காணித்தன. பெருஞ்செல்வந்தர்களிடமிருந்தும் கோயில்களிலிருந்தும் இவர்கள் கடன் தொகை பெற்று மக்களுக்குத் தொண்டு செய்தனர்.

தத்தம் எல்லைக்குட்பட்ட இடங்களில் ஏற்படும் வழக்குகளை விசாரித்து நியாயம் வழங்குவதும், அறநிலையங்களைக் கண்காணிப்பதும்

சம்வத்சர வாரியத்தாரின் குறிப்பிடத்தக்க பணிகளாகும். ஏரிவாரியத்தார், ஏரி, குளம் முதலிய நீர் நிலைகளைப் பாதுகாத்தனர். ஊரில் புழக்கத்திலிருக்கும் பொன் நாணயங்களை ஆராய்ந்து முடிவு செய்வது பொன் வாரியரது பணியாகும். நிலவரியை ஆண்டுதோறும் வசூலித்து அரசுக்கு அனுப்பும் பொறுப்பு பஞ்சவாரியத்தின் பணியாயிருந்தது. நஞ்சை நிலங்களைப் பராமரிப்பது கழனி வாரியமாகும். கணக்கு வாரியத்தார் ஊர்க் கணக்குகளைச் சரி பார்த்தனர். கலிங்குகளில் நீரைத் தேக்கி வைத்து முறைப்படி சாகுபடிக்குத் தண்ணீர் விடுவது கலிங்கு வாரியத்தாரது பணியாகும். பயிரிடும் நிலங்கள் விளையும் பொருட்கள் இவற்றைப் பற்றிய செய்திகளை கிராமக்கணக்குப் புத்தகத்தில் எழுதச் செய்வது தடிவழி வாரியத்தாரது பணியாகும். இவ்வாறு சபையோரும் வாரியத்தாரும் பணிகளைச் செய்து வந்தனர்.

சோழர்களின் தல ஆட்சி முறையானது இன்றைய கட்சி அரசியல் முறையைவிட ஜனநாயகமானதும், நேர்மையானதாகவும், பணிகளைத் திறம்படச் செய்ததாகவும் ஊழலற்றதாகவும் செயல்பட்டு வந்தது என்பது தெளிவாகத் தெரிகின்றது. இக்கால அரசியல் முறைகளுக்கு மாறுபட்டதாகவும் அது அமைந்திருந்தது என்பது திண்ணம்.

5.3 சமுதாய வாழ்க்கை

சோழர் காலத்தில் இருந்த சமுதாயம் குறிப்பிடத்தக்க ஓர் அமைப்பாகும். அக்கால மக்கள் தொகையைப் பற்றிக் கூறுங்கால் கே.ஏ. நீலகண்ட சாஸ்திரியார் சோழர் காலத்தில் பல ஊர்களிலும் நகரங்களிலும் இன்று இருக்கின்ற மக்கள் தொகையைவிட அதிகமாகவே இருந்தது என்கின்றனர். ஆனால், அவர் தம் கருத்து ஓர் உத்தேசக் கருத்தேயாகும் என்றும், அது நம்பும்படி இல்லை என்றும் கே.கே.பிள்ளை கருதுகின்றார். பொதுவாக காலம் செல்லச் செல்ல உலகின் பல பகுதிகளிலும் மக்கள் தொகை பெருகிக்கொண்டே போகின்றது என்பது உண்மையாகும். எனவே இக்காலத்தைவிட அக்காலத்தில் மக்கள் தொகை அதிகமாயிருந்ததாகக் கூறப்படுவது ஏற்றுக்கொள்ள முடியாததாகும். சோழர் காலத்தில் எவ்வளவு மக்கள் தொகை இருந்தார்கள் என்பது தெளிவாகத் தெரியாவிடினும் அக்கால மக்கள் தங்கள் சமுதாய வாழ்க்கையை எப்படி அமைத்திருந்தனர் என்பது சிறப்பாக அறியமுடிகின்றது. அவற்றை இங்குக் காண்பது அவசியமாகும்.

சாதி முறை

சோழர்காலச் சமுதாய அமைப்பில் சாதிமுறை குறிப்பிடத்தக்க இடத்தைப் பெற்றிருந்தது. சோழர் கல்வெட்டுகளில் பிராமணர், வெள்ளாளர், பள்ளி, மன்றாடியார், இடையர், வணிகர், வேட்கோ, தச்சன், கம்மாளன், தட்டான், கைக்கோளர், இனமகள், கள்ளர், குசவர், வலையன், வேட்டுவன் என்ற சாதிப் பெயர்கள் குறிப்பிடப்பட்டுள்ளன[1]. பிராமணர்கள் சமுதாயத்தில் உயர்ந்தவராக இருந்தனர். அவர்கள் பெரும்பாலும் சமயத் தொடர்பான பணிகளில் ஈடுபட்டனர். கல்வித் துறையில் சிறப்பான இடத்தைப் பெற்றிருந்தனர். அவர்கள் வேதங்களில் வல்லுநர்களாகவும், சாத்திரங்களில் தேர்ந்த அறிவுடையவ ராயும் இருந்தனர். அவர்கள் மன்னரிடமிருந்தும், செல்வந்தரிடமிருந்தும், நிலங்களையும், நன்கொடைகளையும் தானமாகப் பெற்றனர். பிராமணர், கோயில் மண்டபங்களில் அமர்ந்து மகாபாரதம் இராமாயணம் போன்ற நுல்களை வாசித்து, பொருள் கூறி மக்களிடம் செல்வாக்குப் பெற்றனர். அமைச்சர்களாகவும் அவர்கள் பணிபுரிந்தனர். அவர்களது கல்வி அறிவாற்றலைக் கண்டு ஊர்ப்பொதுமக்கள், ஊர்ப்பொது நிலங்களை வேதவிருத்தி, பட்டவிருத்தி, புராணவிருத்தி

போன்ற பெயர்களோடு இறையிலி நிலங்களாகக் கொடுத்து ஆதரவு காட்டினர் எனக் கல்வெட்டுக்கள் கூறுகின்றன.

நாள்தோறும் மதியத்தில் பிராமணர்க்குக் கோயில்களில் உணவளிக்க வேண்டி அரசர்கள், அதிகாரிகள் மற்றும் செல்வந்தர்கள் ஆகியோர் அமைத்த அறக்கட்டளைகள் பற்றிக் கல்வெட்டுக்கள் கூறுகின்றன. தங்களுக்கென ஒதுக்கப்பட்ட பகுதிகளை விட்டு வேறு இடங்களில் வாழ்ந்த பிராமணர்கள் அங்கே தனித்த இடத்தில் தனித்த குழுவாகவே வாழ்ந்தனர். இப்பகுதி 'அகரம்' எனப்பட்டது[2]. இது அக்ரஹாரம் என்னும் வடசொல்லிலிருந்து வந்திருக்கவேண்டும்[3]. இவர்கள் இராஜ குருக்களாகவும் இருந்திருக்கின்றனர். பிராமணர்கள் தனி கிராமிய அல்லது நாட்டுப்புறக் குழுக்களின் உறுப்பினர்களாகச் செயல்பட்டனர். மற்றும் அவர்தம் கிராமங்களில் மற்ற இனத்தவர்கள் நில உடைமையாளராக வளர்வதையும் தடுத்தனர்.[4] இவற்றில் அரசும் மக்களும் அவர்களுக்கு உறுதுணையாயிருந்தனரெனத் தெரிகின்றது[5].

பிராமணருக்கு அடுத்தபடியாகக் குன்றவர்த்தனக் கோட் டத்தைச் சேர்ந்த வேளாளர் இனத்தவர்கள் பல வரிச் சலுகைகளைப் பெற்றனர்[6]. காஞ்சியில் வாழ்ந்த ஓவியக்குலச் சிற்பிகள் சோழ மன்னர்களின் செப்புப் பட்டயங்களை எழுதும் உரிமை பெற்றனர்[7]. காஞ்சியிலிருந்து சேணியர் என்பார் உத்தம சோழன் காலத்தில் அரசருக்குரிய ஆடைகளை நெய்யும் உரிமை பெற்றனர்[8]. தச்சன், கொல்லன், தட்டான், கன்னான், கொத்தன் என்ற ஐவகைக் கம்மாளர்கள் தங்களை பிராமணர்களுக்குச் சமமாகக் கருதினர். இதனால் பிராமணரைப் போன்றே பூணூலை அணிந்தனர். இவர்களுக்கும் அரசாங்கத்தில் ஏராளமான சலுகைகள் கொடுக்கப்பட்டன.

வாணிபம் செய்து வந்தவர்கள் 'செட்டிகள்' என்றும் 'வாணிபர்' என்றும் அழைக்கப்பட்டனர். 'நகரத்தார்' என்போர் பெரும் நகரங்களில் வாணிபம் செய்து வந்தனர். கல்வெட்டுக்களில் "முரணொத்த மங்கலத்து சாத்தன் பேராயிர செட்டி வைத்த திருநந்தா விளக்கு"[9] என்று வருவதிலிருந்தும். "காஞ்சி... தெருவில் வியாபாரி குமாரப் பெரு வாணியன் தேவன்"[10] என்றும் வரும் சொற்றொடரிலிருந்தும் வணிகப் பெருமக்களின் பெயர்களும், அவர்களுக்கிருந்த செல்வாக்கும் தெரியவருகின்றது. இவர்களே நாட்டின் பொருளாதாரத்தின் தூண்களாவர்.

வேளாண் மக்களும், உழுதுண்டு வாழ்ந்த உழவுக்குடி மக்களும் சிறப்புடன் வாழ்ந்தனர். வேளாண் மக்கள் சமுதாயத்தில் முக்கிய பங்கு கொண்டிருந்தனர். அவர்கள் படைத்தளபதிகளாகவும், குறுநிலமன்ன ராயும், அரசியல் அதிகாரிகளாகவும் பணியாற்றியுள்ளனர்[11].

அகமுடையார்[12] என்ற இனத்தவரும், கைக்கோளர் என்பவரும் கல்வெட்டுக்களில் இடம்பெறும் சிறப்புப்பெற்ற பிரிவினராவர்[13].

சாதிப்பாகுபாடுகளைக் கொண்ட சோழ சமுதாயத்தில் ஒற்றுமையுணர்வும் இருந்து வந்ததைக் கல்வெட்டுக்கள் மூலம் அறியலாம். உதாரணமாக பூண்டி என்ற ஒரு கிராமத்தில் வசித்து வந்த எட்டு சாதிப் பிரிவினரும் ஒன்றாகச் சேர்ந்து கோயில் ஒன்றுக்குத் தானம் வழங்கினர்[14].

சாதிப்பாகுபாடுகள் இருந்த போதும் கலப்பு மணமும் இருந்து வந்தது என்பது தெரிகின்றது. அநுலோமர், பிரதிலோமர் என்ற இரு இணைப்பு வகுப்பினர் இருந்தனர் என்று கல்வெட்டுகள் தெரிவிக்கின்றன. இவை கலப்பு மணத்தினால் ஏற்பட்ட இனம் என்று கருதப்படுகின்றது. அநுலோமர் என்பவர்கள், கட்டடம் கட்டுதல், தேர், கோபுரங்கள், மண்டபங்கள் கட்டுதல், சிற்பம் செய்தல், யாகம் செய்தல் போன்ற தொழில்களில் ஈடுபட்டவர்களாவர். பிரதிலோமர்கள், நெசவுத்தொழில், பூஜைக்கும், விக்கிரஹங்களுக்கும் அணிவிக்கவும் ஆடைகள் கொடுப்பது, மன்னர்களுக்கு வேண்டிய புதிய ஆடைகள் நெய்து கொடுப்பது போன்ற பணிகளில் ஈடுபட்டனர். பறையரும், தோல் பதப்படுத்துவோரும் கடைநிலையிலிருந்தனர்.

மேற்கூறியவர்கள் தவிர தென் தமிழகத்தில் இடையர்கள் பல உரிமைகளைப் பெற்றனர். இவர்கள் நன்மை தீமை அறிவிப்புக் காலத்தில் பேரிகை முழக்குவது தங்கள் உரிமையாகப் பெற்றிருந்தனர். சில சமூகத்தினருக்குக் கட்டுப்பாடுகளும் இருந்தன. உதாரணமாக, பழையனூர் தேவதானத்தில் தென்னை மரத்திலும் பனை மரத்திலும் கள் இறக்கும் உரிமை ஈழவ சமூகத்தினருக்கு மறுக்கப்பட்டது.

வலங்கை, இடங்கைப் பிரிவுகள்

சோழர்காலச் சாதிப்பாகுபாடுகளில் மிக முக்கியமானது வலங்கை, இடங்கை சாதிப்பிரிவுகளாகும். 'வலங்கு' என்னும் சமூகப் பெயர் முதன்முதலில் பத்தாம் நூற்றாண்டுக் கல்வெட்டு ஒன்றில் காணப்படு கின்றது[15]. அதில் முதலாம் இராஜராஜனின் "வலங்கை வேளைக்காரப் படைகள்" என்று குறிப்பிடப்பட்டுள்ளது. தங்களை வலங்கையினர் என்று அழைத்துக் கொண்டவர்கள் கோயில்களுக்கு நிவந்தங்கள் அளித்துள்ளனர்[16]. "இடங்கை" என்ற பிரிவினர் சற்றுக் காலத்தால் பிந்தியே வருகின்றனர்[17]. எனவே கி.பி. பதினோராம் நூற்றாண்டின் பிற்பகுதியில் தமிழகத்திலும் கன்னட தெலுங்குப் பகுதிகளிலும் இப்பிரிவினர் வெவ்வேறு பெயர்களிலும் இருந்துள்ளனர். சோழர் கல்வெட்டுக்கள் பலவற்றிலும் இவர்கள் படைவீரர் அல்லது சேனைக்

குழுவினர் என்றே குறிப்பிடப்பட்டுள்ளனர். இவர்களுக்குள் பகைமை உணர்வு பற்றிய அதிகமான செய்திகள் துவக்கத்தில் இல்லை. துவக்கத்தில் வேளாண் மக்களை அதிகமாகக் கொண்ட வலங்கைப் பிரிவினர் செல்வாக்குப் பெற்றிருந்தனர் என்ற செய்தியிலிருந்து அவர்களுக்கு எதிரான ஒரு கூட்டம் சிறிது காலத்திற்குப் பின் தோன்றியிருக்க வேண்டும் என்பதில் ஐயமில்லை[18]. பின்னாளில் அரசின் பரப்பளவு மற்றும் தொடர்ந்த போர்கள் போன்ற தேவைகளின் காரணமாக தென்னாற்காடு மற்றும் மலைப் பகுதிகளிலிருந்து எடுக்கப்பட்ட இராணுவ வீரர்கள் இடங்கையினர் என்ற பிரிவினராக இருக்கக் கூடும்[19]. கன்னட, தெலுங்கு பகுதிகளில் மாடிகர், பேடா என்னும் வடக்குப் பகுதியினர் இடங்கை வகுப்பினர் எனக் கருதப்பட்டதாக கே.கே.பிள்ளை கூறுகின்றார். பாண்டிய நாட்டிலும் சேரநாட்டிலும் இப்பிரிவினைச் சேர்ந்தவர்கள் வாழ்ந்ததாகத் தெரிகின்றது. பதினொன்றாம் நூற்றாண்டுக்குப்பின் சோழ நாட்டில் இப்பிரிவினரிடையே பாகுபாடுகள் பெருகி வந்ததாகத் தெரிகின்றது. எனவே சோழர் காலத்தில் வலங்கை இடங்கை இனத்தவர்கள் எப்படித் தோன்றினார்கள் என்பது பற்றி ஒரு சுவையான கதை சொல்லப்படுகின்றது. அதாவது, கரிகாற் சோழன் ஆட்சிக் காலத்தில் மக்கள் மன்னனிடம் முறையிடச் சென்றதாகவும், அவருக்கு இடது பக்கத்தில் நின்று முறையிட்டவர்கள் இடங்கை இனத்தவர் எனவும், வலது பக்கத்தில் இருந்த்வர்கள் வலங்கை இனத்தவர் எனவும் அழைக்கப்பட்டார்கள் என்று சொல்லப்படுகின்றது[20]. அது முதல் இவ்வினங்கள் இவ்வாறு அழைக்கப்படலாயின. இக்கதைக்கு மாறாக மூன்றாம் குலோத்துங்கன் காலத்தில் மற்றொரு கதையும் கூறப்படுகிறது. அதாவது காசிபன் என்ற முனிவரும் அவரது சகாக்களும் வேள்விகள் நடத்திப் புதிய குடியேற்றங்கள் ஏற்படுத்திக் கொண்ட போது அவர்களுக்குப் பலர் உதவி செய்தனர். முனிவர்கள் பல்லக்கிலிருந்து இறங்கி நின்ற போது அவர்களது இடப்பக்கம் நின்று உதவி செய்தவர்கள் இடங்கை இனத்தவர் எனவும், வலப்பக்கம் நின்றவர்கள் வலங்கை இனத்தவர் எனவும் அழைக்கப்படலாயினர்[21]. இடங்கை இனத்தவர் பார்வதியையும், காளியையும் வணங்கினர். வலங்கை இனத்தவர் சிவனையும் திருமாலையும் வணங்கினர். முதலாம் குலோத்துங்கன் காலத்தில் வலங்கை, இடங்கைப் பிரிவினரிடையே ஏற்பட்ட பூசலின் விளைவாக ஒரு கிராமமே தீ வைக்கப்பட்டது. அதன் புனிதத் தலங்கள் தகர்க்கப்பட்டன. கோயில் கொள்ளையடிக்கப் பட்டது. பின்னாளில் கோயில் திருப்பணி செய்து செப்பனிடப் பட்டது[22].

அடிமை முறை

சங்க நூல்களில் சிலவற்றில் அடிமை பற்றிக் கூறப்பட்டிருக்கின்றது. சங்கம் மருவிய நூலான சிலப்பதிகாரத்தில் வரும் உரிமைச் சுற்றம் என்பது அடிமை முறையைக் குறிப்பதாகக் கருதப்பட்டு வருகின்றது. அடிமை முறையானது சங்க காலத்திற்குப் பின்னால் விரிவடைந்து வந்துள்ளது. சோழர்காலக் கல்வெட்டுக்கள் அடிமை முறை வழக்கிலிருந்தது பற்றித் தெளிவாகக் கூறுகின்றன. இவ்வடிமைகள் கோயில்களின் சுற்றுப்புறங்களில் வசித்ததாகத் தெரிகின்றது. இவ்வடிமைகள் இரு வகைப்பட்டனர். அவையாவன, பிறரால் அடிமைகளாக விற்கப்பட்டவர்கள், அடிமைகளாய்த் தங்களைத் தாங்களே அர்ப்பணித்துக் கொண்டவர்கள் என்பனவாகும். தஞ்சை மாவட்டக் கோயில் ஒன்றுக்கு இரு பெண்கள் தங்களைத் தாங்களே விற்றுக் கொண்டதோடு, சுற்றத்தாரையும் விற்றனர்[23]. நடன மகளிர், தேவதாசிகள் என்ற பெயரால் கோயில்களில் பணியாளராயினர். வறுமையின் காரணமாகப் பெற்றோர்கள் தங்கள் பெண்களை விற்றனர். தங்கள் பெண்ணைத் திருமணம் செய்து கொடுக்கும் போது சில அடிமைகளையும் உடன் அனுப்பிவைத்தனர். வையிராதராயர் என்பவர் தனக்கும் தனது மனைவிக்கும் சீதனமாக வந்தவர்களையும் சேர்த்து சில அடிமைகளை வைத்திருந்தார். மனைவியின் சம்மதத்துடன் சிலரை விற்றார்[24]. சிலர் இறைவனிடம் வேண்டுதல் செய்துகொண்டு அந்த வேண்டுதல் பூர்த்தியானவுடன் தம் பெண்களை கோயிலுக்குத் தானமாக்கினர். அரண்மனைகளில் பல்வேறுபட்ட பணிகளைச் செய்வதற்கும் அடிமைகள் அமர்த்தப்பட்டனர். இவ்வாறான அடிமை முறைச் செய்திகளை சோழர் கல்வெட்டுக்கள் கூறுகின்றன. இதனால் சோழர் காலத்தில் அடிமை முறை ஆழமாக வேரூன்றியிருந்தது என்பது தெரிய வருகிறது.

பெண்களின் நிலை

சோழர் காலப் பெண்கள் சமுதாயத்தில் நல்ல நிலையில் வைக்கப்பட்டிருந்தனர். அவர்களுக்கு ஆண்களைப் போலவே சொத்துரிமை வழங்கப்பட்டிருந்தது. அக்காலப் பெண்கள் தங்கள் கணவன்மார்களைப் போற்றி வந்தனர். சில அரசியார்கள் தங்களது அரசரின் பொது வாழ்வுப் பிரச்சினைகளுக்கு முடிவு காண்பதில் பங்கெடுத்துக் கொண்டனர்[25]. பெண்கள் சிறு பணிகளில் அமர்த்தவும் பட்டனர். அவர்கள் கல்வி, கேள்விகளில், மிக்க அனுபவம் பெற்றவராயிருந்தனர். கோயில்களுக்கு நிவந்தங்கள் பல செய்து வழிபாடுகள் நடத்தினர்.

பெண்களில் ஒரு வகையினரான தேவதாசிகள் கோயில்களில் விளக்கு வைப்பது, பூ கட்டுவது, தேவாரம், திருவாசகம் வாசிப்பது, விழாக்களில் நடனமாடுவது போன்ற பணிகளைச் செய்தனர். இவர்கள் அரண்மனைகளிலும் நடனமாடினர். இவர்கள் தங்களது உடலில் சூலம், காளை ஆகிய உருவங்களைப் பொறித்துக் கொண்டதாகத் தெரிகின்றது. இவர்கள் சமுதாயத்தில் உயர்ந்த இடத்தில் வைக்கப்பட்டிருந்தனர். முதலாம் குலோத்துங்கன் காலத்தில் ஒரு தேவதாசி அரண்மனைப் பணியில் ஈடுபடுத்தப்பட்ட போது அதைக் கண்டித்து அவளைக் கோயிலுக்கு அனுப்பி வைத்த செய்தி உள்ளது.[26]

திருமண முறை

சங்ககாலந்தொட்டு விஜயநகர ஆட்சி முடியும் வரை தமிழக மன்னர்களிடையே பலதார மணம் இருந்து வந்தது. இதற்குச் சோழ மன்னர்கள் விதிவிலக்காக இருந்திடவில்லை. அவர்களும் பல மனைவியரை மணந்தனர். ஆனால் குடிமக்களோ பல தாரமணத்தைப் பெரிதும் விரும்பவில்லை. ஒரு சிலர் மட்டும் பல பெண்களை மணந்தனர். திருமணத்திற்கேற்ற நல்ல நாளையும் நேரத்தையும் குறித்துக் கொடுப்போர் கணிகர் எனப்பட்டனர். திருமணங்கள் எப்போதும் காலை நேரத்திலேயே நடத்தப்பட்டன. பெண்ணைத் திருமணம் செய்துகொள்ளும் முதல் உரிமை அவளது தாய்மாமனுக்கு இருந்து வந்தது. அக்காலத்தில் வரதட்சணை கொடுப்பது மரபாக இருந்திருக்கவில்லை. ஆனால், மகளுக்குப் பெண்ணைப் பெற்றவர்கள் கொடையாக நிலங்களைக் கொடுப்பது வழக்கத்தில் இருந்து வந்தது. அக்காலத்தில் பிராமணரிடையே பரிசம் போடும் வழக்கம் நிறுத்தி வைக்கப்பட்டதாகவும் இதற்கு மாறாக பரிசம் கொடுத்தோரும், வாங்கியவர்களும் சமுதாயத்திலிருந்து விலக்கி வைக்கப்பட்டதாகவும் கல்வெட்டுக்கள் கூறுகின்றன.

உணவு முறை

சோழர்காலத்தில் சங்ககாலத்து உணவுப் பழக்கமே நிலவியது. வேறு அதிக மாற்றங்கள் ஏற்படவில்லை என கே.கே.பிள்ளை கூறுகின்றார். நெல், அரிசி முக்கிய உணவுப் பொருளாக இருந்தது. கோயில்களிலும், பிற இடங்களிலும் பிராமணருக்கு அரிசி உணவு வழங்கப்பட்டது. பிராமணருக்கு ஒரு குறிப்பிட்ட நாளிலோ அல்லது தொடர்ந்தோ உணவளிக்கக் கோயில்களுக்கு நிவந்தங்கள் அளிக்கப் பட்டன. முதலாம் குலோத்துங்கன் காலத்துக் கல்வெட்டு ஒன்று, ஒரு வைணவ மடத்தில், அமாவாசையன்று ஐம்பது பிராமணர்க்கு உணவளிக்க வேண்டி நிவந்தமளிக்கப்பட்ட செய்தியைத் தருகின்றது.[27] இதுதவிர சோளம், கம்பு, கேழ்வரகு, உளுந்து மற்றும் பயறு வகைகள்,

கடலை, எள், தினை, அவரை போன்றவை உணவாக உட்கொள்ளப் பட்டன. அரிசி தற்போது இருப்பது போன்று பல்வேறு வகைகளில் இருந்தது. பால் சோறு, புளிச் சோறு, தயிர்ச் சோறு போன்றவை விரும்பி உண்ணப்பட்டன. நெய் பயன்படுத்தப்பட்டது. இறைச்சி வகைகளும் உணவில் சேர்த்துக் கொள்ளப்பட்டன. சமணமுனிவர்கள் பல்வகை அரிசிச்சோற்றையும், வாழைப்பழம் ஆகியவற்றையும் உண்டு வந்தனர். கள், சாராயம் மிகச் சாதாரணமாகப் பயன்படுத்தப்பட்டு வந்தன. வழிப்போக்கர்களின் தாகம் தீர்க்க தண்ணீர்ப் பந்தல்கள் வைக்கப்பட்டன. நெல் முதலிய தானியங்களின் விலை இடத்திற்கு இடம் மாறுபட்டது.

ஆடை, ஆபரணங்கள்

சோழர் காலத்தில் பல வகை ஆடைகள் அணியப்பட்டன. பெரும்பாலும் பருத்தியாலும் பட்டாலும் நெய்யப்பட்ட ஆடைகள் அணியப்பட்டன. ஆண்கள் முழங்கால் வரை ஆடை உடுத்தினர். தலைப்பாகை அணிந்தனர். மேலாடை அணியவில்லை. பெண்கள் கொய்சகம் வைத்துப் புடவை அணிந்தனர். அரச குடும்பப் பெண்கள் மிக மெல்லிய ஆடை உடுத்தியிருந்தனர். ஆடைகளில் செல்வண்ணப் பட்டுகள், பூந்துகில், பாலாவி போன்ற மெல்லிய ஆடை, எலிமயிர் ஆடை, பொங்கும் நுரை போன்ற கலிங்கம், அன்னிய துணிகள், வெண்பட்டு போன்ற வகைகள் குறிப்பிடத்தக்கவையாகும். ஆடை களுக்கு நறுமணம் ஊட்டப்பட்டது. இக்காலத்தை விடச் சோழர் காலத்தில் சிறந்த ஆடைவகைகள் இருந்தன என்பது இவற்றால் அறிய முடிகின்றது.

ஆபரணங்களை அணிவதிலும் ஒப்பனைக் கலையிலும் சோழர்கள் சிறப்பாக ஈடுபாடு கொண்டிருந்தனர். மார்பில் குங்குமக் குழம்பு பூசுதல், விரல்களிலும் பாதங்களிலும் செம்பஞ்சுக் குழம்பு பூசுதல், கண்ணுக்கு மை தீட்டுதல், நறுமணம் கலந்த நீரில் நீராடுதல், தலையில் பலவகை மலர் சூடுதல் ஆகியவை அக்கால ஒப்பனை வகைகளில் குறிப்பிடத்தக்கவைகளாகும். மணப்பெண்ணுக்கு உடல் முழுவதும் செந்நிறம் ஊட்டும் பழக்கமும் இருந்ததாக கே.கே பிள்ளை கருதுகின்றார். ஆனால் அதற்கான சரியான சான்றுகள் தரப்படவில்லை.

சோழர் காலத்தில் ஆண்களும், பெண்களும் பல்வகை ஆபரணங்களை அணிந்தனர். முத்து, பவழம், மரகதம் போன்றவற்றில் அதிகமாக ஆபரணங்கள் செய்தனர். அவர்கள் அணிந்த கழுத்தணி களில் குறிப்பிடத்தக்கவை பாசமாலை, தாலிமணிவடம், மாணிக்க உழுத்து, வயிர உழுத்து போன்றவையாகும். தலையில் திருக்கவம்,

சுட்டி, திருமுடி போன்றவற்றை அணிந்தனர். தோடு திருமகரம், வடுகாளி போன்ற காதணிகளைக் கொண்டிருந்தனர். கைகளில் முத்து வளையம் அணிந்தனர். மோதிரமும் அணிந்தனர். ஒட்டியாணம் அணிவது செல்வந்தர்களிடையே முக்கிய பழக்கமாக இருந்தது.

மூட நம்பிக்கைகள்

சோழர்கால மக்கள் மூடப்பழக்க வழக்கங்களில் அதிக நம்பிக்கை கொண்டிருந்தனர். இவ்வுலக வாழ்க்கைக்குப் பின்பும் வாழ்க்கை உண்டு என்று நம்பினர். நியாய வாழ்க்கை வாழ்ந்தோர் விண்ணுலகிற்கும், மற்றவர்கள் நரகத்திலும் சேருவர் என்றும் கருதலாயினர். பேய், பிசாசு ஆகியவற்றிலும் பலருக்கு நம்பிக்கை இருந்து வந்தது. பேய்களை விரட்ட வேப்பிலையை மக்கள் பயன்படுத்தினர் என்றும் அறிய முடிகின்றது. சகுனம் பார்ப்பது பரவலாக மக்களிடையே இருந்து வந்த பண்பாகும். பறவைகள், விலங்குகளின் ஒலியை வைத்து நன்மை தீமைகளைக் கணக்கிட்டனர். சோதிடத்தில் அதிக நம்பிக்கை வைத்திருந்தனர். பெண்களின் இடது கண் துடித்தாலும் ஆண்களின் வலது கண் துடித்தாலும் ஏற்படும் நன்மை தீமைகளையும் விருந்தினர் வரவையும் அறிந்தனர். இவற்றில் பல இன்றும் மக்களால் நம்பப்பட்டு வருகின்றன என்பதில் ஐயமேதுமில்லை.

சில பழக்க வழக்கங்கள்

சோழர் காலத்தில் குழந்தைகள் பிறந்ததும் அதன் நெற்றியில் மண் பொட்டிடுவது வழக்கமாயிருந்தது. இது மண்ணின் பெருமை அக்குழந்தையைச் சேர வேண்டும் என்பதற்காக இடப்படுவதாகும். குழந்தைகளுக்குப் பிறந்த 12 - ஆம் நாள் பெயர் சூட்டு விழா நடத்தினர். குழந்தைகள் 5 - ஆவது வயதில் பள்ளிக்கு அனுப்பப்படுவது ஒரு முக்கிய சடங்காக நடை பெற்றது. சோழர் காலத்தில் பிணங்கள் எரிக்கப்பட்டன. விருந்தினர்களுக்கு அக்காலத்தில் பெரும் வரவேற்பும் உபசாரமும் வழங்கப்பட்டது. வெற்றிலை, பாக்கு போடும் பழக்கமும் இருந்தது. மக்களின் வாழ்க்கை முறையைச் சீரமைப்பதற்கு அக்காலத்தில் ஏராளமான நூல்கள் இருந்தன.

பொழுது போக்கும் மருத்துவமும்

மக்கள் தாங்கள் ஓய்வு நாட்களில் பொழுதைப் போக்குவதற்குப் பல வகையான வேடிக்கைகளைக் கண்டுகளித்தனர். ஆட்டுடன் ஆடு சண்டையிடுவது, சேவல் சண்டை, குதிரைப் பந்தயம், யானைப் பந்தயம் போன்றவற்றை மகிழ்ச்சியுடன் கண்டனர். பூப்பந்தாடுதல், பொம்மைக் கல்யாணம் செய்தல் போன்றவை பெண்களின் விளையாட்டுக்களில் குறிப்பிடத்தக்கனவாகும். விழாக்காலங்களில் சிலர் கூத்து, நாடகம்

ஆகியவற்றை நடத்தி மக்களை மகிழ்வித்தனர். தங்கத்தாலான ஆணி பதிக்கப்பட்ட மரக்கட்டைச் செருப்பை மக்கள் அணிந்தனர். அக்காலத்தில் மருத்துவமும் சிறப்பாக இருந்தது. வாதம், பித்தம் சிலேட்டுமம் என்ற மூவகை நாடிகள் அறியப்பட்டிருந்தன. மூலிகைகள் பல மருந்துக்காகப் பயன்படுத்தப்பட்டன.

அடிக்குறிப்புகள்

1. Y. Subbarayalu, *op. cit.*, PP. 274-275.
2. ARE 311 of 1911.
3. ARE 190 of 1907, & SII, II, No.20.
4. K.A.N. Sastri, *The Cholas*, P. 548.
5. ARE 46 of 1897.
6. ARE 375 of 1911.
7. K.A.N. Sastri, *op. cit.*, P. 548.
8. மேலது.
9. SII III, No. 68.
10. SITI P.366.
11. SITI II. P. 834.
12. SII VII No. 149.
13. ARE 144 of 1928.
14. ARE 442 of 1920.
15. SII II.10.
16. ARE 341 of 1907.
17. K.A.N. Sastri, *op. cit.*, PP.551.
18. Burton Stein, *op. cit.*, P.214.
19. Y. Subbarayalu, *op. cit.*, P.278.
20. ARE 47 of 1921.
21. ARE 31 of 1936-37.
22. ARE 489 of 1912.
23. ARE 218 of 1925.
24. K.A.N. Sastri, *op. cit.*, P.556.
25. மேலது, ப. 552.
26. ARE 141 of 1952.
27. ARE 281 of 1910.

5.4. பொருளாதார நிலை

சோழர் காலப் பொருளாதாரம் அக்கால மக்களின் செல்வ நிலையைப் பொருத்தே அமைந்திருந்தது. அரசாங்கத்தின் பொருளாதார அமைப்பு மக்களிடமிருந்தும் மற்றோரிடமிருந்தும் பெறும் வரியைப் பொருத்தே அமைந்திருந்தது. மக்களின் செல்வமோ அவர்கள் செய்யும் தொழிலின் வருவாயிலிருந்து அமைந்திருந்தது. தொழிலோ, அக்காலத்தில் பெரும்பாலும் கோயில்களை அடிப்படையாகக் கொண்டே அமைந்திருந்தது. மக்களின் நல்வாழ்வுக்கும், அரசின் செயல்பாட்டுக்கும் அந்நாட்டின் பொருளாதாரமே ஆணிவேராகும் என்பது தெளிவாகின்றது. அதனால் தான் வள்ளுவரும் "பொருளில்லார்க்கு இவ்வுலகமில்லை" என்று சொல்லிவிட்டுச் சென்றார் போலும்.

வரிவகைகள்

சோழர் காலத்தில் அரசாங்கத்தின் பெரும்பகுதி வருவாய் நிலவரியாகவே இருந்தது. பலவகைத் தொழில்வரியும் வாங்கப்பட்டது. இவ்வரிகள் நேர்முகமாகவும் மறைமுகமாகவும் வசூல் செய்யப்பட்டன[1]. கல்வெட்டுக்களில் மொத்தம் 400 க்கும் மேற்பட்ட வரிகள் சொல்லப்பட்டுள்ளன. இவ்வரிகளில் கடமை, குடிமை, அந்தராயம், எச்சோறு, வெட்டி, முட்டையால், தட்டார் பட்டம் போன்றவை குறிப்பிடத்தக்கவையாகும். அந்தராயம் என்பது உள்வரியாகும். எச்சோறு பொது ஊழியர்களுக்கு உணவளிக்க வசூலிப்பதாகும். புரவு என்பது நிலவரியாக இருந்து பின் இறை அல்லது கடமை என்றானது[2]. குடிமை என்பது பயிர் செய்வோரிடமிருந்து வசூலிப்பதாகும். இவை தவிர வணிகர்களிடமிருந்தும், கைவினைஞர்களிடமிருந்தும், ஆயம், பட்டம் என்ற வரிகள் பணமாக வசூலிக்கப்பட்டன[3]. திறைப் பொருளும் வசூலிக்கப்பட்டது. தோற்றுப்போன அரசர்களிடமிருந்தும் கீழ்ப்படிந்து ஆட்சி புரியும் அரசர்களிடமிருந்தும் இது வசூல் செய்யப்பட்டது. கிராமசபைகளும், வணிகர் குழுக்களும், சிறு தொழில் நிறுவனங்களும் பல வரிகளை வசூலித்தன என்று தெரிகின்றது. இவ்வாறு வசூலாகும் பல் வகை வரிகளில் பெரும்பகுதி அரசு ஊழியருக்கு ஊதியம் கொடுப்பதற்காகவே செலவிடப்பட்டது. மீதமுள்ள தொகை தரைப்படை, கடற்படை மற்றும் அரண்மனைத் தேவைகளுக்குச் செலவிடப்பட்டன

நிலவரி

நிலவரியானது, தானியமாகவோ அல்லது பணமாகவோ பெறப்பட்டது. விளைச்சலில் ஆறில் 1 பங்கு அரசாங்கத்திற்கு பஞ்சவர வாரியத்தின் மூலம் செலுத்தப்பட்டது. இது புரவு வரி எனப்பட்டது. விளை நிலங்களில் வேலி ஒன்றுக்கு ஒரு கழஞ்சு பொன் வீதம் போர் வரி விதிக்கப்பட்டது. இவ்வரி ஆண்டுதோறும் வசூலிக்கப்படவில்லை. இக்கட்டான அவசிய காலத்தில் மட்டுமே வசூலிக்கப்பட்டது. வெள்ளக்காலங்களில் காவிரியின் கரை உடைந்து போகாமல் காப்பதற் கென்று ஏற்படுத்தப்பட்ட பணிக்காக கரையோர மக்களிடமிருந்து காவிரிக் கரை விநியோகம் என்ற ஒரு வரி வசூலிக்கப்பட்டது. பிராமணர்கள் குடியேறியிருந்த சதுர்வேதி மங்கலங்களில் சபை நடத்துவதற்காக சபா விநியோகம் என்ற வரியும், விளைநிலங்கள் இருந்த ஊர்களிலும் நகரங்களிலும் இருந்த சபையார் தங்கள் சபையை நடத்த ஊரிடு வரிப்பாடு என்ற வரியும் வசூலித்தனர்.

தொழில் வரி

தறியிறை என்ற வரி நெய்தல் தொழில் செய்வோரிடமிருந்து வசூலிக்கப்பட்டது. செக்கிறை என்பது செக்கிழுப்போரிடமிருந்து வசூலிக்கப்பட்டது. சுங்காடிப் பாட்டம் என்பது சுங்கவரியாக இருந்திருக்கலாம் என்ற யூகம் வருகின்றது. குசக்காணம் என்பது குயவர்களிடமிருந்து பெற்ற வரியாகும். தரகு என்பது தரகு வாங்குவோரிடமிருந்தும், இடைப்பாட்டம் இடையர்களிடமிருந்தும், வண்ணாரப்பாறை என்பது துணி துவைக்கும் வண்ணாரிடமிருந்தும் வசூலிக்கப்பட்டது. ஈழம் பூட்சி கள்ளிறக்குவோரிடமிருந்தும், ஓடம் செலுத்தி வயிற்றை நிரப்புவோரிடமிருந்தும் ஓடக்கூலியும் பெறப்பட்டன.

சோழப் பேரரசு காலத்தில் நிலவரியும் பிறவரிகளும் கிராம சபையோராலேயே வசூலிக்கப்பட்டு அரசாங்கத்தின் கருவூலத்தில் சேர்க்கப்பட்டது. வரிபாக்கியானது இரண்டாண்டுகள் வரை அனுமதிக்கப்பட்டது. மூன்றாவது ஆண்டு தொடங்குவதற்கு முன்பு வரிபாக்கி செலுத்தப்படாமலேயேயிருக்குமானால் கிராமச் சபையார் நிலங்களைக் கைப்பற்றி அதனை விற்று வரிபாக்கியைச் சரிக்கட்டுவர். சிலர் 15 ஆண்டுகள் வரை வரி செலுத்தாமல் இருந்திருக்கின்றனர் என்பதும் கல்வெட்டுக்களால் அறியப்படுகின்றது. இது கிராம சபையாரிடமிருந்த ஊழலின் பிரதிபலிப்பே என கே.கே. பிள்ளை கருதுகின்றார். சோழர் காலத்தில் வரி செலுத்தாமல் மக்கள் ஊரை விட்டே ஓடினர் என்று அறியப்படுவதிலிருந்து வரிக்கொடுமை அக்காலத்தில் அதிகமாயிருந்திருக்கலாம் என்பதும் புலனாகின்றது.

நில அளவை

சோழர் காலத்தில் நிலங்கள் பலவாறாகப் பகுக்கப்பட்டன. அவை, நன்செய்நிலம், புன்செய்நிலம், குடியிருப்புமனை, கரம்பு, தரிசுநிலம், காடு ஆகியவையாகும். நிலங்கள் அளந்து கணக் கிடப்பட்டு வரி வசூல் செய்யப்பட்டது முதலாம் இராஜராஜன் காலத்தில் தான், முதன் முதலில் நிலங்கள் அளக்கப்பட்டன. நில அளவுகள் குழி, மா, வேலி என்ற அளவைகளைக் கொண்டிருந்தன. நிலங்கள் அளந்த பின் எல்லைப் பகுதிகளில் கற்கள் நடப்பட்டன. இந்த நிலங்கள் விளைச்சல் சக்திக்கு ஏற்றவகையில் தரம் பிரிக்கப்பட்டன. இது 'தரம் இடு' என்று அழைக்கப்பட்டது. நிலத்தின் தரத்திற்கு ஏற்றபடி வரியும் இருந்தது. இவ்வாறு தரம்பிரிக்கப்படாது நிலையான வரிவிதிக்கப்பட்ட நிலங்களும் வரியே விதிக்கப்படாத நிலங்களும் இருந்தன.

நிலச் சொந்தக்காரர்களான வேளாண்மை செய்வோர் பெரிதும் மதிக்கப்பட்டனர். அவர்களே பொருளாதாரத்தின் அடிப்படை யாகவும் இருந்தனர். அதனால்தான் ஊர்ச்சபையின் உறுப்பினராவதற்கு கால்வேலி நிலமாவது சொந்தமாக வைத்திருக்க வேண்டும் என்ற முறை கடைப்பிடிக்கப்பட்டது என்பது இங்குக் குறிப்பிடத்தக்கதாகும்.

நாணயங்கள்

சோழர்காலத்தில் பல்வகை நாணயங்கள் ,பொன், வெள்ளி, செம்பு ஆகிய உலோகங்களில் வெளியிடப்பட்டன. சோழர்கால நாணயங்களில் உத்தம சோழன் காலத்துப் பொன், வெள்ளி நாணயங்கள் சிறப்பு வாய்ந்தனவாகும்.[4] முதலாம் இராஜராஜன் காலத்தில் இராஜராஜன் காசு என்ற நாணயம் வெளியிடப்பட்டது. மாடை என்ற நாணயம் உத்தம சோழன் காலத்திற்கும் முன்பே இருந்து வந்துள்ளது. பிற்காலச் சோழர்கள் காலத்தில் காசு பல்வேறாகக் காணப்பட்டது. அவை, அன்றாடு நற்காசு, பழங்காசு, அன்றாடு நற்பழங்காசு ஆகியவையாகும். இவை தவிர, உத்தம கண்டமாட, சாமரமாட, பிருதமாட, நச்சிமாட, புஜபலமாடை போன்ற நாணயங்கள் அக்காலத்தில் வழக்கத்தி லிருந்தன. சோழர் காலத்தில் கருங்காசு ஈழக்கருங்காசு போன்றவையும் வழக்கத்திலிருந்தன. அக்கம் என்பது அக்காலத்தில் பயன்படுத்தப்பட்ட மற்றொரு நாணயமாகும். இராஜராஜன் சேர, சோழ, பாண்டிய நாடுகளைத் தன் ஆட்சியின் கீழ்க்கொண்டிருந்தபோது அந்நாடு களைத் தனித்தனியே குறிக்க புழக்கத்தில் விட்ட நாணயங்களில் முறையே திருவடி புலி மீன் பொறித்த நாணயங்களை வெளியிட்டார்[5]. அண்மையில் இராமநாதபுரம் மாவட்டம் நீராவியில் 'உரக' என்று தேவநாகரியில் எழுதப்பட்ட பொற்காசு கண்டெடுக்கப்பட்டது[6]. முதலாம் இராஜேந்திரன் தனது தங்கக்காசுகளில் கங்கை கொண்ட சோழன் என்று பொறித்திருந்தார்[7]. பிற்காலச் சோழர் நாணயங்களில்

பொன்னில் வெள்ளி கலப்படம் செய்யப்பட்டது. செப்பு நாணயம் காசு என்ற பெயரால் அழைக்கப்படலாயிற்று.

வாணிபம்

சோழர் காலத்தில் வாணிபம் சிறப்பாக நடைபெற்றது என்பது உண்மை. எனினும் உள்நாட்டு வாணிபம் பற்றிய செய்திகள் அதிகம் கிடைக்கவில்லை. வெளிநாட்டு வாணிபம் பற்றிய செய்திகளே அதிகம் கிடைக்கின்றன. உள்நாட்டில் வாணிபத்திற்காகப் பல சங்கங்களும் குழுக்களும் அமைக்கப்பட்டன. இவ்வாணிபக் குழுக்கள் கோயில்பணி போன்ற பொதுக்காரியங்களுக்காகச் சேவை செய்தன. இக்குழுக்களில் குறிப்பிடத்தக்கது "நானா தேசதிசையாயிரத்து ஐந்நூற்றுவர்" என்ற குழுவேயாகும். இக்குழுவின் உறுப்பினர்கள் நாட்டின் பல பகுதி களையும் சார்ந்தவர்களாவர். இவர்கள் உயர்தர யானைகள், நல்ல இனக்குதிரைகள், பல்வேறு தரமுள்ள மணிக்கற்கள், நறுமணச் சரக்கு வகைகள், மருந்துப் பொருட்கள் ஆகியவற்றை ஓரிடத்திலிருந்து மற்றோரிடத்திற்கு எடுத்துச் சென்று விற்று வந்தனர். கழுதை, எருமைகளின் மீது பொருள்கள் ஏற்றிச் செல்லப்பட்டன. தோள்களிலும் சுமந்து சென்றனர். திருச்சி மாவட்டத்தில் வாணிபக் குழுக்கள் வெண்மணிப்பாடி என்ற கிராமத்தை ஒரு வாணிப நகரமாக்கி அதற்கு தாயிலு நல்லபுரம் என்ற பெயரும் கொடுத்தன என்பது கல்வெட்டுக் களின் மூலம் அறியப்படுகின்றது. இக்குழுக்கள் பெரும்பாலும் வாணிபத்தில் மட்டுமே கருத்தாயிருந்தனர் என்பதும் அறிய முடிகின்றது.

சுங்கம்

சோழர் காலத்தில் வெளிநாட்டுப் பொருள் இறக்குமதி மீது சுங்கம் வசூலிக்கப்பட்டது. அது போன்றே இங்கிருந்து வெளிநாடு களுக்குக் கடல் வழியாக ஏற்றுமதி செய்யப்பட்ட பொருள்கள் மீதும் சுங்கம் வசூலிக்கப்பட்டது. முதலாம் குலோத்துங்கன் சுங்கந்தவிர்த்து இருள் நீக்கிய குலோத்துங்க சோழ தேவன் என்று புகழப்படுவதிலிருந்து அம்மன்னன் சுங்கத்தை நீக்கினான் என்றும், அதற்கு முன்பு சுங்கம் வசூல் கடுமையாக இருந்திருக்கக்கூடும் எனவும் அறியமுடிகின்றது.

வெளிநாட்டு வாணிபம்

தமிழகம் வெளிநாட்டு வாணிபத்தில் என்றுமே சிறப்புப் பெற்றிருந்தது. சோழர்காலம் மட்டும் அதற்கு விதிவிலக்காய் இருந்திடவில்லை. அவர்கள் சீனா, இந்தோசீனா, மலேசியா, சுமத்திரா, ஜாவா போன்ற நாடுகளுடன் வாணிபத்தொடர்பு கொண்டிருந்தனர். முதலாம் இராஜராஜனும் முதலாம் இராஜேந்திரனும் சீனாவுக்கு ஒரு தூதுக்குழுவை அனுப்பினர். இராஜராஜனால் அனுப்பப்பட்ட

தூதுக்குழு கி.பி. 1015 - இல் சென்று சேர்ந்தது. இது ஏராளமான பொன்னும் பொருளையும் கொண்டு சென்றது. முதலாம் இராஜேந்திரனின் கடார வெற்றி சோழ நாட்டுக்கும் சீனாவுக்குமிடையே வாணிபம் வளர உதவியது. கி.பி. 1077 - இல் முதலாம் குலோத்துங்கன் சீனாவுக்கு 71 பேர் கொண்ட ஒரு வாணிபக் குழுவை அனுப்பியதாகத் தெரிகின்றது. இவனே சீனா சென்றதாகவும் வரலாற்றாளர்கள் கருதுகின்றனர்.

வெளிநாட்டு வாணிபத்திற்காக, காமுகில், ஓர்க்கோலை, கற்பூரம், மூங்கில், தந்தம், கருங்காலிக்கட்டை, தாள் , சந்தனம், வாசனைத் திரவியங்கள் போன்ற பொருட்கள் சோழநாட்டிலிருந்து ஏற்றுமதியாயின. சீனாவுக்கு மெல்லிய துணிவகைகள், நறுமணப் பொருட்கள், மருந்துவகைகள், பவழம், முத்துக்கள், யானைத் தந்தங்கள், பாக்கு, ஏலம் போன்ற பொருள்கள் ஏற்றுமதியாயின. சோழர்கள் அரேபியருடன் குதிரை வாணிபம் செய்தனர். இதுவே முதன் முதலில் தமிழருக்கும் அரேபியருக்குமிடையே ஏற்பட்ட தொடர்பாகத் தெரிகின்றது. பின்னர் குதிரை வியாபாரம் வளர்ந்தது. குதிரைப் படைக்கும் பிற்காலத்தில் முக்கியத்துவம் தரப்பட்டது. குதிரை வணிகர்கள் குதிரைச் செட்டிகள் எனக் கல்வெட்டுக்களில் குறிக்கப்பட்டிருக்கின்றனர். இவர்கள் அரேபியரிடமிருந்து குதிரையை வாங்கி உள் நாட்டில் விற்றனர் என்று தெரிகின்றது.

இவ்வாறு சோழர்காலத்தில் நிலவரி மூலமும், மற்ற தொழில் வரிகள், சுங்கம், வேளாண்மை மூலமும் அரசின் பொருளாதாரம் பெருகியது. இந்த அடிப்படையில் மக்களின் வளமும் பெருகியது. இதற்குச் சோழர்காலத்தில் சர்வசாதாரணமாக புழக்கத்திலிருந்த தங்க நாணயங்களே சான்றுகளாகின்றன. சோழர்கள் வாணிபத்திலும் சிறப்புற்று விளங்கிப் பெரும் பொருள் ஈட்டினர். இவ்வாறான செயல்களால் சோழர்காலத்தில் பொருளாதார நிலை சிறப்பாகவே இருந்திருக்க வேண்டும் என்பது தெளிவாகத் தெரிகின்றது.

அடிக்குறிப்புகள்

1. Y. Subbarayalu. *op. cit.*, P. 284.
2. P. Shanmugam, *Revenue system Under the Cholas (850-1279)*, 1987, P.22.
3. Y. Subbarayalu, *op. cit.*, PP. 287 - 8.
4. ஒரு காசில் ஒரு மீனும் ஒரு புலியும் பொறிக்கப்பட்டுள்ளது. இதனை முதற்பராந்தகன் காசு என நடன காசிநாதனும் (தமிழர் காசு இயல், ப. 60) உத்தம சோழன் காசு என ஆர். நாகசாமியும் கூறுகின்றனர். (*Tamil Coins - A study*, P. 36).
5. நடன காசிநாதன், முன்னது ப. 63.
6. இதனைக் கண்டவர் மதுரை திருமலை நாயக்கர் மஹாலில், தமிழ்நாடு தொல்பொருள் துறையில் தொல்பொருள் அலுவலராகப் பணிபுரிந்த சொ. சாந்தலிங்கம் ஆவார்.
7. R.Nagasamy, *Tamil Coins - A Study*, P. 36.

5.5. இலக்கியமும் கல்வியும்

இலக்கியங்கள்

சங்க இலக்கிய காலத்தில் தோன்றிய நீதி நூல்களும் அறப்பாடல் களும் சிறந்து விளங்கின. களப்பிரர் காலத்தில் இலக்கிய வளர்ச்சி இருந்தது. பல்லவர் காலத்தில் மேலும் இலக்கியம் வளரத் தொடங்கியது. அவ்விலக்கியம் பெரும்பாலும் சமய இலக்கியமாகவே இருந்தது. சோழர் காலத்தில் இலக்கியத்தில் பெரும் முன்னேற்றம் ஏற்பட்டது. சோழர் காலத்தில் இயற்றப்பட்ட நூல்கள் பல பாதுகாப்பின்றி அழிந்து போயின. சில நூல்கள் பெயரிடப்படாமலே அழிந்து போயின. எஞ்சிய நூல்கள் அக்கால, சமய, சமுதாய அரசியல் வரலாற்றினை அறிய நமக்குப் பெரிதும் உதவுகின்றன. இக்கால இலக்கிய வளர்ச்சிக்கு ஆற்றல்மிக்க அரசும், நாட்டின் சிறந்த செல்வநிலையும் இயக்கத்தால் எழுந்த ஆழ்ந்த தமிழ் இலக்கிய வளர்ச்சிக்கு உறுதுணையாயிருந்ததாகத் தெரிகின்றது.

பன்னிரு திருமுறை

பிற்காலச் சோழர் காலத்தில் இயற்றப்பட்ட தமிழ் நூல்களில் குறிப்பிடத்தக்கது பன்னிரு திருமுறை என்பதாகும். இந்நூல் முதலாம் இராஜராஜன் காலத்தில் நம்பியாண்டார் நம்பி என்பவரால் தொகுக்கப்பட்டதாகும். இந்நூலில் உள்ள பன்னிரண்டு திருமுறைகளில் முதல் மூன்று ஞான சம்பந்தரின் தேவாரமாகவும், அடுத்த மூன்று திருமுறைகள் அப்பர் தேவாரமாகவும், ஏழாவது திருமுறை சுந்தரரின் தேவாரமாகவும், மாணிக்கவாசகரின் திருவாசகமும் திருக்கோவை யாரும் எட்டாம் திருமுறையாகவும், திருமாளிகைத் தேவர், கருவூர்த் தேவர் மற்றும் பலரும் இயற்றிய நூல்கள் ஒன்பதாம் திருமுறையாகவும், திருமூலரின் திருமந்திரம் பத்தாம் திருமுறையாகவும், காரைக்காலம்மை யார், பட்டினத்தடிகள் உட்பட பன்னிருவர் இயற்றிய நூல்கள் பதினோராம் திருமுறையாகவும் விளங்குகின்றன. பெரியபுராணம் திருமுறையாகப் பின்னால் சேர்த்துக் கொள்ளப்பட்டது. இவற்றுள் முதல் நால்வரது பாடல்கள் தவிர ஏனையோரின் பாடல்கள் பிற்காலச் சோழர் காலத்தைச் சேர்ந்தனவாகும். இவையனைத்தும் சமயம் சார்ந்த நூல்கள் ஆகும்.

சைவசித்தாந்த நூல்கள்

சைவ சித்தாந்த நூல்கள் பல சோழர்காலத்தில் இயற்றப்பட்டன. அவற்றில் குறிப்பிடத்தக்கவை திருவுந்தியார், திருக்களிற்றுப் படியார் போன்றவையாகும். திருவுந்தியார் திருமுறைகளின் சுருக்கமாகவும், நாயன்மார்கள் பலரின் வரலாற்றை எடுத்துக் கூறுவதாக திருக்களிற்றுப் படியாரும் அமைந்துள்ளன. மெய்கண்டார் பெண்ணாடகம் என்ற இடத்தில் பிறந்து சைவ சமயத்திற்குத் தொண்டாற்றினார். இவரே சைவ சித்தாந்த மரபைத் தோற்றுவித்தார். இவர் 13 - ஆம் நூற்றாண்டின் முன் பகுதியில் சிவஞான போதத்தை இயற்றினார்.

அருள்நந்தி சிவாச்சாரியாரின் சிவஞான சித்தியார் சுபக்கம், பரபக்கம் என்ற இருபாகங்களைக் கொண்டதாகும். உமாபதி சிவாச்சாரியார் என்பார், சிவப்பிரகாசம் முதல் சங்கற்ப நிவாகரணம் இறுதியாக உள்ள எட்டு சித்தாந்த நூல்களை இயற்றினார் என்று தெரிகின்றது. இருபா இருபது, இருபது பாடல்களைக் கொண்ட ஒரு நூலாகும். இதனைப் படைத்தவர் அருள் 'நந்தியாவார். கி.பி. 13 - ஆம் நூற்றாண்டின் பிற்பகுதியின் தொடக்கத்தில் மனவாசகம் கடந்தார் என்பார், உண்மை விளக்கம் என்ற நூலைப் படைத்தார். வினா வெண்பா என்பதனையும் போற்றிப் பஃறொடை என்பதனையும் திருவருட்பயன் என்பதனையும் படைத்தவர் உமாபதி சிவாச்சாரியாராவார். இதில் வினா வெண்பா பதின்மூன்று பாடல்களைக் கொண்டது. போற்றி பஃறொடை நூறு வரிகளைக் கொண்டது. திருவருட்பயன் பத்து பாகங்களைக் கொண்டது ஆகும். இவரது மற்ற படைப்புகள் கொடிக்கவி (சிதம்பரம் நடராஜர் கோயிலில் கொடியேற்று விழா பற்றியது), நெஞ்சு விடுதூது (இது உமாபதி சிவாச்சாரியாருக்கும் அவரது ஆசிரியர் மறைஞான சம்பந்தருக்கும் இடையில் ஏற்பட்ட கடிதப்போக்குவரத்தின் தொகுப்பு) ஆகியவையாகும்.

காப்பியங்கள்

தமிழ் இலக்கிய வரலாற்றில் ஐம்பெருங்காப்பியங்கள் என்று கருதப்படுபவை- சிலப்பதிகாரம், மணிமேகலை, வளையாபதி, குண்டலகேசி, சீவக சிந்தாமணி ஆகியவையாகும். இவற்றில் முதல் இரண்டும் சங்ககாலத்திற்குச் சற்றுப் பின்னால் வந்த காலத்தைச் சேர்ந்தவையாகும். மற்ற மூன்று காவியங்களும் சோழர் காலத்தைச் சேர்ந்தவையாகும்.

வளையாபதி என்பது ஒரு சமண நூலாகும். இதன் ஆசிரியர் யார் எனத் தெரியவில்லை. இதன் முழு நூலும் நமக்குக் கிடைத்திடவில்லை. இந்நூலின் கதை வைசிய புராணத்தில் 35 - வது அத்தியாயத்தில் குறிக்கப்பட்டுள்ளது.

குண்டலகேசி என்ற நூல் நாதகுத்தனார் என்பவரால் இயற்றப் பட்டதாகும். இதன் கதை வைசிய புராணத்தின் 34 - வது அத்தியாயத்தில் காணக்கிடக்கின்றது. இந்நூல் புத்த கதை பற்றியதாகும். இது பிற சமயங்களைத் தாக்குவதாக அமைந்துள்ளது. இதிலும் எல்லாப் பாக்களும் கிடைக்கவில்லை. புறத்திரட்டில் காணப்படும் 19 செய்யுட்களே கிடைத்துள்ளன.

சீவகசிந்தாமணியின் ஆசிரியர் திருத்தக்க தேவராவார். இது சமண நூலாகும். இதுவே ஐம்பெருங்காப்பியங்களுள் சிறந்தது எனக் கருதப்படுகின்றது. இந்நூல் சமண சமயக்கருத்துக்களைப் பரப்புவ தாயிருந்த போதும் இதில், முருகன், திருமால், சிவன் போன்ற கடவுளர்களையும் ஏற்றிக் கூறியுள்ள பாங்கு நல்ல முறையில் அமைந்துள்ளது. இது திருத்தக்க தேவரின் சமயப் பொறையையும் நன்கு எடுத்துக் காட்டுகின்றது. இந்நூலின் கதையானது, இதன் கதாநாயகனான சீவகன் எட்டுப் பெண்களை மணந்து இன்பம் அடைந்த பின்னர் துறவுக் கோலம் பூண்டது பற்றிய விளக்கமாக அமைந்துள்ளது. இந்நூலில் சமயக் கருத்துக்கள் தவிர்த்து இயற்கை வளம், உவமைகள், எடுத்துக்காட்டுகள் போன்றவையும் சிறப்பாக அமைந்துள்ளன.

பிறகாப்பியங்கள்

ஐம்பெருங்காப்பியங்களில் சேராத பல சிறு காப்பியங்களும் சோழர் காலத்தில் இயற்றப்பட்டன. அவைகளில் குறிப்பிடத்தக்கவை, சூளாமணி, நீலகேசி, உதயண குமார காவியம், நாக குமார காவியம், யசோதர காவியம் போன்றவையாகும்.

சூளாமணியை இயற்றியவர் தோலா மொழித் தேவர் ஆவார். இது 2331 செய்யுட்களைக் கொண்டுள்ளது. 12 சருக்கங்களாகப் பிரிக்கப் பட்டுள்ளது. இந்நூலின் நாயகர்கள் திவிட்டன், விஜயன் என்ற இரு வட்நாட்டு மன்னர்களாவர். இந்நூல் குண்டலகேசி என்ற புத்த காவியத்தின் தழுவலாகக் கருதப்படுகின்றது.

நீலகேசி ஒரு சமணச் சார்புடைய நூலாகும். இதன் ஆசிரியர் யார் என்பது தெரியவில்லை. இந்நூலில் போதிக்கப்படும் அறக் கருத்துக் களில் குறிப்பிடத்தக்கது கொல்லாமையே ஆகும். இது 894 செய்யுட் களைக் கொண்ட நூலாகும். இது பத்து சருக்கங்களைக் கொண்டுள்ளது.

உதயண குமார காவியம் வத்சநாட்டு அரசன் உதயணன் என்பானின் கதையினைக் கூறுகின்றது. இதில் 367 செய்யுட்கள் உள்ளன. இது ஆறு காண்டங்களாகப் பிரிக்கப்பட்டுள்ளன. நாககுமார காவியம் ஒரு சமண நூலாகும். காவியம் ஐந்து சருக்கங்களைக் கொண்டதும்,

330 செய்யுட்களைக் கொண்டதுமாகும். மற்றொரு சமணக் காவியமான மேரு மந்தரபுராணம் வாமானாச்சாரியர் என்பவரால் இயற்றப்பட்ட தாகும். இது மேரு, மந்தரா என்ற இரு சகோதரர்களைப் பற்றிய காவியமாகும்.

கலிங்கத்துப்பரணி

பரணி என்றாலே நினைவில் வரும் ஜெயங்கொண்டாரால் வரையப்பட்டதே கலிங்கத்துப்பரணியாகும். இது முதலாம் குலோத்துங்கள் படைத்தலைவரான கருணாகரத் தொண்டைமானின் வடகலிங்கப் போரையும், அதன் நிகழ்ச்சிகளையும் வெற்றியையும் குறிப்பிடும் வரலாற்றுக் காவியமேயாகும். வட கலிங்க மன்னன் அனந்தவர்ம சோழகங்கன் குலோத்துங்கனுக்குத் திறை செலுத்தாததன் விளைவே இப்போராகும். கலிங்கத்துப்பரணி பாடிய ஜெயங்கொண்டார் சமணர் என்பாரும் உளர். ஆனால் இவரது கடவுள் வாழ்த்துப் பகுதி வைதீக சமயத்தின் தலைமைக் கடவுளராம் மும்மூர்த்திகளைப் பற்றியும் மற்றும் முருகன், கொற்றவை பற்றியும் சிறப்பாகக் கூறுகின்றது. இந்நூலில் இன்பச்சுவை, இயற்கை வருணனை, நகைச்சுவை, அவலச்சுவை, வீரச்சுவை போன்றவற்றை ஒரு சேரக்காணலாம்.

மூவருலா

மூவருலா என்பது சோழர்களின் அரசவைப் புலவரான ஒட்டக்கூத்தரின் படைப்பாகும். இந்நூல் விக்கிரமசோழன், அவர் பிள்ளை இரண்டாம் குலோத்துங்கன், அவர் மகன் இரண்டாம் இராஜராஜன் ஆகிய மூவர் பற்றிய உலா ஆகும். ஒட்டக்கூத்தர் இவர்களது ஆசிரியராகவும், அவைப்புலவராகவும் இருந்தவராவார்.

குலோத்துங்கன் பிள்ளைத்தமிழ், தக்கயாகப் பரணி போன்ற நூல்களும் ஒட்டக்கூத்தரின் படைப்பாகும். குலோத்துங்கன் பிள்ளைத்தமிழ் இரண்டாம் குலோத்துங்கன் பற்றியதாகும். தக்கயாகப்பரணி இரண்டாம் இராஜராஜன் மேல் பாடப்பட்டதாகும். இவரது பிற நூல்கள் காங்கேயன் நாலாயிரக் கோவை, ஈட்டியெழுபது, அரும்பைத் தொள்ளாயிரம் முதலியவை ஆகும்.

பெரிய புராணம்

திருத்தொண்டர் புராணம் அல்லது பெரிய புராணம் எனப்படும் சைவ சமய நாயன்மார்களைப் பற்றிய நூல் சேக்கிழார் பெருமானால் எழுதப்பட்டதாகும். இதில் சேக்கிழார் பெருமான் அறுபத்திமூன்று நாயன்மார்களின் வாழ்க்கை வரலாற்றைச் சித்திரித்துள்ளார். இவர் இரண்டாம் இராஜராஜனின் காலத்தவராவார். இவரது பெரிய

புராணம் இம்மன்னனின் தாராசுரம் கோவிலில் அரங்கேற்றம் செய்யப்பட்டது.

கம்பராமாயணம்

கம்பனின் கட்டுத்தறியும் கவிபாடும் என்று சொல்வது மரபாகும். கவியரசு எனப் போற்றப்பட்ட கம்பர் கற்பனைத் திறன் மிக்கவர். இவரது கவித்திறனுக்கு ஓர் எடுத்துக்காட்டாக அமைந்ததுதான் கம்பராமாயணம். இந்நூல் வால்மீகியின் வடமொழி இராமாயணத்தைத் தழுவி எழுதப்பட்டதாகும். இதில் மொத்தம் 10,500 பாடல்கள் உள்ளன. 113 படலங்களாகவும் 6 காண்டங்களாகவும் பிரிக்கப்பட்டுள்ளது. கம்பரின் பிற நூல்கள் சரசுவதி அந்தாதி, சடகோபரந்தாதி, இலக்குமியந்தாதி போன்றவையாகும். இவரது மகனான அம்பிகாபதி, அம்பிகாபதிக் கோவை என்ற நூலை இயற்றியுள்ளார்.

நளவெண்பா

வெண்பாவில் சிறந்த வெண்பா எனப்படுவது நளவெண்பா ஆகும். இதனை இயற்றியவர் புகழேந்தியாவார். வியாசரின் மகாபாரதத்தில் உள்ள நளோபாக்கியானம் என்னும் கிளைக் கதையைத் தமிழாக்கியதே நளவெண்பா ஆகும். நானூற்றுக்கும் மேற்பட்ட வெண்பாக்களைக் கொண்ட இந்நூல் மூன்று காண்டங்களை உடையதாகும். அவை யாவன: சுயம்வர காண்டம், கலி தொடர் காண்டம், கலிநீங்கு காண்டம் என்பனவாகும். இந்நூல் கற்போருள்ளம் கவரும்படி அமைக்கப் பட்டிருக்கின்றது.

கந்தபுராணம்

கந்தபுராணம் என்னும் காவியம் முருகப்பெருமானின் திருவிளை யாடல்கள், அவரின் அறப்போர் போன்றவற்றைக் கூறும் ஆறு காண்டங்களையுடையது. இதனை இயற்றியவர் காஞ்சியில் வாழ்ந்த கச்சியப்ப முனிவராவார்.

இவை தவிர ஔவையார் ஆத்திசூடி, கொன்றைவேந்தன், வாக்குண்டாம், நல்வழி, ஞானக்குறள், அசதிக் கோவை போன்ற நீதி நூல்களைப் படைத்துள்ளார்.

இலக்கண நூல்கள்

யாப்பருங்கலக்காரிகை, யாப்பருங்கலவிருத்தி, நம்பியகப் பொருள், நேமிநாதம், வச்சணந்திமாலை, நன்னூல், வீரசோழியம், தண்டியலங்காரம் போன்றவை இக்காலத்து இலக்கண நூல்களாகும். யாப்பருங்கலக் காரிகை என்ற இலக்கண நூலை எழுதியவர் சமணசமயத்தைச் சார்ந்த அமுதசாகரர் என்பவராவார். நம்பியகப் பெருமாள் என்ற நூல்

நாற்கவியரசர் என்ற சமணரால் எழுதப்பட்டது. இது எளிய நடையில் உள்ளது. நேமிநாதம் என்ற நூல் குணவீர பண்டிதர் என்ற சமணரால் இயற்றப்பட்டது. இவரே வச்சணந்தி மாலையையும் இயற்றினார். நன்னூல் தொல்காப்பியத்துக்கு ஈடாகக் கருதப்படுகின்றது. இது சன்மதி முனிவர் என்பவரது மகனால் எழுதப்பட்டது. வீரசோழியம் புத்த மித்திரரால் இயற்றப்பட்டது. இது தெளிவான இலக்கண நூலாகும். தண்டியலங்காரம் தண்டி என்பவரால் இயற்றப்பட்டது. இதில் 125 சூத்திரங்கள் உள்ளன.

மேற்கூறிய இலக்கிய, இலக்கணங்கள் தவிர நிகண்டு நூல்கள் சில சோழர்காலத்தில் இயற்றப்பட்டன. திவாகர முனிவரின் மகனால் இயற்றப்பட்டது பிங்கல நிகண்டு ஆகும். மண்டல புருடரால் சூடாமணி நிகண்டும், கயாதர முனிவரால் கயாதர நிகண்டும் வரையப்பட்டன.

கல்வி

சோழர்காலத்தில் கல்வி வளர்ச்சி பெருகி வந்தது. மன்னரும், செல்வந்தரும் கல்விக்காகப் பெருந்தொண்டு செய்தனர். முதலாம் பராந்தகனது காமப்புல்லூர் கல்வெட்டு வேதப்பள்ளி ஒன்றுக்கு மானியமளித்த செய்தியைக் கூறுகின்றது. அணியூர் கல்வெட்டு பள்ளிகளில் நியமிக்கப்படும் ஆசிரியர்களின் தகுதிபற்றியும், எண்ணூர் கல்வெட்டு ஒரு கல்லூரி இருந்தமையையும், அங்குப் பணியாற்றிய ஆசிரியர்களின் ஊதியம் பற்றியும் குறிப்பிடுகின்றது. இது போன்றே சோழர் கல்வெட்டுக்கள், கோயில் நிர்வாகத்தின் கீழ்க்கல்லூரி இருந்தமையையும், மருத்துவம் பயிற்றுவிக்கப்பட்டதையும் மேலும் பல செய்திகளையும் சொல்லுகின்றன. சோழர்கள் வடமொழிக்கு அதிக முக்கியத்துவம் தந்தனர். கோயில்களில் இராமாயணம், மகாபாரதம் போன்றவை வாசிக்கப்பட்டன. இது கல்வி அறிவு பெற முடியாத சாதாரண மக்களுக்குப் பெரிதும் உதவியாயிருந்தது.

அக்காலத்தில் கோயில்கள், மடங்கள், நிழல் தரும் மரங்கள் திண்ணைகள், வீடுகள் போன்றவையே கல்விக் கூடங்களாகச் செயல் பட்டன. ஆசிரியர்களுக்கு ஊதியத்திற்காக அவருக்கென்று கிராமப் பொதுவில் நிலங்கள் விடப்பட்டன. அந்த நிலவருமானத்தையே அவர் ஊதியமாகக் கொள்வார். பொதுக் கல்வியானது குறைவாக இருந்த போதும், இலவசக் கல்வி முறையும் செயல்பட்டது என்பதும் அறிய முடிகின்றது. உயர் கல்வியானது பெரும்பாலும் சமயம் சார்ந்ததாகவே இருந்தது. சமஸ்கிருதக் கல்வி வளர்ச்சியை அறிந்து கொள்ளக் கிடைக்கின்ற சான்றுகளின் அளவுக்குத் தமிழ் மொழிக்கல்வி வளர்ச்சியைப் பற்றி அறிய நமக்கு அதிக ஆதாரங்கள் கிடைக்கவில்லை.

5.6 சமய வாழ்க்கை

தமிழகம் பல்வேறு சமயத்தவரையும் ஆதரித்த நாடாகும். சங்ககாலம் தொட்டே தமிழர்கள் சமயப் பொறையுடன் விளங்கினர் என்பதற்குப் பல சான்றுகள் உள்ளன. அதே நேரத்தில் தாங்கள் பெரும்பான்மையாகச் சார்ந்திருந்த சமயத்தை இழிவுபடுத்துபவர்களை அவர்கள் கண்டிக்காமலும், தண்டிக்காமலும் இருந்ததில்லை. சங்க காலத்தில் சமயப்பூசல்கள் எதுவும் இல்லாதிருந்தது அக்கால சமயப் பொறையுடமையை நன்கு விளக்குகின்றது. சங்ககாலத்திற்குப் பின் வந்த களப்பிரர் காலத்தில் சமணரும் பௌத்தரும் வைதீகரைத் துன்புறுத் தினர் என்று சொல்லப்படுகின்றது. ஆனால் அதன் பின் வந்த பல்லவர் காலமோ வைதீக சமயத்தின் மறுமலர்ச்சிக் காலமாகவும், பக்தி இயக்கக் காலமாகவும் அமைந்தது. சைவரும் வைணவரும் ஒன்று சேர்ந்து சமணரையும், பௌத்தரையும் ஒழித்துக்கட்டுவதில் பெரும் முயற்சி செய்தனர். ஆனால் அதில் அவர்கள் முழுமையாக வெற்றி பெறவில்லை. காரணம் அவர்கள் தங்களுக்குள்ளே கொண்டிருந்த காழ்ப்புணர்ச்சியாகும். சோழர் காலத்தில் சமணமும் பௌத்தமும் அழிவின் இறுதிக்கட்டத்தை அடைந்தன. ஆனால் சைவமும், வைணவமும் போட்டியில் ஈடுபட்டன. இதனால் இக்காலத்தில் வைதீக சமயத்தின் இருபிரிவுகளும் போட்டி போட்டுக் கொண்டு வளர ஆரம்பித்தன.

கோயில்களும் மடங்களும்

கோயில்களும் மடங்களும் மத்திய காலத்தில் தென்னிந்திய இந்து சமூகத்தின் உயர்வுக்காகப் பாடுபட்ட இருபெரும் தூண்களாகும். இக்கோயில் அமைப்புக்களும் மடங்களும் பௌத்த சமண மடாலயங் களிலிருந்து பின்பற்றப்பட்டவையாகும். கி.பி.எட்டு, ஒன்பது நூற்றாண்டுகளில் குமரிலர் என்பாரும், ஆதிசங்கரரும் வைதீக சமயக் கருத்துக்களுக்கு, குறிப்பாக வேத உபனிடத, பிரம்ம சூத்திரங்களுக்கு விளக்கமளிக்க முற்பட்டனர். இந்து வைதீக சமயத்தார் பிற சமயங்களி லிருக்கும் நல்ல கருத்துக்களைத் தம் சமயத்துள் எடுத்துக் கொள்ளும் மரபைக் கொண்டிருந்தனர். இம்மரபினை இலக்கியத்திலும், கலையிலும், சமயத்திலும் காணமுடிகின்றது. ஆனால் இக்கருத்துப் பரிமாற்றம் ஒரு பக்கமானது அல்ல. ஒரு மதம் மற்றோர் மதத்திலிருந்து நற்செய்திகளை எடுத்துக் கொள்ளவே செய்தது என்பது அனைத்து மதத்திற்கும் பொருந்தும். குறிப்பாக இந்து சமயம் குப்தர்

காலந்தொட்டே (கி.பி. 4 - ஆம் நூற்றாண்டு) பௌத்த கலைக் கூறுகளையும், இலக்கியச் சமயக் கருத்துக்களையும் எடுத்தாளுகின்ற முறையினைச் செய்த முதன்மையான வைதீகச் சமயத் தலைவர்களில் ஒருவர் சங்கரர் ஆவார். அதனடிப்படையில் தான் சங்கரர் மடம் காஞ்சி உட்பட சில இடங்களில் துவக்கப்பட்டது. இதனைத் தொடர்ந்து பல மடங்கள் உருவாயின. கோயில்களின் எண்ணிக்கையும் பெருகியது. கோயில்கள் வெறும் வழிபாடு செய்யும் இடங்களாக மட்டுமல்லாது மக்களது சமூக, சமய, கலை, பொருளாதார அரசியல் வாழ்வை நிர்ணயிக்கும் அடிப்படை அமைப்பாக இருந்தன.

கோயில்கள் சமுதாயத்தின் முதுகெலும்பாக ஆக்கப்பட்டதற்கு முக்கிய காரணம் அக்கால சைவ, வைணவ சமயக்குரவர்களான நாயன்மார்கள் மற்றும் ஆழ்வார்களது பாடல்களும், பிரச்சாரங்களும் தான் என்பதில் ஐயமில்லை. வைணவருக்கும் சைவருக்குமிடையே சமண, பௌத்தர்களை ஒடுக்கும் பணியில் ஒற்றுமை நிலவியது என்பதற்கான கதைகள் சொல்லப்பட்டன. அவற்றில் குறிப்பிடத்தக்கது ஞான சம்பந்தரும், திருமங்கையாழ் வாரும் சியாலி என்ற ஊரில் ஒன்று சேர்ந்து சமண, பௌத்தர்களை ஒழிக்கத் திட்டமிட்டது ஆகும். ஆனால், இக்கதை கி.பி. 11-12 நூற்றாண்டுகளில் தமிழ் வைணவர்களால் பரப்பப்பட்டதெனத் தெரிகின்றது[1]. சைவர் சமணரையும், வைணவர் பௌத்தரையும் எதிரிகளாகக் கருதிய காலமிது.

இக்காலத்தில் இந்துக் கோயில்கள் மக்களின் சமுதாய வாழ்வில் பெரும்பங்கு கொண்டிருந்தன. மக்களும், மன்னரும், அதிகாரிகளும் கோயில்களுக்கு நிலங்களும், பொன்னும், பொருளும் கொடுத்தனர். சிறுகோயில்கள் முதல் பெருங்கோயில்கள் வரை அனைத்தும் செல்வச் செழிப்பு பெற்றன. இதன் மூலம் மக்களின் அன்றாட வாழ்க்கையிலும் கோயில் முக்கிய இடம் பெற்றது. மக்களுக்கிடையே ஏற்படும் வழக்குகள் கோயிலில் விசாரிக்கப்பட்டன. கல்விக்கூடங் களாகக் கோயில்கள் செயல்பட்டன. வேதங்கள், சாத்திரங்கள், தேவாரம், திருப்பல்லாண்டு, திருவாய்மொழி போன்ற சமய இசைப் பாட்டுக்களும் கோயில்களில் ஒழுங்காகக் கற்பிக்கப்பட்டதோடு, இசைக்கவும்பட்டு வந்தன[2]. கோயில்கள் மக்களின் பொருளாதாரத்தைப் பெருக்கவும் செய்தன. உதாரணமாக தஞ்சைப் பெரிய கோயில் நிலத்தில் பல்வகைப் பணிகளைச் செய்வதற்கு 609 ஆட்கள் பணிய மர்த்தப்பட்டனரென்று முதலாம் இராஜராஜனின் கல்வெட்டுக்கள் தெரிவிக்கின்றன[3]. தஞ்சைக் கோயிலில் பணிபுரிந்த நடன ஆசிரியர்கள், இசை வல்லுநர்கள், மேளகாரர்கள், தையற் கலைஞர்கள், பொற்கொல்லர், கணக்கர் போன்ற சுமார் 212 ஆட்களுக்கான பராமரிப்புச் செலவுக்காகப் பங்கொன்றுக்கு. நூறுகலம் நெல் வருமானம் கொண்ட சுமார் 180 பங்கு வருமானத்தை ஒதுக்கியதாகத் தெரிகின்றது[4]. தஞ்சைப்

பெரிய கோயில் கட்டும் பணியிலேயே ஏராளமான வேலையாட்கள் அமர்த்தப்பட்டனர். இவையெல்லாம் மக்களின் மற்றும் நாட்டின் பொருளாதாரத்தைப் பெருக்கவே செய்தன. இதே பணியைப் பெரும்பான்மையான கோயில்களும் அதனதன் செல்வச் செழிப்பிற்கேற்ப மக்களது வாழ்வில் வசந்தத்தை ஏற்படுத்தின.

சோழர்காலத்தில் கோயில்களே தங்களுக்குள் மடங்களையும் பெற்றிருந்தன. முன்னமேயே குறிப்பிட்டுள்ளது போல் ஆதிசங்கரர் காலத்திலேயே நாட்டின் சில இடங்களில் மடங்கள் அமைக்கப் பட்டன. காலம் செல்லச் செல்ல இவற்றின் எண்ணிக்கை அதிகமாயின. ஆன்மீகக்குழுக்கள் உருவாயின. இவை சந்தானங்கள் என அழைக்கப் படலாயின[5]. ஒவ்வொரு குழுவும் தமக்கென ஒரு தனிக்குழுவை அமைத்துக்கொண்டன. பெரும்பற்றப்புலியூர் என்ற இடத்தில் உள்ள மேலைச்சேரியில் பதஞ்சலி தேவரின் லக்சாத்யாயா சந்தானம் இருந்தது. இது கீழைக்கட்டில் இருந்த ஆச்சார்ய ஸ்தானம் ஒன்றினையும், வாரணாசியிலிருந்த கொல்லாமடத்தையும், திருவானைக் காவலில்[6] இருந்த நடுவில் மடத்தையும் திருச்சத்திமுற்றத்து[7] முதலியார்களையும் திருவிடை மருதில்[8] இருந்த மாளிகை மாடத்து முதலியார் சந்தானத்தையும் தனது கட்டுப்பாட்டில் வைத்திருந்தது. திருவாடு துறையிலும்[9]. திருவொற்றியூரிலும்[10] தொன்மையான மடங்கள் இருந்தன. திருவொற்றியூரில் பாசுபத சைவர்களின் மடம் இருந்தது. இங்குள்ள கோயிலில் இப்பிரிவினால் கி.பி. 2 - ஆம் நூற்றாண்டில் உருவாக்கியதாகக் கருதப்படும் லகுலீசரின் அழகான சிற்பம் ஒன்றிருப்பது இங்குக் குறிப்பிடத்தக்கதாகும். திருவாடுதுறையில் திருவீதிவிடங்கன் மடம், சிவலோக நாயகன் மடம் போன்றவை இருந்தன. மேலப்பாடியிலிருந்த காளாமுகர்களின் மடத்துக்கு கொடும்பாளூர் சிற்றரசன் விக்கிரமகேசரி பதினோரு கிராமங்களை அளித்துள்ளான். காஷ்மீர், பனாரஸ் ஆகிய இடங்களில் பிரசித்தி பெற்ற கோலகி மடம் தெற்கேயும் பரவியது. திருவாரூர், சிதம்பரம் போன்ற இடங்களில் இவை அமைக்கப்பட்டன. பெரும்பாலும் இவை காபாலிக, பாசுபத சைவப் பிரிவுகளைச் சேர்ந்தவையாகும்.

இக்காலத்தில் வடநாட்டிலிருந்து கோயில்பட்டர்கள் திருவரங்கம், இராமேஸ்வரம் போன்ற பகுதிகளில் குடியேறினர். சிதம்பரத்தில் திருத்தொண்டத்தொகையான் மடம் என்ற ஒன்றும் இருந்தது. கோவிந்தபுத்தூர் என்ற ஊரில் உள்ள திருவிசயமங்கை என்றகோயிலில் இதே பெயர் கொண்ட மடம் ஒன்று இயங்கியது. திருத்துறைப் பூண்டியில் குகை என்ற பெயரில் மடம் இருந்தது. இங்கு மடத்தவர்களுக்கிடையே சொத்து பற்றிய கலகம் ஒன்று நடைபெற்று மடம் இடிக்கப்பட்டது[11].

மேற்கூறப்பட்ட மடங்கள் அனைத்தும் கோயில்களைப் போன்றே மக்களின் சமய, சமுதாய மற்றும் பொருளாதார வாழ்வில் முக்கிய பங்கு கொண்டன. இன்றும் பழைய மடங்களில் சிலவும், புதிய மடங்கள் சிலவும் சோழநாட்டில் இருப்பதைக் காணலாம். அவைகளில் சில கல்விப் பணியும் செய்து வருகின்றன.

சமயக் கொள்கைகள்

சைவ சமயம்

சோழர் காலம் சைவ சமயத்தின் உச்சகட்ட காலம். இவர்கள் காலத்தில் ஏராளமான சைவ சமயத் துறவிகள் சைவத் தொண்டு புரிந்தனர். திருத்தொண்டர் புராணத்தை எழுதிய சேக்கிழார் இவர்கள் காலத்தைச் சேர்ந்தவரே. மன்னர்கள் சில ஆச்சாரியர்களுக்கு ஏராளமான நிவந்தங்கள் அளித்ததாகத் தெரிகின்றது. இச்சோழர்கள் வெளியிலிருந்து சைவர்களைத் தன் நாட்டில் குடியேறப் பணித்தனர். உதாரணமாக முதலாம் இராஜேந்திரன், கங்கைக் கரையில் இருந்த சைவர்கள் சிலரைத் தன் நாட்டிற்கு அழைத்து வந்து குடியேற வைத்ததாகத் தெரிகிறது. இம்மன்னர் காலத்தில் தஞ்சைப் பெரிய கோயிலில் பூசை செய்து வந்த உடையார் சர்வ சிவ பண்டிதருக்கும் அவரது மாணாக்கர்களுக்கும் "ஆச்சார்ய போகம்" என்று பெரும் அளவில் தானியங்கள் வழங்கப்பட்டன. இவர்களில் அடங்குவோர் வடபகுதியில் ஆரிய தேசம், மத்திய தேசம் ஆகியவற்றில் வாழ்ந்தோரு மாவர்[12]. இது தென்னிந்திய சைவம் மற்ற பகுதிகளுடன் கொண்டிருந்த தொடர்பினை விளக்குகின்றது. பிற்காலச் சோழர் காலத்திலும் இத்தொடர்பு இருந்தது பற்றிய செய்திகள் உள்ளன[13]. முதலாம் இராஜேந்திரன் கங்கைப் படையெடுப்பின்போது அங்கிருந்து சைவர்களைத் தமிழகத்துக்கு அழைத்து வந்ததே இத்தொடர்புக்குக் காரணமாயிருக்கலாம் என்று கருதப்படுகிறது.

சோழர் காலத்தில் மும்மூர்த்திகளில் ஒருவரான சிவபெருமானே சிறந்தவர் என வணங்கப்பட்டார். அதற்கு உதாரணமாக அமைவது சோழர் காலத்தில் அமைக்கப்பட்ட செப்பு நடராஜர் திருவுருவங்களே ஆகும். நடராஜரின் தத்துவத்தை உலகிற்கு உணர்த்திய பெருமையும் அவர்களையே சாரும். ஆனால், இத்தத்துவத்தின் கருப்பொருளை முதன் முதலில் உணர்த்தியவர்கள் நாயன்மார்களில் மூத்தவர்களான நால்வரே ஆவர். நம்பியாண்டார் நம்பி என்பார் சைவத்திரு முறைகளைத் தொகுத்தார்.

வைணவம்

சோழர்கால வைணவ ஆழ்வார்கள் பெரியாழ்வாரும் அவர் மகள் ஆண்டாளும் ஆவார்கள். தொண்டரடிப் பொடியாழ்வார், நம்மாழ்

வார், மதுரகவி ஆழ்வார் போன்றோர்கள் இக்காலத்தைச் சேர்ந்தவர்கள். இக்காலத்தில் தோன்றிய வைணவ சமயப் பெரியார் ராமானுஜர் வைணவக் கருத்துக்களைப் பரப்பினார். இவர் வஸிஸ்டாதுவைதக் கொள்கையைக் கொண்டவர். தீண்டாதாரைக் கோவில்களில் நுழையச் செய்ய வேண்டியது இதன் முக்கிய எண்ணமாகும். ஆனால், இவரைச் சோழ மன்னர்கள் ஆதரிக்க மறுத்தனர். இராமானுஜரின் சீடர்களுக்குள் ஏற்பட்ட கருத்து வேறுபாடுதான் பிற்காலத்திய வடகலை தென்கலை என்ற பிரிவாகும் என்று சொல்லப்படுகின்றது.

பொதுவாக வைணவ சமயக் கருத்துக்கள் பாமர மக்களிடையே விளங்காத ஒரு கொள்கையாக இருந்தது. வைணவ இலக்கியங்களைத் தொகுத்தவர் நாதமுனியாவார்.

பூசைகளும் விழாக்களும்

கோவில்களில் அக்காலத்தில் பலவிதமான விழாக்கள் கொண் டாடப்பட்டன. இவ்விழாக்கள் சோழர் காலத்திற்கு முன்னமே தோன்றியிருக்கலாம் எனவும் சொல்லப்படுகின்றது. கோவில்களில் தேவாரப் பாடல்களைப் பூசைக்காலத்தில் பாடுவது என்பது முதன் முதலில் சோழர்காலத்தில் தோன்றியது என்பதில் ஐயமில்லை. மன்னர்கள் பிறந்த நட்சத்திரக் காலங்களில் விழாக்கள் நடத்தப்பட்டன. உதாரணமாக இராஜராஜ சோழன் பிறந்த ஐப்பசித் திங்கள் சதய நட்சத்திரத்தில் விழா எடுக்கப்பட்டது. மாசி மாதம் மகம் நட்சத்திரத்தில் விழா கொண்டாடப்பட்டது. தவிர, தைப்பூசம், மகரசங்கராந்தி, சிவராத்திரி, கார்த்திகைத் திருவிழா போன்றவை கொண்டாடப்பட்டன. வைணவக் கோயில்களில் உரியடிவிழா, ஆடித்திரிபுர நோன்பு, சங்கராந்தி ஆகியவை கொண்டாடப் பட்டன. நவகிரக வழிபாடு அக்காலத்தில் இருந்தது. சூரியனுக்குத் தனிக்கோவில் அமைத்து வழிபாடு செய்யப்பட்டது. மக்கள் சைவ வைணவ மூர்த்திகளையேயன்றி பிற கிராம தேவதைகளையும் வழிபட்டனர்.

பிற சமயங்கள்

சமணம்

சைவமும், வைணவமும் சாக்தமும் வளர்ந்த அளவிற்கு, சோழர் காலத்தில் சமணம் வளரவில்லையெனினும் சோழப் பேரரசர்கள் சமணத்தை ஆதரித்தனர் என்பதில் இருவேறு கருத்துக்கள் இருக்க முடியாது. மக்களும் அவர்களை முற்றிலும் வெறுத்து ஒதுக்கிவிட வில்லை. இதனை திருஞானசம்பந்தர் (7 ஆம் நூற்றாண்டு) காலம் முதல் சமணரை ஒடுக்க எடுக்கப்பட்ட பல நடவடிக்கைகளையும் மீறி அப்பெருமக்கள் வளர்ந்து தொடர்ந்து தம் கோயில்களை எடுப்பித்து வந்த வரலாற்றுச் செய்தி நமக்குத் தெளிவாகத் தெரிகின்றது. இயற்கைக்

குகைகளில் துவக்கத்தில் வாழ்ந்த சமணத்துறவிகளின் ஆதரவாளர்கள் விஜயமங்கலம் போன்ற ஊர்களிலும் பெரும் கோயில்களை எழுப்பினர். அவர்களது வளர்ச்சி கி.பி. 12 - ஆம் நூற்றாண்டிலும் இருந்ததனால் தான் அவர்களைச் சேக்கிழார் போன்ற பெரியவர்களும் தாக்கிப் பாட வேண்டியிருந்தது. அவர்தம் தொடர்ந்த வளர்ச்சிக்குக் காரணம் சோழர்காலத்தில் மன்னர்கள் அளித்து வந்த ஆதரவு என்பது மிகையன்று.

சமண சமயத்தவர்கள் தமிழ் இலக்கிய வளர்ச்சிக்குச் சங்க காலத்திலிருந்தே, பெருந்தொண்டாற்றியுள்ளனர். சோழர் காலத்துச் சமணநூல் திருத்தக்க தேவரின் "சீவகசிந்தாமணி" யாகும். சோழ அரசர்கள் "பள்ளிச் சந்தம்" எனப்படும் சமணக் கோயிலுக்கு வரியில்லா நிலதானம் அளித்துள்ளனர். முதலாம் பராந்தகசோழன் காலத்தில் திகம்பரசமணர்களுக்கு நிலதானம் கொடுக்கப்பட்டது[14]. தென்னாற் காட்டில் சித்தாமூர் என்னும் கிராமத்தில் இருக்கும் பார்சுவநாதர் கோயிலில் மண்டபத்துக்காக திருவிளக்கு அமைக்கப்பட்டது[15]. இதே பகுதியில் திருநறுங் கொண்டை என்னும் பள்ளிச்சந்தத்திற்கு முதலாம் இராஜராஜன் காலத்தில் திருவிளக்கு அமைக்கப்பட்டது. திருமலவாடி யிலும் தாதாபுரத்திலும் குந்தவை நாச்சியார் சமணக் கோயில்களைக் கட்டினார்[16]. தஞ்சைக்கருகே குகூரில் பெரும் சமணக் கோயில் ஒன்றுக்கு முதலாம் குலோத்துங்கன் காலத்தில் நிலதானம் செய்ததாகக் கல்வெட்டு கூறுகின்றது[17]. சமணக் காஞ்சியிலும் சோழர்களின் பணி இருந்ததாகத் தெரிகின்றது. இவையெல்லாம், சமண சமயத்தையும், பௌத்த சமயத்தையும் மன்னரும் மற்றோரும் ஒடுக்கினர் என்று சேக்கிழார் போன்றோர் சொல்வதற்கு எதிர்மறையாகவே உள்ளன. அப்படிப்பட்ட சமய இலக்கியங்கள் காழ்ப்புணர்ச்சியின் விளைவாக அமைந்தவை என்றே எண்ணத் தோன்றுகின்றது.

பௌத்தம்

தமிழ்நாட்டில் பொதுவாக சமண சமயம் செல்வாக்குப் பெற்ற அளவுக்கு பௌத்த சமயம் பெற்றிருந்ததாகத் தெரியவில்லை. இருப்பினும் சோழர்காலத்தினைப் பொருத்தவரை பௌத்தமும் அப்பேரரசின் சில பகுதியில் வளர்ந்தமையைக் காணலாம். பௌத்தர்களும் தமிழ் இலக்கிய வளர்ச்சியில் பங்கு பெற்றுள்ளனர். இவர்கள் காலத்தில் நாகப்பட்டினம் பௌத்த விகாரத்துக்கு அளிக்கப்பட்ட கிராமதானம் பற்றி லீடன் செப்பேடுகள் கூறுகின்றன[18]. முதலாம் குலோத்துங்கன் காலத்தில் மேலும் கொடைகள் தரப்பட்டன. நாகப்பட்டினம் எவ்வகையில் சிறந்த பௌத்த மையமாகவும், செல்வச் செழிப்பு மிக்கதாகவுமிருந்தது என்பதனை திருமங்கையாழ்வார் பற்றிக் கூறப்படும் கதை ஒன்றிலிருந்து அறியமுடிகின்றது. திருவரங்கம்

கோயில் கட்டுமானப் பணிக்காக அவர், நாகப்பட்டினம் பௌத்த விஹாரத்திலிருந்து தங்கத்தாலான புத்தர்சிலை ஒன்றைத் திருடினார் என்று நம்பப்பட்டு வருகின்றது[19]. காஞ்சியிலும் பௌத்தசமயம் செல்வாக்குப் பெற்றிருந்தது. எனினும் சமணத்தைவிட குறைந்த நிலையிலேயே தமிழகத்தில் பௌத்தம் இருந்தது.

இதுகாறும் கண்ட சோழர்கால சமயவாழ்க்கை முறையில் இருந்து சோழர்கள் வைதீக இந்து சமயத்தின் இருபிரிவுகளுக்கும் நல்ல ஊக்கத்தைக் கொடுத்தார்கள் என்பதை அறிய முடிகின்றது. இருப்பினும் அவர்கள் சைவ சமய வளர்ச்சியிலேயே அதிக ஆர்வம் காட்டினர் என்பதையும், அவர்கள் சைவக் கோயில்களையே கட்டியதிலிருந்து நம்மால் அறிய முடிகின்றது. இந்துசமயத்தில் பற்றுக் கொண்டிருந்த சோழர்கள் பிற சமயத்தினரையும் துன்புறுத்தவில்லை. சமண பௌத்த சமயங்களை அவர்கள் ஆதரித்ததிலிருந்து சோழர்கள் சமயப் பொறையுடையவர்களாகவேயிருந்தனர் எனத் தெரிகின்றது. இது பற்றிய விரிவான செய்திகள் பின்னால் தனி இயலில் குறிப்பிடப்பட்டுள்ளன.

அடிக்குறிப்புகள்

1. K.A.N.Sastri, *op. cit.*, P.636.
2. கே.கே. பிள்ளை, தென் இந்திய வரலாறு I. ப. 171.
3. மேலது.
4. ARE 360 of 1907.
5. K.A.N. Sastri, *op. cit.*, P. 650.
6. ARE 88 of 1946 - 7.
7. ARE 392 of 1908.
8. ARE 49 of 1911.
9. ARE 111 of 1925.
10. ARE 181 of 1912.
11. ARE 471 of 1912.
12. SII, vol.II, No.20.
13. ARE 111 / 1930.
14. K.A.N. Sastri, *op. cit.*, P. 655.
15. ARE 201 of 1902.
16. ARE 385 of 1902.
17. ARE 288 of 1917.
18. K.A.N. Sastri, *op. cit.*, P. 656.
19. மேலது.

5.7 கட்டடக்கலை

பல்லவர்களைப் போன்றே சோழப் பேரரசர்கள் கோயில் கட்டடக்கலை வளர்ச்சியில் பெரும்பங்கெடுத்துக் கொண்டனர். அவர்கள் பல்லவர்களைப் போல் குடைவரையிலிருந்து தொடங்க வில்லை. அவர்கள் ஆட்சிக்கு வந்த நேரத்தில் குடைவரைக் கோயில் அமைக்கும் முறையானது மறைந்து கொண்டிருந்தது. கி.பி. 866-இல் விஜயாலய சோழனின் தலைமையில் தொடங்கப்பட்ட இப்பேரரசின் பகுதிகளாக திருச்சி, தஞ்சாவூர், வடஆற்காடு மாவட்டங்கள் விளங்கின. இப்பகுதிகள் காவிரியின் படுகைப்பகுதியில் இருந்ததால் எப்போதும் செழிப்புடனேயே இருந்தன. கலை வளர்ச்சிக்குத் தேவையான பொருள் வளமும் நீர்வளமும் பெருகியிருந்தன. இப்பகுதியில் சோழப் பேரரசர்கள் காலத்தில் கட்டடக்கலை உன்னத நிலையடைந்திருந்தது. சோழர் காலத்துக் கட்டடக்கலை ஆய்வுகள் நடத்தியவர்களில் குறிப்பிடத்தக்கவர்கள் எஸ். ஆர். பாலசுப்பிரமணியம், டக்ளஸ் பாரட், ஜெ.சி. ஹால், ஜெர்தா ஹெய்க் வெல்மெய்ஜர், மைக்கேல் மெய்ஸ்டர் மற்றும் எம்.ஏ.டாக்கி, கே. ஏ. என். சாஸ்திரி போன்றவர்களாவர். இவர்களைத் தவிர பொதுவாக இந்திய மற்றும் தென்னிந்தியக் கலை வரலாற்று வல்லுநர்கள் பலரும் இவர்களது கட்டடக்கலை பற்றி எழுதி யுள்ளனர். இவர்களில் குறிப்பிடத்தக்கவர்கள் கே.ஆர்.சீனிவாசன் மற்றும் கே.வி. சௌந்தரராஜன் ஆவர்.

சோழர்களது கட்டடக்கலை வளர்ச்சியை இரண்டு கட்டமாக, அதாவது முற்காலச் சோழர்கலை, பிற்காலச் சோழர்கலை என்றும்[1], மூன்றுகட்டமாக முற்காலச் சோழர் கலை, இடைக்காலச் சோழர் கலை, பிற்காலச் சோழர்கலை என்றும்[2], சோழர்கலையின் எழுச்சிக் காலம் (850-907), வளர்ச்சிக் காலம் (90-985), மலர்ச்சிக்காலம் (985-1070), சோழர்கலையின் கடைசிக்காலம் (1070-1250) என்றும்[3] பலவாறாக அறிஞர்கள் பிரித்துக் காட்டுகின்றனர். டக்ளஸ் பாரட் முற்காலச் சோழர் கலையையே மூன்று உட்பிரிவுகளாகப் பிரித்துக் காட்டியுள்ளார். இவ்வியலில் ஜெ.சி. ஹாலின்[4] கருத்துப்படி முதலாம் இராஜராஜன் பதவியேற்ற கி.பி. 985 - ஆம் ஆண்டு வரையானது முற்காலச் சோழர் கலை என்றும் அதற்குப் பிந்திய காலக் கலை பிற்காலச் சோழர்கலை எனவும் எடுத்துக்கொண்டு விளக்கப்படுகின்றன. இப்பகுப்பு முறையை நாம் ஏற்றுக்கொள்வதற்குக் காரணம், இராஜராஜன் ஆட்சிக்கு வந்த பின் குறுகிய அளவிலிருந்த சோழப் பேரரசின் ஆதிக்கம்

வெகுதொலைவு வரை பரவத் தொடங்கியது. இதனால் பண்பாட்டு விரிவாக்கமும், கட்டடக் கலையில் மாற்றங்களும் ஏற்படத் தொடங்கின. எனவே அக்கால கட்டத்தை முந்தைய கட்டடக்கலையி லிருந்து பிரித்துச் சொல்ல வேண்டியதாகின்றது. சோழர் காலத்தில் கட்டப்பட்ட இரு நூற்றுக்கும் மேற்பட்ட கோயில்களில் ஒரு சிலவற்றைத் தவிர பெரும்பான்மையானவை நல்ல நிலையிலேயே, அதாவது அதிக இடிபாடுகள் இல்லாமலிருப்பதைக் காணலாம். இதற்குக் காரணம் இப்பகுதி தமிழ்நாட்டின் நடுவில் இஸ்லாமியர் போன்றோரின் படையெடுப்புக்களிலிருந்து விலகியிருந்தமையும், கற்களால் கட்டப்பட்டவையும் தானென்று ஜெ.சி. ஹால் கூறுகின்றார்[5]. சோழர் கோயில்கள், அவர்களுக்கு முந்திய மற்றும் சமகாலக் கோயில்களிலிருந்து ஒருவகையில் வேறுபட்டவையாகும். அதாவது பல்லவ, சாளுக்கிய, இராஷ்டிரகூடக் கோயில்கள் தலைநகரங்களிலும் முக்கிய பெரிய நகரங்களிலும் மாமல்லபுரம் போன்ற துறைமுக நகரங்களிலும் அமைக்கப்பட்டவையாகும். பாண்டியரின் குடை வரைகள் கிராமங்களுக்கு வெளியே தள்ளியிருந்த குன்றுகளில் வெட்டப்பட்டன. ஆனால் சோழர்களின் கோயில்கள், குறிப்பாக முற்காலச் சோழர் காலத்தில் நதிக்கரையில் அமைந்துள்ள கிராமங் களிலும், பிற சிறு கிராமங்களிலும் அமைக்கப்பட்டன[6]. பிற்காலச் சோழர்கோயில்களே தலைநகரங்களிலும், பிறநகரங்களிலும் அமைக்கப்பட்டன. ஆனால் இதற்கு விதிவிலக்கும் உண்டு. உதாரணமாக முற்காலச் சோழர் கோயில்களில் ஒன்றான நாகேஸ்வர சுவாமி கோயில் பெருநகரமான கும்பகோணத்தில் அமைந்துள்ளதைக் கூறலாம். இருப்பினும் இன்று நகரமாயுள்ள அவ்வூர் அக்காலத்தில் எவ்வாறிருந்ததென நமக்குத் தெரியவில்லை. இதுபோன்று சோழர் கோயில்கள் மற்ற தென்னிந்தியக் கோயில்களிலிருந்து பலவகையிலும் வேறுபட்டும், முன்னேற்றமடைந்துமிருப்பதைக் காணலாம்.

முற்காலச் சோழர் கோயில்கள் (866-985)

முற்காலச் சோழர்கோயில்கள் பல்லவர் மற்றும் பிற முற்காலக் கலைப் பின்னணியைக் கொண்டதோடு புதிய நுணுக்கமான படைப்புக் களையும் கொண்டிருக்கின்றன. இக்காலக் கோயில்களின் அதிட்டானங்களில் துவக்கத்தில் பல்லவர்களைப் போன்று உபானம், ஜகதி, முப்பட்டைக் குமுதம், கண்டம், பட்டி என்ற பிரிவுகள் அமைக்கப்பட்டபோதும், (எறும்பூர், கடம்பவனேஸ்வரர் கோயில்) சிறிது சிறிதாக மாற்றங்கள் ஏற்படுத்தப்பட்டன. உதாரணமாக மேற்கூறப்பட்ட அமைப்பில் பட்டிக்குமேல் ஒரு கண்டமும், ஒரு வேதியும் அமைக்கப்பட்டது. (புஞ்சை நல்துணையீஸ்வரர் கோயில்).

இது பல்லவர் கோயில்களில் பிரதானக் கோயில் அதிட்டானங்களில் கிடையாது[7]. இவ்வமைப்பு பாண்டியர் கோயில்களில் பொதுவான அதிட்டான அமைப்பாக விளங்குகின்றது. சில முற்காலச் சோழர் கோயில்களில் முப்பட்டைக் குமுதம் விருத்தக் குமுதமாக மாறி வருவதும் (திருவக்கரை, சந்திர மௌலீஸ்வரர் கோயில்), விருத்த குமுதத்தின் மேலும் கீழும் பத்மம் கொடுக்கப்பட்டும், ஜகதிக்குக் கீழே பத்மம் கொடுக்கப்பட்டிருப்பதும் (கீழப்பழுவூர் திருஆலந்துறை மகாதேவர் கோயில்), விருத்தகுமுதத்திற்குள்ளேயே மேல் பக்கத்திலும் அடிப்பக்கத்திலும் பத்மம் கொடுக்கப்பட்டிருப்பதும் (நாலூர் திருமெய்ஞ்ஞானம், ஞானப்பரமேஸ்வரர் கோயில்), விருத்தகுமுதத்தில் பெரிய பத்ம இதழ்கள் விரிந்து காட்டப்படுவதோடு, குமுதத்தின் மேலே உள்ள கண்டத்தின் முனைகளில் சாதாரண நீள் சதுரக்கல் அமையாது, புடைப்பாக அமைக்கப்பட்ட யாளிவாய்களும் சிம்மமுகங்களும், யானையின் மேல் வீரர்கள் அமர்ந்திருப்பது போன்றதுமான அமைப்புக்கள் (தொண்டை மாநாடு, கோதண்ட ராமேஸ்வரர் கோயில்) இருப்பதும்[8], விருத்த குமுதத்திற்கு மேல் கண்டம், அதற்கும் மேல் கபோதம், கபோதத்திற்கு மேல்பட்டிக்குப்பதிலாக யாளிவரி, அதன் மேல் கண்டம் மற்றும் வேதி ஆகிய அடுக்கடுக்கான உயரமான அதிட்டானப் பகுதிகள் (புள்ளமங்கை, பிரம்மபுரீஸ்வரர் கோயில்) அமைந்திருப்பதும், இன்னும் சில வேறுபட்ட பாகங்களைக் கொண்டிருப்பதும் நோக்கத்தக்கதாகும். இவை முற்காலச் சோழர் கோயில்களின் அடித்தளத்திலேயே அவர்கள் புகுத்திய மாற்றங்களை நமக்குத் தெளிவாக்குகின்றன. இவ்வடித்தளப் பகுதியான அதிட்டானத்தின் கண்டப்பகுதிகளில் புராணக் கதைகளையும் மற்றும் சமகால இலக்கியச் செய்திகளையும் புடைப்புச் சிற்பங்களாகக் காட்டப்பட்டிருப்பதைக் காணலாம். இவை அளவில் மிகச் சிறியனவெனினும் கலை நுணுக்கத்தில் காண்போரைக் கவரும் நேர்த்தியான சிற்பங்களாகும்.[9] கோயில் கட்டடக் கலைஞனின் மனவெழுச்சியை உணர்த்தும் இக்கண்டச் சிற்ப அமைப்பு முறையானது தெற்கில் சாளுக்கியர்களால் தொடங்கப்பட்டு பல்லவர்கள் கோயில்கள் சிலவற்றில் நீள்சதுர அமைப்பில் புகுந்து, சோழர்களது கோயில்களில் அளவில் சிறிதாக கீர்த்தியில் பெரிதாக வளர்ந்துள்ளதைக் காணலாம்[10].

அதிட்டானத்துக்கு மேலுள்ள சுவர்ப்பகுதி (பிட்டி)யில் ஒவ்வொரு பக்கத்திலும் நான்கு முதல் ஆறு வரையான அரைத்தூண்கள் சம இடைவெளியில் வைக்கப்பெறும். சுவரின் நடுவில் தேவகோஷ்டம் அமைந்திருக்கும். இத்தேவ கோஷ்டத்தில் இறையுருவங்கள் வைக்கும் முறையும் நெறிப்படுத்தப்பட்டது. முன்பு பல்லவர் காலத்தில்

தேவகோஷ்ட சிற்பங்கள் வைக்கப்பட்டன. ஆனால், எந்த கோஷ்டத்தில் எந்த உருவம் வைப்பது என்று நெறிமுறைப்படுத்தப்படவில்லை என்று கண்டோம். முற்காலச் சோழர் கோயில் தேவகோஷ்டங்களில் அர்த்த மண்டபத்தின் தெற்குச் சுவரில் கணபதியும், விமானம் அல்லது கருவறைத் தெற்குச் சுவரில் தட்சிணா மூர்த்தியும், மேற்குச் சுவரில், அர்த்தநாரீஸ்வரர் (முதலாம் ஆதித்திய சோழனின் கோயில்களில் காணலாம்), விஷ்ணு (நங்கவரம்), லிங்கோத்பவர் ஆகியோரில் எவரேனும் ஒருவரும், வடக்குக் கருவறைச் சுவரில் பிரம்மாவும், வடக்கு அர்த்தமண்டபச் சுவரில் துர்க்கையும் வைக்கப்பட்டிருப் பதைக் காணலாம். தேவகோஷ்டமும் பல்லவர்களைப் போலன்றி சற்று ஆழமாக வெட்டப்பட்டிருக்கும். தேவகோஷ்டத்திற்கு மேல் தோரணங்கள் அமைக்கப்பட்டிருக்கும். அவை மகரதோரணம் (மகர வாயிலிருந்து வீரர்கள், மாலை போன்ற அமைப்பு ஆகியன வெளிவருவது போன்று), பத்ர தோரணம் (இலை அலங்கார அமைப்புடையது), சித்திரதோரணம் (பதக்கம் போன்று ஆபரண அமைப்புடையது) எனப்படும். இவற்றின் நடுவில் சிறு உருவங்கள் காணப்படும். பொதுவாக முற்காலச் சோழர் கோயில்களில் இங்கு நடராஜர் உருவம் இருப்பதைக் காணலாம்[11]. இருப்பினும் இவ்வுருவ அமைப்புக்களிலும் சில மாற்றங்கள் பின்பற்றப் பெற்றிருப்பதைக் காணலாம். உதாரணமாக திருக்கட்டளைக் கோயில் தெற்கு தேவகோஷ்டத்தில் தட்சிணா மூர்த்திக்குப் பதிலாக திரிபுராந்தக மூர்த்தி, உள்ளார். திருச்செந்துறை கோயிலில் தெற்கு தேவ கோஷ்டத்தில் ரிஷப வாகனதேவர் உள்ளார். லால்குடியில் வடக்குதேவகோஷ்டத்தில் பிரம்மாவுக்குப் பதிலாக சிவபெருமான் பிட்சாடணராகக் காட்சியளிக்கின்றார். கோனேரிராஜபுரம் வடக்கு அர்த்த மண்டபச்சுவர் தேவ கோஷ்டத்தில் நடராஜர் உள்ளார். அர்த்தமண்டபச்சுவரில் தெற்குப் பக்கத்தில் கணபதிக்கு சற்று கிழக்கே தள்ளி அகத்தியர் சிற்பம் வைக்கும் வழக்கமும் இக்காலத்தில் இருந்தது. இதனை, புஞ்சையில் உள்ள நல்துணையீஸ்வரர் கோயிலிலும் (இரண்டாம் ஆதித்தன் காலம்), திருவேள்விக்குடியிலும் (உத்தம சோழன் காலம்) காணலாம். கருவறை மற்றும் அர்த்த மண்டபச் சுவர்களில் உள்ள அரைத் தூண்கள் நன்கு அலங்கரிக்கப்பட்ட மாலஸ்தானம், பத்மபந்தம், கலசம், தாடி, கும்பம், பத்மம், பலகை, அலங்கரிக்கப்படாத எளிமையான வீரகண்டம், பல்லவரிலிருந்து வேறுபட்ட கோணமாக (angular) அமைக்கப்பட்ட பக்கச்சாயல் (profile) அமைப்பினையுடைய போதிகை (corbel) ஆகியவற்றைக் கொண்டிருப்பதைக் காணலாம்.

இங்கு பலகை இரட்டைப்பலகை (double palaka) அமைந்திருப்பதையும், பலகைக்குக் கீழுள்ள பத்மம் பலகைக்கு வெளியேவராமல் உள்ளடங்கியிருப்பதையும் காணலாம். போதிகையின் கோணப் பகுதியிலிருந்து முக்கோண ஆப்பு (tenon like projection) ஒன்று நீட்டிக் கொண்டிருப்பதை பின்னால் வரும் முதலாம் இராஜராஜனின் தஞ்சைப் பெரிய கோயிலில் காணலாம். அரைத்தூணின் அடிப்பாகம் எளிமையாக இருக்கும். பல்லவர் காலத்தில் இருந்த சிங்கங்கள் இப்போது பயன்படுத்தப் படவில்லை. தூணின் அலங்காரங்கள் அனைத்தும் அரைத் தூணின் மேற்பகுதியிலேயே காணப்படுகின்றன. போதிகைக்கு மேல் உத்திரமும் பூதவரியும் கபோதமும், கபோதத்திற்கு மேல் யாளிவரியும் அமைக்கப்பட்டிருப்பதைக் காணலாம். கபோதத்தின் விளிம்புகளில் வட்ட வடிவக்குமிழ்கள் அமைக்கப்பட்டுள்ளன. அரைத்தூண்களின் எண்ணிக்கைக்கேற்றபடி கபோதத்தில் கூடுகள் அமைந்துள்ளன. கூடுகளில் பொதுவாக மனிதத்தலை செதுக்கப் பட்டிருப்பதைக் காணமுடிகின்றது. கபோதத்தின் முனைகளிலும் நடுவிலும் கொடிக்கருக்கு வேலைப்பாடு உள்ளது. இக்காலக்கூடுகள், பல்லவர்களது கூடுகளின் மண்வெட்டி போன்ற தலைப்பகுதி (முகப்பு அல்லது மேல்பகுதி) அமைக்கப்படாமல் சிம்மமுக தலைப்பகுதி அமைக்கப்படும் (இது கீர்த்தி முகம் எனப்படுகின்றது).

இக்கோயில்களின் முதல் தளம் அல்லது கீழ்த்தளம் பத்ரம், கர்ணம் என்ற பகுதிகளாகப் பிரிக்கப்பட்டிருக்கும். சில கோயில்கள் இவ்வாறு பிரிக்கப்படாமல் எளிமையாய் அமைந்துள்ளன. பொதுவாக முற்காலச் சோழர் கோயில்கள் எளிமையாக ஒரு கருவறை, அர்த்த மண்டபம் ஆகியவற்றைக் கொண்டிருக்கும். சில கோயில்களில் முன்மண்டபங்களும் அமைக்கப்பட்டுள்ளன. இவற்றின் பிரநாளத்திற்குச் சற்று கீழ்ப்புறம் சிறிய சண்டிகேசுவரர் கோயில், அதாவது எட்டு பரிவாராலயங்களில்[12] ஒன்றாக, அமைக்கப்பட்டிருப்பதைக் காணலாம். கி.பி.1000க்குப் பின் சண்டிகேசுவரர் சோழர் கோயில்களில் பிரபலமடைந்ததைக் காணலாம். சண்டிகேசுவரர் அமைக்கும் முறை காஞ்சி கைலாசநாதர் கோயிலில் இருப்பினும் அது பரிவாராலயங்களில் ஒன்றானது முற்காலச் சோழர் கோயில்களில்தான்[13]. முற்காலச் சோழரின் பிரதான கருவறைகள் சதுர அமைப்பினையுடையனவாகும். இவற்றின் அளவு நான்கு முதல் ஆறு மீட்டர் ஆகும். கருவறைக்குமேல் உள்ள மேல் தளங்களில் ஹாரம் அமைக்கப்பட்டிருக்கும். ஒவ்வொரு தளத்தின் ஹாரத்திலும் கர்ணக்கூடு, பஞ்சரம், சாலை, பஞ்சரம், சாலை என்ற பகுப்புக்களைக் காணலாம். மேல்தளம் அல்லது மேல்தளங்களுக்கு மேலுள்ள கிரீவத் (கழுத்து) தட்டில் நான்கு புறமும் நந்திகள் அமர்ந்திருக்கும். இது முந்தைய கோயில்களிலும் காணப்படுகின்றது.

கிரீவ கோஷ்டங்களிலும் பல்லவர் கோயில் போன்ற சிற்பங்களைக் காணலாம். இவற்றின் சிகரங்கள் சதுரமாகவோ, வட்டமாகவோ, எண்பட்டையாகவோ அமைந்திருக்கின்றன. இக்காலக் கோயில்களில் சிலவற்றின் வாயிலில் சிறுகோபுரங்களும் கட்டப்பட்டிருந்தன. இவ்வாறு அமைக்கப்பட்டுள்ள முற்காலச் சோழர் கோயில்களில் சிலவற்றின் விரிவான அமைப்புக்களை இங்குக் காணலாம்.

விஜயாலய சோழீச்சுரம்

புதுக்கோட்டைக் கருகே நார்த்தாமலை என்ற ஊரில் மேல மலையில் விஜயாலய சோழீச்சுரம் என்ற கோயில் உள்ளது. இதே ஊரில் முத்தரைய[14] வம்சத்தவர்களால் வெட்டப்பட்ட இருகுடைவரைகளும் உள்ளன. இங்குள்ள விஜயாலய சோழீச்சுரம், கட்டடக்கலையின் தேர்ந்த அமைப்புக்களைக் கொண்டு விளங்குவதைக் காணலாம். சோழர் கட்டடக் கலையைப் பற்றி எழுதிய அனைத்து அறிஞர்களாலும் சிறப்பாகக் கருதப்படும் இக்கோயில் யார் காலத்தில் கட்டப் பட்டிருக்கும்? என்பது பெரும் சர்ச்சைக்குரியதாகவே உள்ளது. விஜயாலயனின் பெயர் இருப்பதால் இதனை முற்காலச் சோழர் கோயிலின் முதல்கட்டடக் கோயில் என்று எடுத்துக் கொள்ள முடியுமா? என்பது கேள்விக்குறி. ஏனெனில் இப்பெயர் முதன்முதலில் பாண்டிய மன்னன் மாறவர்மன் முதலாம் சுந்தரபாண்டியனின் (கி.பி.1228 ஆண்டின்) கல்வெட்டொன்றில் தான் சொல்லப்பட்டுள்ளது. இதனை விஜயாலயசோழன் காலத்தில் கட்டப்பட்டதெனப் பேராசிரியர் கே.ஏ.நீலகண்ட சாஸ்திரியாரும், எஸ். ஆர் பாலசுப்பிரமணியமும் கணித்துள்ளனர். கே.ஆர். சீனிவாசன், டக்ளஸ் பாரட், ஜெ.சி. ஹால், பேசில் கிரே, சூசன் ஹண்டிங்டன் போன்றோர் இக்கோயில் முத்தரையரின் படைப்பே என்கின்றனர். இதற்கான காரணத்தை டக்ளஸ் பாரட் கூறுகின்றார். அதாவது, இக்கோயிலின் விமானம் சில கட்டடப்பாணிகளின் சேர்க்கையாக இருப்பதும், சுவர்கள், அர்த்த மண்டபம், விமானத்தின் மேல்தளத்தில் உள்ள வளர்ச்சியடைந்த நிலையிலுள்ள ஹாரம், அர்த்த மண்டபத்தின் கூரை மீதும் அமர்ந்திருக்கும் ஹாரம்[15] ஆகிய இந்த அமைப்புகள் எதுவும் விஜயாலய சோழனின் கலைப்பாணியிலோ, அவர் மகன் முதலாம் ஆதித்தனின் கோயில்களிலோ கிடையாது. இக்கோயில் தென்னிந்தியாவின் ஏதோ ஒரு வம்சத்தவரால் கட்டப்பட்டிருக்க வேண்டும். பாண்டியரோடு ஒப்பிட்டுப் பார்க்கலாமெனில் அப்போது வளர்ச்சியடைந்திருந்த நிலையிலான பாண்டியர் கோயில்கள் (கட்டுமானக் கோயில்கள்) இல்லை. பல்லவர் கோயில்களில் ஒன்றான ஆலம்பாக்கம் (தண்டிவர்மன் கி.பி. 796-846 காலத்தது) வரதராஜப் பெருமாள்

கோயிலுடன் ஒப்பிட்டுப் பார்க்கும் போது, இக்கோயில் அதன் முதல் தள அமைப்புடன் ஒத்துள்ளது. ஆனால் ஆலம்பாக்கத்தில் தேவ கோஷ்டம் உள்ளது. நார்த்தாமலையில் அது கிடையாது. எனவே இக்கோயில் கே.ஆர்.சீனிவாசன் சொல்லுவது போன்று பல்லவ சோழ கலை வளர்ச்சியில் இடைப்பட்ட காலமாக இருக்கலாம் என்றும், இங்குள்ள அர்த்த மண்டபக் கதவருகில் துவாரபாலகர் சிலைக்குக் கீழுள்ள கல்வெட்டொன்றில் இளங்கோவடி அரையன் என்பவன் இக்கோயிலைக் கட்டியதாகக் குறித்திருப்பதிலிருந்தும், புதிதாகத் தகுந்த சான்று கிடைக்கும் வரை, கே.ஆர் சீனிவாசன் சொல்லுவது போன்று இது முத்தரையர் கோயிலே என்கின்றார்[16]. ஜெர்தா ஹொய்க்வெல் மெய்ஜர் ஆலம்பாக்கம் கோயிலின் சிகரத்தை ஒத்திருப்பதால், இது பல்லவர் கோயில்தான் என்று சொல்வதோடு டக்ளஸ் பாரட்டும் இதனைப் பல்லவர் கோயில் என்றே சொல்வதாகத் தவறாகக் கூறியுள்ளார்.[17]

முத்தரையரால் கட்டப்பட்டதாகக் கருதப்படினும் இக்கோயில் பற்றி இங்குக் குறிப்பிடப்படுவதற்குக் காரணம் இது விஜயாலய சோழன் தஞ்சையை ஆண்டகாலத்தில் (கி.பி. ஒன்பதாம் நூற்றாண்டின் பிற்பகுதியில்) கட்டப்பட்டிருப்பதாலும், சிறந்த கலை நுணுக்கங்களைக் கொண்டிருப்பதாலும் ஆகும். விஜயாலய சோழீச்சுரம் என்ற பெயர் திடீரென்று பாண்டியர் கல்வெட்டில் ஏன் வந்தது? என்ற கேள்வியும் எழுகின்றது. இம்மன்னனுக்கும் அக்கோயிலுக்கும் அக்காலத்தில் ஏதோ ஒரு தொடர்பு இருந்திருக்க வேண்டும். சரியான சான்றுகள் இன்மையினால் இத்தொடர்பு புலப்படவில்லை. இக்கோயில் அஷ்ட பரிவாரவகைக் கோயிலாகும். இங்கு பிரதான கோயிலைச் சுற்றி எட்டுப் பரிவாராலயங்களும் தனித்தனியே அமைந்துள்ளன. மேற்கு நோக்கியுள்ள வட்டவடிவமான பிரதானக் கருவறையைச் சுற்றி சதுரவடிவில் மூடப்பட்ட திருச்சுற்று அமைந்துள்ளது. எனவே இது சாந்தாரவகைக் கருவறை அமைப்பாகும். இது மூன்று தளவிமான மாகும். கருவறையின் மேல் உள்ள இரண்டாவது அல்லது மேல்தளம் சதுரமானதாகும். மூன்றாவது தளமும், கிரீவமும், சிகரமும் வட்ட வடிவமானவையாகும். இங்குள்ள துவாரபாலகர் சிற்பங்கள் அழகானவையாகும். அர்த்தமண்டபத்தின் மேல் அமைந்துள்ள ஹாரத்தில் நாட்டியச் சிற்பங்கள் உள்ளன. இக்கோயிலில் ஒரு பிரகாரமும், சிறு கோபுரமும் அமைக்கப்பட்டுள்ளன. முத்தரையரால் கட்டப்பட்ட இக்கோயில் பிற்காலத்தில் பழுதுபார்க்கப்பட்டிருக்க வேண்டும் என அஸ்ச்வின்டிலிப்பி கூறுகின்றார்[18].

ஏறக்குறைய இதே காலத்தைச் சேர்ந்தவையும், விஜயாலய சோழனால் கட்டப்பட்டவையெனக் கருதப்படுபவையும்[19] திருச்சி

மாவட்டத்தில் காளியாபட்டி, திருப்பூர், விசலூர் ஆகிய இடங்களில் உள்ள கோயில்களாகும். எளிமையானவையும் சதுரக்கருவறையைக் கொண்டவையுமான இக்கோயில்கள் ஏகதள விமான அமைப்பினைக் கொண்டவையாகும். இவை பரிவாராலய வகுப்பினைச் சேர்ந்தவையாகும். இவற்றில் உள்ள எட்டுப் பரிவாராலயங்களில் ஏழு கோயில்களின் கருவறைகள் பிரதான கருவறையின் அமைப்பையுடையவை. தெற்குப்பக்கம் வைக்கப்பட்டுள்ள சப்தமாதர் கருவறை நீள் சதுர அமைப்புடையது. இதற்குக் காரணம் பயன்பாட்டு நோக்கமேயாகும். அதாவது சப்தமாதர்களின் உருவச்சிலைகள் வைப்பதற்குத் தேவையான இடம் அதிகமாகும். ஆகமங்களிலும் சால சிகரத்துடன் கூடிய நீள்சதுர அமைப்பு பெண் தெய்வங்களுக்குரிய கருவறையமைப்பாகச் சொல்லப்பட்டிருப்பதைக் காணலாம்.[20]

மூவர் கோயில்

திருச்சி மாவட்டம் கொடும்பாளூரில் இருக்குவேல் சிற்றரசர்களில் சிறந்தவனெனக் கருதப்படும், பூதிவிக்கிரமகேசரியால் கட்டப்பட்ட மூவர்கோயில் என்னும் மூன்று விமானக் கருவறைகள் அம்மன்னனின் பெயராலும் அவரது அரசியர் இருவரது பெயராலும் கட்டப்பட்டவையென நடுவில் உள்ள கோயிலில் காணப்படும் சமஸ்கிருதக் கல்வெட்டுக் கூறுகின்றது. மூவர் கோயிலில் கட்டப்பட்ட மூன்று பிரதான கோயில்களில் நடுவில் உள்ளதும் தெற்கில் உள்ளதும் முழுவடிவமாகப் பாதுகாப்புடன் இருப்பதைக் காணலாம். வடக்கே கட்டப்பட்ட கோயிலின் அடித்தளம் (அதிட்டானப் பகுதி) மட்டுமே காணப்படுகின்றது. இம்மூன்று கோயில்களும் மேற்கு நோக்கியுள்ளன. இவை மூன்றுக்கும் பொதுவான மகாமண்டபம் ஒன்றும் அமைக்கப்பட்டுள்ளது. இம்மூன்று கோயில்களுடன், சுற்றுப்புறம் பதினாறு துணைக்கோயில்களும் பிரகாரமும், மேற்குக் கோபுர வாயிலொன்றும் அமைக்கப்பட்டிருந்தமை அகழ்வாய்வு மூலம் தெரியவந்துள்ளது. இன்று இவற்றின் அடித்தளம் இக்கோயில் தென்னிந்தியக் கட்டடக் கலை வளர்ச்சியில் ஒரு முக்கிய கட்டம் என்பதாலும், விஜயாலய சோழீச்சுரம் போன்றே முற்காலச் சோழர் காலத்துக் கலைச் சின்னம் என்பதாலும் இங்கு விளக்கத்திற்கு எடுத்துக் கொள்ளப்படுகின்றது.

இக்கோயிலின் காலமும் அறிஞர்களிடையே மாறுபட்ட கருத்துக்களைக் கொண்டுள்ளது. இக்கோயிலைக் கட்டிய பூதிவிக்கிரமன், சோழமன்னன் சுந்தர சோழ பராந்தகனின் காலத்தைச் (கி.பி. 956-973) சேர்ந்தவர் என்றும், எனவே இக்கோயில் பத்தாம் நூற்றாண்டின் பிற்பகுதியைச் சேர்ந்ததென்றும் டக்ளஸ் பாரட்டும், எஸ்.ஆர். பாலசுப்பிரமணியமும் கருதுகின்றனர்.[21] ஒன்பதாம் நூற்றாண்டின்

இறுதிக்கட்டத்தில் அமைக்கப்பட்டிருக்க வேண்டும் என கே.வி. சௌந்தரராஜன் கூறுகின்றனர்[22]. ஜெர்தா ஹொய்க்வெல் மெய்ஜர் கி.பி. 890 க்கும் 910 க்கும் இடைப்பட்ட காலத்தில் கட்டப்பட்டவை என்றுரைக்கின்றார்[23]. இவர் இக்கோயிலின் பத்மபந்த அதிட்டானம் முதலாம் ஆதித்தியனின் திருவையாறு கோயிலை ஒத்திருப்பதாலும் விமானத்தின் இரண்டாம் தளச் சுவர்கள் ஆபத்சகாயேஸ்வரர் கோயிலை ஒத்திருப்பதாலும் இச்சிற்றரசரின் கொடும்பாளூர் மூவர் கோயில் ஆதித்தியனது கோயில்களுக்குச் சற்றுப் பிந்தியதுதான் என்கின்றார். ஆனால் மற்றவர்கள் கூறும் அளவுக்குப் பிந்தியதல்ல. ஏனெனில் அவர்கள் சொல்லும் காலகட்டத்தில் இக்கோயிலினைப் போன்ற அமைப்புடையன சோழநாட்டில் இல்லை. அமைப்புக்களில் மாற்றங்கள் ஏற்பட்டுவிட்டன என்பதனைச் சுட்டிக் காட்டுகின்றார். இவ்வேறுபட்ட காலக் கணிப்புக்கள் இக்கோயில் முற்காலச் சோழர் காலக் கோயில் என்பதில் எந்தக் கருத்து வேற்றுமையையும் உருவாக்கவில்லை. காலத்தில் ஏற்படும் இச்சர்ச்சைக்குக் காரணம் இக்கோயில் கல்வெட்டில் மன்னனின் ஆட்சியாண்டோ அல்லது ஏதேனும் ஒரு குறிப்பிட்ட ஆண்டின் பெயரோ எழுதப்படவில்லை என்பதாகும். இருக்குவேல் மன்னர்கள் திருப்புறம்பியப் போருக்குப் பின்பு (C. 850) தான் சோழச் சிற்றரசர் களாயினர். பூதிவிக்கிரமனுக்கு முன்பு சில மன்னர்கள் ஆட்சி செய்திருக்கலாம். எனவே மூவர் கோயில் ஒன்பதாம் நூற்றாண்டின் இறுதிக் கட்டத்திலோ அல்லது பத்தாம் நூற்றாண்டின் துவக்கத்திலோ கட்டப்பட்டிருக்க வேண்டும். இக்காலத்தில் கொடும்பாளூர் காளாமுக சைவப் பிரிவின் முக்கிய மையங்களில் ஒன்றாயிருந்தது.

மூவர் கோயிலில் எஞ்சியிருக்கும் இரண்டு கோயில்களும், அடித்தளத்திலிருந்து உச்சிவரை கல்லால் அமைக்கப்பட்டவை. இரண்டும் உபானத்தின் மீது விரிந்த தாமரையைக் கவிழ்த்து வைக்கப்பட்டிருப்பது போன்ற அமைப்பு உள்ளது. இதனை பத்மபுஷ்கல அதிட்டான அமைப்பு எனக் கூறுகின்றனர்[24]. இக்கோயில்கள் அடித்தளத்திலிருந்து சிகரம் வரை சதுரமான அமைப்புடையன. இவை இரண்டு தளங்களைக் கொண்டுள்ளன[25]. மேல்தளத்தின் கூரைப் பலகையின் மீது நான்கு பக்கங்களிலும் நான்கு நந்திகள் வைக்கப் பட்டுள்ளன. இக்கோயில்களின் அதிட்டானத்தில் கண்டப் பகுதியில் அழகான யாளிகள் பக்கவாட்டில் ஒன்றையொன்று திரும்பிப் பார்ப்பது போல் அமைக்கப்பட்டிருப்பதைக் காணலாம். இதன் உத்திரத்தின் மீது அழகான பூதவரியும் கபோதத்தின் மீது பக்கவாட்டில் ஒன்றையொன்று பார்த்துக் கொண்டிருப்பது போன்ற யாளிவரியும் உள்ளன. தெற்குப் பக்கம் உள்ள கோயிலின் மேல்தளத்தில் கர்ணக்கூடுகளைவிட

சாலைகள் உயரமாக அமைக்கப்பட்டதோடு, அத்தளத்தின் உச்சியிலுள்ள கபோதத்தின் மீது யாளிவரியும் அமைந்துள்ளது. ஆனால் நடுவில் உள்ள கோயிலில் இவ்வரி கிடையாது. அதற்குப் பதிலாக இங்குள்ள கபோதத்தின் கீழ் பூதவரியுள்ளது. மற்ற முற்காலச் சோழர் கோயில்களைப் போன்றே இவ்விரு கோயில்களிலும் கபோதத்தில் வட்டக்குமிழ்களைக் காணலாம். சிகரத்தைச் சுற்றியுள்ள நான்கு பெரும் நாசிகளும் நன்கு அலங்கரிக்கப் பட்டுள்ளன. இங்குள்ள நந்தி சாளுக்கியப் பாணியில் மணிச் சங்கிலி அணிந்துள்ளதைக் காணலாம். இங்குள்ள தேவகோஷ்ட மற்றும் இதர சிற்பங்கள் காண்பதற்கரியனவான அழகு உடையனவாகும்.

மூவர் கோயிலை கம்போடியா மற்றும் ஜாவா நாட்டுக் கோயில்களுடன் ஒப்பிடலாம்[26]. எனினும் சிலவேறுபாடுகளும் உள்ளன. ஜாவாவில் உள்ள பிரம்பனில் மும்மூர்த்திகளுக்கும் கோயில் எழுப்பப் பட்டன. இக்கோயில்களைச் சுற்றி 156 சுற்றுக் கோயில்களிலும் மூலவரின் பல்வேறு உருவங்கள் அமைக்கப் பட்டன. இதனைக் காஞ்சி கைலாசநாதர் கோயிலிலும் காணலாம். ஆனால் கொடும்பாளூரில் மூன்று கோயில்களும் சிவபெருமானுக்கே கட்டப்பட்டதாகும். இங்குச் சுற்றுக் கோயில்களும் ஆகம விதிப்படியே அமைக்கப் பட்டுள்ளன[27]. ஏறக்குறைய இதே காலத்தை ஒத்த மற்றொரு சிற்றரசர் பரம்பரைபழுவேட்டரையராவார். இவர்களது கோயில்கள் கீழையூரில் உள்ளன. இது மேலப்பழுவூர், கீழப்பழுவூர் என்று பிரிக்கப்பட்டுள்ளது. இங்கும் இரட்டைக் கோயில்கள் உள்ளன. இவை அகஸ்தீஸ்வரம், சோழீஸ்வரம் என்று அழைக்கப்படுகின்றன. அகஸ்தீஸ்வரம் கோயில், (கி.பி. 892) சதுரமான சிகரத்தைக் கொண்டுள்ளது. சோழீஸ்வரம் கோயில் வட்டமான சிகரத்தைக் கொண்டுள்ளது. இவற்றின் அதிட்டானங்கள் மூவர் கோயிலைப் போன்றே கவிழ்த்து வைக்கப் பட்ட விரிந்த தாமரை அமைப்பைக் கொண்டிருப்பதும், இக்கோயில் களின் பூதகணங்கள் மூவர் கோயிலில் உள்ளது போன்றே இசைக் கருவிகளை மீட்டிக் கொண்டிருப்பதும் நோக்கத்தக்கதாகும். இக்கோயில்களின் நந்திகள் தோரண அமைப்புடைய சங்கிலி அணிந்திருக்கின்றன. அகஸ்தீஸ்வரர் கோயிலின் மேற்கு கிரீவகோஷ்டத்தில் வழக்கத்திற்கு மாறாக (வழக்கமாக இங்கு விஷ்ணு இருப்பார்) வீணாதர தட்சிணாமூர்த்தி இருக்கின்றார்.

மேற்கூறப்பட்ட கோயில்கள் அனைத்தும், முத்தரையர், இருக்கு வேளிர், பழுவேட்டரையர் போன்ற சிற்றரசர்கள் சோழப் பேரரசுடன் கொண்டிருந்த நெருங்கிய தொடர்புக்கு உதாரணமாக அமைந்ததோடு, வளர்ந்து வளம் பெருக்கிக் கொண்டிருக்கும் முற்காலச் சோழர்

கலைக்கும், குறுநிலக் கலைக்கும் இடையேயான இடமாறுபாட்டு அமைப்பு (Transitional Phase) எனவும் கொள்ளலாம்.

நாகேஸ்வரசுவாமி கோயில்

கி.பி.871 - இல் ஆட்சிக்கு வந்த முதலாம் ஆதித்திய சோழன் காவிரியின் இருகரைகளிலும் பல இடங்களில் உயரமான சிவன் கோயில்களை எழுப்பினான் எனப் பிற்காலத்தைச் சேர்ந்த அன்பில் செப்பேடுகள்கூறுகின்றன. இவனது காலக்கோயில்களில் குறிப்பிடத் தக்கன கி.பி. 886 - இல் கட்டப்பட்ட கும்பகோணம் நாகேஸ்வரசுவாமி கோயிலும்[28], கண்ணனூர் சுப்ரமணியர் கோயிலும், திருப்புறம்பியம் ஆதித்தியேஸ்வரர் கோயிலும், தேவராயன் பேட்டை கோயிலும், திருவேதிக்குடி வேதபுரீஸ்வரர் கோயிலும், திருப்பூந்துருத்தி புஸ்பவனேஸ்வரர் கோயிலும், திருக்கட்டளைக் கோயிலும் இன்னபிறவுமாகும். சிறியதான நாகேஸ்வரசுவாமிகோயில் அடி முதல் உச்சிவரை சதுரமாக உள்ளது. இங்குள்ள சிகரத்தினைச் சுற்றி உள்ள அழகான பெரிய, நாசிகள் சாளுக்கியரின் செல்வாக்கைக் காட்டுகின்றன. இதன் கருவறையும், அர்த்தமண்டபமும் பெரிய தாமரை இதழ் மடிப்புக்களின் மேல் நிற்கின்றன. இங்குள்ள மகர தோரணங்கள் காண்போரைக் கவர்கின்றன. அரைத் தூண்களின் உச்சியில், குறிப்பாக பலகையின் மீது நடனமாதர்கள், இசைக் கலைஞர்கள், பாயும் யாளிகள் ஆகியவை நின்றிருப்பதைக் காணலாம். இக்கோயில் சிற்பங்கள் மிக அழகாக அமைக்கப்பட்டுள்ளன. இங்குள்ள பரிவாராலயங்கள் பிரதான கோயிலைவிடப் பிந்தியவை யாகும். ஆனால், அவற்றில் ஒன்றே ஒன்று கருவறையையும், அர்த்தமண்டபம் மற்றும் துவாரபாலகர்களையும் கொண்டுள்ளது. இது காலத்தால் முந்தியது மட்டுமன்றி இங்குள்ள சிற்பம் முற்காலச் சோழர்கலையின் துவக்கத்திலேயே சிற்பக்கலையின் தேர்ச்சியை வெளிக்காட்டுகின்றது.

திருக்கட்டளை சுந்தரேஸ்வரர் கோயில்

முதலாம் ஆதித்தன் காலத்தில் சுமார் கி.பி. 873 - இல் கட்டப்பட்ட திருக்கட்டளை சுந்தரேஸ்வரர் கோயில் இக்காலக் கலைக்கு மற்றுமோர் எடுத்துக்காட்டாகும். அடி முதல் நுனிவரை சதுரமான அமைப்புடைய இக்கோயில் இருதளவிமானமாகும். இக்கோயிலைச்சுற்றி எட்டு பரிவாராலயங்கள் உள்ளன. இவை அனைத்தையும் உள்ளடக்கி முன்புறம் கோபுரத்துடன் கூடிய பிரகாரம் உள்ளது. கல்வெட்டுக்களில் இக்கோயில் திருக்கற்றளி (இவ்வூரின் தொன்மையான பெயர் கற்குறிச்சி என்பதாம்) ஈஸ்வரமுடைய நாயனார் என்று குறிப்பிடப் பட்டுள்ளது. இங்குள்ள தெற்குச்சுவர் கோஷ்டத்தில் தட்சிணா

மூர்த்திக்குப் பதிலாக திரிபுராந்தகர் உள்ளார். விமானத்தின் இரண்டாம் தளத்தில் உள்ள சாலைகளின் நடுவில், தெற்கே, தட்சிணா மூர்த்திக்குப் பதிலாக பிச்சாடனர் உள்ளார். ஆனால், கிரீவ கோஷ்டத்தில் தெற்குப்பக்கம் தட்சிணாமூர்த்தியே வைக்கப் பட்டுள்ளார். தேவகோஷ்டங்களின் மேல் மகரதோரணங்கள் மிக நேர்த்தியாக அமைக்கப்பட்டுள்ளதோடு அழகான உருவங்களும் செதுக்கப்பட்டுள்ளன. இத்தோரணங்களுக்குக் கீழுள்ள உத்திரப் பகுதியில் (lintel) பூதகணங்கள், ஹம்ஸங்கள் மற்றும் தாமரை இதழ்கள் அலங்கரிக்கப்பட்டுள்ளன. இவ் வமைப்பு அரிதான ஒன்றாகும். கபோதத்திற்கு மேலுள்ள வரிமானத்தில் கலைஞனின் சுயமான சிந்தனையின் ஆற்றலைக் காணலாம். இதனையொத்த அமைப்பு திருச்செந்துறை, நங்கவரம், மூவர் கோயில், அள்ளூர் ஆகியவற்றில் காணலாம்.

குரங்குநாதர் கோயில்

கி.பி. 907 - இல் ஆட்சிப் பொறுப்பேற்ற மதுரையும் ஈழமும் கொண்ட கோப்பரகேசரி முதலாம் பராந்தகன் காலத்தில் சில புதிய நுணுக்கங்களைப் புகுத்தி பெரிய கோயில்கள் கட்டப்பட்டன. இக்காலக் கட்டடக்கலைக்கு எடுத்துக்காட்டாக அமைவது திருச்சி மாவட்டம் சீனிவாசநல்லூரில் உள்ள குரங்குநாதர் கோயிலும், தஞ்சைக்கருகில் புள்ளமங்கையில் (பசுபதி கோயில்) உள்ள பிரம்மபுரீஸ்வரர் கோயிலும் ஆகும். குரங்குநாதர் கோயில் அடி முதல் நுனிவரை சதுர அமைப்புடையதாகும். சாந்தார அமைப்புடைய இக்கோயிலில் விமானத்தின் உயரத்தைக் கூட்டுவதற்காக செங்குத்துவாக்கில் இரட்டிப்புச் சுவர் எழுப்பப்பட்டுள்ளது. இதனை முதலாம் இராஜராஜனும் அவரது மகன் முதலாம் இராஜேந்திரனும் பின்பற்றியுள்ளனர். இரண்டு தளங்களையுடைய இக்கோயிலின் மேல்தளம் செங்கல்லாலானது. இரண்டு தளங்களுமே கருவறை களைக் கொண்டுள்ளன. கருவறையையும் அர்த்தமண்டபத்தையும் அந்தராளம் இணைக்கின்றது. இக்கோயிலின் அதிட்டானத்தின் மேல் அங்கமாக யாளிவரி அமைந்திருப்பதும் இதன் அரைத் தூண்கள் ஒரே மாதிரியாக இல்லாமல், பல்வேறு வகையில் அதாவது சதுரம், எண்பட்டை, வட்டவடிவம் ஆகியவற்றைக் கொண்டிருப்பதும் இங்கு நோக்கத்தக்கதாகும். அரைத் தூண்களின் மேல் அகன்ற விரிந்த தாமரையும் அதன் மேல் பெரிய பலகையும் அமைந்துள்ளன. முற்காலச் சோழர் கோயில்கள் சிலவற்றில் தேவகோஷ்ட சிற்பத்திற்கு அருகே அவரது பரிவாரங்கள் அல்லது கணங்கள் காட்டப் பட்டுள்ளதைக் காணலாம். இக்கோயில் அவற்றில் ஒன்றெனக் கொள்ளலாம்.

பிரம்மபுரீஸ்வரர் கோயில்

புள்ளமங்கையிலுள்ள பிரம்மபுரீஸ்வரர் கோயில் அழகில் சிறந்ததென அறிஞர்கள் கருதுகின்றனர். ஆனால் இதன் மேல்தளம் பின்னாளில் செங்கல்லால் ஆக்கப்பட்டிருப்பதும், விமானத்தின் தென்பக்கத்தில் அமைந்துள்ள தட்சிணாமூர்த்தியும் இக்கோயிலின் பெருமையைக் குறைத்திருப்பதாக ஜெ.சி.ஹால் குறிப்பிட்டுள்ளார்[29]. இக்கோயில் அதிட்டானத்தில் அமைந்துள்ள விரிந்த தாமரை இதழ் அங்கத்திற்கு ஏற்றாற்போல் ஒரு குறியீடாக (symbolic) இக்கோயிலைச் சுற்றிப் பள்ளமாக வெட்டப்பட்டு நீர் தேங்கி நிற்பது போல் கட்டப்பட்டுள்ளதைக் காணலாம். இங்கு நீர் நிலையில் தாமரை மிதப்பது போன்றும் அதன்மீது கோயில் அமைந்திருப்பது போன்றுமான ஒரு கற்பனைக் காட்சியை உணரலாம். இவ்வதிட்டானத்தில் கண்டப்பகுதியில் செதுக்கப்பட்டுள்ள கலபாதச் சிற்பங்களில் உயிரோட்டமும், சில நிகழ்ச்சிகளின் கதைத்தொடர்பு அடுத்தடுத்த சிற்பத் தொகுதிகளில் காணப்படுவதும், பலகைகளின்மீது அமர்ந்துள்ள நடன தேவதைகளும் உன்னதமான மகர தோரணங் களும் கட்டடக்கலை நுணுக்கத்திலும், சிற்பத் திறனிலும், தரத்திலும் விஞ்சுவதற்கரியனவாகும். தோரணங்கள் தந்தவேலைப்பாடுகளைப் போல் பிரதிபலிக்கின்றன. இங்கு தேவ கோஷ்டங்களில் உள்ள சிற்பங்கள் முற்காலச் சோழர்களின் பிறகோயில்களை விடச் சிறப்பானவையல்ல வெனினும் அவற்றில் இனிமையும் கருணையும் பொதிந்துள்ளதை மறுக்க முடியாது[30]. மேல்தளத்தின் ஹாரம் அர்த்த மண்டபத்திலும் காணப்படுகிறது.

மேற்கூறப்பட்ட கோயில்கள் தவிர புஞ்சை நல்துணையீஸ்வரர் கோயில், துடையூர் விஷமங்களேஸ்வரர் கோயில், கோனேரி ராஜபுரம் கோயில் போன்றவை முற்காலச் சோழர்களின் பிந்தியகாலக் (later temples of the early Chola period) கோயில்களில் குறிப்பிடத்தக்கவை யாகும். புஞ்சை நல்துணையீஸ்ரவர் கோயில் கி.பி. 940-இல் கட்டப்பட்டதெனத் தெரிகின்றது[31]. இக்கோயிலின் தேவகோட்டங் களின் எண்ணிக்கை ஐந்திலிருந்து ஆறாகக் கூடுகின்றது. இங்கு முதன் முறையாக அர்த்தமண்டபத் தெற்குச் சுவரில் கணபதிக்கு சற்றுக் கீழ்ப்புறத்தில் உள்ள கோஷ்டத்தில் அகஸ்தியர் உருவம் வைக்கப் பட்டுள்ளதைக் காணலாம். இதன் பின் கட்டப்பட்ட சில கோயில்களிலும் இவர் வைக்கப்பட்டுள்ளார். திடீரென்று எப்படி இக்காலக் கோயில்களில் அகஸ்தியர் வந்தார்? என்பது கேள்விக் குறியாக உள்ளது. ஒருவேளை சோழ நாட்டை வளமாக்கும் காவிரியைக் கங்கையிலிருந்து கொண்டுவந்தவர் அகஸ்தியர் என்ற

கதையின் அடிப்படையில் அமைக்கப்பட்டிருக்கலாமா? அப்படி யெனில் இக்கதை தோன்றியது இக்காலத்தில்தானா? என்ற வினாக்களுக்கும், இதற்கு மாறுபட்ட கருத்துக்களுக்கும் விடைகாண தீவிர ஆய்வு மேற்கொள்ள வேண்டியது அவசியமாகும். இங்குள்ள அர்த்தமண்டபத்தின் வடக்கு தேவ கோஷ்டத்திற்கு மேலுள்ள மகர தோரணத்தில் சிவபெருமானின் ஆனந்த தாண்டவக்காட்சியைக் காணலாம். ஏறக்குறைய இதே காலத்தில் கட்டப்பட்ட திருவாடுதுறை (கி.பி. 945) கோயிலின் தெற்கு தேவகோஷ்டத்தின் மேலுள்ள தோரணத்தில் தனியாக அமைந்தது போலமைக்கப்பட்டுள்ள பெரிய நடராஜரைக் காணலாம். இவைதான் சற்றுப் பின்னால் செம்பியன் மாதேவியின் கோயில்களில் (கி.பி.970-க்குப் பின்) தேவகோஷ்டங்களுக்குள்ளேயே நடராஜரை வைப்பதற்கு வழி கோலியிருக்க வேண்டும்.

பத்தாம் நூற்றாண்டில் ஏறக்குறைய ஒரே காலத்தில் கட்டப்பட்டவை துடையூர், கோபுரப்பட்டி, திருமங்கலம் ஆகிய கோயில்களாகும். கண்டராதித்தியன் காலத்துக் கோயிலான துடையூர் விஷமங்கலேஸ்வரர் கோயில் திருச்சியிலிருந்து முசிறி போகும் வழியிலுள்ளது. இது எளிமையான பாதபந்த அதிட்டானத்தைக் கொண்டு விளங்குகின்றது. அதிட்டானத்தில் பட்டிக்குக் கீழும் மேலுமுள்ள கண்டங்களில் உள்ள கலபாத சிற்பங்கள் அற்புதமானவை. இவற்றில் உள்ள மிருகங்களின் சிற்பங்கள் பன்னிரண்டு இராசிகளில் சிலவற்றைக் குறிப்பிடும் குறியீடுகளாக அமைந்துள்ளமை காணலாம்[32]. இக்கோயில் பத்ர, கர்ணமடிப்புக்களைக் கொண்டுள்ளது. கர்ணக் கூடுகளில் பஞ்சர கோஷ்டங்கள் இருக்கின்றன. விமானத்தின் மேற்கு தேவகோஷ்டத்தில் வழக்கத்திற்கு மாறாக உமாசகிதமூர்த்தி அமர்ந்துள்ளார். அர்த்த மண்டபத்தில் துர்க்கையின் காலடியில் மகிசத்தலை கிடையாது. இங்குள்ள சரஸ்வதியின் உருவம் காலத்தால் பிந்தியதாகும்.

முற்காலச் சோழர்களின் இறுதிக்கால மன்னர் உத்தம சோழன் ஆவார். அவர் காலத்துக் கோயிற்கலைப் பாணி செம்பியன் மாதேவி பாணி எனப்படுகின்றது. இவற்றில் குறிப்பிடத்தக்கவை, செம்பியன் மாதேவியில் உள்ள கைலாச நாதசுவாமி கோயில், கோனேரி ராஜபுரம் உமாமகேசுவரர் கோயில், ஆடுதுறை ஆபத்சகாயேஸ்வரர் கோயில், கண்டராதித்தத்தில் உள்ள சிவலோகத்து மகாதேவர் கோயில் போன்றவையாகும். மூன்று முதல் ஆறு வரை வளர்ந்திருந்த தேவகோஷ்ட அமைப்பு முறை இக்காலத்தில் ஒன்பது முதல் பதினொன்று வரையென விரிவாக்கப்பட்டது.

பிற்காலச் சோழர் கோயில்கள் (கி.பி. 985- 1270)

முற்காலச் சோழர்களின் ஆட்சிக்குப் பின் கி.பி. 985-இல் ஆட்சியிலமர்ந்த முதலாம் இராஜராஜசோழன் சோழப் பேரரசை விரிவுபடுத்தினார். தனது முப்பாட்டனாரான முதலாம் பராந்தகச் சோழனின் ஆட்சிக் காலத்தில் கி.பி. 949 - இல் தக்கோலத்தில் ஏற்பட்ட பெருந்தோல்வியின் இழுக்கைப் போக்கிப் பெரும் வெற்றிகளைப் பெற்றுச் சோழப் பேரரசர்களிலேயே சிறந்த மன்னன் என்ற பெயரைப் பெற்றவர் இராஜராஜன். தக்கோலப் போருக்குப் பின் கோயில்கள் கட்டப்பட்டிருந்த போதும் அவை மிகச்சிறிய அளவிலேயே இருந்தன. இழந்த புகழைத் திரும்பப் பெற்ற இராஜராஜன் காலத்திலும் அதன் பின்னும் பிரமாண்டமான கோயில்கள் கட்டப்பட்டன. கோயில் விமானத்தின் உயரம் கூட்டப்பட்டது. கோபுரத்தின் உயரம் குறைந்தது. பேரரசரின் வெற்றிச் செயல் மற்றும் செல்வச் செழிப்பை நிலைநாட்டும் குறியீட்டு (symbolic) அடிப்படையில் கோயில்கள் கட்டப்பட்டன. உதாரணமாக தமிழ்நாட்டின் பெரும் பகுதியைத் தன்னாட்சியின் கீழ்க்கொண்டிருந்ததோடு, ஈழத்தையும், மைசூர்ப் பகுதிகளையும் கொண்ட முதலாம் இராஜராஜன் தன்னைத் திரிபுரம் எரித்த சிவனுக்கொப்பாகக் கருதியே தஞ்சைக் கோயிலையமைத்ததனையும், கற்பனைக்கப்பால் இருப்பதாகக் கருதப்பட்ட மேருவைப் போல் தன் வெற்றியும் பெருகிய காரணத்தால் இக்கோயிலை தட்சிணமேரு என அழைக்கப்பட்டமையும், இவரது மைந்தன் முதலாம் இராஜேந்திரன் தனது கங்கைப் பிரதேச வெற்றியின் நினைவாக எழுப்பிய கங்கை கொண்ட சோழபுரத்துக் கோயிலில் சண்டேசனுக்கிரஹமூர்த்தி என்ற பெயரில் சிவபெருமான் தன் வெற்றியைப் பாராட்டித் தன் தலையில் மலர்க்கிரீடம் அணிவிப்பது போன்று அமைத்துள்ளமையும் எவ்வகையில் பிற்காலச் சோழர்கள் பேரரசுத் தன்மை (imperialism) யில் ஆர்வம் கொண்டிருந்தனர் என்பதனை எடுத்துக் காட்டுவதாகவுள்ளன.

இக்காலத்தின் முதற்பகுதியில் ருத்ரச்சந்த சிகரத்தைக் கொண்ட ஏகதள விமானங்கள் உருவாயின. கஜபிரிஷ்ட (மாமல்லபுரத்து நகுல சகாதேவ ரதம் போன்று) விமான அமைப்புப் பிரபலமடைந்தது. கோயிலின் உயரத்தைக் கூட்டும் முகத்தான் இக்காலத்தில் உயரமான உபபீடங்கள் அமைக்கப்பட்டன. முந்தைய அதிட்டான அமைப்புக்கள் தொடர்ந்தன. எனினும் எளிமையான பாதபந்த அதிட்டானங்களின் எண்ணிக்கையே அதிகமாயிருந்தன. இக்காலத்திலும் கண்டங்களில் கலபாத சிற்பங்கள் அமைக்கப்பட்டன. ஆனால் அவை எண்ணிக்கையில் மிகக் குறைவும், ஒப்பீட்டு நோக்கில் பார்க்கும்போது தரம் குறைந்தனவாயுமிருந்தன. தூண்களின் போதிகையில் முக்கோண ஆப்பு

தொங்குவதே (tenon like projection) அதிகமாகப் பயன்படுத்தப் பட்டதாகும். சதுரம் மற்றும் கஜபிரிஷ்ட விமானங்கள் இரண்டு அல்லது மூன்று தளங்களைக் கொண்டிருந்தன. ஆனால் தஞ்சை, கங்கை கொண்ட சோழபுரம் கோயில்கள் இதற்கு விதிவிலக்காகும். முன்பு பரிவாராலயங்கள் அமைக்கப்பட்டது போல் இப்போது திக்பாலகர்களுக்கு (திசைக்கடவுள்கள்) சிறுகோயில்கள் அமைந்தன. சாலை விமானங்(மகாபலிபுரத்து பீமரதம் போன்று)களும் இக்காலத்தில் அமைக்கப்பட்டன. அம்மனுக்கு தனிக்கோயில் அமைக்கப்பட்டது.

இக்காலத்தின் பிற்பகுதியில் முதற்பகுதியினை விட அலங்கார வேலைப்பாடுகள் பெருகின. வெளியிலிருந்து குறிப்பாகக் கர்னாடகத் திலிருந்து, புதிய கட்டடக்கலை நுணுக்கங்கள் பெறப்பட்டன[33]. கோயிலின் உயரத்தை மேன்மேலும் கூட்ட கபோதபத்ர அமைப்பைக் கொண்ட உபபீடங்கள் அமைக்கப்பட்டன. இவற்றில் அலங்காரங்கள் கூடின. உபபீடங்களில் கலபாத சிற்பங்கள் அமைக்கப்பட்டன. எளிமையான பாதபந்த அதிட்டானங்களும், அலங்காரமான கபோதபந்த அதிட்டானங்களும், பாதபந்த மற்றும் பதமபந்தம் ஆகிய இரண்டும் ஒன்றில் பொருத்தியமைக்கப்பட்ட (combination of the two) அதிட்டானங்களும் பயன்படுத்தப்பட்டன. முதலாவதற்கு திருமலப்பாடி அழகாம்பிகை கோயிலும் இரண்டாவதற்கு தாராசுரம் ஐராவதேசுவரம் பிரதானக் கோயிலும், மூன்றாவதற்கு தாராசுரம் தெய்வநாயகியம்மன் கோயிலும் உதாரணங்களாகும். சுவர் அரைத்தூண்களின் அடிப்பகுதி (ஓமா) உயரமாகவும், கருக்குவேலைப்பாட்டுடனும் அமைந்தன. போதிகையில் புஷ்ப போதிகையமைப்பு இடம் பெறலாயிற்று. பிரகாரங்களும், மண்டபங்களும் அதிகரித்தன. இரண்டாம் குலோத்துங்க சோழனால் சிதம்பரத்திலும் மூன்றாம் குலோத்துங்கனால் திரிபுவனத்திலும் ஆயிரங்கால் மண்டபங்கள் கட்டப்பட்டன. கோபுரத்தின் உயரம் கூட்டப்பட்டது. அம்மன் கோயில் அமைப்பு நெறிமுறைப்படுத்தப்பட்டது. மொத்தத்தில் இக்கால வளர்ச்சி முறைகள் விஜயநகர நாயக்கர் கட்டடக்கலைப் பாணிக்கு அடித்தள மிட்டன என்று கூறலாம்[34].

தஞ்சாவூர் பிரகதீஸ்வரர் கோயில்

முதலாம் இராஜராஜன் காலத்தில் தஞ்சையில் பிரகதீஸ்வரர் கோயிலும் நார்த்தாமலையில் ஆடுவுட்டி மலையில் உள்ள கடம்பவனேஸ்வரர் எனப்படும் மேலக்கடம்பூர் கோயிலும், வேறு சிலவும் கட்டப்பட்டதாகத் தெரிகின்றது. இவற்றில் தஞ்சைப் பெரியகோயில் எனப்படும் பிரகதீஸ்வரர் கோயில் (இராஜ ராஜேஸ்வரம்) இப்பேரரசனின் கீர்த்தியின் எடுத்துக்காட்டாகும்.

முந்தைய கோயில்களை விட பரப்பிலும், அமைப்பிலும், கலை நுணுக்கத்திலும் சிறந்த இக்கோயில் இக்காலக் கலைவல்லுநர்களின் மிகப்பெரும் சாதனையாகும். இம்மன்னனின் 19 - ஆம் ஆட்சியாண்டில் (கி.பி. 1003 - 1004) தொடங்கப்பட்டு 25 - ஆவது ஆட்சியாண்டில் முடிக்கப்பட்ட இக்கோயில் இந்தியக் கலைவரலாற்றில் ஒரு முக்கிய இயலாகும். இதன் கட்டடக்கலை வனப்பும், சிற்பக்கலையின் சிங்காரமும், ஓவியக் கலையின் உன்னதமும் இக்காலக் கலை வளர்ச்சியினைப் பறை சாற்றுகின்றன.

பெரும்பெரும் கற்பலகைகளைக் கொண்டு கட்டப்பட்ட இக்கோயிலுக்குக் கற்கள் வேறு எங்கிருந்தாவது கொண்டு வந்திருக்கப் பட வேண்டும். சதுரவடிவமான இவ்விமானம் 13 தளங்களையும் 60 மீட்டர் உயரத்தை (சுமார் 216 அடி) யும் கொண்டுள்ளது. இதன் உச்சியில் உள்ள பிரமந்திரக்கல் (griva platform) 80 டன் எடையுள்ளது எனக் கணிக்கப்பட்டுள்ளது. இது ஒரே கல்லினாலானது என நம்பப்பட்டது[35]. ஆனால் சமீபகால ஆய்வுகள் பல கற்பலகைகளின் சேர்க்கையேயிது எனக் கண்டுபிடிக்கப்பட்டுள்ளது. இம்முயற்சிக்காக திருச்சி ம. இராசமாணிக்கனார் வரலாற்றுப் பேரவைக்கு நன்றி தெரிவிக்கலாம். விமானத்தின் அடிப்பகுதி 28 மீட்டர் அளவு கொண்ட சதுரமாகும். இதன் உபபீடம் (plinth) 45.72 மீட்டர் அளவுள்ள சதுரமாகும். அதிட்டானத்தில் ஒழுங்கான நேர்க்கோட்டில், குண்டு குண்டாக எழுதப்பட்ட கல்வெட்டுக்கள் இராஜராஜசோழனின் பெருமையைக் கூறுவதாக அமைந்துள்ளன. விமானச் சுவர்களில் ஒவ்வொன்றிலும் இரண்டு வரிசையாக தேவகோஷ்டச் சிற்பங்கள் வைக்கப்பட்டுள்ளன. தெற்குச் சுவரில் கீழ்க் கோஷ்டங்களில் கணபதி, ஸ்ரீதேவி மற்றும் பூதேவியுடனான விஷ்ணு, மகாலட்சுமி, இரு துவாரபாலகர்கள், விஷ்ணுவனுக் கிரஹமூர்த்தி, பிச்சாடனர், வீரபத்திரர், தட்சிணாமூர்த்தி, காராளமூர்த்தி, நடராஜர் ஆகியோர் வைக்கப்பட்டுள்ளனர். மேற்குச்சுவர் கீழ்க்கோஷ்டங்களில் ஹரிஹரர், அர்த்தநாரீஸ்வரர், இரண்டு துவாரபாலகர்கள், சந்திரசேகரர் முதலியவர்கள் உள்ளனர். வடக்குச் சுவரின் கீழ்க் கோஷ்டங்களில் அர்த்த நாரீஸ்வரர், கங்காதரர், துவாரபாலகர், வீரபத்திரர், ஆலிங்கன மூர்த்தி, சரஸ்வதி, மகிசாசூரமர்த்தினி, பைரவர் ஆகியோருள்ளனர். அனைத்துப் பக்கங்களிலும் உள்ள சுவர்களின் மேற்கோஷ்டங் களிலும் திரிபுராந்தகரின் வெவ்வேறு அமைப்புள்ள உருவமைதிகள் அமைக்கப்பட்டுள்ளதைக் காணலாம். விமானத்தின் சுவர்களில் உள்ள அரைத்தூண்களுக்கிடையே அலங்காரத்தூண்கள் வைக்கப் பட்டுள்ளன. இவையே கும்ப பஞ்சரங்களின் துவக்கமாகும். விமானத்தின் உச்சியில் கிரீவப் பலகையில் வைக்கப்பட்டுள்ள நந்திகள்

மாமல்லபுரத்தினை நினைவூட்டுவதாக உள்ளன. அதாவது நந்திகள் பக்கவாட்டில் அமர்ந்து தலையை மட்டும் முன்பக்கம் திருப்பியுள்ளன. சாந்தார வகையைச் சேர்ந்த இக்கோயிலின் கருவறை உட்சுவரையும் வெளிச் சுவரையும் கொண்டு திருச்சுற்றுப் பாதையைக் கொண்டுள்ளது. கருவறையைச் சுற்றியுள்ள இச்சுவர்களில் இராஜராஜன் காலத்து ஓவியங்களைக் காணலாம். கருவறையில் மிகப்பெரிய லிங்கம் ஒரு பீடத்தின் மீது அமைந்துள்ளது. கோயிலுக்கு முன்னுள்ள நந்தி மண்டபம் ஒரே கருங்கல்லாலான பெரிய நந்தியைக் (12 அடி உயரம், 19 $^{1}/_{2}$ அடி அகலம்) கொண்டுள்ளது. கோயிலைச் சுற்றி பரிவாராலயங் களும், திக்பாலகர்களுக்கான கோயில்களும் அமைந்துள்ளன. இங்குள்ள அழகான சுப்ரமணியர் கோயில் நாயக்கர் காலத்தில் கட்டப்பட்டதாகும். பிரதான கோயில் எழுப்பப்பட்ட காலத்திலேயே சண்டிகேஸ்வரருக்கும், தனிக்கோயில் கட்டப்பட்டுள்ளது. தேவி கோயிலும் பதின்மூன்றாம் நூற்றாண்டில் கோனேரின்மை கொண்டான் என்ற சிறப்புப் பெயர் பெற்ற பாண்டிய மன்னனால் கட்டப்பட்ட தாகும். இங்குள்ள கணேசர் சன்னதியும், நடராஜர் சன்னதியும் பிற்காலத்தைச் சேர்ந்தவையே. நுழைவாயிலில் பெரியதும் சிறியதுமான இரண்டு கோபுரங்கள் உள்ளன. அளவில் சிறியதானது கேரளாந்தகன் வாயில் எனவும், பெரியது இராஜராஜன் திருவாயில் எனவும் அழைக்கப்படுகின்றன. இக்கோயிலின் மிகப்பெரும் சிறப்புக்களில் ஒன்று இங்கு அமைந்துள்ள, அதாவது கோயிலின் முதல் தளத்தின் உட்புறச்சுவரில் அமைந்துள்ள, நூற்றியெட்டு நடனக்கரணங்களாகும். இதுவே சிதம்பரம் கோபுரத்தில் கரணங்களை அமைக்க முன்னோடியாக இருந்திருக்க வேண்டுமென சி. சிவராமமூர்த்தி கூறுகின்றார்.[36]

கங்கை கொண்ட சோழபுரம்

முதலாம் இராஜேந்திர சோழன் (கி.பி. 1012 -44) ஆட்சிக்கு வந்தபின் கங்கைச் சமவெளியில் தான் பெற்ற வெற்றியின் நினைவாகக் கங்கை கொண்ட சோழபுரம் என்னும் தலைநகரை உண்டாக்கி அங்கே தஞ்சைக் கோயிலையொத்த ஆனால் அதனைவிட சிறிய அளவிலான, கங்கை கொண்ட சோழீச்சுரம் என்னும் மற்றுமோர் பிரகதீஸ்வரர் ஆலயத்தையமைத்தார். சாந்தார வகைக் கோயிலான இதன் வெளிச்சுவர் இன்று பக்கத்திலுள்ளஆற்றின் குறுக்கே அணைகட்டப் பயன்படுத்தப் பட்டுள்ள நிலை நம் கலைப்பண்பாட்டின் மீது நம்மவர் கொண்டிருக்கும் ஆர்வத்தை வெளிக் கொணர்ந்துள்ளது. அதே போன்று இராஜேந்திரன் காலத்து அரண்மனை இருந்த இடம் இன்று "மாளிகைமேடு" என அழைக்கப்படுவதோடு இங்குள்ள பெரிய செங்கற்கள் பொதுமக்களின் உபயோகத்துக்கு உதவியாயிருந்து

வருகின்றன. அண்மையில் தமிழ்நாடு தொல்பொருள் ஆய்வுத்துறையினரால் இவ்வரண்மனை மேட்டில் அகழ்வாய்வு நடத்தப்பட்டு வருகின்றது.

இக்கோயிலுக்குள் நுழையும் போதே அழிவுப்பாதையில் பாதிக்கும் மேல் கடந்துவிட்ட கோபுரம் உள்ளது. பிரதான கோயிலுக்கும் அர்த்த மண்டபத்திற்கும், முகமண்டபத்திற்கும், தஞ்சைக் கோயிலைப் போன்றே ஒரே உபபீடம் அமைக்கப் பட்டுள்ளது. ஆனால், இம்மண்டபங்கள் பின்னாளில் செப்பனிடப் பட்டுள்ளன. பிரதான கோயில் சுமார் 55 மீட்டர் உயரமுடையதாகும். தஞ்சைக்கோயிலைப் போன்றே இங்கு தேவகோஷ்டங்கள் அமைந் துள்ளன. சுவரின் நடுவில் உள்ள கோஷ்டம் பெரிதாகவும் சுவரிலிருந்து வெளியே பிதுக்கியும் (projected) அமைந்துள்ளது. கோஷ்டங்களுக் கிடையே கும்ப பஞ்சரங்கள் அமைக்கப்பட்டுள்ளன. ஒவ்வொரு சுவரிலும் நடுவில் உள்ள தேவ கோஷ்டங்கள் முற்காலச் சோழர் கோயில் போன்றே இறையுருவங்களைக் கொண்டுள்ளன. தெற்குச் சுவரில் தட்சிணாமூர்த்தியும் மேற்குச்சுவரில் ஸ்ரீதேவி, பூதேவி, சகித விஷ்ணுவும், வடக்குச் சுவரில் தேவியருடன் கூடிய விஷ்ணுவும் உள்ளனர். தேவகோஷ்டங்களுக்கு அடியில் அதிட்டானத்தின் உச்சிப்பாகமாக யாளிவரி உள்ளது. யாளிவரியின் சுவர் முனைகளில் மகரவாய்களைக் காணலாம். முற்காலச் சோழர்களது கோயில்களில் இம்மகரவாய்கள் உள்ளன. பொதுவாக சுவர்முனைகளில் யாளி வைப்பதற்கு இடம் போதாமையால் மகரவாய் நீண்டு அமைக்கப் பட்டிருக்கக்கூடும். மற்ற கோஷ்டங்களிலும் இறையுருவங்கள் தஞ்சையைப் போன்றே வைக்கப்பட்டுள்ளன. அவற்றில் குறிப்பிடத் தக்கவை பிச்சாடனர் சண்டேசனுக்கிரஹமூர்த்தி, கணபதி, அர்த்த நாரீஸ்வரர், ஹரிஹரர், இலட்சுமி, சரஸ்வதி சிவபெருமானும் காளியும் நடனமாடுதல், விஷ்ணுமேளம் தட்டல், கங்காதரர், உமாசகிதர், விஷ்ணுதன் கண்மலரைச் சிவனுக்கு அர்ச்சித்தல் (இதே போன்றது குன்றக்குடி பாண்டியர் குகையில் உள்ளது), காளசம்ஹாரர் போன்றவையாகும்.

பிரதான கோயில் தவிர சண்டிகேஸ்வரர் சன்னதி, கணேசர் சன்னதி, மகிசாசூரமர்த்தினி சன்னதி போன்றவையும் உள்ளன. பிரதான கோயிலின் இருபுறமும் (வடக்கும் தெற்கும்) அதே காலத்தையொட்டிய இருசிறு கோயில்கள் உள்ளன. இவற்றில் ஒன்றில் கருவறைத் தெய்வம் எதுவும் கிடையாது. மற்றொன்றில் பிற்காலத்திய தேவியின் உருவம் உள்ளது. இராஜேந்திரன் காலத்துச் சாதனைகளில் குறிப்பிடத்தக்கது. முதன்முதலாக அம்மனுக்குத் தனிக்கோயில் அமைத்ததும், முகமண்ட

பத்தில் நூற்றுக்கும் மேற்பட்ட தூண்களைக் கொண்ட அமைப்பு ஏற்படுத்திப் பிற்கால ஆயிரங்கால் மண்டபங்களுக்கு முன்னோடியாக விளங்கியதும், நவக்கிரஹப் பலகை ஒன்றை அமைத்துள்ளதும் ஆகும்.[37]

தாராசுரம்

இரண்டாம் இராஜராஜன் (கி.பி. 1147-73) காலத்தில் கும்பகோணத் திற்கருகே தாராசுரத்தில் கட்டப்பட்ட ஐராவதேசுவரர் கோயில் எனப்படும் இராஜராஜேஸ்வரம் பிற்காலச் சோழர்கள் கோயில்களில் மற்றுமோர் மைல்கல்லாகும். இதன் விமானமும் முந்திய இரு கோயில் களைப் போன்று உயரமாகவே கட்டப்பட்டுள்ளது. இதன் மகா மண்டபத்தின் அமைப்பு விரிவாக்கப்பட்டுள்ளது. இம்மண்டபம் சக்கரங்களின் மீது நிற்கும் ரதம் போன்ற அமைப்புடையதாகும். மகாமண்டபத்தின் முன்புள்ள முன்மண்டபம் தேரை இழுத்துச் செல்வதுபோன்று காட்டப்படுகின்றது. இவ்வமைப்பு வேறுசில பிற்காலச் சோழர் கோயில்களிலும் காணப்படுகின்றது. ஒரு வேளை, இக்கோயில் தான் கோனார்க்கில் சூரியனார் கோயிலை எடுப்பித்த (கி.பி. 1250) கீழைக் கங்க மன்னன் நரசிம்மனுக்குத் தூண்டுகோலாய் அமைந்திருக்க வேண்டும்.[38] இம்மண்டபத் தூண்களில் ஏராளமான சிறுவடிவச் சிற்பத்தொகுதிகள், முற்காலச் சோழர் கோயில்களில் காணப்படும் கலபாதச் சிற்பங்கள் போன்று நேர்த்தியாகவும் விளக்கமாகவும் அமைக்கப்பட்டுள்ளன.

ஐந்து தளங்களைக் கொண்ட இக்கோயிலின் மேல் தளங்களின் ஹாரங்களின் மூலைகளில் உள்ள கர்ணக்கூடுகள் சதுரம், எண்கோணம் மற்றும் வட்ட வடிவங்களைக் கொண்டுள்ளன. இங்கு முறையே நாகரம், திராவிடம், வேசரம் எனப்படும் கட்டடக்கலைப் பிரிவுகள் காட்டப்பட்டுள்ளன. ஐந்தாவது (உச்சியில்) தளத்தில் நான்கு சதுரமான கர்ணக்கூடுகள் உள்ளன. இங்கு நான்கு பக்கங்களிலும் பக்கத்திற்கு ஒன்றாக நந்திகள் கிடந்த கோலத்தில் உள்ளன. இம்மாதிரியமைப்பைத் துவக்கியது முதலாம் இராஜேந்திரனின் இறுதிக்காலக் கோயில் களிலாகும். பல்லவர் காலத்திற்குப் பிந்திய மற்றும் முற்காலச் சோழர்களது கோயில்களிலும் ஒதுக்கப்பட்ட ஆனால் சாளுக்கிய கோயில்கள் முழுவதிலும் காணப்படும் ஒரு கட்டடக்கலைக் கூறு இக்கோயிலிலும் காணப்படுகின்றது.[39] அதாவது ஹாரத்தின் பகுதிகளான கர்ணக்கூடு, சாலை, பஞ்சரம் ஆகியவை விமானத்தில் மட்டுமேஅமையாது பக்கத்திலுள்ள மண்டபங்களிலும் பரவியிருப்ப தாகும். இங்குள்ள அரைத் தூண்களில் ஒரு வளர்ச்சி தெரிகின்றது. இதன் பலகையின் அடிப்பகுதி ஒரு கவிழ்ந்த தாமரை வடிவிலுள்ளது. தாமரை இதழ்கள் மலர்ந்து விரிந்துள்ளன. புஷ்ப போதிகையின்

துவக்கநிலையினை இதில் காணமுடிகின்றது. பஞ்சரங்களில் வட்ட வடிவ அமைப்பும் காட்டப்பட்டுள்ளது. விமானச் சுவர்ப் பகுதிகளில் 63 நாயன்மார்களின் வாழ்க்கை வரலாற்றுச் சிற்பங்கள் உள்ளன. தேவகோஷ்டங்களில் அழகான சிற்பங்கள் வைக்கப்பட்டுள்ளன. அவற்றில் பல தற்போது தஞ்சை அரசு கலைக் கூடத்தில் உள்ளன.

இக்கோயில் மகாமண்டபத்தின் வடக்கே அம்மன் கோயில் அமைந்துள்ளது. இவையனைத்தையும் சுற்றிப் பிரகாரமும், வாயிலில் கோபுரமும் உள்ளன. கோபுரத்திற்கு வெளியே நந்திமண்டபமும், அதற்கும் அப்பால் வெளிக்கோபுரமும் காணப்படுகின்றன. இக்கோயில் வளாகத்திற்கு வடக்கே இதே காலத்தினைச் சேர்ந்த தெய்வநாயகியம்மன் கோயில் உள்ளது. இது சாலை விமானத்தைக் கொண்டுள்ளது.

திரிபுவனம்

அமைப்பில் தாராசுரத்தைப் பெரிதும் ஒத்த திரிபுவன வீரேச்சுரம் என்னும் கம்பஹரேஸ்வரர் கோயில் மூன்றாம் குலோத்துங்கனால் (1178-1218) கட்டப்பட்டதாகும். ஏழு தளங்களைக் கொண்ட இக்கோயில் விமானத்தின் மேல்தளங்களுக்கு மேலுள்ள கிரீவமும், சிகரமும் செங்கற்களாலானவையாகும்.[40] இவை வட்ட வடிவமானவை. இங்குள்ள மகாமண்டபத்தின் முன்மண்டபமான அக்ரமண்டபம் தாராசுரம் போன்று ரதம் போன்ற அமைப்பினதாகும். ஆனால் இதன் சக்கரங்கள் தற்போது காணக்கிடைக்கவில்லை. தாராசுரத்தைப் போன்றே இக்கோயிலிலும் பலிபீடமும் நந்தி மண்டபமும் கோபுரவாயிலுக்கு வெளியே உள்ளன. இதனையடுத்த இரண்டாம் பிரகாரம் கிழக்கிலும் மேற்கிலும் இரண்டு கோபுரங்களைக் கொண்டுள்ளது.

கம்பஹரேஸ்வரர் கோயிலின் விமானம் பத்ர, கர்ண மடிப்புக் களைக் கொண்டுள்ளது. இதன் அதிட்டானத்தில் கலபாத சிற்பங்கள் காணப்படுகின்றன. தேவகோஷ்டங்களில் தெற்கே தட்சிணா மூர்த்தியும், மேற்கே லிங்கோத்பவரும், வடக்கே பிரம்மாவும் வைக்கப் பட்டுள்ளனர். தட்சிணாமூர்த்தி உருவமைதியுள்ள தேவகோஷ்டத்திற்கு முன்பு ஒரு சிறு மண்டபம் உள்ளது. இம்மண்டபம் இக்கோயில் கட்டப்பட்ட காலத்திலேயே அமைக்கப்பட்டிருந்த போதும் பின்னாளில் மாற்றங்களுக்குள்ளாகியிருப்பதைக் காணலாம். இக்கோயில் சுவரின் அரைத்தூண்களில் உள்ள மாலஸ்தானத்தில் முத்துக் கோத்த சங்கிலிகளும், பத்மங்களும் அலங்கரிக்கப்பட்டுள்ளன. அலங்காரமான கும்ப பஞ்சரங்களைக் காணமுடிகின்றது. புஷ்ப

போதிகை மற்றும் மதலையின் வளர்ச்சி புலப்படுகின்றது. கருவறையின் மீதுள்ள ஹாரம் (விமானத்தின் மேல்தளப் பகுதிகள்) அர்த்த மண்டபத்திலும், தாராசுரம் போன்றே, கிழக்குப் பகுதியில் பரவியுள்ளது. இக்கோயில் வளாகத்தில் இரண்டு தளங்களைக் கொண்ட சோமாஸ்கந்தர் சன்னதி ஒன்று உள்ளது. பல்லவர்களுக்குப் பின்னும் பாண்டியர் குடைவரைக்குப் பின்னும் (திருப்பரங்குன்றம் பிரதான குடைவரை) சோமாஸ் கந்தருக்கான தனிக் கோயில் இப்போது தான் காணமுடிகின்றது. இதுதவிர சண்டேஸ்வரர், சராபர் ஆகியோருக்கும், அம்மனுக்கென்று திருக்காம கோட்டமென்னும் தனிக்கோயிலும் கட்டப்பட்டுள்ளன. ஆயிரங்கால் மண்டபம் ஒன்றுள்ளது.

முதலாம் குலோத்துங்கன் (கி.பி. 1070 - 1122) காலமுதலே புகழ்பெற்ற சிதம்பரம் நடராஜர் கோயிலில் பிற்காலச் சோழ மன்னர்களின் கலைத் தொண்டினைக் காணலாம். விக்கிரம சோழனின் படைத்தளபதியான நரலோகவீரன் என்பான்; சிதம்பரம் கோயிலில் ,குலோத்துங்கனின் இறுதிக்காலத்திலேயே பல திருப்பணிகள் செய்துள்ளான். சில கட்டிடங்கள் திருத்தியமைக்கப்பட்டன. நடராஜர் சன்னதியைச் சுற்றியுள்ள இரண்டு பிரகாரங்கள் "குலோத்துங்க சோழன் திருமாளிகை" எனவும், "விக்கிரம சோழன் திருமாளிகை" எனவும் அழைக்கப்படுகின்றன. இக்கோயிலில் உள்ள சிவகாம சுந்தரி சன்னதியும் அதன் மாளிகையும் கிழக்கு நோக்கிய கோபுரமும் இரண்டாம் குலோத்துங்கன் காலத்தவையெனத் தெரிகின்றது. இம்மன்னனே எழுநிலை கோபுரம் ஒன்றையும் எடுப்பித்துள்ளார். இங்குள்ள ஆயிரங்கால் மண்டபமும் இவர்காலத்ததாகும். மூன்றாம் குலோத்துங்க சோழனால் இங்கு ஒரு நிர்த்திய சபை (நடன சபை) கட்டப்பட்டது. இச்சிறுசபையின் அதிட்டானத்தில் கலபாத சிற்பங்கள் உள்ளன. இதில் உள்ள பதினாறு அலங்காரமான தூண்கள் தாராசுரம் மண்டபத்தூண்களை நினைவூட்டுகின்றன. மூன்றாம் குலோத்துங்கன் காலத்து மற்றுமொரு படைப்பு காஞ்சியிலுள்ள ஜுவரஹரேஸ்வரர் கோயிலாகும்.

மேற்கண்ட விளக்கங்களின்படி சோழர்காலத்தில் கட்டப்பட்ட பெரும்பான்மையான கோயில்கள் அடி முதல் முடிவரை கல்லாலானவை என்று தெரியவருகின்றது. அவர்களது கோயில்களில் பல்லவர் கட்டடக்கலையின் கூறுகளும், சாளுக்கியரது கூறுகளும், சோழர்களது புதிய கட்டடக்கலை நுணுக்கங்களும் கலந்துள்ளதைக் காணலாம். முற்காலச் சோழர் கோயில்களில் அதிட்டானங்களில் பல்வேறு கட்டடக்கலைக் கூறுகள் மாறிமாறி அமைக்கப்பட்டன. தேவகோஷ்

டங்கள் நான்காயிருந்து, பின் ஐந்து, ஆறு, பதினொன்று எனப் பெருகின. சுந்தரசோழபராந்தகன் காலம் முதல் அகத்தியருக்கும் ஒருகோஷ்டம் கோயிலின் தெற்குச் சுவரில் அமைக்கப்பட்டது. தேவகோஷ்ட உருவமைதிகள் நெறிமுறைப்படுத்தப்பட்டன. சில கோயில்களே பத்ரம், கர்ணம் மடிப்புக்களின்றி எளிமையாகக் கட்டப்பட்டன. அரைத்தூண்களில் (pilasters) அலங்காரம் பெருகின. போதிகையில் கோணவடிவமும் பின்பு அதில் ஆப்பும் புகுத்தப்பட்டது. கலபாதச் சிற்பங்கள் அமைக்கப்பட்டன. சில கோயில்களில் போதிகையின் மேல் கபோதம் வரை நின்றிருக்கும் தேவதைகள் நடனமாதர் உருவங்கள் ஆகியவை அமைக்கப்பட்டன. பிற்காலக் கோயில்களின் பேரரசுத்தன்மை வெளிப்பட்டது. சாந்தார வகை புகுத்தப்பட்டது. தேவகோஷ்டங்களின் எண்ணிக்கை மேலும் கூடியது. தஞ்சைக் கோயிலில் திரிபுராந்தகர் சிறப்பிடம் பெற்றார். கங்கை கொண்ட சோழபுரத்தில் சண்டேசனுக்கிரஹமூர்த்தி பிரபலமடைந்தார். தாராசுரத்தில் 63 நாயன்மார்கள் சிற்பவடிவிலும், கல்வெட்டுக்களிலும் இடம் பெற்றனர். இக்கோயில்களில் விமானத்தின் உயரம் கூடியது. பின் உயரமான ஒன்றிற்கும் மேற்பட்ட கோபுரங்கள் கட்டப்பட்டன. ரதம் போன்ற மண்டபங்கள் அமைக்கப்பட்டன. ஆயிரங்கால் மண்டபம் வளர்ந்தது. புஷ்ப போதிகை பின்னாளில் புகுந்தது. சோழப் பேரரசர்களான முதலாம் இராஜராஜன், முதலாம் இராஜேந்திரன் ஆகியோர் ஆட்சிக்காலத்தில் பாண்டிய நாட்டில் அவர்தம் பிரதிநிதிகளின் ஆட்சி நடைபெற்றது. இது சோழ பாண்டியராட்சி எனப்பட்டது. இச்சமயம், திருநெல்வேலிப் பகுதியில் ஆத்தூர், கங்கை கொண்டான், சேரமாதேவி, பிரம்ம தேசம், மன்னார்கோயில் ஆகிய இடங்களில் பிரம்மாண்டமான கோயில்கள் எழுப்பப்பட்டுள்ளன. இவற்றில் பாண்டியர்தம் கலைப் பாணியும் பின்பற்றப்பட்டுள்ளன.

அடிக்குறிப்புகள்

1. Douglas Barrett, *Early Chola Architecture and Sculpture. 866-1014 AD*, 1974.
2. K.A. Nilakanta Sastri, *The Cholas*, 1984 எஸ். ஆர். பாலசுப்பிரமணியன், *சோழர்கலைப்பாணி*, 1966 I காலம் 850-985, II காலம் 985-1070, காலம் III 1070-1270.
3. ஆர். வெங்கட்ராமன், முன்னது, பக். 90-106.
4. J.C. Harle, *op. cit.*, PP. 292-327.
5. மேலது. ப. 293.
6. Gerda Hoekkveld Meijer, *Koils in the Cholamandalam*, 1981, Introduction, P.5.
7. Douglas Barrett, *op. cit.*, P. 28.

8. இம்மாதிரி அமைப்பு பல்லவர் கோயில்களில் ஒன்றான உத்தரமேரூர் சுந்தரவரதப் பெருமாள் கோயிலிலும் இருப்பதைக் காணலாம். ஆனால்அங்குள்ள குமுத அமைப்பு முப்பட்டையாகும். மாமல்லபுரத்துக் கடற்கரைக் கோயில் பிரகாரச் சுவரிலும், மகாமண்டபத்திலும் கூட இவ்வமைப்பு காட்டப்பட்டுள்ளது. (மேலது. ப. 29).

9. இதுபற்றிய விரிவான செய்திகள் ஆசிரியரின் *'Facets of Indian Art and Culture'* என்ற நூலில் காணக்கிடைக்கின்றது.

10. இக்கண்டச் சிற்பங்களை துடையூர், திருவெறும்பூர், புள்ளமங்கை, புஞ்சை, கும்பகோணம், குடந்தைக் கீழ்க்கோட்டம், திருப்புறம்பியம், திருச்சின்னம்பூண்டி, லால்குடி, கோனேரிராஜபுரம், திருவிடை மருதூர், அணங்கூர், திருக்கோடிக்காவல், திருமங்கலம் (இங்கு கண்டத்தில் சிற்பம் அமையாது. அரைத்தூணின் அடிப்பாகமான ஓமம் என்ற பகுதியில் இம்மாதிரி சிற்பங்கள் அமைந்துள்ளன) போன்ற கோயில்களில் காணலாம். பிற்காலச் சோழர்களது கோயில்கள் சிலவற்றிலும் இவற்றைக் காணலாம்.

11. புஞ்சை, ஸ்ரீனிவாசநல்லூர், திருமியச்சூர், இன்ன பிற கோயில்களிலும் காணலாம் (K.R. Srinivasan, *op. cit.,* P.123).

12. எட்டுப் பரிவாரங்களாவன, சூரியன், சப்தமாதர்கள், கணபதி, சுப்ரமணியர், ஜேஷ்டா, சண்டிகேசுவரர், பைரவர், சந்திரன் ஆகியவர்களுக்கான சிறுகோயில்களாகும். பாண்டியர் கோயில்களில் இவற்றில் சில, கோயிலின்றி பிரகார மேடையிலேயே வைக்கப் பட்டிருப்பதைக் காணலாம்.

13. K.R. Srinivasan, *op. cit.,* P. 122.

14. இம்முத்தரையர்கள் எல்லைக்காவல் தலைவர்களாக திருச்சிராப்பள்ளிக்குத் தென் பகுதியில் இருந்தனர். சோழர்களின் ஆதிக்கம் வளரும் போது அவர்கள் மறைந்தனர் எனத் தெரிகின்றது. (J.C. Harle, *op. cit.,* P.293).

15. அர்த்த மண்டபக் கூரையின் மேலும் ஹாரம் நீட்டிக் கொண்டிருக்கும் பாணி முற்கால மேலைச் சாளுக்கியர் கோயில்களிலும் பல்லவர் கோயில்களிலும் காணலாம்.

16. Douglas Barrett, *op. cit.,* PP. 44-66.

17. Gerda Hoekveld Meijer, *op. cit.,* PP. 280- 281.

18. Basil Gray, ed., *The Arts of India,* 1981, P. 69.

19. எஸ்.ஆர். பாலசுப்பிரமணியம் இவற்றை விஜயாலயன் காலத்தவை என்றும் (முற்காலச் சோழர்கலையும் சிற்பமும் 1966, பக். 39-44) கே.ஆர்.சீனிவாசன், பாண்டியர்களின் துவக்ககாலம் என்றும் (D.Barrett, *op cit.,* P .47) டக்ளஸ் பாரட் ஒன்பதாம் நூற்றாண்டின் பின்பகுதியென்றும் (D. Barrett, P. 47) கருதுகின்றனர்.

20. K.R. Srinivasan, *op. cit.,* P. 122.

21. Douglas Barrett, *op. cit.,* P.86.

22. K.V. Soundara Rajan, Early Pandya, Muttarayar and Irukkuvel Architecture, *Studies in Temple Architecture,* 1975, P.272.

23. Gerda Hoekveld Meijer, *op. cit.,* P.291.

24. Michael W.Meister and M.A. Dhaky, *op. cit.,* P. 203.

25. இவை மூன்று தளவிமானங்களென கே.வி. சௌந்தரராஜன் (முன்னது ப.272) குறிப்பிட்டிருப்பது தவறாகும்.

26. Michael W. Meister and M.A. Dhaky, *op. cit.,* P. 203.

27. ஆர். வெங்கட்ராமன், முன்னது. ப. 97.

28. இக்கோயில் முதலாம் ஆதித்தியன் காலத்தது எனவும், முதலாம் பராந்தகன் காலத்தது எனவும், இரண்டாம் பராந்தகன் (சுந்தர சோழபராந்தகன்) காலத்தது எனவும், அறிஞர்களிடையே நிலவி வருகின்றது. ஆனால், கட்டடக்கலை அடிப்படையில் இது முதலாம் ஆதித்தியன் காலத்தையே நினைவூட்டுகின்றது. (Basil Gray, ed., *op. cit.*, P. 74).

29. J.C. Harle, *op. cit.*, P. 297.

30. மேலது. ப. 299.

31. இக்கோயில் கி.பி. 990 க்கும் 1007க்கும் இடைப்பட்ட காலத்தில் கட்டப்பட்டதென ஜெர்தா ஹொய்க்வெல் மெய்ஜர் கூறுகின்றார். (*Koils in the Cholamandalam*, PP. 145 -146) இவர் இக்கோயிலில் உள்ள தொன்மையான கல்வெட்டு முதலாம் இராஜராஜன் காலத்தது (ARE 180 of 1925) என்பதனை வைத்துச் சொல்கின்றார். ஆனால் பாரட் அங்குள்ள சண்டிகேஸ்வரர் கோயிலில் காணப்படும் இரண்டாம் ஆதித்தியனின் கல்வெட்டை வைத்து (கி.பி. 964-969) ARE 192 of 1925) அவரது காலத்துக்கு முன்பே கோயில் கட்டப்பட்டிருக்க வேண்டும் என்று கருதி அதன் காலம் கி.பி.940 என்று கணிக்கின்றார். (Douglas Barrett, P. 82).

32. மேலும் விளக்கங்களுக்குக் காண்க ஆசிரியரின், *Facets of Indian Art and Culture*, 1995, PP.19-21.

33. Michael W. Meister and M.A. Dhaky, ed., *op. cit.*, P. 293.

34. மேலது. ப. 294.

35. இக்கல் சுமார் 6.44 கிலோமீட்டர் தூரத்தில் உள்ள சாரப்பள்ளம் என்ற இடத்திலிருந்து சாய்தளத்தின் மூலம் இக்கோயிலின் மீது ஏற்றப்பட்டதென நம்பப்பட்டது.

36. C. Sivaramamurti, *The Chola Temples*, 1992, P. 21.

37. மேலது.

38. Basil Gray, *op. cit.*, P. 78.

39. K.R. Srinivasan, *op. cit.*, P. 148.

40. ஆர். வெங்கட்ராமன், முன்னது. ப. 105. ஆனால் கே.ஆர் சீனிவாசன் இவையனைத்தும் தாராசுரம் போன்றே கல்லினாலானவை என்கின்றார். (Michael W. Meister and M.A. Dhaky, ed., *op.cit.*, P. 314.)

5.8 சிற்பக்கலை

கட்டடக்கலையில் பல முத்துக்களைப் பதித்த சோழ மன்னர்களின் சிற்பங்களில் உயிரோட்டத்தைக் காணலாம். பல்லவர்களின் சிற்பங்களின் வளர்ச்சியுற்ற நிலையே முற்காலச் சோழர் சிற்பங்கள் என்று கருதப்படுகின்றது. இச்சிற்பங்கள் அமைப்பதில் பேரரசுக் கொள்கை (Imperialistic Idea) மனதில் கொள்ளப்பட்டதென அறிய முடிகின்றது. 8-11 ஆம் நூற்றாண்டுகளில் கட்டடக்கலையின் வளர்ச்சி உன்னதநிலையையடைந்த போது சிற்பக்கலை ஓர் ஸ்திரத் தன்மையைப் படிப்படியாகப் பெற்றுக் கொண்டிருந்தது. இக்கால கட்டத்தில் தமிழகத்தில் மட்டுமன்றி கஜீராஹோ, உதயபுரி, புவனேஸ்வரம் ஆகிய இடங்களிலுள்ள கோயில்களிலும் சிற்பங்களின் எண்ணிக்கை பெருகியது. செப்புத்திருமேனிகளும் இக்காலத்தில் அதிகமாக வார்க்கப்பட்டன.

முற்காலச் சோழர் சிற்பங்களின் துவக்கம் பல்லவரின் தொடர்ச்சியாகவேயிருந்தது. அதாவது உயரமான மகுடம், மெல்லிய நெடிய உடலமைப்பு, பட்டையான பூணூல் போன்றவை பின்பற்றப் பட்டன. பல்லவ, சோழ இடைப்பட்ட காலப்பாணி என்னும் இதனை கும்பகோணம் நாகேஸ்வரசுவாமி கோயிலில் காணலாம். ஆனால் சிறிது காலத்தில் இவ்வமைப்புக்கள் மறைந்தன. அப்போது பல புரிகளையுடைய பூணூல், தெளிவாகக் காட்டப்பட்டுள்ள சிம்மமுக அரைக்கச்சை, கண்டமாலை போன்றவற்றைக் காணலாம். இருப்பினும் இம்மாற்றங்களை அனைத்துச் சிற்பங்களிலும் காண்பதரிது. பிற்காலச் சோழர்களது சிற்பங்களில் அணிகலன்களும், அலங்காரங்களும் சற்றுக் கூடின. உருவங்களின் முகங்கள் வட்டமான அமைப்பினதாயும்[1] சற்றுத் தடித்தும், குறுகியதுமான உடலமைப்புக் கொண்டும் விளங்கின. அரைக்கச்சையில் தெளிவான சிம்மமுக அமைப்பும் ஆடைகளில் வரிகள் அல்லது பூவேலைப்பாடும், பலபுரிகளையுடைய பூணூலும், அலங்காரமான கேயூரமும், கழுத்தணி களும் காணப்படுகின்றன. உருவமைதிகளின் தலைக்குப்பின் வைக்கப்படும் சிரச்சக்கரத்தில் தாமரை இதழ்கள் வட்டமான பகுதியினுள்ளடங்கிக் காணப்படும்[2]. காலம் செல்லச் செல்ல பல்லவர் சிற்பங்களில் காணப்பட்ட உயரமான மகுடம் மறைந்தது. வலது கையின் மேல் பூணூல் படர்ந்து செல்லும் பாணியும் கைவிடப்பட்டது. முற்காலச் சோழர்காலத்திய சிற்பங்களில் காணப்பட்ட அழகான நேர்த்தியும் பிற்காலச் சிற்பங்களில் காணக்கிடைக்கவில்லை. இது

இந்தியக் கலை வரலாற்றில் ஒரு பொதுவான கூறாக இருப்பதைக் காணலாம். பல்லவர் காலத்தில் தோன்றிய நாயன்மார்கள், ஆழ்வார்கள் போன்றவரின் பக்தி இயக்கம் சோழர்காலத்திலும் தொடர்ந்ததோடு இக்காலத்தில் சைவ சித்தாந்தம் வளர்ந்தது. திருமூலர் போன்றோர் சைவத்தின் சிறப்பை விளக்கினர். இதன் தாக்கத்தினாலும் கோயிற்கலை வளர்ந்தது. சிற்பங்கள் பெருகின. சிவபெருமானை உயர்வானவராகக் காட்டும் புதிய சிற்ப வகைகளும் தோன்றின. உதாரணமாக சராபமூர்த்தி உருவத்தைக் குறிப்பிடலாம். திரிபுராந்தகர் அதிகமாகக் காட்டப் பட்டிருப்பதைச் சொல்லலாம்.

முற்காலச் சோழர் சிற்பங்கள்

பல்லவர் சிற்பங்கள் தாழ்ந்த புடைப்புச் சிற்பங்களாக அமைக்கப் பட்டிருந்தன. ஆனால் சோழர் சிற்பங்கள் உயரமான புடைப்புச் சிற்பங்களாக (high relief) வோ அல்லது முழுமையான (உருண்டை யான) சிற்பங்களாகவோஅமைக்கப்பட்டன. சுருங்கக்கூறின் அவற்றில் பெரும்பான்மையானவை செதுக்கப்பட்டுக் கோஷ்டங்களின் உள்ளே பொருத்தப்பட்டுள்ளன. முற்காலச் சோழர் கோயில்களில் பிரதான இறையுருவம் தேவகோஷ்டத்திற்குள்ளும், அதனோடு தொடர்புடைய வேறு சிற்பங்கள் தேவகோஷ்டத்தின் இரு பக்கங்களிலும் வைக்கப் பட்டன. இதற்கு எடுத்துக்காட்டாக புள்ளமங்கை பிரம்மபுரீஸ்வரர் கோயில் தேவகோஷ்ட சிற்பங்களையும், சீனிவாசநல்லூர் குரங்குநாதர் கோயில் தேவகோஷ்ட சிற்பங்களையும் குறிப்பிடலாம். இக்காலச் சிற்பங்களில் மனிதத் தன்மையும், உணர்வுகளின் வெளிப்பாடும் காட்டப்பட்டுள்ளன.

முற்காலச் சோழர்களில் முதல்வரான விஜயாலய சோழன் தஞ்சையில் நிசும்பசூதனி தேவியைப் பிரதிஷ்டை செய்ததாகச் சொல்லப்படுகின்றது. இன்று வடபத்ரகாளி என வழங்கப்படும் இதனைப் போன்ற மற்றொன்றைத் தமிழகம் கண்டதில்லை என்று கருதப்படுகின்றது[3]. கம்பீரமான முகத்தோற்றத்துடனும், தலையில் தீச்சுடர் போன்ற கேச அமைப்பினைக் கொண்டும் கைகளில் ஆயுதங்கள் ஏந்தியும், கபால பூணூல் அணிந்தும் அரக்கர் குலத்தை அழிக்கத் தோன்றிய அன்னை ஆறடி உயரத் தோற்றப் பொலிவுடன் அமர்ந்துள்ளாள். அவளது காலடியில் அசுரர் சிக்கித் தவிக்கின்றனர். ஒரு வேளை எதிரிகளை ஒழித்துச் சோழப் பேரரசை மீண்டும் உயிர்ப்பிக்க உதவியதற்காக அவ்வெற்றித் தெய்வத்தை இம்மன்னன் படைத்திட்டாரோ? முற்காலச் சோழரின் முதற்சிற்பமே அருஞ்சிற்ப மெனத் திகழ்கின்றது.

நார்த்தாமலை விஜயால சோழீச்சுவரக் கோயிலிலிருந்து தற்போது புதுக்கோட்டை அரசு அருங்காட்சியகத்தில் வைக்கப்பட்டுள்ள

இரண்டு முக்கியமான சிற்பங்கள் குறிப்பிடத் தகுந்தவையாகும். அவற்றில் ஒன்று வைஷ்ணவி (சப்தமாதர்களில் ஒன்று)யின் உருவம், மற்றொன்று வீணாதர தட்சிணாமூர்த்தியினுடையது. கரங்களில், சங்குச் சக்கரம் வைத்துக்கொண்டு அபயமுத்திரையும் காட்டும் இத்தேவி வீராசனத்தில் அமர்ந்துள்ளாள். கிரீடமகுடம் உயரமாக அமைக்கப்பட்டுள்ளது. அவளது ஆடையின் மடிப்புக்களைக் காட்டுவதாயும், கைகளில் அகன்ற கேயூரங்கள் அணிந்திருப்பதாயும் உள்ள நிலை சோழர் சிற்பங்களின் பொதுநியதியைக் காட்டுகின்றன. வீணையை இரு கரங்களில் தாங்கி அமர்ந்திருக்கும் வீணாதர தட்சிணா மூர்த்தியின் இடையில் கட்டப்பட்டுள்ள கடிசூத்திரம் மத்தியில் தொங்குகின்றது. இதுவும் சோழர்களின் பாணியை நினைவூட்டு கின்றது. முன்பு கட்டடக்கலை பற்றி விளக்கும் போது விஜயாலய சோழனுக்கும் நார்த்தாமலை கோயிலுக்கும் ஏதோ ஒரு தொடர்பு இருந்திருக்க வேண்டும் எனக் குறிப்பிட்டோம். இவ்விரு சிற்பங்களும் அதற்கு உறுதி சேர்க்கின்றன.

கொடும்பாளூர் மூவர் கோயிலில் நடுவில் உள்ள கோயிலின் மேற்கு கிரீவ கோஷ்டத்தில் உமா-மகேஸ்வரரின் சிற்பம் மிக நேர்த்தியாக உள்ளது. இங்குச் சிவபெருமான் கம்பீரமாகவும் மனைவியை நேசிக்கின்ற பாங்குடனும் (uxorious) இருப்பதனைக் காணலாம். உமாதேவி அவரை நெருங்கி ஒரு குடும்பப் பெண்ணின் நாணத்துடன் காட்சியளிக்கின்றார். இதற்கு இணையானது, பல்லவர் சிற்பங்களில் இல்லையெனக் கூறலாம்[4]. தெற்குப் புறத்திலுள்ள கோயிலில் கிழக்குப் பக்கத்தில் கங்காதரரும், அந்தகாசூரரும், காலசம்ஹாரரும் அமைக்கப் பட்டுள்ளனர். மிக அழகான கால சம்ஹாரர் மிகக் கோபத் தோடு காட்டப்பட்டிருப்பினும் அவருடைய உடலமைப்பில் கருணையும் கோபமான முகத்தில புன்னகையும் மிளிர்வதைக் காணலாம். இவரது உடலமைப்பு செப்புத்திருமேனிகளின் வனப்பை நினைவூட்டுகின்றது. கீழையூரில் உள்ள அகஸ்தீஸ்வரம் கோயிலில் கிரீவப் பலகையில் வைக்கப்பட்டுள்ள அழகான நந்தி அணிந்திருக்கும் தோரணச்சங்கிலி இக்காலச் சிற்பக்கலையின் உன்னதத்தின் ஓர் எடுத்துக்காட்டாகும். இக்கோயிலின் மேற்கு கிரீவ கோஷ்டத்தில் நின்று கொண்டிருக்கும் வீணாதர தட்சிணாமூர்த்தி அழகாகவும், உருண்டையாகவும் முழுமையாகவும் அமைக்கப்பட்டுள்ளார். அவரது முகத்தில் உயிரோட்டம் தெரிகின்றது. உதடு பாடுவது போன்று காட்டப்பட்டுள்ளது[5]. அவர் இயங்கிக் கொண்டிருப்பதை அவரது வலதுகால் மடித்து மேடான பீடத்தில் வைக்கப்பட்டுள்ளதிலிருந்து உணரமுடிகின்றது. சண்டேசர் சன்னதியில் வைக்கப்பட்டுள்ள சண்டேசர் உருவத்தில் புன்முறுவல் காணமுடியவில்லை. அமைதியான தோற்றமுடைய அவரது கண்கள் கீழே பணித்துள்ளன. அவரது ஆன்மீக உணர்வு இங்கு வெளிப்படுகின்றது.

முற்காலச் சோழர் கலையின் முத்துக்களில் ஒன்றான கும்பகோணம் நாகேஸ்வரசுவாமி கோயில் விமானச்சுவர்களிலும், மண்டபங்களிலும் அமைக்கப்பட்டுள்ள ஆளுயர, விண்ணுலக நடனமாதரின் உருவங்கள் குறிப்பிடத்தக்க கலைத்திறனைக் காட்டுகின்றன. அவர்கள் ரிஷிகளோடும், கந்தர்வர்களோடும் சேர்ந்து, கோஷ்டங்களில் உள்ள இறையுருவங்களுக்குத் துணையாக நிற்கின்றனர். இங்கு ஸ்திரமான இயல்புகளை காட்டப்பட்டுள்ளதைக் காணலாம். சோழர் சிற்பக் கலையின் முக்கிய கூறான 'உறை பொருள் இயல்பு நிலை, இங்குக் காட்டப்பட்டுள்ளது[6]. அவர்களது மென்மையான உடலும், நீண்ட கரங்களும், ஒல்லியான இடைப்பகுதியும் கனத்த தனங்களும் உயர்வான அழகினைக் காட்டுகின்றன. இவ்வுருவ அமைப்புக்கள் சோழர் கால அரசவைப் பெண்டிர்களைக் காட்டுவது போன்றும், கோயில் நற்பணிகளுக்குத் தொண்டு செய்தவர்தம் உருவம் போன்றும் செதுக்கப்பட்டுள்ளன. இங்குள்ள பிச்சாடனர் சிற்பம் முற்காலச் சோழர்களின் தேர்ந்த கலைத்திறனை எடுத்துக்காட்டுகின்றது. மொத்தத்தில் நாகேஸ்வர சுவாமி கோயில் சிற்பங்கள் மேன்மையானவை களாகும்.

இக்கோயிலைப் போன்றே அழகான சிற்பங்களைக் கொண்ட முதலாம் ஆதித்தனின் மற்றுமோர் படைப்புதான் சீனிவாசநல்லூர் குரங்குநாதர் கோயில். இங்குள்ள கோஷ்டங்களில் ஒன்றில் ஒரு பெண்ணும் மற்றொன்றில் ஓர் அரசனும் அழகாக அமைக்கப் பட்டுள்ளனர். அவர்களின் அற்புதமான மேனியின் வளைவுகளும், அளவுகளும் அச்சிற்பங்கள் உயிருள்ள உருவங்கள் என்ற உணர்வையே யளிக்கின்றன. இவ்வரசன் (அல்லது மனிதன்) தனது வலது காலைச் சற்று மடக்கி நின்று கொண்டு அபயமுத்திரை காட்டுகின்றான். அவன் முகம் காட்டும் புன்முறுவலும், உடலின் நளினமும் அவன் நம்மோடு பேசுவதற்கு முயல்வது போலுள்ளது. இங்குள்ள பெண்ணோ நமட்டுச் சிரிப்பும் நாணமும் கொண்டு சற்றுக் கீழ்நோக்குகின்றாள். இக்கோயில் தேவகோஷ்டமொன்றில் உள்ள தட்சிணாமூர்த்தி சிற்பமும், அவருக்கு இருமருங்கிலும் உள்ள சிறுசிறு சிற்பத்தொகுதிகளும் அண்ணலின் தத்துவ போதனையை மானிடம் மட்டுமல்ல, கொடியமிருகங்களும் அமைதியாகக் கேட்டுக் கொண்டிருப்பதை உணர்த்துவதைக் காணலாம். ஆழமரத்தின் அடியில் அமர்ந்திருக்கும் இத்திருவருளின் பை ஒன்று இயற்கையாக மரத்தில் தொங்குகின்றது. இதனையே "பொக்கனம்" என்றும் கூறுவர். ஒரு வேளை இதுதான் திருநீற்றுப் பையாக இருக்க வேண்டும். பின்னாளைய முனிவர்களும், காவி உடையணிந்த இன்றைய சாமியார்களும் இம்மாதிரிப் பையை வைத்துள்ளது இங்கு நோக்கத்தக்கதாகும். நாகேஸ்வரசுவாமி கோயிலிலும் சீனிவாச நல்லூரிலும் இதற்குப் பின்வரும் முதலாம்

பராந்தகன் காலத்துக் கோயில்களிலும் அதிட்டானக் கண்டப் பகுதியில் அமைக்கப்பட்டுள்ள சிறு சிற்பங்கள் காண்போரின் கருத்தைத் தூண்டுவனவாகும்.

புள்ளமங்கையிலுள்ள பிரம்மபுரீஸ்வரர் கோயில் அதிட்டானக் கண்டத்தில் உள்ள கலபாத சிற்பங்களில் உயிரோட்டமும் கதைத் தொடர்புச் சிற்பங்களும் பாங்குடன் அமைந்துள்ளன[7]. இவை அஜந்தா, எல்லோரா போன்ற இடங்களில் உள்ள பெரிய ஓவியத் தொகுதிகளையும் பாதாமி, பட்டடக்கல்லில் உள்ள பெரிய சிற்பத் தொகுதிகளையும் சுருக்கிச் சிறிய படமாக்கினால் எப்படியிருக்குமோ அப்படி அமைக்கப்பட்ட ஆற்றல்மிகு படைப்புக்களாகும். புள்ளமங்கை தேவ கோஷ்டச் சிற்பங்கள் கும்பகோணம் கோயில் சிற்பங்களை ஒத்திருப்பினும் அவற்றின் மெல்லிய உடலமைப்பும், வனப்பும், தனிச்சிறப்பு வாய்ந்தவையாகும். இங்குத் தெற்குச் சுவரில் அமைக்கப் பட்டுள்ள கணபதியும் அவரது சக கணங்களும் தன்னிகரற்ற சிறப்புடையனவாகும். வடக்குச் சுவரில் அழகே உருவான பிரம்மன் இயற்கையாகக் காட்டப்பட்டுள்ளார். ஓர் இளைஞனாகவும் இளவரசர் போன்றும் தோற்றமளிக்கின்றார். அவர் கைகளில் உள்ள அக்கமாலை, கமண்டலம் ஆகியவற்றைக் கொண்டுதான் அவர் மண்ணுலகைச் சார்ந்தவரல்லர் என ஊகிக்கமுடிகின்றது. இங்கு மேற்குச்சுவரில் வைக்கப்பட்டுள்ள லிங்கோத்பவர் சிற்பத் தொகுதியில் உள்ள பிரம்மா நாகேஸ்வர சுவாமி கோயிலின் விண்ணுலக மாதரின் சிற்பங்களை நினைவூட்டுகின்றார். கருவறையின் முன்பு அருமையான இரண்டு துவாரபாலகர் சிற்பங்கள் உள்ளன. வடக்குச் சுவரில் கொற்றவையாய் நின்றுள்ள துர்க்கையின் அழகும் நோக்கத் தக்கதாம். இங்கும் நவகண்டம் காட்டப்பட்டுள்ளது. தேவ கோஷ்டங்களைத் தாண்டியுள்ள அரைத்தூண்களில் நடனச் சிற்பங்கள் எழிலூட்டுகின்றன.

திருக்கட்டளையிலுள்ள சுந்தரேஸ்வரர் கோயில் தேவ கோஷ்டத்தை அலங்கரிக்கும் திரிபுராந்தகர் மிக இளைஞராகக் காட்டப்பட்டுள்ளார். உயிரோட்டத்தைக் காட்டும் வகையில் சற்று வளைந்து நிற்கும் இவ்விறைவன் தம் இருகரங்களிலும் வில்லும் அம்பும் வைத்துள்ளார். முகத்திலே வெற்றியின் களிப்பு வெளிப் படுகின்றது. இங்குள்ள பரிவார தேவதைகளில் ஒன்றான ஜேஷ்டா தேவியைக் கண்டவர் நிச்சயம் அவ்விறைவியை வெறுத்திடமாட்டார். வணங்கியே தீருவார். லால்குடியிலுள்ள சப்தகிரீஸ்வரர் கோயில் தேவகோஷ்டத்தில் நின்ற நிலையில் உள்ள வீணாதர தட்சிணா மூர்த்தியைக் காணக்கண்கோடி வேண்டும். இங்கே சோழர்களின் உருவமைப்பின் கம்பீரத்தைக் காணலாம். திருக்கண்டியூரில் பிரம்மனைக் காண வேண்டும். சுகாசனத்தில் அமர்ந்துள்ள இவரின் புன்சிரிப்புக்கு

ஈடேது. இரு கீழ்க்கரங்களிலே அபயமும், வரதமும் காட்டி (இடது கீழ்க்கை வரதம் காட்டினும் அது அவரது கால்மீது வைக்கப் பட்டுள்ளது) மேல்கரங்களில் ஒன்றில் மலரும், மற்றொன்றில் அக்கமாலையும் கொண்டுள்ளார்.

மாயவரத்திற்கருகில் புஞ்சையிலுள்ள நல்துணையீஸ்வரர் கோயில் சிற்பங்கள் முற்காலச் சோழர்கலையின் பிந்திய காலத்தைச் சேர்ந்ததாகும். இங்குள்ள தேவகோஷ்டச் சிற்பங்களில் குறிப்பிடத் தக்கவை தெற்குச்சுவரில் உள்ள அகத்தியரும், கணபதியும், தட்சிணா மூர்த்தியும்; வடக்குச் சுவரில் உள்ள பிரம்மனும், துர்க்கையும் ஆவர். இவர்கள் கலையம்சத்தில் ஒன்றையொன்று விஞ்சியுள்ளன. இங்குதான் முதன்முதலில் அகஸ்தியர் இடம்பெறுகின்றார் என்று முந்திய இயலில் கண்டோம். அகஸ்தியர் குட்டையாக சிரித்தமுகத்தோடு அமர்ந்துள்ளார். அவரது கீழாடை கணுக்கால் வரை வந்துள்ளது. ஆடையில் மடிப்புக்கள் காட்டப்பட்டுள்ளன. சடைமுடி தரித்தும் தாடியுடன் உள்ள அவர் உயிரோடு ஆசனத்தில் அமர்ந்துள்ளது போலத் தோன்றுகின்றது. பத்ம பீடத்தின் மீது அமர்ந்துள்ள கணபதிக்கும், அகஸ்தியருக்கும் பெரிய பூணூல் அணிவிக்கப் பட்டுள்ளது. இவ்விருவரது உருவங்களுக்கு மேலும் விண்ணுலக மாந்தர்கள் பறக்கின்றனர். கணபதியும், அகஸ்தியரும் காவிரியைத் தெற்கே சோழநாட்டிற்குக் கொண்டுவந்து வளம் பெறச் செய்தனர். அதற்கு நன்றிதெரிவிக்கவே அவர்களுக்கு சிற்பங்கள் தெற்குச் சுவர்களில் வடிக்கப்பட்டிருக்க வேண்டும். இவர்களை விஞ்சிய அழகு என்னிடம் உள்ளது என்கின்றார் பிரம்மா. மேலிருகரங்களில் அக்சமாலையும் கமண்டலமும் கொண்டு கீழ் வலதுகையில் அபயம்காட்டி, இடதுகை கடிஹஸ்தத்தில் வைத்துள்ள இவர் முகத்தின் பொலிவு சிறப்பாக அமைந்துள்ளது. மற்ற இருவருடைய பூணூலினும் இவர் அணிந்துள்ள சிறிய அழகாக அமைக்கப்பட்ட பூணூல் வேறுபடுத்திக் காட்டப்பட்டுள்ளது. இவரது ஆடையில்தான் எத்தனை குஞ்சங்கள்? இது முற்காலச் சோழரின் தேர்ந்த, அனுபவ மிக்கக் கலைத் திறனை வெளிப்படுத்துகின்றது. இங்கு அகஸ்தியரின் அருகே இருவர் சிவலிங்கத்தை வணங்குவதுபோல் காட்டப் பட்டுள்ளது. அதிட்டானக் கண்டங்களில் கலபாத சிற்பங்கள் புள்ள மங்கையை நினைவூட்டுகின்றன.

இவற்றையெல்லாம்விட, இக்கோயிலில் இரு சிறப்புமிக்க அழகான சிற்பங்கள் உள்ளன. அவையே தட்சிணாமூர்த்தியும், துர்க்கையுமாகும். தட்சிணாமூர்த்தி சிற்பத் தொகுதியில் கலைஞனின் திறமை வெளிப்படுகின்றது. அதில் தட்சிணாமூர்த்தியின் மென்மையான

முகச்சாயலில் தொடங்கி அவரது பாதங்களின் கீழ் கிடக்கும் முயலகன் அல்லது பூதகணம் பக்கத்தில் படமெடுத்தாடும் நாகம்; அருகே உள்ள இரண்டு மான்கள், (ஒன்று தூங்குவது போல் காட்டப்பட்டுள்ளது)[8]; இரு ரிஷிகளும் அவர்தம் சீடர்களும் ஆகிய அனைத்தும் ஒரே மாதிரியான கலைத்திறனை வெளிப்படுத்துகின்றன. தட்சிணா மூர்த்தியின் பாதி திறந்த உதடமைப்பு அவர் வேதத்தினை ஓதுவதாகக் காட்டப்பட்டுள்ளது. திரிபங்கத்தில் மகிசனின் தலைமீது ஒய்யாரமாய் (சாதாரணமாகக் கையை இடுப்பில் வைத்து கடிஹஸ்தத்தில் நின்றாலே ஒய்யாரம் தானே) நின்று கொண்டிருக்கும் துர்க்கை புன்முறுவல் பூத்தபடி வெற்றிக் களிப்போடு காணப்படுகின்றார். சாதாரணமாக புள்ளமங்கையிலும், புஞ்சையிலும் மற்ற சிற்பங்களின் மீதும் தேவதைகள் பறப்பது போன்று அமைக்கப்பட்டிருக்கும். ஆனால் இத்தேவியின் தலையின் இருபக்கங்களிலும் அவரது வாகனங்களான சிம்மமும், மானும் காட்டப்பட்டுள்ளன. பாதங்களுக்கருகில் நவகண்டமும் காட்டப்பட்டுள்ளது. அவரது கைகள் எண்ணிக்கையில் குறைக்கப்பட்டு திரிசூலமும், வில்லும் அவருக்குப் பின்னால் நிறுத்தப்பட்டுள்ளன. இது போர் முடிந்து, மகிசனை வெற்றிகண்ட பின்னுள்ள நிலையைக் காட்டுகின்றது. துர்க்கைக்கு மேலுள்ள மகர தோரணத்துக்குள் சிவபெருமான் ஆனந்தத் தாண்டவமாடுகின்றார். பக்கத்தில் மூன்று இசைக் கலைஞர்கள் உள்ளனர். கல்லில் காட்டப்படும் தொன்மையான நடராஜர் சிற்பங்களில் இதுவும் ஒன்றெனக் கொள்ளலாம். இக்கோயிலைப் போன்றே துடையூர் விஷமங்கலேஸ்வரர் கோயில் கலபாதச் சிற்பங்களும் அழகு மிக்கவையாகும்.

பிற்காலச் சோழர் சிற்பங்கள்

பிற்காலச் சோழர்களது கோயில்களில் குறிப்பிடத்தக்கவையான தஞ்சைப் பெரிய கோயிலும், கங்கை கொண்ட சோழபுரம் கோயிலும், தாராசுரம் ஐராவதேஸ்வரர் கோயிலும், திரிபுவனம் கம்பஹரேஸ்வரர் கோயிலும் மேரு வகையைச் சேர்ந்த கட்டடக்கலைப் படைப்புக்கள். எனினும் இவற்றில் உள்ள சிற்பங்கள் முற்காலச் சோழர் சிற்பங்கள் போல் சிறப்பினைப் பெற்றவையல்ல. ஒரு வேளை பிரமாண்டமான இக்கோயில்களின் கட்டடக்கலையழகு சிற்பத் திறனை மறைத்து நிற்கின்றதோ என்று எண்ணத் தோன்றுகின்றது. மேலும் இக் கோயில்களில் பேரரசுக் கொள்கையடிப்படையில் சிற்பங்கள் அமைந்துள்ளன. உதாரணமாக சாளுக்கியர் கோயில்களில் பூவராஹர் எவ்வளவு முக்கியமானவராகக் கருதப்பட்டாரோ அப்படி இக்கோயில் களில் அந்தந்த மன்னரின் இஷ்ட தெய்வத்தின் சிறப்பு மட்டுமே வெளிப்பட்டதெனக் கருதலாம்.

முதலாம் இராஜராஜனின் தஞ்சைப் பெரிய கோயில் துவார பாலகர்களின் சிலைகள் 12 அடி உயரமுள்ளனவாகும். இவ்வளவு பெரிய கல்லைக் கொணர்ந்து சிற்பம் வடித்திருக்கின்றார்கள். உள்ளே இருக்கும் இறையுருவான சிவலிங்கம் மிகப் பெரியதாகும். எனவேதான் உள்ளேயிருக்கும் இறையுருவுக்குத் தகுந்தாற்போல் வாயிற்காவலரும் உயரமாக வைக்கப்பட்டுள்ளனர். இக்கோயில் விமானச்சுவர்களில் ஏராளமான கோஷ்டங்கள் உள்ளன. அவற்றில் என்னென்ன சிற்பங்கள் உள்ளன என முந்திய இயலில் கண்டோம். இச்சுவர்களில் உள்ள மேல் கோஷ்டங்கள் அனைத்திலும் முப்புரம் எரித்த சிவனான திரிபுராந் தகரது சிற்பம் வெவ்வேறு கோணங்களில் வைக்கப்பட்டுள்ளதைக் காணலாம். ஏன் இங்கே அத்தனை திரிபுராந்தகர் உருவங்கள்? இராஜராஜனின் இஷ்ட தெய்வம் இவரேயெனத் தெரிகின்றது. சிற்பங்களில் மட்டுமன்றி ஓவியத்திலும் இவரையே பெருமைப் படுத்தியுள்ளார். முப்புரம் எரித்த இவ்விறைவனைப் போல் தாமும் அவருக்கிணையாகச் சிறப்பான வெற்றிகளைப் பெற்றதன் காரணமாக அவரது உருவங்களைத் தம்முருவங்களைப் போல் மனதில் நினைத்து அமைத்திருக்கக் கூடும். சாளுக்கியர்கள் கூட வராஹப் பெருமாள் மண்ணுலகத் தாயைக் காத்ததுபோல் தாங்களும் மண்ணுலகைக் காப்பவரெனக் கருதி வராஹரை அதிகமாகக் காட்டினர். திரிபுராந்தகர் தவிர குறிப்பிடத்தக்க மற்ற சிற்பங்களாவன; கீழ்த்தள கோஷ்டங்களில் அமைந்துள்ள கஜலட்சுமி மற்றும் சரஸ்வதி உருவங்களாகும். இக்கோயிலில் உள்ள காலசம்ஹாரமூர்த்தி (கருவறைத் தெற்குச் சுவரில்) சிறப்பானதாகும். சிவபெருமான் காலன் (எமன்) மீது ஏறி நிற்கின்றார். இதில் ஓர் இயக்கம் காட்டப்பட்டுள்ளது. தனது இடது காலைத்தூக்கி பாதத்தின் பெருவிரலை உதைப்பதற்காகக் காட்டுகின்றார். இச்செயல் புரியும்போது இவரது அங்கங்கள் ஆடுவது போல் காதணியும் ஆடி முன்னால் வருகின்றது. கீழாடை மடிப்புகளாகத் தொங்குகின்றது. தெற்குச் சுவரில் உள்ள நடராஜர் உருவமும் இயக்கநிலையைக் காட்டுகின்றது. இது செப்புத் திருமேனியிலுள்ள அளவிற்கு மேன்மையாக அமைக்கப்பட்டுள்ளது. முன்பே குறிப்பிட்டதுபோல் கருவறையின் உட்சுவரில் 108 கரணங்கள் காட்டப்பட்டுள்ளன. இவற்றில் அனைத்திலும் சிவபெருமான் நடனமாடுவதாகக் காண்பிக்கப்படுகின்றார். இவற்றில் இருபத்தி ஏழு தவிர மற்ற அனைத்தும் முழுமை பெற்றுள்ளன.⁹

முதலாம் இராஜேந்திர சோழனின் கங்கை கொண்ட சோழபுரத்து இராஜராஜேஸ்வரம் கோயில் தஞ்சைப் பெரிய கோயிலையொத்த சிற்பங்களைக் கொண்டதாகும். ஆயினும் இங்குள்ள உருவங்கள் சற்றுக் கனமானவையாக அமைக்கப்பட்டுள்ளன. இவற்றில் குறிப்பிடத்

தக்கவை நடராஜர், காலசம்ஹாரர், கங்காதரர், விஷ்ணு, பிரம்மா, சண்டேசனுக் கிரஹமூர்த்தி, சரஸ்வதி போன்றவையாகும். இங்குள்ள சண்டேசனுக்கிரஹமூர்த்தி இருபொருள்பட அமைக்கப்பட்டதெனக் கொள்ளலாம். தனக்குப் பால் வார்த்ததைத் தடுத்த தன் தந்தையைத் தாக்கிய சண்டேசருக்கு அனுக்கிரஹம் செய்வது போலும், கங்கை வரை சென்று போரில் வென்று புகழ்பெற்ற முதலாம் இராஜேந்திர சோழனைப் பெருமைப்படுத்தி வாழ்த்துவது போன்றும் அமைந் துள்ளது. இச்சிற்பத் தொகுதியில் மிக உயரமான உருவமாக சிவபெருமான் அமைக்கப்பட்டுள்ளார். சுகாசனத்தில் அமர்ந்து கொண்டு தனது பாதத்தடியில் முட்டிபோட்டு வணங்கி அமர்ந்திருக்கும் சண்டிகேசர் (இராஜேந்திரனின்) தலையில் மலர்முடி சூடுகின்றார். இறைவனால் பெருமைப்படுத்தப்படுகின்ற அவ்வுருவத்தின் முகத்தில் மகிழ்ச்சியின் சாயல் வெளிப்படுகின்றது. உமாதேவியார் சிவபெருமானை நெருங்கி அமர்ந்துள்ளார். அவர் அமர்ந்திருக்கும் பாங்கு கிடைத்திருக்கின்ற இடத்திற்குள் எப்படி சிற்பங்களை அமைப்பது என்பதற்கு ஓர் எடுத்துக்காட்டாகும்.

இரண்டாம் இராஜராஜன் காலத்தில் கட்டப்பட்ட தாராசுரம் ஐராவதேஸ்வரர் கோயில் சிற்பங்களில் குறிப்பிடத்தக்கவை திரிபுராந்தக மூர்த்தி, அர்த்தநாரி, கஜசம்ஹாரமூர்த்தி போன்றவையாகும். இங்குள்ள மோகினி சிற்பம் மெருகூட்டப்பட்ட கருங்கல்லாலானதாகும். இவற்றையெல்லாம்விட சிறப்பானது சிவபெருமான் பிச்சாடனராக தாருகாவனத்தில் செல்வதும், அங்கு ரிஷிபத்தினிகள் காட்டப் பட்டிருப்பதுமாகும். இப்போது இச்சிற்பத்தொகுதி தஞ்சை கலைக்கூடத்தில் வைக்கப்பட்டுள்ளது. பிரசித்தி பெற்ற இச்சிற்பங்கள் ஆளுயர அளவினதாகவும், தனித்தனியாகவும் இரண்டிரண்டு சேர்ந்தும் அமைக்கப்பட்டவையாகவுமாக உள்ளன. பிச்சாடனர் கங்காளத்தையும் (a long stick) தோளில் போட்டிருப்பதால் இவரை கங்காளர் எனவும் அறிஞர்கள் குறிப்பிட்டுள்ளனர். இவ்வுருவங்கள் அனைத்தும் செப்புத் திருமேனிகளைப்போல அமைக்கப்பட்டுள்ளன. இவை மெருகூட்டப் பட்ட கருங்கல்லாலாக்கப்பட்டவையாகும். நிர்வாணக் கோலத்தில் தாருகாவனத்து ரிஷிபத்தினிகளை மயக்கும் வகையைக் காட்டும் பொருட்டு சுந்தரனாக, அழகே உருவானவராகக் காட்டப்பட்டுள்ளார். அவரைக் கண்ட ரிஷிபத்தினிகள் அவரை உற்று நோக்குவது போலவும், அச்சமயம் தங்களது ஆடை கழன்று வருவதைக்கூட கண்ணுறாதிருப்பது போலவும் காட்டப்பட்டுள்ளனர். சிலர் கைகளில் கரண்டி உள்ளது. அவர்கள் சமையற்கட்டிலிருந்து வெளியே வந்திருப்பதனை நினைவு படுத்துகின்றதாக உள்ளது. இது தவிர இக்கோயிலின் சுவர்களில் 63 நாயன்மார்களின் வரலாறு சிற்பமாக செதுக்கப்பட்டுள்ளதனைக் காணலாம். பிரதான கோயில் முன்மண்டபத்தூண்கள் ஏராளமான

சிறுசிறு சிற்பத் தொகுதிகளைக் கொண்டுள்ளன. இம்முன் மண்டபத்தில் அன்னை பராசக்தி மூன்று தலைகளுடன் உள்ளாள். இது முப்பெரும்தேவியரும் ஒன்றிலிருந்து பிரிந்து அந்த ஒன்றிலே இணைந்தவர்கள் எனக் காட்டப்பட்டிருப்பதாகக் கொள்ளலாம்.

மூன்றாம் குலோத்துங்கனால் திரிபுவனத்தில் கட்டப்பட்ட கம்பஹரேஸ்வரர் கோயிலில் கொடிப் பெண்களின் உருவங்கள் நேர்த்தியாக அமைந்துள்ளன. இவை பிற்காலத்தில் அமைக்கப்பட்ட விஜயநகர் நாயக்க சிற்பங்களின் ஆபரண அலங்காரங்களுக்கு முன்னோடிகளாகும்.

இவ்வாறு சோழப் பேரரசர்கள் துவக்கத்தில் பல்லவர்தம் சிற்பங்களின் பாங்கினைப் பின்பற்றிப் பின் தங்களுக்கென சில மாற்றங்களை ஏற்படுத்தி உன்னதமான சிற்பங்களை அமைத்தனர். பொதுவாக, சோழர் சிற்பங்களில் உயிரோட்டமும், இயக்கமும் காணப்பட்டது. ஆனால் இதனை முற்காலச் சோழர் கோயில்களிலேயே அதிகம் காணமுடிகின்றது. பிற்காலக் கோயில்களில் ஒரு சில உதாரணங்களையே பெறமுடிகின்றது. சோழப் பேரரசர்களின் ஆட்சிக்காலம் முழுவதும் சைவசமயத்திற்கே முக்கியத்துவம் கொடுக்கப்பட்டு, கோயில்கள் கட்டப்பட்டும், சிற்பங்கள் அமைக்கப் பட்டிருப்பினும் கலபாத சிற்பங்களில் விஷ்ணுவின் கதைச் சிற்பங்கள் காணப்படுகின்றன. அனைத்துக் கோயில்களிலும் (ஒரு சில கோயில்கள் தவிர) கருவறைச் சுவர்களில் விஷ்ணுவுக்குரிய தேவகோஷ்டங்களிலும் கிரீவ கோஷ்டங்களிலும் அவரது சிற்பங்கள் இடம்பெற்றுள்ளன. ஆயினும் இவை விஷ்ணுவையும், பிரம்மாவையும், சக்தியையும் சிவபெருமானுக்கு அடுத்தநிலையில் வைக்கப்பட்டுள்ளதனை உணர்த்துவதாகவே அமைகின்றன.

அடிக்குறிப்புகள்

1. MARG. col . xxxviii No, 3, P. 12.
2. ஏ. ஏகாம்பரநாதன், முன்னது, ப. 58.
3. இரா. நாகசாமி, ஓவியப்பாவை, ப. 39.
4. J.C. Harle, *op. cit.*, 302.
5. Basil Gray, ed., P. 72.
6. மேலது, ப. 74.
7. G. Sethuraman, Artistic significance of the Galapada Motifs in the Brahmapurishvara temple-Pullamangai in KALA Vol.1994 -95, PP. 33-38.
8. Basil, Gray, *op. cit.*, P. 77.
9. Edith Tomory, *op. cit.*, P. 226.

5.9 தென்னிந்திய செப்புத் திருமேனிகள்

இந்திய செப்புத் திருமேனிகள், குறிப்பாகத் தென்னிந்திய செப்புத் திருமேனிகள், நெடுங்காலமாக உலக மக்களின் கவனத்தைக் கவர்ந்துள்ளன. இந்தியாவில் உலோகத்தால் செய்யப்பட்ட அனைத்து உருவமைதிகளும், அவை எந்த உலோகத்தால் செய்யப்பட்டிருப்பினும், செப்புத் திருமேனிகள்[1] (bronzes) என்றே பொதுவாக அழைக்கப் பெறுகின்றன. இந்திய வரலாற்றில் குப்தர் காலம் வரை சமயம் சார்ந்திராத உலோகப் படிமங்கள் கிடைத்துள்ளன. இவற்றில் தொன்மையானவை சிந்துவெளி நாகரீக காலத்தைச் (சுமார் கி.மு. 3000 முதல் கி.மு. 1750 வரை) சேர்ந்த நடனமாதுவின் உருவமேயெனக் கருதப்படுகின்றது. குப்தர் காலத்திலும் அதன் பின்னரும் சமயம் சார்ந்த கடவுளர்களின் உருவமைதிகள் உருவாயின.

செப்புத் திருமேனிகள் செய்யப்படும் முறைகள்

உலோகப் படிமங்கள் அல்லது செப்புத் திருமேனிகள் இரண்டு விதமான முறைகளில் வார்க்கப்படுகின்றன. இவற்றில் ஒன்று கெட்டியான படிவங்களைக் கொடுப்பது, மற்றொன்று உட்கூடு வடிவமைப்பினைத் தருவது ஆகும். இரண்டு முறைகளுமே கிரேக்கரும், சீனரும் கையாண்ட மெழுகு முறைகளாகும். முதலாவது முறையில் மாதிரிச்சிற்பம் ஒன்று மெழுகினால் செய்து அதன் மீது களிமண் அச்சு அமைத்து, அது காய்ந்து கெட்டியான பின் களிமண் அச்சை உடைத்து எடுத்துவிட்டு செப்புப் படிமம் சீர் செய்யப்பெறும். இவ்வாறுதான் கெட்டியான படிமம் செய்யப்படுகின்றது. இரண்டாவது முறையில் முதலில் களிமண் அச்சுவைத்து அதன்மீது மெழுகு ஊற்றப்படும். அதன் மேல் மண்பூசி தீயில் வாட்டுவர். உள்ளேயும், வெளியிலும் களிமண் அச்சு இருக்க மெழுகுமட்டும் உருகிவிடும். இந்தக் களிமண் அச்சில் உலோகக் கலவையை ஊற்றிக் காயவைத்துப் பின் மண் அச்சுகளை எடுத்துவிட்டால் உட்கூடு அமைப்பில் படிமம் கிடைக்கும். வடஇந்தியாவில் கிடைத்திருக்கும் பெரும்பான்மையான படிமங்கள் இரண்டாவது வகையையும், தென்னிந்தியாவின் படிமங்கள் முதல் வகையையும் சார்ந்தவையாகும்.

துவக்ககாலத் தென்னிந்தியத் திருமேனிகள்

செப்புத் திருமேனிகளை வார்க்கும் வழக்கம் இந்தியாவின் தொன்மையான பண்பாடுகளில் ஒன்றெனினும், தென்னிந்திய செப்புத்

திருமேனிகள் என்றதும் நினைவுக்கு வருவன சோழர் காலப் படிமங்களேயாகும். சோழர்களுக்கு முந்திய பல்லவர் காலத்திலும், சோழர் அளவுக்குச் சிறப்புப் பெற்றவையாக இல்லாவிடினும், செப்புத் திருமேனிகள் அமைக்கப்பட்டன. இக்காலத்தில் கிடைக்கின்ற செப்புப்படிமங்களில் தொன்மை யானது கி.பி. 800 வாக்கில் தமிழகத்தில் வார்க்கப்பட்ட பௌத்தப்படிமங்களாகும். காவிரிப்பூம்பட்டினத்தில் சுமார் கி.பி. 750 ஐச் சேர்ந்த மைத்ரேயரின் உருவம் கிடைத்துள்ளது. இந்து சமயப் படிமங்கள் பெரும்பாலும் நாயன்மார்களின் செல்வாக்குப் பெருகியிருந்த காலத்தில் வார்க்கப்பட்டதால் அவை சைவப் படிமங்களாகவே திகழ்ந்தன. சிவபெருமானது அருளுருவங்களும் அழித்தல் பொருட்டான உருவங்களும், உமையுடன் அமர்ந்திருக்கும் உருவங்களும், இக்காலத்தில் படைக்கப்பட்டன. பல்லவர்காலப் படிமங்களில் குறிப்பிடத்தக்கது சென்னை அரசு அருங்காட்சியகத்தில் வைக்கப்பெற்றுள்ள கூரம் என்ற இடத்தில் கிடைக்கப் பெற்ற ஊர்த்துவ தாண்டவ நடராஜ மூர்த்தியாகும். இதில் நடராஜர் தனது இடது மேற்கரத்தில் நெருப்பு வைத்திருக்கவில்லை. இதில் பல்லவர்களின் எளிமையான சிற்பங்களைப் போன்றல்லாது ஆபரணங்கள் சேர்க்கப்பட்டதிலிருந்து இது அவர்களின் இறுதிக் காலத்தில் அதாவது கி.பி. 9 ஆம் நூற்றாண்டின் இறுதியில் படைக்கப்பட்டிருக்கலாம் எனத் தெரிகின்றது. இத்தகைய அமைப் புடைய படிமம் இது ஒன்றேயாகும். திருநெய்ப்பூரில் கிடைத்துள்ள நின்ற நிலையிலுள்ள விஷ்ணுவின் படிமம் பல்லவர் காலத்ததாகும். கீழ்ப்புதனூரில் கண்டுபிடிக்கப்பட்ட 8-9 நூற்றாண்டுகளைச் சேர்ந்த விஷபாகரனரின் படிமம் சென்னை அரசு அருங்காட்சியகத்தில் உள்ளது. இதன் பூணூல் வலது கையின் மேல் செல்கின்றது. இது பல்லவர் கலையின் முக்கிய கூறாகும். விஷபாகரனர் படிமம் இந்தியாவிலேயே இந்த ஒன்றுதான் உள்ளதென சி.சிவராமமூர்த்தி கருதுகின்றார்[2]. ஆனால் இது முற்காலச் சோழர் படிமம் என ஜெ. சி. ஹால் கூறுகின்றார்[3]. சிங்க நல்லூரில் உள்ள திரிவிக்கிரம விஷ்ணு இக்காலத்தைச் சேர்ந்தவர்தான்.

திருவாலங்காட்டுச் சோமாஸ்கந்தர் படிமம் துவக்ககாலப் பல்லவர்கலையின் கூறுகளைக் கொண்டுள்ளது. இருப்பினும் பார்வதியின் அமைப்பு ஒன்பதாம் நூற்றாண்டை நினைவூட்டுகின்றது. குழந்தை கந்தனின் உருவம் உடைபட்டுள்ளது. இவை பல்லவர் காலத்ததா? அல்லது சோழர் காலத்ததா? என்பது சர்ச்சைக்குரிய தாயுள்ளது. சி.சிவராமமூர்த்தியும், ஆர். நாகசாமியும் இதனைப் பல்லவர் படிமம் என்கின்றனர். டக்ளஸ் பாரட் இவற்றைத் துவக்க காலச் சோழர் படிமங்கள் என்றே கருதுகின்றார்.

சோழர் காலம்

சோழர் காலத்துச் செப்புத் திருமேனிகளை எளிதாக இனங் காணலாம். உடலமைப்பு அழகாகவும், உயிரோட்டமும் மனித உருவ அமைப்பும் ஒருங்கே அமைக்கப்பட்டுள்ளன. முற்காலச் சோழர் படிமங்கள் பிந்திய காலத்தைவிட இயல்பாகப் படைக்கப்பட்டன. பெரும்பான்மையான படிமங்கள் கீழாடை மட்டுமே அணிந்திருக் கின்றன. குறைவான ஆபரணங்கள், நேர்த்தியாக அமைக்கப் பட்டுள்ளன. கழுத்தில் அணிவிக்கப்பட்டிருக்கும் ஆபரணம் தளங்களுக்குக் கீழ் வரை தொங்கவிடப்பட்டுள்ளது. பிந்திய சோழர் காலப் படிமங்களில் முகங்களில் சற்றுக் கடுமையும் பளிச்செனத் தெரியும் நாசியும் தன்மையான உடலமைப்பும் காட்டப்பட்டிருக்கும்.

முற்காலச் சோழர் படிமங்களில் குறிப்பிடத்தக்கது தஞ்சை மாவட்டம் வடக்கலத்தூரில் கிடைத்துள்ள அற்புதமான கல்யாண சுந்தரர் திருமேனியாகும்[4]. இதனைப் பல்லவர் காலத்தது என சி.சிவராமமூர்த்தியும், ஆர். நாகசாமியும் கருதுகின்றனர்[5]. மான் மழுவுடன் வரதஹஸ்தமும் காட்டும் சிவபெருமான் தனது வலதுகரத்தால் பார்வதியின் வலது கரத்தைப் பிடித்துள்ளார். இளைஞராகக் காட்டப்பட்டுள்ள சிவபெருமானிடம் ஒரு மணமகனின் மிடுக்கு தென்படுகின்றது. அவரது ஆடையின் முன்பகுதியில் ஒரு மாஇலை போன்ற அமைப்பு தொங்குகின்றது. காதுகளில் பெரும் வளையங்களை அணிந்துள்ள இவ்விருவரும் சடைமுடி தரித்துள்ளனர். பார்வதியின் இளம்முகத்தில் குறுநகை தெரிகின்றது.

முதலாம் ஆதித்திய சோழன் தன்னைக் கோதண்டராமன் என்று அழைத்துக் கொண்டார். அவர் காலத்தில் இராமர், இலட்சுமணர், சீதை, அனுமன் உருவங்கள் வார்க்கப்பட்டன. இவை பருத்தியூரில் கிடைத்தன. இப்படிமங்கள் அனைத்தும் அழகுமிக்கனவாகும். இவை தவிர வடக்குப் பனையூர், கப்பலூர் ஆகியவற்றின் படிமங்கள் முற்காலச் சோழரின் புகழ்பாடுகின்றன. பருத்தியூர் விஷ்ணுவும், கீழையூர் சுகாசனமூர்த்தியும் இக்காலத்தைச் சேர்ந்தவர்களே.

ஆனந்தத் தாண்டவ நடராஜர் படிமம் முதலாம் பராந்தகன் (கி.பி. 907-954) காலத்தில் முதன் முதலில் உருவானது. கி.பி. 917 ஆம் ஆண்டைச் சேர்ந்த நடராஜரும் உமையம்மையும் அண்மையில் கரைவீரம் என்ற இடத்தில் கண்டுபிடிக்கப்பட்டுள்ளனர். இங்குள்ள உமையம்மையின் பீடத்தில் பராந்தக சோழன்காலத்து எழுத்துக்களில் இவ்வம்மையை ஒருவன் எழுந்தருளிவித்தான் என்று எழுதப் பட்டுள்ளது[6]. இதன் மூலம் பராந்தக சோழனுக்குப் பின்புதான் நடராஜர் வார்க்கப்பட்டார் என்று இதுகாறும் கருதியது தவறெனத் தெரிய

வந்துள்ளது. பல்லவனீச்சுரம் என்ற இடத்தில் பத்தாம் நூற்றாண்டைச் சேர்ந்த உமையும் குழந்தை கந்தனும் ஒரே பீடத்தில் அமர்ந்துள்ள காட்சி அற்புதப் படைப்புக்களில் ஒன்றாகும்.

தஞ்சைக்கருகே திருமெய்ஞ்ஞானம் என்ற இடத்தில் உள்ள ஞானபரமேஸ்வரர் கோயிலில் பத்தாம் நூற்றாண்டைச் சேர்ந்த நடராஜர் மற்றும் உமா (பொதுவாக சிவகாமியம்மன்) படிமங்கள் சிறப்பானவையாகும். திருச்சேறையில் நடனமாடும் குழந்தை கிருஷ்ணர் உருவமும் காணத்தக்கதாகும். பத்தாம் நூற்றாண்டின் இறுதியில் செம்பியன் மாதேவியால் ஏராளமான படிமங்கள் அமைக்கப்பட்டன. இக்காலத்தில் உடலமைப்பு மெல்லியதாயும் ஆபரணங்கள் சற்றுக் கூடியும் அமைந்துள்ளன.

சோழர்காலத்துச் செப்புத் திருமேனிகளுள் செம்பியன் மாதேவியால் (கி.பி. 969-976) கட்டப்பட்ட கோனேரிராஜபுரம் உமாமகேஸ்வரர் கோயிலில் உள்ள ரிஷபாந்திகமூர்த்தி, திரிபுராந்தக மூர்த்தி, பார்வதி, கணபதி, கல்யாண சுந்தரமூர்த்தி ஆகிய படிமங்கள் காண்போரைக் கவரத்தக்கவையாகும். இவற்றைப் பற்றி அக்கோயில் கல்வெட்டுக்களிலும் குறிப்பிடப்பட்டுள்ளன. திரிபுராந்தகரின் அருகில் இருக்கும் உமையின் உருவம் எழிலார்ந்த அமைப்பினைக் கொண்டதாகும். இங்குள்ள கல்யாண சுந்தரமூர்த்தி உமையின் வலக்கரத்தைப் பற்றியுள்ளார். செம்பியன்மாதேவி காலத்து மற்ற முக்கிய செப்புப் படிமங்களாவன; திருவரங்குளம் நடராஜர் (புதுடெல்லி, தேசிய அருங்காட்சியகத்தில் உள்ளது), திருவேள்விக்குடி கல்யாண சுந்தரர் (தஞ்சைக் கலைக்கூடத்தில் உள்ளது), நல்லூர் பார்வதி போன்றவையாம். திருவரங்குளம் நடராஜர் சதுரதாண்டவத்தில் பரவசப் படுத்துகின்றார். திருவேள்விக்குடி கல்யாண சுந்தரரும் பார்வதியும் அதிக ஆபரணங்களுடன் காட்சியளிக்கின்றனர். தேவியின் ஆடையில் கோடுகள் பதிக்கப்பட்டு ஆடை மடிப்புக்கள் உணர்த்தப் பட்டுள்ளன. சிவபெருமான் இடையில் ஒரு சிற்றாடை உடுத்தியுள்ளார்.

முதலாம் இராஜராஜன் காலத்துச் செப்புத் திருமேனிகள் பற்றிய செய்திகள் அவரது தஞ்சைப் பெரிய கோயில் கல்வெட்டுக்களில் குறிப்பிடப்பட்டுள்ளன. கல்வெட்டுக்களிலேயே படிமத்தின் உயரம், அகலம், எடை போன்ற அளவுகளும் தரப்பட்டுள்ளன. இவர் காலத்தில் நடராஜர் படிமங்கள் ஏராளமாக வார்க்கப்பட்டன. தஞ்சைக் கலைக் கூடத்தில் உள்ள இரண்டு பிரசித்தி பெற்ற திருவெண்காட்டுச் செப்புத் திருமேனிகளை முதன்முதலில் இனங்காட்டியவர் அறிஞர் டி.என். இராமச்சந்திரன் ஆவார். அவை முறையே கி.பி. 1011 மற்றும் 1012 - ஆம் ஆண்டைச் சேர்ந்த பிச்சாடனர் படிமங்களாகும். இக்கலைக் கூடத்தில் உள்ள திருவெண்காட்டு

ரிஷபாந்திகர் படிமத்தில் சிவபெருமான் நந்திமீது சாய்ந்தாற் போல, அதாவது அவரது வலது கை நேர்த்தியாக நந்திமீது சாய்க்கப்பட்டது போல் அமைந்துள்ளது. ஆனால் நந்தியின் உருவம் காட்டப்பட வில்லை. இங்கு நந்தியிருப்பதாக ஒரு யூகமே காட்டப்பட்டுள்ளது. அவரது தோள்பட்டை நந்தியின் தலை மீது சாய்ந்துள்ளது போலவும், அவரது கைவிரல்கள் அதன் நெற்றியினை வருடுவது போலவும் நேர்த்தியாக அமைக்கப்பட்டுள்ளன. வலதுகாலைச் சற்று மடக்கி சாய்ந்து பெருவிரல் மீது நிற்பது போலுள்ளது. அவரது தலைமுடி ஜடாபாரா மாதிரியில் அவர்து முடியுடன் சுருண்டிருக்கும் நாகத்தி லிருந்து பிரித்துக் காட்ட முடியாதவாறு நேர்த்தியாக உள்ளது. இக்கலைக் கூடத்தில் உள்ள மற்ற திருவெண்காட்டுப் படிமங்களாவன; கல்யாணசுந்தரர், பைரவர், சுப்ரமணியர் போன்றவர்களாகும். சென்னை அருங்காட்சியகத்தில் 11 - ஆம் நூற்றாண்டைச் சேர்ந்த திருவெண்காட்டு அர்த்தநாரி படிமம் ஆண் மற்றும் பெண்ணின் அவயங்களின் நளினங்களை சிறப்பாகக் காட்டுகின்றது. இதனைப் பற்றித் திருவெண்காட்டு கல்வெட்டில் “துப்பையன் உத்தம சோழி எழுந்தருளிவித்த அர்த்த நாரி தேவர்க்கு வேண்டும் நிவந்தங்களுக்குக் கொடுத்த பரிசாவது” என்று குறிக்கப்பட்டுள்ளது[7].

நடராஜர் படிமங்களில் தலைசிறந்ததெனக் கருதப்படுவது சென்னை அரசு அருங்காட்சியகத்தில் உள்ள கி.பி. 11 - ஆம் நூற்றாண்டைச் சேர்ந்த திருவாலங்காடு நடராஜர் ஆவார். நடராஜர் தனது வலது காலை முயலகன் மீது அழுத்தி இடதுகாலை நளினமாகத் தூக்கி ஆடும் இக்காட்சியைக் கண்டு வியந்து கலையின் இயற்கையான இயக்கத்திற்கு இது ஒரு தரமான எடுத்துக்காட்டு என பிரெஞ்சு சிற்பி ரோடின் கூறியுள்ளார். பிரபலமண்டலத்துடன் கூடிய வேளாங்கண்ணி நடராஜர் திருமேனி சென்னை அருங்காட்சியகத்தில் உள்ளது. பத்தாம் நூற்றாண்டைச் சேர்ந்த திருவரங்குளம் சதுர தாண்டவ நடராஜரின் படிமம் கவினுறு அவயங்களுடன் விளங்குகின்றது. நடராஜரின் தலையில் கங்கையிருப்பது போல் காட்டப்பட்ட முதல் செப்புப் படிமம் விருத்தாசலத்தில் உள்ளதுதான் என டக்ளஸ் பாரட் கருதுகின்றார். பத்தூரில் இருந்த அழகான நடராஜர் படிமம் திருடுபோனது. பல இன்னல்களுக்குப் பின் அது தற்போது தாயகம் திரும்பியுள்ளது.

கங்கை கொண்ட சோழபுரத்தில் உள்ள சோமாஸ்கந்தர் மற்றும் சுப்ரமணியர் செப்புப் படிமங்களும், தஞ்சைக் கலைக் கூடத்தில் உள்ள திருவெண்காட்டு பிச்சாடனரும் முதலாம் இராஜேந்திரன் காலத்தன வாகும். முதலாம் குலோத்துங்கன் காலத்திய திரிபுராந்தகரின் உருவம் ஒன்று கிடைத்துள்ளது. அதனடியில் பொறிக்கப்பட்டுள்ள கல்வெட்டு

அம்மன்னனின் நான்காவது ஆட்சியாண்டில் அத்தெய்வத்திற்குக் கொடுக்கப்பட்ட நிலத்தினைப் பற்றிக் குறிக்கின்றது. கி.பி.12 - ஆம் நூற்றாண்டினைச் சேர்ந்த வீணாதர தட்சிணாமூர்த்தி உருவம் ஒன்று மேலப்பெரும்பள்ளம் என்ற ஊரில் கிடைத்துள்ளது.

பிற்காலத்தவை

பல்லவ சோழர்களைப் போன்றே பாண்டியரும், விஜயநகர நாயக்கர்களும் செப்புத் திருமேனிகளைப் படைத்துள்ளனர். ஆனால் அவை அழகில் பின்தங்கியவையேயாகும். பாண்டியர்களது காலத்தில் பாண்டிய மன்னனொருவரின் வேண்டுகோளுக்கிணங்க சிவபெருமான் கால்மாறி ஆடினார் என ஒரு கதை நிலவி வருகின்றது. இக்கதைக்கு உயிரூட்டும் வகையில் அமைந்துள்ள நடராஜர் படிமம் ஒன்று மதுரை மாவட்டம் பொருப்பு மேட்டுப்பட்டியிலிருந்து எடுத்துச் சென்று சென்னை அரசு அருங்காட்சியகத்தில் வைக்கப்பட்டுள்ளது. இது பத்தாம் நூற்றாண்டைச் சேர்ந்தது என சி.சிவராமமூர்த்தி கணித்துள்ளார்[8]. பத்தாம் நூற்றாண்டைச் சேர்ந்த செப்புத் திருமேனிகள் இராமேஸ்வரம், திருப்பத்தூர், திருநெல்வேலி ஆகிய இடங்களில் காணப்படுகின்றன. சேரன்மாதேவியில் உள்ள விஷ்ணுவின் படிமங்கள் அழகாகக் காட்சியளிக்கின்றன. ஆடையும், ஆபரணங்களும் அதிகமாக அணிந்துள்ள இப்படிமங்கள் 12-13 ஆம் நூற்றாண்டுகளைச் சேர்ந்தவை எனத் தெரிகின்றது. திருப்புல்லாணியில் 12 - ஆம் நூற்றாண்டைச் சேர்ந்த இரர்மர், இலட்சுமணர், சீதை, காளிங்க நர்த்தனர், விஷ்ணு ஆகியோரின் படிமங்கள் காணக்கிடைக்கின்றன. 14 - ஆம் நூற்றாண்டைச் சேர்ந்த, பிற்காலப் பாண்டியரின் சந்திரசேகரர், பார்வதி சோமாஸ்கந்தர், நடராஜர் திருமேனிகள் மதுரை மாவட்டம் வீரபாண்டியில் காணக்கிடைக்கின்றன. பிற்காலப் பாண்டியர் கல்வெட்டுக்களில் செப்புத் திருமேனிகளின் பெயர்களும் அவற்றைச் செய்வித்தவர்களின் பெயர்களும் காணப்படுகின்றன.[9]

விஜயநகரப் பேரரசர்கள் காலத்து செப்புத் திருமேனிகள் தமிழகக் கோயில்களில் கிடைக்கின்றன. தஞ்சை மாவட்டம் திருக்கடவூரில் சிவபெருமான் காலசம்ஹாரம் செய்ததாகக் கதை ஒன்று சொல்லப் பட்டு வருகின்றது. இதற்கு ஏற்றாற்போல் விஜயநகர ஆட்சிக் காலத்தில் பிரமாதமான காலசம்ஹார மூர்த்தியின் செப்புப்படிமம் ஒன்று அமைக்கப்பட்டது. சிவபெருமானின் வலதுகால் காலன் மீது பதிந்துள்ளது. மார்க்கண்டேயனும் காட்டப்பட்டுள்ளார். இக்காலத்தில் அமைக்கப்பட்ட ஐந்து தலைகளைக் கொண்டு சிம்மத்தின் மீது அமர்ந்திருக்கும் ஹேரம்பகணபதியின் படிமம் ஒன்று நாகப் பட்டினத்தில் உள்ளது. இவ்வுருவத்தையொத்தது இதற்குமுன் அமைக்கப்பட்டதெனத் தெரியவில்லை. திருப்பதியில் கிருஷ்ண

தேவராயர் மற்றும் அவரது தேவியரின் உயரமான படிமங்கள் இருப்பது போன்று காஞ்சி வரதராஜப் பெருமாள் கோயிலில் அரசர், அரசியர் செப்புப் படிமங்கள் வணங்கிய நிலையில் அமைக்கப் பட்டுள்ளன. இவற்றின் மீது வைணவச் சமயச் சின்னங்களும் பொறிக்கப்பட்டுள்ளன. நாயக்கர் காலத்து செப்புத் திருமேனிகளில் குறிப்பிடத்தக்கவை, புதுக்கோட்டை அருங்காட்சியகத்தில் வைக்கப் பட்டுள்ள 17-ஆம் நூற்றாண்டைச் சேர்ந்த உக்கிரநரசிம்மர் படிமமும், சுசீந்திரத்திலுள்ள பிச்சாடனர் உருவமுமாகும். இவை தவிர பாய்கலைப் பாவை செப்புப் படிமங்களும் இக்காலத்தில் அமைக்கப்பட்டன. திருவானைக்காவில் வீரப்பநாயக்கர் அமைத்த துவாரபாலகர் படிமங்களும், மதுரையில் திருமலை நாயக்கர் எடுத்த துவாரபாலகர் படிமங்களும் குறிப்பிடத்தக்கனவாகும்.

கற்சிலைகளில் கவினுறு சாதனைகள் படைத்த பல்லவரும் சோழரும் செப்புத் திருமேனிகள் அமைப்பதில் பெருமிதம் கொண்டு செயல்பட்டனர். அவர்களது காலச் சிற்பங்களை நோக்கும் போது கல்லிலே உலோகத்தின் சாயலையும், உலோகத்திலே கல்லின் சாயலையும் உருவாக்கினர் என்றே சொல்லலாம். குடைவரைகளில் அழகான சிற்பங்களை அமைத்த பாண்டியர்கள் செப்புத் திருமேனி களை அமைத்திட்டபோதும், அவற்றில் முந்தியதின் அழகில்லை. இவர்களைப் பின்பற்றியே விஜயநகர நாயக்க மன்னர்களும் அதிகமான செப்புத் திருமேனிகளைச் செய்துள்ளனர். எனினும் அவற்றில் ஒரு வித இருக்கமும், நீண்ட மூக்கின் அமைப்பும், கால்களில் முட்டியும் எலும்பும் தெரிவது போன்று அமைக்கப்பட்டன. பொதுவாக செப்புப்படிமங்கள் திருவிழாக் காலங்களில் கோயிலுக்கு வெளியே எடுத்துச் செல்வதற்கான உற்சவ மூர்த்திகளாகவே அமைக்கப்பட்டன.

அடிக்குறிப்புகள்

1. இவை செம்பு, வெள்ளி, தங்கம், பித்தளை, தகரம் ஆகிய ஐந்து உலோகங்களின் கலவையினால் செய்யப்படுவதால் இவற்றைப் "பஞ்சலோக" ப் படிமங்கள் என்றும் கூறுவர்.
2. *Splendours of Tamilnadu*, MARG Publication, P. 89.
3. J.C. Harle, *op. cit.,* P. 304.
4. மேலது.. பக். 304-305.
5. *Splendours of Tamilnadu*, P. 89 and R. Nagaswamy, *Master Pieces of Early South Indian Bronzes*, 1983, P. 47.
6. ஆர். நாகசாமி, ஓவியப்பாவை, ப. 71.
7. மேலது, ப. 74.
8. C. Sivaramamurti, *Nataraja in Art, Thought and Literature,* P. 213.
9. வெ. வேதாச்சலம், தமிழ் இலக்கியங்கள் கல்வெட்டுக்கள் காட்டும் பாண்டிய நாட்டுச் சமுதாயமும் பண்பாடும், (பிஎச். டி. ஆய்வேடு), ப. 472.

5.10 ஓவியக்கலை

விஜயாலய சோழர் முதலான (கி.பி. 850) சோழப் பேரரசர்கள் தமிழகத்தின் பெரும் பகுதியில் சுமார் நான்கு நூற்றாண்டுக்காலம் ஆதிக்கம் செலுத்தினர். அவர்களது கலையார்வம் கட்டடக் கலைக்கும் சிற்பக்கலைக்கும் அவர்கள் ஆற்றிய பணியின் மூலம் காணமுடிகின்றது. ஆனால் தமிழகத்தின் முந்தைய அரச பரம்பரையினரைப் போன்றே இவர்தம் காலத்திலும் ஓவியக்கலை அதிக முக்கியத்துவம் பெற்றதாகத் தெரியவில்லை. சி. சிவராமமூர்த்தி அவர்கள் நார்த்தாமலை விஜயாலய சோழீச்சுரக் கோயிலிலும், மலையடிப்பட்டிக் குகைக்கோயிலிலும் சோழர்களது ஓவியச் சுவடுகள் தெரிவதாகக் கூறியுள்ளார்கள்.[1] ஒருகாலத்தில் அவை சோழர்களின் படைப்புகள் எனக் கருதப்பட்டன. ஆனால் அண்மைக்கால ஆய்வுகளின்படி அவை முத்தரையர் கோயில்கள் எனத் தெரிய வந்துள்ளன.[2] எனவே சோழர்களது ஓவியம் மாமன்னர் முதலாம் இராஜராஜன் எழுப்பிய ஓங்கி உயர்ந்த விமானத்தைக் கொண்டிருக்கும் தஞ்சைப் பெரிய கோயிலில் மட்டுமே காணக்கிடைக்கின்றது. இவற்றின் மேல் நாயக்கர்கால ஓவியம் வரையப்பட்டு மறைக்கப் பட்டிருந்தன. இதனை முதன் முதலில் 1930 - இல் கண்டறிந்து தொல்லியலாரின் கவனத்திற்குக் கொண்டுவந்தவர் அண்ணாமலைப் பல்கலைக்கழக வரலாற்றுத்துறைப் பேராசிரியர் எம்.எஸ். கோவிந்தசாமி ஆவார். இங்குள்ள நாயக்கர்கால ஓவியங்களைப் பிழைபடாமல் அகற்றிச் சோழர்கால ஓவியங்களை வெளிக்கொணர்ந்தோர் தொல்லிய லாரும், சென்னை அரசு அருங்காட்சியகத்தாரும் ஆவர். தஞ்சைப் பெரிய கோயில் சுவர்களில் கண்டுபிடிக்கப்பட்ட சோழர்களது ஓவியங்கள் அஜந்தா, வாதாபி, எல்லோரா ஆகிய இடங்களில் காணப்படும் ஓவியங்களைப்போல் அவ்வளவு சிறந்தவையல்ல என கே.கே பிள்ளை கருதுகின்றார்.[3] இருப்பினும் ஒரு கலைப் பொருளை அல்லது சின்னத்தின் சிறப்புத் தன்மையை அது அமைக்கப்பட்ட காலத்தின் சூழலையே அடிப்படையாகக் கொண்டு கணிக்க முயல வேண்டும். இவ்வகையில் கி.பி. 10, 11, நூற்றாண்டுகளின் ஓவிய அமைப்புக்களில் தஞ்சை ஓவியங்கள் சிறப்பிடத்தையே பெறுகின்றன என்பதில் ஐயமில்லை.

தஞ்சைப் பெரியகோயில் பிரகார உட்சுவர்களில் அதாவது மேற்கு மற்றும் வடக்குச் சுவர்களில் இவ்வோவியங்களைக் காணலாம்.

மேற்குச் சுவரில் கயிலைக் காட்சி மிகச் சிறப்பாக சித்திரிக்கப் பட்டுள்ளது. இங்கு நாட்டிய மாமன்னர் சிவபிரான் யோக தட்சிணா மூர்த்தியாக அமர்ந்திருக்கின்றார். அவரது அமர்வுநிலை இன்றைய சபரிமலை சாஸ்தாவின் உருவச்சிலை போன்றுள்ளதைக் காணலாம். அவரது முகத்தில் தெரியும் புன்முறுவலும், அவருக்கெதிரே நன்னடம் புரியும் நங்கையருடைய உருவங்களும், சிவபிரான் பிரபஞ்சத்தின் குருவான தட்சிணாமூர்த்தியாய் மட்டுமின்றி ஆடலரசனாய், நாட்டியமாடுவோர்க்கு ஆசானாயமர்ந்துகொண்டு அவ்வழகிய பெண்டிர் ஆடும் நடனத்தைக் கண்டு காட்சியளிக்கின்றார். அவரது புன்முறுவல் தன்முன் ஆடும் பெண்டிரைக்கண்ட ஏளனமல்ல. அவரது இரசனையின் வெளிப்பாடேயாகும். இங்கு நடனத்துக்கேற்ற இசையும் ஒலிக்கின்றது. ஒரு பூதகணமும்[4] மகாவிஷ்ணுவும் இன்ன பிறரும் இசைக்கருவிகைள இயக்கிக் கொண்டிருப்பதைக் காணலாம். விண்ணுலக மாந்தரும் மகளிரும் கின்னரரும் யாழ் கொண்டு சிங்கி மற்றும் பிற இசைக்கருவிகள் கொண்டும் ஒலியெழுப்புகின்றனர். ஒரு பக்கம் பைரவர் தம் பரிவாரத்துடன் (நாய்) மற்ற ஆயுதங்களுடனும் காட்சிதருவதைக் காணலாம். இதற்குக் கீழே சேர மன்னர் சேரமான் பெருமாள் நாயனாரும், சுந்தரமூர்த்தி நாயனாரும் முறையே வெண்குதிரை, வெள்ளை யானை மீதும் கயிலை நோக்கி விரைகின்றனர். அங்கே அவர்களை வரவேற்க ஆட்கள் காத்துக்கொண்டிருக்கின்றனர். இந்நாயன்மார்களுக்குச் சிறிது தூரத்தில சோழருக்கே உரிய பாணியில் நடராஜர் சன்னதியும், அரசபரம்பரையைச் சேர்ந்த பக்தர்கள் அமர்ந்திருப்பதும் காட்டப்பட்டுள்ளது. கயிலையை அடைந்த சுந்தரரும் சேரமான் பெருமாள் நாயனாரும் கைகூப்பித் தொழுகின்றனர். இதனைக் கண்ட சிவபிரானும் அன்னை பார்வதி தேவியும் மனமகிழ் கின்றனர். பக்தி இயக்கத்தில் இறைவனின் திருவடிகளைச் சேரும் இருசமயக் குறவர்களின் நற்கதியையே இவை உணர்த்துகின்றன.

இதற்குக் கீழுள்ள காட்சி சுந்தரமூர்த்தி நாயனாரின் வாழ்க்கை வரலாற்றைச் சித்திரிப்பதைக் காணலாம். சுந்தரர் திருமணக் கோலக் காட்சியும், சிவபெருமான் முதியவராக ஓலையுடன் வந்து தடுத்தாட் கொண்ட காட்சியும் மூன்று பிரிவுகளாகக் காட்சியளிப்பதைக் காணலாம்[5]. இது சேக்கிழாரின் பெரியபுராணக் கதையைச் சித்திரிப்ப தாக உள்ளது. ஒரு வேளை இதைக்கண்டுதான் சேக்கிழார் சுந்தரமூர்த்தி நாயனார் வரலாற்றைக் கவிதையிலே வரைந்தாரோ? என்று எண்ணத் தூண்டுவது போலுள்ளது. திருமண வைபவத்தைக் குறிக்கும் பொருட்டு பல்வேறுவகை ஆடையணிந்த பெண்டிர் திருமணத்திற்கான விருந்து சமைப்பது அழகாகக் காட்டப்பட்டுள்ளது. பெண்கள் சிலர் காய்கறி நறுக்குகின்றனர். மணமகனான சுந்தரரின் அலங்காரமும்

அவர் எதிரே முதியவர் வேடம் பூண்டு முறுவலிக்கும் இறைவனையும் காணக் கண்கோடி வேண்டும். சுற்றிஅமர்ந்துள்ள கற்றறிந்த பெரியவர்களின் முகங்களில் வெவ்வேறு வகை உணர்வுகள் காட்டப் பட்டுள்ளன. இதற்கடியில் தில்லை நடராஜர் ஆலயத்தின் தோற்றம், நடராஜர் திருவுருவின் இருமருங்கிலும் மக்கள் கூட்டம் ஒரு பக்கம், கோயில் புரோகிதரும் பக்தர்களும் மறுபக்கம், அரசனும் அவரது மூன்று நாயகிகளும்[6] பரிவாரங்களுடன் காட்சியளிக்கின்றனர். இது போன்று இன்னும் பல காட்சிகள் இவையனைத்தும் ஒரு நாடக அரங்கில் பல்வேறு வேடதாரிகள் அடுத்தடுத்து நிகழ்த்தப் போகும் காட்சிகளை ஓரிடத்தில் படம் பிடித்து வைத்துள்ளது போல் தோன்றுவதைக் காணலாம்.

இது போன்றே வடக்குச் சுவரின் முழுப்பகுதியும் சிவபிரான் திரிபுராந்தகராக முப்புரம் எரித்த கதை தீட்டப்பட்டிருப்பதைக் காணலாம். திரிபுராந்தகர் கம்பீரமாகத் தேரில் வரும் காட்சியுள்ளது. தேரோட்டியாக பிரம்மா காட்டப்பட்டுள்ளார். திரிபுராந்தகர் தேரில் அலிதாசனத்தில், அதாவது ஒரு காலைச் சற்று உயரத்தில் தூக்கிவைத்து வில்லில் நாணேற்றுவது போன்று, காட்டப்பட்டுள்ளார். எதிரிலுள்ள அசுரர்கள் மூவர் உடல் நடுங்குவது போலும் அவர்கள் கண்களில் பயமும், கைகளில் ஆயுதங்களும் காட்டப்பட்டுள்ளன. இவை சிவலிங்கங்களே என்றும் கருதப்படுகின்றன. அவர்களுக்கருகே கண்ணீருங் கம்பலையுமாய் அவர்களது இல்லத்தரசிகள் காட்டப் பட்டுள்ளனர். இக்காட்சிக்கருகே கார்த்திகேயனும், கணபதியும் காளிதேவியும் முறையே அவரவரது வாகனங்களில் - மயில், மூசிகம்- சிம்மம் அமர்ந்துள்ளனர். தேருக்கு முன்புறம் நந்திதேவரும் உள்ளார். இங்கு சிவபிரான் திரிபுராந்தகராக கருணையே வடிவாகவும் ஒருபுறம் கோபக்கனல் வீசுவது போலவும் காட்டப்பட்டுள்ளார். இங்கு நவரசங்களில், ரௌத்ரம், கருணை, சிருங்காரம் ஆகிய்வை தென்படுகின்றன. இங்கு சிவலிங்கங்களைக் கையில் ஏந்தியுள்ள அசுரர்கள் போரிட்டு வெல்வது அல்லது மடிவது என்னும் நோக்கில் நடுங்கிக் கொண்டே கோபாக்னியுடன் காணப்படுவதும் சிவபிரானின் கோபாவேசமும் ரௌத்ர ரசமாகும். அசுரரின் மனைவியர் கண்ணீர் விட்டுக் கொண்டிருப்பதைக் கண்டு அவர்களுக்காகவாவது இவ்வசுரர் களைக் கொல்லலாகாது என இறைவன் எண்ணுவது கருணை ரசம். இது கிருஷ்ணாவதாரத்தில் காலிங்கன் என்னும் பாம்பின் மனைவியருக்காக கிருஷ்ணர் இரக்கம் காட்டுவது போலவே உள்ளது. திரிபுராந்தக மூர்த்தியின் புன்முறுவல் சிருங்காரத்தைக் காட்டுகின்றது[7]. இந்த ஓவியத் தொகுதி முழுவதுமே ஓர் இயக்க நிலையைக் காட்டுவதை

உணரலாம். இராஜராஜ சோழன் மிகப் பெரிய வெற்றி வீரன். அவன் தன் கோயிலை எவ்வாறு “தட்சிணமேரு” வாகக் கொண்டிருந்தானோ அதுபோன்றே தன்வீரத்தையும் திரிபுரம் எரித்த திரிபுராந்தக தேவருக்கு இணையாகக் கருதினான் போலும், முன்னமே சொன்னது போல் அவனது கோயிலின் பல இடங்களிலும் திரிபுராந்தகர் சிற்பம் வைத்திருந்தது போல் ஓவியத்திலும் இதனை விட்டுவிடவில்லை என்பதனை நம்மால் உணரமுடிகின்றது.

இவை தவிர இராவணன் கயிலை மலையைத் தூக்குதல் போன்ற காட்சி இடம்பெற்றுள்ளது. இதன் பெரும் பகுதி அழிந்துபட்டுள்ளது. இக்காட்சியின் சிற்ப வடிவங்கள் தென்னாட்டின் பலபகுதிகளிலும், குறிப்பாக எல்லோரா, வாதாபி போன்ற இடங்களில் அழகுற அமைக்கப்பட்டிருப்பதைக் காணலாம். அவற்றை விஞ்சும் வகையில் இவ்வோவியத் தொகுதி அமைந்துள்ளது. அடுத்தபடியாக இக்கோயில் சுவரில் இரு உருவங்கள் உள்ளன. இதில் ஒருவர் தன்வயது மற்றும் அறிவு முதிர்ச்சியைக் காட்டுவது போல் சடைமுடி தரித்தும், தாடியுடனும் எளிமையான ஆனால் திடமான பார்வையுடனும் இருக்கின்றார். அவரை ஒட்டி மன்னனொருவன் சடைமுடி தரித்து, குறைவான ஆபரணங்களுடன் நிற்கின்றான். இவர்கள் இருவரும் யார்? எவர்? எனத் தெளிவாகத் தெரியவில்லை. இருப்பினும், அறிஞர் பலரும் இவர்களை மாமன்னன் முதலாம் இராஜராஜனும் அவரது குருவான கருவூர்த்தேவரும் என்று கருதுகின்றனர்.

மேற்கூறப்பட்ட சோழர்கால ஓவியங்கள், அவர்களது சிற்பவமைதிகளையும், செப்புத் திருமேனிகளையும் கண்டவர்க்கு ஒரு சாதாரண படைப்பாகவே தோன்றும். இருப்பினும், அவை அவற்றினும் முந்திய பண்பட்ட பனமலை, காஞ்சிபுரம், சித்தன்ன வாசல், திருமலைப்புரம் ஆகியவற்றின் தொடர்ச்சியும், இவற்றிற்கும் இதன்பின் வந்திட்ட விஜயநகர - நாயக்கர்கால ஓவியங்களுக்கும் இடைப்பட்ட ஒரு பாலமும் ஆகும். சோழர்களுக்கேயுரிய நடராஜர் சன்னதி அமைத்திருப்பதும், வீரத்தின் விளைநிலமாம் சோழ நாட்டின் வீரதீரச் செயல்களைக் குறிக்கும் திரிபுராந்தகரின் ஓவியத் தொகுதி காட்டப்பட்டிருப்பதும், சைவர்களான சோழமாமன்னர்கள் சைவக் குறவரின் வரலாற்றை ஓவியத்தில் படம்பிடித்துக் காண்பித்திருப்பதும் அவர்களது இரசனை எப்படியிருந்திருக்கின்றது என்பதனை அறியவும், அக்கால வாழ்வியலைத் தெரிந்து கொள்ளவும் பெரிதும் உதவுகின்றன. இங்கு ஒரு கதைத் தொகுதியைச் சார்ந்த அடுத்தடுத்த காட்சிகளை நாடகம் போன்று அமைப்பதற்கான ஓர் ஒத்திகை போன்ற ஓவியத்

தொகுதிகள் அமைந்திருப்பதைக் காண்போர் உள்ளம் நெகிழ்கின்றது என்பது மறுக்கமுடியாத வொன்றாகும்.

அடிக்குறிப்புகள்

1. C. Sivaramamurti, *op. cit.,* 63.
2. J.C. Harle, *op. cit.,* P. 293 and K.V. Soundara Rajan. Early Pandya Art in *South Indian Studies,* ed., by H.M. Nayak and B. R. Gopal, 1990, P. 632.
3. கே.கே. பிள்ளை, தென் இந்திய வரலாறு, I, ப. 191.
4. இங்கு பூதகணங்கள் இசைக்கருவிகளை இயக்கும் காட்சியானது நவரசங்களில் ஒன்றான ஹாஸ்ய ரசத்தை நினைவூட்டுகின்றது.
5. இது சைவசித்தாந்தத்தின் நான்குவகை மார்க்கங்களில் ஒன்றான அல்லது சாரூபம் அல்லது சகமார்க்கத்திற்கான உதாரணமாகும். மற்றையவைகள் - சாலோகம் அல்லது தாஸமார்க்கம், சாமீபம் அல்லது சத்புத்திரமார்க்கம், சாயுஜ்யம் அல்லது சன்மார்க்கம் போன்றவையாம்.
6. இவை முதலாம் இராஜராஜனும் அவரது மனைவியருமாயிருக்கலாம் என நம்பப்படுகின்றன. (C. Sivaramamurti, *op. cit.,* P.65).
7. G. Sethuraman, *Facets of Indian Art and Culture,* 1995, P. 48.

6. பாண்டியர் காலம்

6.1 ஆட்சி முறை

சங்ககாலப் பாண்டியர்களுக்குப் பின்னும், களப்பிரருக்குப் பின்னும் ஆட்சி செய்த முதலாவது மற்றும் பிற்காலப் பாண்டியர்கள் காலத்தில் முன்பிருந்தது போன்றே சிறந்த ஆட்சி நடைபெற்றது. தொடர்ந்து வந்த போர்களின் காரணமாக அவ்வப்போது அவர்களது ஆட்சி அறுபட்ட போதிலும் அவர்கள் மீட்சியடைந்தபோது பழைய நிலையினை மீட்டனர் என்பதில் ஐயமில்லை. பல்லவ, சோழர் ஆட்சியைப் போன்றே பாண்டியரது ஆட்சியிலும் மைய அரசும், தல அரசும் சிறப்பாகச் செயல்பட்டதைக் காண முடிகின்றது. மைய அரசின் தலைமைப் பொறுப்பு மன்னரிடையேயிருந்தது. ஆயினும் சில நேரங்களில் மன்னர்களே தங்களுக்குள் நாட்டைப் பகிர்ந்து ஆட்சி செய்த நிலையும் இருந்துவந்துள்ளதை உணரலாம்.

அரசர்

அரசனே நாட்டின் தலைமையான அதிகாரியாவார். சோழ நாட்டில் இருந்தது போன்றே மூத்த மகனே ஆட்சியில் (law of promo geniture) அமரும் வழக்கமிருந்தது. முதலாவது பாண்டியப் பேரரசு காலத்தில் சகோதரர்களுக்குள்ளேயோ அல்லது வேறு விதத்திலோ வாரிசுப் பிரச்சனை ஏதும் ஏற்பட்டதற்கான சான்றெதுவும் கிடைக்கவில்லை. மன்னனுக்கு வாரிசில்லாதிருந்தபோது அவரது இளைய சகோதரர்கள் ஆட்சியில் அமர்த்தப்பட்டனர். உதாரணமாக, தனது மூத்த சகோதரன் இரண்டாம் வரகுணன் வாரிசின்றி ஓய்வுபெற்ற நிலையில் பராந்தக வீரநாராயணன் தானே ஆட்சிப் பொறுப்பேற்றார்[1]. இருப்பினும் பிற்காலப் பாண்டியர் காலத்தில் வாரிசுப் பிரச்சனையும் பதவியில் போட்டியும் போராட்டமும் சகஜமாகிக் குழப்பம் ஏற்பட்டிருந்ததைக் காணமுடிகின்றது. உதாரணமாக தாயாதியினராகிய குலசேகர பாண்டியனுக்கும் (கி.பி. 1162) பராக்கிரமபாண்டியனுக்கும் ஏற்பட்ட வாரிசுப்போரின் காரணமாக இரண்டுபட்ட வீட்டில் எளிதில் நுழையும் முகத்தான் பாண்டியநாட்டின் மீது ஈழப் படையெடுப்பு ஏற்பட்டது[2]. மாறவர்மன் குலசேகர பாண்டியன் தனக்குப்பின் தனது (14 ஆம் நூற்றாண்டின் தொடக்கம்) மகன்களில் மூத்தவனான சுந்தரபாண்டியனை விட்டு இளையவனான

வீரபாண்டியனைத் தன் வாரிசாக்கினார். அதனால் போர் ஏற்பட்டது என்று கே.வி. இராமன் குறிப்பிடுவது[3] குடந்தை என். சேதுராமன் செய்த ஆய்வுமூலம் மாற்றியமைக்கப்பட்டது. முதலில் நிலவிவந்த அக்கருத்து தவறெனத் தம் ஆழ்ந்த கல்வெட்டு ஆய்வின்மூலம் பின்னவர் நிரூபித்துள்ளார்[4]. பாண்டிய சகோதரர்கள் ஐவர் தனித்தனியே ஆட்சி செய்தபோது மூன்றாம் குலோத்துங்கன் மதுரையையே கைப்பற்றினார். மார்க்கோபோலோவும் ஐந்து சகோதரர்கள் ஆண்ட செய்தியைக் குறிக்கின்றார். அவரது கருத்துப்படி பாண்டிய மன்னர்கள் குறைந்த நேர்த்தியான ஆடையையும் அதிகமான படாடோபமான, ஆபரணங் களையும் அணிந்திருந்தனர். (இது பற்றிய விரிவான செய்திகளைச் சமுதாய வாழ்க்கை எனும் தலைப்பில் காணலாம்). பிற்காலப் பாண்டியர்காலத்தில் பொதுவாக அரசர் வாய்மொழியாகவே ஆட்சிசெய்தார். இது கேள்வி எனப்பட்டது. இடைக்காலத்தில் கேள்வி, ஊழ்வரி, ஓலை என்ற மூன்று வகை நிர்வாகச் செயல்பாட்டு முறைகள் இருந்தன.

அமைச்சரவை

அரசருக்கு ஆலோசனை கூற அமைச்சரவை ஒன்றிருந்ததெனத் தெரிகின்றது. அவர்களில் தலைமைப்பொறுப்பிலிருந்தவர் 'உத்தர மந்திரி' என்று அழைக்கப்பட்டிருக்கவேண்டும் என்பது ஆனைமலை, திருப்பரங்குன்றம் குகைக்கல்வெட்டுக்களில் வரும் செய்திகள் மூலம் காணமுடிகின்றது[5]. பராந்தக நெடுஞ்சடையன் (கி.பி. 768-815) ஆட்சிக்காலத்தில் மாறன்காரி என்னும் அந்தணர் தலைமை (உத்தரமந்திரி) யமைச்சராயிருந்தார். அவர் இறந்தபின் அவர் தம்பி மாறன் எயினன் என்பவர் அப்பதவியில் அமர்ந்தார். முன்னவரால் தொடங்கப்பட்ட யானைமலை நரசிங்கப் பெருமாள் கோயிலைப் பின்னவர் முடித்து வைத்தார். அதே மன்னரின் ஆறாவது ஆட்சியாண்டில் சாத்தன் கணபதி என்பார் உத்தர மந்திரியாயிருந்த செய்தி திருப்பரங்குன்றம் கல்வெட்டில் உள்ளது[6]. ஏனாதி என்று சிறப்புப் பெயர் பெற்ற இவரது சகோதரர் ஏனாதி சாத்தஞ்சாத்தன் என்பவர் வேள்விக்குடி செப்பேட்டின் தமிழ்ப்பகுதியை எழுதினார். இவர் ஒரு முக்கிய படைத்தலைவர் ஆவார். மற்றோர் அதிகாரி தீரதீரன் மூர்த்தி எயினன் ஆவார். அமைச்சர்கள் போன்றே பல அதிகாரிகளும் இருந்தனர். அவ்வதிகாரிகள் கொங்கரையர், காலிங்கராயன், மழவரையர், முனையதரயர், விழுப்பரையர் என்று சிறப்புப் பெயர்களைப் பெற்றிருந்தனர். சிலசமயம் மன்னரும் இவ்விருதுப் பெயர்களைக் கொண்டிருந்தனர். மன்னர் அமைச்சர் மற்றும் அதிகாரிகளின் ஆலோசனைகளைக் கேட்டுச் செயல்பட்டார்.[7] ஆனால்

சிலசமயம் தன் விருப்பப்படியே அரசோச்சினார். உதாரணமாக முதலாம் சடையவர்மன் சுந்தரபாண்டியன் காலத்தில் அரசரின் நற்சுகத்திற்காக வேண்டி, வெம்பாறுக்கும் பெண்ணையாறுக்கு மிடைப்பட்ட பகுதியில் உள்ள நாட்டார்கள் கோயிலிலிருந்து வரி வசூலித்தனர். மன்னர் அவ்வரிப் பணம் அனைத்தும் கோவிலுக்குத் திருப்பி அனுப்பும்படி ஆணையிட்டார்[8].

மேற்கூறப்பட்ட அமைச்சர்களும் முக்கிய அதிகாரிகளும் தவிர பிறபணி செய்யும் அதிகாரிகளும் இருந்தனர். நிலவருவாயைக் கவனிக்க புரவுவரித் திணைக்கலம் என்னும் அதிகாரிகள் குழு இருந்ததனை ஆனைமலையில் உள்ள கல்வெட்டொன்று தெரிவிக்கின்றது[9]. இவர்கள் கோயில்களையும் பராமரித்தனர். நிலங்களைத் தரத்தின் அடிப்படையில் பிரித்து வரிவிதிப்பு செய்தோர் நாடுவகை செய்வோர் எனப்பட்டனர்[10]. திருமந்திர ஓலை (அரசின் ஆணைகளை எழுதுபவர்), வரியிலார் (வருவாய்த்துறை), வரிப் புத்தக நாயகம் (வரித்தொடர்பான கணக்குப்புத்தகங்களை வைத்திருப்பவர்) போன்ற அதிகாரிகளும் இருந்தனர். இவர்களைத்தவிர அரண்மனைப் பணிகளுக்கெனப் பொற்கொல்லரும், தச்சரும், பட்டைய எழுத்தரும் பிறரும் இருந்தனர்.

படை

பாண்டியர் ஆட்சியின் துவக்கத்தில் நால்வகைப் படைகள் இருந்தமையை வேள்விக்குடிச் செப்பேடுகள் கூறுகின்றன[11]. இவை தேர்ப்படை, யானைப்படை, குதிரைப்படை, காலாட்படை என்ற பிரிவினதாயிருக்க வேண்டும். இக்காலத்தில் தேர்ப்படை சிறப்புடையதாகக் கருதப்பட்டது. "தேர்மிகு மாக்கடற்றானைத் தென்னவர் கோன் திருவருளால்" என்ற தளவாய்புரச் செப்பேட்டு வரி இதனை உணர்த்துகின்றது. இவர்களது யானைப்படைச் சிறப்பை "காடவனைக் கருவூரில் கால்கலங்கக் களிறுகைத்த" என்ற வரி குறிப்பிடுகின்றது. குதிரைப்படை எவ்வளவு முக்கியமானதெனக் கருதப்பட்டது என்பதனை மார்க்கோபோலோ அதிகமான பணம் குதிரை வாங்குவதில் செலவிடப்பட்டது என்று சொல்வதிலிருந்தும் ஒவ்வொரு குதிரைக்கும் அதிகவிலை கொடுக்கப்பட்டது என்றும் வாஸப் கூறுவதிலிருந்து அறியலாம்.

இதுதவிர கடற்படை ஒன்று அவர்களிடம் இருந்திருக்க வேண்டும். கடற்கரையையே பெரும் எல்லையாகக் கொண்ட அவர்கள் கடல் கடந்து வந்த அன்னியரின் படையெடுப்புக்களை சமாளிக்க வேண்டியிருந்தது. இருப்பினும் அவர்களது கடற்படையின் பெருமை பற்றியோ, சிறப்புக்கள் பற்றியோ எச்செய்தியும் கிடைக்கவில்லை.

பாண்டியமன்னவன் ஸ்ரீமாற ஸ்ரீவல்லபன், பல்லவமன்னன் நிருபதுங்கனின் கடற்படையின் உதவியோடு இலங்கை மீது படையெடுத்து வென்றார் என்று கூறப்படுகின்றது.[11அ] இது இவர்களிடம் கடற்படை இல்லை என்பதையோ அல்லது இருந்திருந்தால் பல்லவர், சோழர் போன்ற வலிமையுடையதாயில்லை யென்பதையோ உணர்த்துவதாகவுள்ளது. இருப்பினும் பாண்டிய நாட்டிலிருந்து கப்பல்களில் பொருட்கள் ஏமனுக்குச் சென்றதையும் அவற்றில் தக்க பாதுகாப்பு இருந்ததையும் தானே நேரில் பார்த்ததாக இபின்பதூதா கூறுவதிலிருந்து கடற்படை இல்லை என்று உறுதியாகக் கூறமுடியாது. சிறிய அளவிலேனும் இருந்திருக்க வேண்டும்.

சோழநாட்டின் படைகள் பாண்டியநாட்டில் நிறுத்தப் பட்டிருந்ததுபோன்று பாண்டிய மன்னர்களும் தாங்கள் வென்ற பகுதிகளில் நிலைப்படையை நிறுத்திவைத்திருந்ததாகத் தெரிகின்றது. இதுதவிர பாண்டிய நாட்டுக்குள்ளேயே ஆங்காங்கே நிர்வாகத்துக்கு உதவும் வகையில் படைகள் நிறுத்திவைக்கப்பட்டிருந்தன. இதற்கு உதாரணமாக மதுரைக்கருகில் உள்ள ஆனையூரிலும் திருநெல்வேலிக் கருகே உக்கிரன் கோட்டையிலும் படைகள் நிறுத்திவைக்கப் பட்டிருந்ததனைக் கூறலாம். கல்வெட்டுக்களில் "முற்பேர்படையர்" "வளவன் உள்ளிட்ட பெரும்படையர்", "வலங்கைமாசேனையர்" என்ற படைப்பிரிவுகள் குறிக்கப்பட்டுள்ளன. இவர்களுக்கு ஆங்காங்கே சில ஊர்கள் மானியமாகக் கொடுக்கப்பட்டிருக்க வேண்டுமென கேவி.இராமன் கருதுகின்றார்[12]. இக்காலப் படைத்தலைவர்கள் சேனாபதி சாமந்தன், தண்ட நாயகன், மகாசாமந்தன், மகாதண்ட நாயகன் என்ற பெயர்களால் வழங்கப்பட்டனர். சிறந்த படைத்தலைவர்களுக்கும் அமைச்சர்களுக்கும் "மூவேந்த மங்கலப் பேரரையன்", "பாண்டிய மங்கலப் பேரரயன்", "பாண்டிய மார்த்தாண்டப் பேரரயன்", "வீரமங்கலப் பேரரயன்", "பாண்டிய இளங்கோ மங்கலப் பேரரயன்" போன்ற சிறப்புப் பெயர்கள் வழங்கப்பட்டன. அரசரின் மெய்க்காவற் படை அணுக்கப்படை என அழைக்கப்பட்டது[13].

நீதி

சங்ககாலத்துப் பாண்டிய மன்னர்கள் நீதி தவறாது அரசோச்சினர். நீதி தவறிய போது மன்னனும் உயிர்நீத்தார். அதைக்கண்டு அரசியும் உயிர் நீத்தாள் என்று சிலப்பதிகாரக் கதை மூலம் அறியமுடிகின்றது. முதலாவது பாண்டியப் பேரரசர்களது சீவர மங்கலச் செப்பேடும், தளவாய்புரச் செப்பேடும் மன்னர்கள் மனுதர்ம நெறியினைப் பின்பற்றி நீதியை நிலை நாட்டினர் என்று கூறுகின்றன. முதலாம் மாறவர்மன் சுந்தரபாண்டியனின் கல்வெட்டு, "மனுநெறி தழைப்ப மணிமுடி சூடி"

என்று குறிப்பிடுகின்றது.[14] கொலைக் குற்றவாளியின் சொத்துக்கள் பறிமுதல் செய்யப்பட்டன. கொலைக் குற்றவாளியின் வாரிசுகள் அச்சொத்தில் பங்கைப் பெற உரிமைபெற்றனர். அதற்காக அவன்தன் தந்தையின் பாவம் நீங்க வேண்டிக் கோயில்களில் சந்தி அமைக்க வேண்டும்[15]. சமுதாயத்தில் உயர்தளத்தில் இருந்த பிராமணர் செய்த தவறுகளும் தண்டனைக்குள்ளாயின. கோயில் ஆபரணங்களைத் திருடியதற்காக பூசாரிகள் தண்டிக்கப்பட்டனர்[16]. தனிமனிதர்களிடம் கடன் வாங்கியவர்கள் கடனைத் திருப்பிக்கொடுக்காதபோது கடனாளியைச் சுற்றி வலையம் போல் கோடுபோட்டுக் கடனைக் கட்டும்படி கட்டாயப்படுத்தப்பட்டது. மீறிப் போனால் தண்டனை வழங்கப்பட்டது. வழக்கில் மன்னர் தீர்ப்பு வழங்கும்போது மக்களும் அங்குக் கூடியிருக்க அனுமதிக்கப்பட்டனர்.

ஊராட்சி நிர்வாகம்

பல்லவர்களும், சோழர்களும் ஊராட்சி முறை நடத்தி வந்ததைப் போன்றே பாண்டியரும் ஊராட்சியில் ஆர்வம் காட்டினர். ஊராட்சிமுறை சோழர்காலத்தில் செழித்தோங்கியதெனினும் அவர்களுக்கும் முந்தியே பாண்டிய நாட்டில் இம்முறை செயல்பட்டு வந்ததைப் பாண்டியன் மாறன் சடையனின் மானூர் கல்வெட்டு[17] மூலம் அறியலாம். இக்கல்வெட்டு சோழநாட்டுத் தல ஆட்சிமுறை பற்றிக் கூறும் உத்திரமேரூர் கல்வெட்டினும் சுமார் ஒரு நூற்றாண்டுக்கும் முந்தியதாகும். பாண்டியநாடு சோழநாட்டினைப் போன்றே பிரிக்கப்பட்டிருந்தது. அவை வளநாடுகள், நாடுகள், கூற்றங்கள், கிராமங்கள் ஆகியவையாம். இரண்டாம் வரகுணமன்னரின் கல்வெட்டொன்று இருவளநாடுகளின் பெயர்களைக் குறிக்கின்றது. அவையாவன அமிதகுணவளநாடு, வழுதிவளநாடு என்பனவாகும்[18]. "நாடு" என்பது சின்னமனூர் செப்பேடுகளில் "ராஷ்ட்டிரம்" என அழைக்கப்படுகிறது. முதலாம் இராஜராஜ சோழனின் ஆதிக்கக் காலத்தில் "கேரளசிங்க வளநாடு", "மதுரோதய வளநாடு", "அருமொழிதேவ வளநாடு", "பாண்டிய குலசனி வளநாடு", "இராஜகம்பீரவளநாடு", "கடலடய திலங்கை கொண்ட சோழவளநாடு" போன்ற பிரிவுகள் இருந்தன.

நாடு என்பது இன்றைய தாலுகா அமைப்பினை ஒத்ததெனலாம். நூற்றுக்கும் மேற்பட்ட நாடுகள் இருந்ததெனத் தெரிகின்றது. நாடு என்பது வேளாண் மக்கள் வாழும் பகுதியாகும். நாட்டின் உறுப்பினர் நாட்டார் ஆவர். பொதுவாக ஆற்றங்கரைகளில் இவற்றின் மக்கள் வசிப்பிடங்களைக் காணலாம். "கூற்றம்" என்பது நாடுகளாகவோ அல்லது அதற்குச் சிறிதோ அல்லது பெரியதோவாகும். நாடு அல்லது கூற்றம் பல ஊர்களையும் சதுர்வேதி மங்கலங்களையும், பிரம்மதேயங்

களையும் கொண்டிருந்தது. ஊர் அல்லது கிராமமே ஊராட்சி நிர்வாகத்தின் அடிப்படை அமைப்பாகும். இதில் வாழ்ந்தவர்கள் வேளாண் வகை மக்களாவர். பிரம்ம தேயங்களும் சதுர்வேதி மங்கலங்களும் பிராமண மக்கள் வாழ்ந்த பகுதிகளாகும். நகரம் என்பது வணிகர்கள் வாழும் நகரங்களைக் குறிப்பதாகும். சதுர்வேதி மங்கலங்களின் உறுப்பினர் அமைப்பு சபை அல்லது மகாசபையாகும். கிராம சபைக்கு உறுப்பினராவதற்கான தகுதிகள் மானூர்க் கல்வெட்டில் கூறப்பட்டுள்ளன. அவை,

1. சபையின் உறுப்பினர் பங்கு என்று ஒன்றிருந்தது. அதனடிப் படையில் ஒருவன் உறுப்பினராகும் தகுதியும் இருந்தது. அதாவது ஒருவன் தன் தந்தைக்குப் பின் (ஏற்கனவே உறுப்பினராயிருந்தவர்) உறுப்பினராக வேண்டுமெனில் அவர் மந்திரப் பிரமாணமும், தர்மமும் கற்றவராயிருக்க வேண்டும்.

2. ஒருவர் மற்றொருவருடைய பங்கை விலைக்கு வாங்கினாலோ அல்லது ஸ்ரீதனமாகப் பெற்றாலோ, மேற்கூறப்பட்ட கல்வித் தகுதியில்லையெனில் சபையின் உறுப்பினராக முடியாது.

3. ஒருவர் முழு உறுப்பினர் பொறுப்பையும் பெற்றிருக்க வேண்டுமே யன்றி, அதன் பகுதிகளை மட்டும் பெற்றிருக்க முடியாது.

4. ஒருவர் தன் பங்கினை விற்கவோ அல்லது தான் வாங்கிய பங்கினை அனுபவிக்கவோ வேதவிற்பன்னர் ஒருவரையே தேர்ந்தெடுக்க வேண்டும்.

5. முழு உறுப்பினர் பொறுப்பையும் பெறாதார் ஊர்ச் சபையில் எவ்வித முடிவெடுப்பதிலும் பங்கு பெறமுடியாது.

6. உறுப்பினர் தகுதிபெற்றோர் ஊர்ச்சபையின் நடவடிக்கைகளில் ஒவ்வொரு முன்னீட்டையும் கட்டுப்பாடாக எதிர்க்கவோ, தடுக்கவோ கூடாது. அப்படித் தடுப்போரும் அவருக்கு ஆதரவு தெரிவிப்போரும் தனித்தனியே ஐந்தைந்து காசுகள் வீதம் தண்டம் செலுத்த வேண்டும்.

7. நிலமும் வீட்டுமனையும் உடையவர் மட்டும் உறுப்பினரா வதற்குத் தகுதியுடையோராவர்.

இதே காலத்தில் பாண்டிய நாட்டில் மானூர் போன்றே பல சபைகள் இருந்ததற்கான சான்றுகள் உள்ளன. இரண்டாம் வரகுணன் காலத்தில் திருச்செந்தூரிலும் அம்பாசமுத்திரத்திலும் சபைகள் இயங்கின. இச்சபைகள் மன்னரிடமிருந்து கொடைகளைப் பெற்று இவ்வூர்களின் கோயில்களைப் பராமரித்தன. அரசன் 290

பொற்காசுகளை அம்பாசமுத்திரம் ஊர்ச்சபையினரிடம் கொடுத்து அதில் வட்டியாகக் கிடைக்கும் 580 கலம் நெல்லைக்கொண்டு கோயிலில் நான்கு காலப் பூஜை செய்யவும், திருவமுது படைக்கவும் கட்டளையிட்டான்[19]. ஆரிநாட்டில் உள்ள பராந்தக சதுர்வேதி மங்கலத்து சபையோர் அழகர் கோயில் திருப்பணிக்காகத் தேவதானமாக நிலம் வழங்கினர்[20]. பதின்மூன்றாம் நூற்றாண்டுத் தொடக்கத்தில் சுசீந்திரத்தில் ஒரு மகாசபை இயங்கியது. இதில் மலையாள பிராமணர்களும் அங்கம் வகித்தனர். இவர்கள் எட்டுப் பிரிவினராய்ப் பிரிக்கப்பட்டு ஒவ்வொரு பிரிவுக்கும் ஓர் அங்கத்தினர் வீதம் இடம் பெற்றனர். இவர்களது பணி, இவர்கள் ஒன்றாய்க் கூடிக் கோயில் மற்றும் ஊர்ப் பொதுக்காரியங்களை நடத்துவதாகும். தவறு செய்தோர், பொதுச் சொத்துக்களைத் தன்வயப்படுத்தியோர் போன்றவர் தண்டிக்கப்படுவர் எனத் தெரிவிக்கப்பட்டது. சில முக்கிய பணிகளுக்காக வாரியம் போன்றே தனித்தனிக் குழுக்களும் பிரிக்கப்பட்டன.[21]

ஊர் அவையும் அக்காலத்தில் இயங்கியது. வணிகர்கள் வசித்த இடங்களில் "நகரம்" என்ற அவை இயங்கியது. நகரத்தார் குழுக்கள் பல பொதுக்காரியங்களைச் செய்தனர், இன்றும் செய்து வருகின்றனர்.

இவ்வாறு பாண்டிய நாட்டில் மைய அரசும், கிராம அல்லது ஊராட்சி நிர்வாகமும் இயங்கி வந்துள்ளன. மைய அரசிற்கு ஊராட்சி அரசுகள் துணை நின்றிருக்கின்றன. அரசர்கள் ஊராட்சி நிர்வாகத்தின் சில செயல்களை மாற்றவும் செய்துள்ளனர் என்பதற்கு முதலாம் சடையவர்மன் சுந்தரபாண்டியன் பெற்ற வரியைத் திருப்பிக் கோயிலுக்கு அளிக்கும்படி நாட்டாரிடம் ஆணையிட்டதிலிருந்து தெரிய வருகின்றது. ஊராட்சி அமைப்புக்கள் அந்தந்தப் பகுதிக்குத் தேவையான வசதிகள் செய்யவும், கோயில் நிர்வாகம் செய்யவும் பணிக்கப்பட்டனர். கோயில்களுக்கான பணிகள் செய்ய அரசரும் மற்றவரும் ஊராட்சி அமைப்புக்களின் மூலம் கொடையும் நிவந்தமும் அளித்துள்ளனர். ஒவ்வொரு காரியத்துக்கும் எனத் தனிக்குழுக்கள் அமைக்கப்பட்டன.

அடிக்குறிப்புகள்

1. K.A.N. Sastri, *The Pandyan Kingdom*, 1972, P.70.
2. கே.வி. இராமன், *பாண்டியர் வரலாறு*, ப. 157.
3. மேலது, இவரது கருத்து பாண்டி நாடு பற்றிய வெளிநாட்டவர் குறிப்பின் அடிப்படையில் எழுந்ததாகும்.
4. N.Sethuraman, *The Imperial Pandyas*, 1978, PP. 160-181.

5. ARE 453 and 454 of 1906 and Epigraphica Indica, VIII, PP. 319-320.
6. ARE 37 of 1908.
7. கே.வி. இராமன், முன்னது, ப. 74.
8. ARE 419 of 1913.
9. SII XIV, No. 100.
10. கே.வி. இராமன் முன்னது, ப. 157.
11. Epigraphica Indica, IVII, No. 16.
11அ. C. Minakshi, *op. cit.*, PP. 162-163.
12. கே.வி. இராமன், முன்னது, ப. 166.
13. மேலது, ப. 168.
14. A.J. Thinakaran, *The Second Pandyan Empire (1190-1312 AD)*, 1987, P.166.
15. K.A.N. Sastri, *op. cit.*, P 199.
16. ARE 372 of 1906.
17. ARE 423 of 1906.
18. ARE 155 of 1903.
19. Epigraphica Indica, IX. PP. 92-93.
20. ARE 22 of 1932.
21. கே.வி. இராமன், முன்னது, ப. 172. ARE 1958-59 P. 18.

6.2 சமுதாய வாழ்க்கை

பாண்டியர்காலச் சமுதாயநிலை ஏறக்குறைய அக்காலத்து மற்றப் பகுதிகளில் இருந்ததைப் போன்றே இருந்தது. இருப்பினும் அவ்வப் போது காலநிலைக்கேற்ப சில மாற்றங்களையும் கொண்டிருந்தது. பாண்டியர்கள் அரசியலில் உச்சநிலை பெற்றபோது சமுதாய அமைப்பிலும் உச்சநிலையிலேயே இருந்தனர். பாண்டிய நாடு பல சிறுநாடுகளாகவும் கூற்றங்களாகவும் பிரிக்கப்பட்டிருந்தன. ஊர்கள் என்பது மிகச்சிறிய பிரிவு ஊர்களில் பிரமதேயம் (சதுர்வேதி மங்கலம்), நகரம் வேளாண் சமூக ஊர்கள், படைப்பத்து போன்ற ஊர்கள் இருந்தன. இவைகள் தங்களுக்கென ஓர் அமைப்பைப் பெற்றிருந்தன. வெள்ளான் வகை என்ற ஒருவகை அமைப்பு இருந்தது. இவ்வகையைச் சேர்ந்தவர்கள் பிராமணரல்லாதோர் ஆவர். இதற்கு அடுத்த வகைப்பிரிவு வணிகர்கள் வாழ்ந்த நகரங்கள் ஆகும். படைத் தொழில் புரியும் வீரர்களின் ஊர்களே படைப்பத்தாகும்.

மக்கள் வசிக்கும் ஊர்களும், குடியிருப்புக்களும்

பொதுவாக, பாண்டிய நாட்டில் ஊர்களும் குடியிருப்புக்களும் நீர்ப்பாசனம் நிறைந்த பகுதிகளில் அமைந்திருந்தன. அதாவது, ஆறு, குளம், ஏரி ஆகியவற்றின் கரையோரங்களில் ஊர்களும் அமைந்திருந்தன. குறிப்பாக, வைகை, தாமிரபரணி போன்ற முக்கிய நதிகள் பாயும் வழிகளில் அதிகமான ஊர்கள் அமைந்திருந்தன. உதாரணமாக, அக்காலத்தில் மதுரை அமைந்திருந்த நாட்டுப்பிரிவைக் குறிக்கும் "மாடக்குளக்கீழ்" என்ற சொல் சிறப்பாக விளங்குகின்றது. மதுரையின் மேற்கு எல்லையில் பாசனக் குளமாக மாடக்குளம் இன்றும் விளங்கிவருகிறது.

பாண்டிய மன்னர்கள் காலத்தில் காடுகள் அழிக்கப்பட்டு குடியிருப்புக்களாகவும், விளைச்சல் நிலங்களாகவும் மாற்றப் பட்டன[1]. சேந்தன் மாறன், மங்கலபுரம் என்னும் புதிய ஊரை உண்டாக்கினார். நீர்ப்பாசன வசதி இல்லாத இடங்களில் புதிய வாய்க்கால்களும், ஏரிகளும், குளங்களும் அமைத்தனர். இவ்வாறு நீர்ப்பாசன வசதியுள்ள பகுதிகளில் ஊர்களும், குடியிருப்புக்களும் அமைந்திருந்தன என்று தெளிவாகத் தெரிகின்றது.

சமூக அமைப்பு

சாதி என்ற சொல்லுக்குப் பதிலாகக் குடி என்ற சொல்லே கல்வெட்டுகளில் மக்கள் பிரிவைக் குறிக்கப் பயன்படுத்தப் பட்டுள்ளது. தமிழ்நாட்டுச் சமூகம் நால்வருணப் பாகுபாட்டின் அடிப்படையில் இயங்கி வந்தது என்பது நம்பக் கடினமாக உள்ளது[2]. பிறப்பை அடிப்படையாகக் கொண்ட வடநாட்டுச் சமூகத்தில் நால்வருணப் பாகுபாடு தோன்றியது. தொழிலை அடிப்படையாகக் கொண்ட தமிழ்நாடு குடிமுறை சமூகத்தில் வலங்கை இடங்கை என்ற சமூக மதிப்பைக் குறிக்கும் தொழில் முறைப் பாகுபாடுகளே தோன்றின[3].

பாண்டியர்காலச் சமுதாயம் செங்குத்தான பிரிவு நிலையைக் கொண்டதாக இருந்தது. சமுதாயத்தில் அந்தணர், வணிகர், வேளாளர், மறவர், வலையர், கள்ளர், பள்ளி, கைக்கோளர், சாலியர், தச்சர், தட்டார், கொல்லன், இடையர், குயவர், உவச்சர், மருத்துவர், நாவிதர், ஜோதிடர், சான்றோர், பறையர், பள்ளர், சண்டாளர் என்ற பிரிவினர்கள் இருந்தனர்[4]. சாதிப் பாகுபாடுகள் பல இருந்தபோதும் சாதிச் சண்டைகள் குறைவாகவே இருந்து வந்தன. சைவம், வைணவம், சமணம், பௌத்தம் போன்ற பல சமயத்தவர் இருந்தபோது மன்னரி டையேயும் மக்களிடையேயும் சமயப் பொறை நிலவி வந்தது.

அந்தணர்

"அந்தணர் என்போர் அறவோர்" என்ற சொல்லுக்கிணங்க அந்தணர்கள் சமுதாயத்தில் அரசருக்கு அடுத்த நிலையில் இருந்தனர். அவர்கள் மற்றவர்களால் பெரிதும் மதிக்கப்பட்டனர். இவர்கள் சமய விழாக்களிலும், கல்வித் துறையிலும் ஈடுபாடு கொண்டிருந்தனர். மன்னர்கள் இவர்களுக்காக சதுர்வேதி மங்கலங்களையும், அக்கிரகாரங் களையும் ஏற்படுத்தினர். கல்வெட்டுக்களும், செப்பேடுகளும் அந்தணர்கள் எவ்வாறு பிரபுக்களாலும் செல்வந்தர்களாலும், மன்னர் களாலும் போற்றப்பட்டனர் என்ற செய்திகளைத் தெரிவிக்கின்றன. முதலாம் சடையவர்மன் குலசேகரபாண்டியன் காலத்தில் திருப்பூவனம் என்ற கிராமத்தினைச் சூழ்ந்து சுமார் 1200 அந்தண குடும்பங்களை அம்மன்னன் குடியேறச் செய்து அதற்கு இராஜ கம்பீரச் சதுர்வேதி மங்கலம் என்று பெயரிட்டார் என திருப்பூவனம் செப்பேடுகள் கூறுகின்றன.[5] முதலாம் மாறவர்மன் சுந்தர பாண்டியன் காலத்தில் 121 அந்தணர்களுக்கு 200 வேலி நிலம் தானமாகக் கொடுக்கப்பட்டதாகத் தெரிகின்றது[6]. சிதம்பரம் நடராஜர் கோயிலுக்கு நெல் வழங்குதல் மற்றும் திருவமுது அளித்தல் ஆகிய விழாக் காலத்தில் அரசரால் 108 பிராமணர்களுக்கு நிலக்கொடை அளிக்கப்பட்டது[7]. இவை தவிர அவனிமுழுதுடையாள் சதுர்வேதி மங்கலம், கோதண்டராம சதுர்வேதி

மங்கலம் போன்றவை பாண்டிய அரசிகளால் கொடுக்கப்பட்ட பிரம்ம தேய நிலங்களாகும்.

அந்தணர்களுக்கான பணிகளையும், திறமையினையும் தளவாய்புரச் செப்பேடுகள் சிறப்பாகக் கூறுகின்றன. "வாய்மை உரைப்பவன், சந்தியாவந்தனம் தொழுவோன், முத்தீவளர்ப்போன் (காருகாபத்தியம், ஆகவனீயம், தட்சினாக்கியம்) சதுர்வேதம் காத்தவன் (நான்கு வேதங்களான ரிக், யஜுர், சாம, அதர்வண வேதங்கள்) ஐந்து வேள்விகளைச் செய்தவன். ஆறு தொழில்களில் மேன்மையுற்றவன் (ஓதல், ஓதுவித்தல், வேட்டல், வேட்பித்தல், ஈதல், பெறுதல்)" என்று அந்தணரின் செயல் திறனைப்பற்றி அச்செப்பேடுகள் கூறுகின்றன[8]. பிராமணர்க்கு ஆதரவு காட்டுவது அரசரின் சமயச் செல்வாக்கினை உயர்த்தும் என நம்பப்பட்டது.

மேலும், பிராமணர்கள் அரசவையில் உயரிடம் வகித்தனர். அவர்கள் அமைச்சர்களாகவும், படைத்தலைவர்களாகவும், செயல் பட்டனர் என்பது குறிப்பிடத்தக்கதாகும். இரண்டாம் வரகுணனிடம் மாணிக்கவாசகப்பெருமான் படைத் தலைவராகவும் அமைச்சராகவும் செயல்பட்டார் என்பது குறிப்பிடத் தக்கதாகும்.

வணிகர்கள்

வணிகர்கள் வைசியர் எனப்படுபவராவர். இவர்கள் பாண்டி நாட்டில் நகரத்தார் எனவும் செட்டியார் எனவும் அழைக்கப் படலாயினர். நகரங்களில் வாழ்ந்த இவர்கள் குடியிருந்த தெருக்கள் நானா தேசியப் பெருந்தெரு, ஐந்நூற்றுவர் பெருந் தெரு என்ற பெயர்களைக் கொண்டிருந்தன. இவர்களது தொழில் வாணிகமாக இருந்ததால் பெரும்பான்மையோர் வசதி படைத்தவர்களாகவே இருந்தனர். இவர்கள் ஆங்காங்கே கிராமங்களில் தங்கியிருந்து வாணிபத்தைச் சிறப்பாக நடத்தினர். சில சமயம் இவ்வணிகர்கள் ஊர்களை விலைக்கு வாங்கி அங்கே தங்கள் இனத்தவரைக் குடியேற்றினர். இவர்கள் கோயில் திருப்பணிகளும் சமூகப் பணிகள் பலவும் செய்து வந்தனர். அதற்காகத் தங்கள் இனத்தவரிடையே நிதிவசூல்செய்து பொருள் திரட்டிப் பொதுப்பணம் பெற்றிருந்தனர். திருவிழாக்கள் நடத்தினர். கோயில்களைச் சுற்றித் தங்கும் மாளிகைகள் அமைத்தனர்.

குலசேகரபுரத்து நகரத்தார்கள் சேத்தூர் (இராமநாதபுரம் மாவட்டம்) கோயிலுக்கும், அழகர் கோயில் மற்றும் ஸ்ரீவில்லிபுத்தூர் கோயில்களுக்கும் கொடையளித்துள்ளனர்[9]. நகரத்தார் எனப்படும் நாட்டுக்கோட்டைச் செட்டியார்கள் பாண்டிய மன்னர்களின்

வேண்டுதலின்படி சோழநாட்டிலிருந்து குடிபெயர்ந்து வந்தனர் என்று ஒரு மரபுக்கதை கூறுகின்றது[10]. திருமெய்யத்திற்கருகே வணிகப் பெருமக்களால் 9 - ஆம் நூற்றாண்டில் குளம் ஒன்று வெட்டப்பட்ட செய்தி கல்வெட்டுக்களில் குறிப்பிடப்பட்டுள்ளது[11]. பதினோராம் நூற்றாண்டின் துவக்கத்தில் அம்பாசமுத்திரம் சிவன் கோயிலுக்கு வணிகக் குழுவால் நிலதானம் அளிக்கப்பட்டுள்ளது[12]. செங்கல்பட்டு மாவட்டம் சிறுதாவூர் விஷ்ணு கோயிலுக்குப் பாண்டிய நாட்டைச் சேர்ந்த வணிகர் ஒருவர் கி.பி. 10 - ஆம் நூற்றாண்டில் தானம் அளித்துள்ளார்[13].

இந்த நகரத்தார் எனப்பட்ட வணிகர்களின் குலத்திற்குரிய கொடி கருடத்துவஜம் ஆகும். பாமாநதி என்பது அவர்களது குலநதியாகும். 1318 - ஆம் ஆண்டு கல்வெட்டு ஒன்று அவர்கள் ஜயவர்மன் என்ற யானையை வணங்கியதாகக் கூறுகின்றது[14]. இவர்களில் ஒரு பிரிவினரான பதினெண் பூமி வணிக நகரத்தார் என்போர் சோழநாட்டில் இருந்து கி.பி. 8 - ஆம் நூற்றாண்டில் பாண்டி நாடு வந்தனர் எனக் கூறப்படுகின்றது. பிரான்மலையில் கிடைத்த கல்வெட்டு ஒன்று, நகரத்தார் பல பகுதிகளிலிருந்து வாணிபம் செய்தோராயினும் ஒரே இனத்தவர்கள் என்ற எண்ணத்தில் ஒற்றுமையாய்ச் செயல்பட்டனர் எனவும், இவர்கள் திசையாயிரத்து ஐந்நூற்றுவர் என அழைக்கப் பட்டனர் எனவும் கூறுகின்றது[15]. இவர்கள் பரமேஸ்வரிக்கும், பூமி தேவிக்கும் மக்கள் என்று அழைக்கப்பட்டனர். இவர்கள் தங்கியிருந்த ஊர்களைக் கொண்டே இவர்கள் பெயரிடப்பட்டு அழைக்கப் பட்டனர். குறிப்பிட்ட தொழில் செய்த வணிகத் தொழில் மேற்கொண்ட சமூகத்தினரும் இருந்தனர். சங்கரப் பாடியார் என்போர் எண்ணெய் வணிகர் ஆவார்கள். குதிரைச் செட்டி, சீலைச் செட்டி போன்றவர்களும் கல்வெட்டுகளில் குறிப்பிடப்படுகின்றனர்.

வேளாளர்

பாண்டிய நாட்டுச் சமுதாயத்தில் வேளாளர் என்போர் பிராமணர் அல்லது அந்தணருக்கு அடுத்த சிறப்பிடத்தைப் பெற்றிருந்தனர். இவர்கள் கிராமங்களில் மக்கள் தொகையில் பெரும்பான்மை யினராயிருந்தனர். இவர்களது முக்கிய தொழில் வேளாண்மையாகும். இவர்களில் பெரும்பான்மையோர் நிலக்கிழார்களாயிருந்தனர். இவர்கள் உழுதும், உழுவித்தும் வாழ்ந்தனர் எனத் தெரிகின்றது. வேளாண்மையில் சிறப்பாக ஈடுபட்ட காரணத்தால் "பூமிபுத்திரர்" "நாட்டுமக்கள்" என்ற சிறப்புப் பெயர்களால் அவர்கள் அழைக்கப் பட்டனர். ஏரினைத் தெய்வமாகக் கொண்டாடியதால் இவர்கள் "சித்திரமேழி பெரிய நாட்டார்" எனவும் அழைக்கப்பட்டனர்[16].

அந்தணரைப் போன்றே அரசியல் பதவிகளிலும் இவர்கள் முக்கிய பங்கு பெற்றனர். அமைச்சராயும், படைத்தலைவராயும் பணி புரிந்தனர். பாண்டிய மன்னன் சடையன் மாறனின் கீழ் பராந்தகப்பள்ளி வேளான் நக்கம் புள்ளன் என்னும் வேளாளன் முக்கிய பதவியில் பணிபுரிந்தான் எனத் தெரிகின்றது. பாண்டியன் இராஜ சிம்மனுக்குக் கணக்கனாகப் பணிபுரிந்தவன் பெருங்காகூர்கோன் வேளான் என்பவனாவான். நிலக்கிழார்களைத் தவிர குடியானவர்களும் வாழ்ந்தனர். இவர்கள் பிறரது நிலங்களில், பணியாட்களாயிருந்தனர். இவர்தம் கடமைகள் "குடிமை" எனப்பட்டன.

ஆயர் அல்லது இடையர்

ஆயர்கள், இடையர்கள், கோன் ஆகிய பெயர்களால் அழைக்கப்பட்டனர். இவர்கள் அதிகமாகக் குடியிருந்த பகுதிகள் ஆயக்குடி, ஆயபாடி, ஆயர்ப்பாடி, துவாரபதி என்ற பெயர்களைக் கொண்டிருந்தன. ஆய்நாடு என வழங்கப்படும் பொதிகைமலைதான் ஆயர்கள் அதிகம் வாழ்ந்த நாடாகும். இக்குலத்தவரே அப்பகுதிக்குத் தலைவர்களாய் விளங்கினர் என்பதனைப் பார்த்திப சேகரபுரத்துசாசனம் ஒன்று கூறுகின்றது. இந்த ஆயர்களின் முக்கிய தொழில் ஆடு, மாடுகளை மேய்த்தல் ஆகும். கோயில்களுக்கு விடப்படும் பசுக்கள், மாடுகளையும் இவர்களே அழைத்துச் சென்று மேய்ப்பர். இக்குலப்பெண்டிர் பால், வெண்ணெய், தயிர், மோர் ஆகியவற்றைக் கிராமங்களிலும் நகரங்களிலும் எடுத்துச் சென்று விற்கும் பழக்கத்தைக் கொண்டிருந்தனர்.

ஆயர்கள் கிருஷ்ணனையும் பலராமனையும் தெய்வமாகக் கொண்டிருந்தனர். மார்கழி மாதங்களில் பெண்கள் நோன்பு இருந்தனர். பாண்டியர்காலத்தில் சமுதாயத்தில் இவர்கள் நல்ல மதிப்பினைப் பெற்றிருந்தனர் என்பதில் ஐயமில்லை.

பாண்டிய நாட்டிலும் இடங்கை, வலங்கைப் பிரிவுகள் இருந்தன என்பதனைத் தென்கரை, பெருங்குளம், பொன்னமராவதி போன்ற இடங்களிலுள்ள கல்வெட்டுக்கள் தெரிவிக்கின்றன.

கம்மாளர்கள்

தச்சர், தட்டார், கொல்லர் என்று கம்மாளரில் பல பிரிவினர் இருந்தனர். பாண்டியர் காலத்தில் இவர்களில் ஒரு வகையினரான பொற்கொல்லருக்கு அதிக செல்வாக்கு இருந்தமையும், பின் அப்பிரிவினர் செல்வாக்கிழந்தனர் என்பதும் தெரிய வருகின்றது.

சமுதாயப் பண்புகள்

பாண்டிய நாட்டில் சமுதாயப் பண்புகள் எவ்வாறு இருந்தன என்பது பற்றிய செய்திகளை வெனிஸ் நாட்டில் தோன்றிய

மார்க்கோபோலோ என்ற பயணியின் குறிப்புக்கள் மூலம் அறியலாம். இவர் முதலாம் மாறவர்மன் குலசேகரன் காலத்தில், அதாவது மாலிக்காபூரின் தென்னகப் படையெடுப்புக்குச் சில காலம் முன்பு, பாண்டிய நாட்டைச் சுற்றிப்பார்த்தார். அவரின் பயணக் குறிப்புக்கள் சமுதாயப் பண்புகளை அறியப் பெரிதும் உதவுகின்றன.

மன்னரும் தண்டனைகளும்

பாண்டிய மன்னர்கள் மக்களால் பெரிதும் மதிக்கப்பட்டு வந்தனர். மன்னரைச் சுற்றி வீரர் பலர் காவலிருந்தனர். மன்னர் திருவீதி உலாச் செல்லும் போது காவலரும் பின் தொடர்ந்தனர். மன்னர் மரணமடைந்தால் அக்காவலரும் தம் உயிரை மாய்த்துக் கொண்டனர்.

குற்றங்களை விசாரிக்கும்போது பாண்டியநாட்டில் மது அருந்துவோரும் கடற்கொள்ளையரும் சாட்சிகளாக எடுத்துக் கொள்ளப்படவில்லை. பாண்டிய நாட்டில் தண்டனைகளும் அதிகமாகப் பெருகின. கொலைத் தண்டனை பெற்ற குற்றவாளி தன்னைத்தான் விரும்பும் தெய்வத்திற்கு அல்லது தன் குலதெய்வத் துக்குத் தன்னைப் பலியிட்டுக் கொள்ளலாம். அவன் நெருப்பி விடப்படும் பொழுது அவனது மனைவியும் உடன்கட்டை ஏறுவது பழக்கமாக இருந்தது.

குதிரைகள் வளர்த்தல்

பாண்டிய நாட்டில் குதிரைகள் வளர்ப்பதில் அதிக ஆர்வம் இருந்தது. குதிரைகள் வெளிநாட்டிலிருந்து இறக்குமதி செய்யப் பட்டன. திருவாங்கூரிலிருந்து வந்த குதிரை வியாபாரிகள் பற்றிக் கல்வெட்டுக்களில் சொல்லப்பட்டுள்ளது[17]. பாண்டிய நாட்டில் குதிரைகள் இல்லை. எனவே குதிரை வாங்குவதில் அதிகப் பொருட் செலவு செய்யப்பட்டதென மார்க்கோபோலோ குறிப்பிடுகின்றார்[18]. ஆண்டு ஒன்றுக்கு 5000 குதிரைகள் விலைக்கு வாங்கப்பட்டாலும் 1000க்கும் குறைவான குதிரைகளே பிழைத் திருந்தன. இதற்குக் காரணம் பாண்டியர் காலத்தில் குதிரை வளர்ப்பு முறை நன்கு அறியப்படா திருந்தது. குதிரைகளுக்கு வரண்ட பார்லி தருவதற்குப் பதிலாக வறுத்த பார்லியும் வெண்ணெய் கலந்த தானியமும் காய்ச்சிய பசும்பாலும் கொடுத்தனர் என வாஸப் கூறுகின்றார்[19].

ஆடை ஆபரணங்கள்

அக்காலத்தில் எளிமையான ஆடை உடுத்தப்பட்டது. செல்வந்தரும், எளியோரும் ஆடை விசயத்தில் அதிக அக்கறை காட்டிக் கொள்ளவில்லை. எல்லோரும் எளிமையாக இருந்தனர்.

பாண்டிய நாட்டில் எவருக்கும் ஒரு கோட்டை (coat) வெட்டவோ, தைக்கவோ தெரியவில்லை. அவர்கள் மானம் காக்கவே ஒரே ஒரு சிறு துணியினை இடுப்பில் அணிந்தனர். அரசன் முதல் ஆண்டி வரை இது போன்றே அணிந்தனர் என்று மார்க்கோபோலோ கூறுகின்றார்[20]. ஆனால் ஆபரணங்கள் அணிவதில் மன்னருக்கும் அவரது குடும்பத்தாருக்கும் தனித்துவம் இருந்தது. மன்னர் அணியும் அணிகலன்கள் ஒரு நகரத்தின் விலையை ஒத்திருந்ததாகச் சொல்லப்படுகிறது. தனது நாட்டு முத்துக்களிலேயே உயர்ந்த ரகமுத்துக்களை அணிந்ததோடு உயர்வகைக் கற்களாலும், நவரத்தினங்களாலுமான கழுத்தணி, தங்கத்தாலான கையணிகள் போன்றவற்றை அணிந்திருந்தார்[21]. மற்றவர்கள் அவ்வாறு அதிகமான ஆபரணங்கள் அணியவில்லை.

உணவும் உறக்கமும்

பாண்டியர் கால மக்கள் தங்கள் வீட்டைச் சுத்தமாக வைத்திருந்தனர். வீட்டைச் சாணமிட்டு மெழுகுவது அக்காலப் பழக்கமாக இருந்தது. அவர்கள் உயர்ந்தோராயினும் தாழ்ந்தவராயினும் தரையிலமர்ந்து பேசுவதும் உண்ணுவதுமாகிய பழக்கங்களைக் கொண்டிருந்தனர். இதற்கான காரணம் மண்ணிலிருந்து தோன்றியவர்கள் மண்ணிற்கே திரும்புகின்றோம். எனவே அதனை அவமதிக்கலாகாது[22]. காளைமாடுகளையும் பசுக்களையும் தெய்வமாக வணங்கிய அவர்கள் மாட்டிறைச்சியை உண்ண மறுத்தனர். ஆனால் "கோவி" இனத்தைச் சேர்ந்தவர்கள் மட்டும் இறந்துபோன மாடுகளின் இறைச்சியை உண்டனர். "கூழானாலும் குளித்துக் குடி" என்ற பழமொழிக்கேற்ப அவர்களுடைய உணவுப் பழக்கம் அமைந்திருந்தது. எக்காரணம் கொண்டும் அவர்கள் உணவை இடக்கையால் தொட்டதில்லை. இருமுறை குளித்தனர். நீர் குடிக்கும் பொழுது குவளையை உதட்டில் வைத்துக் குடிப்பதை அவர்கள் வெறுத்தனர். அவரவருக்குத் தனிக் குவளையிருந்தது. மது அருந்துவதைத் தீமையானது, குற்றமானது எனக் கருதினர். செல்வந்தர்கள் ஊஞ்சல் போன்று தொங்கவிடப்பட்ட கட்டிலிலும் மற்றவர்கள் தரையிலும் படுத்துத் தூங்கினர்.

பெண்களின் நிலை

பெண்கள் சமுதாயத்தில் உயர்ந்த நிலையில் வைக்கப்பட்டனர். இருப்பினும் அரசு அலுவல்களிலும் பொதுப் பணிகளிலும் அதிகப் பங்கெடுத்ததாகத் தெரியவில்லை. அவர்கள் கூலிவேலை, பாய்முடைதல், நெசவு நெய்தல், தயிர், வெண்ணெய் விற்றல், மீன் விற்றல், நாற்றுநடல் போன்ற பணிகளில் ஈடுபட்டனர். பெண்கல்வி போற்றப்பட்டது. அரசியாரும், மற்ற செல்வக்குடியில் பிறந்தோரும் கோயில்களுக்கு நிலதானம் செய்தனர். பெண்களுக்கு ஸ்ரீதனம் கொடுக்கும் பழக்கம்

இருந்தது. அவர்களது திருமணம் பெற்றோர் விருப்பப்படியே நடந்தது. பெண்வீட்டாரே திருமணச் செலவு செய்தனர். மார்கழித் திங்களில் கன்னிப்பெண்கள், நல்ல கணவனை அடைய நோன்பு இருந்தனர்[23]. இசையிலும் நடனத்திலும் அவர்கள் கொண்டிருந்த ஆர்வத்தை சித்தன்னவாசல் ஓவியங்கள் மூலம் அறியலாம்.

தேவரடியார் என்ற வகைப் பெண்கள் கோவில்களில் நடனமாடி வாழ்ந்தனர். இவர்களில் தாங்களே விரும்பி தெய்வத்திற்கு அடிமையான பெண்களும் இருந்தனர். மடங்களில் பொட்டுக் கட்டிவிடப்பட்ட பெண்களும் இருந்தனர் என மார்க்கோபோலோ கூறுகிறார்.

பாண்டியர் காலப் பெண்கள் தங்கள் கணவர்மார் இறந்ததும் உடன்கட்டை ஏறும் பழக்கம் கொண்டிருந்தனர்.[24] உடன்கட்டை ஏறும் பெண்களுக்குச் சமுதாயத்தில் நல்ல மதிப்பிருந்தது.

முத்துக்குளித்தல்

முத்துக்குளித்தல் பாண்டிய நாட்டில் ஒரு முக்கியமான தனிச் சிறப்பு வாய்ந்த பணியாகும். எடுக்கப்படும் முத்தில் பத்தில் ஒரு பகுதியை வரியாக அரசர் பெற்றார்[25]. முத்துக்குளிக்கும் போது தங்கள் உயிருக்கு ஆபத்தில்லாமல் காக்கின்ற மந்திரவாதிகளுக்கு இருபதில் ஒரு பங்கு அளித்தனர்[26]. மார்க்கோபோலோவின் கருத்துப்படி இவர்கள் (மந்திரவாதிகள்) பிராமணராயிருக்கலாம் எனத் தெரிகின்றது. முத்துக் குளிப்பவர்கள் இடைவெளி விட்டு விட்டுப் பகல் முழுவதும் அதில் ஈடுபடுவர். இரவில் கடலுக்குள் போகமாட்டார்கள். குறிப்பிட்ட அளவுக்கு மீறிய முத்துக்களை எந்தத் தனிமனிதனும் வைத்திருக்க அரசர் அனுமதிக்கவில்லை. முத்துக்குளித்தல் ஏப்ரல் மே மாதங்களில் நடைபெற்றது.

மற்றப் பழக்க வழக்கங்கள்

பதின்மூன்று வயதானதும் ஆண்மகன் பொருளீட்டும் பொருட்டு வெளியில் அனுப்பப்பட்டான். அவனே தனக்கு உணவு தேட வேண்டும். நாளெல்லாம் உழைத்தான். தாய்க்கும் உணவளித்தான். ஒரு நாளும் தந்தையின் உழைப்பில் வாழவில்லை என்றெல்லாம் மார்க்கோபோலோ சொல்வது சமுதாயத்தில் பொதுப்பழக்கம் அல்ல. கடன்காரர்கள் பணத்தைத் திருப்பிக் கொடுக்கவில்லை என்றால் அவனைச் சுற்றி ஒரு கோட்டைப் போட்டுப் பணத்தைக் கொடுத்து விட்டுப் போ என்று சொல்லும் பழக்கமிருந்தது. கடன்காரனும் இதனை மதித்துச் செயல்பட்டான் எனத் தெரிகிறது[27]. அக்கால மக்கள் வெற்றிலை போடும் பழக்கம் கொண்டிருந்தனர்.

இதுவரை கண்ட பாண்டியர் சமுதாய வாழ்க்கையிலிருந்து அக்கால மக்கள் நீதிதவறாது இருந்தனர் எனவும், சமயத்தில் ஆர்வம் கொண்டிருந்தனர் எனவும், கட்டுப்பாட்டுக்கு உட்பட்டு இருந்தனர் எனவும், குடிப்பழக்கத்தை வெறுத்தனர் எனவும் தெரிகின்றது.

அடிக்குறிப்புகள்

1. கே.வி. இராமன், முன்னது, ப. 205.
2. K.A.N. Sastri, *op. cit.*, P. 772.
3. வெ. வேதாச்சலம், தமிழ் இலக்கியங்கள், கல்வெட்டுக்கள் காட்டும் பாண்டி நாட்டுச் சமுதாயமும் பண்பாடும் (வெளியிடப்படாத முனைவர்பட்ட ஆய்வேடு, 1993) ப. 315.
4. மேலது.
5. Epigraphica Indica, Vol. 25, No. 11.
6. ARE 306 of 1958.
7. ARE 278 of 1914.
8. *பாண்டியர் செப்பேடுகள் பத்து*, சென்னை, 1967.
9. ARE 237 of 1940 - 41.
10. கே.வி. இராமன். முன்னது ப. 216.
11. மேலது ப. 193.
12. ARE 82 of 1907.
13. கே.வி. இராமன் முன்னது ப. 192.
14. ARE 1960-61 P. 23.
15. இரா. நாகசாமி, "*யாவரும் கேளிர்*" - பக் 190 -195.
16. கே.வி. இராமன், முன்னது. ப. 212.
17. ARE 161 of 1907.
18. K.A.N. Sastri, *The Pandyan Kingdom*, 1972, P. 169.
19. மேலது, ப. 170.
20. Milton Rugoff, *The Travels of Marcopolo*, 1961, P. 248.
21. மேலது.
22. மேலது, ப. 250.
23. கே.வி. இராமன், முன்னது, ப. 224.
24. மேலது.
25. K.A.N. Sastri, *The Pandyan Kingdom*, P. 171.
26. Milton Rugoff, *op. cit.*, P. 247.
27. மேலது, ப. 251.

6.3 பொருளாதார நிலை

சோழ நாடு அக்காலத்தில் எவ்வாறு வான் பொய்ப்பினும் தான் பொய்யாக் காவிரியால் வளம்பெற்றதோ அது போன்றே அக்காலப் பாண்டிய நாடு வைகையின் பெருக்காலும், தாமிரபரணியின் வளத்தாலும் செழிப்புடன் திகழ்ந்தது. அவர்களது காலம் நிலத்தையே நம்பியிருந்தது. இன்றைக்கு நிலத்தை நம்பி ஏமாறும் விவசாயப் பெருங்குடி மக்களின் நிலையிலிருந்து முற்றிலும் மாறுபட்டவர்களாகவே அக்காலத்துப் பாண்டிய நாட்டு மக்கள் வாழ்ந்தனர் என்பதில் எவ்வகையிலும் சந்தேகம் இல்லை. வைகையைத் தவிர்த்து, தாமிரபரணி, வைப்பாறு, வெள்ளாறு, குண்டாறு போன்றவை பாண்டிய நாட்டு மக்களுக்குப் பெரிதும் உதவின. அக்காலத்துத் தொழிலும் வாணிபமும் பெரும் பொருள் ஈட்டித் தந்தன.

நிலப்பிரிவினைகள்

பாண்டிய நாட்டில் நிலங்கள் பிரிக்கப்பட்டு அளக்கப்பட்டன. நிலங்கள் 1. வேளாண் வகை அல்லது வெள்ளான் வகை 2. மானிய நிலங்கள் 3. தான நிலங்கள் என்று பிரிக்கப்பட்டிருந்தன. விவசாயத்திற்காக நில உடைமையாளர்கள் பரம்பரை பரம்பரையாக வைத்துக் காக்கும் நிலங்கள் வேளாண் வகை நிலங்கள் எனப்பட்டன. இவ்வகை நிலச் சொந்தக்காரர்கள் நாட்டார் மூலம் தொடர்பு கொண்டு வரி செலுத்தினர்.

பிரம்மதேய நிலங்கள், தேவதான நிலங்கள், சாலபோகம் என்பவை தான நிலங்கள் ஆகும். நிலங்களே அன்றிக் கிராமங்கள் முழுவதும் கூட பிரம்மதேயங்களாகவும், தேவதானங்களாகவும் வழங்கப்பட்டன. உதாரணமாக வேள்விக்குடி என்ற கிராமத்தை பல்யாகசாலை முதுகுடுமிப் பெருவழுதி என்ற பாண்டிய மன்னன் ஒரு பிராமணக் குடியினர்க்கு வழங்கியதாகவும், களப்பிரரின் ஆட்சிக் காலத்தில் அது, நீக்கப்பட்டது என்றும், மீண்டும் அதே கிராமத்தை அந்தக் குறிப்பிட்ட குடும்பத்தாருக்கு திரும்பக் கொடுத்ததாகவும் பாண்டியன் பராந்தக நெடுஞ்சடையனின் வேள்விக்குடி செப்பேடுகள் கூறுகின்றன. சின்னமனூர் பெரிய செப்பேடு, இராஜசிம்மன் மந்திரி கௌரவ மங்கலம் என்ற கிராமத்தை பிரம்மதேயமாகக் கொடுத்தார் என்று பகர்கின்றது. நிலங்கள் வேளாண் மக்களிடமிருந்து விலைக்கு வாங்கப்பட்டும் தானமாகக் கொடுக்கப்பட்டன.[1] கிராமப்புறத்தில்

தொழிலாளர்களின் உழைப்புக்கு நிலங்கள் மானியமாகக் கொடுக்கப் பட்டன. இவையே மானிய, சாலபோக நிலங்கள் ஆகும். நிலங்களின் எல்லையைக் குறிக்க எல்லைக் கற்கள் நடப்பட்டன. பொதுவாகக் கோயில்களுக்கு விடப்பட்ட தேவதான நிலங்களின் எல்லைக் கற்கள் அந்தந்தக் கோயிலில் வீற்றிருக்கும் மூலக் கடவுளின் சமயப் பிரிவுடன் அமைக்கப்பட்டன. உதாரணமாக மகாவிஷ்ணுவின் கோவில் நிலங்களின் எல்லைக் கற்கள் திருவாழிக்கற்கள் எனவும், சிவபெருமானின் கோவில் நில எல்லைக் கற்கள், திரிசூலக்கற்கள் எனவும் அமைக்கப் பட்டன.

சமணர் கோயில் நில எல்லைக் கற்களில் முக்குடை பொறிக்கப் பட்டது. சமண, பௌத்த கோயில்களுக்கு அளிக்கப்பட்டவை பள்ளிச்சந்தம் என்றும், திருக்கோயில்களுக்கு அளிக்கப்பட்டவை திருவிடையாட்டம் என்றும் அழைக்கப்பட்டன.

நீர்ப்பாசனம்

"நீரின்றி அமையாது உலகு" என்பது பழந்தமிழ்ப் புலவர்தம் வாக்காகும். நீர் வேளாண்மைத் தொழிலுக்கு மிகவும் அவசியமான ஒன்றாகும். முந்தைய அரசர்கள் யாவரும் மக்களின் வாழ்க்கைக் காகவும், அரசனின் செல்வச் செழிப்புக்காகவும் நீர்ப்பாசன வசதிகளைச் செய்தனர். அது போன்றே நீர்வளத்தைப் பெருக்குவதில் பாண்டியர்களும் தனிக்கவனம் செலுத்தினர். ஏரிகள், குளங்கள், கால்வாய்கள் ஆகியவற்றைக் கண்காணிப்பதற்கும், செப்பனிடவும், நீரை விவசாயத்திற்குச் சீராகப் பயன்படுத்த ஏற்பாடு செய்யவும் தேவையான அலுவலர்கள் நியமிக்கப்பட்டனர். இந்த அலுவலர்களுக்கு இறையிலி நிலங்களும் வாய்க்கால் பட்டம், பாசிப்பட்டம் போன்ற வரிகள் வசூல் செய்யும் உரிமையும் வழங்கப்பட்டன. முதலாம் சடையவர்மன் சுந்தர பாண்டியன் காலத்தில் கொள்ளிடத்தில் வெள்ளத் தடுப்புக்காகக் கரைகளை உயர்த்தி வலுப்படுத்த, அருகில் வாழ்ந்த மக்களிடம் தனிவரி வசூலிக்கப்பட்டது.

பாண்டியர் காலத்தில் நீர்ப்பாசன வசதிக்காகப் பல கால்வாய்கள், ஏரிகள் வெட்டப்பட்டன. அவற்றில் குருவித்துறைப் பகுதியில் பராக்கிரமன் பேராறு, பராக்கிரம அணை ஆகியன அமைந்திருந்தன. ஸ்ரீவல்லபன் பேராறு, வாசுதேவப் பேராறு, தியாகன் சிறியப் பேராறு, கிழவன் ஏரி, திருமால் ஏரி, மாறன் ஏரி, புள்ளனேரி, கலியனேரி போன்றவை கல்வெட்டுக்களில் குறிப்பிடப்படுகின்றன. குளங்களும், ஏரிகளும் அவ்வப்போது பழுதுபார்க்கப்பட்டன. இப்பராமரிப்புப் பணியை ஊர்ச்சபைகள் கவனித்தன. தோட்டங்களில் கிணறுகளும்

ஓடைகளும் வெட்டப்பட்ட செய்தி தளவாய்புரச் செப்பேட்டில் உள்ளது.

அரசு வருவாய்

நிலவரி மூலம் கிடைத்த வருவாயே முக்கியமானதாகத் திகழ்ந்தது. நிலவரியானது, கடமை, அக்குவரி, விநியோகம், படிக்காவல், பொன்வரி, காணிக்கடன் எனப் பலவகைப்படுத்தப்பட்டிருந்தது. நிலங்கள் அளக்கப்பட்டு ஒவ்வொரு வகை விளைச்சலுக்கும் தகுந்தாற்போல் வரி விதிக்கப்பட்டது. நிலத்தின் தன்மை, நீர்ப்பாசன வசதி ஆகியவற்றின் அடிப்படையிலேயே நிலம் தரவாரியாகப் பிரிக்கப்பட்டது. இவ்வாறு வரிவிதிக்கும் சமயம் சில வரிவிலக்குகளும் இருந்தன.[2] சில சமயங்களில் வரி அதிகமாக வசூலிக்கப்பட்டது. மக்கள் துன்பமடைந்தனர். மக்கள் துன்பத்தைத் துடைக்க மன்னர்கள், முக்கிய விழாக் காலங்களின்போது வரிகளைக் குறைத்தனர் என்று தெரிகின்றது. நிலவரியைப் பணமாகவும், பொருளாகவும் நெல்லாகவும், செலுத்த மக்கள் அனுமதிக்கப்பட்டனர். நிலம் வாங்கிய மற்றும் விற்ற செய்திகளைப் பட்டயங்களில் எழுதிப் பாதுகாப்பாக வைத்திருந்தனர். நிலங்களைப் பதிவு செய்யவும் பதிவு அலுவலகம் இருந்தது. அது ஆணைக்களரி என அழைக்கப்பட்டது. வரி கட்டாதவர்கள் நிலங்கள் விற்கப்பட்டு சொத்துக்கள் கோவிலுக்குச் சேர்க்கப்பட்டன.

நிலவரியைத் தவிர, பலவகைத் தொழில் வரிகளும், வாணிப வரிகளும், சுங்க வரிகளும் வசூலிக்கப்பட்டன. நெசவாளரிடமிருந்து தறி, இறை, பஞ்சுபீலி போன்ற வரிகள் வசூலிக்கப்பட்டன.

தொழில்கள்

மக்கள் பெரும்பாலும் குடியின் அடிப்படையில் தொழில்கள் செய்து வரலாயினர். உழவுத் தொழில் மிக உன்னதமான, நிகரற்ற தொழிலாக இருந்தது என்பதில் எவ்வகை ஐயமும் இல்லை. இது தவிர, முத்துக்குளித்தல், சங்கறுத்தல், உப்புத் தயாரித்தல், மீன் பிடித்தல் போன்ற தொழில்கள் கடற்கரைப் பகுதிகளிலும் நெசவுத் தொழில், தங்கநகை செய்தல், பாய் முடைதல், மட்பாண்டம் செய்தல், தச்சுத் தொழில் போன்றவை உள்நாட்டுப் பகுதிகளிலும் சிறந்த தொழில்களாக நடைபெற்று வந்தன.

கடற்கரையோரத் தொழில்களில் குறிப்பிடத்தக்கது முத்துக் குளித்தல் ஆகும். இதனால் பாண்டிய நாட்டின் செல்வமும் செல்வாக்கும் வளர்ந்தது. சங்கறுத்தல் தொழில் அடுத்து முக்கியமான தாகும். கொற்கையில் சங்குவளையல்கள் அகழ்ந்து எடுக்கப்பட்டுள்ளது இதற்கு முக்கிய சான்றாகும். மீன்பிடித்தலில் ஈடுபட்ட பரதவர்கள்

செல்வம் சேர்த்துச் செல்வாக்குடன் திகழ்ந்தனர். தங்க வேலை செய்யும் பொற்கொல்லர்களும் தச்சர்களும் அரண்மனைகளில் தொடர்ந்து தங்கிப் பணியாற்றிப் பெரும் செல்வம் ஈட்டினர்.

முத்துக் குளித்தோரிடமிருந்து "சலாபத்தேவை"[3] என்ற வரி வசூலிக்கப்பட்டது. முத்துக்குளித்தலில் பெரும் பங்கு அரசின் வருவாயாயிருந்தது. இதனால் பாண்டிய நாட்டின் மீது சோழரும் பிறரும் படையெடுத்தனர். அரசு வரி தவிர ஊர்ச்சபையும் பல பொதுக்காரியங்களுக்காக வரி வசூலித்தது. ஊரில் உள்ள வாய்க்கால், ஏரி, மடை ஆகியவற்றைச் செப்பனிட சிலவகை வரிகள் வசூலிக்கப் பட்டன. "துலாபாரவரி" வசூலிக்கப்பட்டது. இங்கு வரி வசூலில் ஒரு குறிப்பிட்ட வரைமுறை கடைப்பிடிக்கப்பட்டதாகத் தெரியவில்லை. சோழ அரசுடன் ஒப்பிடும்போது அங்கு நிலவிய மத்திய அரசின் வலிமையும் செல்வாக்கும் பாண்டிய அரசுக்கு இல்லை என்றே தோன்றுகின்றது[4]. பாண்டிய நாட்டு அரசாங்கக் கருவூலத்தில் பணத்தைவிட பொன் ஆபரணங்களும், விலைமதிப்பற்ற நவமணிகளும் நிறைந்திருந்ததாகக் கூறப்படுகின்றது.

நாணயங்கள்

பாண்டியர்கள் காலத்தில் காசு, பொன், காணம், பழங்காசு, ஈழக்காசு, அக்கம், திரமம், பணம், சோழியக்காசு, நற்புது காசு, புதுக்குளிகைப் பணம் போன்ற நாணயங்கள் புழக்கத்தில் இருந்தன. ஒரு காசு என்பது ஒரு கழஞ்சு அல்லது 10 பொன்னுக்குச் சமமாயிருந்தது. இதைவிட அதிக மதிப்புள்ளது பழங்காசு எனப்பட்டது. பொன் என்பது சிறு நாணயமாகும். ஒரு காணம் என்பது ஒரு பழங்காசுக்குச் சமமான அளவாகும். ஒரு பணம் என்பது 100 சோழியக்காசு ஆகும். சோழியக்காசு என்பதே மிக மிகச் சிறிய அளவுக் காசாகும். ஈழக்காசு என்பதும் வழக்கத்தில் இருந்தது. இது அரைக் கழஞ்சு பொன் மதிப்புடையதாகும். கொற்கையில் நாணயச்சாலை ஒன்று இருந்தது. பொதுவாகப் பல வகை நாணயங்களைக் குறிக்கும் பொதுச் சொல் அக்கம் என்பதாகும். முதலாம் மாறவர்மன் சுந்தர பாண்டியன் காசுகளில் "சோணாடு கொண்டான்" என்று பொறிக்கப்பட்டுள்ளது. முதலாம் சடையவர்மன் சுந்தர பாண்டியன் காசுகளில் "கச்சி வழங்கும் பெருமாள்", எல்லாம் "தலையானான்" என்று எழுதப்பட்டுள்ளது.

வாணிபம்

பாண்டிய நாட்டில் வாணிபம் சிறப்பாக நடைபெற்றது. அவர்கள் வெளிநாட்டுடனும் வாணிபத் தொடர்பு கொண்டிருந்தனர் என்பது

குறிப்பிடத்தக்கதாகும். பல நாடுகளைச் சேர்ந்த திசைகளிலிருந்து ஐந்நூற்றுவர், பதினெண் விசயத்தார், வளஞ்சியர், நானா தேசிகள், நகரத்தார் எனப் போற்றப்படும் செட்டியார்கள், அஞ்சுவண்ணத்தார் (முகமதியர்) மணிக்கிராமத்தார் போன்றவர்கள் பாண்டிய நாட்டு வணிகர்களில் குறிப்பிடத்தக்கவர்கள் ஆவர். இவர்கள், மலேயா, சுமத்திரா, ஜாவா, இலங்கை முதலிய நாடுகளுக்கும் பிற நாடுகளுக்கும் சென்று வாணிபம் செய்து பெரும் பொருளீட்டினர்.

பாண்டிய நாட்டு வணிகர்களில் குறிப்பிடத்தக்க நகரத்தார்கள் தாம் ஈட்டிய பொருளில் ஒரு பகுதியைக் கோவில் திருப்பணிக்காகச் செலவிட்டனர் என்பது போற்றத் தகுந்ததாகும். பல நகரங்களில் முக்கிய தெருக்கள் வணிகர்களின் பெயரால் அழைக்கப்பட்டன.

பாண்டியர் துறைமுகங்களில் குறிப்பிடத்தக்கவை கொற்கை, காயல் துறைமுகங்களாகும். காயல்பட்டினத்தில் நடைபெற்று வந்த வெளிநாட்டு வாணிபம் பற்றி மார்க்கோபோலோவும் வாசப்பும் வியந்து போற்றியுள்ளனர்.

இவ்வாறு பாண்டிய நாட்டில் விவசாயம், தொழில்கள், வாணிபம் போன்றவை ஓங்கி வளர்ந்து அந்நாட்டின் செல்வத்தைப் பெருக்கின.

அடிக்குறிப்புகள்

1. A.J. Thinakaran, *The Second Pandyan Empire*, 1987, P. 176.
2. கோயில், குளம், ஊருணி, நந்தவனம், ஓடை, சுடுகாடு போகும் வழிகள் ஊர்ப்பொது நிலம் ஆகியவற்றிற்கு வரி விலக்களிக்கப்பட்டிருந்ததெனத் தெரிகின்றது. கே.வி. இராமன், முன்னது, ப. 179.
3. ARE 432 of 1929 - 30.
4. கே.வி. இராமன், முன்னது, பக். 182-3.

6.4 சமய வாழ்வு

சங்க காலம் சமயப் பூசல் இல்லாத அமைதியான காலமாயிருந்தது. அதற்குப்பின் வந்த களப்பிரர் காலம் சமயப்பூசலின் தொடக்க காலமாயிருந்தது. இந்துக்கள் துன்புற்றனர்; சமண, பௌத்த சமயத்தவர்கள் தங்கள் செல்வாக்கைப் பெருக்கினர். களப்பிரரை அடுத்து வந்த இடைக்காலப் பாண்டியர்கள் காலத்தில் சமயப் பூசல் வலுப்பெற்றது. இவர்களது சமகாலத் தொண்டை மண்டல நாயகர்களாம் பல்லவ மன்னர்களின் ஆட்சியிலும் சமயப் பூசல் மலிந்திருந்தது. சைவரும் வைணவரும், பௌத்தரையும் சமணரையும் விரட்டுவதில் பெரும் முயற்சி எடுத்துக் கொண்டனர். பாண்டியர்கள் வைதீக சமயத்தவரைப் போற்றினர். இதற்கு உதாரணமாக அமைவது வேள்விக்குடி கிராமத்தைப் பிராமணர்க்கு வழங்கியது ஆகும்.

வட இந்தியாவில் எவ்வாறு குப்தப் பேரரசர்கள் வைதீக மறுமலர்ச்சிக்கு வித்திட்டார்களோ அது போன்று தமிழகத்தில் பல்லவர், பாண்டியர், சோழர்கள், சைவ, வைணவ சமயத்தைக் காக்கத் துணை புரிந்தனர் என்பதில் ஐயமில்லை. பாண்டியர்கள், அசுவமேத யாகம், வாஜபேயயாகம், ஹிரண்யகர்ப்பதானம், துலாபாரதானம் போன்ற வற்றைச் செய்து அக்கிரஹாரங்கள் உண்டாக்கி வைதீக சமயம் வளரப் பாடுபட்டனர் என்பது பாண்டியர் செப்பேடுகள், கல்வெட்டுக்கள் மூலம் அறியப்படுகிறது.

சைவ சமய வளர்ச்சி

பாண்டிய நாட்டில் சைவ சமயம் வளர்ந்ததற்கு மன்னரும் மக்களும் செய்த தொண்டு குறிப்பிடத்தக்கதாகும். பாண்டிய மன்னன் அரிகேசரி என்ற நின்றசீர் நெடுமாறன் என்பார் சமண சமயத்தைத் தழுவியிருந்த காலம் அது. அவரது மனைவியாரும் அமைச்சர் குலச்சிறையாரும் சைவ சமய வளர்ச்சிக்குப் பாடுபட்டனர். இக்காலத்தில் தோன்றிய சைவ சமயக் குரவர் திருஞான சம்பந்தர் சைவ சமயம் வளர பெருந்தொண்டாற்றினார். இப்பெரியாரை மதுரைக்கு எழுந்தருளுமாறு பாண்டியன் தேவி மங்கையர்க்கரசியார் வேண்டினார். திருஞான சம்பந்தரும் மதுரை வந்தருளினார். பாண்டியன் முன்னிலையில் சமணர்க்கும் அவருக்கும் அனல் வாதம், புனல் வாதம் நடந்தது. திருஞான சம்பந்தர் வெற்றி கண்டார். பாண்டிய மன்னன் சைவமதம் சேர்ந்தார். எனினும் கே.கே. பிள்ளை “அக்கால சம்பந்தர்

செய்துள்ள புதுமைகளை இக்கால விஞ்ஞானிகள் ஏற்றுக் கொள்ளார். அவை எல்லாம் உயர்வு நவிற்சி எனவும் மிகைபடக் கூறல் எனவும் மாறுபடக் கருதுவர்" என்கின்றார். இவ்வளவு சக்தி படைத்த ஞான சம்பந்தர் 8000 சமணர்களைக் கழுவிலேற்றச் சம்மதித்தார் என்பது நம்ப முடியாத கொடுமையாகவே உள்ளது. இதற்குச் சமகாலச் சான்று எதுவும் இல்லை.

பாண்டியனை சைவனாக மாற்றியது போன்றே முதலாம் மகேந்திர பல்லவனை அப்பர் சுவாமிகள் சைவ சமயத்திற்கு மாற்றினார். பாண்டிய நாட்டில் திரு ஆலவாய், திருப்புத்தூர், இராமேஸ்வரம், திருப்பூவனம் ஆகிய தலங்கள் பற்றி அப்பர் பாடியுள்ளார். திரு ஆலவாய், திரு ஆப்பனூர் (திருவாப்புடையார் கோயில், மதுரை) திருப்பரங்குன்றம், திருவேடகம், திருக்கொடுங்குன்றம் ஆகியவற்றைப் பற்றி சம்பந்தர் பாடியுள்ளார்.

சைவ சமயக் குரவர்களில் சிறந்த நால்வரில் அடுத்தவர் சுந்தரமூர்த்தி நாயனார் ஆவார். தென்னாற்காடு மாவட்டம் திருநாவலூரில் பிறந்த இவரது சைவத் தொண்டு சிறப்பானதாகும். அவர்தம் இனிய நண்பர் சேரமான் பெருமாள் நாயனாருடன் மதுரைக்கு வந்து திருப்பரங்குன்றம், திருவேடகம் போன்ற திருக்கோவில்களில் வழிபட்டார். பாண்டிய மன்னரும் உடன் சென்றார். திருப்பரங்குன்றம், திருப்புனவாயில், திருச்சுழி, திருக்கானப்பேர், திருப்பூவனம் ஆகிய கோயில்கள் மீது பாடியுள்ளார். இராமேஸ்வரத்திருப்பதிகம் இவர் பாடியதாகச் சேக்கிழார் கூறியிருப்பினும் அவை நமக்குக் கிடைக்கவில்லை.

மேற்கூறிய மூவருக்கும் காலத்தால் பிந்திய மாணிக்கவாசகர் இரண்டாம் வரகுண பாண்டியனின் அமைச்சராயிருந்தார். இவரது திருவாசகம் இனிமையானது. இராமலிங்க அடிகளார் திருவாசகத்தின் சிறப்பினைப் பற்றிப் பாடியுள்ளார். பக்திச் சுவை சொட்டும் திருச்சிற்றம்பலக் கோவையும் இவரது படைப்பே ஆகும். இவர் சிதம்பரத்தில் பௌத்தர்களை வாதத்தில் வென்றார். இவர் திருக்கானப்பேர், திருப்பூவனம், திருக்குற்றாலம், திருப்புத்தூர், திருநெல்வேலி, திருப்புனவாயில், திருவிராமேச்சுரம், திருவாடானை ஆகிய தலங்கள் மீது பாடியுள்ளார்.

பாண்டிய மன்னர்களும் சைவக் கோவில்களின் வளர்ச்சிக்குப் பெருந்தொண்டு புரிந்துள்ள்னர். பல நிவந்தங்கள் வழங்கினர். திருவிழாக்கள் நடத்தினர். பாண்டியன் வரகுணன் திருச்செந்தூர் செந்தில் ஆண்டவன் கோயில் வழிபாட்டு நிவந்தமாக 1400 பொற்பாட்டுக்கு 290 பொற்காசுகள் அளித்தார்[1]. இவரே,

அம்பாசமுத்திரம் கோயில் வழிபாட்டுக்கு 290 பொற்காசுகள் வழங்கினார்.[2] பாண்டிய மன்னன் வீரபாண்டியனின் மனைவி வட ஆற்காடு மாவட்டம் திருவொற்றியூர் சிவன் கோவிலுக்கு விலை மதிப்பில்லாப் பொன் அணிகலன்களை வழங்கினாள். முதலாம் சடையவர்மன் சுந்தர பாண்டியன் சிதம்பரம் கோயிலில் பொன் வேய்ந்தார். இவர் மதுரைக் கோயிலில் கீழைக் கோபுரத்தையும் அமைத்தார். குலசேகர பாண்டியன் (1168-1175) இக்கோயிலில் சாமி சன்னதி, அர்த்த மண்டபம் கட்டினார்[3]. மேலைக் கோபுரம் (1315-1345) பராக்கிரம பாண்டியரால் கட்டப்பட்டது.

கோயில்களில் விழாக்காலங்களில் நடனங்கள் நடத்தப்பட்டன. நாள்தோறும் இசைமழை பொழியும் பக்திப் பாடல்கள் பாடப் பட்டன. இவற்றிற்கான செலவுகளைச் சமாளிக்க நிவந்தங்கள் வழங்கப்பட்டன. பொதுவாக நாள்தோறும் அதிகாலையிலும் இரவிலும் தேவாரப் பாடல்கள் பாடப்பட்டன. மார்கழி மாதத்தில் அதிகாலையில் திருவெம்பாவை, திருப்பள்ளியெழுச்சி பாடப்பட்டன. நாயன்மார்களின் உருவச் சிலைகள் கோவில்களில் வைக்கப்பட்டன. ஒவ்வொரு நாயன்மார் பிறந்தநாள் நட்சத்திரத்திலும் விழா கொண்டாடப்பட்டது. மன்னர்கள் பிறந்த நாட்களிலும் திருவிழாக்கள் நடத்தப்பட்டன.

பாண்டியர் காலத்தில் சைவ சமயத்தின் பல பிரிவுகளும் இயங்கின. பாண்டியர் காலத்தில் சைவ மடங்கள் பல கட்டப்பட்டன. அவை மதுரைமடம், பிட்சாமடம், திருவாரூர்மடம், திருவாரூர் தட்சிண கோளகி மடம், காசி மடம் போன்றவையாகும். திருச்சுழியில் காளாமுகப் பிரிவினருக்கென ஒரு மடம் இருந்தது[4]. பத்தாம் நூற்றாண்டுக்குப்பின் சைவசித்தாந்தம் என்ற புதியதோர் சித்தாந்தக் கருத்து வளர்ந்தது. நம்பியாண்டார் நம்பி, திருமந்திரத்தை எழுதிய திருமூலர், மெய்கண்டத் தேவர் போன்றோர் இதற்கு வித்திட்டனர். பாண்டிய நாட்டில் "திருஞானம்" என்ற சைவ சித்தாந்த நூல் தினமும் வாசிக்கப்படுவதற்குக் கட்டளையிடப்பட்டது. இதன் கல்வெட்டு நெல்லையப்பர் கோயிலில் உள்ளது[5].

வைணவ சமய வளர்ச்சி

ஆழ்வார்கள் காலத்தில் வைணவ சமயம் சிறப்பாக வளர்ந்தது. ஆழ்வார்கள் பன்னிருவர் ஆவர். இவர்களின் தெய்வீகப் பாடல்களின் தொகுப்பு நாலாயிர திவ்வியப்பிரபந்தம் ஆகும். பாண்டிய நாட்டு ஆழ்வார்கள், நம்மாழ்வார், மதுரகவி யாழ்வார், பெரியாழ்வார், ஆண்டாள் ஆகிய நால்வர் ஆவர். இவர்தம் தொண்டால் வைணவம் வளர்ந்தது.

நம்மாழ்வார்

சடகோபன் என்றழைக்கப்படும் நம்மாழ்வார் திருநெல்வேலி மாவட்டம் ஆழ்வார்திருநகரியில் (பழைய குருகூர்) வேளாளர் குலத்தில் பிறந்தார். இவரது பிறபெயர்கள் மாறன், காரி, பராங்குசன் என்பதாகும். தமது 35 - வது வயதில் உலக வாழ்வைவிட்டு ஞான வாழ்வைத் தொடர்ந்தார். அப்போது அவர் பாடிய பாடல்கள் "திருவாய் மொழி" என்ற படைப்பாகும். இவரது "திருவாய் மொழி" வேதத்திற்கு இணையாகக் கருதப்படுகிறது. இவர் பாண்டியன் பராந்தக நெடுஞ் சடையனின் சமகாலத்தவராவார். இவரது மற்றப் படைப்புகள், திருவிருத்தம், திருவாசிரியம், பெரிய திருவந்தாதி போன்றவையாகும். இவரது பாடல்களில் மிக ஆழ்ந்த இறையனு பவத்தையும், மிக உயர்ந்த தத்துவஞானத்தையும் காணலாம். இராமானுஜ சித்தாந்தத்திற்கு அடிப்படையாய் அமைந்தது இவரது திருவாய் மொழியேயாகும். வேதாந்த தேசிகர் திருவாய் மொழிக்கு "திராவிடோபநிஷத்சாரம்" எனப் பெயரிட்டார்[6].

மதுரகவியாழ்வார்

இவர் நம்மாழ்வாரின் சீடராவார். திருநெல்வேலி மாவட்டம் திருக்கோளூரில் பிறந்த மதுரகவியாழ்வார் பாண்டியன் பராந்தக நெடுஞ்சடையனின் அமைச்சராகப் பணியாற்றியவராவார். இவர் நம்மாழ்வாரின் பாடல்களைப் பாடியும், அவரை வணங்கியும் வந்தார். நம்மாழ்வாரைப் பற்றி ஏழு பதிகங்களைப் பாடினார். ஆண்டவனின் அருட்செல்வர்களைப் பாடியும் வணங்கியும் முக்தியடைய முடியும் என உலகிற்கு உணர்த்தினார்.

பெரியாழ்வார்

ஸ்ரீவில்லிப்புத்தூரில் தோன்றிய பெரியாழ்வார் ஸ்ரீவல்லப பாண்டியனின் காலத்தவராவார். இவர் மன்னனின் வேண்டு கோள்படி மதுரை சென்று திருமாலின் பெருமைகளைப் பரப்பினார். வாதத் திறமையால் பலரை வென்றார். "பாண்டியன் கொண்டாடப்பட்டர் பிரான்" என்ற பெயரும் இவருக்கு வழங்கிற்று[7]. இவர் இறைவனுக்குத் திருப்பல்லாண்டு பாடினார். இவரது முக்கிய படைப்பு நாலாயிர திவ்வியப் பிரபந்தத்தின் ஒரு பகுதியான பெரியாழ்வார் திருமொழி யாகும்.

ஆண்டாள்

பெரியாழ்வாரின் வளர்ப்பு மகளே ஆண்டாள் ஆவார். இவர் திருமால் மீது காதல் கொண்டு அவரைத் திருமணம் செய்து கொண்டார். சிறுவயதில் திருமாலுக்குக் கட்டிய மாலையைத் தன்

கழுத்தில் போட்டு அழகு பார்த்துவிட்டுப் பின் ஆண்டவனுக்கு அனுப்புவார். இவர் பாடிய திருப்பாவை மார்கழி மாதந் தோறும் தினமும் அதிகாலையில் பெண்களால் பெரிதும் போற்றிப் பாடப் படுகின்றது. இவர் தனது நாச்சியார் திருமொழியில் 143 பாடல்களிலும் திருமால் மீது தான் கொண்ட காதல் பற்றிக் கூறுகின்றார். இப்பாடல்கள் வைணவர்களின் திருமண விழாக்களில் நினைவூட்டப் படுகின்றன. பங்குனி மாதம் உத்திரநட்சத்திரத்தன்று ஆண்டாளுக்கும், பெருமாளுக்கும் திருமண உற்சவம் அனைத்து வைணவத் தலங்களிலும் நடத்தப்பெறுகிறது.

பிற வைணவர்கள்

மேற்கூறிய நான்கு ஆழ்வார்கள் தவிர பிற ஆழ்வார்களும் பாண்டிய நாட்டில் உள்ள முக்கியமான பதினேழு வைணவத் திருக்கோவில்களுக்கு வந்து வணங்கிச் சிறப்பித்துள்ளனர். ஆழ்வார் களைப் போன்றே திருக்கோட்டியூர் நம்பி, திருவாய் மொழிப் பிள்ளை போன்ற ஆச்சாரியார்களும் வைணவ சமயத்தினைப் பரப்பினர். திருநகரியில் பிறந்த திருவாய் மொழிப்பிள்ளை திருக்குருகூரில் இராமானுஜருக்குக் கோவில் கட்டினார். மணவாள மாமுனிகள் உபதேச ரத்ன மாலை எழுதினார். அவரது திருவாய் மொழி நூற்றந்தாதி சிறப்பு வாய்ந்ததாகும். பாண்டிய நாட்டில் பல வைணவ மடங்கள் கட்டப்பட்டன. அவற்றில் குறிப்பிடத்தக்கவை அழகர் கோவில் திருநாடுடையார் வைணவ மடமும், ஆழ்வார் திருநகரி அருளாலதாசன் மடமும், வானமாமலை மடமும் ஆகும்.

சைவக் கோயில்களுக்கு நிவந்தங்கள் அளித்தது போன்றே பாண்டியர்கள் வைணவக் கோயில்களுக்கு நிவந்தங்கள் வழங்கினர். மாறவர்மன் விக்கிரம பாண்டியன், சடையவர்மன் குலசேகரனின் பிறந்த நாளில் குலசேகரன் சந்தியை நடத்த, ஸ்ரீவரமங்கை கோவிலுக்கு நிவந்தங்கள் வழங்கினார்.

வைணவ மடங்களில் குறிப்பிடத்தக்கவை இரண்டாகும். அவை வானமாமலைமடம், அகோபிலமடம் என்பதாகும். இதன் தலைவர்கள் ஜீயர்கள் எனப்பட்டனர். அழகர்கோவிலில் "திருநாடுடையார் மடம்" முன்பு இருந்தது[8]. திருக்குறுங்குடியில் திரிதண்டி துறவிகள் வாழ்ந்த மடம் ஒன்றும் இருந்தது.[9]

சமண பௌத்த சமயங்கள்

சமணசமயம்

பாண்டிய நாட்டில் சங்ககாலத்திலிருந்தே சமணர்கள் வாழ்ந்துள்ளனர். மதுரையைச் சுற்றியிருந்த ஆனைமலை, பரங்குன்றம்,

ஒருவகம், பப்பாரம், பள்ளி, பேராந்தை இருங்குன்றம், அருங்குன்றம் போன்ற எட்டுமலைகளில் சமணசமயத்தவர்கள் இடைக்காலத்தில் செல்வாக்குடன் இருந்துள்ளனர். மதுரைக்கு கி.பி. ஏழாம் நூற்றாண்டில் வந்த திருஞானசம்பந்தர் தம் பதிகத்தில் அவர்களது செல்வாக்குக் குறித்து எடுத்தியம்புகின்றார். அவரது வருகையின் போது சைவர்க்கும் சமணர்க்கும் இடையே சமயப் பூசலும் வாதங்களும் நடைபெற்றன. பாண்டியன் நெடுமாறனின் மனைவி மங்கையர்க்கரசியாரும் அமைச்சர் குலச்சிறையாரும் சைவர்களுக்கு ஆதரவு அளித்தனர். சைவர்கள் இக்காலத்தில் பெற்ற வெற்றியினால் சமணர்களின் செல்வாக்கு மதுரைப் பகுதிகளில் குறைந்தது. ஆனால் முற்றிலுமாக அழிந்துவிடவில்லை. கி.பி. எட்டாம் நூற்றாண்டிலிருந்து சைவத்தினைப் போன்று பல சமயவுத்திகளைக் கையாண்டு மீண்டும் தலைதூக்கி மறுமலர்ச்சி அடைந்தது. கி.பி. 8 - ஆம் நூற்றாண்டிலிருந்து 14 - ஆம் நூற்றாண்டு வரை சிறப்புடன் விளங்கியது.

முற்காலப் பாண்டியர், பிற்காலப் பாண்டியர், சோழர் காலங்களைச் சார்ந்த பல சமணதீர்த்தங்கரர் கோயில்கள் பாண்டிய நாட்டில் இருந்துள்ளன. சுத்தமல்லி, புலியூரான், கோவிலாங்குளம், பந்தல்குடி, நத்தம்பட்டி, பாலவநத்தம், கொற்கை, ஆழ்வார் திருநகரி, இளவேலங்கால், ஏழாயிரம் பண்ணை போன்ற பல இடங்களில் சமணத்திருவுருவங்கள் கிடைத்துள்ளன. ஆனைமலை, கீழவளவு, அழகர்கோவில், உத்தமபாளையம், சமணமலை, அரிட்டாபட்டி, குப்பல் நத்தம், கழுகுமலை, பகவதிமலை முதலிய பல்வேறு மலைகளில் பாண்டியர் காலத்தில் சமணத் தீர்த்தங்கரர்களின் புடைப்புச் சிற்பங்கள் செய்விக்கப்பட்டுள்ளன. கழுகுமலை போன்ற இடங்களில் நூற்றுக் கணக்கான சமணத்திருவுருவங்கள் பாறையில் செய்விக்கப்பட்டன. இவற்றில் பாகுபலி, பார்சுவநாதர், நேமிநாதர், மகாவீரர், இயக்கி அம்பிகா போன்ற பல சமணத் திருவுருவங்கள் காணப்படுகின்றன. இவை சமண சமய சிற்பக்கலைக்குச் சான்றாய் விளங்குகின்றன. உயர்கலைச் சிறப்புடையனவாகத் திகழ்கின்றன.

குறண்டியில் இருந்த "திருக்காட்டாம்பள்ளி" பாண்டிய நாட்டின் தலைசிறந்த பள்ளியாக விளங்கியது. இங்கிருந்து பல சமண சமயக் குறவர்கள் தோன்றி தமிழ்நாடெங்கும் சென்று சமயத்தை வளர்த்துள்ளனர். கழுகுமலையிலும் சமணமலையிலும் சமணசமயக் கல்லூரிகள் இருந்தன. அங்குப் பல ஆசிரியர்களும் மாணவர்களும் வாழ்ந்துள்ளதை வட்டெழுத்துக் கல்வெட்டுக்கள் தெரிவிக்கின்றன. பாண்டிய நாட்டில் கி.பி. 9-10 ஆம் நூற்றாண்டில் வாழ்ந்த அச்சணந்தி என்ற சமணமுனிவர் பல இடங்களில் தீர்த்தங்கரர் உருவங்களைச் செய்வித்து சமணசமய வளர்ச்சிக்குப் பெருந்துணை புரிந்தனர்.

முதல்குலோத்துங்கன் காலத்தில் கோவிலாங்குளத்தில் எடுக்கப்பட்ட முக்குடையோர் கோயிலில் தண்ணீர்ப்பந்தல் வைத்து சமணர்கள் அறப்பணிகள் செய்துள்ளனர். இதேபோன்று முற்காலப் பாண்டியர்காலத்தில் தளபதி சமுத்திரம் பகுதியிலும் தண்ணீர்ப் பந்தல் ஒன்றைச் சமணர்கள் தோற்றுவித்துள்ளனர். வடுகபட்டி போன்ற இடங்களில் அறச்சாலையையும் ஏற்படுத்தி சமுதாயத்திற்கு நற்பணி செய்தனர். மதுரையிலும் இடைக் காலத்தில் பல சமணப்பள்ளிகள் இருந்துள்ளன. கி.பி. எட்டாம் நூற்றாண்டில் திருப்பரங்குன்றத்தின் தென்பகுதியில் தோற்றுவிக்கப்பட்ட குடைவரைக் கோயில் ஒன்று கி.பி. 13 - ஆம் நூற்றாண்டிலும் சுந்தரபாண்டியன் பெயரால் சைவக் கோயிலாக மாற்றப்பட்டுள்ளது. இச்செயல் இக்காலத்திலிருந்து சமணம் மீண்டும் அழிவுக்குள்ளாகத் தொடங்கியது என்பதைக் காட்டு கிறது. அனுமந்தங்குடி என்ற இடத்தில் உள்ள சமணர்கோயில் இன்றும் வழிபாட்டில் உள்ள மிகப்பழைமையான கோயிலாகும். மேலும் விளக்கமாகத் தனி இயலில் கொடுக்கப்பட்டுள்ளது.

பௌத்த சமயம்

சமண சமயத்தினைப் போன்றே பௌத்த சமயமும் சங்க காலத்திலிருந்து கி.பி. 13 - ஆம் நூற்றாண்டு வரை பாண்டிய நாட்டில் இருந்துள்ளது. பௌத்தப்பள்ளி ஒன்று மதுரை மாநகரில் இருந்ததாக மதுரைக்காஞ்சி தெரிவிக்கின்றது. பௌத்த நூலான மணிமேகலையை எழுதிய சீத்தலைச் சாத்தனார் மதுரையில் வாழ்ந்தவராம். கி.பி. ஏழாம் நூற்றாண்டில் காஞ்சிக்கு வந்த யுவான்சுவாங் மதுரைப்பகுதியில் அசோகர் காலத்தில் எடுக்கப்பட்ட விகாரம் ஒன்று இருந்ததாகக் குறிப்பிடுகின்றார். ஆறாம் நூற்றாண்டில் வாழ்ந்த தருமபாலர் என்ற பௌத்த ஆசிரியர் திருநெல்வேலிப் பகுதியைச் சேர்ந்தவர் எனக் கூறப்படுகின்றது.

இடைக்காலத்தில் சமண சமயத்தினைப் போன்று பௌத்த சமயம் மிகுந்த செல்வாக்குடன் விளங்கவில்லை. ஆனால் இலங்கையின் தொடர்பால் பாண்டி நாட்டில் பாண்டியர் சோழர் காலங்களில் பல புத்தரது திருமேனிகள் தெரிவிக்கப் பட்டுள்ளன. இராமேஸ்வரம் தீவில் அரியாங்குன்று என்ற பகுதியில் பெரும் பௌத்தப் பள்ளி ஒன்று இருந்து அழிந்து போனது. அதிலிருந்து பல செப்புத் திருமேனிகளும் புத்தரின் கற்சிற்பமும் தமிழ்நாடு அரசு தொல்லியல் துறையால் கண்டறியப்பட்டுள்ளன.

புத்தரின் கற்சிற்பங்கள் பாண்டிநாட்டில் பல இடங்களில் கிடைத்துள்ளன. மதுரைக்கு, அருகிலுள்ள பாண்டி கோவிலில் புத்தரின் சிற்பம் பாண்டி முனிவர் என்ற பெயரில் வைத்து

வழிபடப்படுகிறது. ஆத்தூர், இளையாங்குடி, மாறநாடு போன்ற இடங்களிலும் புத்தரின் திருவுருவங்கள் கிடைத்துள்ளன.[10] மேலும் விளக்கங்கள் தனி இயலில் கொடுக்கப்பட்டுள்ளன.

அடிக்குறிப்புகள்

1. Epigraphica Indica, XXI, No. 7.
2. மேலது, IX, PP. 92 95.
3. கே.வி.இராமன், முன்னது, ப. 247.
4. ARE 423 of 1914.
5. ARE 463 of 1929-30.
6. கே.வி. இராமன், முன்னது, ப. 252.
7. மேலது, ப. 254.
8. ARE 277 of 1929 -30.
9. ARE 350 of 1959-60.
10. பாண்டியநாட்டில் சமண, பௌத்த சமயத்தவரின் நிலை பற்றிக் கலந்துரையாடி எனக்கு அரிய கருத்துக்களைக் கொடுத்தவர் என் நண்பர் வெ. வேதாச்சலம் ஆவார். (தமிழ்நாடு தொல்லியல் துறை, மஹால், மதுரை) மேலும் பார்க்க் வெ. வேதாச்சலம், தமிழ் இலக்கியங்கள் கல்வெட்டுக்கள் காட்டும் பாண்டிநாட்டு மக்களின் சமுதாயமும் பண்பாடும் (வெளியிடப்படாத முனைவர்பட்ட ஆய்வேடு, மதுரை. 1993).

6.5 கல்வியும் இலக்கியமும்

கல்வி

பாண்டியர்களது காலத்தில் இலக்கிய வளர்ச்சிக்கும் கல்வி வளர்ச்சிக்கும் பெரும் ஆதரவு தரப்பட்டது. கிராமங்களில் திண்ணைப் பள்ளிக் கூடங்களும், கோவில்களும், மடங்களும் மக்களுக்குக் கல்வி யறிவை ஊட்டும் பணியில் ஈடுபட்டன. கோவில்களில் சிறு நூல் நிலையங்கள் இருந்தன. அவற்றில் நல்ல நூல்கள் வைக்கப்பட்டிருந்தன. நூலகங்கள் சரஸ்வதி பண்டாரங்கள் என அழைக்கப்பட்டன. சிதம்பரத்தில் 13 ஆம் நூற்றாண்டில் சுவாமி தேவர் என்பவர் நூலகத்தை அமைத்தார். சேரமா தேவியிலும் இத்தகைய நூல்நிலையம் இருந்தது. எல்லாவிதமான அதாவது சமய, கணித மற்றும் வேதம், தத்துவப் பாடங்களும் கற்பிக்கப்பட்டன. இசை, நாட்டியம், நாடகம் முதலியன போற்றி வளர்க்கப்பட்டன. கல்விக் கூடங்களில் பணி புரிந்த ஆசிரியர் களுக்குப் பட்டவிருத்தி, சாலபோகம் முதலியவை தரப்பட்டன.

கல்வி, பெரும்பாலும் குருகுல முறைப்படியே கற்பிக்கப்பட்டது. ஜோதிட சாஸ்திரம், புரோகிதம் மருத்துவம் ஆகிய துறை வல்லுநர்கள் கல்வி கற்பித்தனர். தொழிற்கல்வியும் முக்கியமானதாகக் கருதப்பட்டது. அக்காலத் தொழிற்கல்விகள் கட்டடக்கலை, சிற்பம் செய்தல், ஓவியம் தீட்டுதல், பொன் நகைகள் செய்தல், தச்சுப்பணி நெசவு போன்றவை யாகும். ஆகம, வாஸ்து சாஸ்திர வல்லுநர்கள் ஸ்தபதி எனப்பட்டனர். அந்தணர்கள் வடமொழிக் கல்விக் கூடங்களை நடத்தினர். அவை "கடிகை", "வித்யாஸ் தானம்", "சாலை" என்ற பெயர்களால் வழங்கப் பட்டன[1]. கல்விக் கூடங்களுக்கு மன்னர்கள் "சாலா போகம்" என்ற பெயரில் நிலதானம் செய்தனர். பார்த்திப சேகரபுரத்துச் சாசனம் ஆயமன்னன் கருநந்தடக்கன் (கி.பி.866) ஒரு கல்விச் சாலை ஏற்படுத்திய செய்தியைக் குறித்துள்ளது. சாலைகள் பொதுவாக நிர்வாகப் பயிற்சி யினையும், இராணுவப் பயிற்சியினையும் அளித்தனவெனத் தெரிகின்றது. இப்பயிற்சிகள் அக்கால வாழ்விற்கு மிக அவசியமானதெனக் கருதப் பட்டது. இங்குப் பயின்ற மாணவர்கட்கு ஒழுக்கமும், நேர்மையும் முக்கியமானதெனக் கட்டாயப்படுத்தப்பட்டது. பாண்டி நாட்டில் இருந்த சைவ, வைணவ, சமண, பௌத்த மடங்களும் ஆன்மீகக் கல்வி கற்பித்தன. இக்காலத்தில் தேர்ந்த சைவ சித்தாந்த வல்லுநர்கள் திருப்பத்தூர் மடத்தில் தங்கிக் கற்பித்தனர்[2]. அழகர்கோயில், திருக் குறுங்குடி, வானமாமலை ஆகிய இடங்களில் இருந்த வைணவ மடங்களில் வேதம் உபநிடதம், இதிகாச புராணங்கள், நாலாயிர திவ்வியப் பிரபந்தம் போன்றவை கற்பிக்கப்பட்டன[3].

கோயில்களும் கல்வியை வளர்த்தன. கருங்குளம் கிராம ஊரவர்கள், அங்குள்ள கோயிலில், சங்கராந்தி, சிவராத்திரி மற்றும் கிரகண காலங் களில் "சிவதர்மம்" வாசிப்பதற்காக ஒரு பட்டருக்கு வரி இல்லா நிலக்கொடையளித்தனர்[4]. இசைக் கல்வியும் நாடகமும் போற்றப்பட்டது.

இலக்கியம்

பாண்டியர்கள் காலத்தில் இலக்கியங்கள் பெருகின. தமிழ், வடமொழி இலக்கியங்கள் ஊக்கம் பெற்றன. தமிழுக்கும் வட மொழிக்கும் சம அந்தஸ்து வழங்கப்பட்டது என்பதை,

> **"அருந்தமிழும் ஆரியமு மறுசமயத் தறநெறியும்**
> **திருந்துகின்ற மனுநெறியிந் திறம்பாது தழைத்தோங்க**
> **முத்தமிழும் மனுநூலும் நான்மறை முழுவதும்**
> **எத்தவச் சமயமும் இனிதுடன் விளங்கவும்"**

என்று மாறவர்மன் குலசேகர பாண்டியனின் 13 - ஆம் ஆட்சியாண்டு கல்வெட்டு ஒன்று கூறுகின்றது.[5]

பாண்டியன் பராந்தக வீர நாராயணன், கோச்சடையன், கூடற்கோன், குடுசரிதன் செந்தமிழ்க்கோன் என அழைக்கப்பட்டார். மூன்றாம் இராஜசிம்மன் "விகடபாலன்" சிரீகாந்தன் போன்ற பெயர் களால் அழைக்கப்பட்டார். மதுரையின் தமிழ் வளர்க்கும் பெருமையைப் பாண்டியர் செப்பேடுகளில் ஒன்றான சிவகாசி செப்பேடு கூறுகின்றது. தமிழ் இலக்கியம் சமய இலக்கியமாகப் பாண்டியர் காலத்தில் திகழ்ந்தது.

நாயன்மார்களும், ஆழ்வார்களும் இலக்கிய வளர்ச்சியில் பங்கேற்றனர். நம்மாழ்வாரின் திருவாய் மொழியும் பெரியாழ்வாரின் 'திருமொழி'யும் ஆண்டாளின் அற்புதப்பாசுரங்களும் மாணிக்க வாசகரின் தெவிட்டாத திருவாசகமும், திருவெம்பாவையும் திருக் கோவையும் தமிழ் இலக்கிய வளர்ச்சியின் உச்சத்தைக் காட்டுகின்றன. மிகவும் பிற்காலப் பாண்டியர்களான அதிவீரராம பாண்டியரும், வரதுங்கராமபாண்டியரும் இயற்றிய கூர்மபுராணம். காசிக்காண்டம், லிங்கபுராணம், வெற்றிவேட்கை, பதிற்றுப்பத்தந்தாதி, கலித்துறையந் தாதி, வெண்பா அந்தாதி போன்றவை குறிப்பிடத்தக்கனவாகும்.

அடிக்குறிப்புகள்

1. கே.வி. இராமன், முன்னது. ப. 236.
2. ARE 173 of 1929 30.
3. கே.வி. இராமன், முன்னது, ப. 238.
4. ARE 286 of 1928.
5. கே.வி. இராமன், முன்னது, ப. 234.

6.6 கட்டடக்கலை

பல்லவர்களைப் போன்றே அவர்களது சமகாலப் பாண்டிய மன்னர்கள் குடைவரைக் கோயில்களையும், ஒற்றைக்கல் ரதத்தையும் கட்டுமானக் கோயில்களையும் எடுப்பித்தனர். ஏறக்குறைய இதே காலத்தில் தான் நார்த்தாமலை போன்ற இடங்களில் முத்தரையரும் குடைவரைகளை வெட்டினர். இவை தவிர சமணர்களது இயற்கைக் குகைகளும் பாண்டிய நாட்டில் ஏராளமாக இருந்தன. அவற்றில் சில கூட அக்கால வைதீக மன்னர்களால் வைதீகக் குடைவரைகளாக மாற்றப்பட்டிருக்க வேண்டும் என்ற கருத்தும் கலை வரலாற்றாள ரிடையே நிலவி வருகின்றது. முன்னமே குறிப்பிட்டது போல் மேலைத் தக்காணத்தில் பௌத்தக் குடைவரைகளும் சாளுக்கியரது குடைவரை களும், மென்மையான பாறைகளில் குடைந்து எடுப்பிக்கப்பட்டன. ஆனால் பல்லவரும், பாண்டியரும், அதியரும், முத்தரையரும் கருங்கல் பாறைகளைக் குடைந்து கோயில் வெட்டினர். இவற்றில் சிற்பங்கள் அமைப்பது கடினமாயிருந்த காரணத்தாலும் கல் இறந்தோருடன் தொடர்பு படுத்தப்பட்டிருந்ததாலும் துவக்ககாலப் பல்லவர் குடைவரை களில் சிற்பங்கள் செதுக்கப்பட்டிருப்பினும் கருவறைகளில் இறை யுருவமோ அல்லது சிவலிங்கமோ வைக்கப்படவில்லை. ஆனால் பாண்டியர் குடைவரைகளின் கருவறைகள் காலியாக விடப்படவே யில்லை. ஆனால் சில குடைவரைகள் முற்றுப் பெறாதுள்ளதால் அவை இதற்கு விதிவிலக்காயுள்ளன. பல்லவர்கள் குடைவரைகளைக் கருங்கற்பாறைகளில் வெட்டிய போதும் கட்டுமானக் கோயில்களை மென்மையான கற்களைக் கொண்டே எடுப்பித்தனர். ஆனால் பாண்டியரோ தொடர்ந்து கருங்கற்களை அல்லது கடினமான பாறைகளையே தம் கட்டுமானக் கோயில்களுக்கும் பயன்படுத்தினர். பாண்டியர் கலைபற்றி கே.வி. சௌந்தரராஜன், கே.ஏ. நீலகண்ட சாஸ்திரி, கணபதி சுப்பையா, டக்ளஸ் பாரட், சி.சிவராமமூர்த்தி, வெ.வேதாச்சலம், ஆர். வெங்கட்ராமன், கே.வி. இராமன், எச்.சர்க்கார், கே. ஆர் சீனிவாசன், சு. கண்ணன் போன்றவர்கள் ஆய்ந்து எழுதியுள்ளனர்.

குடைவரைக் கோயில்கள்

பாண்டியனின் குடைவரைக் கோயில்கள் வடக்கே திருச்சியி லிருந்து தெற்கே குமரிவரை, பல இடங்களில் பரவிக்கிடப்பதைக் காணலாம். பல்லவர்கள் கட்டடக்கலையில் அதிக ஆர்வம் காட்டிய போது பாண்டியர்கள் அவர்களுடைய கலைப்பாணியைப்

பின்பற்றியதோடு புதுமையையும் புகுத்தினர். பல்லவர்களுக்குச் சற்று பிந்தியே தொடங்கியிருப்பினும் இவர்களும், பல்லவரல்லாத மற்றவரும் சேர்ந்து ஏறக்குறைய 60 குடைவரைகளை எடுப்பித்துள்ளனர்.[1] பாண்டியரின் குடைவரைகள் கி.பி. ஏழாம் நூற்றாண்டின் பிற்பகுதியிலேயே தோன்றின. இவற்றில் காலத்தால் முந்தியது திருநெல்வேலி மாவட்டத்தில் உள்ள மலையடிக்குறிச்சி கோயிலாகும். ஆனால் பிள்ளையார்பட்டி குடைவரைதான் பல்லவர் குடைவரைகளுக்கும் முந்தியது என்னும் சர்ச்சைக்குரிய ஒரு கருத்தும் நிலவி வருகின்றது.

பாண்டியர் குடைவரைகளின் முக்கிய கூறுகளாவன ஒன்று, இக்குடைவரைகளின் கருவறைகளில் பிரதான இறையுருவின் புடைப்புச் சிற்பமோ அல்லது சிவன் கோயிலாயிருப்பின் பாறையிலேயே குடைந்த சிவலிங்கமோ வைக்கப்பட்டிருக்கும்[2]. இரண்டாவதாக சிவனது குடைவரைகள் சிலவற்றில் நந்தி பாறையில் வெட்டப்பட்டு அமைக்கப்பட்டிருக்கும். இதற்கு உதாரணமாக திருநெல்வேலிக் கருகேயுள்ள திருமலைப்புரம் குடைவரையைக் குறிப்பிடலாம். மூன்றாவதாக, இக்குடைவரைகளில் சிவலிங்கம் கருவறையின் நடுவில் சுற்றிலும் இடம் விடப்பட்டு அமைந்திருக்கும். பிரநாளம் என்று தனியே அமைக்கப்படாது சிறிய வாய்க்கால் போன்ற நீர்ப்போக்குவழி வெட்டப்பட்டிருக்கும். இதனை நன்றாக மதுரைக்குக் கிழக்கேயுள்ள அரிட்டாபட்டி குடைவரையில் பார்க்க முடிகின்றது. நான்காவதாக, குடைவரையின் தூண்கள் மூன்றாகப் பிரிக்கப்பட்டிருப்பினும் அவற்றின் அளவுகள் ஒன்றுபோல் இல்லை. பல்லவர்களின் தூண் அமைப்பினை ஒத்ததான இம்மாதிரியைத் தவிர வேறுவிதமான தூண் அலங்காரங்களும் காணப்படுகின்றன. உதாரணமாக திருச்சி கீழ்க் குடைவரைத் தூண்கள் மகேந்திரவர்ம பல்லவ மரபில் காணும் பிற பாண்டியர் தூண்களிலிருந்து வேறுபட்டுள்ளன. ஐந்தாவதாக, குடைவரையின் பின்சுவர்களைப் பிரித்துத் தூண்களுக்கு இடைப்பட்ட பகுதிகளில் இறையுருவங்கள் வைக்கப்பட்டன. இங்கு "பஞ்சாயதனம்" என்னும் ஐந்து கடவுளரை வணங்கும் மரபும், "சண்மதம்" என்னும் ஆறு கடவுளரை வணங்கும் மரபும் பின்பற்றப்பட்டன. பஞ்சாயதன மரபில், சிவன், விஷ்ணு கணபதி, சுப்ரமணியர், துர்க்கை அல்லது சூரியன், பிரம்மா ஆகியோர் அடங்குவர். சில கோயில்களில் துர்க்கைக்கும் சூரியனுக்கும் பதிலாக பிரம்மாவே உள்ளார். சில கோயில்களில் பஞ்சாயதனமும் சண்மதமும் கலந்தமைக்கப்பட்டிருப் பதனையும் காணலாம். வேறுசில குடைவரைகளில் கணபதி, துர்க்கை, சூரியன், சுப்ரமணியர், பிரம்மா, ஜேஷ்டா, சரஸ்வதி போன்ற இறையுருவங்களை வைக்கும் முறையும் பின்பற்றப் பட்டுள்ளது[3]. ஆறாவதாக, சில குடைவரைகளில் துவாரபாலகர்கள் இடையர்களைப்

போன்று கம்பினை ஊன்றிக் கொண்டு நிற்பது போலவும் சிலவற்றில் ஆயுத புருஷர்களாகவும் காட்டப்பட்டுள்ளனர். குன்றக்குடிக் குடைவரையில் ஆயுதபுருஷர் காட்டப்பட்டுள்ளார். ஏழாவதாக, தூண்களின் உச்சியில் பொதுவாக தரங்க போதிகை அமைந்திருக்கும். எட்டாவதாக, குடைவரையின் முகப்பில் நீர்வடிவதற்காகச் சிறுபள்ளத் துடன் கோடுவெட்டப்பட்டிருக்கும். ஒரு சில கோயில்களில் இப்பகுதி கபோதத்திற்கு முன்னோடியாக அழகாகச் செதுக்கப்பட்டு வட்டக் குமிழ்களும் வைக்கப்பட்டிருக்கும். இதனைச் சொக்கம்பட்டியில் காணலாம். இங்குப் பூதகணங்கள் மகிழ்ச்சியாக இருப்பதனையும் காணலாம். ஒன்பதாவதாக, பாண்டியர் குகைகளில் சிற்பங்கள் உயர்புடைப்புச் சிற்பங்களாக (high relief) அமைக்கப்பட்டுள்ளன. பத்தாவதாக, பாண்டியர் கோயில்களில் பல்லவர்களின் கோயில் போன்று ஒரு கதையைக் குறித்திடும் சிற்பத் தொகுதிகள் எதுவும் கிடைக்கவில்லை. ஆனால் அதியமான்களின் நாமக்கல் குகைகளில் இவற்றைக் காணலாம். பதினொன்றாவதாக, பாண்டியர் கோயில்களில் கணபதியின் புடைப்புச் சிற்பம் அமைக்கப்பட்டுள்ளது. ஆனால் பல்லவர் குடைவரைகளில் இதனைக் காணமுடியவில்லை. இத்தனை கூறுகளோடு பாண்டியர்கள் பல குடைவரைகளை அமைத்ததற்கு அவர்களின் ஆன்மீகக் கொள்கைப் பிடிப்பு ஒரு காரணமெனலாம். இவற்றில் பல்லவர், இராட்டிரகூடர், வாகாடகர், சாளுக்கியர் கூறுகளையும் காண முடிகின்றது. பல்லவர் குடைவரைகளைப் போல் கல்வெட்டுக்கள் ஒரு சில குடைவரைகளில் உள்ளன. மற்றவற்றில் கல்வெட்டுக்கள் இல்லை.

பாண்டியர்களது குடைவரைக் கோயில்களை ஐந்து விதமாக, அவற்றின் அமைப்பின் அடிப்படையில் எச்.சர்க்கார் பிரித்துள்ளார். அவையாவன: 1. எளிமையான சதுரக் கருவறையும் சிறு அர்த்த மண்டபமும் போன்ற அமைப்புடன் புடைப்புச் சிற்பமாக சிவலிங்கமும் கொண்ட குடைவரைகள். இவ்வமைப்பே பாண்டிய நாட்டில் அதிகம் உள்ளது. 2. எளிமையான சதுரக் கருவறையும் அதன் முன்பு இரு தூண்களுடன் கூடிய திறந்த முகப்பு மண்டபமும் கொண்டவை. இதற்கு உதாரணமாக மதுரைக்கருகே ஆனைமலைக் குடைவரை களைச் சொல்லலாம். 3. குகையின் மத்தியில் ஒரு கருவறையும் அதன் முன்பு அர்த்த மண்டபமும், மகாமண்டபமும் கொண்டிருப்பது. மகாமண்டபத்தில் நான்கு தூண்கள் அமைக்கப்பட்டிருக்கும். 4. குகையின் மத்தியில் அல்லது ஏதாவது ஓர் ஓரத்தில் கருவறை அமைக்கப்பட்டு, (கருவறையின் வாயில் குகையின் வாயிலுக்கு நேராக அமையாது பக்கவாட்டில் இருக்கும்) குகையின் நுழைவாயிலில்

தூண்கள் நிறுத்தப்பட்டிருக்கும். 5. ஒன்றுக்கும் மேற்பட்ட கருவறைகளைக் கொண்டிருக்கும். இதற்கு உதாரணமாக திருச்சி கீழ்க்குடை வரையும் திருப்பரங்குன்றம் சுப்ரமணியர் கோயிலும் உள்ளன.[4] இவ்வாறு சிறுகோயிலாக வெட்டப்பட்டு முழுமையான வளர்ச்சியை அடைந்திட்ட பாண்டியர் குடைவரைகளை கால அடிப்படையிலான வளர்ச்சி என்று சொல்வதற்கான ஆதாரமில்லை. உதாரணமாக ஆனைமலை நரசிம்மர் குடைவரைக்கும் திருப்பரங்குன்றம் குடைவரைக்கும் கட்டடக் கலைப்பாணியில் பல வேறுபாடுகள் உள்ளன. ஆனால் அவற்றிற்கிடையேயுள்ள கால இடைவெளி மிகக் குறைவுதான். அரிட்டாபட்டி பாண்டியர் குடைவரையில் கருவறை மட்டுமே உள்ளது. தூண்களோ, முகப்போ எதுவுமில்லை. கருவறைச் சுவரில் வலதுபக்கம் லகுலீசரும், இடது பக்கம் கணபதியும் கோஷ்டங்களில் புடைப்புச்சிற்பங்களாக வைக்கப்பட்டுள்ளனர்.

பாண்டியர் குடைவரைகள் அனைத்தையும் பற்றி இங்குக் குறிப்பிடுவது இயலாததாகும். அவற்றில் முக்கியமானதெனக் கருதப்படுபவை மலையடிக்குறிச்சி, செவல்பட்டி, திருமலைப் புரம், சேந்தமரம், சொக்கம்பட்டி (அனைத்தும் திருநெல்வேலி மாவட்டத்தில் உள்ளன), ஆனைமலை, திருப்பரங்குன்றம் (இவை மதுரைக் கருகேயுள்ளன), திருச்சி கீழ்க்குடைவரை, குன்னக்குடி, பிரான்மலை, பிள்ளையார்பட்டி போன்ற குடைவரைகளாகும்.

மலையடிக் குறிச்சி

முன்னமே குறிப்பிட்டது போல் பாண்டியர் குடைவரைகளில் தொன்மையானது இக்குடைவரையேயாகும். இதில் உள்ள கல்வெட்டுப் படி இக்கோயில் (கி.பி. 637 இல்) பாண்டியமன்னன் மாறன் சேந்தனால் அவரது 17 ஆம் ஆட்சியாண்டில் வெட்டுவிக்கப்பட்டது என்று தெரிகின்றது. இதனைக் கண்டு உலகிற்கு அறிவித்தவர் கே. ஆர். சீனிவாசனாவார்[5]. இங்குள்ள கல்வெட்டில் "பணியால் பாண்டிய மங்கல அரையன் கிழான் சாத்தனென்றன் செய்வித்த கற்றிருக்கோயில்" என்று குறிப்பிடப்பட்டுள்ளது[6]. இக்கோயில் ஒரு சிறு மண்டபம் போன்ற அமைப்புடையது. இது பாறையின் கிழக்கு முகத்தில் வெட்டப்பட்டுள்ளது. இதற்கு முன்பு ஒரு மண்டபம் பிற்காலத்தில் கட்டப்பட்டுள்ளது. கருவறைச் சுவரில் வாயிலுக்கு இரண்டு பக்கமும் கோஷ்டங்கள் அமைக்கப்பட்டுள்ளன. கருவறையுள் பிற்கால லிங்கம் வைக்கப்பட்டுள்ளது. கருவறை நுழைவாயிலின் மேலே விட்டம் காட்டப்பட்டு அதில் செடிகொடிகளுடன் கூடிய தோரணங்களும் காட்டப்பட்டுள்ளன.

செவல்பட்டி

சங்கரன் கோவிலுக்கு அருகே அமைந்துள்ள செவல்பட்டி கிராமத்தில் உள்ள பாறையின் உச்சிப் பகுதியில் இக்குடைவரை அமைந்துள்ளது. மேற்கு நோக்கியுள்ள இக்குடைவரை எச். சர்க்காரின் பிரிவுகளில் 4 - ஆவது பிரிவினைச் சேர்ந்ததாகும். இங்கு கருவறை, குடைவரையின் ஓர் ஓரத்தில் அமைந்துள்ளது. முகப்பு மண்டபத்தின் தூண்கள் மகேந்திரன் பாணியைப் பின்பற்றி அமைக்கப்பட்டுள்ளன. இவற்றில் தாமரைப் பதக்கங்கள் காட்டப்பட்டுள்ளன. இதன் இருபக்கச் சுவர்களிலும் இறையுருவங்கள் வைக்கப்பட்டுள்ளன. (குகைக் கோயில்களின் அனைத்துச் சிற்பங்களும் சிற்பக்கலைப் பகுதியில் விளக்கப்படுகின்றன).

திருமலைப்புரம்

திருநெல்வேலி மாவட்டம் கடையநல்லூருக்கு அருகில் திருமலைப்புரம் உள்ளது. இங்குள்ள குகைக்கோயில் பெரிதும் மகேந்திரவர்மன் பாணியை ஒத்துள்ளது. இக்கோயிலும் மேற்சொன்ன படி நான்காவது பிரிவினைச் சேர்ந்ததாகும். இக்கோயில் சுவர்கள் இறையுரு மாடங்களாகப் பிரிக்கப்பட்டுள்ளன. இவை பஞ்சாயதனக் கோட்பாட்டுப்படி அமைந்துள்ளன.[7] அதாவது சிவன், விஷ்ணு, பிரம்மா, நடராஜர், கணபதி ஆகியோருக்கு மாடங்கள் பிரிக்கப் பட்டுள்ளன. ஆனால், செவல்பட்டியில் இம்மாதிரியமைப்பின்றி ஒரு சுவரில் பிரம்மாவும் விஷ்ணுவும் உள்ளனர். மற்றொரு சுவரில் நடராஜர் உள்ளார். கணபதிக்கான முயற்சி எடுக்கப்பட்டு முடிவடையாமல் உள்ளது. திருமலைப்புரத்திலும் செவல்பட்டியிலும் துவாரபாலகர்கள் ஆட்டிடையர்கள் போல் காட்டப்பட்டுள்ளனர். திருமலைப் புரத்தில் நந்தி புடைப்புச் சிற்பம் உள்ளது. குடைவரையின் கூரையில் ஓவியங்கள் உள்ளன. தூண்களில் தாமரைப் பதக்கங்கள் காட்டப் பட்டிருப்பதோடு மதங்க நக்ரா என்ற புடைப்புருவமும் (யானையும் மீனும் கலந்த ஓர் உருவம்) காணப்படுகின்றது. இந்த மதங்க நக்ரா முறை வாகாடக, இராட்டிரகூடக் கலைகளில் பிரசித்தி பெற்றவை யாகும்.

சேந்தமரம்

சங்கரன் கோயிலிலிருந்து சுமார் 16 கி.மீ. தூரத்தில் அமைந்துள்ள வீரசிகாமணி மலையின் அடிவாரத்தில் அமைந்துள்ளது சேந்தமரம் குடைவரைக்கோயிலாகும். இக்குடைவரையின் தூண்கள் கனமானவை. குகையின் மத்தியில் உள்ள கருவறையில் சிவலிங்கம் உள்ளது. இதன் சுவர்களில் முனிவர்களின் உருவங்கள் முடிக்கப்படாமல் விடப்

பட்டுள்ளன. இந்த யோகிகளில் ஒருவர் அகஸ்தியராக இருக்கலாம்[8]. இப்பகுதியில் அகஸ்தியருக்குச் செல்வாக்கு இருந்து வந்துள்ளது. இப்பகுதியில் கேரள எல்லையோரத்தில் அமைந்துள்ள பொதிகை மலையில்தான் அகஸ்தியர் வந்து அமர்ந்ததாகப் புராணக் கதை கூறுகின்றது. இங்குள்ள துவார பாலகர்கள் சிற்பங்களும் சிதைந்து காணப்படுகின்றன. இரு துவார பாலகர்களும் ஜடாபாரம் அணிந்துள்ளனர். ஒருவர் பாதம் வரை ஆடை உடுத்தியுள்ளார் (அந்தரீயம்). மற்றவர் தொடைவரை அரைக்கால் சட்டை அணிந்துள்ளார் (அந்தோருகம்). ஒருவர் கையில் தண்டம் உள்ளது. அவர் தண்டத்தின் மீது சாய்ந்து இடையன் போலுள்ளார். மற்றவர் விஸ்மயமுத்திரை (ஆச்சரியம்) காட்டுகின்றார்.

சொக்கம்பட்டி

திருநெல்வேலி மாவட்டம் கடையநல்லூருக்கு அருகே உள்ள பேச்சிப்பாறையில் சொக்கம்பட்டி குடைவரை உள்ளது. இது சிவனுக்காகவும் விஷ்ணுவுக்காகவுமாக இரு கருவறைகளைக் கொண்டுள்ளது. சிவனுக்காகவுள்ள கருவறையில் சிவலிங்கமோ, அது வைக்கப்படுவதற்கான பள்ளமோ கிடையாது. விஷ்ணுவுக்கான கருவறையில் விஷ்ணுசிற்பம் செதுக்கத் துவங்கிய நிலையில் உள்ளது. அவருக்கு இருபுறமும் முன்னே அரசகுடும்பத்தினர் இருவர் மண்டியிட்டு வணங்குவது போன்று அமைக்கப்பட்டுள்ளது. இவ்வமைப்பு திருச்சி கீழ்க்குடைவரையில் விஷ்ணு சன்னதியை நினைவூட்டுகின்றது. குடைவரை தெற்கு நோக்கி உள்ளது. கருவறைகள் கிழக்கு மேற்கு நோக்கியுள்ளன. தெற்கு நோக்கிய குடைவரையின் பின்சுவர் சிற்பம் அமைப்பதற்காக மூன்றாகப் பிரிக்கத் தொடங்கிய நிலையிலுள்ளது. இக்குடைவரைத் தூண்கள் அலங்காரமின்றியும் மூன்றாகப் பிரிக்கப்படாமலும் உள்ளன. மொத்தத்தில் இக்குடைவரை முடிவுறாமலும், அழிந்த நிலையிலும் உள்ளது. இதன் நுழைவாயிலில் ஒரு பக்கம் ஓர் ஆணும் மறுபக்கம் ஒரு பெண்ணும் கோஷ்டங்களில் உள்ளனர். இவர்கள் அரசகுடும்பத்தைச் சேர்ந்த இளவரசர், இளவரசியின் சிற்பங்கள் போல் தோற்றமளிக்கின்றன[9]. இவ்விளம் ஆண்மகன் அணிந்திருக்கும் பூணூல் பல்லவர் சிற்பங்களில் உள்ளது போல வலதுகரத்தின் மீது படர்ந்து செல்கின்றது. இவனது ஒரு கரம் வாளின் மீது வைக்கப்பட்டுள்ளது. மற்றொரு கரம் இறைவனுக்கு அர்ப்பணிக்க வேண்டி மலரினைத் தாங்கியுள்ளது. இவனது மகுடம் நான்கு தலைகளையுடைய நாகத்தினைக் கொண்டுள்ளது. இவனது ஆடைப்பகுதிகள் முடிவுபெறாமல் விடப்பட்டுள்ளன. இவனுக்கெதிரில் உள்ள இளம் பெண்ணின் இடது கரம் கடிஹஸ்தத்திலும்

வலது கரம் இறைவனுக்கு அர்ப்பணிக்க வேண்டிய பொருளை ஏந்தியும் உள்ளன. அழகே உருவான உடல் வனப்பைக் கொண்ட இவளது மகுடம் மாமல்லபுரத்து வராஹர் குகையில் உள்ள ஸ்ரீதேவியின் (இலட்சுமியின்) கிரீடத்தை ஒத்துள்ளது[10]. இக்கோயில் துவாரபாலகர்கள் அற்புதமாகப் படைக்கப்பட்டுள்ளனர். பாண்டியர் காலத்துப் பிந்திய கோயில் என்பதைக் காட்டும் வகையில் இங்குள்ள குகை முகப்பில் சிரிப்பாக விளையாடிக் கொண்டிருக்கும் பூதகணங் களும் கூடுகளில் மனித உருவங்களும் அமைக்கப்பட்டு கட்டடக் கலை வளர்ச்சியைக் காட்டுகின்றன. இக்குடைவரை தொடக்கத்தில் சமணக்குடைவரையாயிருந்திருக்க வேண்டுமென கே.வி.சௌந்தரராஜன் கருதுகின்றார்[11].

ஆனை மலை

மதுரைக்குக் கிழக்கே சுமார் 10 கி.மீ. தூரத்தில் உள்ள ஆனைமலைக் குன்றில் மூன்று சமய மரபினருக்கான குடைவரை களைக் காணலாம். ஒன்று யோக நரசிம்மருக்காக அமைக்கப்பட்ட விஷ்ணு மரபுக் கோயிலாகும். மற்றொன்று சுப்ரமணியருக்கும் அவரது தேவிக்குமாக அமைக்கப்பட்ட லாடன் கோயில். மூன்றாவது மலையின் நடுவில் உள்ள இயற்கைக் குகையும் அதன் பாறைமுகப்பில் அமைந்துள்ள சிற்பங்களுடனான சமணர் கோயிலுமாகும். யோக நரசிம்மர் கோயில் கி.பி. 770-இல் பாண்டிய மன்னன் ஜடில பராந்தக நெடுஞ்சடையனின் உத்தரமந்திரியான மாறங்காரியால் தொடங்கப் பட்டு அவன் இறந்துபட்டதும் அவன் தம்பி மாறன் எயினனால் கட்டிமுடிக்கப்பட்டது. முகமண்டபமும் அவனால் எடுப்பிக்கப் பட்டது[12]. இக்குடைவரை பாறையின் மேற்கு முகத்தில் வெட்டப் பட்டது. இக்கோயில் பின்னாளில் நாயக்கர் காலத்தில் விரிவுபடுத்தப் பட்டது. கருவறையில் யோக நரசிம்மர் பிரம்மாண்டமாக புடைப்புச் சிற்பமாகச் செதுக்கப்பட்டுள்ளார். அர்த்தமண்டபத்திற்கு வெளியே யுள்ள முகப்பு மண்டபத்தில் பல்லவர் காலத்தைப் போன்ற இருதூண்களும், இரு அறைத் தூண்களும் உள்ளன. கருவறையும் அர்த்தமண்டபமும் நீள் சதுர அமைப்புடையன. இங்குள்ள வட்டெழுத்துக் கல்வெட்டு சோழ மன்னன் முதலாம் பாரந்தகன் மதுரையை வென்று இக்கோயிலுக்கு வந்து இங்கிருந்த நிலங்களைக் கோயிலுக்குக் கொடுத்த செய்தியைக் கூறுகின்றது.

இக்கோயிலுக்கு மிக அருகில் உள்ள லாடன் கோயில் கருவறையையும் தூண்களையுடைய முகப்பு மண்டபத்தையும் கொண்டுள்ளது. கருவறையில் சுப்ரமணியரும் தேவயானையும் மிக அழகாகச் செதுக்கப்பட்டுள்ளனர். முகப்பு மண்டபத்தில்

மகேந்திரவர்மனை நினைவுபடுத்தும் இரு தூண்களும், இரு அரைத் தூண்களும் உள்ளன. இவற்றில் தாமரைப் பதக்கங்கள் மிக நேர்த்தியாக உள்ளன. கருவறைச்சுவரில் வாயிலின் இருபக்கமும் உள்ள தூண்களில் பூதகணங்கள் உள்ளன. இருபக்கங்களிலும் சுப்ரமணியருடன் தொடர்புடைய மயிலும் சேவலும் காட்டப்பட்டுள்ளன. அதற்கப்பால் இரண்டு பக்கத்திலும் உள்ள கோஷ்டங்களில் வலதுபுறம் ஒரு பக்தனும் இடதுபுறம் இக்கோயிலைக் கட்டுவித்ததாகக் கருதப்படும் பட்டக் குறிச்சி சோமேஸியார் என்ற பிராமணர் பூமாலை ஏந்தியுள்ளார். அவருக்கருகே மண்டியிட்டுப் பாண்டிய மன்னன் அவரை வணங்குகின்றார். இக்கோயிலுக்குள் செல்ல முகப்பு மண்டபத்திற்கு வெளியே இரண்டு பக்கமும் படிக்கட்டுக்கள் உள்ளன. இதனருகே மகாபலிபுரம் கிரதார்ஜுனிய சிற்பத்தொகுதி உள்ள பாறையிலிருப்பது போல் சுனையொன்றும் உள்ளது.

திருப்பரங்குன்றம்

மதுரைக்கருகில் உள்ள திருப்பரங்குன்றத்து மலையில் வடக்கு நோக்கிய குடைவரை ஒன்று கி.பி. 773 -இல் பாண்டியன் பராந்தக நெடுஞ்சடையனின் தளபதியான சாத்தன் கணபதியால் வெட்டப்பட்டது. இவனது மனைவி நக்கன் கொற்றி இக்கோயிலில் துர்க்கைக்கும், ஜேஷ்டாவுக்கும் சன்னதிகள் நிறுவினாள்[13]. இன்று சுப்ரமணியர் கோயில் என அழைக்கப்படும் இக்கோயில் மேலும் மண்டபங்கள் அமைக்கப் பட்டு ஒரு பெரிய கோயில் வளாகமாகியுள்ளது. இதன் பிரதான கருவறைகள் சிவனுக்கும்,விஷ்ணுவுக்கும் முறையே கிழக்கு, மேற்கு நோக்கி அமைக்கப்பட்டவையாகும். சிவனது கருவறையில் பல்லவரைப் போன்று சோமாஸ்கந்தர் புடைப்புச் சிற்பமும் சிவலிங்கமும் உள்ளன. விஷ்ணு கருவறையில் விஷ்ணு புடைப்புச் சிற்பமாக உள்ளார். வடக்கு நோக்கிய குடைவரையின் எதிர்ச்சுவரில் மூன்று மாடங்கள் பிரிக்கப் பட்டு சுப்ரமணியர், துர்க்கை, கணபதி ஆகியோர் வைக்கப் பட்டுள்ளனர். பஞ்சாயதன மரபு இங்கு பின்பற்றப்பட்டுள்ளது.

பாண்டியரது குடைவரைகளில் அடுத்தடுத்து வேறுபட்ட நிலைகளில் அதாவது மேலே சிவன், விஷ்ணு கருவறைகள், கீழே ஜேஷ்டா, கஜலட்சுமி, சப்தமாதர்கள், புவனேஸ்வரி, கருவறைகள் அதற்கும் கீழே சில சிறு கோயில் அமைப்பில் புடைப்புச் சிற்பங்கள் என்று வைக்கப்பட்டுள்ள பிரமாண்டமான அமைப்புடைய கோயில் இது ஒன்றேயாகும். இதனை “எல்லோரா குகைகளைப் போன்று விரிந்த பரப்பளவில் செய்யப்பட்ட அற்புதப் படைப்பென” கே.வி. இராமன் கூறுகின்றார்[14].

இக்குன்றின் தெற்குப்பக்கம் தென்பரங்குன்றில் உமையாண்டார் குடைவரை ஒன்றுள்ளது. இது எச். சர்க்காரின் பிரிவில் நான்காவது பிரிவினைச் சேர்ந்ததாகும். குகை தெற்கேயும் கருவறை கிழக்கேயும் நோக்கியுள்ளன. கருவறையில் அர்த்தநாரி புடைப்புச் சிற்பமாக உள்ளார். ஆனால், அவரது தலைக்கு மேல் பாதி உடைபட்டும் பாதி வெளிப்பட்டும் உள்ள கற்பக விருட்சத்தைக் காண முடிகின்றது. ஒரு வேளை இது சமணக் குகையாயிருந்து மாற்றப்பட்டிருக்குமோ என எண்ணத் தோன்றுகின்றது. இங்குள்ள குடைவரைப் பின்சுவரில் சற்று பிற்காலத்தில் சிற்பங்கள் செதுக்கப்பட்டுள்ளன. குடைவரையின் தூண்கள் நன்கு செப்பனிடப்படாமல் உள்ளன. குடைவரையின் வெளிச் சுவர்ப்பாறையில் முனிவர்கள் அல்லது கொடையாளிகள், கணபதி, பைரவர் சிற்பங்கள் செதுக்கப்பட்டுள்ளன.

திருச்சி கீழ்க்குடைவரை

திருச்சி கீழ்க்குடைவரை சிவனுக்கும், விஷ்ணுவுக்கும் அமைக்கப் பட்ட மற்றுமோர் பாண்டியர் குடைவரையாகும். இதன் பின்சுவர் கணபதி, பிரம்மா, சந்திரன் அல்லது சுப்ரமணியர், சூரியன், துர்க்கை ஆகியோருக்கான மாடங்கள் அமைக்கப்பட்டு சிற்பங்களும் செதுக்கப் பட்டுள்ளன. இங்கு பஞ்சாயதனமும், சண்மதமும் கலக்கப்பட்டுள்ளதைக் காணலாம். இக்குகைத் தூண்கள் அலங்கார அமைப்புக்களுடன் விளங்குகின்றன. இத்தூண்கள் முன்பு போல் மூன்று பிரிவாகப் பிரிக்கப்படவில்லை. இங்குள்ள துவாரபாலகர்கள் மொத்தம் ஆறுபேர் உள்ளனர். சிவனது சன்னதிக்கு இருவர், விஷ்ணு சன்னதிக்கு இருவர், மாடங்களில் உள்ள இறையுருவங்களுக்கு இருவர் என அமைக்கப் பட்டுள்ளனர். இக்குடைவரையில் கல்வெட்டெதுவும் இல்லை.

மற்ற குடைவரைகள்

இராமநாதபுரம் மாவட்டத்தில், மதுரையிலிருந்து சுமார் 70 கி.மீ. தூரத்தில் உள்ள குன்றக்குடி (குன்னக்குடி)யில் பாண்டியர் குடைவரைகள் இரண்டு உள்ளன. அவை மற்ற பல்லவ, பாண்டிய குடைவரைகளை ஒத்துள்ளன. எட்டாம் நூற்றாண்டினைச் சேர்ந்த இக்கோயிலிலும் கல்வெட்டு இல்லை. குன்றக்குடியிலிருந்து 5 கி.மீ. தூரத்தில் உள்ள பிள்ளையார்பட்டி குகைக் கோயில் சிவனுக்கு அர்ப்பணிக்கப்பட்டதாகும். எனினும் இன்று அது கற்பக விநாயகர் கோயில் என அழைக்கப்படுகின்றது[15]. இதே மாவட்டத்தில் உள்ள திருக்கோலக்குடிக் குகைக்கோயில் காரைக்குடியிலிருந்து சுமார் 45 கி.மீ. தூரத்தில் உள்ளது. இங்குள்ள ரிஷிகுமாரர் சிற்பம் மாமல்லபுரத்து கிரதார்ஜுனிய சிற்பத் தொகுதியில் உள்ள ரிஷிகுமாரரை ஒத்துள்ளதைக் காணலாம். இக்குகைக் கோயில்

கக்கோல நாதர் கோயிலென அழைக்கப்படுகின்றது. இது பின்னாளில் விரிவுபடுத்தப்பட்டுள்ளது. இது போன்று பல குடைவரைகள் பாண்டியர் காலத்தில் குடைந்தெடுக்கப்பட்டன. ஆனைமலை லாடன் கோயில் போன்றே சிவகெங்கைக்கருகில் உள்ள திருமலையில் சிவபெருமான் பார்வதியின் கையைப் பற்றியுள்ளதுபோல் அமைக்கப் பட்டுள்ளது. திருச்செந்தூர்ப்பகுதியில் மென்மையான பாறையினாலான குடைவரைகள் அமைக்கப்பட்டன. சித்தன்னவாசல் குகையும் பாண்டியர் காலத்தில் விரிவுபடுத்தப்பட்டது.

ஒற்றைக்கல் இரதம்

பல்லவர்கள் ஒற்றைக்கல் இரதங்களை மாமல்லபுரத்தில் அமைத்த வரலாற்றை முன்னமே கண்டோம். பல்லவர்களைப் போன்ற குடைவரைகளை அமைத்திட்ட பாண்டியர்கள் தாமும் ஒற்றைக்கல் இரதத்தை அமைக்க முற்பட்டனர். அவர்களது முயற்சியில் உதித்ததுதான் கோவில்பட்டிக்கு அருகில் கழுகுமலை[16] என்ற இடத்தில் அமைக்கப்பட்டுள்ள வெட்டுவான் கோயில் என்னும் ஒற்றைக்கல் இரதமாகும். ஆனால், இது முழுவதும் முடிக்கப்படாமல் விடப்பட்டு விட்டது. அதற்கான காரணம் தெரியவில்லை. முழுதும் முடிக்கப் பெற்றிருந்தால் இதற்கு ஈடு இணை தென்னகத்தில் இருக்க முடியாது. பல்லவர் இரதத்திலிருந்து கழுகுமலை வெட்டுவான் கோயில் சற்று வேறுபடுகின்றது. மாமல்லபுரத்தில் இந்த இரதங்கள் தனித்தனிக் குன்றுகளில் செதுக்கப்பட்டனவாக உள்ளன. ஆனால் கழுகுமலையில், எல்லோரா, கைலாசநாதர் கோயில் போன்று, ஒரு குன்றினை நான்கு பக்கங்களிலும், நடுவில் ஒரு பாறை தனியாக நிற்கும் அளவிற்கு வெட்டி எடுத்துத் தனித்து நிற்கும் அப்பாறையில் மேலிருந்து கீழாகச் செதுக்கப்பட்டுள்ள கட்டடக்கலைச் சிற்பமே வெட்டுவான் கோயிலாம். இங்குப் பல்லவர், சாளுக்கியர் மற்றும் இராட்டிரகூடர்களின் அலங்கார வேலைப்பாடுகளின் தாக்கத்தைக் காணலாம். இது மாமல்லபுரத்து தர்மராஜ ரதம் மற்றும் எல்லோரா கைலாசநாதர் கோயிலின் விரிவுபடுத்தப்பட்ட ஒன்றெனலாம்.

சிவனுக்கென அமைக்கப்பட்ட கிழக்கு நோக்கியுள்ள இக்கோயிலின் கருவறையில் முதலில் உருவம் எதுவும் வைக்கப்படவில்லை[17]. பின்னாளில் கணபதி அங்கு வைக்கப்பட்டுள்ளார். இக்கோயில் கருவறையும், அர்த்த மண்டபமும் கொண்டதாகும். அர்த்த மண்டபத்தின் கபோதத்தின் மீது அழகான பூதகணங்கள் செதுக்கப் பட்டுள்ளன. அவற்றில் உயிரோட்டம் தெரிகின்றது. அவை பேசுகின்றன, ஆடுகின்றன, ஆர்ப்பரிக்கின்றன, காண்போரையும் மகிழ்விக்கின்றன.

இவ்வொற்றைக்கல் விமானம் மூன்று தளங்களுக்கான முயற்சியாக இருந்தது. கீழ்த்தளம் முடிக்கப்பெறாமையால் இதனைத் தற்போது இரண்டுதள ரதம் என்றே கூறுகின்றனர். கருவறையும், தளங்களும் சதுரமாகவும் கிரீவம் மற்றும் சிகரம் எண்பட்டையாகவும் அமைந்துள்ளன. சிகரத்தின் மீதுள்ள பத்ம அமைப்பு ஊர்த்துவபத்மம் எனப்படுகின்றது. அதாவது பத்ம இதழ்கள் மேல் நோக்கியுள்ளன. பத்ம அமைப்பைச் சுற்றி வட்டக்குமிழ்கள் உள்ளன. சிகரம் கருக்கு வேலைப்பாடுகளால் எட்டாகப் பிரிக்கப்பட்டுள்ளது. சிகரத்தின் பக்கங்களில் மகாநாசிகள் உள்ளன. அவற்றின் உச்சிகள் மண்வெட்டி போன்ற அமைப்புடையன (shovel headed) வாகும். கிரீவத்தட்டில் (griva platform) நான்கு மூலைகளிலும் நந்திகள் அமர்ந்துள்ளன. சில நாசிகளில் சிம்மமுக உச்சிஉள்ளது. கிரீவத்தட்டைச் சுற்றி யாளிவரி உள்ளது. கிரீவ கோஷ்டத்தில் கிழக்கே உமாசகித மூர்த்தியும், தெற்கே தட்சிணாமூர்த்தியும், மேற்கே நரசிம்மரும், வடக்கே பிரம்மாவும் செதுக்கப்பட்டுள்ளனர். அதற்குக் கீழ் உச்சித்தளத்தின் கபோதம் உள்ளது.

கபோதத்தில் கூடுகளும், கருக்கு வேலைப்பாடுகளும் உள்ளன. இதற்குக் கீழே உள்ள தளத்தில் சாலை விமானங்களும் கூட விமானங்களும் அமைக்கப்பட்டுள்ளன. இத்தளத்தில் தெற்கு நோக்கி தட்சிணாமூர்த்தியும், மேற்கு நோக்கி விஷ்ணுவும், வடக்கு நோக்கி விஷபாஹரணரும் செதுக்கப்பட்டுள்ளனர்.

இத்தகைய ஒற்றைக்கல் இரதங்களின் முன்மாதிரியை அல்லது கருவை தக்காணத்தின் மேற்குப் பகுதியில் அமைந்துள்ள, கி.மு. 2 - ஆம் நூற்றாண்டிற்கும் கி.பி. 2 - ஆம் நூற்றாண்டுக்கும் இடையில் அமைக்கப் பட்ட, பாஜா, கார்லே, கோண்டேன், நாசிக் ஆகிய இடங்களில் உள்ள பௌத்த சைத்தியக் கோயில்களினுள் வைக்கப்பட்டுள்ள ஸ்தூபங்களில் காணலாம்.

கழுகுமலை வெட்டுவான் கோயிலில் கல்வெட்டு ஏதும் இல்லை யெனினும் இது எட்டாம் நூற்றாண்டைச் சேர்ந்தது என்பது அறிஞர்களின் ஒருமித்த கருத்தாகும்.

கட்டுமானக் கோயில்கள்

குடைவரைகளையும், ஒற்றைக்கல் இரதத்தையும் அமைத்த பாண்டிய மன்னர்கள் கட்டடக்கலை வளர்ச்சியின் அடுத்த கட்டத்தையும் அடைந்தனர். பல்லவர்கள் போல் கட்டுமானக் கோயில்களைக் கட்டினர். இவர்களது கட்டுமானக் கோயில்களை இரண்டாகப் பிரிக்கலாம். அஃதாவது முற்காலப் பாண்டியர்

கட்டுமானக் கோயில்கள், பிற்காலப் பாண்டியர் கட்டுமானக் கோயில்கள் என்பனவாம். பாண்டியர் தம் கட்டுமானக் கோயில்கள் முற்காலச் சோழர்களது கோயில்கள் போல் சிறப்பானவை என்று சொல்ல முடியாது.

முற்காலப் பாண்டியர் கோயில்கள்

பல்லவர்தம் கட்டுமானக் கோயில்கள் மென்மையான கற்களினால் ஆக்கப்பட்டவை. ஆனால் முற்காலப் பாண்டியரோ குடைவரை போன்றே தம் கட்டுமானக் கோயில்களுக்கும் கருங்கல்லையே பயன்படுத்தினர். இதற்கு ஒரே காரணம், அவர்களது பகுதியில் மென்மையான பாறைகள் கிடைக்கப் பெறாமையும் ஆகும். முற்காலப் பாண்டியர் கோயில்கள் துவக்கத்தில், அதிட்டானத்திலிருந்து (அடித்தளத்திலிருந்து) முதல் தளம் வரை, அதாவது கபோதம், யாளிவரிவரை கல்லினாலும் அதன்மீது அமைக்கப்படும் மேல்தளம் செங்கல்லாலோ அல்லது சுதையாலோ கட்டப்பட்டன. இதற்கடுத்த படியாக கோயில் முழுவதும் கல்லாலேயே கட்டப்பட்டது. ஆனால் இவை ஏக தளக் கோயில்களாகும். மூன்றாவதாகக் கோயிலின் அனைத்துப் பகுதிகளும் கல்லாலாக்கப்படுவது. ஒன்றிற்கும் மேற்பட்ட தளங்களையும் கல்லினால் அமைப்பதாகும்[18]. முழுவதும் கல்லினாலான கோயில்களுக்கு உதாரணமாக இராமநாதபுரம் மாவட்டத்திலுள்ள திருப்பத்தூர் கோயிலையும் திருநெல்வேலி மாவட்டத்திலுள்ள திருவாலீஸ்வரம் கோயிலையும் குறிப்பிடலாம்.

முற்காலப் பாண்டியர் கோயில்கள் பல்லவர் கோயில்களைப் போலன்றி எளிமையானவையாகும். இவற்றில் போலி தேவகோஷ்டங் களே உள்ளன. அதாவது இத்தேவகோஷ்டங்கள் ஆழமில்லாமல் அமைக்கப்பட்டிருக்கும். கருவறையின் சுவர்களில் எந்த ஒரு சிற்பமும் வைக்கப்படவில்லை. ஆனால் தேவகோஷ்டத்திற்கு மேலுள்ள சித்திர, பத்ர, மகர தோரணங்களுக்குள் சிறு சிற்பங்கள் செதுக்கப்பட்டன. மற்றபடி, சிற்பங்கள் கருவறையின் கபோதத்திற்கு மேலேயே வைக்கப் பட்டுள்ளன.

இவர்களது கோயில்கள் பொதுவாக ஒரு சதுரக் கருவறையையும் அர்த்த மண்டபத்தையும் கொண்டிருக்கும். பெரும்பான்மையானவை ஏக தளவிமானங்களாகவும், சில ஒன்றுக்கு மேற்பட்ட தளங்களைக் கொண்டும் விளங்கும். விஜயநாராயணம், கொற்கை போன்ற கோயில்கள் ஏகதள விமானங்களுக்கும், திருப்பத்தூர் கோயில், திருவாலீஸ்வரம் கோயில் ஆகியவற்றை ஒன்றுக்கும் மேற்பட்ட தளங்களுக்கும் உதாரணமாகக் குறிப்பிடலாம்.

இவற்றின் அதிட்டானங்கள் பொதுவாக உபானம், ஜகதி, முப்பட்டை குமுதம், கண்டம், பட்டிகை என்று அமைந்திருக்கும். இவற்றைப் பல்லவர் கோயில்களில் காணலாம். சோழர் கோயில்களில் முன்னமே குறிப்பிட்டது போல் ஒருசில கோயில்களில் மட்டுமே காணமுடிகின்றது. பாண்டியர் கோயில்களில் மேலும் இரண்டு அங்கங்கள் சேர்க்கப்பட்டுள்ளன. அவையாவன பட்டிக்குமேல் ஒருகண்டமும், ஒரு வேதி அல்லது வரிமானமும் அமைத்திருப்பதாகும். மேலே உள்ள இக்கண்டத்தினை சுவரின் பகுதியாகக் கருதி, இதனை சுவர்க்கண்டம் என்று பாரட் கூறுகின்றார்[19]. இம்மாதிரி அதிட்டானம் ஒன்றிரண்டு சோழர் கோயில்களில் காணக்கிடைக்கின்றது. இதற்கு உதாரணமாக புஞ்சையில் உள்ள நல்துணையீஸ்வரர் கோயிலைக் குறிப்பிடலாம்[20]. ஆனால், இது முற்காலப் பாண்டியரைப் பின்பற்றியே அமைக்கப்பட்டிருக்க வேண்டும். பாண்டியர் கோயில்களில் இப்பாணி மலிந்திருப்பதைக் காணலாம். இக்கோயில்களின் அரைத்தூண்களின் மாலஸ்தானப் பகுதியில் அலங்காரங்களைக் காணலாம். குடத்தில் அலங்காரமிருக்கும். போதிகை "கோண" வடிவில் அமைக்கப் பட்டிருக்கும். சில தரங்க போதிகைகளும் பின்பற்றப்பட்டுள்ளன. வட பாண்டிய நாட்டில் கிரீவமும் சிகரமும் சதுர அமைப்பினைக் கொண்டும், தென்பாண்டி நாட்டில் இவை எண்பட்டையாகவும் அமைக்கப்பட்டிருக்கும். ஆங்காங்கே தென்பாண்டி நாட்டில் இவை கலந்தும் உள்ளன. வட்டவடிவ கிரீவமும், சிகரமும் அரிதாகவே உள்ளன. கிரீவகோஷ்டங்களில் தெற்கே தட்சிணாமூர்த்தியும் மேற்கே நரசிம்மரும் (விஷ்ணு), வடக்கே பிரம்மாவும், கிழக்கே இந்திரன் / சுப்ரமணியர் ஆகியோர் வைக்கப்பட்டுள்ளனர். இக்கோயில் கபோதங்களில் வட்டக்குமிழ்களைக் காணலாம். கூடுகளும், கொடிக்கருக்கு வேலைப்பாடுகளும் உள்ளன. கூடுகளில் தலைப்பகுதி சிம்மமுகமாகவோ, மண்வெட்டி அமைப்புடனோ காணப்படுகின்றது. சில முற்காலப் பாண்டியர் கோயில்கள் பிற்காலப் பாண்டியர், விஜயநகர நாயக்கர் காலங்களில் விரிவுபடுத்தவும் பழுதுபார்க்கவும் பட்டுள்ளன. உதாரணமாக, மதுரை மாவட்டம் மேலத்திருமாணிக்கம் சுந்தரேஸ்வரர் சன்னதியையும், திருக்கோஷ்டியூர் சௌமிய நாராயணர் கோயிலையும் குறிப்பிடலாம். முற்காலப் பாண்டியர் கோயில்களில் கஜ பிரிஷ்ட விமானங்கள் காணப்படவில்லை. ஆனால் அஷ்டாங்க விமானங்கள் எடுப்பிக்கப்பட்டன.

சில முற்காலப் பாண்டியர் கோயில்களாவன:

1. கொற்கை - அக்கசாலை சிவன் கோயில்
2. திருநெல்வேலி - நெல்லையப்பர் கோயிலுக்குள் உள்ள மகாலிங்கர் சன்னதி

3.	குற்றாலம்	-	சோமநாதர் சன்னதி
4.	உக்கிரன் கோட்டை	-	சொக்கலிங்கேஸ்வரர் கோயில்
5.	உக்கிரன் கோட்டை	-	வடவாயிலமர்ந்தான் கோயில்
6.	கோவில்பட்டி	-	பூவனநாதர் கோயில்
7.	திருப்பத்தூர்	-	திருத்தளிநாதர் கோயில்
8.	திருவாலீஸ்வரம்	-	வாலீஸ்வரர் கோயில்
9.	வடக்கு விஜயநாராயணம்	-	மனோன்மணீஸ்வரர் கோயில்
10.	பனங்குடி	-	சிவன்கோயில்
11.	கோவில்குளம்	-	தென்னழகர் கோயில்
12.	சின்னமனூர்	-	இலட்சுமி நாராயணன் கோயில்
13.	கோட்டைக் கருங்குளம்	-	இராஜசிம்மேஸ்வரர் கோயில்
14.	அம்பாசமுத்திரம்	-	எரிச்சாவுடையார் கோயில்
15.	பனஞ்சாடி	-	சிவன்கோயில்
16.	ஏனாதி	-	சிவன்கோயில்
17.	மதுரை	-	கூடலழகர் கோயில் (பெரும் மாற்றத்திற்குள்ளாகியுள்ளது)
18.	திருக்கோஷ்டியூர்	-	(பிரதானக்கருவறை தவிர மற்றவை பெரும் மாற்றத்திற்குள்ளாகியுள்ளன)

போன்ற இன்னபிறவும் ஆகும். இவற்றில் சிலவற்றில் கோயில் கட்டியதற்கான கல்வெட்டுக்கள் உள்ளன. பல கோயில்களின் காலத்தைக் கட்டடக்கலையடிப்படையிலேயே கே.வி. சௌந்தர ராஜனும் மற்றவர்களும் நிர்ணயித்துள்ளனர்[21]. அதன்படி இக்கோயில் கள் சுமார் கி.பி. 750க்கும் 950க்கும் இடைப்பட்ட காலத்தில் கட்டப்பட்டவையாக இருக்கலாம். இக்காலத்தில் மண் கோயில்கள் பல கற்கோயில்களாக மாற்றப்பட்டுள்ளன.[22]

பிற்காலப் பாண்டியர் கோயில்கள்

பாண்டிய நாட்டில் சோழமன்னர்களின் பிரதிநிதிகளான சோழபாண்டியர் ஆட்சிக்காலத்தில் இவர்களை எதிர்த்துப் போரிட்டவர்களில் குறிப்பிடத்தக்கவர்கள் மானாபரணன் என்னும் பாண்டிய மன்னனும், அவரது மகன்களான சுந்தரபாண்டியனும், வீரபாண்டியனும் ஆவர். சுந்தர பாண்டியன் இறந்த பின் இவர் நினைவாகப் பள்ளிப்படைக் கோயில் ஒன்று தற்போதைய விருதுநகர் மாவட்டத்தில் கட்டப்பட்டது. இக்கோயில் கட்டப்பட்ட இடம் பள்ளி மடம் என அழைக்கப் படுகின்றது. இங்குள்ள கோயில் "சுந்தரபாண்டீஸ்வரம்" என அழைக்கப்படுகின்றது. இக்காலத்தில் சில கற்றளிகளும் மண்டபங்களும் கட்டப்பட்டன. பாண்டிய நாட்டில் இக்காலத்தில் தான் அம்மனுக்குத் தனிக்கோயிலும் எழுப்பப்பட்டது[23]. பத்தாம் நூற்றாண்டில் சோழன் தலைகொண்ட வீரபாண்டியன் காலத்தில் வீர கேரள விண்ணகரம் என்ற பெயரில் சோழவந்தான் பகுதியில் திருமால் கோயில் ஒன்று எடுப்பிக்கப்பட்டுள்ளது[24]. தட்சிணாமூர்த்திக்கென்று கருவறையின் தென்புற தேவ கோஷ்டத்தோடு இணைந்த முறையில் சடையவர்மன் ஸ்ரீவல்லபன் (கி.பி. 1101-1124) காலத்தில் சிற்றாலயம் கட்டும் மரபு தோன்றிவிட்டதனைச் சோழ வந்தானுக்கருகே தென்கரை கோயிலில் காணமுடிகின்றது[24அ].

சோழ - பாண்டியராட்சி முடிந்து மதுரையை மீட்ட முதலாம் மாறவர்மன் சுந்தரபாண்டியன் (1216)ஆட்சிக்கு வந்ததும், அதனைத் தொடர்ந்தும் புதுப்பொலிவுடன் பாண்டிய மன்னர்கள் கோயிற் கலையில் ஈடுபட்டனர். இக்காலத்தில் கருவறை, அர்த்தமண்டபம், மகாமண்டபம், பிரகாரங்கள், கோபுரங்கள், ஆகியன கட்டப்பட்டன. இவற்றில் பல விஜயநகர நாயக்கர் காலத்தில் விரிவும் படுத்தப்பட்டன. பிற்காலப் பாண்டியர் கோயில்கள் சிலவற்றில் தேவகோஷ்டங்களில் இறையுருவங்கள் வைக்கப்பட்டுள்ளன. இதற்கு சோழர் தாக்கமே காரணமாயிருக்கலாம். இதற்கான உதாரணங்களாக மேலத் திருமாணிக்கம் மற்றும் தென்கரைக் கோயில்களைக் குறிப்பிடலாம். மதுரை மாவட்டத்தில் அழகர் நாயக்கன்பட்டி சேதாரஈஸ்வர முடையார் கோயிலும், திருநெல்வேலி மாவட்டத்தில் ஊர்க்காடு திருக்கோடீஸ்வரர் கோயிலும், பத்தமடை ஸ்ரீவல்லப ஈஸ்வர முடையார் கோயிலும், கல்லிடைக் குறிச்சி நாராயண விண்ண கராழ்வார் கோயிலும், இடைக்கால் மணவாள ஆழ்வார் கோயிலும் இக்காலத்தில் கட்டப்பட்ட குறிப்பிடத்தக்க கோயில்களாகும்.[25] மதுரை மேலமாசி வீதியில் உள்ள இம்மையில் நன்மைதருவார் கோயில் இக்காலத்தைச் சேர்ந்ததெனக் கருதப்படுகின்றது. பிற்காலப்

பாண்டியர் கோயில்களில் பல தூண்களைக் கொண்ட மண்டபங்கள் எழுப்பப்பட்டன. அவற்றில் குறிப்பிடத்தக்கவையாவன, திருப்பத்தூரில் உள்ள திருத்தொண்டத் தொகையான் மண்டபம், திருநெல்வேலியில் உள்ள குலசேகரன் திருமண்டபம், அழகர் கோயிலில் உள்ள கோயில் பொன் வேய்ந்த பெருமாள் மண்டபம் போன்றவையாகும்[26]. இக்காலத்தில் கோயில் திருச்சுற்றுக்குள் சோபன மண்டபம், திருநடை மாளிகை, திருச்சுற்றாளை போன்றவையும் எடுப்பிக்கப் பட்டுள்ளன[27].

இக்காலத்தில் கோயில்களில் பல திருச்சுற்றுக்கள் உருவாயின. ஒவ்வொரு திசை வாயில்களிலும் கோபுரங்கள் எடுப்பிக்கப்பட்டன. மதுரை மீனாட்சி சுந்தரரேஸ்வரர் கோயில் கிழக்குக் கோபுரம் சுந்தரபாண்டியன் திருக்கோபுரம் என்ற பெயரிலும், அவனிவேந்த ராமன் திருக்கோபுரம் என்ற பெயரிலும் எழுப்பப்பட்டுள்ளன[28]. மதுரை மீனாட்சி சுந்தரேஸ்வரர் கோயிலில் சுந்தரேசர் சன்னதியும் அதன் அர்த்தமண்டபமும், மணிமண்டபம், சன்னதி முன்கோபுரம் போன்றவையும் குலசேகர பாண்டியனால் (கி.பி. 1168-1175) கட்டப் பட்டவை என்று கூறப்படுகின்றது[29]. இக்கோயில் மேலைக் கோபுரம் சடையவர்மன் பராக்கிரம பாண்டியனால் கி.பி. 1323 இல் கட்டப் பட்டது. திருவரங்கம் கோயிலில் “சேரனை வென்றான் திருமண்டபம்,” “துலாபார மண்டபம்”, “யாகசாலை” ஆகியவை முதலாம் சடையவர்மன் சுந்தரபாண்டியனால் கட்டப்பட்டுள்ளன.[30] திருவானைக்காவிலுள்ள ஜம்புகேஸ்வரர் கோயிலின் இரண்டாம் பிரகாரத்தில் உள்ள கோபுரமும் பாண்டியரின் படைப்பேயாகும். சிதம்பரத்தில் ஏராளமான திருப்பணிகளை அம்மன்னர்கள் ஆற்றியுள்ளனர். இக்கோயில் மேலைக் கோபுரம் இவர்களது படைப்பேயாகும்.

இவ்வாறு பாண்டிய மன்னர்கள் குடைவரைக் கோயில்களையும், ஒற்றைக்கல் ரதங்களையும் கட்டுமானக் கோயில்களையும் பரவலாக எழுப்பியுள்ளனர். பல்லவரைப் பின்பற்றியிருப்பினும் இவர்களது குடைவரைகளில் சிவலிங்கங்கள் அமைந்துள்ளன. கருவறைச் சிற்பங்களும் உள்ளன. ஒரு வேளை இது சாளுக்கிய இராட்டிரகூடத் தாக்கத்தின் விளைவாகவுமிருக்கலாம். இவர்களின் குடைவரைச் சிற்பங்கள் பல்லவர் சிற்பங்கள் போன்று கதைத் தொகுதிகளாக இல்லை. அவை பஞ்சாயதன, சண்மதமரபுகளைப் பின்பற்றியமைக்கப் பட்டன வெனத் தெரிகின்றது. இக்குகைகளின் அமைப்பு ஐந்து வேறு பிரிவுகளைக் கொண்டுள்ளன. இவர்களது ஒற்றைக்கல் இரதம் ஒன்றே யெனினும் பல்லவரையும் மற்றவரையும் கலைக் கூறுகளிலும் வனப்பிலும் விஞ்சியுள்ளதைக் காணலாம். இவர்தம் கட்டுமானக் கோயில்கள் எளிமையானவை. முற்காலப் பாண்டியர் கோயில்களில்

கருவறையும், அர்த்தமண்டபமும், சிறுமுன்மண்டபமும் அமைக்கப்பட்டன. பிற்காலப் பாண்டியர் காலத்தில் இது பெரிதும் விரிவுபடுத்தப்பட்டது. பரிவார தேவதைகள் முற்காலப் பாண்டியர் கோயில்கள் சிலவற்றில் இடம் பெற்றிருப்பினும் அவை பிரசித்தி பெற்றது பிற்காலப் பாண்டியர் காலத்தில் தான். பிற்காலப்பாண்டியர்களால் பல தூண்களையுடைய மண்டபங்களும், திருச்சுற்றுமாளிகைகளும், சிற்பங்கள் அடங்கிய கோபுரங்களும் கட்டப்பட்டன.

அடிக்குறிப்புகள்

1. K.V. Soundara Rajan, Early Pandyan Art in *South Indian Studies*" 1990 P. 626.
2. இதற்கு முதற்குடைவரையான மலையடிக்குறிச்சி விதிவிலக்காகும். இங்குப் பின்னாளில் ஒரு சிவலிங்கம் வைக்கப்பட்டுள்ளது. மற்றொன்றான பேச்சிப்பாறை சொக்கம் பட்டியிலும் சிவலிங்கம் இல்லை. ஆனால் முற்றுப்பெறாமல் விடப்பட்டிருப்பது இங்குக் குறிப்பிடத்தக்கதாகும்.
3. இவற்றிற்கு உதாரணமாக முறையே, திருப்பரங்குன்றம் சுப்ரமணியர் குடைவரையையும் (இன்று இவ்வாறு அழைக்கப்படுகின்றது), திருமலைப்புரம் குடைவரையையும், திருச்சி கீழ்க்குடைவரையையும் சொல்லலாம்.
4. H. Sarkar, Cave Architecture of South India, in *DAMLICA*, P. 567-70.
5. கே.வி. இராமன், முன்னது. ப. 269.
6. மேலது.
7. பஞ்சாயதனக் கோட்பாட்டில் சொல்லப்படும் சுப்ரமணியருக்குப் பதிலாக இங்கு நடராஜர் உள்ளார். கோட்பாட்டை வகுப்பதிலும் ஒரு வரைமுறை கிடையாது என்பதற்கு இது ஓர் எடுத்துக்காட்டாகும்.
8. ஆர். வெங்கட்ராமன், முன்னது, ப. 65.
9. C. Sivaramamurti, *Kalugumalai and Early Pandyan Rockcut Shrines*, 1961, P. 40.
10. மேலது.
11. *South Indian Studies, op. cit.*, P. 630.
12. SII XIV Nos. 1 and 2.
13. SII, XIV, No. 3.
14. பாண்டியர் வரலாறு, ப. 271.
15. இங்குள்ள வட்டெழுத்துக் கல்வெட்டின் தன்மையைக் கொண்டு இது கி.பி. ஏழாம் நூற்றாண்டுக்கும் முந்திய கோயிலாக இருக்க வேண்டுமெனத் தொல்லியலார் கருதுகின்றார்.
16. கல்வெட்டுக்களில் இவ்வூர் திருநெச்சுரம் என அழைக்கப்படுகின்றது.
17. இங்கு விமானத்தின் கிழக்கில் உமாசகித சிவபெருமானும், தெற்கில் (மிருதங்க) தட்சிணாமூர்த்தியும் வைக்கப்பட்டிருப்பதிலிருந்து இது சிவபெருமானுக்கு அர்ப்பணிக்கப்பட்டதெனக் கூறலாம்.

18. Ganapathy Subbaiah, Early Pandiyan Architecture(c. 600 to 950) unpublished Ph.D., thesis.
19. Douglas Barrett, *op. cit.*, P. 28.
20. முன்னது, படம் 29ஏ.
21. மேலும் விளக்கங்களுக்குப் பார்க்க, K.V. Soundara Rajan, Early Pandyan, Muttarayar and Irukkuvel Architecture in *Studies in Indian Temple Architecture*, 1995, PP. 240-300.
22. வெ.வேதாச்சலம், தமிழ் இலக்கியங்கள் கல்வெட்டுக்கள் காட்டும் பாண்டிநாட்டுச் சமுதாயமும் பண்பாடும் (வெளியிடப்படாத பிஎச். டி. ஆய்வேடு, 1993) ப. 459.
23. கே.வி. இராமன், முன்னது, ப. 278.
24. வெ. வேதாச்சலம், முன்னது, ப. 461.
24அ. மேலது, ப. 468.
25. மேலது, ப. 262.
26. மேலது, ப. 465.
27. மேலது, ப. 466.
28. மேலது.
29. கே.வி. இராமன், முன்னது, ப. 279.
30. மேலது.

6.7 சிற்பக்கலை

பல்லவர்களின் துவக்ககாலக் குடைவரைகளில் துவாரபாலகர் தவிர்த்த வேறுசிற்பங்கள் வைக்கப் படவில்லை. பிற்காலக் குகைகளின் உட் சுவர்களில் புராணக்கதைகளை விளக்கும் வகையில் சிற்பத் தொகுதிகள் அமைக்கப்பட்டன. ஆனால், கருவறைகளில் இறை யுருவங்கள் இல்லை. இதற்கான காரணங்கள் பற்றிய செய்திகள் பல்லவர் கலையியலில் விளக்கப்பட்டுள்ளது. பல்லவர்களின் இரதங் களில் வெளிச்சுவர்களில் சிற்பங்கள் கோஷ்டங்கள் அல்லது மாடங்களில் செதுக்கப்பட்டன. ஆனால் முதலாம் பரமேஸ்வரவர்மன் மற்றும் இராஜசிம்மன் காலத்தில்தான் கருவறைக்குள் புடைப்புச்சிற்பமோ, சிவலிங்கமோ வைக்கப்படலாயிற்று. ஆனால், பாண்டியர்களது, குடைவரைகளில் துவக்கத்திலிருந்தே கருவறையுருவமும் சுவர்களில் மாடங்கள் பிரிக்கப்பட்டு புடைப்புச் சிற்பங்களும் செதுக்கப்பட்டன. ஆனால் பல குகைகளில் கல்வெட்டுக்கள் இல்லாததால் எக்குகை முதலில் வெட்டப்பட்டது? அடுத்தது எது, என்பது போன்ற செய்திகள் கிடைக்கவில்லை. எனவே அவற்றைக் கால அடிப்படையில் பார்க்க இயலாது. பாண்டியர் குடைவரைகளில் கல்வெட்டு அடிப்படையில், முதலாவதெனக் கருதப்படும் மலையடிக்குறிச்சியில் கருவறையில் லிங்கம் பின்னாளில் வைக்கப்பட்டது. எனினும் கருவறைச் சுவரில் சிற்பங்கள் செதுக்கப்பட்டுள்ளன. அவை சிதைந்துள்ளதால் இனங்காண முடியாமல் போனது மட்டுமல்லாமல் இக்குடைவரை சமண பௌத்தக்குடை வரையாக இருந்திருக்குமோ என்ற ஐயத்தையும் கலை வரலாற்றாளரிடையே ஏற்படுத்தியுள்ளன. பாண்டியரின் ஒற்றைக்கல் இரதமும் சிற்பக் கலையின் ஓர் உன்னத அருங்காட்சியக மாயுள்ளது. அவர்களது கட்டுமானக் கோயில்களில் பல்லவரைப் போலவோ, சோழர்களைப் போன்றோ சுவர் கோஷ்டங்களில் சிற்பங்கள் அமையாது. விமானத்தின் கருவறை மேற்பகுதிகளிலும் கோயில் மண்டபத் தூண்களிலுமே அமைக்கப்பட்டன. பலகோயில் களில் கருவறையின் சுவர்களில் உள்ள தேவகோஷ்டங்களில் சிற்பங்கள் வைக்கப்படவில்லை. கருவறையின் மேற்பகுதி அடிக்கடி புதுப்பிக்கப் பட்டிருப்பினும் பழைய சிற்பங்கள் பாதுகாத்து வைக்கப்பட்டிருந் தமையையும் காணலாம். நல்ல கம்பீரமான தோற்றம், அகன்ற மார்பு, பருத்ததோள், சிறுத்தஇடை, மலர்ந்த முகம், உயர்ந்த மகுடம் போன்ற இயல்புகளை முற்காலப் பாண்டியரின் சிற்பங்களில் காணலாம்[1].

குடைவரைச் சிற்பங்கள்

பாண்டியரின் சிற்பங்கள் என்றாலே முன்னமேசொன்னது போல் குடைவரைச் சிற்பங்களையும் இரதச்சிற்பங்களையுமே கூறலாம். மதுரைக்கு அருகில் உள்ள நரசிம்மர் குகையில் கம்பீரமான யோக நரசிம்மர் வைக்கப்பட்டுள்ளார். குகைக் கோயிலுக்கு வெளியே பிற்காலத்து தேவியின் உருவம் ஒரு சிறு கோயிலுக்குள் வைக்கப் பட்டுள்ளது. இதற்கு அருகிலுள்ள லாடன் கோயிலில் சுப்ரமணியரும், தேவயானையும், தம்பதியராய் அமர்ந்துள்ளனர். அவர்களது அரச பரம்பரையைப் போன்ற கம்பீரமான உருவத் தோற்றமும் முகத்தில் காட்டப்பட்டுள்ள கருணையும், காண்போரைக் கவர்வனவாகும். சிவகெங்கைக் கருகேயுள்ள திருமலையில் சிவபெருமானும் பார்வதியும் திருமணக் கோலத்தில் காட்சியளிக்கின்றனர்.

திருப்பரங்குன்றத்தில் உள்ள சுப்ரமணியர் கோயிலில் ஏற்கெனவே சொன்னது போல் பஞ்சாயதனமரபு பின்பற்றப்பட்டுள்ளது. இங்குள்ள கருவறைகளில் கம்பீரமான சோமாஸ்கந்தர் சிற்பமும், வீற்றிருக்கும் விஷ்ணுவும் புடைப்புச் சிற்பங்களாகச் சிறப்பாக அமைக்கப் பட்டுள்ளன. பாண்டியர் குடைவரைகளில் சோமாஸ்கந்தர் புடைப்புச் சிற்பம் இது ஒன்றுதான். இங்கு பல்லவர் சிற்பங்களைப் போன்றே சிவபிரானும் பார்வதியும் சுகாசனத்தில் அமர்ந்திருக்க குழந்தை கந்தன் அவர்களுக்கிடையே லாவகமாக அமர்ந்துள்ளான். பாண்டியர் குடைவரைகளுக்கேயுரிய கணபதியின் புடைப்புச் சிற்பங்களில் தொன்மையானது பிள்ளையார்பட்டியில் உள்ள கற்பக விநாயகர் சிற்பமேயாகும். இது இரண்டு கரங்களைக் கொண்டும் பூணூல் இல்லாமலும் அமைக்கப்பட்டுள்ளது. துவக்கத்தின் எளிமையை இது உணர்த்துகின்றது. திருப்பரங்குன்றத்தில் கலையின் வளர்ச்சியினைக் காணமுடிகின்றது. இங்குள்ள அமர்ந்த நிலையிலுள்ள நான்கு கரங்களைக் கொண்ட கணபதி மிகப் பிரம்மாண்டமான உருவமாக உள்ளார். இவரது மேலிரண்டு கரங்கள் ஒரு கரும்பினைத் தாங்கியுள்ளன. இன்றைய பிரதான கருவறைத் தெய்வமாகக் கருதப்பட்டு வரும் சுப்ரமணியர் வீராசனத்தில் மிக அழகாக அமர்ந்துள்ளார். அவரருகே முனிவர்களும் தேவர்களும் உள்ளனர். இவ்வுருவங்களுக்கு மேலே கந்தர்வர்கள் பறக்கின்றனர். இங்குள்ள துர்க்கையின் உருவம் பல்லவர்களது துர்க்கையளவிற்குச் சிறப்பாக இல்லை.

திருப்பரங்குன்றம் குடைவரைச் சிற்பங்களில் மிகவும் பாராட்டத் தக்கது, சிவபெருமானின் சதுரதாண்டவச் சிற்பத் தொகுதியாகும். சிவனது கருவறை வெளிச்சுவர் இருமாடங்களாக அரைத் தூண்களால்

பிரிக்கப்பட்டுள்ளது. ஒரு மாடத்தில் சிவபெருமான் சதுர தாண்டவ மாடுகின்றார். முயலகன் மீது அவர் நடனமாடுவது தென்னிந்தியக் கலை மரபாகும். அவரது இடது கரங்களின் அமைப்பு போன்று பட்டடக் கல்லிலும்[2] காணலாம். ஒருகையில் விருஷ்பத்வஜம் (நந்திக்கொடி) வைத்துள்ளார். இது வடநாட்டுப் பாணியாகும். இதற்கருகில் உள்ள மாடத்தில் சிவபெருமானின் நடனத்துக்கேற்ற இசையமைப்பாளர் களும், பார்வையாளரும் உள்ளனர். ஒருவர் ஊர்த்துவக எனப்படும் மத்தளம் தட்டுகின்றார்[3]. இன்னொருவர் புல்லாங்குழல் வாசிக்கின்றார். பார்வையாளர்களாக பார்வதியும், பிரம்மாவும், விஷ்ணுவும் உள்ளனர். பார்வதி நந்தியின் மீது சற்றுச் சாய்ந்துகொண்டு இடதுகையில் மலரொன்றைத் தாங்கியுள்ளார். மற்றொரு கை ஒரு பெண் பூதகணத்தின் தலையில் உள்ளது, சிவகணங்கள் ஆர்ப்பரிக்கின்றனர். இம்மாதிரி சிற்பத்தைத் தமிழகத்தில் எங்கும் காண இயலாது. திருமாலின் கருவறைச் சுவரில் நரசிம்மரும், பூவராஹரும், வைகுண்ட நாதரும் மிக அருமையாக அமைக்கப்பட்டுள்ளனர். இவை நாமக்கல் சிற்பங்களை நினைவூட்டுகின்றன.

தென்பரங்குன்றத்தில் கருவறையில் அர்த்தநாரியின் அழகு காண்போரின் உள்ளத்தைக் கொள்ளை கொள்வனவாகும். இக்குகையின் சுவரில் சற்றுப் பிற்காலத்தைச் சேர்ந்த பிரமாதமான நடராஜர் புடைப்புச் சிற்பமும் அதற்குச் சற்று மேலே ஹேரம்ப கணபதியும், முருகனும் உள்ளனர். நடராஜருக்கு அருகே வள்ளி தெய்வானையுடன் முருகன் இளைஞனாகக் காட்டப்பட்டுள்ளார். இக்கோயிலின் வெளிச்சுவரில் இருகைகளுடைய கணபதி உள்ளார்.

குன்றக்குடி (குன்னக்குடி) குடைவரைகளில் உள்ள குறிப்பிடத்தக்க சிற்பங்கள் கருடாந்திகர், எட்டுக்கைகளையுடைய நடராஜர், லிங்கோத்பவர், ஹரிஹரர், துர்க்கை, துவாரபாலகர் போன்றோராவர். சிவபெருமான் ஆடும் நடனத்தை இவர்கள் எல்லாம் கண்டு ரசிக்கின்றனர். இங்குள்ள கருடாந்திக விஷ்ணு மிக அழகாக அமைக்கப்பட்டுள்ளார். கருடனின் மீது லகுவாகச் சாய்ந்து கொண்டு ஒருகையில் தன் கண்மலரை வைத்திருப்பது கண்கொள்ளாக் காட்சியாம். இதற்கு ஒரு கதை சொல்லப்படுகின்றது. விஷ்ணு சிவபெருமானை 1008 மலர்களால் அர்ச்சித்தாராம். அதில் ஒரு மலரை சிவபெருமானே ஒளித்துவைத்துக் கொண்டாராம். ஒரு மலர் குறைவதைக் கண்ட விஷ்ணு தன் கண்மலரையே பிடுங்கி அர்ச்சித்த தாகச் சொல்லப்படுகின்றது. கண்மலரைக் கையிலேந்தி கருணையோடு நோக்கும் விஷ்ணுவின் அழகுக்கு ஈடில்லை. கருடன் சிறு பையன் போன்று காட்டப்பட்டுள்ளார். விஷ்ணுவின் ஆபரணங்களும்,

ஆயுதங்களைத் தாங்கியிருக்கும் பாங்கும் பல்லவர்களது பாணியை ஒத்திருப்பதாக சிவராமமூர்த்தி கூறுகின்றார்[4]. தியோகாரில் உள்ள விஷ்ணு ஆயுதபுருஷர்மீது அழகாகச் சாய்ந்துள்ளார். இங்குள்ள ஒரு துவாரபாலகர் இரண்டு கொம்புகளுடன் காட்டப்பட்டுள்ளார். ஆனால் இவர் ஆயுதபுருஷராகவே இருக்கக்கூடும்.

திருக்கோளக்குடி குடைவரையில் உள்ள ரிஷிகுமாரன் *(புலஸ்தியர் என ஊர்மக்களால் அழைக்கப்படுகின்றார்.)* மாமல்லபுரத்து கிரதார்ஜூனிய சிற்பத் தொகுதியில் உள்ளது போல் இருப்பதாக முன்னமே கண்டோம். இவரது பூணூல் இடது தோளில் லாவகமாகத் தொங்குகின்றது. இதைப் போன்றதோர் அமைப்பினையுடையதே சேந்தமரத்தில் உள்ள முனிவரின் உருவமுமாகும்.

செவல்பட்டியில் விஷ்ணுவும் பிரம்மாவும் பல்லவர் சிற்பங்களைப் போல் அழகாக அமைக்கப்பட்டுள்ளது. இங்குள்ள நடராஜரின் நடனம் பிரபஞ்சத்தின் இயக்கத்தை உணர்த்துவதாக உள்ளது. அவருக்கு எதிரே உள்ள கருவறையில் சிவலிங்கம் நிலைத்த (static) உருவமாக உள்ளது. எனினும் அது உற்பத்தியின் குறியீடாகும். ஒரு பக்கம் அமைதியான ஆக்கம் மற்றொரு பக்கம் ஆர்ப்பரிக்கும் நடனம். என்னே கலைஞனின் படைப்பு? இஃது மாமல்லபுரத்து மகிசாசூரமர்த்தினி மண்டபத்தில் உள்ள மகிசாசூரமர்த்தினி மற்றும் அதற்கு எதிர்ச்சுவரில் அமைந்துள்ள அனந்தசாயி விஷ்ணுவோடு ஒப்பிடத்தக்கக் காட்சியாகும்.

திருமலைப்புரத்தில் உள்ள கணேசர் நான்கு கரங்களுடன், திருப்பரங்குன்றம் போன்று விளங்குகின்றார். இவர் உதர பந்தம் அணிந்துள்ளார். ஒருகையில் மோதகமும், மறுகையில் பாசமும், மற்றொரு கையில் அங்குசமும் வைத்துள்ளார். ஒரு கை தொடையில் வைக்கப்பட்டுள்ளது. சமபங்கத்தில் நின்றுள்ள விஷ்ணுவின் மேல்கரங்கள் சங்கு சக்கரத்துடனும், கீழ்க்கைகளில் ஒன்று சாதாரணமாக இடுப்பில் வைக்கப்பட்டும், மற்றொன்று இடுப்பில் கட்யவலம்பித பாணியில் கடிசூத்திரத்தின் மீதும் வைக்கப்பட்டுள்ளன. இடுப்பில் வைக்கப்பட்டுள்ள முதற்குறிப்பிட்ட கையில், ஏதோ ஒரு பொருள் உள்ளது.[5] காதணிகள் கனமானதாகவும், குண்டலங்களைக் கொண்டும் விளங்குகின்றன. பூணூல் பல்லவர், சாளுக்கியர், சிற்பங்களில் உள்ளது போல் கனமானதாகவும், வலது கையின் மேல் படர்ந்து செல்வதாகவும் உள்ளது. இவரது இருபக்கமும் சிறிய கணங்கள் உள்ளனர். வணங்கிய நிலையிலுள்ள அவர்கள் தம் தலைவனின் ஆணைக்காக எதிர்பார்த்து நிற்பது போலுள்ளது. இங்குள்ள நடராஜர் சதுரதாண்டவமாடுகின்றார். இவ்வமைப்பு சாளுக்கியர் கோயில்களில் காணப்படுகின்றது. இவருக்கருகிலுள்ள

பூதகணங்கள் விஷ்ணுவுக்கருகில் உள்ளவர்களைப் போன்றே உள்ளனர். இங்குள்ள பிரம்மாவின் உருவம் இளமையாகத் தோன்றுவதுடன் முற்காலப் பல்லவர் சிற்பங்களைப் பலவகையிலும் ஒத்துள்ளது.

சேந்தமரம் குடைவரைக்கு வெளியில் முற்காலச் சோழர் நந்தி ஒன்றுள்ளது. இக்குகையின் துவாரபாலகர்கள் அற்புதமாகப் படைக்கப் பட்டுள்ளனர். இதனினும் அழகான துவாரபாலகர்களைக் கொண்டுள்ளது சொக்கம்பட்டி குடைவரையாகும். திருச்சி கீழ்க்குடை வரையில் கருவறையில் உள்ள விஷ்ணுவின் உருவத்தின் அளவுக்கு அழகான சிற்பங்கள் பின்சுவரில் காணக்கிடைக்கவில்லை.

கழுகுமலைச் சிற்பங்கள்

கழுகுமலை வெட்டுவான் கோயில் (ஒற்றைக்கல் இரதம்) சிற்பங்கள் அழகிலும், கலை நுணுக்கத்திலும் தன்னிகரற்ற அமைப்பினையுடை யவையாம். இங்குக் கருவறையின் முன் உள்ள முன்மண்டபத்தின் கபோதத்திற்கு மேலே பூதகணங்கள் இரு வரிசைகளில் அமைக்கப் பட்டுள்ளனர். எழிலூட்டும் இச்சிற்பங்களின் இயக்கம் இயற்கையாகக் காட்டப்பட்டுள்ளது. சிலர் குழல் ஊதுகின்றனர். சிலர் மேளம் தட்டுகின்றனர். சிலர் நன்னடம் புரிகின்றனர். அவர்களைப் பார்க்கும் போது ஏதோ நடன இசைக் கலைஞர்கள் அங்கே மேடையில் ஆடிக் கொண்டிருக்கின்றனர் என்று இயல்பாக எண்ணத் தோன்றுகின்றது. இங்கே குறிப்பிடத்தக்க முக்கிய செய்தியாவது, ஒருவர் தன் மேளத்தைத் தட்டிக் கொண்டு தலையை ஒருபக்கம் சாய்த்துத் தன் இசையைத் தானே ரசிக்கின்றார். மற்றொரு கலைஞர் ஊர்த்துவக என்னும் மத்தளம் தட்டுகின்றார். இது இன்றைய இசைக்கலைஞர்கள் கடம் வாசிப்பது போன்று தோற்றம் கொண்டுள்ளது. இருகணங்கள் கைகளை உயரேயும் பக்கவாட்டிலும் தூக்கி ஆரவாரம் கொள்கின்றனர். ஒருவன் தனது காதுகளுக்கருகில் சிங்கியை வைத்துக் கொண்டு இசையெழுப்பு கின்றான்.

இக்கோயில் விமான கிரீவத்தில் தென்புறம் தட்சிணாமூர்த்தியும் மேற்கில் நரசிம்மரும், வடக்கே பிரம்மாவும் கிழக்கே உமாசகித மூர்த்தியும் அழகாக அமைந்துள்ளனர். இங்குள்ள தட்சிணாமூர்த்தி மிருதங்கம் வாசிக்கின்றார். தமிழகத்தில பல கோயில்களில் வீணாதர தட்சிணாமூர்த்தி சிற்பம் வைக்கப்பட்டுள்ளதைக் காணலாம். ஆனால் மிருதங்க தட்சிணாமூர்த்தி இங்குமட்டுமே உள்ளார். அவர் மிருதங்கம் வாசிக்கும் பாங்கே ஒரு தனிச்சிறப்பு வாய்ந்ததாகும். சாதாரணமாக இன்று நாம் முக்கிய நிகழ்ச்சிகளில் மிருதங்கம் வாசிப்பவர்களைப் பார்க்கும் போது எப்படி தலையை ஒரு பக்கம் சாய்த்து, அவர்களது

கலையை அவர்களே ரசித்து, உடலை ஆட்டிக் கொண்டும், ஆமோதித்துக் கொண்டும் காணப்படுகின்றனரோ, அது போன்று ஏன் அதைவிட அவரது மற்ற இருகரங்களும் பரசுவையும் அக்க மாலையையும் தாங்கியுள்ளன. ஒரு காலை முயலகன் மீது வைத்துள்ளார். மிருதங்கத்தின் கயிறு பட்டையாக அவர் தோளில் தொங்கிக் கொண்டுள்ளது.

இங்குள்ள நரசிம்மர் சுகாசனத்தில் அமர்ந்துள்ளார். மேலிருகைகள் சங்கு சக்கரம் தாங்க, கீழ்க்கைகளில் ஒன்று தொடை மீது வைக்கப்பட்டும், மற்றொன்று தர்ஜனி முத்திரையுடன் அமைக்கப் பட்டிருப்பதைக் காணலாம். இந்த தர்ஜனி முத்திரை ஹிரண்ய காசிபுவை அழித்ததைப் போன்று தீயவர்களை அழித்து விடுவேன் அல்லது தீயசெயல் புரிபவர்களுக்கு ஹிரண்யனின் கதியே ஏற்படும் என்று எச்சரிப்பதாக உள்ளது என சிவராமமூர்த்தி கருதுகின்றார்[6]. நரசிம்மரின் மகுடம், தாமரை மொட்டுப் போன்று அமைந்துள்ளது. இது சாளுக்கியரின் தாக்கத்தை நினைவூட்டுகின்றது. மற்ற உருவங்களில் காட்டப்பட்டுள்ள உதர பந்தம் பிரம்மாவின் உடலில் காணப்பட வில்லை. இவர் வஸ்த்ர (துணியாலான) பூணூல் அணிந்துள்ளார். அவரது முகத்தில் காணும் புன்னகை எவரையும் மயக்கும் தன்மை யுடையதாம். கிழக்கில் உள்ள உமாசகித சிவபெருமானின் உதடுகளில் மகிழ்ச்சியின் சாயல் தெரிகின்றது. கழுத்தில் ருத்ராட்சமாலை அணிந்துள்ளார். அவரது காதுகளில் பெரிய குண்டலங்கள் அணிந்துள்ளதால் காது கீழ்நோக்கி இழுக்கப்பட்டுள்ளது. தேவி லலிதாசனத்தில் நளினமாய் அமர்ந்துள்ளார். கிரீவப் பலகையின் நான்கு மூலைகளிலும் அழகான நந்திகள் உள்ளன. பலகையின் அடியில் உள்ள யாளிவரியில் பிரமாதமாக யாளியின் உருவங்கள் செதுக்கப் பட்டுள்ளன. மூலைகளில் யானைகள் மேற்பகுதியைத் தாங்குவது போல் அமைக்கப்பட்டுள்ளன. அதன்கீழ் கபோதமும், கபோதக் கூடுகளில் மனித உருவங்கள் எட்டிப் பார்ப்பது போலவும் உள்ளன. இவர் எட்டிப் பார்ப்பதற்கு ஏதுவாகக் கீழே ஒரு பெண் ஆடை களைந்து குளிப்பதற்கு ஆயத்தமாவது போல் உள்ள காட்சியும் காட்டப்பட்டுள்ளது. இங்கு இயக்கநிலை காட்டப்பட்டுள்ளது[7]. இக்கபோதத்திற்கு அடியில் பூதவரியில் முன்பு சொன்னது போலவே பூதகணங்கள் இசையெழுப்பிக் கொண்டும், ஒன்றோடொன்று பேசிக் கொண்டிருப்பது போலவும் காட்டப்பட்டுள்ளன.

இதற்குக் கீழுள்ள தளத்தில் சாலவிமானங்களும் கூட விமானங் களும் காட்டப்பட்டுள்ளன. இங்கு தெற்கு நோக்கி தட்சிணாமூர்த்தியும், மேற்கு நோக்கி விஷ்ணுவும், வடக்கு நோக்கி விஷபாஹரணமூர்த்தியும்

செதுக்கப்பட்டுள்ளதைக் காணலாம். இங்குள்ள தட்சிணாமூர்த்தி சுகாசனத்தில் அமர்ந்து கொண்டு, ஒரு கையைத் தனது இடது தொடை மீது வைத்துள்ளார். அவரது தலை சற்று வலதுபுறம் சாய்ந்துள்ளது. கனமான அவரது ஜடாபாரம் சோழநாட்டில் உள்ள விரிந்த ஜடாபாரம் போல் அமைக்கப்படவில்லை[8]. கழுத்தில் அழகான ஹாரமும், கையில் பிரமாதமான கேயூரமும் அவரது அழகுக்கு அழகு செய்கின்றன. இங்குள்ள விஷ்ணு மகாராஜ லீலாசனத்தில் அமர்ந்துள்ளார். அவரது மகுடத்தில் அலங்கார வேலைப்பாடுகள் மிளிர்கின்றன. அவரது சக்கரம் பல்லவர் கோயில்களில் உள்ளது போல் பிரயோகச் சக்கரமாகக் காட்டப்பட்டுள்ளது. அவரது பூணூலில் முத்துக்கள் பதிக்கப் பட்டுள்ளன. இங்கு விஷபாஹரணரின் ஒரு கையில் ஒரு நாகம் உள்ளது. அது அவரது கால்களைத் தீண்டுவது போல் காட்டப் பட்டுள்ளது. இவர் வஸ்த்ரபூணூல் அணிந்துள்ளார். சூரியனும், சந்திரனும், சுப்ரமணியரும் அழகாகச் செதுக்கப்பட்டுள்ளனர். ஆபரணங்கள் அதிகமாகக் கொண்டு சன்ன வீரத்துடன் திகழ்கின்ற, சுப்ரமணியர், பெயருக்கேற்ற அழகினைக் கொண்டு சிரித்தமுகத்துடன் காட்டப்பட்டுள்ளார். இங்குள்ள பெண் சிற்பங்கள் தேவசேனா வாகவோ, மற்றும் சூரியனின் தேவியாகவோ இருக்கக்கூடும்[9]. இக்கோயிலில் இல்லாத பாண்டியரின் முக்கிய சிற்பவமைதியானது கணபதியினுடையதேயாகும். ஒருவேளை முடிக்கப்பெறாது விட்டமையால் கணபதியின் உருவம் செதுக்கப்படவில்லை போலும்.

கழுகுமலைச் சிற்பங்களில் உருவ அமைதிகள், அவற்றில் உள்ள ஆடைகள், ஆபரணங்கள் ஆகியவை பாண்டியரின் தனித்தன்மை யினைக் காட்டுவதோடு அவற்றில் ஆங்காங்கே பல்லவர், இராட்டிர கூடர், சாளுக்கியர் போன்றோரின் கலைகளின் தாக்கத்தினையும் வெளிப்படுத்துகின்றன. இங்கு மற்றொரு பாறையில் சமணச் சிற்பங்கள் மிக நேர்த்தியாகச் செதுக்கப்பட்டுள்ளன. இங்குத் தீர்த்தங்கரர்கள் தங்கள் பரிவாரங்களுடன் காட்டப்பட்டுள்ளனர். இயக்கி, இயக்கர் உருவங்கள் அழகாக உள்ளன. இக்காலக் கலையின் முத்தெனக் கருதப்படக் கூடியது அங்குள்ள பார்சுவநாதரின் சிற்பமெனலாம்[10]. அவை பற்றி ஆய்வுகள் நடத்தப்பட்டு வருகின்றன.

கட்டுமானக் கோயிற் சிற்பங்கள்

பாண்டியரின் கட்டுமானக் கோயில்களிலும் சிற்பக் கலையின் சிறப்பைக் காணலாம். ஆனால், அவை பல்லவர் மற்றும் சோழர்களின் கட்டுமானக் கோயிற்சிற்பங்களுக்கு ஈடாகமாட்டா. இங்கு கருவறைச் சுவர்களில் சிற்பங்கள் வைக்கப்படவில்லை என்றும், சிற்பங்கள் அனைத்தும் கபோதத்திற்கு மேலேயே வைக்கப்பட்டனவென்றும் முன்னமே கண்டோம். ஆனால், கருவறையினுள் பிரதான கடவுளரின்

உருவங்கள் வைக்கப்பட்டன. பொதுவாக சிவன் கோயில்களில் சிவபெருமானின் பல்வகை உருவங்களும் மேல்தளத்திலும், கிரீவ கோஷ்டங்களிலும் முறையே தெற்கே தட்சிணாமூர்த்தி, மேற்கே நரசிம்மர், வடக்கே பிரம்மா, கிழக்கே இந்திரன், சுப்ரமணியர் ஆகியோர் வைக்கப்பட்டனர். சில பிற்காலப் பாண்டியர் கோயில்களில் அர்த்த மண்டப வடக்குச் சுவரில் துர்க்கை வைக்கப்பட்டுள்ளார். இதற்கு உதாரணமாக மேலத்திருமாணிக்கம், தென்கரை ஆகிய கோயில்களைக் குறிப்பிடலாம். கபோதத்திற்கு மேலுள்ள பகுதிகளிலும், கிரீவத்தின் பகுதிகளிலும், விஷ்ணுவின் வெவ்வேறு அவதாரச் சிற்பங்களும் கதைகள் தொடர்பான சிற்பங்களும் வைக்கப்பட்டுள்ளன. விஷ்ணுகோயில் கருவறைகளில் அவர் நின்ற, அமர்ந்த, கிடந்த கோலச் சிற்பங்கள் அமைக்கப்பட்டுள்ளன. அஷ்டாங்க விமானக் கோயில்களில் இம்மூன்றும் ஒரே கோயிலின் மூன்று தளங்களிலும் அமைக்கப்பட்டன. பாண்டியர் கோயில்களில் குறிப்பிடத்தக்க மற்றவகைச் சிற்பங்களாவன பரிவார தேவதைகளின் சிற்பங்களும், அம்மன் சிற்பங்களும், நாயன்மார்களின் சிற்பங்களுமாகும். விஷ்ணு கோயில்களில் நரசிங்கப் பெருமாள், நாச்சியார், சக்கரத் தாழ்வார், சேத்திரபாலர், ஆழ்வார்கள், சேனை முதலியார் போன்றவையாகும்.

முற்காலப் பாண்டியர் காலத்தைச் சேர்ந்த சிற்பங்கள் பாண்டிய நாட்டில் வைகைக் கரையை ஒட்டியுள்ள மதுரை, திருப்பாச்சேத்தி, இடைக்காட்டூர் போன்ற இடங்களில் கண்டறியப்பட்டுள்ளன.[11] இச்சிற்பங்கள் இன்று மதுரை, திருமலை நாயக்கர் மஹாலில் தொல்லியல் துறை அருங்காட்சியகத்தில் வைக்கப்பட்டுள்ளன. மதுரையில் பாத்திமா கல்லூரிக்கருகில் வழிவிடும்பெருமாள் கோயில் ஒன்றுள்ளது. அங்கு இப்போது மூலவராக உள்ள மகாவிஷ்ணுவின் நின்ற கோலச் சிற்பம் 9-ஆம் நூற்றாண்டின் அற்புதப் படைப்பாகும். பாண்டிய நாட்டின் தென்பகுதியில் நாங்குநேரிக்கு அருகில் உள்ள இராஜாக்கமங்களத்திலும் ஏராளமான முற்காலப் பாண்டியர் சிற்பங்கள் கண்டறியப்பட்டுள்ளன. இவ்வூரில் இரணியமேடு என்று அழைக்கப்பட்ட பகுதியில் திருமால் கோயிலும் அதனைச் சார்ந்து சிற்பக்கூடம் ஒன்றும் இருந்திருக்க வேண்டுமென்பதற்கு ஆதாரமாக இங்கு கற்சிற்பங்களும், கற்சிற்பமாகச் செய்யப்பட்டு சுதை பூசப்பட்ட சிற்பங்களும், செங்கல்லால் செய்யப்பட்டு சுதை பூசப்பட்ட சிற்பங்களும், சுதைச் சிற்பங்களும் கிடைத்துள்ளன.[12] இடைக்காட்டூர் சிவன் கோயிலில் 'அழகிய பாண்டிய தட்சிணாமூர்த்தியை' மயிலேறுவான் அடியார்க்கு நல்லான் ஆன அரும்புகழளித்த பாண்டிய தேவர் செய்வித்துள்ளதை சடையவர்மன் வீரபாண்டியனின் கல்வெட்டு

தெரிவிக்கின்றது[13]. கி.பி. 9-10 ஆம் நூற்றாண்டைச் சேர்ந்த நவகண்ட மளிக்கும் இரண்டு சிற்பங்கள் திருப்பூவனத்திற்கருகில் உள்ள மடப்புரம் காளிகோயிலில் உள்ளன. இச்சிற்பங்களில் நவகண்டம் கொடுத்தோரின் பெயர்களும் பொறிக்கப்பட்டுள்ளன.[14] பாண்டியரின் குடைவரைக் கோயில்களிலேயே சிற்பங்களில் நவகண்டமளிக்கும் பாணி பின்பற்றப்பட்டுள்ளது. இதற்கு உதாரணமாக திருச்சி கீழ்க்குடைவரைக் கோயிலில் உள்ள துர்க்கை சிற்பவமைதியைக் கூறலாம்.

உக்கிரன்கோட்டை சொக்கலிங்கேஸ்வரர் கோயிலில் முற்காலப் பாண்டியர்காலத்து ஜேஷ்டாதேவி, தட்சிணாமூர்த்தி ஆகியோரின் சிற்பங்கள் அழகாக அமைக்கப்பட்டுள்ளன. இங்குள்ள வடவாயில் மர்ந்தான் கோயிலில் எழிலார்ந்த அஷ்டபரிவாரத் தெய்வச் சிற்பங்கள் குறிப்பிடத்தக்கனவாகும்.[15] மதுரை கூடலழகர் கோயில் பிரதான கருவறையில் அமர்ந்த நிலையிலுள்ள அண்ணலின் அற்புதத் தோற்றம் கம்பீரமாயுள்ளது. அவர் ஆகூயவரதத்தில் நம்மைக் கூவி அருள்பாலிக் கின்றார். அழகர் கோயிலில் அழகர்பிரான் அழகாக நின்ற கோலத்தில் உள்ளார். திருநெல்வேலி மாவட்டத்தில் நவதிருப்பதி கோயில்களில் எழிலார்ந்த சிற்பங்கள் வடிக்கப்பட்டுள்ளன. சிதம்பரம் கோயிலில் உள்ள கிழக்கு மற்றும் மேற்குக் கோபுர வாயில்களின் பகுதிகளில் காணப்படும் நூற்றியெட்டு பரதநாட்டியக் கரணங்களை விளக்கும் சிற்பங்கள் பல்லவ, சோழ, பாண்டிய கலைகளின் கலப்பினை வெளிப்படுத்தினும், அவை பிற்காலப் பாண்டியரின் காலத்தில் அமைக்கப்பட்டனவே யாகும். பிற்காலப் பாண்டியரின் பிந்திய காலச் சிற்பங்கள் விஜயநகர்காலச் சிற்பங்களின் தன்மையோடு இணைந்து விட்டதைக் காணலாம்.

இவ்வாறு பாண்டியர்காலத்தில் பல்லவர்களைப் போன்றும் சாளுக்கிய இராட்டிரகூடர் போன்றும் குடைவரைச் சிற்பங்கள் அழகுற அமைக்கப்பட்டன. கழுகுமலை ஒற்றைக்கல் இரதச்சிற்பங்கள் மற்ற அனைத்துத் தென்னிந்தியச் சிற்பங்களைப் பலவகையிலும் விஞ்சுகின்றன. முற்காலப் பாண்டியரின் கட்டுமானக் கோயிற்சிற்பங்கள் பல்லவர், சோழரைப் போன்றே சிறப்புடையனவாயினும், பிற்காலப் பாண்டியர் தம் சிற்பங்கள் முந்தியவற்றைவிட அழகில் குறைந்தவையேயாகும்.

அடிக்குறிப்புகள்

1. கே.வி. இராமன், முன்னது, ப. 281.
2. C. Sivaramamurti, *Kalugumalai and Early Pandyan Rock cut Shrines*, P. 33.
3. இது நந்தியாகவோ அல்லது தண்டுவாகவோ இருக்கலாம். மேலது.

4. மேலது, ப. 27.
5. இம்மாதிரியான அமைப்பு முற்காலச் சாளுக்கியர்கலைப் பாணியைச் சேர்ந்த நொலம்பர் சிற்பங்களில் காணப்படுகின்றன.
6. C. Sivaramamurti. *op. cit.*, 1961, P. 21.
7. G. Sethuraman, *op. cit.*, PP. 50-77.
8. விரிந்தஜடாபாரத்தை சீனிவாசநல்லூர் குரங்குநாதர் கோயிலில் காணலாம்.
9. C. Sivaramamurti, *op. cit.*, 1961, P. 26.
10. மேலது ப. 27.
11. வெ. வேதாச்சலம், திருப்பாச்சேத்தியில் திருமால் சிற்பங்கள், நுண்கலை, மலர் -7,. இதழ் - 2, 1988-89.
12. வெ. வேதாச்சலம், தமிழ் இலக்கியங்கள் கல்வெட்டுக்கள் காட்டும் பாண்டி நாட்டுச் சமுதாயமும் பண்பாடும் (பிஎச்.டி ஆய்வேடு) ப. 467.
13. மேலது, ப. 468.
14. மேலது, ப. 470.
15. கே.வி. இராமன், முன்னது, ப. 283.

6.8 ஓவியக்கலை

பாண்டியர்கள், பல்லவர்களைவிட சிற்பக் கலை வளர்ச்சியில் ஆர்வம் காட்டியிருந்தனர் என்பதனை அவர்தம் குகைக்கோயில்களில் அமைக்கப்பட்டுள்ள சிற்பங்களின் கவின்மிகு தோற்றத்தின் மூலம் உணரமுடிகின்றது. ஆனால், அவர்கள் பல்லவரைப் போலவே ஓவியக்கலையில் அதிக ஆர்வம் காட்டிடவில்லை. அவர்களது ஓவியங்கள் இரண்டே இடங்களில் கிடைத்துள்ளன. அவையாவன, சித்தன்னவாசலும், திருமலைப் புரமும்மாகும். இவ்விரு ஓவியத்தொகுதி களையும் கண்டறிந்தவர் ஜோவோ துப்ரயில் ஆவார்.

சித்தன்னவாசல்

இவ்வூர், புதுக்கோட்டைக்கு வடமேற்கில் சுமார் பதினைந்து கிலோமீட்டர் தூரத்தில் அமைந்துள்ள ஒரு குக்கிராமமாகும். இங்குள்ள சமணக்குகையின் கலைப்பொக்கிசங்களனைத்தும் பல்லவர் காலத்தைச் சேர்ந்தவை என ஜோவோ துப்ரயிலும் பிறரும் கருதிவந்தனர். ஆனால் அண்மையில் தொல்லியலாளரால் கண்டுபிடிக்கப்பட்ட கல்வெட்டொன்றுதான் இதன் வரலாற்றை மாற்றி அமைத்தது. மதுரை ஆசிரியன் இளம் கௌதமன் என்பார் கி.பி. 9 - ஆம் நூற்றாண்டில் மதுரையை ஆண்ட பாண்டியன் அவனிபசேகர ஸ்ரீவல்லபனின் (கி.பி. 815 - 862)காலத்தில் இக்குகையைப் புதுப்பித்து அமைத்தான் என்ற செய்தியை அக்கல்வெட்டு கூறுகின்றது. இங்குள்ள சமண சிற்பங்களின் மீதும் வண்ணங்கள் பூசப்பட்டுள்ளன. இதே போன்றுதான் மதுரைக் கருகே ஆனைமலைக் குன்றிலும் உள்ள சமணப் புடைப்புச் சிற்பங்கள் மீது வண்ணம் பூசப்பட்டிருப்பதைக் காணலாம்.

இக்குகையின் நடுமண்டப மேல் விதானத்திலும், உண்ணாழிகை யிலும் மற்றும் தூண்களிலும் உள்ள ஓவியங்கள் காண்போரைப் பரவசத்தில் ஆழ்த்த வல்லன. இவ்வோவியங்கள் பிரஸ்கோமுறை ஓவியங்களாகும்.[1] இவை 1920 இல் டி.ஏ. கோபிநாதராவ் மற்றும் ஜோவோ துப்ரயில் ஆகியோரால் வெளி உலகிற்கு அறிவிக்கப்பட்டன. இங்குள்ள தாமரைத் தடாகம் இயற்கையாய் அமைந்துள்ளது. காண்போர் ஓவியமல்ல நிஜமே என நம்பும் அளவிற்கு இயல்பாயிருப்பது வியக்கத்தக்கது. பசுமையான தாமரை இலைகள் நீர்த்தடாகம் முழுவதும் நீரே தெரியாத அளவுக்குப் பரந்து விரிந்து கிடக்கின்றன. அவற்றில் வெண்தாமரையும், செந்தாமரை செழித்தோங்கியிருக்கும்

காட்சியும், அல்லிமலரும், ஆம்பலும் பரந்துகிடக்கும் பாங்கும் கண் கொள்ளாக் காட்சியாகும்.

இயற்கை மட்டுமா? தடாகம் என்றால் நாங்களும் இருப்போமே என்று சொல்லும் மிருகங்களின் அழகுதான் என்னே? யானைகள் தாமரைத்தண்டுகளை ஒடித்து விளையாடும் காட்சியும், எருமைகள் நீரில் மூழ்கி மகிழும் காட்சியும், நீரில் நடம்புரியும் அன்னங்களும், தாரைகளைக் கையில் தாங்கியிருக்கும் கந்தர்வ உருவங்களும், எழிலூட்டுகின்றன. மீண்டும் மீண்டும் காணத்தூண்டுகின்றன. இத்தடாகத்தின் ஒரு புறத்தில் இருவர் கோவணமணிந்து நின்று கொண்டுள்ளனர். இவர்களது செவிகள் நீளமாக உள்ளன. ஒருவர் பூக்கூடையை ஒரு கையில் ஏந்தி மற்றொரு கையால் பூவைப் பறிக் கின்றார். மற்றொருவர் பூவை ஒருகையில் வைத்துக் கொண்டு மற்றொரு கையில் முத்திரைச் சைகை காட்டுகின்றார். இவ்விருவருக்கும் அடுத்துள்ள நபர் இருதோள்களிலும் ஒன்றில் அல்லி மலர்களையும் மற்றொன்றில் தாமரை மலர்களையும் தாங்கியுள்ளார். இவை யனைத்தும் சமணசமயத் தொடர்புடையனவாகவே உள்ளன என்பது ஈண்டு குறிப்பிடத்தக்கதாகும். அத்தடாக அமைப்பு முறையானது, சமண சமய நூல்கள் கூறும் 'காதிகாபூமி' என்னும் அகழியைப் போன்றுள்ளதென மா. சந்திரமூர்த்தி கூறுகின்றார்[2].

இவை தவிர, மண்படத்தூண்களில் பல அழகிய ஓவியங்கள் தீட்டப்பட்டுள்ளன. ஒரு தூணில் ஓர் அரசனும் அவரது முதுகிற்குப் பின்புறமாக நின்றுகொண்டு எட்டிப்பார்த்தல் போன்றுள்ள அரசியின் உருவமும் வரையப்பட்டுள்ளது.[3] அரசனுடைய மகுடம் விலையுயர்ந்த ஆபரணங்களால் அலங்கரிக்கப்பட்டிருப்பதைக் காணலாம். காதுகளில் வளையமும் கழுத்தணிகளும் அவ்வுருவம் அரசரின் உருவமே என்பதை எடுத்தியம்புகின்றது. இதற்கடுத்தாற்போல் நாட்டியப் பெண்கள் நளினமாக ஆடும் காட்சியைப் பார்த்து ரசித்துக் கொண்டிருப்பது போல் இவ்வரசனும் அரசியும் அமைக்கப்பட்டிருக்கலாம் என எண்ணத் தோன்றுகின்றது. இவை பாண்டிய மன்னனையும் அவரது மனைவியையும் குறிப்பதாக இருக்கலாம்[4]. இவர்களுக்கு நிழல் தரும்படியாக இவர்கள் உயரத்துக்கு மேல் ஒரு குடையும் காட்டப் பட்டுள்ளது. இதுவே அரசச்சின்னத்தின் முக்கிய உதாரணமாகவும் அமைகின்றது. இங்குள்ள ஆடல் அணங்குகளின் உருவவளைவுகளும் தலைமுடி அலங்காரமும், அவர்தம் ஆபரணங்களும், உடல் வனப்பும், முகபாவமும் மிக எழிலாகவும் இயற்கையாகவும் அமைந்திருப்பதைக் காணலாம். இவையாவும் அவர்தம் உடலில் அணிந்துள்ள மேலாடையும் அக்கால மக்களின் ஆடை ஆபரணம் மற்றும் சிகையலங்கார முறை ஆகியவை பற்றித் தெளிவுபடுத்துகின்றன.

சித்தன்னவாசல் ஓவியங்களில் அழிந்தன போக எஞ்சியிருப்பவை அஜந்தா ஓவியங்களைப் பெரிதும் ஒத்திருக்கின்றன. இன்னும் சொல்லப்போனால் இவ்வோவியங்களின் தன்மையானது, அஜந்தா மற்றும் பல்லவ ஓவியங்களின் வளர்ச்சியடைந்த வடிவம் போன்றே யுள்ளதைக் காணலாம். இதன் தழுவல்தான் நாஞ்சில் நாட்டில் பத்மநாபபுரத்திற்கருகிலுள்ள திருநந்திக்கரை மகாதேவர் குகைக் கோயில் ஓவியங்களாம். இதனை ஒத்ததே பாண்டி நாட்டில் உள்ள சமணக் குகைச் சிற்பங்களின் மேல் தீட்டப்பட்ட வண்ணங்களும், வரையப் பட்ட ஓவியங்களுமாகும். இவற்றை முன்பே குறிப்பிட்டபடி ஆனைமலையிலும் மற்றும் கீழவளவு, மதுரை நாகமலைக்கருகில் உள்ள கீழக்குயில்குடி ஆகிய இடங்களில் காணலாம்.

திருமலைப்புரம்

பாண்டியர்களின் ஓவியம் காணக்கிடைக்கும் மற்றொரு குடைவரைக்கோயில் திருநெல்வேலி மாவட்டம் சங்கரன் கோயிலுக்கு அருகில் உள்ள திருமலைப்புரம் ஆகும். இங்குள்ள குகைக் கூரையின் அடிப்பகுதியில் இவ்வோவியங்களை 1935 - ஆம் ஆண்டு ஜோவோ துப்ரயில் கண்டறிந்தார். இவை சிதைவுண்ட நிலையில் காணப் படுகின்றன. கூரையின் நடுவில் பூதகணங்களின் உருவங்கள் தனியொரு ஆய்வுக்கான சிந்தனையைத் தூண்டுவனவாயமைந்துள்ளன. உருவங்களின் கோடுகள் நேர்த்தியாய் காணப்படுகின்றன. பிரம்மாவின் உருவமைதிக்குச் சற்றுமேலே ஒரு தெய்வீக உருவம் சிம்மத்தின் மேல் அமர்ந்துள்ள காட்சி அழகாக உள்ளது. சிம்மத்தின் கோபாவேசப் பார்வையும் அதன் மீதமர்ந்துள்ள இறையுருவின் கருணை மிகு பார்வையும் கலைப்பொக்கிசங்களில் சமநிலை காட்டுதல் என்பதனைத் தெளிவுபடுத்துகின்றன. இது யாருடைய உருவமைதி என்பதைக் காணாத வகையில் நாசப்படுத்தப்பட்டுள்ளது. சோழர்களுடைய ஓவியத்தில் இருப்பது போன்றே இங்கும் அதிக ஆபரணங்கள் காணப்படவில்லை. இங்குள்ள பூதகணங்களின் உருவங்கள் அஜந்தாவையும் சித்தன்ன வாசலையும் நினைவூட்டுகின்றன. அரைத்தூணின் உச்சிக்கு மேலே பக்கவாட்டில் உள்ள ஒரு தாடிக்காரர் அணிந்துள்ள ஆடையில் பூவேலைப்பாடு அழகுற அமைக்கப்பட்டிருப் பதைக் காணலாம். இது போன்றுள்ள தாடியுடைய ஆண்களும் பெண்களும் கூட்டமாக இருப்பது அவர்கள் இன்பலீலை புரிகின்றனரோ? என்று எண்ணத் தோன்றினும், அவர்தம் ஆடைகளும், அவர்களது தோள்கள் மீது போடப்பட்டுள்ள பன்றிகளும் அவர்கள் வேட்டைக் காரர்கள் என்று நினைக்கவும் தோன்றுகின்றது[5]. இவைதவிர, இங்கு அன்னம், கொக்கு மற்றும் தாமரை மொட்டுக்கள், பூக்கள் ஆகியவை

யாவும் மனதைக் கொள்ளை கொள்ளும்படி தீட்டப்பட்டுள்ளன. இங்குப் பயன்படுத்தப்பட்டுள்ள வண்ணங்களாவன, மஞ்சள், சிவப்பு, கருப்பு, நீலம், பச்சை, ரத்தச்சிவப்பு (vermillion) போன்றவையாகும். உருவங்களின் வெளிக்கோடுகள் முதலில் சிவப்பிலும் பின் கருப்பிலும் போடப்பட்டுள்ளன.

இவ்வாறு பாண்டியர் காலத்து ஓவியங்கள் கி.பி. 8-9 ஆம் நூற்றாண்டுகளில் ஓவியக்கலை வல்லுநர்களின் கவின்மிகு கலைத் திறனை நமக்கு எடுத்துக்காட்டுகின்றன. பாண்டியர்களும் பல்லவர் களைப் போன்றே கட்டடக் கலையிலோ அல்லது சிற்பக்கலையிலோ காட்டிய ஆர்வத்தை ஓவியக்கலையில் காட்டினரல்லர். அவர்கள் காலத்தில் சமணச் சிற்பங்களில் தீட்டப்பட்ட வண்ணங்கள் பாண்டிய நாட்டில் கி.பி. 8-9 நூற்றாண்டுகளில் சமணர்கள் ஓவியக்கலையிலும் அதிக ஆர்வம் கொண்டிருந்தமையை நமக்கு உணர்த்துகின்றன. சித்தன்ன வாசல் ஓவியங்களை அமைத்த மதுரை ஆசிரியன் இளங் கௌதமனும் ஒரு சமணரே என்பது ஈண்டு நோக்கத்தக்கதாகும்.

அடிக்குறிப்புகள்

1. சுவரின் மீது வழுவழுப்பான சுண்ணச்சாந்து பூசி அது காய்வதற்குள் அதில் வண்ண ஓவியங்கள் தீட்டப்படுவதற்கு பிரஸ்கோ (Fresco) முறை என்று பெயராகும்.
2. இரா. நாகசாமி, மா. சந்திர மூர்த்தி, முன்னது, ப. 110.
3. அரசி தம்மின வகைக் கொண்டையணிந்துள்ளனர். இரா. நாகசாமி, 1979, ப. 96.
4. கே.வி.இராமன், முன்னது, ப. 284 - 285.
5. இது பாண்டியர், யவனர்களுக்கிடையேயிருந்த தொடர்பினை நினைவூட்டுவதாக உள்ளது (C. Sivaramamurti, முன்னது, ப. 56).

7. அதியமான்கள், முத்தரையர்கள் மற்றும் இருக்குவேளிர்களின் கலைப்பணி

அதியமான்களின் குடைவரைகள்

தென்னிந்தியாவில், குறிப்பாக தமிழகத்தின் பழைமையான ஆட்சியாளர்களில் ஒருவர் தகடூரைத் தலைநகராகக் கொண்டு ஆட்சிசெய்த அதியர் என்று அழைக்கப்படுகின்ற அதியமான்கள் ஆவர். சங்க இலக்கியங்கள் சேர, சோழ, பாண்டிய, அதிய மன்னர்களைப் பற்றிக் கூறுகின்றன. தொடக்ககால அதிய மன்னர்களில் குறிப்பிடத்தக்கவர் அதியமான் நெடுமான் அஞ்சி ஆவார். ஜம்பை என்ற இடத்தில் கிடைத்துள்ள தமிழிகல்வெட்டு இம் மன்னனைப் பற்றிக் குறிப்பிடுகிறது. முந்தைய சேலம் மாவட்டத்தில் தர்மபுரி, வடகொங்கு பகுதிகளை அவர்கள் ஆண்டனர். அவர்களுடைய ஆட்சியின் தொடர்ச்சியான வரலாறு சரியாக அறியப்பட முடிய வில்லை. சங்ககாலத்திற்குப் பின்பு கி.பி. எட்டாம் நூற்றாண்டில்தான் அவர்களைப் பற்றிய கல்வெட்டுச் செய்திகள் கிடைக்கின்றன. எட்டாம் நூற்றாண்டில் பாண்டிய மன்னர்கள் மாறவர்மன் இராஜசிம்மன் (கி.பி. 730-765), பராந்தக நெடுஞ்சடைநன் (கி.பி. 765-815) ஆகியோர் ஆட்சிக் காலத்தில் அதியர்கள் போரில் தோற்கடிக்கப்பட்டதாகக் கல்வெட்டுக்கள் குறிப்பிடுகின்றன. குறுநில மன்னர்களாக இருந்த போதும், பல்லவர், பாண்டியர் போன்று அவர்களும் குடைவரைக் கோயில்களை வெட்டியுள்ளனர். ஒரே இடத்தில் மட்டுமே அவர்களது கலைப் பொக்கிசம் அமைந்திருந்தாலும், அதாவது நாமக்கல் ஒன்றே எனினும் நன்றேயாக அமைந்துள்ளது என்பதில் ஐயமில்லை. பல்லவர், பாண்டியர் கலைபோல் அவர்களது கலையும் தனித்தொரு புகழும், சிறந்ததொரு கீர்த்தியும் பெற்றுத் தமிழக வரலாற்றில் நிலையிடம் பெற்றுள்ளது என்று இரா. நாகசாமி குறிப்பிட்டுள்ளது[1] பொருத்தமான ஒன்றாகும்.

கல்வெட்டுக்களில் நாமக்கல் 'ஆரைக்கால்' என்று குறிப்பிடப் பட்டுள்ளது.[2] நாமக்கல்லில் அனந்தசாயி குடைவரைத் தூண்களின் போதிகையிலும், அதற்கு மேலுள்ள உத்திரப் பகுதியிலும் கிரந்தக் கல்வெட்டுக்கள் பொறிக்கப்பட்டுள்ளன. அவற்றின் அடிப்படையில் இக்குடைவரைகளை வெட்டிய மன்னன் சோமன் என்றழைக்கப்பட்ட

குணசீலன் ஆவான். கல்வெட்டுக்களில் இக்குடைவரை அதியநாத விஷ்ணுகிரஹம், அதியேந்திர விஷ்ணுகிரஹம், சய்யகிரஹம் என்று அழைக்கப் படுகின்றது.³ அனந்தசாயி குடைவரை மலையின் பாதிப்பகுதிக்கு மேலே வெட்டப்பட்டு அதற்குச் செல்ல படிக்கற்களும் வெட்டப்பட்டுள்ளன. இது கிழக்குநோக்கி அமைந்துள்ளது. மற்றொரு குடைவரையான நரசிம்மர் குடைவரை மலையடி வாரத்தின் மேற்குப் பகுதியில் மேற்கு நோக்கி அமைந்துள்ளது. இக்குடைவரையில் பல்லவ, பாண்டிய, சாளுக்கிய, இராட்டிர கூடக் கலைக்கூறுகளின் தடயங்களைக் காணமுடிகிறது. அதியரின் கல்வெட்டு ஆதாரங்களுடன் வெட்டப்பட்டுள்ள இக்குடைவரைகளைப் பாண்டியர்களது படைப்பு என ஜார்ஜ் மிச்சல் குறிப்பிட்டிருப்பது,⁴ ஏற்புடையது அல்ல. இக்குடை வரைகளில், குறிப்பாக நரசிம்மர் குடைவரையில் கவின்மிகு சிற்பத் தொகுதிகள் செதுக்கப்பட்டுள்ளன. ஒவ்வொரு சிற்பத் தொகுதியும் ஒரு புராணக்கதையை விளக்குகின்றது. ஆனால் பாண்டியர்களது குடைவரைகள் எதிலும் சிற்பத் தொகுதிகளைக் காணமுடியவில்லை. அவற்றில் தனித்த இறையுருவங்களே செதுக்கப்பட்டுள்ளன. சப்தமாதர்கள், ஜேஷ்டாதேவி போன்ற சிற்பத்தொகுதிகளை மட்டுமே அவற்றில் காணலாம். ஆனால், பல்லவரின் மாமல்லபுரத்துக் குடைவரைகளில் புராணக்கதைகள் கூறும் சிற்பத் தொகுதிகள் செதுக்கப்பட்டுள்ளன. வாதாபி குடைவரைகளில் உள்ள சிற்பத்தொகுதி களை நாமக்கல் குடைவரைச் சிற்பத்தொகுதிகள் நினைவூட்டுவன போன்றுள்ளன. நாமக்கல் குடைவரைகளில் செதுக்கப்பட்டுள்ள வராஹர், நரசிம்மர், திரிவிக்கிரமர், வைகுந்தநாதர், ஹரிஹரர் சிற்பத் தொகுதிகள் ஒருபக்கம் பல்லவர் கலையுடனும், மற்றொரு பக்கம் சாளுக்கியரின் வாதாபி சிற்பத் தொகுதிகளுடனும் ஒப்புமை கொண் டுள்ளன என கே.வி.சௌந்தரராஜன் பொருத்தமாகக் குறிப்பிட்டுள்ளார்.⁵

அனந்தசாயி அல்லது இரங்கநாதர் குடைவரை இரண்டு பக்கமும் படிக்கற்களுடன் அமைந்துள்ளது. இது, ஆனைமலையில் உள்ள பாண்டியர்களின் லாடன் கோயிலை நினைவுபடுத்துவதாக அமைந் துள்ளது. இதன் கருவறை நீள்சதுர வடிவமானது. இது இரண்டு தூண்களையும், இரண்டு அரைத்தூண்களையும் கொண்டுள்ளது. இதற்கு முன்புள்ள அர்த்தமண்டபம் (கருவறைக்கு முன்புள்ளது) கருவறையைவிட சற்று நீளமானதும், அகலம் குறைந்ததுமாக உள்ளது. இதில் இரண்டு தூண்கள் உள்ளன. குடைவரையின் தூண்கள் தொடக்ககாலப் பல்லவ பாண்டிய குடைவரைத் தூண்களைப் போன்று கீழும், மேலும் சதுர அமைப்பிலும், நடுவில் நீள்சதுரக்கட்டு அமைப்பிலும் உள்ளன. சதுரப் பகுதியில் தாமரைப் பதக்கங்கள் உள்ளன. அரைத்தூண்கள், அவை அவ்வாறின்றி முழுத்தூண்கள்

போன்று காட்சியளிக்கின்றன. அவற்றில் நீள்சதுர இடைக்கட்டு இல்லை. அவற்றிலும் தாமரைப் பதக்கங்கள் உள்ளன. பல்லவ, பாண்டியர் போன்று தரங்கபோதிகை செதுக்கப்பட்டுள்ளது. இக்குடைவரையின் கட்டடக்கலை அமைப்பு பல்லவர்களின் சிங்கவரம் அனந்தசாயி குடைவரையை ஒத்துள்ளது.[6]

இக்குடைவரையின் கருவறைக்குள் மிகப்பெரிய அளவில் அனந்தசயனமூர்த்தியின் உருவம் புடைப்புச் சிற்பமாகச் செதுக்கப் பட்டுள்ளது. மகாவிஷ்ணு ஐந்து தலையுடைய கார்க்கோடகன் என்னும் அரவத்தின் மீது பள்ளி கொண்டுள்ளார். அரவத்தின் ஐந்து தலைகளிலும் சிம்மமுகம் காட்டப்பட்டுள்ளது. இருகரங்களுடன் உள்ள திருமாலைச் சுற்றி பிற தேவதைகள் உள்ளன. அவரது பாதங்களுக்கு அருகில் அவரைக் கொல்ல வந்த மது, கைடபர் என்னும் அரக்கர்கள் நிற்கின்றனர். அவரது உந்திக்கமலத்திலிருந்து மேலெழுந்து செல்லும் தாமரையில் பிரம்மா அமர்ந்துள்ளார். மார்க்கண்டேயர், தும்புரு, நாரதர், சூரிய சந்திரகர்கள், கருடன் ஆகியோரின் சிற்பங்களும் தியோகர் போன்று ஆயுதபுருசர்களின் உருவங்களும் காட்டப்பட்டுள்ளன. இவ்வமைப்பு திருமாலின் பரமபதக் காட்சியை நமக்கு நினைவூட்டுகின்றது. இங்கு விட்டத்தில் உள்ள கல்வெட்டுகள் இவ்வுருவங்களின் பெயர்களைக் குறிப்பிடுகின்றன. அர்த்த மண்டபத்தில் உள்ள சிற்பங்கள் வாதாபியின் நான்காவது குடைவரைச் சிற்பங்களை நம் கண்முன் கொணர்கின்றன. அர்த்தமண்டபத்தின் இடது பக்கத்தில் திரிவிக்கிரமரின் சிற்பத்தொகுதி அமைந்துள்ளது. இங்கு நரசிம்மர் குடைவரையில் உள்ளது போலன்றி வாமனர் உருவம் ஓர் இளம் பிரம்மச்சாரி போன்று காட்டப்பட்டுள்ளது. ஒரு கையில் குடையும் மற்றொரு கையில் பாத்திரமும் ஏந்தியுள்ள அவருக்கு அருகில் உயரமாக மகாபலியின் உருவம் உள்ளது. மகாபலி தாரை வார்த்துக் கொடுக்க ஆயத்தமாயுள்ளார். நரசிம்மர் குடைவரையில் உள்ளது போன்று தடுப்பது போன்று இங்கு எவரும் காட்டப் படவில்லை. நரசிம்மர் குடைவரையில் திருமால் தலைமீது காட்டப்பட்டுள்ள குடையும், அருகில் செதுக்கப்பட்டுள்ள குதிரைத் தலையும் இங்கில்லை. இங்கு பறக்கும் வித்யாதரர்களின் உருவங்கள் செதுக்கப்பட்டுள்ளன. திரிவிக்கிரமருக்குக் கீழே வலதுபக்கம் முட்டிபோட்டு அமர்ந்து, விஸ்மய (ஆச்சர்ய முத்திரை) காட்டிக் கொண்டுள்ள கருடனைக் காணலாம். இரண்டு குடைவரைகளிலும் ஒரே மாதிரியான திரிவிக் கிரமர் உருவங்கள் செதுக்கப்பட்டிருந்தபோதும் பார்க்கின்ற கண்களுக்கு நரசிம்மர் குடைவரையில் உள்ள திரிவிக்கிரமரின் உருவத்தினைப் பார்க்கும்போது பய உணர்வை ஏற்படுத்தும் வேகம் உள்ளதை உணரமுடிகின்றது.

அர்த்தமண்டபத்தின் வலதுபக்கத்தில் ஹரிஹரர் (சங்கர நாராயணர்) சிற்பத்தொகுதி செதுக்கப்பட்டுள்ளது. இவ்வுருவத்தின் இடதுபாகம் விஷ்ணுவாகவும், வலதுபாகம் சிவனாகவும் காட்டப் பட்டுள்ளது. சிவனும், மாலும் ஒருவரே என்று நிலைநாட்டுவதற்காக ரிஷி ஒருவருக்கு விஷ்ணு சொன்ன செய்தியின் விளைவுதான் ஹரிஹரர் சிற்பம் என வாமனபுராணம் குறிப்பிடுகிறது.[7] இங்கு ஹரிஹரர் ஒரு பீடத்தின் மீது நேராக நின்றுள்ளார். அவரது வலது மேற்கரத்தில் சிவனது அடையாளமான மானும் இடக்கரத்தில் விஷ்ணுவின் அடையாளமான சங்கும் உள்ளன. கீழ்க்கரங்களில் அரவமும், காட்யவலம்பித ஹஸ்தமும் காட்டப்பட்டிருக்கின்றன. இதில் வலது ஓரத்தில் பாலநரசிம்மர் நின்று கொண்டிருக்கின்றார். இதனையொத்த ஹரிஹரர் சிற்பம் வாதாபி குடைவரை எண் 4 இல் காணப்படுகிறது. வாதாபியில் உள்ள பாலநரசிம்மரின் உருவத்தில் சிம்மத்தின் முகம் இயற்கையாகக் காட்டப்பட்டுள்ளது. ஆனால், நாமக்கல்லில் சற்றுப் பிந்திய காலத்தை உணர்த்தும் அலங்கார அமைப்பு காணப்படுகிறது. பாலநரசிம்மர் சாளுக்கிய மரபினை ஒத்தவகையில் மலர்களால் ஆன பூணூல் அணிந்துள்ளார். இங்கு, கருடன், நந்தி ஆகிய வாகனங்களின் மனித உருவங்களும், சூரிய, சந்திரர் (?) உருவங்களும் காணப்படுகின்றன. பார்வதியும், இலட்சுமியும் (?) உள்ளனர்.

நரசிம்மர் குடைவரை நீள் சதுர அமைப்புடையது. இதன் கருவறை பின் சுவரிலிருந்து அர்த்தமண்டபம் நோக்கி பிதுக்கமாக அமைக்கப்பட்டுள்ளது. இதன் அதிட்டானம், உபானம், ஜகதி, திரிபட்டை (முப்படை), குமுதம், கண்டம் மற்றும் பிரதி ஆகிய கூறுகளைக் கொண்டுள்ளது. நான்கு தூண்களையும், அரைத் தூண்களையும் கொண்டுள்ள இக்குடைவரையின் அர்த்தமண்ட பத்திலும் தூண்கள் செதுக்கப்பட்டுள்ளன. திறந்த முகப்பு உள்ளது. அர்த்த மண்டபத் தூண்கள் பல்லவர், பாண்டியர்களின் தொடக்ககாலக் குடைவரைகளில் உள்ளது போன்று கீழிருந்து மேலாக சதுரம், கட்டு, சதுரம் என்ற அமைப்பைக் கொண்டுள்ளன. பெரிய அளவினதாக உள்ள சதுரப்பகுதிகளில் தாமரைப் பதக்கங்கள் உள்ளன. குடைவரையின் கருவறைப் பகுதியிலுள்ள நான்கு தூண்கள் அமைப்பில் மாறியுள்ள தோடு மண்டபத்தூண்களை விட மெலிந்து காணப்படுகின்றன. அவை, சதுரம், கட்டு, சதுரம், கட்டு, சதுரம் என்று பிரிக்கப் பட்டுள்ளன. சதுரப்பகுதியில் தாமரைப் பதக்கங்கள் காணப்படுகின்றன. இவற்றைப் பல்லவ பாண்டியர் குடைவரைகளில் காணமுடியாது. அரைத்தூண்கள் அனந்தசாயி குடைவரையில் உள்ளது போன்றே மெலிந்தும், முழுவதும் சதுரமாகவும் உள்ளன. இங்குள்ள தூண்களின் போதிகைகள் நடுவில் பட்டையுடன் கூடிய தரங்க போதிகைகளாக

உள்ளன. அதற்கு மேலுள்ள கபோதக்கூடுகளில் மனிதத் தலைகள் காணப்படுகின்றன. இத்தகைய அமைப்பினைப் பல்லவர்களின் குடைவரைகளில் ஒன்றான தாளவனூர் சத்ரு மல்லேஸ்வரர் குடைவரையில் காணலாம். இக்குடைவரையின் முன்பகுதிகளைப் பிற்காலத்தில் இத்துடன் இணைத்துக் கட்டப்பட்டுள்ள கட்டடங்கள் மறைத்துள்ளன.

நரசிம்மர் அமர்ந்துள்ள கருவறை சாளுக்கியர் குடைவரைகளில் உள்ளது போன்று உயரமாக வெட்டப்பட்டு அதற்கு முன்னர் மண்டபம் வெட்டப்பட்டுள்ளது. கருவறையின் இரண்டு பக்கங்களில் மண்டபத்தில் இரண்டு பின் சுவர்களிலும் மற்றும் பக்கத்துச் சுவர்களிலும் நேர்த்தியானதும், பிரமாண்டமானதுமான புடைப்புச் சிற்பங்கள் செதுக்கப்பட்டுள்ளன. கருவறையில் உள்ள நரசிம்மர் அமர்ந்த கோலத்தில் உள்ளார். அவருக்கு சூரியனும், சந்திரனும் சாமரம் வீசுகின்றனர். இரண்டு பக்கங்களிலும் பிரம்மாவும், சிவனும் உள்ளனர். இது மகாவிஷ்ணுவே கடவுளர்களில் பிரதானமானவர் என்று காட்டுவதுபோல் உள்ளது.

அர்த்த மண்டபத்தின் இடது சுவரில் உள்ள வைகுண்ட நாதர் சிற்பத் தொகுதியில் அவ்விறைவன் பிரமாண்டமான தோரணையில் வாதாபி குடைவரையில் உள்ள வைகுண்ட நாதரை நினைவுபடுத்து கின்றார். மகாராஜலீலாசனத்தில் அமர்ந்துள்ள அவரது மேலிரு கரங்களுக்கு மேலாக வலது புரத்தில் சக்கரமும், இடது புரத்தில் சங்கும் வைக்கப்பட்டுள்ளன. பல்லவர் சிற்பங்களைப் போன்றே அவரது பூணூல் வலது கரத்தின் மீது செல்கிறது. உயரமான கிரீடத்திற்கு மேலே ஆதிசேடனின் ஐந்து தலைகள் குடைபிடித்துள்ளன. அவரது இரு பக்கங்களிலும் பிரம்மாவும் சிவபெருமானும் நின்று கொண்டுள்ளனர். அதற்குச் சற்றுக்கீழே இடது பக்கத்தில் நரசிம்மர் ஆச்சரிய (விஸ்மய) முத்திரை காட்டுகிறார். இது வைகுண்டநாதரைப் பார்த்தா அல்லது எதிர்ச்சுவரில் உள்ள திரிவிக்கிரமரின் தீரத்தினை மெச்சியா என்பதைப் பார்வையாளர்களுக்கே விட்டுவிடலாம். வைகுண்டநாதர் சிற்பத் தொகுதியில் நரசிம்மர் இருப்பது இந்த ஒரு சிற்பத்தொகுதியில் மட்டுமே காணமுடிகிறது.[8] சூரிய, சந்திரர்களின் உருவங்கள் சிற்பத் தொகுதியின் மேற்புரத்தில் காணப்படுகின்றன. தேவியின் உருவமும், ரிஷியின் உருவமும் வணங்கும் நிலையில் செதுக்கப்பட்டுள்ளன. இதற்கு எதிர்ப்புறம், வலது சுவரில் பிரமாண்டமான திரிவிக்கிரமர் சிற்பத்தொகுதி அமைந்துள்ளது. இதில் நாடகத்தின் அடுத்தடுத்த காட்சிகளைக் காணலாம். ஒருபக்கம் மகாவிஷ்ணு வாமனராக அவதாரம் எடுத்துச் சிறு பையனாகக் குடை பிடித்துக்கொண்டு

மூன்றடி நிலம் தானம் பெறக் கையேந்தி நிற்கின்றார். மகாபலி தாரைவார்த்துக் கொடுக்க முயல்கின்றார். பின்னாளிலிருந்து அவரது குரு அதைத் தடுக்கின்றார். இச்சிற்பத்திற்கு மேல், வெறெந்த திரிவிக்கிரம சிற்பத்தொகுதியிலும் காணப்படாத குதிரைத்தலை காட்டப்பட்டுள்ளது. இது மகாபலி மன்னன் அசுவமேதயாகம் செய்த பெருமை படைத்தவன் என்பதைக் காட்டுவதாகக் கொள்ளலாம். இதனை அசுவமேதயாகம் நடந்த இடத்தில் இந்நிகழ்வு நடைபெற்றிருக்கலாம் என வித்யா தெஹிஜியா குறிப்பிடுவதும் பொருத்தமான ஒன்றே.[9] இதற்கு இடது பக்கத்தில் திரிவிக்கிரமர் பிரமாண்டமான உருவில் ஒரு காலை வானத்தை நோக்கித் தூக்கியுள்ளார். அவரது உயரமான கிரீடத்தின் மீது குடை காட்டப்பட்டுள்ளது. குடை பொதுவாக அரச மற்றும் இறைத் திருவிழாக்களில் உபயோகப்படுத்தப்படும் சின்னமாகும். சக்கரவர்த்தி கோட்பாட்டில் முக்கிய இடம்பெறுகிறது. வாதாபியிலும், மாமல்லபுரத்திலும் திரிவிக்கிரமர் எட்டுக்கரங்களுடன் காட்டப்பட்டு, இங்கு நாமக்கல்லில் நான்கு கரங்களுடன் மட்டுமே எனினும் அவரது செயல் பார்ப்போரைப் பரவசமடையச் செய்கிறது. அவரது இயக்கத்தைக் காட்ட காதுகளில் உள்ள குண்டலங்களின் இருப்பிடத்தைக் காட்டியிருக்கும் கலைஞனின் ரசனை பாராட்டத்தக்கது.

மண்டபத்தின் பின்சுவரில், கருவறைக்கு இடது பக்கம் உக்கிர நரசிம்மரின் சிற்பம் உள்ளது. எட்டுக்கரங்களைக் கொண்ட நரசிம்மர் சங்கு, சக்கரம், கத்தி மற்றும் வில் வைத்துள்ளார். மற்ற நான்கு கரங்கள் இரணியனை வதம் செய்கின்றன. அவற்றில் இரண்டு கரங்கள் அந்த அசுரனின் வயிற்றைக் கிழித்துக் கொண்டிருக்கின்றன. அவரது கால்களில் ஒன்றில் சாய்ந்துள்ள இரணியன் கேடயமும் வைத்துள்ளான். அவரது சிம்ம முகத்தில் கோபாவேசம் தெளிவாகத் தெரிகிறது. உக்கிரநரசிம்மர் சிற்பத் தொகுதி பல்லவர், குடைவரைச் சிற்பங்களில் இல்லை. பாண்டியர்களது திருப்பரங்குன்றம் குடைவரையிலும், சாளுக்கியரின் வாதாபி குடைவரையிலும் காணப்படுகின்றது. இதன் காலத்தால் பிந்திய, அதாவது நாயக்கர் காலத்து, இரணியவதச் சிற்பங்கள் அழகர்கோயில் கல்யாண மண்டபத்தில், பெரிய அளவில், பிரம்மிக்கத்தக்க வகையில் செதுக்கப்பட்டுள்ளதைக் காணலாம்.

கருவறையில் வலது பக்கத்தில் பூவராஹர் சிற்பம் பிரமாண்டமாகச் செதுக்கப்பட்டுள்ளது. வராஹர், பூமாதேவியை பாதாள லோகத்திலிருந்து தூக்கி வரும் காட்சி காண்போரை வியக்க வைக்கின்றது. இதன் காலத்தால் முந்தியதும், முதலாவதுமான பிரமாண்டமான சிற்பத்தை குப்தர்களால் அமைக்கப்பட்ட உதயகிரி

குடைவரைகளில் காணலாம். மாமல்லபுரத்திலும், வாதாபியிலும் இச்சிற்பம் இடம் பெற்றுள்ளது. சாளுக்கியர் மற்றும் விஜயநகர மன்னர்களின் அரசச் சின்னங்களிலும் வராஹர் இடம்பெற்றுள்ளது. நாமக்கல் வராஹர் சிற்பத்தில், அவர் இரண்யக்சனால் பாதாள லோகத்தில் மறைத்து வைக்கப்பட்டிருந்த பூமிதேவியைத் தூக்கிக் கொண்டு நீருக்கு வெளியே வருவதுபோன்று அவரது பாதங்கள் நீருக்குள் மறைந்துள்ளதுபோல் காட்டப்பட்டுள்ளது. கல்லும் கவிபாடும் என்பதை இதில் காணலாம். அவர் நீரிலிருந்து வருகிறார் என்பதைக் காட்ட நாகதேவன் உருவம் உள்ளது. கலையில் பொதுவாக நீரைக்காட்ட நாகதேவனை அல்லது நாக கன்னிகையைக் காட்டுவது மரபு. இதனை மாமல்லபுரத்து பகிரதன் தவக்காட்சி சிற்பத் தொகுதியில் காணலாம். தூக்கிவரப்பட்ட பூமிதேவி கும்பிட்ட கரங்களுடன் காட்சியளிக்கின்றார்.

முன்னமே குறிப்பிட்டதுபோல் அதியர்களின் கலைப்பணி, நாமக்கல்லில் உள்ள இரண்டு குடைவரைகளே எனினும் அவற்றில் வெட்டப்பட்டுள்ள புடைப்புச் சிற்பங்கள் அச்சிற்றரசர்களின் கைதேர்ந்த கலை நுணுக்கங்களைப் பறைசாற்றுகின்றன. அவற்றில் காணப்படும் பிற கலைகளின் தாக்கம் அவர்களது அரசியல் தொடர்பினையும் மீறி, பண்பாட்டுத் தொடர்ச்சியினையும், வளர்ச்சியினையும் வெளிக்காட்டுகின்றது எனலாம்.

முத்தரையர் குடைவரைகள்

தமிழகத்தை ஆண்ட பல்லவ, சோழ, பாண்டியப் பெருவேந்தர்களின் கீழ் பல சிற்றரசர்கள் தனித்தனிப் பகுதிகளில் ஆட்சி செய்துவந்தனர். அவர்களில் ஒரு பிரிவினர் முத்தரையர் என்பவராவர். முத்தரையர் என்ற சொல் மூத்தகுடி என்ற பொருளைக் குறிப்பதாகவும் சொல்லப்படுகிறது. இதனை கன்னடக் கல்வெட்டு ஒன்றின் துணை கொண்டு கே.வி. இரமேஷ் நிறுவுகிறார்.[10] இவர்கள் பற்றிய செய்திகள் கன்னடக் கல்வெட்டுக்களிலும், செங்கம் நடுகற்களிலும் முதன் முதலில் பயின்று வருவதாகத் தெரிகிறது.[11] செந்தலைக் கல்வெட்டு, மூன்றாவது சுவரன்மாறன் என்பவன் பாண்டியர்களுக்கு எதிராகப் பல்லவர்கள், கொடும்பாளூர், கரையூர், அன்னவாசல் போன்ற பகுதிகளில் நடத்திய போர்களில் பின்னவர்களுக்கு ஆதரவாகச் செயல்பட்டதாகக் குறிப்பிடுகிறது.[12] திருச்சி, தஞ்சாவூர், புதுக்கோட்டை பகுதிகளில் ஆட்சி புரிந்த இவர்கள் அப்பகுதி வேளிர்களுடன் திருமண உறவு கொண்டிருந்தனர். மேலும் பல்லவர்களுடனும் பாண்டியர்களுடனும் மாறி மாறி நட்புக் கொண்டிருந்தனர். அதன் காரணமாக, சிற்றரசர்களாயினும் கலைப்பணியில் சிறந்து விளங்கினர். இவர்களது

கலைக்கூறுகளில் பல்லவர், பாண்டியர் கலைநுணுக்கங்களின் தாக்கத்தைக் காணலாம்.

மலையடிப்பட்டி

முத்தரையர்களின் குடைவரைகளில் குறிப்பிடத்தக்கவை புதுக்கோட்டை மாவட்டம் மலையடிப்பட்டியில் உள்ள சிவன் மற்றும் விஷ்ணு குடைவரைகளாகும். இவற்றை வெட்டுவித்தவன் குவாவன் சாத்தனின் மகனான சாத்தம்பூதி என்னும் விடேல்விடுகு இளங்கோ அடியரையனாவான். அவனே விஜயாலய சோழீஸ் வரத்துக் குடைவரையையும் வெட்டியதாகத் தெரிகிறது.[13] மலையடிப்பட்டியில் பரத்வாஜம் என்று அழைக்கப்படுகின்ற மலையில் இவ்விரு குடைவரை களும் வெட்டப்பட்டுள்ளன. மேற்குப்பக்கம் அமைந்துள்ள சிவன் குடைவரைக்கோயில் வாயிலில் முகப்புடன் தொடங்குகிறது. குடைவரைத் தெற்கு நோக்கி அமைந்துள்ளது. தூண்கள் பல்லவரின் தொடக்ககாலம், மற்றும் பாண்டியர் குடைவரைகளில் உள்ளது போன்று மேலும், கீழும் சதுரமாகவும், நடுவில் எண்பட்டை கொண்ட கட்டுப் பகுதியாகவும் அமைக்கப்பட்டுள்ளன. ஆனால் இவற்றின் சதுரப் பகுதியில் தாமரைப் பதக்கங்கள் இல்லை. இவற்றின் போதிகை தரங்கமாக இல்லாமல் கோணவடிவ போதிகையாக உள்ளன. சுவற்றை ஒட்டி அரைத்தூண்கள் காணப்படுகின்றன. போதிகைகளுக்கு மேல் விட்டமும் அதற்குமேல் தொடக்க நிலையிலான கபோதமும் வெட்டப் பட்டுள்ளன. கருவறை கிழக்கு நோக்கியது எனினும் அது இடதுபக்க ஓரத்தில் அதாவது வடமேற்கு மூலையில் பக்கவாட்டில் அமைந்துள்ளது. கருவறையின் முன்னால் மண்டபத்தில் இறையுருவங்கள் செதுக்கப் பட்டுள்ளன. குறுகிய பகுதியிலும் உருவங்கள் காணப்படுகின்றன. கருவறை மண்டபத்தைவிடச் சற்று உயரத்தில் வெட்டப்பட்டுள்ளது. அதற்குச் செல்ல படிகள் உள்ளன. கருவறையின் சுவர், ஜகதி, முப்பட்டைக் குமுதம், கண்டம், பட்டிகை போன்ற பாதபந்த வகைப் பகுதியினைக் கொண்டு, தென் தமிழ்நாட்டுக்கோயில் அதிட்டானப் பாணிக்கு முன்னுதாரணமாக உள்ளது. கருவறையின் இரு பக்கமும் துவாரபாலகர்கள், கிரீட மகுடத்துடன் காட்டப்பட்டுள்ளனர். அவர்களது ஆடை அமைப்பு திருமய்யம் துவாரபாலகர்களின் ஆடை அமைப்பின் வளர்ச்சியடைந்த நிலையைக் காட்டுகிறது.[14] கருவறையில் வட்டவடிவ பீடத்துடன் கூடிய சிவலிங்கம் பாறையிலிருந்து வெட்டப்பட்டுள்ளது. இக்குடைவரையில் அஷ்டபரிவார தேவதை அமைப்பு போன்று இறையுருவங்கள் வெட்டப்பட்டுள்ளன. அவை சண்டிகேசுவரர், கணேசர், சுப்ரமணியர், சப்தமாதர்கள், துர்க்கை போன்றதாகும். தவிர வீரபத்திரர், சிவபெருமான் மற்றும் அற்புதமும்

அழகும் நிறைந்த மகிஷாசூரமர்த்தினி போன்றோரின் சிற்பங்களும் புடைப்புச் சிற்பங்களாக உள்ளன. மகிஷாசூரமர்த்தினியின் சிற்பத் தொகுதியானது மாமல்லபுரத்து மகிஷாசூரமர்த்தினி மண்டபத்தில் உள்ள அவரது சிற்பத்தொகுதிக்கு இணையான நேர்த்தியைக் கொண்டுள்ளது. பாண்டியநாட்டில் திருமலைப்புரம் குடைவரையில் உள்ளது போன்று இக்குடைவரையிலும் பாறையிலேயே வெட்டப் பட்ட நந்தியைக் காணலாம்.

இதற்குச் சற்றுக் காலத்தால் பிந்திய விஷ்ணு குடைவரை கோயிலும் இதனருகிலேயே உள்ளது. இதன் முகப்பிற்கு வெளியே பிற்காலக் கட்டடங்கள் கட்டப்பட்டுள்ளன. இதன் முகப்பில் இரண்டு தூண்களும், இரண்டு அரைத் தூண்களும் உள்ளன. நீள்சதுர அமைப்பான இக்குடைவரையின் முகப்புக்கு அடுத்த குறுகிய மண்டபத்தில் துவாரபாலகர்கள், வராஹர், வைகுண்டநாதர், ஸ்ரீதேவி மற்றும் பூதேவியுடன் நின்ற நிலையிலான விஷ்ணு ஆகியோரின் சிற்பங்கள் உள்ளன. இந்த அமைப்பு சாளுக்கியரின் வாதாபி மூன்றாவது குடைவரையை நினைவூட்டுகின்றது.[15] துவாரபாலகர் களுக்கு அருகில் கர்ஜிக்கும் சிம்மத்தின் உருவம் காணப்படுகிறது. கருவறையின் இடதுபுறம் நரசிம்மரின் புடைப்புச் சிற்பம் உள்ளது. கருவறையில் விஷ்ணு அனந்த சயனத்தில் ஆதிசேடன் மீது கிழக்கே தலைவைத்து மேற்கே கால்நீட்டிப் படுத்துள்ளார். மது, கைடபர், நான்முகன், நாரதர், தும்புரு போன்றோரின் உருவச்சிற்பங்களைக் கொண்ட இச்சயனச் சிற்பத் தொகுதியில் தேவியின் உருவம் இல்லை என்பது குறிப்பிடத்தக்கது.

திருமய்யம் (திருமயம்)

மலையடிப்பட்டியைப் போன்றே புதுக்கோட்டைக்கருகில் உள்ள திருமய்யத்திலும் முத்தரையர்கள் சிவபெருமானுக்கும், விஷ்ணுவுக்கும் அருகருகே குடைவரைகளை வெட்டியுள்ளனர். பிற்காலத்தில் இப்பிரிவினரிடையே மனவேறுபாடு ஏற்பட்டபோது இரண்டு குடைவரைகளுக்குமிடையே தடுப்புச்சுவர் எழுப்பப் பட்டிருக்கிறது. அது இன்றும் காட்சியாக உள்ளது. சிவன் குடைவரைக் கோயில் சத்யகிரீஸ்வரர் கோயில் என அழைக்கப் படுகிறது. இக்குடைவரையில் பாண்டியர் குடைவரைத் தூண்களைப் போன்று பெரிய அளவிலான சதுரம், கட்டு, சதுரம் ஆகிய பகுதிகளைக்கொண்ட தூண்கள் இரண்டும், அரைத் தூண்கள் இரண்டும் உள்ளன. அவற்றின் போதிகை தரங்க அமைப்பில் நடுவில் பட்டையாகக் கோணவடிவம் காட்டப் பட்டுள்ளது. இங்குள்ள கட்டடக்கலைக் கூறுகள் வீரசிகாமணி யிலுள்ள பாண்டியர் குடைவரை, அதியரின் நாமக்கல் குடைவரை,

ஆய்வேலின் கேரளத்திலுள்ள கவியூர் குடைவரை ஆகியவற்றுடன் ஒத்துள்ளன.[16] குடைவரைக்குள் உள்ள மண்டபத்தில் நந்தி வெட்டப்பட்டுள்ளது. கருவறை சற்று உயரமாக இருப்பதால் படிகள் உள்ளன. வட்டமான பீடத்துடன் கூடிய சிவலிங்கம் வெட்டப்பட்டுள்ளது. இரண்டு பக்கங்களிலும் துவாரபாலகர்கள் நிற்கின்றனர். இவர்களில் ஒருவனுக்குக் கொம்பு உள்ளது. அடுத்தவன் பாண்டியர்களின் வீரசிகாமணி குடை வரையின் துவாரபாலகரை ஒத்துள்ளான். இவற்றிற்கெல்லாம் மேலாக, மண்டபத்தின் சுவரில் இலிங்கோத்பவர் சிற்பம் ஒன்று புடைப்புச் சிற்பமாக செதுக்கப்பட்டுள்ளது. லிங்கத்தி லிருந்து சிவபெருமான் வெளிவருவதுபோன்று மேற்கு நோக்கிய நிலையில் இது உள்ளது. பாண்டியர்களின் குடைவரைகளில் ஒன்றான குன்றக்குடி குடைவரை தவிர தமிழகத்தில் பிற எந்தக்குடை வரையிலும் இலிங்கோத்பவர் சிற்பம் இல்லை. பின்னாளில் கட்டடவகைக் கோயில்களில் மேற்குச்சுவரின் தேவகோட்டத்தில் இலிங்கோத்பவர் இடம்பெறலானார். அதற்கு திருமய்யம் இலிங்கோத்பவரே முன்னோடி எனில் மிகையன்று. இக்குடை வரையில் உள்ள இசைக்கல்வெட்டில் ரிஷபம், காந்தாரம், பஞ்சமம், தைவிதம், நிஷாதம், மத்யமம் என்னும் பண்கள் குறிப்பிடப்பட்டுள்ளன. திருமய்யத்திலும், மலையக் கோயிலிலும் பரிவாதினி, வித்யா பரிவாதினி, குணசேனர் என்ற சொற்கள் காணப்படுகின்றன. தவிர, மலையக்கோயிலில் உள்ள பிற்காலக் கல்வெட்டில் ஸ்ரீவரமுடையார் என்னும் சொல் குணசேனரைக் குறிப்பதாக உள்ளது. ஸ்ரீவர என்பது பாண்டியன் பராந்தக நெடுஞ்சடையனின் (கி.பி. 765-815) சிறப்புப் பெயர்களில் ஒன்றாகும். புதுக்கோட்டை மாவட்டத்தில் இசைக்கல்வெட்டுகளைக் கொண்டுள்ள திருமய்யம் சத்யகிரீஸ்வரர் கோயில் மற்றும் மேல் பாறைக்கோயில், மலையக் கோயிலில் உள்ள கிழக்குச் சிவன்குடை வரை, குடுமியான் மலை மேலக்கோயில், திருக்கோகர்ணம் கோகர்ணேசுவரர் கோயில் ஆகியவற்றைப் பிற குடைவரைகளுடன் ஒப்பிட்டு நோக்கி, அவற்றின் கட்டடக் கலை மற்றும் சிற்பக் கலைகளை உற்று நோக்கிய கே. ஆர். சீனிவாசன் அக்குடைவரைகள் அனைத்தும் பாண்டியர் களுடனேயே தொடர்புபடுத்தப்பட வேண்டியவை என்கிறார்.[17]

திருமய்யத்தில் உள்ள விஷ்ணு குடைவரை, ஓர் இயற்கையான குகைத்தளமாக இருந்து குடைவரைக் கோயிலாக மாற்றப்பட்ட ஒன்றாகும். இதனை அமைத்தவர் பெரும்பிடுகு முத்தரையரின் ஓர் அரசியான பெருந்தேவியாவார். இக்குடைவரைக் கோயில் சத்யகிரீஸ்வரர் குடைவரையைவிட சிறிது பிற்காலத்ததாகும்.[18] இக்குடைவரையின் முகப்பில் பல்லவர், பாண்டியர் குடைவரைத் தூண்களை ஒத்த சதுரம், கட்டு, சதுரம் அமைப்புடைய பிரமாண்ட

தூண்கள் உள்ளன. சதுரப்பகுதியில் தாமரைப் பதக்கங்கள் காணப்படுகின்றன. இவற்றின் போதிகை தரங்க அமைப்பில் நடுவில் பட்டையான அமைப்புள்ளது. கருவறை உயரமான மேடை மீது அமைந்துள்ளது. அதில் மிகப்பெரிய அளவில் அனந்தசாயி சிற்பத்தொகுதி இடம்பெற்றுள்ளது. பள்ளிகொண்ட பெருமாள் கருவறையின் முழுப்பகுதியையும் ஆக்கிரமித்துள்ளார். நான்முகன், சிவபெருமான், சூரியன், சந்திரன், அக்னி, மார்க்கண்டேயன், நாரதர், தும்புரு, பிருகு முனிவர், ஆயுதபுருஷர்கள் ஆகியோர் சூழ்ந்துள்ளனர். மது, கைடபர் மகாவிஷ்ணுவின் காலடியில் நிற்கின்றனர். அவரது பாதத்திற்கு அருகில் பூமிதேவி அமர்ந்துள்ளார். திருமங்கை ஆழ்வார் "திருமெய்யமலையாளன்" என்று இவ்விறைவனைப் பாடுகிறார்.[19] இங்குக் காணப்படும் சிறப்பான அம்சம் யாதெனில் ஐந்துதலை அனந்தனின் வாயிலிருந்து வெளிவரும் தீப்பிழம்புகள் மது, கைடபரை பயமுறுத்துவது போன்றுள்ளதுதான். இங்கு விஷ்ணு இரண்டு கரங்களை மட்டுமே கொண்டுள்ளார்.

குண்ணாண்டார் கோயில்

இவ்வூர் புதுக்கோட்டை மாவட்டத்தில் கீரனூருக்கு அருகில் உள்ளது. இங்குள்ள பழியிலீச்சுரம் குடைவரைக்கோயில் பல்லவ மன்னன் நிருபதுங்க வர்மனின் ஏழாவது ஆட்சியாண்டில் முத்தரையர் தலைவன் சாத்தன் பழியிலி என்பவனால் வெட்டப் பட்டுள்ளது. நந்திமண்டபமும், நந்தியும் அவனது பணியேயாகும். இக்குடைவரை சாந்தாரவகையைச் சேர்ந்தது. இதனைச் சுற்றி வலம்வரலாம். இதன் மண்டபத்தில் உள்ள கணபதி திருமலை சிவன் போன்று பிராசீனவீத பூணூல் அணிந்துள்ளார். சண்டேசர் சிற்பம் மலையடிப்பட்டியை நினைவூட்டுகிறது. முகப்பில் உள்ளது போன்றே, மண்டபத்திலும் தூண் வரிசைகள் உள்ளன.[20]

இவர்கள் காலத்து கட்டட வகைக் கோயில்கள் வீரலூர், கண்ணனூர், கீரனூர், கீழத்தனயம், நியமம், செந்தலை, நார்த்தாமலை மற்றும் நங்கவரம் போன்ற ஊர்களில் கட்டப்பட்டதாகத் தெரிகிறது.[21] வீரலூர் பூமீஸ்வரர் கோயில், அனைத்தும் கல்லாலான ஏகதள அல்பவிமானமாகும். இதன் கிரீவமும், சிகரமும், வட்டவடிவமானவை. இதன் அதிட்டானம் உபானம், ஜகதி, முப்பட்டை குமுதம், கண்டம், பட்டிகை, பிரதி ஆகிய பகுதிகளைக் கொண்டுள்ளது. இக்கோயிலின் தேவகோட்டங்களில் மேற்கில் விஷ்ணுவும், தெற்கில் தட்சிணா மூர்த்தியும், வடக்கில் பிச்சாடனரும் இடம்பெற்றுள்ளனர். இக்கோயிலின் சிவலிங்கம் வட்டமான பீடத்தின் மீது அமைந்துள்ளது.

கண்ணனூரில் சுப்ரமணியேஸ்வரர் கோயிலும், முன்னதைப் போன்றே அனைத்தும் கல்லாலான ஏகதள விமானமாகும். இதன் அதிட்டானமும் வீரனூர் கோயிலைப் போன்றதே. இதன் தேவகோட்டங்களில் சிற்பங்கள் இடம் பெறவில்லை என்பது பாண்டியர்களை நினைவூட்டுகிறது. பிற்காலத்தில் தட்சிணாமூர்த்தி சிற்பம் வைக்கப்பட்டுள்ளது. கீரனூரில் உள்ள உத்தமதானீஸ்வரர் கோயிலில் அடித்தளம் கல்லாலும், மேல்பகுதி சுதையாலும் கட்டப் பட்டுள்ளது. இதன் அதிட்டானத்தில் முப்பட்டைக் குமுதத்திற்குப் பதிலாக விருத்த குமுதமும் அதற்குமேல் வியாழவரியும் இடம் பெற்றிருப்பது சோழர் கலைப்பாணியை நினைவூட்டுவதாக் அமைந்துள்ளது. கீழ்தனயத்தில் உள்ள உத்தமதானீஸ்வரர் கோயில் அனைத்தும் கல்லாலான ஏகதள விமானமாகும். இதன் அதிட்டானம் வீரலூர் மற்றும் க்ண்ணனூர் கோயில்களை ஒத்துள்ளது. கிரீவமும் சிகரமும் சதுரவடிவில் அமைந்துள்ளன. இதன் வடக்குச்சுவர் தேவகோட்டத்தில் பிரம்மாவும், மேற்கில் விஷ்ணுவும், தெற்கில் தட்சிணாமூர்த்தியும் இடம்பெற்றுள்ளனர்.

நார்த்தாமலை விஜயாலயசோழீச்சுரம் பற்றி சோழர்கலையோடு சேர்ந்து விளக்கப்பட்டுள்ளது.

செந்தலையில் பெருந்துறை மகாதேவர் (தற்போது சுந்தரேஸ்வரர்) கோயில் துவிதள (இரண்டு தளங்கள்) விமானமாகும். இதன் கீழ்ப்பகுதி கல்லினாலும், மேல்பகுதி செங்கல்லாலும் கட்டப்பட்டுள்ளது. இதன் அதிட்டானத்தில் விருத்த குமுதமும், விட்டத்தின் அமைப்பும் (சொருகு பலகை) காணப்படுகின்றன. கிரீவமும், சிகரமும், வட்டவடிவமானவை. நியமத்தில் உள்ள ஐராவதேஸ்வரர் கோயில் அனைத்தும் கல்லாலான துவிதள விமானமாகும். இதன் அதிட்டானம் வீரலூர், கண்ணனூர் கோயில்களை ஒத்துள்ளது. வேதி மற்றும் பிரதிப்பகுதிகள் மட்டும் பிதுக்கமாக உள்ளன. கிரீவமும், சிகரமும் சதுரவடிவானவை. இதில் அஷ்டபரிவாராலயங்கள் புதுப்பிக்கப்பட்டன. நார்த்தாமலை பழியிலீஸ்வரம் கோயிலின் அதிட்டானம் விருத்தகுமுதம், வியாழவரி ஆகியவற்றைக் கொண்டு சோழர்கலையை நினைவூட்டுகிறது. நங்கவரத்தில் உள்ள சுந்தரேஸ்வரர் கோயில் (மாறவனீஸ்வரர் கிர்ஹம்) மூன்று தளங்களைக்கொண்ட அனைத்தும் கல்லாலான கோயிலாகும். முப்பட்டைக் குமுதம் வரையான அதிட்டானப்பகுதி மண்ணில் புதைந்துள்ளது. கண்டம், பட்டிகை மற்றும் பிரதி பகுதிகள் வெளியில் தெரிகின்றன. கிரீவமும், சிகரமும் வட்டவடிவமானவை.

இருக்குவேளிர்களின் பணி

கொடும்பாளூரிலிருந்து ஆட்சி செய்துவந்த சிற்றரசர்களான இருக்குவேளிர்கள் தொடக்கத்தில் பல்லவர் பாணியில் கட்டடவகைக்

கோயில்களைக் கட்டத் தொடங்கினர். தரைத்தளத்தை கல்லினாலும், மேல்பகுதியை செங்கல்லாலும் கட்டினர். இதற்கு உதாரணம் ஐவர் கோயிலைக் குறிப்பிடலாம். இச்சிற்றரசர் குடும்பத்தின் சிறந்த அரசரான பூதிவிக்ரமகேசரி பொறுப்பேற்ற பின்பு அவர்தம் கலைப்பணி மேலும் பெருகியது. புகழ்மிக்க மூவர் கோயிலை அவன் எடுப்பித்தான். புதிய பாணியில் முழுவதும் கல்லாலான கோயிலான மூவர்கோயில் சோழர் கலையையும், ஒருவகையில் பாண்டியர் கலையையும் பின்பற்றிக் கட்டப்பட்டது. முத்தரையரின் வட்டவடிவ சிகரத்திலிருந்து மாறி சதுரவகையான சிகர அமைப்பு பின்பற்றப் பட்டது.

மூவர் கோயில் பற்றி சோழர் கலை பற்றிய பகுதியில் விரிவாகக் கூறப்பட்டுள்ளது

மூவர் கோயிலைத் தொடர்ந்து இவர்கள் காலத்தில் மேலும் பல கோயில்கள் கட்டப்பட்டன. அவற்றை திருச்செந்துறை, அந்தநல்லூர், கீழையூர், திருக்கட்டளை போன்ற இடங்களில் காணலாம். அனைத்தும் கல்லாலான திருச்செந்துறை சிவன் கோயிலின் அதிட்டானத்தில் விருத்தகுமுதம் வரை மண்ணில் புதைந்துள்ளது. அதற்கு மேலுள்ள வியாழவரியும், பிரதியும் வெளியில் தெரிகின்றன. கோயிலின் பத்ரப்பகுதி முதல் பராந்தகசோழனின் கோயில்களில் உள்ளதுபோன்று பிதுக்கமாக உள்ளது. சிகரம் சதுரமாக உள்ளது. அந்தநல்லூர் வடதீர்த்த நாதசுவாமிகோயில் இரண்டு தளவிமானமாகும். அதன் தரைதளம் கல்லாலும், மேற்பகுதி செங்கல்லாலும் கட்டப் பட்டுள்ளது. முப்பட்டை குமுதத்தின் பகுதிவரை மண்ணில் புதைந்துள்ள இக்கோயில் அதிட்டானத்தில் கண்டம், பட்டிகை, வேதி பகுதிகள் மட்டும் வெளியில் தெரிகின்றன. பத்ரப்பகுதி பிதுக்கமாக உள்ளது. இதன் கிரீவமும், சிகரமும் தற்போது வட்ட வடிவில் உள்ளன. ஒருவேளை இது பின்னாளைய மாற்றமாக இருக்க வேண்டும். ஏனெனில் இருக்குவேளிர்கள் வட்டவடிவ கிரீவ, சிகரங்களை எப்போதும் கட்டவில்லை.[22] கீழையூர் அகத்தீஸ்வரர் கோயில் இரண்டு தளங்களைக் கொண்ட அனைத்தும் கல்லால் கட்டப்பட்டதாகும். இதன் அதிட்டானம், உபானம், பத்மம், விருத்த குமுதம், வியாழவரி மற்றும் பிரதியைக் கொண்டுள்ளது. திருக்கட்டளை சுந்தரேஸ்வரர் கோயில் (கார்க்குறிச்சி மகாதேவர் கோயில்) அனைத்தும் கல்லாலானது. இதன் அதிட்டானம் உபானம், ஜகதி, முப்பட்டை குமுதம், கண்டம், பட்டிகை, பிரதி போன்ற பகுதிகளைக் கொண்டுள்ளது. இக்கோயிலில் கோட்டங்களில் இறையுருவங்கள் பல வைக்கப்பட்டுள்ளன. இது போன்ற பல கலைப்பணிகளை அவர்கள் செய்துள்ளனர்.

அதியமான்கள், முத்தரையர்கள் மற்றும் இருக்குவேளிர்கள் அவர்களின் மேலாண் அரச பரம்பரையினருடன் போட்டிபோட்டு கலையை வளர்த்துள்ளதை அவர்களால் கட்டப்பட்ட கோயில்கள் நமக்குப் பெரிதும் உணர்த்துகின்றன.

அடிக்குறிப்புகள்

1. இரா. நாகசாமி, ஓவியப்பாவை, 1939, ப. 26.
2. சு. இராசவேல், அ.கி. சேஷாத்திரி, தமிழ்நாட்டுக் குடைவரைக் கோயில்கள், 2000, ப. 194.
3. Vidya Dehijia, *Namakkal Caves*, 1977, PP. 3-4.
4. George Michell, *Hindu Art and Architecture*, 2000, P. 84.
5. K.V. Soundara Rajan, *Rock-cut Temple Styles-Early Pandyan Art and the Ellora Shrines*, 1998, P.109.
6. ஆனால் சிங்கவரத்துக்குடை வரையின் தூண்களின் போதிகை கூம்பு (Angular) வடிவில் அமைந்துள்ளது. (Vidhya Dehijia, *op. cit.*, P.27.)
7. மேலது, ப. 32.
8. மேலது, ப. 12.
9. மேலது, ப.21.
10. சு. இராசவேல், அ.கி. சேஷாத்திரி, முன்னது, ப.177.
11. மேலது, ப. 178.
12. J. Raja Mohamad, *Art of Pudukkottai*, 2003, P. 17.
13. K.V. Soundara Rajan, *Early Pandya, Muttarayar and Irukkuvel Architecture*, in "Studies in Indian Temple Architecture", 1975, P. 241.
14. K.V. Soundara Rajan, *op.cit.*, 1998, P.104.
15. மேலது, ப. 105.
16. மேலது, ப.102.
17. K.R. Srinivasan, *Some Non-Pallava Cave Temples with Musical Inscriptions*, in DAMILICA, Chennai, 1970, PP. 83-91.
18. K.R. Srinivasan, *Temples of South India*, 1972, 1991, Rep., P.57.
19. K.V. Soundara Rajan, *op.cit.*, P.103.
20. மேலது, ப. 105.
21. K.V.Soundara Rajan, *op. cit.*, 1995, P. 249.
22. மேலது, ப. 279.

8. விஜயநகர - நாயக்கர் காலம்

8.1 ஆட்சி முறை

சுமார் நான்கு நூற்றாண்டு காலம் தென்னக வரலாற்றில் பெரும் சாதனைகளைப் புரிந்த விஜயநகரப் பேரரசர்களும் அவர்களது மாநிலப் பிரிவு ஆளுநர்கள் எனப்படும் நாயக்கமன்னரும் நாட்டு நிர்வாகத்தைத் திறம்பட நடத்தினர் என்பதில் ஐயமில்லை. இருப்பினும் அவர்கள் காலத்தில் ஆட்சிச் சிக்கல்களும் தோன்றின. மத்திய அரசும், மாநில அரசும், மாநில அரசுகளுக்கு அடங்கிய சுமார் 72பாளையங்களும் தனித்தனி நிர்வாகத்தைச் செய்த காலமுமிருந்தது. எனவேதான் சோழப் பேரரசை “ஒரு கூறாண்மை” (segmentary) அரசு என்று சொன்ன பர்ட்டன் ஸ்டெயின் விஜயநகரப் பேரரசும் அதே கூறாண்மை அடிப்படையிலான அரசென்றே கூறினார்[1]. ஆனால் அவரே தன் கருத்தைச் சிறிது மாற்றி 15-16 ஆம் நூற்றாண்டுகளின் விஜயநகர அரசானது இந்தியாவில் ஆங்கில ஆதிக்கம் ஏற்பட்ட காலத்தில் நிலவிய அரசியல் மற்றும் சமுதாய வாழ்வுக்கு முன்னோடியான அமைப்பு என்கின்றார்[2]. கே.ஏ. நீலகண்ட சாஸ்திரி இதனை ஓர் இராணுவ அரசமைப்பைக் (war - state) கொண்ட இந்து அரசு என்கின்றார்[3]. டி.சி சர்க்கார் இதனை ஒரு “நிலமானிய முறை” (feudalistic state) என்று ஒத்துக்கொள்கின்றார். இதனை “நிலச்சுவான்தார் முறை” (landlordism) என்று கூறுவதனைப் பெரிதும் ஏற்கின்றார்[4]. தமிழகத்தில் விஜயநகர ஆட்சி ஏற்பட்டதிலிருந்தே நிலமானிய அடிப்படை செயல்பட்டது. இதனை நாயக்கர் நிர்வாக முறையில் காணலாம் என்கின்றார் அ.கிருஷ்ணசாமி[5]. இவ்வாறு விஜயநகர அரசின் தன்மை பற்றிப் பல கருத்துக்கள் வெளியாகியுள்ளன. விஜயநகர ஆட்சியாளர்கள் அதன் தொடக்க காலத்திலிருந்து முஸ்லீம்களுடனும் பிறருடனும் போர் தொடுக்க வேண்டிய கட்டாயத்தில் இருந்தனர். மிகப்பெரும் பரப்பைக் கொண்டிருந்த அவர்கள் தங்களின் ஆட்சியின் கீழிருந்த தமிழகத்தைச் சில மாநிலப்பிரிவுகளாகப் பிரித்துத் தம் இராணுவ அதிகாரிகளான நாயக்கர்களிடம் ஒப்படைத்தனர். இருப்பினும் தலைக்கோட்டைப் போர் வரை (கி.பி. 1565) அப்பகுதிகள் மீது தங்களது மேலான இறைமையைச் செலுத்தத் தவறவில்லை. வடக்கே இப்பேரரசின் தோல்வியும் வலுவிழந்த தன்மையுமே, நாயக்கமன்னர்களின் சுதந்திர

உணர்வுக்குக் காரணமாயிருந்திருக்கக்கூடும். தங்களைக் காக்கும் வலுவினையிழந்த அரசுக்குத் திறை செலுத்த மறுக்கத் தொடங்கினர். அதுவே பேரரசு பிற்காலத்தில் அழியவும் ஒரு காரணமாயிற்று.

அரசர்

தென்னகத்தின் பெரும்பகுதியையும், குறிப்பாக தமிழகம் முழுவதையும் தன்னாட்சியின் கீழ் சுமார் மூன்று நூற்றாண்டுகள் கொண்டிருந்த விஜய நகரப் பேரரசின் தலைமைப் பொறுப்பு அரசரிடமேயிருந்தது. அதாவது இப்பேரரசில் மரபுரிமை ஆட்சி நடை பெற்றது[6]. இருப்பினும் இவர்கள் இராணுவத்தையே நம்பியிருக்க வேண்டியதிருந்தது. தொடர்ந்து வந்த போர்கள் இதற்குக் காரணமாகும். சிவில், இராணுவம், நீதித்துறைகளின் தலைவராயிருந்த அரசரின் முடிசூட்டு விழா வேதச்சடங்குகளின் படியே நடைபெற்றது. பிராமணப் புரோகிதர்கள் இதனை நடத்தினர். இவர்கள் காலத்திலும் சோழர்களைப் போல "யுவராஜா"க்கள் (இளவரசர்) நியமிக்கப் பட்டனர். உதாரணமாக முதலாம் ஹரிஹரர் தன் சகோதரன் முதலாம் புக்கரை இளவரசராக்கினார். சில நேரங்களில் அரசரைத் தேர்ந்தெடுக்கும் பணியில் அமைச்சர்களுக்கும் முக்கியத்துவம் கொடுக்கப்பட்டது. உதாரணமாக சளுவதிம்மர் என்னும் திறமையுடைய அமைச்சர் வீரநரசிம்மரின் மூன்று வயது நிரம்பிய மகனுக்குப் பதிலாக கிருஷ்ண தேவராயரை ஆட்சியில் அமர்த்தக் கூறிய ஆலோசனை ஏற்றுக்கொள்ளப்பட்டது. சில நேரங்களில் அமைச்சர்களும், இராணுவத் தளபதிகளும் அரசருக்குப் பகர ஆட்சியாளர்களாகப் (regents) பணியாற்றினர். சளுவ நரசிம்மர் இறந்த போது நரசநாயக்கர் என்னும் படைத்தலைவர் பகர ஆட்சியாளராக நியமிக்கப்பட்டார். தகுதியற்ற அரசர்க்கு எதிராக அமைச்சர்களும், மற்றவரும் மும்முறை விஜயநகரப் பேரரசில் செயல்பட்டனர் என்று சாஸ்திரி கூறுகின்றார்[7].

மன்னரின் முக்கிய கடமைகளெனக் கருதப்பட்டவை, வெளியார் படையெடுப்பிலிருந்து நாட்டைக் காப்பதும், மக்கள் குறைகளைத் தீர்ப்பதும், பொருளாதார வளர்ச்சிக்கு ஆவன செய்வதும், நீதியை நிலைநாட்டுவதுமாகும். தனது "அமுக்தமால்யதம்" என்னும் நூலில் கிருஷ்ணதேவராயர், ஓர் அரசன் தன் ஆட்சியின்போது எப்பொழுதுமே தர்மத்தின் மீது ஒரு கண் வைத்திருக்க வேண்டும். இந்து தர்மத்தைக் காக்க வேண்டும். வெளிநாட்டு வணிகர்களைப் பாதுகாத்துத் தேவையான வசதிகள் கொடுக்க வேண்டும் என்றெல்லாம் எழுதியுள்ளார். இவரைப் பற்றி பெயஸ் கூறும்போது இவ்வரசர் நேர்மையானவரும் ஆவார், வெளிநாட்டவரை மதிக்கக் கூடியவர், அவர்களை அன்போடு வரவேற்றார். சிறந்த ஆட்சியாளரான இவர் நீதிநெறி தவறாதவர். தன்னை அரசர்க்கு அரசர் என்றும், தேவர்கள்

அரசர் என்றும் மூன்று கடல்களுக்கும் நிலத்திற்கும் தலைவரென்றும் பெயர் சூட்டிக் கொண்டார். தொடர்ந்து போர்களை நடத்தி வெற்றிகளைப் பெற்றார் என்றெல்லாம் குறிப்பிட்டுள்ளார்[8].

அரசர்கள் பலதார மணத்தைச் செயல்படுத்தினர் எனத் தெரிகின்றது. பேரரசர்களும், அவர்களுக்குக் கீழிருந்த நாயக்க மன்னர்களும் பல மனைவியரைப் பெற்றிருந்தனர். ஆனால் அவர்களில் ஒருசிலரே பட்டத்து அரசியராய் இருந்தனர்.

அமைச்சர் குழு

நிர்வாகத்தில் அரசருக்கு ஆலோசனை கூறுவதற்கென அமைச்சர்கள் குழு ஒன்றும் பேரரசுக்குழு ஒன்றும் செயல்பட்டது. அவர்தம் ஆலோசனைகளை ஏற்கவோ அல்லது மறுக்கவோ செய்வது மன்னர் விருப்பமாகும். அமைச்சர்கள் குழு என்பது மந்திரிபரிஷத் போன்றது. பேரரசுக்குழு என்பது அரசர்க்குக் கீழ்ப்பட்ட பகுதிகளின் ஆட்சியாளர்கள், இளவரசர்கள், தளவாய்கள், வணிகர்கள், தூதுவர்கள் போன்றவர்களை உறுப்பினர்களாகக் கொண்டதாகும். இவ்வகையில் இது இங்கிலாந்து நாட்டில் நார்மானிய அரசர்களின் பெருங்குழுவை ஒத்திருந்தது எனலாம். அமைச்சர்குழுவின் உறுப்பினர்களாக பிரதானி அல்லது மகாபிரதானி, தலதிகாரி அல்லது தண்டநாயகம், சமந்தசிகாரி போன்ற பலர் இருந்தனர். அவர்களின் எண்ணிக்கை அடிக்கடி மாறியது. அவர்களது பதவி மரபு முறையில் வந்ததெனினும் அரசராலும் அவ்வப்போது தேர்ந்தெடுக்கப்பட்டனர். அவர்கள் திறமையினடிப்படையிலும், அரசரின் நம்பிக்கையின் அடிப்படை யிலும் பதவியில் தொடர்ந்திருந்தனர். முதலாம் ஹரிஹரர், முதலாம் புக்கர் காலத்தில் முத்ததண்டநாதர் என்பவர் தலைமையமைச்சரா யிருந்தார். கிருஷ்ணதேவராயரின் காலத்தில் அவரது தலைமையமைச்ச ராக சளுவதிம்மர் இருந்தார். இவருக்கு மன்னருக்குக் கொடுக்கப்பட்ட மரியாதை கிடைத்தது. ஆனால், அவரும் அவரது மகன்களும் பட்டத்து இளவரசரது கொலையில் தொடர்பு கொண்டிருந்தனர் என்று கண்டுபிடிக்கப்பட்டு சிறையிலடைக்கப்பட்டதோடு குருடாக்கப் பட்டனர். அவர்கள் பிராமணர் என்பதால் கொல்லப்படவில்லை[9].

அலுவலகங்கள்

நிர்வாகத்தில் மன்னருக்கு உதவ மத்திய அரசு பல அலுவலகங் களைக் கொண்டிருந்தது. இன்று இருப்பது போல தலைமைச் செயலகம் (secretariat) இருந்தது. இது ஒழுங்காக அமைக்கப்பட்ட அலுவலகமாகும். அரசரது அரண்மனைக் கருகிலேயே இது இருந்தது. இதன் கீழ் பல அலுவலகங்கள் செயல்பட்டன. ஒவ்வோர் அலுவலகமும் ஓர் அரச அதிகாரிகளால் மேற்பார்வையிடப்பட்டது. பெர்நாவோ

நூனிஸ் இப்பேரரசில் பணியாற்றிய முக்கிய அதிகாரிகள் பற்றிக் கூறியுள்ளார்[10]. முதலாவதாக தலைமை அமைச்சர். இவர் அரசருக்கு அடுத்த இரண்டாவது நிலையில் வைக்கப்பட்டார். மூன்றாவதாக கருவூல அதிகாரி என்பவர். நான்காவதாக அரசரின் சொந்த நிலங்களைப் பற்றிய கணக்கர். தலைமைக் கருவூல அதிகாரி, அரண்மனைப் பாதுகாவலர்களின் தளபதி, ஆபரணக் கருவூல அதிகாரி, குதிரைகளைப் பாதுகாப்போரின் தலைவர் என்று பல அதிகாரிகளின் பெயர்களை அவர் குறிப்பிடுகின்றார். இவர்கள் தவிர அரசரின் ஆணைகளை எழுதும் ராயசம் என்ற அதிகாரியும் அனைத்துத் துறைக் கணக்குகளையும் கவனிக்கும் கரணிக்கம், மாநில அரசுகள் பற்றிய செய்திகளைக் கவனிக்கும் வாசல் கரணிக்கம், வெற்றிலைப் பெட்டி தூக்குதல், பஞ்சாங்கம் எழுதுவோர் போன்ற அதிகாரிகளும் இப்பேரரசில் பணியாற்றியதாகத் தெரிகின்றது.

அரசவை என்ற ஒன்று இருந்தது. இதில் செல்வந்தரும், கற்றறிவாளரும், ஜோதிட வல்லுனரும், இசைஞானிகளும் பங்கேற்றனர்.

மாநில அரசாங்கம்

நிர்வாக வசதிக்காகப் பரந்து விரிந்திருந்த விஜயநகரப் பேரரசு பல மாநிலங்களாகப் பிரிக்கப்பட்டிருந்தது. அப்பிரிவுகள் ராஜ்யங்கள் அல்லது மண்டலங்கள் அல்லது சபைகள் என அழைக்கப்பட்டன. இவற்றின் அளவும் எண்ணிக்கையும் அடிக்கடி மாறின[11]. ஒவ்வொரு மண்டலமும் ஓர் ஆளுநரைக் கொண்டிருந்தது. இவர்கள் மண்டலேசுவரர், மகாமண்டலேசுவரர், நாயக்கர் என அழைக்கப்படுகின்றனர். அவர்களது ஆட்சியில் தமிழகத்தில் இருந்த மாநில அமைப்புக்கள் தஞ்சை, மதுரை, திருவடி (கேரளப் பகுதி), முல்பகல் (சேலம், வடஆற்காடு பகுதிகளும், கோலார், சித்தூர்) ஆகியவையும் அடங்கியதாகும்.

இம்மாநிலங்களின் தலைவர் அல்லது ஆளுநர்களாக இளவரசர்களும், அரசவம்சத்தின் மற்ற உறுப்பினரும் அமைச்சர்கள், செல்வந்தர்கள் ஆகியோரின் மக்களும் அமர்த்தப்பட்டனர். இப்பதவிகளில் இருந்த அரச வம்சத்தார் "உடையார்" என்றும், அமைச்சர், செல்வந்தர் குடும்பத்திலிருந்து போனவர்கள் "தண்டநாயகர்கள்" எனவும் தங்களை அழைத்துக் கொண்டனர். இவ்வகையில் புக்கரின் மகன் குமாரகம்பணர் முல்பகல் ராஜியத்தின் ஆளுநராகவும், கிருஷ்ணதேவராயரின் தலைமை அமைச்சர் சளுவதிம்மர் கொண்டவீட்டின் ஆளுநராகவும் நியமிக்கப்பட்டதைக் காணலாம். இவ்வாளுநர் தங்களுக்கென தனி அவைக்களங்களையும் அதிகாரிகளையும் கொண்டிருந்தனர். சிவில், இராணுவ, நீதித்துறை அதிகாரங்களை

மைய அரசின் இடையூறின்றிச் செயல்படுத்தினர். அவர்கள் தங்கள் பகுதியின் நிரந்தர வருவாய்க் கணக்குகளைக் காட்ட வேண்டும். பேரரசுக்குத் தேவைப்பட்டபோது இராணுவ உதவி அளிக்க வேண்டும். வருவாயில் குறிப்பிட்ட அளவுப் பணத்தைப் பேரரசுக்கு வரியாகச் செலுத்த வேண்டும். தங்களது பிரச்சினைகளைச் சாதிக்கப் பேரரசின் அவையில் தங்களது உறுப்பினர் ஒருவரை எப்போதும் வைத்திருக்க வேண்டும் என்ற மரபும் இருந்தது. ஆளுநர்களின் நிர்வாகத்தை வேவுபார்க்க பேரரசின் அதிகாரிகளும் இருந்தனர். மாநில ஆளுநரின் கீழிருந்த அதிகாரிகள் பிரதானி தளவாய், தண்டநாயகர், ராயசம் போன்றோராவர். இவர்கள் பேரரசின் உத்தரவு அல்லது அனுமதியுடன் மாநில ஆளுநர்களால் பணியமர்த்தப்பட்டனர். இம்மாநிலங்களின் தலைவர்கள் பெரும்பாலும் அரசகுடும்பப் பிரதிநிதிகளாயிருந்ததால், கிராமசபை அல்லது தலநிர்வாகத்தினரின் செல்வாக்கைக் குறைத்துத் தாங்களே வரிவசூல் செய்தனர்[12].

நாயங்காரமுறை

விஜயநகர அரசின் கீழ் மாநிலங்களிலும் கிராமங்களிலும் புகுத்தப்பட்ட மற்றொரு முறை நாயங்கார அல்லது ஆயகர் முறையாகும். இராணுவ சேவைக்கு நாயங்கார அல்லது ஆயகர் அல்லது அமரநாயகர்முறை என்று பெயர் வழங்கியது. அரசன் அல்லது பாளையக்காரர்கள் இராணுவ சேவைக்காகவும் அல்லது ஊர்க்காவலுக்காகவும் வழங்கிய நிலங்கள் அமரங்கள் என அழைக்கப் பட்டன. இதன்படி விஜயநகரப் பேரரசு மாநிலங்களாகப் பிரிக்கப்பட்டு, அதற்குள்ளேயே பரப்பிற்கு ஏற்பப் போர் வீரர்களைப் பெறுவதற்காக நாயக்கர்களுக்குக் கொடுத்தனர். இவ்வித அமர நாயக்கர்கள் தாங்கள் பெற்றுக் கொண்ட நிலங்களுக்கு ஈடாகப் போர் வீரர்களைத் தேவையான காலத்தில் பேரரசிற்கு அனுப்பி வைக்க வேண்டும்[13]. இவர்கள் தம் வருமானத்தில் ஒரு குறிப்பிட்ட அளவைப் பேரரசிற்கு அனுப்ப வேண்டும். மகாநவமி திருவிழாவுக்குப் பணம் அனுப்ப வேண்டும். மன்னரின் பிறந்த நாள் போன்ற முக்கிய நாட்களில் பரிசுப் பொருட்கள் அனுப்ப வேண்டும். தம் பகுதிகளில் குற்றங்கள் நடைபெறாதவாறு பாதுகாக்க வேண்டும். துவக்கத்தில் மன்னரால் நியமனம் செய்யப்பட்ட இவர்கள் காலம் செல்லச் செல்ல மரபுவழியில் பதவி பெற்றனர். இருப்பினும் விரும்பாத போது மன்னர் இவர்களைப் பதவி நீக்கம் செய்யும் அதிகாரம் பெற்றிருந்தார். இவர்கள் வைத்திருந்த நிலங்களுக்கு அமரகாணி அல்லது அமரமாகழி என்ற பெயர்கள் சூட்டப்பட்டிருந்தன. இம்முறையை ஐரோப்பாவில் மத்திய காலத்தில் நிலவிய நிலமானிய முறையோடு ஒப்பிடலாம்[14]. இம்முறையினாலும் கிராம அல்லது தல ஆட்சி நிர்வாகங்கள் அழியத் தொடங்கின.

தல ஆட்சி அல்லது கிராம ஆட்சி முறை

பல்லவ, பாண்டிய, சோழர் ஆட்சிக் காலத்திலேயே தல ஆட்சிப் பிரிவுகளான சபா, ஊர், நாடு ஆகியவை செயல்பட்டதை முன்னமே கண்டோம். இவை சோழர்காலத்தில் மிக உன்னத நிலையை அடைந்துள்ளன. அதனைத் தொடர்ந்தும் அவை செயல்பட்ட நிலையை விஜயநகர ஆட்சிக் காலக் கல்வெட்டுக்கள் மூலம் அறியமுடிகின்றது. விஜய நகர ஆட்சிக் காலத்தில் உருவான மாநில ஆட்சி அமைப்புக்களாலும் நாயங்கார முறையினாலும் தல ஆட்சி நிறுவனங்கள் கி.பி. 15 - ஆம் நூற்றாண்டு வாக்கில் செயலிழந்து அழிவுறத் தொடங்கின. 14-15 ஆம் நூற்றாண்டுகளில் தமிழகத்தில் சுமார் 616 கல்வெட்டுக்கள் வெட்டப்பட்டன. அவற்றில் 45 கல்வெட்டுக்களே இவ்வமைப்புக்களைப் பற்றிக் கூறுகின்றன. இந்த 45 இல் சபைபற்றி 15 கல்வெட்டுக்களும், ஊர் பற்றி 14 கல்வெட்டுக்களும், நாடு பற்றி 16 கல்வெட்டுக்களும் கூறுகின்றன.[15]. சதுர்வேதி மங்கலங்கள் என்ற கிராமங்களில் சபைகளும் ஊர் அமைப்புகளும் இருந்தன. பல சதுர்வேதி மங்கலங்கள் அடங்கிய பகுதியில் நாடு என்ற அமைப்பு நிலைபெற்றிருந்தது. இன்றைய வடஆற்காடு மாவட்டத்தில் மூன்று இடங்களில் சபை செயல்பட்டதாகத் தெரிகின்றது. 1354 - இல் மல்லிநாத சதுர்வேதி மங்கலம் என்ற காங்கேய நல்லூர் சபைக்கு திருவேங்கடமுடையார் என்பார் நிலம் விற்ற செய்தியைக் கல்வெட்டொன்று தெரிவிக்கின்றது[16]. இது தவிர சபை ஒன்று தனி மனிதர்களுக்கு நிலம் விற்ற செய்தியும் குறிப்பிடப்பட்டுள்ளது. உக்கல் என்ற இடத்திலிருந்த சபையானது பிடாரிதாங்கல் என்ற கிராமத்தை இருவருக்கு விற்றுள்ளது. இதனால் கிடைத்த பணம் நீர்ப்பாசனக் குளம் ஒன்றினைப் பழுதுபார்க்க செலவிடப்பட்டது[17]. 1371 - ஆம் ஆண்டைய கல்வெட்டு ஒன்று காவேரிப்பாக்கத்து மகா சபையார் பிராமணர் களுக்கு நிலம் விற்ற செய்தியைக் குறிப்பிடுகின்றது. இது மட்டுமன்றிப் பல சபைகளின் மூலம் வசூலிக்கப்பட்ட வரிப்பணத்திலிருந்து அங்குள்ள கோயில்களுக்கு அளிக்கப்பட்ட நன்கொடைகள் பற்றிய செய்திகளும் கிடைத்துள்ளன.[18]

தாளவனூர் என்ற இடத்தில் கிடைத்த கல்வெட்டொன்று கொப்பணாரின் ஒப்புதலுடன் கோயிலுக்குத் தேவதானமாக நிலங்கொடுத்த செய்தியை அங்குள்ள ஊரவர்க்கு அறிவிப்பதாக உள்ளது[19]. 14-15 நூற்றாண்டுகளில் புதுக்கோட்டை மாவட்டத்தில் சுமார் 20 கிராமங்களில் ஊரவை செயல்பட்டது[20]. கீழப்புதுவயல் ஊரவர்கள் அவ்வூரிலுள்ள பொற்கொல்லர்களுக்குச் சில உரிமை களைக் கொடுத்தனர். 1431 - ஆம் ஆண்டுக் கல்வெட்டு ஒன்று, நார்த்தாமலையில் கோயில் நிர்வாகத்தினரும் ஊரவரும் ஒன்றாக

அமர்ந்து தேவரடியார்களின் பிள்ளைகளுக்குச் சில சலுகைகள் கொடுத்ததாகக் கூறுகின்றது.[21]

நாடு என்பது வளநாடு என்ற பகுதிக்குச் சற்றுக் குறைந்ததாகும். இதன் உறுப்பினர்கள் நாட்டவர் எனப்பட்டனர். காங்கேய நாட்டு நாட்டவர்கள் விநாயகர் கோயில் ஒன்றுக்கு 6 பொன் நாணயங்களைக் கொடையளித்ததாக 1449 - ஆம் ஆண்டு கல்வெட்டு தெரிவிக்கின்றது[22].

மேற்கூறப்பட்ட கிராம நிர்வாக அமைப்புகள், நிலவரி வசூல் செய்து அரசுக்கு அனுப்புதல், புதிய வரிகளை விதித்தல், மன்னரது ஆணைப்படி வரிப்பணத்தில் ஒரு குறிப்பிட்ட தொகையைக் கோயில் களுக்கு மானியமாக வழங்குதல், கிராமங்களில் வசூல் செய்யும் வரிப்பணத்திலிருந்து நீர்ப்பாசன வசதி செய்தல், கிராமப்பிரச்சினை, தனிமனிதர் பிரச்சினை ஆகியவற்றில் தலையிட்டு நீதிவழங்குதல், கோயில்களின் சொத்துக்களையும் அவற்றிற்குக் கிடைத்த மானியங் களையும் பாதுகாத்தல், கோயில் பூசைகளை நடத்த ஆணையிடல் போன்ற பணிகளைச் செய்தன. மாநில அரசுகளும், நாயங்கார முறையும் செல்வாக்குப் பெற்ற நேரத்தில் கிராம நிர்வாக அமைப்புக் களான சபை, ஊர், நாடு ஆகியவை வழக்கொழிந்தன.

நாயக்கர் ஆட்சி முறை

தமிழ்நாட்டின் பெரும் பகுதியும் விஜயநகரப் பேரரசோடு இணைந்ததும் தங்களது தமிழகப் பகுதியை தஞ்சை, மதுரை, செஞ்சி, வேலூர் நாயக்கப் பகுதிகளாக விஜயநகர மன்னர் கிருஷ்ண தேவராயரும், அவருக்குப் பின் வந்த அச்சுதராயரும் பிரித்தனர். நாயக்கர்கள், குறிப்பாக மதுரை நாயக்கர்கள் தங்களது பகுதியை 72 பாளையங்களாகப் பிரித்தனர். நாயக்கரும், பாளையக்காரரும் தனித்தனி நிர்வாகத்தை நடத்தினர். எனினும் பாளையக்காரர் நாயக்கருக்குக் கீழும், நாயக்கர்கள் விஜயநகர ஆட்சிக்குக் கீழும் செயல்பட்டனர்.

நாயக்கர் ஆட்சிப் பகுதியில் நாயக்க மன்னரே அரசின் தலைவராவார். இவர்கள் பலதார மணத்தைப் பின்பற்றினர். ஒரு சில நாயக்க மன்னர்களே ஒருதார மணம் புரிந்தனர். இவர்களுக்கு உதவ அமைச்சர்களும், செல்வந்தர்களுமிருந்தனர். இவர்களின் தலைமை அமைச்சர் தளவாய் ஆவார். மதுரையின் தளவாய்களில் அரியநாத முதலியார், இராமப்பய்யன் மற்றும் தஞ்சையின் கோவிந்த தீட்சிதர் ஆகியோர் குறிப்பிடத்தக்கவராவர்.

நாயக்கர்களது வருவாய்த்துறை அமைச்சர் பிரதான் எனவும் அரசுச் செயலர் ராயசம் எனவும் வரவு செலவுகளைப் பார்ப்பவர் கணக்கன் எனவும், வெளியுறவுச் செயலர் ஸ்தானாபதி எனவும்

அழைக்கப்பட்டனர்[23]. அரசானது, பேரரசின் அமைப்பைப் போன்றே நாடு, சீமை, கிராமம் என்று பிரிக்கப்பட்டிருந்தது. மதுரை நாயக்கர் அரசுப்பகுதி பெரியதாக இருந்ததால் திருநெல்வேலி, திருச்சிராப்பள்ளி, சத்தியமங்கலம் என்றுமூன்று மாநிலங்களாகப் பிரிக்கப்பட்டிருந்தது. இவற்றிற்குத் தனித்தனி ஆளுநர்கள் நியமிக்கப்பட்டனர். நாடு ,சீமை, கிராமம் ஆகியவை கிராம அலுவலர்களிடம் ஒப்படைக்கப் பட்டிருந்தன.

இம்மன்னர்களுக்கு நிலவரியும், பாளையக்காரரிடமிருந்து கிடைத்த திரைப்பணமும், ஏற்றுமதி இறக்குமதி வரியும், முத்து, சங்கு போன்ற தொழில் மூலம் கிடைக்கும் வரியும் முக்கிய வருவாயாக இருந்தன. வரிச்சுமை அதிகமாக இருந்ததெனக் கிறித்தவ பாதிரியார்கள் குறிப்பிட்டுள்ளனர். நாயக்கர்கள் விஜயநகரப் பேரரசுக்குத் திறை செலுத்தினர். வரிப்பணத்தின் பெரும்பகுதி அந்தப்புரங்களிலும், பிராமணர்க்கு தானம் வழங்குவதிலும் இராணுவப் பெருக்கத்திற்கும், கோயில்களுக்கு நன்கொடையளிப் பதற்கும் செலவிடப்பட்டது. புதிய கோயில்கள் கட்டப்பட்டன. கற்றவரும், மற்றவரும் ஆதரிக்கப்பட்டனர். இவர்களது ஆட்சியில் ஒற்றர் முறை இருந்தது. இராணுவம் ஸ்திரப்படுத்தப்பட்டது.

பாளையக்காரர் முறை

எவ்வாறு நாயக்கர்கள் விஜயநகரப் பேரரசுக்குத் திரை செலுத்தியும், தேவைப்பட்ட போது இராணுவத்தை அனுப்பியும் வந்தனரோ அதுபோன்றே பாளையக்காரர்கள் நாயக்கர்களுக்குத் திரைசெலுத்தினர், படையுதவி செய்தனர். எப்படி விஜயநகரப் பேரரசர்களுக்கு நாயங்கார முறை செயல்பட்டதோ அதுபோன்றே பாளையக்காரர் முறை செயல்பட்டது. ஆனால் இது அதற்குத் தரத்தில் குறைந்ததாகும். இதுவும் ஐரோப்பிய நிலமானிய முறையை ஒத்ததாகும். எத்தனை சிறிய அல்லது எத்தனை பெரிய பரப்பினைக் கொண்டிருப் பினும் பாளையக்காரர் தனக்கென ஓர் அரசினைப் பெற்றிருந்தார். ஓர் அரசரைப் போன்றே வரி வசூலித்தார். நீதி செலுத்தினார். தனக்கெனப் படைவைத்திருந்தார். கிராமங்களை உருவாக்கினார். நீர்ப்பாசன வசதிகள் செய்தார். தனது பாளையத்தின் தனி முதல் தலைவர் பாளையக்காரரேயாவார். தனது ஆட்சிக்கு உட்பட்ட பகுதியில் பயிர் செய்யும் தகுதியுடைய ஒரு குறிப்பிட்ட அளவு நிலத்தைத் தனக்கென ஒதுக்கிக்கொண்டு, பாளையக்காரர், மற்ற பகுதிகளை செரோகார் எனப்படும் உள்ளூர்த்தலைவரிடம் ஒப்படைத்தார். அவரது ஆதரவாளர்கள் அமைதிக்காலத்தில் பயிர் செய்தனர். போர்க்காலத்தில் பாளையக்காரருக்குப் படைவீரர்களாயிருந்து உதவினர். பாளையக் காரர் பகுதியில் பயிர் செய்யப்பயன்பட்ட நிலங்கள் கரிசல், செவ்வல், வெப்பல், பொட்டல் என்று நான்கு வகையாகப் பிரிக்கப்பட்டன[24].

உற்பத்தியில் பாளையக்காரரின் பங்கு என்பது பொதுச் செலவு என அழைக்கப்பட்டது. இது விளைச்சலில் 50 % ஆகும். வரிவசூல் மண்ணின் தன்மையைப் பொருத்து அமைந்திருந்தது. வரி விகிதம் அடிக்கடி மாற்றப்பட்டது. நிலையான வரிமுறை கிடையாது. குடியானவர்கள் தங்களது நிலங்களின் அளவுகளை சரியாகக் காட்டாமல் வரிக் கொடுமையிலிருந்து தப்பிக்க முயன்றனர். அதிகாரிகளுக்குக் கையூட்டுக் கொடுத்தனர். வரிக் கொடுமையே வரி ஏய்ப்புக்குக் காரணமாயிருந்தது. நாயக்கர் ஆட்சிக்குப் பின் ஆங்கில அரசின் ஆட்சிப் பகுதியிலிருந்த அளவு வரிக்கொடுமை பாளையக் காரர் பகுதியில் இருக்கவில்லை. அவர்களது பொருளாதார நிலை சர்க்கார் பகுதியில் வாழ்ந்த மக்களின் பொருளாதார நிலையை விட முன்னேற்றமாகவேயிருந்தது.[25] பாளையக்காரர்கள் நாயக்கர்களுக்குத் திரை செலுத்தினர். பாஞ்சாலங்குறிச்சி, ஏழாயிரம்பண்ணை, அரியலூர், உடையார்பாளையம், இராமநாதபுரம், சிவகெங்கை ஆகியவை முக்கியமான பாளையங்களாகும்.

இராணுவ அமைப்பு

விஜயநகர - நாயக்கர் காலத்தில் இராணுவ வளர்ச்சிக்கு அதிகம் செலவிடப்பட்டது. அவர்கள் காலத்தில் தொடர்ந்து போர்கள் ஏற்பட்டதே இதற்குக் காரணமாகும். விஜயநகர அரசர்கள் இராணுவ உதவிக்காக நிலக் கொடையளித்துள்ளனர். இந்நிலக் கொடை படைப்பற்று எனப்பட்டது. இவர்களுக்குப் படையுதவி செய்த நிர்வாக அமைப்புகள் நாயங்கார முறை, நாயக்கர்கள், பாளையக்காரர்கள் போன்றோராவர். இதனால் தான் இம்முறையை "நிலமானிய முறையமைப்பு" என அறிஞர்கள் கருதலாயினர். அவர்களது முக்கிய எதிரிகளான பாமினி சுல்தான்களைத் தாக்குவதற்காக ஏராளமான படைகளை வைத்திருந்தனர். விஜயநகரப் பேரரசினைப் பற்றி எழுதிய வெளிநாட்டவர்கள் பலரும் அவர்களது படைவீரர்களின் எண்ணிக்கையை மிகைப்படுத்திக் கூறியிருப்பதாகத் தெரிகின்றது. பெரிஷ்டா என்பார், முதலாம் புக்கரின் படையில் 30000 குதிரைகளும், 3000 யானைகளும், 100000 படை வீரர்களும் இருந்ததாகக் கூறுகின்றார். நிக்கலோ கண்டி சுமார் 90000 படை வீரர்கள் இருந்ததாகச் சொல்கின்றார். 11 இலட்சம் வீரர்களும் 1000 யானைகளும் இருந்ததாக அப்துல் ரஷாக் கூறுகின்றார்.[26] கிருஷ்ண தேவராயர் காலத்தில் ஒரு மில்லியன் வீரர்களும் 36000 குதிரைகளும் இருந்தனவென்று பெய்ஸ் குறிப்பிட்டுள்ளார்.[27] அவரது காலத்தில் ஒரு லட்சத்து எழுபத்தி ஓராயிரத்து எழுநூறு படை வீரரும், 19000 குதிரைகளும், 633 யானைகளும் இருந்தனவென நூனிஸ் குறித்துள்ளார்.[28] இராணுவத்திற்கு வீரர்கள் தேர்ந்தெடுக்கும் போது அதிக சிரத்தை எடுக்கப்பட்டது.

ஒழுக்கமுறை கடைப்பிடிக்கப்பட்டது. பிராமணர்களுக்கு முக்கியத்துவம் கொடுக்கப்பட்டு அவர்களைக் கோட்டைப் பாதுகாப்புப் பொறுப்பில் வைக்கப்பட்டது.

இராணுவத்தின் பெரும்பகுதி காலாட் படையினராவர். வீரர்கள் தங்களது உடலில் எண்ணெய் தடவிப் போர்க்களத்திற்குச் சென்றனர். இதனால் எதிரிகளின் பிடியில் சிக்காமல் தப்பிக்க முடிந்தது. வாள், கேடயம், ஈட்டி, வேல், வில், அம்பு போன்றவற்றை அவர்கள் ஆயுதமாகக் கொண்டனர். துப்பாக்கி, தோட்டாக்களும் பயன்படுத்தப்பட்டன. அடுத்தபடியாக குதிரைப்படை சிறப்பான அவசியமான ஒன்றாகக் கருதப்பட்டது. போர்ச்சுக்கீசியருடன் நட்பு கொண்டு தரமான குதிரைகளை இறக்குமதி செய்தனர். இடைக்காலத்தில் யானைப் படையும் முக்கியமானதாகக் கருதப்பட்டது. தோட்டாக்களும் வெடி மருந்துகளும் பயன்படுத்தப்பட்டன. போர்க்களங்களில் இந்து தர்மம் பின்பற்றப்பட்டது. நாயக்கர்களின் கீழிருந்த பாளையங்களின் படையில் "அமரம் பியூன்கள்", "கட்டபுடி பியூன்கள்", "மெரிஸினரி பியூன்கள்" என்ற பிரிவினர் இருந்தனர்.

காவல் முறை

காவல் முறை விஜய நகரப் பேரரசில் சிறப்பாக நடைபெற்றது. இங்குக் காவலர்களே அவரவர் பொறுப்பில் உள்ள இடங்களின் சொத்துக்களின் பாதுகாவலராவர். இரண்டாம் தேவராயர் காலத்தில் 12000 காவலர்கள் இருந்தனர் என்றும், ஒவ்வொருவரும் மாதம் ஒன்றுக்கு 30 பணம் ஊதியம் பெற்றனர் என்றும் வெளிநாட்டுப் பயணிகள் குறிப்பிட்டுள்ளனர். மாநிலங்களில் நாயக்க மன்னர்களும் பாளையக்காரர்களும் காவல் முறையைப் பின்பற்றினர். நாயக்கர்கள் காவல்காரர்களை நியமித்தனர். காவல்காரர்கள் அப்பொறுப்பில் தலையாரிகளை நியமித்தனர். சில நேரங்களில் கிராமங்களில் காவல் உரிமை விற்கப்பட்டது. இவற்றை விலைக்கு வாங்கிய உள் நாட்டுத் தலைவர்கள் இதனைப் படைக்காவல் என்றனர். கிராமங்களிலிருந்து வசூலிக்கப்பட்ட காவல் வரி "அரசு சுதந்திரம்" என்று அழைக்கப் பட்டது. பாளையங்களிலும் காவல்காரர் அல்லது தலையாரி காக்கும் பணியினைச் செய்தனர். இக்காவல்காரர்களுக்குக் கூலியாக "ஸ்தலம் காவல்" என்ற கட்டணம் கொடுக்கப்பட்டது. பாளையக்காரர்கள் தங்களின் கட்டுப் பாட்டிலுள்ள பகுதிகளுக்குத் தலைவராயிருந்தபோது காவலர்கள் அரசுச் சொத்துக்களின் பாதுகாப்பாளராயிருந்தனர்.

நீதிமுறை

மத்தியகால இந்தியாவில் நீதியும் சட்டமும் சமயச் சார்புடையனவும், ஒழுக்க நெறி அல்லது அறநெறி சார்ந்தனவுமாகும்.

தர்மம் என்பது இந்து சமுதாயத்தின் அடிப்படையமைப்பாகும். இத்தர்மத்தின் அடிப்படையிலேயே அரசும், நிர்வாக அமைப்பும் இருக்க வேண்டுமென்பது மரபாகும். கிருஷ்ண தேவராயரே தனது "அமுக்தமால்யதத்" தில் ஓர் அரசன் எப்போதும் தர்மத்தின் மீது ஒரு கண்வைத்தே ஆட்சி நடத்த வேண்டும் என்று கூறியுள்ளார். ஆனால் நடைமுறையில் சட்டம் மற்றும் நெறிமுறைகளில் தேர்ந்த அறிவுடையவரெனக் கருதப்பட்ட பிராமணர்களின் ஆலோசனைப் படியே மன்னர்கள் செயல்பட்டனர். மற்ற அரசுகளைப் போன்றே விஜயநகரப் பேரரசு நாயக்கர் ஆட்சிக்காலத்தில் மன்னரே விசாரிக்க இயலாததால் நீதி செலுத்த அதிகாரிகள் நியமிக்கப்பட்டனர். தலை நகரிலேயே நீதிபதி அமர்த்தப் பட்டிருந்தது பற்றி நூனிஸ் கூறுகின்றார். தலைமை அமைச்சர்களும் நீதிபதிகளாகச் செயல்பட்டுள்ளனர். உதாரணமாக நீதி செலுத்திய காரணத்தால் தலைமையமைச்சர்களில் ஒருவரான சளுவதிம்மர் "தர்மபிரதிபாலகர்" என்ற பெயர் பெற்றதாகத் தெரிகின்றது.

உள்ளூர் நீதி மன்றங்களும் செயல்பட்டன. அவையாவன, 1. மகாஜனங்களின் கீழியங்கிய கிராம நீதிமன்றங்கள் அல்லது கிராம சபைகள் 2. சாதி நீதிமன்றங்கள் 3. கோயில் நிர்வாகத்தினரால் நடத்தப்படும் கோயில் நீதி மன்றங்கள் 4. வாணிகக் குழுக்களின் நீதிமன்றங்கள் போன்றவையாகும். நிக்கோலோ கண்டி மூன்று விதமான குற்றவியல் தண்டனைகளைப் பற்றிக் கூறுகின்றார். ஒருவர் குற்றமானவர் என்று கருதப்பட்டால் 1. அவர் குற்றமற்றவர் என நிரூபிக்க இறைவனின் உருவத்தின் முன் நின்று சத்தியம் செய்ய வேண்டும். அவர் சூடான இரும்பை நாக்கினால் தொடவேண்டும். நாக்குபொத்துப் போகாமல் இருந்தால் குற்றமற்றவர் என விடுவிக்கப் படுவார். 2. சத்தியம் செய்தபின்பு சூடான இரும்புத்துண்டைக் கையில் ஏந்திக் கடவுற்சிலை முன் வரவேண்டும். அவரது உடலில் காயம் ஏற்பட்டால் தண்டிக்கப்பட்டார். 3. தன்னைக் குற்றமற்றவர் என உறுதிமொழியெடுப்பவர் இரண்டு விரல்களைச் சூடான நெய்யில் விட வேண்டும். பின், கை துணியால் கட்டப்பட்டு முத்திரை வைக்கப்படும். விரல்களில் காயமிருந்தால் தண்டிக்கப்படுவார். இம்மாதிரி தண்டனை முறை செயல்படுத்தப்பட்டது. திருடர்களின் கை, கால் துண்டிக்கப் பட்டதாக நூனிஸ் கூறுகின்றார்[29]. குற்றவாளிகள் யானையின் முன்கிடத்தப்பட்டு யானையால் மிதிபட்டு உயிர்விட்ட செய்தியினை அப்துல் ரஷாக் கூறுகின்றார்[30]. மனிதப்பழி தேவைப்பட்ட இடத்தில் மரண தண்டனை பெற்ற குற்றவாளிகள் பயன்படுத்தப்பட்டனர்.

நாயக்கர்களும், பாளையக்காரர்களும், தங்களுக்கென நீதி மன்றங்களையும், நீதிமுறைகளையும் பெற்றிருந்தனர். பெரும்பாலும் தங்களது பேரரசர்களின் வழக்கங்களையே பின்பற்றினர்.

அடிக்குறிப்புகள்

1. Burton Stein, *Peasant, State and Society in Medieval South India*, (1994 a), P. 366-395.
2. Burton Stein, *Vijayanagara*, 1994, PP. 41-42.
3. K.A.N. Sastri *A History of South India*, PP. 295.
4. Burton Stein, *op. cit.*, 1994, PP. 375 -377.
5. A Krishnaswamy, *The Tamil Country Under Vijayanagar, 1968*, PP. 160-180.
6. K.A.N. Sastri, *A History of South India*, P. 305.
7. மேலது ப. 306.
8. Robert Sewell, *op. cit.*, P. 247.
9. மேலது ப 359-361.
10. மேலது, ப. 384.
11. இவற்றின் எண்ணிக்கை 200 என பெய்ஸ் கூறுகின்றார். தென்னிந்திய வரலாற்றாளர்கள் சிலர் ஆறு மாநிலங்களாகப் பிரிக்கப்பட்டதாகக் கூறுகின்றனர்.
12. A. Krishnaswamy, *op. cit.*, P. 103.
13. தே.வே. மகாலிங்கம் விஜயநகரப் பேரரசில் நிலைபெற்றிருந்த பொருளாதார வாழ்க்கை வரலாறு, 1990, ப. 73.
14. மேலது.
15. A. Krishnaswamy, *op. cit.*, P. 84.
16. ARE 202 of 1921.
17. ARE 162 of 1940.
18. ARE 212 of 1929.
19. ARE 52 of 1905.
20. A. Krishnaswamy, *op. cit.*, P. 90.
21. Pudukkottai State Inscriptions, No. 702.
22. ARE 216 of 1920.
23. K. Rajayyan, *History of Tamilnadu, (1565 - 1982)*, P. 65.
24. மேலது, ப. 54.
25. மேலது, ப. 55.
26. Robert Sewell, *op. cit.*, P. 88.
27. மேலது, ப. 279.
28. மேலது, ப. 150.
29. மேலது, ப. 383.
30. மேலது, ப. 384.

8.2 சமுதாய வாழ்க்கை

விஜயநகரப் பேரரசு கி.பி. 1336 -ஆம் ஆண்டு இந்துக்களைக் காக்கும் பொருட்டு உண்டாக்கப்பட்ட ஒரு பேரரசாகும். இப்பேரரசு தோன்றும் தறுவாயில் தமிழகத்தின் பகுதிகள் இஸ்லாமியர் இன்னல் களுக்கு உட்பட்டு இடைவிடாத துன்பத்தை அனுபவித்தன. நாட்டின் சமுதாய அமைப்பு சீர்கெட்டு இருந்தது. இந்த இக்கட்டான சூழலில் தான் விஜயநகரப் பேரரசு தோன்றி தமிழகத்தில் ஏற்பட்ட அரசியல் சிக்கல்களையும் சமுதாயச் சீர்கேடுகளையும் களைந்தது. கி.பி. 1371 - இல் முதலாம் புக்கரின் மகனான குமார கம்பணரின் படையெடுப்பால் முஸ்லீம்கள் ஒடுக்கப்பட்டனர். அதன்பின் 1526, 1529, 1532 ஆகிய ஆண்டு களில் முறையே செஞ்சி, மதுரை, தஞ்சை நாயக்கர் அரசுகள் உருவாயின.

சாதி முறை

விஜயநகர நாயக்கர் காலச் சமுதாய வாழ்க்கையில் முக்கியமானது சாதிமுறையாகும். சாதிவேறுபாடுகள் ஏற்றுக் கொள்ளப்பட்டன. சுருங்கக்கூறின் விஜயநகர் நாயக்கர் மன்னர்கள் வர்ணாசிரம முறையைப் போற்றினர்[1]. இந்த சாதிகளும் ஒவ்வொன்றும் பல பிரிவுகளைக் கொண்டிருந்தன. உபசாதிகள் அதிகமிருந்தன. பலர் தங்களுக்குள்ளேயே சண்டையிட்டுக் கொண்டனர். சண்டைகள் பெரும் பாலும் சில சலுகைகளுக்காக நடைபெற்றன. கலப்பு மணம் ஏற்றுக்கொள்ளப் படவில்லை. சாதி அமைப்பில் பிராமணர்கள், கம்மாளர்கள், சௌராஷ்டிரர்கள், முஸ்லீம்கள், கைக்கோளர்கள், வலங்கை - இடங்கைப் பிரிவினர் மற்றும் பலர் இருந்தனர். இங்கு அவரவர் பெற்றிருந்த சமுதாய நிலைமையைக் காண்பது சிறப்புடைய தாகும்.

பிராமணர் (அ) அந்தணர்

சாதியடிப்படையிலான சமுதாயத்தில் பிராமணர்கள் உயரிடத்தைப் பெற்றனர். சிறப்புரிமைகளை அவர்கள் அனுபவித்தனர். அவர்களில் சிலர் அரசியல் உயர்பதவிகளில் இருந்தனர். அவர்கள் தளவாய்களாக பிரதானிகளாக அமர்த்தப்பட்டனர். மன்னர்களின் தலைமை ஆலோசகர்களாகவும் அவர்கள் இருந்தனர். சிலர் கோவில் பூசாரி களாகவும் கோவில் கண்காணிப்பாளராகவும் இருந்தனர். உபகர்மம்

என்ற புனித நூலைப் புதுப்பிக்கும் சடங்கை பிராமணர் பின்பற்றினர். இப்பிராமணச் சடங்கை மதுரையில் உள்ள பட்டு நூல்காரர்களும் முறைப்படி பின்பற்றும்படி 1705-ஆம் ஆண்டு அரசி மங்கம்மாள் வழங்கிய கட்ஜன் சாசனம் அறிவித்தது.

பிராமணர்கள் அரசர்களிடமிருந்தும் செல்வந்தர்களிட மிருந்தும் சர்வமானிய நிலக்கொடைகளாக, பிரம்மதேயங்களாக நிலங்களைப் பெற்றனர். இதன் மூலம் அவர்கள் வெள்ளாளரைப் போன்று நிலப்பிரபுக்கள் ஆனார்கள். திருநெல்வேலிச் சீமையில் இவ்விரு இனத்தவரே செல்வாக்குப் பெற்றவர்கள். தெலுங்கு பேசும் மற்ற இனத்தவரை ஒதுக்கிய இவர்கள் தெலுங்கு பிராமணர்களைத் தம் பகுதியில் ஊடுருவவிட்டனர்[2]. அவர்கள் நேர்மையானவர்கள், நல்லறிவு படைத்தவர்கள் என மன்னரும் மற்றோரும் போற்றியபோது தலைக்கனம் பிடித்தவர்கள், இறுமாப்புடையவர்கள், மக்களின் வெறுப்புக்குள்ளானவர்கள் என்று போர்ச்சுக்கீசிய வணிகர் கூறுவது இங்குக் குறிப்பிடத்தக்க தாகும். பிராமணர்கள் மேற்குக் கடற்கரையில் வியாபாரத்தில் ஈடுபட்டிருந்தனர்[3] டாமிங்கோ பெய்ஸ் என்பாரும் பிராமணர்கள் கோயில் பூசாரிகளாகவும், கற்றவர்களாகவு மட்டுமன்றி, நகர நிர்வாகிகளாகவும், அரசு மற்றும் அரசரின் பணியாட்களாகவு மிருந்தனர். வேளாண்மையிலும் வாணிபத்திலும் ஈடுபட்டனர் என்கின்றார்[4]. இவர்களை உயர்வாகக் கருதியதால் வேறு சாதியினர் சிலரும் தங்களை பிராமணர் என்று சொல்லிக் கொண்டதாகத் தெரிகின்றது.

கம்மாளர்கள்

பிராமணர்க்கு அடுத்தபடியாக ஐவகைக் கம்மாளர்கள் இருந்தனர். கொல்லன், பொற்கொல்லன், செப்புக் கொல்லன், தச்சர், கைவினைஞர் (சிலை செதுக்குவோர்) ஆகியவை ஐவகைக் கம்மாளர் சாதிகளாகும். இந்த ஐந்து பிரிவினரும் தொழில் அடிப்படையில் பிரிந்து வாழ்ந்தனர். இவர்கள் 74 பிரிவினைக் கொண்டிருந்தனர் எனத் தெரிகின்றது. எனவே இவர்களிடையே வேற்றுமை உணர்வுகள் இருந்தன. இவர் களுக்குப் படைவீடு செஞ்சி, திருவண்ணாமலை, மதுரை, காஞ்சி ஆகிய இடங்களில் அதிகச் சலுகைகள் கொடுக்கப்பட்டன. பல்லக்கில் ஏறிச் செல்வதற்கும் தமக்கு முன்பு சங்கு ஊதப்படுவதற்கும் காஞ்சி யிலும் விரிஞ்சிபுரத்திலும் பல உரிமைகளைப் பெற்றனர். தென்னாற்காடு மாவட்டம் திருவாமத்தூர் கல்வெட்டு படைவீடு, செஞ்சி, திருவண்ணா மலை, காஞ்சி ஆகிய இடங்களில் வாழ்ந்த இடங்கைப் பிரிவுக் கலை வல்லுநர்கள் (தொழில் வினைஞர்கள்) பெற்ற சலுகைகள் அப்பகுதியில் வாழ்ந்த கம்மாளருக்கும் வழங்கப்பட்டன என்கின்றது[5]. சோழ மண்டலத்தில் திருவடியில் கிடைத்த கல்வெட்டு கம்மாளர் இனத்தவர் களுக்குச் சில வரி விலக்கு அளித்தது[6].

சௌராஷ்டிரர்கள்

சௌராஷ்டிர இனத்தவர்கள் மெல்லிய துணிகளை நெய்து வந்தனர். இதற்காக இவர்களைத் திருமலை நாயக்கர் தமது அரண்மனையைச் சுற்றிக் குடியமர்த்தினார் என்று கூறப்படுகின்றது. இவர்கள் தற்போது மதுரையில் மட்டுமின்றி நாட்டின் பல பகுதிகளிலும் வசிக்கின்றனர். இவர்கள் தங்களுக்கெனப் பழக்க வழக்கங்களையும் மொழியையும் வைத்திருந்தனர். இங்கு வந்தபின் உணவு, உடை, இறைவழிபாடு ஆகியவற்றில் பிராமணர்களைப் பின்பற்றினர். இவர்கள் தங்கள் பெயருக்குப் பின்னால் அய்யர், ஆச்சார்யர், பாகவதர் போன்றவற்றைச் சேர்த்துக் கொண்டனர்.

இஸ்லாமியர்

பதினான்காம் நூற்றாண்டின் துவக்கத்தில் மாலிக்காபூரின் படையெடுப்பு நடைபெற்று அதைத் தொடர்ந்த முஸ்லீம் படையெடுப்புக்களின் விளைவாக மதுரையில் சுல்தானிய அரசு தோன்றியது. இதனால் முஸ்லீம்களின் குடியேற்றங்களும் பெருகின. இவர்களில் பலர் இஸ்லாமியப் படையெடுப்புக்கு முன்னரும் எஞ்சியோர் படையெடுப்புக்குப் பின்னரும் குடியேறினர். இவர்கள் தமிழகத்தின் மற்ற இனத்தவரின் பண்பாட்டோடு ஒன்றி வாழ்ந்தனர் என்பது குறிப்பிடத்தக்கதாகும்.

கைக்கோளர்கள்

இவ்வினத்தவர்கள் கோவில்களில் பணிபுரிந்தனர். பாவாடை விரித்தல், பரிவட்டம் தாங்குதல் போன்ற உரிமைகளை கைக்கோளர்கள் பெற்றிருந்தனர். இவர்கள் தேரோடும் வீதிகளில் பெரும்பாலும் குடியிருந்ததாகத் தெரிகின்றது. அவர்களுக்கு சங்கு தண்டு, சாமரம் போன்ற விருதுகள் கொடுக்கப்பட்டன. ஒருமுறை கல்வெட்டில் இருந்த எழுத்துக்கள் அழிக்கப்பட்டதால் அவர்கள் கோபமுற்று ஊரைவிட்டுச் சென்றனர். இவர்கள் நெசவுத் தொழிலை முக்கியமாகக் கொண்டிருந்தனர். இடங்கைப் பிரிவினைச் சேர்ந்தவர்கள் எனினும் இவர்கள் அடிக்கடி மனம் மாறும் ஒரு திரமான நிலையில்லாதவராவர். சிலநேரம் வலங்கைப் பிரிவுக்கும், சிலநேரம் இடங்கைப் பிரிவுக்கும் மாறிக்கொண்டிருந்தனர்[7].

வலங்கை - இடங்கை

இக்காலத்திலும் வலங்கை-இடங்கைப் பிரிவினர் வாழ்ந்ததாகச் சொல்லப்படுகின்றது. இவர்களில் 98 பிரிவுகள் இருந்தன என அச்சுததேவராயரின் கல்வெட்டுக்கள் கூறுகின்றன[8]. இவர்கள் பல சமயங்களில் ஒருவருக்கொருவர் தகராறு செய்து கொண்ட போதும்

பல நேரங்களில் இவர்கள் இணைந்து கோயில் பணிகள் பல புரிந்துள்ளனர் என்பது உண்மையாகும்.

வெள்ளாளர்

வெள்ளாளர்கள் சங்ககாலம் முதலே செல்வாக்குப் பெற்ற நிலவுடைமையாளர்களாவர். தமிழ்நாட்டு வெள்ளாளர்கள் சோழிய, தொண்டை மண்டல, பாண்டிய, கொங்கு வெள்ளாளர்கள் எனப் புவியியல் அடிப்படையில் நான்கு பிரிவினராகப் பிரிக்கப்பட்டிருந்தனர். சோழிய மற்றும் பாண்டிய வெள்ளாளர்கள் தங்களைப் "பிள்ளை" என்றும் தொண்டை மண்டல வெள்ளாளர்கள் "முதலியார்" என்றும் அழைத்துக் கொண்டனர். விஜயநகர்-நாயக்கர் ஆட்சிக்காலத்தில் இவர்களது செல்வாக்குச் சரிந்தது. தொண்டை மண்டலப் பகுதியில் ரெட்டிகளும், பலிஜாநாயுடுகளும், வன்னியர்களும், நிலச்சுவான்தார்களாயினர். தஞ்சைப் பகுதியில் கள்ளர் பிரிவினர் நிலவுடைமையாளராயினர். விஜயநகர ஆட்சியின் பின்பகுதியில் தொண்டைமண்டலப் பகுதியில் மிராசுதார், நாட்டாண்மை போன்ற தலைமைப் பதவிக்கு வெள்ளாளருக்கும் தெலுங்கு இனத்தவருக்கும் போட்டி ஏற்பட்டது.[9]

மற்றவர்கள்

விஜயநகர- நாயக்கர் காலத்தில் தெலுங்குமொழி பேசுவோர் பலர் தமிழகத்தில் குடியேறினர். அவர்கள் ரெட்டி, பலிஜா, கம்மவார் போன்றோராவர். செட்டிகள், கச்சவட வணிகர், சேனையங்காடிகள், கோயிலங்காடிகள், செக்குவணிகர், உறைகாரர் முதலிய இனத்தவரும் வாழ்ந்தனர். இவர்கள் ஒன்று கூடி அரசாங்கம் அல்லது செல்வக்குடி பிறந்தோர் இழைக்கும் கொடுமையிலிருந்து தப்பிக்க வழி செய்தனர். அது அஞ்சினான் புகலிடம் என்ற அமைப்பாகியது. குதிரைச் செட்டிகள் என்ற ஓரினத்தவர் இருந்தனர். அவர்கள் வெளிநாட்டுக் குதிரைகளை இறக்குமதி செய்து வணிகம் செய்தனர். நந்தகோபாலர், வண்துவராபதி முதலியோர் மன்றாடிகள் என அழைக்கப்பட்டனர். இவர்கள் வடஆற்காடு மாவட்டத்தில் அதிகமாக வாழ்ந்தனர். சவரம் செய்தொழிலாளர்கள் சில வரிவிலக்குப் பெற்றனர். டொம்பர் என்பார் பாம்பாட்டிகளாகவும் மாந்திரிகம் செய்வோராயுமிருந்தனர். விஜயநகர - நாயக்க ஆட்சிக் காலத்தில் ஒவ்வொரு சாதியினரும் கோயில் திருவிழாக்களில் மரியாதையும், சலுகையும்பெறப் போட்டி போட்டனர்.

மேற்கூறிய சாதியினர் தவிர கீழ்ச்சாதியினரும் இருந்தனர். அவர்களில் குறிப்பிடத்தக்கவர்கள் பறையர், சக்கிலியர் போன்றவராவர். இவர்கள் தனித்து வாழ இடம் ஒதுக்கப்பட்டது. இவர்கள் தாழ்த்தப் பட்டோராயிருந்தும் உரிமைகளைக் காக்கப்போராடினர் என்று

பதினேழாம் நூற்றாண்டுக் கல்வெட்டு ஒன்று கூறுகின்றது. அவர்களுக்கு உரிமைகள் பல கொடுக்கப்பட்டன. சிலம்பமாடுதல், பதினெட்டு வகை இசைக்கருவிகள் வாசித்தல், திருவிழாக்களின் போது பதினாறு கால் பந்தல் போடுதல், பிணத்தைச் சுடுகாட்டுக்கு எடுத்துச் செல்லும்போது மூன்று தேர் உதைத்தல், ஒற்றை மாடி வீட்டில் வசித்தல் முதலிய உரிமைகள் அவர்களுக்குக் கொடுக்கப்பட்டன.

பெண்களின் நிலை

விஜயநகர - நாயக்கர் காலப் பெண்கள் பழைமையில் அதிக நம்பிக்கை கொண்டிருந்தனர். மூடப்பழக்க வழக்கங்களில் ஈடுபாடு கொண்டிருந்தனர். உடன்கட்டை ஏறும் பழக்க வழக்கத்தைத் தீவிரப்படுத்தினர். மன்னர்களின் மனைவியரும் உடன்கட்டை ஏறினர்.

பெண்கள் சமுதாயத்தில் உயர்வாக மதிக்கப்பட்டனர். கற்றோரும் வாழ்ந்தனர். உதாரணமாக குமாரகம்பணரின் மனைவியே மதுரா விஜயம் என்னும் வரலாற்றுக் காவியத்தைப் படைத்துள்ளார். பெண்கள் அரசரது அவையில் பல பணிகளில் அமர்த்தப்பட்டனர். பல்லக்குத் தூக்குதல், சண்டை போடுதல், ஜோசியம் பார்த்தல், வருவதுரைப்போர், அரசவையின் முக்கிய நிகழ்ச்சிகளைக் குறிப்போர், இசைமுழங்குவோர் போன்ற பல தொழில் வல்லுநர்களாயிருந்துள்ளனர். அரசரின் மனைவியரும் இசை நாட்டியத்தில் வல்லவராயிருந்தனர்[10].

இக்காலப் பெண்களில் சிலர் தாமாகவே தங்களைக் கோவில்களுக்கு விற்றுக் கொண்டனர். சிலர் தங்களைக் கோவில் பணிக்கு அர்ப்பணித்துக் கொண்டனர். இவர்கள் கோவிலில் நடனமாடி தேவதாசிகள் என அழைக்கப்பட்டனர். இராமேஸ்வரம் கோவிலில் அமர்த்தப்பட்ட தேவதாசிகள் பலவந்தமாக தேவதாசிகளாக ஆக்கப்பட்டவர்கள் என எட்கார் தர்ஸ்டன் கூறுகின்றார். இவர்கள் நெறியில்லாத குணத்தவர்கள் என பெய்ஸ் கூறுகின்றார். ஆனால் இவர்கள் பெரிதும் மதிக்கப்பட்டனர். அரசியுடன் கூட அமர்ந்து வெற்றிலை பாக்குப் போடும் உரிமையும் கிடைத்தது.[11]

திருமணமுறை

திருமணமுறை இனத்திற்கு இனம் வேறுபட்டது. இருப்பினும் இவ்வைபவத்தில் சில பொதுவான சடங்கு முறைகளுமிருந்தன. கன்னிகாதானம் என்ற திருமண முறை செயல்பட்டது. பால்ய விவாஹமும், சீதன முறையும், பலதார முறையும் இருந்து வந்தது. சீதன முறைக்கு அக்காலத்தில் எதிர்ப்பு இருந்ததாக விஜயநகர் காலக் கல்வெட்டு ஒன்று கூறுகின்றது. பலதாரமணம் என்பது மன்னரிடம் மட்டுமல்லாது மற்ற மக்களிடமும் இருந்தது. கிருஷ்ணதேவராயர் பல

மனைவியரைப் பெற்றிருந்தார். மதுரையின் முதலாம் முத்து வீரப்ப நாயக்கர் சுமார் 700 மனைவியரைப் பெற்றிருந்ததாகவும், இவ்வளவு மனைவியரும் அவர் இறந்த போது உடன்கட்டை ஏறினர் எனவும் இயேசு சபைப் போதகர்களின் கடிதங்கள் கூறுகின்றன. திருமலை நாயக்கர் 200 மனைவியரையும் இராமநாதபுரம் கிழவன் சேதுபதி சுமார் 47 மனைவியரையும் பெற்றிருந்தனர்[12]. ஆனால் மூன்றாம் முத்து வீரப்ப நாயக்கர் ஒரே ஒரு மனைவியையே பெற்றிருந்தார் என்பது இங்குக் குறிப்பிடத்தக்கதாகும்.

மன்னன் எவ்வழியோ குடிகள் அவ்வழி என்பதற்கு ஒப்ப நாயக்கர் கால ஆண்களும் ஒன்றுக்கும் மேற்பட்ட மனைவியரைப் பெற்றிருந்தனர். அவர்கள் மூலமாக 16 முதல் 18 குழந்தைகளைப் பெற்றனர் என கிறிஸ்தவ பாதிரியார்கள் கூறுகின்றனர்[13]. உயர்வர்க்கத்தவரிடையே பலதாரமணம் ஒப்புக்கொள்ளப்பட்ட ஒன்றாகும்.

நாட்டில் விபச்சாரம் ஒப்புக் கொள்ளப்பட்ட ஒன்றாக இருந்தது. விலை மகளிரிடமிருந்து வரி வசூலிக்கப்பட்டது. கோயில் தேவதாசிகளும் இக்காலத்தில் சேரிப்பரத்தையருடன் சேர்ந்து கொண்டனர். இத்தாசிகள் கோவிலை ஒட்டி வாழ்ந்தனர். காளமேகத்தின் வாழ்க்கை நிகழ்ச்சிகளில் தலைமையானது தாசிகளுடன் அவர் பெற்ற அனுபவம் ஆகும். இவர்களது இயல்புகள் பற்றி நொண்டி நாடகங்கள், விறலிவிடு தூது, பள்ளு ஆகியவற்றின் செய்திகள் மூலம் தெரியவருகின்றன.

உணவு

உண்ணுகின்ற முறைகளில் அதிகக் கட்டுப்பாடுகள் இருக்கவில்லை. பிராமணர்கள், வைசியர்கள், சமணர், வீரசைவர் ஆகியோர் மாமிசம் உண்ணவில்லை[14]. பிராமணர் நெய், சர்க்கரை, பால் போன்றவற்றையுண்டனர். பிறரும், தாழ்த்தப்பட்டோரும், புலால், மீன், முட்டை, அரிசி போன்ற உணவினை உண்டு வாழ்ந்தனர். இவர்களில் பலர் புலால், மீன், மரக்கறி போன்றவற்றை விற்பனை செய்தும் வாழ்ந்தனர். மன்னருடைய உணவு, சூழ்ச்சிக்குப் பயந்து சோதனை செய்து பார்த்தபின் உண்ணப்பட்டது அல்லது மறுக்கப்பட்டது. நாட்டில் மது வகைகளும் இருந்திருக்கின்றன. புனித யாத்திரையின் போது பிராமணர்களுக்கும் வாழையிலையில் கம்மஞ்சோறு அளிக்கப்பட்டது. பாக்குமரப்பட்டைகளும் இலைக்குப் பதிலாகப் பயன்பட்டன.

பொதுவாக நடுத்தரவாதிகளும் மற்றோரும் அரிசி, வெண்ணெய், சர்க்கரை, பருப்பு, பால், தேன் ஆகியவற்றை உணவில் சேர்த்துக் கொண்டனர். ஆடு, மான், பன்றி, முயல், பூனை, உடும்பு மற்றும் சில பறவைகளின் மாமிசம் உணவில் பயன்படுத்தப்பட்டது.

ஆடை அணிகலன்கள்

ஆடை அணிகலன்களுக்கு நாயக்கர் மன்னர்களும் மக்களும் பெருஞ் செல்வத்தைச் செலவிட்டனர். மேம்பட்ட துணிகளை நெய்தல் பொருட்டு திருமலை நாயக்கர் மதுரையில் சௌராஷ்டிரர்களை குடியமர்த்தினார். அரச குடும்பத்தார் பட்டு ஆடைகள், பூக்கள் பின்னப்பட்ட விதவிதமான ஆடைகள் ஆகியவற்றை அணிந்தனர். ஆனால் தாசிகளும் பரத்தையரும் தங்களைப் பல நகைகளாலும், கவர்ச்சி மிகுந்த துணிகளாலும் வண்ணங்களாலும், வாசனைப் பொருட்களாலும் ஒப்பனை செய்து கொண்டனர்.

பெண்கள் பொதுவாக சுமாரான அணிகலன்களையே அணிந்திருந்தனர். கழுத்தணிகளும், காதணிகளும், காலணிகளும், கையணிகளும் அணிந்திருந்தனர். அவ்வணிகலன்களில் மணிக்கற்கள் பதிக்கப்பட்டிருந்தன. இம்மணிக்கற்கள் முத்து, வைரம், பவளம், நீலம் போன்ற விலையுயர்ந்த பொருட்களால் செய்யப்பட்டன. விஜயநகர நாயக்கர்கால அரசகுடும்பத்தாரும், மக்களும், ஆடை ஆபரணங்களில் கொண்டிருந்த ஆர்வமும், அலங்காரமும் அவர்கள் காலத்துக் கோயில் சிற்பங்களிலிருந்தும் ஓவியங்களிலிருந்தும் தெரியவருகின்றது.

வாசனைத் திரவியங்கள்

நறுமணம் தரக்கூடிய மலர்கள் பயன்படுத்தப்பட்டன. சூடம், அகில், சந்தனம், குங்குமப்பூ, புனுகு போன்றவை பயன்படுத்தப்பட்டன. வெற்றிலை பாக்கு போடும் பழக்கம் இருந்து வந்தது. பனிக்காலங்களில் பெண்கள் குங்குமப்பூவையும் புனுகையும் சேர்த்துப் பூசினர்.

பொழுதுபோக்கு

மக்கள் கேளிக்கைகளிலும் விளையாட்டிலும் திருவிழாக் களிலும் ஆடல்பாடல்களிலும் நாட்டம் கொண்டனர். இருவர் சண்டையிடல், வேட்டையாடல், குதிரைப்பந்தயம், சீட்டாடல் போன்ற பொழுதுபோக்குகளை விரும்பிப் பார்த்தனர். நாட்டியம், நாடகம், இசை நிகழ்ச்சிகளையும் கண்டுகளித்தனர். கோலாட்டம், கும்மி போன்ற நாட்டியங்களும் கண்டுகளிக்கப்பட்டன. சித்திரைத் திருவிழா, தெப்பத்திருவிழா, பிட்டுத் திருவிழா போன்றவை மதுரையில் நடைபெற்ற முக்கிய திருவிழாக்கள் ஆகும். திருவிளையாடல் நிகழ்ச்சி களும், மாதம் தோறும் நடத்தப்பட்டன. தஞ்சை, கும்பகோணம், திருவாரூர், சிதம்பரம் ஆகிய ஊர்களிலும் திருவிழாக்கள் நடை பெற்றன. நூனிஸ் கருத்துப்படி பெரும்பான்மையான பணம் கோயில் கட்டுவதிலும் திருவிழாக்களிலும் செலவிடப்பட்டது. செல்வந்தர்கள் அரசரைப் போன்று ஆடம்பரச் செலவு செய்தனர். புனிதயாத்திரை

மேற்கொண்டு, புகழ்பெற்றதும், இயற்கைக் காட்சிகள் நிரம்பியதுமான இடங்களுக்குச் சென்று பொழுது போக்கினர்[15].

தண்டனை முறைகள்

நாட்டில் ஒழுங்கான நீதிமுறையோ, நீதிச்சட்டங்களோ இருக்கவில்லை. நடைமுறையளவில் குற்றங்களுக்குத் தீர்ப்பு வழங்கப் பட்டு தண்டனைகளும் தரப்பட்டன. நாட்டின் தலைநகரிலும் வரையறை செய்யப்பட்ட நீதிபரிபாலன முறை கிடையாது. ஆங்காங்கு ஊர்ப்பெரியோரும், ஊர்ச்சபையினரும், நீதிவழங்கினர். பொதுவாகச் செயல்பட்டு வந்த நீதித் துறையின் தலைவராக பிரதானி என்பவர் இருந்தார். அவரது முன்னிலையில் குற்றச்சாட்டுகள் விசாரிக்கப் பட்டன. விசாரணை பற்றிய விளக்கங்கள் கொண்ட கோப்புகள் மன்னனுக்கு அனுப்பப்பட்டன. அதன் அடிப்படையில் மன்னன் தீர்ப்பும் தண்டனையும் கொடுத்தார். அவரது தீர்ப்பே தலையாயது ஆகும்.

குறையும், ஊழலும் நிறைந்திருந்த அதிகாரிகள் பதவி நீக்கம் செய்யப்பட்டனர். மன்னருக்கு எதிராகக் கலகம் செய்தவர்களின் தலை துண்டிக்கப்பட்டது. அரச குடும்பத்தவர்கள் குற்றம் செய்தால் அவர்களின் கண்கள் கெடுக்கப்பட்டுச் சிறையில் தள்ளப்பட்டனர். சிலர் நாடு கடத்தப்பட்டனர். சொத்துக்கள் பறிக்கப்பட்டன. சூழ்ச்சி களில் ஈடுபட்டவர்கள் கொலையுண்டனர். திருடர்கள் கால், கை, வெட்டப்பட்டன. பெருந்திருட்டு எனில் தலை துண்டிக்கப்பட்டது. மரியாதைக்குரிய பெண்களுக்கும் கன்னியருக்கும் இன்னல் விளைவிப் போர் தண்டிக்கப்பட்டனர். கீழ்த்தர மக்கள் தவறுகளுக்குக் கடுமையான தண்டனை வழங்கப்பட்டது[16].

இவ்வாறு விஜயநகர நாயக்கர் காலச் சமுதாயம் வைதீக இந்து சமுதாயமாயிருந்தது. சாதிப்பாகுபாடுகளும், கட்டுப்பாடுகளும் நிறைந்திருந்தன. சமுதாய வாழ்க்கையானது இந்து சமயப் பண்பாட்டை எவ்வகையிலும் பாதித்துவிடவில்லை. மக்கள் சாதிப்பாகுபாட்டுடன் செயல்பட்டபோதும் அவர்கள் திருவிழாக்காலங்களில் ஒன்றுகூடிச் செயல்பட்டது குறிப்பிடத்தக்க ஒன்றாகும்.

அடிக்குறிப்புகள்

1. விஜயநகரப் பேரரசில் பிராமணர்,சத்திரியர், வைசியர், சூத்திரர் என்னும் நான்கு சாதிப்பிரிவுகள் இருந்தன என "மனுசரித்திரமு" என்ற நூலில் அல்லசானி பெத்தன்னா என்னும் அவைப்புலவர் குறிப்பிட்டுள்ளார்.
2. Burton Stein, *Vijayanagara,* 1994, P.79.

3. தே.வே. மகாலிங்கம், விஜயநகரப் பேரரசில் நிலைபெற்றிருந்த பொருளாதார வாழ்க்கை வரலாறு, 1990, ப. 116.
4. Robert Sewell, *A Forgotten Empire*, 1991, P. 245.
5. ARE 65 of 1922.
6. ARE 4133 of 1921.
7. Burton Stein, *Peasant, State and Society in Medieval South India*, 1994, P. 478.
8. வணிகசாதியினர். நெசவுத் தொழில் செய்யும் சாதியினர், இசைப் பாடகர்கள், பானை செய்வோர், துணிதுவைப்போர், சவரம் செய்வோர், வேளாண்மை உற்பத்தி செய்வோர், அவர்களின் பணியாளர்கள் ஆகியோர் வலங்கையினராகவும், பலதரப்பட்ட தொழில் வல்லவர்கள், தோல் பதனிடுவோர் போன்றோர் இடங்கையினராகவும் இருந்தனர்.
9. Burton Stein, *Peasant, State and Society in Medieval South India*, P. 487.
10. Robert Sewell, *op. cit.*, P. 382.
11. மேலது, ப. 242.
12. R. Sathyanatha Iyer, *History of the Nayâks of Madura*, PP. 155-157.
13. K.Rajayyan, *History of Tamilnadu*, P. 68.
14. தே.வே. மகாலிங்கம், முன்னது, ப. 174.
15. மேலது, ப. 183.
16. Robert Sewell, *op. cit.*, P. 383.

8.3 பொருளாதார நிலை

விஜயநகர - நாயக்கர் காலத்தில் பொருளாதாரம் பெருகியிருந்த போதும் மக்கள் துன்பப்பட்டனர் எனக் கிறித்தவ பாதிரியார்களின் கடிதங்கள் கூறுகின்றன. மக்கள் பெற்ற வரிப்பணம் பலவழிகளிலும் செலவிடப்பட்டது. மன்னர் ஆடம்பர வாழ்க்கையை நடத்தினர். அந்தப்புரங்களில் அழகுபடுத்தினர். கோவில்கள், மண்டபங்கள் அமைத்தனர். தமிழகத்தின் பட்டி தொட்டிகளிலெல்லாம் முந்தைய மன்னர்கள் கட்டிய கோயில்களை விரிவுபடுத்தினர். புதிதாகவும் பல கோயில்களை எழுப்பினர். ஆனால், தம் குடிமக்களின் வயிற்றுப் பசியைப் போக்கிட எம்முயற்சியையும் அவர்கள் எடுத்திடவில்லை என்று எண்ணும்போது இது அவர்களிடம் இருந்து வந்த பெருங்குறை யாகும் என்று நினைக்கத் தோன்றுகிறது.

வரிகள்

விஜயநகர-நாயக்கர் காலத்தில் வசூலிக்கப்பட்ட வரிகள் பலவாகும். நிலவரி, பாளையக்காரின் திறைகள், மீன்பிடித்தல் தொழில்வருவாய், சமூகவரி, நியாயம் வழங்குவதால் வசூலிக்கும் வரி போன்றவை அவைகளில் குறிப்பிடத்தக்கவையாகும்.

நிலப்பிரிவுகள்

விஜயநகர- நாயக்கர் கால நிலங்களைப் பயிர் செய்யப்பயன்படும் நிலங்கள், தரிசுநிலங்கள் அல்லது பயிர்செய்யத் தகுதியற்ற நிலங்கள் என இருவகையாகப் பிரித்திருந்தனர். பயிர் செய்யப்பயன்பட்டவை நஞ்சை[1], புஞ்சை நிலங்கள் எனப் பிரிக்கப்பட்டன. நஞ்சை நிலங்களில் நெல், கரும்பு, வாழை, கத்தரி, பரங்கி, மஞ்சள், இஞ்சி, வெங்காயம், பூண்டு, பருத்தி, ஆமணக்கு, வரகு, கடுகு, கடலை, கோதுமை போன்றவை விளைவிக்கப்பட்டன. கமுகு, தென்னை, மா, பலா, வேம்பு முதலியவை விளைவிக்கப்பட்ட நிலம் புஞ்சை எனப்பட்டது. அரசுக்குச் சொந்தமான நிலங்கள் 1. அரசுப் பண்டாரத்திற்கு வரி செலுத்தும் நிலங்கள், 2. பிறருக்கு மானியங்களாகக் கொடுக்கப் பெற்ற நிலங்கள் எனப் பிரிக்கப்பெற்றன. மானியமாகக் கொடுக்கப்பட்ட நிலங்கள் படைப்பற்று எனவும், தேவதான இறையிலி நிலங்கள் என்றும் பிரிக்கப்பட்டன. பொதுப்பணி செய்வோருக்கு சிலகுறிப்பிட்ட நிலங்கள் அல்லது கிராமங்களின் வரிவசூல் அனுபவப் பாத்தியமாக்கப் பட்டது. தொடர்ந்து போர்கள் நடைபெற்றதால் விஜயநகரப்

பேரரசர்கள் தங்கள் படைத்தலைவராயிருந்து, பின் ஆளுநரான நாயக்க மன்னர்களுக்கு நிலமானியம் கொடுத்தனர். நாயக்கர் தங்களுக்குக் கீழிருந்த பாளையக்காரர்களுக்கு நிலமானியம் அளித்தனர்.

இவை தவிர மூன்று முக்கியமான நிலக்கொடைகள் நிலவின. சமயத் தொடர்பானோருக்கு மானியமாக அளிக்கப்பட்டவை 1. பிரம்மதேயம், 2. தேவதானம், 3. மடப்புரம் எனப்பட்டன[2]. பிரம்ம தேயங்கள் கல்வி கேள்விகளில் சிறந்த பிராமணர்க்கு மக்கட்குக் கல்வி கற்பிக்க வேண்டிக் கொடுக்கப்படுபவையாகும். தேவதானம் என்பது கோயில் நிர்வாகத்திற்கும், பூசைக்கும் கொடுக்கப்படுவதாகும். இராணுவச் சேவைக்குத் தரப்படும் மானியங்கள் படைப்பற்று எனப்பட்டன. இதனையே நாயங்காரா முறை அல்லது அமர நாயக முறையென்பர். இந்த நாயக்கர்கள் பேரரசுக்குத் திறை செலுத்துவ தோடு, தேவையான போது படையும் அனுப்ப வேண்டியதாயிற்று. இவர்களுடைய நிலங்கள் அமரகாணி அல்லது அமரமாகழி எனப்பட்டது.[3] சில முக்கிய தொழில் செய்வோர்க்கும் நிலங்கள் மானியமாக வழங்கப்பட்டன. அரசருக்கும், நாயக்கன்மார்களுக்கும் பல்லக்குத் தூக்குவோர்க்கு தண்டிகை என்ற நிலமானியம் கொடுக்கப் பட்டது. அரசர் அல்லது படைத்தலைவரின் உயிரைக்காத்த வீரர்களுக்கு உதிரப்பட்டி என்ற நிலமானியம் வழங்கப்பட்டது. இவை தவிர இன்ன பிற தொழில்களுக்காகவும் நில மானியங்கள் கொடுக்கப் பட்டன. எனவேதான் விஜயநகர-நாயக்க அரசுகள் நிலமானிய முறை அரசுகள் எனவும் அறிஞர்களால் அழைக்கப்படுகின்றன.

நிலவரி

மேற்கூறப்பட்ட வரிகளுள் நிலவரி மிக முக்கியமான வரியாகும். விஜயநகரப் பேரரசர்கள் காலத்தில் குறிப்பாக கிருஷ்ண தேவராயர் காலத்தில் நிலங்கள் முறையாக அளக்கப்பட்டன. துவக்கத்தில் வெவ்வேறு இடங்களில் வெவ்வேறு அளவுகோல்கள் பயன்படுத்தப் பட்டதால் நில அளவை முறை ஒரே மாதிரியாக இருக்கவில்லை. நில அளவை முறையில் அவர்கள் சோழ, பாண்டியரைப் பின்பற்றினர் என்று கருதப்படுகின்றது. நிலத்தின் தன்மைக்கும் வளத்திற்கும், விளைச்சலுக்கும் ஏற்றாற்போன்று வரி விதிக்கப்பட்டது. நிலவரியானது பொதுவாக விளைச்சலின் பாதியாகவோ[4] இக்கட்டான காலங்களில் அதற்குச் சற்றுக்கூடவோ இருந்தது. நீர் இறைத்துப் பாசனம் செய்து மருக்கொழுந்து, வாழை, கரும்பு, மஞ்சள், இஞ்சி முதலியவை பயிரிடப்பட்ட நிலங்களிலிருந்து தோட்டப் பரப்பு என்ற வரி வசூலிக்கப்பட்டது. நாயக்கர் நாட்டில் நிலங்கள் நஞ்சை, புஞ்சை என்று பிரிக்கப்பட்டிருந்தன என்பதை ஏற்கெனவே கண்டோம்.

நாயக்கரின் திறைசெலுத்தும் சிற்றரசர்களான பாளையக் காரர்கள் நிலங்களை வேறுவிதமாகப் பிரித்தனர். அதாவது, கரிசல், செவ்வல், பொட்டல், வெப்பல் என்று பிரிக்கப்பட்டிருந்தது. இந்த நிலங்களின் தன்மைக்கு ஏற்ப வரிமுறை இருந்தது. அவர்களது நிலவரியானது பாளையத்திற்குப் பாளையம் மாறுபட்டது.

பாளையக்காரரின் திறைப்பொருள்

மதுரை நாயக்க வம்சத்தைத் தோற்றுவித்த விஸ்வநாத நாயக்கர் 72 பாளையங்களை ஏற்படுத்தினார். இதனால் மற்ற நாயக்க அரசுகளிலும் சில பாளையங்கள் தோன்றின. ஆனால் மதுரை அரசில் மட்டுமே அதிகம் இருந்தன. இந்தப் பாளையங்கள் ஒவ்வொன்றும் ஒவ்வொரு விதமாக வரிவசூல் செய்திருந்த போதும் ஒவ்வொரு பாளையக்காரரும் தாங்கள் வசூலிக்கும் வருவாயில் மொத்தத்தில் மூன்றில் ஒருபங்கு வருவாயை நாயக்கர் அரசுக்குத் தரவேண்டியிருந்தது. இதனால் நாயக்கர்களின் கருவூலம் நிறைய வழி ஏற்பட்டது.

சொத்துவரி

கூரைவீடு, மாடிவீடு, ஆடு, மாடு, எருது போன்ற சொத்துக்களை வைத்திருந்தவர்களிடம் சொத்துவரி வசூலிக்கப்பட்டது. அதாவது அசையும் சொத்துக்கள், அசையாச் சொத்துக்கள் ஆகியவற்றின் மீது வரிவசூலிக்கப்பட்டது. ஆனால், வரிக்கணக்கீடானது வீட்டின் தன்மையைப் பொருத்து 1 பணம் முதல் 3 பணம் வரை நிர்ணயிக்கப் பட்டது. குடியிருப்பு இல்லாத வீடுகளுக்கு வரியிலிருந்து விலக்களிக்கப் பட்டது.[5]

தொழில்வரி

கிராமத் தலைவர்களான மணியக்காரர், கணக்கன் போன்றோரும், தச்சன், கருமான், சாலியன், வண்ணான், நெசவு நெய்வோர், இடையர், பரதவர் போன்றோரும் தங்கள் தொழில்களுக்கான தொழில் வரிகளைச் செலுத்தினர். திருவிழாக்காலங்களில் பிடாரி என்ற வரி வசூல் செய்யப் பட்டது. திருமணம் செய்பவர்கள் திருமண வரி என்ற ஒருவகை வரியைச் செலுத்தினர். புல்வரி, செம்பொன்வரி, அரிசிக்காணம் (அரிசி வியாபாரிகளிடமிருந்து), உலைக்காணம், படகுவரி (படகு செலுத்து வோரிடமிருந்து) போன்றவை வசூல் செய்யப்பட்டன.

பிறவரிகள்

வில், வாள் வைத்திருப்போரிடமிருந்து முறையே வில்வரி, வாள்வரி வசூலிக்கப்பட்டது. படைகளின் நிர்வாகத்தை நடத்துவதற்காகும் செலவிற்காக கோட்டைப்பணம் என்ற வரிவசூல் செய்யப்பட்டது.

ஊர்ப்பொதுக் குளங்களிலிருந்து மீன்பிடித்து வியாபாரம் செய்வோரிடமிருந்து பாசைவரி வசூலிக்கப்பட்டது. மேலும் உழவு, பண்டாரவாடை, ஜோதி, விரதா போன்ற சிறுபான்மை வரிகள் வசூல்செய்யப்பட்டன என்பது சரிவரத் தெரியவில்லை. தறிவரி, நூற்புவரி, சுங்கவரி, ஏற்றுமதிவரி போன்றவையும் நாட்டில் இருந்ததாகக் கல்வெட்டுக்கள் மூலம் அறியமுடிகின்றது. இவ்வரிகளில் சில அவ்வப்போது கோவில்களுக்கும் பொதுநலத்துறைகளுக்கும் மாற்றப்பட்டுள்ளன. ஸ்தலதாயம், மார்க்கதாயம், மாமூல்தாயம் என்ற மூவகைச் சுங்கவரிகள் வசூலிக்கப்பட்டது பற்றி லூயிரைஸ் பகர்கின்றார். ஒரு குறிப்பிட்ட இடத்தில் விற்பனைக்காக இறக்கப்பட்ட பொருள் மீது ஸ்தலதாயமும், அயல்நாடுகளுக்கு அனுப்பப்பட்ட பொருட்கள் மீது மார்க்கதாயமும் வசூலிக்கப்பட்டன. இவ்வித வரிகளைக் கொடுக்கத் தவறியவர்கள் தண்டிக்கப்படவில்லை என்றும் வரி நீக்கங்கள் இருந்தன என்றும் கல்வெட்டுக்கள் கூறுகின்றன. போர்ச்சுக்கீசியரும் டச்சுக்காரரும் கடற்கரைகளைத் தத்தம் கட்டுப்பாட்டில் வைத்திருந்தமையால் முத்து, மீன், சங்கு ஆகியவற்றி லிருந்து வந்த வருவாயில் ஒருபகுதி அவர்களுக்குக் கிடைத்தது.

இக்காலத்தில் நாடு மற்றும் கோட்டைப் பாதுகாப்புக்காக வைத்திருந்த இராணுவ வீரர்களுக்கு ஊதியம் கொடுக்கும் பொருட்டு மக்களிடமிருந்து வரிவசூல் செய்யப்பெற்றது. இம்மாதிரி வசூலிக்கப் பட்ட வரிகள் தன்னாயகசாமியம், தன்னாயகர் மகமை, படைக் காணிக்கை, கோட்டை மகமை, கோட்டைப்பதிவு முதலியனவாகும். நீதிமன்றங்களில் விதிக்கப்பட்ட தண்டனை மூலமும் அரசுக்குப் பணம் கிடைத்தது[6]. திருட்டு, கலகம், தீவைப்பு, பிறர்மனை நயத்தல் ஆகியவற்றிற்காகவும், வேறு பல குற்றங்களுக்காகவும் தண்டனை வசூலிக்கப்பட்டது. வரிவசூல் செய்யும் முறையே குத்தகைக்கு விடப் பட்டிருந்தது என்பதனை வெளிநாட்டவர் குறிப்பிலிருந்து அறிய முடிகின்றது.

அரசாங்கம் விதித்த வரிச்சுமையைத் தாங்கமுடியாதவர்கள் தங்களது சொந்த இடங்களை விட்டு வேறிடங்களுக்கு இடம் பெயர்ந்து சென்றனர். இதனை அறிந்த மன்னர்கள் வரிக்கொடுமையை நீக்கி மக்களுக்கு வாழ்வளித்தனர். உதாரணமாக தென்னாற்காடு மாவட்டத்தில் வலங்கை இடங்கையினரின் மீது விதிக்கப்பட்ட இனவரியைத் தாங்கவியலாத மக்கள் குடிபெயர்ந்ததால் அவ்வூர்கள் பாழடைந்து போயின என்றும், அப்போதைய மன்னர் இரண்டாம் தேவராயர் வரி நீக்க ஆணையிட்டார் என்றும் கல்வெட்டுக்கள் தெரிவிக்கின்றன[7]. பதினாறாம் நூற்றாண்டில் சேலம் மாவட்டத்தில் இத்தகையதோர் நிகழ்ச்சி நடைபெற்றதாகவும் தெரிகின்றது[8].

பொதுச் செலவும், பொதுப்பணியும்

விஜயநகர- நாயக்கமன்னர்களின், செலவீனங்கள் ஒருபோதும் வருவாயைப் பொருத்து அமைந்திருக்கவில்லை. பொதுவான செலவுகளாகிய நாட்டதிகாரிகளின் ஊதியம், படைச்செலவு, காவலர், நீதித்துறை ஊதியங்கள் போன்றவை பெருஞ்செலவினமாக இருக்க வில்லை. இவைகளால் நாட்டின் வருவாய் வெகுவாகப் பாதிக்கப்பட வில்லை. பாளையக்காரர்கள் போதிய படைகளைக் கொடுத்துதவிய தால் நாயக்கர்கள் பெரும்படை வைத்துப் பராமரிக்க வேண்டிய அவசியம் ஏற்படவில்லை. கூலிப்படைகளுக்குச் சம்பளம் கொடுக்க வேண்டியது அவசியமானதாக இருந்தது.

நாட்டின் தலையாய செலவுகள், பொதுப்பணிகள், பொதுநலச் செயல்கள் மூலம் ஏற்பட்டவையாகும். கிருஷ்ண தேவராயர், நாட்டின் வருமானம் நான்கு பிரிவுகளாகப் பிரிக்கப்பட்டுச் செலவிடப்படத் திட்டமிட்டார். அவையாவன ஒரு பகுதி அரண்மனை தொடர்பான செலவுக்கும் நன்கொடை களுக்கும், இரண்டு பகுதி இராணுவத்துக்கும் செலவிடப்பட வேண்டும். நான்காவது பகுதி கருவூலத்தில் பாதுகாப்பாக வைக்கப்படவேண்டும்[9]. ஆனால் இத்திட்டம் நடைமுறையில் செயல்பட்டதாகத் தெரியவில்லை. கோவில் கோபுரங்கள், சுற்றுப்பிரகாரங்கள், மண்டபங்கள், சிலைகள், திருமண மண்டபங்கள், சத்திரங்கள் போன்றவற்றினைக் கட்டுவதிலும், பாதுகாப்பதிலும் நாயக்க மன்னர்களும் விஜயநகரப் பேரரசர்களும் பெருமளவில் பணம் செலவிட்டனர். அக்காலத்தில் மக்களிடம் நற்பெயர் பெறவும், பெரும்புகழ் அடையவும் மன்னர்கள் இம்மாதிரியான பணிகளில் செலவு செய்ய வேண்டிய நிலை இருந்தது. பொதுச்செயல்களும், செலவுகளும் நாட்டில் இருக்கவேண்டியது அவசியம் என அறிஞர் கருதுவர்.

உழைப்பின் தன்மையை அறியாத இம்மன்னர்கள் நாட்டின் வருவாயைப் பகட்டான வாழ்விலும், அந்தப்புரங்களிலும் சம்பிரதாயச் சடங்குகளிலும், கோவில்களுக்கு சர்வமான்ய, வரியற்ற நிலங்களைத் தானமாக வழங்குவதிலும், பிராமணர்களுக்கு நன்கொடைகள் வழங்கவும், அவர்களது தரத்தையும் மதிப்பையும், காப்பதிலும் அதிகமாகச் செலவிட்டனர். சாதாரண மக்களின் வாழ்க்கைத் தரத்தை உயர்த்த எம்முயற்சியும் எடுத்ததாகத் தெரியவில்லை.

மன்னர்கள் பல மனைவியரைக் கொண்டு, பஞ்சநிவாரணங் களுக்குக் கூட செலவிடப்படாமல் செல்வத்தை காமக்களியாட்டங் களில் செலவிட்டனர் என்பதை கிறித்தவ பாதிரியார்களின்

கடிதங்களிலிருந்து அறிய முடிகின்றது. கோயில் திருவிழாக்களுக்குச் செலவிட்ட பணத்தை மக்கள் நலம்பெறும் பொதுப் பணிகளுக்காகச் செலவிட்டிருந்தால் மக்களின் வாட்டம் குறைந்திருக்கும். காணாக் குறைக்குப் போர்வீரர்களுக்குச் சரியான ஊதியம் தரப்படாத நேரங்களில் அவர்கள் பொது மக்களின் நிலங்களில் பயிர்களை மிதித்து நாசப்படுத்தினர்.

இப்படிப்பட்ட செலவுகள் எல்லாம் இருந்தபோதும் நீர்ப்பாசனத் திற்காகவும் பணம் செலவிடப்பட்டது. கிருஷ்ண தேவராயரின் "ஆமுக்த மால்யதா" என்ற நூல் "நீர்ப்பாசன வசதி அமைத்தால் வரப்புயர நீருயரும், நீருயர நெல்லுயரும், நெல்லுயரக் குடியுயரும்" என்று கூறுகின்றது[10]. 15 - ஆம் நூற்றாண்டின் பிற்பகுதியில் வட ஆற்காட்டைச் சேர்ந்த திருவாமத்தூர் மக்கள் நீர்ப்பாசனக் கால்வாயை வெட்டுவிக்க வேண்டித் தங்களுடைய நிலங்களை அவ்வூர்க் கோயிலின் மூலப் பண்டாரத்திற்கு விற்றனர் எனத் தெரிகின்றது.[11] பதினாறாம் நூற்றாண்டில் திருநெல்வேலி மாவட்டத்தில் நாங்குநேரி கிராமத்தில் பெரிய குளத்தில் மீன் பிடித்துக் கொண்டு அதற்கு ஏற்ற செலவில் குளத்தில் தூர்வாரி மராமத்து செய்ய ஊர் மக்கள் ஒத்துக் கொண்டனர்[12]. உய்யக்கொண்டான் கால்வாயை இராணிமங்கம்மாள் செப்பனிட்ட செய்தியை 1687-1704-ஆம் ஆண்டு பட்டயம் கூறுகின்றது. விசுவநாத நாயக்கர் காவிரியாற்றில் இரு மருங்கிலும் கள்ளர்களுக்கு உறைவிடமான காடுகளை அழித்து வந்தது; ஆண்டுதோறும் செலவு போக மிஞ்சிய வருவாய் கருவூலத்தில் வைக்கப்பட்டிருந்தது போன்ற செய்திகள் கூறப்படுகின்றன. இவற்றை இன்னலுற்ற காலங்களில் செலவிடுமாறு வைத்திருந்தனர் எனத் தெரிவிக்கின்றது. ஆனால் அவை எவ்வகையில் மக்கள் நலனுக்காகப் பயன்படுத்தப்பட்டன என்பது சரிவரத் தெரியவில்லை.

வாணிபம்

விஜயநகரப் பேரரசர்கள் வாணிபத்திற்கு அதிக ஊக்கமளித்தனர். ஓர் அரசன் தன் துறைமுகங்களைச் சீர்திருத்தி வைத்திருக்க வேண்டுமென்றும், வாணிபத்தை ஆதரிப்பதோடு குதிரை, யானைகளை இறக்குமதி செய்யவேண்டும். வெளிநாட்டிலிருந்து வந்திறங்கும் வணிகர்களுக்குத் தேவையான பாதுகாப்பும் ஊக்கமும் அளிக்க வேண்டுமென்றும் "ஆமுக்த மால்யதா" கூறுகின்றது[13] ஆனால் அவர்களின் ஆளுநர்களாயிருந்த நாயக்கர்களோ அந்த அளவிற்கு ஊக்கம் தரவில்லை. இதற்குச் சில காரணங்கள் இருந்தன. வர்த்தகம் நடத்துமளவிற்கு திறமை வாய்ந்த சிறப்பு வாய்ந்த கப்பல்களை நாயக்கர்கள் பெற்றிருக்கவில்லை. மேலும் பெருமளவு விளை பொருட்

களையும் இதர பொருட்களையும் கொண்ட திருப்திகரமான ஊர்களைக் கொண்டதே நாயக்கர் நாடு. போகப்பொருட்களையும் விலையுயர்ந்த பொருட்களையும் மன்னரும் அவரைச் சார்ந்தோரும் விரும்பினர். சாதாரண மக்கள் விரும்பவில்லை. மன்னர்கள் தங்களுக்கு விருப்பமானவற்றையே போர்ச்சுக்கீசியரிடமிருந்தும் டச்சுக்காரர்களிட மிருந்தும் பெற்றனர்.

போர்ச்சுக்கீசியருடன் விஜயநகரப் பேரரசர்கள் நட்புக் கொண்டிருந்தனர். அவர்களுடைய முக்கிய பிரச்சினையானது வெளிநாட்டவருடன் தம் எதிரிகள் தொடர்பு கொண்டு, பெரும் பொருளை ஈட்டவோ அல்லது இராணுவத் தளவாடங்களைப் பெருக்கிவிடவோ கூடாது என்பது தான். வெளிநாட்டு வணிகர்களுக்கு வசதிகள் செய்து கொடுத்ததோடு இரண்டரை முதல் ஐந்து சதவீதம் வரை சுங்கவரியும் வசூலிக்கப்பட்டது. இறக்குமதி செய்யப்பட்ட எண்ணெய் மற்றும் துணிகள் மீது அதிகவரி, அதாவது பத்து முதல் பதினைந்து சதவீதம் வசூலிக்கப்பட்டது[14]. காரணம் இப்பொருட்கள் உள்நாட்டிலேயே தயாரிக்கப்பட்டது தான் . வெளிநாட்டிலிருந்து இறக்குமதியான பொருட்களில் பொன்னும், வெள்ளியும் அடங்கும். இவையும் யானைகளும் இலங்கையிலிருந்தும், அரபுக்குதிரைகளும், தென் கிழக்கு ஆசியாவிலிருந்து நறுமணப்பொருட்களும் இறக்குமதி யாயின. ஆப்பிரிக்கா, இலங்கை, பாரசீகம், சீனா போன்ற இடங்களுக்கு அரிசி, சர்க்கரை, தேங்காய், சந்தனம், தேக்கு, மிளகு, ஜாதிக்காய், பருத்தித் துணிகள் போன்றவை ஏற்றுமதி செய்யப்பட்டன.

கடற்கரைப் பகுதிகளில் நடைபெற்ற வாணிபத்தையும் வர்த்தகத்தையும் ஐரோப்பிய நாடுகளே முன்னின்று நடத்தியதால் அவ்விசயத்தில் நாயக்கர்கள் தலையிடவில்லை. இவ்வயல் நாட்டு வணிகர்கள் முத்து, சங்கு போன்ற பொருட்களைத் தாங்களே விலைக்கு வாங்கி வெளிநாட்டவருக்கு மறுவிலைக்கு ஏற்றுமதி செய்தனர். சில பொருட்கள் பண்ட மாற்றாகவும் விற்கப்பட்டன. உதாரணமாக மதுரை லினன் துணிகளுக்காக ஜப்பானியத் தோலும், மொலுக்கஸ் வாசனைப் பொருட்களும் மாற்றப்பட்டன. வெளிநாட்டு வாணிகம் சுருக்கமான அளவே நடைபெற்றது.

குடியானவர்களும், சாதாரண வணிகரும் தங்கள் பொருட்களை உற்பத்தி செய்வதில் அதிக முயற்சி எடுத்துக் கொள்ளப்பட்டது. வட இந்தியப் பகுதிக்கும், தென்னிந்தியப் பகுதிக்குமிடையே தொடர்பு அதிகமானதால் இவ்விரு பகுதிகளுக்குமிடையே உள்நாட்டு வாணிபம் பெருக வழி ஏற்பட்டது.

நாயக்கர் கால வெளிநாட்டு வாணிபம் மிகக்குறைந்த அளவே நடைபெற்ற போதும், இவ்வெளிநாட்டு வணிகர்களுக்கு எதிராகச் சில சமயம் நடவடிக்கை எடுக்கவேண்டியிருந்தது. வெளிநாட்டு வாணிபம் செல்வப் பெருக்கை ஏற்படுத்திவிடவில்லை. அந்நியர்கள் இங்கிருந்து செல்வத்தைக் கவர்ந்து சென்றனர்.

நாணயங்கள்

பண்டமாற்று முறையும், நாணயப் புழக்கமும் இருந்த காரணத்தால் நாணயம் வெளியிடப்படுவதும் ஒரு கட்டாயத் தேவையாயருந்தது. விஜயநகரப் பேரரசில் ஏராளமான நாணயச் சாலைகள் (mint) இருந்தன. மாநிலத் தலைநகரங்களில் கூட அவை இருந்ததெனத் தெரிகின்றது. இவர்களது கால நாணயங்கள் நேர்த்தியாகவும் அலங்காரமாகவும் அமைக்கப்பட்டன. இவற்றில் கன்னட தேவநாகரி எழுத்துக்கள் பொறிக்கப்பட்டன. தமிழ் நாட்டில் கிடைத்த விஜயநகர ஆட்சியாளர்களின் காசுகள் சென்னை அரசு அருங்காட்சியகத்தில் பாதுகாத்து வைக்கப்பட்டுள்ளன. இந்நாணயங்களில் வைணவ சமயச் சின்னங்களும், உருவங்களும் அதிகமாக உள்ளன. சில சைவ உருவங்களும் காணக்கிடைக்கின்றன. இவ்வுருவங்களில் குறிப்பிடத்தக்கவை அனுமன், கருடன் (முதலாம் ஹரிஹரரின் நாணயங்கள்), உமாமகேசுவரர், இலட்சுமி நாராயணர், இலட்சுமி நரசிம்மர், சரஸ்வதி, பிரம்மா, காளை (இரண்டாம் ஹரிஹரர் காலம்) இராமர், சங்கு, சக்கரம், கருடன், பன்றி, யானை, காளை, திருமால், இலட்சுமி, மன்னன் கைகூப்பி நின்றிருத்தல் (திருமலைராயர் காலம்)[15]. அண்மையில் திருவண்ணாமலைக்கருகில் படவேட்டியில் புக்கராயர் (1356-77) மற்றும் தேவராயர் (1422-66) காலத்துச் செப்புக்காசுகள் கிடைத்துள்ளன[16]. நாயக்கர் காசுகளில் மன்னரின் பெயரும், அவர்களது அமைச்சர்களாயிருந்து சாதனை புரிந்தோரின் பெயர்களும், தமிழிலோ, தெலுங்கிலோ, தேவநாகரியிலோ எழுதப்பட்டிருப்பதைக் காணலாம். மதுரை விசுவநாத நாயக்கரின் நாணயங்களில் தெளிவாகப் பெயர் பொறிக்கப்பட்டுள்ளதைக் காணலாம். மற்ற சில நாணயங்களில் “வி” “சொ” “தி” என்று எழுதியிருப்பதைக் கொண்டு அவைகள் முறையே வீரப்பநாயக்கர், சொக்கநாத நாயக்கர், திருமலை நாயக்கர் கால நாணயங்களாக இருக்கலாமோ என்று கருத்துத் தெரிவிக்கப் பட்டுள்ளது.[17] தஞ்சை நாயக்கர்களது நாணயங்களில் இரகுநாத நாயக்கர், விஜயரகுநாத நாயக்கர், அவர்களது அமைச்சர் கோவிந்த தீட்சிதர் ஆகியோர் பெயர் கொண்ட நாணயங்களில் திருமகள் அமர்ந்த நிலையிலும், தோரணவாயில், அதற்குள் மன்னர் நிற்கும் உருவம் ஆகியவை பொறிக்கப்பட்டுள்ளன. செஞ்சியின் கிருஷ்ணப்ப

நாயக்கரின் நாணயத்தில் ஒரு பக்கம் காளையும், மறு பக்கம் அவரது பெயரும் பொறிக்கப்பட்டிருப்பதைக் காணலாம்.[18]

இவை தவிர இக்காலத்தில் வெளிநாட்டவர்களின் நாணயங்களும் புழக்கத்திலிருந்தன. போர்ச்சுக்கீசியரின் "குருசடோவும்" பாரசீகரின் "தினாரும்" இத்தாலியரின் "ஃபுளோரினும்" "டுகாட்டும்" புழக்கத்தி லிருந்ததெனத் தெரிகின்றது[19].

அடிக்குறிப்புகள்

1. நஞ்சை நிலங்களில் இருபோகங்கள் பயிரிடப்பட்டன. ஆனி, ஆடி மாதங்களில் விதை விதைக்கப்பெற்று ஐப்பசி, கார்த்திகை மாதங்களில் அறுவடையாயிற்று. ஆவணி, புரட்டாசி மாதங்களில் நடவு நட்டு தை, மாசி மாதங்களில் அறுவடையாயிற்று (தே. வே. மகாலிங்கம்), முன்னது. ப. 50).
2. Epigraphica Carnatica, VI. PP. 69-70.
3. தே.வே. மகாலிங்கம், முன்னது, ப. 73.
4. K.A.N. Sastri, *op. cit.*, PP. 306 - 307.
5. தே.வே. மகாலிங்கம், முன்னது, ப. 143.
6. Romila, Thapar, *A History of India*, 1977, PP. 329 - 330.
7. ARE 476 of 1921.
8. ARE 422 of 1913.
9. K.A.N. Sastri, *op. cit.*, P.307.
10. தே.வே. மகாலிங்கம், முன்னது, ப. 40.
11. மேலது, ப. 42.
12. மேலது, ப. 45.
13. Romila Thapar, *op. cit.*, P. 332.
14. மேலது.
15. R. Nagaswamy, *Tamil coins A Study*, 1981, PP. 149-151.
16. நடன காசிநாதன், முன்னது, ப. 152.
17. R.Nagaswamy, *op. cit.*, PP. 171-173.
18. நடன காசிநாதன், முன்னது, ப. 126.
19. Romila Thapar. *op. cit.*, P. 333.

8.4 சமய வாழ்வு

தமிழக மன்னர்களில் பெரும்பான்மையோர் இந்து வழிபாட்டு முறையைச் சார்ந்திருந்தனர். விஜயநகரப் பேரரசர்கள் மற்றும் மதுரை, செஞ்சி, தஞ்சை நாயக்கர்கள் சிவன் அல்லது விஷ்ணு அல்லது கிராம தெய்வங்களைப் போற்றி வந்தனர். விஜயநகரப் பேரரசர்கள் விருபாக்ஷர் என்னும் சைவக் கடவுளின் பிரதிநிதியாக ஆட்சி செய்தனர் என்று சொல்லப்படுகின்றது. இக்காலத்தில் பக்தி என்பது இந்து மதத்தின் முக்கிய பிரிவாக இருந்தது.[1] அவர்கள் காலத் தமிழ் மக்கள் தெய்வத்தின் மீதும் சமயத்தின் மீதும் மற்ற புனிதப் பொருட்களின் மீதும் அதிக நம்பிக்கை கொண்டிருந்தனர். எந்தச் செயலையும் செய்வதற்கு முன்பு கடவுளிடம் முறையிட்ட பின்பே அதனைச் செய்வது வழக்கமாயிருந்தது. இதனால் ஆண்டவனின் அருளைப் பெற்று எடுத்த காரியத்தில் வெற்றியை அடைய முடியும் எனவும் நம்பினர். தாங்கள் செய்யும் முயற்சியில் இடர்ப்பாடுகள் ஏதும் ஏற்பட்டால் அதற்குத் தாம் செய்த தவறுக்கு இறைவன் அளித்த தண்டனை என்று நம்பினர். அக்கால மன்னரும், மக்களும் சமயச் சடங்குகள், திருவிழாக்கள், வழிபாடுகள் ஆகியவற்றிற்கு அதிக முக்கியத்துவம் கொடுத்தனர். நாயக்கர்கால முக்கிய நகரங்கள் ஆண்டின் பெரும்பகுதி விழாக்கோலம் பூண்டிருந்தன. இந்நகரங்களில் குறிப்பிடத்தக்க நகரமான மதுரை இன்றும் நாள்தோறும் விழாக் கோலத்துடன் இருப்பதைக் கண்ணாரக் காணலாம். இவ்வாறு இந்துசமயத்தைப் போற்றிப் பாதுகாத்த விஜயநகர-நாயக்க மன்னர்கள் காலத்தில்தான் கிறித்துவ சமயம் தமிழகத்தில் வேரூன்றத் தலைப் பட்டது. நாயக்கர் ஆட்சியில் கிறித்துவ சமயத்திற்கு ஆங்காங்கே இன்னல்கள் கொடுக்கப்பட்டிருந்தபோதும் பெரும்பான்மையான மன்னர்கள் சமயப் பொறையுடனேயே இருந்தனர். அதனால் தான் கிறித்துவ சமயமும் விரைந்து பரப்பப்பட்டது.

இந்து சமயத் தத்துவங்களும், பண்பாடும்

தமிழகத்தில் ஆட்சி செய்த விஜயநகர - நாயக்க மன்னர்கள் வேதாந்த சித்தாந்த தத்துவக் கருத்துக்களை ஊக்குவித்தனர். தத்துவக் கருத்துக்களைப் போதிப்பதற்காக மடங்களை நிறுவினர். அம்மடங் களுக்கு மானியமும் வழங்கினர். விஜயநகர ஆட்சிக் காலத்தில் இக்கேரியின் சதாசிவநாயக்கர் சிருங்கேரியின் மடத்துக்குச் சேவை செய்துள்ளார். தஞ்சை மாவட்டத்தில் உள்ள தருமபுரம் மடம்,

திருவாடுதுறை ஆதீனம், திருப்பனந்தாள் காசி மடம், காசி ஞானப் பிரகாச சுவாமிகள் மடம், திருவொற்றியூர் அரங்கராயன் மடம், புளியங்குளம் திருவேங்கடநாதன் மடம் போன்றவை இக்காலத்தில் தோன்றிய மடங்களில் சிலவாகும். விஜயநகர-நாயக்க மன்னர்கள் அறிஞர்களைப் போற்றினர். அவர்கள் கால இலக்கியங்களும், சமய அடிப்படையில் அமைந்திருந்தன. சமயத் தத்துவத்தைப் பரப்பும்படி ஊக்கம் கொடுத்தனர். சமயத் தத்துவ மாநாடுகள் நடத்தப்பட்டன. தாந்திரிகப் பள்ளிகளும், அதன் தத்துவங்களும் மக்களின் சமய வாழ்வில் இடம்பெற்றன.

இந்து சமயத் தத்துவங்கள் போற்றப்பட்டன. மந்திரங்கள் தந்திரங்கள், சகுனம் பார்த்தல் ஆகியவற்றில் நம்பிக்கை கொள்ளப் பட்டது. கைரேகை பார்ப்போர், ஜாதகம் பார்ப்போர் ஆகியோர் மதிப்புப் பெற்றனர். பெண்கள் தெய்வ வழிபாட்டுக்குரிய எல்லா விதமான விரதங்களையும் கையாண்டனர். சமய போதகர் இனத்தவருக்கும் அவர்களது உடைமைக்கும் நாயக்க மன்னர்கள் பாதுகாப்புக் கொடுத்தனர்.

பாசுபதர்கள், காளாமுகர்கள் போன்ற சைவ சமயப் பிரிவுகள் சைவ ஆகமங்களில் அதிக நாட்டம் கொண்டன. இப்பிரிவினர் திருச்சி, மதுரைப் பகுதிகளில் அதிகம் தங்கியிருந்தனர். இவர்கள் தங்களுக் கெனத் தனி குருமார்களைக் கொண்டிருந்தனர். சைவ சித்தாந்தம் வளர்ச்சியடைந்தது. மெய்கண்டதேவர் எழுதிய சிவஞான போதம் சைவசித்தாந்த சமயக் கருத்துக்களை உலகிற்கு உணர்த்தியது. 16-17 ஆம் நூற்றாண்டுகளில் இந்தியா முழுவதும் சங்கரரின் அத்வைதக் கொள்கைக்குப் பெரும் ஆதரவு கிடைத்தது.

வீரசைவர்கள் சிவலிங்க வழிபாட்டில் ஆர்வம் காட்டினர். லிங்க சின்னங்களைத் தங்களது ஆபரணங்களில் கோத்து அணிந்தனர். தங்கள் சமயக் கருத்துக்களைப் பரப்புவதில் அதிக நாட்டம் செலுத்தினர். வீரசைவம் தமிழகத்தின் வடபகுதியில் செல்வாக்குப் பெற்றிருந்தது. விஜயநகர மன்னர்கள் காஞ்சியிலும், காளகஸ்தியிலும் உள்ள சிவன் கோயில்களுக்கு நன்கொடையளித்துள்ளனர். இராமேஸ்வரம் இராமநாதசாமி கோயிலுக்கு மானியங்கள் அளித்துள்ளனர்[2].

இந்து சமயத்தின் முக்கிய பிரிவான வைணவ சமயமும் வளர்ச்சியடைந்தது. பெரும்பான்மையான விஜயநகர, நாயக்க மன்னர் வைணவ மதத்தைப் பின்பற்றினர். கிருஷ்ணதேவராயர், அச்சுதராயர், இராமராயர், திருமலை முதலானோர் வைணவத்தைப் பேணி

வளர்த்தனர். அச்சுதரும் இராமராயரும் சிதம்பரம் கோயிலில் கோவிந்தராஜ சுவாமியின் உருவச் சிலையை திரும்பவும் பிரதிஷ்டை செய்தனர். 1556 - இல் இராமராயரது வேண்டுகோளுக்கிணங்க சதாசிவராயர் ஸ்ரீபெரும்புதூரில் உள்ள இராமானுஜர் கோயிலையும் அதன் தொடர்புடைய நிலையங்களையும் போற்றுவதற்காக 31 கிராமங்களை நன்கொடையாக அளித்தார்.[3].

விஜயநகர-நாயக்கர் கால வைணவர்கள் இருபிரிவாக இருந்தனர். இவர்களில் தமிழ்மொழியைப் பின்பற்றியவர்கள் தென்கலை வைணவர்கள் எனவும் வடமொழியைப் பயின்றவர்கள் வடகலை வைணவர்கள் எனப்பட்டனர். இவர்களுக்குள்ளிருந்த முக்கிய வேற்றுமையானது இறைவனையடைதற்குப் பின்பற்றப்பட வேண்டிய வழிமுறை பற்றியதாகும். பக்தர்கள் உறுதியுடன் முனைந்து இறைவனின் திருப்பாதங்களைப் பற்றிட வேண்டும் என்று வடகலையினர் எண்ணியபோது தென் கலையினர் இறைவனை அடைக்கலமென்று சரணடைந்தவர்களை நல்வழிப்படுத்திக் காப்பது அவரது கடமை என்று நம்பினர். இவ்விரு பிரிவினரும் வேறுபட்ட நாமங்களைப் போட்டிருந்தனர். வடகலையைச் சேர்ந்தவர்கள் பாதம் இல்லாத நாமத்தையும், தென்கலைப் பிரிவினைச் சேர்ந்தவர்கள் பாதம் உடைய நாமத்தையும் நெற்றியில் அணிந்தனர்.

திருவிழாக்கள்

விஜயநகர- நாயக்க மன்னர்கள் தமிழ்நாட்டில் உள்ள ஏராளமான கோயில்களின் வாயில்களில் ஓங்கி வளர்ந்த கோபுரங்களைக் கட்டினர். இறைவன் திருவிழாக்காலங்களில் வலம் வருவதற்காகப் பிரகாரங்களும், தேரோடும் வீதிகளும் ஏற்படுத்தினர். வசந்தகாலத்தில் (கோடைக் காலம்) மனிதர்களுக்கு எவ்வாறு காற்று தேவைப்பட்டதோ அது போன்று இறைவனுக்கும் தேவைப்படும் என்ற நம்பிக்கையில் வசந்த மண்டபங்களையும் எழுப்பினர். (அவர்களது கலைப்பணி பற்றித் தனி இயல் கொடுக்கப்பட்டுள்ளது.) கோயில்களில் அம்மனுக்கென்று (தாய் தெய்வ வழிபாடு அல்லது தேவி வழிபாடு) தனி சன்னதிகள் அமைக்கும் பழக்கம் கி.பி. பதினோராம் நூற்றாண்டில் முதன் முதலில் தமிழகத்தில் முதலாம் இராஜேந்திரனால் தொடங்கப் பட்டதெனினும் இப்பழக்கம் பெரிதும் விரிவடைந்தது விஜயநகர-நாயக்கர் காலத்தில்தான். அம்மன் கோயில்கள் தனியாகவும் கட்டப்பட்டன. நாட்டுப்புறங்களில் அம்மன் கோயில்கள் பெருகியதோடு தொய்வின்றி விழாக்களும் நடைபெற்றன. இவ்விழாக்கள் இன்றும் தொடர்ந்து நடைபெற்று வருகின்றன. பாண்டிய மண்டலத்திலும் கொங்கு மண்டலத்திலும் அம்மன் கோயில்கள் அதிகமாகப் பெருகின.[4]

இக்காலத்தில் அம்மன் திருவிழா மிகப் பிரசித்தி பெற்றிருந் ததையும் காணலாம். உதாரணமாக விஜய நகரத்திலேயே அக்காலத்தில் மகாநவமி என்னும் (இப்போதுஇது புகழ்பெற்ற நவராத்திரி திருவிழா எனப்படுகின்றது) திருவிழா ஒன்பது நாள் (அக்டோபர்- நவம்பர்) நடைபெற்றதென அப்துல் ரசாக் கூறுகின்றார்[5]. இவ்விழா இன்றும் இந்தியாவின் பெரும்பகுதியில் நடைபெறுகின்றது. மதுரை நாயக்கர் காலத்தில் இது மிகப் பிரபலமாகக் கொண்டாடப்பட்டது. மதுரையில் இன்றும் ஒவ்வோர்ஆண்டும் ஸ்ரீமீனாட்சி சுந்தரேஸ்வரர் திருமண விழாவும், அழகர்கோயில் திருவிழாவும் இணைந்து நடக்கின்றது. இது சைவ- வைணவ ஒற்றுமைக்காக ஏற்படுத்தப்பட்ட ஒரு திருவிழா எனக் கொள்ளலாம். ஆண்டு தோறும் தமிழ்ப் புத்தாண்டு தொடங்கியதும், தமிழாண்டின் முதல் மாதமான சித்திரையில் நடைபெறும் இவ்விழா சித்திரைத் திருவிழா எனப்படுகின்றது. இதனைத் துவக்கிவைத்தவர் திருமலை நாயக்கர் ஆவார்[6]. இதே காலகட்டத்தில் தமிழகத்தின் குறிப்பாகத் தென் தமிழகத்தின் பட்டி தொட்டிகளில் எல்லாம் அம்மன் திருவிழாவும், அழகர் திருவிழாவும் நடைபெறுவதைக் காணலாம். இத்திருவிழா தவிர மாதந்தோறும் நடைபெறும் திருவிழாக்களும் கொண்டாடப்பட்டன. திருமலை நாயக்கர் பிறந்த தைப்பூசத்தன்று வண்டியூர் மாரியம்மன் தெப்பக் குளத்தில்[7] தெப்பத் திருவிழா நடைபெற்றது. நடைபெற்றும் வருகின்றது. இது போன்றே மதுரையில் புட்டுத் திருவிழா சிறப்பாகக் கொண்டாடப்பட்டது. திருவிளையாடல் புராணத்தில் வரும் நிகழ்ச்சிகளைத் திருவிழாவாகக் கொண்டாடும் பழக்கம் இக்காலத்தில் தான் தோன்றியது. தெருக்களில் திருவிழாக்காலங்களில் தேரோடியதாக பெயஸ் கூறுகின்றார்[8]. தீபாவளித் திருவிழாக் கொண்டாடப் பட்டதைப் பற்றி நிக்கலோ கண்டி குறிப்பிட்டுள்ளார்[9].

பொதுவாக இத்திருவிழாக்கள் அனைத்தும், அறுவடைக்குப் பின்பு மக்கள் சந்தோசமாக ஒன்றுகூடுவதற்கும், விதைகள் விதைத்ததும் கூடி மகிழவும் ஏற்படுத்தப்பட்ட ஒன்றாகும். இவை பொழுதுபோக்கு நிகழ்ச்சியாகவும் இருந்துள்ளன. இராமாயண, மகாபாரத, புராண நிகழ்ச்சிகள் ஊர் ஊராகச் சென்று பரப்பும் ஒரு வகை நாடகப் பாணியான "பகல் வேசம்" (பகட்டி வேசம்) என்பதும் மக்களை மகிழ்விக்க இக்காலத்தில் உருவான ஒரு கலை நிகழ்ச்சியாகும்.

சைவ, வைணவப் பூசல்கள்

சைவ, வைணவ சமயத்தவர்கள் இந்து சமயத்தின் இருபிரிவினர்கள் என்ற போதும் அவர்களுக்குள்ளேயே சில சமயம் பூசல் ஏற்பட்டது என்பது மறுக்கமுடியாததாகும். இப்பூசல் விஜயநகர அரசின் வீழ்ச்சிக்குப்பின் அதிகமாயின[10]. தஞ்சையில் சைவசமயத்தவருக்கும்

வைணவ சமயத்தவருக்குமிடையே பூசல்கள் நடைபெற்றன. "மதுரையில் வேதாந்த தேசிகரின் சீடர்களுக்கும் மணவாள மாமுனியின் சீடர்களுக்குமிடையே போட்டி ஏற்பட்டது. கி.பி. 1597 -இல் சிதம்பரத்தில் சைவ, வைணவருக்குமிடையே பூசல்கள் ஏற்பட்டதாக பிமண்டா அடிகளார் குறிப்பிடுகின்றார். செஞ்சியின் மன்னர் கிருஷ்ணப்ப நாயக்கர் சிதம்பரத்தில் நடராசர் கோவிலில் உள்ள கோவிந்தராசர் சன்னதியில் திருப்பணி செய்தார். பெருமாளின் திருவுருவத்தை அங்கு வைக்கக்கூடாது என சைவர்கள் கிளர்ச்சி செய்தனர். பலர் கோயில் கோபுரத்திலிருந்து கீழே குதித்து இறந்தனர். ஒரு பெண் இந்தக் கிளர்ச்சியில் ஈடுபட்டு வெறிகொண்டு தன் கழுத்தையே நறுக்கிக் கொண்டார். இருப்பினும் கிருஷ்ணப்ப நாயக்கர் அஞ்சாமல் திருப்பணியில் ஈடுபட்டு அதை முடித்துக் காட்டினார். மதுரையில் திருமலை நாயக்கரின் முயற்சியால் வடகலை, தென்கலை, வைணவருக்கிடையே இருந்த வேற்றுமை களையப்பட்டது.

பௌத்தரும் சமணரும்

காஞ்சியிலும், நாகப்பட்டினத்திலும் பௌத்த சமயத்தவர்கள் வாழ்ந்ததாகத் தெரிகின்றது. இதற்கு உதாரணமாக அமைவது காஞ்சி ஏகாம்பரநாதர் கோயிலில் விஜயநகர காலத்தில் செதுக்கப்பட்ட பௌத்த சிற்பங்களாகும். பெரு நாட்டிலிருந்து சில பௌத்த சந்நியாசிகள் நாகப்பட்டினத்திற்குக் குடிவந்தனர் என கல்யாணபுரத்தில் கிடைத்த கல்வெட்டுக்கள் கூறுகின்றன. திருவலஞ்சுழி, திருவிழந்துறை, பட்டீஸ்வரம், கும்பகோணம் பகுதிகளில் பௌத்தர் சிலைகள் காணப்படுகின்றன.

படைவீடு, சந்திரகிரி, ஜைனகாஞ்சி, செம்பை, கரந்தை, நாகர் கோவில் போன்ற இடங்களில் சமணக் கோயில்கள் இருந்தன. இவ்விடங்களில் இருந்த பௌத்த சமண மடங்களுக்குச் சொந்தமான நிலங்களை தேவதான நிலங்களாக கிருஷ்ணதேவராயர் மாற்றினார் எனக் கருதப்படுகின்றது. 14 - ஆம் நூற்றாண்டின் பிற்பகுதியில் வைணவர்களால் துன்புறுத்தப்பட்டதாக சமணர்கள் விஜயநகர மன்னரிடம் முறையிட்டபோது, மன்னர் புக்கராயர் தலையிட்டு அவரவர் கொள்கைப்படி அவரவர் நடந்து கொள்ளும்படி இருசாராரையும் வேண்டி சமாதானப்படுத்தினார்[11]. இவ்வாறு விஜயநகர, நாயக்கமன்னர்கள் பௌத்த, சமண சமயத்தவரை ஆதரித்தனர் எனத் தெரிகின்றது.

இஸ்லாமியர்

கி.பி. 14 - ஆம் நூற்றாண்டின் தொடக்கத்தில் இஸ்லாமியர்கள் மதுரை மீது படையெடுத்து இந்துக்களைத் துன்புறுத்தினர்.

அப்போது விஜயநகரப் பேரரசர்கள் தலையிட்டு இந்துக்களைக் காத்தனர். ஆனால் விஜயநகரப் பேரரசர்களோ, நாயக்க மன்னர்களோ இஸ்லாமியர்களை விரட்டிவிடவில்லை. இஸ்லாமியர்கள் ஏராளமாக வந்து குடியேறினார்கள். விஜய நகரப் படையில் இஸ்லாமியக் குதிரைவீரர்களும், வில் வீரர்களும் இருந்தனர். இந்து இஸ்லாமியருக்கு மிடையே அமைதியான உறவு இருந்து வந்தது. தஞ்சை மாவட்டத்தில் நாகூரில் இருந்த தர்க்கா பிற்கால விஜயநகர ஆட்சிக் காலத்தில் சிறப்பாக விளங்கியது.

கிறித்தவ சமயம்

தமிழகத்தில் விஜயநகர, நாயக்கர் காலத்தில் தான் கிறித்தவ சமயம் பரப்பப்பட்டது. 16 - ஆம் நூற்றாண்டின் இறுதியில் கிறித்தவ சமய போதகர்கள் தமிழகத்திற்கு வந்தனர். கிறித்தவ சமயப்பரப்புப் பணி போர்ச்சுக்கீசியரும் புனிதபிரான்சிஸ் சேவியரும், (1545) வந்தபின்பே துரிதமடைந்தது. அவர்களில் சிலர் நாயக்க மன்னர்களின் ஆதரவைப் பெற்றனர். சில நாயக்க மன்னர்கள் கிறித்தவ சமயத்தின் வளர்ச்சிக்கு முட்டுக்கட்டை போட்டனர். நாயக்கர்களின் சிற்றரசர்களில் ஒருவரான கிழவன் சேதுபதி என்ற இரகுநாத சேதுபதி கிறித்தவ சமய வளர்ச்சிக்குத் தீங்கிழைத்தார். ஜான் - டி - பிரிட்டோவைக் கொலை செய்தார். இவ்வாறு பல இன்னல்கள் இருந்தபோதும் கிறித்தவ சமயப் போதகர்கள் தங்கள் கருத்துக்களைப் பரப்பினர். இதனால் கிறித்தவ சமயம் வேரூன்றியது. பலர் கிறித்தவ சமயத்திற்கு மாற்றப்பட்டனர். விஜயநகர, நாயக்கர் காலத்தில் கிறித்தவ சமயப் பரப்பாளர்கள் சிலரைப்பற்றி அறிவது இங்கு அவசியமாகும்.

பெர்ணாண்டஸ்

மதுரையின் வீரப்பநாயக்கர் (1572-95) ஆட்சிக் காலத்தில் முதன் முதலில் மதுரையில் கிறித்தவ மடாலயம் ஏற்படுத்தப்பட்டது. இதன் தலைவராக போர்ச்சுக்கல் நாட்டைச் சேர்ந்தவரான பெர்ணாண்டஸ் இருந்தார். 1610 - இல் திருச்சபை கட்ட அனுமதி வழங்கப்பட்டது.

ராபர்ட் - டி - நொபிலி

இத்தாலியில் தோன்றிய ராபர்ட் - டி - நொபிலி 1660 - ஆம் ஆண்டு மதுரை வந்தார். இவர் பெர்ணாண்டஸ் கையாண்ட முறைகளில் இருந்து மாறிவிட்டார். தமக்கே உரிய முறைகளில் சமயக் கொள்கை களைப் பரப்பினார். தமிழ் மொழியைக் கற்று அம்மொழி வாயிலாகவே தமது கருத்துக்களை எழுத்துமூலமும் பேச்சு மூலமும் பரப்பினார். ஓர் சந்நியாசியைப் போன்று காவி உடை அணிந்து உத்திராட்சக் கொட்டை அணிந்து குடிசையில் வாழ்ந்து, பிராமணரின் பழக்க

வழக்கங்களைக் கையாண்டு, மக்களின் மனதில் இடம் பெற்றார். உயர் இன இந்துக்களை சமய மாற்றமடையச் செய்தார். இதனால் பெர்ணாண்டசுக்கும் இவருக்கும் கருத்து வேறுபாடும் ஏற்பட்டு நாடு திரும்ப வேண்டியதாயிற்று. பின் தமது கொள்கைகளை தம் மேலதிகாரிகளுக்கு எடுத்துக்கூறி மீண்டும் 1622 - இல் மதுரை வந்தார். மதுரையில் முத்து கிருஷ்ணப்பநாயக்கர், முத்துவீரப்பநாயக்கர் ஆகியோரின் ஆதரவையும் பெற்றார். இவர் ரோமன் "பிராமணன்" என பெர்ணாண்டஸால் அழைக்கப்பட்டார். மதுரையிலிருந்து திருச்சிக்கும் பின் சேலத்திற்கும் சென்ற நொபிலி 1627 - இல் மதுரை திரும்பினார். பல இன்னல்களுக்கிடையே தனது சமயக் கொள்கையினைப் பரப்பிய நொபிலி 1660 - இல் சென்னை மைலாப்பூரில் இறந்தார். இவரது புகழ் இன்றளவும் கிறித்தவ சமய வளர்ச்சியில் ஓர் அத்தியாயமாகவே திகழ்கின்றது. இவரது சமய மற்றும் சமுதாயப் பணி பற்றி "A Pearl to India" (இந்தியாவிற்கு வந்த ஒரு முத்து) என்ற நூலில் விரிவாகக் கூறப்பட்டுள்ளது.

ஜான் - டி- பிரிட்டோ

ஜான் - டி - பிரிட்டோ மதுரை மடாலயத்தின் மற்றொரு போதகராவார். இவர் 1662 - இல் இயேசுசங்கத்தில் சேர்ந்தார். 1673 - இல் கோவாவுக்கு வந்தார். 1680 -இல் மதுரைக்கு வந்த அவர் இராமநாதபுரம் பகுதியைத் தமது சமயப் பரப்பின் முக்கிய இடமாகக் கொண்டார். சேதுபதிகள் ஆட்சி செய்யும் இராமநாதபுரம் பகுதியில் தீவிரமாகச் செயல்படத் தொடங்கினார். ஆனால், இராமநாதபுரம் சமஸ்தான ஆணைப்படி மங்களம் என்ற ஊரில் கைது செய்யப்பட்ட பிரிட்டோ சிவலிங்கத்தை வணங்கும்படி கட்டாயப்படுத்தப்பட்டார். அவர் வணங்க மறுத்தபோது நாட்டைவிட்டு வெளியேறும்படி கட்டாயப்படுத்தப்பட்டார். எனவே 1688-இல் இவர் போர்ச்சுக்கல்லுக்குச் சென்றார். பின் சில ஆண்டுகள் கழித்து மறவர் நாடு வந்த பிரிட்டோ, பலரைக் கிறித்தவ சமயத்திற்கு மாற்றினார். சேதுபதி மன்னரின் மைத்துனரான தடியத்தேவர் கூட கிறித்தவ சமயத்திற்கு மாறினார். இதனால் கோபமுற்ற சேதுபதி மன்னர் பிரிட்டோவைக் கைது செய்ய ஆணையிட்டார். 1693 இல் பிரிட்டோ கைது செய்யப்பட்டார்.[12] ஓரியூர் என்ற இடத்தில் அவரது தலை துண்டிக்கப்பட்டது. பெர்ணாண்டோ அடிகளார் என்பாரும் தாக்கப்பட்டு பற்களை இழந்தார். இது போன்று பல இடங்களில் கிறித்தவர்கள் துன்புற்றுத் தங்கள் சமயத்தைப் பரப்பினர்.

இதைத் தொடர்ந்து புராட்டஸ்டண்டு சமயத்தவரும் தங்கள் சமயக் கொள்கைகளைப் பரப்பினர். இவ்வாறு கிறித்தவ சமயமும்

அக்காலத்தில் தமிழகத்தில் வேரூன்ற வழி ஏற்பட்டது. தமிழகத்தில் வேரூன்றிய இக்கிறித்தவப் பாதிரியார்கள் தமிழ்நாட்டு சமுதாயத்தில் நிலவி வந்த சீர்கேடுகளைக் களைய பெருமுயற்சி எடுத்தனர் என்பதனை இங்கு நினைவு கூற வேண்டும். பலதார மணத்தையும், உடன்கட்டை ஏறுதலையும், இன்னபிற கொடுமைகளையும் கடுமையாகத் தாக்கி எழுதினர்.

சமயப்பொறை

விஜயநகர, நாயக்கர் காலத்தில் சமயப்பொறை இருந்தது என்பதற்கு அக்காலத்தில், தமிழகத்தில் பல்வேறு சமயத்தவர்கள் வாழ்ந்தனர் என்பதே சான்றாக உள்ளது. கி.பி. 1574 - இல் மதுரை கோரிப்பாளையத்தில் முகமதியர்கள் சமயக்காரணங்களுக்காக நாயக்க மன்னரிடமிருந்து மானியங்கள் பெற்றனர். 1733 - இல் மீனாட்சி அரசியார், ஒரு மசூதிக்கு நிலம் மானியம் வழங்கினார். காமாட்சி நாயக்கர் என்பவர் பள்ளிவாசல் ஒன்றை நிர்வகிக்க முகமதியர்களுக்கு நிலம் தானம் செய்தார். மேற்கூறிய நிகழ்ச்சிகளால் முஸ்லீம்களுக்கு நாயக்கர்கள் உதவி செய்ததும் சமயப்பொறையுடன் திகழ்ந்ததும் தெரிய வருகின்றது. இம்மாதிரியே கிறித்தவ சமயத்தவருக்கும் பெரும் ஆதரவு தந்து, அவர்கள் திருச்சபை அமைக்கவும், உதவி செய்தனர். இதனால் சமயப் பொறை அவர்கள் காலத்தில் நிலவி வந்தது என அறிய முடிகின்றது.

அடிக்குறிப்புகள்

1. Romila Thapar, *op. cit.*, P. 333.
2. G.Sethuraman, Ramesvaram Temple, A Historical Study, (முனைவர் பட்ட ஆய்வேடு, 1985.)
3. கே.கே. பிள்ளை, முன்னது, பக். 63-64.
4. Burton Stein, *op. cit.*, P. 465.
5. Robert Sewell, *op. cit.*, P. 93.
6. இவருக்கு முன்பு ஸ்ரீமீனாட்சி சுந்தரேஸ்வரர் திருமணவைபவமும் தேரோட்டமும் மாசி மாதத்தில் நடைபெற்றது.
7. தெப்பக்குளங்கள் கோயில்களில் அதிக அளவில் உருவான காலம் விஜயநகர - நாயக்கர் காலமேயாகும். கோயில்களின் தூய்மைக்காக ஏற்படுத்தப்பட்ட இவை, திருவிழா உற்சவங்களாகவும் கொண்டாடப்படலாயின.
8. Robert Sewell, *op. cit.*, P.262.
9. மேலது, ப. 85.
10. N.N. Bhattacharya, ed., *Medieval Bhakti Movements in India*, 1989, P.190.
11. K.A.N. Sastri, *op. cit.*, P. 438.
12. R. Sathyanatha Iyer, *History of the Nayaks of Madura*, PP. 208 - 215.

8.5 இலக்கிய வளர்ச்சி

தமிழகத்தில் விஜயநகர ஆட்சியிலும் (1371 முதல்) அவர்களது ஆளுநர்களாக வந்த நாயக்கர்கள் ஆட்சியிலும் தமிழ் மொழி சிறந்த நிலையைப் பெற்றிருந்தது. தெலுங்கு பேசும் மன்னர்களாகிய அவர்கள் சமஸ்கிருதத்தையும் தெலுங்கு மொழியையும் பெரிதும் ஆதரித்த போதிலும் தமிழ்மொழி வளர்ச்சியில் எவ்விதத் தடங்கலும் ஏற்படுத்தவில்லை. இவர் காலத்தில் தமிழகத்தில் தென்கோடியில் ஆட்சி செய்த (15-16 நூற்றாண்டுகள்) பாண்டிய வம்சத்தினர் தமிழ் இலக்கிய வளர்ச்சியில் தங்களை அர்ப்பணித்துக் கொண்டிருந்தனர். விஜயநகரப் பேரரசர்களும் அவர்தம் கீழிருந்த நாயக்க மன்னர் சிலரும் இலக்கிய வல்லுநர்களாய்த் திகழ்ந்தனர். அவர்களது அமைச்சர்கள் கூட இலக்கியத்திலும், கல்வியிலும் அதிக ஆற்றல் கொண்டிருந்தனர். சில நூல்கள் சமஸ்கிருதத்திலிருந்து மொழிபெயர்க்கப்பட்டன. சில, சமஸ்கிருத நூலின் மூலக்கருத்தை வைத்து தமிழில் தனியாக எழுதப்பட்டன. பல தமிழ் நூல்கள் இயற்றப்பட்டன.

விஜயநகர மன்னர் முதலாம் புக்கரின் மைந்தர் குமாரகம்பணர், சுல்தான்களிடமிருந்து மதுரையைக் கைப்பற்றி விஜயநகர ஆட்சியை நிறுவியது பற்றிக்கூறும் அவரது மனைவி கங்காதேவியால் எழுதப்பட்ட "மதுராவிஜயம்" என்னும் நூலே அவர்தம் ஆட்சியில் தமிழகத்தில் எழுதப்பட்ட முதல் இலக்கியப் படைப்பாகும். ஆனால் இது சமஸ்கிருத நூலாகும். விஜயநகர வெற்றி பற்றியும், கோயில்களில் நடைபெற்ற வழிபாட்டு நெறிகள் பற்றியும் இந்நூல் விரிவாக எடுத்துரைக்கின்றது. குமாரகம்பணரின் தமிழக வெற்றிச் சிறப்புக்கள் மிகைப்படுத்திக் கூறப்பட்டுள்ளன. "தொண்டை மண்டல சதகம்" என்ற நூலில் வென்று மண்கொண்ட ஏகாம்பரநாத சம்புவராயர் இரட்டைப் புலவர்களை ஆதரித்தார் என்ற செய்தி காணப்படுகின்றது[1]. வடஆற்காட்டைச் சேர்ந்தவரும் அச்சுதராய மகாராஜாவின் அவைப் புலவருமான இராஜநாத திண்டிமா என்பவர் "பாகவத சம்பு"வை இயற்றியதோடு அச்சுதராயரின் வாழ்க்கைச் சரிதத்தை விளக்கும் "அச்சுதராயப் யுதய"த்தையும் படைத்துள்ளார். ஞானப்பிரகாச தேசிகர் என்பவர் கிருஷ்ணதேவராயரைப் பற்றி "மஞ்சரிப்பா" என்ற நூலை எழுதினார்.

வைணவ மதத்தின் வடகலைப் பிரிவின் கருத்தை விரித்துரைத்த வேதாந்த தேசிகரை விஜயநகர மன்னர்கள் பெரிதும் பாராட்டினர்.

அவரைத் தம் அவைக்களத்துக்கும் அழைத்தனர். ஆனால் அவர் திருவரங்கத்திலேயே தங்கி[2] சமஸ்கிருதத்திலும், தமிழிலும் பல அரிய நூல்களைப் படைத்துள்ளார். இவர் எழுதிய நூல்களில் குறிப்பிடத் தக்கவை கிருஷ்ண பெருமானின் வாழ்க்கை வரலாற்றை விளக்கும் "யாதவாப்யுதமும்", விசிஷ்டாத்வைதக் கோட்பாட்டை விளக்கும் "ஸங்கல்ல சூர்யோதயம்" என்ற நாடக நூலும், "சததூஷணி" என்ற சிறப்பான சமஸ்கிருத நூலுமாகும். இவரை ஓரிரவிலேயே ஆயிரம் பாடல்கள் இயற்றச் சொன்னபோது விஷ்ணுவின் பாதங்களைப் பற்றி ஆயிரம் பாடல்களை இயற்றினார் எனச் சொல்லப்படுகின்றது. ஸ்ரீவைணவக் கோட்பாடுகளில் குறிப்பிடத்தக்க ஒன்று தேவியின் மூலமாக இறைவனின் பாதங்களை அடைவதாகும். இதனை உணர்த்தும் பாடல்களைக் கொண்ட இவரது "ஸ்ரீஸ்துதி" "பூஸ்துதி" போன்றவை சிறப்பு மிக்கவையாம். ஸ்ரீ, பூ தேவியரைத் தமக்காக இறைவனிடம் முறையிடுமாறு இவர் கெஞ்சியும் கொஞ்சியும் பாடியுள்ள பாடல்கள் ஸ்ரீவைணவ பக்தி ரசத்தின் உச்சகட்டமெனக் கொள்ளலாம். இவரது தமிழ் நூல்களில் குறிப்பிடத்தக்கவை "மும்மணிக் கோவை", "நவரத்தின மாலை", "அர்த்தப்பஞ்சகம்", "அடைக்கலப்பாட்டு" - போன்றவையாகும். இவரது மகனும் சீடருமான நயினார் ஆச்சாரியார் தன்குருவைப் பற்றி இருபது பாடல்களைக் கொண்ட "பிள்ளையந்தாதி" எழுதியுள்ளார். கிருஷ்ணதேவராயரின் அவைக்களத்திலிருந்த ஹரிதாசர் என்பார் சைவ, வைணவ சமயங்களைப் பற்றிய "இருசமய விளக்கம்" என்ற நூலை இயற்றினார். பிள்ளைப் பெருமாள் ஐயங்கார் அல்லது அழகிய மணவாளதாசர் திருவரங்கம் பற்றி ஐந்து நூல்களும், திருப்பதி பற்றி இருநூல்களும் உள்ளடங்கிய மொத்தம் எட்டு நூல்களைக் கொண்ட "அஷ்டப்பிரபந்தம்" என்ற தொகுப்பு நூலை யாத்ததாகச் சொல்லப் படுகின்றது. இவர் ஒருவரேயன்றி ஒத்த பெயருடைய வெவ்வேறு காலத்து ஆசிரியர்களால் எழுதப்பட்டு இந்நூல் தொகுக்கப்பட்டிருக்க வேண்டும் என அறிஞர்கள் கருதுகின்றனர்[3].

இக்காலத்தில்தான் சைவசித்தாந்த சாத்திர நூல்கள் பல எழுதப்பட்டன. இந்நூல்களை இயற்றியவர்களில் ஒருவர் உய்யவந்த தேவ நாயனார் ஆவார். இவை இலக்கிய மரபை ஒட்டி எழுதப்பட்டன. "திருவுந்தியார்", "திருக்களிற்றுப்படியார்" போன்றவை இக்காலத் துவக்கத்தில் படைக்கப்பட்டிருக்க வேண்டும். மெய்கண்டாரின் "சிவஞான சித்தியார்" என்ற நூல் எழுதப்பட்டது. அருநந்தியின் மற்றொரு படைப்பு "இருபா விருபது" ஆகும். இந்த இருபது பாக்களிலும் தன் குருவான மெய்கண்டாரின் பெயரைச் சுட்டுகிறார். ஆகமங்களின் சாரத்தை விளக்கும் "உண்மை விளக்கம்" என்ற நூல்

திருப்பதியைச் சேர்ந்த மணவாசகங்க தண்டரால் எழுதப்பட்டது. உமாபதி சிவாச்சாரியார், பதினான்கு சைவ சித்தாந்த சாத்திரங்களில் எட்டுக்கு ஆசிரியராக விளங்கினார் என்று சொல்லப் படுகின்றது. இவற்றிற்கு 16 - ஆம் நூற்றாண்டில் திருவொற்றியூரில் வாழ்ந்த ஞானப் பிரகாசரால் விளக்கம் எழுதப்பட்டது. பதினான்காம் நூற்றாண்டின் இறுதியிலும், பதினைந்தாம் நூற்றாண்டின் துவக்கத்திலும் சுவரூபானந்த தேசிகரும், அவரது சீடர் தத்துவராயரும் "அத்வைத" தத்துவத்தைப் பற்றி நூல்கள் இயற்றினர். இவற்றில் குறிப்பிடத்தக்கவை "சிவப்பிர காசப் பெருந்திரட்டு", "குறுந்திரட்டு" என்பனவாகும்[4]. அருணகிரிநாதர் என்னும் சைவப் பெரியார் 1360 பாடல்களைக் கொண்ட "திருப்புகழ்" என்னும் இனிய நூலை முருகப்பெருமான் மீது பாடியுள்ளார்.

15 - ஆம் நூற்றாண்டின் இறுதியில் மதுரையில் வாழ்ந்த சிவப் பிரகாசர் அருநந்தியின் "இருபாவிருவது"க்கும் உமாபதியின் "சிவப் பிரகாச"த்துக்கும் விளக்கம் எழுதியுள்ளார். வைணவத்தின் தென்கலை பிரிவினைச் சேர்ந்த மணவாள மாமுனிகள் "ராமானுஜ நூற்றி யந்தாதி"க்கும் மற்ற நூல்களுக்கும் விளக்கம் அளித்துள்ளார்.

இக்காலத்தில் கோயில் தலபுராணங்கள் எழுதப்பட்டன. இவ்வகையில் வந்த முதல் நூல் உமாபதி சிவாச்சாரியாரின் "கோயிற் புராணம்" ஆகும்.[5]. இது சிதம்பரம் சிவன் கோயிலைப் பற்றிய புனை கதைகளைக் கொண்டதாகும். ஞானப் பிரகாசர் என்பார் "திருவொற்றியூர் புராணம்" எழுதினார். புராண திருமலை நாதன் என்பவர் 1508 -இல் "சிதம்பரபுராணம் மற்றும் "சிதம்பரப்பாட்டியல்" எழுதினார். வீரக்கவிராயர் "அரிச்சந்திர புராண"த்தை [6] 1524 - இல் எழுதினார். சிவபெருமானின் 64 லீலைகளைக் கூறும் "திருவிளையாடல் புராணம் கி.பி. 13 - ஆம் நூற்றாண்டின் இறுதியில் பெரும்பற்றப்புலியூர் நம்பி என்பவரால் எழுதப்பட்டது. இதே புராணத்தின் மாறுபட்ட நூல் பதினாறாம் நூற்றாண்டில் வாழ்ந்த பரஞ்சோதி முனிவரால் வரையப் பெற்றது. புகழ்பெற்ற "வில்லிபுத்தூரார் பாரதம்" 1400 இல் உருவானது. இதில் 4350 பாடல்கள் உள்ளன. செவ்வைச் சூடுவார் என்பார் 16 - ஆம் நூற்றாண்டில் "பாகவதபுராணம்" இயற்றினார். அச்சுதராயர், சதாசிவராயர் ஆகியோர் காலத்தில் வாழ்ந்த மறைஞான சம்பந்தர் எழுதிய நூல்களில் குறிப்பிடத்தக்கவை "சைவசமய ஆராய்ச்சி", "முக்தி நிலை", "சிவ தருமோத்திரம்" ஆகியனவாகும். "சிவதருமோத்திரம்", கோயில் அதன் அமைப்பு சைவசித்தாந்தக் கோட்பாடு முதலியன பற்றிக் கூறும் 1200 செய்யுட்களடங்கிய ஒரு தொகை நூலாகும்.[7]

இக்காலத்தில் உரையாசிரியர்களும் தோன்றினர். சிலப்பதி காரத்துக்கு உரையெழுதிய அடியார்க்கு நல்லார், திருக்குறளுக்கு

உரையெழுதிய பரிமேலழகர் போன்றவர்கள் 14 -15 நூற்றாண்டுகளில் சாதனை புரிந்துள்ளனர். கிருஷ்ணதேவராயர் காலத்து ஞானப் பிரகாசர் என்பார் அம்மன்னனுக்குப் புகழ்மாலை சூட்டியதோடு காஞ்சியின் சிறப்பைப் போற்றும் ‘கச்சிக் கலம்பக’த்தையும் இயற்றினார்.

மதுரை நாயக்கர்கால இலக்கிய வளர்ச்சி

விஜயநகரப் பேரரசின் தொடர்ச்சியான நாயக்கர் காலம் பூத்துக் குலுங்கும் தெலுங்கு இலக்கியத்திற்கு எடுத்துக்காட்டாக அமைந்தது. அவர்கள் சமஸ்கிருதம், கன்னடம், தமிழ் மொழிகளை ஆதரித்தனர். “பெரும்பான்மையான நூல்கள் சமய நோக்குடையவை. சைவ வைணவ அல்லது சமயத்தத்துவங்களை விளக்குபவை. குறிப்பிட்ட வழிபாட்டு இடங்களைப் புகழும் பாடல்களைக் கொண்டவை” என நாயக்கர் கால இலக்கியங்கள் பற்றிப் பேராசிரியர் தே.வே. மகாலிங்கம் குறிப்பிடுகின்றார். இதே கருத்து விஜயநகர நாயக்கர் காலம் முழுவதற்கும் பொருந்தும். திருமலை நாயக்கரின் அமைச்சர்களில் ஒருவரான கவிஞர் நீலகண்ட தீட்சிதர் இருசிறப்புமிக்க நூல்களான “நளசரிதம் நாடகம்”, “சிவலீலார்ணம்” ஆகியவற்றை எழுதினார்[8].

பரஞ்சோதியார் சிதம்பரப்பாட்டியல் என்ற நூலை எழுதி யுள்ளார். செவ்வைச் சொடுவார் என்பார் பாகவத புராணம் எழுதினார். தத்துவப்பிரகாசம் என்ற நூலை தந்துவப்பிரகாசர் என்பார் எழுதினார். கைவல்யநவநீதம் என்ற நூலைத் தாண்டவராய சுவாமிகள் எழுதினார். ஞானப்பிரகாச தேசிகர் காஞ்சிக் கலம்பகம் என்ற நூலையும், மண்டல புருடர் நிகண்டு, சூடாமணி என்ற நூலையும் எழுதியுள்ளனர். இவர்கள் எல்லாம் பதினாறாம் நூற்றாண்டில் வாழ்ந்தோராவர்.

மதுரை நாயக்கரின் அலுவலராயிருந்த மாதைத் திருவேங்கட நாதர் என்பார், “மெய்ஞ்ஞான விளக்கம்” என்னும் அத்வைத நூலை எழுதினார். பெருமாள்கவிராயர் என்ற கவிஞர் ஆழ்வார் திருநகரியில் வீற்றிருக்கும் மூர்த்தியின் மாட்சிமையைக் “குறுகை மான்மியம்”, “மாறன் கிளவி மணமாலை” என்ற நூல்களில் வடித்துள்ளார். இவரது பிற நூல்கள் “திருப்பதிக் கோவை”, “மாறன் அலங்காரம்”[9] ஆகியன வாகும். கவிராஜ பண்டிதர் என்பார் “செளந்தரிய லஹரி” என்ற சமஸ்கிருத நூலைத் தமிழில் எழுதினார். 17 - ஆம் நூற்றாண்டில் பக்தி மயமான பல நூல்களெழுதிய குமரகுருபரர் கோயில்களைப் பற்றிப் பல நூல்கள் எழுதியுள்ளார். இவரது படைப்புக்களில் குறிப்பிடத் தக்கவை முருகனைப் பற்றிய “கந்தர் கலிவெண்பா”, மதுரை சொக்கநாதரைப் பற்றிய “மதுரைக் கலம்பகம்”, மதுரை மீனாட்சியம்மனைப் போற்றும் “மீனாட்சி அம்மை பிள்ளைத் தமிழ்”, “இரட்டை மணிமாலை”,

திருவாரூர் கோயிலைப் பற்றிய "திருவாரூர் நான்மணிமாலை", வைத்தீஸ்வரன் கோயில் பற்றிய "பிள்ளைத்தமிழ்", "சிதம்பரச் செய்யுள் கோவை" கலைமகளின் புகழ்பாடும் "சகலகலா வல்லி மாலை" போன்றனவாகும். பிறவியிலேயே ஊமையாயிருந்த இவருக்கு முருகன் அருளால் பேச்சாற்றலும், கவிபாடும் ஆற்றலும் வந்ததென்பர். ஸ்ரீவைகுண்டத்தில் பிறந்த இவர் வட இந்தியா சென்று மற்ற சமயத்தவர் களுடன் குறிப்பாக இஸ்லாமியருடன் வாதிட்டு வென்றார்.

முகலாயப் பேரரசரைச் சந்தித்து பனாரஸில் ஒரு மடம் கட்டவும் கோயில் கட்டவும் நிலம் பெற்றார்[10]. இவரது சமகாலத்தவர் சிவப்பிரகாசர் என்பவராவார். இவர் கிறித்தவர்களுடன் வாதிட்டு வென்றதாகவும், "ஏசுமத நிராகரணம்" என்ற நூலை இயற்றியதாகவும் கூறப்படுகிறது. ஆனால் இந்நூல் கிடைக்கப்பெறவில்லை[11]. மதுரை வீரப்ப நாயக்க (1572- 95) ரின் தளபதி திருவிருந்தானின் வேண்டு கோளின்படி அனாதாரி என்பவரால் "சுந்தரபாண்டியம்" இயற்றப் பட்டது. சமஸ்கிருத மொழிபெயர்ப்பான இந்நூல் திருவிளையாடல் புராணத்தை யொத்ததாகும்.

கச்சியப்ப சிவாச்சாரியார் என்பவர் 1625 - இல் "கந்த புராண"த்தை எழுதினார். இது கம்பரது இராமாயணத்தை ஒத்திருப்பதோடு சமஸ்கிருத ஸ்கந்தபுராணத்தைத் தழுவியதுமாகும். இவரது மற்ற நூல்களாவன, திருக்கழுக்குன்றம் உலா, "திருவாரூர் உலா" போன்றவை யாகும். திருப்பூவனத்தில் கந்தசாமிப் புலவர் உள்ளூர் சிவன் கோயில் பற்றி உலாவும் திருவாப்பனூர் புராணமும் எழுதியுள்ளார்.

காஞ்சிபுரமும், மதுரையும் முறையே சமஸ்கிருத தமிழ் மொழிக் கல்வியின் மையங்களாகத் தொடர்ந்திருந்தன. கவிஞர்கள், அறிஞர்கள், தத்துவஞானிகள், சித்தாந்திகள், வேதாந்திகள் ஆகியோரை நாயக்க மன்னர்கள் போற்றி ஆதரித்தனர். அயல்நாட்டு அறிஞர்களும் சமயப் போதகர்களும் கூட ஆதரிக்கப்பட்டனர். மதுரை, தஞ்சை, செஞ்சி அரண்மனைகள் அரசவைக் கவிஞர்கள், எழுத்தாளர்கள், வரலாற்றாளர்கள் போன்றோரால் அலங்கரிக்கப்பட்டன. அவர்கள் சமஸ்கிருதத்திலும், இலக்கியத்திலும், தர்மத்திலும் வல்லவர்களா யிருந்தனர். நாயக்க மன்னர்கள் ஜாதகத்திலும், வானசாஸ்திரத்திலும் நம்பிக்கை கொண்டிருந்ததால் அறிஞர் பலரை இத்துறையில் ஊக்குவித்தனர்.

தஞ்சை நாயக்கரின் இலக்கியப் பணி

தஞ்சை நாயக்கர்கள் தெலுங்கு மொழி இலக்கியத்தின் காவலர் களாவர். ஆனால், முன்கூறப்பட்ட மன்னர்களைப் போன்றே அவர்கள்

தமிழ்மொழி இலக்கியத்தையும் அறிஞர்கள் கவிஞர்களையும் ஆதரிக்கத் தவறவில்லை. தஞ்சை, இரகுநாத நாயக்கர் சிறந்த கவிஞராய் விளங்கினார். அவரது கற்பனைத் திறனுக்கும் புலமைக்கும் எடுத்துக் காட்டாக "நளசரிதம்" "வால்மீகிசரிதம்", "கஜேந்திர மோட்சம்" ஆகியவற்றைக் கூறலாம். விஜயராகவ நாயக்கரால் எழுதப்பட்ட இரகுநாதபியூதயம் அவரது தந்தை இரகுநாத நாயக்கரின் செயல்திறத்தை விளக்கும் தெலுங்கு இலக்கியமாகும். ராஜசூடாமணி தீட்சிதரால் எழுதப்பட்ட ஆனந்த ராகவ நாடகம் தஞ்சை நாயக்க மன்னர்களின் வம்சாவளிப் பட்டியலை அறிய உதவுகின்றது. தஞ்சையின் இரகுநாத நாயக்கர் சங்கீதசுதா என்ற நூலை எழுதிய கோவிந்த தீட்சிதரையும் பாரிஜாத அபஹரணம் என்ற நூலை எழுதிய குமாரதட்டாச்சாரியா என்பவரையும், சாகித்திய ரத்னகாரம் என்ற நூலை எழுதிய யக்னநாராயண தீட்சிதர் என்பவரையும் ஆதரித்தார். தெலுங்கு, சமஸ்கிருதம், தமிழ் ஆகிய மொழிகளில் வல்லுநரான கோவிந்த தீட்சிதர் திருவையாறு மாத்மீயம் என்ற நூலைத் தமிழில் மொழி பெயர்த்தார்.

வேலூரில் லிங்கம நாயக்கரின் சமகாலத்தவரான துறையூர் சிவப்பிரகாச சுவாமிகள் ஏராளமான தமிழ் நூல்களை இயற்றினார். வட்டுவ ஆகமங்களைச் சார்ந்த சைவத் தத்துவத்தையும், வீர சைவத்தின் தத்துவத்தையும், பெருமையையும் பரப்பினார். இவர் 218 பாடல்கள் அடங்கிய "அத்வைத வெண்பா" வாலும், "சதகத்ரய" த்தாலும் சைவத்தின் சிறப்பை உச்சிக்குக் கொண்டு சென்றார். இவரது சீடரான நானக் கூத்தர் "விருத்தாசல புராண"த்தை எழுதினார். தஞ்சை மாவட்டத்தில் சூரியனார் கோவில் மடத்தினைச் சேர்ந்த நமச்சிவாச் சாரியர் சிவஞான போதத்திற்கு உரை எழுதியுள்ளார். வேலூர் சின்ன பொம்ம நாயக்கரால் போற்றப்பட்ட அப்பய்யதீட்சிதர் அத்வைதக் கொள்கையைப் பரப்பினார். இவரது "பரிமளா" என்ற நூல் சிவ, வைணவக் கொள்கைகளை விளக்குகின்றது. அப்பய்ய தீட்சிதர் இயற்றியுள்ள அரிய நூல்களில் சில "சொற்கோப்புக்கலை" பற்றியதாகும்[12]. பிள்ளைப் பெருமாள் அய்யங்கார் அழகர் அந்தாதி, திருவரங்கக்கலம்பகம், திருவரங்க மாலை, திருவரங்கத்து ஊசல், திருவேங்கட மாலை, திருவேங்கடத்து அந்தாதி, 108 திருவேங்கட அந்தாதி போன்றவற்றை எழுதினார். இவை அஷ்டப்பிரபந்தம் என அழைக்கப்படுகின்றன. 18 - ஆம் நூற்றாண்டில் வாழ்ந்த சுரப்பதிக் கவிராயர் கூளப்பநாயக்கன் காதல், விறலிவிடுதூது ஆகியவற்றை எழுதினார். இதே நூற்றாண்டைச் சேர்ந்த தத்துவராயர் என்னும் அத்வைத ஞானி "திருப்பாவை", "பல்லிப்பாட்டு" முதலான நாட்டுப் பாடல் வடிவங்களில் பல பாடல்கள் பாடியிருப்பது போலவே

திருப்பள்ளியெழுச்சி மரபிலும் "அருள் திருப்பள்ளியெழுச்சி" "சிவப்பிரகாச சுவாமிகள் திருப்பள்ளியெழுச்சி" போன்றவற்றைப் பாடியுள்ளார்[13].

உமறுப்புலவர் சீறாப்புராணம், சீதக்காதி நொண்டி நாடகம், முதுமொழி மாலை போன்றவற்றை எழுதினார். முகமது நபியின் புகழை சீறாப்புராணம் கூறுகின்றது. இக்காலத்தைச் சேர்ந்த தாயுமானவ சுவாமிகள் ஏராளமான சமயப் பாடல்களைப் பாடியுள்ளார். காயல் பட்டினத்தில் பிறந்த குணங்குடி மஸ்தான் அகத்தீசர் சதகம், நந்தீசர் சதகம், நிராமையக் கண்ணி, ஆனந்தக் களிப்பு ஆகியவற்றை எழுதியுள்ளார். திரிகூடராசப்ப கவிராயர் திருக்குற்றாலத்தைப் பற்றி ஏராளமான நூல்களை இயற்றியுள்ளார். அவைகளில் முக்கியமானவை திருக்குற்றாலத் தல புராணம், திருக்குற்றாலக் குறவஞ்சி, திருக்குற்றால மாலை, திருக்குற்றால உலா, திருக்குற்றால பரம்பொருள் மாலை, திருக்குற்றால ஊடல் போன்றவை ஆகும். இவருடைய புலமையைப் பாராட்டி இவருக்கு நாயக்க மன்னர்கள் நிலங்களைக் கொடையாக அளித்துள்ளனர். வாமனாச்சாரியர் என்பார் மேரு மந்திர புராணம் என்ற நூலை எழுதியுள்ளார். இது ஒரு சமண நூல் ஆகும். மணவாள மாமுனி என்பவர் ராமானுஜர் நூற்றந்தாதி எழுதியுள்ளார். காளமேகப் புலவர் திருவானைக்காவல் உலா எழுதியுள்ளார். தென்காசியைச் சேர்ந்த அதிவீரராம பாண்டியன் நைடதம், காசிக்காண்டம், கூர்மபுராணம், வெற்றிவேற்கை, லிங்கபுராணம் போன்றவற்றை இயற்றினார். இவரது நூல்கள் சமஸ்கிருத மொழிபெயர்ப்பு அமைப்பாகும். இவரது, "நைடதம்" மிகச்சிறப்பான நூலாகும். இவரது பிறநூல்களில் குறிப்பிடத்தக்கது "கருவைப் பதிற்றுப் பத்தந்தாதி" யாகும். இக்காலத்தில் தோன்றிய இலக்கண நூல்களில் குறிப்பிடத் தக்கவை 16 - ஆம் நூற்றாண்டில் தோன்றிய யாப்பிலக்கண நூலான சிதம்பரப்பாட்டியலும், செய்யுள் இலக்கண நூலான சிதம்பரச் செய்யுட் கோவையும், வைத்தியநாத தேசிகரின் இலக்கண விளக்கமும், நவநீதப் பாட்டியலும் ஆகும்.

மேற்கூறிய வல்லுநர் தவிர கிறித்தவ சமயப் பரப்பாளர்கள் தமிழ் இலக்கிய வளர்ச்சிக்குத் தொண்டு செய்துள்ளனர். அவர்களில் குறிப்பிடத்தக்கவர்கள் ராபர்ட் டி நொபிலியும் வீரமாமுனிவரும் ஆவார்கள். நொபிலி ஞான உபதேசம், ஆத்தும நிர்ணயம், கடவுள் நிர்ணயம், யேசுநாதர் சரித்திரம், ஞான தீபிகை போன்ற இன்னும் பல எழுதியுள்ளார். இத்தாலியைச் சேர்ந்த வீரமாமுனிவர் மதுரையில் தமிழ் பயின்றார். இவரது படைப்புக்கள் தேம்பாவணி, பரமார்த்த குருகதை, திருக்காவலூர்க் கலம்பகம், தேவவிளக்கம், வேதியர்

ஒழுக்கம், சதுர் அகராதி போன்றவை ஆகும். இக்காலத்து சிறு தலபுராணங்களில் குறிப்பிடத்தக்கவை ஞானக் கூத்தரின் "விருத்தாச் சலப் புராணம்", களந்தைக் குமரனின் "திருவாஞ்சியபுராணம்" மற்றும் அகோர முனிவர் எழுதிய கும்பகோணம், வேதாரண்யம் திருக்கானப் பேர் புராணங்களாகும்.

இவ்வாறு விஜயநகர-நாயக்கர் ஆட்சிக்காலத்தில் தமிழ் இலக்கியம் ஓங்கி வளர்ந்தது. சமஸ்கிருத இலக்கியமும் கன்னடமும், தெலுங்கும், மலையாளமும் சமஅளவில் வளர்ச்சியடைந்தன. குப்தர்கள் காலம் வட இந்தியாவில் புராண இலக்கியங்களின் வளர்ச்சியின் உச்சகட்ட காலம் எனில் தென்னிந்திய இலக்கிய வளர்ச்சியில் குறிப்பிடத்தக்கது விஜயநகர - நாயக்கர் காலமே. இவர்தம் காலத்தில் சமஸ்கிருத நூல்கள் தமிழில் மொழிபெயர்க்கப்பட்டன. பல உரையாசிரியர்கள் தோன்றிப் பழைமையான நூல்களுக்கு உரையெழுதினர். கோவை நூல்கள் வளர்ந்தன. உலா நூல்களும், பிள்ளைத்தமிழ் நூல்களும் பெருகின. தலபுராணங்கள் தோன்றின. மன்னர்களைப் பற்றிய புகழுரைகள் பாடப்பட்டன. மொத்தத்தில் சமயத் தொடர்பான இலக்கியங்களின் எண்ணிக்கை உயர்ந்தது. சமண சமயத்தைச் சேர்ந்த ஸ்ரீபுராணமும் இக்காலத்தில் இயற்றப்பட்டது. இதனைச் சிற்றிலக்கியங்களின் காலம் என்று அறிஞர்கள் கருதுகின்றனர். இங்குக் கூறப்பட்டுள்ள சில இலக்கியங்களின் காலக்கணிப்பில் கருத்து வேறுபாடுள்ளது.

கல்வி வளர்ச்சி

முச்சங்கங்களின் உறைவிடமான மதுரை, நாயக்கர் ஆட்சிக் காலத்தில் கல்வி வளர்ச்சியின் மையமாக விளங்கியது. 1610 - இல் ராபர்ட் - டி - நொபிலி தமது கடிதம் ஒன்றில் ஒரு கல்வி நிலையத்தில் சுமார் 10000 க்கும் மேற்பட்ட மாணவர்கள் பல்வேறுபட்ட பேராசிரியர்களிடம் கல்விகற்கச் சென்றனர் என்று குறிப்பிட்டுள்ளார். மதுரையில் ஆசிரியர்கள் வேதாந்தத்தைக் கற்றுக் கொடுப்பதில் தீவிரம் காட்டினர். ஆசிரியரின் விரிவுரை, விவாதம், அறிவு, சான்று, நம்பிக்கை என்னும் நான்கு வகையைக் கொண்டிருந்தது. ராபர்ட் -டி- நொபிலி கல்வி அமைப்பு மூன்று பகுதியைக் கொண்டது என்கின்றார். அவையாவன (1) சான்றுகளைப் பற்றியது (2) அறிவு பற்றியது (3) அதிகாரம் பற்றியது.

விஜயநகர-நாயக்கர் ஆட்சிக்காலத்தில் கல்வி கற்றவர்கள் பெரும்பான்மையோர் பிராமணர்களே ஆவர். உயர் கல்வி கற்கும் உரிமை அவர்களுக்கு இருந்தது. நாயக்கர் காலக் கல்வி முறையில் மூலப்பொருள் எதுவும் இல்லையென அறிஞர்கள் கருதுகின்றனர்.

அவர்களது கல்விமுறை பெரும்பாலும் வீடுகளின் செல்வாக்கிலும் உள்ளூர் நிறுவனங்களின் செல்வாக்கிலும் அடங்கி இருந்தது. உயர்கல்வி மட்டுமே அரசாங்கத்தால் நடத்தப்பட்டது. சமய மடங்களும் கோவில்களும் கல்விமையங்களாகச் செயல்பட்டன. இக்காலத்தில் கல்வி கட்டாயமானதாகக் கருதப்படவில்லை. இக்காலத்தில் இருப்பது போல் பொதுக்கல்வியோ, மக்கள் கல்வியோ கிடையாது. இக்காலத்தில் இருந்த கல்விக்கூடங்கள் மரத்தடியில் நடத்தப்பட்டவையாகும். இங்கு ஆசிரியருக்கான ஊதியம் மாணவரிடமிருந்தே பெறப்பட்டது. இத்தாலிய பயணி பியட்டர் டெல்லா வேலின் கருத்துப்படி மனப்பாடம் செய்யவேண்டிய பாடத்தை ஒரு மாணவன் சத்தம் போட்டு வாசிக்க மற்ற அனைவரும் சத்தமாகப் பின்பாட்டுப் பாடுவர். மணலில்தான் எழுதுவர்.

இபின்பதூதா என்னும் இஸ்லாமியப் பயணி இருபத்தி மூன்று பள்ளிகள் இருந்தது பற்றிக் கூறுகின்றார். இவற்றில் மூன்று பள்ளிகள் மாணவர்களுக்கும், பதின்மூன்று பள்ளிகள் மாணவியருக்கும் இருந்தன என்கின்றார். ஆனால், இவை இஸ்லாமியப் பள்ளிகள் பற்றிய செய்தியாகயிருக்கலாம். பிராமணியப் பள்ளிகள் பண்டிதர்களால் கோயில்களிலும், மடங்களிலும், வீடுகளிலும் நடத்தப்பட்டன. ஆசிரியர்களுக்கு ஊதியமாக நிலங்கள் வழங்கப்பட்டதெனத் தெரிகின்றது. இங்கு வேதமும், புராணமும் கற்பிக்கப்பட்டதென நம்பப்படுகின்றது.

இயேசுசபை பாதிரியார்கள் வந்தபின்பு புதுவகைப் பள்ளிகள் துவங்கப்பட்டன. அந்தந்தப் பகுதிகளின் மொழிகள் பாதிரியார்களால் கற்பிக்கப்பட்டன. பெர்ணாண்டஸ் பாதிரியார் மதுரையில் ஒரு ஆரம்பப் பள்ளியைத் துவக்கினார். புன்னைக் காயலில் ஹென்ரிக் பாதிரியாரால் தமிழ்ப் பள்ளி ஒன்று துவக்கப்பட்டது. சந்திரநாகூரில் ஒரு பள்ளி ஆரம்பிக்கப்பட்டது. அச்சுத் தொழில் தொடங்கியது. 1577-இல் புன்னைக் காயலில் முதல் நூல் வெளியானது. அது கிறித்தவக் கோட்பாடுகளின் தொகுப்பாகும்.

பெரும்பான்மையான நாயக்க மன்னர்கள் அறிஞர்களைப் போற்றுவது மட்டுமல்லாது தாங்களும் கல்வியில் சிறந்த அறிஞர்களாக விளங்கினர். உதாரணமாக தஞ்சை இரகுநாத நாயக்கர் தானே கல்விமானாகவும் இலக்கிய வல்லுநராகவும் இசை மேதையாகவும் இருந்தார். அவர் 100க்கும் மேற்பட்ட நூல்களை எழுதியதாகச் சொல்லப்படுகின்றது. விஜயேந்திர தீர்த்தர், சுரிந்திர தீர்த்தர் போன்றவர்கள் அக்கால சமஸ்கிருத வல்லுநர்களாக இருந்தனர். மத்வர், வித்யாரண்யர், வேதாந்த தேசிகர், தாதாச்சாரியர்,

அப்பையதீட்சிதர் போன்றோரும் அரசு ஆதரவு பெற்றனர். ஜோதிடமும், வானிலை ஆய்வும், மருத்துவமும் ஆதரிக்கப்பட்டது.

அடிக்குறிப்புகள்

1. சளுவ வம்சத்தலைவர் திருமலய்யதேவர் தமிழ் இலக்கியத்தைப் போற்றினார் எனவும் இரட்டைப் புலவர்களான முதுசூரியா மற்றும் இளஞ்சூரியரை ஆதரித்தார் எனவும் சொல்லப்படுகின்றது.
2. கே.கே.பிள்ளை, *தென்இந்திய வரலாறு*, II. 1971, ப. 68.
3. மு.வரதராசன், *தமிழ் இலக்கிய வரலாறு*, 1978, ப. 200.
4. இவை இரண்டும் தமிழகத்தின் சைவ சமயத்தின் வெள்ளிக்காலம் (Silver Age) என்று கருதப்படுகின்றது. (K.A.N. Sastri, *A History of South India*, P. 383).
5. மேலது, ப. 386.
6. இது 1225 பாடல்களைக் கொண்டதும் எளிமையானதுமாகும். இதனாசிரியர் இராமநாதபுரம் நல்லூரில் வாழ்ந்த பொற்கொல்ல ராவார். (K.A.N. Sastri, மேலது, ப.386).
7. கே.கே.பிள்ளை, முன்னது, ப. 84.
8. மேலது, ப. 67.
9. இந்நூல் நம்மாழ்வாரின் சிறப்பையும் கூறுகின்றது. "மாறன்" பக்தி ரசத்தினையும் சொட்டுகின்றது. ஒரே அடி நான்கு முறை அமையும் செய்யுள் அலங்காரம் எனப்படும் இந்நூல் இவ்வகையைச் சேர்ந்ததாகும்.
10. K.A.N. Sastri, *op. cit.*, P. 389.
11. மேலது.
12. கே.கே. பிள்ளை, முன்னது, ப. 69.
13. மு.வரதராசன், முன்னது, பக். 138 - 139.

8.6 கட்டடக்கலை

விஜயநகர - நாயக்கர் ஆட்சிக்காலம் தமிழகத்துக் கலைவரலாற்றில் ஒரு திருப்புமுனையாக அமைந்திருந்தது. தொடர்ந்து வந்த கட்டடக்கலை மரபில் புதிய தொழில்நுட்பங்களும், காலத்திற்கேற்ப, தேவைக்கேற்ற கட்டடங்களும் புகுத்தப்பட்டன. முதல் முறையாக, தென்னகத்தில், வைதீகக் கோயில்களைச் சூறையாடி, சிற்பங்களை உடைத்து இன்னல் விளைவித்தோரிடமிருந்து இந்து சமுதாயத்தையும், வைதீக இந்து கோயிற் கலையையும் காப்பதற்காகத் தோன்றிய பேரரசு விஜயநகரப் பேரரசாகும். எனவே, இந்துக் கோயிற்கலை மற்றும் கட்டடக்கலையை அவர்கள் வளர்த்தனர். பெருஞ்செல்வத்தை அதில் செலவிட்டனர். பழைய கோயில்களைப் புதுப்பித்தனர், விரிவுபடுத்தினர், புதியனவற்றைக் கட்டினர். அவர்தம் மாநில ஆளுநர்களாக இருந்தபோதும், சுதந்திரப் பிரகடனங்களைச் செய்தபின்னும், நாயக்க மன்னர்களும் தங்களது பேரரசர்களின் கலைப்பணியைத் தத்தம் பகுதிகளில் தொடர்ந்தனர். குறுகிய காலமே தமிழகத்தை ஆண்ட விஜயநகர மன்னர்கள் தமிழகத்தின் பட்டி தொட்டிகளிலெல்லாம் முந்தைய மன்னர்கள் கட்டி வைத்துச் சென்ற கோயில்கள் அனைத்தையும் கோயில் வளாகங்களாக்கினர் (temple complexes). கோயில் வளாகங்களாய் இருந்தவற்றைக் கோயில் நகரங்களாக்கினர் (temple cities). இதற்குக் காரணம் தொடர்ந்து ஆண்டு முழுவதும் நடைபெற்ற விழாக்களாகும். விஜயநகரப் பேரரசு என்னும் ஒரே அரச வம்சம் தென்னிந்தியா முழுவதையும் - ஆந்திரம், கர்நாடகம், தமிழகம் மற்றும் கேரளத்தின் பகுதிகளை ஆண்டதால் அவர்களது கலைப்பாணி பல கலைக்கூறுகளையும் உள்ளடக்கிய கூட்டுக் கலைப்பாணியாக இருந்தது[1]. தென்னிந்தியாவின் கலை மற்றும் கட்டடக்கலை பற்றி ஆராய்ந்த அறிஞர்கள் பலர் கி.பி. 11-12 நூற்றாண்டினைத் தாண்டிச் செல்லவில்லை. அக்காலகட்டம் ஹொய்சாளர் மற்றும் சோழர்களின் உன்னத நிலையைக் காட்டுவதாகும். இதற்குப் பின்பு வந்த விஜயநகர - நாயக்கர் கலை மற்றும் சின்னங்கள் பற்றி ஆய்வது பயனுடையதல்ல என்று கருதினர்[2]. பலர் இக்கலைப் பாணித் திரும்பத் திரும்ப வருவதெனவும், எந்தச் சலனத்தையும், கலை உணர்வுகளையும் ஏற்படுத்துவன அல்ல என்றும் கருதினர். இது அவர்களது முருகியல் உணர்வில் ஏற்பட்ட குறையெனலாம். ஒரு கலையை ஆராயும்போது அது அமைக்கப்பட்ட

காலச் சூழல், கலைப்பொருள் உருவாக்கப்பட்ட சாதனம், சமுதாயக் காரணிகள், பொருளாதாரச் சூழல், அரசியல் ஸ்திரத்தன்மை ஆகியவற்றைக் கருத்தில் கொள்ளவேண்டும். இவ்வரச வம்சத்துக் கலைப் பொக்கிசங்களை பலர் பாராமலிருந்தாலும் அவை பற்றி வேறு பல அறிஞர்கள் ஆய்வு செய்துள்ளனர். அவர்களில் குறிப்பிடத் தக்கவர்கள் ஜேம்ஸ் பெர்குஷன், ராபர்ட் பெல்லோவ்ஸ் சிசாம், டி.ஏ. கோபிநாதராவ், ஆர்.என் சேல்டர், ஜார்ஜ் மிச்சல், டல்லபிக்கொலா, கே.வி.இராமன் போன்றோராவர்.

விஜயநகரப் பேரரசர்கள் தங்களது அரசின் வடபகுதியில் பிற்காலச் சாளுக்கியர், காகாத்தியர், ஹொய்சாளர் ஆகியோரின் கலைக் கூறுகளைப் பின்பற்றினர். தென்பகுதியில் அவர்கள் பல்லவர், சோழர், பாண்டியர் வளர்த்த மரபினைப் பின்பற்றினர் என கே. ஆர். சீனிவாசன் கருதுகின்றார்.[3] இருப்பினும் தமிழகத்தில் தங்களுக்கென ஒரு கலைப் பாணியையும் அவர்கள் கடைப்பிடிக்கத் தவறவில்லை. அவர்கள் தெற்கே தங்களது சின்னங்களை உருவாக்க கடினமான கருங்கல்லைப் பயன்படுத்தினர். இதனையே தங்களது பேரரசு முழுவதும் பின்னாளில் பயன்படுத்தினர். இக்காலத்தில் கோயிலின் வெளிவட்டாரப் பகுதிகள் மன்னர்களின் கவனத்தை ஈர்த்தன. அவர்களது முக்கிய கலைக்கூறுகளாவன: அலங்காரங்களுடன் கூடிய மண்டபங்கள் - அதாவது கல்யாண மண்டபங்கள், ஊஞ்சல் மண்டபங்கள், வசந்த மண்டபங்கள், வாகன மண்டபங்கள், ரங்க மண்டபங்கள், கண்ணாடி மண்டபங்கள் - அமைத்தலும், இம் மண்டபத் தூண்களில் பல கூறுகளையும் உள்ளடக்கிய அலங்காரங் களைச் செதுக்குதலும், அதாவது பூவேலைப்பாடுகள், கருக்குப்பட்டி வேலைகள், சிற்றுருச் சிற்பங்கள் அமைத்தல் போன்றவை - அணிவொட்டுத் தூண்கள் - தூணில் ஆளுயரச் சிற்பங்களையோ அல்லது யாளிகளையோ செதுக்குதல் - அமைப்பதும், வாயில்களில் உயரமான, பதினொரு தளங்களுக்கும் மேலான, ராய கோபுரங்களை அமைத்தலும், இன்னபிறவுமாகும். கோயிற் கலையே அன்றிச் சமயம் சாராத பொதுக் கட்டடங்கள் பலவற்றையும் அவர்கள் கட்டினர். அரண்மனைகள் கட்டினர். இராணுவத் தொடர்பான பாதுகாப்பு அரண்களை அமைத்தனர். தென்னகத்து, குறிப்பாகத் தமிழகத்துக் கோயில்களுக்குச் செல்லும் பக்தர்கள் தங்கி, இளைப்பாறிச் செல்வதற்கு வசதியாக ஆங்காங்கே மண்டபங்கள் கட்டினர். துலாபார மண்டபமும் கட்டப்பட்டது. இதற்கு உதாரணமாகக் கும்பகோணத்து துலாபார மண்டபத்தைச் சொல்லலாம்.

இவர்களது கோயில் விமானங்கள் பிரஸ்தரம் வரை அல்லது கபோதம் வரை கருங்கல்லாலும் அதற்கு மேலுள்ள தளங்கள் செங்கல்லாலும் கட்டப்பட்டன. விமானம் மற்றும் கோபுர மேல் தளங்களுக்குச் செங்கற்கள் பயன்படுத்தப் பட்டதற்கான காரணங்களில் ஒன்றாக அவர்களது சிற்பக்கலை அமைப்பைக் கூறலாம். அதாவது, கருங்கல்லில் சிறுசிறு சிற்பங்கள் அமைப்பது கடினமாயிருந்ததால் செங்கல்லைப் பயன்படுத்திக் கருவறையில் மேல்தளங்களிலும், கோபுரங்களிலும் அளவற்ற சிற்பங்களை உருவாக்கியுள்ளதைக் காணலாம். அவர்தம் கலைக்கூறுகளில் பல முன்னமே பாண்டியர்களால் துவக்கப் பெற்ற போதிலும் அவை விரிவடைந்து முழுமை பெற்றது இக்காலத்தில்தான். அவர்களது தூண்களின் போதிகைகள் இதுகாறும் சற்று மேல் நோக்கியிருந்த நிலையிலிருந்து மாறிக் கீழ் நோக்கிச் சற்றுக் கவிழ்ந்த தாமரை மொட்டுப்போல் அமைக்கப்பட்டு அவற்றில் புஷ்பம் போதிகையானது. நாயக்கர் காலத்தில் இப்புஷ்ப போதிகை மேலும் வாழைப்பூ போன்று கீழ்நோக்கித் தொங்கத் துவங்கியது[4]. விஜயநகரப் பாணியையே நாயக்கர்களும் பின்பற்றிய தோடு அவற்றை விரிவுபடுத்தவும் செய்தனர். கோயில் முன் மண்டபங்களின் மேற்பகுதியில் நாடகச் சட்டங்கள் போல பிரித்து இராமாயண மகாபாரத கதைச் சிற்பத் தொகுதிகளை அமைப்பது இவர்தம் கட்டடக்கலைக் கூறுகளில் ஒன்றாகும்.

விஜயநகர - நாயக்கர் காலத்து ஒற்றைக்கல் பெருந்தூண்களின் அடிப்பகுதிகளனைத்திலும் இராணுவ வீரர்கள் மற்றும் பிற சிற்பங்கள் அமைக்கப்பட்டிருக்கும். தூண்களின் நடுப்பகுதியில் யாளி அல்லது மனித உருவங்கள் அல்லது கடவுள் உருவங்கள் ஆளுயரத்தில் இருக்கும் என முன்னமே கண்டோம். சில கோயில்களில் பாய்ந்து செல்லும் பெரிய குதிரையும் அதன் மீது வீரனும் அமைக்கப்பட்டிருக்கும். இவ்வகைத் தூண்கள் திருவரங்கம் கோயில் குதிரை மண்டபத்திலும் வேலூரிலும், காஞ்சி வரதராசப் பெருமாள் கோயிலிலும் காணப்படுகின்றன. அக்காலத்தில் அதிகமான பணம் செலவழித்து இராணுவப் பயனுக்காக வெளிநாடுகளிலிருந்து குதிரைகள் வருவிக்கப்பட்டன. இக்காலத்தில் கொங்கன் துறைமுகங்கள் வழியாக ஆயிரக்கணக்கான குதிரைகள் வந்திறங்கின.[5] ஆனால், தமிழ் நாட்டுக் கோயில்களில் அமைக்கப்பட்டுள்ள இம்மாதிரிக் குதிரைத் தூண்கள் தலைநகரிலேயே இடம்பெறவில்லை. விஜயநகர ஆட்சிக் காலத்து சாதாரணத்தூண், ஓர் அடித்தளத்தையும், மூன்று சதுரங்களையும், இரண்டு கட்டுகளையும் கொண்டு அதன் மீது போதிகையும் அமைந்திருக்கும். இதன் பெரிய அளவிலான விரிவாக்கமே அணிவொட்டுத் தூண்கள். பாண்டியரின் பிற்காலத்தில் சிறிதாகத்

தூண்களில் இடம்பெற்ற நாகபந்தம் விஜயநகர் காலத்தில் பெரிதானது. முதலாம் இராஜராஜன் காலத்தில் கோயிற்சுவர்களில் இடம்பெறத் துவங்கிய கும்பபஞ்சசரங்கள் இக்காலத்தில் பெரிதும் விரிவுபடுத்தப் பட்டது. கும்டபத்திலேயே மலர்த் தோரணமும் அமைக்கப்பட்டது. இவர்களது கூடுகளில் சிம்மமுகத் தலைப்பு இருந்திருப்பினும் அவற்றின் உள்ளே உருவங்கள் வைக்கப்பட வில்லை. அதிட்டானத்தில் ஜகதிக்குமேல் இரு வளைவுகளைக் கொண்ட பத்மம் இடம் பெறுகின்றது. இது சோழர்களின் பாணியாகும். இவர்களது கோயில்களில் கபோதப் பகுதியே இரு மடங்காக விரிவுபடுத்தப்பட்டு பெரும் கொடுங்கை என்ற பெயரைப் பெற்றது. ஒவ்வொரு கோயிலிலும் பல தூண்களைக் கொண்ட திருச்சுற்றுப் பிரகாரங்கள் அமைக்கப்பட்டன். இவை பழைய கட்டடங்களையும் புதியன வற்றையும் இணைக்கின்ற ஒரு நுணுக்கமான கட்டடக்கலை யுக்தியாகும். கருவறை மற்றும் பிற சன்னதிகளைச் சுற்றி பக்தர்கள் நிற்கவோ அல்லது அமரவோ திருச்சுற்றுப் பாதைகளும் அமைக்கப்பட்டன. வெளிப்பிரகாரங்களில் கடைகளும், மக்கள் வசிப்பிடங்களும் இருந்தன. இதற்குத் திருவரங்கம் கோயிலும், திருச்சி மலைக்கோட்டையும் நல்ல உதாரணங்களாகும். விஜயநகர காலத் தூண்களில் பல்லவர் தூண்களினடியில் அமைக்கப்பட்ட சிம்மங்கள் இடம்பெற்றன. இவர்கள் காலத்தில் அம்மன் கோயில்கள் தென்மேற்கு மூலையில் அமைக்கப்பட்டன. இவர்களது அதிட்டானங்களில் ஒவ்வொரு பத்ர மற்றும் கர்ண மடிப்பிலும் வெவ்வேறு வகை அதிட்டானக் கூறுகள் பயன்படுத்தப்பட்டன. இதனால் இவ்வகை அதிட்டானங்களை இன்றைய ஸ்தபதிகள் வர்க்க பேத அதிட்டானங்கள் (மாறுபட்ட பாகங்களைக் கொண்டவை) என்று கூறுகின்றனர். மேற்கூறப்பட்ட கலைக்கூறுகள் விஜயநகர-நாயக்கர் காலத்து எந்தெந்த கலைச் சின்னங்களில் எல்லாம் இடம்பெற்றுள்ளன என்பதைக் காண்பது அவசியமாகும்.

மண்டபங்கள்

விஜயநகர காலத்தில் கோயில்களின் பகுதிகள் விரிவு படுத்தப்பட்டன என்று முன்னமே கூறியுள்ளோம். குறிப்பாக, பல்வேறு மண்டபங்களும், தூண்களுடைய மண்டபங்களும், முகப்புகளும் இக்காலத்தில் உருவாயின. இவை 100 தூண்கள் முதல் 1000 தூண்கள் வரை கொண்ட பெரிய மண்டபங்களாகக் கட்டப்பட்டன. இம்மண்டபங்கள் உயர்ந்த மேடை மீது அமைக்கப்பட்டன. பக்தர்கள் கூடுவதற்காகத் திறந்தவெளிப் பிரகாரங்களும் இவற்றில் இடம்பெற்றன. இதற்குக் காரணம் இக்காலத்தில் பெருகிய

சடங்குகளும், விழாக்களும் என்று கருதப்படுகின்றது.[6] பகட்டான பெரும் விழாக்கள், அதாவது நவராத்திரி, வசந்தோத்சவம், துலாபாரம் போன்றவை நடைபெற்றதால் மக்கள் கூடுவதற்கும், இறையுருவங்கள் அவர்களது பார்வையில் வைக்கவும் பெரும் பரப்பான இடம் தேவைப்பட்டது. இதனால் இக்காலத்தில் மண்டபங்கள் பல பொதுவிழாக்களுக்காகப் பயன்படுத்தப்பட்டன. இறைவனுக்கும் இறைவிக்கும் நடத்தப்படும் திருமண வைபவம் இங்குதான் நடக்கும். வேறு விழாக் காலங்களில் இறையுருவங்கள் பெரும்பாலும் இங்குதான் பொதுமக்கள் பார்வைக்காக வைக்கப்பெறும். இதற்கு உதாரணமாக மதுரை ஸ்ரீமீனாட்சி சுந்தரேசுவரர் திருக்கோயிலில் நடைபெறும் வைபவங்களைக் கூறலாம். இங்கு இன்றும் சித்திரை மாதத்தில் (ஆண்டு தோறும்) நடைபெறும் திருக்கல்யாண வைபவம் வெளிப் பிரகார வெளியில்தான் நடைபெறும். இவ்வைபவம் முடிந்ததும் இறைவனும், இறைவியும், கல்யாண மண்டபத்தில்தான் மக்களின் பார்வைக்கு வைக்கப்படுகின்றனர். பெரும்பாலான கோயில்களில் நவராத்திரி விழாக் காலங்களில் இம்மண்டபங்களில் கொலு வைக்கப்படும். ஆயிரக்கணக்கான பக்தர்கள் தரிசனம் செய்வதோடு இசைக் கருவிகளை இசைத்து இறைவனையும், இறைவியையும், உற்ற பக்தர்களையும் மகிழ்விப்பர். விஜயநகர- நாயக்கர் காலத்துக் கல்யாண மண்டபங்கள் ஏராளமான தூண்களையுடையன (பொதுவாக 100 கால் மண்டபங்கள்). கோயில்களின் வடகிழக்குப் பகுதியில் இவை அமைந்திருக்கும். நடுவில் ஒரு மேடை அமைக்கப்பட்டிருக்கும். அம்மேடையே சில இடங்களில் ஒரு சிறு மண்டபம் போன்று அலங்கரிக்கப்பட்டிருக்கும். இது 'குறடு' என அழைக்கப்படுகிறது. இதன் தூண்கள், ஒன்றோடு ஒன்று பொருத்தப்பட்ட பொருத்துத் தூண்களாகவும், அணிவொட்டுத் தூண்களாகவும் அமைந்திருக்கும். கல்யாண மண்டபங்களுக்குத் தரையிலிருந்து படிக்கட்டுகள் அமைக்கப் பட்டிருக்கும். இவை யாளி அல்லது கஜயாளிகளால் அலங்கரிக்கப் பட்ட கைப்பிடிகளைக் (Balustrades) கொண்டிருக்கும்.

இவ்வமைப்புகளைப் பெரிதும் கொண்ட விஜயநகர-நாயக்கர் கல்யாண மண்டபங்கள் தமிழகத்துக் கோயில்கள் பலவற்றிலும் காணப்படுகின்றன. அவற்றில் குறிப்பிடத்தக்கவை காஞ்சி வரதராசப் பெருமாள் கோயிலிலும், வேலூர் ஜலகண்டேசுவரர் கோயிலிலும் உள்ளன. வரதராசப் பெருமாள் கோயில் மண்டபம் உயரமான மேடை மீது அமைக்கப்பட்டுள்ளது. 575 சதுர மீட்டரில் 96 தூண்களைக் கொண்டு எழுப்பப்பட்டுள்ளது.[7] இதன் அதிட்டான பீடம் இரண்டு மீட்டர் உயரமானது. இதன் உயர் வெட்டுப்பிரிவில் யானைவரி, குதிரைவரி, ஹம்ஸவரி, இராமாயணச் சிற்பத் தொகுதிகள்,

நாட்டியப் பெண்டிர் சிற்பங்கள் ஆகியவை நேர்த்தியாக செதுக்கப்பட்டுள்ளன. இம்மண்டபத் தூண்கள் ஒற்றைக் கல்லில் செதுக்கப்பட்டவை. இவற்றில், வேலூர், திருவரங்கம், விரிஞ்சிபுரம் ஆகிய கோயில்களில் உள்ளது போன்று வீரர்கள், வேட்டையாடுவோர், குதிரை வீரர்கள், யாளி போன்ற விஜயநகரக் கலைச் சிற்பங்கள் செதுக்கப்பட்டுள்ளன. சில தூண்களில் ஆளுயரத்தில் இரதி, மன்மதன் சிற்பங்களும் இடம்பெற்றுள்ளன. விஜயநகர அரசர்களைத் தொடர்ந்து நாயக்க மன்னர்களும் இத்தகைய சிற்பங்களுக்கு முக்கியத்துவம் அளித்தனர். சில தூண்களில் ஐரோப்பிய இராணுவ வீரர்களின் சிற்பங்களும் இடம்பெற்றுள்ளன. இவர்கள் பெரும்பாலும் விஜயநகர இராணுவத்தில் இடம்பெற்ற போர்ச்சுக்கீசிய வீரர்களாக இருக்கலாம் என கே.வி. இராமன் கருதுகின்றார்.[8] வரதராசப் பெருமாள் கோயில் கல்யாண மண்டபத்தில் அணிவொட்டுத் தூண்களும், அலங்கரிக்கப்பட்ட கைப்பிடிகளைக் கொண்ட படிக்கற்களும், கல் வளையல்களுடன் கீழ்நோக்கித் தொங்கிக் கொண்டிருக்கும் கற்சங்கிலியும் குறிப்பிடத்தகுந்த கலை நுட்பங்களுடன் கூடிய சின்னங்களாகும். இக்கற் சங்கிலிகளின் கண்ணிகள் அனைத்தும், கபோதத்தின் கல்பகுதி உட்பட ஒரே கல்லில் செதுக்கப்பட்டுள்ளன. இதனைக் கட்டியவர் இக்கோயில் அலுவலர்களில் ஒருவரான அழகிய மணவாள ஐயர் ஆவார். இது கி.பி.16 - ஆம் நூற்றாண்டின் பின்பகுதியில் கட்டப்பட்டதெனத் தெரிகிறது. இந்தக் கல்யாண அல்லது உற்சவ மண்டபங்கள் யாவும் கடினமான பாறைகளில் செதுக்கப்பட்ட அழகானதும் சிக்கலானது மான வேலைப்பாடு நிறைந்த தூண்களுக்குப் பெயர் பெற்றவை. இவற்றில் சில தூண்களில் முதன்மையான தூணை ஒட்டி அதே கல்லில் சிறிய தூண்களாக, பெரிய விலங்குகளின் சிற்பங்களோ அல்லது பிற உருவங்களோ செதுக்கப்பட்டுள்ளன.[9] இவையே முன்னர் குறிப்பிட்ட அணிவொட்டுத் தூண்வகையைச் சேர்ந்தவையாகும்.

கிருஷ்ணதேவராயரின் ஆட்சிக்கு முன்னரே வேலூர் விஜயநகரப் பேரரசின் முக்கிய நகராக விளங்கி வந்தது. அக்காலத்தில் ஹீல்ஸ்டினைச் சேர்ந்த மேண்டல்ஸ்கோ என்பவர் அந்நகருக்கு விஜயம் செய்துள்ளார்[10]. வேலூரில் பேரரசர் இரண்டாம் வேங்கடரின் ஆட்சிக் காலத்தில் கல்யாண மண்டபம் கட்டப்பட்டது. இது அரவீடு வம்சத்தின் முக்கிய கட்டடக் கலைச் சின்னமாகும். இதன் வெளிப்புறத் தூண்களில் பாயும் மிருகங்கள், யாளிகள், குதிரைகள் செதுக்கப் பட்டுள்ளன. இதன் விதானத்தில் பெரிய தாமரையும், பறவைகளும், மனித உருவங்களும் செதுக்கப்பட்டுள்ளன. நாட்டியக் குழுவினரின் சிற்பங்களும் காணப்படுகின்றன. இதன் தூண்களின் உச்சியிலுள்ள

போதிகை விஜயநகர ஆட்சிக் காலத்தின் இறுதிக்கட்ட வளர்ச்சியைக் காட்டுவதாக அமைந்துள்ளது. கிருஷ்ணதேவராயர் காலத்துப் போதிகையில் நாநுதலிலிருந்து வெளிவரும் பூமுனை ஒரு சிறு மொட்டாக இருந்தது. அதன் பின் அச்சுதராயர் காலத்து போதிகை பருத்திருந்தது. இரண்டாம் வேங்கடரின் காலத்தில் அதன் முனை கூர்மையாக அமைக்கப்பட்டது. இதற்கு உதாரணமாக அமைவது வேலூர் கல்யாண மண்டபத் தூண்களில் உள்ள போதிகைகள் ஆகும். இதனை துப்ரயில் தவறாகப் புரிந்துகொண்டு மதுரை நாயக்கரின் கலைக்கூறுகளில் ஒன்றே இந்தக் கூர்மைப்படுத்தப்பட்ட போதிகை என்று குறிப்பிட்டுள்ளதை ஆர். என் .சேல்டர் சுட்டிக் காட்டியுள்ளார்[11]. விஜயநகரப் பேரரசர்கள் தங்களது பிரதான ஆட்சிப் பகுதிகளில் அமைத்த மண்டபங்களில் வட்ட வடிவமான தூண்களை எழுப்பவில்லை. ஆனால், தமிழகத்துக் கோயில் மண்டபங்கள் சிலவற்றில் அத்தகைய தூண்களைக் கட்டியுள்ளனர். இதற்கு உதாரணமாக வேலூர் கல்யாண மண்டபத்தையே கூறலாம். இத்தூண்களைக் காண்பவர்களுக்கு மாமல்லபுரத் தூண்கள் நினைவுக்கு வருவது இயல்பே. ஏனெனில், இங்குள்ள தூண்களின் அடிப்பகுதி சதுரமாக அமைந்துள்ளது. அதன் மீது பாயும் சிம்மத்தின் உருவம் செதுக்கப்பட்டுள்ளது. இச்சிம்மத்தின் அமைப்பு மாமல்லபுரத்திலிருந்து சற்று வேறுபட்டிருப்பினும், பல்லவர்தம் கலையின் தாக்கம் இங்கு உணரப்படுகிறது. வேலூரில் உள்ள கல்யாண மண்டபத் தூண்களில் இரட்டைப் பூமுனைப் போதிகைகள் அமைந்துள்ளன. அடிப்பாகம் சதுரமாக உள்ளது. இந்த வட்டவடிவத் தூண்கள் மதுரை மீனாட்சி சுந்தரேசுவரர் கோயில் இராயகோபுரத்து அரைத்தூண் அமைப்பிலும் இடம்பெற்றுள்ளன. இங்குத் தூண்களின் அடியில் விஜயநகர கலைப்பாணியின் முக்கிய கூறுகளில் ஒன்றான டிராகனின் வாயிலிருந்து ஒரு கட்டியான வில் புறப்பட்டு குதிரையின் வாயில் நுழைவது போன்றுள்ள சிற்பம் செதுக்கப் பட்டுள்ளன. இதனையொத்த அமைப்பு விஜயநகர அரசர்களின் தலைநகரான ஹம்ப்பியில் உள்ள வித்தலசாமி கோயிலிலும் காணப்படுகிறது. ஒரு தூணில் மூன்று சிறிய பூதகணங்கள் இரண்டு குதிரை வீரர்களைத் தாங்கிக் கொண்டிருப்பது போன்ற காட்சி இடம்பெற்றுள்ளது. இம்மண்டபத்தின் விதானத்தின் நடுவில் நேர்த்தியான வேலைப்பாடுகள் செய்யப்பட்டுள்ளன. அழகான தாமரையும், மேலிருந்து கீழே தொங்குவது போன்ற கிளிகளும் அதனைச் சுற்றிலும் நடனக் காட்சிகளும், சிற்றுருவ இறை யுருவங்களும் செதுக்கப்பட்டுள்ளன.[12]

வேலூரிலிருந்து 12 கிலோ மீட்டர் தொலைவில் உள்ள விரிஞ்சிபுரம் மார்க்கபந்து கோயிலில் மேற்கு மூலையில் இரண்டு கல்யாண மண்டபங்கள் உள்ளன. அவை விஜயநகரத்து அரவீடு வம்சத்தவர்களின் கலைப் பணியாகும். இவற்றின் தூண்கள் வேலூர் கோயிலைப் போன்றே உயரமான தூண்களையும், ஆளுயர யாளி உருவங்களையும் குதிரை வீரர்களின் உருவங்களையும் கொண்டுள்ளன. சதுரமான அடிப்பாகத்தின் மேல் அமர்ந்துள்ள சிம்மத்தின் உருவம் உள்ளது.[13] திருவண்ணாமலை அருணாச்சலேசுவரர் கோயில் இரண்டாவது பிரகாரத்தின் தென் மேற்கு மூலையில் கல்யாண மண்டபம் ஒன்று கிருஷ்ணதேவராயர் காலத்தில் கட்டப்பட்டது. இதன் வடக்குச் சுவரின் நடுவில் மூன்று இடைவெளிகளைக் கொண்ட முகப்பும் அலங்காரமான வேலைப்பாடுகளைக் கொண்ட தூண்வரிசைகளும் உள்ளன. இரண்டு பக்கங்களிலும் உள்ள சுவர்களும் மிருகங்கள் மற்றும் மனித உருவங்கள் செதுக்கப்பட்ட உயரமான பீடங்களின் மேல் கட்டப்பட்டுள்ளன. அச்சுவர்களில் விசாலமான கோட்டங்களும் (மாடங்கள்) அலங்கரிக்கப்பட்ட கபோதமும் அமைந்துள்ளன.[14] இம்மன்னர் காலத்தில் கி.பி. 1516 வாக்கில் இக்கோயிலில் கட்டப்பட்ட மற்றொரு மண்டபம் நான்காவது பிரகாரத்தில் உள்ள ஆயிரங்கால் மண்டபமாகும். இதன் தெற்குப் பார்த்த முகப்பில் ஒரே வரிசையில் முப்பத்தி நான்கு தூண்கள் நிறுத்தப்பட்டுள்ளன. தூண்களில் பாயும் குதிரையில் அமைந்துள்ள வீரர்களின் உருவங்கள் செதுக்கப்பட்டுள்ளன. உட்பக்கம் அமைந்துள்ள தூண்களில் மிருகங்களின் உருவங்களைக் காணலாம்.[15]

திருவரங்கம் அரங்கநாதர் கோயிலின் கிழக்குப் பிரகாரத்திலுள்ள கல்யாண மண்டபம் விஜயநகர காலத்தில் தோன்றிய சீரிய படைப்பாகும். பல தூண்களையுடைய இந்த மண்டபத்தின் முகப்பு வரிசைத் தூண்களில் மிக நேர்த்தியாகச் செதுக்கிய சிற்பத் தூண்கள் உள்ளன. ஒரே கல்லாலான அச்சிற்பத் தூண்களில் ஆளுயர, முழுமையான வடிவில், போர் வீரர்களைத் தாங்கியுள்ள பாயும் குதிரைகள், பரிவாரங்கள், பிற வேட்டை மிருகங்கள் போன்ற சிற்பங்கள் இடம்பெற்றுள்ளன. திருவண்ணாமலையில் இரண்டாவது சுற்றுப் பிரகாரத்தின் தென் மேற்கு மூலையில் கிருஷ்ணதேவராயர் காலத்தில் கல்யாண மண்டபம் கட்டப்பட்டுள்ளது. இதன் தூண்களும், சுவர்களும் அலங்கார வேலைப்பாடுகளையும், சிற்பங் களையும் கொண்டவையாகத் திகழ்கின்றன.[16]

கல்யாண மண்டபங்களைத் தவிர குதிரை மண்டபங்கள் (Horse Courts), வசந்த மண்டபங்கள், ஆயிரங்கால் மண்டபங்கள் ஆகியனவும்

விஜயநகர ஆட்சிக்காலத்திலும், நாயக்கர் காலத்திலும் கட்டப்பட்டன. விஜயநகர காலத்துக் குதிரை மண்டபங்கள் திருவரங்கம் அரங்கநாதர் கோயில், காஞ்சி வரதராசர் கோயில், வேலூர் ஜலகண்டேசுவரர் கோயில் ஆகியவற்றில் காணப்படுகின்றன. அவற்றில் உயரமான பாய்ந்து செல்லும் குதிரைகளையும், வீரர்களையும் காணலாம். திருவரங்கத்தில் நான்காம் பிரகாரத்தின் கிழக்குப் பக்கத்தில் வெள்ளைக் கோபுரத்திற்கு அருகில் உள்ள குதிரை மண்டபம் 'சேஷராயர்' மண்டபம் என அழைக்கப்படுகிறது. இதன் முகப்பில் உள்ள எட்டுத் தூண்களில் வீரர்களைத் தாங்கும் உயரமான பாயும் குதிரைகள் செதுக்கப்பட்டுள்ளன. அவற்றின் கீழ்ப் பகுதியில் பயமறியாத வீரர்கள் வேட்டையாடும் காட்சி உள்ளது. வீரர்கள் மிருகங்களுடன் மோதுகின்றனர். தவிர, இசைக் கலைஞர்களின் சிற்பங்களும் நாட்டுப்புறக் கலைச் சிற்பங்களும் இத்தூண்களில் காணப்படுகின்றன. இம்மண்டபத்தில் குதிரைகள் சுமார் ஒன்பது அடி உயரத்திற்கு முன்கால்களை உயர்த்திக் குதித்துப் போருக்குச் செல்வதைப் போல் உள்ள காட்சி அக்காலப் போர் நடிவடிக்கையைக் காட்டுகிறது எனலாம்.

மேற்கூறப்பட்ட மண்டபங்கள் தவிர காஞ்சிபுரத்தில் ஏகாம்பரநாதர் கோயிலிலும், திருப்பருத்திக்குன்றம் சமணக் கோயிலிலும் இவர்கள் காலத்தில் மண்டபங்கள் கட்டப்பட்டன. இம்மண்டபத் தூண்களுடன் கட்டப்பட்ட இணைப்புத் தூண்கள் வட்ட வடிவமாக அமைக்கப்பட்டன.[17] இரண்டாம் புக்கரின் ஆட்சிக் காலத்தில் திருப்பருத்திக்குன்றத்தில் கட்டப்பட்ட சமண மண்டபத்தின் தூண்கள் அலங்காரமின்றி எளிமையாகக் கட்டப்பட்டன. இவை அடியில் சதுரமாகவும் மேல்புரம் எண் பட்டையாகவும் அமைக்கப்பட்டன. பிற்காலச் சோழர் மற்றும் பிற்காலப் பாண்டியர் காலத்தின் இறுதிக்கட்டத்தில் இடம்பெறத் தொடங்கிய நாகபந்தம் இங்குள்ள தூண்களின் சதுரத்திற்கு மேல் நான்கு முனைகளிலும் தெளிவாக இடம்பெறத் தொடங்கியது. இது பின்னாளில் மேலும் வளர்ச்சியடைந்தது. இதனைத் தொடர்ந்து வளர்ச்சியடைந்த, அலங்காரம் மிக்க நாகபந்த அமைப்பினை விஜயநகரத்தில் உள்ள கடலே கல்லு கணேசர் கோயிலில் காணலாம்.[18] இரண்டாம் ஹரிஹர மன்னரின் அமைச்சர் இருகப்பர் என்பார் திருப்பருத்திக் குன்றத்து வர்த்தமானர் கோயிலில் சங்கீத மண்டபம் கட்டினார்.[19] கிருஷ்ண தேவராயரால் சிதம்பரம் கோவிந்தராசப்பெருமாள் கோயிலில் சோழர் பாணியைப் பின்பற்றி ஒரு மண்டபம் கட்டப்பட்டுள்ளது. இதில் வட்ட வடிவத் தூண்கள் எழுப்பப் பட்டுள்ளன.[20] மதுரை சுந்தரேசுவரர் ஆலயத்தின் மகாமண்டபம் கி.பி. 1452-இல் கட்டப்பட்டுள்ளது.[21]

விஜயநகர ஆட்சிக்காலத்தில் துலாபார விழாவுக்கென மண்டபங்கள் கட்டப்பட்டன. விஜயநகரப் பேரரசர் அச்சுதராயர் காஞ்சி வரதராசப் பெருமாள் கோயிலில் முக்த துலாபாரம் நடத்தினார். அதற்கென அங்குத் துலாபார மண்டபம் கட்டினார்.[22] இதுபோன்ற துலாபார மண்டபங்கள் கும்பகோணம், திருப்பதி, ஹம்ப்பி போன்ற இடங்களிலும் காணப்படுகின்றன. இக்காலத்தில் கோயிலின் மத்தியிலோ அல்லது ஏதேனும் ஒரு பக்கத்திலோ தெப்பக்குளங்கள் வெட்டப்பட்டன. அவற்றின் நடுவில் ஒரு மண்டபமும் கட்டினர். அது நீராலி மண்டபம் எனப்படுகிறது. இதற்கு நல்ல உதாரணமாக வேலூர் ஜலகண்டேசுவரர் கோயில் தெப்பக்குளத்தைக் குறிப்பிடலாம். இதனை இவ்வரசர்களுக்குப் பின்வந்த நாயக்க மன்னர்களும் பின்பற்றினர் என்பதற்கு ஆதாரமாக அமைவது மதுரையில் திருமலை நாயக்கரால் வெட்டப்பட்ட தெப்பக்குளமும், அதன் நடுவில் உள்ள மண்டபமும் ஆகும். வேலூர் ஜலகண்டேசுவரர் கோயிலிலும் இதனைக் காணலாம்.

மேற்குறிப்பிட்ட விஜயநகர காலத்து மண்டபங்களேயன்றி நாயக்கர் காலத்தில் பலமண்டபங்கள் எழுப்பப்பட்டன. அவற்றில் குறிப்பிடத்தக்கனவே வசந்த மண்டபங்கள் ஆகும். இவ்வகை மண்டபங்கள் அழகர்கோயிலிலும், மதுரையில் புதுமண்டபம் என்ற பெயரிலும் உள்ளன. அழகர்கோயிலில் வசந்த மண்டபத்தின் சுவர்களில் இராமாயண ஓவியங்கள் உள்ளன. மண்டபத்தின் நடுவில் வசந்த காலத்தில் (கோடைக் காலம்) இறைவனை எழுந்தருளச் செய்வதற்காக நான்கு தூண்களையுடைய மேடை (கல்குறடு) ஒன்று அமைக்கப்பட்டுள்ளது. மேடையைச் சுற்றிப் பள்ளம் வெட்டப் பட்டுள்ளது. இங்கு நீர் பரப்பிக் குளிர்ச்சியை உண்டாக்கச் செய்வது வழக்கம். மதுரையில் மீனாட்சி சுந்தரேசுவரர் கோயிலுக்குக் கீழ்ப்புறம் புதுமண்டபம் என்னும் வசந்தமண்டபம் திருமலை நாயக்கரால் கட்டப்பட்டதெனக் கூறப்படுகிறது. இங்குள்ள தூண்களில் யாளிகள், ஓடும் குதிரை, இறையுருவங்கள், நாயக்க மன்னர்களின் உருவங்கள் ஆகியவை அமைக்கப்பட்டுள்ளன. இன்று கடைகளைக் கொண்டுள்ள இம்மண்டபத்தில் சிவபெருமான் கஜசம்ஹார மூர்த்தியாக அமைந்துள்ளமை சிறப்பான சிற்பக்கலைக்கான உதாரணமாகும். மீனாட்சி சுந்தரேசுவரர் கோயிலில் சுமார் கி.பி. 1600 - இல் ஆயிரங்கால் மண்டபம் (985 தூண்கள்) நாயக்க மன்னர்களின் அமைச்சராயிருந்த அரியநாத முதலியாரின் மேற்பார்வையில் கட்டப்பட்டது. நாயக்கர்களின் கட்டடக்கலையழகிற்கு இம்மண்டபம் ஒரு சிறந்த எடுத்துக்காட்டாகும். இப்பெரும் மண்டபம் ஏறக்குறைய சதுர அமைப்புக் கொண்டதாகும். (240 X 250 அடி)[23]. இங்குள்ள தூண்கள்

அளவற்ற அலங்காரங்களுடனும், சிற்பங்கள் மற்றும் யாளிகளுடனும் திகழ்கின்றன. கிருஷ்ண வீரப்ப நாயக்கர் (1572-1595) காலத்தில் மதுரைக் கோயிலில் ஆயிரங்கால் மண்டபமும், கம்பத்தடி மண்டபமும் கட்டப் பட்டது. ஆயிரங்கால் மண்டபத்தின் மத்தியில் சபாபதி சன்னதியும், ஒரு பகுதியில் இசைத்தூண்களும் அமைந்துள்ளன. திருப்பணி விவரமும், திருப்பணி மாலையும் இது கிருஷ்ண வீரப்ப நாயக்கர் காலத்தில் கட்டப்பட்டதை உறுதிப்படுத்துகின்றன. அவர் காலத்தில் கட்டப்பட்ட கம்பத்தடி மண்டபம் பற்றி அங்குள்ள கல்வெட்டு ஒன்றிலும், தளவாய் அக்ரகாரம் செப்பேடுகளிலும் குறிப்பிடப் பட்டுள்ளது. ஞானசம்பந்தர் கோயில் மண்டபமும் இவரால் கட்டப்பட்டதெனத் தெரிகிறது.[24] கம்பத்தடி மண்டபத்தில் கொடிக்கம்பத்தைச் சுற்றி சிவபெருமானின் பல்வேறு உருவ அமைப்புகளைக் காட்டும் சிற்பங்கள் அமைந்துள்ளன. மீனாட்சி சுந்தரேசுவரர் திருக்கல்யாணக் கோலமும் இங்குச் சிற்பமாக்கப் பட்டுள்ளது. சிவபெருமானின் பல்வேறு உருவமைதிகள் பற்றி ஆராய முற்படுவோருக்கு இம்மண்டபத் தூண் சிற்பங்கள் சிறந்த சான்றாதாரங்களாகும். இவ்வாறு தமிழகத்தின் பெருங்கோயில்கள் அனைத்திலும் இவர்தம் கால மண்டபங்கள் பலவற்றைக் காணமுடிகிறது. அவை பயன்பாடு கருதியே அமைக்கப்பட்டன என்பதில் ஐயமில்லை.

கோபுரங்கள்

இந்தியப் பண்பாட்டின் துவக்ககாலத்தில், குறிப்பாக ஆரியர்களது காலத்தில் கிராமத்திற்கு வெளியே நுழைவாயிலில் சிறிய தோரணங்கள் கட்டி வந்தனர். பின்பு மௌரியப் பேரரசர் சந்திரகுப்த மௌரியர் காலத்தில் பாடலிபுத்திரத்திலும் மற்ற இடங்களிலும் மரத்தால் கட்டப்பட்ட அரண்மனையின் நுழைவாயிலில் தோரணவாயில் அமைக்கப்பட்டது. இதன் பின்பு பௌத்தர் கலை வளரத் தொடங்கியது. பௌத்தர்களது ஸ்தூபங்களுக்கு வெளியே தோரண வாயில்கள் எழுப்பப்பட்டன. இவற்றின் தொடர்ச்சியே பிற்காலத்தில் அமைக்கப்பட்ட கோபுர வாயில்கள் ஆகும். தமிழகத்தில் முதன் முதலில் காஞ்சி கைலாசநாதர் கோயிலில் கோபுரங்கள் எழுப்பப்பட்டன. இம்முறை தொடர்ந்தது. ஆனால், சோழர்களின் துவக்க காலத்திலும் அதற்குச் சற்றுப் பின்பும் விமானத்தினைவிட சிறிதாகவே கோபுரங்கள் எழுப்பப்பட்டன. இரண்டாம் இராஜராஜன் மற்றும் மூன்றாம் குலோத்துங்கன் காலத்தில் விமானத்தை விட உயரமாகக் கோபுரங்களை எழுப்பினர். இக்காலத்துப் பாண்டியர்களும் உயரமான கோபுரங்களை எழுப்பினர். ஆனால், இந்துக் கோயில் கலை

வளர்ச்சியின் இறுதிக் கட்டத்தைச் சேர்ந்த விஜயநகர - நாயக்கர் ஆட்சிக் காலத்தில் வானளாவிய கோபுரங்களை, 9 முதல் 11 தளங்கள் வரையான கோபுரங்களை எழுப்பினர். விஜயநகரப் பேரரசரின் வடபகுதியான கர்நாடகத்தில் இதுவரை கோபுரங்கள் கட்டப்பட்டதில்லை. தமிழகத்தின் கோபுரக் கலைப்பாணி இப்போது விஜயநகர மன்னர்களால் தம் வடவெல்லைக்கு எடுத்துச் செல்லப்பட்டது. ஹம்ப்பி விருபாக்ஷர் கோயிலிலும், விட்டலராயர் கோயிலிலும் கோபுரங்கள் கட்டப்பட்டன.

தமிழ்நாட்டில் இக்காலத்தில் கட்டப்பட்ட கோபுரங்களில் குறிப்பிடத்தக்கவை, காஞ்சி ஏகாம்பரநாதர் கோயில். திருவண்ணாமலை அருணாச்சலேசுவரர் கோயில், சிதம்பரம் நடராசர் கோயில் வடக்கு கோபுரம், காளகஸ்தி கோயில் ஆகியனவாகும். இவை விஜயநகரப் பேரரசர்களில் சிறந்தவரான கிருஷ்ணதேவராயர் காலத்தில் எழுப்பப்பட்டவையாகும்.[25] இக்காலத்தைச் சேர்ந்த பிற கோபுரங்கள், காஞ்சி வரதராசப் பெருமாள் கோயில் கிழக்கு கோபுரம், ஸ்ரீபெரும்புதூர் ஆதிகேசவப்பெருமாள் கோயில், திருப்பதி கோவிந்தராச சுவாமி கோவில், வேலூர் ஜலகண்டேசுவரர் கோயில், மதுரை மீனாட்சி சுந்தரேசுவரர் கோயிலின் தெற்கு, மற்றும் வடக்குக் கோபுரங்கள், ஸ்ரீவில்லிபுத்தூர் வடபத்ரசாயி கோயிலின் பதினோரு தளங்களையுடைய கோபுரம், திருவரங்கக் கோயில் கோபுரங்கள் போன்ற எண்ணற்றவையாகும். திருவண்ணாமலையில் உள்ள உயரமான கிழக்கு கோபுரமும் காஞ்சி ஏகாம்பரநாதர் கோயிலின் உயரமான தெற்கு வெளிக்கோபுரமும் நாயக்கர் காலத்துப் படைப்பாகும். சிதம்பரம் கோயில் வடக்குக் கோபுரம் சோழர் காலத்து அடித்தளத்தையும், விஜயநகர காலத்து மேல் பகுதியையும் கொண்டு விளங்குகிறது. காஞ்சி வரதராசப் பெருமாள் கோயில் கிழக்கு கோபுரம் முதலாம் வெங்கடபதி தேவரின் ஆசிரியரான குமரதட்டாச்சார்யாவால் கட்டப்பட்டது. இது கடினமான கருங்கல் பாறையால் கட்டப்பட்டது.

திருவாரூர் தியாகேசர் கோயில் மேற்கு வாயிலாகத் திகழும் மேற்கு இரண்டாம் கோபுரம் விஜயநகர மன்னர் இரண்டாம் தேவராயர் காலத்தில் (கி.பி.1422-1446) தெட்சிண சமுத்திராதிபதி லக்கன்ன தன்னநாயக்கன் என்பான் பெயரில் நாகராசர் என்பவரால் எடுப்பிக்கப்பட்டதென இக்கோபுர வாயிலில் அமைந்துள்ள தமிழ் மற்றும் கன்னட கல்வெட்டுக்கள் கூறுகின்றன.[26] இக்கால கோபுரங்களின் அடித்தளம், பிரஸ்தரம் வரை கருங்கல்லால் ஆனவையாகும். இவற்றின் மீது அமைந்துள்ள செங்கற் கட்டடம் பல அழகான சிற்பங்களைக் கொண்டுள்ளது. இவ்வாயிலின் நிலை

இரண்டு பெரிய ஒற்றைக் கற்களையும், இரண்டு சிறிய ஒற்றைக் கற்களையும் கொண்டு விளங்குகின்றன. வாயில் கதவு மரத்தாலானது. வடநாட்டுக் கோயில்கள் பலவற்றில் வாயிலின் இருபுறமும் நிலைக்கல்லிலும் அதன் பக்கத்துப் பகுதியிலும் அழகான சிற்பங்கள் செதுக்கப்பட்டன. இக்காலக் கோயில்கள் சிலவற்றில் மரத்தாலான கதவு சிறுசிறு சதுரம் மற்றும் நீள் சதுரங்களாகப் பிரிக்கப்பட்டு அவற்றில் சிற்பங்கள் அமைக்கப்பட்டுள்ளன. இவற்றில் பெரும்பாலும் இறையுருவங்களும் இராமாயண, மகாபாரதக் கதைச் சிற்பங்களும் அமைக்கப்பட்டுள்ளன. இவற்றினை அழகர் கோயில் பிரதான வாயிலிலும் பிரம்மதேசம் மற்றும் கல்லிடைக்குறிச்சி இலட்சுமி வராஹர் கோயிலிலும் காணலாம். இவர்கள் காலத்து கோபுர வாயிலில் கொடிப்பெண்கள் நிற்பதைக் காணலாம்.[27] கோபுரத்துக் கூரையிலும் சிறுசிறு சிற்பங்கள் செதுக்கப்பட்டுள்ளன. விஜயநகரின் சின்னமான வராஹர், சங்கு, சக்கரம் மற்றும் ஸ்ரீவத்ஸம், வாள் ஆகியவற்றைக் கோபுரத்தின் உத்திரத்திலோ அல்லது சுவரிலோ காணலாம். இதற்கு உதாரணமாக அழகர்கோயிலில் முடிவு பெறாதுள்ள மொட்டைக் கோபுரத்தைச் சொல்லலாம். இது முடிவு பெறாததற்கான காரணம் தெரியவில்லை. இம்மாதிரி முடிவுறாது விடப்பட்ட கோபுரங்கள் இராமேஸ்வரம், மதுரை போன்ற கோயில்களில் உள்ளன. இக்காலக் கோபுரங்களிலுள்ள அரைத்தூண்கள் மெல்லியதாகவும், நுண்ணிய வேலைப்பாடு கொண்டதாகவும் அமைந்திருந்தன. பிரமி போன்ற முகப்புகள் சிறிது சிறிதாக மாற்றப்பட்டுக் குவிந்த மாதிரியாக அமைக்கப்பட்டன. விஜயநகரத்தில் உள்ள விருபாக்ஷர் மற்றும் பம்பாதி கோயில்களின் கோபுரங்களின் முகப்பு வளைந்து குவிந்து காணப்படுகின்றது. ஆனால் தமிழகத்தில் இவர்களால் எழுப்பப் பட்ட கோபுரங்களின் முகப்புகள் நேர்கோட்டில் அமைந்துள்ளன. இதனைக் காஞ்சிபுரம் மற்றும் திருவண்ணாமலையில் காணலாம்.[28]

மதுரைக் கோயிலின் தெற்குக் கோபுரம் கி.பி.16 - ஆம் நூற்றாண்டின் பிற்பகுதியில் கட்டப்பட்டதாகும். இக்கோபுரத்தின் அனைத்துச் சுவர்களின் அரைத்தூண்களின் அடிப்பகுதியிலும் விஜயநகரக் கலைப்பாணியான அமர்ந்த நிலையிலான சிம்மம் வைக்கப்பட்டுள்ளது. இக்கோபுரத்தின் மேல்பகுதி குவிந்த நிலையில் கட்டப்பட்டுள்ளதால் இக்கோயிலின் பிறகோபுரங்களை விட இது அழகாகத் தோன்றுகிறது. இதன் வடக்குக் கோபுரம் கிருஷ்ண வீரப்ப நாயக்கர் காலத்தில் (16-17 நூற்றாண்டு) கட்டப்பட்டுள்ளது. ஆனால் இது பிரஸ்தரத்திற்கு மேல் முடிவு பெறவில்லை. தவிர, திருமலை நாயக்கர் காலத்தில் (கி.பி. 1623-1659) புது மண்டபத்திற்குக் கிழக்கில் 200 X 120 அடி அளவிலான அடிப்பாகத்தைக் கொண்ட இராயகோபுரம்

ஒன்று கட்டப்பட்டது. துரதிர்ஷ்டவசமாக அது பாதியில் நின்றுவிட்டது. அதற்கான காரணங்கள் பல சொல்லப்பட்டிருப்பினும் சரியான காரணம் எதுவும் தெரியவில்லை. முடிக்கப்பட்டிருந்தால் இது தென்னிந்தியாவின் மிகப்பெரிய கோபுரங்களில் ஒன்றாக இருந்திருக்கும் இதன் தூண்கள் ஒவ்வொன்றும் 50 அடி உயரமானதும் அலங்கார வேலைப்பாடுகளைக் கொண்டதும் ஆகும். மீனாட்சி அம்மன் சன்னதியைச் சேர்ந்த சித்திர கோபுரம் அமைச்சர் அரியநாத முதலியாரின் மகன் காளத்தி முதலி என்பவரால் கி.பி. 1570 - இல் கட்டி முடிக்கப்பட்டது. மதுரையில் அம்மன் சன்னதிக்கும், சுவாமி சன்னதிக்கும் இடையில் நடுக்கட்டு கோபுரம் ஒன்று இக்காலத்தில் கட்டப்பட்டது. ஐந்து நிலைகளையுடைய இக்கோபுரம் செவந்தி மூர்த்தி என்பவரால் கட்டப்பட்டது (கி.பி. 1559)[29].

அம்மன் கோயில்கள்

தமிழ்நாட்டில் அம்மனுக்கு என்று, கோயில் வளாகத்திற்குள் தனிக்கோயில் அமைக்கப்பட்டது முதலாம் இராஜேந்திரசோழன் (1012-1044) காலத்திலாகும். இதனைத் தொடர்ந்து தாராசுரம் கோயிலிலும், திரிபுவனம் கோயிலிலும் அம்மனுக்குத் தனிக் கோயில்கள் கட்டப்பட்டன. பிற்காலப் பாண்டியர்கோயில்களில் பிரதான கருவறைக்கு முன்னால் வடகிழக்குப் பகுதியில் தெற்குப் பார்த்து அம்மன் கோயில்கள் கட்டப்பட்டன. இதற்கு உதாரணமாக திருநெல்வேலி மாவட்டம் பத்தமடையில் உள்ள விஸ்வநாதர் கோயிலைக் குறிப்பிடலாம். விஜயநகர-நாயக்கர் ஆட்சிக்காலத்திலும் அதன் பின்னும் தென்மேற்கு மூலையில் அம்மனுக்கும் கோயில்கள் கட்டப்பட்டன. முதலாம் இராஜேந்திரனால் தொடங்கப்பட்ட இம்முறை விஜயநகர-நாயக்கர் ஆட்சிக் காலத்தில் தான் அனைத்துக் கோயில்களிலும் அம்மன் கோயில் திருப்பணி செய்யப்பட்டு அதற்கு விமானமும் கட்டப்பட்டது. தஞ்சை பிரகதீசுவரர் கோயிலிலும் அம்மன் சன்னதி ஒன்று தனியாகக் கட்டப்பட்டு அதற்கு அங்குள்ள பிரதான கடவுளின் பெயராலேயே பிருகந்நாயகி என்றும் பெயரிடப்பட்டது.[30] அது மட்டுமின்றி பிரதான கருவறைத் தெய்வமான பிருகதீசுவரரைப் போன்றே, அம்மன் கோயிலிலும் பூசைகளும், சடங்குகளும் நடத்தப்பட வேண்டுமென முறைமை செய்யப்பட்டது. இது போன்றே மதுரையில் சுந்தரேசுவரர் கோயிலின் தென்மேற்கில் மீனாட்சி கோயில் கட்டப்பட்டது. இக்கோயிலின் மகாமண்டபமும், முதல் பிரகாரமும், பள்ளியறையும் கி.பி. 1452 -இல் விஜயநகரப் பேரரசர்களின் சிற்றரசர்களான

திருமாலிருஞ்சோலை மாவலியால் கட்டப் பட்டதென 'திருப்பணி விவரமும்' 'திருப்பணி மாலையும்' கூறுகின்றன.[31] எனவே அம்மன் கோயில் இதற்குச் சற்று முன்பே, அதாவது விஜயநகர ஆட்சியின் முதல் பாகத்திற்குள் கட்டப்பட்டிருக்க வேண்டும். மதுரைக் கூடலழகர் கோயில் மதுர வல்லித்தாயார் சன்னதி இக்காலத்தில்தான் கட்டப் பட்டது. மதுரை மாவட்டம் மேலத்திருமாணிக்கத்தில் உள்ள மீனாட்சி சுந்தரேசுவரர் கோயிலில் தென்மேற்கு மூலையில் அம்மன் சன்னதி இக்காலத்தில் எழுப்பப்பட்டதாகும். சென்னையில் திருவல்லிக்கேணி பார்த்தசாரதி கோயிலில் வேதவல்லித் தாயார் கோயில் ஒன்று சதாசிவராயர் காலத்தில் தனிநபர் ஒருவரால் கட்டப்பட்டது. அம்மன் கோயில்கள் இது போன்று பல இடங்களில் கட்டப்பட்டதால்தான் திருமண உற்சவங்களும் தவறாமல் நடத்தப் பட்டன. உற்சவங்களுக்காகத் திருமண மண்டபங்களும் கட்டப் பட்டன. பள்ளியறைகளும் அமைக்கப்பட்டு அதற்கென ஒரு வைபவமும் ஒவ்வொரு நாளும் நடத்தப்பட்டன. இதனால் கோயில்களுக்கு மக்கள் வருகை பெருகியது. மறைமுகமாக சமய வளர்ச்சிக்கு வழிகோலப்பட்டது.

பிரகாரங்கள்

கோயிற்கலையின் தொடக்கத்தில் ஒரு கருவறை விமானமும், அதனைச் சேர்ந்த அர்த்த மண்டபமும் கட்டப்பட்டன. பின்பு இத்தோடு மகாமண்டபமும் சேர்த்துக் கட்டப்பட்டது. பிற்காலச் சோழர் காலத்திலும், பாண்டியர் காலத்திலும் சுற்றுப்பிரகாரம் அமைத்து வெளித் திருச்சுற்றுச் சுவரின் வாயிலில் கோபுரமும் அமைக்கப்பட்டன. பின்பு, ஒரு கோபுரம் அமைக்கப்பட்ட நிலை மாறி இரண்டும் அதற்கு மேற்பட்டதும் கட்டப்பட்டன. விஜயநகர-நாயக்கர் ஆட்சிக் காலத்தில் திருச்சுற்றுக்களின் எண்ணிக்கை பெருகின. இதனைத் தொடர்ந்து நான்கு திசை வாயில்களிலும் உயரமான கோபுரங்கள் எழுப்பப் பட்டன. முன்னமே குறிப்பிட்டதுபோல் கோயில்கள் கோயில் வளாகங்களாகவும், கோயில்வளாகங்கள் கோயில் நகரங்களாகவும் வளர்ந்தன. இதில் விஜயநகர-நாயக்கர் காலத்து முக்கிய சாதனையானது, மேலே கூரையால் மூடப்பட்ட பிரகாரங்களை அமைத்திருப்பதாகும். இப்பிரகாரங்களின் விளிம்புகளில் தூண்கள் எழுப்பப்பட்டன. சில வைணவக் கோயில்களில் இவையே இராப்பத்து, பகற்பத்து மண்டபங்களாகவும் பிரிக்கப்பட்டுள்ளன. இதனைத் திருநெல்வேலி மாவட்டத்து நவதிருப்பதிகளில் காணலாம். இக்காலத்தில் பிரகாரங்களின் எண்ணிக்கை கூடிக் கொண்டே போனது. பெரும்பாலும் மூன்று பிரகாரங்கள் அமைக்கப்பட்டன. இதற்கு உதாரணமாக இராமேஸ்வரம் கோயிலைக் குறிப்பிடலாம்.

மதுரை மீனாட்சி -சுந்தரேசுவரர் கோயிலில் மூன்றுக்கும் மேற்பட்ட பிரகாரங்கள் உள்ளன. இங்கு இரண்டு பிரதான கருவறைகளைச் சுற்றி மட்டும் இரண்டிரண்டு பிரகாரங்கள் உள்ளன. கடைசியாக உள்ள பிரகாரம் திறந்தவெளியாக உள்ளது. இதுவே கோயில்வளாக அமைப்பில் நன்கு தேர்ந்த ஒரு கலைக்கூறாகும். இதற்கடுத்து பல திறந்த வெளிப்பிரகாரங்களைக் கொண்டவை கோயில் நகரங்களாகி யுள்ளன. உதாரணமாக திருவரங்கம் கோயிலில் ஏழு பிரகாரங்கள் உள்ளன. அவற்றில் திறந்தவெளிப் பிரகாரங்கள் சிலவற்றில் மக்கள் வசிப்பிடங்களும் அமைந்துள்ளன. இங்கு திறந்தவெளிப் பிரகாரங் களுக்குள்ளேயே வீடுகளும் அமைந்திருப்பதால் இது கோயில் நகரமானது. இதைப்போன்ற இக்கால அமைப்பே திருச்சிராப்பள்ளியில் மலைக்கோட்டையில் அமைந்துள்ள தாயுமானவர் கோயில் பிரகாரங் களாகும். இங்குக் கடைசியில் உள்ள பிரகாரப் பகுதியில் வசிப்பிடங்கள் உள்ளன. இதுபோன்று, பல கோயில்களிலும், அதாவது, திருவண்ணாமலை திருவானைக்கோயில், திருநெல்வேலி நெல்லையப்பர் கோயில் போன்றவற்றிலும் பிரகாரங்கள் அமைத்துள்ளனர்.

விஜயநகர - நாயக்கர் ஆட்சிக்காலத்தில் அவர்களது பேரரசின் பிற்பகுதிகளில் புதிய கோயில்கள் பல எழுப்பப்பட்டன. அவற்றைக் கர்நாடகத்திலும், ஆந்திராவிலும் காணமுடிகின்றது. ஆனால் தமிழகத்தில் அவர்கள் ஏற்கெனவே கட்டப்பட்டிருந்த கோயில்களில் கல்யாண மண்டபங்கள், உற்சவ மண்டபங்கள், துலாபார மண்டபங்கள், யாளி மண்டபங்கள், பிரகாரங்கள், கோபுரங்கள் அமைத்தனர். தனிக்கோயில்கள் எழுப்பியதற்கான சான்றுகள் கிடைக்கவில்லை. ஆனால், அவர்களது ஆளுநர்களான நாயக்கர்களே தத்தம் ஆட்சிப் பகுதியில் கோயில்களை விரிவுபடுத்தியதோடு புதிய கோயில்களையும் எழுப்பினர். தொடக்கத்தில் அவர்களது மேலான விஜயநகர அரசர்களின் பெயராலேயே சில கோயில்கள் கட்டப் பட்டுள்ளன. முழுமையான தனிக்கோயில்களைக் கட்டாவிடினும் விஜயநகர வேந்தர்கள் காலத்தில் கோயில் வளாகங்களில் தனிச் சன்னதிகள் புதிதாகக் கட்டப்பட்டுள்ளன. உதாரணமாகத் திருவரங்கம் கோயிலுக் குள்ளேயே அத்தகைய சன்னதிகள் எழுப்பப்பட்டுள்ளன. இதற்கு எடுத்துக்காட்டாகக் குழலூதும் பிள்ளை அல்லது வேணு கோபாலர் சன்னதியைக் குறிப்பிடலாம். இச்சன்னதி யார் காலத்தில் கட்டப்பட்டது என்பது குறித்து அறிஞர்களிடையே கருத்து வேறுபாடு காணப்படுகின்றது. இரா. நாகசாமி இது ஹொய்சாளரின் படைப்பு என்கிறார்.[32] ஆனால் கே.ஆர். சீனிவாசன் வேறோர் இடத்தில் கிடைத்த கல்வெட்டின் அடிப்படையிலும், கல்வெட்டறிக்கை மூன்றின் துணை கொண்டும் அறிஞர்கள் சிலர் இவ்வாறு கருதுகின்றனர். அது

ஏற்புடைத்தல்ல என்கிறார். அதாவது ஹொய்சாளர் அரசி உமாதேவி என்பவரால் குடமுழுக்கு செய்விக்கப் பெற்ற ஹலேபேட்டிலுள்ள திருக் குழலூதினபிள்ளை கோயிலின் பொறுப்பிலிருந்த குருத்தூர்புரம் வைணவ ஆச்சாரியார், தமது திருவரங்க விஜயத்தின்போது, அங்கு வேணுகோபால சுவாமி கோயில் கட்டுவதற்குக் காரணமாயிருந்தார் என்று சிலர் கூறுகின்றனர். இச்சன்னதி அதன் சுவர்களில் அற்புதமான சிற்பங்களுடனும், நயமான கட்டடக் கூறுகளுடனும் அக்ர மண்டபத்தின் விதானத்தில் அமைந்த எழில்மிக்க ஓவியங்களுடனும் அற்புதமாகக் கட்டப்பட்டுள்ளது. இது சன்னதி எனினும் இரண்டு தளங்களைக் கொண்ட தனிக்கோயிலாகவே அமைந்துள்ளது. இதன் கட்டடக்கலை அமைப்பும் சிற்பக் கலையின் வனப்பும் விஜயநகரப் பேரரசின் கலைச் சின்னம் என்றே கருதத்தோன்றுகிறது. ஒரு வேளை இக்கோயில் ஹொய்சாளர் ஆட்சியின் இடைக்காலத்தில் தோன்றி, பின்னர் விஜயநகர ஆட்சிக் காலத்தில் புதுப்பிக்கப் பட்டிருக்கலாம். அவ்வாறன்றி முன்னர் குறிப்பிட்ட கல்வெட்டு அறிக்கைகளின் அடிப்படையில் அறிஞர்கள் சிலர் கூறுவது போல, ஹொய்சாளர்பாணி கோயில் என்று இதனைக் கொள்ள முடியாது என்று கே. ஆர் சீனிவாசன் உறுதிப்பட வாதிடுகிறார். தவிர, திருவரங்கத்திற்கு அருகில் உள்ள கண்ணனூர், திருவானைக்கா, செம்பத்தூர் போன்ற இடங்களில் உள்ள ஹொய்சாளர் கலைமரபுடன் ஒப்பிட்டுப் பார்க்கும்போது விஜயநகர ஹொய்சாள கலைக்கூறுகளில் காணப்படும் வேறுபாடு களைக் கொண்டு வேணுகோபாலர் சன்னதி விஜயநகரத்துக் கலைப் பாணியில் கட்டப்பட்டதெனத் தெளிவாக அறியலாம் என்றும் கருதுகிறார்[33]. இவரது கருத்து வேணுகோபாலர் கோயிலின் கலைக் கூறுகளைப் பிற விஜயநகரக் கோயில்களுடன் ஒப்பிடும்போது சரியெனத் தோன்றுகிறது.

திருவரங்கம் கோயிலின் விமானக் கூரை தங்கத் தகடுகளால் அலங்கரிக்கப்பட்டது. விஜயநகர மன்னர் இரண்டாம் ஹரிஹரரின் மகன் விருப்பண்ண உடையார் காலத்திலாகும். பதினைந்தாம் நூற்றாண்டில் திருவரங்கக் கோயிலில் எந்தத் தடையுமின்றிக் கலை வளர்ந்தது. இக்கோயில் வளாகத்தில் புதிய சன்னதிகளும், மண்டபங் களும், கோபுரங்களும் தங்கு தடையின்றி எழுப்பப்பட்டன.

இது தவிர, சென்னையில் திருவல்லிக்கேணி பார்த்தசாரதி கோயிலில் தாயார் சன்னதி இக்காலத்தில் கட்டப்பட்டது. காஞ்சிபுரத்திற்கு வடக்கே 25 கிலோமீட்டர் தொலைவிலுள்ள வீரமநல்லூரில் உள்ள சிவன் கோயிலில் அம்மன் சன்னதி 15 - ஆம் நூற்றாண்டில் கட்டப்பட்டுள்ளது. இது இரண்டு தளங்களையும்

வட்ட வடிவ சிகரத்தையும் சோழர் கலைப்பாணியைப் பின்பற்றிக் கட்டப்பட்டிருக்கிறது.[34] வந்தவாசித் தாலுகா, நெடுங்குளத்தில் உள்ள இராமச்சந்திரப் பெருமாள் கோயில் விஜயநகர மன்னர்கள் காலத்தில் கட்டப்பட்டது.[35] விஜயநகர மன்னர் அச்சுதராயர் கி.பி.1539 - இல் சிதம்பரம் கோயிலில் கோவிந்தராசர் சன்னதியைக் கட்டுவதற்கு ஆணையிட்டிருக்கிறார். தென்மேற்கு மூலையில் உள்ள சன்னதியில் விஷ்ணு அனந்த சயனத்தில் உள்ளார்.[36]

செஞ்சியில் உள்ள வெங்கடரமணர் கோயில் நாயக்கர் காலத்தைச் சேர்ந்ததாகும். பெரியதும், சிறப்பாகத் திட்டமிட்டு கட்டப்பட்டது மான இக்கோயில் ஒரே காலத்தில் கட்டப்பட்டதாகும். இதில் குறைவான அளவிலேயே சிற்பங்கள் காணப்படுகின்றன. செஞ்சியி லிருந்து நூறுகிலோ மீட்டர் தொலைவிலுள்ள ஸ்ரீமூசனம் பூவராஹர் கோயில் இவர்கள் காலத்தைச் சேர்ந்ததாகும். இது இரண்டாம் கிருஷ்ணப்பரால் கட்டப்பட்டதெனத் தெரிகிறது. கும்பகோணம் மகாமகம் குளத்திற்கு அருகே பதினாறு சிறிய மண்டபங்கள் நாயக்கர் காலத்தில் கட்டப்பட்டன. இவை தஞ்சை இரகுநாத நாயக்கரின் தலைமை அமைச்சரான கோவிந்த தீட்சிதரால் கட்டப்பட்டதெனத் தெரிகிறது. கும்பகோணம் சாரங்கபாணி கோயிலும், திருவிடை மருதூர் கோயிலும் இக்காலக் கலைப்பாணியைக் கொண்டுள்ளன.[37]

மதுரை நாயக்கர் கிருஷ்ணப்பரால் திருநெல்வேலிக்கு அருகே கிருஷ்ணாபுரம் என்ற ஊர் நிர்மாணிக்கப்பட்டு விஷ்ணு கோயில் ஒன்றும் கட்டப்பட்டது. இக்கோயில் கருவறை, அர்த்தமண்டபம், மகாமண்டபம், பக்கவாட்டில் ஒரு முன்மண்டபம் ஆகியவற்றைக் கொண்டுள்ளது. மகாமண்டபத்திலும், முன்மண்டபத்திலும் பிரமாண்டமான அணிவொட்டுத் தூண்கள் அமைந்துள்ளன. அவற்றில் ஆளுயரச் சிற்பங்கள் செதுக்கப்பட்டுள்ளன. செஞ்சியில் (தென்னாற்காடு) வெங்கடரமணர் கோயிலும், அதன் கோபுரம், நான்கு தூண்களை யுடைய மண்டபம் ஆகியனவும் செஞ்சி நாயக்கர்களால் கி.பி. 16 ஆம் நூற்றாண்டில் கட்டப்பட்டன. நான்கே தூண்களையுடைய இம் முன்மண்டபத்தின் மூலைகளில் கற்சங்கிலிகள் தொங்கு கின்றன. இக்கோயில் கோபுரத்திலும் விமானத்திலும் சுதையுருவங்கள் அழகாக அமைக்கப்பட்டுள்ளன. இக்கோயில் வளாகத்தில் தாயாருக்கும், இராமானுஜருக்கும் தனிச் சன்னதிகள் அமைக்கப்பட்டுள்ளன. இங்குள்ள குன்று ஒன்றின் மீது கட்டப்பட்டுள்ள ரெங்கநாதர் கோயிலும், தூண்களையுடைய மண்டபமும் இவர்களது பணியேயாகும்.[38]

தஞ்சையில் பிரகதீஸ்வரர் கோயில் வளாகத்திற்குள்ளேயே பிரதான கோயிலுக்கு வடமேற்கு மூலையில் சுப்ரமணியர் கோயில் ஒன்று தஞ்சை நாயக்கர்களால் கட்டப்பட்டுள்ளது. இது அலங்காரங்களுடன் கூடிய ஒரு கோயில். இது நாயக்கர் கலையின் ஒரு நன்முத்தாகும். பெரிய கோயில் வளாகத்தில் கட்டப்பட்டுள்ளதால் பெரிய கோயிலின் தரத்திற்கு ஈடு செய்ய முயற்சியெடுக்கப் பட்டுள்ளதாகக் கருதலாம். நன்கு மெருகூட்டப்பட்ட கருங்கல்லால் கட்டப்பட்ட இக்கோயிலின் அதிட்டானத்திலும், சுவரில் உள்ள அரைத்தூண்களிலும் அழகுவேலைப்பாடுகள் செய்யப்பட்டுள்ளன. மிக அற்புதமான கும்ப பஞ்சரங்கள் அமைக்கப்பட்டுள்ளன. இருவளைவுகளைக் கொண்டுள்ள கபோதம் மெல்லியதாகவும், மிகவும் அழகுடையதாகவும் அமைந்து, அதன் அடிப்பக்கத்தில் வரிவரியாக உள்ள, தாங்குகின்ற மேற்சட்ட அமைப்பினைக் கொண்டுள்ளது. சதுரமான விமானத்தின் கிரீவமும் சிகரமும் ஆறுபட்டையுடையன வாக அமைந்துள்ளன. இவை கருவறைக்குள் உள்ள இறையுருவான ஆறுமுகனுக்கு ஏற்புடைத்தாற்போல் அமைக்கப்பட்டிருக்க வேண்டும்.[39] இங்கு மேல் தளங்களில் உள்ள கர்ணக் கூடுகளும் ஆறுபட்டைகளை யுடையனவாகும்.

இவற்றைத் தவிர திருவரங்கத்தின் வெளிப்பிரகார நுழை வாயிலில் அண்மையில் கட்டி முடிக்கப்பட்ட பிரமாண்டமான கோபுரத்தின் அடித்தளம் நாயக்கர்களின் படைப்பேயாகும். நாயக்கர்கள் மதுரை, திருச்சி ஆகிய இடங்களில் சிறு கோயில்களையும் அவற்றின் அர்த்த மண்டபங்களையும் கட்டுவதற்கு மெருகூட்டப்பட்ட கருங்கல்லைப் பயன்படுத்தியிருப்பது அவர்களது சாதனைகளில் குறிப்பிடத்தக்க ஒன்றாகும்.

சமயம் சாராக் கட்டடங்கள்

பல்லவ, பாண்டிய, சோழர் காலங்களில் சமயம் சாராக் கட்டடங்கள் அரண்மனைகள் போன்றவை கட்டப்பட்டிருப்பினும் விஜயநகர காலத்தில் இவ்வகைக் கட்டடங்களின் கட்டடக்கலை அமைப்பு உன்னத நிலையை அடைந்தது என்பதில் ஐயமில்லை. இவ்வரசர்கள் தங்களது தலைநகரான விஜயநகரத்தில் அமைத்த, நகர் வளாகம், தெருக்கள் மற்றும் வீடுகளின் அமைப்பு, அரண்மனைகள், கோட்டைகள், அமைச்சக இருப்பிடங்கள், வணிக வளாகங்கள், பொழுதுபோக்கு மண்டபங்கள், நாடகக் கூடங்கள், பொதுக் குளியலறைகள், குடிநீர் வசதிகள், நீர்ப்பாசன வசதிகள் போன்றவை அவர்களின் உன்னதமான சமயச் சார்பற்ற கட்டடக்கலை நுணுக்கங்களுக்கு சிறந்த எடுத்துக் காட்டுகளாகும். இதன் சிறப்பை

பாரசீகத்து தூதுவர் அப்துல் ரஷாக் (கி.பி. 1443) சிறப்பாக எடுத்துரைக் கின்றார்[40]. விஜயநகரத்தில் உள்ள தாமரை மஹால் அரசவைப் பெண்களுக்காகக் கட்டப்பட்டதெனத் தெரிகிறது.

பிற்கால விஜயநகர மன்னர்கள் காலத்து அரண்மனைகளும் பிற பொதுக்கட்டடங்களும் சந்திரகிரி, செஞ்சி, பேணுகொண்டா ஆகிய நகரங்களில் இன்றும் பாதுகாக்கப்பட்டு வருகின்றன. செஞ்சியில் விஜயநகர மன்னர்களால் கி.பி. 16 - ஆம் நூற்றாண்டில் எழுப்பப்பட்ட கோட்டைகள் பின்னாளில் தொடர்ந்து வந்த நாயக்க மன்னர்கள், அடில்சாகிகள், மராத்தியர், பிரெஞ்சு மற்றும் ஆங்கிலேயர்களின் கட்டுப்பாட்டில் இருந்தன. இங்கு தனித்தனியாக மூன்று மலைக் கோட்டைகள் அமைந்துள்ளன. அவற்றைச் சுற்றி இயற்கையான கருங்கல் அரண்கள் உள்ளன. இக்கோட்டைகளில் உள்ள கட்டடங் களில் குறிப்பிடத்தக்கவை தானியக் களஞ்சியம், காவல் கோபுரங்கள், கோயில்கள் போன்றவைகளாகும். இக்கோட்டைகளைச் சுற்றி அகலமான மற்றும் ஆழமான அகழிகள் வெட்டப்பட்டுள்ளன. வடக்கு மற்றும் கிழக்குப் பகுதிகளில் அழகுமிகு வாயில்கள் அமைந்திருக்கின்றன. இவர்கள் காலத்தில் வேலூரில் அரண்மனையும், பாதுகாப்பு அரண்களும் அமைக்கப்பட்டன. தஞ்சை நகரின் மத்தியில் அரண்மனை கட்டப்பட்டது. அது பிற்காலத்தில் விரிவுபடுத்தப்பட்டுள்ளது. மதுரையில் திருமலை நாயக்கர் காலத்தில் பிரமாண்டமான அரண்மனை கட்டப்பட்டது. அதில் ஒரு பகுதிமட்டுமே இன்று எஞ்சியுள்ளது. எஞ்சியுள்ள பகுதி சுவர்க்க விலாசம் மற்றும் அதனைச் சுற்றியுள்ள பகுதிகளாகும். இது 235 அடி நீளமும், 105 அடி அகலமும் கொண்டதாகும். இதன் மேற்குப் பகுதியில் அரசர் தர்பார் மாளிகையும், வடக்கு, தெற்கு மற்றும் கிழக்கில் அமைச்சர்கள் மற்றும் அதிகாரிகள் அமரும் இடங்களும் உள்ளன. இப்பகுதியில் உள்ள தூண்கள் ஒவ்வொன்றும் சுமார் 40 அடி உயரமானவை. இதன் கட்டடக்கலை நுணுக்கங்கள் இந்தோ-இஸ்லாமிய கலைக்கூறுகளின் கலப்புக் கலையினைக் கொண்டவை யாகும். தூண்கள் மிகவும் கனமானவை. அவை கற்களால் கட்டப்பட்டு செட்டிநாட்டுப் பூச்சுக் கலவையால் பூசப்பட்டவை யாகும். இப்பூச்சு மிகவும் வழுவழுப்பாக அமைந்துள்ளது. அரண் மனையின் கூரைப்பகுதி ஏராளமான இஸ்லாமியர் பாணியிலான குவிகை மாடங்களைக் கொண்டுள்ளன. இவ்வரண்மனைக்குள் அமைந்துள்ள அருங்காட்சியகக் கலைக்கூடம் தேர்ந்த வெளி நாட்டுக் கட்டடக்கலை நிபுணர்களின் ஆலோசனைப்படி கட்டப்பட்டதெனத் தெரிகிறது. இவ்வரண்மனையின் தூண்கள் மற்றும் குவிகை மாடங்களின் அமைப்பு கர்நாடகத்தில் பாமினி சுல்தான்களில்

ஒருவரான பீதார் சுல்தான்களின் அரண்மனையின் அமைப்பைப் பெரிதும் ஒத்துள்ளன. மதுரையில் உள்ள தமுக்கம் மைதானம் திருமலை நாயக்கர் மற்றும் இராணி மங்கம்மாள் காலத்தில் கட்டப் பட்டதெனக் கூறப்படுகிறது.[41]

இவ்வாறு விஜயநகர - நாயக்கர் மன்னர்கள் முன்னமே தமிழகத்தில் கட்டப்பட்டிருந்த கோயில்களை விரிவுபடுத்தினர். அவற்றில் கல்யாண மண்டபங்கள், உற்சவ மண்டபங்கள், துலாபார மண்டபங்கள், யாளி மண்டபங்கள், வசந்த மண்டபங்கள் ஆகியவற்றைக் கட்டினர். அவர்களது தூண்கள் முந்தைய தூண்களின் அமைப்பிலிருந்து மாறுபட்டன. சாதாரண ஒற்றைத் தூணில், அடிப்பகுதியும் (ஓமா), மூன்று சதுரங்களும், இரண்டு கட்டுக்களும், புஷ்ப போதிகையும் அமைக்கப்பட்டன. அணியொட்டுத் தூண்களில் ஒற்றைத் தூண்களோடு குதிரை வீரர்கள், யாளிகள், இறையுருவங்கள், அரசர்களின் சிற்பங்கள் ஆகியவை சேர்க்கப்பட்டன. ஆனால் இவையனைத்தும் ஒரே கல்லில் ஆனவையாகும். பிரகாரங்கள் மூடிய கூரைகளையுடையனவாக அமைக்கப்பட்டன. அவற்றின் எண்ணிக்கைகள் கூடின. கடைசிப் பிரகாரம் வெளிப்பிரகாரமாக இருந்தது. கோபுர வாயில்களை அமைத்தனர். விமானங்களும், கோபுரங்களும் பிரஸ்தரம் வரை கருங்கல்லாலும், மேற்பகுதி செங்கல்லாலும் கட்டப்பட்டன. புதிய கோயில்கள் கட்டப்பட்டன. சமயம் சாரா அரண்மனைகள் கட்டப்பட்டன. இதற்கு உதாரணமாக வேலூர் கோட்டையையும், செஞ்சிக் கோட்டையையும், மதுரை திருமலை நாயக்கர் மஹால், காந்தி மண்டபம் ஆகியவற்றையும் குறிப்பிடலாம். இவர்களோடு இந்தியக் கோயிற்கலை வரலாற்று ஏடுகள் முற்றுப் பெற்றன எனக் கொள்ளலாம்.

அடிக்குறிப்புகள்

1. K.V.Raman, Architecture in the Vijayanagar Period, in *South Indian Studies*, 1990, P. 664.
2. George Michell, *Architecture and Art of Southern India*, 1995, P.2.
3. K.R.Srinivasan, *Temples of South India*, 1972, Rep. 1991, P. 167.
4. இம்முறையினை இன்றும் மக்களிடையே நிலவி வரும் திருமணம் மற்றும் பிற முக்கிய மங்கள விழாக்களில் வாயிலில் அமைக்கப் பெறும் வாழை மரத்தோரணத்தில் காணலாம். வாழை மரமும் அதில் தொங்கும் வாழைப்பூ மற்றும் வாழைக்காய் ஆகியவை ஒட்டுமொத்தமாக விஜய நகர மன்னர்களின் தூண்களைப் போன்றும் அவற்றின் போதிகையைப் போன்றும் தென்படுவதைக் காணலாம். இதில் எது முந்தியது என்பது ஆய்வுக்குரியதாகும்.
5. J.C. Harle, *op.cit.*, P. 330.

6. K.V. Raman, *op. cit.,* P. 665.
7. K.V. Raman, *Sri Varadarajaswami Temple - Kanchi,* 1975, P. 156.
8. George Michell, *op. cit.,* PP. 81-82.
9. K.R. Srinivasan , *op. cit.,* P. 181.
10. R.N. Saletore, *Vijayanagara Art,* 1982, P.4.
11. மேலது, ப. 62.
12. George Michell, *op. cit.,* P. 84.
13. மேலது, பக். 83-84.
14. மேலது, ப. 79.
15. மேலது, பக். 78-79.
16. K.R. Srinivasan, *op. cit.,* P. 184.
17. மேலது, ப. 6.
18. மேலது, ப. 61.
19. T.N. Ramachandran, *Tiruparutikunram and its Temples,* 1934, PP. 27-30.
20. R.N.Saletore,*op. cit.,* P. 33.
21. D. Devakunjari, *Madurai through the Ages,* 1979, P. 230.
22. K.V. Raman. *op. cit.,* 1990, P. 665.
23. D. Devakunjari, *op. cit.,* P.242.
24. மேலது, பக். 237-242.
25. K.R. Srinivasan, *op.cit.,* P. 181.
26. குடவாயில் பாலசுப்பிரமணியம், திருவாரூர் திருக்கோயில் *Heritage of the Tamil Temple Arts,* 1985, P.75.
27. சில இடங்களில் கங்கையும், யமுனையும் இவ்வாறு வைக்கப் பட்டுள்ளன. இந்தக் கொடிப் பெண்கள் அல்லது கங்கை, யமுனை வைக்கும் வழக்கமானது பௌத்தக்கலையின் தாக்கமாகும். முற்கால பௌத்தத் தோரணங்களில் இவற்றைக் காணலாம்.
28. R.N. Saletore, *op. cit.,* P. 70.
29. D.Devakunjari, *op.cit.,* PP. 224-226.
30. K.R. Srinivasan, *op. cit.,* P. 150.
31. D.Devakunjari, *op. cit.,* P. 223
33. K.R.Srinivasan, *op.cit.,* P. 186-187.
34. George Michell, *op.cit.,* P. 78.
35. மேலது ப. 79.
36. என். சேதுராமன், இராமர் கோயில்களும், கல்வெட்டுச் செய்திகளும், *Heritage of the Tamil Temple Arts,* 1985, ப. 67.
37. George Michell, *op.cit.,* P. 84-85.
38. K.V. Raman, *op. cit.,* P. 676.
39. K.R. Srinivasan, *op.cit.,* P. 186.
40. மேலது, ப. 185.
41. D. Devakunjari, *op. cit.,* PP. 326-333.

8.7 சிற்பக்கலை

விஜயநகர-நாயக்க மன்னர்கள் கட்டடக் கலையில் கொண்டிருந்த ஆர்வம் சிற்பக்கலையிலும் வெளிப்பட்டது. அவர்கள் பாண்டியர்களைப் போலவே கோஷ்டச்சிற்பங்களைத் தவிர்த்தனர். விமானத்தின் மேல்தளங்களிலும் கோபுரத்தளங்களிலும் ஏராளமான சிற்பங்களை அமைத்தனர். அவர்களது மண்டபத் தூண்களில் ஆளுயரச் சிற்பங்களை வைத்தனர். அது மட்டுமில்லாது தூண்களின் பக்கவாட்டுப் பகுதிகளிலும் சிறுசிறு சிற்பங்களை வைத்தனர். அவர்களது சிற்பங்கள் பெரும்பாலும் புராணக் கதைகளையும், தொன்மக்கதைகளையும், விளக்குவனவாகவும், யாளிகளையும், குதிரைகளையும் கொண்டனவாகவும், மன்னர்கள் கொடை யளித்தோர் ஆகியோருடைய உருவங்களைக் காட்டுவனவாகவும் அமைந்தன. அவர்களது சிற்பங்களில் அன்றைய சமுதாயப் பழக்க வழக்கங்களையும் பண்பாட்டையும் காணமுடியும். வேட்டையாடுதல், குறவன், குறத்தி, நாட்டுப்புறக் கலைகளான கோலாட்டம், பாம்பாட்டி, நடனங்கள் போன்றவை சிற்பங்களில் வடிக்கப்பட்டுள்ளதைக் காணலாம். சில சிற்பத் தொகுதிகளில் இயற்கையாக அமைந்திருக்கும் சில பறவைகளையும் மிருகங்களையும் காணலாம். இவர்களது கோயில் சுவர்களில் குரங்கு, பாம்பாட்டி, பல்லி, ஓணான், முதலை போன்றவை உயர்புடைப்புச் சிற்பங்களாகக் காட்டப்பட்டிருப்பதைக் காணலாம்.

நாயக்கர் மண்டபங்களில் உள்ள சிற்பங்களில் ரதி- மன்மதன் சிற்பங்கள் அடுத்தடுத்த தூண்களிலோ அல்லது எதிரெதிர்த் தூண்களிலோ வைக்கப்பட்டுள்ளது ஒரு பொது மரபாகவே அமைந்திருக்கின்றது. இதற்கான காரணம் என்னவென்று தெரிய வில்லை. ஆனால், பெரும்பாலும், கல்யாண மண்டபங்களில் இவை வைக்கப்பட்டிருப்பதால் இச்சிற்பங்களைத் திருமணத் தம்பதிகளான இறைவன் - இறைவிக்குப் பொருத்தமான காட்சி என்ற வகையில் அமைத்திருக்க வேண்டும். அல்லது வைணவ சமயத்தினைப் பெரிதும் போற்றி வந்த இம்மன்னர்கள் விஷ்ணுவின் மகன் என்று தொன்மக்கதை மூலம் கருதப்படுகின்ற மன்மதனின் உருவமும் அவனது மனைவியின் உருவமும் இம்மண்டபங்களில் அமைத்திருக்கக் கூடுமா? என்று தெரியவில்லை. முன்பு சொன்ன கருத்துக்கு ஆதரவாயிருப்பது மதுரைக்கு அருகில் உள்ள திருமோகூர் கோயிலில் மகாமண்டபத்திற்கு

முன்பு உள்ள சிறு திறந்தவெளி மண்டபத்தில் உள்ள ஓர் இடத்தில் இராமபிரான் சீதாப் பிராட்டியைத் தோளில் கைபோட்டு அழைத்துச் செல்கின்றார். அதற்கு முன்பு மன்மதனும், ரதியும் எதிரெதிர்த் தூண்களில் உள்ளனர். இலட்சுமணர் தனியாக ஒதுங்கி நிற்கின்றார். இம்மண்டபத்தில் இருக்கும் சிற்பங்களே மொத்தம் இந்த நால்வர் மட்டும் தான்.

விஜயநகர - நாயக்கர் சிற்பங்கள் பல்லவர், சோழர், முற்காலப் பாண்டியர் சிற்பங்களைப் போன்று நெடிய மெல்லிய ஆபரணங்கள் குறைந்த, உடலிலேயே நளினங்களைக் காட்டுகின்ற, புன்முறுவல் பூக்கின்ற சிற்பங்களாக இல்லை. அவைகளின் அளவுகள் சாத்திரங்களில் சொல்லப்பட்டிருப்பது போன்று இல்லை எனவும், அவை சிற்பமரபின் அழிவினைக் காட்டுவனவாக உள்ளன என்றும் ஜெ.சி.ஹால் கூறுகின்றார்[1]. அவர்களது உடலமைப்பில் கடுமையும், உணர்ச்சிகளைக் காட்டாத தன்மையும், கூர்மையான மூக்கும், அதிகமான ஆபரணங்களும் காணமுடிகின்றது. அவர்களது கால்களில் முட்டியை ஒரு மூடிய தேங்காய் மூடிபோன்றும் முட்டிக்குக் கீழுள்ள முழங்கால்களில் எலும்பு கூர்மையாகத் தெரியும்படியும் அமைக்கப்பட்டுள்ளன. தெய்வ உருவங்களின் மகுடங்களில் ஏராளமான அலங்காரங்கள் காட்டப்பட்டிருந்த போதும், அரசர்களின் மகுடங்கள் மிகச்சாதாரணமாக ஒரு பக்கம் சற்று வளைந்துள்ளதுபோலும் காட்டப்பட்டுள்ளன. இருப்பினும் விஜயநகர- நாயக்கர் சிற்பங்களை அழகற்றவை என்று எளிதாகச் சொல்லிவிட முடியாது. அவற்றில் அக்காலப் பண்பாட்டுப் படியான ஆடை, ஆபரணங்கள் உள்ளன. மேலும் கருங்கல்லைப் பயன்படுத்தி ஆளுயரச் சிற்பங்கள் அமைப்பதில் அக்காலக் கலைஞர்கள் அதிகச் சிரமப்பட்டிருக்க வேண்டும். எந்த ஒரு கலைப் பொருளையும் அந்தந்த காலச்சூழலின் அடிப்படையிலேயே நோக்க வேண்டும்.

புராண மற்றும் தொன்மங்களை விளக்கும் சிற்பங்கள்

புராண மற்றும் தொன்மக்கதைகளைக் கூறும் சிற்பங்கள் விஜயநகர-நாயக்கர் கால மண்டபத்தூண்களிலும், விமானம் மற்றும் கோபுரங்களின் மேல்தளங்களிலும் காணலாம். இக்கால மண்ட பங்களில் உள்ள சிற்பங்களைப் பார்க்கும்போது இம்மண்டபங்களே நாடக மேடைகள் போன்று விளங்கி யிருந்தன என்பது புலனாகின்றது. அதாவது நாடக மேடையில் ஒவ்வொரு காட்சியும் அடுத்தடுத்து வருவது போன்று இம்மண்டபங்களிலும் அடுத்தடுத்த காட்சிகள் காட்டப் பட்டுள்ளன. உதாரணமாக, நரசிம்மர், ஹிரண்யனுடன் போர் தொடுப்பது போன்ற ஒரு காட்சி ஒரு தூணில் காட்டப்

பட்டிருக்கின்றது. அடுத்த தூணில் நரசிம்மர் ஹிரண்யனின் குடலை உருவி மாலையாக அணிந்து கொள்கின்ற காட்சி உள்ளது. இச்சிற்பங்களின் உடற்கூறு அமைப்புக்கள் அழகற்ற தன்மையானதாகத் தோன்றினும் இங்கு இயக்கம், உயிரோட்டம் காட்டப்பட்டுள்ளதை உணரலாம். அதாவது, முதல் தூணில் நரசிம்மர் தன்னுடைய கால்களை மடித்து ஹிரண்யனுடன் போரிடுகின்றார். அடுத்ததில் தன் வெற்றியைக் காட்டுகின்றார். இவ்விரண்டையும் நோக்கும் போது நாடகம் பார்த்துக் கொண்டிருப்பதுபோல் உள்ளது. இக்காட்சியினைக் காஞ்சி வரதராஜப் பெருமாள் கோயில் கல்யாண மண்டபத்திலும், மதுரைக்கருகே அழகர்கோயில் கல்யாண மண்டபத்திலும், திண்டுக்கல்லுக்கருகில் உள்ள தாடிக்கொம்பு விஷ்ணு கோயிலிலும் காணலாம்.

இதே மண்டபங்களில் நாடக மேடைகள் என்று சொல்லக் கூடியதற்கு ஏற்றாற்போல் விஷ்ணுவின் அடுத்தடுத்த அவதாரச் சிற்பங்கள் காட்டப்பட்டுள்ளன. மகாபலியை ஒடுக்கிய திரிவிக்கிரமர், பூமாதேவியை நீருக்கடியிலிருந்து வெளிக்கொண்டுவரும் பூவராக மூர்த்தி ஆகியவை சித்திரிக்கப்பட்டுள்ளன. அழகர் கோயில் மண்டபத்தில் இந்நாடகக் காட்சியினைத் தெளிவாகக் காணலாம். அதாவது முதல் காட்சியில் ஹிரண்யனோடு போர் புரிகின்றார். மூன்றாவது காட்சியில் ஹிரண்யகசிபின் தம்பி ஹிரண்யக்சனால் நீருக்குள் கொண்டு செல்லப்பட்ட பூ தேவியை மீட்கின்றார். நான்காவது காட்சியாக ஹிரண்யகசிபின் பேரன் மகாபலியின் கர்வத்தை அடக்க திரிவிக்கிரமராக வருகின்றார். ஐந்தாவது காட்சி இம்மூன்று முக்கியமான வெற்றிகளைப் பெற்ற களிப்பிலே வேணுகோபாலராய் குழலிசைக்கின்றார். ஆறாவதாக கருடன் மீதேறி வைகுண்டம் போகின்றார். இக்காட்சிகள் அடுத்தடுத்து இங்குச் சொன்ன வரிசையில் அமையவில்லை. பார்க்கும் நாமே வரிசைப் படுத்திப் பார்க்க வேண்டியுள்ளது.[2]

தாடிக்கொம்பில் உள்ள திரிவிக்கிரமரின் ஆபரணங்களும் அவரது இடது மார்பில் காட்டப்பட்டுள்ள் ஸ்ரீவத்ஸமும் (மகாலட்சுமியின் சின்னம்) காண்போரை மகிழ்விக்கும் தோற்றமுடையனவாகும். இதே மண்டபத்தில் மகாவிஷ்ணு கஜேந்திரனை (யானை)க் காக்கும் கஜேந்திர மோட்சக் கதைச் சிற்பம் மிக அழகாகச் செதுக்கப்பட்டுள்ளது. கஜேந்திரனைக் காக்க தன் வாகனமான கருடன் மீது அவர் எவ்வளவு வேகமாகச் செல்கின்றார் என்பதைக் காட்ட கலைஞன் இறைவனின் ஆடைகளைக் காற்றிலே பறக்கவிட்டுள்ளான். இத்தகையதும், இதே காட்சியைக் கொண்டதுமான சிற்பம் காஞ்சி வரதராஜப் பெருமாள் கோயிலிலும் காணப்படுகின்றது.

மதுரையில் உள்ள மீனாட்சி - சுந்தரேஸ்வரர் கோயில் மண்டபங்களில் சிவ பெருமானின் வெவ்வேறு புராணக் கதைகளின் சிற்பங்கள் அமைந்துள்ளன. இக்கோயிலில் சுந்தரேஸ்வரர் சன்னதிக்குப் போகும் வழியின் முகப்பில் கட்டப்பட்டுள்ள கம்பத்தடி மண்டபம் ஒரு சிற்பக்காட்சிக் கூடம்[3] எனில் அதற்கடுத்தாற்போல் சுவாமி சன்னதி பிரகாரத்தில் அமைந்துள்ள ஆயிரங்கால் மண்டபம் ஓர் அருங்காட்சியக மாகும். கம்பத்தடி மண்டபத்தில் துவஜஸ்தம்பத்தைச் (கொடிமரம்) சுற்றிலும் அழகுமிக்க ஆளுயரச் சிற்பங்களில் சிவபெருமானின் தீரச் செயல்கள் காட்டப்பட்டுள்ளன. இங்கு நாடகக்காட்சி போன்றே சிவபெருமான் தன் செயல்களை முடித்துத் தம்பதி சமேதராய் ரிஷபத்தில் ஏறிச் செல்கின்றார். இங்குள்ள திரிபுராந்தகர் சிற்பத்தில் சிவபெருமான் கல்லாலான தேரின் மீது நின்று கொண்டு வில்லும் அம்பும் ஏந்தியுள்ளார். பிரம்மா தேரோட்டுகின்றார். அருகே விஷ்ணு உள்ளார். இதனைப் போன்ற, இதனினும் சற்றுப் பெரிதான திரிபுராந்தகர் இக்கோயிலின் முன்னேயுள்ள புதுமண்டபத்தூண் ஒன்றில் அழகாகச் சித்திரிக்கப்பட்டுள்ளார். இதைப் போன்றதொரு மற்றொரு சிற்பம் ஆயிரங்கால் மண்டபத்திலும் உள்ளது. இம்மூன்று திரிபுராந்தகச் சிற்பங்களிலும் அழகிற் சிறந்தது ஆயிரங்கால் மண்டபத்தில் உள்ளதாகும். இது கற்சிலை என்பதனைவிட ஒருபங்கு மேலாக ஓர் உலோகச் சிற்பம் போன்று தோற்றமளிப்பதனைக் காணலாம். இதற்கடுத்தாற் போல் எண்ணத்தக்கது புதுமண்டபச் சிற்பமாகும்.

கம்பத்தடி மண்டபத்தில் உள்ள மற்ற சிற்பங்களாவன, காலனைவதைத்த சிவபெருமான், நடராஜர், உமாசகிதர், சோமாஸ்கந்தர், கல்யாணசுந்தரர், ரிஷபாரூடர், ரிஷபாந்திகர், விஷ்ணு அனுக்கிரஹ மூர்த்தி, ஹரிஹரர், லிங்கோத்பவர் போன்ற சுமார் 25 சிற்பங்களாகும். இங்குள்ள காலார மூர்த்தியின் ஒரு கால் காலனின் கழுத்தை மிதித்துள்ளது. மற்றொரு கால் அவர் சிவலிங்கத்திலிருந்து வெளிப்பட்டு வந்ததை உணர்த்தும் வகையில் லிங்கத்தின் மீது வைக்கப்பட்டுள்ளது. பக்தனான மார்க்கண்டேயர் சிவலிங்கத்தைக் கட்டிப்பிடித்துள்ளார். நடராஜர் சிற்பம் இங்கு மதுரைக் கதையான கால்மாறி ஆடிய நிகழ்ச்சியை நினைவூட்டுகின்றது. இதனையொத்த நடராஜர் வெள்ளியம்பல மண்டபத்திலும் உள்ளார். கம்பத்தடி மண்டபத்தில் உள்ள நடராஜருக்கு அருகே சிவகாமி (பார்வதி), மத்தளம் வாசிக்கும் நாற்கரங்களுடைய நந்தி, வியாக்கரபாதர், பதஞ்சலி[4], மேளம் வாசிக்கும் விஷ்ணு, தும்புரு, நாரதர், காளி போன்றோரும் காட்டப்பட்டுள்ளனர். இக்கோயிலில் பல மண்டபங்களில் நடராஜர் உருவங்கள் வைக்கப்பட்டுள்ளன.

லிங்கோத்பவமூர்த்தி மிகச்சிறப்பாகச் செதுக்கப்பட்டுள்ளார். கம்பத்தடி மண்டபத்திலும், ஆயிரங்கால் மண்டபத்திலும், முதலி மண்டபத்திலும், பிச்சாடனர் சிற்பங்கள் உள்ளன. முதலி மண்டபமே சிவபெருமான் பிச்சாடனராக வலம் வரும் தாருகாவனமாக கட்புலமாக்கப் (Visualised) பட்டுள்ளதை அங்குள்ள தூண்களில் தாருகாவன ரிஷிகளும், ரிஷிபத்தினிகளும் வைக்கப்பட்டிருப்பதிலிருந்து உணரலாம். இங்குள்ள பிச்சாடனர் அழகே உருவான சுந்தரராக உள்ளார். ஆயிரங்கால் மண்டபத்தில் ஒரு பெரும் தூண் முழுவதும் சுற்றியும் பிச்சாடனர், ஆடைகள் நழுவுதலையும் உணராத ரிஷிபத்தினிகள் ஆகியோர் சிறப்பாகக் காட்டப்பட்டுள்ளனர். கம்பத்தடி மண்டபத்திலும் இது போன்றதோர் அழகான சிற்பம் உள்ளது. ஆனால் இங்கு ரிஷிபத்தினிகள் காட்டப்படவில்லை. இம்மாதிரியான பிச்சாடனர் சிற்பங்கள் கோயம்புத்தூருக்கு அருகில் உள்ள பேரூரிலும், சேலம் மாவட்டம் தாரமங்கலத்திலும் அழகுற அமைக்கப்பட்டுள்ளன.

மதுரை ஆயிரங்கால் மண்டபத்திலும், பேரூர் கோயிலிலும், தென்காசி சிவன் கோயிலிலும் தக்கனை வதைசெய்த கதையைக் காட்டும் சிற்பங்கள் அமைந்துள்ளன. மதுரையில் கம்பத்தடி மண்டபத்திலும், புதுமண்டபத்திலும் மீனாட்சி- சுந்தரேஸ்வரர் திருக்கல்யாண வைபவத்தைக் குறிக்கும் கல்யாணசுந்தரர் கோலத்தைக் காணலாம். மீனாட்சியின் ஒருகையை சிவபெருமான் பிடித்திருக்க, மகாவிஷ்ணு கன்னிகா தானம் செய்கின்றார். பிரம்மா புரோகிதரா யிருந்து திருமணத்தை நடத்துகின்றார். புதுமண்டபத்தில் உள்ள சிற்பத் தொகுதியைவிடக் கம்பத்தடி மண்டப சிற்பத் தொகுதி அழகாக அமைந்திருப்பதைக் காணலாம். இச்சிற்பத் தொகுதியில் மகாவிஷ்ணு தன் உதட்டைச் சிறிது திறந்து, மகிழ்ச்சியைக் காட்டுகின்றார். சிவபெருமான் மணமகனின் தோரணையைக் காட்டி நிற்கின்றார். இருவருக்கும் நடுவில் உள்ள அன்னை மீனாட்சியோ நாணமும், புன்னகையும் பொங்க தலைதாழ்த்தி நிற்கின்றார். இவர்களது ஆடைகள் புதுமண்டபச் சிற்பங்களின் ஆடைகளைவிடச் சிறப்பாக அமைக்கப்பட்டுள்ளன. புதுமண்டபச் சிற்பங்களில் திருமலை நாயக்கர் போன்ற பெருத்த உடலமைப்பு காணப்படுகின்றது. கனத்த முகமும், அளவற்ற ஆபரணங்களும் உள்ளன. இவ்விரு சிற்பத்தொகுதிகளிலும் உள்ள வேறுபாடுயாதெனில், புதுமண்டப கல்யாண சுந்தரர் சிற்பத் தொகுதிக்குப் பின்னால் மலர் வளையம் தெரிகின்றது. ஆனால் கம்பத்தடி மண்டபச் சிற்பத் தொகுதிக்குப் பின்னால் கற்பக விருட்சம் தெரிகின்றது. இச்சிற்பம் மீனாட்சியம்மையின் திக்விஜயத்தை நினைவூட்டுகின்றது. இத்திக்விஜயத்தின்போது இந்திரன்

இவ்வன்னைக்கு ஒரு கற்பக விருட்சம் பரிசளித்ததாகத் தொன்மம் கூறுகின்றது. இதனையடிப்படையாகக் கொண்டே திருப்பரங்குன்றத்தில் சுப்ரமணியர் கோயிலின் நுழைவாயில் மண்டபத்தில் சுப்ரமணியர் திருமணக்காட்சியும் சிற்பமாக வடிக்கப்பட்டுள்ளது.

இதேபோன்று புதுமண்டபத்திலும் கம்பத்தடி மண்டபத்திலும் சிவபெருமானும் காளியும் நாட்டியப் போட்டி நிகழ்த்தியதாகச் சொல்லப்படும் கதையையொட்டிய ஊர்த்துவ தாண்டவம் மற்றும் காளி சிற்பங்கள் பிரமாண்டமாக உள்ளன. இவற்றையொத்த சிற்பங்கள் பேரூரிலும் தென்காசியிலும் காணப்படுகின்றன. மதுரைக் கோயில் கோபுரங்களில் திருவிளையாடல் புராணக்கதைகளை விளக்கும் சிற்பத்தொகுதிகளும், சோமாஸ்கந்தர், மீனாட்சி கல்யாணம், திரிபுராந்தகர், காளி, சுப்ரமணியர் கணபதி, வீரபத்திரர் போன்ற கல்லாலும் சுதையாலும் செய்யப்பட்ட சிற்பங்களும் உள்ளன.

இதிகாசச் சிற்பங்கள்

இராமாயணம், மகாபாரதம் ஆகிய இதிகாசக் கதைகளை விளக்கும் சிற்பங்கள் இக்காலக் கோயில் மண்டபங்களில் ஏராளமாகக் காணக்கிடைக்கின்றன. காஞ்சி வரதராஜப் பெருமாள் கோயில் மண்டபத்தில் கிருஷ்ணர், இராமர் சிற்பங்களைக் காணமுடிகின்றது. கிருஷ்ணரின் வஸ்த்ராபரணக் காட்சி மிக அழகாக அமைந்துள்ளது. இங்குத் தங்களது ஆடைகளைக் கொடுக்கும்படி கோபியர்கள் கெஞ்சுவது காணப்பட வேண்டிய ஒரு காட்சியாகும். கிருஷ்ணர் கோவர்த்தன மலையைத் தூக்கி நிறுத்தியிருப்பது காணத்தக்க ஒன்றாகும். கிருஷ்ணர் காளிய நர்த்தனம் செய்வதும், பறவையாக வந்த பாகாசூரனை வதை செய்வதும் இங்குக் காட்டப்பட்டுள்ளது. இங்குள்ள இராமாயணக் காட்சிகளில் குறிப்பிடத்தக்கவை வாலி - சுக்ரீவப்போர், இராமர் வாலியை மறைந்திருந்து கொல்லுதல், ஹனுமன் சஞ்சீவி மலையைத் தூக்கிவருதல், ஹனுமன் தோள் மீது இலட்சுமணன் அமர்ந்து வருதல் போன்றவையாகும். ஸ்ரீவைகுண்டத்தில் உள்ள விஷ்ணு கோயிலில் உள்ள பெரிய மண்டபத்தில் இராமர், சீதை, இலட்சுமணர், சுக்ரீவன், அங்கதன், ஹனுமன் ஆகியோர் காட்டப்பட்டுள்ளனர். இராமர் ஹனுமனின் தோள்மீது கைபோட்டு அரவணைத்துக் கொண்டுள்ளார். இதே போன்று ஹனுமனை அரவணைத்துள்ள சிற்பம் சேரன்மாதேவியில் உள்ள இராமசாமி கோயிலின் நுழைவு வாயிலில் உள்ளது. இக்கோயிலின் மகாமண்டபத்திற்கு முன்புள்ள தூண் ஒன்றில் இராமர் நின்று கொண்டிருக்கும் காட்சியும், அவரது ஒரு கால் மடக்கி தூக்கி வைக்கப்பட்டு கீழ்ப்பாதத்தினை ஹனுமன் முத்தமிடுவது போன்றும் சிறப்பாக அமைக்கப்பட்டிருப்பதைக் காணலாம்.

மதுரை மீனாட்சி - சுந்தரேஸ்வரர் கோயில் கிளிகட்டி மண்டபத்தில் வாலி, சுக்ரீவன் ஆகியோரைக் காணலாம். இங்கு அர்ச்சுனனுக்கு பாசுபதாஸ்திரம் வழங்கும் கிரதார்ஜுனியக்கதை சிற்ப வடிவில் கொடுக்கப்பட்டுள்ளது. பீமன், தர்மன், திரௌபதி, புருஷாமிருகம், நகுல சகாதேவர் ஆகியோரும் இங்கு அழகாக அமைக்கப்பட்டுள்ளனர். புருஷாமிருகம் பீமனுடன் சண்டையிட்டதோடு பீமனின் தவற்றையுணர்த்தி, அவனைக் கவ்விப் பிடித்து, தர்மரிடம் நீதிகேட்டகதை மகாபாரதத்தில் உள்ளது.[5] திருநெல்வேலிக் கருகே கிருஷ்ணாபுரம் வெங்கடாஜலபதி கோயில் மகா மண்டபத்தில் இக்கதைத் தொகுதி சிறப்பாகச் செதுக்கப்பட்டுள்ளதைக் காணலாம். மதுரை ஆயிரங்கால் மண்டபத்தில், அர்ச்சுனன் (விராடபர்வத்தில் விராட அரண்மனையில் பிருகன்னலா என்னும் அலியாக இருப்பதைப் போன்ற) சிற்பம் உள்ளது. அர்ச்சுனனுக்கும் கர்ணனுக்கும் நடைபெற்ற போர் நிகழ்ச்சி சிற்பமாக வடிக்கப்பட்டுள்ளது. இதனை யொத்த சிற்பங்கள் நெல்லையப்பர் கோயிலிலும், நாங்குநேரி விஷ்ணு கோயிலிலும், திருக்குறுங்குடியிலும் காணக் கிடைக்கின்றன.

யாளி, குதிரை சிற்பங்கள்

காஞ்சி வரதராஜப் பெருமாள் கோயிலில் உள்ள நூறுகால் மண்டபத்தின் தூண்களில் பாய்ந்து செல்வது போன்ற குதிரைகளில் சிற்பங்களும், அவற்றின் மீது அமர்ந்துள்ள குதிரை வீரர்களும், மற்ற வீரர்களும் அழகாகச் செதுக்கப்பட்டுள்ளனர். இங்கு ஒரே கல்லாலான தூண்களில் பாயும் குதிரைகளும், யாளிகளும் காண்போரை பிரமிக்கவைப்பதைக் காணலாம். யாளிகளின் துதிக்கைகளும், மகரங்களின் துதிக்கைகளும் ஒன்றோடொன்று பிணைந்து காணப்படுகின்றன. குதிரைக்கு இயற்கையில் அணிவிக்கப்படும் கடிவாளம் மற்றும் சேணம் போன்ற அலங்காரங்களும் காட்டப் பட்டுள்ளன. வேலூரில் ஜலகண்டேஸ்வரர் கோயிலிலும் இத்தகைய அமைப்பினைக் கொண்ட தூண்கள் உள்ளன. இங்கு ஒரு தூணில் உள்ள யாளி மீது கிருஷ்ணர் அமர்ந்திருப்பது போல் காட்டப் பட்டுள்ளது. இது போன்று வரதராஜப் பெருமாள் கோயிலில் ஐரோப்பிய இராணுவ வீரர்கள் குதிரை மீது அமர்ந்துள்ளனர். இவர்கள் விஜயநகரப் பேரரசின் இராணுவத்தில் பணியாற்றிய போர்ச்சுக் கீசியராகவோ அல்லது இஸ்லாமியராகவோ இருக்கக்கூடும்.[6] ஜலகண்டேஸ்வரர் கோயிலில் குதிரை மீதமர்ந்துள்ள வீரர்கள் வேட்டையாடுபவர்கள்போல் காட்டப்பட்டுள்ளனர். அவர்கள் மிரளுகின்ற மிருகங்கள் மீது தங்களது ஆயுதங்களை ஓங்குவதும், காயமுற்ற மிருகங்கள் காட்டப்பட்டிருப்பதும் வேட்டையாடும் காட்சியையே புலப்படுத்துகின்றன.[7]

திருவரங்கம் கோயிலில் அமைந்துள்ள குதிரை மண்டபம் நாயக்கர் கலையின் ஒரு சிறப்புக் கூறாகும். இங்குத் தூண்கள் அனைத்திலும் பிரமாண்டமான பெரிய குதிரைகள் பாய்வது போன்றும், கோபாவேசத்துடனும் அமைந்துள்ளன. குதிரைகளின் மீதமர்ந்துள்ள வீரர்களின் உருவம் மிகச்சிறியதாகும். கீழே ஆயுதங்களுடன் பல வீரர்கள் காட்டப்பட்டுள்ளனர். வீரர்களின் தோள்களின் மீதமர்ந்துள்ள மனிதர்கள் குதிரையின் அடிவயிற்றுப் பகுதியைத் தாங்குவது போல் நின்றுள்ளனர். குதிரைத் தூண்களின் அடிப்பகுதியில் சமயச் சார்புடைய, புராணக்கதைகளை விளக்குகின்ற சிற்பங்கள் செதுக்கப்பட்டுள்ளன. இவை தவிர, மதுரை மீனாட்சி சுந்தரேஸ்வரர் கோயில், கிருஷ்ணாபுரம் வெங்கடாஜலபதி கோயில், ஸ்ரீவைகுண்டம் கோயில், ஸ்ரீவில்லிபுத்தூர் ஆண்டாள் கோயில், பிரம்மதேசம் கோயில் போன்றவற்றில், யாளித்தூண்களை மட்டுமே கொண்ட யாளிமண்டபங்கள் கட்டப்பட்டுள்ளன.

அரசர், அரசியர் சிற்பங்கள்

அரசர் அரசியர்களது சிற்பங்களை வடிக்கும் வழக்கம் தமிழகத்தில் பல்லவ மன்னர்களால் மாமல்லபுரத்திலேயே தொடங்கப்பட்டிருக்கின்றது. இது சோழர்காலத்திலும் சில கோயில்களில் பின்பற்றப்பட்டுள்ளது. ஆனால், பாண்டியர் கோயில்களில் அரச குடும்பச்சிற்பங்கள் காணக் கிடைக்கவில்லை. விஜயநகர - நாயக்கர்களின் ஆட்சிக் காலம் தொடங்கியதும் இச்சிற்பங்கள் வைக்கும் வழக்கம் பல்கிப் பெருகியது. காஞ்சி வரதராஜப் பெருமாள் கோயில் மண்டபத்தில் மேற்குப் பக்கத் தூண் ஒன்றில் அரசன், அரசி, அரசியின் பணிப்பெண்டிர் ஆகியோர் இருமுனிவர்களை வணங்கி நிற்கின்றனர். மதுரை மீனாட்சி சுந்தரேஸ்வரர் கோயிலில் அம்மன் சன்னதி பிரகாரத்தில திருமலை நாயக்கரும் அவரது இரண்டு தேவியரும் வணங்கிய நிலையில் உள்ளனர். இங்குள்ள அஷ்டசக்தி மண்டபத்திலும் திருமலை நாயக்கர் உள்ளார். திருப்பரங்குன்றம் சுப்ரமணியர் கோயிலின் மண்டபத்தில் திருமலை நாயக்கர் இராணி மங்கம்மாள் ஆகியோர் பக்தர்களைப் பார்த்து வணங்குவது போல் வடிக்கப்பட்டுள்ளனர். மதுரை புதுமண்டபத்தில் விசுவநாத நாயக்கர் முதல் திருமலை நாயக்கர் வரையான மன்னர்களின் உருவங்கள் இடம்பெற்றுள்ளன. அழகர் கோயிலில் கல்யாண மண்டபத்தில் இரு நாயக்க மன்னர்களின் உருவங்கள் காணப்படுகின்றன. ஸ்ரீவில்லிபுத்தூர், தாடிக் கொம்பு போன்ற கோயில்களிலும் நாயக்க மன்னர்தம் சிற்பங்கள் காணப்படுகின்றன. மன்னர்களேயன்றி இவர்தம் சிற்றரசர்களின்

உருவங்களும் அவர்களால் கட்டப்பட்ட மண்டபங்களில் உள்ளன. இதற்கான உதாரணத்தை மதுரை மாவட்டம் மேலத்திருமாணிக்கம் மீனாட்சி - சுந்தரேஸ்வரர் கோயிலில் காணலாம். இது போன்ற அரச, அரசியரின் ஆளுயரச் சிற்பங்கள் இக்காலத்தைச் சேர்ந்த பல மண்டபங்களில் காணக்கிடைக்கின்றன. இவ்வரச அரசியர்கள் ஏராளமாக ஆபரணங்களையும், கூம்பு போன்ற தொப்பியின் அமைப்புடைய மகுடங்களையும் அணிந்திருப்பதைக் காணலாம்.

பிற சிற்பங்கள்

கிராமப்புறங்களில் உள்ள குறவன் குறத்தியர்களைப் பிரதிபலிக்கும் சிற்பங்கள் மதுரை மீனாட்சி சுந்தரேஸ்வரர் கோயில், கிருஷ்ணாபுரம் வெங்கடாஜலபதி கோயில், இராமேஸ்வரம் கோயில், ஸ்ரீவைகுண்டம் கோயில், திருக் குறுங்குடி கோயில் ஆகியவற்றில் உள்ளன. கிருஷ்ணா புரத்திலும், இராமேஸ்வரத்திலும், திருக்குறுங்குடியிலும் வேட்டுவவீரன் ஒருவன் ஒரு பெண்ணைத் தூக்கிச் செல்லும் காட்சி சிறப்பாக அமைக்கப்பட்டுள்ளது. இவ்வீரன் தன் வலதுகையில் வாளும், இடது கையில் வில்லும் ஏந்தியுள்ளான். இவர்களுக்கருகில் குதிரையின் மீதமர்ந்த வீரனும், அவனைச் சேர்ந்த பிறவீரர்களும் உள்ளனர். இவர்கள் நடந்து செல்வது போல் கால்களை மடக்கிவைத்தும், தூக்கியும் காட்டப்பட்டுள்ளனர். ஒரு பெண் ஓர் இளவரசனைத் தோளில் சுமந்து செல்கின்றாள். கையில் கூடையையும், தோளில் குழந்தையையும் வைத்துக் கொண்டிருக்கும் வேட்டுவப் பெண் காட்டப்பட்டுள்ளாள். திருநெல்வேலி நெல்லையப்பர் கோயிலில் ஒரு தூணில் கைகளில் வாள், மற்றும் ஊதுகொம்பினையும் கொண்ட ஒரு வீரனின் சிற்பம் காட்டப்பட்டுள்ளது. இவனது உடல் மடிப்புக்களும் மார்பும் சிற்பியின் கலைத் திறனுக்கு ஓர் எடுத்துக்காட்டாகும். தென்காசிக் கோயிலில் இரு பெண்களின் சிற்பங்கள் உள்ளன. அவர்களில் ஒருத்தி நாணத்தோடு சற்று தலையைச் சாய்த்து நடந்து செல்கின்றாள். மற்றொருத்தி தன் கையில் உள்ள கண்ணாடியைப் பார்த்துத் தன் நெற்றியைச் சரி செய்கின்றாள். இது ஹொய்சாள சிற்பங்களில் பரவலாகக் காணப்படும் கூறாகும். மதுரை, ஸ்ரீ வைகுண்டம், செண்பகராம நல்லூர், மன்னார்கோயில் போன்ற பல கோயில்களில் கைகளில் விளக்கேந்திய பெண்களைக் காண முடிகின்றது. இதனைப் பாய்கலைப்பாவை என்பர். இவை தவிர தமிழகத்தில் விஜயநகர-நாயக்கர் மன்னர்களால் திருப்பணி செய்யப்பட்ட பெரும்பான்மையான கோயில்களில் பாலினச் சிற்பங்கள் அமைக்கப் பட்டுள்ளன. இதற்கான காரணம் தெரியவில்லை. ஒருவேளை இது கஜுராகோவின் தாக்கமாக இருக்கலாம்.

இவ்வாறு விஜயநகர - நாயக்க மன்னர்கள் காலத்து மண்டபங்கள், தூண்கள், விமான மற்றும் கோபுரங்களின் மேல்தளங்களில், சிற்பங்களும், சிற்பத் தொகுதிகளும், இராமாயணம் மற்றும் மகாபாரத இதிகாசக்கதைகளை விளக்கும் சிற்பத் தொகுதிகளும், பாயும் குதிரைகளும், யாளிகளும், குறவன், குறத்தியர், வேடர், வேட்டுவப் பெண்கள், அரசன், அரசியர், கொடையளித்தோர் ஆகியோரின் சிற்பங்களும் பாலினச் சிற்பங்களும் அமைந்திருந்தன. இவற்றின் உடற்கூறு அமைப்பு முந்தைய காலச் சிற்பங்களிலிருந்து பெரிதும் வேறுபட்டது. இக்கால உருவங்களில் கனத்த உடலமைப்பும், சிறுத்த இடையும், பெண்களுக்குப் பெருத்த தனங்களும் காட்டப்பட்டுள்ளன. இவர்கள் அதிகமான ஆபரணங்களையும், அதிக மடிப்புக்களைக் கொண்ட ஆடைகளையும் அணிந்திருந்தனர். இச்சிற்பங்கள் அமைக்கப்பட்ட முறையில் உயிரோட்டம் தெரிகின்றது. உடலின் நாடிநரம்புகள் வெளியே காட்டப்பட்டன. பல இடங்களில் நகங்கள் கூட இயற்கையாகச் செதுக்கப்பட்டன. இருப்பினும் முற்காலச் சிற்பங்கள் அளவுக்கு இவை அழகு மிகுந்தவையாக இல்லாததற்கு இவர்கள் பயன்படுத்திய கடினமான பாறைக்கல்லில் மிக நுணுக்கமான அமைப்புக்களைச் செய்ய முடியாமையும் ஒரு காரணமாகும்.

அடிக்குறிப்புகள்

1. J.C. Harle, op. cit., P. 337.
2. இது பற்றிய அதிக செய்திகளைப் பார்க்க G. Sethuraman, *Facets of Indian Art and Culture*, 1995.
3. இம்மண்டபம் கொடிக்கம்ப மண்டபம். சுந்தரேஸ்வரர் மண்டபம், துவஜஸ்தம்ப மண்டபம் என்ற பெயர்களாலும் அழைக்கப்படுகின்றது. (D. Devakunjari, op. cit., P. 236).
4. பதஞ்சலியும் வியாக்கரபாதரும் தினம் தினம் சிவ நடனத்தைக் கண்டு கழிப்பது வழக்கமாம். மதுரையில் மீனாட்சி சுந்தரேஸ்வரர் திருமணம் நடந்தபோது இங்கும் அவர்களுக்கு இக்காட்சி அளித்தாராம். (இக்கதையை விளக்கவே இங்கு இவ்விருவர் சிற்பமும் காட்டப் பட்டுள்ளது. D. Devakunjari, PP. 262-263)
5. இது பற்றிய விரிவான விளக்கத்திற்கு பார்க்க (G. Sethuraman, *Facets of Indian Art and Culture*. 1995, PP. 85-96).
6. K.V. Raman, *Architecture in the Vijayanagara Period*, P. 666.
7. Edith Tomory, op. cit., P. 228.

8.8 ஓவியக்கலை

பல்லவ, பாண்டிய, சோழர்களைப் போலன்றி, தமிழகத்தில் விஜயநகர-நாயக்க மன்னர்கள் கட்டடக்கலையிலும், சிற்பக்கலையிலும் மட்டுமல்லாது ஓவியக்கலையிலும் அதிக ஆர்வம் காட்டியுள்ளனர். அவர்களது காலத்தில் ஓவியம் தீட்டுதலே முக்கியத்துவம் பெற்றிருந்தது. இதற்குக் காரணம் கற்களைக் கொண்டுவந்து சிற்பங்கள் அமைப்பதினும் ஓவியம் தீட்டுதலை எளிதாக அவர்கள் கருதியிருக்க வேண்டும். அவர்களது காலத்தில் ஒரு புராணக்கதையையோ, ஓர் இதிகாசக் கதையையோ முழுவதுமாக கலை வடிவில் கொடுப்பது என்பது வழக்கமாக இருந்தது. அதற்கு ஓவியம் தீட்டுதலே ஏற்ற முறையாகும். அவர்தம் ஓவியங்கள் முந்தைய அரசபரம்பரையினரின் ஓவியங்களின் வளர்ச்சியின் ஒருகட்டம் என்று கருதப்பட்டாலும், அவை முந்திய காலங்களிலிருந்து பல வகைகளிலும் வேறுபட்டவையாகும். உதாரணமாகப் பல்லவர்களின் ஓவியமும் சிற்பமும் அமைப்பில் வேறுபடவில்லை. ஆனால், விஜயநகர - நாயக்க மன்னர்கள் தங்களது ஓவியங்களில் வட்டாரப் பண்பாட்டுக் கூறுகளை அதிகம் புகுத்தியிருப்பதைக் காணலாம். மேலும் அவர்களது கால, குறிப்பாக நாயக்கர்கால, ஓவியக்கருப்பொருள் பெரும்பாலும் ஏதேனும் ஒரு கதையைக் காட்டுவதாக இன்றி, காப்பியத்தின் அல்லது புராணத்தின் முழுக்கதையையும் காட்டுவதாக அமைந்துள்ளமையைக் காணலாம். இதற்குக் காரணம், முன்னமே கூறியுள்ளபடி தமிழகத்தின் முந்தைய கலைக் கூறுகளோடு, சாளுக்கிய மரபும் கன்னட, தெலுங்கு மரபுகளும் இணைந்தமையேயாகும்.

விஜயநகரப் பேரரசர்களின் தொன்மையான ஓவியங்களை அவர்களது தலைநகரான ஹம்பியில் காணமுடிகின்றது. ஹம்பி விருபாக்சர் கோயிலின் பெரிய முக மண்டபத்தின் கூரையில் விஜயநகரப் பேரரசு தோன்றுவதற்குக் காரணமாயிருந்த வித்யாரண்யரின் உருவமும், பரிவாரங்கள் புடைசூழ அவர் பல்லக்கில் பவனிவரும் காட்சியும் சித்திரிக்கப்பட்டுள்ளதைக் காணலாம். இங்கு உருவங்கள் அனைத்தும் பக்கவாட்டில் திரும்பியிருப்பதுபோல் காட்டப்பட்டுள்ளன. இது போன்றே லெபாக்ஷி என்ற இடத்திலும் வீரபத்திரராலயத்தில் மண்டபத்தின் விதானத்தில் (கூரை) ஓவியங்கள் தீட்டப்பட்டுள்ளன. விஜயநகர ஆட்சிக்காலத்தில் லெபாக்ஷி சிறந்த வாணிகத்தளமாயிருந்தது. அங்குள்ள தங்களது குலதெய்வமான

வீரபத்திரர் ஆலயத்தினை அழகுபடுத்த விஜயநகர மன்னர்களது சிற்றரசர்கள் ஏராளமாகச் செலவு செய்தனர்.[1] விதானம் முழுவதும் ஓவியம் தீட்டப்பட்டிருந்தபோதும் பெரும்பகுதி அழிந்து போய்ச் சிறிதளவு எஞ்சியிருக்கின்றது. இங்கு தெரியும் ஓவியங்களாவன, மகாபாரதம், இராமாயணம் மற்றும் புராணங்கள் ஆகும். இவை தவிர இவ்வோவியங்களைச் செய்வித்த விருப்பண்ணர் மற்றும் வீரண்ணர் ஆகியோரின் உருவங்களும் உள்ளன. இதிகாச புராணக்கதைகளில் குறிப்பிடத்தக்கவை இராமர் பட்டாபிஷேகம், கிரதார்ஜுனியம், வடபத்ரசாயி கிருஷ்ணர், பிச்சாடனர், காலாரி, கங்காதரர், திரிபுராந்தகர் போன்றனவாகும். கங்காதரர் ஓவியத் தொகுதி மிக அருமையாக அமைக்கப்பட்டுள்ளது. சிவபெருமான் உயரமான மகுடம் தரித்து மூக்குத்தி மற்றும் பல ஆபரணங்கள் அணிந்துள்ளார். அவரது தலைமீது இறங்கிய கங்கை பூமிநோக்கிச் செல்வதைக் குறிக்க அவரது தலையிலிருந்து தரைவரை மீன்கள் காட்டப்பட்டுள்ளதைக் காணலாம். பார்வதி கோபத்துடன் திரும்பியிருப்பதும் சிவபிரான் அவரது தாடையைப் பிடித்துக் கெஞ்சுவதும், இவர்களுக்கருகே பணிப்பெண் நின்று கொண்டு லோக மாதாவுக்கு ஆறுதலளிப்பதும் காணக்கிடைக்காதன வாகும். இதனினும் அழகானது சிவனும் பார்வதியும் இடபவாகனத்தில் அமர்ந்து மனுநீதிகண்ட சோழனை வாழ்த்துவதாகும். இக்கோயிலில் உள்ள ஓவிய அமைப்பே தொடர்ந்து பல விஜயநகர- நாயக்கர் கோயில்களில் பின்பற்றப்பட்டிருப்பதால் அவை பொதுவாக லெபாக்ஷி பாணி ஓவியங்கள் என்றே அழைக்கப் படுகின்றன. இவை கர்நாடகத்தில் அனிகொண்டே, சோமபாளையம் முதலிய இடங்களிலும் காணப்படுகின்றன. அனிகொண்டேயின் ஓவியங்கள் சோழநாட்டு ஓவியக்கலைஞர்களின் திறனை நினைவூட்டு கின்றன என முல்க்ராஜ் ஆனந்த் கூறுகின்றார். இந்த லெபாக்ஷி அல்லது விஜயநகர- நாயக்கர் ஓவியப்பாணி கீழ்க்கண்ட முக்கிய கூறுகளைக் கொண்டவையாகும்.

1. இவ்வோவியங்களில் உருவங்கள் பக்கவாட்டில் பார்த்த வண்ணம் (profile) அமைக்கப்பட்டிருக்கும்.

2. இவற்றில் உடல் அவயங்களான மூக்கு, கண், முழங்கை, கால் இவை கூர்மையாக அமைக்கப்பட்டிருக்கும்.

3. உடலில் அதிக ஆபரணங்கள் இடப்பட்டிருக்கும்.

4. உடல் சதைப்பற்று மிக்கதாய் அமைக்கப்பட்டிருக்கும்.

5. சிவப்பு வண்ணம் அதிகமாகக் காட்டப்படும்.

6. ஆடைகளில், குறிப்பாக பெண்களின் சேலைகளில் அதிக பூவேலைப்பாடுகள் இருக்கும்.
7. ஓவியத்தின் விளிம்புகளில் வண்ணங்களும் பூவேலைப்பாடும் இருக்கும் (border).
8. நதிகளை அல்லது கடலைக்காட்ட மீன் போன்றவற்றை நீரில் விளையாடுவதைப்போல் காண்பிப்பர்.
9. பெண்களுக்குப் பெரிய கொண்டை அணிவிக்கப் பட்டிருக்கும்.
10. ஓவியத் தொகுதிகளில் ஒவ்வொரு காட்சிக்கும் ஒரு குறிப்பு தெலுங்கிலோ அல்லது அப்போது வழக்கிலிருந்த தமிழிலோ எழுதப்பட்டிருக்கும்.

இதுபோன்ற முக்கிய கூறுகள் விஜயநகர- நாயக்கர் ஓவியத் தொகுதிகளில் காணக்கிடைக்கின்றன.

இவர்களது ஓவியங்கள் தமிழகத்தில் காஞ்சிபுரம், திருவண்ணாமலை, திருவாரூர், திருவரங்கம், கும்பகோணம், திருவீழிமிழலை, உத்தரமேரூர், திருவொற்றியூர், திருவலஞ்சுழி, சிதம்பரம், திருவெள்ளறை, மதுரை, அழகர்கோயில், நத்தம், கோவில்பட்டி, ஸ்ரீவில்லிபுத்தூர், ஸ்ரீவைகுண்டம் போன்ற இடங்களில் காணக்கிடைக்கின்றன. இவற்றில் சில மட்டும் இங்கு உதாரணத்திற்காக எடுத்துக்கொள்ளப் படுகின்றன.

காஞ்சி

காஞ்சிபுரத்தின் ஒரு கோடியில் சமணசமயத் தளமான திருப்பருத்திக்குன்றம் என்ற இடத்தில் உள்ள கோயிலில் கி.பி. 14 ஆம் நூற்றாண்டில் அதாவது விஜயநகர அரசின் துவக்கத்தில், முன்மண்டபம் ஒன்று கட்டப்பட்டது.[2] இம்மண்டபத்தின் விதானத்தில் விஜயநகர-நாயக்கர்கால ஓவியங்கள் சிதைந்து காணப்படுகின்றன. இங்குள்ள விஜயநகர ஓவியங்கள் மகாவீரரின் வாழ்க்கையை விளக்குவனவாக உள்ளன. இதனைத் தவிர ஓர் ஓவியம் ஒருவருக்கு முடிசூட்டுவது அல்லது நீராட்டுவது போன்று அமைக்கப்பட்டுள்ளது. ஒரு கருவுற்ற பெண்ணின் உருவம் காட்டப்பட்டுள்ளது. இது ஒரு வேளை செழிப்பைக் காட்டும் குறியீடாக அமைக்கப்பட்டிருக்கலாம். ஒரு பெண் குதிரை மீது அமர்ந்து பவனிவருகின்றாள். இதற்குப்பின் நாயக்கர்கால ஓவியம் காணப்படுகின்றது. இதற்கும் அடுத்து பதினெட்டாம் நூற்றாண்டு ஓவியங்களும் தென்படுகின்றன. இவற்றில் குறிப்பிடத்தக்கவை ஆதிநாதர் வரலாறு, மகாவீரர் வரலாறு, சமண இலக்கியங்களில் காட்டப்படும் கிருஷ்ணனின் பிறப்பு, சீராட்டல்,

அசுரர்களை அழித்தல் போன்றவையாகும். இதன் விளக்கங்களும் அக்காலத் தமிழில் கொடுக்கப்பட்டுள்ளன. மகாபலிபுரத்தில் கிரதார்ஜூனிய சிற்பத் தொகுதியில் மண்ணுலகும், விண்ணுலகும், விஷ்ணுவாலயம் ஒன்றும் காட்டப்பட்டிருப்பது போன்று இங்குள்ள ஓவியத்தின் ஒருபகுதியில் சமவசரணத்தைக் குறிக்கும் மண்டபம் ஒன்றும் காட்டப்பட்டுள்ளது. அதற்குள் மகாவீரர் அமர்ந்து போதித்துக் கொண்டிருக்கின்றார். இதற்கு எதிரில் மானஸ்தம்பம் ஒன்று இருக்கின்றது. ஆடல் அணங்குகள் நடனமாடும் காட்சியும் உள்ளது.

காஞ்சியின் பெருங்கோயில்களில் ஒன்றான வரதராஜப் பெருமாள் கோயிலில் கருவறையின் முன் உள்ள மண்டபத்திலும், நரசிம்மர் ஆலயக் கருவறைக்கு முன்னுள்ள மண்டபத்திலும், ஆண்டாள் ஊஞ்சல் மண்டபத்திலும் இக்கால ஓவியங்களைக் காணலாம். (16 -ஆம் நூற்றாண்டு). இவற்றில் குறிப்பிடத்தக்கவை கிருஷ்ணன் வஸ்திராபகரணக் காட்சியும் (கோபியரது ஆடைகளைக் கவர்ந்து மறைத்து வைத்தல்), காளிங்க நர்த்தனமும், திருமால் தன் தேவியருடன் அமர்ந்திருக்கும் கோலமும், காமதேவனும் அவனது மனைவியும் பணிப்பெண்டிரும், விஜயநகர அரசமுத்திரையானவராகமும் தலைகீழாக வைக்கப் பட்டிருக்கும் வாளும் இன்ன பிறவுமாகும். இங்கு அஜந்தாவிலும், எல்லோராவிலும் உள்ளது போல் வித்யாதரர்கள் உருவங்கள் காணப்படுகின்றன. ஆனால் அவர்கள் இங்குப் பல்லக்கில் பவனிவருகின்றனர். இதே காட்சி மதுரை கூடலழகர் கோயில் ஓவியத்திலும் காணப்படுகின்றது. ஸ்ரீவில்லிபுத்தூர் கோதைப் பிராட்டியாரும் அரங்கமன்னாரும் அழகுற அமைக்கப் பட்டுள்ளனர். இருப்பினும் பாதி அழிந்த நிலையிலேயே இவ்வோவியம் காணப்படுகின்றது. காஞ்சி ஏகாம்பரநாதர் கோயில் ஆயிரங்கால் மண்டப மேல் விதானத்தில் உள்ள ஓவியங்களும், தருமபுரிக்கருகில் உள்ள அதமன் கோட்டை பெருமாள் கோயில் முன்மண்டபத்து ஓவியங்களும் இக்காலத்தவையே என நம்பப்படுகின்றன.[3]

செங்கம்[4] என்னும் ஊரில் செஞ்சி நாயக்கமன்னர் ஒருவரின் தானைத்தலைவனால் கி.பி. 1600 வாக்கில் எடுப்பிக்கப்பட்ட வேணுகோபால பார்த்த சாரதி கோயிலின் முன் மண்டபத்தின் விதானத்தில் இராமாயணக்கதை முழுவதும் ஓவியமாகத் தீட்டப் பட்டுள்ளது.[5] ஆனால் இதில் பெரும்பகுதி அழிந்து விட்டது. இதில் ஒரு புதிய காட்சி இருக்கின்றது. அஃதாவது இராவணன் தன்னைச்சுற்றி அம்பு எய்து அரணமைத்து பாதாள ஹோமம் செய்கின்றான். அதனைக் கலைக்க பல யுக்திகள் செய்தும் அங்கதனும் அனுமனும் வெற்றியடைந்தாரில்லை. இறுதியாக மண்டோதரியை இராவணன்

முன் துன்புறுத்தி அவனது கோபத்தைக் கிளறிவிட்டு அவன் யாகத்தை அழிக்கின்றனர்[6]. ஆனால் வால்மீகி இராமாயணத்திலோ, கம்பரது இராமாயணத்திலோ இந்நிகழ்ச்சி குறிப்பிடப்பட வில்லை. அவற்றில் இந்திரஜித்தின் யாகத்தை அழிப்பது பற்றியே சொல்லப்பட்டுள்ளது. ஒருவேளை இந்நிகழ்ச்சி தெலுங்கில் எழுதப்பட்டுள்ள அரங்க இராமாயணத்தில் குறிப்பிடப் பட்டிருக்கலாம். ஏனெனில் மதுரைக்கு அருகிலுள்ள அழகர் கோயில் ஓவியங்களிலும் மேற்கூறப்பட்ட இராமாயணங்களில் சொல்லப்படாத காட்சிகள் இடம் பெற்றிருப்பதைக் காணலாம். இக்கதை பாமர மக்களிடையே வழங்கியதாகத்தான் இருக்க முடியும். ஏனெனில் இதில் காட்டப்பட்டுள்ளதுபோல் மண்டோதரியைத் தலைமுடியைப் பிடித்து இழுத்து வந்து குத்தவோ, அடிக்கவோ, பண்பட்ட இலக்கியங்களில் இடம் தந்திருக்க மாட்டார்கள் என நாகசாமி கூறுகின்றார்.[7]

திருவெள்ளறை

திருவெள்ளறை புண்டரீகாஷர் கோயில் சித்திர மண்டப விதானத்திலும், திருச்சுற்றுச் சுவரிலும், உள்சுவரிலும் ஓவியங்கள் இருந்தமைக்கான சுவடுகள் தெரிகின்றன. ஆனால் தற்போது, அழிந்தனபோக, சித்திரமண்டபவிதான ஓவியங்களே எஞ்சியுள்ளன. இவற்றில் இராமாயணக்கதை தீட்டப்பட்டுள்ளதும், ஒருதலை ஈருடல், காளை உடலுக்கும், யானை உடலுக்கும் ஒரே தலை, ஒரு மனிதனுக்கும் ஒரு மீனுக்கும் ஒரேதலை என்று காண்பிக்கப்படுவதும் குறிப்பிடத்தக்க தாகும்.[8] மற்றொரு முக்கிய ஓவியம் பாம்பாட்டியினுடையதாகும். பாம்பாட்டிக்கு அருகில் குரங்கொன்றும் உள்ளது. இவ்வகை அமைப்புடைய சிற்பவமைதிகள் மிகப்பழங்காலத்திலேயே உருவாக்கப் பட்டிருக்கின்றன என்பதை சென்னை அரசு அருங்காட்சியகத்தில் வைக்கப்பட்டுள்ள அமராவதி (கி.பி. 2 - ஆம் நூற்றாண்டு) ஸ்தூபச்சிற்பத் தொகுதி ஒன்றின் மூலம் அறியமுடிகின்றது. ஆனால், பிற்காலத்தில் விஜயநகர- நாயக்க மன்னர்களின் கோயில் வெளி மதிற்சுவரின் விளிம்புகளில் நாட்டுப்புற மக்களின் வாழ்வியல் கூறுகளைக் காட்டும் பல சிறு சிற்பங்களுக்கிடையே பாம்பாட்டி, குரங்கு ஆகியவற்றையும் சேர்த்திருப்பதைக் காணலாம். இக்காட்சி தென் தமிழ்நாட்டில் குறிப்பாக நவதிருப்பதி கோயில்களில்- அதிகம் காணப்படுகின்றது.

திருவண்ணாமலை

திருவண்ணாமலை அருணாச்சலேஸ்வரர் (அண்ணாமலையார் கோயில்) ஆலயத்தில் யானைகட்டும் மண்டப விதானத்தில் கிருஷ்ண தேவராயர் காலத்து ஓவியங்கள் உள்ளன. மங்கிய நிலையிலுள்ள

இவ்வோவியங்களில் குறிப்பிடத்தக்கவை, தேவரும் அசுரரும் பாற்கடலைக் கடையும் காட்சியும், சிவபிரான் கல்யாண சுந்தரராய்த் திகழும் காட்சியுமாகும். இங்குள்ள கோபுரம் ஒன்றிலும் சிறந்த ஓவியங்களைக் காணலாம். கோயிலுக்கருகில் உள்ள குன்றின் அடிவாரத்தில், பின்புறத்தில் உள்ள மண்டபத்திலும் ஓவியங்கள் தீட்டப்பட்டுள்ளன.

திருவரங்கம்

திருவரங்கம் திருவரங்கநாதர் கோயிலில் வேணுகோபாலர் சன்னதிக்கு முன்புள்ள மண்டபம் ஒன்றின் விதானத்தில் விஜயநகரப் பேரரசு தொடங்கிய காலத்திலேயே தீட்டப்பட்ட ஓவியங்களைக் காணலாம். இவ்வோவியங்களைக் கண்டு வெளிக்கொணர்ந்தோர் தமிழக அரசு தொல்பொருள் ஆய்வுத்துறையினராவர். இவ்விதானத்தின் நடுப்பகுதியில் குழலூதும் கண்ணனும் அவனைச் சுற்றி ஆனிரைகளும், கோகுலப் பெண்டிரும் சித்திரிக்கப்பட்டுள்ளனர். இப்பெண்டிர் ஆபரணங்கள் பலவற்றை அழகாக அணிந்துள்ளனர். அற்புதமான வேலைப்பாடுகளைக் கொண்ட ஆடைகளைத் தரித்துள்ளனர். இதற்குச் சற்றுப் பிந்திய காலத்தில் வரையப்பட்ட ஓவியங்களில் குறிப்பிடத்தக்கவை ஆலிலை அமர்ந்த கண்ணனும், காளிய நர்த்தனக் கண்ணனும், பெருமாளும், நாச்சியாரும் ஆவர்.

இதேபோன்ற கிருஷ்ண லீலா வினோதங்களைக்காட்டும், 15-16 ஆம் நூற்றாண்டுகளைச் சேர்ந்த ஓவியங்கள் தஞ்சைக்கருகே திருவீழிமிழலையிலும் காணப்படுகின்றன. சோழப்பேரரசர்கள் காலத்தில் தலஆட்சிமுறையின் மூலம் சிறப்பிடம் பெற்றிருந்த உத்தரமேரூரில் உள்ள சுந்தரவரதப் பெருமாள் கோயிலில் இக்காலத்தைச் சேர்ந்த ஓவியங்கள் உள்ளன. அவற்றில் நாரதர், தும்புரு, ஆயுத புருஷர்கள், கல்கி அவதாரம் போன்றவை அழகாகத் தீட்டப்பட்டுள்ளதைக் காணலாம்.

முன்னமே குறிப்பிட்டிருப்பதுபோல், விஜயநகர ஓவியப் பாணியையே நாயக்கமன்னர்களும் பின்பற்றியிருந்தனர். அதற்கும் மேலாக இவ்வோவியங்களில் அவர்கள் சேர்த்துள்ளது அந்தந்த வட்டாரப் பழக்கவழக்கங்களின் கூறுகளேயாகும். கீழ்க்காணும் சில உதாரணங்கள் அவர்களுக்குரிய ஓவியப்பாணியை விளக்குவதைக் காணலாம்.

மதுரை

மதுரை ஸ்ரீமீனாட்சி சுந்தரேஸ்வரர் ஆலயத்தில் ஏராளமான ஓவியங்கள் தீட்டப்பட்டன. அக்கோயிலின் பொற்றாமரைக்

குளத்தினைச் சுற்றியுள்ள சுவரில் திருவிளையாடல் புராணக் கதைகள் அனைத்தும் வரையப்பட்டிருந்தன. காலவெள்ளத்தால் அவற்றின் பெரும்பகுதி அழிந்து போனது. எஞ்சியிருந்ததும் அண்மையில் குடமுழுக்கு விழா என்ற பெயரால் அழிக்கப்பட்டு விட்டது. பலரும் இதனைக் கண்டித்த காரணத்தால் அவ்வோவியங்களை மீண்டும் வரைய கேரளத்திலிருந்து ஓர் ஓவியர் வரவழைக்கப்பட்டு அப்பணி தொடங்கப்பட்டுள்ளது. இவ்வாலயத்தின் ஊஞ்சல் மண்டபத்தின் மேல் விதானத்தில் ஸ்ரீ மீனாட்சி சுந்தரேஸ்வரர் திருக்கல்யாணக்கோலம் மிக அழகாகத் தீட்டப்பட்டுள்ளதைக் காணலாம். இத்தருணத்தில் மகாவிஷ்ணு தன் தங்கையை சிவபிரானுக்குக் கன்னிகாதானம் செய்து கொடுக்கின்றார். அருகில் இராணிமங்கம்மாளும், விஜயரங்க சொக்கநாதரும், இராமப்பய்யரும் உள்ளனர். அவர்கள் பெயர்கள் தெலுங்கில் எழுதப்பட்டிருப்பதைக் காணலாம். இதைச் சுற்றிலும் எண்திசைக்காவலருடனும் மீனாட்சி போரிடுவதுபோன்று சித்திரிக்கப் பட்டுள்ளது. மற்றோர் ஓவியத்தில் அன்னை மீனாட்சியிடமிருந்து ஒரு பிராமணர் செங்கோல் பெறுகின்றார். அருகே மங்கம்மாள் நின்றிருக்கின்றார். திருமலைநாயக்கர் காலத்தில் மதுரையரசாளும் அன்னையிடம் ஆண்டுக்கொருமுறை செங்கோல் பெற்று அந்த நாள் முழுவதும் அரியணையில் செங்கோலை வைத்து வணங்குகின்ற வழக்கம் தொடங்கப்பட்டது. இங்குக் கண்ட ஓவியம் அது இராணிமங்கம்மாள் காலத்திலும் தொடர்ந்து செயல்பட்டது என்பதைக் காட்டுகின்றது.

அழகர்கோயில்

மதுரைக்கருகே, அழகர்கோயிலில் வெளிப்புறத்தில் உள்ள வசந்த மண்டபத்தில் இராமாயணக்கதை மிகச் சிறப்பாகத் தீட்டப் பட்டிருப்பதைக் காணலாம். இம்மண்டபத்திற்குள் மைய மண்டபம் ஒன்றும் உள்ளது. இம்மைய மண்டப விதானத்தில் அழகர் கோயிலில் உள்ள மூலவரின் திருவுருவங்கள் உள்ளன. மைய மண்டபம் இறைவன் உறையும் விண்ணுலகம் போன்றும் வெளிமண்டபம் மண்ணுலகம் போன்றும் சித்திரிக்கப்பட்டிருப்பதைக் காணலாம். 18 - ஆம் நூற்றாண்டின் தொடக்கத்தில் தீட்டப்பட்ட இவ்வோவியத்தின் தொடக்கம் பாற்கடலில் பள்ளி கொண்டிருக்கும் மகாவிஷ்ணுவை தேவர்கள் அணுகி இராவணனை சம்ஹாரம் செய்யவேண்டுமெனக் கேட்டுக்கொள்வதிலிருந்து தொடங்கி, விதானம் முழுவதும் இராமரும் மற்றோரும் பிறப்பு, வளர்ப்பு, கல்விகற்றல் ஆகியவை காட்டப்பட்டு சுவர்ப்பகுதிகளில் கதையின் தொடர்ச்சி காட்டப்பட்டு பட்டா பிஷேகத்துடன் முடிவதைக் காணலாம். இவற்றில் பல தொகுதிகள்

அழிந்தும் உள்ளன. பாதுகாப் பின்மையாலும், ஊர்மக்களின் அறியாமையாலும் நாளுக்குநாள் ஓவியம் அழிந்துவருதலைக் காணலாம். இங்கு ஒவ்வோர் ஓவியத் தொகுதியின் கீழும் அக்கால நாட்டுப்புற வழக்கிலிருந்து தமிழில் விளக்கம் எழுதப்பட்டுள்ளது. இங்குத் தீட்டப்பட்டுள்ள ஒவ்வோர் ஓவியத்திலும் வட்டாரப் பழக்கங்களைக் காணலாம். உதாரணமாக குழந்தை பிறத்தலைக் காட்டும்போது சேலைகளை வைத்து மறைத்துக் கொண்டிருப்பது காட்டப்படுகின்றது. கிராமங்களில் மனைவி கர்ப்பம் தரித்த பின் குழந்தை பெற்றெடுக்கும் காலம் வரை கணவன் தாடியுடன் இருப்பது வழக்கம், இங்கு தசரதரும் அவ்வாறே காட்டப்பட்டுள்ளார். இதுபோன்று ஏராளமான உதாரணங்கள் அங்கே உள்ளன. இவ்வோவியங்களில் அலங்காரமான ஆடை அணிகலன்களைக் காணலாம். ஆடை அமைப்பிலும் வட்டார வழக்கங்கள் காணலாம். உதாரணமாக கோவணம் கட்டுதல், அரைக்கால் சட்டை அணிதல் போன்றவற்றைக் கூறலாம்.

இதேபோன்ற இராமாயண ஓவியங்கள் ஸ்ரீவில்லிபுத்தூர் ஆண்டாள் கோயிலிலும் காணக்கிடைக்கின்றன. தென் தமிழ்நாட்டின் சில கோயில்களில் 108 திவ்ய தேசங்களின் மூலவர்களின் ஓவியங்களைக் காணலாம்.

நத்தம் கோவில்பட்டி

மதுரைக்கருகே நத்தம் கோவில்பட்டியில் உள்ள சிவன் கோயிலில் அம்மன் சன்னதியின் முன்மண்டப விதானத்தில் காளிதாசரின் குமாரசம்பவக் கதை தீட்டப்பட்டிருப்பதைக் காணலாம். இங்குச் சிவபெருமானுக்கும் பார்வதிக்கும் ஏற்படும் காதல், மன்மதன் அம்பு தொடுத்தல், மன்மதனை சிவபிரான் சாம்பலாக்குதல், இரதிதேவியின் வேண்டுதல், சிவனுக்கும் பார்வதிக்கும் திருமணம் தேவர்கள் முன்னிலையில் நடத்தல், பின் அவர்கள் தனியிடத்தில் இருத்தல், பலகாலம் ஆகியும் அவர்கள் வெளிவராததைக் கண்ட தேவர்கள் அவர்கள் இருக்கும் அறைக்குச் செல்லல், பார்வதி வெட்கத்தால் எழுந்து பின்புறம் மறைந்திருத்தல், சிவபிரானின் உயிரணுக்களை அக்கினிதேவன் பெற்று குளத்தில் விடல், அதிலிருந்து கார்த்திகைப் பெண்கள் அறுவர் ஆறுகுழந்தைகளைக் கொண்டுவந்து பார்வதி தேவியிடம் சேர்த்தல், அவர்களைப் பார்வதி தேவி அணைத்தபோது ஆறுமுகன் உருவாதல் (அதாவது அனைவரும் ஒருங்கிணைந்து ஒருடல் ஆறுமுகமாதல்) ஆகிய காட்சிகள் நாடகம் போல் அடுத்தடுத்துக் காட்டப்பட்டுள்ளமையைக் காணலாம். இங்குள்ள பிரதான சிவன் சன்னதியின் முன்மண்டபத்தில் நாயக்க சிற்றரசரான லிங்கம நாயக்கர்

தாம் சென்று வணங்கிவந்த அத்தனை கோயில்களின் வடிவத்தையும் தீட்டியுள்ளார்.

இதைத்தவிர இன்னும் பல கோயில்களில் விஜயநகர- நாயக்கர் கால ஓவியங்கள் காணப்படுகின்றன. இதுகாறும் கண்ட அம்மன்னர் களது கால ஓவியங்களில் ஆடை, அணிகலன், அலங்காரங்கள் அதிகமாகக் காணப்படுகின்றன என்பது தெளிவாகின்றது. ஆடைகள் பூவேலைப்பாடுகளுடன், மடிப்பு மடிப்பாகவும் திகழ்கின்றன. சிகையலங்காரம் புதுவிதமாக, அதாவது நீண்ட கொண்டையுடைய தாகவுள்ள பக்கவாட்டுப் பார்வை காட்டப்பட்டுள்ளதையும் காணமுடிகின்றது.இவர்கள் கால ஓவியங்களில்பச்சை,சிவப்பு, மஞ்சள், கருப்பு போன்ற வண்ணங்களே அதிகம் பயன்படுத்தப்பட்டுள்ளன. இவ்வோவியங்கள் அமைக்கப்பட்டுள்ள சட்டங்களின் நான்கு பக்க விளிம்புகளிலும் பூவேலைப்பாடு, வட்டம், சங்கிலித்தொடர் போன்ற அலங்கார அமைப்புக்களையும் காணலாம். தமிழக அரச பரம்பரை யினரில் ஓவியங்களுக்கு அதிக முக்கியத்துவம் கொடுத்தவர்கள் இம்மன்னர்களே. அரச பரம்பரையினரின் கலைவளர்ச்சியின் இறுதிக்கட்டமும் இவர்களுடையதேயாகும்.

அடிக்குறிப்புகள்

1. C. Sivaramamurti, *op. cit.*, P.75
2. கி.பி. 1387 - இல் இம்மண்டபம் இருகப்பன் என்ற ஓர் அமைச்சரால் எடுப்பிக்கப்பட்டது. இது சங்கீத மண்டபம் எனப்படுகின்றது. அவ்வமைச்சர் காலத்திலேயே வண்ண ஓவியங்களும் தீட்டப்பட்டுள்ளன. (இரா. நாகசாமி, முன்னது, (1979), ப. 123.)
3. மேலது, ப. 130.
4. இவ்வூர் சங்க காலத்திலிருந்தே வரலாற்றுச் சிறப்பு மிக்கதாய்த் திகழ்ந்து வந்துள்ளது. இங்குக் கிடைத்த நடுகற்கள் அல்லது நினைவுத் தூண்கள் மிகப் பிரசித்தி பெற்றவையாகும்.
5. இரா. நாகசாமி, முன்னது, ப. 131.
6. மேலது.
7. மேலது, ப. 132.
8. மேலது, ப. 126.

9. தமிழகத்தில் பௌத்தமும் பௌத்தப் படிமங்களும்

பௌத்த சமயம் வடஇந்தியாவில் பெரும் பகுதியில் பரவியிருந்தது. தெற்கே ஆந்திரத்திலும், கேரளத்திலும் செல்வாக்குப் பெற்று விளங்கியது. ஆனால் தமிழகத்திலும், கர்நாடகத்திலும் சமண சமயம் வளர்ந்த அளவுக்கு பௌத்தம் வளர்ச்சியடையவில்லை. தமிழகத்தில் பல இடங்களிலுள்ள குடைவரைகளைப் பௌத்தர் குடைவரைகள் என்று ஒரு காலத்தில் அறிஞர் பெருமக்கள் கருதினர். மயிலை சீனி. வேங்கடசாமி அவர்கள் தமது 'பௌத்தமும் தமிழும்' என்ற நூலில் பாண்டிய நாட்டில் உள்ள அழகர்கோயில், ஆனைமலை, கீழவளவு, அரிட்டாபட்டி போன்ற குடைவரைகளைப் பௌத்தர்களின் இருக்கைகள் என்று குறிப்பிட்டுள்ளார்.[1] ஆனால் அவர் அந்த நூலை எழுதிய காலத்தில் அசோகர் பயன்படுத்தியது போன்று தமிழகத்தில் பிராமி எழுத்துக்களைப் பௌத்தர்களே பயன்படுத்தியிருப்பர் என்ற யூகம் இருந்திருக்க வேண்டும். இங்குச் சமணர்கள் இயற்கைக் குகைத்தளங்களில் வாழ்ந்துள்ளனர். அவர்கள் பிராமி எழுத்துக்களை உபயோகித்துள்ளனர். வைதீக சமயத்தவர்களும், பௌத்தர்களும் செயற்கைக் குடைவரைகளை அமைத்தனர். அத்தகைய பௌத்தக் குடைவரை எதுவும் தமிழகத்தில் காணப்பெறவில்லை. தமிழகத்தில் தொண்டை நாட்டில் காஞ்சி, சோழ நாட்டில் நாகப்பட்டினம், காவிரிப்பூம்பட்டினம், பூதமங்கலம், சேர நாட்டில் வஞ்சி போன்ற பல இடங்களில் பௌத்தம் செல்வாக்குப் பெற்று விளங்கியிருக்கிறது.[2] ஆனால் பாண்டிய நாட்டில் குறிப்பிடும்படி எந்த இடமும் அண்மைக் காலம் வரையில் அடையாளம் காணப்படவில்லை. அண்மையில் அரியாங்குண்டு என்ற இடத்தில் தமிழக அரசின் தொல்லியலாளரால் புத்தரின் உருவச் சிலைகள் கண்டுபிடிக்கப்பட்டுள்ளன.[3] இராமநாதபுரம் மாவட்டம் மணிகண்டியில் கிடைத்த புத்தரின் கற்சிலை சென்னை அரசு அருங்காட்சியகத்தில் வைக்கப்பட்டுள்ளது.[4]

சிறந்த பௌத்த நூலான மணிமேகலையின் ஆசிரியராக விளங்கிய சீத்தலைச் சாத்தனார் மதுரை நகரைச் சேர்ந்தவர் என்பர். இவர் புகார், வஞ்சி, காஞ்சி ஆகிய இடங்களில் நிலவி வந்த பௌத்தப் பள்ளிகள் பற்றிய செய்திகளைக் கூறுகிறார். தமிழகத்தில் பௌத்த சமயம் நிலைநாட்டப் பட்டுள்ளது என்பதற்குக் கிடைக்கின்ற முதல் காப்பிய ஆதாரம்

மணிமேகலை ஆகும். கி.பி. ஆறாம் நூற்றாண்டில் வாழ்ந்த தருமபாலர் என்னும் பௌத்த ஆசிரியர் திருநெல்வேலிப் பகுதியைச் சேர்ந்தவர் எனக் கூறப்படுகிறது. இவர் காஞ்சிபுரத்திலுள்ள "படராதித்த விஹாரை" என்னும் பௌத்தப் பள்ளியின் தலைவராக இருந்திருக்கிறார். 'பரமார்த்த மஞ்சுஷா' போன்ற பௌத்த இலக்கியங்களுக்கு உரை எழுதியுள்ளார். இலங்கையில் அனுராதபுரத்து 'மகாவிஹாரை'யில் தங்கி பாலி இலக்கியங்களைக் கற்றார். பொதிகைமலையைச் சேர்ந்த மற்றொரு பௌத்த ஆசிரியர் வச்சிர போதியாவார். வஜ்ராயன பௌத்தப் பிரிவைச் சேர்ந்த இவர் காஞ்சியிலும், நாளந்தா பல்கலைக்கழகத்திலும் பயின்றவராவார். இலங்கை, சீனா போன்ற நாடுகளுக்கும் சென்று பௌத்தத்தைப் பரப்பினார். இலங்கையின் மன்னன் பராக்கிரமபாகு (கி.பி.1263 - 1268) என்பவன் கூட்டிய பௌத்த மாநாட்டில் கலந்து கொண்டு சிறப்புரையாற்றிய தர்மகீர்த்தி என்பவர் பாண்டிய நாட்டைச் சேர்ந்தவராவார்[5]. எனவே தமிழகத்தின் பிறபகுதிகளில் பௌத்தப் பள்ளிகள் இருந்தபோதும், பௌத்தப் பள்ளிகள் இருந்ததற்கான சரியான அடையாளங்கள் இல்லாத பாண்டிய நாட்டில் பௌத்தத் துறவிகளும் ஆசிரியர்களும், உருவாக்கப்பட்டுள்ளனர் என்பது தெளிவாகிறது.

தமிழகத்தில் பௌத்த சமயம் வேரூன்றியது பற்றியும் அது வளர்ச்சியடைந்தது பற்றியும் அறிய சில நேரடி மற்றும் மறைமுகச் சான்றுகள் கிடைக்கின்றன. தென்னார்க்காடு பகுதியில் கி.பி. 12-ஆம் நூற்றாண்டில் பௌத்த சங்கம் ஒன்று இருந்ததென பாண்டிய மன்னன் ஒருவனின் கல்வெட்டு குறிப்பிடுகிறது. காஞ்சிபுரத்தில் கிடைத்துள்ள கண்ட கோபாலனின் கல்வெட்டு ஒன்று வரதராஜப் பெருமாள் கோயில் அருகில் செயல்பட்டு வந்த பௌத்தப்பள்ளி பற்றிக் குறிப்பிடுகிறது[6]. காஞ்சிக்கு அருகில், அசோகரின் ஆணையின் பேரில், உருவாக்கப்பட்ட புத்தமடாலயம் ஒன்றில் தர்மபாலர் என்பவர் வாழ்ந்ததாக ஒரு கல்வெட்டுச் செய்தி கூறுகிறது.[7] பல்லவ மன்னன் முதலாம் மகேந்திரவர்மனின் வடமொழி நூற்களான மத்த விலாசமும், பாகவத்த ஜூகியமும் கி.பி. ஆறாம், ஏழாம் நூற்றாண்டுகளில் பௌத்த சமயம் பெற்றிருந்த நிலையைக் குறிப்பிடுகின்றன. தேவாரம் மற்றும் நாலாயிர திவ்வியப் பிரபந்தம் ஆகியவற்றில் பௌத்தர்களைப் பற்றிய செய்தி காணப்படுகிறது. திருஞானசம்பந்தர் தேவாரத்தில்,

> **"புத்தர் தேரர், சமணர் கருவீறிலாப்**
> **பித்தர், சொன்னமொழிகேட்கிலாத பெருமான்"**

என்று மூன்று சமயப்பிரிவினர்கள் பற்றிக் கூறப்பட்டுள்ளது.[8]

மாணிக்கவாசகரின், பாடல்களில்,

"புத்தன் முதலாயபுல்லறிவிற் பல் சமயம்
தத்தம் மதங்களில் தட்டுளுப்புப்பட்டுநிற்க"

என்று சாடப்பட்டுள்ளது[9].

வைணவ ஆழ்வார்களில் ஒருவரான தொண்டரடிப் பொடியாழ்வார் 'பவுத்தரும் சமணமும் புலையறம் பேணும் பலங்கினர்'[10] எனச் சாடுகிறார். எனவே பக்தி இயக்க காலத்தில் சமணர்களும், பௌத்தர்களும் சிறந்து விளங்கியிருக்க வேண்டும். அவர்களைப் பழி சொல்லி விரட்டுவதற்கே நாயன்மார்களும், ஆழ்வார்களும் முயற்சி செய்துள்ளனர் என்று தெரிகிறது.

தஞ்சைப் பெரியகோயில் சோழ மன்னன் முதலாம் இராஜராஜனால் (கி.பி. 985-1014) கட்டப்பட்டது என்பது அனைவரும் அறிந்ததே. இக்கோயிலின் படிக்கட்டின் ஓரப்பகுதி ஒன்றில் ஒரு சிற்பத்தொகுதி உள்ளது. அதில் மூன்று கட்டங்களாகச் சிற்பங்கள் வடிக்கப்பட்டுள்ளன. அதில் ஒன்றில் போதி மரத்தடியில் புத்தர் அமர்ந்துள்ளார். பக்தர்கள் மற்றும் கந்தர்வர்கள் ஆகியோர் உள்ளனர். புத்தருக்கு இடப்புறம் இந்துக் கடவுளரும், அவருக்கு வலதுபுறம் அரசக் காவலர்களும் நிற்கின்றனர். அருகில் அரசனும், அரசியும் கந்தர்வர்களும் இணைந்து புத்தர் கோயிலை வேறிடத்துக்கு மாற்ற வேண்டும் என வேண்டிக் கொள்கின்றனர். மூன்றாவது சிற்பத் தொகுதியில், இந்துக் கோயில் நிர்மாணிக்கப்படும் காட்சி இடம் பெற்றுள்ளது. எனவே தஞ்சைப் பெரிய கோயில் கட்டப்படுவதற்கு முன்பு அங்கு ஒரு புத்தர்கோயில் இருந்து அது அகற்றப்பட்ட பின் இக்கோயிலை இராஜராஜன் கட்டியிருக்க வேண்டும் என்று கருதப்படுகிறது.[11] இக்கால கட்டமே பௌத்த சமயத்தின் அழிவின் தொடக்க காலம் என்று கருதுகின்றனர். இருப்பினும் தொடர்ந்து 16 - ஆம் நூற்றாண்டு வரையான காலத்தைச் சேர்ந்த பௌத்த சிற்பங்கள் தமிழகத்தில் ஆங்காங்கே கிடைக்கின்ற காரணத்தால் இராஜராஜன் காலம் சமயப்பொறை மிக்க காலம் என்றும், சமாதானத்தின் பேரிலேயே பௌத்த கோயில் இடமாற்றம் செய்யப்பட்டிருக்கக் கூடும் என்றும் தெரிகிறது.

பௌத்த சமயச் சிற்பங்கள், குறிப்பாக புத்தர் படிமங்கள் தமிழகத்தின் பல இடங்களிலும் பரவலாகக் கிடைத்துள்ளன. அவற்றில் அதிகமான எண்ணிக்கையில், அதாவது அறுபதுக்கும் மேல், சோழ நாட்டில் கிடைத்துள்ளன. பௌத்த செப்புத் திருமேனிகள் நாகப்பட்டினத்தில் கிடைத்துள்ளன. சில நாகப்பட்டின செப்புத் திருமேனிகள் வெளி நாடுகளில் உள்ள அருங்காட்சியகங்களில்

வைக்கப்பட்டுள்ளன. இங்கு பகுதிவாரி யாகக் கிடைக்கின்ற பௌத்தப் படிமங்களைப் பற்றி ஆய்வது அவசியமாகும்.

காஞ்சிபுரம்

தென்னிந்திய வரலாற்றில் காஞ்சிபுரத்தின் அளவிற்கு எந்த ஒரு நகரமும் சிறந்த பௌத்த மையமாகத் திகழவில்லை. பன்னிரண்டுக்கும் மேற்பட்ட பாலி இலக்கியங்களில் காஞ்சிபுரம் பௌத்தப் பண்பாட்டு மையமாகத் திகழ்ந்தது என்று குறிப்பிடப் பட்டுள்ளது. பௌத்த உலகின் பல்வேறு பகுதிகளிலிருந்து அறிஞர் பெருமக்கள் காஞ்சிக்கு வந்துள்ளனர். சீனப் பயணியான யுவான்சுவாங் கி.பி. ஏழாம் நூற்றாண்டில் காஞ்சியில் தங்கியிருக்கிறார். பௌத்தத் தத்துவம் மற்றும் கோட்பாட்டில் தேர்ந்த அறிஞர்கள் வரவழைக்கப்பட்டு பௌத்தக் கல்விக் கூடங்களில் உயர்பதவிகளில் அமர்த்தப்பட்டனர். அண்மைக் கால ஆய்வின் படி, காஞ்சியில் ஒன்றுக்கும் மேற்பட்ட விகாரங்கள் இருந்திருக்கக் கூடும் என சி. மீனாட்சி குறிப்பிடுகிறார். நகர தீர்த்தாகமத்தின்படி ஆறு மடாலயங்கள் காஞ்சியில் செயல்பட்டிருக்க வேண்டுமென அவர் கருதுகிறார். ஏகாம்பரநாதர் கோயிலில் புத்தர் சிற்பங்கள் கண்டுபிடிக்கப்பட்டுள்ளன. எனவே இதனைச் சுற்றியுள்ள பகுதியில் ஒரு மடாலயம் இருந்திருக்க வேண்டும். ஏகாம்பரநாதர் கோயிலின் வடக்குப் புறமுள்ள மதில் சுவரில் நின்ற நிலையில் காணப்படும் புத்தர் சிலை மதிற்சுவரின் கற்களோடு சேர்த்து படுக்க வைத்த நிலையில் வைத்துக் கட்டப்பட்டுள்ளது. அடுத்த மடாலயம் காமாட்சி கோயிலுக்கு அருகில் அமைந்திருக்கக் கூடும். பால்நாடு பளிங்குக் கல்லாலான சைத்தியம் ஒன்று கைலாசநாதர் கோயில் பகுதியில் அமைந்திருக்கக் கூடும். காரணம், இப்பகுதியில், 1927 - இல், துப்ரயில், பளிங்கினாலான பௌத்தத் தூண்களைக் கண்டறிந்தார். இங்கு நடத்தப்பட்ட அகழ்வாய்வில், இராஜசிம்மன் கைலாசநாதர் கோயிலைக் கட்டுவதற்கு முன்பாக இங்கு ஒரு சைத்தியம் கட்டப் பட்டிருக்கலாம் என்பதற்கான ஆதாரங்கள் கிடைத்துள்ளன[12].

மற்றொரு பௌத்த மடாலயம் வரதராஜப்பெருமாள் கோயில் பகுதியில் இருந்ததற்கான கல்வெட்டு ஆதாரத்தை முன்பே கண்டோம். வரதராஜர் கோயில் வளாகத்தில் புத்தர் சிலைகள் இருந்தன எனவும், அவை வெளிச்சுற்றுச் சுவர் கட்டப்பட்ட காலத்தில் பூமியில் புதைக்கப்பட்டுவிட்டதாகவும் கூறுகின்றனர். கருக்கீழ் அமர்ந்த அம்மன் கோயிலில் கிடைத்துள்ள இரண்டு புத்தர் சிலைகளைக் கொண்டு அக்கோயில் முதலில் புத்தவிஹாரமாக இருந்திருக்கும் எனத் தெரிகிறது[13]. மரபுவழி நம்பிக்கை ஒன்று நிலவிவருகிறது. அதன்படி காஞ்சியிலிருந்து பொன்னாலான காமாட்சி அம்மன் சிலை ஒன்று

படையெடுப்பின் விளைவாக தஞ்சைக்கு மாற்றப்பட்டது. டி.ஏ. கோபிநாதராவ், காஞ்சியில் உள்ள காமாட்சி கோயில் பௌத்தப் பெண் தெய்வமான தாராவின் கோயிலாக இருந்து பின்பு மாற்றப் பட்டிருக்க வேண்டும் என்று கூறுகிறார். எனவே காஞ்சியிலிருந்து தஞ்சைக்கு எடுத்துச் செல்லப்பட்டதாக நம்பப்படும் பொன்சிலை சுவர்ண தாராவின் சிலையாக இருந்திருக்க வேண்டும். பௌத்த தந்திர வழிபாட்டினால் வணங்கப்படும் தாராவின் அறுபத்தி ஓர் அமைப்பு களில் சுவர்ணதாராவும் ஒன்றாகும்.[14]

காஞ்சியில் ஐந்து புத்தர் சிலைகளைக் கோபிநாதராவ் கண்டறிந்துள்ளார். அவற்றில் இரண்டு காமாட்சி கோயில் வளாகத்தில் வைக்கப்பட்டுள்ளன. இக்கோயில் பிரகாரத்தில் இருந்த ஒரு சிற்பம் சென்னை அருங்காட்சியகத்திற்குக் கொண்டு செல்லப்பட்டுள்ளது. இரண்டு சிற்பங்கள் கருக்கீழமர்ந்த அம்மன் சன்னதியில் வைக்கப் பட்டுள்ளன. இவற்றில் ஒன்று தியான நிலையில் உள்ள சிலையாகும். மற்றொன்றில் புத்தர் பூமிஸ்பரிச முத்திரை காட்டுகிறார். ஏகாம்பரநாதர் கோயிலின் கிழக்கு வெளிப்பிரகாரச் சுவரில் பரிநிர்வாண புத்தரின் சிற்பம் காணப்படுகிறது. இரண்டடி உயரமான இச்சிற்பத்தில் முகம் சிதைந்துள்ளது. புத்தரின் தலைக்கு மேல் காணப்படும் பிரபை இந்துக் கலையமைப்பினைக் காட்டுகிறது.[15] இக்கோயிலின் வெளிப்பிரகார வடக்குச் சுவரின் உட்பகுதியில் உள்ள நந்தவனத்தை ஒட்டிய சுவரின் ஒரு மாடத்தில் சிறிய புத்தரின் உருவம் காணப்படுகிறது. மாடத்தில் தோரணமும் அரைத்தூண்களும் இடம்பெற்றுள்ளன. தெற்குப் பிரகாரத்தில் நுழைவாயிலுக்கு வலது பக்கம் சுவரில் பொருத்தப் பட்டுள்ள கல்பலகையில் ஏழு புத்தர்கள் அமர்ந்த நிலையில் உள்ளனர். இவர்களில் மூவர் ஒரு பலகையிலும் மற்ற இருவர் பிறிதொரு பலகையிலும் செதுக்கப்பட்டுள்ளனர். இக்கோயிலுக்கு அருகில் உள்ள சிவகாஞ்சி காவல் நிலையத்திற்குள் மெருகூட்டப்பட்ட கருங்கல்லால் ஆன புத்தர் சிலை காணப்படுகிறது. இதில் புத்தர் தியானத்தில் உள்ளார். காமாட்சி கோயில் வெளிப்பிரகாரத்தில் இரண்டு புத்தர் சிலைகள் உள்ளன என முன்பே கண்டோம். தவிர இக்கோயில் நந்தவனத்திற்கருகில் தியானி புத்தர் சிலை ஒன்று கண்டுபிடிக்கப்பட்டுள்ளது. இதன் உயரம் அதிகம் எனினும் அழகில் இது தரம் குறைந்ததாகவே காணப்படுகிறது. செங்கல்பட்டு மாவட்டம் கடவம் என்ற இடத்தில் கிடைத்துள்ள உயரமான புத்தர்சிலை சென்னை அரசு அருங்காட்சியகத்தில் வைக்கப்பட்டுள்ளது.[16] ஆர்ப்பாக்கம் என்ற இடம் பிரபலமான சமணத்தலமாக இருந்து வந்துள்ளது. அங்குக் கிடைத்திருக்கின்ற புத்தர் சிலைகளைப் பார்க்கும்போது தொடக்கத்தில் பௌத்த சமயம் இவ்விடத்தில்

சிறப்புடன் விளங்கியிருக்கிறது என்று தெரிகிறது. பிற்காலத்தில் சமணம் வேரூன்றியிருக்க வேண்டும். தற்போது இங்குள்ள ஆதிகேசவப் பெருமாள் கோயில் பௌத்தப் பள்ளியிருந்த இடத்தில் கட்டப் பட்டிருப்பதாகக் கருதப்படுகிறது. இங்குள்ள தோட்டம் புத்தப்பள்ளித் தோட்டம் என்று இன்றும் அழைக்கப்படுகிறது. இங்குக் கண்டுபிடிக்கப் பட்ட புத்தர் சிலைகளில் ஒன்று நின்ற நிலையில் உள்ளது. இது ஜாவா அமைப்பில் காணப்படுகிறது. மற்ற இரு சிற்பங்களில் புத்தர் தியானத்தில் அமர்ந்துள்ளார்.[17]

சென்னை திருவல்லிக்கேணியில் எல்லையம்மன் கோயில் புறச்சுவரில் மாடம் போன்றதொரு பகுதியில் பௌத்தச் சிற்பம் ஒன்று கண்டுபிடிக்கப்பட்டுள்ளது. 'பால்நாடு' கல்லால் செய்யப்பட்ட இச்சிற்பத்தில் ஆடவர் அறுவர் முன்னும் பின்னுமாக இருவரிசைகளில், மூவர் மூவராக வணங்கிய நிலையில் காட்டப்பட்டுள்ளனர். அவர்களது ஆடை அமைப்பும், தலைப்பாகையும், ஆபரணங்களும், உடலமைப்பும் அமராவதி சிற்பங்களை நினைவூட்டுகின்றன. இது சென்னை அரசு அருங்காட்சியகத்தில் வைக்கப்பட்டுள்ள அமராவதி சிற்பத் தொகுதி களில் ஒன்றாகவே இருக்க வேண்டும் எனத் தெரிகிறது. இராயப் பேட்டை பகுதியிலும் இத்தகையதொரு சிற்பம் கண்டுபிடிக்கப் பட்டுள்ளது.[18] செங்கல்பட்டு மாவட்டத்தில் புத்தபேடு என்ற ஊர் உள்ளது. இங்கு பௌத்த சமயத்தைச் சேர்ந்த மக்கள் வாழ்ந்ததாகக் கூறப்படுகிறது. இவ்வூரில் அமர்ந்தநிலையிலான, மூன்றரை அடி உயரமுள்ள, புத்தர் சிலை ஒன்று கண்டுபிடிக்கப்பட்டது. இது கி.பி.11-12 ஆம் நூற்றாண்டைச் சேர்ந்தது. இங்கு ஒரு கோயில் இருந்திருக்க வேண்டும் என்று கருதுவதற்கு ஏற்ற கல்வெட்டுச்சான்று ஒன்றும் காணப்படுகிறது. ஆனால், அந்தக் கல்வெட்டில் புத்தபேடு என்று ஊரின் பெயர் குறிப்பிடப்படவில்லை.[19]

காவிரிப்பூம்பட்டினம்

காவிரிப்பூம்பட்டினம் சங்க காலத்திலும், சோழர் காலத்திலும் முக்கிய துறைமுகமாக விளங்கி வந்துள்ளது. தென்னிந்தியாவின் சிறந்த பாலிமொழி அறிஞரான புத்ததத்தர் கடல் பயணம் செய்து கொண்டிருந்தபோது 'அபிதம்மவதானம்' என்னும் நூலை எழுதும்படி புத்தகோசரால் கேட்டுக் கொள்ளப் பட்டார். இதனைப் புத்ததத்தர் காவிரிப்பூம்பட்டினத்தில் உள்ள புத்த மடாலயத்தில் தங்கியிருந்த போது எழுதி முடித்தார் என்று நம்பப்படுகிறது. அந்த மடாலயத்தை கனகதாசர் என்பவர் கட்டியதாகப் புத்ததத்தர் குறிப்பிடுகிறார். கனகர் என்பவர் அமராவதி ஸ்தூபத்தில் உள்ள கல்பலகைக் கல்வெட்டுகளில் குறிப்பிடப்பட்டிருக்கின்ற காரணத்தால் அவரது மாணாக்கராகவே

கனகதாசர் அடையாளம் காட்டப்படத்தக்கவராவார். எனவே காவிரிப்பூம்பட்டினம் மடாலயம் ஏறக்குறைய கி.பி. 2-ஆம் நூற்றாண்டைச் சேர்ந்ததெனக் கொள்ளலாம். இங்கு மேலையூர் என்னும் பகுதியில் செம்பால் செய்யப்பட்டு தங்க முலாம் பூசப்பட்ட மைத்ரேயர் சிலை ஒன்று கண்டுபிடிக்கப்பட்டது. இது கி.பி. எட்டாம் நூற்றாண்டைச் சேர்ந்த அழகுமிக்க உருவமாகும்.[20]

தென்னார்க்காடு பகுதி

தென்னார்க்காடு பகுதியில் திருவதிகை (திருவடி)யைச் சுற்றி பௌத்தர்கள் வாழ்ந்ததாகத் தெரிகிறது. இப்பகுதியில் உள்ள மற்றொரு கிராமத்தில் கி.பி. 13 - ஆம் நூற்றாண்டில் புத்தசங்கம் ஒன்று செயல்பட்டிருக்க வேண்டும் எனக் கருதப்படுகிறது. திருச்சோழபுரத்தில் உள்ள சிவன் கோயிலில் பாண்டிய மன்னன் சடையவர்மன் சுந்தர பாண்டியனின் (கி.பி. 1251) சிதைந்த கல்வெட்டு உள்ளது. இது சாரிபுத்த பண்டிதர் என்பவர் அளித்த கொடையைக் குறிப்பிடுகிறது.[21] இந்தக் கல்வெட்டில் சங்கத்தார் என்று வருவதால் இது புத்த சங்கத்தையே குறிக்கிறது என்று சி. மீனாட்சி கருதுகிறார்.[22] தென்னார்க்காடு பகுதியில் திருவதி கையிலும் அதன் சுற்றுப்புறங்களிலும் சமணர்கள் வாழ்ந்துள்ளனர். இப்பகுதியில் கி.பி. ஐந்தாம் நூற்றாண்டுக்கு முன்பு பௌத்த சமயம் செழித்தோங்கியிருந்தது. இப்பகுதியை மகதநாடு என்று அழைப்பதும், ஒரு கிராமத்திற்குப் பாடலிபுத்திரம் என்று பெயரிடப்பட்டிருப்பதும் இதற்கு ஆதாரமாக விளங்குகிறது. இதற்கு மற்றுமோர் ஆதாரமாகத் திருவதிகை சிவன்கோயிலில் அமர்ந்த நிலையிலான புத்தர் சிலை ஒன்றுள்ளது. வடஆர்க்காடு பகுதியிலும் ஏராளமான புத்தர் உருவங்கள் கண்டுபிடிக்கப்பட்டுள்ளன[23]. இம்மாவட்டத்தில் கனிகியூப்பை என்ற ஊரில் தியானி புத்தரின் சிலை ஒன்று குளக்கரையில் உள்ள பனைமரத்தின் அடியில் வைக்கப்பட்டுள்ளது. பள்ளூர் என்ற கிராமத்தில் கி.பி. 9 - ஆம் நூற்றாண்டைச் சேர்ந்த மூன்று புத்தர் சிலைகள் உள்ளன. அவற்றின் உயரம் முறையே மூன்றடி, இரண்டடி எட்டங்குலம், இரண்டடி நான்கு அங்குலம் ஆகும். அவற்றின் பிரபைக்கு மேலுள்ள தோரணம் அழகாக அமைக்கப்பட்டுள்ளது[24]. மேலும், புத்த மேடு என்றழைக்கப்படும் பழங்கால வசிப்பிடப் பகுதியும் இவ்வூரில் உள்ளது.

வேலூர்

வேலூர் மாவட்டம், காட்பாடி வட்டம், காவனூர் என்ற தொன்மையான கிராமத்தில் பௌத்தத் தடயங்கள் கிடைத்துள்ளன. இங்குள்ள பிள்ளையார் கோயிலின் முன்பாக உள்ள சுமார் நான்கடி சிற்பம் ஒன்றில் புத்தர் அர்த்தபரியாங்காசனத்தில் யோகமுத்திரை

காட்டி அமர்ந்துள்ளார். இச்சிற்பவமைதி சோழர்காலக் கலையம்சத்தை உணர்த்துகிறது. அதே ஊரில் ஓர் அடிக்குக் குறைவான உயரமுள்ள மற்றொரு புத்தர் படிமமும் கிடைத்துள்ளது. இப்பகுதியில் முற்காலத்தில் புத்தர் கோயில் ஒன்று இருந்திருக்கக்கூடும்[25]. வாலாஜாபேட்டை நகரத்திற்குத் தெற்கே திருமலைச்சேரி என்ற ஊரில் பௌத்த சமயம் சார்ந்த தேரர்கள் வாழ்ந்ததாகக் கருதப்படுகிறது.[26]

சோழநாடு

திருவாரூர் மாவட்டம் திருநாட்டியத்தான்குடி என்ற ஊரில் உள்ள மூங்கில் காட்டில் அமர்ந்த நிலையிலான, சுமார் ஐந்தடி உயரமான புத்தர் சிலை ஒன்று கண்டுபிடிக்கப்பட்டுள்ளது. இதன் வலதுகை, கழுத்து, முகம் மற்றும் தலையில் தீச்சுடர் ஆகியன உடைந்த நிலையில் உள்ளன. நீண்டு தொங்கும் காதுகளும் திண்மையான தோளும், விரிந்த மார்பும் அழகாக அமைந்துள்ளன. ஒருபக்கத் தோளை மூடிய ஆடையும், உள்ளங்கையில் சக்கரச் சின்னம் மற்றும் இடுப்பில் ஆடை ஆகியனவும் காணப்படுகின்றன.[27] இச்சிற்பம் பன்னாட்டு வணிகத்தின் காரணமாகத் திருவாரூரில் பௌத்த மையம் செயல்பட்டு வந்திருப்பதை அறிவிக்கும் ஆதாரமாகத் திகழ்ந்து வருவதை உணர முடிகிறது.

இதே மாவட்டத்தில் மன்னார்குடி வட்டம் உள்ளிக் கோட்டை என்னும் ஊரில் அண்மையில் ஒரு புத்தர் சிற்பம் கண்டறியப் பட்டுள்ளது.[28] மூன்றரை அடி உயரத்தில் தியான கோலத்தில் புத்தர் அமர்ந்துள்ளார். இதன் உஷ்ணிசமும் (தீச்சுடர்) மூக்கும் சிதைந்துள்ளன. இங்குப் புத்தரின் உருவமைப்பு மிக நேர்த்தியாக வடிக்கப்பட்டுள்ளது. புத்தரின் விரிந்த மார்பும், பரந்துபட்ட தோள்களும் சிற்பத்தின் அழகை வெளிப்படுத்துகின்றன. இப்பகுதியில் சுமார் 1822 சீனக்காசுகள் கண்டுபிடிக்கப்பட்டுள்ளன. இதன் மூலம், சீன நாட்டுடனான பன்னாட்டு வணிகத்தில் மன்னார்குடிப் பகுதியும் முக்கிய பங்கு வகித்துள்ளமையைக் காணமுடிகிறது. இம்மாவட்டத்தின் வலங்கை மான் வட்டத்திலுள்ள வளையமாபுரம் என்னும் ஊரில் சுமார் மூன்றடி உயரமுள்ள அமர்ந்த நிலையிலான புத்தர் சிற்பம் உள்ளது[29]. இதன் தலை உடைந்துள்ளது. புத்தர் அர்த்தபத்மாசனத்தில் அமர்ந்துள்ளார். அவரது கைகள் யோக முத்திரையில் அமைக்கப்பட்டுள்ளன. வலது மேல்கையில் சக்கரம் போன்றதொரு குறியீடு உள்ளது. இதே மாவட்டத்தில் குடவாசல் வட்டம் கண்டரமாணிக்கம் என்ற ஊரில் ஒரு வீடு கட்டுவதற்காக பூமியைத் தோண்டிய போது அண்மையில் கி.பி. 10-11 ஆம் நூற்றாண்டைச் சேர்ந்த இரண்டடி உயரமான அமர்ந்த நிலையில் உள்ள புத்தர் படிமம் கண்டெடுக்கப்பட்டது. நேர்த்தியாக வடிக்கப்பட்டுள்ள இச்சிற்பத்தில் புத்தரின் மூக்குப் பகுதி

சிதைந்துள்ளது. இதில் புத்தர் அர்த்த பரியாங்காசனத்தில் அமர்ந்து யோகமுத்திரை காட்டுகிறார். அவரது புன்முறுவல் சிற்பத்தின் அழகை மேம்படுத்துகிறது. சுருள்முடியும், உஷ்ணிசமும் அழகாக வடிக்கப்பட்டுள்ளன[30]. திருவாரூர் மாவட்டம், குடவாசலுக்கு அருகில் உள்ள செல்லூர் கிராமத்தில் கி.பி. 2004 - இல் வீடுகட்ட நிலம் தோண்டியபோது 45 பௌத்த உலோகச் சின்னங்கள் கண்டெடுக்கப் பட்டு சென்னை அரசு அருங்காட்சியகத்தில் வைக்கப்பட்டுள்ளன. இவை அனைத்தும் சோழர் காலத்தைச் சேர்ந்தவையாகும். இவற்றில் குறிப்பிடத்தக்க ஒன்று புத்தரின் அமர்ந்த நிலையிலான செப்புத் திருமேனியாகும். அகன்ற சதுரமான பத்ம பீடத்தின் மேல் உள்ள வட்ட வடிவ பீடத்தின் மீது தியானத்தில் அமர்ந்துள்ள புத்தர் உருவத்திற்கு முன்னால் தமிழ்க் கல்வெட்டு உள்ளது. புத்தரின் சுருள்முடியும், உஷ்ணிசமும் அழகாகச் செதுக்கப்பட்டுள்ளன. மற்றொரு 52 செ.மீ. உயரமுள்ள செப்புப் படிமத்தில் புத்தர் தன் இரு கால்களைக் கீழே தொங்கவிட்டு அமர்ந்துள்ளார். அபயமுத்திரை காட்டும் அவரைச் சுற்றி இசைக்கலைஞர்கள் இசைக்கும் அரிய படைப்பாக இது உள்ளது. போதிமரம் காட்டப்பட்டுள்ளது. இங்குக் கண்டெடுக்கப்பட்ட பிற படிமங்களில், மூன்று மைத்திரேயர் உருவங்கள் உள்ளன. அவர்கள் வலது கையில் அபய முத்திரையையும், இடது கையில் நாகபுஸ்பமும் வைத்துள்ளனர். அவலோகிதேசுவரர் திருமேனிகளும் இதில் காணப்படுகின்றன.[31]

திருச்சி மாவட்டம், கீழக்குறிச்சியில் கி.பி. 11-12 ஆம் நூற்றாண்டைச் சேர்ந்த புத்தர் சிற்பம் ஒன்று அண்மையில் கண்டுபிடிக்கப்பட்டது. இதன் உயரம் 150 செ.மீட்டர் அகலம் 50 செ.மீ. ஆகும். செவ்வக வடிவக் கல்லில் நாற்புறமும் மங்கலச் சின்னங்கள் பொறிக்கப்பட்டுள்ளன. கீழ்ப்பகுதியில் பூரண கும்பமும், அதன் இருபுறமும் விளக்குகளும் காணப்படுகின்றன. அதற்கு மேலே கத்தியும், வில்லும், தர்மசக்கரமும் பொறிக்கப்பட்டுள்ளன. உடுக்கை போன்ற பசும்பையும், கலப்பை வடிவமும் அதற்கு மேலே சாமரங்களும் திருமறுவும் காணப் படுகின்றன. மங்கலச் சின்னங்களுக்கு மேலே கல்வெட்டு பொறிக்கப் பட்டுள்ளது. வீரதாவளத்தில் இருந்த பௌத்தப் பள்ளிக்குச் செந்தாமரை கண்ணநல்லூர் முதலிய ஊர்களை இறையிலியான பள்ளிச்சந்தமாக அளித்ததைக் கல்வெட்டு தெரிவிக்கிறது[32]. திருச்சியில் காஜா மலைப்பகுதியில் அர்த்த பரியாங்காசனத்தில் அமர்ந்த நிலையிலான சிற்பம் ஒன்று கண்டறியப்பட்டுள்ளது. சுமார் இரண்டரை அடி உயரமுள்ள இச்சிற்பத்திலும் வலது கையில் சக்கரக்குறி காணப்படுகிறது. நெற்றியில் நிலக்குறி உள்ளது.[33] இம்மாவட்டத்தில் தியாகனூர் என்ற கிராமத்தில் நேர்த்தியான புத்தர்

கற்சிற்பம் ஒன்று வயல்வெளியில் பீடத்தின் மீது அமர்ந்த நிலையில் காணப்படுகிறது. புத்தர் அமர்ந்திருக்கும் இடத்தைச் சுற்றி கட்டடக் கற்கள் பீடத்துடன் காணப்படுகின்றன. இங்கு ஒரு பௌத்தர் கோயில் இருந்திருக்க வேண்டும். புத்தர் அர்த்த பரியாங்காசனத்தில் தியானத்தில் அமர்ந்துள்ளார். அவரது சுருள்முடி நேர்த்தியாக உள்ளது. உஷ்ணிசம் உயரமாகக் காட்டப்பட்டுள்ளது. இது கி.பி. 10-11 ஆம் நூற்றாண்டைச் சேர்ந்ததாக இருக்கலாம்.

புதுக்கோட்டை மாவட்டம், மணல்மேல்குடி என்ற கிராமத்திற்கு அருகில் சீனன் திடல் என்ற இடத்தில் கி.பி. 10 - ஆம் நூற்றாண்டைச் சேர்ந்த புத்தர் சிலை ஒன்று கண்டுபிடிக்கப்பட்டுள்ளது. நாலரை அடி உயரமான இச்சிற்பத்தில் தீச்சுவாலையுடன் கூடிய பிரபை காணப்படுகிறது. சுருள்முடியுடன் காணப்படும் அவரது ஆடை இடது தோள் மீது செல்கின்றது. கி.பி. 10-11 ஆம் நூற்றாண்டுகளில் சீனாவிற்கும் தென்னிந்தியாவிற்கும் இடையில் கடல் வாணிபம் நடைபெற்று வந்தது என்பது வரலாறு. நாகப்பட்டினத்துப் புத்த விகாரங்களுக்கு சீனர்கள் வந்து வழிபட்டுள்ளனர். இந்த புத்தர் உருவம் கிடைத்த பகுதியில் சீன பீங்கான் ஓடுகள், பானை ஓடுகள் போன்றவை கிடைத்துள்ளன. மணல்மேல்குடி கிராமம் தென்னிந்தியா - சீனா - இலங்கை கடல்வாணிக வழியில் அமைந்துள்ள ஒரு துறைமுக மாகும்.[34]

இம்மாவட்டத்தில் உள்ள குளத்தூர் வட்டம் ஆலங்குடிப் பட்டி கிராமத்தில் புத்தர் சிற்பம் ஒன்று கண்டுபிடிக்கப்பட்டது. இது மூன்றரை அடி உயரமானது. செட்டிபட்டி என்ற இடத்தில் அழிந்த நிலையிலுள்ள சைத்தியம் ஒன்றில் நிர்மாணிக்கப் பட்டிருந்ததெனக் கூறப்படுகிறது. இங்குள்ள ஒரு கல்வெட்டு ஐந்நூற்றுவப் பெரும்பள்ளி என்று ஒரு புத்த மடாலயத்தைக் குறிப்பிடுகிறது. இது கிறித்தவ சகாப்தத்தின் தொடக்க் காலத்தில் ஐந்நூறு மாணவர்களைக் கொண்டு விளங்கியதாகக் கருதப்படுகிறது. புதுக்கோட்டையிலிருந்து ஆறு மைல் தொலைவில் உள்ள வெள்ளனூர் என்ற (வெள்ளியனல்லூர்) இடத்தில் புத்தர் சிலை ஒன்றுள்ளது. பல பௌத்தத் தலங்கள் சமணர்களது தலங்கள் என்றும், சமணர் தலங்கள் பௌத்தத் தலங்கள் என்றும் தவறாக அடையாளம் காணப்பட்டுள்ளன.[35] அறந்தாங்கி வட்டப் பொன்பேத்தி என்ற கிராமமும் அதனைச் சுற்றியுள்ள பகுதிகளும் சோழர் காலத்தில் பௌத்த மையங்களாகத் திகழ்ந்துள்ளன. இப்பகுதியை ஆண்ட சிற்றரசன் புத்தமித்திரன் வீரசோழியம் என்ற நூலை எழுதினான். இவ்வூருக்கு அருகில் கரூர் என்ற கிராமத்தில் சோழர் காலத்தைச் சேர்ந்த புத்தர் சிலை ஒன்று கண்டுபிடிக்கப் பட்டுள்ளது.[36] இது தியான நிலையில் உள்ள அழகான சிறு

படிமமாகும். இதற்குப் பின்புறம் தூணில் பிரபை உள்ளது. இவ்வூருக்கு அருகில் உள்ள பொன்பத்ரி என்ற ஊரில்தான் வீரசோழியத்தை எழுதிய புத்தமித்திரன் 11 ஆம் நூற்றாண்டில் வாழ்ந்ததாகக் கருதப்படுகிறது. இம்மாவட்டத்தில் சுந்தரபாண்டியன்பட்டினம் என்ற ஊரில் ஏகாம்பரேசுவரர் கோயிலில் நின்ற நிலையிலான புத்தர் படிமம் கண்டெடுக்கப் பட்டது. இதில் புத்தர் நீண்ட ஆடை அணிந்துள்ளார். ஒரு கையில் ஆகூயவரதமும் காட்டுகிறார்.

தஞ்சை மாவட்டம் திருவலஞ்சுழியில் உள்ள சிவன் கோயிலில் நின்ற நிலையிலான புத்தர் சிலை உள்ளது. இதில் புத்தரின் வலது கையில் அபயமுத்திரையும், இடது கையில் வரதமுத்திரையும் காட்டப் பட்டுள்ளது. கும்பகோணத்திற்கு அருகில் உள்ள பட்டீசுவரத்தில் தியானத்தில் அமர்ந்துள்ள புத்தர் சிற்பம் உள்ளது. இது தற்போது அவ்வூர் சிவன் கோயிலில் வைக்கப்பட்டுள்ளது. இதே ஊருக்கு அருகில், அண்மையில், கோபிநாதப் பெருமாள் கோயிலுக்கு அருகில் ஒரு புத்தர் சிலை கண்டுபிடிக்கப்பட்டது. இதில் புத்தர் பீடம் இல்லாது தரையில் அமர்த்தப்பட்டுள்ளார். இரண்டடி உயரமுள்ள இதன் தலை துண்டிக்கப்பட்டுள்ளது. புத்தர் அர்த்த பத்மாசனத்தில் தியான நிலையில் அமர்ந்துள்ளார்[37]. நன்னிலம் தாலுகாவில் கோட்ட பாடி என்ற ஊரிலும், ஏழையூரிலும் புத்தரின் சிற்பங்கள் உள்ளன. அவை கலையழகுமிக்கனவாகக் காட்சியளிக்கின்றன. அவை காஞ்சிபுரம் கருக்கீழமர்ந்த அம்மன் சன்னதியிலுள்ள புத்தரின் உருவங்களைப் பெரிதும் ஒத்துள்ளன. உஷ்ணிசத்துடனும், சுருள் முடியுடனும் கூடிய, தியான நிலையில் உள்ள புத்தர் சிலை ஒன்று மங்கநல்லூர் என்ற இடத்தில் காணப்படுகிறது. இதற்கு அடுத்துள்ள பெருஞ்சேரி என்ற ஊரில் ஒரு காட்டில் புத்தர் சிலை ஒன்று நிர்மாணிக்கப்பட்டுள்ளது. இதனை இன்று இந்துக் கடவுள் என்று வணங்கி வருகின்றனர். இதனைப் போன்றே மதுரைக்கு அருகில் உள்ள பாண்டி கோவிலில் புத்தர் சிற்பம் பாண்டிமுனீசுவரர் என்ற பெயரில் பிரபலமாக வணங்கப்பட்டு வருகிறது. உயிர்க்கொலையையும், புலால் உண்ணுதலையும் தவிர்த்த புத்தருக்கு இங்கு முனீசுவரர் என்ற பெயரில் உயிர்ப்பலியிடுகின்றனர் (ஆடு, சேவல்). கருங்கல்லால் செய்யப்பட்டுள்ள பெருஞ்சேரி புத்தர் சிலையில் சுருள் முடியும், உஷ்ணிசமும், இடது தோள் மீது செல்லும் மெல்லிய ஆடையும் நீண்ட காதுகளும் காணப்படுகின்றன. இச்சிற்பம் ஐந்தடி மூன்றங்குலம் உயரமும், இரண்டடி ஏழு அங்குலம் அகலமும் கொண்டுள்ளது. மன்னார்குடி சமணக் கோயிலுக்கு உள்ளேயே புத்தரின் சிற்பம் ஒன்றுள்ளது. அவரது தலையில் உஷ்ணிசமும், மார்பில் ஆடையின் கோடும் காட்டப் பட்டுள்ளன. நாகப்பட்டினத்து செப்புத் திருமேனிகள் சிலவற்றில்

உள்ளது போன்று புத்தரின் இருபக்கமும் பக்தர்கள் அல்லது இயக்கர்கள் இருவர் நிற்கின்றனர்.[38]

பெரம்பலூர் மாவட்டம், செந்துறை வட்டம்,குழுமூரில் அமர்ந்த நிலையிலான நான்கு அடி உயரமுள்ள புத்தர் சிற்பம் உள்ளது. இதில் புத்தரது தலைமுடிச் சுருளின் மீது காணப்படும் உஷ்ணிசமும், மூக்கும், கழுத்துப் பகுதியும் சிதைந்துள்ளன.[39] விருத்தாச்சலத்திற்கு அருகில் உள்ள பெண்ணாடகம் என்ற ஊரில் உள்ள புத்தர் தெருவில் ஐந்தடி உயரமான அமர்ந்த நிலையிலான அழகான புத்தர் சிற்பம் காணப்படுகிறது[40].

நாகப்பட்டினம் செப்புத் திருமேனிகள்

நாகப்பட்டினம், தமிழகத்தில், காஞ்சிபுரத்தையொத்த, சிறந்த பௌத்தத் தலமாகும். மௌரியர் காலத்திலேயே இங்கு பௌத்தக் கோயில்கள் கட்டப்பட்டிருக்க வேண்டும் எனப் பலரும் கருதினாலும், வரலாற்று அடிப்படையில் பல்லவர் காலத்திலிருந்தாவது இவ்வூர் பௌத்த மையமாகத் திகழ்ந்திருக்கக்கூடும் எனத் தெரிகிறது. பல்லவ மன்னன் இராஜசிம்மன் நாகப்பட்டினத்தில் ஒரு பௌத்தக் கோயிலைக் கட்டினான் என்றும், இன்று கிறித்தவக் கல்லூரியாக மாற்றப்பட்டுள்ள சீனக்கோயில் (Chinese Pagoda) தான் அது என்றும் சி. மீனாட்சி கருதுகிறார்.[41] இது சீனாவிலிருந்து வரும் பயணிகள் இங்குத் தங்கி வணங்குவதற்காகக் கட்டப்பட்டதாகும். பின்னாளில் சோழர் காலத்தில் கட்டப்பட்ட இரண்டு பௌத்தக் கோயில்களிலிருந்து இது வேறுபட்டதாகும். பல்லவ மன்னன் நந்திவர்மபல்லவன் வைணவத்தை ஆதரிக்கத் தொடங்கிய காலத்தில்தான் திருமங்கை ஆழ்வார் நாகப் பட்டினத்திலிருந்து புத்தரின் பொற்சிலையை எடுத்துச் சென்று உருக்கி திருவரங்கக் கோயிலின் மூன்றாவது பிரகாரத்தைக் கட்டப்பயன்படுத்தி யிருக்கலாம் என்று நம்பப்படுகிறது.[42]

சோழர்களின் சிறப்புமிக்க லெய்டன் செப்பேட்டின்படி, நாகப்பட்டினத்தில் உள்ள சூடாமணி விகாரம், ஸ்ரீவிசயத்தின் சைலேந்திர அரசன் கிடாரத்தரையன் சூடாமணிவர்மனின் பெயரால், அவரது மகன் ஸ்ரீமாற விசயோத்துங்கவர்மனால் கட்டப்பட்டது என்று தெரிகிறது. முதலாம் இராஜராஜன் காலத்தில் ஆனைமங்கலம் என்ற கிராமம் இந்த விகாரத்திற்காகத் தானமாகக் கொடுக்கப்பட்டது. இதுவே இராஜேந்திரன் காலத்திலும் உறுதி செய்யப்பட்டது. சூடாமணி விகாரத்திற்கு அருகிலேயே இராஜேந்திரப் பெரும்பள்ளி ஒன்று முதலாம் இராஜேந்திரன் காலத்தில் கட்டப்பட்டது. இதன் மூலம் பதினோராம் நூற்றாண்டின் இறுதியில் சோழ மன்னர்களின்

பெயரால் இரண்டு விகாரங்கள் நாகப்பட்டினத்தில் இருந்துள்ளன என்பது தெளிவாகிறது. பூதமங்கலம் என்று பெயரிடப்பட்ட இரண்டு ஊர்களில் இந்த விகாரங்கள் கட்டப்பட்டிருக்க வேண்டும் என்று சி. மீனாட்சி கருதுகிறார். சீனர்கள் நாகப்பட்டினத்துக்கு வந்து பதரிகாராம மடாலயத்தைப் பார்வையிட்டுள்ளனர். பர்மாவிலிருந்தும் வழிபாட்டிற்காக இங்குத் துறவிகள் வந்துள்ளனர். கி.பி. 1476 - ஆம் ஆண்டுக்குரியதான பர்மா நாட்டுப் பெகு மன்னனான தம்மசெட்டியின் கல்யாணிக் கல்வெட்டிலிருந்து பர்மாவிலிருந்து இலங்கைக்கு வந்து திரும்பிய பர்மா நாட்டுத் தேரர்கள், நாகப்பட்டினத்திலிருந்த பதரிகாராம மடாலயத்தில் சீன நாட்டு மன்னனின் ஆணைப்படி உருவாக்கப்பட்டிருந்த குகையில் புத்தரை வழிபட்டமை தெரிய வருகிறது. எனவே நாகப்பட்டினம் மிகப் பழங்காலத்திலிருந்தே சிறந்த பௌத்தத் தலமாக இருந்துள்ளது.

நாகப்பட்டினத்தில், புத்தரின் செப்புத் திருமேனிகள் பல கண்டுபிடிக்கப்பட்டன. இவ்வூரின் சூடாமணி விகாரத்தைச் சேர்ந்த செப்புத் திருமேனிகள் வெளிநாடுகளிலும் கிடைத் துள்ளன. நாகப்பட்டினத்தில் சுமார் 350 செப்புத் திருமேனிகள் 1856 முதல் 1934 வரை தோண்டி எடுக்கப்பட்டன. இவற்றில் சில சென்னை அரசு அருங்காட்சியகத்திலும், மற்றவை கல்கத்தா, பாட்னா, நாக்பூர், பம்பாய், லக்னோ, ஸ்ரீநகர், பரோடா, குவாலியர், கொழும்பு, கராச்சி, டாக்கா, ரங்கூன், இலண்டன் போன்ற அருங்காட்சியகங்களிலும் வைக்கப்பட்டுள்ளன. ஒரு சில திருமேனிகள் ராக்பெல்லர் போன்ற செல்வந்தர்களின் சொந்தப் பாதுகாப்பு அறைகளுக்குச் சென்றுள்ளன. இத்திரு மேனிகளில் ஒரு பகுதி புத்தர் உருவங்களாகவும், மற்றொரு பகுதி போதிசத்துவர்களின் சிலைகளாகவும் உள்ளன. சுமார் எண்பது படிமங்களில் அவற்றைக் கொடுத்தவர்களின் பெயர்களோ, படிமங்களின் பெயர்களோ அல்லது இரண்டு தகவல்களும் சேர்ந்தோ பொறிக்கப் பட்டுள்ளன.[43]

உதாரணமாக, கவராண்டி, ஆத்தூர் சாரிபுத்திர நாயகர், புத்துடையான் பெருமாள் நாயகர் என்ற பெயர்கள் பொறிக்கப் பட்டுள்ளன. புத்தரையோ அல்லது போதிசத்துவரையோ குறிக்க நாயகர் அல்லது ஆழ்வார், தேவர், பெருமாள் என்ற சொற்கள் பயன்படுத்தப்பட்டுள்ளன. இவை எழுத்தமைதியைக் கொண்டு கி.பி.12 - ஆம் நூற்றாண்டைச் சேர்ந்தவை எனக் கருதப்படுகின்றன[44].

1992-இல் டோக்கியோவில் இதெமிச்சு நுண்கலைகள் அருங்காட்சி யகத்தில் அமெரிக்க செல்வந்தர் மூன்றாம் ராக்பெல்லர் பாதுகாப்பில் வைக்கப்பட்டுள்ள கலைப் பொருள்களின் கண்காட்சி ஒன்று

நடைபெற்றது. அதில் நாகப்பட்டினத்து புத்தர் படிமம் ஒன்றும் வைக்கப்பட்டிருந்ததைப் பேராசிரியர் எ. சுப்பராயலு கண்ணுற்றார். இதுவரை அறியப்படாத அச்சிற்பத்தின் தாமரைப் பீடத்தில் ஒரு கல்வெட்டும் (கி.பி. 1110) பொறிக்கப்பட்டுள்ளது. அபய, வரத முத்திரைகள் மற்றும் உஷ்ணிசத்துடன் காணப்படும் இச்சிற்பம் 68.1 செ.மீ. உயரம் கொண்டதாகும்.[45] இதில் உள்ள கல்வெட்டு:

1. இராசேந்திர சோழப் பெரும்பள்ளி அக்கசாலைப் பெரும் பள்ளி ஆழ்வார் கோயிலுக்கு திருவுத்ஸவம் எழுந்தருள ஆழ்வார் இவ்வாழ்வாரை எழுந்தருளுவித்தார் சிறுதவூர் நாலாங்குணாகர உடையார்.

2. 'ஸ்வஸ்திஸ்ரீ பதினெண் விஷயத்துக்கும் அக்கசாலைகள் நாயகர்' என்றுள்ளது.

நாகப்பட்டினத்துச் செப்புத் திருமேனிகளில் இவ்வளவு நீளமான எழுத்துப் பொறிப்பு இதுவரை கிடைக்கப் பெறவில்லை.[46] இதில் குறிப்பிடப்பட்டுள்ள ஆழ்வார் என்பதும், உத்ஸவம் என்பதும் வைதீக இந்து சமயத்தின் தாக்கத்தை வெளிப்படுத்துகின்றன. இதே போன்றுதான் நாயகர், தேவர், பெருமாள் என்ற சொற்களும் பயன்படுத்தப்பட்டிருக்கக் கூடும். ஆனால் 'நாயகர்' என்ற சொல் கலைக்கூடக் கண்காணிப்பாளர் போன்ற ஒருவரைக் குறிப்பதாக பேராசிரியர் பத்மநாதன் விளக்குகிறார்[47]. இங்குக் குறிப்பிட்ட கல்வெட்டில் உள்ள அக்கசாலைப் பெரும்பள்ளி என்பது இராஜேந்திர சோழப் பெரும்பள்ளியின் மற்றொரு பெயரோ அல்லது அப்பள்ளியைச் சேர்ந்த ஓர் உட்பள்ளியாகவோ இருக்கலாம் எனப் பேராசிரியர் எ. சுப்பராயலு கருதுகிறார்.

நாகப்பட்டினத்துப் பௌத்த உலோகச் சிற்பங்களில் சில வைதீக இந்து சமயத்துச் சிற்பங்களைப் பெரிதும் ஒத்துள்ளன. உதாரணமாக அங்குக் கிடைத்த கி.பி. 11 - ஆம் நூற்றாண்டைச் சேர்ந்த மைத்ரேயர் செப்புப்படிமம் இந்துக் கடவுளர் திருமேனி போன்றே அமைந்துள்ளது. இதில் போதிசத்துவர் உயரமான கிரீடம் அணிந்துள்ளார். நான்கு கைகளைக் கொண்டுள்ள அவரது வலது மேல்கையில் ருத்ராட்ச மாலையும் இடது கையில் மலரும் வைத்துள்ளார். அவரது கீழ்க்கைகள் முறையே அபய, வரத முத்திரைகள் காட்டுகின்றன. அவரது கிரீடத்தில் ஸ்தூபம் ஒன்று காட்டப்பட்டுள்ளது. அதுவே அவர் பௌத்தக் கடவுள் என்ற அடையாளத்தைக் காட்டுகிறது. அவரது ஆபரணங்களும், ஆடையும், சோழர்கால இந்துச் சிற்பங்களையே நினைவூட்டுகின்றன[48].

பத்தாம் நூற்றாண்டைச் சேர்ந்த, நாகப்பட்டினத்து நின்ற நிலையிலான புத்தரின் செப்புத்திருமேனி சென்னை அரசு அருங்காட்சியகத்தில் உள்ளது. இதில் புத்தர் தாமரைப் பீடத்தின் மீது நின்றுள்ளார். அவரது ஆடை இடது தோள் மீது செல்கின்றது. வலது கை அபயமுத்திரை காட்ட இடது கை ஆடையைப் பிடித்துள்ளது. அவரது நீண்ட காதுகளும், சுருள் முடியும், உயரமான உஷ்ணிசமும் நேர்த்தியாக அமைந்துள்ளன. அவரது முகஅமைப்பும், கைகளும் நல்லூர் - நடராசரின் செப்புத் திருமேனியை ஒத்துள்ளன. இது 89 செ.மீ. உயரமுடையது. இதுவரை கண்ட புத்தர் திருமேனிகளில் இதுவே பெரிய உருவம் என்று பி.ஆர். சீனிவாசன் கருதுகிறார். இது உற்சவ மூர்த்தியாகப் பயன்படுத்தப்பட்டிருக்க வேண்டும் எனத் தெரிகிறது[49]. பதினோராம் நூற்றாண்டின் இடைப் பகுதியைச் சேர்ந்த மற்றொரு நின்ற நிலையிலான புத்தர் திருமேனி 73.5 செ.மீ உயரமுடையது[50]. இந்த புத்தர் சிலை முந்திய புத்தரின் உருவமைப்பிலிருந்து வேறுபட்டுக் காணப்படுகிறது. இவரது வலது கை முந்தியதைப் போன்றே அபயகரம் காட்ட இடது கை ஆகிய வரதம் காட்டுகிறது. இது இந்துக் கடவுளர் உருவங்களின் தாக்கம் என்று கூறலாம். இவரது உடல் முழுவதும் ஆடை மூடியுள்ளது. உஷ்ணிசத்து நெருப்பு ஜுவாலை பொதுவான அமைப்பான மூன்று நாக்குகளுடன் காட்டப்படாமல் ஐந்து நாக்குகளாகக் காட்டப்பட்டிருக்கிறது. அவர் நின்றிருக்கின்ற பீடத்தின் அமைப்பே இது ஓர் உற்சவ மூர்த்தியின் உருவம் என்பதைத் தெளிவுபடுத்துகிறது. இவரது உருவத்தில் மார்பு குறுகிக் காணப்படுகிறது. கைகள் சிறிது கனமாக அமைந்துள்ளன.

இதே நூற்றாண்டைச் சேர்ந்த அமர்ந்த நிலையிலுள்ள புத்தர் திருமேனியின் உஷ்ணிசத்து தீப்பிழம்பு மூன்று பிரிவாக உள்ளது.[51] இவருக்கு இரண்டு பக்கங்களிலும் இரண்டு நாக ராஜாக்கள் நின்றுள்ளனர். அவர்களது தலைக்குப் பின்புறம் ஐந்துதலை நாக உருவங்கள் காட்டப்பட்டுள்ளன. அவர்கள் இருவரது கைகளிலும் சவுரி காணப்படுகிறது. புத்தரின் தலைக்குப் பின்புறம் ஜுவாலையுடன் கூடிய பிரபை உள்ளது. அவரது சுருள்முடி நேர்த்தியாக அமைந்துள்ளது. புத்தர் யோகாசனத்தில் அமர்ந்துள்ளார். அவரது ஆடை இடது தோளை மறைத்துச் செல்கிறது. அவரது தலைக்குமேல் போதிமரம் கிளைகளுடனும், கொடிகளுடனும் காணப்படுகிறது. பதினோராம் நூற்றாண்டின் இறுதிக்கட்டத்தைச் சேர்ந்த ஜம்பலா, என்னும் பௌத்த தெய்வத்தின் திருமேனி 10.5 செ.மீ. உயரமுடையதாகும். இத்தெய்வம் இந்து சமயத்தில் உள்ள குபேரனுக்கு இணையாகக் கருதப்படுவதாகும்.[52] இங்கு ஜம்பலா சுகாசனத்தில் அமர்ந்துள்ளார். பூதகணத்தின் உருவத்தை ஒத்த அவரது வயிறு

பெரியதாகக் காணப்படுகிறது. கரண்டமகுடமும், மகரகுண்டலங் களும், கழுத்தில் கந்தி என்ற ஆபரணமும், விரிந்த பூணூலும், உதரபந்தமும் அவரது உருவத்திற்கு அழகு சேர்க்கின்றன. அவர் செல்வத்திற்கு அதிபதி என்பதைக் காட்டவே பெருத்த வயிறு காட்டப்பட்டுள்ளது.

பதினோராம் நூற்றாண்டைச் சேர்ந்த அவலோகிதேசுவரர் திருமேனி ஒன்று (14.7 செ.மீ) ஜம்பலாவின் உருவத்தைப் பெரிதும் ஒத்ததாக அமைந்துள்ளது. இதில் அவலோகிதேசுவரர் பத்மபீடத்தில் நின்றிருக்கிறார். இவர் கரண்ட மகுடம் அணிந்துள்ளார். காதுகளில் பத்ரகுண்டலங்கள் அணி செய்கின்றன. நெற்றியில் ஊர்ணம் தெளிவாகத் தெரிகிறது[53]. பன்னிரண்டாம் நூற்றாண்டைச் சேர்ந்த அவலோகி தேசுவரர் சிற்பம் ஒன்று பத்மபீடத்தில் நின்ற நிலையில் அமைந்துள்ளது. இவரது உருவம் வீணாதர தட்சிணாமூர்த்தியின் உருவத்தைப் பெரிதும் ஒத்துள்ளது. இவரது சடை மகுடம் உயரமாக அமைந்துள்ளது. நான்கு வகைகளைக் கொண்ட இத்திருமேனியின் மேல் கைகளில் உடைந்துள்ள ருத்ராட்சமாலையும், குண்டிகையும் காணப்படுகின்றன. அவரது இடுப்பில் உள்ள ஆடையில் சோழர் காலத்து ஆடை அமைப்பில் காட்டப்படும் சிம்மமுகம் காணப்படுகிறது.[54] இதே நூற்றாண்டைச் சேர்ந்த தாராவின் செப்புத் திருமேனியும், மைத்ரேயரின் திருமேனியும் நாகப்பட்டினத்தில் கண்டுபிடிக்கப்பட்டன. தாரா பத்மபீடத்தில் சுகாசனத்தில் அமர்ந்துள்ளார். கரண்ட மகுடமும், கழுத்தில் ஆரமும், சன்னவீரமும், தோளில் விழுந்துள்ள முடியலங்காரமும், கைகளில் அணியப்பட்டுள்ள கேயூரம் போன்ற ஆபரணங்களும், ஆடை அமைப்பும் மிக நேர்த்தியாகக் காட்டப்பட்டுள்ளன. இடையில் உள்ள ஆடையில் சிம்மமுகம் காட்டப்பட்டுள்ளது. நடுவில் குஞ்சம் ஒன்றும் தொங்குகிறது. கால் முட்டிக்குக் கீழ் உத்தரியம் தொங்கிக் கொண்டுள்ளது. மைத்ரேயரின் செப்புத் திருமேனியில் அவர் உயரமான பீடத்தில் நின்று கொண்டிருக்கிறார். பீடத்தின் மேல் பகுதியில் தாமரை ஆசனம் உள்ளது. இரண்டு கைகளில் ஒன்று அபயமுத்திரை காட்டுகிறது. மற்றொன்றில் மலர் வைத்துள்ளார். கிரீடமும், மகரகுண்டலங்களும், ஆரமும் பிற ஆபரணங்களும் அவரது உடலுக்கு அழகு சேர்க்கின்றன.[55]

கனடாவில் டொரன்டொ நகரில் அமைந்துள்ள ராயல் ஒன்டாரியொ அருங்காட்சியகத்தின் தெற்காசியக் காட்சிப் பிரிவில் நாகப்பட்டினத்து புத்தர் செப்புத்திருமேனி ஒன்றுள்ளது. சோழர்கலைப் பாங்கில் அமைந்துள்ள ஓர் அடி உயரமான, நின்ற நிலையிலுள்ள புத்தர் வலது கையில் அபய முத்திரையும், இடது கையில்

வரதமுத்திரையும் காட்டுகிறார். சுருள்முடியும், தீப்பிழம்பும் காட்டப் பட்டுள்ளது. அவரது ஆடை பலமடிப்பு களுடன் காட்டப்பட்டுள்ளது.[56]

கி.பி. பதினாறாம் நூற்றாண்டைச் சேர்ந்த நாகப்பட்டினத்து அவலோகிதேசுவரர் செப்புத்திருமேனி ஒன்றில் அவர் சிவபெருமானைப் போன்றே காட்டப்பட்டுள்ளார்[57]. இதில் அவலோகிதேசுவரர் மூன்று வளைவுகளாக (tribangha) உடலை வளைத்துத் தாமரைப் பீடத்தில் நின்றுள்ளார். அவரைச் சுற்றி ஜுவாலையுடன் கூடிய திருவாச்சி காணப்படுகிறது. அவரது கிரீடத்தில் புத்தரின் அமர்ந்த கோலம் உள்ளது. அவரது நான்கு கைகளில், மேலிருகைகளில் ருத்ராட்ச மாலையும், மலரும் வைத்துள்ளார். கீழிருகைகளில் அபய, வரதமுத்திரை காட்டுகிறார். அதிகமான ஆபரணங்கள் அணிவிக்கப்பட்டுள்ளன. இதே நூற்றாண்டைச் சேர்ந்த புத்தர் திருமேனி ஒன்றும் சென்னை அரசு அருங்காட்சியகத்தில் உள்ளது. அதில் புத்தர் அபய, வரதமுத்திரைகள் காட்டுகிறார். அவரது தலையில் உஷ்ணிசம் ஐந்து சுவாலையாகக் காட்டப்பட்டுள்ளது. இத்திருமேனி ஒரு மாடத்திற்குள் (niche) வைக்கப்பட்டது போன்று அமைந்துள்ளது. அவரது இருபக்கங்களிலும் இரு அரைத்தூண்களும், அவற்றிற்கு மேலே மகர தோரணமும் அமைக்கப்பட்டுள்ளன[58].

பிற இடங்களில் உள்ள சிற்பங்கள்

இலண்டனில் உள்ள விக்டோரியா ஆல்பர்ட் அருங்காட்சி யகத்தில் முற்காலப் பல்லவர்களைச் சேர்ந்த (கி.பி. 5 - ஆம் நூற்றாண்டு) அவலோகிதேசுவரர் செப்புத் திருமேனி ஒன்று பாதுகாத்து வைக்கப்பட்டுள்ளது.[59] இந்தப் படிமம் மிகவும் நேர்த்தியாக அமைந்துள்ளது. அவலோகிதேசுவரரின் தலையில் உள்ள சடை மகுடமும், நீண்ட காதுகளில் உள்ள அணிகலன்களும், கண்களின் தெளிச்சியும், உதடுகளின் முறுவலும், பூணூலும் சிவபெருமானை நினைவூட்டுகின்றன. மொத்தத்தில் இவரது உருவம் சென்னை அரசு அருங்காட்சியகத்தில் வைக்கப்பட்டுள்ள அமராவதி சிற்பங்களை ஒத்துள்ளது. வலது கை உடைந்துள்ளது. இடது கையில் மலர் வைத்திருக்க வேண்டும் என்பதை அக் கை முத்திரை உணர்த்துகிறது. ஆனால் கையில் மலர் இல்லை. சாதவாகன வம்சத்தைச் சேர்ந்த நின்ற நிலையிலான புத்தரின் (கி.பி. 3 - ஆம் நூற்றாண்டு) திருமேனி ஒன்று சென்னை அரசு அருங்காட்சியகத்தில் உள்ளது. (43.5 செ.மீ)[60] இதில் புத்தரின் ஆடை இடது தோளை மறைத்துச் செல்கின்றது. வலது கை வரதமுத்திரை காட்டுகிறது. இடது கை, ஆடையைப் பிடித்துள்ளது. சுருள்முடி காணப்படுகிறது. பல்லவர் காலத்தைச் சேர்ந்த (கி.பி. 8-9 ஆம் நூற்றாண்டு) மைத்ரேயர் செப்புத்திருமேனி (39.5 செ.மீ) ஒன்று

சென்னை அருங்காட்சியகத்தில் வைக்கப்பட்டுள்ளது.[61] இதில் அவரது கிரீடமும், அதன் கீழ் உள்ள பட்டையும், காதுகளில் உள்ள மகர குண்டலங்களும், நவரத்தினங்கள் பதித்த ஆரமும் (necklace) முத்துக்கள் கோத்த பூணூலும், குஞ்சங்களும், இடையில் சிம்மமுகமும் கொண்ட ஆடை அமைப்பும், முகப்பொலிவும் அழகாக அமைந்துள்ளன. இத்திருமேனி பல்லவர் காலத்ததே என்பதை வலியுறுத்தும் வகையில் மைத்ரேயரின் பூணூல் அவரது வலது கை மீது செல்கிறது. கைகளில் உள்ள ஆபரணங்களும் செழுமையை உணர்த்துகின்றன. சேலம் மாவட்டம், கெங்கவள்ளி வட்டம், தலைவாசலுக்கு அருகில் வீரகனூர் என்ற ஊரில் உள்ள செட்டியார் வீதியில் சோழர் காலத்தைச் சேர்ந்த புத்தரது சிற்பம் ஒன்று அமர்ந்த நிலையில் உள்ளது. இதில் புத்தர் தியான நிலையில் உள்ளார்.[62]

தமிழகத்தின் தென்கோடியில் அமைந்துள்ள வைதீக இந்துக்களின் சிறந்த தலமான இராமேஸ்வரமும் அதனைச் சுற்றியுள்ள பிற பகுதிகளும், கி.பி. ஒன்பதாம் நூற்றாண்டு வரை பௌத்த மையமாகவும் இருந்துள்ளன என்பதை அண்மைக் காலக் கண்டுபிடிப்புகள் தெரிவிக்கின்றன. இராமேஸ்வரத்திற்கு அருகில் அரியாங்குண்டு என்ற இடத்தில் ஒன்பதாம் நூற்றாண்டைச் சேர்ந்த கல்லாலான புத்தர் உருவம் ஒன்று கிடைத்துள்ளது. மேலும் சுமார் ஏழாம் நூற்றாண்டைச் சேர்ந்த புத்தர் மற்றும் போதிசத்துவரின் உலோகச் சிற்பங்கள் இரண்டும் தமிழ்நாடு தொல்லியல் துறையினரால் கண்டறியப்பட்டன. இவற்றில் தெற்கு ஆசியக் கலை நுட்பத்தைக் காணமுடிகிறது.[63] இதே போன்ற அமைப்புடைய புத்தர் செப்புப் படிமம் ஒன்று ஸ்ரீநகர் ஸ்ரீபிரதாப்சிங் அருங்காட்சியகத்தில் உள்ளது. இது கி.பி. ஆறாம் நூற்றாண்டின் பிற்பகுதியைச்சார்ந்ததெனவும், வடமேற்கு இந்தியாவில், குறிப்பாக காஷ்மீரத்தில் கிடைத்திருக்கக் கூடுமெனவும் கருதப்படுகின்றது.[64]

கன்னியாகுமரி மாவட்டத்தில் தேரூர் என்ற கிராமத்தில் பௌத்த சமயம் நிலை பெற்றிருந்தது தெரியவந்துள்ளது. பண்டைய ஆவணங்களில் இவ்வூர் தேரனூர் என்று அழைக்கப் படுகிறது. இங்குள்ள அவலோகிதேசுவரர் கோயில் அங்குள்ள மக்களால், இளைய நாயனார் கோயில் என்று அழைக்கப்படுகிறது. இங்கு அவலோகி தேசுவரர் மற்றும் அவரது மனைவி தாரா ஆகியோரின் அழகுமிகு கற்சிற்பங்கள் உள்ளன. ஒவ்வோர் ஆண்டும் சித்திரை மாதம் பௌர்ணமியன்று இங்குத் திருவிழா கொண்டாடப்பட்டு வருகிறது. 1919 - ஆம் ஆண்டு நடைபெற்ற திருவிழாவின் போது இலங்கையிலிருந்து பௌத்தத் துறவிகள் இங்கு வந்து வணங்கிச் சென்றதாகக் கூறப்படுகிறது.[65] சிவகங்கை மாவட்டம் திருப்பாச்சேத்திக்கு அருகில்

மாரநாடு என்ற ஊரின் சந்தைவெளிப்பனை மண்மேட்டில் புத்தர் சிற்பம் ஒன்று கண்டுபிடிக்கப்பட்டுள்ளது. இதில் புத்தர் கல்பீடம் ஒன்றின்மீது அர்த்த பரியாங்காசனத்தில், பூமிஸ்பரிச முத்திரை காட்டி அமர்ந்துள்ளார். இது கி.பி. 10-11 ஆம் நூற்றாண்டைச் சேர்ந்ததெனக் கருதப்படுகிறது.[66] இதற்கு காலத்தால் சற்று முந்திய கி.பி. 9 - ஆம் நூற்றாண்டு தலை உடைந்துபோன புத்தரின் சிற்பம் ஒன்று திருப்பூவனத்தில் கிடைத்துள்ளது. அது தற்போது மதுரை திருமலை நாயக்கர் மஹால் அருங்காட்சியகத்தில் வைக்கப்பட்டுள்ளது.

எனவே தமிழகத்தில் பௌத்த சமயத்தின் கலை வரலாற்று எச்சங்களாக விகாரங்கள் இருந்தன. எனினும், இன்று நமக்கு ஆதாரங்களாக அமைபவை கற்சிற்பங்களும், செப்புத் திருமேனி களும் மற்றும் ஒரு சில கல்வெட்டுகளுமே ஆகும். மதுரைக் காஞ்சியில் குறிப்பிடப்பட்டுள்ள அறவோர் பள்ளிகள் என்பது புத்த விஹாரத்தைக் குறிப்பதாகச் சிலரும், சமணப் பள்ளியைக் குறிப்பதாக மற்றொரு சாராரும் கருதுகின்றனர். இது இரு சமயத்தவருக்கும் பொருந்துவதாக அமைந்துள்ளது. எனவே மதுரையில் பௌத்த விகாரம் இருந்தது என்று சுஹிகோ சாகா போன்றவர்கள் கூறுவது எந்தஅளவிற்கு ஏற்கத்தக்கது என்பது கேள்விக்குறியே ஆகும். மேலும் தமிழகத்தில் தொடக்கக் காலத்திலிருந்து கி.பி. 16 - ஆம் நூற்றாண்டு வரையான காலங்களில் பௌத்த சமயம் நாகப்பட்டினத்திலும், பிற இடங்களிலும் செல்வாக்குப் பெற்ற நிலையில் இருந்துள்ளது என்பது மறுக்க முடியாததாகும். தமிழகத்திலிருந்த பௌத்தப் பெரியவர்களும், ஆசிரியர்களும் பிற இடங்களுக்குச் சென்று பணியாற்றியுள்ளனர் என்றும் நம்பப்படுகிறது. தமிழகத்தில் பௌத்த சமய வரலாறும், கலை வரலாறும் இன்னும் முழுமை பெறவில்லை. தொடர்ந்து பௌத்த சமயச் சின்னங்களும் கண்டுபிடிக்கப்பட்டு வருகின்றன. அண்மையில் சென்னையில் உள்ள இந்திய அரசின் தொல்லியல் கழகத்தால், சென்னைக்கு அருகே, 20 கிலோமீட்டர் தொலைவில் உள்ள, கோலப்பாக்கம் (Kolapakkam) என்ற ஊரில் தியானத்தில் அமர்ந்துள்ள புத்தரின் இரண்டு கற்சிற்பங்களைக் கண்டெடுத்துள்ளனர். இங்குள்ள அகஸ்தீசுவரர் கோயில் கி.பி.10 - ஆம் நூற்றாண்டைச் சேர்ந்த முதலாம் இராஜராஜசோழன் காலத்தது. இங்குள்ள கல்வெட்டு சுமத்திராவின் அரசன் ஸ்ரீவிசய மகாராசன் என்பவனது ஆகும். (Hindu, February 12, 2006). இங்குக் கண்டுபிடிக்கப்பட்ட ஒரு சிற்பத்தில் புத்தரின் தலைக்கு மேல் போதிமரமும், மற்றொரு சிற்பத்தில் முக்குடையும் காட்டப் பட்டுள்ளன. இரண்டு சிற்பங்களிலுமே புத்தரின் இரு பக்கங்களில் இயக்கர்கள் அல்லது போதிசத்துவர்கள் நின்றிருக்கின்றனர். ஒரு புத்தரின் உடலில் ஆடையின் கோடுகள் தெளிவாகத் தெரிகின்றன. இதிலிருந்து கோலப்பாக்கமும் அதனை அடுத்துள்ள மாங்காடு,

இரண்டாம் கட்டை, குன்றத்தூர் போன்ற பகுதிகளும், பௌத்த மையங்களாகத் திகழ்ந்துள்ளன என்று தெரிகிறது. ஏனெனில் அப்பகுதிகளிலும் புத்தர் சிலைகள் முன்னமே கண்டுபிடிக்கப் பட்டுள்ளன. *2004* - ஆம் ஆண்டு திருவாரூர் மாவட்டம் செல்லூரில் சுமார் *42* பௌத்த உலோகச் சின்னங்கள் கண்டுபிடிக்கப்பட்ட செய்தி *2011*, டிசம்பரில் இந்து நாளிதழில் பிரசுரிக்கப்பட்டது. இது பற்றிய விவரம் முன்னமே, உள்ளே விளக்கமாகத் தரப்பட்டுள்ளது. சென்ற *2012* ஜுலை மாதத்தில் (Hindu, July 26, 2012) திருவாரூர் மாவட்டம் கண்டரமாணிக்கத்திற்கு அருகில் உள்ள பள்ளூரில் புத்தர் படிமம் ஒன்று கண்டெடுக்கப்பட்டுள்ளது முன்னமே குறிப்பிட்டுள்ளமை இங்கு நினைவு கூரத்தக்கதாகும்.

அடிக்குறிப்புகள்

1. மயிலை சீனி வேங்கடசாமி, *பௌத்தமும் தமிழும்*, 1957, பக். 61-71.
2. கே.வி. இராமன், *பாண்டியர் வரலாறு*, 1977.
3. கு.சேதுராமன், *இராமேசுவரம் கோயில்*, 2000, ப. 111.
4. கே.வி. இராமன், முன்னது, ப. 263.
5. மேலது, பக். 261-262.
6. C. Minakshi, Buddhism in South India, in *'South Indian Studies'*, Vol II, 1979, P. 86.
7. மேலது, ப. 87.
8. சம்பந்தர்தேவாரம், பதிகம், 254:10.
9. திருத்தோணக்கம், 6.
10. திருமலை, 7.
11. Suresh, B, Pillai, *Introduction to the Study of Temple Arts*, 1976, part II, PP. 10-12, Illustration 8-9, b and c.
12. C. Minakshi, *op. cit.*, PP. 97-99.
13. மேலது, ப.99.
14. மேலது, ப.109.
15. மேலது.
16. மேலது, பக். 110-111.
17. மேலது, ப. 112.
18. ஆர். வசந்தகல்யாணி, திருவல்லிக்கேணியில் பௌத்த சிற்பம், ஆவணம், இதழ், 7, 1996, பக். 187-188.
19. ப.தெ. பாலாஜி, புத்தமேடு - ஒரு பௌத்த ஊரிருக்கை, ஆவணம், 5, 1994, ப. 60.
20. இரா. நாகசாமி, ஓவியப்பாவை, 1979, ப. 70.
21. MER 113/1904.
22. C. Minakshi, *op. cit.*, P.103.
23. மேலது, பக். 112-113.
24. மேலது, ப. 113.
25. ஆவணம், 2009, பக். 212-214.
26. மேலது, பக். 212.

27. பா. ஜம்புலிங்கம், திருநாட்டியத்தான்குடி புத்தர்சிலை, *ஆவணம், 14,* 2003.
28. பா. ஜம்புலிங்கம், உள்ளிக்கோட்டை புத்தர்சிலை, *ஆவணம், 2006*, பக்.220-221.
29. பா. ஜம்புலிங்கம், வளையமாபுரத்தில் புத்தர் சிலை, *ஆவணம், 2008*, பக். 226-227.
30. The Hindu, Daily, 26 th July, 2012.
31. The Hindu, Daily 31 December, 2011.
32. கி. ஸ்ரீதரன், கீழக்குறிச்சி, புத்தர் சிற்பமும், கல்வெட்டும், *ஆவணம், 11,* 2000, ப. 151.
33. *ஆவணம், 2009*, ப.205,
34. ஜெ. இராஜா முகமது, மணல்மேல்குடி புத்தர் சிலை, *ஆவணம், 13,* 2002, ப. 113.
35. C. Minakshi, *op. cit.*, P. 116.
36. ஜெ. இராஜா முகமது, *புதுக்கோட்டை மாவட்டம்,* 1992, ப. 249.
37. பா. ஜம்புலிங்கம், பட்டீஸ்வரம் அருகே புத்தர் சிலை, *ஆவணம், 13, 2002*, ப. 185.
38. C. Minakshi, *op. cit.*, PP.114-115.
39. ஆவணம், 2007.ப. 196.
40. மேலது, ப. 197.
41. C. Minakshi, *Administration and Social Life under the Pallavas,* 1977, P. 24.
42. C. Minakshi, *op. cit.*, P. 95.
43. எ. சுப்பராயலு, நாகப்பட்டினம், சூடாமணி விஹாரத்தைச் சேர்ந்த ஒரு புதிய புத்தர் படிமம், *ஆவணம், 3,* 1993, பக். 43-44.
44. மேலது, ப.44.
45. மேலது, ப. 43.
46. மேலது, ப. 45.
47. S. Pathmanathan, The Akkacalaip perumpalli at Nagapattinam, in *Sri Lanka Journal of Humanities,* vol. XXIII, Nos. 182, 1997, pp 1-12.
48. Susan L. Huntington, *The Art of Ancient India,* 1993, Figure 21.38 P. 538.
49. P.R. Srinivasan, *Bronzes of South India,* 1994, PP. 120-121, Fig. 58.
50. மேலது, ப. 270, Fig. 152.
51. மேலது, ப. 303, Fig. 179.
52. மேலது, பக். 321-322, Fig. 190.
53. மேலது, ப. 323, Fig. 191.
54. மேலுது, ப. 333, Fig. 199.
55. மேலது, ப. 334 Figs. 200-201.
56. வீ. செல்வக்குமார் மற்றும் சுதர்சன் துரையப்பா, கனடா ராயல் ஒண்டாரியொ அருங்காட்சியகத்தில் தமிழகக் கலைப்பொருட்கள், ஆவணம், 2009, பக். 141-142.
57. ShuHikosaka, *Buddhism in Tamilnadu - A New Perspective,* 1989, PP. 190-191.
58. மேலது, pl. 13.
59. C. Sivaramamurti, *South Indian Bronzes,* 1963, pl. 2.
60. மேலது, pl. 11.
61. மேலது, pl.. 12 b.
62. ஆவணம், 2007, ப. 196.
63. கு. சேதுராமன், இராமேசுவரம் கோயில், 2000, ப. III.
64. Susan L. Huntington, pl. 175 P. 356.
65. ShuHikosaka, *op. cit.*, P. 192.
66. வீ. முத்துக்குமார், புத்தர் சிற்பம், ஆவணம். 2008, ப. 225.

10. தமிழ்நாட்டில் சமண சமய வரலாறும் கலையும்

தமிழ்நாட்டில் கி.மு. மூன்றாம் நூற்றாண்டளவில் சமண சமயம் கால்கொண்டுள்ளது. வடநாட்டிலிருந்து மௌரியர் காலத்தில் தென்னிந்தியா நோக்கி இடம்பெயர்ந்த சமணத் துறவிகளாலும் அவர்களுக்கு ஆதரவு அளித்த வணிகர்களாலும் தமிழ்நாட்டில் சமண சமயம் காலூன்றியது. தமிழ்நாட்டில் கி.மு. மூன்றாம் நூற்றாண்டிற்கும் கி.பி. இரண்டாம் நூற்றாண்டிற்கும் இடைப்பட்ட காலத்தினைச் சார்ந்த சமண முனிவர்கள் வாழ்ந்த குகைத்தளங்களில் காணப்படும் தமிழ்பிராமி கல்வெட்டுக்கள் இதனை உறுதிப்படுத்துகின்றன. சங்க இலக்கியக் குறிப்புகள் காணப்படுகின்றன. மதுரையில் சமணப்பள்ளி இருந்தது பற்றியும் அதில் வாழ்ந்த முக்காலம் அறிந்த சமண முனிவர்களை இல்லறத்தில் வாழ்ந்த சமணசமயத்தவர்கள் கண்டு வழிபட்டதாக மதுரைக் காஞ்சி தெரிவிக்கிறது. அழகர்மலை போன்ற இடங்களில் காணப்படும் தமிழ்பிராமி கல்வெட்டுக்கள் வணிகர்கள் சமணசமயத்திற்கு ஆதரவளித்ததைக் காட்டுகின்றன. மாங்குளம் (மீனாட்சியும்) தமிழ்பிராமி கல்வெட்டும் பாண்டியன் நெடுஞ்செழியனும் அவனது உறவினரும் சமணத்திற்கு ஆதரவளித்ததைத் தெரிவிக்கின்றது. புகளூர் மலையிலுள்ள கல்வெட்டு இளங்கடுங்கோ என்றழைக்கப் பட்ட சேரமன்னன் சமணத் துறவியர்க்கு இருப்பிடம் அமைத்துக் கொடுத்ததைத் தெரிவிக்கிறது. தமிழகத்தில் காணப்படும் தொண்ணூற்றுக்கு மேற்பட்ட தமிழ் பிராமிகல்வெட்டுகள் மலைக் குன்றுகளிலுள்ள குகைத்தளங்களில் சமணத்துறவியர்க்கு உறைவிடம் அமைத்துக் கொடுத்ததைத் தெரிவிக்கின்றன.

சங்ககாலத்திற்குப் பின்னர் களப்பிரர் காலத்தில் (கி.பி.300-550) சமண சமயம் தமிழ்நாட்டில் மேலும் வளர்ச்சியடைந்துள்ளதை இக்காலக் கல்வெட்டுகளும் இலக்கியங்களும் எடுத்துக்காட்டுகின்றன. சிலப்பதிகாரமும் பதினெண்கீழ்க்கணக்கு நூற்களும் தமிழ்நாட்டில் சமணம் நன்கு வளர்ந்துள்ளதைக் காட்டுகின்றன. சமணத் திருவுருவங்கள், கோயில்கள் பற்றி இவை குறிப்பிட்ட போதிலும் இக்காலத்தினைச் சார்ந்த சமணத் திருவுருவங்களோ சமணக் கோயில்களோ இதுவரைக் கண்டறியப்படவில்லை.

கி.பி. ஆறாம் நூற்றாண்டிற்குப் பின்பு தமிழ்நாட்டில் நிலவிய பக்தியியக்க அலையின் தாக்கத்தினால் சமணசமயத்திலும் உருவ வழிபாடுபெருகியது. சமணர்கள் தங்களது அறநெறிக்கு வழிகாட்டியாகத் துணைநின்ற தீர்த்தங்கரர்களுக்குத் தமிழகமெங்கும் கோயில்கள் எடுத்து அவற்றில் தீர்த்தங்கரர், இயக்கன், இயக்கி ஆகியோரது திருவுருவங்களைச் செய்து வைத்து வழிபடும் வழக்கம் அதிகமானது. சிறிய குன்றங்களில் மலைப்பள்ளிகளைத் தோற்றுவித்து அங்குள்ள பாறையில் புடைப்புச் சிற்பங்களாகச் சமணத்திருமேனிகளை செய்துவித்து வழிபட்டனர். இதுபோன்ற மலைப்பள்ளிகள் தொண்டை நாட்டிலும் பாண்டிய நாட்டிலும் அதிகமாகக் காணப்படுகின்றன. சில இடங்களில் மலைகளில் குடைவரைக் கோயில்களையும் சமணர்கள் தோற்றுவித்தனர். கி.பி. ஆறாம் நூற்றாண்டிலிருந்து மலைகளில் தங்கியிருந்த சமணர்கள் தங்கள் வழிபாட்டுத் தலங்களை ஊர்களின் உட்புறத்திலும் வெளிப்புறத்திலும் அதிக அளவில் அமைக்கத் தொடங்கினர். இதனால் கி.பி. ஏழாம் நூற்றாண்டிற்கும் கி.பி. 14 - ஆம் நூற்றாண்டிற்கும் இடையில் நூற்றுக்கணக்கான சமணத் தீர்த்தங்கரர் கோயில்களைத் தமிழகமெங்கும் சமணர்கள் உருவாக்கியுள்ளனர். தமிழ்நாட்டின் வடபகுதியிலும் தமிழ்நாட்டின் தென்பகுதியில் சில இடங்களிலும் இன்றும் சமணத்தலங்கள் வழிபாட்டில் இருந்து வருகின்றன. தமிழ்நாட்டில் தொண்டைநாடு, பாண்டியநாடு, சோழநாடு, கொங்குநாடு முதலிய பகுதிகளில் காணப்படும் சமணப் பள்ளிகள், கோயில்கள், சிற்பங்கள், செப்புத்திருமேனிகள் பற்றி ஏராளமான சான்றுகள் கிடைத்துள்ளன.

பாண்டிய நாடு

தமிழ்நாட்டில் தொன்மையான சமணசமயச் சான்றுகள் மதுரையைச் சுற்றியுள்ள பாண்டிய நாட்டுப் பகுதிகளிலேயே காணப்படுகின்றன. மதுரையைச் சுற்றியுள்ள குன்றங்களில் தமிழ் பிராமி கல்வெட்டுக்கள் உள்ளன. சமண முனிவர்கள் வாழ்ந்த குகைத்தளங்கள் காணப்படுகின்றன. கி.மு. மூன்றாம் நூற்றாண்டி லிருந்து கி.பி. இரண்டாம் நூற்றாண்டுவரையிலான காலகட்டத்தைச் சார்ந்த இங்குள்ள தமிழ்பிராமி கல்வெட்டுகளில் அக்குகைத்தளத்தை உருவாக்கியவர்களின் பெயர்கள் குறிப்பிடப்படுகின்றன. குகைத்தளத்தின் தரைப்பகுதி உளியால் நன்கு கொத்தப்பட்டு அவற்றில் கற்படுக்கைகள் முனிவர்கள் உறையும் வகையில் உருவாக்கப்பட்டுள்ளன. குகைத் தளத்தின் முகப்பில் புருவம் வெட்டப்பட்டு மழைநீர் உள்ளே நுழையாத வண்ணம் தடுக்கப்பட்டுள்ளது. இம்முயற்சியே தமிழ்நாட்டுக் கட்டடக் கலை வரலாற்றில் தொன்மையான முயற்சியாக இருக்க

வேண்டும். இக்குகைத் தளங்களைச் சமண முனிவர்கள் தங்கள் மழைக்கால இருப்பிடமாகவும் சில வேளைகளில் நிலையாக தங்கி வாழும் சமணப் பள்ளியாகவும் பயன்படுத்தியுள்ளனர்.

நான்கு திசைகளிலிருந்தும் மதுரை மாநகருக்குள் நுழையும் பெருவழிகளில் தமிழ்பிராமி கல்வெட்டுள்ள சமணசமய குகைப் பள்ளிகள் காணப்படுகின்றன. இவற்றிற்கு நெடுஞ்செழியன் போன்ற பாண்டிய அரசர்களும், அதிகாரிகளும், வணிகர்களும், ஊர்த்தலைவர் களும் ஆதரவு அளித்துள்ளனர். ஆனைமலை, மாங்குளம் (மீனாட்சிபுரம்), அரிட்டாபட்டி, அழகர்மலை, கருங்காலக்குடி, கீழவளவு, திருவாதவூர், குன்னத்தூர், திருப்பரங்குன்றம், சமணமலை, கொங்கர்புளியங்குளம், விக்கிரமங்கலம், அணைப்பட்டி முதலிய இடங்களிலுள்ள குன்றங்களில் தொன்மையான சங்ககாலச் சமணப்பள்ளிகள் இருந்தமைக்கான தடையங்கள் காணப்படுகின்றன. இவற்றில் எவற்றிலும் சங்ககாலத் தினைச் சார்ந்த சமணத் திருவுருவங்கள் காணப்படவில்லை.

பாண்டியர்களின் தலைநகரான மதுரை மாநகரின் சிறப்புக்களில் ஒன்றாக மதுரையில் இருந்த சமணப்பள்ளி குறிப்பிடப்படுகிறது. கி.மு. இரண்டாம் நூற்றாண்டைச் சார்ந்த அணைப்பட்டி தமிழ்பிராமி கல்வெட்டில் மதுரையில் இருந்த அதினன் என்ற சமணமுனிவன் ஒருவன் குறிப்பிடப்படுகின்றான். மதுரையைச் சேர்ந்த பொன்வணிகன், உப்புவணிகன், கொழுவணிகன், பணித வணிகன் ஆகியோர் அழகர் மலைச் சமணப்பள்ளிக்கு ஆதரவு தந்துள்ளனர் என்று அங்குள்ள தமிழ்பிராமி கல்வெட்டு தெரிவிக்கிறது. திருநெல்வேலி மாவட்டத்தில் மறுகால்தலை, அய்யர்குளம் தமிழ்பிராமி கல்வெட்டுள்ள சமணர் குகைத்தளங்கள் கண்டறியப்பட்டுள்ளன.

கி.பி. ஐந்தாம் நூற்றாண்டில் மதுரையில் இருந்த உலவியத்தான் குளத்தின் வடபக்கத்தில் சமணமுனிவர்கள் வாழ்ந்த சமணப்பள்ளி (தாலதப்பள்ளி) ஒன்று இருந்தது. அதில் சமணர்கள் வழிபட்ட வசிதேவனார் கோட்டம் எடுப்பிக்கப்பட்டது என்று பூலாங்குறிச்சி கல்வெட்டு கூறுகிறது.

கி.பி. மூன்றாம் நூற்றாண்டிலிருந்து பாண்டிய நாட்டில் சமணம் செல்வாக்குப் பெற்று வளரத்தொடங்கியது. கருநாடகத்திலிருந்து வந்த திகம்பர சமண அலையின் காரணமாக கி.பி. ஏழாம் நூற்றாண்டி லிருந்து பாண்டிய நாட்டில் ஏராளமான சமணப்பள்ளிகள் தோன்றத் தொடங்கின. ஏற்கெனவே சமண முனிவர்கள் தங்கிய மலைப்பள்ளியில் பாறைகளில் சமணத் திருவுருவங்கள் செய்யப்பட்டு அவை வழிபாட்டுத் தலமாகவும் தொடர்ந்து முனிவர்கள் உறையும் இடமாகவும் மாற்றப்பட்டன.

மதுரையைச் சுற்றியுள்ள பரங்குன்று (திரப்பரங்குன்றம்), திருவுருவகம் (சமணமலை), பப்பாரம், பள்ளி (குரண்டி), பேரந்தை, யானை (யானைமலை), இருங்குன்றம் (அழகர்மலை) என்றழைக்கப் பட்ட குன்றங்கள் முற்காலப்பாண்டியர் காலத்தில் எண்பெருங் குன்றங்கள் என்ற பெயரில் மிகச்சிறப்பான சமணவழிபாட்டுத் தலங்களாகவும் சமணக்கல்லூரியாகவும் சமணமுனிவர்கள் தங்குமிட மாகவும் விளங்கியுள்ளன. இவை தவிர அரிட்டாபட்டி, கீழவளவு, கருங்காலக்குடி, கொங்கர் புளியங்குளம், திருப்பரங்குன்றம் போன்ற இடங்களிலும் சமணப்பள்ளிகள் தீர்த்தங்கரர் திருமேனிகளோடு உருவாக்கப்பட்டன. நேமிநாதர், பார்சுவநாதர், மகாவீரர், பாகுபலி, இயக்கி அம்பிகா, இயக்கி பத்மாவதி, இயக்கன் தர்ணேந்திரன் ஆகியோரது உருவங்கள் பாறையில் புடைப்புச் சிற்பங்களாக இங்கு வடிக்கப்பட்டுள்ளன. தென்பரங்குன்றத்தில் முற்காலப் பாண்டியரின் குடைவரைக்கோயில் ஒன்று தீர்த்தங்கரர்க்கென்று எழுப்பப் பட்டுள்ளது. கி.பி. 13 - ஆம் நூற்றாண்டில் சைவக்கோயிலாக அது மாற்றப்பட்டுள்ளது.

பாண்டியநாட்டில் மிகச்சிறப்பான சமணப்பள்ளியாகவும் சமணக்கல்லூரியாகவும் இருந்து அழிந்துபோன பள்ளி குறண்டிப் பள்ளியாகும். அருப்புக்கோட்டைப் பகுதியில் இருந்த இப்பள்ளி முற்றிலுமாக அழிந்துபோன நிலையில் இதன் கல்வெட்டுகள் பொறித்த கட்டடப் பகுதிகள் விருதுநகர் மாவட்டம் பள்ளிமடம் சிவன்கோயில் முன்மண்டபத்தில் வைத்துக் கட்டப்பட்டுள்ளன. பாண்டிய நாட்டிலுள்ள பல பள்ளிகளில் உள்ள கல்வெட்டுகளில் குறண்டிலிருந்து வந்த சமணப்பெரியார்கள் குறிப்பிடப்படுகின்றனர். மதுரைக்கு மேற்கேயுள்ள சமண மலையும் கருநாடகத்திலுள்ள சிரவண பௌகுளவோடு தொடர்பு கொண்டிருந்து தலைசிறந்த சமணப்பள்ளியாகச் சங்க காலத்திலிருந்து இருந்து வந்துள்ளது. எண்பெருங்குன்றங்களில் ஒன்றாக விளங்கிய இம்மலையில் பேச்சிப் பள்ளம், செட்டிப்புடவு முதலிய பகுதிகளில் கி.பி. 9-10ஆம் நூற்றாண்டைச் சார்ந்த தீர்த்தங்கரர்கள் மற்றும் இயக்கியரின் சிற்பங்கள் வட்டெழுத்துக் கல்வெட்டுகளுடன் காணப்படுகின்றன. இங்குள்ள கல்வெட்டுகளில் இப்பள்ளி மாதேவிப்பெரும்பள்ளி என்று குறிப்பிடப்படுகிறது. செட்டிப் புடவில் பாண்டியநாட்டில் மிகப்பெரிய தீர்த்தங்கரர் திருவுருவம் பாறையில் வடிக்கப்பட்டுள்ளது. செட்டிப்புடவின் உட்புறம் யானையில் வந்த அவுணனோடு போரிடும் இயக்கியின் அரிய சிற்பம் காணப்படுகிறது.

அருப்புக்கோட்டைக்கு அருகிலுள்ள கோவிலாங்குளம் பகுதியில் முதலாம் குலோத்துங்க சோழன் காலத்தில் எடுப்பிக்கப்பட்ட சமணத் தீர்த்தங்கரர் கோயில் இன்றும் தீர்த்தங்கரர் உருவங்களோடு சோழர் கல்வெட்டுகளுடன் காணப்படுகின்றன.

பாண்டிய நாட்டில் ஏராளமான சமணத் திருவுருவங்களுடன் மிகப்பெரிய சமணப் பெரும்பள்ளியாக விளங்கிய பள்ளி கழுகுமலைப் பள்ளியாகும். இங்கு கலைச்சிறப்புவாய்ந்த வேலைப்பாடுகளுடன் சமண சிற்பக்கலையின் உன்னதத்தைக் காட்டும் தீர்த்தங்கரர் உருவங்கள் பாறையில் புடைப்புச் சிற்பங்களாக கி.பி. 9-10 ஆம் நூற்றாண்டுகளில் செய்விக்கப்பட்டுள்ளன. இங்குக் காணப்படும் பாகுபலி, பார்சுவநாதர், நேமிநாதர், மகாவீரர் திருவுருவங்களும் இயக்கி அம்பிகாவின் தனிச்சிற்பமும் சமணச் சிற்பக்கலையின் சிகரங்களாகும். இயக்கி பத்மாவதிக்கும் தனித்த நிலையில் இங்குச் சிற்பம் உள்ளது. இங்குள்ள ஏராளமான வட்டெழுத்துக் கல்வெட்டுகள் பாண்டிய நாட்டில் சமணத்திற்கு இருந்த மிகுந்த செல்வாக்கைக் காட்டுகிறது. சமணப் பெண் ஆசிரியர்களும், ஆண் ஆசிரியர்களும், மாணவர்களும் நிறைந்த பெரும்பள்ளியாக கழுகுமலைப் பள்ளி விளங்கியுள்ளது.

பாண்டிய நாட்டின் தென்கோடியில் அமைந்த சமணப்பள்ளி இன்று கோட்டாறு என்று அழைக்கப்படும் நாகர்கோயிலில் இருந்துள்ளது. கடந்த நூற்றாண்டு வரை நாகர்கோயில் நாகராஜா கோயில் சமணர்களின் கோயிலாக இருந்துள்ளதை அங்குள்ள கல்வெட்டுக்கள் காட்டுகின்றன. இன்றும் பாண்டிய நாட்டில் வழிபாட்டில் இருந்து வரும் சமணக்கோயில் தேவகோட்டைக்கு அருகிலுள்ள அனுமந்தக்குடி சமணர் கோயிலாகும்.

பாண்டிய நாட்டில் கி.மு. மூன்றாம் நூற்றாண்டிலிருந்து பதினான்காம் நூற்றாண்டு வரை சமணசமயம் சிறப்புடன் விளங்கி வந்திருக்கிறது. அதன்பின்னர் படிப்படியாக சமணம் பாண்டிய நாட்டுப் பகுதியில் செல்வாக்கு இழந்து மறையத் தொடங்கியுள்ளது.

பாண்டிய நாட்டில் எழுபதிற்கும் மேற்பட்ட இடங்களில் தீர்த்தங்கரர் திருவுருவங்கள் கண்டறியப்பட்டுள்ளன. அவை இருந்த ஊர்களில் சமணசமயம் மறைந்த நிலையில் அங்கிருந்த தீர்த்தங்கரர் கோயில்களும் அழிவுக்குள்ளாகி அதிலிருந்த தீர்த்தங்கரர் சிற்பங்கள் மட்டும் இன்று கிராமமக்களால் கிராம தெய்வமாக வழிபாடு செய்யப்பட்டு வரப்படுகின்றன. கி.பி.எட்டாம் நூற்றாண்டிலிருந்து 14 - ஆம் நூற்றாண்டு வரையிலான தீர்த்தங்கரர் உருவங்கள் பாண்டிய நாட்டு ஊர்களில் காணப்படுகின்றன. புலியூரான், தொப்பலாக்கரை,

பந்தல்குடி, பாலவநத்தம், கொற்கை, பழையகாயல், குளத்தூர், ஆழ்வார்திருநகரி, கோயிலார்பட்டி, நாலாந்துலா, முறமன் போன்ற பல இடங்களில் தீர்த்தங்கரர் திருவுருவங்கள் கண்டறியப்பட்டுள்ளன. பாண்டியநாட்டில் கிடைத்த இத்திருவுருவங்கள் பல மதுரை, திருநெல்வேலி போன்ற அருங்காட்சியகங்களில் சேகரித்து வைக்கப்பட்டுள்ளன.

கீழவளவிற்கு அருகிலுள்ள சுத்தமல்லிப் பகுதியில் மிகப்பெரிய சமணப் பள்ளி ஒன்று இருந்து அழிந்தமைக்கான தடயங்கள் காணப்படுகின்றன. இப்பகுதியில் கண்டறியப்பட்ட ஐம்பொன்னாலான அமர்ந்த நிலையிலுள்ள கி.பி. 9-10 ஆம் நூற்றாண்டு தீர்த்தங்கரர் திருவுருவம் தற்போது சென்னை அரசு அருங்காட்சியகத்தில் காட்சியில் உள்ளமை குறிப்பிடத்தக்கது.

புதுக்கோட்டைப்பகுதி

பாண்டியநாட்டிற்கும் சோழநாட்டிற்கும் இடைப்பட்ட புதுக்கோட்டைப் பகுதியிலும் கி.மு. இரண்டாம் நூற்றாண்டிலிருந்து சமணம் காலூன்றி வளரத் தொடங்கி கி.பி.14 - ஆம் நூற்றாண்டுவரை இப்பகுதியில் செல்வாக்குடன் இருந்து மறைந்துள்ளது. இதற்குச் சான்றாக சித்தன்னவாசல் இன்று காட்சியளிக்கிறது. சித்தன்னவாசலில் ஏழடிபாட்டம் என்று அழைக்கப்படும் பகுதியில் சமணமுனிவர்கள் உறைவதற்கு ஏற்ற முறையில் குகைத்தளம் ஒன்றை உருவாக்கிக் கொடுத்தவரின் பெயருள்ள கி.மு. இரண்டாம் நூற்றாண்டு தமிழ்பிராமி கல்வெட்டு காணப்படுகிறது. இக்குகைத்தளத்துப் பகுதியில் கி.பி. ஆறாம் நூற்றாண்டுவரை முனிவர்கள் வாழ்ந்ததைக்காட்டும் கல்வெட்டுகள் காணப்படுகின்றன.

சமணசமயத்தில் உருவவழிபாடு வந்தவுடன் சித்தன்னவாசல் குன்றின் மற்றொரு புறத்தில் தீர்த்தங்கரர்க்குரிய குடைவரைக் கோயில் ஒன்று எழுப்பிக்கப்பட்டுள்ளது. கி.பி. எட்டாம் நூற்றாண்டளவில் சிறிய குடைவரைக் கோயிலாக இருந்த இத்தீர்த்தங்கரர் கோயிலை கி.பி. ஒன்பதாம் நூற்றாண்டில் ஸ்ரீமாறஸ்ரீவல்லபன் என்ற பாண்டிய மன்னனின் ஆதரவைப் பெற்ற மதிரை ஆசிரியன் இளங்கௌதமன் என்ற சமண முனிவர் விரிவுபடுத்தியுள்ளார். இக்கோயிலின் அகமண்டபத்தைப் புதுப்பித்து முகமண்டபம் ஒன்றை எடுத்து இக்கோயிலின் வழிபாட்டிற்குரிய ஏற்பாட்டையும் செய்தார். இதனை இக்கோயிலின் வெளிப்புறம் பொறிக்கப்பட்டுள்ள அவனிபசேகரன் என்று அழைக்கப்பட்ட ஸ்ரீமாறஸ்ரீவல்லபனின் தமிழ் கல்வெட்டுத் தெரிவிக்கிறது. இக்கோயிலின் கருவறையில் அர்த்தபரியாங்கா சனத்தில் அமர்ந்த மூன்று தீர்த்தங்கரர் உருவங்கள் பாறையில்

புடைப்புச் சிற்பங்களாக வடிக்கப்பட்டுள்ளன. கருவறையின் விதானத்தில் மேற்கட்டி என்றழைக்கப்படும் தரைவிரிப்பின் வண்ணவோவியம் காணப்படுகிறது. முகமண்டபத்தின் தென்புறம் பார்சுவநாதர் உருவமும் வடபுறம் இளங்கௌதமனின் உருவமும் பாறையில் வடிக்கப்பட்டுள்ளன.

முகமண்டபத்திலேயே கி.பி. ஒன்பதாம் நூற்றாண்டில் இதனை எடுப்பித்த ஸ்ரீமாறஸ்ரீவல்லபன் காலத்து தாமரைக் குளத்தைக் காட்டும் புகழ்வாய்ந்த வெண்சுதை ஓவியம் காணப்படுகிறது. முகமண்டபத்தின் தூணின் வெளிப்புறம் வருகின்றவர்களை வரவேற்கின்ற முறையில் பக்கத்திற்கு ஒருவராக இரண்டு ஆடல் அணங்குகளின் ஓவியங்கள் தீட்டப்பட்டுள்ளன. முகமண்டபத்தூண் ஒன்றின் பக்கவாட்டில் ஸ்ரீமாறஸ்ரீவல்லபன் அவனது மனைவி மற்றும் இளங்கௌதமன் ஆகியோரின் வண்ணவோவியம் வரையப்பட்டுள்ளது. தீர்த்தங்கரரின் அறவுரையைக் கேட்கும் மண்டபத்திற்குச் (சமவசரணம்) செல்லும் வழியில் அமைந்த தாமரைக்குளத்தைக் காட்டும் வண்ணவோவியம் கருவறைக்கு முன்பாகவுள்ள முகமண்டபத்தின் விதானத்தில் வரையப்பட்டுள்ளது.

உயர்ந்த தொழில் நுட்பத்தில் வரையப்பட்ட சித்தன்னவாசல் தாமரைக்குள் ஓவியத்தில் பல அரிய காட்சிகள் இடம் பெற்றுள்ளன. செந்தாமரையும் வெண்தாமரையும் உள்ள அக்குளத்தில் பறவைகள் கூடுகட்டி வளர்கின்றன. எருமைமாடும், யானையும் அக்குளத்தில் இறங்கி நீராடுகின்றன. இதனைக் கண்டு தாமரைக்குளத்தில் கூடுகட்டி வாழும் பறவைகள் அஞ்சி ஒலியெழுப்புகின்றன. இதற்கிடையே இளம் சமயத்துறவினர் மூவர் வழிபாட்டிற்கென்ற தாமரைக்குளத்தில் இறங்கி பூக்களைப் பறிக்கும் காட்சியும் தாமரைக்குள் ஓவியத்தில் காட்டப்பட்டுள்ளது. சித்தன்னவாசலுக்கு அருகிலுள்ள அன்னவாசல் வயல்வெளியில் கி.பி. ஒன்பதாம் நூற்றாண்டு பெரிய தீர்த்தங்கரர் சிற்பம் அமர்ந்த நிலையில் உள்ளது.

புதுக்கோட்டை மாவட்டத்தில் அம்மாசத்திரத்திற்கு அருகிலுள்ள ஆளுருட்டி மலையில் பாறையில் இரண்டு சமணத் தீர்த்தங்கரர் உருவங்கள் உள்ளன. புதுக்கோட்டைக்கு அருகிலுள்ள திருக்கோகர்ணம் பகுதியிலுள்ள சடையர்பாறையில் கல்லாற்றுப்பள்ளி என்றழைக்கப்பட்ட பெருநற்கிள்ளி சோழப் பெரும்பள்ளி ஒன்று இருந்துள்ளது. தேனிமலையில் கி.பி. 9-10-ஆம் நூற்றாண்டைச் சார்ந்த சமணத் திருவுருவங்கள் பாறையில் காணப்படுகின்றன. செட்டிபட்டி, செம்பாட்டூர் முதலிய இடங்களில் சோழர்காலத்தில் எடுப்பிக்கப்பட்ட அழிந்த நிலையில் தீர்த்தங்கரர் கோயில்கள் காணப்படுகின்றன. இவற்றில் அழகிய தீர்த்தங்கரர் மற்றும் இயக்கியர் உருவங்கள் உள்ளன.

தொண்டை நாடு

பாண்டியநாட்டைப் போன்று தமிழ்நாட்டின் வடபகுதியான தொண்டைநாட்டிலும் மிகப் பழங்காலத்திலிருந்து சமணம் சிறப்புற்று வழங்கி வந்திருக்கிறது. பாண்டியநாட்டிற்கு மாறாக இன்றும் இல்லறத்தில் வாழும் சமணர்கள் நிறைந்து பல சமணக்கோயில்களைக் கொண்ட பகுதியாகத் தொண்டை நாட்டுப்பகுதி விளங்கி வருகின்றது.

திருக்கோவிலூருக்கு அருகிலுள்ள ஜம்பைக்கு அருகில் உள்ள சிறிய குன்றில் சமண முனிவர்கள் உறையும் குகைத்தளத்தினை அதியமான் நெடுமான்அஞ்சி உருவாக்கிக் கொடுத்துள்ளதை அங்குள்ள கி.பி. முதலாம் நூற்றாண்டு தமிழ்பிராமி கல்வெட்டு தெரிவிக்கிறது. ஜம்பையில் ‘கண்டராதித்தப் பெரும்பள்ளி’ என்ற பெயரில் சமணப்பள்ளி ஒன்று இருந்ததாக அவ்வூரில் உள்ள பிற்காலக் கல்வெட்டு ஒன்று தெரிவிக்கிறது.

மாமன்டூரிலும், தொண்டூரிலும் சங்ககாலத்தின் இறுதியில் சமண முனிவர்கள் வாழ்ந்த குகைத்தளங்கள் இருந்துள்ளன. இவற்றை உருவாக்கியவர் பெயர்கள் தமிழ்பிராமி எழுத்தில் அங்குள்ள குகைத்தளத்தில் கல்வெட்டில் பொறிக்கப்பட்டுள்ளன. இளங்காயபன் ஏவலினால் அகலுள் (தொண்டூர்) குகைத் தளத்தினை உருவாக்கியதாகத் தொண்டூர் கி.பி. மூன்றாம் நூற்றாண்டு தமிழ்பிராமி கல்வெட்டு தெரிவிக்கிறது. இக்குகைத் தளத்தில் கற்படுகையும் பார்சுவநாதரின் பாறைச்சிற்பமும் உள்ளன. இக்குன்றப் பகுதியில் இருந்த சமணப்பள்ளி கி.பி.பத்தாம் நூற்றாண்டில் வழுவாமொழிப்பள்ளி என்று அழைக்கப்பட்டுள்ளது.

கி.பி. ஆறாம் நூற்றாண்டில் பறையன்பட்டு, திருநாதர்குன்று முதலிய இடங்களில் வாழ்ந்து வடக்கிருந்து உயிர்துறந்த சமணத் துறவிகளின் வட்டெழுத்துக் கல்வெட்டுகள் காணப்படுகின்றன. திருநாதர்குன்றில் உள்ள பாறையில் இருபத்துநான்கு தீர்த்தங்கரர்களின் புடைப்புச் சிற்பங்கள் கி.பி. 9-10 ஆம் நூற்றாண்டளவில் செய்விக்கப் பட்டுள்ளன. தொண்டைநாட்டில் கருப்பங்குன்று, நாராயணபுரம் முதலிய இடங்களில் சமண முனிவர்கள் வாழ்ந்த கற்படுக்கைகள் உள்ள குகைத்தளங்கள் உள்ளன.

கி.பி.ஏழாம் நூற்றாண்டிற்குப் பின்னர் பல்லவர் காலத்தில் கருப்பங்குன்று, திருநறுங்கொண்டை, திருமலை, வேடல், சீயமங்கலம், திருப்பாண்மலை, திறக்கோல், வள்ளிமலை, வழுதலங்குணம், மேல்கூடலூர், தொண்டூர், சோழவாண்டிபுரம், ஆட்சிப்பாக்கம், அனந்தமங்கலம், வலத்தி முதலிய இடங்களில் பாறையில் தீர்த்தங்கரர்

உருவங்கள் புடைப்புச் சிற்பங்களாகச் செய்யப்பட்டு வழிபாடு செய்யப்பட்டுள்ளன. இவை மலைப் பள்ளிகளாக விளங்கியுள்ளன.

கருப்பங்குன்றில் ஆதிநாதர், மகாவீரர் மற்றும் பார்சுவநாதர் சிற்பங்கள் பாறையில் வடிக்கப்பட்டுள்ளன. இவற்றில் மாடம் ஒன்றில் குறிப்பிடத்தக்க தோற்றத்துடன் விளங்கும் பார்சுவநாதரை கி.பி. எட்டாம் நூற்றாண்டில் சதுர்விம்சதி ஸ்தாவகர் என்று அழைக்கப்பட்டுள்ள வாஸுதேவ சித்தாந்த படாரர் செய்வித்துள்ளார். வழிபாட்டிற்குரிய திருமேனியாக விளங்கும் இச்சிற்பத்தைக் கல்வெட்டு தேவாரம் என்று குறிப்பிடுகின்றது. திருநறுங்கொண்டை பள்ளி இடைக்காலச் சமணசமய வரலாற்றில் குகைப்பள்ளியாகவும் கட்டடக்கோயிலாகவும் விளங்கிய தலைசிறந்த பள்ளியாகும். இங்கு பாறையில் தீர்த்தங்கரர் உருவங்கள் உள்ளன. கட்டுமானக் கோயிலில் சோழர்காலத்தினைச் சார்ந்த தீர்த்தங்கரர், இயக்கர், இயக்கியர் செப்புத்திருமேனிகள் உள்ளன. இங்கு வீரசங்கம் என்ற சமணப்பள்ளி அமைக்கப் பட்டிருக்கிறது. அருமாமலையும் சமணரின் மலைப்பள்ளியில் ஒன்றாக விளங்கியுள்ளது. இங்குள்ள குகையில் கி.பி. எட்டாம் நூற்றாண்டில் சமணரின் காதிகாபூமியைச் சித்திரிக்கும் தாமரைக்குள ஓவியம் உள்ளது. ஆற்காட்டிற்கு அருகிலுள்ள திருப்பாண்மலையில் கி.பி. 781 - இல் செய்விக்கப்பட்ட பொன்னியக்கியார் என்று அழைக்கப்பட்ட இயக்கி அம்பிகாவின் அழகிய பாறைச்சிற்பம் ஒன்று உள்ளது. வந்தவாசிக்கு அருகிலுள்ள திறக்கோல் ஊர் பகுதியிலுள்ள பாறைப்பகுதியில் கி.பி. 9-10 ஆம் நூற்றாண்டைச் சார்ந்த சமணர்பள்ளி ஒன்று இருந்துள்ளது. இங்கு பார்சுவநாதர், மகாவீரர், சந்திரபிரபர் ஆகியோரின் சிற்பங்கள் உள்ளன.

திருவல்லத்திற்கு அருகிலுள்ள வள்ளிமலை கி.பி. 9-10 ஆம் நூற்றாண்டுகளில் தலைசிறந்த மலைப்பள்ளியாகத் திகழ்ந்துள்ளது. வள்ளிமலையில் இரண்டு இடங்களில் சமணத் திருவுருவங்கள் பாறையில் வடிக்கப்பட்டுள்ளன. இவை வழக்கத்திற்கு மாறாகக் கருநாடக சமணச் சிற்பக்கலையின் தாக்கத்தைப் பெற்றுள்ளன. கம்பீரமாக அமர்ந்த நிலையிலும் நின்ற நிலையிலும் உள்ள தீர்த்தங்கரர் மற்றும் இயக்கியர் உருவங்கள் இங்கு வடிக்கப் பட்டுள்ளன. கங்க அரசனான இராஜமல்லன் (கி.பி.873 - 907) இங்குள்ள சமணக்கோயிலை உருவாக்கினான் என்று அவனது கன்னடக் கல்வெட்டு தெரிவிக்கிறது. மகாவீரர், பார்சுவநாதர், இயக்கி அம்பிகா ஆகியோரின் உருவங்கள் இங்குள்ள குகையின் பாறையில் வடிக்கப்பட்டுள்ளன. வள்ளி மலையின் மற்றோர் இடத்தில் மிகப்பெரியதாக தீர்த்தங்கரர்கள் மற்றும் இயக்கி அம்பிகாவின் உருவங்கள் வடிக்கப்பட்டுள்ளன. வள்ளிமலையிலுள்ள சமணவுருவங்கள் கி.பி. ஒன்பது பத்தாம்

நூற்றாண்டைச் சார்ந்தவையாகும். இதே காலத்தினைச் சார்ந்த சமணத் திருவுருவங்கள் திருவண்ணாமலைக்கு அருகிலுள்ள வழுதலங்குளம் மலையிலும் காணப்படுகின்றன. பாறையில் சமணத் திருவுருவங்கள் செய்வித்தபின்பு அதன் மீது காரையிட்டு (வெண்சுதை) பூசி வண்ணம் தீட்டும் வழக்கம் இருந்துள்ளதை இங்குள்ள கி.பி. பதிமூன்றாம் நூற்றாண்டுக் கல்வெட்டு ஒன்று தெரிவிக்கிறது. திருக்கோயிலூர் பகுதியிலுள்ள சோழவாண்டிபுரம் மலையிலும் கலைச்சிறப்பு வாய்ந்த தீர்த்தங்கரர், இயக்கியின் உருவங்கள் காணப்படுகின்றன. பார்சுவநாதர், பாகுபலி ஆகியோரது உருவங்கள் இங்குள்ளன. கற்பலகை ஒன்றில் நின்றநிலையிலுள்ள அழகிய இயக்கி அம்பிகாவின் உருவம் ஒன்று இங்கு அதிக முக்கியத்துவம் தந்து உருவாக்கப் பட்டுள்ளது. கி.பி. பத்தாம் நூற்றாண்டில் உருவாக்கப்பட்டுள்ள வழிபடும் இத்திருவுருவங் களை இங்குள்ள கல்வெட்டு தேவாரம் என்று குறிப்பிடுகிறது. காஞ்சிபுரத்திற்கு அருகிலுள்ள அனந்த மங்கலத்திலும் திண்டிவனத்திற்கு அருகிலுள்ள ஆட்சிபாக்கத்திலும் வலத்தியிலும் பாறையில் வடிக்கப் பட்டுள்ள தீர்த்தங்கரர் மற்றும் இயக்கியர் உருவங்கள் காணப்படுகின்றன.

கட்டுமானக் கோயில்கள்

தொண்டைநாட்டில் மிகப் பழங்காலத்திலிருந்து தீர்த்தங்கரர்க்குரிய கட்டடக்கோயில்கள் உருவாக்கப்பட்டுள்ளன. அவற்றில் பல இன்றும் வழிபாட்டில் உள்ளன. இவற்றில் பழமையான கோயிலாகக் காஞ்சிபுரத்திற்கு அருகிலுள்ள ஜீனகாஞ்சி என்றழைக்கப்படும் திருப்பருத்திக்குன்றம் திகழ்கின்றது. இங்குள்ள வர்த்தமானர் கோயிலும் சந்திரப்பிரபர் கோயிலும் பல்லவர் காலத்தில் தோன்றி பல திருப்பணிகளுடன் அண்மைக் காலம் வரை சிறப்புப்பெற்று விளங்குகிறது. திருப்பருத்திக் குன்றத்திலுள்ள வர்த்தமானர் வழிபாட்டுத் தலத்திற்கும் வச்சிரநந்திக்குரவரின் கூட்டத்தார்க்கும் நிலக்கொடை வழங்கியுள்ளதை கி.பி. ஆறாம் நூற்றாண்டைச் சார்ந்த சிம்மவர்மனின் பள்ளன்கோயில் செப்பேடு தெரிவிக்கிறது. மகாவீரர் கோயில் பல கருவறைகளைக் கொண்ட பெருங் கோயிலாக விளங்குகிறது. இவற்றில் முதற்பகுதி திரைலோக்கிய நாதர்கோயில் என்று அழைக்கப்படுகிறது. இதில் மகாவீரர், புஷ்பதந்தர், இயக்கி அம்பிகா (தருமதேவி) ஆகியோர்க்குக் கருவறைகள் உள்ளன. திரிகூடபஸ்தி என்றழைக்கப்படும் பகுதியில் பத்மபிரபர், வசுபூஜ்யர், பார்சுவநாதர் ஆகியோர்க்குக் கருவறைகள் உள்ளன. இவையனைத் திற்கும் முன்பாக பெரிய மண்டபங்கள் காணப்படுகின்றன. சங்கீத மண்டபம் என்றழைக்கப்படும் முன்மண்டபத்தின் விதானத்தில் விஜயநகர வேந்தர் காலத்திய நேமிநாதர், இயக்கி அம்பிகா ஆகியோரின்

வாழ்வை விளக்கும் ஓவியங்கள் காணப்படுகின்றன. இக்கோயிலில் சோழர், விஜயநகரவேந்தர் காலத்துக் கல்வெட்டுக்கள் உள்ளன. திருப்பருத்திக்குன்றம் கோயிலின் விமானங்களில் இரண்டு விமானங்கள் தூங்கானை மாடக்கோயிலாகக் காட்சியளிக்கின்றன. சந்திரப்பிரபர் கோயில் திருப்பருத்திக்குன்றப் பெருங் கோயிலின் வெளிப்புறம் தனியாகக் காணப்படுகின்றது. பல்லவர் காலத்தில் உருவான இக்கோயில் சோழர் மற்றும் பிற்காலத் திருப்பணிகளைக் கொண்டுள்ளது.

தொண்டைநாட்டில் கீழ்சாத்தமங்கலம், தியாகதுர்க்கம், கரந்தை, பெருமண்டூர், திருமலை, சித்தாமூர், புதுப்பேடு, வீடூர், வெண்குன்றம், புழல், திருப்பறப்பூர், இலங்காடு, மேல்மலையனூர் என்று பல இடங்களில் தீர்த்தங்கரர்க்குரிய கட்டுமானக் கோயில்கள் உள்ளன. இவற்றில் குறிப்பிடத்தக்க கட்டுமானப் பாணியில் கரந்தை, பெருமண்டூர், திருமலை, சித்தாமூர் கோயில்கள் விளங்குகின்றன. கரந்தைக்கோயிலில் குந்துநாதர், மகாவீரர், ஆதிநாதர், தருமதேவி ஆகியோர்க்கென்று தனிச் சன்னதிகள் உள்ளன. பிற்காலப் பல்லவர் காலத்தில் உருவான இக்கோயிலில் மூன்றாம் நந்திவர்மனின் கல்வெட்டு உள்ளது. சோழர் காலத்தில் குந்துநாதர் கோயில் (பார்சுவநாதர் கோயில்) வீரராஜேந்திரப் பெரும்பள்ளி என்றழைக்கப்படுகிறது. திண்டிவனத்திற்கு அருகிலுள்ள பெருமண்டூர் கோயில் இரவிகுல சுந்தரப்பெரும்பள்ளி என்றழைக்கப்படுகிறது. பிற்காலப்பல்லவர் காலத்தில் தோன்றிய இக்கோயில் சோழர் மற்றும் விஜயநகர வேந்தர் காலத்தில் புதுப்பித்துக் கட்டப்பட்டிருக்கிறது. இங்கு ஆதிநாதர், தருமதேவிக்குத் தனி சன்னதிகள் உள்ளன. தருமதேவி சன்னதி பிற்காலச் சோழர்காலத்தில் உருவாக்கப்பட்டுள்ளது.

திருமலைக்கோயில் மலையைச் சார்ந்து அமைந்துள்ள கட்டுமானக் கோயிலாகும். இங்கு சமணத் திருவுருவங்கள் பாறையிலும் கட்டுமானக்கோயில் பகுதியிலும் செய்விக்கப்பட்டுள்ளன. மகாவீரர், நேமிநாதர் முதலியோர்க்கு இங்கு தனிக்கருவறைகள் உள்ளன. இங்குள்ள நேமிநாதர் கோயில் முதலாம்இராஜராஜசோழனின் அக்காவான குந்தவையின் பெயரால் குந்தவை ஜீனாலயம் என்று அழைக்கப்பட்டுள்ளது. நேமிநாதர் கோயிலுக்கு அருகிலுள்ள குகையில் சோழர் காலத்தினைச் சார்ந்த இயக்கி அம்பிகா, பார்சுவநாதர், பாகுபலி ஆகியோரது பாறைச்சிற்பங்கள் உள்ளன. இப்பகுதியில் பழமையான வெண்சுதை ஓவியங்கள் வரையப்பட்டுள்ளன. திருமலையில் சிகாமணிநாதர் கோயில் என்று அழைக்கப்படும் பகுதியில் பாறையில் புடைப்புச் சிற்பமாகப் பதினாறு அடி உயரமுள்ள நெடிதுயர்ந்த கம்பீரமான தோற்றத்துடன் காட்சி

தரும் நேமிநாதரின் திருவுருவம் சோழர் காலத்தில் செய்விக்கப்பட்டு இன்றும் வழிபாட்டில் உள்ளது. திருமலைக் கோயிலில் சோழர், இராட்டிரகூடர், பாண்டியர், விஜயநகர வேந்தர்காலக் கல்வெட்டுகள் உள்ளன.

செஞ்சிக்கு அருகிலுள்ள சித்தாமூர் தமிழ்ச் சமணர்களுக்குரிய தலைமைச் சிறப்புடைய மடத்தினையும் இரு கோயில்களையும் கொண்ட முக்கிய சமணத்தலமாகும். இங்குள்ள சிறிய பாறை ஒன்றில் இன்று மலைநாதர் கோயில் என்று அழைக்கப்படும் சிறியகோயில் ஒன்பதாம் நூற்றாண்டில் உருவாகியுள்ளது. முற்காலச்சோழரின் எழில் மிகு சிற்பக்கலையை எடுத்துக்காட்டும் வகையில் இங்குள்ள பாறையில் புடைப்புச் சிற்பங்களாக ஆதிநாதர், பாகுபலி, நேமிநாதர், இயக்கி அம்பிகா, பார்சுவநாதர் ஆகியோரது திருவுருவங்கள் வடிக்கப்பட்டுள்ளன. இக்கோயிலில் ஒந்துரைக்கும் மண்டபம் எனப்படும் சமண சித்தாந்தம் உரைக்கும் மண்டபம் ஒன்று இருந்ததை ஆதித்தசோழன் கல்வெட்டு தெரிவிக்கிறது.

மலைநாதர் கோயிலுக்கு அருகிலுள்ள சிங்காரபுரிநாதர் என்றழைக்கப்படும் பார்சுவநாதர் கோயில் திருச்சுற்று மதில்களுடன் பெருங்கோயிலாகக் காட்சியளிக்கிறது. இக்கோயில் மூலவராகிய பார்சுவநாதர் சன்னதியோடு நேமிநாதர், இயக்கி அம்பிகா, ஆகியோருக்கும் தனிச்சன்னதிகள் உள்ளன. இவை தவிர பத்மாவதி, சுவலாமாலினி, சரஸ்வதி முதலிய பெண் தெய்வங்களோடு பிரமதேவர், கணதரர் ஆகியோருக்கும் இக்கோயிலில் தனிச்சிற்றாலயங்கள் உள்ளன. இக்கோயில் கி.பி. 12 - ஆம் நூற்றாண்டில் பிற்காலச் சோழர் காலத்தில் கட்டப்பட்டு கி.பி 16 - ஆம் நூற்றாண்டில் விஜயநகரவேந்தர் காலத்திலும் அண்மைக்காலத்திலும் புதுப்பித்துக் கட்டப்பட்டுள்ளது.

தீர்த்தங்கரர் சிற்பங்கள்

தொண்டை நாட்டில் பல்லவர் காலத்திலிருந்து அண்மைக் காலம் வரை சமணசமயம் தொடர்ச்சியாக மன்னர், மக்களின் ஆதரவைப் பெற்று வளர்ந்து வந்திருக்கிறது. இதற்குச் சான்றாக இப்பகுதியில் வழிபாட்டிலுள்ள சமண கட்டுமானக் கோயில்களே சான்றாகத் திகழ்கின்றன. இவை தவிர பல ஊர்களில் சிறிய தீர்த்தங்கரர் கோயில்கள் இருந்துள்ளன. இவை காலப்போக்கில் அழிவுற்ற நிலையில் இவற்றில் இருந்த தீர்த்தங்கரர் சிற்பங்கள் மட்டும் இவ்வூர்களில்இன்று எஞ்சியுள்ளன.

தொண்டை நாட்டில் போளூர், காஞ்சிபுரம், மாகறல், விஷார், காவனூர், குகைநல்லூர், தென்னம்பட்டு, கீழ்நெல்லி, சக்கரமல்லூர்,

புதைகை, பெருவாய், தேவியக்கரம், கீழ்குப்பம், திண்டிவனம், கடலூர், திருப்பாலபந்தல், ஆற்காடு, அருள்வாடி, மரக்காணம், மணவூர், சிறுமதிரை போன்ற பல இடங்களில் தீர்த்தங்கரர் திருவுருவங்கள் கண்டறியப்பட்டுள்ளன. அண்மைக் காலத்திலும் பல திருமேனிகள் தொடர்ந்து கண்டறியப்பட்டு வருகின்றன.

செப்புத் திருமேனிகள்

தொண்டை நாட்டில் இருந்த பல சமணக் கோயில்கள் அழிந்த நிலையில் அவற்றில் இருந்த சமண செப்புத் திருமேனிகள் மண்ணில் புதையுண்டன. அவை காலப்போக்கில் மண்ணைத் தோண்டும் போது கிடைத்துள்ளன. அவை தற்போது தமிழ்நாட்டு அரசு அருங்காட்சியகங்களில் வைத்துப் பாதுகாக்கப்பட்டு வருகின்றன. சென்னை அரசு அருங்காட்சியகத்தில் பழமையான பார்சுவநாதர் திருமேனி ஒன்று உள்ளது. சிங்கணிகுப்பத்திலிருந்து எடுத்து வரப்பட்ட அழகிய இயக்கி அம்பிகா மற்றும் நேமிநாதரின் உருவங்கள் சென்னையருங் காட்சியகத்தில் இடம்பெற்றுள்ளன. திண்டிவனத்திற்கு அருகில் உள்ள கிடங்கில் என்ற இடத்தில் கிடைத்த எழுத்துப்பொறித்த தீர்த்தங்கரர் உருவமும், வந்தவாசிவட்டம் சளுக்கியில் கிடைத்த சமணத் திருவுருவங்களும் போளூர் வட்டம் திருமலை, அரும்பலூர் முதலிய இடங்களிலும், வாணியம்பாடி வட்டம் செங்கிலிகுப்பம் என்ற இடத்திலும் கிடைத்த செப்புத் திருமேனிகளும் அரசு அருங்காட்சியகத்தில் உள்ளன. அண்மைக்காலத்தில் அரும்பலூரில் கிடைத்த இருபத்தேழு செப்புத் திருமேனிகள் குறிப்பிடத்தக்கவை யாகும். கி.பி. 9-10 ஆம் நூற்றாண்டைச் சார்ந்த இத்திருமேனிகள் சிலவற்றில் அவற்றை செய்வித்தோர் பெயர்கள் பொறிக்கப்பட்டுள்ளமை குறிப்பிடத்தக்க செய்தியாகும்.

சோழநாடு

தமிழ்நாட்டின் பிற பகுதியோடு ஒப்பிடும்போது சோழ நாட்டுப் பகுதியில் பௌத்த சமயத்தினைப் போன்று சமணம் செல்வாக்குப் பெற்ற சமயமாக விளங்கவில்லை. ஆனால் சங்ககாலத்திலிருந்து அண்மைக்காலம் வரை சமணம் சோழ நாட்டுப் பகுதியிலும் ஓரளவு தனது செல்வாக்கைப் பதித்திருக்கிறது. திருச்சி மலைக்கோட்டைப் பகுதி சமண முனிவர்களின் இருப்பிடமாய் விளங்கியுள்ளது. இங்குள்ள சமணக் குகைத்தளத்தில் தமிழ்பிராமி கல்வெட்டு கண்டறியப் பட்டுள்ளது. ஆனால் தற்போது அது இடந்தெரியாமல் அழிந்து விட்டது. சமண முனிவர்கள் வாழ்ந்த சிராப்பள்ளியே இன்று திருச்சிராப்பள்ளி என்று மாறி வழங்குகிறது.

சிலப்பதிகாரத்தின் மூலம் காவிரிப்பூம்பட்டினத்தில் சமண சமயத்தவர் வாழ்ந்தனர் என்பதையும் அவர்களது வழிபாட்டுத் தலங்கள் அங்கிருந்தன என்பயையும் அறிய முடிகிறது. மேலும் கவுந்தியடிகள் என்ற சமணப் பெண்துறவு காவிரிக்கரையில் இருந்த ஒரு பெண் பள்ளியிலேயே வாழ்ந்ததாகச் சிலப்பதிகாரம் கூறுகிறது.

கி.பி. ஆறாம் நூற்றாண்டைச் சார்ந்த சிம்மவர்மனின் சமணசமய கொடையைத் தெரிவிக்கும் பள்ளன்கோயில் செப்பேடு சோழநாட்டு பள்ளன் கோயிலிலே கிடைத்துள்ளது என்பது குறிப்பிடத்தக்கது. திருத்துறைப்பூண்டி வட்டத்தினைச் சார்ந்த இவ்வூரில் கி.பி. 10 - ஆம் நூற்றாண்டில் சுந்தரசோழன் காலத்தில் அவனது பெயரால் சுந்தரசோழப்பள்ளி ஒன்று இருந்துள்ளது. சிலேட்டிகுடியன் என்ற வணிகன் தீர்த்தங்கரர் கோயில் ஒன்றை எடுப்பித்துள்ளான். இக்கோயில் வழிபாட்டிற்காகவும் இப்பள்ளியில் வாழ்ந்த சமணத் துறவி சந்திரநந்திப் படாரர்க்கும் அவனது மாணாக்கர்களின் உணவிற்காகவும் நிலக்கொடை வழங்கினான் என்று சுந்தரசோழனின் செப்பேடு தெரிவிக்கிறது. தற்போது இவ்வூரில் சமணக்கோயில் இருந்தமைக்கான சுவடுகள் இல்லாமல் அழிந்துவிட்டது.

சோழநாட்டில் பள்ளன்கோயில் போன்று பல சமணப் பள்ளிகள் இருந்து அழிவுக்குள்ளாகிவிட்டன. இவற்றைச் சோழர்காலத்துக் கல்வெட்டுகள் மூலமே அறியமுடிகிறது. கும்பகோணம் வட்டம் கூகூரில் குலோத்துங்க சோழப் பெரும் பள்ளி என்ற பெயரிலும் நாகப்பட்டினம் வட்டத்தில் சித்திரலேகைப் பெரும்பள்ளி என்ற பெயரிலும் திருவெள்ளறையில் கவிராஜப்பெரும்பள்ளி என்ற பெயரிலும் திருவிடைக்குடியில் அமுதமொழிப் பெரும்பள்ளி என்ற பெயரிலும் சமணப் பள்ளிகள் இருந்து அழிந்து போய்விட்டன. பாவநாசம் வட்டத்திலுள்ள மருத்துவக் குடியில் சேதிகுலமாணிக்கப் பெரும்பள்ளி, கங்கருள சுந்தரப்பெரும்பள்ளி என்ற பெயரில் சமணப் பள்ளிகள் இருந்திருக்கின்றன. செந்தலையில் இருந்த சமணப்பள்ளி அழிந்த நிலையில் அங்கிருந்த சமணப்பள்ளிக் கல்வெட்டுகள் செந்தலை சிவன் கோயில் கோபுரத்தில் வைத்துக் கட்டப்பட்டுள்ளன. இதேபோன்று தேவங்குடி, பழையாறை, திருவாரூர் பகுதிகளில் சமணப்பள்ளிகள் இருந்து அழிந்துவிட்டன. திருப்புகலூர் சிவன்கோயில் சன்னதிகளில் ஒன்று வர்த்தமானேஸ்வரர் கோயில் என்று அழைக்கப்பட்டிருப்பது அங்கு சமணர் வாழ்ந்துள்ளனர் என்பதைக் காட்டுகிறது. சோழநாட்டு பதினாறு சமணத்தலங்களில் மன்னார்குடி, தீபங்குடி, கும்பகோணம், முதலிய ஊர்கள் குறிப்பிடத் தக்கவையாகும். தீபங்குடி, மன்னார்குடி, கருந்தட்டான்குடி, கும்பகோணம் முதலிய இடங்களில் இன்றும் சமணக் கோயில்கள் உள்ளன. சோழநாட்டில்

பல ஊர்களில் தனித்த நிலையில் தீர்த்தங்கரர்கள் சிற்பங்கள் கிடைத்துள்ளன.

கொங்குநாடு

பிற நாடுகளைப் போன்று சங்க காலத்திலிருந்து சமணம் வேரூன்றி காலந்தோறும் வளர்ந்து வந்திருக்கிறது. குளித்தலைக்கு அருகிலுள்ள அய்யர்மலையில் கி.மு. இரண்டாம் நூற்றாண்டைச் சார்ந்த தமிழ்பிராமி கல்வெட்டுள்ள சமணர் குகைத்தளம் ஒன்று உள்ளது. இதனைப் பணைத்துறை வேஸன் என்பவன் உருவாக்கினான் என்று அங்குள்ள தமிழ்பிராமி கல்வெட்டு கூறுகிறது. இதேபோன்று கி.பி. மூன்றாம் நூற்றாண்டில் கரூர்க்கு அருகிலுள்ள ஆறுநாட்டார் மலையில் (வேலாயுதம்பாளையம் புகளூர்) கி.பி. ஆறாம் நூற்றாண்டில் ஆற்றூர் செங்காயபனுக்காக இளங்கடுங்கோ (இளஞ்சேரலாதன்) என்ற சேரஅரசன் புகளூர் மலையில் கற்படுக்கையுடன் கூடிய குகைத்தள வாழ்விடத்தை உருவாக்கினான் என்று அங்குள்ள தமிழ்பிராமி கல்வெட்டு தெரிவிக்கிறது. அக்காலியூர்கரடு, செந்நாக்குன்று முதலிய இடங்களிலும் சமண முனிவர்கள் வாழ்ந்த குகைத் தளங்கள் காணப்படுகின்றன. அரச்சலூரிலுள்ள தமிழ்பிராமி இசைக் கல்வெட்டுள்ள குகைத் தளத்தைச் சமணர் குகைத்தளமாகக் கருதுகின்றனர்.

கி.பி. ஏழாம் நூற்றாண்டுக்குப் பின்னர் கொங்குநாட்டில் பல இடங்களில் பல சமணப்பள்ளிகளும் தீர்த்தங்கரர் கோயில்களும் உருவாகியுள்ளன. இவற்றில் சிலமட்டும் எஞ்சியுள்ளன. பல அழிந்தநிலையில் அவற்றிலிருந்த தீர்த்தங்கரர் சிற்பங்கள் மட்டும் எஞ்சியுள்ளன. கொல்லிமலையில் மேல்கலிங்கம், வாசலூர்பட்டி, கரையங்காடு, வெருவனூர் முதலிய இடங்களில் சோழர்காலத் தீர்த்தங்கரர் சிற்பங்கள் கண்டறியப்பட்டுள்ளன.

பழனிக்கு அருகிலுள்ள ஐவர்மலை (அயிரைமலை) என்றழைக்கப் படும் குன்றில் கி.பி. 9-10 ஆம் நூற்றாண்டில் சமணமலைப்பள்ளி ஒன்று புகழுடன் விளங்கியிருக்கிறது. இங்குள்ள பாறையில் அர்த்தபரியாங்கா சனத்தில் அமர்ந்த தீர்த்தங்கரர் உருவங்களும் பார்சுவநாதர் உருவமும் வட்டெழுத்துக் கல்வெட்டுகளுடன் காணப்படுகின்றன. பெருந்துறை வட்டத்திலுள்ள அரசண்ணாமலையில் இருந்த சமணக்கோயில் அழிந்தவுடன் அங்கிருந்த சமணத்திருவுருவங்கள் விசய மங்கலத்திற்குக் கொண்டுவரப்பட்டுள்ளன. சமண இலக்கியங்கள் குறிப்பிடும் திருமூர்த்திமலையில் பாறையில் சமணத் தீர்த்தங்கரர் சிற்பம் ஒன்று வடிக்கப்பட்டுள்ளது. இதேபோன்று குளித்தலை வட்டம்

வைகைநல்லூர் புதூரிலுள்ள குண்டாங்கல் பாறையில் தீர்த்தங்கரர் திருவுருவம் உள்ளது.

கொங்குநாட்டில், பல இடங்களில் சமணக்கோயில்கள் இருந்துள்ளன. ஆலத்தூரில் இருந்த சமணக்கோயில் 'வீரசங்காதப் பெரும்பள்ளி' என்று அழைக்கப்பட்டுள்ளது. இங்கிருந்த கோயில் அழிந்தவுடன் அதிலிருந்த தீர்த்தங்கரர் சிற்பம் தற்போது கோவை அருங்காட்சியகத்தில் வைக்கப்பட்டுள்ளது. ஈரோட்டிற்கு அருகிலுள்ள சீனாபுரம், திங்களூர், விசயமங்கலம் முதலிய ஊர்களில் தீர்த்தங்கரர் கோயில்கள் உள்ளன. இவற்றில் விசயமங்கலம் கோயில் கருவறை, அர்த்த மண்டபம், மகாமண்டபம், நிருத்த மண்டபம் முதலியவற்றைக் கொண்ட கோயிலாகக் காட்சியளிக்கிறது. வீரசங்காதப்பெரும் பள்ளி என்றழைக்கப்பட்ட இப்பள்ளியில் பல தீர்த்தங்கரர் உருவங்களும் இயக்கி அம்பிகாவின் உருவமும் உள்ளன. நிருத்தமண்டபத்தில் சிரவணபெளகுளா பாகுபலி சிற்பத்தை உருவாக்கிய கங்க அரசனின் அமைச்சன் சாமுண்டராயனின் தங்கை புளியப்பை வடக்கிருந்து உயிர்துறந்ததைக் கூறும் கல்வெட்டுடன் கூடிய நிசீகைச் சிற்பத்தூண் காணப்படுகிறது.

தீர்த்தங்கரர் திருவுருவங்கள் கொங்குநாட்டில் ஆறகளூர், கோயில்பாளையம், தேவம்பாடிவலசு, பரன்சேர்பள்ளி, பருத்திப்பள்ளி, புலியூர், பெரியபட்டி, பொங்களூர், பொட்டனேரி என்ற பல இடங்களில் கண்டறியப்பட்டுள்ளன. தர்மபுரியில் அதியமான் கோட்டைப் பகுதியில் தீர்த்தங்கரர் உருவங்கள் கிடைத்துள்ளன.

ஆறகளூரில் நின்றநிலையிலுள்ள இயக்கி அம்பிகா மற்றும் நேமிநாதரின் கலைச்சிறப்பு வாய்ந்த செப்புத்திருமேனிகள் கண்டறியப் பட்டுள்ளன. இவை கி.பி.பத்தாம் நூற்றாண்டைச் சார்ந்தவையாகும். தேவண்ணகவுண்டன் கிடையூரில் கிடைத்த மூன்று தீர்த்தங்கரர் செப்புப்படிமங்கள் சென்னை அரசு அருங்காட்சியகத்தில் உள்ளன.

மேற்கண்ட தமிழ்நாட்டு தொடர்பான சமணசமயச் சான்றுகள் சங்ககாலத்தில் வடநாட்டிலிருந்து வந்து தமிழ்நாட்டில் காலூன்றி தமிழ்நாட்டின் அனைத்துப் பகுதிகளிலும் தனது செல்வாக்கைப் பதித்துள்ளது என்பதையும், தமிழர் வாழ்வில் இரண்டறக் கலந்து போன சமண சமயம் தமிழர் வரலாற்றில் அழியாத இடத்தைப் பெற்றுள்ளது என்பதையும் காட்டுகின்றன.

துணைபுரிந்த நூற்கள்

1. மயிலை சீனி. வேங்கடசாமி, *சமணமும் தமிழும்*, சைவசித்தாந்த நூற்பதிப்புக் கழகம், சென்னை, 1970.

2. ஏ. ஏகாம்பரநாதன், *தொண்டைநாட்டுச் சமணக்கோயில்கள்*, ஜைன இளைஞர் மன்றம், சென்னை, 1992.
3. ஏ. ஏகாம்பரநாதன், *சோழர்காலத்தில் சமண சமய வளர்ச்சி*, ஜைன ஆய்வியல் கழகம், சென்னை, 1998.
4. ந. வேங்கடேசன், *நடுநாட்டில் சமணம்*, திருமுடிப் பதிப்பகம், வில்லியனூர், 2004.
5. நடன. காசிநாதன், மா.சந்திரமூர்த்தி, *சமணத் தடயம்*, மணிவாசகர் பதிப்பகம், சென்னை, 2005.
6. வெ. வேதாசலம், *இயக்கி வழிபாடு*, அன்னம் வெளியீடு, சிவகங்கை, 1989.
7. வெ. வேதாசலம், 'பாண்டிய நாட்டில் சமண சமயம்', கல்வெட்டு, காலாண்டிதழ், தமிழ்நாடு அரசு தொல்லியல்துறை, சென்னை.
8. வெ.வேதாசலம், *எண்பெருங்குன்றம்*, சாஸ்தா பப்ளிகேஷன்ஸ், மதுரை, 2000.
9. சிவ. விவேகானந்தன், *குமரி நாட்டில் சமணம்*, காவ்யா, சென்னை, 2009.
10. புலவர் செ. இராசு, *கொங்குநாடும் சமணமும்*, கொங்கு ஆய்வு மையம், ஈரோடு, 2005.
11. P.B. Desai, *Jainism in South India and Some Jaina Epigraphs*, Sholapur, 1957.
12. C. Sivaramamurti, *Panorama of Jain Art - South India*, New Delhi, 1983.
13. A. Ghosh, ed., *Jaina Art and Architecture*, Bharatiya Jnanpith, New Delhi, 1975.
14. I. Mahadevan, *Early Tamil Epigraphy from Earliest Times to Sixth Century A.D.*, Cre -A, Chennai, 2003.
15. ARE Reports, ASI, New Delhi.
16. South Indian Inscription Volumes, ASI, New Delhi.

11. மராத்தியர் காலம்

11.1 சமுதாய வாழ்க்கை

தஞ்சையில் நாயக்கர்களின் வீழ்ச்சியினால் பீஜப்பூரின் படைத் தலைவரான வெங்காஜி தஞ்சையைக் கைப்பற்றித் தன் ஆட்சியை நிலை நாட்டினார். அவர் மராத்திய மாமன்னன் சிவாஜியின் மாற்றாந்தாய் மகனாவார். எனவே இவரைத் தொடர்ந்து தஞ்சையில் மராத்தியர் ஆட்சி நிலவியது. இவரது மரபைச் சேர்ந்தவர்கள் சில காலம் தஞ்சையை ஆண்டனர். இம்மரபில் இறுதியாக ஆண்ட மன்னர் சரபோஜி ஆங்கிலேயரிடம் நாட்டை ஒப்படைத்துவிட்டு உதவித் தொகை மட்டும் பெற்றார். மராத்தியர்கள் நாட்டை ஐந்து சுபாக்களாகப் பிரித்தனர். அவை, பட்டுக்கோட்டை, மாயவரம், மன்னார்குடி, கும்பகோணம், திருவடி ஆகியவையாகும். ஒவ்வொரு சுபாவிலும் ஒரு சுபேதார் நியமிக்கப்பட்டார். இந்த சுபாக்கள் பல சீமைகளாகவும், சீமைகள் மாகாணங்களாகவும் பிரிக்கப்பட்டிருந்தன. இந்த மாகாணங்கள் பல கிராமங்களாகப் பிரிக்கப்பட்டிருந்தன.

தஞ்சை மராத்தியர்கள் ஆட்சியில் சுமார் 6000 கிராமங்கள் இருந்தன. ஒவ்வொரு கிராமத்திலும் கர்ணம், வெட்டியான், தலையாரி, நீர்கண்டி போன்ற அதிகாரிகள் இருந்தனர். அரசாங்கத்திற்குப் பலவித வரிகள் வந்தன. அவற்றில் நிலவரி முக்கியமானது ஆகும். ஒவ்வோர் ஊரிலும் காவல் செய்வோர் இருந்தனர்.

சமுதாய அமைப்பு

மராத்தியர் காலத்தில் சமுதாயத்தில் பலவகை இனத்தவர்கள் வாழ்ந்தனர். அவர்களில் முக்கியமானவர்கள் பிராமணர்கள் ஆவர். பிராமணர்களில் குறிப்பிடத்தக்கவர்கள் சித்பவான் என்ற இனத்தவராவர். இவர்களைப் போலவே ராவ் என்ற இனத்தவரும் தஞ்சையில் குடியேறியதாகத் தெரிகின்றது. பூனாவில் இருந்த இவர்கள் வந்து குடியேறும்படி கேட்டுக்கொள்ளப்பட்டதாகவும் சொல்லப்படுகின்றது. மராத்தியர் காலத்தில் அந்நாட்டில் 17149 பிராமணர்களும், 42,442 சூத்திரர்களும், 1457 முகமதியர்களும் வாழ்ந்தனர் என 1805 - ஆம் ஆண்டுக் கணக்கீடு ஒன்று கூறுகின்றது.

பிராமணர்கள் கல்வி கற்று, வேதங்களை அறிந்தவராயிருந்தனர். சமுதாயத்தில் அவர்கள் எல்லோராலும் மதிக்கப்பட்டனர். மராத்திய மன்னர்களும் பிராமணர்க்கு நிலங்களையும் வழங்கி, பல தானங்களைச் செய்தனர். மன்னர்கள் மத ஒழுக்கநெறிகளில் நம்பிக்கைக் கொண்டிருந்தனர். பிராமணர்கள் வாழ்ந்த பகுதியின் மத்தியில் தங்கள் அரண்மனைகளைக் கட்டியிருந்தனர். பிராமணர் தங்கும் அக்கிரஹாரங்களுக்கு அருகில் வெளிநாட்டவர் தங்குவதும், கிறித்தவ சமயம் பரப்பப்படுவதும் தடை செய்யப்பட்டது.

வேளாளர்கள், கம்மாளர்கள் ஆகியோர் நாயக்கர் காலத்தில் இருந்தது போன்ற நிலையிலிருந்தனர். மருத்துவர், வண்ணார், சவரம் செய்வோர் முதலியவர்கள் ஒவ்வொரு கிராமத்திலும் குடியிருந்தனர். மராத்திய மொழி பேசுவோர் அதிகமிருந்தனர். 1612 - இல் போர்ச்சுக்கீசியர் நாகப்பட்டினத்தில் குடியேறினார்கள். 1660 - இல் டச்சுக்காரர்கள் செல்வாக்குப் பெற்றனர். காரைக்கால் பகுதியில் பிரெஞ்சு ஆதிக்கம் பெருகியது. இவ்வாறு வெளிநாட்டவரும் இங்கு வந்து சேர்ந்தனர். மராத்தியர் காலத்தில் வர்ணாஸ்ரம முறை அதிக முக்கியத்துவம் பெற்றது. சாதிச் சொல்லும் பரவலாகப் பயன்படுத்தப் பட்டது.

பெண்களும், திருமண முறையும்

பெண்கள் நல்ல நிலைமையில் வைக்கப்பட்டிருந்தனர் என பொதுவாகக் கூறப்படுகின்றது. ஆனால், அவர்கள் இயந்திரம் போன்று ஆண்களால் ஆட்டிப்படைக்கப்பட்டார்கள் என்று கருதுவாரும் உளர். அவர்களிடம் வறுமை குடி கொண்டிருந்தது என்றும் தெரிகின்றது. மராத்தியர் காலத்தில் பலதாரமணம் இருந்தது. இதனால் ஒருவன் பல பெண்களை மணந்து அவர்களை அல்லலுறச் செய்வது வழக்கமாயிருந்தது. மன்னரும் தம் மக்கள் வறுமையால் வாடிய போதும் தாங்கள் தங்கள் அந்தப்புரப் பெண்களின் மடியில் வாடிக் கிடந்தனர் என்று கருதப்படும் அளவுக்குப் பெண்களும், மன்னரும் இருந்திருக்கின்றனர். விலை மகளிர் நகரங்களிலும் கிராமங்களிலும் மலிந்து காணப்பட்டனர். தேவதாசிகள் இக்காலத்தில் தங்களது பழைய பெருமையை இழந்து விலை மகளிராயினர்.[1]

மராத்தியர் காலத்தில் திருமணம் ஆரிய முறைப்படி நடந்து வந்தது. வெங்காஜிக்கு ஒன்பது மனைவியரும் பல ஆசை நாயகிகளு மிருந்தனர். முதலாம் சரபோஜி மூன்று மனைவியரைக் கொண்டிருந்தார். துக்கோஜிக்கு ஐந்து மனைவியரும், பிரதாப்பிற்கு ஐந்து மனைவியரும், துல்ஜாஜிக்கு ஐந்து மனைவியரும், இரண்டாம் சரபோஜிக்கு இரண்டு

மனைவியரும் இருந்தனர். இம்மன்னர்கள் ஒவ்வொருவரும் ஏராளமான ஆசை நாயகிகளைப் பெற்றிருந்தனர். இதில் எவரும் விதிவிலக்காக இருந்தனர் என்று கூறமுடியவில்லை. இப்படிப்பட்ட திருமண வைபவங்களின் காரணமாக அரசியல் குழப்பங்கள் ஏற்படுவது தவிர்க்க முடியாததாக இருந்தது. செல்வந்தரும் இவ்வழக்கத்தைப் பின்பற்றினர். மன்னர்கள் பலபெண்களை அந்தப்புரம், உவளகம் என்ற மாளிகையில் குடிவைத்தனர். இது இஸ்லாமியரின் பண்பாட்டுத் தாக்கமாயிருக்க வேண்டும்[2].

திருமணச் செலவுகளும், முறைகளும் இனத்திற்கு இனம் மாறுபட்டிருந்தது. ஸ்ரீதனம் கொடுக்கும் முறை வழக்கத்திலிருந்தது. ஆண் வாரிசு இல்லாமல் கணவன் இறந்துவிட்டால் அவனது சொத்துக்கள் அனைத்தும் மனைவிக்கே சொந்தமாகியது. உடன் கட்டை ஏறும் வழக்கம் இருந்தது. செல்வந்தரும், உயர்குலத்தோருமே இப்பழக்கத்தை அதிகம் பின்பற்றினர். இப்பழக்கம் கர்னாடகத்தில் பரவலாகக் காணப்பட்டது. திருமணத்தின் மூலமாகக் குழந்தைகள் இல்லாவிட்டால், தத்து எடுக்கும் வழக்கம் இருந்தது. பிராமணரும், பிற உயர்குலத்தோரும் குழந்தை மணத்தைப் பின்பற்றினர். வடஇந்தியாவில் தோன்றிய இப்பழக்கம் தமிழகத்திலும் பரவியது.

நீதிமுறையும் தண்டனையும்

நீதித்துறையில் மராத்தியர்கள் சில மாற்றங்களை உண்டாக்கினர். முதன் முறையாக பிரதாப்சிங் காலத்தில் ஓர் உயர்நீதிபதியும், துணை நீதிபதிகளும் நியமிக்கப்பட்டனர். உயர் நீதிபதிக்கு ஆண்டொன்றுக்கு 300 கோடாக்கள் ஊதியமாகத் தரப்பட்டது. இந்த உயர்நீதிபதியின் தீர்ப்பே சரியானது என ஏற்றுக் கொள்ளப்பட்டது. மன்னர் கூட இவரது தீர்ப்பை மாற்றும் அதிகாரம் பெற்றிருக்கவில்லை. சுவார்ட்ஸ் என்ற பாதிரியாரின் நினைவுக் குறிப்புக்களின் படி சில ஆண்டுகளில், குறிப்பாக அமர்சிங் காலத்தில் நீதித்துறை சீர்கேடு அடைந்தது என்று தெரிகின்றது. ஊழலும், நீதிக்கு விலை பேசுவதும் பெருகியது. அக்காலத்தில் பெறப்பட்ட தண்டப்பணத்திலிருந்து நீதிபதிகளுக்கு ஊதியம் வழங்கப்பட்டது.

குற்றவாளிகள் பலவகை தண்டனைகள் அனுபவித்தனர். கொலைத் தண்டனை, தண்டம், சித்ரவதை, தலைநகரை விட்டு வெளியேற்றுதல் போன்றவை முக்கிய தண்டனைகளாயிருந்தன. குற்றவாளிகளை அவமானப்படுத்துவதற்காகத் தெருக்களில் கேவலமாக அழைத்துச் செல்வதும் உண்டு. இரண்டாம் சரபோஜி மன்னர் தர்மசாத்திரங்களின் அடிப்படையில் நீதியும் தண்டனையும்

வழங்கினார். வரி செலுத்தத் தவறியவர்களைச் சிறையிலடைக்கும் அதிகாரம் அமீன்களுக்குக் கொடுக்கப்பட்டது. சில நேரங்களில் வரி ஏமாற்றம் செய்தவரை ஆட்டுக்கல்லைச் சுமந்து வரச்செய்து கிராமத் தெருக்களில் ஊர்வலம் வரும் வழக்கமிருந்தது.

அன்றாட வாழ்க்கை

இக்காலத்தில் உயர் குடிப்பிறந்தோர் புலால் உண்ணவில்லை. சமூக உயர்வுக்குப் புலால் மறுத்தல் முக்கிய காரணமெனப் பலர் நம்பினர். முகலாயர் மற்றும் தக்காண சுல்தான்களின் பழக்கவழக்கங்களின் தாக்கத்தால் அரசகுடும்பத்தார் பகட்டான ஆடை அணிந்தனர்[3]. அரசவையில் ஆடம்பரங்கள் பெருகின. முக்கிய நிகழ்ச்சிகளில் வாணவெடி பயன்படுத்தப்பட்டது. குடிப்பழக்கம் இருந்து வந்தது. சாதாரண மக்களின் வாழ்க்கை முறை முந்தைய ஆட்சிக் காலத்தில் இருந்தது போன்றே விளங்கின.

இவ்வாறு மராத்தியர் காலச் சமுதாய அமைப்பு நாயக்கர் காலத்தைப் போன்ற அமைப்பையே பெற்றிருப்பினும் சில வேறுபாடுகளும் இருந்தன. இதற்குக் காரணம் ஐரோப்பியப் பண்பாடு ஓரளவு பரவியிருந்ததும் ஒன்றாக இருக்கலாம்.

அடிக்குறிப்புகள்

1. கே.கே. பிள்ளை, *தென் இந்திய வரலாறு*, 11, ப. 127.
2. மேலது, ப. 128.
3. மேலது, ப. 129.

11.2 சமய வாழ்க்கை

தஞ்சை மராத்திய மன்னர்கள் இந்து சமயத்தைக் கட்டிக் காப்பதில் பெரும் முயற்சி எடுத்துக் கொண்டனர். ஐரோப்பியர்கள் தம் அரசியல் செல்வாக்கைப் பயன்படுத்தி சமயத் துறையில் தங்கள் பண்பாட்டைப் புகுத்திய போதும் இந்து சமயம் தனது தன்னிகரற்ற பண்பினை வளர்த்துக் கொண்டுதான் இருந்தது. மராத்திய மன்னர்கள் ஆங்கில - பிரஞ்சு அரசியல் தந்திரங்களில் மயங்கி துவண்டுவிட்ட போதும் பிராமணர் வாழும் அக்கிரஹாரப் பகுதிகளில் அந்நியர் களைக் குடியேற அனுமதிக்கவில்லை என்பது அவர்தம் சமயக் கொள்கையின் முக்கிய அம்சமாகும்.

தஞ்சை மராத்தியர்கள் ஆலயங்கள் பல கட்டியும், பழைய ஆலயங்களைப் புதுப்பித்தும், சத்திரங்களைக் கட்டியும், புனிதப் பயணம் செய்வோருக்கு குடிநீர், உணவு வசதி செய்து கொடுத்தும் தங்கள் வைதீக இந்து சமயத்தைப் போற்றிப் பாதுகாத்தனர். இந்து சமயத்தின் முன்னணியினராக பிராமணர்களுக்குத் தானங்களும், நிவந்தங்களும் வழங்கினர். அக்கிரஹாரங்கள் கட்டினர். அவர்கள் சைவ, வைணவத் திருவிழாக்களுக்கு முக்கியத்துவம் கொடுத்தனர். இம்மன்னர்கள் தஞ்சையிலிருந்து இராமேஸ்வரம் செல்லும் வழிநெடுகிலும் சத்திரங்கள் அமைத்துள்ளனர்.

கிறித்தவ சமயம்

பல வெளிநாட்டவர்கள் சமயக் கொள்கைகளைப் பரப்பு வதற்காகவும், வியாபாரத்திற்காகவும் அக்காலத்தில் தஞ்சைக்கு வந்தனர். அவர்களில் ஒருவரான சுவார்ட்ஸ் என்பவர் 1726 - இல் ஜெர்மானிய சங்கத்தை நிறுவினார். சுவார்ட்ஸ் துல்ஜாஜி மன்னரின் சிறந்த ஆலோசகராக விளங்கினார். சரபோஜி மன்னரின் நல்லெண்ணத்தைப் பெற்றவராயிருந்தார். இருப்பினும் துல்ஜாஜியையும், சரபோஜி மன்னரையும் இவரால் கிறித்தவ சமயத்திற்கு மாற்ற முடியவில்லை. அதற்கு முன்பே 1612 - இல் போர்ச்சுக்கீசியர்களும், 1613 - இல் டச்சுக்காரர்களும் நாகப்பட்டினத்தில் குடியேறினர். தஞ்சை மராத்தியர் காலத்தில் புராட்டஸ்டண்டு சமயம் தீவிரமாகப் பரப்பப்பட்டது. பிளுட்டாசா, சீகன்பால்க் ஆகியோர் டென்மார்க் மன்னர் நான்காம் பிரடெரிக்கின் ஆணைப்படி தமிழகம் வந்தனர்.

இவர்கள் தஞ்சையில் மன்னரின் நண்பர்களாக ஆயினர். இதனால் இம்மதம் வளர வழி ஏற்பட்டது. சீகன்பால்க் என்பவர் சீகன்பால்க் ஐயர் என அழைக்கப்பட்டார். இவர் தமிழ் மொழியில் புலமை பெற்றார். புதிய விவிலிய நூலைத் தமிழில் மொழி பெயர்த்தார். இவர் ராபர்ட்-டி- நொபிலியைப் போன்றே உடை அணிந்தார். புராட்டஸ்டண்டு சங்கத்தின் மற்றொரு தலைவரான கிரண்ட்லா என்பவர் தஞ்சை மன்னருடன் தொடர்பு கொண்டு தம் சமயம் வளருவதற்கு வேண்டிய பணிகளைச் செய்தார். மதுரை, திருநெல்வேலி, கன்னியாகுமரி பகுதிகளில் ஏராளமானோர் கிறித்தவ சமயத்திற்கு மாறினர். கிருத்தவ சமயத்தில் சேர்ந்தவர்களின் நலன் காப்பதற்காக அச்சமயப் பரப்பாளர்கள், பலவகை அறநிலையங்களை நிறுவினர். கல்வி, ஒழுக்கம் ஆகியவற்றைச் சீர்ப்படுத்தினர். இதனால் மேனாட்டுப் பழக்கவழக்கம் பெருகியது.

பௌத்தமும் சமணமும்

தஞ்சையில் மராத்தியர் காலத்தில் புத்த சமயமும், சமண சமயமும் ஓரளவு செல்வாக்குப் பெற்று விளங்கின. அவர்களது எண்ணிக்கை குறைவாக இருந்ததால் சமயப் பூசல்களில் அவர்கள் ஈடுபடுவதை விட்டுவிட்டனர். கடற்கரையோரப் பகுதிகளில் வாழ்ந்த மக்கள் இஸ்லாமிய சமயத்தைத் தழுவியிருந்தனர்.

சமயப்பூசல்கள்

தஞ்சைமன்னர்கள் சமயப் பொறையுடன் விளங்கினர் எனப் பொதுவாகக் கருதப்பட்ட போதும் சில நேரங்களில் மன்னரும் மக்களும் பிறசமயத்தினரை வெறுத்தனர். குறிப்பாக கிறித்தவ சமயத்திற்கு எதிர்ப்பு வலுத்தது. பிராமணர்கள் கிறித்தவ சமயத் தலைவர்கள் மன்னருடன் நட்பு கொள்வதை விரும்பவில்லை. மனுச்சி என்பார், கிறித்தவர்களை தஞ்சை மன்னர்கள் துன்புறுத்தினர் எனத் தமது குறிப்பேட்டில் எழுதியுள்ளார். கிறித்தவர்கள் மீது வரிவிதிக்கப் பட்டது எனவும், பலர் நாடு கடத்தப்பட்டனர் என்றும் கூறுகின்றார். இதற்கெல்லாம் அரசவையில் இருந்த பிராமண அமைச்சர்களே காரணம் என இவர் சுட்டிக்காட்டியுள்ளார். நவாப் தாவூத்கான், தான் சாஜி மன்னருக்கு எழுதிய கடிதத்தில் கிறித்தவர்களை நாடு கடத்த வேண்டாம் எனவும், துன்புறுத்த வேண்டாம் எனவும் வேண்டிக் கொண்டார்.

இதற்கு எதிரிடையாக பிராமணர்கள் கிறித்தவர் மீது எரிச்சல் கொண்டிருந்தனர். அதற்குப் பல காரணங்கள் இருந்தன. அவற்றில் குறிப்பிடத்தக்கவை, கிறித்தவர்கள் தமிழர் போன்று உடையணிந்து

தங்களை ஏமாற்றுகின்றனர் என்று எண்ணினர். மற்றொன்று கடலூரில் கிறித்தவ சமயத்தவர்கள் நடத்திய நாடகத்தில் இந்து தெய்வங்களும், பிராமணர்களும் அவமானப் படுத்தப்பட்டனர். இது போன்ற காரணங்களால் கிறித்தவ சமயத்தவர்களுக்கு இன்னல் கொடுக்குமாறு மன்னரை அவர்கள் தூண்டினர்.

இவ்வாறு கிறித்தவ சமயத்தவருடன் நண்பர்களாக இருந்த போதும் மராத்திய மன்னர்கள் தாங்களும் மதம் மாறாமலும், தங்களது இந்து சமயத்தைக் காத்தும் வாழ்ந்தனர் என்பது தெளிவாகத் தெரிகின்றது.

11.3 பொருளாதார நிலை

நிலவருவாய்

சங்ககாலம் தொட்டு தஞ்சையும் அதனைச் சார்ந்த பகுதிகளும் வளம் பெருகி இருந்தன. "வான் பொய்ப்பினும் தான் பொய்யா வளமான காவிரி" என்னும் தமிழ் மொழிக்கு ஏற்ப தமிழகத்தின் தன்னிகரற்ற நதியாம் காவிரி பாயும் அந்நிலப்பகுதி, நெற்களஞ்சியமாம் தஞ்சை, மராத்தியர் காலத்திலும் அச்செல்வ வளத்துடனேயே காட்சி தந்தது. அரசாங்கத்திற்கு வந்த வருவாயில் நிலவரியே அதிகமாகும். ஆனால் அக்காலத்தில் அங்கு வருவாய் வசூல்முறை ஒழுங்குபடுத்தப் படவில்லை. வரிவிகிதமும் சீராக்கப்படவில்லை. மராத்தியர்களால் ஆட்சி செய்யப்பட்ட தஞ்சை நாடு ஏகபோக கிராமங்கள், பாலபோக கிராமங்கள், பொது கிராமங்கள் என்ற வகையில் பிரிக்கப்பட்டிருந்தது. வரி முறைகளில், ரயத்வாரி வரிமுறையும், இனாம் முறையும், ஜமீன்தாரி முறையும் நிலவின.

தஞ்சையின் இந்த மொத்த நிலத்தின் அளவு 23,93,034 ஏக்கராக இருந்தது. இதில் 15,91,925 ஏக்கர் நிலம் ரயத்வாரி வரிமுறையிலும், 6,12,085 ஏக்கர் நிலம் இனாம் வரி முறையிலும், 1,89,024 ஏக்கர் நிலம் ஜமீன்தார் வரிமுறையிலும் இருந்தது. நிலவரியானது நிலத்தில் அறுவடை செய்யப்படும் தானியத்தின் அளவையும், மதிப்பையும் வைத்து வசூலிக்கப்பட்டது. பொதுவாக மொத்த விளைச்சலில் 60 முதல் 70 சதவீதம் வரை வசூல் செய்யப்பட்டதாகத் தெரிகின்றது. "மராத்தியர் ஆட்சியில், தஞ்சையில் ஒரே மாதிரியான வரி விதிப்பு, முறையில்லை. நாட்டின் வருமானமும் முன்னுக்குப்பின் முரண் பாடுடையதாக, நிலையற்றதாக இருந்தது. நில உடைமையாளர்கள் ஒழுங்கான, ஒரே மாதிரியான வரிவிதிப்பு முறையே இருக்க வேண்டும் என்று எண்ணினர். அரசாங்கத்தின் நிலங்கள் ஏலத்திற்கு விடப்பட்டன. அதிக ஏலத்திற்குக் கேட்பவர்களுக்கே நிலம் பயிரிடவிடப்பட்டது. பெருமக்கள் அல்லலுற்றனர் என்று சுவார்ட்ஸ் என்பார் எழுதியுள்ளார். இந்த வரிக்கொடுமைகள் மக்களைத் துன்புறுத்திக் கசக்கிப்பிழிந்தன என்பதில் ஐயமேதுமில்லை. கி.பி. 1736க்கும் 1739க்கும் இடைப்பட்ட காலத்தில் தஞ்சையில் அரசியல் வரலாற்றில் பல மாறுதல்கள் நடைபெற்றன. 1739 - இல் தஞ்சையில் பிரதாப்சிங் பொறுப்பேற்ற போது கர்நாடகப் பகுதியில் ஆங்கிலேயரும் பிரஞ்சுக்காரர்களும் தங்கள் ஆதிக்கத்தை நிலை நாட்ட போரிட்டுக் கொண்டிருந்தனர். பிரதாப்சிங்,

துக்காஜி, அமர்சிங் ஆகிய மன்னர்கள் மக்கள் படும் துன்பத்தைத் துடைத்தெறிய குறைந்த அளவு வரியை விளைபொருட்களிலிருந்து வசூல் செய்தனர்.

கி.பி. 1773க்கும் 1776க்கும் இடைப்பட்ட ஆண்டுகளில் ஆர்க்காடு நவாப்பின் பொறுப்பில் தஞ்சைநாடு இருந்தது. அச்சமயம் நவாப்பின் அதிகாரிகள் செய்த கொடுமை மக்களை வாட்டியது. வெள்ளப்பெருக்கினாலும், பஞ்சங்களாலும் அல்லலுற்ற மக்கள் வரிக்கொடுமையிலிருந்து மீளமுடியாமல் தவித்தனர். விளைச்சலில் பெரும்பகுதியை அதிகாரிகள் வரிவசூல் என்ற பெயரால் கொள்ளையடித்தனர். மீண்டும் சிலகாலம் தஞ்சையில் மராத்தியர் வரி வசூல் செய்யும் போது பழைய நிலை திரும்பியது. 1790-க்கும் 1791 க்கும் இடையில் வரிவசூல் செய்யும் உரிமையை ஆங்கிலக் கிழக்கிந்தியக் கம்பெனி எடுத்துக் கொண்டது. அப்போதும் தஞ்சையின் மன்னர்கள் பெயரளவில் தான் மன்னர்களாயிருந்தனர். வரிவசூல் ஒவ்வொரு காலத்திலும் சிறிது சிறிதாகக் குறைந்துகொண்டே வந்தது. இதற்கு அங்கு நிலவிய பெரும் ஊழல்களே காரணமாகும்.

வெங்காஜி காலத்திலும் சாஜி காலத்திலும் 32,050,000 கலம் நெல் வரியாக வசூலிக்கப்பட்டது. சரபோஜி மன்னர் காலத்தில் இந்த அளவு 24,000,000 கலம் நெல்லாகக் குறைந்தது. பாபாசாகிப் காலத்தில் மேலும் இது 20,000,000 ஆகவும், பிரதாப்சிங் காலத்தில் 17,000,000 ஆகவும் துல்ஜாஜி காலத்தில் 15,000,000 ஆகவும் குறைந்தது. இந்த வருவாய்க் குறிப்பின் மூலமாக, நாட்டின் விளைச்சலில் ஏற்பட்ட சரிவின் காரணமாக வருவாய் குறைந்தது எனவும் கணக்கிட இடமுண்டு. ஆனாலும் ஊழல் மலிந்திருந்தது என்பதும் மறுக்க முடியாததாகும்.

மற்ற வரிகள்

நிலவரி அதிகமாகக் கிடைத்தது எனினும் வேறுபல வரிகளும் மராத்தியர்களால் வசூலிக்கப்பட்டது. இம்மன்னர்கள் உப்பு தயாரிப்போரிடமிருந்து உப்பு வரியை வசூல் செய்தனர். வெளிநாட்டவர் இங்கு வந்து குடியேறிய போது அவர்களிடமிருந்து ஒருவித வரியைப் பெற்றனர். நாகூர், நாகப்பட்டினம், காரைக்கால், தரங்கம்பாடி ஆகிய துறைமுகங்களில் வெளிநாட்டவர் ஆதிக்கம் பெருகியிருந்ததால் ஏற்றுமதி இறக்குமதித் தீர்வை மிகக் குறைந்த அளவே மராத்திய அரசுக்குக் கிடைத்தது. மேலும் வியாபாரிகளிடமிருந்து ஓரளவு வரி கிடைத்தது.

நீர்ப்பாசன வசதிகள்

மராத்திய அரசைத் தஞ்சையில் உருவாக்கிய எகோஜி (வெங்காஜி) ஆறுகள், குளங்கள் ஆகியவற்றைப் புதிதாக வெட்டினார். பழையனவற்றைப் புதுப்பித்தார். நிலச்சீர்திருத்தங்களைச் செய்தார். கொடுங்கோல் மன்னர் என அவர் வரலாற்றாளர்களால் அழைக்கப்பட்ட போதும் இவர் பல வசதிகளையும் செய்தார் என்பது உண்மையாகும். இவரை வரலாற்றாளர்கள் சாடுவதற்குக் காரணம் இவரது வரிக் கொடுமை எனவும் கூறலாம். இவர் மக்களிடமிருந்து விளைச்சலில் ஐந்தில் நான்கு பகுதியை வரியாகப் பெற்றார். இவரது அமீன்களில் மக்கள் துன்புறுத்தப்பட்டனர். நிலவருவாயைக் கவனித்த அதிகாரிகளுக்கு இலவசக் குத்தகை நிலங்கள் விடப்பட்டன.

ஏற்றுமதியும், இறக்குமதியும்

தஞ்சை, நாகப்பட்டினம் பகுதிகள் செல்வம் பெருகும் பகுதிகள் ஆகும். இப்பகுதிகளிலிருந்து நெல் ஏற்றுமதி செய்யப்பட்டது என ஜான் நியூகாஃப் குறிப்பிடுகின்றார். காரைக்கால் துறைமுகத்திலிருந்து வெள்ளி ஏற்றுமதி செய்யப்பட்டதாக டச்சு ஆவணங்கள் கூறுகின்றன. தவிர, மிளகு, வாசனைப் பொருள்கள், துணிகள் போன்றவையும் ஏற்றுமதி செய்யப்பட்டன. இரும்பு, வெள்ளி, டின் போன்றவை இறக்குமதியாயின.

நாணயங்களும், பொதுச்செலவும்

தஞ்சை மராத்தியர் ஆட்சியில் பலவகை நாணயங்கள் புழக்கத்தி லிருந்தன. அவைகளில் குறிப்பிடத்தக்கவை சக்ராம் அல்லது பொன் (1/28 ரூபாய்), பகோடா (3 ரூபாய்), ஸ்டார்பகோடா (3 1/2 ரூபாய்) பெரிய பணம் (1/6 ரூபாய்), சிறிய பணம் (1/2 ரூபாய்) போன்றவையாகும்.

நாட்டின் வருமானத்தின் பெரும் பகுதியை மக்கள் நலனுக்காகவே செலவிட்டனர். காவிரி ஆற்றின் குறுக்கே அணைகள் கட்டி, வாய்க்கால் அமைத்து நீர்ப்பாசனம் செய்தனர். காவிரியின் கரைகளைச் செப்பனிடப் பணம் செலவு செய்யப்பட்டது. படை பலத்தைப் பெருக்குவதில் அதிகப் பணம் செலவிடப்பட்டது. பிராமணர்களுக்கும், கோவில்களுக்கும் நிவந்தங்கள் அளிக்கப்பட்டன. தவிர ஓரளவு வருவாய் அந்தப்புரத்திலும் செலவிடப்பட்டது.

11.4 இலக்கிய வளர்ச்சி

இலக்கிய வளர்ச்சி

தமிழ் மன்னர்களான சேர, சோழ, பாண்டியருக்குப்பின் தமிழ் மொழி ஓரளவு செல்வாக்கினை இழந்தது என்பதில் ஐயமில்லை. விஜயநகர, நாயக்கர் ஆட்சிக்காலத்தில் தமிழ்மொழிக்கு இருந்த பழைய செல்வாக்கினை தெலுங்கு மொழியும், சமஸ்கிருதமும் பெற்றன. அவர்களைத் தொடர்ந்தே மராத்தியர் காலத்திலும் தமிழ்மொழிக்கு ஊக்கம் கொடுக்கப்படவில்லை. இருந்த போதும் தொன்மை மிகு மொழியாம் தமிழ்மொழி தானாகவே வளர்ந்தது. தமிழ் மண்ணில் 14 -ஆம் நூற்றாண்டிற்குப் பின் பல மொழிகள் வளர்ந்தபோதும் தமிழ்மொழி தன் பழம்பெருமையை இழக்காமலே வளர்ந்தது என்பதில் மாறுபட்ட கருத்துக்கள் இருக்க முடியாது.

நாயக்கர்களைப் போலவே மராத்தியர்கள் தங்கள் மராத்திய மொழிக்கும், தெலுங்குக்கும், சமஸ்கிருதத்திற்கும் ஆதரவு தந்தனர். தஞ்சாவூர் வாசுதேவ தீட்சிதர் எழுதியுள்ள பாலமனோரமா இக்காலத்து யாப்பிலக்கண நூல்களில் குறிப்பிடத்தக்க ஒன்றாகும். பிரதாப் சிங்கின் ஆசை நாயகியான முத்துப்பழனி என்பாள் சிறந்த இசை வல்லு நராயிருந்தாள். ராதிகாசந்த்வனமு, சப்த பாடலு என்ற இரு முக்கிய நூல்களை இயற்றியுள்ளாள். இவள் வீரராகவ தேசிகர் என்பவரின் மாணவியாவாள். மண்ணாருதாச விலாசம் என்ற நூல் ரங்காஜி என்பவரால் இயற்றப்பட்டது.

சாஜியும் அவர்கால இலக்கியமும்

தஞ்சை மராத்திய மன்னர் சாஜி சிறந்த வல்லுநராவார். இவர் ஒரு கலைஞர், தத்துவஞானி, பன்மொழிப்புலவர் என்றவாறு போற்றப் படுகின்றார். இவர் காலத்தில் கூத்து நாடகங்கள் சில வரையப்பட்டன. இவர்கால முக்கிய நாடகங்கள், சங்கரநாராயண கல்யாணம், சந்திர ஹாச விலாச நாடகம், குறவஞ்சி பூலோக தேவேந்திர விலாசம், விஷ்ணு சகராஜவிலாசம், அதிருபாவதி கல்யாணம் போன்றவையாகும். இந்நாடக நூல்களில் மற்ற நாடகங்களைவிடப் புதுமையான கருத்துக்கள் இருந்ததாகத் தெரியவில்லை. இந்நாடகங்கள் சாஜியின் காதல் வாழ்க்கையைப் பற்றியவையாகும். குறிப்பாக, இவை, எவ்வாறு அரசியார்கள் சாஜியைத் தம் வயப்படுத்தினர் என்பதைக் கருப்பொருளாகக் கொண்டவையாகும்.

சஹாராஜ விலாச நாடகம் என்ற நூல் மிகைப்படுத்தப்பட்ட செய்திகளைக் கூறுகின்றது. முகமதியர்களைத் தோற்கடித்த மன்னர் சாஜி, மதுரையைக் கைப்பற்றி, பின்வடக்கே காசிவரை சென்றார் என்று கூறுகின்றது. விஷ்ணு சஹாராஜ விலாசம் என்பது அக்காலத் தமிழ்க்கூத்து நூல் ஆகும். இது தெலுங்கு மொழியில் இயற்றப்பட்டது. தர்மகூடம் என்ற வடமொழி நூல் சாஜியின் சிறப்பு அம்சங்களை எடுத்துக் கூறுகின்றது. நரசிம்ம ராயர் என்பார் திரிபுரவிஜய சாம்பு என்ற நூலை இயற்றினார். பாதி வந்தராயர் என்பவர் ராகவபியூதாயர் நாடகம், முகுந்தவிலாச காவியம், உத்திரசாம்பு ஆகிய நூல்களை இயற்றினார். மேற்கூறிய இருவரும் வெங்காஜியின் அமைச்சரான கங்காரதமாஹி என்பவரின் புதல்வர்களாவர். அனந்தராமாஹி என்பவர் ஆச்சார நவநீதம் என்ற நூலை இயற்றினார்.

சாஜியின் அவைக்களப் புலவர்களில் குறிப்பிடத்தக்கவர்களில் வெங்கடேச கிருஷ்ண தீட்சிதர் என்பவரும் ஒருவராவார். இவர் உத்திரசாம்பு, ஸ்ரீராமச்சந்திரோதய காவியம், நடேசவிஜயம், குசலவ விஜய நாடகம் ஆகியவற்றை இயற்றினார். இவருக்கு திருச்சி, தஞ்சை அரசுகளிலும் செல்வாக்கிருந்தது. ராமபத்ரர் என்ற இலக்கண வித்தகர் ஜானகிபரிநயம், சிருங்காரதிலக பாணம், ஷத்தர்ஸ்ன சித்தாந்த சங்கிரஹம் ஆகியவற்றை எழுதினார். இவர் நவீனபதஞ்சலி என்றும் போற்றப்பட்டார். வேதகவி என்பவர் வித்யா பரிநயம், ஜீவாநந்தம் ஆகியவற்றின் ஆசிரியராவார். சித்தாந்த சித்தஞ்சனம் என்ற நூலுக்கு பாஸ்கரதீட்சிதர் என்பவர் உரை எழுதினார். ஸ்ரீதரவெங்கடேசர் சகத்ர விலாச காவியம் என்ற நூலை இயற்றினார். தியம்பகராய மஹியின் இராமாயண விளக்கமும், சிருங்கராமன் சரிஹஜியம் என்னும் பெரியப்ப கவியின் நூலும் இக்கால முக்கிய இலக்கியங்களாகும்.

இக்கால இலக்கியங்களில் மேலும் மெருகூட்டுபவை சரபோஜி சிவபாரதம் என்ற வடமொழி நூலும், ஜகந்நாதன் என்பவரால் இயற்றப்பட்ட சரபராஜ விலாசம், ரதிமன்மதன் ஆகியவையும் ஆகும். சாஜிமன்னர் தம் அவைக்களப் புலவர்களுக்கு நிலதானங்களை வழங்கினார். அவரது அவைக்களத்தில் சுமார் நாற்பத்தி ஆறு புலவர்கள் இருந்தனர். அவர்களில் குறிப்பிடத்தக்கவர்கள் வேங்கட கிருஷ்ணனும், ராம பத்திர தீட்சிதரும், சொக்கநாத தீட்சிதரும் ஆவர்.

துல்ஜாஜியின் காலமும் அதன் பின்னும்

துல்ஜாஜி காலத்தில் தெலுங்கு மொழிக்கும், மராத்திய மொழிக்கும் ஆதரவு கிடைத்தது. இவரே சிறந்த அறிஞராகத் திகழ்ந்து அந்தர்காளிதாசர் என்ற சிறப்பு விருதினையும் பெற்றார். அனந்தகிரி என்ற இவரது காலப் புலவர் சங்கரவிஜயம் என்ற நூலை எழுதினார்.

இந்நூல் வடமொழி நூலாகும். இதனை குப்பன்னா என்பவர் தெலுங்கில் மொழிபெயர்த்து அதற்கு ஆச்சார்யவிஜயம் என்று பெயரிட்டார். யக்சகான வகை நூல்கள் இக்காலத்தில் இயற்றப் பட்டன. பஞ்சநாதஸ்தல புராணம், பரமபாகவதசரிதம், இந்துமதி பரிநயம், கர்மவிபாகம் முதலிய நூல்கள் இக்காலச் சிறந்த இலக்கியங்கள் ஆகும். அற்புததர்ப்பன நாடகம், சுகசந்தேசம் ஆகியவை மகாதேவகவி என்பவரால் இயற்றப்பட்டது. சிருங்கார மஞ்சரிஷஹஜீயம் என்னும் நாடகம் மன்னர் சாஜியின் வாழ்க்கை வரலாற்றைக் குறிப்பதாக அமைந்துள்ளது. இக்காலத்து நாடகங்களில் குறிப்பிடத்தக்கவை ராமராஜ்ய அபிஷேக நாடகம், வள்ளிபரிநயம், சுபத்திரபரிநயம் ஆகியவையாகும்.

துல்ஜாஜிக்குப்பின் தெலுங்கு மொழி தன் செல்வாக்கை இழந்தது. முதலாம் சரபோஜி காலத்தில் வித்யாபரிநயம் என்ற நாடகம் வேதகவி என்பவரால் எழுதப்பட்டது.

வடமொழியும், தெலுங்கும், மராத்தியமும் வளர்ந்த போதிலும் தஞ்சை மராத்தியர்களின் ஆட்சிக் காலத்தில் தமிழ்ப் புலவர்களும் வாழ்ந்தனர். வேதாரண்யத்தைச் சேர்ந்த தாயுமானவர் சுவாமிகள், சீர்காழியில் தோன்றிய அருணாசலக்கவிராயர், திருவாடுதுறையைச் சேர்ந்த தம்பிரான், சிவகங்கை சுவாமிகள், சக்கரைப்புலவர், திருவாரூரைச் சேர்ந்த வைத்தியநாத தேசிகர் போன்றவர்கள் அக்காலத்தில் வாழ்ந்த சிறந்த தமிழ்ப் புலவர்களாக இருந்தனர்.

மருத்துவ நூல்களும், மருத்துவ வளர்ச்சியும்

இரண்டாம் சரபோஜி சரபேந்திர வைத்திய முறைகள் என்ற வைத்திய நூலை எழுதினார். தன்வந்திரி மகாலைக் கட்டி மருத்துவத்திற்கும், பொதுநலத்திற்கும் வேண்டிய வழிவகை செய்தார். இம்மன்னர் ஜெர்மானிய அறுவை சிகிச்சை நிபுணர்களைத் தம் அரண்மனையில் பணியமர்த்த பெரும்பாடுபட்டார். இலவச மருத்துவ விடுதியும், பள்ளிகளும் தங்கும் விடுதியும் அமைத்தார். தத்துவம், அத்வைத கீர்த்தனம் என்ற நூல் சாஜி மன்னர் தம் பிற்காலத்தில் தத்துவபோதகராக மாறினார் என்று கூறுகின்றது. இவரது சகோதரியும் தத்துவ ஞானியானார் என போசலவம்சாவளி என்ற வடமொழி நூல் கூறுகின்றது. சாஜிபரப்பிரம்மானந்தயோகி, பூர்ண பிரம்மானந்தர் ஆகியோரின் சீடராக இருந்தார். ப்ராயச சித்ததீபிகா, உபகிரந்த தீபிகா ஆகியவை பூர்ண பிரம்மானந்தரால் இயற்றப்பட்டதாகும். கிருஷ்ணானந்த சரஸ்வதி என்பவர் சித்தாந்த சித்தஞ்சனம் என்ற நூலை எழுதினார். இராமானந்தர் என்பவர் திரிபுரோ உபநிஷத் பாஸ்யம் என்ற நூலை எழுதினார். வேதாந்த

சித்தாந்த அத்வைத தத்துவங்களில் மராத்திய மன்னர்கள் அதிக ஆர்வம் காட்டினர் என்பதற்கு மேற்கூறப்பட்ட தத்துவ நூல்கள் உதாரணமாக அமைகின்றன.

ஒழுக்கம் கற்பிப்பதற்காக நவவித்யா கலாநிதி சாலை ஒன்றினை சரபோஜி மன்னர் கட்டினார். மருத்துவம், வானநூல், இசை, கலை, தத்துவம் போன்றவையும் இங்குப் போதிக்கப்பட்டன.

11.5 மராத்தியர் கலை

கட்டடக்கலை

மராத்திய மன்னர்கள் தங்கள் ஆட்சிக் காலத்தில் கலை வளர்ச்சிக் காகக் குறிப்பிட்ட சேவையைச் செய்தனர் என்று கூறிவிட முடியாது. இருப்பினும் தமிழகத்தின் கலை வளர்ச்சியில் தஞ்சைப்பகுதியில், அவர்களது பணியே இறுதிக் கட்டம் என்பது மிகையாகாது. தஞ்சை மராத்திய மன்னர்கள் பல சிறிய புதிய கோவில்களைக் கட்டினர். சில கோவில்களைச் செப்பனிட்டனர். குளங்கள், கால்வாய்கள், அரண்மனைகளைக் கட்டினர். புனிதப் பயணம் செய்வோரும், வழிப்போக்கரும் தங்குவதற்காக சாலைகளின் ஓரங்களில் சத்திரங்களை அமைத்தனர்.

தஞ்சையிலுள்ள பிரகதீசுவரர் ஆலயத்தில் உள்ள கணேசர் சன்னதியின் கருவறை அர்த்த மண்டபம், மகா மண்டபம் முதலியன முதலாம் சரபோஜி மன்னரால் அமைக்கப்பட்டதாகும். இப்பெரிய கோயிலுக்கு விலை மிகுந்த ஆபரணங்களையும், வெள்ளிப் பாத்திரங் களையும் இம்மன்னர் தம் பதவியேற்பின் நினைவாக வழங்கியதாகத் தெரிகின்றது. இம்மன்னர் ஓரத்தநாடு என்ற இடத்தில் தன் ஆசை நாயகிகளில் ஒருத்தியான முத்தம்மாளின் பெயரில் ஒரு சத்திரம் கட்டினார். இராமேஸ்வரம் செல்லும் வழியில் ஒரு குளத்தையும் இவர் வெட்டியதாகத் தெரிகின்றது.

இவர் சாளுவநாயக்கன் பட்டினத்தில் மனோரா என்ற கோபுரத்தைக் கட்டினார் என்றும் சொல்லப்படுகின்றது. இங்கு தான் ஆங்கிலேயர்கள் மாவீரன் நெப்போலியனைத் தோற்கடித்ததன் நினைவாகத் தங்கள்கொடியைப் பறக்கவிட்டனர்.

தஞ்சையின் இரண்டாம் சரபோஜி மன்னர் தஞ்சை சரசுவதி மஹால் என்ற நூல் நிலையத்தையும், அதனைச் சேர்ந்த அரண்மனைப் பகுதியையும் கட்டினார். இவ்வரண்மனை பகட்டாகக் கட்டப் பட்டிருப்பதால் அழகுகுன்றித் தோன்றுகின்றது. செயற்கை வேலைப்பாடு மிகுந்து காணப்படுகின்றது. இவ்வரண்மனையே அக்காலக் கட்டடக் கலை அழிவுறத் தொடங்கியதற்கு ஒரு நல் உதாரணமாகும். இங்கு ஏராளமான நூல்களையும், கையெழுத்துப் பிரதிகளையும், ஓலைச்சுவடி களையும் அவர் சேகரித்து வைத்தார். இந்நூல் நிலையத்தில் சுமார் 22000 வடமொழி இலக்கியங்கள் உள்ளன. இவரின் நினைவாக இங்கு

ஆங்கிலக் கிழக்கிந்தியக் கம்பெனி இவரது உருவச்சிலை ஒன்றை 1807 - இல் உருவாக்கியது.

மேற்கூறியவை தவிர தஞ்சை மராத்தியர்கள் காலத்தில் தஞ்சை மாவட்டத்தில் மட்டும் சுமார் பதினாறு சத்திரங்கள் கட்டப்பட்டன. தஞ்சையின் பிரதாப் சத்திரம், மணல்மேல்குடி, தாராசுரம், அம்மாசத்திரம், நீடாமங்கலம், ராஜாமடம் ஆகிய இடங்களில் இருந்த சத்திரங்கள் போன்றவை தேவையான வசதிகளுடன் அமைக்கப்பட்டிருந்தன. அவற்றில் இலவச உணவும் பரிமாறப்பட்டது. இவற்றிற்கெல்லாம் பெரியது ஒரத்தநாட்டில் அமைக்கப்பட்ட சரபோஜி சத்திரமாகும். இச்சத்திரத்திற்கு ஆண்டொன்றுக்கு முப்பத்தி மூவாயிரம் ரூபாய் வருமானம் வந்தது. மனைநூல், ஜோதிட நூல் முறைப்படியே கட்ட அமைப்பும் உள்அறைகளின் அளவும் வரையறுக்கப்பட்டு பழைய மரபுப்படி கட்டப்பட்டன

இசைக்கலை

தஞ்சை மராத்தியர்களின் ஆட்சியின் போது கர்நாடக இசை வளர்ச்சியடைந்தது. இசை வல்லுநர்கள் போற்றப்பட்டனர். குறிப்பாக இரண்டாம் சரபோஜி மன்னர் காலத்தில் தான் கட்டடக் கலை வல்லுநர்களும், இசைக்கலைஞர்களும் ஆதரவு பெற்றனர் என்று கருதப்படுகின்றது.

தியாகராஜர், முத்துசுவாமி தீட்சிதர், ஷியாமசாஸ்திரி ஆகிய மூன்று இசைக்கலைஞர்கள் இசைக்கலையில் புதுமையைப் புகுத்தி வரலாற்றை உருவாக்கினர். பல இசைக் கலைஞர்கள் மன்னரின் அரசவைக்கு மெருகூட்டிக் கொண்டிருந்தனர். துளசிராஜா பல இசை நூல்களை இயற்றினார். அவற்றுள் சங்கீத சாராமிருதம் என்ற கர்நாடக இசை பற்றிய ஆய்வுநூல் எழுதினார். அப்பளாச்சாரியர் என்பவர் ஸங்கீத சிந்தாமணியை இயற்றினார். சாஜியின் அவைக்கலப் புலவரான கிரிராஜகவி வேதாந்தப்பாடல்களுக்கு இசைவகுத்தார். யக்ஷகான வகைத் தெலுங்கு நாடகங்களை இவர் எழுதினார்.

மராத்திய மன்னர்கள் சிலர் இசை வல்லுநர்களாக இருந்தனர். தமது திறமையினை வெளிக் கொணர சங்கீத சாராமிருதத்தைப் படைத்தனர்.

ஓவியக்கலை

மராத்திய மன்னர்கள் ஓவியக் கலையை வளர்ப்பதிலும் ஆர்வம் கொண்டிருந்தனர். இவர்களது ஓவியத்திறனை தஞ்சை அரண்மனை யிலும், சரஸ்வதி மஹாலிலும் காணலாம். சுவர்களில் இராமாயணப் பாத்திரங்களைச் சித்திரித்துக் காட்டியிருப்பதைக் காணலாம்.

கிருஷ்ணபரமாத்மாவின் லீலைகளும், பாமா ருக்மணியுடன் கிருஷ்ணன் இருப்பதும் போன்ற ஓவியங்களைக் காண முடிகின்றது.

இந்த ஓவியங்களில் தமிழ்ப்பண்பாட்டு அமைப்பினைக் காண முடியவில்லை. ஆடைகளிலும், உருவ அமைப்பிலும் அவை மராத்தியப் பண்பினை உணர்த்துகின்றன. மேலும் இவ்வோவியங்கள் மராத்திய மன்னர்கள் பொதுவாக மகா விஷ்ணுவையும், அவரது வைணவ சமயத்தையும் பின்பற்றினர் எனவும் தெளிவாக அறிவிக்கின்றன. சிறப்பாகக் கருதப்பட்டு வரும் "தஞ்சை ஓவியம்" இவர் தம் காலத்ததே. இது இன்றும் பிரபலமாகவுள்ளது. இதில் கண்ணாடிச் சில்லுகளும், பலவகை வண்ணங்களும் பயன்படுத்தப் படுகின்றன. இவ்வோவியங்களில் அதிகமாகக் காணப்படுவது வெண்ணெய் தின்னும் பாலகிருஷ்ணர் உருவங்களே.

இருப்பினும், மராத்திய மன்னர்கள், பல்லவர்களைப் போன்றோ, பாண்டியர்களைப் போன்றோ, சோழர்களைப் போன்றோ, நாயக்கர்களைப் போன்றோ, கலைத்துறையில் அதிக நாட்டம் கொள்ளவில்லை என்பது தெளிவாகின்றது. இதற்கு அவர்கள் காலத்து அரசியல் சூழ்நிலையும் ஒரு காரணமாக இருக்கலாம். அவர்கள் பிரெஞ்சுக்காரர்களையும் ஆங்கிலேயர்களையும் சமாளிக்க வேண்டிய இக்கட்டான சூழ்நிலையில் இருந்தனர். அதனால் அவர்கள் கலைத் துறையில் அதிக ஈடுபாடு கொள்ள முடியாமற்போயிற்று.

12. தற்காலத் தமிழகம்

12.1 சமுதாய அமைப்பும், சீர்திருத்தமும்

பதினெட்டு, பத்தொன்பதாம் நூற்றாண்டுகள்

பதினெட்டாம் நூற்றாண்டு முடிவு வரை தமிழகத்தின் சமுதாய அமைப்பு பரம்பரையாக வந்த முறையையே தழுவியிருந்தது. 16,17,18 - ஆம் நூற்றாண்டுகளில் பல மாற்றங்கள் புகுத்தப்பட்டன. எனினும் இம்மாற்றங்கள் அவசியம் என்பதை அக்கால மக்கள் உணரவில்லை. 19-ஆம் நூற்றாண்டில்தான் இது உணரப்பட்டது. அக்காலத்தில் பிராமணர்கள், சமுதாயத்தில் தொடர்ந்து சிறப்பிடத்தைப் பெற்றனர். அரசின் முக்கிய பதவிகளிலும், சமயத் தலைவர்களாகவும் இராணுவத் தளபதிகளாகவும், நிலப் பிரபுக்களாகவும் வாழ்ந்தனர். இவர்களுக்கு அடுத்த முக்கிய இடத்தைப் பெற்றிருந்தவர்கள் முதலியார், பிள்ளைமார், செட்டியார் போன்றவர்கள் ஆவர். தீண்டத்தகாதோர் தனியான ஒதுக்குப்புறத்தில் குடியிருந்தனர். இவர்கள் நிலங்களில் பணியமர்த்தப்பட்டனர்.

கல்வியின் வளர்ச்சியானது பிராமணரின் மேலாண்மையில் இருந்தது. அவர்கள் பேசும் சமஸ்கிருதத்திற்கு அக்காலத்தில் இருந்த பெயரும் தமிழ்மொழிக்கு இல்லாது போயிற்று. கிழக்கிந்திய வாணிகக் கம்பெனி அடிமை வியாபாரத்தில் ஈடுபட்டதிலிருந்து அடிமை முறையும் அக்காலத்து இருந்தது என அறிய முடிகின்றது. சென்னைத் தொழிற்சாலையில் ஆப்பிரிக்க அடிமைகள் பணிபுரிந்தனர் எனவும் அறிகின்றோம். அடிமைகள் மிகவும் துன்புறுத்தப்பட்டனர் எனத் தெரிகின்றது. 1811 - இல் அடிமைகள் இறக்குமதி செய்யப்படுவது தடுக்கப்பட்டது. 1832 - இல் அடிமைகள் விற்பதும் வாங்குவதும் குற்றமெனக் கருதப்பட்டது. 1833 - இல் கொண்டுவரப்பட்ட சாசனச் சட்டம் பற்றி சிந்திக்குமாறு தலைமை ஆளுநரைத் தூண்டியது. அடிமைத் தொழிலாளர் முறையானது 1877 -இல் தான் ஒழிந்தது.

உடன்கட்டை ஏறும் பழக்கம் பல நூற்றாண்டுகளாக இருந்து வந்தது. இது இந்தியா முழுவதும் இருந்த சமுதாயக் கேடுகளில் ஒன்றாகும். பொதுவாக, பெரும் செல்வந்தர்கள் வீட்டில் இது ஒரு கட்டாயச் சடங்காக இருந்தது. ஆனால் ஆங்கிலேயரும் மற்ற பொது

ஐரோப்பியரும் இது கொடுமையான தேவையற்ற ஒன்று என்று வாதிட்டு வந்தனர். இராஜாராம் மோகன்ராய் போன்றவர்கள் உடன்கட்டை ஏறுதலைச் சாடினர். பிராமணர்களும் மற்ற பொது மக்களும் இப்பழக்கத்தினை செல்வந்தர்களைப் போன்று கட்டாயமாக வைத்திருக்க வில்லை. சென்னையில் இருந்த ஆங்கில அரசு உடன்கட்டை ஏறுதலை நீக்கச் சட்டங்கள் இயற்றியது. இறுதியில் அது ஒழிக்கப்பட்டது.

அக்காலத்தில் குடும்பங்களில் சிறுவயதிலேயே திருமணம் செய்யும் வழக்கம் இருந்தது. ஒரு செல்வந்தர் தனது சொத்துக்களைக் காக்க பல பெண்களைத் திருமணம் செய்வதும், தன் மனைவி இறந்து விட்ட பின்பு தள்ளாத வயதில் இளம் பெண்களைத் திருமணம் செய்வதும், பெண் பருவமடையும் முன்பே அவளுக்குத் திருமணம் செய்து வைப்பது (குழந்தை மணம்) போன்ற முறைகள் இருந்து வந்தன. ஆங்கில அரசு இவை எல்லாம் தவறு என்று எண்ணியது. அவற்றை நீக்க பல வழிகளைக் கையாண்டது.

குழந்தை மணத்தை ஒழிக்க அரசு "சாரதா சட்டம்" கொண்டு வந்தது. இச்சட்டப்படி ஆண்களுக்குப் பதினெட்டு வயதிலும் பெண்களுக்கு 14 வயதிலும் திருமணம் செய்யப்பட வேண்டும் என்று நிர்ணயிக்கப்பட்டது. விதவையானவள் மறுமணம் செய்துகொள்ளக் கூடாது என்ற நிலை மாறி மறுமணம் கொள்ளலாம் என்ற நிலை உருவாக்கப்பட்டது. இது 1850- ஆம் ஆண்டின் இந்து விதவை மறுமணச் சட்டத்தின் மூலம் உறுதியானது. சொத்துரிமை மீதான இந்து உயில்கள் சட்டம் 1870 - இல் கொண்டு வரப்பட்டது. ஒருவரின் மனைவியின் வயது 12 க்கும் குறைந்திருந்தால் அவரது திருமணம் நிராகரிக்கப்படும் என்பதை உணர்த்த இளவயது உடன்பாட்டுச் சட்டம் கொண்டு வரப்பட்டது.

ஆங்கில அரசு தன் ஆட்சிக் காலத்தில் தொழிலாளர் படும் துன்பங்களைப் போக்க பலவழிகளைக் கையாண்டது. 1881, 1891 ஆண்டுகளில் கொண்டு வரப்பட்ட தொழிற்சாலைச் சட்டங்கள் குழந்தைகள், பெண்களின் வேலைப்பளுவையும், வேலை நேரத்தையும் குறைத்தது. மாநில அரசுகள் தொழிலாளர் நலன் காக்க வேண்டும் என வலியுறுத்தியது.

அக்கால சமுதாயத்தில் வேற்றுமைகள் அதிகமிருந்தது. ஆரியர்கள், கன்னடியர்கள், தெலுங்கர்கள், மராத்தியர்கள் ஏற்கெனவே செல்வாக்குப் பெற்று வந்ததால் அவர்களே நாட்டில் நிலக்கிழார் ஆகவும், பணம் படைத்தோராகவும் வாழ்ந்தனர். மற்ற இனத்தவரைத்

தீண்டத்தகாதவராகவும், அடிமைத்தொழில் புரிவோர் எனவும் எண்ணினர். இதனால் சமுதாய சமத்துவத்துக்காகப் போராட்டம் ஏற்பட்டது. சாதிமுறைக் கொடுமையாக இருந்தது. மறவர், கள்ளர், படையாச்சி, நாடார், பரதவர்கள், பள்ளர், பறையர் போன்ற தமிழ் மக்கள் துன்பத்திற்கு உள்ளாயினர். அவர்கள் போராட்டம் செய்து இறுதியில் இருபதாம் நூற்றாண்டின் தொடக்க காலத்தில் சமுதாயத்தில் சமத்துவத்தைப் பெறலாயினர். ஆயினும் இன்றும் இக்கொடுமைகள் முழுமையாக அழிந்தபாடில்லை.

இருபதாம் நூற்றாண்டு

இருபதாம் நூற்றாண்டின் துவக்க காலம் பல சமுதாய மாற்றங்களுக்கு அடிப்படைக்கல் நாட்டியது என்பது மிகையன்று. பிராமணர்களுக்கு எதிராக மற்ற இனத்தவர்கள் பிராமணர்கள் ஆதிக்கத்தை ஒழிக்க நடத்திய இயக்கம் தமிழகத்தில் குறிப்பிடத்தக்க ஒன்றாகும். பிராமணர் ஆதிக்கத்தை ஒழிக்கவேண்டித் தோன்றிய இயக்கங்களில் குறிப்பிடத்தக்கவை நீதிக்கட்சியும், தந்தை பெரியாரின் சுயமரியாதை இயக்கமும் ஆகும்.

சமுதாயச் சீர்கேடுகளை மாற்ற விரும்பிய இவ்வியக்கங்கள் இனம் விட்டு இனம் திருமணம் செய்யும் முறையைத் தூண்டியது. இவ்வியக்கங்கள் சாதாரண, சாமானிய, ஏழை எளிய மக்கள் கல்வி கற்பிக்கப்பட வேண்டும் என வலியுறுத்தின. வெற்றியும் பெற்றன. தாழ்த்தப்பட்டோருக்கு வேலை வாய்ப்புச் சலுகை கொடுக்க இவ்வியக்கங்கள் பாடுபட்டன. அக்காலத்தில் ஊழல் நிறைந்திருந்த கோவில் நிர்வாகத்தைப் போக்கி அறநிலைய ஆட்சித்துறையை உருவாக்கி அரசே நிர்வாகப் பொறுப்பை ஏற்கும் நிலை ஏற்படவும் இவ்வியக்கங்களின் பணியே காரணமாகும். இந்து அறநிலைய ஆட்சித்துறையை நீதிக்கட்சியின் ஆட்சியில் உருவாக்கியபோது அதற்குக் காங்கிரஸ் கட்சிக்கு உள்ளிருந்து கொண்டே ஆதரவைக் கொடுத்தவர் தந்தை ஈ.வெ.ரா.பெரியாராவார்.

ஆட்சி பீடத்தில் நீதிக்கட்சி அமர்ந்திருந்தபோது தேவதாசி முறையை ஒழிக்க முயற்சி செய்யப்பட்டது. டாக்டர் முத்து லட்சுமிரெட்டி என்பவர் மூன்று முறை தேவதாசி முறையை ஒழிக்கும் மசோதாவைக் கொண்டு வந்தார். ஆனால் இம்மசோதா ஆங்கில அரசின் சென்னை ஆளுநரின் ஒப்புதலைப் பெறமுடியாததால் தோல்வி கண்டது. பின் ஓமந்தூர் ராமசாமி ரெட்டியார் அமைச்சரவைக் காலத்தில் (1947-48) தேவதாசி முறை ஒழிக்கப்பட்டுவிட்டது. ஆனாலும் நீதிக்கட்சியின் முயற்சியே, தேவதாசி முறை ஒழிக்கப்படுவதற்கு முதன்மையான தூண்டுகோலாயிருந்தது என்பது மறுக்க முடியாததாகும்.

இவ்வாறு பிராமணீயத்தை ஒழிக்க இவர்கள் பாடுபட்ட போதும் அவ்வளவாக வெற்றி பெறவில்லை என்றே சொல்லலாம். பிராமண குருமார்கள் அரச குடும்பத்தாருடனும், செல்வந்தருடனும் சேர்ந்து கொண்டு பொதுமக்களைச் சுரண்டி எல்லாச் சலுகைகளையும் தாங்களே பெற்றுக் கொண்டிருந்தனர். அரசியல் சமய நிறுவனங்களில் அனைத்து உயர் பதவிகளையும் தங்கள் பரம்பரை உரிமையாக்கிக் கொண்டனர். தமிழ் மன்னர்களும், விஜயநகர - நாயக்க மன்னர்களும் தெலுங்கரும், நவாபுகளும் பின் ஆங்கிலேயரும் ஆட்சியை நடத்திய போதும் பிராமணர்களின் செல்வாக்கு உயர்நிலையிலேயே இருந்தது.

எம்.என். ஸ்ரீனிவாஸ் தனது "Social Changes in Modern India" என்ற நூலில் பிராமணர்கள் விதிமுறைகளை எழுதும் பொழுது தங்களை மற்ற இனத்தவரின் கடமைகளையும், செயல்முறைகளையும் வரையறை செய்யும் உரிமையினைத் தாங்களாகவே பெற்றுக் கொண்டு தங்களை உயர்ந்தோர் ஆக்கிக் கொண்டனர் என்பதாகக் குறிப்பிடுகின்றார். இந்தப் பிராமணர்கள் தமிழ் இனத்தவரை சூத்திரர்கள் என்றனர். அவர்களோடு தொடர்பு கொண்டவர்கள் உயர்சாதி இனத்தவர் களாவர். திராவிடர், ஆதி திராவிடர் என்று சொல்லப்படும் தமிழ் மண்ணின் சொந்த மக்கள் ஒதுக்கப்பட்டனர். அவர்கள் "உழைப்பதற்கு நிலமின்றி, வசிப்பதற்கு வீடின்றி, அணிவதற்கு ஆடையின்றி, உண்ணுவதற்கு உணவின்றி, ஆட்சியாளர்களுக்கும், பிராமணர் களுக்கும், உயர்சாதி இந்துக்களுக்கும் தொண்டு புரிவதற்காகப் பரிதாபத்திற்குரிய வாழ்க்கை வாழ்ந்து கொண்டிருந்தனர்" என கே. இராஜய்யன் கூறுகின்றார். இவர்கள் கோவிலைச் சுற்றியுள்ள பகுதிகளில் வாழ அனுமதிக்கப் படவில்லை. கோவிலில் நுழையவும் அனுமதிக்கவில்லை. இதனால் தான் சமய மாற்றங்கள் அதிகமாயின.

சமய மாற்றங்களைத் தடுக்கவும், தாழ்த்தப்பட்டோருக்கு கோவில் நுழைவுச் சலுகைகளைப் பெறவும் பல இடங்களில் போராட்டங்கள் நடைபெற்றன. இந்துக்களுக்குள்ளேயே சில இடங்களில் சாதிக் கலவரங்கள் ஏற்பட்டன. கொச்சியில் ஆர்.கே. சண்முகம் செட்டியார் தாழ்த்தப்பட்டோர் கோவில் நுழைவுக்காக வாதிட்டார். திருவாங்கூரில் சி.பி. இராமசாமி ஐயர் ஆலயநுழைவு வழிபாட்டை ஊக்குவிக்கவும் தீண்டத்தகாதோருக்கு கோவில்களின் கதவுகளைத் திறந்துவிடவும் ஏற்பாடுகள் செய்தார். அண்ணல் காந்தியடிகள் முதன்முறையாக மதுரை வந்திருந்தபோது மீனாட்சி சுந்தரேஸ்வரர் ஆலயத்தில் தாழ்த்தப்பட்டோருக்கு அனுமதியில்லை என்று தெரிந்ததும், தானும் அவ்வாலயத்தில் நுழையாமலே சென்றுவிட்டார். இருபதாம் நூற்றாண்டில் கூட கிராமத்துப் பெரியவர்கள் வேட்டியை வரிந்து

கட்டியிருக்கும் அந்நிலையைக் கண்ட காந்தியடிகள் முதன்முதலில் மதுரையில் தனது ஆடை முறையை மாற்றி வேட்டியை வரிந்து கட்டி, மேலாடை இல்லாது வாழத் தொடங்கினார். இதுவெல்லாம் அவர் காலச் சமுதாயத்தில் நிலவிய குறைகளை, துன்பங்களை ஆள்பவருக்குத் தெரியப்படுத்தவே செய்யப்பட்டது என்பது புலப்படுகின்றது.

இவ்வாறான சமுதாயச் சீர்கேடுகளை ஒழிக்கவும் பிராமணர்கள் கோவில் பூசாரிகள் என்ற பெயரால் செய்த அக்கிரமங்களை ஒடுக்கவும், தெய்வத்தின் பெயரால் நடக்கும் அநியாயங்களை ஒழித்துக்கட்டவும் தான் பெரியார் காங்கிரஸிலிருந்து பிரிந்து நீதிக்கட்சியில் பங்கெடுத்தார். பின் திராவிட இயக்கத்தைத் தொடங்கினார். அவர் சமுதாயக் காவலனாய் இருந்தார் என்பதற்குப் பல ஆதாரங்கள் இருக்கின்றன. அவற்றில் ஒன்று, தேசிய ஒருமைப்பாட்டை வளர்க்கும் எண்ணத்தில் திருநெல்வேலிக்கு அருகில் சேரமாதேவியில் ஓர் ஆசிரமம் நடத்தப் பட்டது. இதை நடத்தியவர் வ.வே.சுப்ரமண்யஐயர். இதற்கான நிதியைக் காங்கிரஸ் கொடுத்தது. இங்குத் தாழ்த்தப்பட்டோருக்குத் தனியாக இருப்பிடம், உணவு, உடை ஒதுக்கப்பட்டதை அறிந்த பெரியார் காங்கிரஸ் கட்சியின் நிதியில் நடத்தப்படும் ஆசிரமத்தில் இவ்வாறு நடத்துவது கூடாது என்றார். ஆனால் அவருக்கு எதிர்ப்பு ஏற்பட்டது. கல்வியிலும், வேலைவாய்ப்பிலும் தாழ்த்தப்பட்டோருக்குச் சமஉரிமை வழங்கக்கோரும் தீர்மானம் ஒன்றை காங்கிரஸ் மகா சபையில் கொண்டு வந்தார். இது தோற்கடிக்கப்பட்டதால் அவர் கட்சியைவிட்டு வெளியேறினார்.

பெரியாரைப் போன்றே, இராஜாஜியும் தாழ்த்தப்பட்டோரின் துயர்நீக்கப் பாடுபட்டார். வைதீக பிராமணக் குடும்பத்தில் தோன்றிய இவர் தீண்டாமையை ஒழிக்க பெரும்முயற்சி எடுத்தார். தமிழ்நாட்டில் மதுப்பழக்கத்தால் அழிந்து கொண்டிருந்த பல குடும்பங்களை மேலும் அழியாமல் காத்தார். இந்திய தேசியக் கொள்கைக்கு மாறுபாடு கொண்ட எல்லாவிதமான சமூக, சமயச்சடங்குகளையும் எதிர்த்தார்.

பிரம்மஞான சபையினரும் தமிழகத்தின் சமுதாய வளர்ச்சிக்காகப் பாடுபட்டனர். அச்சபையின் நாயகியான அன்னிபெசண்ட் அம்மையார் இந்திய மக்களின் கல்வி வளர்ச்சி அவசியமானது என்றார். இந்திய மக்கள் கல்வியில் மேம்பட்டால்தான் அவர்கள் மேற்கு நாடுகளின் பண்பாடுகளை அறிந்து தம் சமுதாயத்தில் உள்ள சீர்கேடுகளைக் களைய முன்வர முடியும் என்பது அவரது உள்நோக்கமாயிருந்தது. இவ்வாறு சமுதாயச் சீர்கேடுகளுக்காகப் பல பெரியவர்களும், இயக்கங்களும், அரசும் பாடுபட்டன. அரசாங்கம் கலப்பு மணத்திற்கு ஊக்கம் தந்து வருகின்றது. ஆனால் இத்தனை

முயற்சிகளுக்கும் மீறி இன்றும், சமுதாயம் சீர்கெட்டுப்போய்க் கொண்டுதான் உள்ளது. சாதி வேறுபாடுகள் மேலும் மேலும் அதிகரித்துக் கொண்டே வருகின்றன. சாதிச் சண்டைகள் மலிந்து வருகின்றன. இந்நிலை மாறி சாதி, சமய வேறுபாடற்ற, சங்ககாலத்தில் சொல்லப்பட்ட "சாதி இரண்டொழிய வேறில்லை" என்ற சொல்லுக்கிணங்க அமைதியான சமுதாயமாய் அமைய வேண்டும் என்று எண்ணி இந்தியர் ஒவ்வொருவரும், தமிழர் ஒவ்வொருவரும் செயல்பட்டு அதில் வெற்றியடைய வேண்டும்.

12.2 சமய நிலை

கிறித்துவ சமயத்திற்கு அரசு ஆதரவு

பதினெட்டாம் நூற்றாண்டின் துவக்கத்திலும் சென்னை மாநில ஆங்கில ஆளுநரும் அவரது அரசும் கிறித்துவ சமயப் போதகர்களின் சமயக் கருத்துக்களை ஆதரித்தனர். கிழக்கிந்தியக் கம்பெனியின் அதிகாரிகள் கிறித்தவ சமயத்தைப் பரப்புவதில் தீவிரம் காட்டினர். 1857 - ஆம் ஆண்டு சிப்பாய்க் கலகத்திற்குப் பின் இந்த நிலை மாறியது மாநில ஆளுநர்கள் சமயத்துறையில் ஈடுபாடு கொள்ளவில்லை எனவே சமயப்போதகர்கள் தாங்களாகவே கிறித்தவக் கருத்துக்களைப் பரப்பி வந்தனர். ஆனால் அத்தோடு நிறுத்திக் கொள்ளாது சமுதாயச் சீர்திருத்தத்திலும் தங்களை ஈடுபடுத்திக் கொண்டனர்.

இந்து சமயத்தில் மறுமலர்ச்சி

இந்து சமயத்தின் செல்வாக்குக் குறைந்து கொண்டே வந்தது. இதற்கு, கிறித்தவ சமயத்திற்கு அரசின் ஆதரவு, சமய மாற்றங்கள், சமுதாயச் சீர்கேடுகள் போன்றவை காரணமாயிருந்தன. இந்நிலையில் தான் சிதம்பரத்திற்கு அடுத்துள்ள மருதூர் என்ற கிராமத்தில் 1823 - இல் இராமலிங்க அடிகளார் தோன்றினார். ஒழுக்க சீலரும், பக்தி மானாகவும் விளங்கிய இவர் தம் ஏழாம் வயதிலேயே பெரும் புலமையும் பெற்றவராய்த் திகழ்ந்தார். திருமணம் புரிந்தபோதும் இல்வாழ்வில் அவருக்கு நாட்டம் குறைந்தது. வடலூருக்கு வந்து 1863 - இல் சமரச சுத்த சன்மார்க்க சங்கத்தை நிறுவினார்.

இராமலிங்க அடிகளார் சமுதாயத்தில் உள்ள சீர்கேடுகளைப் போக்கவும், உலக மக்கள் ஒன்றுபட்டு ஒரே சமுதாயமாக வாழவும் தன்னைக் கடவுள் அனுப்பியதாகக் கருதினார் அறிவை இறைவனாக நினைத்தால் எல்லாச் சமயத்தவரும் ஒற்றுமையாக வாழலாம் என்பது அவரது குறிக்கோளாகும். “ஊடல் செய் மதமும் சமயமுமிவற்றினுற்ற கற்பனை களுந்தவிர்”, “உடையார் உண்ணவும் வறியார் பசியால் வருந்தவும் படுமோ?”, “சாதியும் மதமும் சமயமும் பொய்” என்ற திருவருட்பா வரிகளால் இராமலிங்க அடிகள் எவ்வகையிலும் சமுதாய ஏற்றத்தாழ்வுகளைக் களைய விரும்பினார் என்பதையும், சமுதாய வேற்றுமைகளை நீக்க எண்ணியதையும் அறிய முடிகின்றதன்றோ.

எவ்வுயிரும் இன்புற்று வாழ வேண்டும். எல்லா உயிர்களையும் தம்முயிர்போல் எண்ண வேண்டும் என்பதனை, “எல்லா உயிர்களும்

இன்புற்று வாழ்க", "எவ்வுயிர்த் திரளும் என்னுயிரெனவே எண்", "ஆருயிர்கட்கு எல்லாம் நான் அன்பு செயல் வேண்டும்" என்ற அடிகள் மூலமாக இராமலிங்கர் எடுத்துரைக்கின்றார்.

ஒழுக்கமற்ற நிலை அக்காலத்தில் இருந்ததைச் சுட்டிக் காட்டி ஒழுக்கத்தை அவசியம் என உணர்த்தினார். "ஒழுக்க மில்லவன் ஓரிடத்தடிமைக் குதவுவான் கொல்" என்ற அடியின் மூலம் ஒழுக்க மற்றவனின் நிலையைக் கூறுகின்றார். நாட்டின் சமுதாயத்தில் இருந்து வந்த சீர்கேடுகளை நீக்க வேண்டுவதைக் கீழ்க்கண்ட அடிகளால் உணர்த்துகின்றார். அவை "காலம் போகும் வார்த்தை நிற்கும்" (அதாவது நாவடக்கம் வேண்டும் என்பது), "கலந்த சினேகிதரை கலகஞ் செய்யாதே", "கற்றவர் தம்மைக் கடுகடுக்காதே", "களவு செய்வோர்க்கு உளவு சொல்லாதே", "கல்லும் நெல்லும் கலந்து விற்காதே" போன்றவையாகும்.

இராமலிங்க அடிகளார் தமது திருவருட்பாவில் தத்துவத்தைப் பற்றியும் விளக்குகின்றார். அதில் "சாத்திரங்கள் எல்லாம் தடுமாற்றம் சொல்லுவதே" என்கின்றார். இறைவனை "தாயாகித் தந்தையுமாய்த் தாங்குகின்ற தெய்வம்" என்று போற்றுகின்றார். இறைவனது அருள் இல்லாமல் எதுவும் நடவாது என்பதனை "அருள் நெறி ஒன்றே தெருள் நெறி" எனவும் கூறுகின்றார். ஆசையை ஒழித்தவர்களே இறைவனை அடைய முடியும் என்பதனை "ஆசைக்கு அடிமை ஆகான் விவேகி", "ஆசைவிட்டார்க்கே அணிமையாம் பாதம்", "ஆசைத் தாம்பாலே ஆப்புண்டு வருந்தாதே", "இயமன் கடாமிசை வந்தால் உன்னாசை உன்னாமோ?" என்று கூறுகின்றார். எப்பொழுதும் விழிப்புடன் இருக்க வேண்டும் என்பதை "பசித்திரு தனித்திரு விழித்திரு" என்றும் உறங்கியிருக்கும் உலகவர் போல் நீ உறங்காதே என்றும் அறிவுறுத்துகின்றார்.

இறை வழிபாட்டிலும் இராமலிங்கர் புதுமையைப் புகுத்தினார். ஜோதி வடிவாக இறைவனைக் கண்டார். இதைப் பற்றிய அவரது அருட் பெருஞ்ஜோதி அகவல் 1596 பாடல்களைக் கொண்டுள்ளது. ஆசிரியப்பாவால் ஆக்கப்பட்ட இது மெய்யுணர்வு அனுபவங்களை விளக்குகின்றது. கொடுமைகள் ஒழிந்து, தீவினைகளை அழித்து, வஞ்சனைகள் வீழ்ந்து உண்மையான அறிவு வந்துவிட்டது என்கின்றார். "ஏறா நிலமிசை ஏற்றியென்றனக்கே ஆறாறு காட்டிய அருட்பெருஞ் ஜோதி", "ஓதா துணர்ந்திட ஒளியளித்தெனக்கே ஆதாரமாகிய அருட் பெருஞ்ஜோதி" என்பது அவர் அறியாமையிலிருந்து நீக்கப்பட்டார் என்பதைக் குறிக்கின்றது.

மேலும் இராமலிங்கர் வறுமை ஒழிப்பு பற்றியும், உயிர்ப்பழி கூடாது என்பது பற்றியும் கூறுகின்றார். இவ்வாறாக கிறித்தவ

சமயத்தவர்களான ஆங்கிலேயர் ஆட்சியில் இந்து சமயம் அழிந்து போகவிடாமல் காக்கவும், அதே சமயம் மதங்கள் அர்த்தமற்றவை, மதபேதங்கள் அனாவசியமானவை, இறைவன் ஒருவனே, அவன் ஜோதி வடிவானவன் என்றும் எடுத்துக் கூறுகின்றார். இவ்வாறான அவரது சமய, சமுதாயச் சீர்திருத்தப் பணி அக்காலத்திற்கு அவசியமானதாக இருந்தது.

பிரம்மஞானசபையின் பணி

இந்து சமயத்தின் பழைமைக் கருத்துக்களுக்குப் புது விளக்கங் களைக் கொடுத்து மக்களின் வாழ்க்கை முறைகளில் மாற்றங்களை ஏற்படுத்த உருவாக்கப்பட்ட இயக்கமே பிரம்மஞான சபை எனப்படு கின்றது. 1875 - ஆம் ஆண்டு, அமெரிக்காவில், பிளாவட்ஸ்கி, கர்னல் ஆல்காட் என்பவர்களால் தோற்றுவிக்கப்பட்ட இவ்வியக்கம் சென்னையைத் தலைமைப்பீடமாகக் கொண்டது. 1889 - இல் இவ்வியக்கத்தில் சேர்ந்த அன்னி பெசண்ட் அம்மையார் இதில் கொண்ட ஆர்வத்தின் காரணமாக இதன் தலைவரானார். இதில் பல மெய்ஞ்ஞான அறிஞர்கள் பங்கெடுத்துக் கொண்டனர். இவ்வியக்கத் தில் அனைத்து இந்து சமயத்தவரும், கிறித்தவரும், முகம்மதியரும் மற்றோரும் சேர்ந்து பொதுமண்டபத்தில் வழிபாடு நடத்த வழிவகை செய்யப்பட்டது. இவ்வியக்கத்தவர்கள் சமயச் சீர்திருத்தத்தை எடுத்துக் கூறியதோடு அரசியலிலும் ஈடுபட்டனர். தன்னாட்சி இயக்கத்தில் அன்னிபெசண்ட் அம்மையாருக்குத் தோள்கொடுத்து உதவி புரிந்தனர். அவரது ஆதரவாளர்களான அருண்டேலும், வாடியாவும் அவரோடு சிறைசென்றனர்.

சுவாமி விவேகானந்தர்

வடஇந்தியாவில் சமயத்துறையில் விழிப்புணர்ச்சி ஏற்படுத் தியவர் இராமகிருஷ்ண பரமஹம்சர் ஆவார். இவரது சீடரான சுவாமி விவேகானந்தர், இராமகிருஷ்ணரின் தத்துவக் கருத்துக்களை நாடெங்கும் பரப்பினார். சென்னையிலும் இந்தியாவின் மற்ற பகுதிகளிலும் இராமகிருஷ்ணரின் பெயரில் மடங்கள் ஏற்படுத்தப் பட்டன. இம்மடங்கள் சமய, சமுதாய, கல்வி, மருத்துவ வளர்ச்சிக்கு உதவுகின்றன. விவேகானந்தர் இந்து சமயக் கருத்துக்களைப் பரப்பப் பலநாடுகளுக்கும் சென்றார். அவற்றில் குறிப்பிடத்தக்கது, அமெரிக்கா வில் சிகாகோ பல்கலைக்கழகத்தில் நடத்தப்பட்ட சமயமாநாடு ஆகும். இங்கு அவர் ஆற்றிய உரை உலக மக்களிடம் விழிப்புணர்ச்சியை ஏற்படுத்தியது. இந்து சமயத் துறவிகளின் சாதனைகள் பற்றி எத்தனையோ கருத்துக்கள் நிலவிவந்தாலும், மக்களின் சமூக நீதிக்காக வாழ்ந்து காட்டிய மகான் இவரென இந்து சமுதாயம் போற்றி வருகின்றதனைக் காணலாம்.

12.3 தமிழ் இலக்கிய வளர்ச்சி

18 - ஆம் நூற்றாண்டு முடிய கிறித்தவர்களின் தொண்டு

ஐரோப்பியர்கள் வரும் வரை தமிழ் மொழி பெரும்பாலும் இலக்கிய மொழியாகவே இருந்தது. கடிதப் போக்குவரத்தும் மற்ற கட்டுரைகளும் செய்யுள் இலக்கிய நடையில் தானிருந்தன. உரை நடைக்கு முக்கியத்துவம் கொடுக்கப்படவில்லை. விஜயநகர - நாயக்கர்கள் தெலுங்குக்கும், சமஸ்கிருதத்திற்கும் முக்கியத்துவம் கொடுத்தனர். முஸ்லீம்களான நவாபுகள் உருதுமொழியைப் போற்றினர். தஞ்சை மராத்தியர்கள் தங்கள் தாய்மொழியை வளர்த்தனர். ஆங்கிலேயர்கள் தங்கள் மொழியைப் புகுத்த முயன்றனர். தமிழ் மொழி பல மொழிகளின் ஊடுருவலினால் கலப்பு மொழியானது. பொதுவாக சமஸ்கிருதம் கலந்த மணிப்பிரவாள மொழியாகியது.

இச்சூழ்நிலையில்தான் ஐரோப்பியர்கள், குறிப்பாக கிறித்தவ பாதிரியார்கள் தமிழ் மொழிக்கு ஊக்கம் கொடுக்க முன் வந்தனர். தங்களது சமயத்தைப் பரப்பத் தமிழ் மொழியைப் பயன்படுத்திக் கொண்டனர். இதனால், சுமார் ஐம்பது மேல்நாட்டவர்களின் முயற்சியால் தமிழில் மறுமலர்ச்சி ஏற்பட்டது. தமிழ்மொழி ஏற்றம் கண்டது. புதிய உரைநடை இலக்கியம் உதயமாகிறது. தமிழ் மொழியில் பண்பட்ட மறுமலர்ச்சியை உருவாக்கிய இம்மேனாட்டவர்கள், பெரும்பாலும் இத்தாலி, போர்ச்சுக்கல், டென்மார்க், ஸ்காட்லாந்து, ஜெர்மனி, இங்கிலாந்து போன்ற நாடுகளிலிருந்து வந்தவர்களாவர்.

இவ்வகையில் தமிழ்மொழி வளர்ச்சியில் ஐரோப்பியர்களின் பங்கு குறிப்பிடத்தக்கதாகும். அவர்களின் மொழி ஆராய்ச்சி பாராட்டுதற்குரியதாகும். அவர்கள் தாங்கள் இலக்கிய ஆராய்ச்சியை நடத்திய தோடல்லாமல் மற்றவர்களையும் தூண்டினர். இக்கால மொழி ஆராய்ச்சிக்கு வழிவகுத்துத்தந்தனர். இந்த ஐரோப்பியர்களின் தொண்டின் விளைவாகத் தமிழ் மொழிக்கு அகராதிகளும், அகர முதலிகளும், சொற்களஞ்சியங்களும், இலக்கண நூல்களும் கிடைத்தன. தமிழ் மொழியில் இதுவரை இல்லாத கால்புள்ளி, அரைப்புள்ளி, முக்காற்புள்ளி, முற்றுப் புள்ளி, நிறுத்துக்குறி, வினாக்குறி, ஆச்சரியக்குறி போன்றவையும் புகுத்தப்பட்டன. இவ்வாறான தமிழ் வளர்ச்சிக்காகப் பாடுபட்ட சில கிறித்தவ மதபோதகர்களின் தொண்டினை இங்குக் குறிப்பிடுவது அவசியமாகும்.

தமிழ் மொழியைக் கற்று அறிந்து அம்மொழி வளர்ச்சிக்கு உதவிய கிறித்தவர்களின் குறிப்பிடத்தக்க முதல் பாதிரியார் ராபர்ட்-டி-நொபிலி ஆவார். கத்தோலிக்கரான இவர் இத்தாலி யில் செல்வந்தர் குடும்பத்தில் தோன்றினார். ரோம் நகரிலிருந்து கிருத்தவ சமயம் பரப்புவதற்காக இந்தியா அனுப்பப்பட்ட இவர் 1605 -இல் கோவா வந்து பின் மதுரையை அடைந்தார். தமிழகத்திற்கு வந்த நொபிலி தத்துவ போதகர் என்ற சிறப்புப் பெற்றார். தமிழையும், வடமொழியையும் கற்றார். தமிழில் ஒரு பட்டயம் எழுதி தமது வீட்டின் முன்பு இருந்த ஒரு மரத்தில் பதித்து வைத்தார். அப்பட்டயத்தில் இவரை "இராஜ சன்னியாசி", என்றும் இவரது போதனை "சத்திய வேதம்" என்றும் குறிக்கப்பட்டிருந்தது. இவருக்கு பெர்ணாண்டஸின் எதிர்ப்பு இருந்தபோதும் ரோம்நகர மேலதிகாரிகளின் ஆதரவு இருந்தது. நொபிலி திருமலைநாயக்கரின் உதவியோடு தமிழில் போதனை செய்தார். தமிழ்ப் பாடல்கள் இயற்றி அதற்கு ஏற்றபடி இயேசு பெருமான், மரியன்னை படங்களுக்கு முன்னால் பெண்களை ஆடவும், பாடவும் செய்தார். இவ்வகையில் தமது பேச்சுக்கள் மூலமும் எழுத்துக்கள் மூலமும் தமிழ் மொழிக்கு ஊக்கம் கொடுத்தார்.

கான்ஸ்டாண்டியஸ் ஜோசப் பெஸ்கி

வெனிஸ் நாட்டைச் சேர்ந்த கான்ஸ்டாண்டியஸ் ஜோசப் பெஸ்கி (1680-1747) 1707-ஆம் ஆண்டு இந்தியா வந்தார். இவர் வீரமாமுனிவர் எனச் செல்லமாக அழைக்கப்பட்டார். இவர் இலத்தீன், போர்ச்சுக்கீசிய, கிரேக்க, ஹீப்ரு, பிரெஞ்சு, பாரசீக, ஸ்பானிய மொழிகளில் புலமை பெற்றிருந்தார். தமிழகம் வந்த அவர் தமிழ் மொழியை நன்கு கற்றறிந்தார். ஆனாலும் தமிழ் மீது அவருக்கு அழியாத பற்று ஏற்பட்டது. அவர் பல நூல்களை எழுதினார். அவற்றில் குறிப்பிடத்தக்கது தேம்பாவணி ஆகும். இது புனித ஜோசப் பற்றிய கவிதைக் காவியமாகும்.

திருக்காவலூர்க் கலம்பகம், பரமார்த்தகுருகதை, வேத விளக்கம், வேதியர் ஒழுக்கம், கொடுந்தமிழ் இலக்கணம், சதுரகராதி போன்றவை அவரது மற்ற படைப்புக்கள் ஆகும். இது மட்டுமல்லாது, பெஸ்கி ஒரு பள்ளியில் ஆசிரியராய்ச் சேர்ந்து தமிழ் இலக்கணம், உரைநடை போன்றவற்றைக் கற்றுக் கொடுத்தார். தமிழ் மருத்துவமும் அவருக்கு நன்கு தெரிந்திருந்தது இது காறும் கண்டவற்றால் பெஸ்கியின் தமிழ்த் தொண்டு நமக்குத் தெளிவாக விளங்குகிறது.

பார்த்தலோமியோ சீகன்பால்க்

சீகன்பால்க் ஐயர் என அழைக்கப்படும் இவர் லூதரன் சமயத்தைச் சேர்ந்தவர். 1706 - இல் தரங்கம்பாடி வந்த இவர் ராபர்ட் - டி

நொபிலியைப் போன்ற யுத்திகளைக் கையாண்டார். தமிழை நன்கு கற்றார்; பின் ஜெர்மானிய மொழிநூல்களை தமிழில் மொழி பெயர்த்தார். அதைப் போன்றே தமிழ்நூல்களை ஜெர்மானியில் மொழி பெயர்த்தார். தமிழ், ரோமானியமொழி, ஜெர்மன்மொழி அகராதியைத் தயாரித்தார். இவ்வகராதி சுமார் 40000 சொற்களைக் கொண்டிருந்தது.

பிரடெரிக் சுவார்ட்ஸ்

ஜெர்மானிய போதகரான இவர் 1780 - இல் தரங்கம்பாடி வந்திறங்கினார். தமிழில் புலமை பெற்றார். தமிழில் கவிதைகள் எழுதினார். ஜெர்மனியின் மற்றொரு போதகரான ஜான் பிலிப் பெபிரிஷியஸ் என்பார் சத்திய வேத விளக்கம் என்ற நூலை எழுதினார். பழைய ஏற்பாட்டையும், கிரேக்க மொழியிலிருந்து புதிய ஏற்பாட்டையும் தமிழில் மொழி பெயர்த்தார்.

பதினெட்டாம் நூற்றாண்டின் இறுதிக்காலத்தில் பிரான்ஸிஸ் வைட் எல்லிஸ் என்னும் ஆங்கிலேயர் தமிழைக்கற்றார். தமிழில் உரைநடை எழுதினார். திருக்குறளுக்கு உரை எழுதினார். மற்றொரு கிருத்தவப் பாதிரியான ராட்லர் என்பவர் சென்னையில் பணியாற்றி வந்தார். இவர் ஜான்பிலிப் பெபிரிஷியஸால் தொடங்கப்பட்ட தமிழ் ஆங்கில அகராதியை தொடர்ந்து எழுதினார்.

19-ஆம் நூற்றாண்டில் தமிழ் இலக்கிய வளர்ச்சி

கிறித்தவர்கள்

18-ஆம் நூற்றாண்டின் தொடர்ச்சியாக 19-ஆம் நூற்றாண்டிலும் தமிழ் இலக்கிய, மொழி வளர்ச்சிக்கு மேனாட்டவர்களான கிறித்தவர்கள் தொண்டு செய்துள்ளனர். இராபர்ட் கால்டுவெல் என்ற பாதிரியார் திராவிட மொழிகளின் ஒப்பிலக்கணம் என்ற நூலை எழுதினார். இந்த நூலின் மூலம் அவர் தமிழின் பெருமையை உலகத்தார் அறியும்படி செய்தார். பிந்திய ஒப்பிலக்கண ஆராய்ச்சிகளுக்கு இந்நூல் ஓர் அடிப்படையாக அமைந்திருந்தது. இவர் தமிழ் நூல்களைப் பிறமொழிகளில் மொழி பெயர்த்தார். இவரது மற்றொரு படைப்பு திருநெல்வேலி வரலாறு ஆகும். ஜியு போப் என்பார் நாலடியார், திருவாசகம், திருக்குறள் போன்ற நூல்களை ஆங்கிலத்தில் மொழி பெயர்த்தார். வின்ஸ்லோ என்பார் தமிழ் - ஆங்கில அகராதியை எழுதினார்

அச்சுப் பொறியும் கிறித்தவர்களால் இங்குக் கொண்டுவரப் பட்டது. 16 - ஆம் நூற்றாண்டிலேயே அவர்கள் தூத்துக்குடிக்கு அருகே

புன்னக்காயல் என்ற இடத்தில் அச்சு இயந்திரத்தை நிறுவினர். புராட்டஸ்டண்டு சமயத்தவர்கள் பொறையாறு என்ற இடத்தில் அச்சுக்கூடத்தை நிறுவினர். இந்தியாவில் முதன்முதலில் தமிழ் நூற்களை அச்சிட்டவர்கள் டானிய சங்கத்தவர்கள் என்று தெரிகின்றது. பிறமொழிகளிலிருந்து மொழிபெயர்க்கப்பட்ட பல தமிழ் நூல்கள் குறைந்த விலையில் அச்சிட்டு வெளியிடப்பட்டன.

வேதநாயகம் பிள்ளை

வேதநாயகம் பிள்ளை சீர்காழி, மாயவரம் பகுதிகளில் மாவட்ட நீதிபதியாகப பணியாற்றியவராவார். இவர் முதன் முதலில் தமிழில் புதினங்கள் எழுதும் முறையைப் புகுத்தினார் . இவரது முக்கிய படைப்பு பிரதாபமுதலியார் சரித்திரம், சத்தியவேத கீர்த்தனைகள் ஆகியவையாகும். பிரதாப முதலியார் சரித்திரம் தமிழ்மொழியில் வரையப்பட்ட முதல் புதினமாகும்.

இப்புதின படைப்பாளரில் குறிப்பிடத்தக்க மற்றவர்கள் ராஜம் அய்யர், மாதவ அய்யர் போன்றவராவர். இராஜம் அய்யர் கமலாம்பாள் சரித்திரம் என்ற நூலையும், மாதவ அய்யர் பத்மாவதி சரித்திரம் என்ற நூலையும் படைத்திட்டனர்.

இஸ்லாமிய எழுத்தாளர்கள்

தமிழ்மொழி வளர்ச்சிக்குப் பாடுபட்ட இஸ்லாமியர்களில் குறிப்பிடத்தக்கவர்கள் உமறுப்புலவர், குணங்குடிமஸ்தான், அப்துல் மஜீத் போன்றவர்களாவர். இவர்கள் தமிழில் வரலாறு படைக்கும் முறையை உண்டாக்கினர். உமறுப்புலவர் சீறாப் புராணம் எழுதினார். வள்ளல் சீதக்காதி அறிஞர் பலரை ஆதரித்தார்.

இராமலிங்க அடிகளார்

இராமலிங்க அடிகளார் தம் பாடல்கள் மூலம் தமிழ் மொழிக்கு மெருகூட்டினார். இதுவே பாரதியார் போன்றோரின் தொண்டுள்ளத் திற்குத் தூண்டுகோலாய் அமைந்தது.

நாடகங்கள்

பத்தொன்பதாம் நூற்றாண்டின் இறுதிக்காலத்தில் நாடகங்கள் வரையப்பட்டன. தமிழில் முதன்முதலில் எழுதிய நாடகம் மனோன் மணியம் ஆகும். இது பேராசிரியர் சுந்தரம் பிள்ளையால் எழுதப்பட்ட தாகும். இவர் தத்துவப் பேராசிரியராய் திருவனந்தபுரத்தில் பணியாற்றி வந்தார். பின் தமிழ் வரலாற்று அறிவினை வளர்த்தார். இவரது நாடகம் எலிசபெத்திய பாணியில் அமைந்துள்ளது. இது போன்ற நாடகம் தமிழில் இதுவரை வெளி வந்ததாகத் தெரியவில்லை.

பேராசிரியர் சுந்தரம்பிள்ளை தமிழ் நாடகத்தின் தந்தை எனப்படுகின்றார். இவரைப் பின்பற்றி இராமச்சந்திரக்கவிராயர், பரசுராமக்கவிராயர் போன்றவர்கள் தமிழில் நாடகங்கள் படைத்தனர்.

கிறித்தவ இலக்கியம்

ஏற்கெனவே தமிழுக்குத் தொண்டு செய்த கிறித்தவ போதகர்களைப் பற்றி முன்னமேயே கண்டோம். அவர்களைத் தொடர்ந்து இந்தியர்களால், குறிப்பாக தமிழர்களால் கிறித்தவ இலக்கியங்கள் படைக்கப்பட்டன. திருநெல்வேலியைச் சேர்ந்த வேதநாயகம் சாஸ்திரியார் இசையோடு கூடிய பாடல்களை இயற்றினார். கிருட்டிணப்பிள்ளை என்பார் இரட்சண்ய யாத்திரிகம் என்ற நூலை எழுதினார். மில்டனின் "Paradise Lost" என்ற நூலை வி. சுப்ரமண்ய முதலியார் என்பவர் சொர்க்க நீக்கம் என்ற பெயரில் மொழிபெயர்த்தார்.

சொற்பொழிவுகள்

தமிழ்மொழி வளர்வதற்குச் சொற்பொழிவுகளும் ஓரளவு பயன்பட்டன. கதாகாலட்சேபம் என்ற பெயரால் இன்னிசைக் கச்சேரிகள் நடைபெற்றன. மேடைச் சொற்பொழிவுகள் நிகழ்ந்தன. பாஸ்கர சேதுபதி, பாண்டித்துரைத் தேவர், ஞானியார் அடிகள் போன்றோர் சிறந்த சொற்பொழிவாளர்களாயிருந்தனர். கிறித்தவ ஆலயங்களில் தமிழில் இசைப்பாக்கள் பாடப்பட்டன.

நூற்பதிப்புக்கள்

பத்தொன்பதாம் நூற்றாண்டில் பல தமிழறிஞர்கள் நூல்கள் பலவற்றைப் பதிப்பித்தனர். ஆறுமுக நாவலர் பெரியபுராணம், சேதுபுராணம், திருக்குறள் ஆகியவற்றைப் பதிப்பித்தார். கலித்தொகை, சூளாமணி, தொல்காப்பியம் ஆகியவற்றைத் தாமோதரம் பிள்ளை பதிப்பித்தார். வேங்கடசாமி நாட்டார் திருவிளையாடல் புராணத்துக்கு உரை எழுதினார். சூரிய நாராயண சாஸ்திரிகள் கலிங்கத்துப் பரணியைத் தொகுத்தார். இளம்பூரணர் தொல்காப்பியத்தைப் புதுப்பித்தார். "தமிழ்த்தாத்தா" உ.வே.சாமிநாத ஐயர் சங்க நூல்களின் ஏடுகளைத் தேடிக் கண்டுபிடித்ததோடு பலவற்றைப் பதிப்பிக்கவும் செய்தார். உ.வே.சா. இல்லாதிருந்திருந்தால் இன்று தமிழில் சிறப்புடன் விளங்கும் பல நூல்கள் மறைந்து போனவையாயிருந்திருக்கும்.

இருபதாம் நூற்றாண்டில் இலக்கிய வளர்ச்சி

இருபதாம் நூற்றாண்டு முந்திய நூற்றாண்டுகளைவிட தமிழ் மொழி வளர்ச்சிக்குப் பெரிதும் துணை புரிந்தது. வடமொழிக் கலப்பில்லாத தூய்மையான, தனித்தமிழுக்காகப் பாடுபட்ட

மறைமலையடிகள் போன்றவர்கள் வாழ்ந்த காலமிது. மறைமலையடிகள் சாகுந்தலம் என்ற நூலைத் தமிழில் மொழி பெயர்த்தார். இருபதாம் நூற்றாண்டில் தமிழ் மொழி வளர்ச்சிக்குத் தொண்டு செய்தவர்களில் குறிப்பிடத்தக்கவர் தந்தை பெரியார் ஆவார். இவரது தமிழ் எழுத்துச் சீர்திருத்தம் போற்றத்தக்கதாகும். இந்நூற்றாண்டில் எங்கும் தமிழ், எதிலும் தமிழ் என்ற நிலை ஏற்பட்டுள்ளது. குறிப்பாக அலுவலகங்களில் கூட தமிழுக்கு முக்கியத்துவம் கொடுக்கப்பட்டுள்ளது. நாட்டுப் பற்றிலும், எளிய நடையிலும், நகைச்சுவையிலும் கவிமணி தேசிய விநாயகம்பிள்ளை நன்மதிப்பைப் பெற்றுத் திகழ்ந்தார்.

சுப்ரமணிய பாரதியார்

பாரதியார் தமது கவிதைகள் மூலம் தமிழ் மொழியையும், சுதந்திர உணர்வையும் வளர்த்தார். தேசிய கவியான இவரது படைப்புகளில் குறிப்பிடத்தக்கவை குயில் பாட்டு, கண்ணன் பாட்டு, பாஞ்சாலி சபதம் போன்றவையாகும். "இந்தியா" பத்திரிகையில் இவரது எழுத்துக்கள் உரைநடையை வளர்த்தன.

பாரதியாரின் சீடரான பாரதிதாசன் தமிழ்மொழியின் வளர்ச்சியில் பங்கு கொண்டார். அவரது அழகின் சிரிப்பு, பாண்டியன் பரிசு போன்றவை குறிப்பிடத்தக்கவையாகும். இவர் நாவல்கள் எழுதுவதில் சிறப்புப் பெற்றார்.

நாமக்கல் இராமலிங்கம் பிள்ளை

மறைந்த தமிழக அரசு கவிஞரான நாமக்கல் இராமலிங்கம் பிள்ளை தனது தேசிய உணர்வுக் கட்டுரைகள், கதைகள் மூலம் தமிழ் மொழி வளர்ச்சிக்கு உதவினார். வேதாரண்ய உப்புச் சத்தியாகிரகக் கதைப்பாடல், அவனும் அவளும் போன்றவை இவரது குறிப்பிடத்தக்க படைப்புக்களாகும். இக்கால வர்ணனைக் கலையில் சிறப்புப் பெற்றிருந்தவர் சுப்ரமணியயோகி என்பவராவார்.

திரு.வி.க. வும் கல்கியும்

தமிழறிஞர் திரு.வி.கலியாணசுந்தரனார் தமிழ்மொழிக்குச் செய்த தொண்டு மறக்க முடியாததாகும். இவரது நவசக்தி, தேசபக்தன் ஆகிய பத்திரிகைகளும், பெண்ணின் பெருமை போன்ற நூல்களும் தமிழ் வளர்ச்சிக்கு உறுதுணை புரிந்தன. இவர் மறைமலையடிகளைப் போன்று தனித்தமிழ் முறையை ஆதரித்தார். இவரது சீடரான கல்கி கிருஷ்ணமூர்த்தி, ஆனந்த விகடன், கல்கி ஆகிய இதழ்களை நடத்தினார்.

மற்றவர்கள்

சமூக ஏற்றத்தாழ்வுகளை எதிர்த்து நடத்திய போராட்டங்களும் தமிழ் வளர்ச்சிக்கு வித்திட்டன. காத்தவராயன் கதை, மதுரைவீரன்கதை, ஏ. வடக்கன், சி மாசிலாமணி, வேதமாணிக்கம், சிவகுருநாதன், பாக்கியநாதன் போன்றவர்களின் கட்டுரைகள் ஆகியவை இப்பகுதியில் அடங்கும். சிறுகதை எழுத்தாளர் புதுமைப்பித்தன் சமுதாயச் சீர்கேடுகளைச் சாடினார். ராஜம் அய்யரின் கமலாம்பாள் சரித்திரம், மாதவ்வய்யரின் பத்மாவதி சரித்திரம், ஈ.வெ.ரா.பெரியாரின் “புரட்சி” “குடியரசு” பத்திரிகைகள், சி.என். அண்ணாதுரையின் “ஓரிரவு”, “வேலைக்காரி” ஆகியவை சமுதாயச் சீர்கேடுகளைச் சாடிய முக்கிய படைப்புக்களாகும்.

நாடக நூல்களில் குறிப்பிடத்தக்கது பேராசிரியர் சுந்தரம் பிள்ளையின் “மனோன்மணியம்” ஆகும். மற்ற குறிப்பிடத்தக்க நாடகநூல் ஆசிரியர்கள் இராமச்சந்திர கவிராயர், பரசுராமக் கவிராயர் போன்றவர்கள் ஆவர். சூரிய நாராயண சாஸ்திரி அவர்கள் மேல்நாட்டு இலக்கியங்களைத் தழுவி “ரூபாவதி” “கலாவதி” ஆகிய நூல்களை எழுதினார். பம்மல் சம்பந்த முதலியார் தற்கால சமுதாய வாழ்க்கையை யொட்டி ஐம்பதுக்கும் மேற்பட்ட நூல்கள் எழுதியுள்ளார். கவிமணி தேசிய விநாயகம் பிள்ளை தமது சிறுகதைகள் மூலம் தமிழ் வளர்த்தார். வையாபுரிப்பிள்ளை, தெ. பொ. மீனாட்சிசுந்தரனார். மு.வரதராசனார் போன்ற அறிஞர்கள் மொழியியல் ஆராய்ச்சியின் மூலம் தமிழ் இலக்கியத்திற்குத் தொண்டு செய்துள்ளனர்.

மேடைப் பேச்சுக்கள் மூலமாக ஈ.வெ.ரா. பெரியார், சி.என். அண்ணாதுரை, மு. கருணாநிதி போன்றவர்கள் தமிழ்இலக்கிய வளர்ச்சிக்குப் பெரிதும் தொண்டாற்றியுள்ளனர். மேற்கத்திய பாணியிலான உரைநடைக்கவிதைகள் மூலம் மு. மேத்தா, நா. காமராசன் போன்றவர்களும், திரைப்படப்பாடல்கள் மூலம் பட்டுக்கோட்டை கல்யாணசுந்தரம், கண்ணதாசன் போன்றவர்களும் தமிழ் வளர்த்தனர். இன்றும் தமிழ் இலக்கியவளர்ச்சிக்காகப் பல தமிழ்ச்சங்கங்களும், தமிழ்க்கல்லூரிகளும் பாடுபடுகின்றன. வைரமுத்து போன்ற கவிஞர்களும், கலைஞர் மு. கருணாநிதியவர்களும், நவீன இலக்கியப் படைப்பாளர்கள் பலரும் தொடர்ந்து தம் இலக்கியப் பணியினை, ஆர்வம் குன்றாது ஆற்றிவருகின்றனர்.

12.4 திரைப்படக் கலை

எந்த ஒரு சமுதாயத்தின் விழிப்புணர்வுக்கும் முக்கிய காரணிகளாக அமைவது செய்தித் தொடர்பு சாதனங்களேயாகும். முற்காலத்தில் இச்சாதனங்கள் இல்லாதபோது பண்பாட்டு விரிவாக்கமும், நாகரீக வளர்ச்சியும் ஏற்படுவதற்கு முக்கிய காரணங்களாக அமைந்தது நாடுகளுக்கிடையே ஏற்பட்ட வாணிபத் தொடர்பும், சமயப் பரப்பாளர்களின் மற்றும் வரலாற்றாளர்களின் பயணக் கட்டுரைகளும் ஆகும். நவீனகாலத்தில் பத்திரிகைகளும், நூல்களும், திரைப்படங் களும் பல்வேறு சமுதாயப் பண்பாட்டு அரசியல் கருத்துக்களைப் பரப்பி மக்களிடையே விழிப்புணர்வுகளை ஏற்படுத்த முனைந்து வருகின்றன. சிறு திரை எனக் கருதப்படும் தொலைக்காட்சித் திரையும் இன்று மக்களின் வாழ்வியலில் பெரும் பங்கினைக் கொண்டுள்ளது என்பதனை மறுக்க முடியாது. இன்று உலகில் காணப்படும் செய்தித் தொடர்பு சாதனங்களில் மக்கள் மனதில் ஆழமாகப் பதியும் சக்தியினைக் கொண்டவை திரைப்படங்களும், தொலைக்காட்சிப் படங்களுமேயாகும். இத்திரைக்காட்சிகளைத் தொன்றுதொட்டு நடத்தப்பட்டு வந்த நாடகங்களின் விரிவாக்கம் என்றே சொல்லலாம்.

திரைப்படங்கள் மக்களின் அன்றாட வாழ்க்கை முறைகளில் உள்ள நல்ல, தீய இயல்புகளைச் சித்திரித்ததோடு, குறைகளை நீக்குவதற்கான மறைமுக ஆலோசனைகளைத் தருவனவாகவும், சமுதாயங்களில் உள்ள சீர்கேடுகளை எடுத்துக் கூறுவனவாகவும், முந்தைய வரலாறு, புராணக் கதைகளை விளக்குவனவாகவும் உள்ளன. தமிழ்த் திரைப்படங்களில், துவக்க காலம் முதல், சமுதாயச் சீர்கேடுகளைச் சுட்டிக்காட்டுகின்ற, அரசியல் முறைகளை விளக்குகின்ற, நாடு மற்றும் மொழி நலன்களைப் காக்கும் தமிழ்த் தேசிய கருத்துக்களைப் புகுத்துகின்ற, ஒருவனுக்கு ஒருத்தி என்ற கருத்தினை வலுப்படுத்துகின்ற, திராவிட இயக்கக் கருத்துக்களையும், சுயமரியாதைக் கொள்கைகளையும் விளக்குகின்ற செய்திகள் இடம்பெற்றுள்ளதைக் காணலாம். தியாகராஜ பாகவதர், என்.எஸ். கிருஷ்ணன் போன்றோரின் படங்களில் சிரிப்புக் கொத்துக் களின் மூலமாக மிக எளிமையான வாழ்க்கைத் தத்துவக் கருத்துக்கள் மிளிர்ந்தன. அவை மக்களைக் கவர்ந்தன. திரைப்படங்களின் மூலம் அரசியல், சமுதாயப் பிரச்சினைகள், சுயமரியாதைக் கருத்துக்கள் ஆகியவற்றை மக்களின் மனதில் நிலை பெறச் செய்தவர்களில் குறிப்பிடத்தக்கவர்கள் அறிஞர் அண்ணா எனப் போற்றப்படும்

சி.என். அண்ணாதுரை அவர்களும், கலைஞர் மு. கருணாநிதி அவர்களுமே ஆவர். இவர்களைத் தொடர்ந்து பலரும் இத்துறையில் சாதனை புரிந்துள்ளனர்.

திரைப்பட வரலாறு

திரைப்படம் அறிவியலின் நவீன கண்டுபிடிப்புகளில் ஒன்றாகும். கி.பி. 19-ஆம் நூற்றாண்டில் நிழற்படக்கருவிகள், படச்சுருள்கள், விரிவுபடுத்தும் கருவிகள் ஆகியவற்றில் ஏற்பட்ட முன்னேற்றமே திரைப்படம் உருவாக்க உதவியது. முதன்முதலில் 1896 - இல் படங்கள் திரையிடத்துவங்கப்பட்டன. உலகின் முதல் திரையரங்கு 1905-இல் அமெரிக்காவில் பிட்ஸ்பர்க்கில் கட்டப்பட்டது. ஹாலிஉட்டை மையமாகக் கொண்டு நியூயார்க்கில் 1913 முதல் பேசாத ஊமைப் படங்கள் தயாரிக்கப்பட்டன[1]. 1927 - இல் தான் பேசும் படம் தயாரிக்கப்பட்டது. முதல் பேசும்படம் "ஜாஸ் சிங்கர்" என்பதாகும். 1932 முதல் வண்ணப்படங்கள் வெளிவரத் தொடங்கின[2].

இதே கால கட்டத்தில் உலகின் பல பகுதிகளிலும் திரைப்படம் பற்றிய சிந்தனை வெளிவரத் தொடங்கியது. இந்தியாவில் பம்பாயில் (மும்பை) 1896 ஜூலை ஏழாம் நாள் "டைம்ஸ் ஆப் இந்தியா" என்ற செய்தித்தாளில் ஒரு விளம்பரம் வந்தது. அதுவே இந்திய திரைப் படத்தின் துவக்கமாகவும் ஆகியது. இதில் அன்றிரவு லூமியர் சகோதரர்களால் வாட்ஸன் தங்கும் விடுதியில் (Watson's Hostel) மாலை 6,7,9,10 மணிகளில் நடத்தப்பெறும் "இந்நூற்றாண்டின் அற்புதமும், உலகின் அதிசயமுமான" உயிரோட்டமுள்ள புகைப்படங்களின் காட்சிக்கு வருமாறு மக்களுக்கு விளம்பரப்படுத்தப்பட்டது[3]. இக் காட்சியைக் கண்டுகளித்தவர்களில் ஒருவர், 1880 லேயே மும்பையில் புகைப்படக்கூடத்தை ஏற்படுத்தியவரும், மராட்டியருமான ஹரிச்சந்திர சகாராம் பட்வாடிகர் ஆவார். இவரது மனத்தில் திரைப்படம் தயாரிக்கும் எண்ணம் வலுத்தது.[4] எனவே இந்தியாவில் முதல் திரைப்படத்தினைத் தயாரித்த பெருமையையும் இவர் பெற்றார். 1899-இல் "தி ரெஸ்லர்ஸ்" (The Wrestlers), மனிதனும் குரங்கும் போன்ற சிறு சிறு படங்களைத் தயாரிக்கலானார். மும்பையில் இன்று "கேப்பிட்டல் சினிமா" என்று அழைக்கப்படும் "கெய்ட்டி திரையரங்கு" கட்டப் பட்டது.

1897 - இல் திரைப்படக்கலை சென்னை வந்து சேர்ந்தது. லூமியர் சகோதரர்கள் தங்களது பிரதிநிதிகளுடன் தங்கள் உயிரோட்டமுள்ள நடமாடும் படங்களைச் சென்னைக்கு அனுப்பி வைத்தனர்[5]. 1900-இல் மேஜர் வார்விக் என்பார் சென்னையில் "மின்திரையரங்கம்" (Electric Theatre) என்னும் முதல் அரங்கத்தை அமைத்தார். இதுவே

பின்னாளில் "மௌண்ட் ரோடு தபால் நிலைய"மாகியது.[6] இதில் வெளிநாடுகளிலிருந்து கொண்டு வரப்பட்ட சிறுசிறு ஊமைப் படங்கள் காட்டப்பட்டன. இது அன்றைய வெளிநாட்டு, உள்நாட்டு முக்கிய பிரமுகர்களுக்கு ஓய்விடமாகவும், பொழுது போக்கிட மாகவும் திகழ்ந்தது. திருச்சிராப்பள்ளியைச் சேர்ந்த சுவாமிக் கண்ணு வின்ஸன்ட் என்பார் டுபான்ட் என்பவரிடமிருந்து திரைப்படக்கருவிகளை விலைக்கு வாங்கி, சிறு ஒலிபெருக்கி ஒன்றினையும் கொண்டு 1909-இல் சென்னை எஸ்ப்பிளநேட்டில் காட்சிகளைக் காண்பித்தார்[7]. 1905-இலேயே கோஹன் என்பார் "லிரிக்" திரையரங்கினைக் கட்டினார். இத்திரையரங்கில் அவ்வப் போது வெளிநாட்டிலிருந்து வந்த படங்கள் திரையிடப்பட்டன. மற்ற நாட்களில் நடனக் காட்சிகளும், இசைக்கச் சேரிகளும் நடைபெற்றன. ரகுபதி வெங்கையா என்பவரும், திருச்சி சுவாமிக்கண்ணு வின்செண்ட்டும் தமிழ்நாடு முழுவதும் தற்காலிகத் திரையரங்குகளை அமைத்துப் பணத்தை வாரிக்கட்டினர். வெங்கை யாவின் மகன் பிரகாஷ் என்பவரும் நடராஜ முதலியார் என்பவரும் சென்னையிலேயே திரைப்படத் தொழிலைத் தொடங்கி படங்களைத் தயாரிக்கத் துவங்கினர். நடராஜ முதலியார் புரசைவாக்கம் மில்லர்ஸ் ரோட்டில் ஒரு திரையரங்கை அமைத்தார். தென்னிந்தியாவிலேயே முதன்முறையாகத் தயாரிக்கப்பட்ட அவரது "கீசகவதம்" வெளியானது. பிரகாஷ் என்பார், "பீஷ்மப் பிரதிக்ஞர்", "கஜேந்திர மோட்சம்" போன்ற படங்களைத் தயாரித்து வெளியிட்டார்[8]. இதன் மூலம் துவக்ககாலத் தமிழ்ப் படங்கள் புராணக்கதைகளை விளக்கும் பொழுது போக்குப் படங்களே என்பது புலனாகின்றது. ஆனால் சிறிது காலத்தில் பிரகாசும், எ. நாராயணனும் சேர்ந்து தயாரித்த படங்களில் ஆபாசக் காட்சிகள் தலையெடுக்கத் தொடங்கின. இதனைப் பின்னாளய திரைப்பட நடிகர்கள் கூட குற்றம் சாட்டியுள்ளனர். மூதறிஞர் சி. இராஜகோபாலாச்சாரியார் கூடத் திரைப்படங்களை மதுவுக்கும், விஷத்திற்கும் ஈடானவை என்று குறிப்பிட்டுள்ளார்[9]. இம்மாதிரியான ஆபாசக் காட்சிகளைக் கண்டு கொள்ளாத ஆங்கில அரசு சுதந்திர உணர்வுகளைத் தூண்டுகின்ற படங்களுக்குத் தடைவிதித்தது. இதே சமயத்தில் தமிழ்த்திரையின் மற்றோர் தூணாக விளங்கிய ராஜா சாண்டோ என்பார், திரைப்படங்கள் கேளிக்கை களையும் ஆபாசங்களையும் கொண்ட வியாபார சாதனமாகிவிடக் கூடாது. அது மக்களது சிந்தனைகளைத் தூண்டுவனவாயிருக்க வேண்டுமென்று கருதி, "அநாதைப் பெண்", "உஷா சுந்தரி", "நந்தனார்", "நல்லதங்காள்" போன்ற ஊமைப் படங்களைத் தயாரித்து வெளியிட்டார்[10].

1931-இல் தமிழில் பேசும் திரைப்படம் தோன்றியது. முதல் பேசும்படம் "காளிதாஸ்" ஆகும்.[11] இப்படத்தில் அதிகப் பாடல்கள் இருந்தன. இதே ஆண்டில் தயாரிக்கப்பட்ட பிரபலமானதும், நிர்ணயிக்கப்பட்ட விலைக்கும் மேலாகப் பணம் கொடுத்து வெளியில் சீட்டுபெற்றுப் பலராலும் ரசித்துப் பார்க்கப்பட்டதுமான "ஆலம் ஆரா" என்ற இந்திப் படத்தில் சுமார் 12 பாடல்களும், மற்றோர் இந்திப் படத்தில் நாற்பது பாடல்களும் இடம்பெற்றன[12]. 1936 - இல் பரூவாபாவால் வங்காள மொழியில் தயாரிக்கப்பட்ட தேவதாஸ் படத்தைத் தழுவி "மாடர்ன் தியேட்டர்ஸ்"நிறுவனத்தால் தேவதாஸ் படம் வெளியிடப்பட்டது. 1931 க்கும் 1935 க்கும் இடைப்பட்ட காலங்களில் தமிழ்ப்படங்கள் மும்பையில் தயாரிக்கப்பட்டன. 1935-36 இல் சேலம், சென்னை மற்றும் கோயம்புத்தூரில் திரைப்படத் தயாரிப்புக் கூடங்கள் உருவாயின. 1931 இலிருந்து 1940 வரையான தமிழ்த் திரைப்படங்கள் தொன்மக் கதைகளையும், புராணக் கதைகளையும் கொண்டவையாகும். இக் காலத்தில் 100க்கும் மேற்பட்ட படங்கள் வெளியாயின. அவற்றில் 90% படங்கள் புராணப் படங்களாகும். மீதமுள்ளவை நாட்டுப் புறக்கதைகளைச் சேர்ந்தவை. சில சமுதாய நலத்தை அடிப்படையாகக் கொண்டவை. இவற்றைத் தயாரித்தவர் கே. சுப்பிரமணியம் என்னும் குற்றவியல் வழக்கறிஞராவார். இக்காலத்தில் நாடகமும் திரைப்படமும் ஒன்றோடு ஒன்று போட்டி போட்டுக் கொண்டும் இணைந்தும் வளரத் தொடங்கின. இக்காலத்தில் வெளியான புராண, தொன்மக்கதைப் படங்களில் குறிப்பிடத் தக்கவை "பாலயோகி", "ஹரிச்சந்திரா", "இராமாயணம்", "பாரிஜாதபுஷ்ப ஹாரம்", "கோவலன்", "சத்தியவான் சாவித்திரி", "சீதாகல்யாணம்", "பிரகலாதா", "வள்ளிதிருமணம்" "ஸ்ரீகிருஷ்ணலீலா", "தசாவதாரம்", "திரௌபதி வஸ்திரா பஹரணம்", "லவகுசா", "பவளக்கொடி", "பாமாவிஜயம்","ஸ்ரீனிவாச கல்யாணம்" போன்றவையாகும். ஆனால் இம்மாதிரி திரைப்படங்களைப் பாரதிதாசன் கடுமையாகத் தன்பாடல் மூலம் விமர்சித்தார்[13]. இத்திரைப்படக் கதைகளும், சமுதாய நலன் கொண்ட படங்களும் நாடகக் கதைகளை மூலங்களாகக் கொண்டவையாகும். டி.கே. சண்முகம் சகோதரர்கள் சமூக நாடகங்கள் பலவற்றை இக்காலத்தில் நடத்தினர். இக்காலச் சமூகச் சீர்திருத்தப் படங்களில் குறிப்பிடத்தக்கவை "தியாக பூமி", "மேனகா" போன்ற படங்களாகும். "தியாக பூமி" ஹரிஜனங்களின் கோயில் நுழைவுப் பிரச்சினை பற்றியதாகும். இக்காலத்தில் சாதீயத்தை வெறுக்கும் இது போன்ற சில படங்களும் வெளிவந்தன.

விடுதலைக்குப்பின்

நாட்டின் விடுதலை பெற்றபின் இத்துறை மேலும் வளரத் தொடங்கியது. 1948- இல் ஜெமினி திரைப்படத் தயாரிப்பாளர்களால் "சந்திரலேகா" என்ற படம் தயாரிக்கப்பட்டது. இப்படம் சுமார் முப்பது இலட்சம் ரூபாய் செலவில் தயாரிக்கப்பட்டதாகும். பிரமாண்டமான பின்னணிக் காட்சியமைப்புக்களைக் கொண்டு விளங்கிய இப்படம் ஒரு கோடி ரூபாய் வருவாயைத் தந்தது. இப்படம் சிறப்பாக ஓடியதற்குப் பின்னணிக் காட்சி யமைப்பும், குதிரை வீரர்கள் காட்சிகளும், வாள்சண்டைகளும், கதாநாயகி கவர்ச்சியாகக் காட்டப்பட்டிருப்பதும், மத்தளத்தின் மீது நடனமாடும் காட்சிகளும் தான் எனக் கணிக்கப்பட்டது[14]. 1954-இல் பாடல் இல்லாத, நடன மில்லாத படமான 'அந்தநாள்" ஏ.வி.எம். நிறுவனத்தாரால் தயாரிக்கப்பட்டது.

இக்கால கட்டத்தில் தான் திராவிட இயக்கங்கள் திரைப் படத் துறையில் தங்களை ஈடுபடுத்தத்தொடங்கின. சி.என். அண்ணாதுரை, மு. கருணாநிதி போன்றவர்கள் திரைக்கதை எழுதியும், பாடல்கள் எழுதியும் திரைப்படங்களை வளர்த்ததோடு சமுதாயச் சீர்கேடுகளையும், சாதியக் கொடுமைகளையும் களைந்தெறிய முயற்சியும் செய்தனர். திராவிட மக்களின் தொன்மையான பண்பாட்டினை எடுத்தியம்பினர். இவர்களது கதைவசனங்களில் மூழ்கி நடித்துப் பெரும் பெயர் பெற்றவர்கள் எம்.ஜி. இராமச்சந்திரன், சிவாஜிகணேசன், எம்.ஆர். இராதா போன்றோராவர். இவர்களுக்குள் ஏற்கெனவே நாடகத் துறையில் தொடர்பு ஏற்பட்டிருந்ததால் திரைப்படத் துறையில் அவர்கள் இணைந்து செயல்பட ஏதுவானது. இக்காலத்தில் பிராமணர் ஆரியரென்றும், பிராமணரல்லாதார் திராவிடர் என்றும், தாழ்த்தப் பட்ட பிரிவினர் ஆதிதிராவிடர் என்றும், ஆரியமாயையிலிருந்து விடுபட்டு, அவர்களது கட்டுப்பாட்டைவிட்டு விலகி சுயமரியாதையைக் காத்திட வேண்டும் என்ற முழக்கம் பட்டி தொட்டிகளிலெல்லாம், திரைப்படம், நாடகம், செய்தித்தாள்கள் போன்றவற்றின் மூலம் பரப்பப்பட்டது. இது பிராமணரல்லாதாரின் ஒற்றுமைக்கு வழிவகுத்தது[15]. பிராமணர்கள் சமஸ்கிருத மொழியினை உயர்வாகக் கருதி மற்ற மொழிகளைக் குறைத்து மதிப்பிட்டதால் 1930 வாக்கிலேயே சமஸ்கிருத எதிர்ப்பு இயக்கம் வலுப்பெற்றது. 1938 - இல் முதலமைச்சராயிருந்த சி.இராஜகோபாலாச்சாரியார் அவர்கள் இந்தியைக் கட்டாயப் பாடமாக்க முயன்றபோது அவருக்குக் கடும் எதிர்ப்பு ஏற்பட்டு அவர் அக்கொள்கையைக் கைவிட்டார். சுதந்திரத்திற்குப் பின் மீண்டும் இப்பிரச்சினை எழுந்தது, தொடர்ந்தது, தொடர்ந்து கொண்டுள்ளது.

இவ்வளவு இக்கட்டான சூழலில்தான், 1949-இல் உருவான திராவிட முன்னேற்றக் கழகமும், அதன் முக்கிய தலைவர்களான அண்ணாவும், கருணாநிதியும் மற்றவரும் தீவிரப் பொது வாழ்வில் இறங்கிச் செயல்பட்டனர். எத்தனை செய்தித் தொடர்புத்துறை உண்டோ அத்தனையையும் பயன்படுத்தித் தங்கள் கொள்கைகளைப் பரப்பினர். 1950-60 களில் திரைப்படங்களில் தங்கள் இயக்கக் குறியீடுகளை (symbols) புகுத்தலாயினர். காங்கிரஸ் சார்பில் 1952 முதல் 1955 வரை முதலமைச்சராயிருந்த இராஜகோபாலாச்சாரியாரும், அதன்பின்பு முதலமைச்சரான கே. காமராஜ் அவர்களும், திரைப் படங்களைச் சாடினர். காமராஜர் திராவிட முன்னேற்றக் கழகத்தினரை "கூத்தாடிகள் (நடிகர்கள்) எவ்வாறு அரசமைக்க முடியும்?" என்று கூறிக் கொண்டிருந்தார். இக்காலத்தில் வந்த படங்களில் குறிப்பிடத் தக்கவையாக அண்ணாவின் "ஓர் இரவு", "வேலைக்காரி", "சொர்க்கவாசல்", மு. கருணாநிதியின் "மனோகரா", "ரங்கோன் ராதா", "அரசிளங்குமரி", "பராசக்தி", "மந்திரிகுமாரி", "மருத நாட்டு இளவரசி", "நாம்" போன்றவையும், கண்ணதாசனின் "மதுரைவீரன்" எம்.ஜி.ஆர். பிக்சர்ஸ் தயாரித்த "நாடோடி மன்னன்", "மன்னாதி மன்னன்", "சிவாஜியின் "வீரபாண்டிய கட்டபொம்மன்", எஸ்.எஸ்.இராஜேந்திரன் இயக்கித் தயாரித்த "தங்க ரத்தினம்" போன்றவையும் ஆகும். இவற்றில் சில சமுதாயச் சீர்கேடுகள் பற்றியும், சில திராவிடப் பண்பாட்டின் உயர்வு பற்றியும், வேறுசில உண்மையான வாரிசிடமிருந்து பிறர், அதாவது துரோகிகள் அரசினை அபகரித்துக் கொண்ட கதையும், சில சுதந்திரப் போரில் தமிழர் இனங்காக்க வெள்ளையரை எதிர்த்தனர் என்பதனைக் காட்டுவது போன்ற கதையும் கொண்டிருந்தன.

அண்ணாவின் "வேலைக்காரி" கதையின் கருப்பொருளே ஒன்றே குலம் ஒருவனே தேவன்" என்பதாகும். இதில் வரும் நீதிமன்றக் காட்சியில் சாமியார்களின் ஆசிரமத்து நிகழ்ச்சிகள் கடுமையாக விமர்சிக்கப்பட்டுள்ளதனைக் காணலாம். இன்றும் இந்நிலை மாற வில்லை. "பராசக்தி" படத்தின் வசனமும், கதைக் கருத்தும் அனைவரையும் கவர்ந்திழுப்பதாக அமைந்தது. இதில் "கோயில் வேண்டாமென்பதல்ல எங்கள் கருத்து, கோயில் கொடியவர்களின் கூடாரமாகிவிடக் கூடாது என்பதுதான்" என்று தமது கருத்தைத் தெளிவாக விளக்கியுள்ளமை காணலாம். "மன்னாதிமன்னன்" படத்தில் "அஞ்சாமை திராவிடர் உடைமை" என்று சுட்டிக்காட்டப்பட்டுள்ளது. "சொர்க்கவாசல்" படமும் மடாதிபதிகளைக் கண்டிக்கும் படமாக அமைந்தது. கவிஞர் கண்ணதாசனின் "மாலையிட்ட மங்கை" என்ற படப்பாடல்கள் திராவிடச் சிறப்பினை விளக்கின. "விந்தியம் குமரியிடை விளங்கும் திருநாடே", "எங்கள் திராவிடப் பொன்னாடே-

கலை வாழும் தென்னாடே" போன்ற பாடல் வரிகள் இங்குக் குறிப்பிடத் தக்கவையாகும். "தங்கரத்தினம்" படம் சமுதாயத்தின் பேதங்களை அகற்றி, சமத்துவநெறி மலரச் செய்ய வேண்டும் என்ற குறிக்கோளில் வெளிவந்தது. "வீரபாண்டிய கட்டபொம்மன்", "சிவகங்கைச் சீமை" "கப்பலோட்டிய தமிழன்" போன்றவை விடுதலை உணர்வுகளை வெளிப்படுத்தின.

1961-இல் மு. கருணாநிதியின் "நல்லவன் வாழ்வான்", 1962 -இல் கண்ணதாசன் திரைக்கதையில் "ராணி சம்யுக்தா", எஸ்.எஸ். ஆர் பிக்சர்ஸ் தயாரித்த "முத்து மண்டபம்", 1963 - இல் அண்ணாவின் புகழ் சேர்க்க கலைஞரால் கதை வசனம் எழுதி எம்.ஜி.ஆர். அவர்கள் நடித்த "காஞ்சித் தலைவன்" போன்றவை வெளிவந்தன. இதற்குப் பின் வந்த படங்களில் தங்களது பொறி பறக்கும் வசனங்களை அவர்கள் குறைத்துக் கொண்டனர். எவரையும் புண்படுத்தாத சமூகச் சீர்திருத்தக் கருத்துக்களை மட்டுமே கூறிவந்தனர். இதற்குக் காரணம் அக்காலத்தில் பாராளுமன்றத்தில் பிரிவினைவாதக் கொள்கையாளர்கள் என்று இவர்களைக் கருதியதும், பிரிவினைத் தடைச் சட்டம் கொண்டு வரப்பட்டதும் ஆகும். இருப்பினும் இவர்களது திரையுலகச் சாதனைகள் திரைப்பட வரலாற்றில் பொன்னெழுத்துக்களால் பொறிக்கப்பட்டிருப்பதை எவரும் மறுக்க முடியாது.

சமுதாயத் தொடர்புடைய பிற படங்கள்

1960 - களில் திரைப்படக்கலையில் ஒரு மாற்றம் ஏற்பட்டது. இதுவரை கதை வசனம் எழுதுவோர், கதாநாயகன் ஆகியோரின் விருப்பப்படி செயல்பட்ட இத்துறை இயக்குநரின் கற்பனைத் திறனின் வெளிப்பாடே ஒரு திரைப்படம் வெற்றியடையக் காரணம் என்பதனை உணர்த்தத் தலைப்பட்டது. இதனை உணர்த்தியவர்களில் முதன்மை யானவர் திரைக்கதை ஆசிரியரும் இயக்குநருமான கே. பாலச்சந்தர் ஆவார். இவர் சமுதாயத்தில் அன்றாட வாழ்வில் நடக்கும் பிரச்சினை களைத் தம் திரைப்படங்களின் கருப்பொருளாக எடுத்துக் கொண்டிருந்தார். இவர் இயக்கிய முதல் படம் "நீர்க்குமிழி" (1965) யாகும். இவரது பிறபடங்கள், "நாணல்", "மேஜர் சந்திரகாந்த்", "பாமா விஜயம்", "இருகோடுகள்", "கற்பகம்", "அவள் ஒரு தொடர்கதை", "அரங்கேற்றம்", "அபூர்வராகங்கள்", "சிந்துபைரவி" போன்றவை யாகும். இவரது படங்களில் புதுமுகங்களாகத் தோன்றியவர்கள் தான் இன்றைய முன்னணிக் கதாநாயக - நாயகிகள் என்பது இவரது பெருமையைக் காட்டுகின்றது. தமிழகத் திரைப்படங்களின் தலைசிறந்த இயக்குநராகத் திகழ்ந்தவர் இவர்தான்.

இவரைத் தொடர்ந்து பாரதிராஜா பல சிறந்தபடங்களைத் தயாரித்தும், இயக்கியுமுள்ளார். இவர் கே. பாலச்சந்தர் போன்று தன் படங்களின் முழுப்பொறுப்பையும் தாமே ஏற்றுச் செயல்படுவார். இவரது படங்களில் ஒவ்வொரு காட்சியிலும் மனதைத் தொடும் ஒரு நிகழ்ச்சியிருக்கும்; கலை ரசனை இருக்கும். இவரது படங்களில் குறிப்பிடத்தக்கவை "மண்வாசனை", "வேதம் புதிது" போன்றவையாகும். இவருடன் சிலகாலம் பணியாற்றிய கே. பாக்கியராஜின் படங்களில் நகைச்சுவை பெருகியிருப்பதைக் காணலாம். இவர்கள் தவிர குறிப்பிடத்தக்க பிற இயக்குநர்கள், ஸ்ரீதர், கே. மாதவன், டி. இராஜேந்தர், கே.எஸ். கோபாலகிருஷ்ணன் போன்றோராவர். அண்மைக் காலத்து இளைய இயக்குநர்களில் குறிப்பிடத்தக்க சாதனை புரிந்தவர் மணிரத்தினம் ஆவார். அவரது "பம்பாய்" படம் இந்து முஸ்லீம் ஒற்றுமைக் கருத்தையும், "ரோஜா" படம் இந்திய தேசியத்தின் இன்றியமையாமையையும், எடுத்துக் கூறுகின்றன. சுகாசினியின் படமான "இந்திரா" சாதி வேற்றுமைகளைக் களைய வேண்டியதின் அவசியத்தை எடுத்துக் கூறுகின்றது.

துவக்கத்தில் திரைப்படத்துறை அரசியல் தலைவர்களின் அரவணைப்பில் இருந்தபோது வசன கர்த்தாக்களும், கதா நாயகர்களும் முன்னணியில் வைக்கப்பட்டதோடு, அவர்களது கருத்தே பிரதான மானதென ஏற்கவும்பட்டிருந்தது. பின்பு இயக்குநர்கள் தம் இச்சைப்படி செயல்படத் தொடங்கிப் பல நல்ல திரைப்படங்களை வெளியிட்டனர். அண்மையில் இசையமைப்பாளர்களுக்கு முக்கியத்துவம் கிடைத் துள்ளதை எவரும் மறுக்க இயலாது. இளையராஜா இசையமைப் பாளரானதும் இந்நிலை ஏற்பட்டது. படத்தயாரிப்பாளர்களும் அவரைச் சுற்றியே வந்தனர். வந்தவண்ணமும் உள்ளனர். இவ்வரிசையில் இசையமைப்பாளர் ஏ. ஆர். ரஹ்மானும் இடம் பெற்றுள்ளார்.

மேற்கண்ட ஆய்வின் மூலம் துவக்ககாலத் தமிழ்த்திரைப் படங்கள் புராண, தொன்மக்கதைகளை மக்களிடம் பரப்பி அவர்களின் ஆன்மீகச் சிந்தனைகளைத் தூண்டுவனவாக அமைந்தன என்று தெரியவருகின்றது. 1940 முதல் 1963 வரையான காலங்களில் திராவிட இயக்கத்தவர்களின் கொள்கைகளைப் பரப்புகின்ற சாதனங்களாக அவை விளங்கின. திராவிடப் பண்பாடு, தமிழ்மொழி போன்றவற்றின் சிறப்புக்களை மக்களின் மனதில் பதியவைப்பதையே அவை குறிக்கோளாகக் கொண்டிருந்தன. இக்காலத்தில் திரைப்படங்களில் வசனங்களே முக்கியத்துவம் பெற்றன.வசனங்களுக்கு கட்புலங் (Visual aids) களாகவே படங்கள் விளங்கின. 1960 களில் கே. பாலச்சந்தர் போன்ற சிறந்த இயக்குநர்களினால் மக்களின் அன்றாட வாழ்க்கையில்

எங்காவது ஒரு மூலையிலாவது நிகழும் சமுதாயப் பிரச்சினைகளை எடுத்துக்காட்டி, அவற்றைக் களைவது பற்றிய செய்திகளையும் கொண்ட படங்கள் எடுக்கப்பட்டன. இவ்வரிசையில் அண்மையில் செயல்பட்டு வருபவர்கள், பாரதிராஜா, மணிரத்தினம் போன்ற பலரைச் சொல்லலாம். இசையமைப்பாளர்களின் முக்கியத்துவம் உணரப்பட்டுள்ளது. இருப்பினும் இன்று வெளிவந்து கொண்டிருக்கும் எத்தனையோ திரைப்படங்கள் வியாபார நோக்குடையனவும், ஆபாசங்கள் நிறைந்தனவும் வன்முறைகள் மலிந்துள்ளனவுமாக இருப்பது வருந்தத்தக்க நிலையாகும்.

அடிக்குறிப்புகள்

1. Collins Concise Encyclopaedia, 1977, P. 128.
2. மேலது.
3. Erik Barnouw and S Krishnaswamy, *Indian Films*, 1980, P. 1.
4. இவர் திரைப்படம் தயாரிக்கும் எண்ணத்துடன் (1896 இல்) நடமாடும் படங்கள் தயாரிக்கும் விலையுயர்ந்த புகைப்படக்கருவி (Camera) ஒன்றினை இலண்டனிலிருந்து விலைக்கு வாங்கினார்.
5. விக்டோரியா பப்ளிக் ஹால் என்ற அரங்கில் இப்படங்கள் காட்டப்பட்டன. இவை மக்களை ஆச்சரியத்தில் ஆழ்த்தின.
6. K. Rajayyan, *History of Tamilnadu* (1565-1982), P. 271.
7. ஐந்தாம் ஜார்ஜ் மன்னர் சென்னை வந்திருந்த போது நடைபெற்ற பொருட்காட்சியில் ஊமைப்படக் காட்சிகள் இடம்பெற்றன. படம் ஓடிக்கொண்டிருக்கும் போது ஒலி பெருக்கியில் விளக்கம் தரப்பட்டது.
8. மனோரமா, இயர்புக், 1991, ப. 555.
9. K Rajayyan, *op. cit.*, P. 272.
10. மனோரமா, இயர்புக், 1991, ப 555.
11. இப்படத்தை இயக்கியவர் எச்.எம். ரெட்டியாவார். இதில், தமிழ், தெலுங்கு, இந்தி ஆகிய மொழிகளில் வசனங்கள் இருந்தன.
12. Erik Barnouwn and S Krishnaswamy, *op. cit.*, P. 69.
13. அறந்தை நாராயணன், திராவிடம் பாடிய திரைப்படங்கள், 1994, ப. 9.
14. Erik Barnouwn and and S Krishnaswamy, *op, cit.*, PP. 174-175.
15. மேலது.

12.5 நாட்டுப்புறக் கலைகள்

இந்தியக்கலை சமயம் சார்ந்தது என்பது பெரும்பான்மையோரால் ஏற்றுக்கொள்ளப்பட்ட ஒரு பொதுவான கருத்தாகும். இச்சமயம் சார்ந்த இந்தியக் கலைக்கு அடிப்படையாக அமைவது கிராமங்களில் தொன்றுதொட்டுப் பயன்படுத்தி வந்த சமயக் குறியீடுகளாகும் (Symbols). பண்டைய கிராமங்களில், ஏன்? இன்றும், இறையுருவங்களைத் தங்களது வழிபாட்டு இடங்களில் அமைப்பதற்குப் பொருள் (economy) தட்டுப்பாட்டின் காரணமாகவோ அல்லது அவ்வுருவ அமைதிகள் செய்வதற்குத் தகுந்த கலைஞர்களின் தட்டுப்பாட்டின் காரணமாகவோ, அவற்றைத் தவிர்த்து அவ்விறை யுருவங்களை நினைவுகூறும் குறியீடுகளையே வைத்திருப்பதைக் காணலாம். உதாரணமாக கிராமங்களில் அமைக்கப்படும் சிறு அம்மன் கோயில்களில் அவ்விறைவியரின் சக்தியை வெளிப்படுத்தும் பொருட்டு திரிசூலத்தை வைப்பது இன்று வரை ஒரு மரபாக விளங்கி வருவதைக் காணலாம். இதைப் போன்றே ஒவ்வோர் இறையம்சத்திற்கும் ஏற்ற குறீயீடுகள் வைக்கப்பட்டு வருகின்றன. இந்த நாட்டுப்புற அல்லது கிராமிய எளிமையான கலைகளின் விரிவாக்கப்பட்ட வடிவமே இன்றும் நாம் காணும் பெரும் கோயில்களிலுள்ள இறையுருவங்களும் அவர்தம் ஆயுதங்களும் ஆகும். இதைப் போன்றே இன்று பெரிதும் முக்கியமான தாகக் கருதப்பட்டு வருகின்ற யந்திரங்கள் (tantric symbols), சக்கரங்கள் ஆகிய அனைத்தும் கிராமியக் கலைகளின் விரிவாக்கமே. உதாரணமாக இந்தியாவில், குறிப்பாகத் தமிழகத்தில் நிலவி வருகின்ற கிராமியப் பண்பான வீட்டு வாசலில் இடம்பெறும் "கோலம்" யந்திரங்களின் தொன்மையான வடிவம் என்றே கொள்ளலாம். இது போன்ற எண்ணற்ற நாட்டுப்புறக் கலைகள் பல பிற்காலக் கோயிற்கலைகளில் இணைக்கப்பட்டு, இன்னும் சில கிராமங்களிலேயே தனித்து இயங்கியும் வருவதைக் காணலாம். இங்கே நாட்டுப்புறக் கலைகளை இரண்டாகப் பிரிக்கலாம். அவை கட்புலக்கலைகள் (visual arts), நிகழ்த்துக்கலைகள் (performing arts) என்பனவாகும். இவற்றில் பெரும்பான்மையானவற்றை திருவிழாக் காலங்களிலும் மற்ற முக்கிய சடங்குகளிலும் கண்டுகளிக்கலாம்.

கட்புலக்கலைகள்

கோலம்

கோலம் என்பது பொதுவாக அனைத்து அலங்காரக் கலைகளையும் குறிக்கும் ஒரு சொல்லாகும். இது பல பொருள்களைக் (meaning) கொண்டுள்ளது. பேராசிரியர் ஜான் லயர்டின் கருத்துப்படி கோலம், கோடு அல்லது வரி நீரோட்டம், சர்ப்பம், ஆபரணம், உருவம், முகம், பறவைகள், செடி கொடிகள் ஆகியவற்றின் வரைகோடுகளைக் குறிப்பதாகும்.[1] இக்கோலம், வீடுகளில் ஒவ்வோர் இந்து வீட்டு முன்வாசலின் முன்பும் விடியற்காலையில் போடப்படும் அலங்கார வடிவங்களையும் முக்கிய சடங்குத் தருணங்களில் வீட்டினுள்ளும் பூஜை அறைகளிலும் போடப்படும் உருவ வடிவங்களையும், சுவர்களில் வரையப்படும் வரைகோட்டு வடிவங்களையும் தன்னுள் அடக்கி யுள்ளது. அடிப்படையிலேயே கோலம் என்பது ஒரு புனித வெளியைக் (space) குறிக்கும் ஒரு மண்டலம் ஆகும். பொதுவாகக் கோலங்கள் தீயசக்திகளை வீடுகளுக்குள் அல்லது ஆலயங்களுக்குள் வரவிடாது தடுக்கின்ற ஆன்மபலத்தினைக் கொண்டிருப்பதாக நம்பப்படுகின்றது. யந்திரங்களும் தீய ஆவிகள் நம்மைச் சுற்றியுள்ள இடங்களிலிருந்து வெளியேற்றுவதற்காகவே இக்காலத்தில் பெரும்பான்மையான வீடுகளில் வைக்கப்பட்டிருப்பதைக் காணமுடிகின்றது. எனவே கோலங்களுக்கும் யந்திரங்களுக்கும் நெருங்கிய தொடர்பு இருப்பதை நம்மால் உணரவும் முடிகின்றது.

முக்கிய திருவிழாக்களின்போதும், சடங்குகளின் போதும் தரையில் கோலமிட்டு அதன் மீது விளக்கினை வைப்பது தமிழகத்தில் வழக்கமாக இருந்து வருகின்றது. இங்கே கோலம் மனதில் ஒளி கொடுக்கக்கூடிய ஒரு யந்திரமாக நினைத்துப் பயன்படுத்தப்பட்டிருக்கக் கூடும். பொங்கல் பொங்கும் போது கூட கோலத்தின் மீது அடுப்பு வைத்துப் பொங்கல் பானை வைப்பதைக் காணலாம். இங்கு, கோலம் புனிதம் அல்லது தூய்மையான வெளியைக் குறிப்பதெனக் கொள்ளலாம். பூஜை அறைகளில் கோலம் போட்டு அவ்விடத்தைப் புனிதமாக்கி அதன்மீது பூஜைக்குரிய பொருட்களை வைத்து வழிபடும் முறையை இன்றும் நாம் காணலாம். உதாரணமாக, நகரத்தார் வீடுகளில் தொன்றுதொட்டு நடுவீட்டுக் கோலம் என்ற ஒரு வரைகோட்டு வடிவம் ஒரு சடங்கு முறையாக விளங்கி வருவதைக் காணலாம். இக்கோலம் திருமண வைபவங்களிலும் இறப்புச் சடங்குகளிலும் இடம்பெறுகிறது. இங்கே மகிழ்ச்சியான திருமணச் சடங்கிற்கும், வருத்தம் தரக்கூடிய இறப்புச் சடங்கிற்கும் நடு வீட்டுக் கோலத்தைப் பொதுவானதாக ஆக்கியிருப்பது சிந்திக்கத்தக்க

ஒன்றாகும். இது தனியோர் ஆய்வுக்குரிய களம். திருமண வைபவங்களின் போதும் அதனோடு தொடர்புடைய பொருள்கள் அனைத்தும் நடுவீட்டுக் கோலத்தைத் தாண்டியே, அதனுள் வைத்து எடுக்கப்பட்ட பின்பே, வெளிக்கொணரப் பெறும். அதே போன்று இறப்புச் சடங்குகளிலும் பயன்படுத்தப்படும் பொருள்கள் அனைத்தும் அதனைத் தாண்டியே எடுத்துச் செல்லப்பெறும். இச்செயல்கள் கோலம் ஒரு புனிதமாக அல்லது தூய்மையான வெளியை அல்லது மண்டலத்தைக் குறிப்பதாகும் என்று விளங்குகின்றன. நாட்டியம் ஆடுபவர்கள் கூட கோலமிட்டு, கோலத்தின் மீது விளக்கிட்டு, கோலத்தின் மீது நடனம் ஆடுவதைக் காணும்போது புனிதமான மண்டல வெளியையே நமக்கு நினைவூட்டுகின்றது. நடன மேடையில் வைக்கப்படுகின்ற எண்ணெய் விளக்கில் பொதுவாக வைக்கப்படும் பெரிய மற்றும் சிறிய திரிகள் மண்டல வெளியிலுள்ள சூரியனையும் சந்திரனையும் குறிப்பதாகக் கருதப்படுகின்றது[2].

கோலம் மக்களுக்கு, அவர்தம் வீடுகளுக்கு தீயஆவிகளிட மிருந்து பாதுகாப்புத் தருவதாக மக்கள் நம்புகின்றனர் என்பதை முன்பே கண்டோம். இது எப்படியெனில் ஒரு குடையானது எவ்வாறு கடுமையான வெயிலைத் தானே தாங்கிக் கொண்டு தன்னைப் பயன்படுத்தும் மனிதனுக்கு நிழலைத் தருகின்றதோ அது போன்றே கோலமானது தீய ஆவிகளின் கண்களைக் கவர்ந்து அவற்றைத் தன்னுள் அடக்கிக் கொண்டு வீட்டிற்குள் செல்லவிடாமல் அவ்வீட்டாரைக் காக்கின்றது என்று நம்பலாம். ஒரு வீட்டின் முன் போடப்படும் கோலம் மங்கலச் சின்னமாகவும் கிராமங்களில் கருதப்படுகின்றது. உதாரணமாக ஒரு குறிப்பிட்ட வீட்டில் உள்ளோர் இயல்பாகவும் மகிழ்ச்சியாகவும் தங்களது அன்றாடப் பணியிலீடுபட்டுள்ளனர் என்பதைக் குறிக்கும் குறியீடாக அவ்வீட்டின் முன் உள்ள கோலம் விளங்குகின்றது. அவ்வீட்டின் முன் கோலம் இல்லையெனில் அவ்வீட்டில் ஏதோ ஒரு துக்க நிகழ்ச்சி அண்மையில் நடந்திருக்க வேண்டும் என்பது வெளிப்படுகின்றது. கோலமானது தென்னிந்தியாவில், குறிப்பாக தமிழகத்திலும், கேரளத்திலும்[3] மஹாலட்சுமியின் (செல்வம்) குறியீடாகப் பயன்படுத்தப்பட்டு வருவதைக் காணலாம்.

கோலங்கள் ஒவ்வொரு நாளும் அழிக்கப்படுகின்றன. மீண்டும் மறுநாள் போடப்படுகின்றன. இதனை கிராமியக் கலைக்கூறுகளில் ஒன்றாகக் கொள்ளலாம். ஏனெனில் கிராம தேவதைகளுக்காக ஆண்டுதோறும் நடக்கின்ற திருவிழாக் காலங்களில் அத்தேவதைகளின் உருவங்கள் சுடுமண்ணால் செய்யப்பட்டு வணங்கப்படுகின்றன. ஓரிரு

தினங்களில் அத்திருவிழா முடிந்ததும் அச்சுடுமண் இறையுருவங்கள் அழிக்கப்படுகின்றன. அடுத்த திருவிழாவிற்கான உருவங்கள் மீண்டும் புதிதாகச் செய்யப்படுகின்றன. இம்முறையையே கோலத்திற்கும் பயன்படுத்தி வந்திருக்கக்கூடும். இக்கோலங்களின் மீது பசுமாட்டுச் சாணம் வைக்கப்பெறும். இச்சாணம் அறிவியல் முறைப்படி கிருமிநாசினியாகப் பயன்படுகின்றது. எனவே வீட்டில் உள்ளோருக்கு நோய்த் தடுப்புச் சக்தியாகவும் பயன்படுகின்றது. சில இடங்களில் இச்சாணங்களில் மலர்கள் அல்லது இலைகள் வைக்கப்பட்டிருக்கும். இது ஒரு வளம் தரும் தோட்டத்தைக் குறிப்பதாகவும் கருதப்படுகின்றது.

இவ்வளவு சமயத் தொடர்பான, மக்கள் வாழ்வுத் தொடர்பான இக்கோலங்கள் கோலப்பொடிக் கல் எனப்படும் வெண்மையான கல்லிலிருந்து கிடைக்கும் மாவினையும், பச்சரிசி மாவினையும் வேறுசில வண்ணப் பொடிகளையும் கொண்டு போடப்படுகின்றன. பொதுவாக வண்ணப் பொடிகள் பிற்காலத்தில் புகுத்தப்பட்டவையே யாகும். ஏனெனில் துய்மையைக் குறிக்கும் வெண்மையே தொன்று தொட்டுப் பயன்படுத்தப் பட்டிருக்கின்றது. இக்கோலங்கள் புள்ளிக் கோலங்கள், வரிக்கோலங்கள் மற்றும் இசைக் கோலங்கள் என்று வகைப்படுத்தப்படுகின்றன[4]. புள்ளிக் கோலம் என்பது வரிசையாகப் புள்ளிகள் வைத்து அவற்றைக் கோடுகள் மூலம் அடைப்பதாகும். இக்கோடுகள் வளைவுகளாகவும் நேர்கோடுகளாகவும் அமைக்கப்படும். வரிக்கோலம் என்பது பல விதமான குறியீடுகளைக் கொண்டிருக்கும். இசைக்கோலம் என்பது இசை தொடர்பான குறீயீடுகளை உடுக்கை, வீணை போன்றவை கொண்டிருக்கும். இவை தவிர பூக்களைக் குறிக்கும் பூக்கோலங்களும் பாய் வடிவக் கோலங்களும், சர்ப்பக் கோலங்களும் போடப்படுகின்றன. பொதுவாக, இரண்டு சர்ப்பங்கள் ஒன்றோடொன்று பிணைந்திருப்பது போன்றும் போடப்படும். இம்மாதிரிச் சிற்பங்களும் கோயில்களில் காணக்கிடைக்கின்றன. சர்ப்பக் கோலங்கள் பொதுவாக நாகபஞ்சமி விழாவின் போதும் அம்மன் திருவிழாக்களின் போதும் போடுவது மரபாக இருந்து வருகின்றது. சில நேரங்களில் நாக தோஷத்திலிருந்து விலக்குப் பெறுவதற்கும் இக்கோலம் போடலாம். ஒன்றோடொன்று பிணைந்துள்ள சர்ப்பக்கோலம் வளமையைக் (Fertility) குறிக்கும் குறியீடாகும்.

சுடுமண் கலைகள்

இந்திய மக்கள் தாம் வாழும் நிலத்தையே தெய்வமாக வணங்கி வருவது தொன்றுதொட்டு பழக்கத்தில் இருந்துவரும் மரபாகும். இதனைக் குறிக்கும் ஒரு வழக்கம்தான் நிலத்து மண்ணிலேயே

பொம்மைகள் செய்து வழிபடுவதும் ஆகும். மண்ணினால் பொம்மைகள் செய்து அதனைச் சுடுவது சுடுமண்பொம்மை (terracotta) என்று அழைக்கப்படுகின்றது. இந்தியாவின் தொன்மையான சுடுமண் பொம்மைகள் சிந்துச் சமவெளி நாகரீகத்திற்கும் (சுமார் கி.மு. 3500) முந்திய காலத்தைச் சேர்ந்த பலுசிஸ்தானத்து சுடுமண் பொம்மைகள் ஆகும். ஆனால் சுடுமண்ணால் செய்யப்பட்ட இறையுருவங்கள் சற்று பிற்காலத்தில் தான் கிடைக்கின்றன. இது நாட்டுப்புறக் கலைகளில் ஒன்றாக இன்றும் விளங்கி வருகின்றது. தமிழக நாட்டுப்புறச் சுடுமண் உருவங்களில் குறிப்பிடத்தக்கவை கிராம தேவதைகளின் உருவங்களும், குதிரை உருவங்களும் ஆகும். கிராம தேவதைகளில் குறிப்பிடத் தக்கவை, மாரியம்மன், காளியம்மன், முத்தியாலு அம்மன், கருப்பணசுவாமி, அய்யனார் போன்றவை ஆகும். குதிரை தனியாகவும், தேவதைகளின் வாகனமாகவும் வைக்கப்படும். இச்சுடுமண் பொம்மைகள் முன்பே சொன்னபடி திருவிழாக் காலங்களில் அமைக்கப்பட்டு திருவிழா முடிந்தவுடன் அழிக்கப்படுகின்றன. ஆனால் சில சுடுமண் பொம்மைகள், குறிப்பாக அய்யனார், குதிரை, கருப்பணசுவாமி போன்றவை நிரந்தரமாக வண்ணம் தீட்டப்பட்டு கோயில்களாக அமைக்கப்பட்டிருக்கும். புரவி எடுப்பு எனப்படும் குதிரைகள் பொதுவாக ஆண் கடவுளர்களுக்கும் அவர்களது தளபதிகளுக்கும் வாகனமாக வைக்கப் பெறும் கிராமங்களில் அக்காலத்தில் கிராமத் தலைவர்கள், குறுநிலமன்னர்கள், மன்னர்கள் ஆகியோர் கிராமப் பாதுகாவலர்களாக இருந்தனர். பெரும்பாலும் அவர்கள் குதிரை மீதே கிராமங்களில் வலம் வந்து கொண்டிருந்தனர். இதனைப் போன்றே கிராமங்களையும் கிராம நீர் நிலைகளையும் காக்கின்ற தெய்வங்கள் எனக் கருதப்படும் அய்யனார், மதுரைவீரன் போன்ற கிராம தேவதைகளைப் பற்றிய உருவங்களிலும் குதிரைகளை வாகனமாகக் கொடுத்தனர். குதிரைகள் வீரத்திற்கும் அளவற்ற சக்திக்கும் உறைவிடமாகக் கருதப்பட்டுவந்தன.குதிரையின் திறனையும் சக்தியையும் அதன் உருவ அமைதியை வைத்தே கிராம மக்கள் வெளிப்படுத்தினர். உதாரணமாக அறந்தாங்கிக்கு அருகே உள்ள ஒரு கிராமக் கோயிலில் 15 அடிக்கும் உயரமான, பிரம்மாண்டமான குதிரைகள் வைக்கப்பட்டுள்ளதைக் காணலாம்.

குதிரை தொடர்பான, சுடுமண் பொம்மைகள் தவிர வேறு இறையுருவங்களும் காணப்படுகின்றன. உதாரணமாக சிவபெரு மானின் பைரவர் உருவம் பல இடங்களில் காணக்கிடைக்கின்றன. ஏனெனில் பைரவர் வழிபாட்டு முறை நாட்டுப்புற வழிபாடுகளில் ஒன்றாகும். அவரோடு தொடர்புடைய நாயும் கிராமக் காவலோடு தொடர்புப் படுத்தப்படக்கூடியதாகும். கோபத்தைக் காட்டியும் தனது

பணியாட்களுடன், தனது இருபக்கங்களிலும் நாய்களுடன் பிரமாண்டமாக அமைக்கப்பட்டுள்ள பைரவர் திண்டிவனத்திற்கு அருகே ஓர் அய்யனார் கோயிலில் காட்டப்பட்டுள்ளார்[5]. இதே போன்று சுடுமண் பொம்மையாகச் செய்யப்பட்ட பைரவர் உருவம் ஒன்று உசிலம்பட்டி அருகே ஆண்டிபட்டி கணவாய்ப்பகுதியில் உள்ளது. சப்தமாதர்களின் சுடுமண் உருவங்கள் மதுரைக்கு 10 கி.மீ. கிழக்கே வைகையின் தென்கரையில் விரகனூரில் அமைக்கப் பட்டுள்ளன. இம்மாதர்கள் நீர் நிலைகளைக் காக்கின்ற தெய்வங்கள் எனக் கிராம மக்களால் நம்பப்படுகின்றனர். அவர்கள் நோய் நொடிகளிலிருந்து காப்பவர்களாகவும் மழை வருவிப்பவர்களாகவும் நம்பப்படுகின்றனர். பறையர் இனத்தவர்கள் இத்தெய்வங்களுக்கு எருமைகளையும், ஆடுகளையும், சேவல்களையும் பலியிட்டு வணங்குகின்றனர்[6].

சர்ப்பங்களுடைய உருவங்களும் சுடுமண்ணால் செய்யப் பட்டன. இது பொதுவாகக் குழந்தை வரத்திற்கும், நாக தோஷத்திலிருந்து விலக்குப் பெறுவதற்கும் நேர்த்திக் கடனாக வைக்கும் வழக்கம் இருந்து வருகிறது. கிராமப் பெண் தெய்வங்களான காளியம்மன், மாரியம்மன், முத்தயாலு அம்மன் ஆகியோருக்கும் திருவிழாக்காலங்களில் தற்காலிகச் சுடுமண் பொம்மைகள் செய்யப்பட்டுள்ளன.

சுடுமண் பானைகள் செய்வதும் அவற்றின் மேற்பரப்பில் ஓவிய அலங்கார வேலைப்பாடுகள் செய்வதும் தொன்மையான நாட்டுப் புறக்கலையாகும். இதன் துவக்கத்தை சிந்துச் சமவெளி நாகரீக காலத்திலிருந்தே காணமுடிகின்றது. திருமணக் காலங்களில் புதுப்பானைகளில் செழுமை தொடர்பான குறியீடுகள் வரையப் படுவதைக் காணலாம். குறிப்பாக, பறவைகளின் உருவங்கள், செடி, கொடிகள், சக்கரங்கள், மாவிலை போன்றவை வரையப்பட்டன. பானைகளின் கழுத்துப்பகுதியில் வெறுமனேவிடாமல் பெருவிரல் நகத்தால் அலங்காரமான கீறல்கள் போட்டு அழகு செய்வதுடன், கயிறு புரிபோன்ற அலங்காரமும் போடப்படுகின்றன.

நிகழ்த்துக் கலைகள்

கிராமிய நிகழ்த்துக் கலைகள் ஏனைய கோயிற்கலைகள் போன்று ஓர் இலக்கணத்திற்குள் கட்டுப்படுத்தப்பட்டவை என்று கருத முடியாது. அவை நிகழ்த்தப்படுகின்ற இடம், சூழல், நிகழ்த்துகின்ற கலைஞர்கள் ஆகிய காரணிகளுக்குத் தகுந்தவாறு மாறக்கூடியவை யாகும். ஒரே இனத்தைச் சேர்ந்தவர்கள் வெவ்வேறு கிராமங்களில் அல்லது நகரங்களில் குடியிருக்கும் போது அவர்கள் நிகழ்த்துகின்ற

திருமணச் சடங்குகள் அல்லது இறப்புச் சடங்குகள் இடத்திற்கு இடம் வேறுபடுவதைக் காணலாம். இதுபோன்றே நாட்டுப்புற நிகழ்த்துக் கலைகளும் மரபுக்குக்கட்டுப்பட்டு மாறுபாடு அடையக்கூடியவையே. 'ஒரு குறிப்பிட்ட மரபுக்கலையை நிகழ்த்துபவர் தமது கலை வழங்கும் பண்பாட்டிலுள்ள பார்வையாளரின் மனநிலைக்கேற்பவும், தெய்வ வழிபாடு நிகழ்த்துவதென்றால் அதற்கேற்பவும் நிகழ்த்தப்பட வேண்டிய நேரத்திற்கேற்பவும் நிகழ்த்துநர் தமது கலையை நிகழ்த்துவர்'[7]. நிகழ்த்தப்படும் கலையில் பார்வையாளருக்குத் திருப்தி ஏற்படா விட்டால் இடையில் குறுக்கிட்டுக் கலைஞரை நேரடியாக விமர்சிப்ப துடன் திருத்தமாக நிகழ்த்தச் செய்வர். நிகழ்த்துநர் பார்வையாளர் ஊடாட்டம் நிகழ்த்துக் கலையில் முக்கிய பங்காற்றுகிறது. நிகழ்த்து தலின்போது இரு சாராரிடமும் ஒத்திசைவும், புரிதலும் இருந்து கொண்டேயிருக்கும்.[8] இந்நிகழ்த்து கலைகளின் தன்மை மற்றும் நிகழ்வுகள், நிகழ்விடங்கள் ஆகியவற்றைத் தனித்தனியாக ஆராய்வது அவசியமானதாகும்.

காவடியாட்டம்

காவடி எடுத்தல் என்பது ஒரு மனிதன் தன்னுடைய நேர்த்திக் கடனுக்காக (votive offering) ஏதேனும் ஒருகோயிலுக்கு எடுத்துச் செல்வது இன்றும் ஒரு வழக்கமாக இருந்து வருகின்றது. காவடி தூக்கிச் செல்வது போன்ற சிற்பங்கள் விஜயநகர- நாயக்கர் காலக் கோயில்கள் சிலவற்றில் காணலாம். உதாரணமாக திருப்பரங்குன்றம் கோயிலிலுள்ள நாயக்கர் மண்டபத்தூண் ஒன்றில் இதனைக் காணலாம். காவடி அமைப்பிலும், குறியீட்டு முறையிலும், ஒரு சிறு கோயில் அல்லது பல்லக்கு அமைப்பை ஒத்ததாகும். இன்றும் அது போன்ற அமைப் புடைய பல்லக்குகளில் இறையுருவங்கள் தெருக்களில் வலம் வருவதைக் காணமுடிகின்றது. காவடி பற்றிய தொன்மக் கதையொன்று தமிழகத்தில் விளங்கி வருகின்றது. அதாவது, இடும்பன் என்கிற அசுரன் தனது இரு தோள்கள் மீது வைக்கப்பட்ட கம்பின் இரு ஓரங்களிலும் பழனி, திருப்பரங்குன்றம் ஆகிய குன்றுகளைத் தாங்கி வந்தான் என்றும், அவன் அவ்வாறு தாங்கி வந்தது காவடியைத் தாங்கி வந்ததற்கு ஒத்ததாகும் என்றும் கருதப்படுகிறது. இவ்வசுரன் பின்னாளில் சுப்ரமணியரின் (முருகக் கடவுள்) பக்தனாக ஆகிக் கோயில் விழாக்களில் முதல் மரியாதையையும் பெற்று வந்ததாகவும் சொல்லப் படுகின்றது. எனவே முருகன் அல்லது சுப்ரமணியர் கோயிலுக்கு எடுக்கும் காவடி, அவரது பக்தரான இடும்பனுக்குக் கொடுக்கும்முதல் மரியாதை என்றும் இன்றளவும் நம்பப்பட்டு வருகிறது[9]. முருகனுக்கு அல்லது சுப்ரமணியருக்கு மட்டுமே காவடி எடுக்கும் வழக்கம்

தமிழகத்தில் துவக்கத்தில் இருந்தபோதும் இன்று பிற தெய்வங்களுக் காகவும் எடுக்கக் கூடிய வழக்கமாக மாறிவருவதைக் காணலாம். இது சபரிமலை சாஸ்தாவுக்கு மட்டுமே பல ஆண்டுகளாக இருமுடி ஏந்திவந்த நிலை பிற கோயில்களுக்கும், குறிப்பாக மேல்மருவத்தூர், வேளாங்கண்ணி போன்ற கோயில்களுக்கும் எடுத்துச் செல்லும் வழக்கமாகப் பரவியது போன்றதாகும். இக்காவடி, பால்காவடி, புஷ்பக் காவடி, சர்ப்பக்காவடி, சந்தனக்காவடி, சேவல்காவடி, மச்சக்காவடி, வேல்காவடி என்று வகைப்படுத்தப்படுகிறது. இவை ஒவ்வொன்றும் ஒவ்வொரு வழக்கமுறையையும், காரணத்தையும் கொண்டுள்ளன.

காவடி ஒரு குறுந்தடியால் செய்யப்படுகிறது. அதன் இருமுனை களையும் இணைத்து மேல்நோக்கி வளைந்த அமைப்பில் கட்டுவர். அதனை மயிலிறகு, மலர்கள், மலர்மாலைகள் ஆகியவற்றால் அழகுபடுத்துவர். சில நேரங்களில் காவித்துணியும் கட்டப் பட்டிருக்கும். காவித்துணி புனிதத்தின் சின்னமாகக் கருதப்படுகிறது. காவடியின் நடுப்பகுதியில் ஒரு வேல் கட்டப்பட்டிருக்கும். இது முருகனின் ஆயுதமாகும். முருகனது படமும் வைக்கப்பட்டிருக்கும். காவடியின் இரு முனைகளிலும் பித்தளைச் செம்பில் பால், பன்னீர் போன்றவற்றை நிரப்பியிருப்பர். எனவே காவடியை முருகனின் குறியீடாகக் கருதித் தூக்கிச் செல்வர். முருகனின் உருவமைப்புடனும், வழிபாட்டுடனும் தொடர்புடைய வேல், சந்தனம், பால், சர்ப்பம், சேவல் ஆகியவையே பல்வேறு வகையான காவடிக்கு, அவற்றில் செம்பில் வைக்கப்பட்டுள்ள பொருளின் அடிப்படையில் பெயர் வைக்கப்பட்டுள்ளன.

காவடியைத் தூக்கிச் செல்பவர்கள் தங்களது உதடுகளில் அலகு குத்தி வருவதும் ஒரு வழக்கமாக விளங்கி வருகின்றது. அது ஒரு வேளை தன்னுடைய விரதம் முடியும் வரை பேசாமல் அமைதியாக இருப்பதற்காகக் குத்தப்படலாம். காவடி எடுக்கும்போது சுற்றி இருக்கின்ற பக்தர்கள் கூட்டம் காவடிச் சிந்து பாடுவதும், காவடி எடுப்பவர் அதற்கு ஏற்றபடி ஆடுவதும் காணத்தக்க ஒன்றாகும். பழனிகோயிலுக்கும், திருப்பரங்குன்றம், கழுகுமலை, முருகன் கோயில் போன்றவற்றிற்கும் பன்னெடுங் காலமாகப் பக்தர்கள் காவடி எடுத்துச் செல்கின்றனர். பெரும்பாலும் ஆண்கள் மட்டுமே காவடி எடுத்து வந்தனர். ஆனால் தற்போது பெண்களும் காவடி எடுக்கத் தொடங்கி யுள்ளனர். இதற்கு உதாரணமாக கேரளத்திலிருந்து பழனிக்குத் தைப்பூசத்திற்குப் பெண்கள் காவடி எடுத்துவருவதைக் கூறலாம். கழுகுமலைக்கு ஏராளமானோர் காவடி எடுத்து வந்ததன் நினைவாகவே அண்ணாமலை ரெட்டியார் பிரபலமான காவடிச்சிந்துப் பாடல்களை

இயற்றினார். பாண்டிச்சேரிக் கருகில் உள்ள மயிலம் முருகன் கோயிலுக்கும், கன்னியாகுமரியிலுள்ள குமாரக் கோயிலுக்கும் காவடி எடுக்கும் வழக்கம் இன்றும் உள்ளது.

காவுதடியே 'காவடியாகி' இருக்கவேண்டும் என ஏ.என். பெருமாள் கருதுகிறார். காவுதல் என்பது கட்டித் தொங்கவிட்டு சுமத்தல் என்று பொருள்படுகிறது. காவடித்தண்டின் மூலம் இருமுனைப் பாரம் சுமக்கும் வழக்கத்தை ஆந்திரம், கர்நாடகம், ஒரிசா, தமிழ்நாடு போன்ற மாநிலங்களில் காணலாம். பல இடங்களில் கலையாக வளராத காவடிச்சுமைதாங்கி, தமிழ் நாட்டில் மட்டும் மிகச்சிறந்த ஆடல் கலையாகப் பரிணமித்துள்ளது சிறப்புமிக்க செய்தியாகும்.[10]

காவடியாட்டம் ஒரு பக்கம் சமயம் சார்ந்த நிகழ்வாகவும் மற்றொரு பக்கம் கலையம்சம் பொருந்திய கலைப்பொக்கிசமாகவும் விளங்குகிறது. இது கலைஞனின் விருப்பத்திற்கேற்பவும், சூழலுக் கேற்பவும் மாறுபட்ட அமைப்பினைக் கொண்டது. முழுவதும் சமயத்தின் கட்டுப்பாட்டில் இருப்பதில்லை. முற்காலச் சோழர் காலத்துக் கோயில்களில் கோயிலின் உள்ளும், சுவர்களின் மாடங் களிலும், விமானத்தின் கிரீவப் (கழுத்து) பகுதிகளில் வைக்கப்படும் சிற்பங்கள் கோயில் இலக்கணத்திற்குக் கட்டுப்பட்டிருந்தபோது, அக்கோயில்களின் அதிட்டானப் பகுதியில் அமைக்கப்பட்ட சிற்றுருவச் சிற்பத் தொகுதிகள் இலக்கணத்திற்கு அப்பாற்பட்டு கலைஞனின் விருப்பத்தையும், தனித்திறமையையும் வெளிப்படுத்துவன வாக அமைந்துள்ளன. அது போன்றே காவடியின் அமைப்பும் நாட்டுப்புறக் கலைஞர்களின் தனித்திறனை வெளிப்படுத்துவதாக அமைந்துள்ளது என்று கருதலாம்.

கிராமங்களில் நடைபெறும் திருவிழாக்களின்போது காவடி யாட்டம் நடத்தப்படுகிறது என்பதை முன்னமே கண்டோம். அத்தருணத்தில் காவடியையே கடவுளாக நினைத்து அதனைப் பார்த்துக் கையெடுத்துக் கும்பிடுவது வழக்கமாக உள்ளது. அத்தருணத்தில் பம்பையும், நையாண்டி மேளமும் இசைக்கப்படும். இவ்விசைக்குத் தக்கவாறு காவடிதூக்குவோரும், பிறபக்தர்களும் ஆடுவர். இதுவே பக்திப்பரவசத்தைத் தூண்டிவிடும். அனைவரும் தம்மை மறந்து ஆடிப்பாடி வணங்குவர். இதைத்தான் ஒரு செயலைக் கட்டுப்பாட்டுக்குள் (Possessiveness) வைத்திருப்பது அல்லது ஒன்றையே குறிக்கோளாகக் கொண்டு செயல்படுவது என்பர். உதாரணமாக 'வள்ளி திருமணம்' போன்ற நாடகங்களில் இடம் பெறும் காவடியாட்ட நிகழ்ச்சிகள் மேடையில் நடைபெறும்போது, பார்வையாளர்கள் தம்மை மறந்து அதை ஒரு வழிபாடாகவே கருதி 'அரோகரா' என்று முழக்கமிடுவர் இது ஒரு கலை நிகழ்ச்சிதான்

என்பதை அவர்கள் மறந்திருப்பர். கலைக்காட்சிகளுடன் உண்மையான உணர்வுடன் ஒன்றிக் கலந்துவிடும் நாட்டுப்புற மக்களின் இயல்பு இங்கு வெளிப்படுகிறது." இந்நாட்டுப்புற நிகழ் கலை பெருங்கோயில்களுக்கும் பரவியிருப்பதால் சமூகச் சமன்பாடு ஏற்பட வழிவகுப்பதாக அமைகின்றது என்று கருதலாம்.

கரகாட்டம்

கரகாட்டம் என்பது கோயில்களில் நடைபெறுகின்ற கும்பமேளம், பூர்ணகும்பம் போன்ற சடங்குகளோடு தொடர் புடையதாகும். கும்பம் அல்லது கலசம் இந்தியக் கலையின் துவக்கத்திலேயே பௌத்தர்களால் அவர்தம் சைத்தியங்களின் தூண்களில் புகுத்தப்பட்டிருப்பதைக் காணலாம். பௌத்த சைத்தியங்களின் தூண்களின் அடித்தளமாகக் கலசம் வைக்கப்பட்டது. இதனை மேற்கு இந்தியாவில் உள்ள பாஜா, கோண்டேன், நாசிக் ஆகிய சைத்தியங்களில் காணலாம். இதுவே பின்னாளில் குப்தர்களது தூண்களிலும், பல்லவ, பாண்டிய, சோழர்களின் தூண்களிலும் அடித்தளமாக (base) அமையாமல் தூணின் உச்சிப்பகுதியில் இடம் பெற்றது. முதலாம் இராஜராஜன் காலத்தில் கோயிலின் சுவரில் கும்ப பஞ்சரம் உருவானது. இது விஜயநகர - நாயக்கர் காலத்துத் தூண்களில் விரிவடைந்தது. எனவே இந்தியக்கலை வரலாற்றில் தொன்றுதொட்டு கலசம் அல்லது கும்பம் சிறப்பாகக் கருதப்பட்டு வந்தது. கோயில்களில் இன்றும் யாக சாலைகளில் 108 அல்லது 1008 கலசங்களில் நீர்நிரப்பிவைத்து வழிபடுவதும், முக்கிய பிரமுகர்கள் கோயில்களுக்கு வரும்போது அவர்களுக்குப் பூர்ணகும்ப மரியாதை செலுத்துவதும் வழக்கத்தில் உள்ளது. ஐம்பது அல்லது நூறு ஆண்டுகளுக்கு முன்னால் கட்டப்பட்ட வீடுகளில், குறிப்பாக சென்னையில் மைலாப்பூர், மாம்பலம், தி.நகர் போன்ற பகுதிகளிலும், செட்டிநாட்டுப் பகுதியில் கட்டப்பட்ட வீடுகளிலும் உள்ள முகப்பு நிலையின் மேற்கட்டையில் கலசம் வைப்பது வழக்கமாக இருந்துள்ளது. இதுவே கலசம் மங்களச் சின்னமாகக் கருதப்பட்டு வந்ததற்கு சிறந்ததோர் உதாரணமாகும். இறப்புச் சடங்கின் போதும் கலசம் வைத்து அதில் இறைவனை அமரச் செய்து பூசை செய்வது பல இடங்களில் மரபுவழியாகப் பயன்படுத்தப்பட்டு வருகிறது. இந்தக் கலசமே கரக ஆட்டக் கலையிலும் முக்கிய பங்கு வகிக்கிறது.

கரகாட்டத்தின் கூறுகள் சிலப்பதிகாரத்தில் இருந்ததென அறிஞர்கள் கருதுகின்றனர். மாதவி ஆடிய பதினொரு வகை ஆடல்களில் குடக்கூத்தும் ஒன்றெனக் கூறப்படுகிறது. குடக்கூத்து விஷ்ணுவின் முழுமை பெற்ற அவதாரமான கண்ணன் அல்லது

கிருஷ்ணாவதாரத்தின் போது இறைவனே ஆடியதாகக் கூறுவர். இதற்கான சிற்பச் சான்றுகளும், இலக்கியச் சான்றுகளும் இருப்பதை முன்னமே கண்டோம். சிறைவைக்கப்பட்ட தனதுபேரன் அநிருத்தனை விடுவிப்பதற்காக கண்ணன் இக்கூத்தினை ஆடியதாகப் பிரபந்தப் பாடல்கள் கூறுகின்றன. இக்குடக்கூத்து வினோதக்கூத்துகளில் ஒன்றெனக் கருதப்படுகிறது. சிலப்பதிகாரத்திற்கும் முந்திய தொல் காப்பியத்திலும், கலித்தொகையிலும் 'கரகம்' என்ற சொல் இடம்பெற்றுள்ளது.

> "நூலே கரகம் முக்கோல் மனையே
> ஆயுங் காலை அந்தணர்க்குரிய"

என்று தொல்காப்பியமும்,

> "எறித்தரு கதிர் தாங்கு ஏந்திய குடை நிழல்
> உறித்தாழ்ந்த கரகமும் உரை சான்ற முக்கோலும்"

என்று கலித்தொகையும் குறிப்பிடுகின்றன. ஆனால் இது என்ன பொருளில் கூறப்பட்டது என்பது தெளிவுபடவில்லை.

கரகம் எடுத்தல் இரண்டு வகையாகப் பகுக்கப்படுகிறது. அவை சக்திகரகம், ஆடுகரகம் என்பனவாகும். சக்திகரகம் சமயச் சடங்கு களோடு தொடர்புடையது. ஆடுகரகம் முழுக்க முழுக்க நாட்டுப்புறக் கலைநயம் வாய்ந்தது. சக்தி கரகத்தில் பெரும்பாலும் மண்கலசம் பயன்படுத்தப்படும். திருவிழா முடிந்ததும் அது நீரில் கரைக்கப்படும். ஆடுகரகம் ஆடும்போது பித்தளை அல்லது வெண்கலச் செம்பு பயன்படுத்தப்படும். யாகங்களில் இருவகையான கலசங்களும் பயன்படுத்தப்படுகின்றன. ஆனால் அவை உபயோகப்படுத்தப்படாத புதிய கலசங்களாக இருக்க வேண்டும். சக்திகரகம், ஒரு கலசத்தில் நீர் ஊற்றி அதற்கு மேல் தேங்காய் மற்றும் தென்னம்பூ, வேப்பிலை மற்றும் பூமாலை, பூக்கள் ஆகியவற்றை வைத்து நூலினால் கட்டி அலங்கரிக்கப் படுவதாகும். இது மாரியம்மன், துர்க்கையம்மன் மற்றும் கங்கையம்மன் கோயில்களுக்கு எடுத்துச் செல்வதாகும். இதனால் மண்கலசத்தின் முகப்பில் அம்மன் உருவம் மஞ்சளில் செய்து அதற்கு குங்குமமிட்டு தாலி மற்றும் ஆபரணங்களும் பூட்டுவர். அக்கரகத்தையே அம்மனாகக் கருதிப் பயபக்தியோடு அக்கோயில் பூசாரி எடுத்துச்செல்வார். மற்றவர்கள் கரகோசமிட்டு, குலவையிட்டுப் பின்செல்வர். இந்நிகழ்வு அப்பெண் தெய்வத்திற்குச் சக்தி ஏற்றி அக்கோயில் பீடத்தில் வைப்பதற்காக என்று கிராம மக்கள் நம்புகின்றனர். பீடத்தின் மீது வைத்ததிலிருந்து திருவிழா முடிந்து அதனை எடுத்துச் சென்று நீரில் கலக்கும் வரை அக்கரகமே அப்பெண் தெய்வத்தின் குறியீடாகக் (symbol) கருதி வணங்கப்பட்டு வருவதை இன்றும் காணலாம். கரகம்

எடுத்துச் செல்லும்போது மேளமும், நாதஸ்வரமும் மற்ற மங்கல இசைக்கருவிகளும் வாசிக்கப்படுகின்றன.

இச்சமயத் தொடர்பான சக்திகரகமானது சில மாற்றங்களுடன் திருவிழாக் காலங்களில் கழைக்கூத்தாடிகளின் தனிப்பட்ட நிகழ்த்துக் கலைகளிலும் பயன்படுத்தப்படலாயிற்று. இதற்காகக் கரகக்கலசத்தின் கீழ்ப்பகுதியைப் பள்ளமாக அமைத்திருப்பர். இதனால் கரகம் கீழே விழாமல் நிற்பதைக் காணலாம். இதன் பயிற்சியின் போது கரகச் செம்பின் அடிப்பகுதி தட்டையாக இருக்கும். இச்செம்பு சுமார் 4 கிலோ முதல் 10 கிலோ வரை எடையுள்ளதாக இருக்கும். இதில் 'டோப்பு' என்று சொல்லப்படும் மலர்களால் அலங்கரிக்கப்பட்ட கூண்டு ஒன்று கரகத்தின் வாயில் கவிழ்த்து வைத்துப் பொருத்தப் பட்டிருக்கும். செம்பின் வளைவுப் பகுதி வரை அக்கூண்டு அமைந் திருக்கும். கூம்பு வடிவத்தில் அது காட்சிதரும். செம்பின் வாயின் நடுவில் பொய்க்கிளி ஒன்று அழகுசெய்யும்.[12] இவ்வகைக் கரகமே ஆட்டக்கரகம் எனப்படுகிறது.

சக்திகரகம் வேளாண்மக்கள் தம் இறைவிக்குச் செய்யும் நன்றிக் கடனாகும். ஆட்டக்கரகம் கலைரீதியிலும், தொழில் ரீதியிலும் மற்றும் இனிமையான பொழுதுபோக்குக்காகவும் நடத்தப்படுவதாகும். சக்திக்கரகம் நீரால் நிரப்பப்பட்டிருக்கும். ஆட்டக்கரகமோ அரிசியால் நிரப்பப்படும். முன்னது ஆண்களால் மட்டுமே கரகம் எடுப்பதாக அமைந்துள்ளது. பின்னதில் இருபாலாரும் ஆடுவர். இக்கரகாட்டத்தின் போது கலைஞர்கள் முழுக்கால் சட்டை, இரவிக்கை, பாவாடை, மார்புக்கச்சை, மாராப்புத்துணி, இடுப்புக்கச்சை போன்ற வற்றை அணிந்து அலங்கரித்துக் கொள்வர். கால்களில் சலங்கை கட்டி யிருப்பர். தற்காலத்தில் இவர்கள் கரகத்தைத் தலையில் வைத்துக் கொண்டு ஆட்ட அசைவுகளையும் நிகழ்த்திக் கொண்டே ஏணியில் ஏறுதல், கண்ணிமைகளால் ரூபாய் நோட்டினை எடுத்தல் போன்ற சாகசங்களைச் செய்து பார்வையாளரைக் கவருவர். குடத்துக்கு மேல் குடமாகப் பல குடங்களை அடுக்கி ஆடுவதும் உண்டு. இதை உணர்த்தும் சிற்பக்காட்சி திருநெல்வேலி மாவட்டம் அத்தாள நல்லூரிலும் பிற இடங்களிலும் காணப்படுகிறது. தலையில் ஓர் உலக்கையை நிறுத்தி அதன் உச்சியில் தீச்சட்டி வைத்து ஆடுவர். தலையில் தீப்பந்தங்களைக் கட்டிச் சுழன்று வேகமாக ஆடுவர். தரையில் ஒரு குடத்தைக் கவிழ்த்து வைத்து அதன் மீதேறிக் கரகமாடுவது கண்கொள்ளாக் காட்சியாக அமையும். இத்தகு சாகசக் காட்சிகள் கரகாட்டத்தின்போது நிகழ்த்தப்படுவதால் கரகாட்டத்தின் முக்கியத் துவம் குறைந்து வருகின்றது என்பது மறுக்க முடியாததோர் உண்மை யாகும்.

கரகமெடுத்து ஆடுபவர்கள் நாட்டுப்புற இசையோடு பாடல்களைப் பாடுகின்றனர். அவர்களுக்குத் துணையாக நையாண்டிமேளம், பறை, தவில், பம்பை, உறுமி, சத்தக்குழல் போன்ற இசைக்கருவிகள் இசைக்கப்படுகின்றன. அவை கரகாட்டக்கலையின் சிறப்பினை மேன்மைப்படுத்தப் பெரிதும் உதவுகின்றன. இசைக்கருவிகளின் ஏற்ற, இறக்கமான இசை ஆட்டத்தின் போக்கினை மாற்றக்கூடிய சக்தியடைந்தவை. இதன் பிறப்பிடம் தஞ்சைப்பகுதி என்று கருதப்பட்டாலும் கரகாட்டம் தமிழகத்தின் அனைத்துப் பகுதிகளிலும் பிரபலமாக உள்ளது. தஞ்சாவூர், புதுக்கோட்டை, திருச்சி, மதுரை, சேலம், திண்டுக்கல், சிவகங்கை, இளையான்குடி, கீரனூர், சாலைக் கிராமம், மரவமங்கலம், புலியடித்தம்மம், உறுதிக்கோட்டை, கல்லடிதிடல் ஆகிய பகுதிகளில் கரகாட்டக் கலைஞர்கள் நிறைந்துள்ளனர். இராமநாதபுரம் மாவட்டத்து ஊர்களிலுள்ளோர் பிழைக்க வேண்டித் தஞ்சைப்பகுதிக்குக் குடிபெயர்ந்துள்ளனர். இன்று தஞ்சையில் உள்ள பல கரகாட்டக் கலைஞர்களுக்கு பூர்வீகம் இராமநாதபுரம் மாவட்டமே.[13] திருநெல்வேலி, கன்னியாகுமரி மாவட்டங்களிலும் கரகாட்டக் கலைஞர்கள் நிறைந்துள்ளனர். அப்பகுதியில் உள்ளவர்கள் கரகத்தைக் கரகக்குடம் என்றும், குட்டத்து ஆட்டம், கும்ப ஆட்டம் என்றும், அம்மன் கொண்டாடி என்றும் சொல்லுவார்கள். இவ்வாட்டம் ஒருபுனித இடத்திலோ அல்லது சதுரமான இடத்திலோ நடத்தப்படும். சதுரம், புனிதம் அல்லது தூய்மையின் குறியீடாகும்.

கோலாட்டம்

கோல் என்ற சொல்லே ஒரு கம்பு அல்லது குச்சியைக் குறிக்கின்றது. சிறு குச்சிகளைக் கையில் வைத்துக் கொண்டு ஆடுகின்ற ஆட்டம் கோலாட்டம் எனப்படுகின்றது. பொதுவாக, பள்ளிகளில் ஒரு காலத்தில் இவ்வாட்டம் சிறப்பாக நிகழ்த்தப்பட்டது. தற்போது இது மறைந்து வருகின்றது. பொதுவாக இவ்வாட்டம் பெண்களால் நிகழ்த்தப் பெறும். தற்போது திருவிழாக் காலங்களில் இவ்வாட்டம் நடத்த பெறுகின்றது. இது பற்றிய தொன்மக்கதை ஒன்று உள்ளது. பசவா அசுரன் என்பவன் எவராலும் கட்டுப்படுத்த முடியாதவனாக இருந்து வந்தான். அவன் முன்பு சில இளம் பெண்கள் பாடிக் கொண்டே கோலாட்டம் ஆடியபோது அவன் மனம் மகிழ்ந்தான். தன்னுடைய தீய எண்ணங்களையெல்லாம் விட்டு ஒழித்தான். அது முதல் கோலாட்டம் பல கிராமங்களில் பிரபலம் அடைந்தது என்று நம்பப்படுகின்றது.[14] கோலாட்டம் வட இந்தியாவில் அக்டோபர் - நவம்பர் மாதங்களில் தீபாவளி அன்று தொடங்கி அதனையடுத்து

வருகின்ற பௌர்ணமியன்று முடியும். அங்கே பசவ என்பது சிவபெருமானின் ஓர் அம்சமாகக் கருதி வணங்கப்பட்டு வருகின்றது. அது சிவபெருமானின் காளை வாகனமாக உருவகப்படுத்தப்படுகிறது. இத்திருவிழாக் காலத்தில் பெண்கள் அதிகாலையிலேயே குளித்து விட்டுக் கையில் கொள்ளுமளவு புல்லும் ஒரு பாத்திரத்தில் நீரும் எடுத்துக் கொண்டு எந்த இடத்தில் களிமண்ணாலான பசவனின் உருவத்தை பிரதிஷ்டை பண்ணியிருக்கின்றார்களோ அந்த இடத்திற்கு வருவர். பின்பு அப்பெண்கள் புல்லை பசவனுக்குச் சமர்ப்பித்து நீரைக் காளை வாகனமாக நந்தியின் முன்பு வைத்துவிட்டு வணங்குவர். பௌர்ணமி அன்று கோலாட்டம் அடித்து விளையாடி மண்ணுருவத்தை ஆற்றில் கரைப்பர். 17-18 ஆம்நூற்றாண்டுகளைச் சேர்ந்த பஹாரி ஓவியங்களிலும் கோலாட்டம் சித்திரிக்கப்பட்டுள்ளது. விசயநகரத்துக் கோயில்களில் கோலாட்டச் சிற்பங்கள் காணப்படுகின்றன. மதுரை மீனாட்சி- சுந்தரேசுவரர் கோயிலில் உள்ள கிளிக்கூண்டு மண்டபத்தின் முன்பகுதி கோலாட்ட மண்டபம் என்றும் அழைக்கப்பட்டது. இங்கு அக்காலத்தில் சங்கிலிக் கோலாட்டம் நடைபெற்றதெனக் கூறப்படுகிறது. தஞ்சை மாவட்டம் திருக்கோடிக் காவல் கோயிலில் கோலாட்டச் சிற்பம் உள்ளது.

தமிழகத்தில் கோயில் திருவிழாக் காலங்களில் முளைப்பாரி மற்றும் மாவிளக்கு எடுக்கின்ற நாள் இரவில் பெண்கள் வட்டமாகச் சுற்றி நின்று கோலடித்து ஆடுவார்கள். கோல்களை அடிக்கும்போது முன்னும் பின்னும் திரும்பி மாறி மாறி அடித்து ஆடுவர். சில நேரங்களில் குனிந்தும், நிமிர்ந்தும், கைகளை உயர்த்தியும், தாழ்த்தியும் கோல்களை அடித்து ஒலியெழுப்பி விளையாடுவர். தன் கையில் உள்ள கோல்களை அடித்து ஒலியெழுப்புவதோடு முன்னும் பின்னும் உள்ளவர்களின் கோல்களைத் தட்டியும் விளையாடுவர். வட்டத்தில் அனைவரும் சுற்றிச் சுற்றி வந்தவாறு ஆடுவர். அனைவரும் ஒரு ஒழுங்கைப் பின்பற்றிப் பாடலின் தாளத்துக்குத் தக்கவாறு கோல்களைத் தட்டி ஒலியெழுப்புவதே இந்த ஆட்டத்தின் சிறப்பு அம்சமாகும். கண்ணனது சிறப்புகள் பற்றியே பெரும்பாலான கோலாட்டப் பாடல்கள் அமைந்திருக்கும். சமூக நடவடிக்கைகள் பற்றிய பாடல்களும் தற்போது இடம்பெறுகின்றன.[15]

கும்மி

கும்மி என்பது நாட்டுப்புறப் பாடல்களுக்கு ஏற்றபடி கைத்தாளங்களோடு நடனமும் ஆடுவதாகும். இது துவக்கத்தில் திருவிழாக் காலங்களில் நிகழ்த்தப்படும் ஒரு கலையாக விளங்கி வந்தது. இது கும்மி எனவும், ஒயில் கும்மி எனவும் வகைப்படுத்தப்படுகின்றது.

தமிழகத்தில் ஆண்களும், பெண்களும் தனித்தனியாகக் கும்மியடித்து ஆடுவர். இவை இரண்டிற்கும் சில வேறுபாடுகள் காணப்படுகின்றன. கும்மி திராவிடப் பண்பாட்டிலிருந்து தோன்றியது என்பர். இதனை யொத்த ஆட்டங்கள் ஆந்திரத்திலும், கேரளத்திலும் வழக்கில் உள்ளன. ஆந்திராவில் இது கொப்பி என்றும் கேரளத்தில் கைகொட்டிக்களி என்றும் வழங்கப்படுகிறது. குஜராத்தில் நடைபெறும் கர்பா நடனமும், இராஜஸ்தானில் நடக்கும் கும்மார் ஆடலும் கும்மியுடன் தொடர்புடையதெனக் கருதப்படுகிறது.[16] இது பண்பாட்டுக் கலப்பின் விளைவு எனலாம்.

கிராம தேவதைகளான மாரியம்மன், முத்தியாலு அம்மன், பகவதியம்மன் போன்ற பெண் தெய்வங்களுக்குக் கோடைக் காலத்தில் திருவிழாக்கள் நடத்தப்படுவது தமிழகத்தில் தொன்று தொட்டு நடைபெறும் வழக்கமாகும். தைத்திரு நாளில் நடைபெறும் பொங்கல் விழாவுக்கு மறுநாள் மாட்டுப்பொங்கல் அல்லது காணும் பொங்கல் கொண்டாடப்படுகிறது. கோடையில் நடைபெறும் பொங்கல் விழாவில் இரவில் பெண்கள் வட்டமாகக் கும்மியடித்து ஆடுவர். முளைப்பாரி மற்றும் மாவிளக்கைக் கோயிலுக்கு எடுத்துச் செல்வதற்கு முன்னர் கிராமத்தின் முக்கிய பகுதியில் ஒன்று கூடி முளைப்பாரியையும், மாவிளக்கையும் தரையில் வைத்து அவற்றைச் சுற்றிப் பெண்கள் நின்று கொள்வர். பின்பு பாட்டுகள் பாடிக் கைகளைத் தட்டிக் கொண்டு கும்மியடித்துச் சுற்றிச் சுற்றி வந்து ஆடுவர். இவ்வழக்கம் இன்றும் தமிழகத்தின் பல கிராமங்களில் காணமுடிகிறது. இதனைச் சித்திரை மாதத்தில் மதுரை மாவட்டத்தில் தி. இராமநாதபுரம் போன்ற பல கிராமங்களில் கொண்டாடி மகிழ்வதைக் கண்டு களிக்கலாம். கும்மியின் போது கைதட்டுதல் பலவகைப்படுகிறது. அதாவது, கையடியில் விரல்தட்டு, உள்ளங்கை தட்டு, அஞ்சலித் தட்டு, முழுக்கைத்தட்டு என்று பல்வகைப்படும். காணும் பொங்கல் அல்லது மாட்டுப்பொங்கல் திருநெல்வேலி மாவட்டத்தில் உள்ள மாவடியில் ஆண்டுதோறும் கொண்டாடப்படுகிறது. அன்று ஊர் மக்கள் குடும்பம் குடும்பமாக அண்மையிலிருக்கும் மலைப் பகுதிகளான நம்பிகோயில் மலை, தண்ணீர்த் தொண்டு, நெல்லித்தோப்பு, பனங்காய் உருளி ஆகிய இடங்களுக்குச் செல்வர். அங்கு நடக்கும் பொங்கல் விருந்தின் போது பெண்கள் ஒன்றுகூடி கும்மியடித்து, பாட்டுப்பாடி ஆடுவர்.[17]

கிராமத் திருவிழாவிலும், மாட்டுப்பொங்கல் விழாவிலும், பிற விழாக்களிலும் கும்மியடிக்கும் பெண்கள் இறைவணக்கம் தொடர்பான பாடல்களையே பாடுகின்றனர். அண்மைக் காலங்களில் கோயில்களில், கிராமங்களிலும், நகரங்களிலும், மாதந்தோறும் திருவிளக்குப் பூஜை

நடைபெறுகிறது. அத்தருணத்திலும் பெண்கள் விளக்குகளைச் சுற்றிக் கும்மியடித்து ஆடுகின்றனர். கால ஓட்டத்தால் கும்மிப் பாடல்கள் தனி இலக்கியப்பிரிவாகத் தமிழில் வளர்ச்சியடைந்துள்ளதைக் காண முடிகிறது. அவற்றில் குறிப்பிடத்தக்கவை அரிச்சந்திரன் கும்மி, வள்ளியம்மன் கும்மி, பஞ்சபாண்டவர் வைகுந்தர் கும்மி, சிறுத் தொண்ட நாயனார் கும்மி, நபியுல்லாக் காரணக்கும்மி, ஞான உபதேசம் பேரின்பக்கும்மி, விலைமாதர் கும்மி, ஜூபிலித் திருநாள் கும்மி, இந்தியா சக்கரவர்த்தினி விக்டோரியா இராஜாத்தியின் திருமுடி போன்றவையாகும்.[18]

ஒயிலாட்டம்

ஒயிலாட்டம் என்பது தமிழகத்தின் பல பகுதிகளிலும், குறிப்பாக மதுரையில் ஆடும் நாட்டிய நாடகமாகும். இதனை விளக்கும் திரைப்படப் பாடல்

'தேரோடு மெங்கள் சீரான மதுரையிலே
ஊரார்கள் கொண்டாடும் ஒயிலாட்டம்'

என்று குறிப்பிடுவதும் இங்கு நோக்கத்தக்கதாகும். இது ஒயில்கும்மி, சங்கீதக் கும்மி என்றும் அழைக்கப்படுகிறது. திருச்சி, கோவை, திருநெல்வேலி மாவட்டங்களிலும் இந்நிகழ்வு காணப்படுகிறது. இதில் ஆடுபவர்கள் ஆண்களே. இதற்கான கருத்து பெரும்பாலும் இராமாயணத்திலிருந்து பெறப்படுகிறது. தவிர வரலாற்றுக் கதைகளும், மக்கள் விரும்பும் சமூகத் தொடர்பான கதைகளும் பாடுவர். நெல்லையில் கட்டபொம்மன் பாடலும், மதுரையில் மதுரைவீரன் கதைப்பாடலும், கோயம்புத்தூரில் வள்ளித்திருமணப் பாடல்களும், வேறுசில இடங்களில் காத்தவராயன் பாடல்களும் பாடப்படுகின்றன. இது வட்டார வழக்காக விளங்கி வருகிறது என்பது தெளிவுபடுகிறது. இதற்கென்று வரையறுக்கப்பட்ட பாடல்கள் அல்லது கதைகள் என்று எதுவும் இல்லை. அந்தந்தப் பகுதிகளில் பிரபலமாக உள்ள நாட்டுப்புறக் கதை தொடர்பாகவே பாடல்களும் கதைகளும் அவ்வவ்வட்டார மக்களால் தேர்ந்தெடுக்கப்படுகின்றன என்பது தெளிவு. இதில் கதையானது ஓர் உரையாடல் போன்று தொடங்கிப் பின் பாட்டுப்பாடி ஆடப்படுகிறது. குறிப்பிட்ட பாட்டின் மையக் கருத்துக்கு ஏற்றவகையில் கலைஞர்கள் தங்களது உடல் மற்றும் அவயவங்களை இயக்குவர்.[19] இவ்வாட்டத்தில் 12 முதல் 20 கலைஞர்கள் கலந்து கொண்டு இந்நிகழ்ச்சியை நடத்துவர். இவர்களுக்குத் தலைவராக ஓர் ஆசிரியர் இருப்பார். அவர் அண்ணாவி என்று அழைக்கப் படுகிறார். இவ்வாட்டம் திறந்த வெளியில்தான் நடைபெறும்.

இவ்வாட்டக்காரர்கள் பெரும்பாலும் ஒரேமாதிரியாக வெள்ளை ஆடையை உடுத்தியிருப்பர். அணிகலன்களும், கால் சலங்கைகளும் அணிவர். இவர்கள் கையில் துணிகள் ஏந்தியும், தலையில் ரிப்பன் கட்டிக்கொண்டும் ஆடுகின்றனர். இவ்வாட்டத்தின்போது பானைத் தாளம், தோற்பானைத் தாளம், குடம், தவில், டோலக், சிங்கி போன்ற இசைக் கருவிகள் பயன்படுத்தப்படுகின்றன[20].

பொம்மலாட்டம்

பொம்மலாட்டம் என்பது தோலினால் செய்யப்பட்ட மெல்லிதான அட்டைபோன்ற வண்ண அலங்காரங்களுடைய உருவங்களைத் திரைப் பின்னணியிலிருந்து காட்டுவதும் அதற்கான விளக்கங்களை ஒருவர் சொல்வதுமாகும். இது தோற்பாவைக் கூத்து எனவும் அழைக்கப்படுகின்றது. முன்னொரு காலத்தில் மரங்கள், மெல்லிய பலகைகள் ஆகியன வைத்துப் பொம்மைகள் செய்யப்பட்ட காரணத்தால் அக்காலத்தில் இது மரப்பாவைக் கூத்து என்று வழங்கப்பட்டது. திருவள்ளுவர் மரப்பாவை பற்றிக் கூறுகிறார்.

"நாண்அகத் தில்லார் இயக்கம் மரப்பாவை
நாணால் உயிர்மருட்டி யற்று" (1020)

என்பது அக்குறள். இதில் வள்ளுவர் மரப்பாவையைக் கயிற்றில் கட்டி உயிருள்ளது போல ஆட்டுதலைக் குறிப்பிடுகிறார். சங்க இலக்கியத்தில் அகநானூற்றில் மரப்பாவை என்ற சொல் வருகிறது. பின்னாளில், குறிப்பாக நாயக்கர் காலத்தில் இவ்வாட்டம் அல்லது கூத்தில் தெலுங்கு நாடகங்களின் தாக்கம் ஏற்பட்டது. இக்கூத்தை நிகழ்த்துவதால் தீவினைகள் ஒழியும், கொள்ளை நோய்கள் தீரும், செல்வம் பெருகும் என்று அக்கலையை நிகழ்த்தும் கலைஞர்களும் அதைக் கண்ணுறும் மக்களும் நம்புகின்றனர். இதற்கான கதைக் கருக்கள் இராமாயணத்திலிருந்தும் மகாபாரதத்திலிருந்தும், பாகவதத்திலிருந்தும், அரிச்சந்திரன் கதை மற்றும் நல்லதங்காள் கதையிலிருந்தும் பெறப்படுகின்றன. கொப்புளான், உச்சிக்குடும்பன், முனவத்தக் கண்ணன் போன்ற நகைச்சுவைப் பாத்திரங்களைத் தமிழ்நாட்டுப் பாவைக்கூத்து நிகழ்ச்சிகளில் காணமுடிகிறது. கர்நாடகத்தில் தார்வார் மாவட்டத்தில் பாவைக்கூத்தினர் அனுமநாயகா என்ற நகைச்சுவைப் பாத்திரத்தைப் பயன்படுத்துகின்றனர்.[21]

பொம்மலாட்டத்திற்கான பொம்மைகளில் தலை, கண்டம், கை, கால் ஆகியவற்றைத் தனித்தனியாக மரத்துண்டுகளைப் பயன்படுத்தி நூலினால் கட்டுவர். பலவிதமான துளைகளிட்டு அணிகலன்கள் அணிவித்திருப்பது போலக்காட்டுவர். பிறகு வண்ணம் தீட்டுவர்.

இப்பாவைகளை ஒன்றரை அடியிலிருந்து இரண்டடி வரை உயர முடையதாக அமைப்பர். இதில் திரைமறைவில் இருந்துகொண்டு பாட்டுப்பாடுவர் ஜாலரா, தபேலா, மரத்தாலான தாளக்கட்டை ஆகிய இசைக் கருவிகளையும் இசைப்பர். வெள்ளைத் திரைக்குப்[22] பின்னால் ஒரு விளக்கைத் தொங்கவிடுவர். திரைக்கும் விளக்குக்கும் இடையில் பாவை அல்லது பொம்மைகளை இயக்குவர். இவற்றை இயக்கும் கலைஞர் சூத்ரதாரி எனப்படுகிறார். இவர் பல்குரல் வல்லுநரா யிருப்பார். அதனால் தான் அவர் வேறுபட்ட பாத்திரங்களைக் காட்ட முடிகிறது.

இக்கூத்து பண்டைக்காலத்தில் சீனாவில் நடத்தப்பட்டது. பின்பு அது இந்தோசீனா வழியாக இந்தியாவிற்கு கி.பி. பன்னிரண்டாம் நூற்றாண்டளவில் வந்திருக்க வேண்டும் என நம்பப்படுகிறது.[23] தமிழகத்தில் இக்கலையை நிகழ்த்துபவர்கள் தங்களை மராட்டியர் களின் வழியில் வந்தவர்கள் என்று கருதுகின்றனர். இக்கூத்து மதுரை, இராமநாதபுரம், திருநெல்வேலி, கன்னியாகுமரி, தஞ்சாவூர் மாவட்டங்களில் பெருமளவில் நடைபெற்று வருகிறது. கும்பகோணத்தில் மணி ஐயர் என்பவரும், கன்னியாகுமரியில் கொட்டாரம் கோபாலராவும், ஏழுசாட்டுப் பத்து செல்லையா நாடாரும் இக்கலையில் வல்லுநர்களாக விளங்கி வந்துள்ளனர்.[24] ஆந்திராவில் கொண்ட பள்ளியில் பொம்மைகள் செய்யப்படுகின்றன. இதனைச் செய்பவர்கள் இராஜஸ்தானிலிருந்து வந்ததாகக் கூறுவர். பாவைக்கூத்து இரவு 10 மணிக்குத் தொடங்கி காலை 4 மணி வரை நடைபெறும். ஒருவாரம் அல்லது பத்து நாள் வரை தொடர்ந்து இந்நிகழ்ச்சி ஒரே இடத்தில் நடத்தப்பெறும். இக்கூத்து செல்வத்தின் கடவுளான மகாலட்சுமி, தீய அசுரர்களை ஒழிக்க ஆடிய ஒன்பது நாட்டியங்களில் ஒன்றெனவும் கருதப்படுகிறது. தென்னிந்தியா முழுவதும் பாவைக்கூத்து சிறப்புடன் நடத்தப்பட்டு வந்தது. ஆனால் தற்பொழுது திரைப்படங்களின் தாக்கத்தால் பெரிதும் அழிந்துவிட்டது. மிகச் சில இடங்களில் மட்டுமே நடத்தப்பட்டு வருகிறது.

பொய்க்கால் குதிரை

பொய்க்கால் குதிரையென்பது முற்காலச் சோழர் காலத்திலேயே நிலவி வந்த ஒரு கலை எனக் கருதப்படுகின்றது.[25] சிலப்பதிகாரத்தில் மரக்கால் ஆட்டம் என்று சொல்லப்பட்டுள்ள மரக்கால்களை வைத்து ஆடப்படுகின்ற ஆட்டத்திற்கும் பொய்க்கால் குதிரையாட்டத்திற்கும் நெருங்கிய தொடர்பு இருக்கின்றது. பொய்க்கால் குதிரையில் பொய்க்காலாக மனிதனின் காலே பயன்பட்டு வருகின்றது. சில நேரங்களில் மரத்தாலான கால்களும் மனிதக்கால்களோடு கட்டி

இணைக்கப்பட்டிருக்கும். தஞ்சை மராத்தியர் காலத்தில் இவ்வாட்டம் தமிழகத்தில் பிரபலம் அடைந்துள்ளது. விஜயநகர ஆட்சிக் காலத்தில் ஆந்திரப் பிரதேசத்திலிருந்து குடிபெயர்ந்து பல இனத்தவர்கள் தமிழகத்தின் பல பகுதிகளில் குடியேறினர். அவர்களில் சுமார் ஐந்நூறு குடும்பத்தினர் தஞ்சைப் பகுதியில் குடியேறினர். அவர்களில் பலர் பொய்க்கால் குதிரை ஆடுகின்ற கலைக்குடும்பத்தினராவர். விஜயநகர - நாயக்கர் ஆட்சிக்குப்பின் மராத்தியர்கள் அவர்களைப் பெரிதும் ஆதரித்துள்ளனர். அவர்களுக்குப்பின் இக்கலைஞர்கள் வேறு மாநிலங்களுக்கும் குடியேறினர். பொய்க்கால் குதிரை நடனமானது ராஜா - ராணி போன்று ஓர் ஆண் ஒரு பெண் சேர்ந்து நிகழ்த்தும் கலையாகும். சில நேரங்களில் ராஜா வேசத்தைப் பெண்களே ஏற்று நிகழ்த்துவதும் உண்டு. இது புரவியாட்டம் என்றும் அழைக்கப்படும். இவ்வாட்டம் பெரும்பாலும் கோயில் திருவிழாக்களில் நடத்தப் படுகிறது.

பொய்க்கால் குதிரையைச் செய்யும் விதம் நாட்டுப்புற மக்களின் கலைப்பண்பைத் தெளிவுபடுத்துவதாக உள்ளது. இதில் காகித அட்டை மற்றும் மூங்கில் கீற்றுகளால் ஒரு குதிரையின் உருவத்தைச் செய்து அதற்கு வண்ணங்களைத் தீட்டுவர். கால்கள் காட்டப்பட மாட்டாது. குதிரையின் முதுகுப் பகுதியில் மனிதன் நிற்கும் அளவுக்குக் கூடாக விடப்பட்டிருக்கும். அதில் ஆட்டக் கலைஞர்கள் புகுந்து நிற்பர். மரக்கட்டையால் செய்த கால்களைத் தன் கால்களுடன் சேர்த்துக் கட்டிக் கொள்வர். இதனால் உயரமாகக் குதிரை நிற்பது போன்ற தோற்றம் தெரியும். இது ஆட்டக்கலைஞர்களைப் பாம்பு, தேள் போன்றவை தீண்டாமல் பாதுகாப்பதற்காக என்ற ஒரு கருத்தும் நிலவி வருகின்றது. கால்கள் தெரியாத வண்ணம் துணிகளால் குதிரையின் கீழ்ப்பகுதி அலங்கரிக்கப்பட்டிருக்கும். மரக்காலால் தரையில் உதைக்கும் போது குதிரையின் குளம்பொலி போன்று சத்தம் கேட்கும். இவ்வாட்டத்தின்போது குந்தளம், பாண்டு மேளம், நையாண்டி மேளம் போன்ற இசைக்கருவிகள் இசைக்கப்படுகின்றன. இப்புரவியாட்டத்தில் பரத நாட்டியம், கதகளி, கதக் போன்ற நடனக் கூறுகள் காணப்படுகின்றன. இக்கலைக்குத் தமிழகத்தில் பெரிதும் ஆதரவு தந்தவர்கள் தஞ்சை மராட்டிய மன்னர்களேயாவர்.

இந்தியாவில் ஆரியர்கள் காலத்தில் குதிரை முக்கிய இடம் பெற்றது. மன்னர்கள் அஸ்வமேதயாகம் செய்தனர். புத்தரின் துறவறத்தைக் குறிக்க பௌத்த கலைச் சின்னங்களில் குதிரையையே குறியீடாகக் காட்டினர். இன்று இந்திய அரசுச் சின்னமாக உள்ள அசோகரின் சாரநாத் தூணில் குதிரையின் உருவம் காணப்படுகிறது.

தமிழகத்தில் அய்யனார் அல்லது சாஸ்தாவுக்கு தொன்று தொட்டுக் குதிரையே வாகனமாகக் கருதப்பட்டு வருகிறது. அரசர்களைக் காட்டுவது என்றால் அவர்கள் குதிரை மீது அமர்ந்தது போன்றே கலைச் சின்னங்களில் காட்டப்படுகின்றனர். விஜயநகர - நாயக்கர் காலத்தில் ஸ்ரீ ரங்கம் போன்ற ஊர்களில் குதிரை மண்டபங்கள் கட்டப்பட்டன. நாயக்க மன்னர்களின் குறியீடாகக் குதிரை வீரன் காட்டப்படுகின்றான். எனவே குதிரை வளமையின் சின்னமாகவும், வீரத்தின் மற்றும் ஆதிக்கத்தின் சின்னமாகவும் பன்னெடுங்காலமாகக் கருதப்பட்டு வருகிறது. இதன் எதிரொலியே பொய்க்கால் குதிரை ஆட்டத்தின் முக்கியத்துவம் என்று கருதலாம். இந்திய தேசிய நாட்டுப்புறக்கலை நிகழ்ச்சிகளில் தமிழ்நாட்டுப் புறக் கலையைக் காட்டும்போது பெரும்பாலும் பொய்க்கால் குதிரையையே காட்டுகின்றனர்.

தெருக்கூத்து

தமிழக நாட்டுப்புற நிகழ்த்து கலைகளில் தெருக்கூத்து முக்கிய பங்கு வகிக்கிறது. இது பொதுவாக பங்குனி, ஆடி மாதங்களில் கிராமங்களில் நடைபெறும் விழாக்காலங்களில் நடத்தப்பட்டு வந்தது. இன்று நலிவுற்று வருகின்றது. இக்கலை வட ஆற்காடு, தென்னாற்காடு, திருவண்ணாமலை, செங்கற்பட்டு மாவட்டங்களில் பரவலாகக் காணப்படுகிறது. அம்மாவட்டங்களில் வழக்கில் உள்ள திரௌபதி யம்மன் வழிபாட்டோடு இக்கலை நெருங்கிய தொடர்பு கொண்டுள்ளது.[26] மூன்று அல்லது நான்கு தெருக்கள் இணைகின்ற இடத்திலும், வெட்ட வெளியிலும் இக்கலை நிகழ்த்தப்படுகிறது. மழை வேண்டிச் செய்யும் சடங்குகளிலும், சமூகச் சடங்குகளிலும், கோயில் திருவிழாக்களிலும் இக்கலை நிகழ்த்தப்பட்டு வருகிறது. தெருக் கூத்தை வழிபாட்டுக் கடனாக மக்கள் கருதி வருகின்றனர். மழையை வேண்டுவோர் விராடபருவத்தையும், திருமணம் விரும்புவோர் மீனாட்சி- சுந்தரேசுவரர் திருக்கல்யாணத்தையும், குழந்தைவரம் வேண்டுவோர் சத்தியவான் சாவித்திரி நாடகத்தையும் நடத்துவது மரபாகும். இதற்கான கதைகள் இராமாயணத்திலிருந்தும், மகா பாரதத்திலிருந்தும், புராணங்களிலிருந்தும், நாட்டுப்புற இலக்கியங் களிலும் பெறப்படுகின்றன. இக்கூத்து மாலையில் தொடங்கி மறுநாள் காலை 4 மணிவரை நீண்ட நேரம் நடைபெறுகிறது. பார்வையாளர்கள் நேரத்தைப் பொருட்படுத்தாது அமைதியாகக் கண்டுகளிக்கின்றனர். இதில் இசையும், நாட்டியமும், நீண்ட வசனப் பேச்சும் இடம்பெறும். மிருதங்கம், குழல், டோலக், தாளம், ஆர்மோனியம், முகவீணை போன்ற இசைக்கருவிகள் பயன்படுத்தப்படுகின்றன. இதில் இடம் பெறும் நாட்டுப்புறக்கதை இலக்கியங்களில் குறிப்பிடத்தக்கவை

அர்ச்சுனதவம், பவளக்கொடி, வள்ளி திருமணம், நல்லதங்காள், மதுரைவீரன் கதை, பத்மாசூரன் கதை, காத்தவராயன் கதை, அரிச்சந்திரன் கதை போன்றவையாகும்.

தென்னாற்காடு மாவட்டத்தில் வடபாங்கு, தென்பாங்கு என இருவிதமாகத் தெருக்கூத்து நடத்தப்படுகிறது. இவற்றைத் தெற்கத்தி வடக்கத்தி நாடகங்கள் என்றும் கூறுவர். இவற்றை இலங்கையில் மட்டக்களப்பில் நடைபெறும் வடமோடி, தென்மோடி ஆகிய நாட்டுப்புறக் கூத்துக்களுடன் ஒப்பிடுவர். இவற்றில் கட்டை கட்டி ஆடுதல், கட்டாமல் ஆடுதல் என இருவகை உண்டு. கட்டை கட்டி ஆடுதல் என்பது புஜக்கட்டை, மார்பதக்கம், காதுக்கட்டை, கிரீடம் முதலிய அணிகளைக் குறிக்கும்.[27] கோயில் வழிபாட்டோடு நடைபெறும் கூத்துக் கலைஞர்களை அப்பண்பாட்டு மக்கள் இதிகாசப் பாத்திரங் களாகவே பார்க்கின்றனர். எடுத்துக்காட்டாக அர்ச்சுனன் தபசு நடைபெறும்போது அர்ச்சுனன் வேடம் தரித்தவர் தபசு மரத்தில் ஏறி நிற்பார். அப்போது பார்வையாளர்கள் அவரை அர்ச்சுனனாகவே பாவித்துக் கொள்வர். அவர் தபசு மர உச்சியில் நின்று கொண்டு வீசி எறியும் பூவினையும், பழங்களையும், மடியேந்திப் பெறுவர். அவரால் எறியப்படும் அள்பொருள்கள் மகப்பேறற்ற பெண்ணின் மடியில் விழுந்தால் குழந்தை பாக்கியம் என்று நம்புகின்றனர்.[28]

இதில் நடிக்கும் கலைஞர்கள் வண்ண ஆடைகளையும், புராண கதாநாயகர்களுக்கு அணிவிக்கப்படும் கிரீடத்தைவிட உயரமான கிரீடங்களையும் பளபளக்கும் கவசங்களையும் அணிவர். அரிதாரம், செந்தூரம், கரி இவற்றால் ஒப்பனை செய்வர். அத்திப்பாலால் மீசை, தாடி ஆகியனவற்றை ஒட்டிக் கொள்வர். கூத்து நிகழும் போது கட்டியங்காரன் ஒவ்வொரு கலைஞரையும், அன்றைய நிகழ்வில் அவரது பணி என்ன என்பதையும் சொல்லி அறிமுகப்படுத்துவான். கட்டியங்காரன் பொதுவாக கோமாளி போன்று ஆடை அலங்காரம் செய்து கொள்வான். அவ்வப்போது மேடைக்கு வந்து பார்வையாளர் களை மகிழ்வூட்டும் செயலில் ஈடுபடுவான். இவனது பாத்திரம் இன்றியமையாதது. ஒரு காட்சியிலிருந்து அடுத்த காட்சிக்குப் பார்வையாளரைக் கொண்டு செல்லும் பணியை இவன் செய்கின்றான்.

தெருக்கூத்தில் கட்டியங்காரனும் மற்ற கலைஞர்களும் எடுத்து வைக்கும் கருத்துக்கள் எளிதில் சாதாரண மக்களைச் சென்றடை கின்றன. இவற்றில் பேசப்படும் சில வசனங்கள் கொச்சையாக இருப்பினும் காலத்துக்குத்தக்க வகையில் பார்வையாளர்கள் சோர்ந்து விடாமல் கவனிக்கச் செய்வதற்கான ஒரு யுக்தி என்றே இதைச் சொல்லலாம். பெருகி வரும் மேலை நாட்டு நாடகப்பாணிகளும்,

திரைப்படங்களும் தெருக்கூத்தின் தொடர்ந்த வளர்ச்சிக்குத் தடையாக உள்ளன. இதனால், இக்கலை வாழ்வதற்குச் சிரிப்பூட்டும் வசனங்களும், கொச்சையான சொற்களும் தேவைப்படுகின்றன. திரைப்படத்திற்கோ, நாடகத்திற்கோ சென்று பணம் செலவழிக்கும் அளவுக்குப் பொருள் வசதியில்லாத கிராம மக்களின் சிறந்த பொழுதுபோக்கு அம்சமும், அறக்கருத்துக்கள் நிறைந்ததும் தெருக்கூத்தே எனலாம். இக்கூத்தினை ஒத்ததே ஆந்திரத்து வீதி நாடகமும், கன்னடத்து யக்ஷகான பிரசங்கமும், கேரளத்து சாக்கியர் கூத்தும் ஆகும் என்று முன்னரே கண்டோம்.

வில்லுப்பாட்டு

நாட்டுப்புறக் கலைகளில் பிரபலமான ஒன்று வில்லுப்பாட்டு ஆகும். இப்பாட்டுக்கலை தமிழகப் பண்பாட்டுச் செல்வங்களில் ஒன்றெனப் படுகிறது. இக்கலை திருநெல்வேலி, தூத்துக்குடி, கன்னியாகுமரி, இராமநாதபுரம் மாவட்டங்களில் பரவலாக நிகழ்த்தப் பெறுகிறது. இது 'வில்லுப்பாட்டு, வில்லடிச்சான் பாட்டு, வில்லடி, விற்பாட்டு, வில்லிசை' என்ற பலபெயர்களில் விளங்கி வருகின்றது. பனங்கம்பு, பிரம்பு, மூங்கில் இவற்றில் ஏதேனும் ஒன்றை வில்போல் வளைத்து, அதில் வெண்கல மணிகள் கட்டி வில்லினை உருவாக்குவர். வில்லின் இரண்டு முனைகளும் தொய்வில்லாத கயிற்றால் கட்டி இணைக்கப் படும். இக்கயிறு பெரும்பாலும் மாட்டுத் தோலாலானதாக இருக்கும். சில நேரங்களில் கயிறுக்குப் பதில் நரம்பினால் கட்டுவர். இந்த வில்லினை அழகிய வண்ணத்தாள்களால் அலங்கரிப்பர். இதனைப் பார்க்கும்போது அரை வட்டப் பிறைச்சந்திரன்போல் தோற்றமளிக்கும். கம்பினால் வில்லை அதன் கயிறில் அடிக்கும் போது வெண்கல மணிகளிலிருந்து அழகான இசையொலிக்கும்.

வில்லுப்பாட்டுக்குத் துணையாக உடுக்கை, குடம், ஜால்ரா, கட்டை, ஆர்மோனியம், தபேலா, மிருதங்கம், மோர்சிங், கிளாரினெட், பம்பை, குழல் போன்ற இசைக்கருவிகள் பயன்படுத்தப்படுகின்றன. இந்த வில்லுப்பாட்டு நிகழ்ச்சிக்குக் குறைந்தது ஐந்து பேர் அல்லது ஏழு பேர் கலைஞர்களாக இருந்து பாடுவர். சில இடங்களில் இவர்கள் புலவர்கள் என்றே அழைக்கப்படுகின்றனர். இவர்கள் குழுவின் தலைவர் அல்லது தலைமைக் கலைஞர் அண்ணாவி என அழைக்கப் படுகிறார். இவர் 'மூத்த புலவனார்', 'மூத்த பாட்டாளி' என்றும் பெயர் பெற்றுள்ளார். அவருக்கு வலப்புறம் இருந்து பாடுபவர்கள் 'வலத்தபாடுவோர்' என்றும் இடப்பக்கம் அமர்ந்து பாடுபவர்கள் 'இடத்த பாடுவோர்' என்றும் கிராம மக்களால் அழைக்கப் படுகின்றனர். தலைமைப் பாடகர் தமது கைகளில் வைத்திருக்கும்

வீசுகோலால் வில்லின் நாணில் தட்டி இசையெழுப்புவார். இது பாடலும், வசனமும் கலந்த ஒன்றாக இருக்கும். தலைமைப் பாடகர் பாடிமுடித்த பகுதியை, இசைக் கருவிகளை இயக்கும் பிற கலைஞர்கள் சேர்ந்திசைத்து நிகழ்ச்சியை இனிமையுடையதாக்குவர். தென்மாவட்டத் திலுள்ள நாட்டுப்புறத் தெய்வக் கோயில்களில் நடைபெறும் விழாவினைக் 'கொடை' என்றழைப்பர். அக்கொடை விழாக்களில் தெய்வச்சடங்காக வில்லுப்பாட்டு நடைபெறுகிறது. கொடைவிழாவில் சாமியாடுபவருக்கு சாமியாட்டத்தை வரவழைக்கும் பணியினை வில்லுப்பாட்டுக்கலை நிகழ்த்துகிறது. தென்மாவட்டங்களில் வழங்கும் 'வில்லில்லாத கொடையா' என்னும் பழமொழி வாயிலாக இக்கலையின் முக்கியத்துவம் உணரப்படுகிறது.[29] கொடை எந்தத் தெய்வத்திற்கு நடைபெறுகிறதோ அத்தெய்வக்கதை வில்லுப் பாட்டாக நிகழ்த்தப்படும். தென்மாவட்டங்களில் பரவலாக வழிபடப்படும் சுடலைமாட சாமி, முத்தாலம்மன், உச்சினி மாகாளியம்மன், முத்துப்பட்டன், முப்பிடாரியம்மன், கருங்கிடாக் காரன், தோட்டக்காரி, பூலங் கண்டான், வெங்கலராசன், சேத்திர பாலன், பிச்சைகாலன், ஐவர்ராசா, சேர்வைக்காரன், பத்ரகாளி போன்ற தெய்வக் கதைகளும், மதுரை வீரன், காத்தவராயன், கட்டபொம்மன், மந்திரமூர்த்தி, சின்னத்தம்பி போன்ற வீரதீரக் கதைகளும் வில்லுப் பாட்டுக்களாகப் பாடப்படுகின்றன. அண்மைக் காலங்களில் அரசியல் கட்சிகளின் விளம்பரப் பாடல்கள், சாதனைப் பாடல்களும் கூட பாடப்படுகின்றன. தேசிய சிந்தனையைத் தூண்டும் பாடல்களும், சமூக சீர்திருத்தப் பாடல்களும் வில்லுப்பாட்டில் இடம் பெறுவதைக் காணமுடிகிறது.

மரபுவழி வில்லுப்பாட்டில் இசைக்கருவிகள் எழுப்பும் இசை யானது பாடுபவரின் இசையைவிட மேலோங்கி நிற்கும். நிகழ்த்துபவர் சொல்லும் வசனம்மட்டுமே தெளிவாகக் கேட்கும்படி அமையும். இசைக்கருவிகளின் தாள கதியினூடே கதையைப் புரிந்து கொள்ளும் ஆற்றல், வில்லுப்பாட்டு வழங்கும் பண்பாட்டைச் சேர்ந்த மக்களுக்கு மட்டுமே உண்டு. வில்லுப் பாட்டின் இசையைக் கொண்டே தெய்வக் கதையின் குறிப்பிட்ட பகுதி பாடப்படுகிறது என்பதை அவர்கள் உணர்ந்து கொள்வர். ஆனாலும் கதை கேட்டல் என்பது அவர்களுக்கு ஒரு புனிதமான பணியாகும். தமக்குத் தெரிந்த கதையை ஆண்டு தோறும் அவர்கள் கேட்பர். கதை நிகழ்த்தப்படும்போது வழிபாட் டிடத்தில் நடைபெறும் பிற சடங்குகளையும் அவர்கள் உற்றுக் கவனித்துக் கொண்டிருப்பர். இதுவே தென்மாவட்டங்களில் வில்லுப்பாட்டு மூலம் கதை கேட்கும் முறையாகும்.[30]

வில்லுப்பாட்டுக் கலையை கி.பி. 15 - ஆம் நூற்றாண்டில் அரசப்புலவர் என்பவர் தோற்றுவித்ததாகக் கூறப்படுகிறது.[31] இப்பாட்டின் பெருமை பலகாலமாகத் தென்மாவட்டங்களில் மறைந்து கிடந்தது. இதனை வெளியுலகத்தாருக்குக் காட்டிய பெருமை கலைவாணர் என அழைக்கப்படும் என். எஸ்.கிருஷ்ணனையே சேரும். அவர் காந்தியடிகளின் சரித்திரத்தை வில்லுப் பாட்டாக எழுதி தமிழகம் முழுவதும் பாடிப் பரப்பினார். தோப்பூர் சுப்பிரமணியம் என்பவர் திருவிதாங்கூர் தமிழ்நாட்டு காங்கிரஸ் நடத்திய தாய்த் தமிழ் நாட்டுடன் இணையும் போராட்ட வரலாற்றை எழுதி வில்லுப்பாட்டு மூலம் பரப்பினார். வில்லுப்பாட்டுப் புலவராக விளங்கிய கம்பினிப் புலவர் என அழைக்கப்படும் உசரவிளை அப்பாவு நாடார் திருநெல்வேலி, கன்னியாகுமரி மாவட்டங்களில், பத்தொன்பதாம் நூற்றாண்டில், புகழுடன் விளங்கினார். அவர் பாடும் போதே தலையில் கும்பம் வைத்து ஆடியவாறு வில்லில் அடிப்பாராம். வாய்க்குள் பல வண்ணப் பவளங்களை இட்டு அவற்றை நூலில் கோத்து மாலையாக்குவாராம். அவர் இடத்துக்குத் தகுந்தபடியும் சமயத்துக்குத் தக்கவாறும் பாடலை உடனுக்குடன் எடுத்துக்கட்டிப்பாடி மக்களை வியப்பில் ஆழ்த்துவார்.[32] இருபதாம் நூற்றாண்டில் தோவாளை சுந்தரம் பிள்ளை, பொட்டல் பொன்னு முத்துநாடார், அகத்தீசுவரம் அரிராமன் நாடார், கணேசன், நாகமணி நாடார், தங்கையா, கடுக்கரை கோலப்பிள்ளை, பிச்சை குட்டிப் புலவர், சேவல் குளம் தங்கையா, காரிகோயில் சுயம்புப் புலவர், ஐயம்பிள்ளை, அழகம்மாள், கொத்தமங்கலம் விசு போன்றவர் தென்மாவட்டங்களில் புகழ்பெற்ற வில்லுப்பாட்டுக் கலைஞர்களாக விளங்கி வந்துள்ளனர்.[33]

வில்லுப்பாட்டு இலக்கிய ஆராய்ச்சி செய்தவர்களில் குறிப்பிடத் தக்கவர்கள் கோமதி நாயகம், வானமாமலை, ஆறுமுகப் பெருமாள் நாடார், பட்டாபிராமன் போன்றோராவர். பட்டாபிராமன் வில்லுப் பாட்டுக்கு அடிப்படையான ஒற்றைத் தந்தியாழ் (வில்யாழ்) பற்றி ஆராய்ந்துள்ளார். “வேட்டைத் தொழிலிலும் போர்த் தொழிலிலும் வீரர்க்கு உதவிய வில்லின் நாண் அதிர்வினால் விளைந்த ஒலிதான் படிப்படியே வளர்ந்து சிறந்து யாழ்வகைகள் அனைத்திற்கும் மூலகாரணமாக அமைந்தது” என வருங்குறிப்பு யாழின் பரிணாம வளர்ச்சி பற்றிச் சிந்திக்க வழி கோலுகிறது.[34] வில்லுப்பாட்டுக்கலை, தன் எளிமை, இனிமை ஆகியவற்றால் யாரையும் தன்பால் ஈர்க்கும் தன்மையது. இப்பாட்டின் கதைகளை இரவில் பல மணிநேரம் களைப்பின்றி மக்கள் கேட்டு மகிழ்வர். வில்லுப்பாட்டுக்கலையைப் பெரிதும் உணர்ந்தவர்கள் கிராமப்புற மக்களேயாவர்.

வில்லுப்பாட்டில் பிரசித்தி பெற்ற கதைப்பாடல் பழையனூர் நீலி கதையாகும் என்று சோமலெ விளக்குகிறார். இது திருநெல்வேலி மாவட்டத்தைச் சேர்ந்ததாகும். இக்கதை தோல்வியடைந்த காதல் (ஒன்று) பற்றியும், ஒரு பிறவியிலிருந்து அடுத்த பிறவி எடுத்தல் வரையான கதை பற்றியும் கூறுகிறது. பழையனூர் நீலிக் கதையில் வணிகக் குடும்பத்தைச் சேர்ந்த ஓர் இளைஞன் இருந்தான். அவன் நீலியைத் திருமணம் செய்து கொண்டான். சில நாட்கள் கழித்து மற்றொரு பெண்ணைக் காதலித்தான். ஒரு நாள் அப்பெண் தன் காதலனைக் காண அவன் வீட்டுக்கு வந்தாள். ஆனால் அவள் நீலியால் துரத்தப் பட்டாள். ஒரு நாள் நீலியின் கணவன் தன் காதலியைக் காணச் சென்றபோது அவள் அவனிடம் கோபித்துக் கொண்டு அவனது மனைவி தன்னைத் துரத்திய விவரத்தைக் கூறினாள். அவன் எவ்வளவு கூறியும் அவள் அவனை நெருங்கவிடவில்லை. நெருங்க வேண்டு மானால் நீலியின் தாலியைக் கொண்டு வரவேண்டும் என்று உத்தர விடுகிறாள். அவன் திரும்பத் தன் வீட்டுக்குச் சென்று தன் மனைவியுடன் சில மாதங்கள் வாழ்கிறான். பின் நகரத்தை விட்டு வெளியே சென்று வாழலாம் என்றும், அதனால் தன் காதலி அல்லது ஆசைநாயகியைக் காணாமல் நிம்மதியாக வாழலாம் என்றும் அழைக் கின்றான். அவர்கள் இருவரும் காட்டுப்பகுதியில் சென்று கொண் டிருக்கும் போது இருட்டிவிடுகிறது. அவர்கள் ஒரு கிணற்றுக்கு அருகில் தங்கு கின்றனர். இரவில் தூங்கும்போது மனைவியின் தாலியை அறுத்துக் கொண்டு, அவளைக் கிணற்றில் தள்ளிவிட்டுத் தன் ஆசைநாயகியிடம் ஓடிவிடுகிறான். இது முதல் பிறவிக்கதை.

அடுத்த பிறவியில், கணவனாக வந்த இளைஞன் வணிகனாகப் பிறக்கின்றான். அவன் முன்பிறவியில் வாழ்ந்த நகரத்திற்குப் போய்க் கொண்டிருக்கும்போது நீலியைத் தூக்கிப்போட்ட கிணற்றுப்பக்கம் வருகிறான். கிணற்றிலிருந்து ஆவியாக நீலி வருகிறாள். தன் கணவன் முன்னால் அழகான பெண்ணாகத் தோன்றுகிறாள். அவனைத் தன் கணவன் என்று கூறுகிறாள். அவனோ பயந்து போய் இல்லை என்று சொல்லி மறுக்கிறான். இவ்விசயம் பக்கத்து கிராமத்துப் பஞ்சாயத்துத் தலைவர்களிடம் புகாராக வைக்கப்படுகிறது. இதை விசாரித்த அத்தலைவர்கள் அவர்களுக்குள் சமாதானத்தை ஏற்படுத்தி கணவன், மனைவியாக வாழ்வதற்கு ஒரு வீடும் கொடுக்கின்றனர். அன்றிரவு அப்பெண் அவனைக் கட்டிப்பிடிப்பது போல் கொன்று விடுகிறாள். மறுநாள் காலை இளைஞனது இறந்த சடலம் மட்டுமே காணப் பட்டது. அப்பெண் அங்கு இல்லை. இக்கதையை கலைஞர்கள் பாடிக்காட்டும்போது தான் இதில் கூறப்பட்டுள்ள செய்தி நன்றாக விளங்குவதோடு இதில் உள்ள அறக்கருத்தும் வெளிப்படுத்தும்.[35] இது

போன்ற பல கதைகள் வில்லுப்பாட்டாக இசைக்கப்பட்டு வருகின்றன. இப்பாட்டுகள் பொழுது போக்குக்காக மட்டுமன்றி, நீதிக் கருத்துக் களைத் தெரியப்படுத்தவும் பயன்படுகின்றன. இவை தலைசிறந்த ஊடகமாக விளங்கி வருகின்றன.

உடுக்கடிப்பாட்டு

உடுக்கடிப்பாட்டு ஆண்களின் கலையாகும். இக்கலை இராமநாதபுரம், திருநெல்வேலி, புதுக்கோட்டை மாவட்டங்களில் பிரபலமாக நிகழ்த்தப் பெறுகிறது. கோயம்புத்தூர், சேலம் போன்ற மாவட்டங்களில் 'பொன்னர் சங்கர் கதை', 'அண்ணன்மார் சுவாமி கதை', 'குன்னுடையாக் கவுண்டன்கதை' போன்ற பெயர்களில் குறிப்பிடப்படுகின்ற உடுக்கடிப்பாட்டு கோயில்களில் சடங்காக நிகழ்த்தப் பெறுகின்றது. இதனை நிகழ்த்துவோர் பொள்ளாச்சி, உடுமலைப்பேட்டை, திருப்பூர், கோயம்புத்தூர், ஈரோடு, கரூர், சேலம், சத்தியமங்கலம் பகுதிகளைச் சேர்ந்தவர்களாவர். பொன்னர் சங்கர் கோயில்களில் ஆண்டுதோறும் விழாக்காலத்தில் உடுக்கைப்பாட்டு நிகழ்த்தப்படுகிறது. இதனை நிகழ்த்துவோர் வேடம் தரித்துக் கூத்து போல் நடத்துகின்றனர். ஒரே கதை 2 நாட்கள் முதல் 12 நாட்கள் வரை நடத்தப்படுவதும் உண்டு. வீரப்பூரில் உடுக்கைப் பாட்டு பாடும் போது பார்வையாளர்களுக்குத் தெய்வமுறல் நடைபெறுகிறது. தெய்வ முற்றவர்கள் பிணங்களைப்போல் மைதானத்தில் விழுந்து விடுவர். இது படுகளம் எனப்படுகிறது. உடுக்கைப் பாட்டுக் கலைஞர்கள் பாட்டின் மூலம் படுகளத்தில் விழுந்தோரை எழுப்புவர்.[36]

திருச்சி மற்றும் தஞ்சைப்பகுதிகளில் கழுவேற்றப்பாரி விழா, கழுவேற்றக் கூத்து என்ற பெயர்களில் உடுக்கடிப்பாட்டு நிகழ்த்தப் பெறுகிறது. அப்போது காத்தவராயன் கதையை நிகழ்த்துவது வழக்கம். இக்கதைப் பாடல் உடுக்கடிப்பாட்டின் அமைப்பையும், போக்கையும் தெளிவுறுத்துகிறது. இப்பாட்டு இறைவணக்கம் என்னும் காப்புடன் தொடங்கிப் பல கட்டங்களாகப் பாடப்படும். இப்பாடல்களில் ஒரு பகுதி,

'யானை நரம்பெடுத்து ஆடிவிட்டார் கிண்ணரத்தை
அப்போதும் பேசவில்லை அண்ணாரோடக் கிண்ணரந்தான்
பூனை நரம்பெடுத்துப் பூட்டிவிட்டார் கிண்ணரத்தை
அத்தாலும் பேசவில்லை அண்ணாரோடக் கிண்ணரந்தான்
முழங்கை நரம்பெடுத்து மூட்டி விட்டார் கிண்ணரத்தை
அப்போது பேசுதுபார் அண்ணாரோடக் கிண்ணரந்தான்
என்ன சொல்லி பாடுதுபார் எங்களையாக் கிண்ணரந்தான்

அடி! மரத்தடியில் நானிருக்க ஆரியமாலா - உனக்கு
மாளிகையில் கூட்டமென்ன?
அத்தைமகன் இங்கிருக்க
அரண்மனையில் கூட்டமென்ன?
மாமன் மகன் இங்கிருக்க
மாளிகையில் நாட்டமென்ன?
இப்படியாய் பாடுதுபார் எங்களய்யா கிண்ணரந்தான்
நடந்துவா மயிலே! ஓகோ ! நங்கை யிளங்குயிலே !
செய்யாஞ் சிறையிலிருக்கும் செங்கழனி ஓடைதனில்
நடந்துவா மயிலே ! ஓகோ ! நங்கையிளங்குயிலே !

(இது காத்தவராயன் ஆரியமாலாவுக்குப் பாடியது)

'தாயினும் பத்தினிடா! தாரமுன்னு சொல்வாராடா!
என்னிலும் பத்தினிடா! இடும்பு நினைக்காதேடா! [37]

(இது காத்தவராயரின் தாய் அவனைத் தடுத்துக் கூறியது)

இது போன்ற பாட்டுகள் உடுக்கடியின் போது பல இடங்களிலும் பாடப்படுகின்றன. இவை சமூகச் சிக்கல்கள் பற்றிய செய்திகளையும், வாழ்க்கை நெறிமுறைகளைப் பற்றிய விவரங்களையும் மக்களுக்கு உணர்த்துகின்றன. இப்பாடல்களைப் பாடும் கலைஞர்கள் குரலை மாற்றிப் பாத்திரங்களின் வேறுபாட்டைக் காட்டுவர். இவர்கள் பாடும் பாடல்களும், உடுக்கின் இசையும் பார்வையாளர்களைப் பரவசப் படுத்துவதைக் காணலாம். இதற்கு இசை மெருகூட்ட. இரண்டு தகரப்பானைகள், ஒரு சப்ளாக்கட்டை, உடுக்கு ஆகியவை பயன்படுத்தப் படுகின்றன. உடுக்கடிப்பாட்டு நிகழ்ச்சியை ஐந்து கலைஞர்கள் நடத்துவர். இக்கலைஞர்கள் நடிப்பு ஏதுமின்றி தரையில் அமர்ந்து கொண்டு பாடுவர். இருப்பினும், அவர்கள், பல்வகை உணர்வுகளை ஒலிகளாகவும், முகக்குறிப்புக்களாகவும், இயல்பாக, எளிதாக விளக்கிக் காட்டுவர்.[38] பெரும்பாலும் வறட்சி காலங்களில்தான் இக்கலை நிகழ்ச்சி நடத்தப்படுகிறது.

இலாவணி

'இலாவணி'என்பதற்கு 'தொடுதல்' அல்லது 'நடுதல்' என்று பொருள் கொள்வர். மராத்தியப் பகுதியிலிருந்து இக்கலை தஞ்சை மராத்திய மன்னர்களுடன் தமிழகத்திற்கு வந்திருக்கக் கூடும். இது ஓரளவு வில்லுப்பாட்டினைப் போன்றும் இசையுடன் எதிரெதிர் போட்டியிட்டுக் கொண்டு பாடும் கவிதைப் பட்டிமன்றம் போன்றும் நாட்டுப்புற மக்களிடையே செல்வாக்கினைப் பெறலாயிற்று[39]. இவ்விசை நிகழ்ச்சி ஏப்ரல் - மே மாதங்களில், வசந்த காலத்தை

வரவேற்பதற்காக, தஞ்சை, திருச்சி, மதுரை மாவட்டங்களில் நடைபெறும் ஒரு கலையாகும். இந்நிகழ்வில் ஒரு குழுவினர் ஒரு கருத்தை எடுத்துச்சொல்ல, மற்றொரு குழுவினர் அதற்கு எதிரான கருத்தை வலியுறுத்திக் கூறுவர். இவை பெரும்பாலும் சமயம் மற்றும் அறக் கருத்துக்களை அடிப்படையாகக் கொண்டதாக இருக்கும்.

உதாரணமாக, மன்மதனைச் சிவபெருமான் கோபத்தில் சாம்பலாக்கிவிட்டார் என்று ஒரு குழுவினர் கூறுவர். மற்றொரு குழுவினர் இல்லை, இல்லை இதில் சிவபெருமான் காமம் என்னும் இச்சையைத்தான் அழித்தார் என்பர். இவர்களுக்குத் துணையாக தப்பு, தம்பட்டம், துந்துரு, சப்ளாக்கட்டை போன்ற இசைக் கருவிகள் இசைக்கப்படும். ஓர் இரவு முழுவதும் கலைஞர்கள் தங்களது திறமையான பேச்சாற்றலாலும், தொய்வற்ற சிந்தனைக் கருத்துக்களாலும் பார்வையாளர்களை மகிழ்ச்சிக் கடலில் ஆழ்த்துவர். இந்நிகழ்ச்சியின் முடிவில் காமனின் பொம்மை எரிக்கப்படும். இலாவணி இசைக்கலை நிகழ்ச்சியில் காப்பு, காமதகனன் வணக்கம், கலைமகள் வணக்கம், சபை வணக்கம், குரு வணக்கம், விநாயகர் துதி, ஐங்கரன் வணக்கம் ஆகியவை பாடப்படும். இலாவணி மெட்டு, இலாவணி அடுக்கு மெட்டு, சுருல்லாவணி மெட்டு, இலாவணி ஒற்றையடி மெட்டு, வட்டமிட்ட வுலகில் என்ற மெட்டு, அந்தரங்க பல்டி, பல்டி என்ற மெட்டு, குறவஞ்சி மெட்டு, பார்க்கவடிவானந்தம் என்ற மெட்டு , நாதந்தி நாதந்தி என்ற வர்ண மெட்டு, செந்தமிழ் உலகினில் என்ற மெட்டு, இந்துஸ்தான் மெட்டு, தோக்காதேனேவாலே என்ற மெட்டு, மஞ்சு நின்குந்தள மின்னே என்ற மெட்டு போன்ற மெட்டுகளும், திரைப்படப் பாடல் மெட்டுகளும் இவ்விசை நிகழ்ச்சியில் இடம் பெறுகின்ற செய்திகள் கண்டறியப்பட்டுள்ளன[40]. திரைப்படங்களின் பெருக்கத்தால் இது மாதிரியான கிராமியக் கலைகள் செல்வாக்கிழந்து வருகின்றன. இலாவணி தற்போது மிகச் சில இடங்களில் தான் நடைபெறுகிறது. இதனை காமன் பண்டிகை என்றும் கருதுவர். தற்போது பார்வை யாளர்கள் இம்மாதிரியான நிகழ்ச்சிகளைக் காணும் பொறுமையை இழந்து வருகின்றனர்.

சிலம்பாட்டம்

பன்னெடுங்காலமாக நாட்டுப்புற மக்களிடையே நிலவி வரும் நிகழ்ச்சிகளில் ஒன்று வீரதீரச் செயல்களை வெளிப்படுத்த வேண்டி நடைபெறும் போட்டி ஆட்டங்களாகும். அவற்றில் ஒன்று சிலம்பாட்டம். இது போன்றே இளவட்டக்கல் தூக்குதல், கம்பு, வாள், ஈட்டி, கத்தி எறிதல் போன்ற விளையாட்டுகளும் இருந்து வந்துள்ளன. சிலம்பாட்டம் உடற்பயிற்சி, தற்காப்பு போன்ற முக்கிய நோக்கங்

களைக் கொண்டதாகும். சிலம்பு என்பது பொதுவாக ஒலித்தல் என்று பொருள்படும். சிலம்பாட்டத்தில் கம்புகளைச் சுழற்றும்போது இசையோடு கூடிய ஒலி பிறக்கிறது. இவ்வாட்டம் ஒவ்வொரு கிராமத்திலும் ஆங்காங்கு வகுக்கப்பட்ட விதிமுறைகளின் அடிப்படையிலேயே நடைபெறுகிறது. கோயில் திருவிழாக்கள், திருமணம், பூப்புச்சடங்கு, அரசு நடத்தும் நிகழ்ச்சிகள், இறப்புச்சடங்கு, சிலம்பாட்டப் போட்டி ஆகியவற்றில் இக்கலை நிகழ்த்தப்படுகிறது. ஆறு அடி நீளமுள்ள நெடுங்கம்பும், நாலடி நீளமுள்ள குறுங்கம்பும் சிலம்பாட்டத்தில் பயன்படுத்தப்படுகின்றன. இக்கலை நிகழ்ச்சியிலும் இசைக்கருவி முக்கிய பங்கு வகிக்கின்றது. இதன் பின்னணியாக செண்டை மேளம் ஒலிக்கப்படுகிறது.

தரைப்படையினர் அக்காலத்தில் சிலம்பக் கம்பு பயன்படுத்தினர். அவர்கள் 'தண்டுபடை' என்று அழைக்கப்பட்டனர். வாளையும் எதிர்கொள்ளக் கூடிய இந்தச் சிலம்புக் கம்புடன் இக்கலைஞர்கள் வாளும், மான் கொம்பும் வைத்திருப்பர். இது பெரும்பாலும் ஆண்களால் மட்டுமே நிகழ்த்தப்படுகிறது.[41] இது மலையாளத்தில் சிலம்பாட்டம், நெடுவரி என்றும், கன்னடத்தில் தண்டவரிசை என்றும், தெலுங்கில் கரடி ஆட்டம் என்றும் அழைக்கப்படுகிறது. இவ்வாட்டத்தில் கண், கால் மற்றும் கைகளின் ஒத்துழைப்பு மிகவும் அவசியமானதாகும். அடித்தலும், சுழற்றுதலும், குதித்தலும், ஓடலும், விரைவாக காலடி எடுத்தலும் இவ்வாட்டத்தில் முக்கிய பங்கு வகிக்கின்றன. இதில் திறமை என்பது ஒருவர் பிறர் தம்மைத் தொடாமல் காத்துக்கொள்வதும் பிறரைத் தாக்குதலுமேயாகும். இதனை 'அடிச்சுப்பிரிவு', 'பூட்டுப்பிரிவு' என்று வகைப்படுத்துவர். இவ்வாட்டம் தென் மாவட்டங்களில் புகழ் பெற்று விளங்கியது. குறிப்பாக, திருநெல்வேலி மாவட்டத்தில் கட்டபொம்மன், ஊமைத் துரை மற்றும் சிவகங்கையின் மருது சகோதரர்கள் ஆகியோர் சிலம்பாட்ட வல்லுநர்களாக விளங்கி வந்துள்ளனர். இக்கலையைக் கற்பிக்கும் ஆசிரியர் சிலம்பம் வாத்தியார் அல்லது ஆசான் என்று அழைக்கப்பட்டார். இதில் ஜல்லி கம்பு முறை என்று ஒன்றுள்ளது. இதில் எதிரிகள் இரண்டரை அடிநீளக் குறுந்தடியை வைத்துக்கொண்டு ஒருவரை ஒருவர் தாக்கிச் சண்டையிடுவர்.[42]

சிலம்பாட்டத்தில் பலவிதமான சுவடுமுறைகள் கையாளப்படுகின்றன. தட்டு வர்மச்சுவடு என்பது அவற்றில் ஒன்றாகும். இது 64 ஆசனங்களைக் கொண்டது. இது உடலிலுள்ள வர்ம நாடியிடங்களை நோக்கியடிப்பதாகும். தவிர, 64 ஆசனங்களைக் கொண்ட அங்கச்சுவடு முறைகளும் உள்ளன. இதனைத் தற்போது யாரும்

கடைப்பிடித்து விளையாடுவதில்லை. இதனை ஆடுவதற்கு நுட்பமும் திறமையும் அவசியம். ஒற்றைச் சுவடு முறை காண்போருக்கு வியப்பாகவும், செயல்படுத்துவோருக்குக் கடினமாகவும் இருக்கும். ஒருகாலைப் பலமாக வைத்து ஊன்றிக் கொண்டு மற்ற காலாலும், கைகளாலும் மிகவேகமாகச் செயல்பட்டு அடிக்க வேண்டும். இவை தவிர 12 நிலையங்கம், 12 அமர்த்தங்கமும் உள்ள கர்நாடகச் சுவடு முறையும் சிலம்பாட்டத்தில் கடைப்பிடிக்கப்படுகிறது.[43] இக்கலையில் ‘முன்னடி’, ‘சாவடி’ என்ற இரண்டு அடிமுறைகள் உள்ளன. முன்னது தற்காப்புக்காக நிகழ்த்துவதாகும். பின்னது எதற்கும் முடியாத நிலையில் இறுதியாகப் பயன்படுத்தும் அடிமுறையாகும். இக்கலை தமிழகத்தின் வீரம், விவேகம், திறமை, சமயோசித புத்தி, பொறுமை ஆகியவற்றை எடுத்துக்காட்டும் உன்னத விளையாட்டாகும்.

தப்பாட்டம்

தமிழக நாட்டுப்புற நாட்டியக்கலைகளில் ஒன்று தப்பாட்டம். இது சங்க இலக்கியங்களில் ‘பறையாட்டம்’ என்று அழைக்கப் படுகிறது. பறை என்பது அரசரின் ஆணையை மக்களுக்கு அறிவிக்கப் பயன்படுத்தும் ஒரு கருவியாக விளங்கி வந்தது. இதனையே பறையறி வித்தல் என்பர். பக்தி இயக்க காலத்தில் சைவ நாயன்மார்களும், வைணவ ஆழ்வார்களும் வழிபாட்டு முறையில் பறை ஓர் இன்றியமை யாத இசைக்கருவி எனக் குறிப்பிட்டுள்ளனர். ஆண்டாள் தமது திருப்பாவையில் பறை பற்றிக் குறிப்பிடுகிறார்.

“பாடிப் பறை கொண்டு
மாவாய் பிளந்தானை மல்லரை மாட்டிய” (பாடல் 8)

“நாராயணன் நம்மால்
போற்றப் பறை தரும் புண்ணியனால்” (பாடல் 10)

“ஆயர் சிறுமியரோமுக்கு அறை பறை” (பாடல் 16)

“உன் சேவகமே ஏத்திப் பறை கொள்வான்” (பாடல் 24)

“அருத்தித்து வந்தோம். பறை தருதியாகில்”(பாடல் 25)

“சாலப் பெரும்பறையே பல்லாண்டு இசைப்பாரே”(பாடல் 26)

“இற்றைப் பறைகொள்வான் அன்றுகாண் கோவிந்தா” (பாடல் 29)

“அங்கப் பறை கொண்ட ஆற்றை அணிபுதுவைப்” (பாடல் 30)

ஆண்டாள் கண்ணனின் பெருமைகளை இப்பாடல்களில் பறையறிவிக்கின்றார். ‘பறை’ மாட்டுத் தோலால் வட்டவடிவமாக அமைக்கப்படும் ஓர் இசைக் கருவியாகும். கோயில் விழாக்களில்

இக்கருவி இசைக்கப்படுகிறது. இதனை இறப்புச் சடங்கின் போதும் பயன்படுத்துவதால் 'சாவுமேளம்' என்றும் அழைக்கின்றனர். தற்காலத்தில் இது ஆட்டக் கலைகளில் ஒன்றாக விளங்கி வருகின்றது. இவ்வாட்டம் காலில் மணிக்கச்சம் அணிந்து கொண்டு பறையினை இசைத்துக் கொண்டே பல ஆட்ட அசைவு முறைகளுடன் நிகழ்த்தப்படுகிறது. ஒரு காலத்தில் ஒரு குறிப்பிட்ட இனத்தவர் மட்டுமே வாசித்த இக்கருவியை பேதமின்றிப் பலரும் இசைக்கத் தொடங்கியுள்ளனர். ஆண்கள் மட்டுமே தப்படிப்பர் என்ற நிலை மாறிப் பெண்களும் இக்கலையில் ஈடுபட்டு வருகின்றனர். 'தப்பு' என்ற பெயர் அடித்தல் என்ற சொல்வழக்கிலிருந்து வந்திருக்க வேண்டும். இதில் தப்பு வாசிப்பவரும் ஆடுபவரும் ஒருவரே. இதில் அங்க அசைவுகளும், தப்பினை வாசிப்பதும் ஒருங்கிணைந்து செயல்படுவது முக்கியம். எந்த நிகழ்ச்சிக்காகத் தப்படிக்கப்படுகிறது என்பதைப் பொருத்து தப்பு வித்தியாசமான முறையில் அடிக்கப் படுகிறது.

தென்மண்டலப் பண்பாட்டு மையம் 1986 - இல் பேராசிரியர் இராமானுஜம் தலைமையில் தப்பாட்டத்திற்குப் புத்துயிர்ப்புக் கொடுக்க பல முயற்சிகளை எடுத்துக் கொண்டது. தஞ்சை மாவட்டம் ரெட்டிபாளையத்தில் உள்ள தப்பாட்டக் கலைஞர்களுக்குப் பயிற்சியும் அளிக்கப்பட்டது. இது தமிழகத்தின் சமுதாயப் பண்பாட்டில் சில தாக்கத்தை ஏற்படுத்தியது. தற்போது தப்பாட்டம் நவீன நாடக நிகழ்ச்சிகளிலும், பண்பாட்டு அல்லது கலாச்சார இரவு நிகழ்ச்சிகள், பண்பாட்டுப் பரிமாற்ற நிகழ்ச்சிகள் ஆகியவற்றில் முக்கியத்துவம் பெறத்துவங்கியுள்ளது.[44] ரெட்டிபாளையத்துத் தப்பாட்டக் குழு வெளிநாடுகளிலும் சென்று வாசித்துள்ளது. இது பற்றிய ஆய்வுகள் இந்தியப் பல்கலைக் கழகங்களிலும், வெளிநாட்டுக் கல்வி நிலையங்களிலும் நடத்தப்பட்டு வருகின்றன. பரதநாட்டியம் போன்ற செம்மை நாட்டியங்களிலும் தப்பாட்டம் இடம்பெறத் தொடங்கியுள்ளது. சென்னையைச் சேர்ந்த திருமதி. அனிதா ரத்தினம் தனது நாட்டியக் கலை நிகழ்ச்சிகளில் தப்பாட்டத்தைப் பயன்படுத்தி வருகிறார். மதுரை காமராசர் பல்கலைக்கழக நாட்டுப் புறவியல் துறை தப்பாட்டக் குழு ஒன்றை மாணவர்களை வைத்துத் தயாரித்துள்ளது.

சங்கு வாத்தியம்

நாட்டுப்புற மக்கள் சங்கினைப் புனிதமாகக் கருதுகின்றனர். வீடுகட்டும் பொழுது வீட்டின் நுழைவாயிலில் சங்கைப்பதித்து வைப்பர். ஏதேனும் திருஷ்டி கழிக்க வேண்டுமானால் அவர்களது வீட்டு வாசலில் சங்கு மற்றும் மஞ்சளைக் கட்டி வைப்பர். சங்கு காலத்தைக் காட்டும் குறியீடாகும். இறந்தவர் வீட்டுச் சடங்கிலும் சங்கு

ஊதப்படுகிறது. மகாவிஷ்ணுவின் சிற்பங்களில் இடதுமேல் கையில் சங்கு வைக்கப்பட்டிருக்கும். சங்கிலிருந்து இசை எழுப்பப்படும். குழந்தைகள் நோய்வாய்ப்பட்டால் மருந்து அரைத்து சங்கு வழியாகக் குழந்தையின் வாயில் ஊற்றுவார்கள். சங்கிலிருந்து இசையை எழுப்ப அதில் ஒரு வெள்ளிக் குழாய் இணைக்கப்படும். அக்குழாயில் காற்றுப் போகஇடம் ஏதுமிருக்காது. ஆனால் இசைக்கலைஞர்கள் அதை எளிதாகப் பயன்படுத்தி இசையை உருவாக்குவர். அதிலிருந்து உருவாகும் ஒலி கிளாரினட் மற்றும் முக வீணை ஆகியவற்றிலிருந்து வெளிவரும் ஒலிகளை ஒருங்கிணைத்த இசையையொத்திருக்கும். பரம்பரையாக பண்டாரம் என்னும் குடும்பத்தினர் பழனியில் சங்கு வாத்தியம் வாசிக்கின்றனர். இதற்காகப் பயன்படும் சங்கு 'கவளச்சங்கு' எனப்படுகிறது. இதில் ஐந்து அங்குலம் அளவுள்ள அதிகப் படியான குழாய் பொருத்தப்பட்டிருக்கும். வேளாண்மை மக்களால் நிலங்களில் இந்நிகழ்ச்சி நடத்தப்படும். நிலங்களில் சங்கு வாத்தியம் இசைத்தால் விளைச்சல் பெருகும் என அம்மக்கள் நம்புகின்றனர். இது அறிவியல் பூர்வமாகவும் நிரூபிக்கப்பட்டுள்ளது.[45] சங்க இலக்கியங்களில் ஒன்றான ஐங்குறுநூற்றில், உழுவதற்கு முன்பு நில உடைமையாளர்கள் வலம்புரிச் சங்கை உபயோகப்படுத்தினர் என்று குறிப்பிடப்பட்டுள்ளது. இன்றும் கிராமங்களில் பருத்தி விதைகளை விதைப்பதற்கு முன்பு மாட்டுச் சாணத்தில் கலந்து புரட்டி எடுப்பர். அப்போது சங்கு ஒன்றும் அத்துடன் வைக்கப்படுவது வழக்கமாக உள்ளது.

கணியான் கூத்து

இக்கலை 'மகுடாட்டம்', 'மகுடக்கச்சேரி', 'கணியானாட்டம்' என்ற பெயர்களில் அழைக்கப்படுகிறது. இக்கலை கணியான் என்ற இனத்தவரால் மட்டுமே நிகழ்த்தப்படுவதால் இதற்கு இப்பெயர். தென் மாவட்டங்களில் பரவலாக வழிபடப்படும் சுடலைமாடன் என்னும் தெய்வத்தோடு கணியான் இனத்தவரின் தோற்றம் இணைத்துப் பேசப்படுகிறது. இதன் காரணமாக சுடலைமாடன் கோயில் கொடை விழாவில் கணியான் கூத்து கண்டிப்பாக இடம்பெறும்.[46] இதில் இரண்டு கோமாளிகள், ஓர் ஆண் மற்றும் ஒரு பெண், நாட்டுப்புறப் பாடல்களைப் பாடுவர். அவர்கள் நடந்துகொண்டே பாடுவர். எனவே மேடை எதுவும் போடமாட்டார்கள். இதற்குப் பயன்படும் இசைக் கருவி 'மகுடம்' எனப்படுகிறது. மற்றொரு கருத்துப்படி இதில் ஏழுபேர் இடம்பெறுவர். தலைமைப் பாடகர் புலவர் அல்லது அண்ணாவி என்றழைக்கப்படுவார். மகுடமடிப்பவர் இருவர், பின்பாட்டுக்காரர் ஒருவர், ஜால்ரா போடுபவர் ஒருவர், மற்றும் பெண் வேடமிட்டு ஆடுபவர்கள் இருவர் ஆவர்.[47] இன்னுமொரு கருத்து, இதில் ஐந்து

பேர் இடம் பெறுவர் என்று குறிப்பிடுகிறது. இதில் இருவர் பெண் (வேடம்), இரண்டு ஆண், மற்றொருவர் குழுத்தலைவர் ஆவர். பெண் வேடமிட்டவர்கள் ஆடிப்பாடுவர். ஆண்கள் தப்பட்டை அல்லது மகுடம் கொட்டிப் பாடுவர். நால்வர் இணைந்து பாடியவாறு ஆடுவதும் உண்டு.[48] இவர்கள் ஆட்டத்திற்கு முன்னால் பதினைந்து நாட்கள் விரதமிருப்பர். விழா தொடங்கும்போது பூஜைகள் நடத்துவர். இக்கணியான் இனத்தவரை சுடலை மாடனைப் போன்றே சிவபெருமானே உருவாக்கினார் என்ற நம்பிக்கை நிலவி வருகின்றது. எனவே இக்கலையை அவர்கள் புனிதமாகக் கருதிப் பயபக்தியோடு நிகழ்த்துகின்றனர்.

இந்நிகழ்ச்சி நடைபெறும்பொழுது தலைமைப்பாடகர் கதையிலுள்ள ஒவ்வொரு பாடலையும் பாடி முடித்தவுடன் துணைப் பாடகர்கள் அவர் பாடிவிட்ட வரிகளை மீண்டும் பாடுவர். உடனே மகுடம் ஒலிக்கப்படும். பெண் வேடதாரிகள் சுற்றிச் சுற்றி ஆடியும், குதித்துக் கொண்டும், கைகளை வீசிக் கொண்டும் வருவர். ஆட்டத்தின் நடுவில் கணியான் தனது நாக்கை அறுத்து அதில் வடியும் இரத்தத்தை சுடலை மாடனுக்குக் கொடுப்பான். சுடலை மாடன்கோயிலில் தவிர, கன்னியாகுமரி, திருநெல்வேலி மாவட்டங்களில் இசக்கியம்மன், பிச்சைக்காலன், செங்கிடாக்காரன் ஆகிய கிராம தேவைதைகளின் கோயில் விழாக்களிலும் கணியான் ஆட்டம் நடைபெறுகிறது.

தேவராட்டம்

தேவராட்டம் நாயக்கர் இனத்தவரில் ஒரு பிரிவினரான இராச கம்பளத்தார் எனப்படும் சில்லவார் சாதியினரால் நிகழ்த்தப்படுகிறது. இப்பிரிவினர் அதிகமாக வாழ்கின்ற கோயம்புத்தூர், சேலம், தருமபுரி, திருச்சி, திண்டுக்கல், மதுரை, விருதுநகர், இராமநாதபுரம், திருநெல்வேலி, தூத்துக்குடி மாவட்டங்களில் இக்கலை பிரபலமாக நடத்தப்படுகிறது. இப்பிரிவினர் வேட்டையாடுதலை முக்கிய தொழிலாகக் கொண்டவராவர். மனிதனது உடல் வேட்டையாடும் போது எவ்வாறு இயங்குகிறது என்பதை இவ்வாட்டத்தின் மூலம் காணலாம்.[49] தேனி மாவட்டத்தில் தேவாரம், கம்பம் என்ற ஊர்களில் இவ்வினத்தவர்கள் அதிகம் வசிக்கின்றனர். இப்பகுதியில் தேவராட்டம் மிகச் சிறப்பாக நடைபெற்று வருகிறது. இது ஒரு சடங்கு முறையான மற்றும் சமூகத் தொடர்பான நாட்டியமாகும். இவர்கள் கண்ணன் கோவர்த்தன கிரி மலையை ஒரு விரலால் தூக்கி நிறுத்தி இந்திரனின் இழிசெயல்களிலிருந்து யாதவர்களைக் காத்தான் என்றும், அந்த இனத்தின் வழி வந்தவர்களே தாங்கள் என்றும் அவர்கள் நினைக்கின்றனர். தங்களது குல தெய்வமான சக்கம்மாவை நினைக்காமல் இவ்வாட்டத்தை அவர்கள் தொடங்குவதில்லை.

இவ்வாட்டம் ஆண்களால் மட்டுமே நடத்தப்படுகிறது. இதற்குக் குறைந்தது ஒன்பது ஆட்டக்காரர்கள் தேவைப்படுவர். இதற்கு மேல் எண்ணிக்கை பெருகப் பெருக இவ்வாட்டம் சிறப்பாக நடத்தப் படுகிறது. இதற்கு உறுமி என்ற இசைக் கருவியும், புல்லாங்குழலும் பயன்படுத்தப்படுகிறது. உறுமியை அவர்கள் 'தேவ துந்துபி' என்கின்றனர். உறுமியின் இசைக்கேற்ப கலைஞர்கள் ஆடும்போது பார்ப்போருக்குப் பரவசம் தோன்றும். ஆட்டக்காரர்கள் தலையில் தலைப்பாகை கட்டியிருப்பர். இடுப்பில் தார்ப்பாச்சி கட்டுவர். அனைத்துக் கலைஞர்களும் ஒரே மாதிரியான ஆடைகளை அணிவர். கண்ணபிரானின் பாகவதக் கதைகளும், வட்டார வீரர்களின் கதைப் பாடல்களும் இவ்வாட்டத்தில் முக்கிய பங்கு வகிக்கின்றன. இதனைப் பொது நிகழ்ச்சிகளில் நடத்தக் கூடாது என்ற ஒரு கட்டுப்பாடு கம்பளத்தார் இனத்தவரிடையே முன்னொரு காலத்தில் இருந்து வந்தது. ஆனால் தற்பொழுது அது முற்றிலும் மாறிவிட்டது.

மயிலாட்டம்

மயிலாட்டம் பொய்க்கால் குதிரை ஆட்டத்தை ஒத்ததாகும். எப்படி பொய்க்கால் குதிரை செய்யப்படுகின்றதோ அதுபோன்று மயிலும் அட்டையில் செய்யப்படும். மயிலுக்கு பச்சை, நீலவண்ணங் களைப் பூசி இயல்பாகக் காட்டுவர். ஆடுபவர்கள் கால்களில் சலங்கை கட்டிக்கொள்வர். இக்கலைஞர்கள் பெரும்பாலும் பெண்களாவர். ஒரு நூலின் மூலமாகக் கட்டி மயில் தனது வாயைத் திறப்பது போன்றும் அமைத்துக் கொள்வர். ஆடுபவரின் கால்கள் வித்தியாசம் தெரியாமல் மயிலின் கால்களைப் போல் அலங்கரிக்கப்பட்டிருக்கும். மயிலாட்டம் முருக வழிபாட்டோடு தொடர்புபடுத்தப்படுகிறது. இக்கலை பார்வையாளர்களைக் கவரும் ஆற்றல் படைத்தது. இதனைப் போன்ற பிற ஆட்டங்கள் காளை ஆட்டம், கரடி ஆட்டம், ஆவி ஆட்டம், வேதாள ஆட்டம் போன்றவையாகும். இவற்றில் அந்தந்தப் பெயருக்கேற்ற முகமூடி அணிந்து கொள்வர்.

சேவை ஆட்டம்

சேவை ஆட்டம் திருமாலுக்கு அர்ப்பணிக்கும் கலையாகும். இது கிராமிய, நாடகக் குழுக்களால் நடத்தப்படுகிறது. இந்தக் கலை நிகழ்ச்சியில் ஆட்டக் கலைஞர்கள் குழுக்களாகச் சேர்ந்து கொள்வர். இதில் ஒருவன் கோமாளியாக நடிப்பான். அவன் உறுமி என்னும் இசைக்கருவியில் எழும் இசைக்கேற்ப ஆடுவான். செம்மைப் பாடல்களும், கலைஞர்களின் கால் அடி எடுத்து வைத்தலுமே இக்கலையின் சிறப்பாகும். சங்ககால இலக்கியங்களில் இவ்வாட்டம் 'பின்தேர் குறவை' என்று பெயர் பெற்று விளங்கியுள்ளது. அக்காலத்தில்

இது அரசன் அல்லது இறைவனின் தேர்வலம் வரும்போது அதன் பின்பக்கத்தில் நிகழ்த்தப்படுவதாகும்.

கழியலாட்டம்

இக்கலை 'களியல்', 'களியலாட்டம்', 'கழியல்', 'கோலடி', 'கோல்கழி', 'கம்படைகழி', 'கோலாட்டம்' என்று பல பெயர்களில் விளங்கி வருகின்றது. இதனை ஆண்களாலும், பெண்களாலும் ஆடும் கோலாட்டம் என்றே சொல்லலாம். இக்கலை திருநெல்வேலி, கன்னியாகுமரி, தூத்துக்குடி மாவட்டங்களில் பிரபலமாக நிகழ்த்தப் பட்டு வருகிறது. கழி என்ற சொல்லுக்கு மகிழ்ச்சி விளையாட்டு, கேளிக்கை என்று பொருள் கூறுவர். ஓர் அடி அல்லது ஒன்றரை அடி நீளமுள்ள கோல்கள் இவ்வாட்டத்திற்குப் பயன்படுத்தப்படுகின்றன. இக்கலையைக் குறைந்தது எட்டுப்பேர் சேர்ந்து நிகழ்த்துவர். இரண்டு குச்சிகளை ஒன்றோடொன்று அடித்து தாள ஒலியெழுப்பி அதற்குத் தக்கவாறு கலைஞர்கள் ஆடுவர். ஆடுவோர் காலில் சலங்கை கட்டிக் கொண்டு தாளத்துக்குத் தக்கவாறு குச்சிகளை அடித்து முன்னும் பின்னுமாகத் திரும்பியும் குனிந்து நிமிர்ந்தும் ஆடுவார்கள். இக்கலை திருவிழாக்காலங்களிலும், புனிதச் சடங்குகளின்போதும், திருமண நிகழ்ச்சிகளிலும் நிகழ்த்தப் பெறுகிறது. இவ்வாட்டத்தின் சிறப்பு, விரைவாக நடனமாடுவதிலும், விழிப்புணர்விலும், சக கலைஞர்களைத் துன்புறுத்தாமல் கோல்களைச் சுழற்றுவதிலும் அமைந்துள்ளது. இவ்வாட்டக் கோல்கள் வண்ணங்களால் அலங்கரிக்கப்படும். அதில் மணிகளும் கட்டுவர். துணையாக, இரண்டு தாளமும் ஒரு மிருதங்கமும் பயன்படுத்தப்படுகின்றன. இவ்வாட்டத்தில் இரண்டு கம்பு, மூன்று கம்பு, நான்கு கம்பு, ஆறு கம்பு, பத்து கம்பு போன்ற பல்வகைக் கம்பு முறைகள் பின்பற்றப்பட்டன. இராமாயணம், மகாபாரதம், கிறித்தவப் பாடல்கள், இசுலாமியப் பாடல்கள் இவ்வாட்டத்தின்போது பாடப் படுவதைக் காணலாம். சிவகங்கை மாவட்டம் நாட்டரசன் கோட்டையில் உள்ள கண்ணுடைய நாயகி அம்மன் கோயில் திருவிழாவின்போது கழியாட்டம் இன்றும் சிறப்பாகக் கொண்டாடப்படுகிறது.

புலியாட்டம்

புலியாட்டம் வேட்டையாடுதல் தொடர்பான நாட்டுப் புறக் கலையாகும். இது தமிழகத்தின் வட மாநிலங்களில் சிறப்பாக ஆடப்படுகிறது. இதில் இளைஞர்கள் தங்கள் உடலில் புலி போன்ற வண்ணம் தீட்டிக் கொள்வர். மஞ்சளும், கறுப்பும் பூசிக் கொள்வர். தலையில் ஓர் அணிகலனை அணிவர். வாலும், கோரைப் பற்களும் அணியப்படும். மொத்தத்தில் பயங்கொடுக்கக் கூடிய இயல்பாகப் புலியின் உருவத்தை ஏற்படுத்திக் கொள்வர். புலியின் ஆட்டத்திற்கு

ஏற்றபடி இசைக் கருவிகளை இசைப்பர், தப்புமேளம் கொட்டப்படும். புலி ஆட்டைக் கொல்லும் கதையை வெளிப்படுத்த புலியாட்டக்காரர்களுடன் ஓர் ஆட்டையும் கட்டி இழுத்துவருவர். இவ்வாட்டம் கோயில் திருவிழாக்களில் பெருவாரியாக நடத்தப்படுகிறது. இது சிறுவர்களைப் பெரிதும் கவரும் ஆட்டக் கலையாகும்.

கடுவாய் ஆட்டம்

இது புலி ஆட்டத்தை ஒத்த கலை நிகழ்ச்சியாகும். இதனை ஆடுபவர்கள் கடுவாய் போன்று போலி முகம் கட்டிக் கொள்வர். உடம்பு முழுதும் வண்ணக் கலவையால் வரிகள் வரைந்து கடுவாயைப் போன்ற தோற்றத்தை ஏற்படுத்திக் கொள்வர். இந்நிகழ்ச்சியின் போது மகுடம், தப்பு, அலறி, உறுமி ஆகிய கருவிகள் இசைக்கப்படும். இவ்வாடல் கலை தென்மாவட்டங்களில் ஆண்டுக்கு ஒரு முறை நடைபெறுகிறது. இதில் ஆடுபவர் ஓர் உயிருள்ள ஆட்டைக் கடித்துக் கைகளில் தூக்கி முறித்து எறிவதைக் காணலாம். ஒருவர் துப்பாக்கியுடன் கடுவாயைச் சுடுவதுபோல் நடிப்பார். இவ்விரு வருக்கும் ஒரு போராட்டமே நடக்கும். கடுவாய் ஆட்டமும், புலி ஆட்டமும் கொடிய மிருகங்களின் தாக்குதலிலிருந்து மக்கள் தங்களை எவ்வாறு காத்துக் கொள்ள வேண்டும் என்பதைப் பயிற்சி போன்று எடுத்துக்காட்டுகின்ற கலைகளாகக் கொள்ளலாம்.[50]

கடுவாய் ஆட்டம் ஆடுபவர்கள் பல நாள் நோன்பிருப்பர். இக்கலை நிகழ்ச்சி பஞ்ச காலங்களில் மழை வேண்டி நடத்தப் படுகிறது. இவ்வாட்டம் ஆடி முடிந்ததும் மழை பெய்யும் என கிராம மக்கள் நம்பினர். இசுலாமியர்கள் முகரம் பண்டிகையின்போது நோன் பிருந்து இந்த ஆடல் கலையை நிகழ்த்துகின்றனர். இது ஒரு சமயச் சடங்காகவே நிகழ்கிறது. இவ்வாட்டம் முடிந்தபின் தீக்குழி பாயும் நிகழ்வு நடை பெறுகிறது. கன்னியா குமரியிலும், தஞ்சாவூர் மாவட்டத் திலும் இசுலாமியர்கள் இத்தகைய ஆட்டத்தைப் புனிதமாகக் கருதி ஆடுகின்றனர் என்று தெரிகிறது. தஞ்சையில் முகரம் பண்டிகையின் ஊர்வலத்தில் கடுவாய் ஆட்டத்துடன் மயிலாட்டமும் நடப்பதாகக் கூறப்படுகிறது.[51]

ஒட்டான் கூத்து

ஒட்டான் என்ற பழங்குடியினரால் திருவிழாக் காலங்களில் இக்கூத்து நடத்தப்படுகிறது. இதன் கருப்பொருள் புராணங்கள், காவியங்கள் மற்றும் தொன்மக் கதைகளிலிருந்து பெறப்படுகிறது. இதில் ஆண்களும் பெண்களும் கலந்து கொள்வர்.

குலவை

குலவை என்பது பெண்களால் நாக்கைச் சுழற்றி உருவாக்கும் ஒலியாகும். இதில் வரும் இசை பக்திப் பரவசத்தைத் தூண்டுவதாக அமைகிறது. அதனால் சக்திக் கரகம் எடுக்கும்போதும், தீச்சட்டி எடுக்கும்போதும், குலவையிடுவது வழக்கமாக உள்ளது. குலவையிடுதல், வேளாண்மைக் குடிகள் பெருகியுள்ளதும் தமிழிசையின் மையமாக விளங்குவதுமான தஞ்சைப் பகுதியில் சிறப்பாகப் பின்பற்றப்படுகிறது. நாற்று நடும்போது வயலில் நின்று கொண்டு குலவையிடுவர். நடுகின்ற காலத்தில் சாலைகளில் வருவோருக்கு முன்பு நாற்றுக்கற்றையைப் போட்டு குலவையிடுவர். அவர்களுக்கு அச்சமயம் தங்களால் இயன்ற பணத்தை வழிப் போக்கர்கள் கொடுப்பர்.

பகல் வேடம்

'பகல் வேடம்' என்பது ஆந்திரத்தில் 'பகட்டி வேஷம்' என்று சொல்லப்படுகிறது. இதன் முக்கியத்துவம் யாதெனில், பகலில் இக்கலை நிகழ்த்தப்படுவதுதான். எந்தக் கிராமியக் கலையும் மாலை அல்லது இரவில்தான் நிகழ்த்தப் பெறும். கிராம மக்கள் பகல் பொழுதில் தங்களது பணிகளைச் செய்வதற்குச் சென்று விடுவர். ஆனால் பகல் வேடம் ஒரு விதிவிலக்கான கலை. இக்கலை தமிழகத்திற்கு விஜயநகர ஆட்சிக் காலத்தில், அதாவது 15 - ஆம் நூற்றாண்டு வாக்கில் வந்திருக்க வேண்டும். இதை நிகழ்த்துபவர்கள் ஒரு குறிப்பிட்ட குடும்பத்தின் வாரிசுகளாவர். இவர்கள் இக்கலையைப் புனிதமாகக் கருதி நடத்துவர். பகலில் ஒரு குழுவாக வேசமிட்டு ஊர் ஊராகவும், வீடு வீடாகவும் சென்று இந்நிகழ்ச்சியை நடத்துவர். இதில் பெரும்பாலும் இராமாயணம், மகாபாரதம், பாகவதம் ஆகியவற்றி லிருந்து கதைகளை எடுத்துத் தங்களுடைய நிகழ்ச்சிகளை நடத்துவர். அப்போது கிடைக்கின்ற பரிசுப் பொருள்களைக் கொண்டு உண்பர். இவர்கள் பல வேடங்களைப் புனைவதால் பலவேடக்காரர்கள் என்றும் அழைக்கப் படுகின்றனர். இவர்கள் நடத்திய பகல்வேடம் என்னும் கலையின் எதிரொலிதான் விஜயநகர-நாயக்கர் கோயில் மண்டபங்களில் உள்ள ஆளுயர இராமாயண, மகாபாரதச் சிற்பங்கள். இக்கோயில்களின் மண்டபங்கள் ஒவ்வொன்றும், இராமாயணச் சிற்ப மண்டபங்கள், மகாபாரதச் சிற்ப மண்டபங்கள் என்று பிரிக்கப்படக் கூடியவையாகும்.

பகல்வேடக் கலையில் கலையைவிட கலைஞருடைய வாழ்க்கை நிலை பிரச்சினை முக்கியமானதாக இருப்பதால் இக்கலை பெரிதும் அழிந்துவிட்டது என்பதில் ஐயமில்லை.

குறவன் குறத்தி நடனம்

குறவர் இன மக்கள் குறி சொல்லும் திறனால் மக்களைப் பெரிதும் கவர்ந்துள்ளனர். குறத்திப் பெண்கள் சங்க இலக்கியங்களில் குறிப்பிடப்பட்டுள்ள அகவல் மகளிரின் வழியில் வந்தவர்கள் என்ற ஒரு நம்பிக்கை நிலவி வருகிறது. மிகத் தொன்மையான காலத்திலிருந்தே இவர்கள் முன்னறிவிப்புச் செய்யும் தொழிலைக் கொண்டிருந்தனர். அவர்கள் பல்வகைக் கண்ணாடிப் பொருட்களை விற்பனை செய்தனர். தனிநபரின் வருங்காலம் பற்றிக் கூறுவதும், மழை வருவதை அறிவிப்பதும் அவர்களுக்கு வழக்கமாயிருந்தது. திருச்சி, பெரியார், தஞ்சை, தர்மபுரி மாவட்டங்களில் குறவன் குறத்தி கலைநிகழ்ச்சிகள் பரவலாக நடைபெற்று வந்துள்ளன. இதில் ஆடும் கலைஞர்கள் குறவர் போன்று உடையணிந்து பச்சை குத்துவது போலவும், குறி சொல்வது போலவும், ஊர்ப் பெரியோர்களைப் புகழ்வது போலவும் பாடி ஆடி வருவர். இந்நிகழ்ச்சி பெரும்பாலும் திருவிழாக் காலங்களில் நடைபெறும்.

குறவன் குறத்தி நடனக் கலை விஜயநகர - நாயக்கர் காலத்தில் பிரபலமடைந்திருக்க வேண்டும். அவர்களது சிற்பங்கள் விஜய நகர-நாயக்கர் கால மண்டபங்களில் ஆள் உயரச் சிற்பங்களாகக் காணப்படுகின்றன. இவற்றை மதுரை, இராமேஸ்வரம், திருநெல்வேலி, நவதிருப்பதி கோயில்களில் காணலாம். இச்சிற்பங்களில் ஒரு குறத்தி ஒரு குழந்தையை இடுப்பில் வைத்துக் கொண்டு, கையில் குறி சொல்லும் கம்பு வைத்திருப்பதும், குறத்தி இளவரசன் ஒருவனைத் தூக்கிச் செல்வதும் போன்ற காட்சிகள் இடம்பெற்றுள்ளன. எனவே 16-18-ஆம் நூற்றாண்டுகளில் இக்கலை பெற்றிருந்த சிறப்பு இதன் மூலம் விளங்குகிறது. இன்றும் குறவர்கள் தமிழகத்தின் பல பகுதிகளில் வாழ்கின்றனர். ஆனால் அவர்கள் தொடர்பான இக்கலை மறைந்து வருகிறது.

நொண்டி நாடகம்

ஒரு கால் கொண்ட மனிதரால் நிகழ்த்தப் பெறுகின்ற கலை நிகழ்ச்சி நொண்டி நாடகம் எனப்படுகிறது. இது கி.பி. பதினேழாம் நூற்றாண்டின் பிற்பகுதியிலோ அல்லது 18 - ஆம் நூற்றாண்டின் தொடக்கத்திலோ தமிழகத்தில் தோன்றியிருக்க வேண்டும். இந்நாடகம் பக்தி மற்றும் பிறர் குறைகளை மறப்போம் என்னும் இரு கருத்துக்களை மையமாகக் கொண்டதாகும். இதனை ஒரு காலுடைய ஒரு திருடனின் அனுபவத்தின் மூலமும் அவல வாழ்வின் மூலமும் வெளிப்படுத்து கின்றனர். திருடிய காரணத்தால் ஒரு கால் வெட்டப்படுகிறது. இதில் அந்த ஒற்றைக் கால் மனிதன், தான் ஒரு தகுதியற்ற, குணங்கெட்ட

(பரத்தை) நாட்டியப் பெண்ணைக் காதலித்ததாகவும் அதனால் சொத்தை இழந்ததாகவும் கூறுகிறான். பின்பு இறைவனின் மன்னிக்கும் தன்மையால் தனது ஊனப்பிரச்சினை தீர்ந்து விட்டதாகவும் அறிவிப்பான். இந்நாடகக் கலைஞன் சுப்பிரமணியனின் பக்தன். இவனைப் பற்றிய நாடகம் ஒற்றைக்கால் நாடகம் என்றும் அழைக்கப்படுகிறது. இது மக்கள் தவறு செய்யக் கூடாது, அப்படிச் செய்து விட்டாலும் திருந்தி வாழவேண்டும் என்னும் அறக்கருத்தை வெளிப்படுத்துகிறது.

இந்நாடகம் மக்களிடையே இறையருளின் ஆற்றலை விளக்கி இறையுணர்வை ஊட்ட முயல்கின்றது. சமுதாயச் சீர்கேடுகளைப் போக்கி இறையுணர்வை வளர்த்து மக்களுக்கு இன்பத்தைக் கொடுக்க வேண்டும் என்ற உயரிய நோக்கத்துடன் நொண்டி நாடகம், மக்கள் முன்னிலையில் நடத்தப்படுகிறது. அந்தந்த சமயக் கோட்பாடுகளுக்குத் தக்கவாறு அச்சமய மக்களிடையே நொண்டி நாடகங்கள் இடம் பெறுகின்றன. சீதக்காதி நொண்டி நாடகம், சீதக்காதி மன்னனைப் புகழ்ந்து பாடிப்பரவுகிறது. திருச்செந்தூர் நொண்டி நாடகம் முருகனைப் புகழ்கிறது. ஞான நொண்டி நாடகம் கிறித்துவ சமயக் கருத்துக்களை விளக்குகிறது.[52] இந்நாடகம் பெரும்பாலும் கோயில் திருவிழாக்களில் நடத்தப் பெறுகின்றது. ஒரு காலத்தில் மிகவும் போற்றப்பட்டு வந்த நாடகம் இன்று நலிந்துவிட்டது.

இருளர் நாடகம்

இருளர் எனப்படுபவர்கள் கல்வியறிவில்லாத அல்லது கல்வி கற்காத வேளாண்மைத் தொழிலில் ஈடுபட்டுவரும் நீலகிரியைச் சேர்ந்த மக்கள். கோயில் திருவிழாக்களில் மேடை மற்றும் திரைச்சீலையின்றி ஏதாவது ஒரு வீட்டின் திண்ணையையே மேடையாகக் கொண்டு புராண, இதிகாசக் கதைகளை நிகழ்த்துவர். அவர்களுக்கு லாந்தல் அல்லது ஹரிகேன் விளக்குகளே மேடை ஒளியாக அமையும். இதில் ஆடும் ஆட்டக்காரர்கள் முறையாகப் பல நாட்களுக்குப் பயிற்சியிலீடுபடுவர். இவர்களுக்கு நாடக ஆசிரியர்கள் பயிற்சியளிப்பர். மகாபாரதத்தில் சிறப்பான காட்சி அர்ச்சுனன் தபசு ஆகும். இதனைப் பாழ்படுத்தியது ஓர் அழகான பெண் என்று கூறப்படுகிறது. இக்கதையை இருளர் பெண்கள் பெரிதும் விரும்புவர்.[53]

கைச்சிலம்பு ஆட்டம்

கையில் சிலம்பு (anklet) வைத்து இசையுடன் ஆடுவதால் கைச்சிலம்பு ஆட்டம் எனப்படுகிறது. இது கோயில் விழாக்களில் நவராத்திரி திருவிழாக் காலங்களில் நடைபெறும். இதில் நான்குபேர்

ஆடுவர், இருவர் பாடுவர். கால்களில் சதங்கை கட்டியிருப்பர். கைகளில் சிலம்பு வைத்துக் கொண்டு அதனை மேலும் கீழும் அசைத்து இசை எழுப்புவர். கால்களால் தரையில் முறையாக அடியெடுத்து வைப்பர். குதித்தாடுவர். இவர்களது பாடல்கள் பெரும்பாலும் பெண் தெய்வங்களைப் புகழ்ந்து பாடுவதாகவே அமைந்திருக்கும். முக்கியமாகக் காளிதேவி, துர்க்கா தேவி ஆகியோர் மீது பாடுவர். கைச் சிலம்பாட்டம் காஞ்சிபுரம், சென்னைப் பகுதியில் பிரபலமாக ஆடப்படுகிறது. இது செங்கல்பட்டு மாவட்டத்திற்கு உரிய ஓர் ஆட்டம் என்று கருதப்படுகிறது.

இவ்வாட்டத்தின் போது கிளைக்கதைகளும் பாடல்களால் விளக்கப்படுகிறது. கதைப்பாடலை இவ்வாட்டக் குழுவின் தலைவன் பாட அதனைத் தொடர்ந்து மற்றவர்கள் பின்பாட்டுப் பாடுவர். இந்நிகழ்ச்சியின் போது உடுக்கை, பம்பை, மிருதங்கம், தபேலா, கடம், டோலக் போன்ற இசைக் கருவிகளை உபயோகப்படுத்தி தாள இசையைப் பெருக்குகின்றனர்.

பாம்பு நடனம்

பாம்பு கொடிய விஷத்தைக் கொண்டிருந்தாலும் பலர் அதனைக் காக்கின்ற கடவுளாகவும், செல்வத்தைக் கொடுக்கும் கடவுளாகவும் வழிபடுகின்றனர். வட இந்தியாவில் பெரும் பகுதிகளில் நாகபஞ்சமி என்னும் விழா ஆண்டுதோறும் நடைபெற்று வருகிறது. தமிழகத்திலும் செவ்வாய், வெள்ளிக் கிழமைகளில் பாம்புப் புற்றுகளில் பொங்கல் வைத்து வணங்குவதும், பால் ஊற்றுவதும், முட்டையை உடைத்து வைப்பதும் போன்ற வழக்கங்கள் உள்ளன. எனவே பாம்பு புனிதமானதாகவும், சில கடவுளரின் ஆபரணமாகவும், இருக்கையாகவும், படுக்கையாகவும் உபயோகப்படுத்தப்படுகிறது. இதனால் பாம்பு நடனம் பிரபலமானது. இந்நடனத்தை ஆடுபவர்கள் உடலில் இருக்க மாக உடையணிவர். அவர்களது உடை பாம்பின் உடை போன்று அமைந்திருக்கும். பாம்பைப் போன்று வளைந்து வளைந்து ஆடுவர். பாம்பின் தலை அல்லது படமெடுப்பதைக் காட்ட இவ்வாட்டக் காரர்கள் தங்கள் இரு கைகளையும் மேலே தூக்கி வைத்து ஆடுவர். திடீர் திடீரென்று கொத்துவதுபோல் பாவனை செய்வர். நாட்டுப்புற மக்களிடையே இவ்வாட்டம் ஒரு காலத்தில் பெரும் வரவேற்பைப் பெற்றிருந்தது. தற்போது மற்ற கலைகளைப் போன்று இதுவும் அழிந்துகொண்டு வருகிறது.

சக்கையாட்டம்

தேக்குமரக் குச்சிகளை விரல்களுக்கிடையில் வைத்துக் கொண்டு இசை எழுப்பி ஆடுவதால் சக்கையாட்டம் எனப்படுகிறது. இதில் 8

முதல் 10 ஆட்டக்காரர்கள் ஒரு வட்டமாக நின்றோ அல்லது இரண்டு வரிசையாக நின்றோ ஆடிப்பாடுவர். இவர்களது பாடல்கள் இறைவன், இறைவியரைப் புகழ்ந்து பாடுவதாக அமையும். இவர்கள் ஒரே மாதிரியான உடையணிவர். அரைக்கால் சட்டையும், துண்டும் அணிவர். இவ்வாட்டம் தஞ்சை, திருச்சி மாவட்டங்களில் பரவலாக ஆடப்பட்டு வருகின்றது.

சீண்டு நடனம்

சீண்டு நடனம் என்பது ஒருவகை வேட்டை நடனமாகும். பாண்டிச்சேரிக்கு அருகில் வாழும் பழங்குடியினரான கல்லயர், கரையர், குருவிக்காரர் ஆகிய பிரிவினர் திருவிழாக் காலங்களில் இந்நடனத்தை ஆடுவர். இவர்கள் பறவைகளைக் கண்ணி வைத்துப் பிடிப்பர். இவர்கள் தம் இயல்பான அத்தொழிலை நடனக் காட்சிகளாக ஆடிப் பாடிக் காட்டுவர். இசைக்கருவிகளை இசைப்பர். இது பறவைகளைப் பிடிப்பதற்கு மற்ற இன மக்களுக்குப் பயிற்சி கொடுப்பது போன்று அமைகிறது. ஆட்டத்தின் தலைவன் ஒரு பாடலைப் பாடியதும், பிறர் பின்பாட்டுப்பாடுவர். இதில் முக்கிய இடம் பெறுவது உடல் அசைவும் , கால் அசைவுமாகும்.

உறுமிக் கோமாளி ஆட்டம்

உறுமி மேளமும் கோமாளியின் ஆட்டமும் இணைந்து வருவதால் உறுமிக் கோமாளி ஆட்டம் எனப்பட்டது. இக்கலை வடஆற்காடு, தென் ஆற்காடு, செங்கல்பட்டு, திருச்சி, சேலம் மாவட்டங்களில் பிரபலமடைந்துள்ளது. இது பொதுவாக தைப் பொங்கல் நாளிலும், அதனை அடுத்த இரு தினங்களிலும் நடைபெறுகிறது. இதில் வரும் கோமாளி வண்ண ஆடைகளை உடுத்திப் பளபளப்பாகத் தோன்றுவார். இவருக்குத் துணையாகச் சிலர் ஆடுவர். அவர்கள் இடுப்பில் பாவாடை கட்டிக் கொண்டு மேல் சட்டை அணிந்திருப்பர். இவர்களது இசைக் குழுவில் ஐந்து பேர் இருப்பர். ஐந்து துளைகளையுடைய புல்லாங்குழல், கஞ்சிரா போன்றவை இவர்கள் பயன்படுத்தும் முக்கிய இசைக்கருவி களாகும். அதில் ஒரு கம்பியை உரசி ஒலி எழுப்புவர். உறுமி, உறுமி ஒலிப்பதால் அது உறுமி மேளமாயிற்று.[54] இதில் கோமாளியின் ஆட்டம் முக்கிய பங்கு வகிக்கிறது. எனவே அதற்கு அப்பெயர். இதில் கோமாளி வரும் போது, ‘கோமாளிதாசரி ஒச்சேனையா’ என்று சொல்லிக் கொண்டு வருவதால் இக்கலை ஆந்திரப் பகுதியிலிருந்து விஜயநகர - நாயக்கர் காலத்தில் தமிழகத்திற்கு வந்திருக்கக்கூடும்.

மஞ்சுவிரட்டு

இதனை சல்லிக்கட்டு என்றும் ஏறு தழுவுதல் என்றும் குறிப்பிடுவர். இக்கலை தமிழகத்து வீரக்கலைகளில் ஒன்று. இதில்

காளைகளை அடக்குவது முக்கிய நிகழ்ச்சியாகும். அக்காலத்தில் காளையை அடக்குபவனுக்குப் பெண் கொடுக்க முன்வந்தனர் என்பர். இதனைப் பதினெட்டாம் நூற்றாண்டைச் சேர்ந்த கட்டபொம்மு கதைப் பாடல்களில் அறியலாம். இதில் வீரமும், உடல் பலமும், விவேகமும் ஒன்றிணைய வேண்டும். சங்க இலக்கியங்களிலேயே இது பற்றிய செய்திகள் குறிப்பிடப்பட்டுள்ளன. விழாக்களின்போது, குறிப்பாகப் பொங்கல் விழாவின்போது மஞ்சுவிரட்டு பல கிராமங்களில் சிறப்பாக நடைபெறுகிறது. மாட்டுப் பொங்கல் அன்று மாலையில் கிராமங்களில் மாட்டு வண்டிகளை வைத்து வாடி கட்டி காளைகளைக் கொண்டு வந்து வாடிகளில் அவிழ்த்து விடுவர். அப்போது அக்காளைகளை அணைய இளைஞர்கள் முயல்வர். அணைந்தவர்களுக்குப் பரிசுகள் வழங்கப்படும். தமிழகத்தில் சல்லிக்கட்டு மிகச்சிறப்பாக நடைபெறும் இடங்களில் ஒன்று மதுரை மாவட்டம் அலங்காநல்லூராகும். இங்கு ஒவ்வோர் ஆண்டும் சல்லிக்கட்டு விழா விமரிசையாக நடைபெறுகிறது. தமிழக அரசின் சுற்றுலாத்துறை இந்நிகழ்ச்சியில் பங்கு கொள்கிறது. வெளி நாட்டவர்கள் பலர் இதனைக் கண்டுகளிக்கின்றனர். ஸ்பெயின் நாட்டில் இக்கலைவிழா இன்றும் சிறப்பாக நடைபெறுகிறது.

சேவல் மற்றும் ஆட்டுக்கடாச் சண்டைகள்

மக்கள் தங்களுக்குள் இருக்கின்ற போட்டி மனப்பான்மையை நேரடியாகக் காட்டாமல் தங்களின் வெற்றிக்களிப்பை சேவல் மற்றும் ஆட்டுக்கிடா சண்டைகள் மூலம் வெளிப்படுத்துவர். போர் செய்வதற்காகச் சேவல்களைக் குஞ்சுப் பருவத்திலேயே தெரிந்தெடுத்து, குறிப்பிட்ட இரை கொடுத்து, சண்டைக்கான பயிற்சி கொடுத்துப் பழக்குவர். சேவலுக்கு வெறியேற்றி வைத்திருப்பர். கால்களில் கூர்மையான கத்தி கட்டியிருப்பர். இரு நபர்களுக்கிடையே அல்லது குழுக்களுக்கிடையே பந்தயம் வைத்து சேவல்களைக் களத்தில் இறக்குவர். அவை ஒன்றை ஒன்று தாக்கிக் கொள்ளும். தோற்ற சேவலை வெற்றி பெற்ற சேவலின் உரிமையாளரிடம் சேர்ப்பர். இதனை கிராம மக்கள் கண்டுகளிப்பர். திருநெல்வேலி மாவட்டம் காடுவெட்டியில் இது போன்ற சேவல் சண்டை ஒவ்வொரு வாரமும் நடத்தப்படுகிறது. இச்சேவல் சண்டை பல நேரங்களில் இரு குழுக்களிடையே மோதலை ஏற்படுத்தி விடுவதுண்டு.

இது போன்றே இரண்டு ஆட்டுக்கிடாக்களை மோதவிட்டு வேடிக்கை பார்ப்பர். ஆடுகளைக் கன்றுப் பருவத்திலேயே சண்டைக்கான பயிற்சி கொடுத்து வளர்க்கின்றனர். கிடாக்களை களத்தில் மோதவிடும்போது கொம்புகள் உடைந்துவிடுவதும் உண்டு.

தற்போது இத்தகைய வெறிச்செயல்களும், எண்ணங்களும் குறைந்து வருவதால் இச்சண்டைக் கலைகளும் மறைந்து வருகின்றன.

வண்டிப்பந்தயம்

குதிரைப்பந்தயம் பணம் படைத்த நகரவாசிகளிடம் புகழிடம் பெற்றது. வண்டிப் பந்தயம் கிராம மக்களிடையே பிரபலமானது. வண்டிகளில் காளைகளைப்பூட்டி பந்தயம் கட்டி ஓடவிடுவர். வண்டிகளை விரட்டுவர். எந்த வண்டி குறிப்பிட்ட இடத்தை முதலில் அடைகின்றதோ அது வெற்றி பெற்றதாக அறிவிப்பர். கன்னியாகுமரி மாவட்டத்தில் நவராத்திரி திருவிழாவில் இப்பந்தயம் சிறப்பாக நடைபெறுகிறது. இதனைக் கொட்டாரம் என்ற ஊரில் கண்டு களிக்கலாம்.

பொடி கழியாட்டம்

தமிழ்நாட்டின் கடலோரப்பகுதிகளில் வாழும் மீனவர்கள் பொடிகழியாட்டம் ஆடுவர். இதனைப் பாண்டிச்சேரி, நாகப் பட்டினம் பகுதிகளில் இன்றும் காணலாம். சிறிய கம்புகளைப் பயன்படுத்துவதால் இது 'பொடிகழி' எனப்பட்டது. இதில் எட்டு முதல் பதினாறு ஆண்கள் கலந்து கொண்டு ஆடுகின்றனர். பெண்கள் பாடல்களைப் பாடுவர். அவர்கள் வண்ண ஆடைகளை உடுத்துவர். கழுத்தில் பூமாலையும், சங்கு, பவள மாலைகளையும் அணிந்திருப்பர். இவர்களது பாடல்களுக்கு இசையுணர்வைக் கூட்டுவதற்கு உடுக்கை, மத்தளம், டோலக், தாளம், சுருதி போன்ற கருவிகளைப் பயன்படுத்துவர். இவர்களது பாடல்கள் பெரும்பாலும் முருகப் பெருமானைப் புகழ்ந்து பாடுவதாக அமையும்.

இதில் ஆடுவோர் இரண்டு இரண்டு பேராக இணைந்து ஒருவரை ஒருவர் பார்த்து வட்டமாக நின்று கொண்டு ஆடுவர். ஒரு கையை இடுப்பில் வைத்து மறுகையிலிருக்கும் கம்பினால் அடுத்தவரின் கையிலிருக்கும் கம்பினை அடிப்பார்கள். காலில் சதங்கை கட்டியிருப்பர். காலைத் தரையில் மிதித்து உதைத்துத் தாளமிடுவர். பாடலுக்குத் தக்கவாறு தாளமிட்டுக் கம்புகளை அடிப்பர்.[55]

ஆவியாட்டம்

ஆவி என்பதற்கு அசைவு என்று பொருள். தென் மாவட்டங்களில் ஆவியாட்டம் பிரபலமாக நடைபெற்றது. பொதுவாக அம்மன் கொடை விழாக்காலங்களில் இவ்வாட்டம் நடைபெறும். ஆவியின் உருவம் அமைப்பதற்காக மூங்கில் கீற்றுக்களை இணைத்து ஒரு பெரிய மனித உருவம் செய்வர். அதன் மீது வைக்கோலைப் பரப்பி, பின் அதற்குமேல் ஆடை உடுத்துவார்கள். தலை ஒன்று தனியாகச்

செய்யப்பட்டு பொருத்தப்படும். இந்த ஆவியின் உள்ளே கூடாக இருப்பதால் அதில் மனிதன் நிற்கலாம். மூச்சுவிடவும், பார்க்கவும் துளைகள் விடப்படும். மூன்று அல்லது நான்கு ஆவிகள் சேர்ந்து ஆடும். இவற்றைக் குறவன், குறத்தி, கொட்டு அடிப்போன், குழல் ஊதுவோன் என்று பிரித்திருப்பர். அவை போடும் சத்தம் பயத்தைக் கொடுப்பதாக அமையும். சிறுவர்கள் இதனைக் கண்டுகளிப்பர். இசைக்கருவிகள் இசைக்கப்படும்.

கருப்பாயிக் கூத்து

கிராமங்களில் கரகாட்டம் நடைபெறும்பொழுது கோமாளியின் பங்கு குறிப்பிடத்தக்கது. அவன் கருப்பாயி என்னும் பெண்வேடம் போட்டுக் கொள்வான். காதுகளில் கடுக்கன் மற்றும் தண்டட்டி அணிந்து கொண்டு, கண்டாங்கிச் சேலை உடுத்தி, பொய்க் கூந்தல் வைத்து, கோரைப் பற்கள் சொருகியிருப்பான். பார்வையாளர் களுக்குப் பல நகைச்சுவையூட்டும் கதைகளைச் சொல்லுவான். இவ்வாட்டம் வள்ளி திருமண நாடகங்களிலும் கிராமங்களில் நடத்தப்பட்டு வந்தது.

மரக்கால் ஆட்டம்

மரக்கால் ஆட்டம் பல்லவர் காலத்திலேயே நடைபெற்ற ஒரு கலை நிகழ்ச்சியாகும். திருமங்கையாழ்வார் பெரிய திருமொழியில் கண்ணபிரான் மரக்கால் கூத்தாடியதை,

> **"கன்றப் பறை கறங்க கண்டவர்தம் கண் களிப்ப**
> **மன்றில் மரக்கால் கூத்து ஆடினான்"**

என்று குறிப்பிடுகிறார். இவ்வாட்டம் தொம்பரையர் ஆடும் ஆட்டம் என்று உரையாசிரியர் பிரதிவாதி பயங்கரம் அண்ணங் கராச்சாரியார் குறிப்பிடுகிறார்.[56] இவ்வாட்டம் ஆடுபவர்கள் ஆறு அடி நீளமுள்ள கட்டைகளைப் பாதங்களோடு சேர்த்துக் கட்டியிருப்பர். இவ்வாட்டம் கரகாட்டத்தின் துணையாட்டங்களில் ஒன்றென்பர். இதனை ஆடுவோர், கை, கால்கள், உடம்பு ஆகியவற்றை முன்னும் பின்னும் ஆட்டிக் கொண்டு தாள நடை மாறிப் போகாமல் அடிவைப்புச் செய்து ஆடுவர். இது ஆண்களால் ஆடப்படுகிறது. இவர்கள் திருவிழாக்களில் மிக உயரமாக நின்று ஆடி வருவதைக் காணலாம். தஞ்சாவூர், கும்பகோணம் பகுதிகளில் இவ்வாட்டத்தினைக் காண முடிகிறது.[57]

உறியடித்தல்

உறியடித்தல் என்பது கிருஷ்ணன் ஆயர்பாடியில் வெண்ணெய் திருடும் காட்சியை ஆடியும் பாடியும் காட்டுவதாகும். குமரி மாவட்டத்தில் திக்கணங்கோடு போன்ற ஊர்களிலும், செங்கல்பட்டு,

வட ஆர்க்காடு மாவட்டங்களிலும் இக்கலை சிறப்பாக விளங்கி வந்துள்ளது. திரௌபதியம்மன், தருமராஜா கோயில்களில் விழா நடக்கும் தருணத்தில் இக்காட்சி நடித்துக் காட்டப்படுகிறது. பத்துநாள் விழாவில் ஒரு நாள் தீமிதியும், ஒருநாள் உறியடித்தலும் நடைபெறும்.[58] ஒவ்வொரு பகுதியிலும் பழக்க வழக்கங்களுக்கு ஏற்ப சில மாற்றங்களுடன் நிகழ்த்தப்படுகிறது. ஊரின் மையத்தில உள்ள வெளியிலோ அல்லது கோயிலின் முன்புள்ள வெளியிலோ ஒருமரத்தில் ஒரு பானை கட்டித் தொங்கவிடப்படும். கிருஷ்ணனைப் போன்று வேடமிட்ட ஒருவர் ஒரு கம்பை ஏந்தி அந்தப் பானையை உடைக்க வருவார். கம்பை அவர் வீசும்போது பானையை மேலே இழுத்துக் கொள்வர். மீண்டும் இறக்குவர். மறுபடியும் கம்பால் வீசுவர். இவ்வாறு பலமுறை ஏமாந்து இறுதியில் பானை உடைபட்டு விடும். இக்காட்சி பார்ப்போருக்கு இனிமையாக இருக்கும். இதில் கலையுணர்வும் சமய உணர்வும் ஒரு சேர உணர்த்தப்படும்.

மேலே விவரிக்கப்பட்ட நிகழ்த்துக் கலைகள் தவிர வேதாள ஆட்டம், மாடுபிடி நடனம், கரடியாட்டம், சிம்ம ஆட்டம், கிருஷ்ணன் ஆட்டம், களியடித்தல், தேங்காய்ப் போர் போன்ற பல நாட்டுப்புறக் கலைகளும் ஒரு காலத்தில் வழக்கிலிருந்தன. தற்போது திரைப்படக்கலையின் தாக்கத்தால் பெரும்பான்மையான நாட்டுப்புறக் கலைகள் செல்வாக்கிழந்து அழிந்து வருகின்றன. நாட்டுப்புற நிகழ் கலைகள் சாதாரண, கல்வியறிவு அதிகமில்லாத மக்களுக்கு, நல்ல செய்திகளை எடுத்துச் சொல்லும் ஊடகமாக விளங்கி வந்துள்ளன. மனிதர்கள் எதைச் செய்யலாம், எதைச் செய்யக் கூடாது, இவற்றால் ஏற்படும் விளைவுகள் யாவை? என்பனவற்றையெல்லாம் சுலபமாக, ஆடல் பாடலுடன் மக்களுக்கு உணர்த்துவதில் இவ்வகைக் கலைகளுக்கு ஈடெதுவும் இருக்க முடியாது.

நாட்டுப்புறக் கலைகள் உயர்குடி அல்லது நகரக் கலைகள் போன்று இலக்கணத்தை அடிப்படையாகக் கொண்டவையல்ல. ஆனால் அவை மரபைப் பின்பற்றக் கூடியவை. இருப்பினும். அவற்றில் அவ்வப்போது பல மாற்றங்கள் ஏற்படுவது தவிர்க்க முடியாததாக இருந்துள்ளன. உதாரணமாக வில்லுப்பாட்டில் அரசியல் புகுந்து விட்டது. அரசியல் பிரச்சாரத்திற்கு வில்லுப்பாட்டு பயன்படுத்தப் படுகிறது. நாட்டுப்புற இசையில் நவீன இசைக் கருவிகள் இடம் பெறத் தொடங்கிவிட்டன. தெம்மாங்குப் பாடல்கள் திரைப்பட மெல்லிசை போல் மேடைகளில் பாடப்படுகின்றன. நாட்டுப்புறப் பாடல்களைச் சேகரித்து அவற்றில் காலத்திற்கு ஏற்றபடி சில மாற்றங்களைச் செய்வதும் இன்று வழக்கமாக உள்ளது. இதனால் மரபுவழி வந்த நாட்டுப்புற நிகழ்கலைக் கலைஞர்களும், பாடகர்களும் தொழில்

பாதிப்பினால் வறுமையில் வாடுகின்றனர் என்பது மறுக்கப்பட முடியாத உண்மையாகும். திறமை மிக்க கலைஞர்கள் செயலிழந்து போகின்றனர். இவர்களைக் காக்க அரசும், மற்றவர்களும் முன் வரவேண்டும். தற்போது இக்கலைகளுக்குப் புத்துயிர் கொடுக்க பலரும் முயற்சி செய்து வருகின்றனர். பல்கலைக்கழகங்களில் நாட்டுப் புறவியலும், நாட்டுப்புறக் கலையும் பாடங்களாக வைக்கப்பட்டுள்ளன. எனினும், இவற்றால் நலிந்த கலைஞர்களின் வாழ்வில் ஒளிவீச வகை செய்ய முடியுமா? என்பது கேள்விக்குறியாகவே உள்ளது. இதற்கு நல்லவழி காணத் தொடர்புடைய அனைத்துத் தரப்பினரும் உண்மை மனதோடு முயல வேண்டியது காலத்தின் கட்டாயமாகும்.

அடிக்குறிப்புகள்

1. Gita Narayanan, ed., *"The Language of Symbols"*, nd. P. 78.
2. Jyoti Sahi, *"The Child and the Serpent"*, 1994, P. 98.
3. தமிழகத்தில் கோலம் என்று அழைக்கப்படும் இக்கலை கேரளத்தில் களமெழுத்து என அழைக்கப்படுகின்றது. இது அங்கே மிகப் புனிதமானதாகக் கருதப்படுவதோடு களமெழுத்தை அழிக்கும் போது அந்த மாவைக் கூட்டி எடுத்து மக்களுக்குப் பிரசாதமாக வழங்கப்படுவதைக் காணலாம்.
4. Jyoti Sai, *op. cit.,* P. 204.
5. Marg, *Splendours of Tamilnadu,* P. 32.
6. மேலது, ப. 33.
7. நா. இராமச்சந்திரன், தமிழக நாட்டுப்புறக்கலைகள், *மனோரமா* இயர் புக், 2000, பக். 510.
8. மேலது.
9. S.M.L. Lakshmanan Chettiar, *Folklore of Tamilnadu,* 1991, P. 162.
10. ஏ.என். பெருமாள், தமிழக நாட்டுப்புறக்கலைகள், சென்னை, 2003, ப. 74.
11. மேலது, ப. 76.
12. மா. நவநீதகிருட்டிணன், கே.ஏ. குணசேகரன், கரகாட்டம், 1982, பக். 12-13.
13. மேலது, ப. 43.
14. S.M. Lakshmanan Chettiar, *முன்னது,* ப. 159.
15. ஏ.என். பெருமாள், முன்னது, ப. 80.
16. மேலது, ப. 84.
17. மேலது, ப. 85.
18. மேலது, ப. 87.
19. A Celebration of Tamil Nadu, Madras Craft Foundation, 1996, P. 21.
20. நா. ராமச்சந்திரன், முன்னது, ப. 514.
21. ஏ.என். பெருமாள், முன்னது, ப. 140.
22. சில நேரங்களில் கறுப்புத்திரையும் பயன்படுத்தப்படும். (S.M. Lakshmanan Chettiar, முன்னது, ப. 165).

23. ஏ.என். பெருமாள், முன்னது, ப. 140.
24. ஏ.என். பெருமாள், முன்னது, ப. 141.
25. மேலது, ப. 165.
26. *A Celebration of TamilNadu, Madras Craft Foundation*, 1996, P. 20.
27. ஏ.என். பெருமாள், முன்னது, ப. 166.
28. நா. இராமச்சந்திரன், முன்னது, பக். 513-514.
29. மேலது, ப. 511.
30. மேலது, ப. 512.
31. S.M. Lakshmanan Chettiar, *முன்னது*, ப. 150
32. ஏ.என்.பெருமாள், முன்னது, ப. 137.
33. மேலது, ப. 512.
34. செ. வைத்தியலிங்கம், முன்னது, III, பக். 550-551.
35. S.M.Lakshmanan Chettiar, *முன்னது*, *பக்*. 153-154.
36. நா. இராமச்சந்திரன், முன்னது, பக். 512-513.
37. ஏ.என். பெருமாள், முன்னது, பக். 133-134.
38. மேலது, ப.551.
39. மேலது, ப. 551.
40. மேலது, பக். 552-553.
41. TamilNadu.htm, Folk Dances of India, Tamilnadu, Silambattam, P. 1.
42. Martial Arts - Silambam. htm (Madurai Directory com,) P. 1.
43. ஏ.என்.பெருமாள், முன்னது, பக். 65-67.
44. Karagam.ht, P.1.
45. Lavani. hit. PP. 1-2.
46. நா. இராமச்சந்திரன், முன்னது, ப. 512.
47. மேலது.
48. ஏ.என்.பெருமாள், முன்னது, ப. 146.
49. *A Celebration of TamilNadu, Madras Craft Foundation*, 1996, P. 21.
50. ஏ.என். பெருமாள், முன்னது, ப. 60.
51. மேலது.
52. மேலது, ப. 159.
53. S.M. Lakshmanan Chettiar, *முன்னது*, ப. 177.
54. ஏ.என். பெருமாள், முன்னது, ப. 61.
55. மேலது, ப. 83.
56. மா. நவநீதகிருட்டிணன், கே. ஏ. குணசேகரன், முன்னது, ப. 27.
57. மேலது, ப. 28.
58. ஏ.என். பெருமாள், முன்னது, பக். 142-143.

✠ ✠ ✠

1. மண்டகப்பட்டு - பல்லவர் குடைவரைக் கோயில்

2. மாமல்லபுரம் - அர்ச்சுனன் / பாகீரதன் தவம் - பல்லவர்காலம்.

3. மாமல்லபுரம் - பாண்டவ ரதங்கள் - பல்லவர்காலம்.

4. மகிசாசுரமர்த்தினி - மாமல்லபுரம் - பல்லவர்காலம்.

5. அனந்தசாயி - விஷ்ணு - மாமல்லபுரம் - பல்லவர்காலம்.

6. கடற்கரைக்கோயில் - மாமல்லபுரம் - பல்லவர்காலம்.

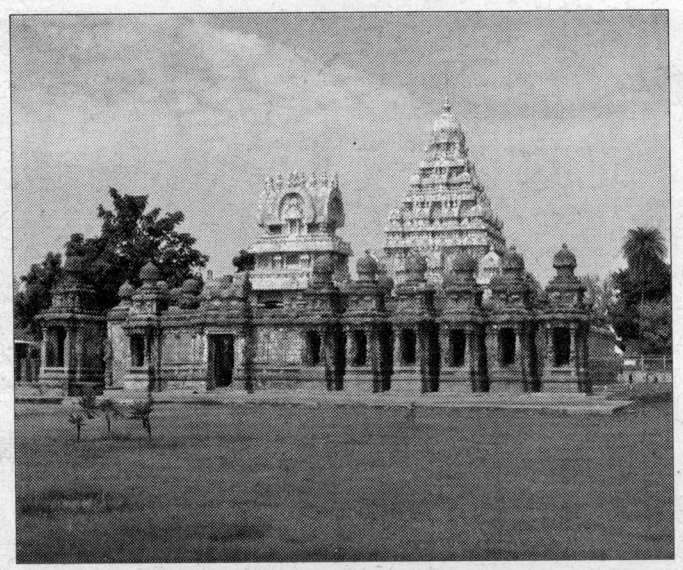

7.கைலாசநாதர் கோயில் – காஞ்சிபுரம் – பல்லவர்காலம்.

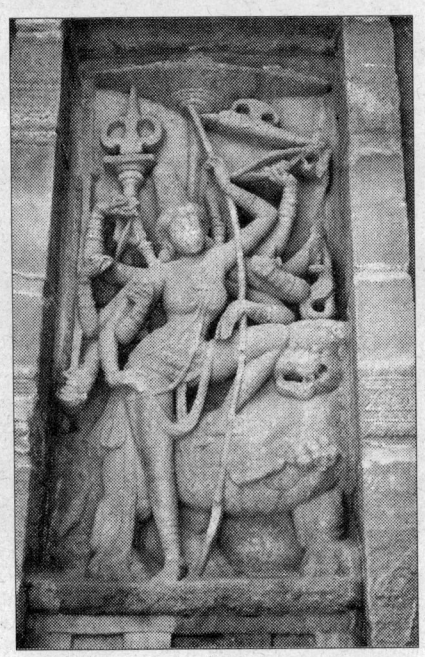

8. மகிசாசூரமர்த்தினி – காஞ்சிபுரம் – பல்லவர்காலம்.

9. சித்தன்னவாசல் குடைவரைக்கோயில் - பாண்டியர் காலம்.

10. திருமலாபுரம் - பாண்டியர் குடைவரைக் கோயில்.

11. திருமலாபுரம் - பிரம்மா.

12. கழுகுமலை - வெட்டுவான் கோயில் - பாண்டியர் ஒற்றைக்கல் கோயில்.

13. பூதகணங்கள் – கழுகுமலை.

14. விஜயாலய சோழீச்சுரம் – நார்த்தமலை – சோழர்காலம்.

15. மூவர்கோயில் கொடும்பாளூர் - சோழர் (இருக்கு வேளிர்) காலம்.

16. திருவாலீஸ்வரம் - முற்காலப்பாண்டியர் - சோழர் காலம்.

17. தீர்த்தங்கரர் - சமணமலை - மதுரை.

18. பிரம்மபுரீஸ்வரர் கோயில் - புள்ளமங்கை - முற்காலச் சோழர் காலம்.

19. நடராஜர் - சதுரதாண்டவம் - புள்ளமங்கை.

20. துர்க்கை - புஞ்சை,
நல்துணையீஸ்வரர் கோயில் -
முற்காலச் சோழர் காலம்.

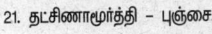

21. தட்சிணாமூர்த்தி - புஞ்சை.

22. இராவணன் சீதையைத் தூக்கிச் செல்லுதல் - புஞ்சை.

23. பிரகதீஸ்வரர் கோயில் - தஞ்சாவூர் - முதலாம் இராஜராஜன் காலம்.

24. பிரகதீஸ்வரர் கோயில் – கோபுரங்கள் – தஞ்சாவூர்.

25. பிரகதீஸ்வரர் கோயில் – ஓவியம் – தஞ்சாவூர்.

26. பிரகதீஸ்வரர் கோயில் - நாட்டியப்பெண் - ஓவியம் - தஞ்சாவூர்.

27. கங்கைகொண்ட சோழபுரம் - முதலாம் இராஜேந்திரன் காலம்.

28. நடேசர் - கங்கைகொண்ட சோழபுரம்.

29. சரஸ்வதி - கங்கைகொண்ட சோழபுரம்.

30. பத்தமடை - பிற்காலப் பாண்டியர் கோயில்.

31. தாராசுரம் - இரண்டாம் இராஜராஜன் காலம்.

32. ஏகாம்பரநாதர் கோயில்
 - காஞ்சிபுரம்
 - விஜயநகர காலம்.

33. குதிரைமண்டபம் – திருவரங்கம் – விஜயநகர – நாயக்கர் காலம்.

34. சிதம்பரம் – விஜயநகர ஓவியம்.

35. அழகர்கோயில் - இராமாயண ஓவியம் - நாயக்கர் காலம்.

36. சுடுமண் - குழந்தைப் பொம்மை - போளுவாம்பட்டி.